மா. அரங்கநாதன்
படைப்புகள்

பரிதி பதிப்பகம்

மா. அரங்கநாதன் படைப்புகள்

பரிதி | முதல் பதிப்பு: ஏப்ரல் 2024

வெளியீடு

பரிதி பதிப்பகம்
50சி/128, பாரத கோயில் அருகில் ஜோலார்பேட்டை
திருப்பத்தூர் மாவட்டம் – 635 851
மின்னஞ்சல்: parithijpt@gmail.com
அலைபேசி: 72006 93200

அச்சாக்கம்: ஆதவன் ஆர்ட் பிரிண்டர்ஸ், சென்னை–116
நூல் வடிவமைப்பு: சு. கதிரவன், கிரியேட்டிவ் நெஸ்ட்
அட்டை வடிவமைப்பு: விஜயன், கிரியேட்டிவ் ஸ்டுடியோ

பக்கங்கள்: 880
விலை: ரூ.1250/–

MA. ARANGANATHAN PADAIPPUGAL

Parithi First Edition: April 2024
56C/128, Near Bharatha Kovil, Jolarpettai,
Tirupattur District - 635 851
Email: parithijpg@gmail.com
Mobile: 72006 93200

Printed at Aadhavan Art Prints, Chennai - 116
Cover Design: Vijayan, Creative Studio
Inner Page Layout: S. Kathiravan

ISBN: 978-81-971570-7-3

Pages: 880
Price: ₹ 1250/-

பதிப்புரை

சிறந்த ஒரு செயல் மிகச்சிறந்த ஒரு செயலுக்கான அடித்தளமாக இருக்கும் என்று சந்தானகிருஷ்ணன் சார் சொல்லிக்கொண்டே இருப்பார். எப்போதும் சிறந்த செயல்களைச் செய்து கொண்டிருக்கும் என் ஆசிரியரான அவருக்குச் சிறந்தவைகளில் இருந்து மிகச்சிறந்தவைகளுக்குச் சென்று சேர்வது மிக எளிதாக இருக்கிறது. எப்போதாவது சிறந்த ஒன்றைச் செய்யும் என் போன்றவர்களுக்கு அந்த சிறந்த ஒன்றே போதுமானதாக இருக்கிறது அல்லது அந்த நிறைவிலேயே மனம் தேங்கி விடுகிறது.

முன்றில் இதழ்கள் தொகுப்பு எனும் சிறந்த நூலை வெளியிட்ட எனக்கு மா. அரங்கநாதன் படைப்புகள் எனும் மிகச்சிறந்த நூலை வெளியிடும் இந்த வாய்ப்பு மிகச்சிறந்த ஒன்றின் மீது என் கைகள் படுவதாக உணர்கிறேன்.

முன்றில் இதழ்கள் தொகுப்பின் முதல் பிரதியை நீதியரசர் அரங்க. மகாதேவன் அவர்களிடம் அளித்தபோது, "உங்கள் பதிப்பகத்தின் மணி மகுடமாக இந்த நூல் இருக்கும் பரிதி" என்றார். அந்த நல்வாழ்த்துகள் தந்த மகிழ்வுடன் பரிதி பதிப்பகத்தின் பத்தாம் ஆண்டின் சிறப்பு வெளியீடாக முன்றில் இதழ்கள் தொகுப்பு மற்றும் மா.அரங்கநாதன் படைப்புகள் எனும் இரண்டு நூல்களையும் பரிசுப் பதிப்பாக வழங்குகிறேன்.

தமிழ் இலக்கியத்தின் மகத்தான ஆளுமைகளின் படைப்புகளைத் தேடித் தேடி வாசிக்கும் இலக்கிய ஆர்வலர்களுக்கும் மூத்தத் தலைமுறையின் கைகளைப்பற்றி நடக்கத் துவங்கும் இளம் தலைமுறைக்கும் இந்த பரிசுப் பதிப்பு மிகச் சிறந்த பரிசாக இருக்கும் என்று நம்புகிறேன்.

மிகச் சிறந்த இந்த நூலை வெளியிட வாய்ப்பளித்த நீதியரசர் அரங்க. மகாதேவன் அவர்களுக்கும் அடர்த்தியான முன்னுரை வழங்கிய இனிய தோழர் அகரமுதல்வனுக்கும் என் நற்செயல்களில் எப்போதும் உடனிருக்கும் அண்ணன் ரவிசுப்பிரமணியனுக்கும் இந்த நூல்கள் தொடர்பான எல்லா பணிகளிலும் நிறைந்து இருக்கும் நீதியரசரின் உதவியாளர் நாராயணன் அவர்களுக்கும் கோடுகளின் வழியாக மா. அரங்கநாதன் அவர்களை வரைந்தளித்த ஓவியர் சுந்தரனுக்கும் நூலை வடிவமைத்துத் தந்த தோழர் சு. கதிரவனுக்கும் நூலின் அட்டையை வடிவமைத்த கிரியேட்டிவ் ஸ்டுடியோ விஜயனுக்கும் என் அகம் நிறைந்த நன்றி.

– ப. இளம்பரிதி
பதிப்பாளர்

எம்முளும் உளன் ஒரு பொருநன்

அகரமுதல்வன்

தமிழிலக்கியத்தின் வாசகர்களில் பெரும்பாலானோர் பட்டியல்களிலும் பரிந்துரைகளிலும் எழுத்தாளர்களைக் கண்டடைபவர்கள். நமது சூழலின் கெடுவாய்ப்பாகப் பட்டியல்களோ பரிந்துரைகளோ பெயர்களை மாற்றுவதில்லை. காலங்காலமாக நிரந்தர நாமங்களைப் பொறித்தே வெளியாகின்றன. முக்கியமான சில படைப்பாளிகளை வாசிப்பின் வழியாக அறியாது போகும் துயர் இப்படியாகத்தான் நிகழ்கிறது. 'இளம் வாசகர்கள்' எனக் கருதப்படுவோர் 'கிளாசிக்' என்று பதிப்பகங்கள் உறுதி செய்யும் பனுவல்களை மட்டுமே வாசிக்கின்றனர். ஏற்கனவே வழிமொழியப்பட்டவை மட்டுமே இவர்களது கிளாசிக் மாயைகள். இதுபோன்ற வாசிப்புப் பண்பாட்டின் மீது சலிப்பும் கசப்பும் எழாமலில்லை.

இந்தச் சூழலில் மா. அரங்கநாதன் என்கிற எழுத்தாளரை அறியாத தமிழிலக்கிய வாசகர்கள் எண்ணிக்கையில் அதிகம். ஏனெனில் பரவலாக எங்குமே அவரது படைப்புக்களோ, பெயரோ உச்சரிக்கப்படுவதில்லை. இன்றைக்கு எழுதவந்துள்ள புதுயுக எழுத்தாளர்களில் சிலரே மா. அரங்கநாதனை அறிந்திருக்கிறார்கள். அதிலும் அரிதானவர்கள் மட்டுமே அவரது படைப்புகளை ஒட்டுமொத்தமாக வாசித்திருக்கிறார்கள் என்று எழுதும்போது, மொழியின் மீது ஊழ் கவியாமலிருக்கப் பிரார்த்திக்கிறேன். இன்றைக்கு இலக்கியத்திற்குள் நுழைந்திருப்பவர்களுக்கு இனிவரும் என்னுடைய கூற்று குழப்பத்தையோ, வினோதத்தையோ உண்டாக்கும். ஆனாலும் அதுவே மெய்யானது. 'பூர்வகால மொழியொன்றில் நிகழ்ந்த நவீனன் மா. அரங்கநாதன்.'

என்னுடைய வாசிப்பனுபவத்தில் சில படைப்பாளிகள் வியப்புக்குரியவர்கள். அவர்களின் படைப்பு வலிமையை எண்ணியெண்ணி மதிப்பிடுவேன். மு.தளையசிங்கமும் தி.ஜானகிராமனும் அப்படித்தான் என்னை ஆட்கொண்டனர். மரபளித்த சித்தாந்த ஞானம் செறிந்த படைப்பாளிகளுள் புதுமைப்பித்தன் மூலவர். பின்னர் இந்நிரையில் மா. அரங்கநாதன் வீற்றிருக்கிறார். இவரது படைப்புலகின் ஆழத்தையும் செறிவையும் நவீனச் சிந்தனை முறையோடு அறிந்துகொள்ளவே நம்மரபின் அறிமுகம் தேவைப்படும். அவரது படைப்புகளை வாசிக்கும் போழ்துகளில் இந்த எண்ணம் எழுவது தவிர்க்க இயலாதது. இந்த மதிப்பீடுகளை விமர்சகர்கள் உருவாக்கியிருக்க வேண்டும். ஆனால் நம்முடைய விமர்சக சூழலானது ஆளுக்கொரு விமர்சக அளவுகோல்களோடு கசப்புகளும் அவதூறுகளுமாய்த் தலைவிரித்து பிசாசுகளைப் போல அலையும் பாழ்வெளியாயிற்று. உருப்படியாய் இனி விளையுமென எண்ணவில்லை.

மா. அரங்கநாதன் நவீனத்துவ அழகியலைக் கச்சிதமான மொழியாற்றலுடன் முன்வைத்தவர். ஆனால் ஒருபோதும் நவீனத்துவ இறுக்கத்தையோ, இலக்கணத்தையோ அவசியமென எண்ணியவர் கிடையாது. அவரது படைப்புகளின் வழியாகவே இந்த நெகிழ்வை அறியலாம். மரபு வேரிலிருந்து கிளைக்கும் செவ்வியல் தன்மையைக் கதைகளாகவும் கதைகளுக்குள்ளும் முன்வைத்து அவர் நம்முடைய அறப்பிரக்ஞையைத்தான் அதிரச் செய்தார். ஒருவகையில் செவ்வியல் மரபிலிருந்து நவீனத்துவ வடிவத்திற்குப் புத்துயிர்ப்பை வழங்கிய பங்களிப்பில் மா. அரங்கநாதனுக்கே பெறுபேறு அதிகம். இதுபோன்றதொரு படைப்பாளியின் இலக்கியப் படைப்புகளை மரபின் கனதியோடும், தத்துவார்த்தமான விழிப்புணர்வுடனும் முன்வைத்துப் பேசும் எவரையும் நான் இன்றுவரை சந்திக்கவில்லை. இதுவொரு ஆறாத நொம்பலமாய் என்னில் தரித்திருக்கிறது. “மா.அரங்கநாதனின் படைப்புகள் வெறும் இலக்கியமாக நின்றுவிடுவதில்லை. உண்மையில் அவை நிலையான அமைதி தேடும் மனித மனத்தின் சிறு அலைகள்” என்கிறார் அசோகமித்ரன். இந்த அனுமானத்தின் நீட்சியாகவே மா. அரங்கநாதனின் படைப்புகளை கண்டடையத் துணியலாம்.

மா. அரங்கநாதன் இருபதாவது வயதிலேயே எழுத ஆரம்பித்திருக்கிறார். பிரசண்ட விகடனில் வெளியான முதல் ஐந்து கதைகள் இன்று நம் வசமில்லை. இன்றுள்ள தொண்ணூறு சிறுகதைகளையும் இரண்டு நாவல்களையும் வாசிப்பின் நிமித்தம் தொகுத்தால் சிறந்த முன்னுதாரணப் படைப்பாளியாக அமைகிறார். காலத்தை மீறிக்கொண்டெழும் புதுப்பார்வையோடு தமது அக ஆழத்தைக் காணவழியற்று நிற்கும் மானுடரின் சாட்சியாகவும் தனது இலக்கியத்தை வெளிப்படுத்தினார். வாழ்க்கையின் அடிப்படையான அனுபவங்களிலிருந்து உள்ளுணர்வுக்கும் புறவுலக அறிவுக்குமாய் விரிந்த வீரியமான படைப்புகளே இவரது கதைகள். நமது சிறுகதை மரபில் தமிழ் வாழ்வை அதனுடைய மரபு குலையாமல் உருவாக்கித் தந்தவருள் முதன்மையானவர்களுள் இவரையும் கருதலாம். நேரடித்தன்மையாக எதையும் சொல்லாத எழுத்துமுறையைத் தொடர்ந்து முயன்றார். அப்பட்டமானவற்றோடு முழுமையான யாத்திரையைத் தொடர்ந்தார்.

“புதுமைப்பித்தன் தாழ்ந்து போனவற்றை வெட்ட வெளிச்சமாக்கினார்” என்ற சுந்தர ராமசாமியின் கூற்றினை இந்த நூற்றாண்டில் மா. அரங்கநாதனின் படைப்புக்களுக்கான ஒரு திறவுகோலாக அமைக்க முடியும். ஓர் எளிய அறிமுகத்திற்காக இவரது படைப்புகள் குறித்து எழுதப்பட்டிருக்கும் மிகச்சில கட்டுரைகளில் வைதீக எதிர்ப்பைத் தொடர்ந்தவர் எனக் குறிப்பிடப்படுகிறது. இவரது வைதீக எதிர்நிலைப்பாடானது வெறுமென துண்டுப்பிரசுரமாகவோ, வறட்டுத்தனமான அறிக்கைகளாலோ நிகழ்ந்தது அல்ல. ஒரு பூர்வீக இனக்குழுவின் ஆதார ஞானத்தின் வலிமையினால் கதைகள் இயற்றி வைதீகத்தோடு பொருதினார். ஒருபொழுதும் ஆயத்த முற்போக்கு (Readymade progressive) கருத்துகளாலோ, இலக்கிய உள்ளீடற்றோ, அவர் சமர் நிகழ்த்தவில்லை. மாறாக இலக்கியச் செழுமை கெடாமல் விவாதித்தார். பண்பாட்டின் உள்ளடக்கத்தோடு படைப்பை நிகழ்த்தினார். இவரது “காளியூட்டு” நாவலே இக்கருத்திற்கு மாபெரும் சான்று.

“பறளியாற்று மாந்தர்”களின் கதையானது காலங்களால் வகைப்படுத்தப்பட்டது. பூர்வீக நிலந்துறந்து பிறிதொரு நிலத்தில் வேர் இறக்கிய வாழ்விலிருந்து நிகழ்கிறது. இயல்புவாத எழுத்தில் நவீன அழகியல் வந்திறங்கிய புதினம் இது. ‘மண்ணில் உயிரைக் காண்பதுவே ஞானம்’ என்று கூறுகிற தம்பிரானை மா. அரங்கநாதனைத் தவிர எவர்தான் எமக்குத்

தருவார்கள். அடையாளங்களை அழிவுக்கு இரையாக்கியவர்கள். முற்போக்கு என்ற பெயரில் தொன்மங்களைக் கைவிட்டவர்கள். பேருந்தில் உறங்கிக்கிடந்த சிவசங்கரனை மனைவி காந்திமதி எழுப்பி ஊரைக் காண்பிக்கிறாள். அவன் ஊரைப் பார்த்துவிட்டு மீண்டும் உறங்குகிறான் என்று முடியுமிந்த புதினத்தின் ஆற்றாமையும் கையறு நிலையும் ஒவ்வொரு வாசகனாலும் அர்த்தம் பெறுகின்றன. ஆரல்வாய்மொழி என்கிற ஊரின் நனவிடை தோய்தலாக மட்டுமே எஞ்சாதவொரு அசலான புதினம். இன்று உலகளாவிய அளவில் நிலத்தையும் தொன்மத்தையும் எழுதுவதன் மூலமாகப் படைப்பாளிகள் பலர் கொண்டாடப்படுகின்றனர். நவீன புனைவில் மரபின் தீவிரத்தைச் செலுத்துபவர்கள் இவர்கள். மண்ணின் மரபின் மீது பிடிப்பும் ஆவேசமும் கொண்ட நம்காலத்தின் முன்னோடியாக மா. அரங்கநாதனை மதிப்பிடலாம்.

நவீனத் தமிழ் உரை நடை இலக்கியத்தின் செவ்வியல் பரப்பு புதுமைப்பித்தனில் இருந்தே மங்கலமாய்த் தொடங்குகிறது. தமிழும் சைவமும் என்கிற பூர்வீகத் தொடர்ச்சியை நவீனப்பரப்பில் புதுமைப்பித்தனுக்குப் பிறகு மா. அரங்கநாதன் ஒருவரே சாத்தியப்படுத்தினார். அவரது புகழ்பெற்ற கதைகளின் தலைப்புகளும், பாத்திரப் பெயர்களும் இதற்கு எளிய உதாரணங்கள். 'அசலம்' சிறுகதையில் முத்துக்கறுப்பனுக்கும் இராமனுக்குமிடையே நிகழும் உரையாடல் விசித்திரமும் சுவாரஸ்யமும் கொண்டது. அடியாழத்தில் கொந்தளிப்பானதொரு உலகியல் விடுபடல் மனநிலை விவாதம் செய்கிறது. குப்பத்து அருகிலுள்ள மண்டபத்தில் முத்துக்கறுப்பன் அண்ணாச்சி மாலையாக விழுந்து கிடப்பதற்கு முன்பு 'இந்தக் கணத்தில நான் சுமந்த ஒண்ணை இறக்கி வைக்கத்தான் முடியும்' என்கிறார். 'அண்ணாச்சி – அது ஓர் அசைவு – நிரந்தரமான அசைவு' என்கிறார் இராமன். இந்தக் கதையின் ஆதாரம் தலைப்பிலுள்ளது.

செவ்வியல் பின்னணியுடனான படைப்பாளியின் ஆக்கங்களின் விஸ்தீரணத்தை அறிந்துகொள்வது எளிய காரியமன்று. அதற்குமொரு பண்பாட்டுப் பின்னணி தேவைப்படுவது அவசியமாகிறது. படைப்பியக்கத்தின் அசலான வெளிப்பாடும் வாழ்வியல் அம்சங்களும் எழுத்தில் திரளும் போது இனக்குழுக் கூறுகளும் அணியாகின்றன. மா. அரங்கநாதனின் படைப்புகளில் வெளிப்படும் வேளாள வாழ்க்கைக் கூறுகள் வெறும் பெருமித உரைப்புகள் அல்ல. மாறாக அது அவர்களது ஆதிக்கத்தை நக்கல் செய்து சீண்டுகிறது.

அசலம் கதையில் வருகிற மேலத்தெரு ஆவுடையப்பப் பிள்ளை, முத்துக்கறுப்பன் அண்ணாச்சியின் மறைவுச் செய்தியை சொல்லும் போது "அண்ணாச்சி போயிட்டாகளாம் – ஆத்து மண்டபத்தில கிடக்காக – போயும் போயும் குப்பத்துப் பக்கம் தானா போயி கண்ணை மூடணும்" என்கிறார். ஆனால் கதை, "குப்பத்துக்கு அருகில் மண்டபத்தில் சாய்ந்த மனிதருக்கு இதெல்லாம் தெரியாது. அவர் மாலையாய் விழுந்து கிடந்தார்" என்று முடிகிறது. இந்தக் கதையின் இறுதியில் நிகழ்வது ஒரு சீண்டல். அங்கேயா போய்ச் சாகவேண்டும் என்று கேட்கும் ஆவுடையப்பப் பிள்ளையின் கேள்விக்கு – 'சாய்ந்த மனிதருக்கு இதெல்லாம் தெரியாது' என்பது எவ்வளவு ஆழமான பதில். அது எல்லாவற்றுக்குமான பதிலெனத் தோன்றுகிறது.

சமீபத்தில் என்னைச் சந்திக்க வந்திருந்த வாசகர்கள் சிலர், யாரையெல்லாம் வாசிக்கலாமெனப் பரிந்துரையுங்கள் என்றனர். எனக்குப் பரிந்துரைகள் மீது உவப்பில்லை என்றேன். ஆனாலும் அவர்கள் விடுவதாயில்லை. சரி சந்திப்பின் இறுதியில் சொல்ல

முயற்சிக்கிறேன் என்று காலம் தாழ்த்தினேன். உரையாடலில் மா. அரங்கநாதனின் 'வீடுபேறு' கதையைச் சொன்னேன். அவர்களில் சிலருக்குக் கதை புரிந்தபாடில்லை. நாற்பது வருடத்திற்கு முன்பிருந்த வீட்டினைப் பார்க்க வந்த பாலகிருஷ்ணனுக்கும் முத்துக்கறுப்பனுக்கும் இடையே நிகழும் உரையாடலிலும் எதுவும் புலப்படவில்லை என்றனர். வாய்ப்பிருந்தால் கதையை வாசியுங்கள் என்று கூறி புத்தகத்தைக் கொடுத்தேன். ஒருவர் சத்தமாக வாசித்தார். நிறைவில் பாலகிருஷ்ணன் ஏன் அந்த அறையைப் பார்க்காமல் செல்கிறான்? வந்த வேலையை விட்டு இப்படிச் செல்கிறானே பைத்தியம் எனச் சிலர் ஏசவும் செய்தனர். இந்தத் தலைமுறையிடம் செறிவும் ஆழமும் கொண்ட தரிசனத்தைத் தேடுகிற பயிற்சியோ பக்குவமோ இல்லாது போனதன் சாட்சியாக அந்த அமர்வு இருந்தது. இந்தக் கதையைத் தத்துவார்த்த பின்புலத்தோடும் மரபின் பார்வையோடும் வாசித்தால் பாலகிருஷ்ணன் அறையைப் பார்க்காமல் செல்வதற்கான காரணங்களை அறியலாம் என்றேன். கதையில் எதுவுமில்லையே என்றனர். ஒருகதை எல்லாவற்றையும் சொல்லாது என்று பேச்சை முடித்துக் கொண்டேன். வீடுபேறு கதையின் இறுதிப் பகுதியில் தான் மா. அரங்கநாதன் என்கிற நவீன செவ்வியலாளனின் உக்கிரம் படிந்திருக்கிறது என்று கருதுகிறேன்.

முத்துக்கறுப்பன் கேட்கிறார். "பாலகிருஷ்ணன் – மறந்திட்டேளே – நீங்க பாக்கலியே – அந்த அறை – மேலே" என்று கைதூக்கிக் காட்டினார்.

இரண்டு அடிகள் அந்தப் பக்கமாகச் சென்றவர் திரும்பி வந்தார்.

"நாங்க ஒருதடவை கான்ஸாஸ் ஸிட்டி வரை பஸ் பயணம் செய்தோம். வழியிலே ஒரு கிழவி – நூறு வயது சொல்லலாம் – பஸ் படிக்கட்டில் ஏற முடியாமல் – ஆனால் – கம்பீரமாக முயன்று கொண்டிருந்தாள். எடித் முதலில் அவளை ஏற்றி சீட்டில் உட்கார வைத்தாள். ரொம்ப காலமாகிப் போச்சு – நேற்றைக்குத் திண்டிவனத்திலே பஸ் ஸ்டாண்டில் ஒரு கிழவி கம்பையூன்றிக் கொண்டே ஏற, எடித் உதவி செய்ய எழுந்தாள். பிறகு பேச்சுக்கொடுத்துப் பார்த்தேன் – அந்தக் கான்ஸாஸ் ஸிட்டி சம்பவம் அவளுக்கு ஞாபகமேயில்லை."

விட்டத்தை ஒருதடவை பார்த்துவிட்டு வேண்டாம் என்றார். "நமக்கு கூடிப்போனால் இன்னும் இருபது வருஷம் ஆயுளிருக்கும். அது போதாது – என்ன தோன்றுகிறது என்றால்..."

ஆனால் முடிக்கவில்லை. "இல்லை" என்பது போல தலையசைத்துக் கொண்டார். இருவருக்கும் ஒரே சமயத்தில் ஏற்பட்ட சிரிப்பால் ஒரு புதுமலர்ச்சி தோன்றிற்று. "நான் போய் வாரேன்" என்று பாலகிருஷ்ணன் இறங்கி அந்தச் சாலையில் ஆசையாய் நடந்தார்.

இதுதான் வீடுபேறு கதையின் நிறைவுப்பகுதி. கான்ஸாஸ் ஸிட்டியில் வந்த நூறு வயது கிழவியும் திண்டிவனத்தில் கம்பூன்றி நின்ற கிழவியும் பாலகிருஷ்ணனுக்கு அளிக்கும் தரிசனத்தை ஒரு சாதாரண வாசிப்பால் பெற்றுவிடமுடியாது. இந்தக் கதையில் வருகிற பாலகிருஷ்ணனின் 'தாய்' ஒரு தத்துவார்த்த படிமம். வீடுபேறு என்றால் சொர்க்கம் புகுதல் என்ற நம்பிக்கையைப் பறைசாற்றும் சொல்லாடல் என்று தெரிந்து கொண்டதன் பிறகு இந்தக் கதையை வாசித்தால் அர்த்தம் மேலோங்கும்.

எழுத்தாளர் ஜெயமோகனின் முக்கிய கூற்றொன்று உள்ளது. "அகமன இயக்கத்தின் வெளிப்பாடான தீவிர இலக்கியப் படைப்புக்கு நாம் செய்யும் முதல் கவுரவம் அதை நம்

போதத்தால் முழுமையாக வகுத்துக் கொள்ள முயலாமலிருப்பதே. படைப்பின் அகமன வெளிப்பாட்டைவிட நமது தர்க்கம் பெரிதானது என்று அபத்தமாகக் கற்பனை செய்யாமலிருப்பதே” என்கிறார். மா. அரங்கநாதனின் கதைகளுக்கு முன்பாக நமது தர்க்கங்கள் அபத்த கற்பனையாகவே எஞ்சுகின்றன.

“அப்பா எங்கோ தூரத்தில் பார்த்துக் கொண்டிருந்தார். அங்கே பார்க்கும் படியாக ஒன்றுமில்லை. அதைப் பற்றிக் கேட்டுவிட முடியாது. எதுவுமில்லைதான் – ஆனால் ஏதாவது தோன்றும் என்பதாகத்தான் பதில் இருக்கும். இந்த இடம் என்றில்லை. எங்கே சென்றாலும் அவர் தூரத்தைத்தான் பார்த்துக் கொண்டிருப்பார்” மெய்கண்டார் நிலையம் கதையின் தொடக்க வரிகள் இவை. இந்தக் கதையின் அகமன வெளிப்பாட்டை வாசக போதம் பொது முழுமையால் வகுக்க முடியாது.

இதுமாதிரியான அகமனவெளிப்பாடு மா. அரங்கநாதனின் உத்திகளில் ஒன்று. இதுவே அவரது விஷேடமும். ஒருவகையில் கதைகளை மிகையாக்காமல் ஈர்ப்புமிக்கதாய் ஆக்குகிறார். ஆனால் ஒவ்வொன்றின் பெறுமதியையும் மதிப்பீடுகளையும் கச்சிதமாகப் புலப்படுத்துகிறார். முன்னைய தலைமுறையினரோடு மதிப்புமிகுந்த தன்மரபில் நின்று அப்பட்டமாகவே பேசுகிறார். இதற்கு சரியான உதாரணம் சொல்லலாமென்றால் ஜேன் ஆஷ்டினை படித்துவிட்டுத் தமிழைச் சவாலுக்கு அழைக்கும் தனது மகளின் கேள்விக்கு மெய்கண்டார் நிலையத்தில் வருகிற அப்பா பதில் அளிக்கும் பகுதியே.

“நம்மிடையே பெண் எழுத்தாளரென்று யார் இருக்கிறார்கள்”

அதற்கு அப்பா சொன்னார்

“ஏன் – நம்ம காரைக்காலம்மையாரை நீ படிக்கலே – அதுதான்” என்கிறார்.

இந்தக் கதையை வாசித்து முடித்ததும் முதலில் ஏற்படுவது ஒருவகையான குழப்பம். எதைச் சொல்ல வருகிறது என்கிற தவிப்பு. தூரத்தையே பார்த்துக் கொண்டிருக்கும் அப்பா. வீட்டிற்குப் பெயர் வைக்கக் காத்திருக்கும் பிள்ளை என்று சுருக்கிக்கொண்டால் எதுவும் இல்லை. ஆனால் ‘மெய்கண்டார் நிலையம்’ என இந்தக் கதைக்கு எங்ஙனம் பெயர் வந்திற்று என்று சிறுபொறி மூண்டால் இக்கதையை நாமும் தூரத்திலிருந்து பார்த்தாலும் எதாவது தோன்றும். ஒரு படைப்பின் ஆதாரமாக இருக்கும் சக்தி எழுத்தாளனால் எழுதப்படுவதில்லை. மாறாக அந்தப் படைப்பின் ஆகிருதியில் ஏதோவொரு சொல்லில்கூடப் புதைந்திருக்கும். இன்னும் அழுத்திச் சொன்னால் கலையின் செயலானது எதையும் முன்னிறுத்துவது அல்ல. மாறாக அதுவே செயல்படுவது.

ஆசிரியர் வெளிப்படாத மா. அரங்கநாதனின் சில கதைகளில் ‘சித்தி’ மிக முக்கியமானது. மிகச் சாதாரணமான ஒருவனின் ஓட்டத்துடன் ஆரம்பிக்கும் இந்தக் கதையில் வருகிற பெரியவர் எதை உண்டாக்க விரும்புகிறார்? மைதானங்கள் குறைந்த இடத்தில் காவல்காரனிடம் ஓடுவதற்கு அனுமதி கேட்கவேண்டுமென அறிவுறுத்தப்படுகிறான். அவனை ஒரு உலகளாவிய மதிப்புமிக்கப் போட்டியில் பங்கெடுக்கும் வகையில் உருவாக்குகிறார் அந்தப் பெரியவர். உலகிலுள்ள எல்லாக்காரியங்களையும் இயந்திரங்களைக் கொண்டு நடத்திவிடலாம் என நம்புகிற பெரியவர் ஓட்டத்தில் தீவிரமாக இருப்பவனைத் தன்னால் பயிற்றுவிக்கப்பட்ட போட்டியாளராக மாற்ற எண்ணுகிறார். கதையின் இறுதியில் நடக்கும்

உரையாடல்... ஒருவிதமான அச்சத்தைத் தரவல்லது. “அந்த மண் உலகிலே விசேடமான மண் போலும் அங்கே தான் அவன் ஓடிக்கொண்டிருந்தான்” என்று கதைநடுவில் வருகிற இந்த வாக்கியமே இந்தக் கதையை எனக்கு நெருக்கமாக்கியது. மிகக் கனதியான ஓர் அரசியல் கதையாகவும் சுட்டலாம்.

முத்துக்கறுப்பன் வராத கதைகள் அரிது. அந்தப் பாத்திரம் கீழைத்தேய சிந்தனை, மரபுகளைப் பறைசாற்றவல்ல அறச்சித்திரம் என்றே தோன்றுகிறது. “மனிதனின் வீழ்ச்சியை முத்துக்கறுப்பனின் வீழ்ச்சியாகவும் எடுத்துக்கொள்ளலாம். எழுத வேண்டும் என்ற எண்ணம் தோன்றியதே முத்துக்கறுப்பனை இன்றைய காலகட்டத்திற்குக் குறியீடாகக் கொள்ள முடியும் என்பதால்தான்” என்று மா.அரங்கநாதன் கூறினார். ஒட்டுமொத்த மானுடத்திரளின் பிரதிநிதியாக முத்துக்கறுப்பனை நம்மிடம் கையளிக்கிறார். நவீனத்துவத்தின் முக்கிய அசைவாகவிருந்த ‘நான் மனிதனில் நம்பிக்கையற்றவன்’ எனும் ஆல்பெர் காம்யுவின் வாக்கியத்திற்கும் முத்துக்கறுப்பன் என்ற குறியீடும் எதிர் எதிர் திசையில் அமைந்தவை. வீழ்ச்சியுறும் மானுடத்திரளைத் தாங்கி நிற்க முத்துக்கறுப்பன் என்கிற பெருங்கரத்தை ஏந்தி நிற்கிறார். மீண்டும் மீண்டும் பிறரில் நம்பிக்கை கொள்கிறார். தெய்வங்களோடு சிநேகிதம் பாராட்டுகிறார். தமிழ் கூறும் சிவன் ஒரு சித்தன் என்கிற குருதி மரபின் அடையாளத்தைச் சொல்லுகிறார். இந்த வகையில் பூர்வ கால மொழியொன்றின் அக விசையிழுத்து எய்த படைப்புகள் மா. அரங்கநாதனுடையவை என்பதைக் கூர்ந்து வாசித்தால் அறியலாம்.

மா. அரங்கநாதனின் சிறுகதைகள் நிதர்சனத்தை முன்வைத்தன. சமூக இறுக்கம் புரையோடிய பின்னணியில் அவரால் எழுதப்பட்ட கதைகள் அதைச் சாடுகின்றன. ஆனால் நிதர்சனத்தைச் சொல்வதற்காக யதார்த்தவாதத்தை அவர் பெரிதும் நம்பியதாகத் தெரியவில்லை. கறாரான வகையில் தனக்கென ஒரு புதுப்பாணியைக் கண்டடைந்தார். அவை மெய்யியல் தளத்தில் விரிந்தன. புனைவு எழுத்தாளரொருவர் தொடர் தீவிரத்துடன் தனது கலையின் உலகை மரபுடன் தரித்து சிருஷ்டிக்க ஒரு நிமிர்வு வேண்டும். ஜீவிதக் கனதியும் மொழி மீது நேசமும் புலமையும் கொண்டதொருவரால் மட்டுமே இப்படியானதொரு புதுத்திசையை இலக்கியத்திற்கு வழங்கமுடியும். எப்போது எண்ணினாலும் வியந்து சொல்கிற படைப்புகள் மா. அரங்கநாதனால் எழுதப்பட்டுள்ளன.

ஒட்டுமொத்தமாக மா. அரங்கநாதன் படைப்புகளின் சிறப்பம்சம் அவை யதார்த்தத்திற்கும் தத்துவத்திற்குமான முன்றிலில் நிகழ்கின்றன. செவ்வியல் மரபு அவரது படைப்புகளில் மேலோங்காமல் நவீனத்திற்கு வழி சமைக்கிறார். உலகியல் நெருக்கடியை விபரிக்கும் ஒரு கதையில் கூட ஏதேனும் தத்துவ – ஆன்மீக விசாரத்தை செய்து பார்க்கிறார். எல்லாவற்றிலும் விசாரம். அகமனம் சில கதைகளில் ஆசிரியரின் பிடிக்குள் நிற்கிறது. ஆனாலும் மொழி நடையில் புலமையின் வடிவு. இவரின் பெரும்பாலான கதைகள் விமர்சக ஏற்பைப் பெற்றவை. தன்னுடைய பிற்காலத்தில் அதிதீவிரமாக எழுதவந்த நாட்களில் தமிழ்ச் சிறுகதையுலகில் புதிய வடிவங்கள் சோதனை செய்யப்பட்டன. இவரது அரணை, தீவட்டி, காடன் மலை கதைகள் தமிழுக்குப் புதிய தன்மையை வழங்கின. இதோ நான் எப்படி எழுதியிருக்கிறேன் பார் என்று மொழிதிருகிக் கதைகள் மாண்ட காலத்தில் மா. அரங்கநாதன் மண்ணின் பண்பாட்டை நுட்பமாகக் கதைகளாக்கினார். ஒரு கதைதானும் மேலோட்டமானதல்ல.

தமிழ்ச் சிறுகதை மரபில் மா. அரங்கநாதன் ஒரு முன்னோடி. இன்றுள்ள புதிய வாசகர்கள் இவரைத் தேடிக் கண்டடைய வேண்டும். அப்படி அடைவதில் ஒரு பெருமையிருக்கிறது.

திடீரென வீட்டின் கொல்லைப்புறத்தில் ஒருதொகை ஓலைச்சுவடிகளைக் கண்டால் நேரும் மகிழ்வைப் போலவே நவீன இலக்கியத்தின் சுவடியாக மா. அரங்கநாதனை இன்றுள்ள வாசகர்கள் கண்டடையவேண்டும் என்பது என் அவா.

மா. அரங்கநாதன் எக்காலத்திலும் நிலைக்கும் கதைகளை அளித்தவர். அவருடைய கதைகளுக்கு நிகர்த்த கதைகள் இன்னும் எழுதப்படவில்லை. அவர் தேர்ந்தெடுத்த மையக்கருக்கள், அணுகுமுறைகள் இன்னும் காலாவதி ஆகவில்லை. மா. அரங்கநாதன் மொழியின் பீடத்தில் நிலைத்து நிற்கும் காலம். உறையாமல் எப்போதும் அசையும் காலம்.

ஆயிரத்து தொள்ளாயிரத்து தொண்ணூற்று ஆறாம் ஆண்டில் வெளியான இவரது 'காடன் மலை' சிறுகதைத் தொகுப்புக்கு அஞ்சலட்டையில் வந்த இரண்டு வரிகளாலான குறிப்பொன்றை எழுத்தாளர் சி. மோகன் தனது கட்டுரையொன்றில் நினைவு கூருகிறார். "காடன் மலை கிடைத்தது. தமிழகத்தின் போர்ஹே நீங்கள்" இது எழுத்தாளர் தமிழவன் அவர்களால் எழுதப்பட்ட அஞ்சலட்டைக் குறிப்பு. மா. அரங்கநாதனுக்குத் தமிழகத்தின் போர்ஹே நீங்கள் என்று வந்த குறிப்பு இக்கணம் ஒரு தொன்மமாக மாறியிருக்கிறது. நான் போர்ஹேவிற்கு கடிதம் எழுதினால் "எம்முளும் உளன் ஒரு பொருநன்" என்று மா. அரங்க நாதனைச் சுட்டிக்காட்டுவேன்.

எனக்கு ஒரு தபால்காரனால் வழங்கப்படும் அஞ்சலட்டையில் 'மா. அரங்கநாதனின் மரபு நீங்கள்' என்று வாசகர் ஒருவரால் எழுதப்பட்டிருந்தால் அது என்னுடைய நல்லூழ். மூதாதையர்களின் ஆசி என்றே கருதுவேன்.

– அகரமுதல்வன்

ஓர் உரை

ஐம்பதுகளின் ஆரம்பத்தில் பிரசண்ட விகடனில் வெளிவந்த ஐந்து சிறுகதைகள் கிடைக்காதபடியால் இத்தொகுப்பில் அவை சேர்க்கப்படவில்லை.

கதைகளைப் பற்றி நான் எதுவும் சொல்லிக்கொண்டிருக்கப் போவதில்லை. எனக்கு நிம்மதியளித்த பல விஷயங்களில் இப்படைப்புகளின் தோற்றம் முக்கியம். எழுதிய என்னைவிட நீங்கள் வேறு பலவற்றில் தெளிவு பெற்றிருக்க முடியும். நாவல்கள், கட்டுரைகள் பற்றியும் அதையேதான் சொல்லவேண்டும்.

இவை யாவும் வெளிவந்தபோது அதுபற்றிப் பேசியும் எழுதியும் எனக்கு உற்சாகமளித்த எல்லாருக்கும் ஏற்கனவே நன்றி சொல்லிவிட்டேன்.

இந்தத் தொகுப்பின் தோற்றத்திற்கு திருவாளர்கள் ரவி சுப்பிரமணியம், எஸ். சண்முகம், கு.ரா. தேவராசன், ப.தி. அரசு போன்றோர் காட்டிய ஆர்வம் முக்கியம். தவிர இம்மண்ணிலுள்ள எல்லா சீவராசிகளும் சீவனில்லா ராசிகளும் முக்கியம்தான். கதை என்றால் என்ன – கவிதை என்றால் என்ன – கடவுள் என்றால் என்ன என்ற கேள்வியைக் கேட்டுக்கொண்டே இருக்க விரும்புகிறேன்.

– **மா. அரங்கநாதன்**

பொருளடக்கம்

சிறுகதைகள்

01.	அரணை	19
02.	வெள்ளைக் கண்ணாடி	26
03.	அறிமுகம்	31
04.	பூசலார்	35
05.	தரிசனம்	39
06.	தேங்காய்	45
07.	மைலாப்பூர்	50
08.	அழல் குட்டம்	57
09.	ஆதல்	63
10.	மோனாலிசாவும் ஒரு கறுப்புக் குட்டியும்	68
11.	சித்தி	71
12.	சிறிய புஷ்பத்தின் நாணம்	76
13.	மகத்தான ஜலதாரை	81
14.	ஜங்ஷன்	86
15.	உலகு புரத்தல்	91
16.	அலுப்பு	97
17.	அசலம்	101
18.	வீடுபேறு	108
19.	நசிகேதனும் யமனும் கழிவுப் பணமும்	123
20.	மௌனி	129
21.	மீதி	136
22.	தென் கிழக்குச் சூளை	141
23.	மெய்கண்டார் நிலையம்	145
24.	உவரி	148
25.	திரிசூலம்	153

26.	காலக்கோடு	157
27.	எங்கேயோ போதல்	164
28.	எலி	168
29.	மண்டேலாவை நேசிக்கிறேன்	172
30.	உறவு	175
31.	சுயம்பு	179
32.	ஞானக்கூத்து	183
33.	தொலைவிலுணர்தல்	188
34.	சிவகாமி சரிதம்	193
35.	ஏடு தொடங்கல்	200
36.	முதற்தீ எரிந்த காடு	204
37.	ஒரு கன்றுக் குட்டியின் மரணம்	215
38.	மாறுதல்	221
39.	கவிக்குயில்	225
40.	முன்றில்	232
41.	காடன் மலை	240
42.	பனை	246
43.	கச்சிப்பேடு	251
44.	ரோபோ	261
45.	பயணம்	266
46.	இரவச்சம்	269
47.	பெருநகர்த்தடம்	273
48.	ஒரு நாஞ்சில் வட்டாரக் கதை	278
49.	மீட்சி	282
50.	செட்டி வளாகம்	287
51.	ஓர் இரங்கற் கூட்டம்	295
52.	மூடு	300
53.	பொய்	306
54.	அம்மே நாராயணி	313

55.	ஒரு பிற்பகல் நேரம்	317
56.	தோற்றம்	322
57.	வரைந்து பெய்யும்	326
58.	ஜேம்ஸ்டனும் செண்பகராமன் புதூர்க்காரரும்	329
59.	அமையாது உலகு	334
60.	திருநீர்மலை	337
61.	கண்ணோட்டம்	342
62.	ஆற்றோடு போயிற்று	344
63.	தாங்கல்	348
64.	சிராப்பள்ளி	351
65.	ஒரு வழிப் பாதை	356
66.	தீவட்டி	361
67.	ஒரு வாக்குமூலம்	366
68.	விடுதலைப் போரில் அப்பரின் பங்கு	371
69.	தேட்டை	375
70.	துக்கிரி	380
71.	வேடம்	385
72.	பட்டினத்து சாமி	388
73.	தெருவடைச்சான் சந்து	391
74.	அஞ்சலி	395
75.	பூங்குன்றனே சரணம்	398
76.	தில்லைவாழ் அந்தணன்	405
77.	மனோரதம்	410
78.	ஒற்றுமை	415
79.	மனத்துக்கண்	417
80.	ஒரு நூற்றாண்டு விழா	424
81.	கேணி	428
82.	முறுக்கு	432
83.	கைக்குட்டை	437

84.	திடம்	440
85.	சம்மந்தம்	443
86.	என்ன பெயர் வைக்கலாம்?	448
87.	ஓர்மை	451
88.	இரண்டரை இட்டிலி	455
89.	ஐயன்மீர் – சற்றுப் பொறுங்கள்	458
90.	எறும்பு	460

நாவல்கள்

01.	பறளியாற்று மாந்தர்	465
02.	காளியூட்டு	569

கட்டுரைகள்

01.	பொருளின் பொருள் கவிதை	631
02.	எண்பதுகளின் துவக்கத்தில் தமிழ்க் கவிதை	700
03.	ஓர் இலக்கியச் சிந்தனை	706
04.	ஞானக்கூத்தனின் ஒரு கவிதை	709
05.	பிச்சை எடுக்கும் யானை	712
06.	ஒரு நல்ல நாவலாசிரியர்	715
07.	ஒரு கிழவியும் ஒரு தமிழ் நாவலும்	719
08.	அசோகமித்ரனின் "இருவர்"	722
09.	நீல. பத்மநாபன்	724
10.	வாசவேச்வரமும் வட்டாரமும்	725
11.	பா. விசாலத்தின் நாவல்	727
12.	ஜெயகாந்தனின் 'புகை நடுவினிலே'	732
13.	சிறுகதையைப் பற்றி	734
14.	வைதீஸ்வரனின் 'கால் முளைத்த மனம்'	736
15.	மீறல் மலர்	737
16.	மௌனி இலக்கியத் தடம்	739
17.	தேவபாரதியின் மாயை	741
18.	க.நா.சு.வின் ஆங்கில நூல்	744

19.	க.நா.சு.வின் வைதிக எதிர்ப்பு	745
20.	க.நா.சு.வின் கடைசி நாட்கள்	748
21.	இந்தி என்னும் பிரிவினை சக்தி...	751
22.	கிருஷ்ணன் நம்பி	753
23.	எம்.வி.வி.	756
24.	திராவிட இயக்கமும் வேளாளரும்	759
25.	தாய்மொழியும் தந்தை மொழியும்	764
26.	யாதும் ஊரே	789
27.	மேலும் சில குறிப்புகள்	792
28.	கடவுளுக்கு இடங்கேட்ட கவிஞன்	799
29.	கண்டெடுத்த கருவூலம்	802
30.	சாத்வீகமான கவி மனம்	805
31.	பன்னீராயிரம் பாடிய கம்பனும் பாடாத ஒரு சேதி	807
32.	பிரபஞ்சனின் மீன்	810
33.	ஸ்ரீநேசனின் ஒரு கவிதை	813
34.	விஞ்ஞானம் – தத்துவம் – கதை	816
35.	இரண்டு மனித இயந்திரங்கள்	823
36.	நகுலன்	826
37.	ரிஷியின் இரண்டு/மூன்று கவிதைகள்	829
38.	அது வேறு காலம்	833
39.	பழமலய்யின் கவிதை	837
40.	பாம்படங்கள்	840
41.	ஆதிமூலம்	843
42.	பிரமிளின் பிரசன்னம்	846
43.	ஒரு முன்னுரை	848
44.	முன்றில் நினைவுகள்	851
45.	புதுச்சேரி	864
46.	மகாலி என்னும் மகாலிங்கம்	867
47.	ஒரு பேட்டி	871

சிறுகதைகள்

1. அரண்

சிவநேசனுக்கும் சேக்கிழாருக்கும் உள்ள நெருங்கிய உறவு அத்தனை எளிதில் மற்றவர் அறிந்துவிடுவதற்கில்லை. ஆறு குழந்தைகள் – எண்ணூறு ரூபாய் சம்பளம் – இன்னும் இருக்கிற ஐந்து வருட சர்வீஸ் இவைகளுடன், அந்த காம்பவுண்டில் அவர் சீனியராகக் குடியிருந்தார்.

காம்பவுண்ட் என்றால் ஆறே ஆறு வீடுகள். தனித்தனி மின்சாரத் தொடர்பு கொண்டவை. வீடுகளுக்கிடையே 'போர்ஷன்' மாதிரி ஒட்டுறவு இல்லை. எதிரேயிருந்த பள்ளிக்கூடம்தான் பட்டணம் தந்த எல்லா சௌகரியங்களையும் ஒதுக்கி வைத்து, அவரை இந்தப் புறநகர்ப் பகுதியில் குடிவரச் செய்தது.

எதிரே உயர்நிலைப் பள்ளி, சிவநேசன் குழந்தைகளுக்காகவே இருப்பது போன்றது. வீட்டில் இருந்துகொண்டே ஏழாம் வகுப்புப் பையனைக் கூப்பிட்டுவிடலாம். தண்ணீர் குடிக்க எல்லா வகுப்புக் குழந்தைகளும் வரும். பிள்ளைகளுக்கு டியூசன் கிடையாது என்று சிவநேசன் சொல்லிவிட்டார்.

'காம்பவுண்ட்' பக்கம் சொந்தக்காரர் வருவது கிடையாது. வாடகையோ, மோட்டார் ரிப்பேரோ எல்லாம் சிவநேசன்தான் பார்த்துக்கொள்ள வேண்டும். வீடு காலியானால் வேறு குடி வைப்பதும் முக்காலும் அவர்தான்.

சேக்கிழார் விஷயத்திற்கும் இவைகளுக்கும் சம்பந்தம் இல்லை யென்றுதான் முதலில் தோன்றும். ஆனால் உண்டு. அதற்குச் சில நூற்றாண்டுகளின் அறிவு அவசியம். அதையும் சிவநேசனிடம் இருந்துதான் பெற்றாகவேண்டும். அவர் பிறந்து வளர்ந்தது எல்லாம் பட்டணம்தான். ஆனால், ஊர் பேர் விசாரித்துப் பேசும் போது, தன்னை 'குன்றத்தூர் சிவநேசன்' என்று சொல்லிக்கொள்வார். குன்றத்தூர் சேக்கிழார் ஊர் என்பது தெரியும். தெரியாதது சேக்கிழார் வம்சம்.

“நாங்க பரம்பரையா குன்றத்தூர்தான். கோவில் எழுத்திலும் எங்க கொள்ளுத் தாத்தா பேரு இருக்கும். இப்ப எல்லாம் போச்சு. இந்தச் சம்பளத்துக்கு ‘லோல்’ பட்டுக்கிட்டிருக்கேன்” என்று அலுத்துக் கொள்வார்.

‘உங்க ஊர் எந்தப் பக்கம்’ என்றுதான், புதியதாய்க் குடி வருகிறவரை நோட்டம் பார்ப்பார். ஊரைக் கொண்டே வம்சத்தை அளந்து விட முடியுமென்பது அவர் கணிப்பு. ஏழாம் வகுப்பு படிக்கிறவன் பெரியபுராணம் பகுதியில் நாலைந்து செய்யுளைப் படித்தாக வேண்டியது அவசியம். அந்தச் செய்யுளோடு ஆசிரியர் வரலாறும் படிப்பது என்பது சிவநேசனின் குழந்தைகளுக்கு சாதாரண விஷயமல்ல. ‘செக்கிழார்’ என்று படித்துவிட்டதற்காக ஒரு பயல் தண்டனையடைந்தான். ‘பாடல்களை எல்லாம் தப்பாகப் படித்து முடிக்கிறேனே அப்போது மட்டும் அடி கிடைக்கவில்லையே’ என்று பையன் நினைப்பான்.

மூன்று வீடுகளில் முதலியார்கள். ஒன்றில் பிராமணர் குடும்பம். இன்னொன்றில் கிறிஸ்தவர். ஒரு வருட காலமாகக் கிறிஸ்தவர் எதிராக இருந்ததை சிவநேசன் சகித்துக்கொள்ள வேண்டியதாயிற்று. அதன் காரணம் வீட்டுக்காரரின் ஆணை. அது ஏதோ தெரியவில்லை – இந்தக் கிறிஸ்தவர் எதற்கும் சிவநேசனைப் பாராட்டாது நேராக வீட்டுக்காரரிடம் சென்றுவிடுகிறார். பெரிய உத்யோகம் காரணமாயிருக்கும். எப்படியோ ஒரு வருட காலத்தை மூட்டம்போல புகைத்துக்கொண்டிருந்தார். வேறொரு சங்கடம், மற்ற எந்தக் குடித்தனக்காரரும் இந்த அவலத்தை நினைத்துப் பார்த்தது கிடையாது.

ஒரு வழியாக எதிர் குடித்தனம் காலியாவது வரை காத்திருந்தவர், மீண்டும் அங்கு வருபவர், எந்தக் காரணம் கொண்டும் வேறு இன ஆளாக இல்லாமல் இருக்கவேண்டும் என்பதில் சிரத்தை எடுத்துக் கொண்டார். வீட்டுக்காரரிடம் சொல்லியும்விட்டார். பண்டிகை நாள் என்று வந்தால் ரொம்பக் கஷ்டமாக இருக்கிறது. கருவாடு மணக்கிறது என்று ஒரு தீர்மானத்தைச் சமர்ப்பித்து அவர் அனுமதியும் பெற்றுவிட்டார். ஏதாவது வீட்டுக்காரர் இடைமறித்துச் சொல்லியிருந்தால் சிவநேசன் காலியே பண்ணியிருப்பார்.

‘ஓவர்ஹெட் டாங்க்’ இரண்டொரு நாட்களாக ஒழுகிக் கொண்டிருந்தது. வீட்டுக்காரர் கண்டுகொள்வது கிடையாது. சரி செய்ய வெளி ஆள் ஒருத்தன் வருவான். வந்தால் காரியங்கள் நடந்துமுடியும் வரை கூட இருந்துவிட்டு, வேலை முடிந்தவுடன் அவன் கணக்கைக் குடித்தனக்காரரிடமிருந்து வசூல் செய்து கொடுப்பார். சிவநேசன் பாட்டை சேக்கிழார்தான் பாடவேண்டும்.

வேலை முடிந்து, மோட்டாரையும் பழுது பார்த்து, அந்த மெக்கானிக் துணி கேட்டான். சிவநேசன் மனைவி அம்மி பக்கமிருந்த துணியை எடுத்தாள். எடுத்ததும், உடனே கீழே போட்டுவிட்டாள்.

“ஏன்யா... இங்கே பாரேன்.”

“என்னாது!”

“அம்மிக்கடியிலே ஏதோ இருக்கு.”

“என்னாது–இதுவா–சரிதான். இதுக்கா பயந்தே.”

சிவநேசன் தானே துணியைக் கொடுத்துவிட்டு வந்தார். மனைவி சத்தம் போட்டுக் கொண்டிருந்தாள்.

“சனியன்... திரும்பத் திரும்ப அங்கேயே வருது. எத்தனை தரம் அடிச்சாச்சு... அடிச்ச நேரம்தான் கொஞ்சம் ஓடுது... திரும்பவும் அந்த இடந்தான்.”

“அது அப்படித்தான்.”

சிவநேசன் விளக்கிச் சொன்னார்.

“இதுக்கெல்லாம் ஞாபக சக்தியே கிடையாது... அடி கிடைச்சுதே... அங்கே போகக்கூடாது; வரக்கூடாது, அதெல்லாம் தெரியாது. நரி இருக்கு பாரு. அது மாதிரி இதுக்கெல்லாம் மூளை கிடையாது. செய்ததையே திரும்பத் திரும்பச் செய்யும். ஒவ்வொண்ணுக்கும் ஒவ்வொரு அறிவு. இதுக்கு இம்புட்டுத்தான்” என்றார்.

சிவநேசனுக்கு நரியைப் பிடிக்கும். பார்த்தது கிடையாது. அவருக்குத் தெரிந்த கதையே மாணிக்கவாசகர் கதைதான். அதை சேக்கிழார் எழுதவில்லை என்பதும் அவருக்குத் தெரியாது.

“இது கடிச்சா விஷமா?” என்று மனைவி கேட்டாள். “இல்லை” என்று சொல்லிவிட்டார். அதைப் பிடித்துச் சமைத்துச் சாப்பிட்டால்தான் விஷம் என்று சொல்ல நினைத்தவர், எதற்கு அசிங்கமான பேச்சு என்று சும்மா இருந்துவிட்டார்.

கிறிஸ்தவர் காலி செய்த நாளிலிருந்து அனைத்துக் குடித்தனங்களும் சைவ சாப்பாட்டுக்காரரே. அதிலும், குடியிருந்த பிராமணர் திருநீறு பூசுபவராக இருந்தது இன்னொரு திருப்தி.

சிவநேசன் யோசித்துப் பார்த்தார். இனிக் குடி வருபவர் எக்காரணத்தைக் கொண்டும் மாமிசம் சாப்பிடுபவராக இருந்துவிடக் கூடாது. இருக்கிற மூன்று நான்கு குடித்தனங்களிலும் ஒருவர் வெளியில் அதைச் சாப்பிடுவதாக ஒரு வதந்தி. அது மோசமில்லை. பண்டிகை நாட்களில் எத்தனை கொடூரத்தை அனுபவிக்கவேண்டிவருகிறது? சைவம் தழைக்க வந்த ஒருவரை மூதாதையராகக் கொண்டுவிட்டு அதை நிலைநாட்ட முடியவில்லையென்றால் எப்படி? இதிலே கடைசி வீட்டுக்காரர் ஒரு தமிழ் வித்துவான். உண்மையில் சிவநேசனை லேசில் மதித்துவிடமாட்டார். கம்பருக்குப் பின்னால்தான் சேக்கிழார் என்று ஒரு தடவை வெளி வராந்தாவில் – ஒரு வேனிற்கால இரவில் – பேசிய வித்துவானின் தொனி, ஏதோ பின்னால் பிறப்பது என்பது ஒரு மானக்கேடான செயல் மாதிரி சுட்டிக்காட்டவே, சிவநேசனுக்கு வந்த கோபம் கொஞ்சமல்ல.

“நீ போய் பாத்தியாக்கும். ஒவ்வொருத்தன் அப்படித்தான் சொல்லுவான். அதெல்லாமா கணக்கு?”

தமிழ் வித்வானை பாதி வைரியாக்க வேண்டிவந்துவிட்டதில் சிவநேசனுக்கு வருத்தம்தான். வயதிற்குக் கொடுக்காவிட்டாலும், சேக்கிழார் பரம்பரைக்காவது ஒரு மரியாதை கொடுத்திருக்கலாம். ஆனால், இந்த வித்வான் வீட்டிற்கு விருந்தாளி யாராவது வந்து விட்டால் கொஞ்ச நேரம் மோட்டார் போடச் சொல்லிக் கெஞ்சாமலிருக்க முடியாது. அப்போது பார்த்துக்கொள்ளலாம் என்று விட்டுவிட்டார்.

இத்தனை நுட்பமான எச்சரிக்கையோடு இருந்துங்கூட பின்னர் நடந்தது ஓர் அவலம். புதுக்குடித்தனம் வந்தது, சிவநேசன் ஊரில் இல்லாத சமயம். இவர் இல்லாது போகவே, வீட்டுக்காரர் சொல்லி, சாவியை சிவநேசனின் மனைவி கொடுக்க, புதிதாய் வந்தவர் குடிவர, சிவநேசன் வீடு திரும்புகையில் – ஜாம் ஜாம் என்று – காம்பவுண்ட் பூராவும் புதுக் குழந்தைகள் ஓடி விளையாடின.

"உனக்குக் கொஞ்சமாவது அறிவு இருக்கா – நான் உன்னாண்டை என்ன சொன்னேன்? எல்லாம் விசாரிக்கணும்னு சொல்லல்லே?" என்று மனைவியிடம் கோபித்தார்.

"இப்ப என்னாங்கறே!"

சேக்கிழார் பரம்பரையாகவிருந்தாலும் சில சமயம் சிவநேசன் ஏகவசனத்தில் மனைவியால் அழைக்கப்பெறுவதுண்டு. மரியாதைக் குறைவில்லை – சென்னைத் தமிழ்.

சிவநேசனுக்கு ஒருவிதச் சோர்வு ஏற்பட்டது. புதுக்குடித்தனம் வந்தது வந்ததுதான். நிலைமையை ஒருவாறு ஆராய்ந்தார். அந்தக் குடும்பத்தை இரண்டொரு தரம் அங்குமிங்குமாக நடந்துசெல்பவர் போல போய் வந்து கண்காணித்தார். அதிக மோசமென்று சொல்ல முடியாது. தலைமகனுக்கு நெற்றியில் நீறு இருந்தது. பெண் குழந்தை ஒன்று தன் தம்பியை "லே முருகா இங்க வா" என்று கூப்பிட்டது. அந்த வரை க்ஷேமம்தான் என்று வந்துவிட்டார்.

"நீ கொஞ்சம் விசாரிச்சு வை" என்று மறுநாள் மனைவியிடம் கூறி ஆபீஸ் போனார். எதற்கென்று அந்த அம்மாள் கேட்கவில்லை.

இரண்டு நாட்கள் கழித்தும், தெரிந்த விஷயங்கள் அரைகுறைதான். 'தெற்கே வள்ளியூர் பக்கம். பெயர் முத்துக்கறுப்பன். நல்ல சம்பளம்; வேறே ஒண்ணும் தெரியல்லே' என்ற விவரங்கள் சிவநேசனுக்கு உதவவில்லை. முத்துக்கறுப்பன் என்ற பேரே அவருக்குப் புதிராகவிருந்தது. "மணம் ஏதாவது வருதா?" என்று கேட்டுப் பார்த்தார். "என்ன சமையல்... அப்படி இப்படி நைஸாகக் கேட்கக் கூடாதா?" என்று குறைபட்டுக்கொண்டார்.

ஆனால், அடுத்த நாள் மாலை சிவநேசன் செயலிழந்து நிற்கும் நிலை வந்தது. வீட்டிற்கு வந்ததும் மோட்டார் ஓடிக்கொண்டிருப்பதைப் பார்த்துவிட்டு, "ஏன் இன்னும் ஓடுது – நிறுத்தல்லே" என்று விசாரித்தார்.

"அதென்னமோ நானா கண்டேன்? யார் போட்டாங்களோ?" என்று அசிரத்தையாக தோசைக்கு அரைத்துக்கொண்டிருக்க, மனைவியிடம் சிவநேசன் சத்தம் போட்டார்.

"யாரு போட்டாங்களா? அது யாரு போட முடியும்? சத்தம் கேக்கலை உனக்கு... நிறுத்தக் கூடாது?"

"எங்கே கேக்குது – இந்தப் பசங்க சத்தத்திலே?"

சிவநேசன் காம்பவுண்ட் நடுவே வந்து நின்று உரத்த குரலில் கேட்டார்.

"யாரது மோட்டார் போட்டது?"

அநேகமாக எல்லாரும் வீட்டில்தான் இருந்தனர். வெளியே ஈஸிச் சேரில் படுத்திருந்த ஐயர் மட்டும் சடக்கென்று எழுந்து உள்ளே சென்றார். இரண்டு நிமிடம் கழித்து எதிர்வீட்டு முத்துக்கறுப்பன் நடையில் வந்து நின்றான்.

"நான்தான் போட்டேன்."

"மோட்டார் போடக் கூடாதே. காலையிலே மட்டுந்தான் போடலாம்."

"தண்ணியில்லையே... அதுக்குத்தான்."

"அதுக்கு நீங்க புடிச்சு வைச்சிருக்கணும். இஷ்டம் போல போட்டா யார் சார்ஜ் கட்டறது?"

"அதைச் சொல்றேளா? தண்ணிதான் இருக்கே கிணத்திலே... போடக் கூடாதுன்னு வீட்டுக்காரரு சொல்லலையே?"

இது சாதாரண 'பாயின்ட்'. சிவநேசன் கேட்டுக் கேட்டு அலுத்துப் போன விவகாரம்.

"அது எப்படி வீட்டுக்காரரு சொல்லுவாரு? இத்தனைக்கு மேலே சார்ஜ் ஆகக் கூடாதுன்னு என்னாண்டையில்லே சொல்லியிருக்காரு."

"அதெல்லாம் எனக்குத் தெரியாது. தண்ணி வேணும்னா எப்படி போடாம இருக்கறது?"

"இப்ப என்னாங்கறீங்க?"

"சும்மா அழகுக்கா மோட்டார் வைச்சிருக்கு?"

"அப்ப நீங்க மோட்டார் போட்டுடுவீங்களா?"

"ஆமா... மோட்டாரும் டாங்கும் எதுக்கு வைச்சிருக்கு?"

பின்னர் அரை மணி நேரம் சிவநேசன் தனது எரிச்சலை மனைவி மீது காட்டினார். இரண்டொரு பசங்கள் அறை வாங்கின. அன்று அவருக்கு ஆகாரம் இறங்கவில்லை.

முத்துக்கறுப்பனின் இரண்டு குழந்தைகளும் எதிரேயுள்ள உயர்நிலைப் பள்ளியில் சேர்ந்தாயிற்று. வீட்டிலிருந்து புறப்படுகையில் வீடுகளிலுள்ள எல்லாக் குழந்தைகளும் ஒன்று சேரும். இப்போது தூள் பறந்தது. முத்துக்கறுப்பன் குழந்தைகள் மற்றவைகளுடன் இலகுவில் ஒட்டிக்கொண்டன. அதிலும் சிவநேசனுக்கு ஒரு விஷயம் கிடைத்தது. தன்னாலோ மனைவியாலோ கண்டுபிடிக்க முடியாத ஒன்றை அவரது இளைய பையன் ஒரு நொடியில் அறிவித்தான். முத்துக்கறுப்பனின் குழந்தைகள் இரண்டும் மீன் சாப்பிடுமாம். இன்னொன்றும் தெரிந்தது. தீபாவளிக்குக் கறி உண்டாம்.

சிவநேசனுக்கு 'சே' என்றாகிவிட்டது. ஆனால், நல்ல காரியங்களுக்கு ஒரு வழியுண்டு என்று நம்பிக்கொண்டார். பூர்வ சென்ம வினைப்பயன் என்று பேசாமல் இருப்பதில் அர்த்தமில்லை. அமைதியாகப் பல வழிகளையும் முறைகளையும் நினைத்துப் பார்க்கவேண்டும் என்று எண்ணினார். கோடி வீட்டு முதலியார் என்றால் 'உங்களுக்கு ஒரு நெற்றியும் அதிலே திருநீறும் ஒரு கேடா' என்று கேட்டுவிட முடியும். இந்த ஆள் கொஞ்சம் தடித்தவனாக இருக்கிறான். விட்டுப் பிடிக்க வேண்டியதுதான்.

பண்டிகை இரண்டு நாளில் வந்துவிடும். ஒரு நல்ல நாளை எரிச்சலோடு கழிக்கவேண்டிவரும். சண்டை போட முடியாது. போட்டாலும் அதற்கு ஆதரவு கிடைப்பது அரிது.

வீட்டுக்காரரிடம் இந்த நேரத்தில் போய்ச் சொல்லுவதும் நல்லதல்ல. வருவது வரட்டுமெனத் தீர்மானித்தார். பட்டாசுகளும் பட்சணங்களும் தயாராயின.

அலுவலகத்தில் தீபாவளிக்கு முன் தினம் மூன்று மணிக்கே வீடு செல்ல அனுமதியுண்டு. ரயில் கிண்டி வருகையில் சிவநேசன் லேசாக நெஞ்சில் வலியொன்றை உணர்ந்தார். வியர்வை பொங்கிற்று. மூச்சடைக்கும் நிலை போன்று தவித்தார். இறங்கிவிடலாமா என்று பார்த்தார். அடுத்த ஸ்டேஷன்தானே, சமாளிக்கலாம் என்று மூச்சிரைந்துகொண்டே 'மவுண்ட்' ஸ்டேஷனில் இறங்கினார். கீழே விழுந்துவிடும் நிலை ஆயிற்று. தள்ளாடிக்கொண்டே ஸ்டாலில் வந்து ஒரு சோடா வாங்கிக் குடித்தார். சிறிது சோடாவால் முகத்தையும் கழுவிக்கொண்டார். பிறகு ஓரடி எடுத்துவைத்திருப்பார். என்ன நடந்தது என்று அவருக்குத் தெரியாது. கனவுதான்.

கடைக்காரன் தெரிந்தவன். கூடவே வந்து டாக்ஸி பிடித்து வீட்டிற்குக் கொண்டு வந்து பின்னர் ஆஸ்பத்திரியில் சேர்க்க உதவினான். சிவநேசன் கண்ணைத் திறக்கையில் மேலே மின்விசிறி ஓடிக்கொண்டிருந்தது. மனைவி கண்ணைத் துடைத்துக்கொண்டு இருந்தாள். டாக்டர்கள் ஏகப்பட்ட கேள்விகளைக் கேட்டனர்.

இரண்டு நாள் மருத்துவமனையில் வாசம் செய்து கணக்கற்ற அறிவுரைகளோடும் பயமுறுத்தல்களோடும் சிவநேசன் வீடு திரும்பினார். மனைவி செய்த புண்ணியம்தான் என்று நம்பினார். இனி 'வாலண்டரி ரிட்டயர்மெண்ட்' கேட்டு வாங்கிக்கொள்வது நல்லது என்று டாக்டர்கூட சொல்லியிருந்தபடியால் மேற்கொண்டு ஐந்து வருடங்களில் ஒன்றும் வாரிக்கொட்டிவிடப் போவதில்லை– அப்படியே செய்துவிடலாமெனத் தீர்மானமும் எழுந்தது. கிடைக்கிற பென்ஷனையும் கிராஜுட்டியையும் கொண்டு ஒரு வீட்டை குன்றத்தூரில் வாங்கிவிடலாம் – இங்கே இருந்து மாய்ந்தது போதும் – நிம்மதியில்லாத வாழ்க்கை... ஆனால், சம்பளக் கமிஷன் ஒன்று வரவிருக்கிறது. அதிலே ஓய்வுக் கால உதவி நிதிகள் அதிகரிக்கப்படலாமென்ற நப்பாசை இன்னொரு வகையில் தீர்மானம் போட வைத்தது.

தீபாவளி போய்விட்டது. பட்டாசுகள் பரணில் கட்டி வைக்கப்பட்டு விட்டன. மூத்த பையனுக்கு பட்டாசு வெடிப்பதில் ஆர்வம் இல்லை. இளசுகள் சிவநேசனையும் பார்த்து, பட்டாசுகளையும் பார்த்துக்கொண்டன.

கடைக்குட்டி சொன்னது,

"இந்த வாட்டி பட்டாசே வெடிக்கல்லே அப்பா. நீ டாக்டரண்டே போயிருந்தேயில்லே அதனாலதான்... எதிர்வீட்டு முருகன் அப்பா இல்லே... அவங்கதான் சொன்னாங்க... பட்டாசே வெடிக்கக் கூடாதுன்னு."

'அப்படியா?' என்று சிவநேசன் கேட்டுக்கொண்டார்.

"ஆமாப்பா" என்று இன்னொன்று விவரித்தது. "முருகன் ஒரே ஒரு கம்பி மத்தாப்பு கொளுத்தணும்னு சொன்னான். வேண்டாமின்னுட்டாரு... அந்த தாத்தாவுக்கு உடம்பு சரியில்லேடா... இப்ப வேணாம்... கார்த்திகை வரும் பாரு... அப்ப கொளுத்தலாம் அப்படின்னாங்க."

ஏதோ திரும்பவும் வலி வரும் போலிருந்தது, சிவநேசனுக்கு. அப்படி ஒன்றுமில்லை. சுகமாக இருந்தது. வேறு எதுவும் நினைக்க முடியவில்லை. அந்த நிமிடத்தில் வேறு எதையும் நினைக்க விருப்பமும் இல்லை போல் தெரிந்தது. அப்படியே இருந்துவிட எண்ணியிருக்கலாம். பிறகு வேறு சப்தங்கள் விழுந்திருக்கும். ஏதோ மூளையை நைஸாகக் குத்தி தன் பக்கமாகக் கிழித்துக்கொண்டதுபோலச் சிலிர்த்துக்கொண்டார்.

முத்துக்கறுப்பன் வீட்டில் பட்டாசே இல்லையென்றால் கறி இருந்திருக்குமா? சொல்ல முடியாது. என்னதான் இருந்தாலும் இப்படிப்பட்ட விஷயங்கள் எல்லாம் தானாக வரணும்... பரம்பரையாக வரணும்... இது கூடாது... செய்யக் கூடாதுன்னு சொல்லித் தெரிய முடியாது.

உடம்பில் சிறிது தெம்பு ஏற்பட்டிருந்தது சிவநேசனுக்கு. வீட்டுக்காரர் வந்து உடம்பு விசாரித்தார்.

"என்ன முதலியார்! உடம்பைப் பாத்துக்க வேணாமா? ஆகாரத்திலே கவனம் வேணும்."

சிவநேசன் அலுப்போடு பார்த்தார்.

"இப்போ எப்படி இருக்கு?"

"இருக்கு... வயசாயாச்சே – இனிமே என்ன... போக வேண்டியதுதானே!"

"அதுவா பேச்சு? இதெல்லாம் வரும் போகும். நாம நடக்கிறதை அனுபவிச்சுப் பார்க்க வேண்டியதுதானே. நம்மளாண்டை என்ன இருக்கு... ஆபீஸ் எப்ப போறீங்க?"

"ஒரு மாதம் லீவு போட்ருக்கேன். இன்னும் ஒரு தடவை 'செக்–அப்' செய்யணும். இப்ப பரவாயில்லே."

வீட்டுக்காரர் மோவாயைத் தடவிக்கொண்டார். "மோட்டார் ஓடுதா" என்று விசாரித்தார்.

சிவநேசன் எழுந்து உட்கார்ந்தார்.

"ஓடுது. நீங்க வரதேயில்லே. யாரெல்லாமோ மோட்டார் போடறாங்க. என்னை என்ன பண்ணச் சொல்றீங்க. குடித்தனம் வரப்பவே எல்லாம் சொல்லியிருக்கணும். இப்ப பாருங்க. எதிரே கருவாடு காய வைப்பாங்க. நான் கேக்க முடியுமா? பண்டிகை நாளா ஒண்ணுங் கிடையாது. பேசாம இந்தப் பட்டணமும் வேண்டாம் ஒண்ணும் வேணாமுன்னு குன்றத்தூர் போயிடலாம்னு இருக்கேன். இனிமே என்ன இருக்கு?"

வீட்டுக்காரர் சிரித்தார். பிறகு புறப்பட்டு வெளிவந்து, எதிர்வீட்டு முத்துக்கறுப்பனை அழைத்து ஏதோ சொல்லிவிட்டுப் போவது தெரிந்தது.

- கணையாழி 1986

2. வெள்ளைக் கண்ணாடி

சாப்பிடும்போது கிழங்கிற்கும், பூசணிக்காய்த் துண்டுகளுக்கும் வித்தியாசம் தெரியாமல் போன போது, கண்ணாடி மாற்றியாக வேண்டுமென்று வீட்டிலுள்ளோர் அறிவுரை தந்தனர்.

முத்துக்கறுப்பன் யாருக்கும் அறிவுரை செய்வதில்லை – அலுவலகத்தில்கூட. இது வேறு விஷயம். பென்ஷன் வாங்குகிற காலத்தில் உயிரோடு இருந்து நாட்களையும் தள்ள வேண்டுமானால் வீட்டு அறிவுரையை ஏற்றுக்கொண்டாக வேண்டும். மூத்த பையன் நன்கு வளர்ந்தாகிவிட்டது. முப்பது ஆண்டுகளுக்கு முன்னால் அவருக்கிருந்த பலத்தைவிட அவனது அதிகமாக இருக்கிறது. அறிவுரையை ஏற்க வேண்டிய காலம்தான்.

முத்துக்கறுப்பனுக்கு வேறு சிந்தனைகள் உண்டு. ஏறக்குறைய ஐந்தாண்டுகளாக உள்ள எண்ணங்கள். உருவங்களைப் பற்றியது. வெவ்வேறுவிதமாக வடிவங்கள் தெரிகிறதல்லவா – அவைதாம் மனச் சலனங்களுக்கு வழிசெய்கின்றன – அதை மட்டும் துண்டிக்க முடியுமென்றால் – அமைதியும் மௌனமும் வந்துசேர்ந்துவிடும் என்பதும், வெவ்வேறாகக் காட்டாத வகையில் தற்போதைய கண்ணாடியின் உதவி அமோகம் என்பதும் அவர் நம்பிக்கை.

ஆனால், அவர் அலுவலத்திற்கும் பஸ் ஏறவேண்டும். பஸ் எண் மாறிவிடக் கூடாது. என்னதான் உலகம் உருண்டையாக இருந்தாலும், மேற்கே போகிறவன் கிழக்கே போகும் பஸ்ஸில், ஏறிவிட முடியாது. கணக்குத் துறையில் வேலை. தொகைகளைக் கூடுதல் குறைவு செய்துவிட்டால் பென்ஷன் பாதிப்படையும்.

இந்த வகையான கட்டுப்பாடுகளுக்கிடையேயும் கட்டாயமான ஓர் உந்துதல் அவரை இதுவரை ஐந்து வருடக் கண்ணாடியை மாற்றாமலிருக்க வைத்திருந்தது. இந்தக் கண்ணாடியில் கண்ட உருவங்கள் வெள்ளையாகத் தெரிந்தன. கண்ணாடி அல்லது

கண்ணின் அதிகமான குறைபாடாகவிருந்தாலும் முத்துக்கறுப்பனுக்கு அது அனுகூலம். உருவங்கள் ஒரே வெள்ளை. ராமகிருஷ்ணனும் ராமசாமியும் சற்றேறக்குறைய ஒரே உருவத்தைப் பெற்றிருந்தனர். குரல் வித்தியாசம் மட்டும் தனியாக நின்றது. அலுவலகக் கோப்புகள் அத்தனை கஷ்டமடையவில்லை. ஒன்றிரண்டு வருட சர்வீசை இவ்வாறே தள்ளிவிட முடியும். வீட்டில்கூட சமாளித்துவிடலாம் – ஆனால், இந்த விருந்தினர் வருகைதான் கஷ்டப்படுத்திவிடுகிறது – கஷ்டம்தான்.

முத்துக்கறுப்பனுக்கு ஏகப்பட்ட விருந்தினர் கூட்டம். ஊரிலிருந்து நாரத்தங்காய் ஊறுகாய் கொண்டுவரும் ஊர்க்காரர் பத்து நாள் அவர் வீட்டில் தங்குவார். அவரை அழைத்துச் சென்று பட்டணத்தைச் சுற்றிக் காட்டுவது வேறு செலவு. வாசல் படியில் காலை வைத்து ஊர்க்காரர் உள்ளே நுழையும்போது, 'ஏய் முத்து' என்றோ 'என்னப்பா முத்துக்கறுப்பன்' என்றோ கூவப்படும் குரல் ஒன்றுதான் அவர்களை அடையாளங் காட்டும். நாளாவட்டத்தில் மறக்க முயன்றுவரும் அவர்களது முகங்கள் பொதுவானவை யாகவே அவருக்குத் தோன்றும். விருந்தினர் சென்ற பின் நடக்கும் வீட்டு ரகளை. அதுவும் – அந்த விருந்தினர் மனைவி சார்ந்த ஊராக இருந்துவிட்டால் – ராமகிருஷ்ணனும் ராமசாமியும் ஒன்றாக இருந்துவிட முடியாது. எல்லோரது குரலிலும் ஓர் ஒற்றுமை இருக்க வேண்டுமென எதிர்பார்த்தார். அது அதிக ஆசை. மனைவியின் குரல் தனித்துவம் பெற்றுத்தான் இருந்துகொண்டிருந்தது.

எனவே, கண்ணாடி மாற்றுவதில் உள்ள லாப நஷ்டங்களை மறுபரிசீலனை செய்யவேண்டியதாயிற்று. பரிசீலனை என்று வந்து விட்டாலே அமைதியும் மௌனமும் ஓடி ஒளிந்துகொள்ளுமென்ற விஷயம் தெரிந்ததுதான் – வேறு வழி?

சமீபத்தில் வந்துவிட்ட விருந்தினரின் புறப்பாட்டிற்குப் பின்னரும் – இளைய மகள் தனது 'ப்ராகிரஸ் கார்டை' துணிந்து காட்ட முன்வந்ததைக் கண்ட பின்னரும்தான் அந்த மறுபரிசீலனை முடிவு பெற்றது. விருந்தினர் கோபத்துடன் கிளம்பியது – மகள் பதினோரு மார்க்கை எழுபத்தொன்றாகச் சாதித்தது – எல்லாம் அவரைக் கண் டாக்டரைப் பார்க்கும்படி தூண்டிய அடிப்படை அம்சங்கள்.

பிற்பகல் முத்துக்கறுப்பனை மேலதிகாரி அழைத்தார். அதிகாரியாகவிருந்தாலும் சீக்கிரம் பென்ஷன் வாங்கும் நிலையல்ல. வயதிற்கு முக்கியத்துவம் கொடுத்துப் பேசுவார். சில சமயங்களில் அவரை உட்காரவும் சொல்லுவார்.

"நேற்று அலாட்மென்ட் பைல் எல்லாம் முடிச்சிட்டிங்க."

முத்துக்கறுப்பன் தலையசைத்தார்.

"செகரட்டரி நல்ல மாதிரி பேசினாரு. இதுக்குத்தான் உங்க மாதிரி எல்டர் பீப்பிள் கிட்டே கொடுக்கிறது."

அதிகாரியின் பக்கத்திலிருந்தவர் உடனடியாக ஆமோதித்துக் கூறினார். அப்படி ஒருவர் இருந்ததைப் பின்னர்தான் முத்துக்கறுப்பன் உணர்ந்துகொண்டார்.

"உங்க கோ ஆப்பரேஷன் வேணும். இதைப் பாருங்க – நாளைக்கே அனுப்பியாகணும். வேறே யார்கிட்டேயும் தரதுக்கில்லே."

முத்துக்கறுப்பனுக்குச் சகஜமாகிவிட்டது. அலுவலகத்தில் நுழைந்தால் ஒவ்வோர் நாற்காலியிலும் உருவங்கள் தென்படுகின்றனவா என்று மட்டும் பார்ப்பார். நாளாவட்டத்தில் பிரதிபலிப்பாகத் தெரியும் அசைவுகள் உருவங்களாக அவருக்குத் தெளிவு தரும் – மேலதிகாரி தரும் கோப்புகளும் அப்படித்தான் என்று வியப்பில்லாத சங்கதியாகத் தோன்றிற்று.

மேலதிகாரி திரும்பவும் கூப்பிட்டுச் சொன்னார்.

"என்ன மிஸ்டர் முத்துக்கறுப்பன். இவரை நீங்க பாக்கவேயில்லியே– யார் தெரியுதா? உங்க ஊர்க்காரர், நீங்க தெரிஞ்சதா காட்டிக்கலியே."

முத்துக்கறுப்பன் சாதாரணமாகத் திரும்பி உட்கார்ந்திருந்தவரைப் பார்த்து 'அபாலஜி' சொன்னார். இன்னமும் தெரியவில்லையென்றுதான் சொல்லியிருக்கவேண்டும். அன்றே டாக்டரிடம் போகவேண்டும் என்று தீர்மானித்துவிட்டார்.

ஐந்து வருடங்களுக்கு முன்னர் சென்ற அதே க்ளினிக் – அடையாளந் தெரியாமல் இருந்தது. அவரது கண்ணாடிக் கோளாறினால் அல்ல– லட்சுமி கடாட்சம். வரவேற்பறையில் முதலில் டாக்டர் உட்கார்ந்திருந்த இடத்தில் ஒரு பெண் இருந்தாள். போடப்பட்டிருந்த இருக்கைகளில் பார்வை சம்பந்தப்பட்ட நபர்கள்.

பெண் புதிதாக வேலைக்குச் சேர்ந்திருக்கவேண்டும். சிலரிடம் பயத்துடன் பேசினாள். கல்யாணமும் புதிதாக ஆகியிருக்கவேண்டும். மரியாதை காட்டினாள். முத்துக்கறுப்பனின் பெயரைக் கேட்டெழுதி முப்பது ரூபாய் கட்டச் சொன்னாள். பணம் கொடுத்ததும் இருக்கையைக் காட்டிவிட்டு டாக்டர் அறையுள்ளே போய்விட்டு வந்தாள். கொஞ்ச நேரத்திலேயே அவரை அழைத்துவர உத்தரவாயிற்று.

"வாங்கோ – சௌக்கியமா?" என்று டாக்டர் நுழைந்தவரை வரவேற்றார். பொருத்த மில்லாத கேள்வியாக இருந்தாலும் சந்தோஷம்தான். ஐந்து வருடங்களுக்கு முன்பு பார்த்தது. எந்தவிதச் சரியான கண்ணாடியும் முத்துக்கறுப்பனுக்கு உதவியிராது – டாக்டர் ஐந்து மடங்கு பருத்திருந்தார்.

பக்கத்தில் எதிராக உட்காரச் சொன்னார். சோதனைகள் நடத்துகையில் முத்துக்கறுப்பன் பேசினார்:

"டாக்டர் எனக்கு எல்லாமே வெள்ளையாகத் தெரியுது. அதிலே சங்கடம் ஒண்ணுமில்லே. இந்த லெட்டர்ஸ் மட்டும் கொஞ்சம் சரியாத் தெரிஞ்சாப் போதும்."

டாக்டர் சோதித்துக்கொண்டிருந்தபடியால் இவர் கூறியதைக் கேட்டிருப்பார் என்று சொல்வதற்கில்லை. பிறகு. தன் கண்ணில் மாட்டியிருந்த விநோதமான கருவியைக் கீழிறக்கிவிட்டுக் கேட்டார்.

"அப்றம்?"

முத்துக்கறுப்பன் சொன்னதைத் திரும்பவும் சொன்னார். டாக்டர் தலையாட்டிக் கொண்டார். ஒருவேளை, இன்னும் பலர் காத்துக் கொண்டிருப்பதால் பேச்சைக் குறைத்திருக்கக்கூடும். ஏதோ குறித்துக்கொண்டு இரண்டு நாள் கழித்து வருமாறு கூறினார்.

அடுத்த முறை சந்திக்கையில் அரிச்சுவடி நடத்தி, கண்ணாடியைச் சோதனை செய்தார். உதட்டைப் பிதுக்கிக்கொண்டார். தனது மேசையுள்ளிருந்து ஒரு ப்ரேமை எடுத்து முத்துக்கறுப்பனுக்குப் பொருத்திப் பார்த்தார். திரும்பவும் உதட்டைப் பிதுக்கிக்கொண்டார். பிறகு, சாவதானமாக பிரிஸ்கிரிப்ஷனை எழுதி அவர் கையில் கொடுத்து, “பாருங்க, நாலைஞ்சு சைஸ் வாங்கிண்டு வந்துடுங்க. பக்கத்திலேதான்” என்று ஏதோ நீண்ட சம்பாஷணைக்கு முற்றுப்புள்ளி வைப்பது போல முடித்தார்.

“என்னது டாக்டர்?” என்று முத்துக்கறுப்பன் புரியாமல் கேட்டார்.

“ப்ரேம்.”

“எங்கே போயி?”

“அதை எழுதியிருக்கேன். பக்கத்திலேதான் – ரொம்பவும் சேஞ்ச் இருக்கு. வாங்கிண்டு வந்துடுங்க.”

முத்துக்கறுப்பன் அறை வெளியே வந்தார். வரவேற்புப் பெண்ணிடம் ப்ரேம் வாங்கவேண்டிய கடை இருப்பிடம் கேட்க வாயெடுத்தார். அவளுக்கு இயல்பாகச் சிரிப்பு வந்தது. பீறிட்டு வந்ததை நிறுத்தி சீரியஸாக விலாசம் சொன்னாள்.

தெருவில் இறங்கி நடந்தார் முத்துக்கறுப்பன். கடை இருப்பது இரண்டு பஸ் நிறுத்தங்கள் தாண்டி. நடப்பது கஷ்டம். பஸ் பிடிப்பது நடக்காத காரியம்.

வெளீர் என்று தெரு சுத்தமாகத் தெரிந்தது. அசைவுகள் ஒழுங்காக இருந்தன. நடந்து செல்கையில் எதிரே வருபவரை மோதிக் கொள்ளாமலிருப்பதிலே முத்துக்கறுப்பன் கண்ணுங்கருத்துமாயிருப்பார். அதைவிட முக்கிய விஷயம் இவ்வுலகில் இல்லை என்பதுபோல நடந்துகொள்வார். சிந்தனை இல்லாத நடவடிக்கை அது – சிந்தனை ஒரு கொடுமை போலும். இன்று அவ்வாறு நடந்துகொள்ள முடியவில்லை. சிரமப்பட்டார். உடம்பு கெஞ்சிற்று. பார்க் பக்கம் அந்தக் கடை இருப்பதாக அறிவுரை. அப்படி எதுவும் அவருக்குத் தென்படவில்லை. பார்க் பக்கம் ஜனங்கள் முண்டியடித்துக்கொண்டிருந்தனர். அங்கே ஒரு பொதுக்கூட்டம். தாழ்த்தப்பட்ட மக்களைப் பற்றி, தாழ்த்தப்படாத ஒருவர் கசிந்துகொண்டிருந்தார்.

அந்த இடத்தில் சிறிது நேரம் நின்றார். அப்போதுதான் அந்த எண்ணம் வந்திருக்கும். உருவங்கள் சிறிது தெளிவாகத் தெரியத் தொடங்கியிருந்தன. அவர் திரும்பி நடந்தார். அந்த க்ளினிக் வருவதுவரை எதையும் பார்க்கவில்லை. முக்காலும் தலைகவிழ்ந்திருந்தார்.

வரவேற்பறையில் பெண் கேள்விக்குறியோடு எழுந்தாள். “ப்ரேம் வாங்கி வரவில்லையா” என்ற கேள்வியைத் தவிர்க்காது கேட்டாள். “டாக்டரை ஒரு நிமிஷம் பார்த்துவிட்டுப் போய்விடுகிறேன்” என்றார். அவள் முகத்தில் பரிகாசச் சிரிப்பு எதுவுமில்லை.

உள்ளே நுழைகையில் அவரைப் பார்க்காது, அவரது கைகளைப் பார்த்துக் கேட்டார் டாக்டர்.

“என்ன வாங்கலையா?”

முத்துக்கறுப்பன் தானாகவே உட்கார்ந்தார்.

"டாக்டர் – எனக்கு முடியல்லே. லேசா மயக்கம். நான் வழக்கமாக வாங்கற கடையிலே பையனை அனுப்பி ப்ரேம் வாங்கிக்கறேன்."

டாக்டர் அனுதாபப்பட்டார்.

"அதெல்லாம் வேண்டாம். கேளுங்கோ. ப்ரேம் முக்கியம். இட் ஷுட் பி காட் அப்புரூவ்ட் பை மீ."

"இதப் பாருங்க – அவ்வளவு தூரம் நடக்கணும் – முதல்லே புது ப்ரேமே வாங்க வேண்டாம்னு நினைச்சேன்."

"நோ – நோ – நிறைய சேஞ்ச் இருக்கு. ப்ரேம் வந்தாத்தான் நான் கிளாசை வெரிஃபை பண்ணுவேன்."

"இதப் பாருங்க – இதெல்லாம்..."

"யூ ஸி. பேஷண்ட்ஸ் ஆர் வெயிட்டிங் – சொன்னதைச் செய்ங்க."

முத்துக்கறுப்பன் எழுந்தார். கண்ணாடி நன்றாகத் தெரிந்தது. கறுப்பு வெள்ளை எல்லாம் வித்தியாசமாகத் தெரிந்தன. அவர் சொன்னார்:

"பாருங்க – நான் உங்களைவிட வயசானவன். இந்த நேரத்திலே எனக்குத் தோணறதெல்லாம் இந்த பிரிஸ்கிரிப்ஷனைக் கிழிச்சு உங்க தலை மேலே போட்டுட்டுப் போகணுங்கிறதுதான்."

"போடுங்களேன்" என்றார் டாக்டர்.

"ஆனா அதைச் செய்யப்போறதில்லே. செய்தா இந்தக் கண்ணாடி ரொம்பவும் மாறிடும். எனக்குத் தெரிய வேண்டியதை இது காட்டாது. என்னைத் திண்டாட வைக்கும். அதனாலே–"

"அதனாலே?"

"உங்க ப்ரிஸ்கிரிப்ஷனை நீங்களே வைச்சிக்கிடுங்க. எனக்குக் கண்ணாடி மாத்த வேண்டாம்."

வெளியே இறங்கினார் முத்துக்கறுப்பன். நிறங்கள் இல்லை. அசைவுகள் மட்டும் ஒழுங்காய்த் தெரிந்தன.

வெள்ளை வெளீர் தெருக்களில் அவர் மெதுவாக நடந்து சென்றார்.

- தீபம், 1986

3. அறிமுகம்

ஓடோடி வந்ததில் வியர்த்திருந்தது. அப்படியும் ரயிலைப் பிடிக்க முடியாமல் போயிற்று. இருபது வருடங்களுக்கு முன்னதாகவிருந்தால் ஏறியிருக்க முடியும்.

முத்துக்கறுப்பன் ஆயாசத்தோடு ஸ்டேஷன் பெஞ்சில் உட்கார்ந்து கொண்டார். பாதி ஸ்டேஷன் அது. பெஞ்சிருந்த இடத்தில் நிழல் கிடையாது. மேம்பாலமே இன்னும் கட்டி முடிக்காத நிலை. ஆனாலும், வீட்டிற்குக் கூப்பிடு தூரத்தில் ஸ்டேஷன் என்றால் சாதாரண விஷயமில்லை. அதுவும் ஐம்பதுக்கு மேல் அலுவலகம் செல்லும் மனிதனுக்குப் பல கவலைகளை விரட்டியடிக்கும் வழி அது.

ஐம்பது வயதென்றாலும் ஆபீஸ் போவது வருவதெல்லாம் அப்படியேதான் இருந்துகொண்டிருக்கிறது. வேலையை அடுத்தவன் தலை மேல் கட்டுவதில் வயதானவன் சின்னவன் என்ற பேதம் இல்லை. நிறைய வேலையை எடுத்துப்போட்டு முடித்துக் கொடுக்கிற கட்சியுமில்லை, முத்துக்கறுப்பன். அந்த வகை சாமர்த்தியங்களிருந்தால், இந்த வெயிலில் வியர்க்க ஓடி வந்து 'சோடா குடிக்கலாமா' என்று கணக்குப் பார்க்கவேண்டிய நிலை இருந்திருக்காது.

முத்துக்கறுப்பனின் பிரச்சினை எப்போது வேலையை விட்டு ஓய்வு பெறுவது என்பதுதான். தானாக ஓய்வு பெற்றுவிடலாம் – ஆனால், ஓய்வும்வேண்டும் – மூத்த பையனுக்கு வேலையும் பார்க்கவேண்டும் – வேலை தேட வேண்டுமானால் இவர் உத்யோகத்தில் நீடித்து இரண்டொரு பேரைப் பார்த்துப் பேசிப் பழகவும் வேண்டிய நிலை – ஒரு பிரச்சினையைத் தீர்க்க பலவற்றை ஏற்படுத்திக்கொண்ட கதை.

"எழவு – இந்த வெயில்" என்ற முணுமுணுப்பு வந்தது. 'எழவு' என்பது ஏதாவது ஒரு பொருளை ஏற்படுத்திவிடும் சொல். அவரைப் பொறுத்தவரை முப்பது வருடம் சென்னையில்

இருந்தும் தென்கோடித் தமிழ்ப் பேச்சு விட்டகலாத குறை. பட்டணத்தில் அவருக்குத் தெரிந்த நபர்கள் எல்லாருமே அவரது ஊர்க்காரர்கள்தாம். சென்னைத் தமிழ் பலமாகக் கேட்குமிடத்தில் முத்துக்கறுப்பனைக் காண முடியாது. அது ஏனோ தெரியவில்லை – பிறந்த இடத்தை விடவும் அதிகக் காலம் தங்கிவிட்ட இந்தப் பட்டணம் அவரைக் கவரவே இல்லை.

எதிரே பிளாட்பாரத்தில் தாம்பரம் செல்லும் மின் வண்டி வந்து, ஒரு கூட்டம் இறங்கிக்கொண்டது. ஏனோதானோ என்று பார்த்துக்கொண்டிருந்தார் முத்துக்கறுப்பன். கைகளை ஆட்டிக் கொண்டே, அவரைக் கூப்பிட்டவாறு வந்துகொண்டிருந்தார் நண்பர்.

“என்னவேய்... எங்க தூரமா?”

வந்தவரைப் பார்த்துப் பரவசம் அடைந்தார் முத்துக்கறுப்பன். ஊர்க்காரர்தான். இருவரும் ஊரில் இருந்திருந்தால், ‘துட்டி’ விசாரிக்கக்கூட போய்வர மாட்டார்கள். ஆனால், இது பட்டணம் – ஊர்ப் பேச்சுக்கு ஆலாய்ப் பறக்கவேண்டிய இடம்.

“வாரும் – இப்படி இரியும்” என்று முத்துக்கறுப்பன் நகர்ந்து உட்கார்ந்தார். கால் கட்டோடு பெஞ்சிலிருந்த பிச்சைக்காரனை அதட்டி ஓரமாக உட்காரச் செய்தார். அடுத்த ரயில் வருவதற்குள் பேச வேண்டியவைகளைப் பேசிவிடவேண்டும்.

“பய காரியமா ஒரு ஆளைப் பார்க்கணும்” என்று முத்துக்கறுப்பன் போகிற விஷயத்தைப் பற்றிக் கூறினார். அவர் பையன் பி.ஏ. பாசாகிவிட்டது நண்பருக்குத் தெரியும். என்ன மாதிரிப்பட்ட உத்யோகம் – சிபார்சு யார் என்பது போன்ற பேச்சு சூடு பிடித்தது. ஆனால், பேச்சில் விஷயத்தை மூடி மறைப்பதிலுள்ள விடாப்பிடித்தனம் இருவர் ஆர்வத்தையும் சற்றுக் குறைத்தது. இருந்தாலும் அது ஊர்ப் பேச்சு. முத்துக்கறுப்பனுக்கு அலுக்கவில்லை. சிபார்சு செய்வது யாரென்ற விஷயம் பிடிகொடுத்துப் பேசப்பட வில்லையாதலால், பேச்சு வேறு திக்கில் திரும்பிக்கொண்டது.

“அகத்திலிங்கம் இங்கே வந்து போனானாம் – யாரோ சொன்னா” என்று நிறுத்தினார் முத்துக்கறுப்பன்.

பேச்சு நீடிக்கவில்லை. எதிரே திரும்பவும் ஒரு தாம்பரம் செல்லும் வண்டி. கடற்கரை வண்டி வருவதாகத் தெரியவில்லை. நண்பர் விடைபெற்றுக்கொண்டார். முத்துக்கறுப்பன் திரும்பவும் முகத்தைத் துடைத்துக்கொள்ளலானார்.

“லேசு பட்ட ஆளா.”

அவருக்கு அலுப்புத் தட்டிற்று. என்னதான் ஊர் ஆளாக இருந்தாலும் பேச்சிலே வகைதொகை வேண்டாமா? சிபார்சு இவர்தான் என்று ஆளைச் சொல்லிவிட்டால் நாளைக்கே பத்துப் பேருக்குத் தெரிந்துவிடும். அப்புறம் இவர் பிள்ளைக்கு வேலை கிடைத்தாற்போல்தான். இங்கிதம் தெரியவில்லை. நண்பர்தான் – ஊர் ஆள்தான் – நாளைக்குக் கீழே விழுந்தால் நானூறு மைலுக்கு அப்பாலிருந்தா வரப்போகிறார்கள்? இங்கே இருப்பவர்தாம் சொந்தம் – எல்லாம் சரிதான் – அதற்காக மயிலேறும் பெருமாள் பிள்ளையின் மருமகன் மெட்ராஸில்தான் இருக்கிறார் – பாங்க் வேலைக்கு அவர் சொன்னால் போதும் – என்று பறையடிக்க முடியாது. நாளைக்கு மேற்படி ஆள்தான் என்ன நினைப்பார்?

பரிச்சயமாகாத நிலையிலேயே உதவி செய்ய முன்வந்த அந்த ஊர்க்காரரையும் எண்ணாமலிருக்க முடியவில்லை. நந்தனத்தில் அந்த ஆபீசில் – மூலையில் உட்கார்ந்து கொண்டிருந்த சமயம் – உள்ளே ஆபீசரைப் பார்க்க 'டோக்கன் எண் எட்டோ'டு இருந்த முத்துக்கறுப்பனைத் தாண்டிச் சென்றவரை 'டபேதார்' திடீரென எழுந்து வரவேற்றான். "என்ன பண்ணிக்கிட்டு இருக்காரு தலைமைப் பொறியாளர்" என்ற 'கணீர்' குரலில் முத்துக்கறுப்பன் விழித்தார்.

கண்கள் தாமாக விரிந்தன. முதுகு நிமிர்ந்து அவரைச் சரிசெய்தது. வந்தவரையே பார்த்துக்கொண்டிருந்தார். வந்தவர் பேச்சு ஊரை முரசு கொட்டிற்று.

முத்துக்கறுப்பன் பதற்ற நிலைமையை அடைந்தார். செய்வதறியாது திகைக்கும் நபரைப் போலவும் அவர் தோற்றமளித்திருக்கக்கூடும்.

வந்தவர் உள்ளே போகவில்லை. 'டபேதார்' உள்ளே சென்று வந்த பின்னரும், அவர் அங்கு உட்கார்ந்தவர்களை நோட்டம் விட்டுக் கொண்டிருந்தார். முத்துக்கறுப்பன் பக்கம் அவர் பார்வை தாண்டிச் சென்று மீண்டும் திரும்பியது. அதைச் சொல்லவேண்டும் – அதுதான் முகத்தில் எழுதி வைத்திருக்கிறதே! நானூறு மைல் தாண்டியுள்ள இவரது ஊரின் பெயரை இவர் பக்கம் வந்து கேட்கும்போது இருவரும் நீண்ட நாள் பிரிந்து உலகின் இன்னொரு கோடியில் சந்திக்கும் உறவினர்களாகியிருந்தார்கள்.

முத்துக்கறுப்பன் பேசவேண்டியிருக்கவில்லை. அந்த அளவு கேட்டுக்கொண்டார். அன்றைக்கு அவர் வந்த காரியம் மட்டுமல்ல, பையன் வேலை விஷயமாகவும் ஒரு துப்புக் கொடுத்தார். அடுத்த வாரம் வந்து பார்க்கவும் சொன்னார்.

இப்படிப்பட்ட ஒரு நல்ல மனிதரை இங்கே சென்னையில் பார்த்து விட்டேன் என்று மூச்சு விடலாகுமா?

ஆமாம் – யாரையும் குற்றம் சொல்லிப் பயனில்லை. பிள்ளையும் குட்டியும் எல்லாருக்கும் பெரிதுதான். இந்த நானூறு மைல் விஷயமும் அதில்தானே அடக்கம்!

'அந்தப் பேச்சுச் சத்தம் கேட்டு நான் அவரைப் பார்த்து அவரும் என்னைப் பார்த்திருக்காவிட்டால்' என்று முத்துக்கறுப்பன் நினைக்காமலில்லை.

பேச்சு ஊரைக் காட்டிக்கொடுத்துவிட்டது என்று ஒப்புக்கொள்வது சாதாரண உண்மை. எனவே, அதை ஒப்புக்கொள்வது ஐம்பது வயதுக்காரர்கள் செய்கிற காரியம் இல்லை. ஊர்க்காரரைப் பார்த்தவுடன் தெரிந்ததாகக் காட்டிக்கொள்வதுதான் புத்திசாலித் தனமான உண்மை.

மயிலேறும் பெருமாள் பிள்ளையின் மருமகன்தான் அவர் என்று முத்துக்கறுப்பனுக்குத் தெரிந்ததும் பேசுவதில் கஷ்டம் எதுவுமிருக்கவில்லை. தனக்கும் அவருக்கும் இருந்திருக்கலா மென்றுள்ள உறவு முறையைப் புரிய வைப்பதில் சில நிமிஷங்கள் ஓடின. உறவு இருக்கும் என்று இருவருமே ஒப்புக்கொண்டனர். அவர்கள் மட்டுமென்ன – அந்தப் பேச்சைக் கேட்ட 'டபேதார்' கூட ஒப்புக்கொண்டிருப்பான்.

"நீங்க வந்த உடனேயே நினைச்சேன்... ஊரிலே பாத்திருக்கமே... யாருன்னு பிடி படலையே அப்படின்னு பாத்துக்கிட்டிருந்தேன். அதுலே, கண்ணாடி வேறே கொண்டாரலே" என்று முத்துக்கறுப்பன் விளக்கினார்.

"ஆமாம்... நம்ம ஆள்னு கண்டுபிடிக்க என்ன கஷ்டம்... பார்த்தவுடனே சொல்லுமே... என்ன சொல்லுகியோ?"

நினைவுகள் இனிமையாக இருந்தன.

வண்டி வரும்போல் தெரிந்தது. ஸ்டேஷனில் அது தென்பட்டது. முத்துக்கறுப்பன் கண்ணாடியை மூக்கிற்கு மேல் சற்று உயர்த்தி வைத்து தூரத்தில் பார்த்தார். 'கேட்' சாத்தியிருந்தது. மூன்று பெரிய கண்களாகத் தூரத்தில் ரயில் தெரிந்தது.

அவர் எழுந்துகொண்டார். சீசன் டிக்கெட் இருக்கிறதாவென சட்டைப் பையைத் தடவிக்கொண்டார். இரண்டு ரூபாய் நோட்டு ஒன்று கவருக்குள் பத்திரமாகவிருந்தது. பத்துக் காசு நாணயம் ஒன்று தட்டுப்பட்டது.

அதை வெளியே எடுத்தார். மனம் நிம்மதியாகவிருந்தது. ரயில் வந்துவிட்டது. அந்த நாணயத்தை பெஞ்சில் உட்கார்ந்திருந்த கால்கட்டுப் பிச்சைக்காரனிடம் தந்துவிட்டு ரயில் ஏறலாமென அவசரமாக அவனிடம் நீட்டினார்.

பிச்சைக்காரனின் கைகள் நீளவில்லை. அவன் அவரை ஏற்கனவே பார்த்துக்கொண்டிருந்த பார்வையுடன் இருந்தான்.

பெரும்பாலும் அதில் கூச்சம் தெரிந்தது. ●

- கணையாழி, 1986

4. பூசலார்

இருபத்து மூன்றாவது வயதிலேயே முத்துக்கறுப்பனுக்குக் கல்யாணம் ஆகியிருக்கவேண்டும். தாய்மாமன் பெண்ணைத் தர முன்வந்திருந்தார். இவனுக்கு வேலை கிடைத்தது, காஞ்சி புரத்திற்கு வந்த பின்னர்தான் கல்யாணப் பேச்சு அடிபட்டது.

மாமன் மீது முத்துக்கறுப்பனுக்கு மரியாதை மிகவும் அதிகம். தகப்பன் ஸ்தானத்திலிருந்து பேசுவார். படித்தவர் பேச்சுபோலத் தோன்றும். ஊரிலே கௌரவம் அதிகம். மற்றவர்களோடு அவர் பேசுவதையும் அவரது சம்பாஷணை நயங்களையும் முத்துக் கறுப்பன் பெருமையுடன் ரசித்திருக்கிறான். உறவுமுறையாக அவர் பேசும்போது, இன்னுங் கொஞ்சம் பேச மாட்டாரா என்றிருக்கும். "என் தங்கச்சி பிள்ளை" என மற்றவர்க்கு அறிமுகப் படுத்தப்படுகையில் அவனுக்குத் தொண்டையடைக்கும். "உன் தகப்பனார் இருந்திருந்தால்–" என்று அவர் இழுத்துப் பேசும் போது அவன் கலங்குவான்.

ஆனாலும் கல்யாணம் நின்றுபோய்விட்டது. காஞ்சிபுரம் விட்டுப் புறப்படுகையிலும் ஆபீஸ் நண்பர்களிடம் கல்யாண அழைப்பிதழ் ஊரில்தான் அச்சடிக்கவேண்டுமென்றும் அதற்காக வருத்தப்படக் கூடாது என்றும் சொல்லியிருந்தான். தாயார் சொல்லியிருந்தபடி– ஒரு மாதம் லீவு – ஊர் போய்ச் சேரவே ஒரு நாள் ஓடிவிட்டது.

தாயார் எதுவும் தெரிவிக்கவில்லை. கடைத்தெருவில் மாமனைப் பார்த்த போது அவனை விசாரித்துவிட்டு, வெளிப்படையாகவே சொல்லிவிட்டார். "ஏதோ நமக்குள்ளே நடத்திடலாம்னு இருந்தேன். முடியாம போச்சு – இப்போ உனக்கு வேறே இடம் பாக்கணும் – வடிவுக்கும் வேறே ஒண்ணு அமைஞ்சிருக்கு" என்று சாதாரணமாகப் பேசி, பக்கத்துக் கடையில் பொடி வாங்கிவரச் சொன்னார். "உனக்கும் பாக்கணும்" என்ற அவரது பொறுப்பான பேச்சில் முத்துக்கறுப்பன் தன் தகப்பனாரையே கண்டுவிட்டான்.

ஒரு மாத லீவு முடிந்ததும், மாமாவிடம் சொல்லிக்கொண்டு முத்துக்கறுப்பன் புறப்பட்டான். ஊரில் இரண்டொருவர் அவனைச் சுட்டிக்காட்டிப் பேசுவது தெரிந்தது. பஸ்ஸில்தான் புறப்பட்டான். எல்லா ஊர் வழியாகவும் சென்று, சென்னை வந்து அங்கிருந்து காஞ்சி திரும்பினான்.

எல்லா ஊர்களையும் பார்த்துத் திரும்பியது தற்செயலாக நடந்தவொன்றுதான். பஸ்ஸில் பிரயாணம் செய்கையில் அந்த எண்ணம் ஏற்பட்டிருக்கும். முத்துக்கறுப்பன் காஞ்சி வந்து அலுவலகத்திற்குச் சென்றதும் – செய்த முதல் காரியம் – அங்குள்ள நண்பர்களிடம் மன்னிப்புக் கோரினான். யாருக்கும் கல்யாண அழைப்பு அனுப்பாத காரணம், ஊர் சென்ற இரண்டு நாட்களுக்குள் தேதி நிச்சயிக்கப்பட்டு அவசரமாக நடந்துவிட வேண்டியதாயிற்று என்று சுருக்கமாகத் தெரிவித்தான். தான் ஒரு பார்ட்டி தந்துவிடப் போவதாகச் சொன்னான். கட்டாயமாக – உடனடியாக – ஒரு வீடு பார்க்கவேண்டிய அவசியத்தையும் அதற்கு ஏற்பாடு செய்யுமாறு வேண்டியவர்களைக் கேட்டுக்கொண்டான்.

முத்துக்கறுப்பன் என்ற வாலிபன் இவ்வாறு சொன்ன பொய்க்கு எந்தக் காரணமும் அவனால் சொல்ல முடியாது. வெகு நாட்களுக்குப் பின்னர் யோசித்துப் பார்க்கையில், பஸ் பிரயாணம்தான் அவன் ஞாபகத்திற்கு வரும். நடக்காத கல்யாணத்திற்கும், பஸ் பயணத்திற்கும் என்ன சம்பந்தமென்று அவன் தலையை உடைத்துக்கொண்டதில்லை.

இருக்கட்டும் – ஆனால், அந்தச் செய்தியை அவன் மனம் பொய்த்துச் சொல்லவில்லை. எந்தக் கவலையுடனும் அவன் இருந்ததாகத் தெரியவில்லை. கவலையோ, பயமோ இல்லாதிருந்தால் அதை அமைதி என்று தவிர வேறு எப்படிச் சொல்ல முடியும் – அமைதியான ஒருவன் கூறுவது எவ்வாறு பொய்யாகிவிடும்?

அடுத்த நான்கு நாட்களில் வீடு பார்த்தாகிவிட்டது. சில வகைச் சாமான்கள் அங்கே குடியேற்றப்பட்டன. ஏற்கனவே அவன் அறையிலிருந்த கட்டில் மாற்றப்பட்டு புது வீட்டிற்குக் கொண்டுவந்தாகிவிட்டது. வீட்டுக்கார அம்மாளிடம் மனைவி வருவதற்கு மூன்று மாதங்கள் ஆகும் என்று சொல்லப்பட்டிருந்தது. அந்த அம்மாளுக்கு முத்துக்கறுப்பன் மீது நல்ல அபிப்ராயம் – ஆபீஸ் நண்பனின் உபயம் அது – வேண்டப்பட்ட குடும்பம்.

நல்ல நாள் பார்த்துத் தங்கியிருந்த அறையைக் காலி செய்துவிட்டு அங்கே சென்றான். ஸ்டவ் இருந்தபடியால் சுய சமையலில் நேரத்தைச் செலவிட்டான். காய்கறி வாங்க வெளியே போனான்.

"உங்களுக்கு ஏதாவது வாங்கி வரட்டுமா?" என்று பொறுப்போடு வீட்டுக்கார அம்மாளிடம் கேட்டான். வீட்டிலுள்ள பெண் குழந்தை "அக்கா எப்போ வருவா மாமா?" என்று கேட்கும்போது இனிமையான சம்பாஷணை செய்தான்.

பாலுக்கு ஏற்பாடு செய்தாயிற்று. அதிகாலையில் எழுந்து வேலைகளைக் கவனித்தான். குடித்தனக்காரர் சண்டையில் நடுநிலைமை வகித்தான். குடும்பச்செலவு ஏறிக்கொண்டு போவது பற்றி அங்கே நிலவின பொதுவான பேச்சில் சார்புடையவனாக நின்று கொண்டான்.

கடிதங்கள் அலுவலகம் வருவதாக வீட்டுக்கார அம்மாளிடம் தெரிவித்தான். ஆபீசில் அதை மாற்றிச் சொன்னான். அவன் சொன்ன பொய்கள் இவ்வளவே.

நண்பர்களின் வீடுகளுக்குச் சென்றான். அங்குள்ள மனைவிமார்கள் தயங்காது – குடும்பஸ்தனாக இவனை வரவேற்று உபசரித்தனர். சம்சாரத்தை அழைத்துக்கொண்டு வரவேண்டுமென்று கேட்டுக் கொண்டனர். பலசரக்குக் கடை பற்றிய விவரம் கூறினர். வேலைக்காரிக்கு ஏற்பாடு செய்யத் தாங்களாயிற்று என்றார்கள்.

காஞ்சிபுரத்தில் அவனது ஊர் ஆட்கள் இல்லையென்று தெரிந்தது. சென்னையில் உண்டு – அவனது மாமாவின் நண்பர்கள்கூட இருக்கிறார்கள். முத்துக்கறுப்பன் இவைகளைப் பற்றி எண்ணிக் கொண்டிருந்ததாகத் தெரியவில்லை. நிச்சிந்தையாக – எவர் துணையின்றியும் – மனக் கசப்பற்றும் அவன் தனது இல்லத்தைப் பரிபாலித்துக் கொண்டிருந்தான்.

சில சமயங்களில் கைலாச நாதர் கோவில் பக்கமாக நடந்து செல்கையில் – சினிமா பார்த்துக்கொண்டிருக்கும்போது – ஏற்படும் உணர்வு முன்பு பஸ் பிரயாணத்தில் ஏற்பட்டது போல அவனுக்குத் தோன்றியது. காரண காரியமோ – அறிவுபூர்வமோ இல்லாத ஒன்றில் இதுவரை அடைந்திராத அமைதியுடனிருந்தான். மாட்டிக்கொண்டு முழிப்பவனாக இருக்கவில்லை.

காஞ்சிபுரம் நன்றாகத்தான் இருந்தது. வரலாற்றுக் குறிப்புகள் சார்பில்லாது அவன் நடந்து, சுற்றி, ஏறியிறங்கிப் பார்த்தவை – எதுவும் தெரியாதவாறு அவைகளில் நின்று தருணங்களைப் போக்கியது – இவையெல்லாம் அமைதியை இழக்காத நிலையில் அவனை வைத்திருக்கக்கூடும்.

இடையில் தவிர்க்க முடியாதபடி ஒரு தடவை ஊர் சென்று திரும்பியது தனது தாயார் மறைவிற்காக. ஆறுதல் சொல்ல வந்தவர்கள் பெரிய மனிதர்களாகிப்போனார்கள். ஊர்ப் பெண்டுகள் தாயாரின் கடைசி நாட்களை விவரித்து, மாமன் அவன் தாயாரிடம் வாங்கிக்கொண்ட ஐயாயிரத்தைக் கடைசியாகக் கேட்டபோது கொடுக்கவேயில்லை என்ற குட்டையுடைத்துத் தங்கள் விசுவாசத்தைக் காட்டினர்.

முத்துக்கறுப்பன் ஊரில் ஒரு தடவை மாமனைச் சந்தித்தான். அவர் தனது தங்கையைப் பற்றிக் கூறிக்கொண்டிருந்தார் – தன் தோளில் போட்டு வளர்த்த தங்கையைப் பற்றி வானத்தைப் பார்த்துக்கொண்டு பேசினார்.

வடிவு என்ற மாமன் மகள் முத்துக்கறுப்பனைத் தூரமாக நின்று பார்த்தாள். அவளது கல்யாணம் நிச்சயமாகியிருப்பதாகச் சொன்னார்கள். முத்துக்கறுப்பன் திரும்பும்போது காஞ்சியில் நல்ல மழை.

துயரம் விசாரித்த வீட்டுக்கார அம்மாளிடம் அவன் வீடு ஒழுகுவதைப் பற்றிக் கூறினான். சீக்கிரமாகப் பழுதுபார்க்கும்படி கேட்டுக்கொண்டான்.

❍

திடுக்கிட்டு எழுந்தான் முத்துக்கறுப்பன். இரவுகள் எப்போதும் சாதாரணமாக இருந்துவிடப் போவதில்லை.

அவன் வடிவு என்று முனகியிருக்கக் கூடும். தவம் கலைந்துவிட்டாற்போல் மலைத்தான். தவம் செய்வதின் காரணம் அது கலையும் போதுதான் தெரியும் போலிருக்கிறது.

அலுவலகத்திற்கு மட்டும் வழக்கமான நேரத்திற்கு முன்பு சென்று பலருடைய வேலைகளைத் தானாகக் கேட்டுவாங்கிச் செய்யும் நிலைமை மாறவில்லை. கல்யாணமாகி விட்டாலே எத்தனை பொறுப்பு வந்துவிடுகிறது பாருங்கள் என்று பலர் சொல்வது அவன் காதில் விழுகிறது. குடும்பப் பொறுப்பு அறிந்த பையன் என்று குடியிருக்கிற வீட்டில் பெயரெடுத்தாயிற்று. பேப்பர்க் கடைக்காரர் இவனை விசாரித்து, "என்ன சார் – வீட்டிலே இன்னும் வரலையா" என்கிறார்.

முத்துக்கறுப்பன் ஸ்திரத்தன்மையோடு கொஞ்சங்கூட விரக்தியில்லாமல், "இன்னும் ஒரு மாசம்தானே" என்று பதில் சொல்கிறான். தவம் கலைந்துவிடவில்லை என்று தெரிகிறது.

○

நாள் குறிக்கப்பட்டுவிட்டதுபோல் நடமாடினான் முத்துக்கறுப்பன். அடைமழை பெய்த நாளொன்றில் சென்னைக்குப் புறப்பட்டுச் சென்றான். இரவே திரும்பிவிட்டான்.

எண்ணெய்க் குளியல் தவறாமல் நடந்தது. அலுவலகத்திலிருந்து திரும்பியதும் தெருமுனையிலிருக்கும் பிள்ளையார் கோவிலுக்குப் போவான்.

மாதக் கடைசியில் முத்துக்கறுப்பனுக்கு மாற்றல் கிடைத்தது – சென்னைக்கு. ஆபீஸ் நண்பர்களுக்கு வியப்பாக இருந்தது. தலைகீழாக நின்றாலும் கிடைக்காத மாற்றல் உத்தரவு. சர்வீஸ் அதிகமில்லாத அவன் அதைப் பெற்றதில் சிலருக்கு எரிச்சலுமுண்டு. சம்பளம் வாங்கிக்கொண்ட பின்னர் செல்லலாம் என்றிருந்தான். திங்கட்கிழமை 'ரிலீவ்' வாங்கிக்கொண்டு அன்று பிற்பகலே சென்னை ஆபீசில் சேர்ந்துவிடலாம். சனிக்கிழமை நண்பர்களோடு காப்பி சாப்பிட்டுவிட்டு விடையும் பெற்றுக்கொண்டான். தனியாக வீடு திரும்பினான். வீட்டுக்கார அம்மாளிடம் இனிமேல்தான் சொல்லவேண்டும்.

பிள்ளையார் கோவில் தாண்டி நடுத்தெருவில் நிற்கும் மாடுகளைச் சுற்றிக் கடந்து வீட்டிற்குள் நுழைகையில், புதுச்செருப்பு கண்ணில்பட்டது. தனியடையாளங் கொண்ட செருப்பு – துருவங்கட்குச் சென்றாலும் மாறிவிடாத செருப்பு.

மாமாவை விசாரித்தான். காப்பி வாங்கி வந்தான். இரவிலே சமைக்காமல் காமாட்சி விலாசிற்கு அழைத்துச்சென்றான். இருவரும் அதிகம் பேசிக்கொள்ளவில்லை. மாமன் சென்னை சென்று அங்கிருந்து இங்கு வந்திருக்கிறார் என்று மட்டுந் தெரிந்தது. வீட்டு முகவரி சென்னையில் பெற்றிருக்கக்கூடும். அவர் எப்படி மாறிவிட்டார் – பேச்சு இப்படியா தடுமாறும்? ஆனால், முத்துக்கறுப்பனுக்கு வியப்புணர்வு எதுவும் எழவில்லை. அவர் வராதிருந்தாலும் இப்படியே இருந்திருப்பான் போலும். ரொம்பவும் அமைதியாக இருந்தான்.

வேள்விகள் சில சமயம் கூடங்களையே அழித்துவிடும். இது அப்படிப்பட்டதாகத் தெரியவில்லை. ஆனால், ஊருக்குப் போவதோ – சென்னைக்குப் போவதோ – மாமாவை ரயிலேற்றி அனுப்புவதோ – வீட்டைக் காலி பண்ணுவதோ – ஆகிய எல்லாமே சுந்தரமானவைதான் – அற்புதமான சிவம்தான் என்றெண்ண ஆரம்பித்தபோது ஒரு தவம் முடிந்துவிட்டது.

- கணையாழி, 1986

❖

5. தரிசனம்

ஒரு குறிப்பிட்ட பொருள் சம்பந்தமான கூட்டம் நடக்கிற தென்றால் முத்துக்கறுப்பன் அங்கே செல்லத் தயங்குவதில்லை. பொதுக் கூட்டங்களை அறவே வெறுத்தான். அவை எழுத்தறிவற்றவர்க்காக ஏற்படுத்தப்பட்டவை என்பது எண்ணம். அடையாறில் நடக்கும் கூட்டங்களுக்கு அடிக்கடி செல்வான். பின்பு தென்னை மரங்களை உற்றுப் பார்க்க ஆரம்பித்தான். வீட்டின் பக்கத்தில் இரண்டு தென்னைகள்.

முத்துக்கறுப்பன் தன்னைப் பொறுத்தவரை அமைதி – அன்பு – மகிழ்ச்சி இவை பற்றியெல்லாம் படித்தும் சிந்திக்கவும் செய்துவிட்டு அதன்படி நடப்பதற்கென்று சில திட்டங்களை வைத்திருந்ததுடன், ஒருவரிடம் பேசும்போது அதில் தனது முழுக் கவனத்தையும் செலுத்த ஆரம்பித்தான். முகம் கெட்டி யாகக் கல் போல உறைந்திருக்கும். விழிகள் முழு அளவுடன் திறந்திருக்க, சம்பாஷணையில் ஈடுபடுவான். கோபத்தின் சின்னமே இருக்காது.

வேறு வேலையில்லையென்றால் தன்னையே உற்றுக் கவனிக்க வேண்டுமென்பது சித்தாந்தம். அதற்கும் சிலவற்றைச் செயல் முறையில் கையாண்டான். அசையாத நிலை ஏற்பட வேண்டு மானால் தொடர்ச்சி என்பதான நிலை சிந்தனையில் இருக்கக்கூடாது. புத்தகத்தைப் பார்த்தவுடன் அதைத் தந்தது யார் – அவரைப் பற்றிய எண்ணம் என்பவையெல்லாம் வந்து சேர்ந்தால் தொடர்ச்சி தொடர்ந்து அப்போதைய கணம் ஏற்கனவே உள்ள நேரத்துடன் கலந்து ஒரு கலப்படமாகத் தன்னிடம் விழுமே தவிர, புத்தம் புதியதாக முழுதாகக் கிடைக்காது என்ற கருத்தின்படி அப்படியான நிலைமையைத் தவிர்க்க அவன் கையாண்ட வழி கொஞ்சம் பொருளாதாரச் சிக்கலை ஏற்படுத்திற்று. அதாவது முத்துக்கறுப்பன் நிறைய பிரயாணம் செய்தான். பஸ்ஸில், மின்சார வண்டியில் – சில சமயம் வேறு கூடுதல் செலவுள்ள வாகனங்களில். மனம்

ஆக்கிரமித்துக்கொள்ளும்போது அவன் சுலபமாக சீசன் டிக்கெட்டைத் தூக்கிச் சட்டைப்பையில் போட்டுக்கொண்டு கிளம்பிவிடுவான். இரண்டு தடவை அவ்வகை முயற்சிகளில் வெற்றியடைந்ததாகத் தோன்றியது. ஆனால், இவ்வாறு செய்கையில் சில சமயம் வேர்க்கடலை, காப்பி என்பவை இன்றியமையாதவை ஆயின. தினசரி வெளியே காப்பி, பலகாரம் வைத்துக்கொள்கிற நிலையில் அவன் இல்லை. அதையும் பார்க்கவேண்டும்.

கல்யாணமாகி ஏழு வருடங்கள் ஆகிவிட்டன முத்துக்கறுப்பனுக்கு. மூத்த பையன் பள்ளிக்கூடம் போக ஆரம்பித்தாயிற்று. இளையவள் முதுகில் சவாரி செய்யுங் காலம். ஆபீசில் வேலை முறியும். விடுமுறை நாட்கள் சினிமாவிற்காக ஏங்கும்.

இரண்டு குழந்தைகளையும் மேய்த்து இடையே தாலி கட்டியவனின் தத்துவ விளக்கங்களையும் கேட்பதென்றால் அவன் மனைவிக்குக் கெட்ட கோபம் வருகிறது. சில சமயம் அவள் உள்ளுணர்விற்குத் தோன்றும் – இவன் ஆரம்பிக்கப்போகிறான் என்று. திடீரென நினைவிற்கு வந்தவள் போலச் சமையற்கட்டிற்குள் ஓடுவாள். ஆனால், அந்தத் தப்புதல் நிரந்தரமானதல்ல. சமையற்கட்டு என்பது முத்துக்கறுப்பனிடமிருந்து ஆறடி வித்தியாசமேயுள்ள ஒரு பிரதேசம். குரல் வளம் நிறைந்த அவன் இங்கிருந்தே தொடர்ந்து பேசுவதுண்டு. மேற்படி சங்கதி நீடிக்கும்போது, அது எதிர்பாராத ரீதியில் தம்பதியினரிடையே தானாகத் தோன்றிவிட்ட ஒரு சண்டையாக மாற நேரிடும்.

எனவே இப்போதெல்லாம் அவன் ஆபீசிலிருந்து வந்துங்கூட சீசன் டிக்கெட்டைப் பையில் வைத்துக்கொண்டு வெளியே கிளம்புவது அதிகமாயிற்று. அவ்வாறு செல்லும் சமயங்களில் இரண்டு, மூன்று ஸ்டேஷன் செல்வதற்குள்ளாகவே சில அமைதியான கணங்களைப் பெற்றிருக்கிறான். என்றாலும் ஸ்டேஷன் பக்கமாக நின்று கொண்டிருக்கும் சில மந்தமான பிராணிகளைப் பார்க்கும்போது, தன் மனைவியின் ஞாபகம் வருவதை அவன் தடைப்படுத்திக்கொள்ள முடியவில்லை. அப்படியெல்லாம் நினைப்பது தவறு என்று தன்னையே காண்பித்து வேறு எண்ணத்தில் மூழ்க ஆரம்பித்தால் ஒரு கண தரிசனம் போய்விடும். இதெல்லாம் அவன் அறிவிற் கண்ட உண்மை. ஆனாலும், இது பெருஞ்செயல் – கஷ்டப்பட வேண்டியது அவசியம்தான் என்ற நோக்கத்தில் இருந்தான்.

நண்பர்களை நினைத்தால் வேறு சங்கடம். எல்லாரும் அலுவலகக் கட்டுப்பாட்டை வீட்டிற்குள் கொண்டு வந்து ஒரு 'கண்டிஷன்ட்' வாழ்க்கை நடத்துபவர்கள். தனக்கென ஒன்றுமில்லாதவர்கள். வாழ்வில் என்ன காணப்போகிறார்கள் என்ற பரிதாபம்தான் தலை தூக்கும். பரிதாபம் ஏற்படுவதென்பது நல்ல குணமல்லவா என்ற எண்ணமும் கூடவே ஏற்படும். முத்துக்கறுப்பன் சஞ்சலமடைவான்.

தை அமாவாசையன்று விசேடமாக வீட்டில் சமைக்கப்பட்டிருந்தது. பாதி நாள் லீவு எடுக்கும்படியும் சொல்லப்பட்டது. இதிலெல்லாம் நம்பிக்கையோ அவநம்பிக்கையோ தனக்கு இல்லை என்று சொல்லுவான் முத்துக்கறுப்பன். முன்பெல்லாம் சாப்பிடுவதற்குள் திருவாசகம் படிப்பான். இரண்டு வருடங்களாக அது விட்டுப்போயிற்று. ஒரு மணி நேரம் ஆபீசில் அனுமதியுண்டு. காலையில் சிறிது நேரம் தாமதமாகவே எழுந்து குளித்துவிட்டுப் படித்துக்கொண்டிருந்தவனிடம் வந்து பேச்சுக் கொடுத்தார் எதிர் வீட்டுக் காரர்.

எதிர்வீட்டு நபரைக் கூச்சமில்லாது கொலைகாரர் என்று கூறுவாள் முத்துக்கறுப்பன் மனைவி. பிள்ளைகளை அடித்துக்கொல்வதில் மன்னர். அவரது மனைவியும் விதிவிலக் கல்ல. முத்துக்கறுப்பன் மாத்திரம் ஒரு தத்துவ ரீதியான வாழ்வில் அலைபவன் இல்லை யென்றால் 'சோமாறி' என்று அவரை அழைக்க ஆசைப்பட்டிருப்பான். இப்போது அது முடியாது – கோபம் வந்தால் அது எவ்வாறு வந்து சேர்ந்தது என்று தன்னையே கேட்டுக் கொள்கிறவன் அவன்.

எனவே அவர் பேசிக்கொண்டிருந்த அரை மணி நேரத்தையும் மிகவும் கவனமாக்கி ஒருமனப்படுத்தி இந்தக் கணம் தனக்கு எவ்வாறு என்ன தரப் போகிறது என்ற பொறுப்பான நிலையில் கேட்டுக்கொண்டிருந்தான்.

"அமாவாசை என்று அரை நாள் லீவு எடுத்தாச்சு. முதல் மாசத்திலேயே மூன்று நாள் காஷுவல் லீவு."

கோபாலன் – எதிர்வீட்டுக்காரர் சிரித்துக்கொண்டே ஆரம்பித்தார்.

"ஆமாம்" என்று முத்துக்கறுப்பன் பொதுவாகச் சொல்லி முடிப்பதற்குள் அவன் முதுகில் படாரென்ற சப்தத்துடன் வலியற்ற அடி விழுந்தது. மூன்று வயது மகள் தந்த தண்டனை. அது ஒரு கதை. அம்மாவிடமோ, அண்ணனிடமோ அடி வாங்கினால் அப்பா உடனே தன் சார்பில் அதைக் கண்டிக்கவேண்டும் – இல்லையென்றால் பெற்ற தண்டனையை அப்பாவே ஏற்றுக்கொள்ளவேண்டுமென்ற நெறியுடையது.

முத்துக்கறுப்பன் சிரித்துக்கொண்டே அதை விளக்க, கோபாலனும் சிரித்தார். குழந்தையை 'வா' என்று கூப்பிட்டார். அதை ஏற்காமல் அப்பா மடியில் ஏறிக்கொண்டது.

பேச்சு வேறு திக்கில் திரும்பிற்று. கோபாலன் நிறைய பேசவில்லையென்றாலும், இதுவரை இல்லாதவாறு இருந்தது.

"அடுத்த வாரம் ஊருக்குப் போக வேணும்" என்று சாதாரணமாகச் சொன்னார். ஊரைப் பற்றிக் கேட்டிருக்க முடியும். முத்துக்கறுப்பன் அவரையே பார்த்துக்கொண்டிருந்தான். எதுவும் கேட்கவில்லை. கோபாலனுக்குப் புத்தகம் படிக்கும் பழக்கமெதுவும் இல்லையெனத் தெரிந்தது. முத்துக்கறுப்பன் கையில் வைத்திருந்த புத்தகத்தைக் கவனிக்கவேயில்லை.

மேற்கொண்டு பேச்சுத் தொடர்வதற்குள் முத்துக்கறுப்பனின் பையன் உள்ளேயிருந்து ஓடி வந்து "அப்பா நேரமாச்சாம் – சொன்னா அம்மா" என்று சத்தம் போட்டான். அநாகரிகம்தான். இருவரும் ஒரே சமயத்தில் சிரித்துக்கொண்டனர். அப்படித்தான் இம்மாதிரி குழந்தைக் குறுக்கீடல்களையெல்லாம் சமன் செய்ய முடியும். இப்போது நேரம் என்னவென்று பார்க்கவேண்டும். அது ஒன்றுதான் இப்போது செய்யவேண்டிய காரியம்.

கோபாலன் கடிகாரத்தைப் பார்ப்பதை முத்துக்கறுப்பன் கவனித்தான். ஒரே நேரத்தில் இருவரும் எழுந்துகொண்டனர். இவர் கடன் ஏதாவது வாங்க வந்திருப்பாரோ என்று எப்போதோ ஏற்பட்ட எண்ணம் திரும்பவும் முத்துக்கறுப்பனுக்கு வந்தது. அப்படி நினைக்கக் கூடாது என்று தன்னையே கடிந்தவாறு நினைத்ததை மறக்க முயன்றான்.

பாசிப் பயறுப் பாயசம் மிகவும் நன்றாக இருந்தது. ருசியைப் பற்றிய ஓர் எண்ணம் வந்தது. செத்துப்போன பழைய எண்ணங்களும் ருசியும் ஒரு வகையில் ஒன்றுதான். இந்தக் கணத்தை ஏற்க மறுக்கிற சில வகைத் தடுப்புச்சுவர்கள்தாம் இவை என்று நினைத்தான். எண்ணிக்கொண்டே சாப்பிட்டபடியால் பாயசம் அதிகமாகவே தேவைப்பட்டது.

பிள்ளைகள் நன்றாகச் சாப்பிட்டுக்கொண்டிருந்தனர். அதைப் பார்க்க சந்தோஷமாக இருந்தது. ஒரு வேளை குழந்தைகள் சாப்பிடும்போது அம்மா அப்பாவைப் பார்த்தவாறே சாப்பிட்டால், இந்தச் சந்தோஷம் நமக்கு ஏற்பட்டிருக்குமா என்று கேட்டுக்கொண்டான்.

வீட்டில் எது நடந்தாலும் சிந்தித்துப் பார்த்து யார் மீதும் தவறில்லை என்று சொன்னான் – அல்லது எல்லார் மீதும் தவறு – தான் உட்பட – என்று கருதினான். பக்கத்து வீட்டு அம்மாளைப் பற்றி மனைவி குற்றஞ் சொன்னால், இப்போதெல்லாம் முத்துக்கறுப்பன் அவளிடம் "அது நீ ஏற்கனவே கண்டுகொண்டதை கண்ணாடி மூலம் பார்ப்பது போல் பார்க்கிறே" என்கிறான். மனைவிக்கு அந்த அம்மாள் மீது ஏற்பட்ட கோபம் மாறி இவன் மீது எரிச்சல் ஆரம்பிக்கிறது. இவ்வாறு பிரச்சினைகள் தீர்க்கப்படும்போது அவனது திறமை பற்றியும், தான் செய்துகொண்ட தீர்மானங்களின் மகத்துவத்தைப் பற்றியும் எழும் பெருமிதம் அதைப் பற்றிப் பலரிடம் பேசத் தூண்டும். முத்துக்கறுப்பன் நிறைய பேசத்தான் செய்தான்.

கோபாலனுடைய குணநலன்கள் இப்போது பிடித்துப்போக ஆரம்பித்துவிட்டது. முன்பு அலுப்பாகவிருந்த சம்பாஷணை ருசிகரமாகியது. ஒருவேளை, வயதாகிக்கொண்டே போவதால் கோபத்தை விட்டுவிட்டார் என்று நினைத்தான்.

முத்துக்கறுப்பனுக்குச் சமாதானமாக இருந்தது. பெரியதொரு உதவி வேண்டி கோபாலன் நடத்தும் பூர்வாங்கமாக இருக்காது என்று தீர்மானித்தான். இருவரும் வழக்கத்தைவிட அதிகமாகவே பேசினார்கள். ஸ்டேஷனில் சந்தித்தால்கூட அவர்கள் பேச்சுத் தொடர்ந்தது. புதியதான விஷயங்களும் கிளர்ந்தெழுந்தன.

ஞாயிற்றுக்கிழமை படித்துக்கொண்டிருந்தபோது வெளியிலிருந்து கூப்பிட்டார். "சார் – ஒரு நடை போகிறேன் – வாரேளா?" என்று அழைப்பு விடுத்தார். புத்தகத்தோடு வெளியே வந்தான் முத்துக்கறுப்பன். சட்டை எதுவும் அணிந்திருக்கவில்லை.

காலைக் காற்று நன்றாகவிருந்தது. தேநீர்க் கடையில் காலையிலேயே சண்டை ஆரம்பமாகியிருந்தது. சப்தம் தூக்கி அடித்தது. முத்துக்கறுப்பன் வெறுப்புடன் நடந்தான். கோபாலன் எதையும் கவனித்தவராகத் தெரியவில்லை.

"ஒரு நல்ல காலை நேரத்தை அனுபவிக்க இவர்களால் முடியவில்லை பார்த்தேளா."

முத்துக்கறுப்பன் வெறுப்பான தனது தொனியை மறைத்து சாதாரணமாகக் கேட்டான். கோபாலன் விரைந்து நடப்பதில் ஆர்வங் காட்டினார்.

"கோபமே பயந்தான் இல்லையா?"

முத்துக்கறுப்பன் பதில் எதிர்பாராது கேள்வி கேட்டுப் பேசிக்கொண்டே வந்தான்.

“நடப்பது – பயணம் செய்வது எல்லாமே எண்ணச் சுமையைக் குறைக்கத்தான் செய்கிறது” என்றான்.

“பெர்னாட்ஷாவும் அப்படித்தானே சொல்கிறார்” என்று சுருக்கமாகப் பதில் சொன்னார் கோபாலன். எனவே இப்போது இவர்களுடன் ஷாவும் கூட நடந்தார்.

அன்று அவர்கள் நடந்த நடை மிக அதிகம். அது மறுநாளும் தொடர்ந்திருக்கும். இடையே முத்துக்கறுப்பன் தந்த புத்தகங்கள் காலை நேர உலாவலைத் தடை செய்திருந்தன. கோபாலனுக்குப் படிப்பதில் ஆர்வமில்லாதிருக்கவேண்டும் அல்லது படிப்பதை நிறுத்தியிருக்கக் கூடும் என்று தெரிந்துகொண்டான். அதுபற்றி எந்தக் கவலையும் இல்லை.

இரண்டு வாரங்களில் அவனது மனைவி தெரிவித்தாள் – எதிர் வீட்டில் முன்பு போல் சண்டை எதுவும் நடக்கவில்லை என்று. இது ஒரு மாற்றந்தான். முத்துக்கறுப்பன் தலை நிமிர்ந்திருந்தது. கர்வப்படக் கூடாது என்று முடிவு கட்டினான்.

இடையே மனைவியின் உறவினர் காலமாகிவிட்டதாகத் தந்தி வந்தது. முத்துக்கறுப்பன் “சாவு என்பது அழகான ஒன்று; அதிலே அழுவதற்கோ – மகிழ்வதற்கோ எதுவுமில்லை – சாவை – அனுபவித்துத்தான் பார்க்கவேண்டும்” என்று நினைவுகொண்டான். இந்த மாதிரி வகையில் ஏதாவது வார்த்தைகளும் அவன் வெளியிட்டிருக்கக்கூடும். முதன்முறையாக மனைவிக்கு அவனிடம் மரியாதை குறைந்தது.

கோபாலன் இப்போதெல்லாம் விடுமுறை நாட்களில் வீட்டில் தென்படுவதில்லை. வந்து பேசுவதும் குறைந்துவிட்டது. வெளியே பார்த்தால் சிரிப்பு மாத்திரமே.

அடுத்த தடவை முத்துக்கறுப்பன் அடையாறு கூட்டத்திற்குப் போகும் போது கோபாலனையும் அழைத்துச்செல்ல எண்ணியிருந்தான். அது முடியாது போயிற்று; அந்தக் கூட்டங்களைப் பற்றி அவரிடம் சொல்லியிருக்கவில்லையென்றாலும் தனது சம்பாஷணைகள் – புத்தகங்கள் அவருக்கு எவ்வாறாயினும் உதவியிருக்கும் என்று நம்பினான்.

கூட்டம் முடிந்து ஜனங்கள் கலைந்துசென்ற பிறகும் சிறிது நேரம் அங்கேயே நின்று பின்னர் நடக்கத் தொடங்கினான். அடையாற்று வளந்தெரிந்தது – நல்ல பசுமை. அந்தப் பங்களாவிலிருந்து வெளியே சாலைக்குச் செல்லும் வழியாகத் திரும்பினான். நந்தவனம் போன்ற இடம். மரங்களிலும் பச்சைத் தாவரத்திலும் சங்கீதம் பிறந்தது. எல்லோரும் போய்விட்ட அந்த இடத்தில் சிறிது தூரத்தில் கோபாலன் மட்டும் தெரிந்தார். அவர் உற்றுக் கவனித்துக்கொண்டிருந்தது ஒரு மரத்தை.

புது மாதிரியாகத் தோன்றிய கனவு வந்தது அன்றிரவு. எல்லா வகைப் புத்தகங்களுடன் முத்துக்கறுப்பன் கனவு பற்றிய விளக்கவுரைகளையும் படித்திருந்தான். கனவுகளெல்லாம் அறிய வேண்டியவைதாம்.

தூரத்தில் வயல்வெளிகளுக்கிடையில் வெண்முடி புரள ஒருவர் சென்றுகொண்டிருக்க, பயிர்கள் அசைந்துகொடுத்தன. அந்த அசைவிற்கு ஈடு கொடுத்தாற்போல, விரல்கள் அசைந்து ‘இது அல்ல – இது அல்ல’ என்று எல்லாவற்றையும் தள்ளிக்கொண்டே அவரது நடை வேகமாகி – தனியாகி – தூரத்தில் புள்ளியாக மறைந்துபோயிற்று.

கனவுகள் அருமையாகவே ஏற்படுகின்றன. ப்ராய்ட் படித்த இந்த முத்துக்கறுப்பன், தான் கண்ட வயற்காடு தன்னைத்தான் பிரதிபலிக்கிறது என்றும் – அவர் தன்னை விட்டுப் பிரிகிறார் என்றும் – அப்படிச் சென்றுவிட்ட பெரிய மனிதருக்கு வெறுப்பேதும் இருக்க முடியாது என்றும் கருதினான்.

அந்தக் கிழவர் சாவது அரிதென்றும் – இல்லவே இல்லாமல் அவர் போய்விடப் போவதில்லை என்றும் ஓர் எண்ணம்.

முத்துக்கறுப்பனுக்குத் தன் மீது வெறுப்பும், அதனால் ஏனோ ஒரு வகை நிம்மதியும் பிறந்ததாகத் தோன்றியது.

- இலக்கிய வட்டம், 1987

6. தேங்காய்

கீழே விழுந்து எட்டு நாட்கள் படுக்கையிலிருந்த பின்னர் காலமானார் சிவசங்கரன். அவரது பிள்ளைகள் இருவரும் கடைசிக்காலத்தில் பக்கத்திலிருந்தனர்.

பக்கத்து வீட்டு சிதம்பரம் பிள்ளைதான் முன்னே நின்று காரியங்களைக் கவனித்தார். வேண்டியவர்களுக்கும், வேண்டியவைகளுக்கும் சொல்லியனுப்பினார். சாமான்கள் வந்துவிட்டன. சுறுசுறுப்புடன் நடமாடி – அதிகாரம் பண்ணி வேலைகளை நடக்கச் செய்தார்.

மூத்தவன் வேலுவிற்கு உள்ளூரிலேயே வேலை. கல்யாணம் அங்குதான். பெண் பார்த்து முடித்துவைத்தது எல்லாமே சிதம்பரம் பிள்ளைதான். உள்ளூரிலே வேலை – நானூறு ரூபாய் சம்பளம் – குடியிருக்க வீடு – சாப்பாட்டிற்கு ஏதோ கொஞ்சம் வருகிறதென்றால் வேறு எதையும் கவனிக்கத் தேவையில்லை யென்றாலும், பையனுக்கு அமாவாசையன்று ஒரு மாதிரியாக கண் மங்கிப் போகும் – பேச்சு சரியில்லாது கொஞ்சம் தடுமாறும் – அதனால் எந்தவித உபத்ரவமும் இல்லையென்றாலும் உண்மையையும் பக்குவமாகப் பெண் வீட்டில் அவர் சொல்லிவைத்தார். இவராகச் சொல்லவில்லையென்றாலும், அது பெண் வீட்டிற்குத் தெரிந்த விஷயந்தான். தெரிந்த உண்மையை உரத்த குரலில் சொல்லிவிடுவது பலவித பிற்கால அனுகூலங்களுக்கு வழிகோலும் என்பதோடு வம்பும் வராது என்பதைத் தெரிந்தவர்.

இளைய பையன் முத்துக்கறுப்பன். அசலூரில் வேலை – சர்க்கார் வேலை – மூத்தவனிடம் உள்ள நெருக்கம்போல இவனிடம் சிதம்பரம் பிள்ளைக்கு இல்லை. முத்துக்கறுப்பனுக்கும் அவரிடம் ஒரு பயம் – என்னவென்று சொல்லவியலாத பயம். அவனது கல்யாணத்தில்கூட சிதம்பரம் பிள்ளை நேரிடையாகப் பங்கெடுத்துக்கொள்ளவில்லை. மூத்தவன் கல்யாணத்தை

முன்னின்று நடத்தியவர்; இதிலே பக்கத்து வீட்டுக்காரராகவே இருந்தார். கல்யாணம் முடிந்த பின்னும் தம்பதியினரைத் தனது வீட்டிற்கு அழைக்கவில்லை. "அவன் ரொம்ப பெரியவன் மாதிரி ஆயிட்டான் – நம்மையெல்லாம் எங்க மதிக்கிறான்" என்று சௌகரியமாக ஒதுங்கிக்கொள்வார்.

காரியங்கள் மளமளவென்று முடிந்துகொண்டிருந்தன. கிழடு செத்துவிட்டதென்றால் சிரிப்புச் சத்தம்கூட இழவு வீட்டில் கேட்கும் – மற்றவர்களைப் பற்றி சிண்டு முடித்துப் போடும் பேச்சும் அங்கு நடக்கும். சிதம்பரம் பிள்ளையின் குரல் தூக்கியடித்தது.

ஆற்றங்கரைத் தென்னந்தோப்பில்தான் தகனம் செய்யவேண்டும் என்று முடிவாயிற்று. செத்தவரின் செல்லமான தோப்பு அது. அவரது கடைசி விருப்பமும் அதுதான். அங்குள்ள ஒவ்வொரு தென்னையும் அவர் நட்டு வளர்த்தது. மரங்கள் அதிகமில்லை யென்றாலும் ஒவ்வொரு மரத்தின் காய்ப்பும் அதிகம்.

நீர்மாலை எனப்படும் சடங்கு முடிந்து சவ ஊர்வலம் ஆற்றங்கரைத் தென்னந்தோப்பை நோக்கிப் புறப்பட்டது. ஊருக்குப் பெரியவர் என்பதால் மட்டுமல்ல அங்குள்ள எல்லாருடனும் ஒருவிதத்தில் தொடர்பு உடையவரது கடைசி ஊர்வலமாதலால், அது சுவாமி புறப்பாடு மாதிரி தோன்றிற்று. வீட்டு வாசலிலும் தெருவிலும் நின்ற பெண்கள் கும்பிட்டுக்கொண்டனர். இடுப்பில் வைத்துக்கொண்டிருந்த குழந்தைகளின் கைகளைச் சேர்த்துவைத்துக் கும்பிடச்செய்தவர்களும் உண்டு. ஊர்க் கிழங்கள் தங்களுடையதை ஒத்திகை பார்த்தன.

அத்தனை அமளியிலும் சிதம்பரம் பிள்ளை மட்டும் பின்னே தங்கி விட்டார். நடக்க முடியாதவர் போலத் தோற்றமும் அளித்தார். அந்தத் தோப்பிற்குள் அவர் செல்லவில்லை.

மறுநாள் காடேற்று – பதினாறாவது நாள் சடங்கு முடியும் வரையுள்ள வியாழன் – ஞாயிறு ஆகிய கிழமைகளில் துக்கம் விசாரிக்க வருவோர் மத்தியில் தேங்காய்க்கிழமை – பயற்றுக் கிழமை நடத்தி, பலகாரம் வழங்கி, ஊர்க் கதை பேசி முடிக்கையில், அது ஒரு கொண்டாட்டமாகவே தோற்றமளிக்கும். சில கல்யாணங்கள்கூட அங்கே நிச்சயமாகும்.

இரவு பெண்டுகள் அழுவதற்காக அழைக்கப்பட்டார்கள். முறைப்படி ஒப்பாரி வைத்தார்கள்.

"கத்தரிக்காய் எங்களுக்கு
கைலாயம் உங்களுக்கு
வாழைக்காய் எங்களுக்கு
வைகுந்தம் உங்களுக்கு"

என்று பாடி பரலோகப் பதவியை அளித்தார்கள். மறுநாள் சடங்கிற்கான காய்கறிகளை ஆண்கள் நறுக்கி வம்புப் பேச்சில் ஈடுபட்டார்கள். குழந்தைகள் வீட்டினுள்ளே ஓடிப் பிடித்து விளையாடின. இத்தனை கலகலப்புடன் மறுநாள் சடங்கு முடிந்த கையோடு ஊர்ப் பெரிய மனிதர்கள் மற்றுமுள்ள காரியங்களை குடும்பத்தினரை வைத்துக்கொண்டு பேசி முடிவுகட்டவாரம்பித்தனர். அதுவும் ஒரு சடங்காகிவிட்டது. சாப்பாடு முடிந்த

பின்னர் அதை அந்த வீட்டில் பேச வேண்டாமென சிதம்பரம் பிள்ளை தம் வீட்டிற்கே எல்லோரையும் அழைத்தார். வேலைகளை முடித்துக்கொண்டு பெண்களும் வந்தனர்.

செத்துப்போனவரின் குணநலன்களைப் பேச ஆரம்பித்து நிலையாமை பற்றி விளக்கங்கள் பரிமாறப்பட்ட பின் விஷயத்திற்கு வருவார்கள். ஒற்றுமையின் அவசியம் பற்றி அடிக்கொரு தரம் அறிவுறுத்தப்படுவதால் கலந்துகொள்பவர்களின் பெருந்தன்மை சந்தேகத்திற்கு அப்பாற்பட்ட விஷயம்.

"அவன் வாயில்லாப் பூச்சி – சர்க்கார் வேலையும் இல்லே – நமக்கு ரெண்டு பேரும் ஒண்ணுதான். ஆனா, மேற்கொண்டு பாத்தா வேலுதான் கஷ்டப்பட்டிருக்கான்."

சிதம்பரம் பிள்ளை பேசியது அப்பழுக்கில்லாமல் இருந்தது. பிறகு சொன்னார்:

"ஆனா இந்த விஷயத்திலே முத்து ஏதாவது நினைச்சுக்கக் கூடாது. அவனையும் ஒரு வார்த்தை கேட்டிடணும்."

உள்ளே முத்துக்கறுப்பனின் மனைவி வாயைப் பொத்திக்கொண்டு கூறினாள்:

"இந்த மனிதனுக்கு என்ன கெடுதல் செய்தீக – இப்படி ஈரல் கொலையைப் பிடுங்கறாப்பிலே கேக்கறாரே!"

இருந்தாலும் முத்துக்கறுப்பன் வழக்கப்படியேதான் சொன்னான்:

"எல்லாம் மாமா சொல்றாப்பிலேயே வைச்சுக்கிடுவோம் – நான் மாட்டேன்னா சொல்லப்போறேன்."

அந்த சங்கதி அவ்வாறு முடிந்தது. தென்னந்தோப்பின் மீதான தனது பாகத்தை விட்டுக்கொடுப்பதன் மூலம் முத்துக்கறுப்பன் தனக்கு ஒரு பாரம் இறங்கிவிட்டதுபோலத் தென்பட்டான். சாவுச் செலவு பூராவும் மூத்தவன்தான் ஏற்றுக்கொண்டான் என்று நம்பிவிடுவது எளிதான விஷயம்.

மீதியுள்ள வயலின் மீதுள்ள உரிமையும் அப்படித்தான் முடியப்போகிறது என்ற எண்ணமும் ஏற்படுகிறது. ஊரிலே இருக்கிறவர்களோடு தோப்பு – வயல் விஷயத்தில் போட்டியிட முடியாது.

வெளியே பலத்த சப்தம். இரண்டொருவர் சீக்கிரமாகவே எழுந்தனர். முத்துக்கறுப்பனும் தெருவிற்கு வந்தான்.

ஊர் அம்பலத்தில் ஒருவனைப் பிடித்துவைத்திருக்கிறார்களாம். இன்று அதிகாலை தேங்காய் திருடும்போது சரியாகப் பிடிபட்டுவிட்டான். கைகள் கட்டப்பட்டுக் கொண்டுவரப்பட்டிருக்கிறான். கூட்டம் சேர்ந்துவிட்டது. ஊர்க் காவல்காரர் விளக்கமாகக் கூறினார்.

அந்த மனிதன் அசலூர். அடிக்கடி இங்கே வருவானாம். தான் வருவது இங்குள்ள தெப்பக்குளத்தில் குளிப்பதற்காகவே என்ற நம்பிக்கையை ஏற்கெனவே தோற்றுவித்திருக்கிறான். தேங்காய் எண்ணெயைத் தவிர வேறெதுவும் கண்டறியாத அந்தக் கிராமத்தில் முதன்முறையாக தலைக்கு வாசனை எண்ணெய் பூசி வந்தவன். நாலு பேர் அவனிடம்

சிறுகதைகள் 47

நட்பு கொள்ள விரும்பியதுண்டு. கருக்கலிலே மரத்தில் ஏறி அங்கிருந்தபடியே குலைகளை ஒரு கயிறு மூலம் கீழே மெதுவாக விடுவானாம். பொத்தென்று போட்டால் சப்தம் எழும். பிறகு மெதுவாக இறங்கி கயிற்றையும் தேங்காய்களையும் எடுத்துக்கொண்டு வயல் வரப்பு வழியாக அவனது ஊர் சென்றுவிடுவானாம். இன்று மாட்டிக்கொண்டிருக்கிறான்.

சுவாரஸ்யமான விஷயம். தேங்காய்கள் தேங்காய் நாராலேயே இணைத்துத் திருடன் முன்னிலையில் போடப்பட்டிருந்தன. எல்லாம் முடிந்த பின்னர்தான் அவை பிள்ளையார் கோவிலுக்குப் போய்ச் சேரும்.

"அவன் அரிவாள் வெச்சுருந்தானா வேய்?"

ஊர் மூத்த பிள்ளை கேட்டார். அதற்கு காவல்காரர் தனது அற்புதமான வர்மப் பிடியைப் பற்றி விவரம் தர ஆரம்பிக்கவே, அவரைப் பேச விடவில்லை. அரிவாளை அந்தத் தேங்காய்கள் பக்கத்தில் வைக்கும்படி செய்தார்.

"என்ன முத்து! நீதான் டவுன்லே இருக்கியே. இது மாதிரி பார்த்திருக்கியா?" ஊர் மூத்தவர் சிரித்தபடி கேட்கிறார்.

முத்துக்கறுப்பன் அசட்டுச் சிரிப்போடு பார்க்கையில் சிறிது வியர்த்தது. ஆற்றங்கரைக் காற்று நன்கு வீசிக்கொண்டிருந்தது. தேங்காய்கள் கட்டி வைக்கப்பட்டிருந்த நார் நீண்டு தொங்கிக் கொண்டிருந்தது. நீண்டு...

நீண்டு சென்றது அது – அவனது பயம் துளித் துளியாகக் கண்ணாடியில் படிந்த பனியாகத் துடைக்கப்படுகிறது. வெள்ளை வெளேரென ஓர் ஏழு வயதுப் பையன் துள்ளி அந்த ஆற்றங்கரைப் பகுதியில் செல்வது மங்கலாகிறது. அது அற்புதமான ஓர் அதிகாலைப் பொழுது.

சில சமயங்களில் காலைவேளைகளில் என்றால் இரவில் விழுந்து விட்ட தென்னை மடல்களை எடுத்துவரலாம். நேரந் தெரியாது கருக்கலிலேயே பயல் எழுந்துவந்திருக்கவேண்டும்.

ஆற்றங்கரை மறுபக்கமாக இறங்கிச் செல்ல வேண்டிய இடத்திலிருந்து அவனது தோப்பு. மேட்டுப் பக்கம் அவன் காலைக்கடன்கள் முடிக்குமிடம்.

பலூன் போல ஒரு குலை மரத்திலிருந்து இறங்குகிறது. தரை தடுக்கிக் கயிறு விழுகிறது. பிறகு இரண்டு கால்கள் கீழே இறங்குகின்றன.

கால்களுக்குரிய மனிதன் ஏழு வயதுப் பையனை நோக்கி வருவது தெரிந்தது. கையிலே வளைந்த அரிவாள் – அந்த நடை முத்துக்கறுப்பனுக்குப் பழகியதாய்த் தெரிந்தது. காய்கள் நாரால் இணைக்கப்பட்டிருக்கின்றன. மேட்டில் ஏறித்தான் வரவேண்டும். எப்படியும் பேசாமலிருக்க முடியாது. பக்கத்தில் வந்தால் தானாகப் பேசுவதா, பதில் மட்டும் சொன்னால் போதுமா என்ற எண்ணத்திற்கு முடிவு கிடைக்கவில்லை.

ஆனால், வந்தவன் அரிவாளுடனும் தேங்காயுடனும் வேறு பக்கமாகத் திரும்பி நடக்கிறான். முத்துவுக்கு நடுக்கம். அவரை வீட்டில் பார்த்தால் எப்படிப் பேசுவது என்ற எண்ணம் தோன்றி நடுக்கம் அதிகமாகியது. ஆனால், ஏழு வயதுச் சிறுவன் வீடு திரும்பாமலிருக்க முடியாது.

மறுநாள் அவன் மனைவியுடன் புறப்பட்டான். தன் அப்பா வளர்த்த தென்னந்தோப்பைக் கடந்து செல்லுகிறபோது, மனைவி பேசிக்கொண்டே வந்தாள் – தோப்பைப் பற்றித்தான். ஆனால், அந்தத் தென்னந்தோப்பு யாருக்குச் சேர வேண்டுமென்று முடிவு கட்டுவது அவ்வளவு கஷ்டமான விஷயமல்ல என்று அவன் நினைத்தான்.

"உங்க பேரிலே என்னதான் அப்படியொரு ஆங்காரமோ தெரியல்லே அந்தப் பாவி மனிசனுக்கு" என்று திரும்பவும் ஆரம்பித்தாள் மனைவி.

"அது அப்படியில்லே – நான்தான் பதினைஞ்சு வருஷமா பயந்து கிட்டிருந்தேன்னு நினைச்சேன் – அப்படியில்லே – அவர்தான் அதிகமாக நடுங்கிக்கிட்டு இருந்திருக்காரு" என்று சொல்ல நினைத்தான் முத்துக்கறுப்பன்.

- தீபம், 1987

7. மைலாப்பூர்

ஒரு மின்வெட்டுப் போல்தான் அது வந்து போயிற்று. வாங்கியிருந்த பயணச் சீட்டு கையிலிருந்தது. பஸ் இதுவரை வந்திருக்கவேண்டும்.

கண் விழிக்கையில் ஊரைக் காணவில்லை. தூரத்தில் கடல் சிறிதாகத் தெரிந்தது. அதைத் தவிர வேறு எல்லாமே வற்றியிருந்தது. அந்த இடம் எதுவென்று தெரிந்தது. ஆனால், அவன் மட்டுமே அங்கு நின்றுகொண்டிருந்தான்.

நடந்து செல்கையில் பல வருடங்களுக்கு முன்னர் அவன் சென்று உலாவிய அந்தப் பூங்காவில் இரண்டு செடிகள் மட்டும் சிறியதாகத் தெரிந்தன. பூங்கா இல்லை. நிறைய கட்டடங்கள் முழுதாகவும் பாதியாகவும் முகப்பில் மாசு படிந்த பெயர்ப் பலகைகளுடன் நின்றன. அசைவற்றும் பழுதடைந்தும் கார்கள் – நடுத் தெருவிலே ரிக்ஷாக்கள் – போக்குவரத்து அதிகமான நேரத்தில் அது நடந்திருக்கவேண்டும்.

சைக்கிள் வண்டிகள் ஏராளமாகக் கிடந்தன. தூசுப் படலம். ஒரு சினிமா தியேட்டர் முகப்பில் பாட்டுப் பாடி கையை உயர்த்தி அசைவற்றிருக்கும் நடிகன் படம் பாதியாக நின்றது.

அஞ்சல் பெட்டியின் துவாரத்தில் ஒரு கவர் தெரிந்தது. கீழே அடுத்த நேரம் ஐந்து மணி எனத் தகவல்.

துணிக் கடைகளின் சரக்குகள் காற்றில் பறந்து கீழே தாழ்ந்து வீழ்ந்துகொண்டிருந்தன. அவைகளின் நிறங்களில் வேற்றுமை தெரிந்தது.

தூரத்துக் கோபுரமும் அதைச் சுற்றியுள்ள இடமும் அடையாளம் கூடவே பெற்றுத் திகழ்ந்தன.

அவன் நடக்கையில் அவனது சப்தம் மட்டுமே கேட்டது. சந்தியில் நான்கைந்து போக்குவரத்து வண்டிகள் விர்ரென்று

வந்து இடப் பக்கம் ஒடித்துப் பாதிவரை திரும்பி, பிறகு அந்த இடத்திலேயே நின்றிருக்கவேண்டும். போக்குவரத்துத் தீவுகள் இடிந்திருந்தன.

தெருவில் சாக்லேட் கவர்கள் காலில் உரசின. நடைபாதைக் கடைச் சாமான்கள் சிதறிக் கிடந்தன. சில ஒழுங்காக அடுக்கி வைக்கப்பட்டிருந்தன. பத்திரிகைகள் காற்றில் பறந்தன.

காற்று – அது வீசிக்கொண்டிருந்தது – கடற்காற்று – பக்கத்தில் அது வேண்டிய மட்டும் கொட்டிக் கிடக்கிறது.

அவனுக்கு எதுவும் புரியவேண்டிய அவசியமில்லையென்பது போல நடந்தான். பகிர்ந்துகொள்ள யாரும் இல்லையென்னும் போது – அது அப்பட்டமாகத் தெரியும்போது – வியப்பு எங்கேயிருந்து வந்துவிடும்? ஓட முடியவில்லையென்பதால் நடந்தான். மனிதர்களேயில்லாத வீடுகள் – சீவராசிகளேயில்லாத ஊர் – கோவிலும் குளமென்று சொல்லத்தக்க பள்ளமும் அவனுக்கு வழிகாட்டின. கோவில் பக்கம் சில மின்சார விளக்குகள் எரிந்தன. சில கம்பிகள் தொங்கின.

அவன் வள்ளுவர் சிலை பார்க்க ஆசைப்பட்டிருந்தான் – ரொம்ப காலமாக. கோவில் இருக்குமானால் அந்தச் சிலையும் இருக்குமென நம்பினான். திறந்தபடியிருந்த ஒரு வெற்றிலை பாக்குக் கடையில் தொங்கிய குலையிலிருந்து அழுகிய வாழைப்பழங்களைப் பிய்த்தெடுத்துச் சாப்பிட்டான். எந்த நினைவுமில்லாமல் செயல் நடந்து கொண்டிருந்தது.

தரையில் கரப்பான் பூச்சிகள் மட்டுமே ஓடிக்கொண்டிருந்தன.

ஏதோ நினைவில் அவன் காறியுமிழ்ந்தான்.

"யாரது?"

நாற்சந்தியோரமாக அவள் உட்கார்ந்து செருப்பு தைத்துக் கொண்டிருந்தாள். ஆடைகள் புதிது. இன்றுதான் கடையிலிருந்து எடுத்து வந்து போட்டுக்கொண்டிருக்கவேண்டும்.

அவளது எதிரில் சொல்லிவைத்தாற்போல் நின்றான். அவள்தான் கேட்டாள்:

"யாரது?"

"நடுத் தெருவுக்குப் போகணும்."

எப்படிப் போகவேண்டுமென்று அவன் கேட்கவில்லை. செருப்பை உறுதி பார்த்துக்கொண்டே அவள் கூறினாள்.

"எல்லாத் தெருவும் ஒண்ணுதான்."

சிறிது சிரிப்பு அவள் முகத்தில் தோன்றினாற் போலிருந்தது. களையாக வெள்ளை வெளீர் என்றிருந்தாள். கட்டுமஸ்தான உடம்பு.

"செருப்புக்கடையில்லையா? புதுசா எடுத்திருக்கலாமே."

"இல்லை – துணிக்கடையெல்லாம் திறந்திருக்கு. செருப்புக் கடையில்லை – அன்றைக்கு வெள்ளிக்கிழமை. திறக்கல்லே பூட்டியிருக்கு – உடைக்கணும்."

“எத்தனை நாள் ஆச்சு?”

“தெரிஞ்சு இரண்டு நாள். குளக்கரை பஸ்லேதானே நீ வந்தே – பார்த்தேன். நீ மட்டும்தான் உள்ளேயிருந்தே. இரண்டு நாள் அப்படியே இருந்தே.”

“நாம மட்டும் எப்படி?”

“அது தெரியலே – நான் தெரியாத்தனமா காப்பி குடிச்சேன். அதிலே ஒரு கரப்பான் பூச்சியிருந்தது.”

அவன் காறித் துப்பினான் – ஏதோ நினைவு தெரிந்தவனாக.

“அவையெல்லாம் எங்கே?”

“மிச்சம் மீதியா? – தெரியல்லே – எதுவும் தெரியல்லே. மற்றதெல்லாம் இருக்கு. சைக்கிள் – மோட்டார் – பண்டங்கள் – அதிலே பாத்தியா எனக்கு ஆச்சரியப்படணும்னே தோணலே. உன் பெயர் என்ன?”

“முத்து – முத்துக்கறுப்பன்.”

“தெற்கத்திப் பேரா இருக்கு – மதுரையா?”

“அதுக்கும் தெக்கே – உன்பேர்?”

“காயத்ரி.”

“எப்படிச் சாப்டறே?”

“அது சௌகர்யமாய் இருக்கு – சமைக்கவே செய்யலாம். ஹோட்டல் வேண்டிய மட்டுமிருக்கு. ரொட்டிக் கடை நிறைய.”

“அரிசி?”

“தாராளமா இருக்கு. பாரேன் எத்தனை கடை?”

“தெக்கே இப்போ பஞ்சம் – அரிசி கொண்டு போகலாம்.”

காயத்ரி அவனை நிமிர்ந்து நோக்கினாள். “முத்துக்கறுப்பன்” என்று முழு உச்சரிப்போடு கூப்பிட்டாள். வானத்தைப் பார்த்துக்கொண்டாள்.

“யாருக்காக முத்துக்கறுப்பன்?”

“என் பிள்ளைகளுக்கு” என்று சொல்ல வாயெடுத்தவன் நிறுத்தினான். அந்தப் பெண் அமைதி பெற்றுத் தனது தையலை முடித்தாள்.

அதிசயங்கள்
விளைவதில்லை
யாரும்
அதிசயங்கள்

படைத்ததில்லை
அதிசயங்கள்
வேண்டுமானால்
சற்றுப்
பாருங்களேன்.

"எங்கே படுத்துக்கொள்றே?"

"எங்கேயுந்தான் – இப்போ இந்த பாங்க் உள்ளே – இடம் நல்லாவே இருக்கு."

இருவரும் டீக்கடை ஒன்றில் நுழைந்து பானம் தயாரித்து அருந்தினார்கள். பிஸ்கட் நிறையவிருந்தது.

"நிறைய பலசரக்குக் கடை – நல்ல பருப்பு. எதிர்க் கடையில் மட்டும் நூறு முட்டையிருக்கும்."

"நான் சமைப்பேன் காமாட்சி."

"காயத்ரி – காமாட்சியில்லை – இரண்டு பேர் இருந்தா பெயர் அவசியம்."

"நீ இந்த ஊர்ப் பெண்ணா – படிச்சிருக்கியா – படிச்சிருக்கணும்."

வெயிலில் அந்த ஊர் உருகுவது போல் இருந்தது. முத்துக்கறுப்பன் அந்த ஹோட்டலுள் நுழைந்து ஸ்டோரில் தானியங்களை அளவாகக் கலந்து ஊறப் போட்டான். இரவிற்குள் அரைத்துவிடலாம். அரவை இயந்திரங்கள் ஏராளமாகக் கிடந்தன.

அவள் கையில் இரண்டு முட்டைகளுடன் வந்து சேர்ந்தாள். வெயில் சிறிதும் தணியவில்லை. முதன்முறையாக அவனது கண்களில் வியப்புத் தோன்றிற்று.

"நீ இதெல்லாம் சாப்பிட மாட்டேன்னு நினைச்சேன்."

"ம்."

"நான் சாப்டறதில்லே."

"சரி – பிரிஜ்ஜிலே இதுதான் கடைசி. வேறு கடை தேட வேண்டியதுதான். இதோ ஜெலுசில் மாத்திரை – நீ சாப்பிடுவியா."

முத்துக்கறுப்பன் பேசாதிருந்தான். அவனுக்குப் பசி போய் விட்டாற்போலிருந்தது.

வெளியே வந்து நடைபாதை பழைய புத்தகக் கடையருகே உட்கார்ந்தான். பானங்கள் கலக்கப்படும் சப்தம் முடிந்த சிறிது நேரத்தில் காயத்ரி வெளிவந்தாள்.

இவள் பச்சை முட்டையையே சாப்பிட்டிருப்பாள் என்று நினைத்தான் அவன்.

"ஆச்சா" என்றான் இகழ்ச்சியோடு.

அவள் தலையசைத்துப் பக்கத்தில் உட்கார்ந்தாள்.

"வெயில் அதிகம்."

“இது மாசம் சித்திரை.”

“தேதிதான் தெரியாது.”

“நான் பஸ்லே வந்து சேர்ந்தது இருபதாம் தேதி.”

“அது சரி – இன்னிக்குத் தேதி தெரியாதில்லே.”

சிறிது நேரங்கழித்து அவன் சொன்னான்.

“அமாவாசை வரும். அப்போ கண்டுபிடிச்சிடலாம்.”

கையில் அகப்பட்டது பழைய புத்தகம் – தேவாரம் – அவன் அதைப் புரட்டும்போது வாய்விட்டுப் படிக்கவேண்டும் போலிருந்தது. அவளைக் கேட்டான்.

“உனக்குத் தமிழ் படிக்க வருமா?”

“எழுத்துக் கூட்டிப் படிப்பேன்.”

“வீட்டிலே என்ன பாஷையிலே பேச்சு.”

“வீட்டிலே பேச்சே இல்லை – யாருடனும் – பாச்சாகிட்டேதான் பேசுவேன்.”

“யாரு – உன் தாத்தாவா?”

“பாச்சா – என் பூனைக்குட்டி.”

“ஓ – என்கிட்ட பூனை இல்லே. நாய் வளர்த்தேன்.”

“நாய்தானே – அது அஞ்ஞானமான பிராணி – பூனை மாதிரியில்லே.”

“தெரியுது.”

“ஆனா இந்த ஊரோடு அந்த என் பூனையும் போச்சு. நான் கண் விழித்த போது தெருவில் கிடந்தேன் – எத்தனை நாளோ – எனக்குப் புரிந்தபோது – நம்ப மாட்டே – நான் சந்தோஷப்பட்டேன். ஆனா என் பூனை போச்சு – என் புத்தகங்களும் போச்சு.”

உயரே மிகவும் கூர்மையாகப் பார்த்து, தான் பார்த்தது ஒரு குருவி இல்லை – இலைதான் – என்று கண்டுபிடித்தான் முத்து. அவள் பேசிக்கொண்டிருந்தாள்.

“எனக்கு என் கூட்டம் பிடிக்கல்லே – உன் கூட்டமும் ஆகாது – வித்யாசமே இல்லை.”

தன் கையிலிருந்த புத்தகத்தைத் தூர வீசி எறிந்தாள் அவள்.

அது ஒரு மாலை நேரமாக மாறிற்று. சூரிய ஒளி பழைய மாதிரி வழக்கமான மாலை நேரத்திற்கானதாய்த் தெரியவில்லை. கடற்கரைச் சாலை வழியாக இருவரும் நடந்துகொண்டிருந்தனர்.

“ஒரு கார் எடுத்துக்கொண்டு போகலாம்” என்றான், வேட்டியை மடித்துக் கட்டிக்கொண்டு.

“உனக்குக் கார் ஓட்டத் தெரியுமாக்கும்.”

"சைக்கிளே தகராறு."

"எனக்குத் தெரியும். காலையிலே போகணும். சைக்கிள் நல்லது. சாலையிலே நிறைய கார் மறித்துக்கொண்டிருக்கு. பிளாட்பாரத்திலேயே சைக்கிள் விடலாம்."

"எங்கே?"

"கன்னிமரா நூல் நிலையத்திற்கு."

"ஏன்?"

"சிலது படிக்கணும் – புத்தகங்களைத் தேடணும்."

"ஓ."

"அதெல்லாம் உனக்குப் புரியாது – இது தேவாரமில்லே."

"அது உண்மைதான். ஆனா எனக்கு அந்தப் புத்தகம் இப்பவும் நிம்மதியாய் இருக்கச் செய்யுது."

"இப்பவுமா – ஆகா?"

கைகளைக் கழுத்தளவு உயர்த்தி இகழ்ச்சியாகக் கூறினாள். அவளது பக்கம் முட்டையோடு வேறு பலவற்றின் வாசனை பரிணமித்ததை அவன் உணர்கிறான்.

கடல் வித்தியாசமில்லாமல் இருந்தது – சப்தம் சீராக. அங்கே சிறிது நேரம் அவர்கள் பேச்சுத் தொடரவில்லை.

மணலில் கரப்பான் பூச்சிகள் ஊர்ந்தன. நேரமாவது தெரியாது உட்கார்ந்திருந்தனர். கை மீது ஏறிய ஒரு பூச்சியைத் தட்டி விடாது அவள் பார்த்துக்கொண்டிருந்தாள். இருட்டியது.

"இங்கே முப்பது லட்சம் இந்தப் பூச்சிகள் இருக்கும். முன்னாலும் இருந்தது."

"நீ நாளைக்கு எப்போ நூல் நிலையம் போறே."

"விடிந்ததும் – நீயும் வரயா?"

"இல்லே – நான் கடல் பக்கமாவே இருக்கேன். இந்த சர்ச் பக்கத்திலே இருக்கட்டுமா. இல்லே உள்ளே வந்து குளக்கரைப் பக்கம் இருக்கட்டுமா?"

"எதுக்கு?"

"நீதானே கேட்டே."

"நீ வரயான்னு கேட்டேன். நான் திரும்பி இங்கே வரதா சொல்லலை. கன்னிமரா பக்கம் ரொட்டிக் கடை நிறைய இருக்கும்."

"முட்டையும் இருக்கும்."

"ஆமாம்."

தெரியாத கடற்பரப்பை அவன் ரொம்ப நேரம் பார்த்துக்கொண்டிருந்து விட்டு, திடீரெனக் கேட்டான்.

"நீ இப்பவே போனாலென்ன?"

"லைபரிக்கா?"

"ம்."

"போலாம். திறந்துதான் இருக்கும். இரவிலே இனி எனக்கென்ன பயம். ஆனா அங்கே விளக்கிருக்குமோ என்னவோ – படிக்கணுமே – பிரயோசனமில்லாமப் போயிடும்."

"நான் அதுக்குச் சொல்லலே. யாராவது ஒருவர் போய்விடுவது நல்லது."

காயத்ரி பெருமூச்சுவிட்டாள்.

"ஆமாம். அதைத்தான் நானும் நினைச்சேன். நல்லது – கெட்டது – கலாச்சாரம் – பண்பாடு – ஆன்மிகம் எல்லாவற்றையும் பத்தி யோசிக்கத்தானே வேணும். நில நடுக்கோடு எங்கே இருக்குன்னு கண்டுபிடிக்கணும். அங்கிருந்து கணக்குப்பார்த்துச் சொந்த ஊரைத் தேடிப் பிடிக்கணும். நானும் நீயும் ஒரு இடத்தில் இருக்க முடியாது."

"இந்த இடம் உனக்குப் பிடித்தமானதாகவிருந்தால் சொல்லு – நான் இப்பவே போயிடறேன்."

"எனக்கு ஆட்சேபனையே இல்லை. எனக்கு என் கரப்பான்பூச்சிகளே போதும்."

"நீ அசிங்கமானவ."

"நீ மட்டமானவன்."

அவர்கள் வெவ்வேறு திசைகளில் நடந்து சிறு பூச்சிகள் போல் மறைகின்றனர்.

எந்த சப்தமும் இல்லாது அந்த ஊர் மட்டும் நின்று நிலைக்கிறது. ●

- இலக்கிய வட்டம், 1987

8. அழல் குட்டம்

அவன் வாழ்வு அழல் குட்டத்தால் அழிந்துபோகும் நிலைக்கு வந்துவிடும் என்று நம்பினான். கடவுள் என்ற நம்பிக்கை தேவைதான் என்றால், இதுவும் தேவைதான் என்பது ஒரு தீர்மானம். நாகரிகங்கள் சமைந்த காலத்திலிருந்தே வந்து நிலைபெற்றுவிட்ட இம்மாதிரி ஒரு மனித சிந்தனை அர்த்த முள்ளதாக இருக்கும் – இருக்கவேண்டும் – என்பது எவ்வளவு யோசித்துப் பார்த்தாலும் சரியென்றே தோன்றிற்று.

எனவே அவன் தீர்மானமாகவிருந்தான்.

முதன்முறையாக அந்தப் பெரிய நூலகத்தில் அடுக்கப்பட்டிருந்த புத்தகங்களைக் கண்டபோது மலைப்புடன் பலகீனத்தையும் அடைந்தான். ஆனாலும், ஏற்கனவே தானாகத் தெரிந்துகொண்ட பல சங்கதிகள் பின்னர் புத்தக அறிவு மூலம் சீர்தூக்கிப் பார்க்கும்போது சரியானவையாகவே இருந்தன என்ற நினைப்பு அவனை இம்மாதிரிக் கட்டங்களில் வேறெதுவும் செய்துவிட வில்லை.

கிராமத்தில் மொட்டை மாடியில் படுத்துக்கொண்டே நேராகத் தெரியும் விண்மீன்களைப் பார்த்துக்கொண்டிருக்கும் பழக்கம் அவனுக்குப் பிடித்தமான ஒன்று. இன்னொரு சங்கதி, மலை. இரண்டு சமாச்சாரங்களையும் சேர்ந்தாற்போல தன்னால் பார்க்க முடியாது போகிறதேயென்ற கவலையும் உண்டு. விண்மீன்களுக்கும் கோள்களுக்கும் வித்யாசம் தெரியாத அவன், எந்தவித சாஸ்திரத்தையும் நாடவில்லை. நாடவேண்டும் என்ற உந்துதலும் இல்லை. விண்மீன்கள் அவ்வாறே பார்க்கப்பட்டன. எப்போது தூங்கினான் என்று அவனுக்கு மறுநாள் ஞாபகம் இருக்காது.

இந்த விண்மீன்கள் தனது அமைதிக்குக் காரணமாகவிருக்கிறது என்ற எண்ணம் அறிவுபூர்வமாக இல்லாது ஒரு சாந்த நிலையாக அவனிடம் வந்து சேர்ந்திருந்தது.

இரவுச் சாப்பாட்டின் பின்னர் தெருப் படிக்கட்டில் உட்கார்ந்தால் சிறிது நேரத்தில் அவனுடன் உறவுகொண்டாடும் விண்மீன்கள் அந்தப் பூவரச மரத்தின் உயரே தோன்றும். ஒவ்வொரு நாளும் வித்தியாசமாகப் பேசும். மலைகளுக்குக் காரணப்பெயர் சூட்டி யிருந்ததுபோல இந்த விண்மீன்களுக்கும் அவன் சூட்டியது உண்டு. இரவின் நிசப்தத்தில் அவைகளுடன் பேசிக்கொண்டிருக்கும்போது கயிற்றுக் கட்டில்களில் வெளியே படுத்துக்கொண்டு இரைச்சலுடன் பேசிக்கொண்டிருப்பவர் மீது அவன் எரிச்சல் அடைவான்.

இவ்வாறு அவன் பேயடித்தவன் போல வானத்தைப் பார்த்துக்கொண்டிருப்பதைக் கண்டு, "பிராந்து பிடிச்ச பய" என்று இரகசியமாகச் சிலர் சொன்னாலும், இவனைப் பற்றி ஏற்கனவேயிருந்த நல்லெண்ணம் மறுபடியும் குடிகொள்ளும். அவன் ஆபத்தில்லாதவனாகவிருந்தான். அழகை உணர்ந்தவனிடம் ஆபத்து ஏது?

சிவ புராணங்களையும் சைவத் திருமுறைகளையும் பயிற்றுவித்த தன் தகப்பனாரை ஒரு சமயம் அவன் வெறுக்கவேண்டி வந்தது. அவனைப் படிக்க வைக்காது வீட்டிலே தக்கவைத்துக்கொண்ட செயல் இப்போது கோபத்திற்குரியதாயிற்று. என்றாலும் மொழி யறிவும் விஞ்ஞானமும் அவனுக்குத் துணை செய்தது போல் யாருக்கும் கிடைக்கவில்லை என்பதை அவன் உணர்ந்திருந்தான். வேலை செய்யும் நிறுவனம் அவனது எல்லாப் பசிகளையும் அடக்கிற்று.

இவைகளை விட்டுத் தான்தோன்றித்தனமாய் அவன் படித்தவை அவனை மிஞ் சிவிடவில்லை. கல்வி அவனுக்குள் அடங்கியிருக்க அவனே மிஞ்சி நின்றான். இந்த நிலைமைக்கும் தகப்பனாரால் ஒரு முட்டுக்கட்டை ஏற்பட்டது. கூடலூர்க் கிழார் உருவில் வந்தது என்று அவன் பிற்காலத்தில் சொல்லிக்காட்டுவான்.

பிறந்தவுடன் நேரத்தைக் குறித்துவைத்துக்கொண்டு சாதகம் எழுதி – அது பனையோலையிலிருக்கும் – குடும்பத்தாரின் சீனியாரிட்டி வரிசையாகக் கோத்து வைக்கப்பட்ட ஏட்டுக்கட்டில் அவனுடையதை மட்டும் எடுத்து தூசி தட்டிப் படிக்க முயன்றிருக்கிறான். வீட்டிற்கு வருகை தரும் தாடிக்காரர் – அவரை அவன் அப்பா கூடலூர்க் கிழார் என்று சொல்லுவார் – தகப்பனாரிடம் பேசும் பல விஷயங்கள் காதில் விழுந்து அதன் பொருள் அகலமாகி, தான் தெரிந்துகொண்டதைத் தகப்பனாரிடம் கேட்க முயலும் போது, அவர் அதற்கு இடங்கொடுப்பதில்லை. சோதிடர் சொல்லும் ஒரு சொல் அவனை மிகவும் கவர்ந்திருந்தது.

வெகு நாட்களுக்குப் பின்னர் சென்னையில் வேலை கிடைத்து முரளியோடே ஒரு அறையில் தங்கி, அலுவலக நேரம் போக மீதியைப் படிப்பில் செலவழித்த போது, தகப்பனாரோடு அந்தச் சோதிடர் என்ன சொல்லியிருக்கக்கூடும் என்பதை அறிந்து கொண்டான். அதற்கு முன்னர் அவன் படித்தவை அனந்தம். நூல் நிலையங்களில் யாரும் செல்லாத அந்தப் பகுதிகளில் – சோதிடப் புத்தகங்களுக்கிடையே அவன் வாழ்ந்தேயிருக்கிறான். எளிய முறையில் தானாகக் கற்றுக்கொண்டதை அவன் வகுத்துக் கொண்டபோது அது ஏற்கனவே எளிமையான ஒன்றுதான் – பேராசைக்காரர்கள்தாம் அதைக் கடினப்படுத்திவைத்துள்ளனர் என்பது புரிந்தது. அட்ச–தீர்க்க ரேகைகள் சாதாரணமான விஷயமாகி, சோதிடத்துடன் இணைந்துகொண்டதை அவன்

படித்தறிந்தான். அக்கலையின் பத்ததி முறைகள் மிகவும் கணித பூர்வமாயிருப்பதைக் கண்டு சில மாதங்கள் சில புத்தகங்களுடன் மன்றாடினான். சீரணமான பகுதிகள் அவனுடையவை ஆகின. அவன் மிகுந்த மகிழ்ச்சியடைந்தான். ஆனால், அவன் கணித்த அவனது சாதகம் கூடலூர்க் கிழார் ஏற்கனவே கூறிய பலனுக்கு வேறுபாடாக இருக்கவில்லை.

பட்டணத்திலிருக்கும் போது ஒரு முறை லீவில் ஊர் சென்றுவந்தான். மறுமுறை செல்கையில் தகப்பனாரும் இல்லை; தாடிக்காரரும் மறைந்துவிட்டார். நட்சத்திரங்களைப் பார்க்கையில் நீண்ட நாள் பிரிவாக மனம் வெதும்பிற்று. மலைகள் அவனை விசாரித்துக் கொண்டன.

முரளி என்ற அறை நண்பன் இவனை எள்ளி நகையாடினான். பேப்பர்களில் இவன் போட்டுப் பார்க்கும் கட்டங்கள் – தசாபுத்தி கணக்குகள் – நண்பனுக்கு மாந்தரீகமாகத் தெரிந்தன.

“ஏய் முத்துக்கறுப்பா – நீ மந்திரமும் கற்றுக்கொண்டு பேயோட்டலாமே – அதையும் விட்டுவைக்காதே” என்பான். பிறகு “சனியன்” என்று முணுமுணுத்திருக்கக்கூடும்.

ஆனால், ஒன்று சொல்லவேண்டும். அந்த நண்பன் அதை அறிய மாட்டான் – பேயோட்டியாகவேண்டிய நிலைமையும் ஒரு சமயம் ஏற்பட்டது.

பிறந்த நட்சத்திரப் பகுதியின் மீதியளவு காலகட்டத்தையும், அடுத்த தசையையும் நடப்புக் காலத்தையும் கணக்கிட்டு கோட்சாரத்தைத் தனியாகக் கட்டங்களாகப் போட்டு மேசை மீது வைத்து ஈசிச்சேரில் சாய்ந்து சிறிது யோசிக்கும்போதுதான் அந்தப் பேயோட்டிய கட்டம் வந்தது.

வந்தவர் தெரிந்த நபர். வெகு வேகமாக வந்து நுழைந்தார். எரிச்சலோடு ஆரம்பித்தார். திட்டுதல் சாதாரணமாக வந்தது. மேலும், அவர் பக்கம் நியாயமும் உண்டு. கடன் வசூலிக்க வந்த யார் பக்கமும் நியாயம் இருக்கத்தான் செய்யும்.

நெறிமுறைகளைப் பற்றி அறிவுரையை ஆரம்பித்து அவரது விவாதம் திடீரென நின்றது. அவர் பார்வை மேசை மீது முத்துக்கறுப்பன் எழுதி வைத்திருந்த கட்டங்கள் மீது சென்றிருக்கக் கூடும். பார்வை நிலைகுத்தி நின்றது. “சரணம் ஐயப்பா” என்றொரு கூவல் – வந்தவர் தடாலென சப்தத்துடன் கீழே சாய, மேசை விளிம்பில் தலை பட்டுக் கசிய, சௌகரியமாகப் படுத்துத் தூங்குபவர் போல மறு நிமிடம் கீழே கிடந்தார்.

நானூறு மைல்களுக்கு அப்பாலிருந்து வந்த முத்துக்கறுப்பனுக்கு முதலில் நினைவுக்கு வந்தது இரத்தக் காயங்களும் போலீசும். ஆனால், அவர் எழுந்துவிட்டார். தண்ணீர் வேண்டுமென்று கேட்டார். பணம் தவிர வேறு பலவற்றைப் பற்றிப் பேசினார். மேசை மீதிருந்த முருகன் படம் கண்ணில் பட்டதும், ஏதோ ஒன்று தன்னைக் “கீழே விழு” – “கீழே விழுந்துவிடு” – என்று கட்டளையிட்டதாகத் தன்னிலை விளக்கமளித்தார். “சாப் பிட்டாச்சா” என்று கேட்டுவிட்டுக் கிளம்பியவர், மீண்டும் உள்ளே நுழைந்து கீழே கிடந்த தனது துண்டை மீட்டுத் திரும்பிச்சென்றார்.

முத்துக்கறுப்பன் சோதிடத்துடன் நூல் நிலைய வாசத்தை நிறுத்திக் கொண்டான். அந்தப் பெரிய நூல் நிலையத்தில் வேறு புத்தகங்கள் இல்லை.

அதை நிறுத்தியதற்கு வேறு காரணங்கள் இருக்கக்கூடும்.

ஒரு தடவை புத்தக அடுக்குகளிடையே இருவர் ஓடிவந்தனர். ஆணும் பெண்ணும் – அவசரமாக அவனை அநேகமாக இடித்துத் தள்ளியவாறு – தடித்த ஒரு புத்தகத்தை மேல் தட்டிலிருந்து எடுத்துப் புரட்டினர். அவன் தலை கர்வத்துடன் தூக்கலாயிற்று. சற்று முன்னதாக அவன் படித்துவிட்ட புத்தகம்தான் அது. சர்வ ஜாக்கிரதையுடன் தீர்மானிக்கப்பட வேண்டிய, கோட்பாடுகளடங்கிய புத்தகம் – ஆர்வம் உள்ளவர்களுக்கு அதில் ஐயம் எழுவது சகஜம்தான். சோதிடத்திற்கு ஞாபக சக்தி அவசியம் – கம்ப்யூட்டர்போல் செயல்படவேண்டும்.

பெண் சிறிது பயத்துடன் கூறினாள்.

"இதில்தான் இருக்கும்."

"பார்க்கலாம்" என்று ஆண் ஆங்கிலத்தில் சொல்லிவிட்டுப் பக்கங்களைப் புரட்டினான். தக்க தருணமென முத்துக்கறுப்பன் தொண்டையைக் கனைத்து "இதிலே பத்ததி இருக்காது" என்று விளக்கமளித்துத் தலையைத் தூக்கிக்கொண்டான்.

அவன் இருந்ததை அப்போதுதான் கவனித்தவர் போல் இருவரும் விழித்தனர். பெண் ஆண் பக்கமாக ஒதுங்கி நின்றுகொண்டாள். பார்க்கக்கூடாததைக் கண்டுவிட்டு நாயகியானவள் புகலிடம் தேடி நாயகன் பக்கம் செல்வதை காடு சம்பந்தப்பட்ட திரைப்படங்களில் பார்க்கலாம் அல்லவா? ஆனால், அந்த நாயகன் சீக்கிரமாகவே கண்டுபிடித்துவிட்டான். அவன் முகத்தில் சிரிப்பு – பெண் ஏகமாக வெட்கப்பட்டாள். பெரிய புத்தகத்தின் நடுவில் காணப்பட்டது மடித்து வைக்கப்பட்ட காகிதம்.

பத்ததி கற்ற மனிதன் காலவெளிக்குள் தள்ளப்பட்டான். கடிதத்தை எடுத்துக்கொண்டு இருவரும் ஓடினர்.

அவன் இன்னும் கற்க முயன்றது இருக்கட்டும். அதற்குள் எத்தனை பேர் தேடி வந்தனர் – அதில் எத்தனை ஆபீசர்கள்? முத்துக்கறுப்பன் மிகவும் ஆர்வங்கொண்டு செய்த தனது அலுவலக வேலைகளைக் கவனிக்க நேரமில்லாமல் அலைந்தான். ஒருவர் தனது வீட்டிற்கு வந்து ஒரு குறிப்பிட்ட சாதகம் பற்றி மனைவியிடம் தெளிவுபடுத்தச் சொன்னார். கல்லூரியில் இடம் கிடைத்தல் – உத்யோக மாற்றல்.

கைப் பையில் அவ்வாண்டுப் பஞ்சாங்கம் தவறாதிருக்க வேண்டியதாயிற்று.

ஒன்றுவிடாமல் இவற்றை அறிந்திருந்த முரளி, இவனைப் பேயோட்டமும் நடத்தச் சொன்னதில் தப்பில்லை.

போன மாதம் திடீரெனத் தன்னைக் கூப்பிட்டு அறை மூலையில் தங்கிவிட்ட மண்ணின் மீது முளைத்திருந்த சிறு இலையொன்றை முரளி காட்டியது முத்துக்கறுப்பனுக்கு ஞாபகம் வந்தது. முரளி நன்றாகப் பாடுவான். இசையைப் பற்றி எதுவுமே பேசமாட்டான்.

மேசை மீதிருந்த துண்டுத் தாளில் கட்டங்களுடன் “கார்த்திகை – புறம் – 229” என்ற வரிகளைப் பற்றி முரளி கேட்ட போது முத்துக்கறுப்பன் யோசித்துக்கொண்டிருந்தான். மறுபடியும் முரளி கேலியாக ஏதாவது கேட்டுவிடுவதற்கு முன்னர் அவன் சொன்னான்:

“நான் நாளை ஊர் போகிறேன்.”

“என்ன திடீர்னு?”

“அதுதான் இது.”

முரளி விழித்து நோக்கினான்.

“இதுதான் – நீ கேக்கிறயே இந்த விவரம்.”

தாளைச் சுட்டிக்காட்டினான்.

“என்னது?”

“என் நட்சத்திரம் – இதன் பாதப்படி இப்போது எனக்கு மாரகம்.”

“அப்படின்னா – கல்யாணமா?”

“இல்லே – சாவு. இந்த மாதம் ஏழாம் தேதிக்கு மேலே.”

“ஓகோ.”

“அது அப்படியில்லே – இத்தனை நாள் நான் சொன்னேனே, அந்தத் தாடிக்காரன் சொன்னது தப்பில்லே. அவன் சொன்னது எனது சாவுதான் – எங்கப்பா எங்கிட்ட மறைச்சுட்டாரு.”

“இப்படி எத்தனையோ கேசு.”

“இருக்கலாம். இது இப்போ எனக்கே தெரியுதே. ஏழாம் தேதி சனிக்கிழமை – இன்னும் சரியாப் பத்து நாள். நான் நாளைக்கே ஊருக்குப் போகிறேன்.”

முரளி சும்மாவிருந்தான்.

“இங்கே கடைக் கணக்குத் தீர்த்துட்டேன். யாருக்கும் பாக்கியில்லே. உனக்குத் தர வேண்டிய ரெண்டு ரூபா இதோ.”

“நீ ஒரு க்ராக்.”

“நான் தீர்மானமா இருக்கேன். நேற்றைக்கு ஆலோசித்துப் பார்த்தா எல்லாவற்றிற்கும் முன்னாலே ஒண்ணை மட்டும் பார்த்துடணும்னு எனக்குத் தோணுது.”

“உங்க ஊர் நட்சத்திரத்தையும் மலையையும்.”

“ஆமா, பார்த்துட்டாப் போதும்.”

“சாவுன்னு சொன்னியே, எப்படி?”

சிறுகதைகள் 61

“பிரயாணத்திலே – இரத்தக் காயங்களோடு. நான் சனிக்கிழமையன்று செய்யும் பிரயாணத்தாலே. அடுத்த சனிக்கிழமை.”

“அப்போ அன்னைக்கு ஊரிலேயே இருந்துடுவே – பிரயாணமே செய்ய மாட்டே?”

பல சமயங்களில் ஏற்படும் விதண்டாவாதத்திற்கு இது இட்டுச் செல்லுமாகையால் முத்துக்கறுப்பன் பேசாதிருந்துவிட்டான்.

அவன் அடுத்த நாள் காலையில் புறப்பட்டான்.

ஒரு வாரங்கழித்து – வெள்ளிக்கிழமையன்று காலை முரளிக்கு வந்தது ஒரு கடிதம்.

பத்ததி கற்ற முத்துக்கறுப்பன் தனது நட்சத்திரங்களைப் பார்க்க இயலாதது வேறு கதை. தான் ஏற்கனவே செத்துப்போய்விட்டதாக அவன் உணர்ந்திருப்பான். அந்த நட்சத்திரங்கள் அவனிடம் பேசியிருக்காது. அவனைப் பார்க்கவே மறுத்து அவனை விட்டு நெடுந்தொலைவிற்குச் சென்றிருக்கும். அவற்றின் டிகிரிகள் அவனுக்குத் தெரிந்தன. அந்தச் சித்திரை மாத காலகதியின் கோட்சாரம் புரிந்தது.

நட்சத்திரங்கள் என்ன – மலைகளே மேற்குத் தொடர்ச்சியாகவே தெரியும். தனக்கு நேரும் மாரகம் இதைவிட மோசமாகவிருக்காது என்ற எண்ணமும் ஏற்பட்டிருக்கும்.

அவன் சனிக்கிழமை புறப்பட்டான். அவனது கடிதத்தைப் படித்த முரளி வழக்கம் போல் “க்ராக்” என்றான்.

- கணையாழி, 1987

9. ஆதல்

எல்லாரிடமும் விடைபெற்றுக்கொண்டாயிற்று. சுற்றுப்புற சீவராசிகள் அனைத்திடமும் சொல்லிக்கொண்டார்கள். சாமான்கள் அதிகமில்லை. முக்கியமானவை எல்லாம் ஏற்கனவே லாரி மூலம் அனுப்பப்பட்டுவிட்டதால் இப்போது பெட்டி ஒன்றுதான்.

இரண்டாம் வீட்டுப் பாட்டியிடம் சொல்லிக்கொண்டபோது அம்மா கலங்கினதை முத்துக்கறுப்பன் கவனித்தான். பாட்டி மாதிரியல்ல அம்மா. சீக்கிரமாக அழுதுவிடுவாள். அது ஒன்றுதான் அவளை அடையாளங் காட்டும். அம்மாதிரி அழுகையும் பாட்டி போன்றவர் முன்பே ஏற்படும்.

ஆனால், பாட்டிக்குத் தேற்றத் தெரியும். இதுவரை சொல்லாத ரகசியச் செய்தியொன்றைச் சொல்வது போல எதையாவது சொல்லித் தேற்றுவாள்.

“ஏய் – இது என்ன மீனாட்சி – நீ சின்னப் பிள்ளையா? இப்ப எங்க அப்படி தூரமாப் போயிடுகே – பத்து ரூபா காசுதானே – ஓடி வந்து பாக்க மாட்டேன் – போயிட்டு வா. பிள்ளையைப் பத்திரமாப் பாத்துக்கோ.”

பாட்டி சீரியஸாகப் பேசித் தேற்றுவாள். அந்த மதுரை சொக்கி குளப் பகுதியில் எதிரும் புதிருமாகப் பதினைந்து வருடங்கள் வாழ்ந்துவிட்ட குடும்பம். முத்துக்கறுப்பனும் அவன் தம்பியும் அந்தப் பாட்டி வீட்டுக் குழந்தைகள்தாம். பிரசவத்திலிருந்தே அந்தப் பாட்டியின் கைபட்டு வளர்ந்தவர்கள்.

அப்பா கலங்காமல்தான் நிற்கிறார். எப்போதுமே அப்படித் தான். சாவில்கூட ஆகவேண்டிய காரியம் பற்றி யோசிப்பார். முத்துக்கறுப்பனுக்கு அப்பாவிடம் அத்தனை ஒட்டுறவில்லை. அவருடைய வேலையே விநோதம். வேலை பார்க்கும் கம்பெனியும் அப்படித்தான் – சீட்டுக் கம்பெனி. அதற்கும்

கிளைகள் உண்டு. மதுரையிலிருந்து தூரத்தில் உள்ள திருவனந்தபுரம் கிளைக்கு அவருக்கு மாற்றல் கிடைத்துள்ளது என்று தெரிந்ததும் அதனுடைய விளைவுகள் முத்துக்கறுப்பனை உடனடியாக பாதிக்கவில்லை. அப்பாவுக்குத்தானே வேலை மாற்றம் என்றிருந்தான். அங்கே வீடு பார்த்து, பிறகு மதுரையை விட்டுப் புறப்பட்டாகவேண்டி அவனது பள்ளியில் சான்றிதழ் வாங்க ஏற்பாடு செய்தபோதுதான் அதன் பயங்கரம் அவனைத் தாக்கிற்று. அந்த இடத்தில் அவன் இனிப் பாண்டி விளையாட முடியாது. சந்திரசேகரனுடன் கோலியாடி ஜெயிக்க முடியாது. தெரு மூலையில் உள்ள தேநீர்க் கடையில் கிராமபோன் பாடல் கேட்க முடியாது என்றெல்லாம் தலையில் உறைத்தது. அது எப்படி இந்த ஊரை விட்டுப் போக முடியும் – தானில்லாமல் இந்த ஊர் எவ்வாறு தனித்தியங்கும் என்று எண்ணினான்.

அந்தப் பாட்டி வேறு கேட்பாள்.

"லேய், புது ஊருக்குப் போகப் போறியே – இந்த ஆச்சியும் வரட்டுமா?" பாட்டி கேள்விக்குச் சரி என்றுதான் பதில் சொல்லவேண்டும். அந்த ஊரின் பெயர்கூட இன்னும் சரியாகத் தெரியவில்லை. "அங்கே பள்ளிக்கூடம் உண்டா" என்று அம்மாவிடம் விசாரித்தான்.

அப்படி ஒரு பிரச்சினையிருப்பதை அப்போதுதான் தெரிந்துகொண்டவள் போல் அம்மா அதைப் பற்றி அப்பாவிடம் கேட்டாள்.

"அதெல்லாம் உண்டு. நம்ம ஆளுங்க நிறைய இருக்கா. தமிழ்ப் பள்ளிக்கூடம் இருக்கு – ஆனா – கொஞ்ச தூரம் நடக்கணும்."

புறப்பட்டாயிற்று. பேருந்து நிலையம் வரை இரண்டொருவர் வந்தனர். பாட்டி வரவில்லை. அம்மா அழுது முடித்திருந்தாள். அப்பா வேட்டி கட்டிக்கொண்டு விரைந்து காரியங்களைக் கவனித்து வண்டியில் இடம் பிடித்தார்.

மிகவும் இறுக்கமாக அம்மா தன்னைச் சேர்த்துவைத்துக்கொண்டிருப்பதாக முத்துக்கறுப்பன் நினைத்தான். ஒரு வருட காலமாக இப்படித்தான் – கைக்குழந்தையாகத் தன்னைப் பாவித்து நடத்துவதாகப் பட்டது. தூங்கும்போதுகூடத் தன்னருகே படுத்துக்கொண்டு முதுகைத் தட்டிக் கொடுத்துக்கொண்டே அழுவாள். சில சமயம் பகலில் அழும்போது காரணம் கேட்காமலேயே அந்தப் பாட்டி அவளைத் தேற்றுவாள். அவனுக்குத் தெரியும் – இது அவனுடைய தம்பி பற்றியது. தம்பி போய் ஒரு வருடமாயிற்று. ஆஸ்பத்திரியில் இருந்து வீட்டிற்கு வந்து அம்மாவும் பாட்டியும் அழுதது நன்றாக ஞாபகம் இருக்கிறது.

"என்னப் பெத்த ராசா – இனி நான் என்ன செய்வேன்?"

இரண்டு பேரும் இப்படிச் சொல்லியே அழுதார்கள் – அழுதார்கள்.

அப்போதே முத்துக்கறுப்பன் விபரம் தெரிந்த பையன்தான். சாவு பற்றி நிறைய கேள்விப்பட்டிருந்தான். தனது அம்மாவின் அப்பா தச்சநல்லூரில் செத்துவிட்டார் என்று ஒரு நாள் காலை பஸ் பிடித்துப் போனதும் அங்கு பத்துப் பதினைந்து நாட்கள் நடந்த வைபவங்களும் அவனுக்கு நினைவிருந்தது. அதற்கு அம்மா இப்படிக் கலங்கவில்லை.

அங்கு வந்தவர்களும் ஒப்புக்கு அழுதுவிட்டுச் சென்றதாகத் தெரிந்தது. ஆனால், தம்பியின் சாவு அம்மாவை நெடுநாள் பீடித்திருந்தது.

"என்னப் பெத்த ராசா – இனி நான் என்ன செய்வேன்?"

கிராமபோன் பிளேட் போல அவனுக்கு அந்தச் சொற்கள் ஒரு சிலிர்ப்பைக் கொடுத்தன. அதென்ன "என்னப் பெத்த ராசா" – அம்மா சொல்லிச் சொல்லி அழுகிறாள் – நிசமான அழுகை – தச்சநல்லூர் தாத்தா சாவிற்கு அம்மா அழுதது நிச்சயமாய் இப்படி யில்லை – ஆனால், இந்தப் பாட்டியும் அழுகிறாளே இப்படி, அதுவும் என்னப் பெத்த ராசான்னு – யார் யாரைப் பெத்தது? அம்மாதான் பெற முடியும் – அம்மாவையும் இந்தப் பாட்டியையும் தம்பியா பெத்தது? முத்துக்கறுப்பனுக்குப் புரியாமலிருந்தபோது அம்மா அவனை இழுத்துக் கட்டிக்கொண்டு அழுதாள்.

அதனால்தான் பாட்டி, "பிள்ளையைப் பத்திரமாப் பாத்துக்கோ" என்று சொல்லியிருக்கிறாள் என்று புரிந்தது. பாட்டியும் தச்சநல்லூர்தான் – மதுரை வந்து காலமாயிற்று.

பஸ்ஸின் உட்பக்கமாகப் பார்த்தான் முத்துக்கறுப்பன். ரொம்ப பேர் காலை பத்து மணிக்கே தூங்கிக்கொண்டிருந்தனர். அப்பா யோசனையிலிருந்தார் – சீட்டுப் பண வசூலாகவிருக்கும்.

பஸ் தச்சநல்லூரைக் கடந்து செல்கையில் முத்துக்கறுப்பன் ஒரு முறை அம்மாவைத் தலைதூக்கிப் பார்த்தான். அம்மா அதை எதிர்பார்த்துத் தன்னைப் பார்த்துக் கொண்டிருப்பதைக் கண்டு இப்போது சிரிக்கலாமா என்று யோசித்தான். அம்மா லேசாக சிரித்துக்கொண்டாள்.

திருவனந்தபுரம் அடைந்தபோது அப்பாவுக்கு அது புது ஊராக இருக்கவில்லை என்பது தெரிந்தது. ஓடிப் போய் வண்டியை அழைத்து வந்தார் – குதிரை வண்டி.

பேட்டை என்ற இடத்தில்தான் வீடு பார்க்கப்பட்டிருந்தது. வீட்டைச் சுற்றி விசாலமாக இடம் – நான்கு தென்னைகள் – செம்பருத்திச் செடிகள் – ஆனால், கூரை மட்டும் ஓலை. பார்த்தவுடனேயே முத்துக்கறுப்பன் வெறுப்படைந்தான். அம்மா உடனடியாக வீட்டைக் கழுவி விடத் தொடங்கினாள். தண்ணீர் குறைவில்லாமலிருந்தது. அப்பா வெளியே போய்ச் சாமான்களை வாங்கிவந்து குவித்தார். அவன் வாசல்நடையில் அநாதையாக நின்று அந்தச் சிறிய தெருவைக் கவனித்தான்.

முத்துக்கறுப்பனுக்கு அந்தப் பேட்டைவாசிகள் சிறிதும் பிடிக்காதவரானார்கள். வயதான பெண்களிடம் ரொம்பவும் வெறுப்படைந்தான். அவர்களின் உடை அவனைக் கூச வைத்தது. ஆண்கள் பரவாயில்லையென்றாலும், அவர்கள் பேச்சு பெண்கள் உடை போல இருந்தது. தெரு நடையில் நின்றுகொண்டிருக்கும்போது முகமெல்லாம் மீசையாக ஒருவன் வந்து படபடவென "அப்பா இருக்காரா" என்று மூக்கால் கேட்பான். அவன் பேச்சில் அப்பாவின் பெயர் மட்டும் இவனுக்குப் புரியும். உள்ளே ஓடிப்போய் தகப்பனாரை விளிப்பான். அந்த இருவரும் வீட்டிலே உட்கார்ந்து பேசுவது இன்னும்

வேடிக்கை. மீசையின் தீவிரமான மலையாளக் கேள்விகளுக்கு பாஷையையே லட்சியம் செய்யாதவாறு அப்பா தமிழில் பதிலளிப்பதும் அதை அவன் சர்வ சாதாரணமாகப் புரிந்துகொள்வதும் முத்துவிற்கு ரசமாகவிருக்கும்.

அவன் பள்ளிக்கூடத்தில் சேர்ந்தாயிற்று. கீழக்கோட்டை வாசலில் உள்ளது – நடக்கவேண்டும். அப்பா காலையில் சைக்கிளில் கொண்டு போய் விட்டுவிட்டு வந்தார். ஒரு வாரம்தான் – இனி நடந்து போகலாம் என்று ஆகிவிட்டது.

பள்ளிக்கூடம் இன்னும் விசித்திரமாயிற்று. 'அதென்ன தமிழ்ப் பள்ளிக் கூடமா' என்று கூசினான். பிள்ளைகள் நன்றாகவே திருக்குறள் சொல்லுகிறார்கள் – தமிழ்த் தாய் வணக்கமும் உண்டு. எல்லாம் சரிதான். "எங்க அச்சன்" என்று மாணவர்கள் பேசிக் கொள்கையில் அவனுக்குக் குமட்டியது. தச்சநல்லூர் தாத்தா ஒரு சமயம் தேவாரம் படித்து "அத்தா – உன் ஆடல் காண்பான் அடியனன்" என்று இழுத்துவிட்டு, கேட்டுக்கொண்டும், பொடிபோட்டுக்கொண்டுமிருந்த இன்னொரு கிழவரிடம் "அத்தன் – அச்சன்" – என்றெல்லாம் விவரஞ் சொன்னதைக் கேட்டிருக்கிறான். ஆனாலும், 'அச்சன்' ஒத்துவரவில்லை. பள்ளிக்கூடப் பிள்ளைகள் தமிழ் படித்தாலும் மலையாளம் பேசினார்கள். ஆசிரியர்களும் அப்படியிருந்த விதம் அவனுக்கு ஆச்சரியமாகவிருந்தது.

ஒரு மாதத்தில் கேட்டுக் கேட்டு வினைச்சொற்கள் பலவும் பழகி விட்டன என்றாலும், வெறுப்பே மிஞ்சியது. அந்தச் செம்பருத்திப் பூக்களின் நிறம்கூட வேறொரு வகைச் சிவப்பாய்த் தெரிந்தது. சொக்கிக் குளத்துச் செம்பருத்திப்பூ மாதிரியில்லை. அப்பாவிடம் தன்னைச் சொக்கிக் குளத்திற்கே அழைத்துக்கொண்டுபோய் விட்டுவிடச் சொன்னால் என்ன என்றும் ஒரு யோசனை.

வீட்டுப் பக்கம் – இரண்டு பக்கங்களிலுள்ள மலையாளக் குடும்பத்தினர் அவன் அம்மாவிடம் வந்து பேசுவதுண்டு. முத்துக்கறுப்பனிடம் சிரித்துக்கொண்டே கேள்வி கேட்பவள் வெள்ளைத் துண்டு மட்டும் கட்டும் ஒரு கிழவி. அவன் எரிச்சலுடன் தலையை மட்டும் அசைப்பான்.

அம்மா ஒரு வகையில் சந்தோஷமாகத்தான் இருந்தாள். பணப் புழக்கம் அப்பாவிற்கு மதுரையைவிட இங்கு அதிகம்தான். மலையாளப் பாடல்கள் ஒலிபெருக்கியில் வந்து அவனைத் தொல்லைப்படுத்தின.

காலாண்டுத் தேர்வுகளில் அவன் நன்றாக எழுதியிருந்தான். சொக்கிக்குளத்திலென்றால் அம்மா இவன் பரீட்சை எழுதப் போகிறான் என்று தானே சகுனம் பார்த்து அனுப்புவாள். நடையிலிருந்து தெருவில் அவன் இறங்குகையில் தம்பியை இடுப்பில் வைத்துக்கொண்டு எதிரே வருவாள். நல்ல "மார்க்" தருகிற இன்னொரு சகுன முறை நிறைகுடத்துடன் வருவது. போன வருடம் தண்ணீர்ப் பஞ்சத்தில் நிறைகுடத்துடன் வருவதென்பது அத்தனை எளிய காரியமாகவிருக்கவில்லை. அதைவிடப் படித்தே 'மார்க்' வாங்கிவிடலாம். இவ்வாண்டு தம்பியைத் தூக்கிக்கொண்டு வருவது முடியாத காரியமாகப் போயிற்று. இதற்காக அம்மா பக்கத்து வீட்டில் கேட்டுக்கொண்டிருக்கவேண்டும். முத்துக்கறுப்பன் புறப்படுகையில் அந்த வீட்டுப் பெண் தன் குழந்தையை இடுப்பில் வைத்துக்கொண்டு சகுனத்திற்காகச் சிரித்துக்கொண்டே வந்தாள். குழந்தையும் சிரித்தது – நல்ல சகுனம்தான்.

ஆனால், மாலையில் பள்ளியிலிருந்து முத்துக்கறுப்பன் வீடு திரும்புகையில் பக்கத்து வீட்டில் அழுகைக் குரல் கேட்டது. அவன் அம்மாவும் அங்கேதான் போயிருந்தாள். அந்த வீட்டுப் பாட்டியும் அழுதுகொண்டிருந்தது தெரிந்தது. அந்தக் கூட்டத்தின் நடுவே அம்மாவும் வாய்விட்டு அழுதுகொண்டிருக்கவேண்டும்.

செம்பருத்திச் செடிகளின் அப்பால் மறைத்து வைக்கப்பட்டிருந்த ஓலைத் தட்டிகளின் பின்னர் அந்த வீட்டிலிருந்து குரல் ஓங்கி ஓங்கி வந்தது.

"என்றே பொன்னு மவனே – இனி ஞான் எந்து செய்யும்?"

ஒலி தெளிவாகக் காதில் விழுந்தது. சொற்களின் எச்சமும் முற்றும் தானாகப் புரிந்துவிட்ட நிலையில் முத்துக்கறுப்பன் சிறிது நேரம் அங்கேயே நின்றுகொண்டிருந்தான். ஒலிக்கும் அந்தக் குரலின் நிராதரவு அடையாளங் காட்டிற்று. செம்பருத்திப் பூக்களின் நிறமும் சொக்கிக் குளத்தில் இருப்பதுபோலச் சிவப்பாகவே தெரிந்திருக்கும்.

- கணையாழி, 1987

10. மோனாலிசாவும் ஒரு கறுப்புக் குட்டியும்

தலையை வாரிவிட்டுக்கொண்டு வெளி வராந்தாவிற்கு வந்து தூணருகே நிற்கவாரம்பித்தான். பிடித்தமான பொழுதுபோக்கு. யார் பார்வையும் நம்மீது கூடியவரை படாமல் சகலமும் நமக்குத் தென்படுவது சாதாரணமாய்க் கிடைத்துவிடாது. தூண் பெரிய தூண்தான் – ஆளும் ஒல்லி. எனவே சாதாரணம், அசாதாரணம் என்று பெரிதுபடுத்த வேண்டிய அவசியமில்லை.

இரண்டு மைல் தூரம் செல்வது அந்தத் தெரு. நேராக எதிர் வரிசையில் பார்க்கும்படியாக ஒன்றுமில்லாமலிருந்தது. அந்த இடத்தை டாக்டர் ஒருவர் வாடகைக்கு எடுத்திருந்தார். வந்த முதல் நாள் கணிசமான செலவுடன் அவருக்குத் தெரிந்த மதச் சடங்குகளையெல்லாம் செய்யச் சொல்லிக் கும்பிட்டார். குடும்பத்தினரும் அவரது நண்பர்களும் வந்து காப்பி சாப்பிட்டனர். நல்ல தரமுள்ள பலகையொன்று பெயர் எழுதப்பட்டு குங்குமம் – சந்தனம் அப்பி நின்றது. சிவப்பான கூட்டல் குறியோடு பலகை விளக்கு பொருத்தப்பட்டு இரு பக்கங்களையும் பார்த்தது. வயதான பெண்மணி – டாக்டரின் அம்மாவாகவிருக்கும் – துடித்தாள். இன்றைக்கு ஏதேனும் 'போணி' ஆகவேண்டும் – அது மிகவும் முக்கியம். "தெரியாதா – பலசரக்குக் கடை திறப்பு விழாவிற்கு என்ன செய்யவேண்டும் – போய் மஞ்சள் வாங்கவேண்டும் – வேண்டாமா" என்று வாதாடினாள். அதை உண்மை என்று எல்லாரும் ஒப்புக் கொண்டார்கள். ஆனால், நண்பர்கள் நோயாளிகளாக மாற மறுத்தனர் – மஞ்சளுக்கும் நோயாளிக்கும் வித்யாசமிருக்கிறது. ரொம்ப நேரம் வாதாடி யோசித்தார்கள். எதிரும் புதிருமாகப் பார்த்துக்கொண்டார்கள். முன்யோசனையில்லாது வந்து விட்டோமே என நொந்தார்கள். கடைசியில்தான் எதிரேயுள்ள வீட்டில் தூணருகே நின்ற உருவம் கண்ணில் பட்டது. அதை நாடி முதிய பெண்மணியும் கட்டுமஸ்தான இரு ஆண்களும் வந்தனர். "தம்பி" என விளிக்கப்பட்டான். அவர்கள் தாழ்ந்த

குரலில் பேசினர். பெரிய அலுவலரிடம் சிப்பந்தி பேசும் முறையில் – கெஞ்சுதலாக தங்கள் கையறு நிலையை வெளியிட்டனர். வயதான – நாகரிகம் தெரிந்த – பட்டாடையுடுத்தியுள்ள மூதாட்டிக்கு மரியாதை கிடைப்பது சகஜம். தூணிலிருந்து விலகி அவர்களுடன் நோயாளியாக மாறி டாக்டர் அறைக்குச் சென்றான். டாக்டர் மிகவும் நன்றாக நடித்தார். "சட்டையைக் கழட்டி விடுங்கோ", "மூச்சு விடுங்கோ" என்று மார்புக் கூட்டைத் தட்டி "இங்க வலிக்குதா" என்ற கேள்வியையும் கேட்டு மருந்துச் சீட்டு எழுதினார். "உங்க பேரு" என்று கேட்டதற்கு "முத்துக்கறுப்பன்" என்ற பதில் – 'போணி' முடிந்தது.

டாக்டருக்கு ஒரு ரூபாய் தரப்பட்டது. விஷயத்தைப் புரிந்துகொண்டால் நடவடிக்கைகள் சுலபமாகிவிடுகின்றன.

நோயாளி வேடத்தைக் கலைத்து, அவர்கள் தந்த காப்பியையும் குடித்து டாக்டருடன் கைகுலுக்கிவிட்டுத் திரும்புகையில்தான் அது நடந்தது.

இதையெல்லாம் இத்தனை நேரம் பார்த்துக்கொண்டிருந்த – அப்படித்தான் இருக்கவேண்டும் – அந்தச் சிறுமி இப்போது அந்தத் தூணருகே நின்றுகொண்டிருந்தாள். தூண் பக்கமுள்ள காலியிடத்திற்குத்தான் எத்தனை போட்டி. பக்கத்துப் பள்ளிக்கூடத்தில் படிக்கிற பெண். தூரத்தில் எங்கோ அவள் வீடோ – குடிசையோ இருக்கவேண்டும். மத்தியானம் ஒரு சிறு வாளியில் தயிர்ச் சோறும் ஊறுகாயும் வைத்து இந்த வீட்டு வராந்தாவில் உட்கார்ந்து சாப்பிட்டுச் செல்வாள். வெளி வராந்தாவாகவிருந்தபடியால் வீட்டுக் குடித்தனக்காரர்கட்கு இதில் சங்கடமில்லை.

நோயாளியாக மாறி பின்னர் திரும்பவும் வராந்தா செல்லும் சமயம் அந்தச் சிறுமிக்கு சிரிப்பு வந்தது போலிருந்தது. அது சிரிப்பாகத் தான் இருக்கவேண்டும் – அப்படித்தான் எடுத்துக்கொள்ளப்பட முடியும் – பல் தெரியாத ஒரு சிரிப்பு. புன்சிரிப்பு என்று சொல்லக்கூடாது – கறுப்புச் சிரிப்பு.

உழக்கு மாதிரி ஒரு குட்டி இம்மாதிரி ஒரு நோயாளி நாடகத்தைக் கண்டு பொருள் பொதிந்த பார்வையுடன் சிரிக்கக் கூடாது. பாஞ்சாலியின் சிரிப்புத்தான் பாரதம். விரட்டியடிக்கவேண்டும் – தூரப் போ – என்ன சாதியோ எழவோ – வராந்தாவில் என்ன வேலை – நடுப் பகல் சாப்பிட இடங்கொடுப்பது போதாதென்றா.

மறுநாள் அந்தக் குட்டி வரவில்லை. பள்ளிக்கூட மைதானத்திலேயே சாப்பிட்டிருக்கலாம். அந்த டாக்டரும் ஏனோ வரவில்லை. பிறகு வரவேயில்லை. சாடைமாடையாக ஒரு பேச்சு ஏற்பட்டது. இந்தக் குடியிருப்புப் பகுதி மருத்துவத் தொழிலுக்கு அத்தனை ஏற்றதில்லையென்று சொன்னாராம். அவரது நண்பர்களும் அவ்வாறே சொல்லியிருக்கக்கூடும். ஆமாம் – 'போணி' பண்ண ஓர் ஆள் பிடிக்க பட்ட கஷ்டம் அவர்களுக்குத் தெரியும். கொடுத்த வாடகை வீண் – பெயர்ப் பலகையை மாற்றிவிடலாம்.

அன்று பள்ளிக்கூடம் உண்டு. தூணருகே நின்று தெருவின் அசைவுகளை அசை போட்டுக்கொண்டிருக்க நல்ல நேரம். நண்பரொருவர் வந்தார். அவர் எழுத்தாளராகவும் ஓவியராகவும் இருந்தபடியால் இருவருக்கும் பேச்சு அதிகமாகவுண்டு. இருவரும் தெரியாத விஷயங்களைப் பற்றி நிறைய பேசித் தீர்ப்பார்கள் – இருவரும் நாடக ஆசிரியர்கள்.

“லியோனோர்டோ” பற்றி ஒரு புத்தகம் என்று ஆரம்பித்தார் ஓவிய நண்பர். “நாவலைவிட ரசமாக இருக்கு – எத்தனை திருப்பம் – நீங்க படிக்கணும்” என்றார்.

“நீங்களே சொல்லுங்களேன். எங்க படிக்க நேரம் இருக்கு.”

“அதை அவன் வாழ்க்கை வரலாறுன்னு சொல்ல முடியாது. இந்த ஓவியங்கள் இருக்கு பாருங்கோ – அதுகளை வைச்சே அவனைப் பத்தி ஒரு ஸ்டடி.”

“நல்லாயிருக்குமே.”

“அருமையா இருக்கு – இந்த வின்சி வந்து ஆடு மாடு மேய்க்கிற இடம் போலிருக்கு. ஒரு பெண் அப்படி மேய்த்துக்கொண்டிருக்கிறாள். லியோனோர்டோ அவளைப் பார்த்திருக்கவேண்டும். “ஆகா இயற்கையான என்ன அற்புத அழகு” என்று பிரமிச்சுப் போயிருக்கிறான். அந்தப் பெண் இவனை சட்டை பண்ணவில்லை. அப்படித்தானே இருக்க முடியும் – இவரு என்ன மன்மதக் குஞ்சா– குதிரை மூக்குக்காரன்தானே – “சோலியைப் பாரு” என்று தன் வேலையைப் பார்க்கிறாள். எத்தனை கர்வம் – ஒரு சிரிப்பிலேயே தன்னை யாரென்று காட்டிட்டாளேன்னு இவன் பேசாமல் மலையையும் மரத்தையும் பார்க்கத் தொடங்குகிறான் – பெண்களுக்கு இத்தனை கர்வம் கூடாதல்லவா – இவன் கொஞ்ச நேரங் கழித்து திரும்பவும் அவளைப் பார்க்கும்போது அவள் அங்குதானிருக்கா – அதே புன்சிரிப்புதான். அப்போது புரிகிறது ஒண்ணு. இந்தச் சிரிப்பெல்லாம் அவனைக் கவர்ந்திழுக்கவேண்டி அவள் பண்ணுகிற லீலைன்னு – அவனுக்கு வெறுப்பு வருது – சீ என்றாகிப் போச்சு.”

இருவரும் காப்பி சாப்பிட்டுக்கொள்கின்றனர்.

“மூணாவது முறை பார்க்கிறான் அல்லவா, அப்போ தெரியுதாம் – அவ அவனை வெறுக்கல்லே – என்னதான் இந்த ஆள் நினைக்கிறான்னு கண்டுபிடிக்கத்தான் அம்மாதிரி விளையாட்டுக் காட்டறான்னு. அதுதான் அந்தச் சிரிப்பின் அர்த்தம்னு. எப்படியிருக்கும் அவனுக்கு? திரும்பவும் அந்த இடத்தை விட்டு இறங்கும் போது ஒரு தடவை பார்த்தால் ‘ஆகா இது என்ன கள்ளங்கபடற்ற சிரிப்பு – இதைப் போயா நாம இப்படி நினைச்சோம் அப்படின்னு அந்த ஒண்ணுந் தெரியாத பெண்ணை மோனாலிசாவாக்கினானாம்.’’

நண்பர் கற்பனை நயம் நிறைந்தவர். மேற்கொண்டு இருவரும் தீவிரமாகப் பேசி அதை மனோதத்துவ ரீதியாக ஆராய்ந்து அது கள்ளங்கபடற்ற சிரிப்பாகத்தான் இருக்க முடியும் என்று முடிவு கட்டிக்கொண்டனர். இதற்குப் பல ஆதாரங்களைக் கொண்டுவந்து நிலைநாட்டினர். குழந்தை வேறு – குழந்தைத்தனம் வேறு என்ற உண்மை பக்குவமாகச் சொல்லப்பட வேண்டியவொன்று என்று திட்டம் தீட்டினர். அதை அடிப்படையாகக் கொண்டு கூட்டாக ஒரு நாடகம் எழுத அன்று முடிவும் கட்டினர். அந்த நாடகம் நன்றாகவே அமைந்தது.

‘குழந்தை வாங்கிய அடி பலமானது – அது இன்றைய எல்லாவித வாதிகளும் வாங்கியிருக்கவேண்டியது – அதைத் தரும் தைரியம் நமக்கில்லையே’ என்ற போக்கில் நாடகம் அமைந்தபோது, அந்த இரு இலக்கியவாதிகளும் வசதியாகத் தங்களை விலக்கிக்கொண்டு நிம்மதியடைந்தனர்.

– 1987

11. சித்தி

அங்கே மைதானங்கள் குறைவு. அவன் ஓடிக்கொண்டிருந்த அந்த இடம் காவல் துறைக்குச் சொந்தமானது. ரொம்ப நேரம் அவனைக் கூர்ந்து நோக்கிக்கொண்டிருந்த காவல்காரர் ஒருவர் இடையே அவனது ஓட்டத்தைத் தடை செய்தார். "தம்பி – இங்கே ஓட அனுமதி வாங்கவேண்டும்" என்று கூறி, "ஆனாலும் நீ நன்றாக ஓடுகிறாய். முன்னுக்கு வருவாய்" என்றும் சொல்லி, சிறிது நேரம் பேச்சுக் கொடுத்தார்.

அந்த நாட்டில் விளையாட்டிற்கு அத்தனை மதிப்பு இருந்த தாகத் தெரியவில்லை. இருந்த போதிலும் வீரர்களைப் பற்றித் தொலைக்காட்சி - செய்திகள் மூலமாக மக்கள் அறிந்து கொண்டிருந்தார்கள். கஷ்டம் நிறைந்த வாழ்க்கையை எந்தவித உணர்வுமில்லாது இயல்பாகவே அவர்கள் ஏற்று நடத்திக் கொண்டிருந்தபடியால் விளையாட்டுகள் அங்கு எடுபடவில்லை. காலங்காலமாக அவர்களுக்குத் தெரிந்திருந்த விளையாட்டிலேயே ஈடுபட்டு திருப்திப்பட்டுக்கொண்டனர். "ஒலிம்பிக்" போட்டி களைப் பற்றி கேள்வியோடு சரி. அந்த மண் உலகிலே ஒரு விசேடமான மண் போலும். அங்கேதான் அவன் ஓடிக் கொண்டிருந்தான்.

"நீ என்ன படிக்கிறாய்?"

காவல்காரர் கேட்டார். அவன் அதற்குச் சொன்ன பதிலைக் காதில் வாங்கிக்கொள்ளாமலே தொடர்ந்து கூறினார்.

"நீ இப்படி ஓடுவதற்கு முன்னே சில அறிவுரைகளைப் பெற்றுக் கொள்ளவேண்டும். நானும் ஒரு காலத்தில் ஓடினேன். அதைத் தொடரவில்லை. என் அந்தக்கால வயதுத் திறனைவிட நீ அதிகமாக இப்போது பெற்றிருக்கிறாய் – ஒன்று செய்யலாம் – கேட்பாயா?"

அவன் தலையசைத்தான்.

"நான் தரும் முகவரிக்குப் போ. அந்தப் பெரியவரோடு பேசு. உனக்கு நல்லது கிடைக்கும்."

அவன் மெதுவாக நன்றி சொன்னான். அன்றைக்கு அவன் முடிவெட்டிக்கொள்ளவேண்டும். இல்லையென்றால் அந்தப் பணம் செலவாகிவிட நேரும். அது ஆபத்து – மீண்டும் பணம் கிடைப்பது அரிது. இந்நிலையில் அந்தக் காவலரின் யோசனைக்கு அவன் பதிலும் நன்றியும் திருப்திகரமாகச் சொல்லியிருக்க முடியாது. ஆனாலும் அவர் ஒரு முகவரியைக் கொடுத்து உற்சாகப்படுத்தி அவனை அனுப்பி வைத்தார்.

தன்னைச் செம்மைப்படுத்திக்கொண்டு அவன் மறுநாள் இரண்டு மைல் தூரத்திலிருந்த அந்த வீட்டிற்குச் சென்றான். பெரிய மாளிகை போன்ற வீடு – வீட்டின் முழுப் பார்வையும் விழ, தெருவிலிருந்து காம்பவுண்ட் சுவரைத் தாண்டி மரங்களடர்ந்த பாதை வழி நடக்கவேண்டும். அந்தப் பாதையில் அவன் கால் வைத்தபோது – அதன் அழகான நீட்சியில் – அந்தக் கால்கள் ஓடுவதற்குத் தயாராயின. மாசு மறுவற்ற அந்தப் பாதை வீட்டைச் சுற்றிலும் இருக்கவேண்டும் என்று நினைத்தான். வீட்டின் முகவாயிலில் நாற்காலியில் செடிகள் சூழ்ந்த இடத்தில் அவர் உட்கார்ந்திருந்தார்.

பெரியவர் அவனை எதிர்பார்த்திருக்கவில்லை. ஆனால், வருபவனுடைய நடை அவருக்கு எதையோ ஞாபகப்படுத்தியிருக்கவேண்டும். தூரத்தில் வந்துகொண்டிருந்தவனை ஆவலுடன் பக்கத்தில் காண விழைந்தார். "ஏன் இத்தனை நாள் – முன்பே ஏன் வரவில்லை" என்று கேட்கவும் எண்ணினார். அவர்களது சம்பாஷணை இயல்பாக எளிதாகவிருந்தது. "நமது நாடு பாழ்பட்டு விட்ட நாடு. இதை இளைஞர்கள்தாம் காக்கவேண்டும் – இல்லையா" என்று இரைந்து கேட்டார். நடப்பதற்கு முன்பே ஓட ஆரம்பித்துவிட வேண்டுமென்று கூறி சிரிப்பு மூட்டப் பார்த்தார்.

பெரியவருக்கு வயது அறுபதிருக்கும். விளையாட்டு விஷயங்களிலேயே தன்னை மூழ்கடித்துக்கொண்டவர். அவைகளைத் தவிர உலகிலுள்ள எல்லாக் காரியங்களையும் இயந்திரங்களைக் கொண்டு நடத்திவிடலாம் என நம்புகிறவர். அந்த நாட்டின் எல்லாச் செய்தித் தாள்களிலும் வந்த படம் இவருடையதாகவேயிருக்கும். சீடர்கள் அதிகமிருந்திருக்க முடியாது. இருந்தவர்களில் பெரும்பாலோர் காவல் துறையில் சேர்ந்திருப்பார்கள்.

"நான் எனது நாட்டிற்காக என் விளையாட்டுக் கலையை அர்ப்பணித்தவன்."

அவர் கண்கள் ஜொலித்தன. உண்மையில் அந்தக் கண்களில் அவர் சொன்னது தெரிந்தது. அவர் பொய் சொல்பவராகத் தெரியவில்லை.

பல மாதங்கள் அவரிடம் தனது விளையாட்டுக் கலையின் பயிற்சிகளைப் பெற்றான் அவன். காலையிலெழுந்து – சூரியன் உதிக்கும் முன்னர் – நெடுஞ்சாலைகளில் ஓடினான். தனது தம்பியைத் தோளில் ஏறச் சொல்லி அவனைத் தூக்கிக்கொண்டு மைல் கணக்கில் ஓடிப் பயிற்சி பெற்றான். அவனது சாப்பாட்டிற்கு பெரியவர் ஏற்பாடுசெய்திருந்தார். பிரியமான கொழுப்புச்சத்துப் பொருட்களைப் பெரும்பாலும் தள்ளி ஒரு பட்டியல்

தயாரிக்கப்பட்டு அவ்வுணவுகளை நேரந்தவறாது உண்டான். பிற நாட்டு வீரர்கள் – போட்டிகள் பற்றி அவ்வீட்டிலேயே திரைப்படங்கள் காட்டப்பெற்றன. அவன் அந்த நாட்டின் சிறந்த ஓட்டப் பந்தய வீரனாக ஆக்கப்பட்டான்.

ஒரு தடவை மல்யுத்தப் போட்டிகளின் வீடியோவைப் பார்த்துக் கொண்டிருக்கையில் பெரியவர் அந்த இரு நாடுகளைப் பற்றி விளக்கினார். அவன் கண்டு கேட்டறியாத சங்கதிகள் – நாடு – மக்கள் – இனங்கள் – இவைகளின் உணர்வு பூர்வமான விளக்கம்– ஏறக்குறைய ஒரு சொற்பொழிவு.

அவன் மீண்டும் அந்த வீடியோ காட்சிகளில் ஆழ்ந்தான். போட்டியினிடையே காட்டப்பெறும் மக்களின் ஆரவாரம் அவனுக்குப் புதிதல்ல. இருப்பினும் வேற்று நாட்டுக்காரன் குத்து வாங்கி மூக்கு நிறைய இரத்தம் விடுகையில் பார்த்தவர்களின் சப்தம் – இடையே ஒரு பார்வையாளன் முடித்துவிட்ட தனது சிகரெட் துண்டை ஆக்ரோஷத்துடன் கீழே நசுக்கி துவம்சம் செய்தல் – இவ்வகைக் காட்சிகளைக் கண்டு முடிக்கையில் அவன் தனக்குள் ஏதோ ஒன்று ஏற்பட்டிருப்பதாக உணர்ந்தான். அது பயம் என்று பின்னர் தெரிந்துகொண்டான்.

அன்றிரவு தொலைக்காட்சியில் "இந்த நாட்டின் நம்பிக்கை நட்சத்திரம்" என அவன் அறிமுகப்படுத்தப்பட்டான். அவனது படம் நன்றாக இருந்ததாகப் பலர் சொன்னார்கள். அவ்வாறு சொன்னது பொய்யென்று அவனுக்குத் தோன்றிற்று.

ஆனால், நெடுஞ்சாலைகளில் அவனது அதிகாலை ஓட்டம் தொடர்ந்தது. மைதானங்களில் ஓடுவதைவிட இதைச் சிறந்ததாகக் கருதினான். அடிவானத்தைப் பார்த்தவாறு, இரு பக்கங்களிலும் மரங்கள் தன்னைக் கடந்து செல்ல, கால்கள் மாறி மாறித் தரையைத் தொட்டு ஓடுகையில் இதுவரை ஆபாசம் என்று அவன் கருதிக்கொண்டிருந்தவை யாவும் தன்னை விட்டு அகல சுத்த சுயம்புவாக எங்கோ சென்றுகொண்டிருப்பதாக உணர்ந்தான். வானமும் தரையும் சுற்றுப்புற சீவராசிகளும் தானும் வெவ்வேறல்ல என்று தெளிந்த வகையில் அவன் ஓட்டமிருந்தது.

அன்று அவன் ஓடிய ஓட்டம் பொழுது நன்கு விடிந்துவிட்டதாலும் புறநகர்ச் சாலைகளில் நடமாட்டம் ஏற்பட்டதாலும் இருபத்திரண்டு மைல்களுக்குள் நிறுத்தப்பட வேண்டியதாயிற்று. சில சமயம் பெரியவர் மாளிகையின் கேட்டைத் திறந்து அங்கிருந்து தொடங்கிய நடைபாதையிலும் ஓட்டம் தொடரும். நெடுஞ்சாலையில் ஓட முடியாதபோது அந்த வீட்டைச் சுற்றி ஓடுவான். சில மணி நேரங்கழித்து யோசனையோடு பெரியவர் வெளிவந்து அவனை நிறுத்தும் போதுதான் முடியும். ஓட்ட அளவை நாளறிக்கையில் குறித்துக்கொண்டே அவர் பலவிதக் கணக்குகளைப் போட்டுப் பார்ப்பதை அவன் காண்பான். தான் ஓடிய ஓட்டம் எவ்வளவு என்றுகூட கணக்கு மூலம் கண்டறிய முடியாதவனிடம் அவர் விளக்கிச் சொல்வார். இத்தனை தூரம் தொடர வேண்டியதில்லை என்றும் உலக ரிக்கார்டை அவன் நெடுஞ்சாலைகளிலேயே முறியடித்துவிட்டான் என்றும் சொல்லி மகிழ்வார். அவனுக்கு கீழ் நாடுகளில் பயிலும் யோகாசனம் பற்றிச் சொல்லித்தர வேண்டியது அவசியம் என எண்ணினார். "யோகா" என்ற பெயரில் ஒருமுகப்படுத்தும் பயிற்சிகள் அந்த நாட்டில் பிரபலமடையத் தொடங்கியிருந்தன.

"ஒரு மராத்தன் தேறிவிட்டான்" என்றும், "இந்த நாடு தலை நிமிரும்" என்றும் ஆணித்தரமாக பத்திரிகை நிருபர்களிடம் கூறினார்.

அவன் இருபத்தேழு மைல்கள் ஓடி தொலைக்காட்சியிலும் செய்திகளிலும் அடிபட்டபோது உலக நாடுகள் அவனைக் கவனிக்கத் தொடங்கிவிட்டன. அடுத்த ஒலிம்பிக் வீரனெனப் பேசப்படுபவர்களில் ஒருவனானான். அவனது விவரங்கள் பேசப்பட்டன. அவன் பெயர் பலவாறாக உச்சரிக்கப்பட்டது. 'கார்போ' என்று சோவியத்தில் அவன் பெயரைத் தவறாகச் சொன்னார்கள். ஐரோப்பிய நாடுகளில் அவன் 'கிரிப்ஸ்' – கிழக்கே அவனை 'கிருஷ்' என்று சொல்லியிருப்பார்கள். தென்புலத்தில் 'கறுப்பன்' என்று இருந்திருக்கக்கூடும்.

அன்றுதான் அவனது பெயர் அதிகாரபூர்வமாக வெளிவர வேண்டும் – ஒலிம்பிக் போட்டியில் கலந்துகொள்பவனாக. விளையாட்டரங்கு ஒன்றில் பத்திரிகையாளர் பேட்டி நடந்தது. கையில் ஒரு சுருட்டுடன் பெரியவர் சிறிது தூரத்தில் உட்கார்ந்திருந்தார். அவர் புகைபிடிப்பது அபூர்வம். பேட்டி பின்வருமாறு இருந்தது.

"நீங்கள் போட்டியிடும் வீரராகத் தேர்ந்தெடுக்கப்பட்டால் மகிழ்ச்சிதானே."

"எனக்கு ஓடுவதில் ரொம்பவும் மகிழ்ச்சி."

"நமது நாட்டிற்குப் பெருமை தேடித் தருவீர்கள் அல்லவா?"

"ஓடுவது ரொம்பவும் நன்றாகவிருக்கிறது."

"போன ஒலிம்பிக்கில் வென்ற வீரர் பற்றி உங்கள் கருத்து?"

"ஓடுபவர்கள் எல்லாருமே மகிழ்ச்சியடைவார்கள். அவர்கள் எல்லாரையும் நினைத்தால் நான் சமாதானமடைகிறேன்."

"நமது நாடு விளையாட்டில் முன்னேறுமா?"

அவன் பேசாதிருந்தான். பெரியவர் தலைகுனிந்திருந்தார். கேள்வி திரும்பவும் கேட்கப்பட்டது.

"எனக்கு ஓட மட்டுமே தெரியும். அதிலே எனக்குக் கிடைப்பது தான் நான் ஓடுவதற்குக் காரணம். நான் எனக்காகவே ஓடுகிறேன். ஓட்டத்தின் சிறப்புத்தான் அதன் காரணம். நான் பொய் சொல்ல முடியாது – எனக்கு வேறெதுவும் தெரியாது."

பெரியவர் கையிலிருந்த சுருட்டு காலடியில் கிடந்தது. முகம் பல மேடு பள்ளங்களாக மாற காலால் சுருட்டை நசுக்கித் தள்ளினார். பின்பு மெதுவாக கைகளைத் தளர விட்டு எழுந்து நின்றார். அப்போது பேட்டி முடிந்துவிட்டது.

சிறிய நிலவுடன் இரவு முன்னேறுகின்ற நேரம். அந்தக் கட்டடத்தின் வெளியே வண்டியருகே நின்றுகொண்டிருந்த அவர் பக்கம் வந்து நின்றான் அவன். சிறிது நேரம் வெட்ட வெளியைப் பார்த்துக்கொண்டிருந்தார் பெரியவர். பின்னர், தோள்களைக் குலுக்கிக்கொண்டே காரின் கதவைத் திறந்தார்.

அவன் வெகு தூரத்திற்கப்பாலிருந்த குன்றுகளைப் பார்த்தவாறே அவரிடம் கெஞ்சலுடன் கூறினான்.

"இந்த அருமையான நிலவில் ஓட முடிந்தால் எப்படி இருக்கும் என்கிறீர்கள்? காலையில் அந்தக் குன்றுவரை சௌகர்யமாக ஓட்டம் முடிந்தது."

பெரியவர் காரின் உள்ளே நுழைந்து உட்கார்ந்து கதவைச் சாத்திக் கொண்டார். தலையை மட்டும் வெளியே நீட்டி "நன்றாக இருக்கும் – வேண்டுமானால் நீ இப்பவே ஓடு. அந்தக் குன்றின் உச்சிக்கே போய் அங்கிருந்து கீழே குதித்துச் செத்துத் தொலை" என்று கூறிவிட்டு காரை ஓட்டிச்சென்றுவிட்டார்.

- 1987

12. சிறிய புஷ்பத்தின் நாணம்

பள்ளிப் படிப்பில் உதவாக்கரையாகி மேலே செல்ல வழியில்லாது போய்விட்டாலும் இந்த உத்தியோகத்திலாவது ஏதாவது உயர்வு பெற்றுவிடலாமென்றால், அதற்குக்கூட பாடமும் படிப்பும் தேர்வும் வேண்டியிருக்குமென அவன் நினைத்ததில்லை. உத்தியோகம் தனக்குக் கிடைக்கும் என்றே முதலில் நம்பிக்கொண்டிருக்கவில்லை. கிடைத்தது நல்ல வேலை என்றே சொல்லவேண்டும் – மருத்துவத் துறை. அதெல்லாம் நேரம் காலம் என்று தனக்குத்தானே தீர்மானித்திருந்தவன் இப்போது தேர்வு பெற்றால்தான் பதவியுயர்வு என்றானதும் நெடுநாள் தயக்கத்திற்குப் பின் தயாரானான். பணம் அத்தனை செலவாகாது. புத்தகங்கள்வேண்டும். அதற்கு நூல் நிலையம் இருக்கிறது.

முத்துக்கறுப்பனின் அலுவலக நேரம் விசித்திரமானது. காலை ஏழு மணிக்கே போகவேண்டும். அரசாங்க மருத்துவ மனையாகவும் ஆராய்ச்சி நிலையமாகவும் இருந்ததால் இப்படி. நண்பகல் மட்டும் எங்குமில்லாதபடி ஒரு மணியிலிருந்து மூன்று மணி வரை விடுதலை.

ஒரு விதத்தில் இந்த நேரம் வசதியாயிற்று. பகலில் ஏதாவது சாப்பிட்டுவிட்டு கொஞ்ச தூரம் நடந்தால் பெரிய நூல் நிலையம். அங்கேயில்லாத புத்தகமில்லை. மூன்று மணி வரை பழைய தேர்வு சம்பந்தமான கேள்வி பதில்களைப் பார்த்துக் கொண்டாலே போதும். எழுதிவிடலாம். பதவி உயர்வு இருக்கட்டும். ஓர் ஊதிய உயர்வு உடனடியாகக் கிடைக்கும்.

தனிக்கட்டை – அது ஒரு சௌகர்யம். தகப்பனார் சின்ன வயதிலேயே போய்விட்டார். தாயார் இவனை "எங்காவது போய்த் தொலை" என்று சொல்லுமளவிற்குப் பரிபாலனம். பட்டணம் வந்து வேலை கிடைத்த பிறகு பத்து ரூபாய் மாதம் அனுப்புகிறான். தாயார் அண்ணனோடு ஊரில் – கடைசிக்

காலம் – மூத்த மகனை சடையப்ப வள்ளலாக நம்பிக்கொண்டிருக்கிறாள். அனுப்புகிற பத்து ரூபாய் கம்பரிடம் போய்ச் சேராது என்பதை அவன் அறிவான். என்றாலும் அனுப்பிக்கொண்டிருந்தான்.

சில சமயங்களில் பள்ளியிறுதி படித்துவிட்டு வருபவர்க்கு பட்டணம் நல்ல வழி காட்டுகிறது. வேலையும் ஏதாவது கிடைத்துவிடுகிறது. அவன் புகுந்த துறையும் ஆரோக்கியமானது. இரண்டு ஆண்டுகள் சௌகர்யமாயிருந்தான். பிறகு தன்னந்தனி ஆளுக்கே போதாத பணக் கஷ்டம். ஒவ்வொரு நாளும் வேலை காரணமாக ஒவ்வொரு மருத்துவமனை செல்லவேண்டி வந்தது. நண்பகலில் அவன் தவித்தான். பகலில் டிபனாவது சாப்பிடவேண்டும். அலுவலகமென்றால் கடன் வாங்கலாம். புது இடத்தில் கேட்க முடியாது. டிபனுக்குப் பணம் வேண்டும். இரண்டு வருடங்கழித்துத்தான் அவன் நிலை சீரடைந்தது. பகலில் பலகாரம் சாப்பிடுமளவிற்குக் காசு தங்கவாரம்பித்தது. கடந்த கால உடல்நிலையும் சீரடைந்தது. சமாளித்துக்கொண்டான். நன்றாக அலைந்து வேலை செய்ததால் கெட்ட பெயர் எடுத்துக்கொள்ளவில்லை.

இப்போதெல்லாம் பணம் பற்றிய நினைவுகள் அவனை பயமுறுத்துவதில்லை. தாயார் ஒரு கடிதம் எழுதியிருந்தாள். "நீ அனுப்புகிற பத்து ரூபாயை நீயே வைத்துக்கொள். எங்காவது நன்றாக இருந்தால் சரி" என்ற வகையில் அமைந்த கடிதம் குடும்பத்தில் அவனுடைய ஸ்தானத்தை விளக்கிச் சொல்லிற்று.

எனவே இப்போதெல்லாம் ஒரு "இங்க்ரிமெண்ட்" வாங்க எதுவும் செய்யலாம் என்ற துணிவு ஏற்படுகிறது. முத்துக்கறுப்பன் அலுவலக கணக்குத் தேர்வு எழுதத் தயாராகிவிட்டான். "ஹால் டிக்கெட்" வந்தாகிவிட்டது. தேர்வுக்கு முன்தினங்கூட பகலில் அந்த நூல் நிலையம் சென்றான்.

❍

ஜாய்ஸ் சிறிய புஷ்பம் அந்த அலுவலகத்து டைப்பிஸ்ட். முத்துக்கறுப்பனை இரு ஆண்டுகளாக அறிவாள். தனக்கென்று எதுவுமேயில்லாதவாறு பேசியும் நடந்தும் காட்டும் அவனிடம் அவளுக்கு ஒரு சிரத்தை. இரக்கத்தோடு அவனைக் கண்காணிப்பாள். சிறிது நகைச்சுவை கலந்து அவனிடம் மட்டுமே பேசவந்தது அவளுக்கு. சுபாவத்தில் இருவருமே கூச்சமுள்ளவர்கள். அந்தக் கூச்சம் கொஞ்சங் கொஞ்சமாகத் தகர்ந்துகொண்டிருந்தது.

அன்று அவளுக்கென்று ஒரு தொலைபேசி வந்தது. மூன்று மணியிருக்கும். நூலகத்திலிருந்து கூப்பிட்டதாகச் சொன்னார்கள். முத்துக்கறுப்பன்தான் பேசினான். தன்னை போலீஸ் 'அரஸ்ட்' பண்ணியிருப்பதாகச் சொன்னான். நூலகத்தில் புகார் கொடுத்து, இப்போது அங்கிருந்து ஸ்டேஷனுக்குக் கொண்டுபோகப்படுவதாகவும் கூறினான். இன்னும் கொஞ்சம் தகவல் சொன்னதிலிருந்து புத்தக நிலைய அடுக்கிலிருந்து சில பித்தளை நட்டுகளை அவன் எடுத்துக்கொண்டதாக – அதாவது திருடியதாக – புகார்.

சிறிய புஷ்பம் கூச்சமுள்ளவளென்றாலும் தைரியசாலி. இம்மாதிரி சங்கதியை சக ஊழியரிடையே தெரிவிக்காமலிருப்பது நல்லதெனப்பட்டது.

ஒரு மணி நேரம் அனுமதி வாங்கி அப்போது தற்செயலாக அங்கே வந்த இரவு வாச்மென் தாமஸை தன்னுடன் அழைத்துக்கொண்டு நூலகம் செல்லத் தயாரானாள். வேறு எதையும் செய்யத் தோன்றவில்லை.

ஆனால், நூலகத்தில் யாருமில்லை. ஸ்டேஷனுக்குக் கொண்டு போய்விட்டதாகத் தகவல் கிடைத்தது. அங்கே சென்று விசாரித்ததில் இனி நாளைக்குத்தான் பார்க்க முடியுமெனத் தெரிந்தது. அந்த இன்ஸ்பெக்டர் சொன்னார்:

“அந்த மெட்டிரியல்ஸை எடுத்ததாக அவனே ஒப்புக்கொண்டு எழுதிக் கொடுத்திருக்கிறான். வேறு வழியில்லையம்மா – உனக்கு என்னவேண்டும் இந்த ஆள்?”

எந்த ஆபீஸ் என்று சொன்னால் ஏதாவது தகராறு வருமோ என்று அவள் யோசித்தாள். ஆனால், இன்ஸ்பெக்டருக்குத் தெரிந்திருந்தது.

“எனக்குத் தெரியும் அவனது ஆபீஸ் – நாளைக்கு லெட்டர் போயிடும்.”

சிறிய புஷ்பம் நம்பிக்கை இழந்தாள். தனது தகப்பனாரிடம் சில விஷயங்களைச் சொல்ல வேண்டிய தருணம் வந்துவிட்டதாக நினைத்தாள். அது இப்படிப்பட்ட நேரத்திலா ஏற்படவேண்டும் என்று ஓர் அங்கலாய்ப்பும் வந்தது.

தகப்பனார் ஒரு வக்கீல் குமாஸ்தா. என்றாலும் ஏழை என்றோ வசதியில்லாதவர் என்றோ சொல்லிவிட முடியாது. நன்றாகச் சம்பாதிக்கிறவர். பல வக்கீல்கள் அவரிடம் மரியாதை செலுத்துவார்கள். கையில் சற்று அதிகமாவே பணம் புரண்டுகொண்டிருந்த படியால் மகளைச் சிறிது செல்லமாகவே வளர்த்தார். கொஞ்சம் அவள் இஷ்டமாக விட்டுப் பிடித்தார். ஆனால், இம்மாதிரி ஓர் இந்துப் பையனுக்காக மெனக்கெட்டு பாதி நாள் லீவு எடுத்துக்கொண்டு வந்து ஜாமீன் கொடுக்கச் சொல்லுவாள் என அவர் எதிர்பார்க்கவில்லை. வேறு சிலவற்றையும் எதிர்பார்க்கவில்லை.

சிறிய புஷ்பம் அடுத்த நாள் தன் தகப்பனாருடன் போலீஸ் கோர்ட்டில் முத்துக் கறுப்பனைச் சந்தித்தாள். பலருடன் அவன் தரையில் உட்கார்ந்திருந்தான். தூரத்தில் அவள் ஒரு பெரிய மனிதருடன் நிற்பதைக் கண்டு அவன் தலை குனிந்தவாறிருந்தான். ஆணையர் அலுவலகம் சென்று காகிதங்களைத் தேடி அவனை மீட்டுக்கொண்டுவர நண்பகல் ஆயிற்று.

அவர்கள் அங்கிருந்து திரும்புகையிலும் அவளது ஆபீஸ் வாச்மேனும் வந்து சேர்ந்தான். வெளியே வந்து நால்வரும் காப்பி சாப்பிட்டனர். தாமஸ் சொல்லிக்கொண்டிருந்தான் – “இந்தப் பிள்ளைக்கு ஜாமீன் கொடுக்க ஒருத்தன் வரமுடியலே – ஏசுதான் வந்தாரு.”

சிறிய புஷ்பத்திற்கு “பிள்ளை” என்ற சொல்லைக் கேட்டு சிறிது சிரிப்பு ஏற்பட்டது. முத்துக்கறுப்பனது சர்வீஸ் ரெஜிஸ்டரைப் பார்த்திருக்கிறாள்.

“தாமஸ் – அவரு பிள்ளைதான்” என்றாள் – பேச்சை மாற்றினாள்.

ஆரோக்கியராஜ் – சிறிய புஷ்பத்தின் தகப்பனார் – புத்திசாலியாகையால் தன் மகளின் மனம்போல் எல்லாம் நடக்க முடிவுசெய்தார். ஒன்று மட்டும் சொல்லிக்கொடுத்தார். “மகளே – அவங்க மதம் எப்படிப்பட்டதுன்னு உனக்குத் தெரியும். போகப் போக உன்

குணத்துக்கு இதெல்லாம் சரிப்பட்டு வருமான்னு நீயே தீர்மானம் செய்துக்கோ – சரிப்பட்டு வரும்னு எனக்குத் தெரியல்லே” என்றார். ஒரு வகையில் ‘எனக்கு இப்படித் தோன்றுகிறது – இப்படித் தெரியவில்லை’ என்றெல்லாம் சொல்வது ஒரு பக்கபலம். எதிரி நம்மீது முழுமூச்சாகப் பாய இடங்கிடைப்பதில்லை. இவ்வாறாகவே சிறிய புஷ்பம் தன் நிலையைப் பற்றியும் முத்துக்கறுப்பனைப் பற்றியும் தகப்பனாரின் ஊரைப் பற்றியும் நினைத்துப் பார்த்தாள். கொஞ்ச காலம் தனது முடிவை ஒத்திவைத்தாள். வழக்கு கோர்ட்டில் நடந்துகொண்டிருந்தது.

இவர்கள் விஷயம் வேறு மதம் என்பதோடு இன்னொரு வகையிலும் சிக்கலாகும் என்று ஆரோக்கியராஜ் நினைத்ததிற்குக் காரணமுண்டு. இந்தப் பெண் மதப் பற்றில்லாமல் போனால் கவலையில்லை. அப்படியல்ல – கிறித்தவ மதத்தின்பால் நல்ல ஈடுபாடு. நாகரிக மக்கள் யாவரும் இதைத்தான் வந்தடைய வேண்டுமென நம்புகிறவள். பிரசவ வேதனை ஏற்படும்போது ஓர் இந்துப் பெண் போல் கிறித்தவப் பெண் சத்தம் போட்டு ஊரைக் கூட்ட மாட்டாள் என்று சொல்கிறவள் – கொஞ்ச நாள் அவர் தூக்கமில்லாது கஷ்டப்பட்டார்.

ஆனால், கேஸ் முடிய அவர் எந்த கஷ்டமும் படவேண்டியிருக்கவில்லை. தனது எஜமானரையே ஆஜராகும்படி செய்தார். முத்துக்கறுப்பன் வைத்திருந்த “ஹால் டிக்கெட்” அவனது நூலக விஷயத்தைப் பரிசுத்தமாக்கிற்று. கேஸ் முடிந்த மூன்று மாத காலமும் எந்தவித பங்கமுமில்லாது அவனது சர்வீஸ் ரெஜிஸ்டரில் இடம் பெற, வேலையில் சேர்ந்தான். அங்கிருந்து ஒரு மாற்றலும் கிடைத்தது – வேறு ஓர் அலுவலகம்.

சாவகாசமாக இருவரும் பேசிக்கொண்டிருந்தனர். அவனது ஒன்றுந்தெரியாத நடவடிக்கைகள் அவளுக்குப் பரிசுத்த ஆவிபோலத் தெரிகிறது. நூல் நிலையத்தில் நடந்த கதையைத் திரும்பத்திரும்பக் கேட்டாள். அவன் குழந்தை போலச் சொல்லிக்கொண்டிருந்தான். அவளது அந்த வசதியான வீட்டில் தகப்பனார் வெளி வராந்தாவில் பேப்பர் படித்துக்கொண்டிருந்தார்.

“இத்தனை பொய் சொல்றவங்க எங்க கிறிஸ்டியானிட்டியிலே இருக்க மாட்டாங்க” என்று ஒரு வெட்டு வெட்டினாள் அவள். அவனுக்கு எதிராக கோர்ட்டில் பொய் சாட்சி சொன்னவர்களைச் சபித்தாள்.

அவன் பேசாதிருந்தான். தன் அண்ணன் மேல் யாராவது புகார் கூறிவிட்டால் தன் அம்மா அவர்களைத் திட்டி, அண்ணனுக்காகப் பரிந்து பேசுவதை அவன் கண்டு வியந்திருக்கிறான். அவன் மீது புகார் கூறப்படுபவர்கள் அம்மாவால் மதிக்கப்படுவது கண்டு நிராதரவான நிலையடைந்திருக்கிறான். அவனுக்குச் சிரிப்பு வந்தது. பொய்க்கும் புகாருக்கும் எந்த மதம் சேர்த்தியென நினைத்திருக்கலாம்.

“என்ன – சிரிப்பு வருதாப்பிலேயிருக்கு” என்றாள் சிறிய புஷ்பம்.

“ஒங்கப்பாகிட்டே எப்படிச் சொல்லப் போறயோன்னுதான்.”

“அதுக்கா – அதெல்லாம் சொல்லியாச்சு.”

“ஓ” என வியந்தான் முத்துக்கறுப்பன். “எப்போ” என்றான்.

“அதெல்லாம் எதுக்கு – நானே சொல்லிட்டேன்.”

“அப்பாவுக்குத் தெரியும். ஆனா எப்படி ஒத்துப் போகும்னு பயப்படறாரு. அந்த மதப் பழக்கமெல்லாம் சரிப்பட்டு வருமான்னு பாக்காரு.”

அவள் சொல்லிக்கொண்டிருந்தாள்.

“அவரு சொல்றதும் சரிதான் – உங்க ஆளுங்க யாரு உங்க ஹெல்புக்கு வந்தா – பாத்தேனே – இந்த தாமஸ் செய்த உதவிகூட உங்க மனுஷாளுக யாராவது செய்தாங்களா – இத்தனைக்கும் நம்ம ஆபீசிலே எத்தனை பிள்ளைமாரு.”

“அவங்களையெல்லாம் என்ன செய்ணுங்கறே – நான் அவங்களையா கல்யாணம் பண்ணிக்கப்போறேன்?”

அவன் திடீரென அப்படிச் சொன்னதில் அவள் தலைகுனிந்து கொண்டாள் – சிரிப்பு பொங்கிற்று. அதை மறைக்க, காப்பி கொண்டு வர உள்ளே சென்றாள்.

சிறு வயதிலே சாப்பிட்டுக்கொண்டிருக்கும்போது அம்மாவின் சமையலை அண்ணன் குறை சொல்வதை அம்மா சிரித்துக்கொண்டே ஏற்றுக்கொள்வதைக் கண்டிருக்கிறான். அம்மாதிரி உணவு விமரிசனம் தான் நடத்த அம்மா இடங்கொடுத்ததில்லை என்பதையும் அவன் தெரிந்து வைத்திருந்தான். சில சமயங்களில் தனக்கு எல்லாவித உணவு வகைகளும் குறைவாகவே பரிமாறப்படுவதாக அவன் எண்ணுவான்.

கொஞ்ச நேரம் எங்கோ தள்ளப்பட்டிருந்ததுபோல் கண்விழித்துக்கொண்டான் முத்துக்கறுப்பன். அவள் காப்பியைக் கொண்டுவந்து அவன் முன் வைத்தாள்.

உள்ளே அவள் சென்ற விதமும் தயக்கத்தோடு காப்பி கொண்டு வந்ததும் ஆண்டாண்டுக் காலமாகப் பார்த்தனுபவித்த குடும்பக் காட்சியாகத் தெரிந்தது. இவள் சமையலில் குற்றஞ் சொன்னாலும் வெட்கப்படுவாள் – எரிச்சல் வராது என்றெண்ணினான். அதற்கு மேல் மத சம்பந்தமான வார்த்தைகள் வீண் என்று தோன்றியது.

அவன் ரொம்ப நேரம் அவ்வாறிருந்துவிட்டு, காப்பியைக் குடித்து, ‘சர்க்கரை அதிகம்’ என்று குறை சொல்லிவிட்டு, புறப்பட்டான்.

- **1987**

13. மகத்தான ஜலதாரை

மேலூர் – கீழூர் என இரண்டாகவிருந்த போதிலும் ஆற்று நாகரிகம் ஏற்பட்ட காலத்திலிருந்தே, அங்கே மக்கள் இயங்க ஆரம்பித்திருக்கவேண்டும். கோவில் நாகரிகமும் தளைத்திருக்கக் கூடும். அந்தக் கரைகளில் யானைகளின் களியாட்டங்களைப் பார்த்துவிட்டு ஒரு கிழவன் கடவுளை அறிந்துகொண்டதாகச் சொல்லித் திரும்பினான். பின்னர் அவன் பெயர் சொல்லிப் பாராட்டி சோறு மட்டும் சாப்பிட்டது அந்த ஊர்.

இடப்பெயரைக் கொண்டுதாம் அவ்விரண்டும் நின்றன. காலையிலே அந்த சூர்ய ஒளி மட்டும் கீழூரிலே முதலில் விழுந்து எழும்பி பின்னர் மேலூருக்கு வரும் – வேற்றுமைகள் இரண்டிற்கும் வேறு இல்லை. கலப்பையை விட்டால் எந்தக் கலையும் தெரிந்து விடாத முந்நூறு பேர்களை அந்த இரண்டு ஊர்களும் சுமந்தன.

ஊர்களின் நடுவே ஓட வேண்டுமென்ற சம்பிரதாயப்படி அது ஓடிக்கொண்டிருந்தது. வெட்டப்பட்ட ஆறு போல ஓடியது. நல்ல நீரைச் சுமந்து வரும். இரு கரைகளிலும் பச்சை மரங்களுக்குக் குறைவில்லை. ஆனால், சாக்கடையென்று பெயர் வந்த பிற்பாடு அதன் கரைகளுக்கு மதிப்பில்லாது போயிற்று. அந்தக் கரைகளிலுள்ள நல்ல மரங்களையும் சீண்டுவார் கிடையாது.

சாக்கடை ஒரு காலத்தில் பெரிய ஆறாக இருந்திருக்கக்கூடும். ஊரின் குடிதண்ணீர்க் குளத்திற்கும் அதன் நீர் சென்றதுண்டு. இப்போது மடையை மூடிவிட்டார்கள். எனவே ஆறு சாக்கடையானபோது குளம் வெறும் பள்ளமாகிவிட்டது வரலாற்றுப் புதிராக நின்ற அந்த ஊருக்குத் தகுந்தவொன்றுதான்.

அதன் அகலத்தைப் பொறுத்தமட்டில் ஒரு பிரச்சினையை எல்லாரும் உணர்ந்துகொண்டிருந்தனர். இந்த ஊருக்கோ – ஊர் களுக்கோ – இத்தனை அகல சாக்கடை போதாது – இன்னும்

பெரிதாக வேண்டும். முக்கால்வாசி நோய்களும் இதனால்தான். மழைக் காலத்தில் அது பொங்கி ஊருக்குள்ளேயே வருவதென்றால்– இதைக் கவனிக்கவேண்டும் என்று குரல்கள் வந்தன. எல்லாரும் ஏற்றுக்கொண்டார்கள்.

"ஆமாம் – ஆனால், முக்கியமான வேறு பலவற்றை மறந்துவிட முடியுமா?"

கரையோரங்களில் படுத்துக்கொண்டிருக்கும் நாற்கால் சீவராசிகளுக்குப் போக்கிடம்? அது பார்க்கப்பட வேண்டியதானால் இரு கால் சீவன்களின் ஆரோக்கியம் எப்படித் தேறும்? ஆரோக்கியம் அந்தந்தக் கால்களுக்குத் தகுந்தபடியல்லவா?

இருக்கட்டும் – அந்தக் கால்வாய் பெரிதாக்கப்பட வேண்டுமானால் இரண்டு மண்டபங்கள் உடைபடுமே – அவை வரலாற்றுப் பாரம்பரியம் உடையதாயிற்றே – பூசனைகூட அந்த மண்டபத்தில் அல்லவா நடைபெறுகிறது. இழந்துவிடுவதற்கும் ஓர் அளவு இருக்கவேண்டும் – என்ன செய்வது – நிதானம் தேவை. அவர்கள் காலங்கருதி இருந்தார்கள். ஒரு மழைக்கால நாளில் ஊரெங்கும் நடுங்கும் நிலையேற்பட, ஆறு பொங்கிக் கரைகள் உடைபடலாமென சூசகம் தென்பட, சொல்லி வைக்காமலேயே அந்த முந்நூறு பேரும் மண்வெட்டி கொண்டு தன்னிச்சையாக இரண்டு மைல் தள்ளியிருந்த ஒரு தளர்ந்த பகுதியை வெட்டிவிட, வெள்ளம் உடைத்துக்கொண்டு வெளியேறி ஊர்களைக் காப்பாற்றிவிட்டது. உடைப்பெடுத்த பக்கமிருந்த வயல்கள் மண் மேடு கொண்டன. உடைத்த இடத்தின் அருகிலிருந்த இருபது குடிசைகள் மட்டும் திடீரெனக் காணாமல் போயின.

அவர்கள் மயில் மீது ஏறி நின்ற ஒரு அழகான கடவுளுக்கு இரண்டு நாள் பூசனை முடித்தார்கள். உடைப்பு விழுந்த இடத்திலும் பூசனை நடந்தது. அந்த இடம் இன்னொரு ஞாபகச்சின்னமாயிற்று. அவர்கள் சந்தோஷமாகவிருந்ததாகத் தெரியவில்லை. முயற்சியும் ஒற்றுமையும் திருவினையாக்கிற்று என்று பெருமைப்பட்டுக் கொள்ளவுமில்லை. குடிசைகள் பலியானதைப் பற்றி இயல்பான வருத்தத்துடன் பேசினர் – யோசனையும் செய்தார்கள். ஞாபக சக்தியுள்ள ஒருவன் ஆற்றை அகலப்படுத்தவேண்டிய அவசியம் பற்றி எடுத்துச்சொல்லி ஒரு முடிவெடுக்கச் சொன்னான். அது எளிமையான வழியாகத் தெரியவில்லை.

❍

ஊர்களைத் தாண்டி வயலும் தோப்புமாகச் சேர்ந்திருந்தவிடத்தில் சிறு குடிசை போட்டு வாழ்ந்த இவ்வூர்க்காரன் மாடுகளுக்குத் தவிடு வாங்க கீழூர் வருவான். அந்தத் தோப்புக்காரனையும் (அவன் தோப்புக்காரன் என்றே அழைக்கப்பட்டான்) சேர்த்துத்தான் ஊர் மக்கட் தொகை முந்நூறு என்பதை நாளாவட்டத்தில் எல்லாரும் மறந்துவிட்டிருந்தனர். நிலத்தடி நீர் பற்றியும் நெற்பயிரின் கூறுகள் பற்றியும் அதிசயமான சங்கதிகளை எளிமையாகக் கூறுவான். தாவர இனத்தில் அநேகமாக அவ்வூர் வகைகள் அனைத்தையும் அறிந்தவன். "தென்னை மரத்தை வளர்க்கத் தெரியாதவனோடு நான் என்ன பேச முடியும்" என்று கேட்பான்.

தென்னை மரமென்ன – ஊரின் குப்பைமேனிச் செடிகளையும் அவன் அடையாளங் கண்டுகொள்வான். எந்தக் குடிசையின் ஓலை விரிசல் விட்டிருக்கிறது என்பதை அவனால்

சொல்ல முடியும். எப்போதாவது திருவிழாக் காலங்களில் ஊரில் இருந்துவிட்டால் "யாரோ ஒருவன் பட்டம் சூட்டிக்கொண்டால் நீங்கள் அதைக் கொண்டாடிக் கொண்டாடித் தீர்க்கிறீர்கள்" என்று சிரிப்பான்.

"ஏதோ ஒரு சக்தி உண்டல்லவா" என்ற இரண்டுங்கெட்டான் கேள்விக்கு,

"எனக்குத் தெரியாது – நீ தென்னை மரத்தைப் பத்திக் கேளு – கடவுளைப் பற்றி யாரிடம் கேட்பது என்பது தெரியாமல் போனதின் விளைவுதான் இது – கடவுளுக்குச் சிரமம் கொடுக்காதே" என்று சொல்வான்.

வயற்கரைப் பக்கமாக காலையில் நடை பயில்வான். வாய்க்கால் நீரில் தன்னைச் செம்மைப்படுத்திக்கொண்டு நிற்கையில், சில பிரச்சினைகள் அவனிடம் சொல்லப்படும். வயலும் குடிசையும் சம்பந்தப்பட்டதாகவிருக்கும்.

ஒரு சமயம் அசலூருக்குப் போயிருந்த ஒருவன் திரும்பி வந்தபோது, அவனது வயல் உழுது பயிரிடப்பட்டிருந்தது – அவனுக்குத் தெரியாமலேயே. இதுபற்றி தோப்புக்காரனிடம் கேட்டபோது சொன்னான்.

"உன்னைவிட அவன் உழவு வேலையை நன்றாகவே செய்திருக்கிறான். இந்த உழவுக்காகவே வயலை நீ அவனுக்குக் கொடுத்துவிடலாம்" என்று பரிந்துரை செய்தான். "பயிர் செய்வதில் உனக்கு ஆர்வமில்லாத போது ஏன் மற்றவன் மீது கோபங்கொள்கிறாய்" என்று கேட்டான்.

இந்தத் தோப்புக்காரன் பூசனை நடந்த சமயம் ஊருக்குள் வரவில்லை. ஆனால், உடைப்புப் பற்றி எல்லாரிடமும் பேசினான்.

"இது ஆறு அல்ல – சாக்கடை. இரண்டு ஊர்களின் பக்கமும் சாக்கடைதான். அது இருக்கவேண்டிய இடத்தில் நீங்கள் இருந்தால் எப்படி பிரச்சினை தீரும்? இதைச் செய்து பாருங்கள் – அதோ அந்தப் பனை மரம் தெரிகிறதே, அந்தத் தொலைவு சாக்கடைக்காக விட்டுக்கொடுத்து விலகி, வயற்கரையோரமாகக் குடிசை போட்டுக்கொள்ளுங்கள் – நகர்ந்துவிடுங்கள் – இது ஒன்றுதான் வழி."

வேறு ஒன்றும் சொன்னான்.

"இந்த வரலாற்று மண்டபங்கள் எப்படியும் உடைபட்டுவிடும். அது இருக்கட்டும். மண்டபத்திற்காக வருத்தப்படும் நீங்கள் சாக்கடைக்காக வருந்தியதுண்டா – தெரிந்து கொண்டால் சரி – இந்தச் சாக்கடையே ஒரு வரலாறுதான். இந்த ஆற்றின் பெருமைக்காகக் கட்டியதுதான் அந்த மண்டபங்கள். எதற்காக அழவேண்டும் என்பதுகூடத் தெரிவதில்லை உங்களுக்கு."

அவன் பின்னர் தவிடு வாங்கிக்கொண்டு போனான். போனவன் ஒரு மாத காலமாக வரவில்லை. அவனது தோட்டத்தில் வேலையிருக்கும் – தென்னங்கன்றுகளைப் பரிபாலிக்கவேண்டும். அவனுக்கு வேலை அதிகம். எல்லாமே புதுப் புது வேலைகள்.

தோப்புக்காரன் அடுத்த முறை ஊருக்கு வருமுன்னரே வேலைகள் நடந்தேறின. பனைமரம் இருந்த இடம் வரை கீழூரின் பகுதிகள். சிதிலமாக்கப்பட்ட குடிசைகள் வெகு

தூரம் தள்ளிப் போடப்பட்டன. அவன் சொன்னதுபோல, காலி செய்யப்பட்ட இடம் துப்புரவு இல்லாதவொன்றுதான். மண்ணில் நீரூற்று – சாக்கடை ஊற்று. அந்த இடத்தில் இன்னும் சிறிது காலமிருந்தால் சாக்கடைத் தன்மை இயல்பாகவே வந்துவிடும் என்று அவர்களுக்குப் புரிந்தது. குடிசைகளை மாற்றியமைப்பது அவர்களுக்குச் சிரமமில்லை – ஊரே வேலை செய்தது.

முன்பிருந்ததைவிட இரு மடங்கு சாக்கடை அகலமாகிவிட்டது. புதிய குடிசைகள் வயல்கள் பக்கமிருந்த பகுதிகளில் முளைத்தன. கீழூர் இன்னும் கிழக்குப் பக்கமாக விரிந்துநின்றது. புதியதாகப் போடப்பட்ட குடிசைகளின் இடைவெளி அதிகமாகியதைத் தவிர வேறொன்றும் வித்யாசம் ஏற்பட்டுவிடவில்லை.

தோப்புக்காரன் ஒரு மாதங்கழித்து தென்னங்கன்றுகளைத் தூக்கிக் கொண்டுவருகையில் அவனை எதிர்கொண்டார்கள். அவன் தென்னங்கன்றில் தான் கண்ட அதிசயங்களைப் பற்றிப் பேசிக்கொண்டிருந்தான். உலகிலே மிகவும் வியப்பான சங்கதி அன்று அந்தத் தென்னங்கன்றுதான் என்பதாக சந்தோஷத்துடன் பேசினான். ஒரே ஒரு விஷயத்திலேயே மகிழ்ச்சியும் வியப்பும் அமைதியும் ஒன்றுசேரக் கிடைப்பது சாத்தியமென்பது அவன் பேச்சிலே தெரிகிறது. பிறகுதான் சாக்கடை விஷயத்திற்கு வருகிறான்.

“நீங்கள் எல்லாரும் செய்தது சரியானதுதான் – ஆனால் ஒன்று – நான் பனைமரம் வரை என்று சொன்னது மேலூர்ப் பக்கத்தையும் சேர்த்தல்லவா சுட்டிக்காட்டினேன். இப்பொழுது நீங்கள் கீழூர் மரம் வரை மட்டும் விலகிக்கொண்டுவிட்டீர்கள். அது நல்லதுதான்– விலகுவது நல்லதுதான் – விட்டுவிடுவது நல்லதுதான். ஆனாலும் இந்தச் சாக்கடைத் தீமை மேலூருக்கு மட்டும் சேர வேண்டுமா என்ன – நாளைக்கே ஆரம்பித்துவிடுங்கள். அந்தப் பக்கத்திலும் விரிவடையவேண்டும் – அங்குள்ள குடிசைகளும் விலகிப் போய்விடட்டும்.”

புதிய வேலைதான் – ஆனால், புதியதொரு வழியைக் காட்டிவிடும் வேலை. சாக்கடையை சாக்கடையென்றே அழைக்க ஒரு தைரியம்வேண்டும். தெரிந்தால் மட்டும் போதாது. அந்த ஊர் மனதார அப்படி அழைத்ததாகத் தெரியவில்லை. ஒருவகையில் பார்த்தால் அந்தச் சாக்கடைதான் விலகிச் செல்கிறது – நகருகிறது என்று தோன்றிற்று. சாக்கடை ஒரு நல்ல ஆறாக இருந்திருக்கக் கூடும் – நகருகின்ற சாக்கடையும் ஆறாக மாறலாம். மாறுவதுதான் நாகரிகம் போலும் – நகருவதுதான் நாகரிகம் போலும். அதுதான் தன்னை உயிருடன் இருப்பதாகக் காட்டிக்கொள்ளும் செயல் போலும். மகத்தானவொன்றுதான்.

ஆனால், நகருவதில் சிரமம் இருந்ததாக எல்லாரும் எண்ணினார்கள். மேற்பார்வையாகப் பார்த்தால் அது அமைதியுடையதென்றும் தெரியவில்லை – எளிமையாகவும் தோன்றவில்லை.

இரண்டு ஊர்களும் தூரக் கணக்கில் வித்தியாசப்பட்டிருப்பது யாருக்கும் சௌகர்ய மில்லை. சாக்கடையொன்று இடையிலே இருந்தது என்றாலும் ஊர் இரண்டாகப் பிரிந்துநின்றதாக முன்பு யாரும் எண்ணியதில்லை. பிரிந்திருப்பது இனிமேல் மனமொப்பிச் செய்ய முடிகிற காரியமாகவும் தெரியவில்லை. இத்தனையளவு விலகிச் செல்வதாக

இருந்தால் சாக்கடை பெரிதாகிவிடும். பிரச்சினை தீரும் – சந்தேகமில்லை – ஆனால், இனி மேலூர் கீழூராக இருக்க முடியாது – வெவ்வேறாகிவிடும் என்பதுபோல அவர்களுக்குத் தோன்றிற்று. சாக்கடையைவிட அது ஒரு பெரிய பிரச்சினை. ஆனாலும் வேறு ஒரு வழி இவையெல்லாம் தவிர இருக்கவேண்டும். அந்த வழியை அவர்களே கண்டுபிடித்தார்கள்.

தோப்புக்காரன் வெளியூர்ச் சந்தை சென்று திரும்ப வரும்போது அவனது குடிசையைக் கண்டுபிடிப்பது கஷ்டமாகவிருந்தது. அவனது வயல் – தோப்பு ஆகியவற்றைச் சுற்றியுள்ள இடங்கள் யாவும் மேலூர் – கீழூர் வாசிகளின் குடிசைகளால் நிறைவுபெற்றிருந்தன. அவைகளின் நடுநாயகமாக அவனது குடிசை, காட்டுப்பூக்களால் அலங்கரிக்கப்பட்டு நின்றது. அவனது மாடுகளும் குளிப்பாட்டப்பட்டு சில பூக்களைச் சூடிக்கொண்டு நடமாடின. தூரத்திலிருந்து பார்த்தவுடனேயே அவனது குடிசை வித்தியாசத்துடன் கோபுரம் போலத் தெரிந்தது. புதிய ஊரில் அவன் நுழைகையில் எதுவும் நடவாதது போல அந்த மக்கள் வரவேற்றனர்.

இனி மேலூரும் கீழூரும் இருக்கப்போவதில்லை. தோப்புக்காரன் ஊராகிவிட்டது. பிற்காலத்தில் அது "கறுப்பஞ்சாவடி" என்றும் அழைக்கப்படலாம் – தோப்புக்காரன் பெயராலேயே.

எளிமையான வழி கிடைத்துவிட்ட காரணத்தால் ஆற்று நாகரிகம் மங்கிவிட்டது. ஆனால், இனிப் புதிய ஜலதாரைகளுக்கு வழி செய்யவேண்டும். அது உடனடியாகச் செய்யவேண்டியதில்லை என்று கருதினார்கள்.

உண்மைதானே – வருங்காலத்தில் ஒரு தோப்புக்காரன் கிடைக்காமலா போய் விடுவான். ●

- 1987

14. ஜங்ஷன்

சிறுகதைகள்

எட்டாவது படித்துமுடித்துவிட்டு செல்வம் ஒரு மார்வாரிக் கடையில் வட்டிக்கணக்கு எழுதப் பயிற்சி பெற்றான். சம்பளமென்று கிடைத்ததை வெகுகாலம் பத்திரப்படுத்திவைத்த பின்னர் ஒரு நாள் காலையில் தலையணையின் மீது உட்கார்ந்துகொண்டிருந்த நபரை “ஏண்டா அறிவு கெட்ட நாயே என்னையா ‘டே’ன்னு கூப்பிடறே” என்று தனது மிதியடியைத் தூக்கிக் காட்டிவிட்டு அந்த ஓட்டு வீட்டைவிட்டு வெளியே சென்றான்.

இருபது வருடங்கழித்து அந்த ஓட்டு வீடிருந்த இடத்தில் எழும்பியுள்ள நான்கு மாடிக் கட்டடத்தின் முகப்பில் தனது பெயர்ப் பலகை தொங்க அவன் பத்துப் பேரை நேர்முகத் தேர்வு செய்தான். அந்த மார்வாரி, இக்கால இடைவெளியில் பல கொடிய நோய்களுடன் மாண்டதாகத் தெரிந்தது. செத்துப் போனவனின் மனைவி, மார்வார தேசம் போகப் போவதில்லை யென அறிவித்து, பக்கத்துத் தெருவில் ஒரு வீட்டில் குடியேறி விட்டாள்.

அவன் அந்தக் கட்டடத்தின் ஒரு மாடியில் ஓர் அறையில் தங்கியிருந்தான். மற்ற இடத்தைத் தனது கம்பனிக்காகப் பயன்படுத்தினான்.

அவன் தேவைகளை ஒரு பையன் கவனித்தான் – எட்டாவது படிக்கும் பையன். காலையில் வந்து சாத்துக்குடி பிழிந்து கொடுப்பான். மத்தியானம் சாப்பாடு எடுத்து வருவான். இரவில் பால். அவ்வளவுதான். வேறு தேவைகள் டிரைவரால் பார்த்துக் கொள்ளப்பட்டன.

எப்போதாவது வீட்டிற்கும் போய்வந்து கொண்டிருக்க வேண்டும். வீடென்ற ஒன்று இருந்தது.

தேர்ந்தெடுக்கப்பட்ட இருவரிடம் அவன் சொன்னான்.

"உங்களில் ஒருவரை தூரக் கிழக்கு நாட்டிற்குப் பயிற்சிக்கு அனுப்புவேன். நீங்கள் எனக்கு நன்றி பாராட்டத் தேவையில்லை. அலட்டிக்கொள்ளாதீர்கள்."

நாற்பது வயது நிறைந்த அந்த மனிதனின் வெற்றிகரமான வாழ்வு பலரால் எடுத்துக்காட்டப்பெற்றது. சென்னைப்பட்டணத்துப் பணக்காரர்கள் சிலர் அவனைப் பற்றி விருந்துகளில் வியந்து கொண்டனர்.

அந்த செல்வம் எண்டர்பிரைசில் புதிய கணக்காளராகத் தேர்ந்தெடுக்கப்பட்ட முத்துக்கறுப்பன் தன் முதலாளியைப் பற்றிக் கேள்விப்பட்ட சேதிகளையெல்லாம் யாரிடமும் சொல்ல முடியாது. அலுவலகம் என்றும் அதைக் கூறிவிடுவது சாத்தியமில்லை. முதலாளி யிடம் கையெழுத்து வாங்க அவர் தங்கும் மேல் மாடிக்கே போகவேண்டும். படுக்கையில் படுத்துக்கொண்டே சிப்பந்திகளை வரவழைக்கும் ஆள் இவர் ஒருவராகவே இருக்க முடியும் என்று நினைத்தான். அவனுடன் தேர்ந்தெடுக்கப்பட்ட இன்னொருவன் பல்லாவரம் ஸ்டோருக்கு அனுப்பப்பட்டிருந்தான். இந்த முத்துக்கறுப்பன் முதலாளி செல்வத்தோடு காலந்தள்ள வேண்டியதாயிற்று.

"நீ கல்லூரியில் என்ன படித்தாய்?" என்று சாந்தமாகக் கேட்டார் முதலாளி.

"பொருளாதாரம்."

"பிறகு?"

"அதோடு முடித்துக்கொண்டேன்."

."மூன்று வருடத்தில் நாலு புத்தகம் படிச்சிருக்கே."

முத்துக்கறுப்பன் பேசவில்லை. முதலாளியின் சாந்த குணம் நல்லதற்கான அறிகுறியில்லை என்பது குறுகிய காலத்தில் ஏற்பட்ட சித்தாந்தம்.

"சரி – போ – திருத்திக்கொண்டு வா."

காகிதங்கள் அவனிடம் நீட்டப்பட்டன. அவன் படியிறங்கிப் போனான்.

"நாய்" என்ற பதம் முதலாளியிடமிருந்து அடிக்கடி வெளிப்படுவதாகத் தோன்றிற்று. ஒரு தடவை தன்னோடு வேலைக்குச் சேர்ந்தவன் இதைக் குறிப்பிட்டுச் சொன்னான். தட்டெழுத்துப் பயிற்சி பெற்றிருந்ததால் முத்துக்கறுப்பன் இந்த அலுவலகத்திலேயே இருக்கவேண்டிவந்துவிட்டது. இல்லையென்றால் ஸ்டோர் பக்கமாக அனுப்பப்பட்டிருப்பான். அது நன்றாகவிருந்திருக்கும்.

முத்துக்கறுப்பன் கல்யாணம் பண்ணிக்கொள்ளவேண்டிய ஒரு கட்டாய நிலையிலிருந் தான். தன் தகப்பனார் அவர் தங்கைக்கு அளித்த வாக்குறுதியை இவன் நிறைவேற்றி யாகவேண்டும். கல்யாணம் என்றாலே "சத்தியம்" என்ற வார்த்தை அவன் காதில் ஒலிக்கும். இன்னொன்று, இந்த சத்தியம் காப்பாற்றப்படுவதற்கு இவனும் தகப்பனாரும் சாப்பிட்டாகவேண்டும். முத்துக்கறுப்பன் வேலையில் நீடித்ததற்கு இரண்டாவது காரணம் முக்கியமானது.

ஆறு மாத காலத்தில் அவன் முதலாளியிடம் வாங்கிக்கட்டிக் கொண்டவை அனந்தம். பாராட்டப்பெற்ற நாள்களென்று ஏதுமில்லை. இரண்டாவதை அங்கு வேலை செய்யும் எவருமே பெற்றதில்லை.

ஆனாலும் தன்னுடைய சிப்பந்திகளைப் பற்றி அந்த முதலாளிக்குத் தெரிந்திருந்தது. பூர்வாங்க விஷயங்களை நன்கு தெரிந்த மனிதன்தான் அலுவலக ஆட்களை சமாளிக்க முடியும் என்ற கோட் பாட்டுடன் அவர் செயல்பட்டிருக்கவேண்டும்.

வேனற்கால நாள் ஒன்றில் முத்துக்கறுப்பனுக்கு ஒரு வேலை தரப்பட்டது. சினிமா நடிகை ஒருத்தி வீட்டிற்குக் குளிர்பதனக் கருவிகளைக் கொண்டுசேர்க்கவேண்டியதற்கான எல்லா ஏற்பாடுகளையும் செய்ய வேண்டியது – அத்துடன் ஏற்கனவே பணங்கட்டத் தவறிய இன்னொரு நடிகை வீட்டிலிருந்த சில கருவிகளை மீட்டுக் கொண்டுவருவது – இரண்டையும் அன்றே செய்துமுடிக்க வேண்டியது ஒரு தன்மானப் பிரச்சினையாக முதலாளி கருதி யிருந்தார் போலும். அவன் அதற்காகப் புறப்பட்டுச் சென்றான்.

முத்துக்கறுப்பனின் சினிமா அறிவு அற்பம். சோப்பு விளம்பரங்கள் மூலமாகவே அவன் சினிமா நடிகைகளை அறிந்துகொண்டிருந்தான். முதலில் சென்று சாமான்களை ஒப்படைத்த வீடு பிரபல நடிகையுடையது என்று டிரைவர் தெரிவித்தான். இரண்டாவது அப்படியல்ல. இறங்குமுகத்திலிருப்பவள். ரம்மியமான சோப்புகள் இந்த நடிகையை உபயோகிப்பதை நிறுத்தியிருக்கவேண்டும். வீடும் சாதாரணம். வாசலில் ஒரு கார் நின்றிருந்தது. யாரோ வந்துள்ளார்கள். அந்தக் காரைப் பார்த்து டிரைவர் சூள் கொட்டினது முத்துக்கறுப்பனுக்கு விளங்கவில்லை.

உள்ளே இரு பெண்மணிகள் இருந்தனர். முத்துக்கறுப்பன் இருவரிடமும் பேச வேண்டிவந்தது. ஐயாயிரம் ரூபாய் பணத்தை இன்றே தந்துவிட வேண்டுமென்றான். இல்லையென்றால் கம்பனிப் பொருட்கள் திருப்பி எடுத்துக்கொள்ளப்படுமென்றும் வண்டி தயாராக உள்ளதென்றும் தெரிவித்தான். இன்னும் ஒரு வாரம் பொறுக்க முடியாதா என்ற நடிகையின் கோரிக்கையை நிராகரித்தான். அப்போதுதான் கூடவிருந்த பெண்மணி பேசினாள். நன்கு தமிழ் பேசிய அவள் ஒரு வட இந்திய மாது. உடை, பேச்சு அவற்றின் பாணி எல்லாமே தமிழ்த்தனமாக – அழகாக – அவனுக்குத் தெரிந்தது. “நீங்க எண்டர் பிரைசிலிருந்துதானே வரீங்க” என்று முதலில் கேட்டாள். பிறகு, “அவரிடம் சொல்லுங்க – நான் இங்கே இருந்தேன்னு” என்று கூறி நிறுத்தி “அல்லது டிரைவரைக் கூப்பிடுங்கள் – நானே சொல்கிறேன்” என்றாள்.

முத்து இருவரையும் பார்த்து நின்றபோது – என்ன சொல்லலாமென ஆலோசித்திருந்த போது – அந்தப் பெண்மணியே சென்னாள், “நான் உங்க முதலாளியின் சம்சாரம் – எனது சிநேகிதி இவள்.”

“சரி” என்றான் முத்துக்கறுப்பன். செல்வம் எண்டர்பிரைஸ் என்பதிலுள்ள ஆண்பால் பகுதியை அந்த அம்மாள் வேண்டுமென்று ஒதுக்கிச் சொன்னதைப் பற்றிப் பின்னர் நினைத்துப்பார்த்தான்.

வண்டியில் திரும்பும்போதும், இடையில் இறங்கி ஒரு ஹோட்டலில் காப்பி சாப்பிடும்போதும் டிரைவரும் அவனும் இதைப் பற்றி எதுவும் பேசிக்கொள்ளவில்லை.

“ஒரு இருநூறு ரூபாயில் இரண்டு அறைகள் கொண்ட போர்ஷன் கிடைத்துவிடுமா” என்று டிரைவரிடம் முத்து விசாரித்தான்.

“கல்யாணமா சார்” என்று சிறிது சிரிப்போடும் திகைப்போடும் கேட்ட டிரைவர் ஏதோ யோசித்தான். அவனுக்குச் சரியான பதில் சொல்லவில்லை.

மாலையில் முதலாளியைப் பார்த்தபோது, “இந்தச் சந்திப்பு ரொம்பவும் முக்கியமானது முத்துக்கறுப்பன்” என்றார்.

முத்துக்கறுப்பன் வழக்கம்போல் பேசாதிருந்தான். பொதுவாக பல விஷயங்கள் உடனடியாக அவனுக்குப் புரியாமலேயிருந்துவிடுவது வழக்கம்.

“அது உண்மைதான். நீ இப்போ பார்த்துட்டு வருகிறாயே, அதைச் சொல்லல்லே – இப்போ நீ வந்து சேர்ந்திருக்கிற ஜங்ஷன் ரொம்பவும் முக்கியம். ஆறு மாசமா உன்னைக் கவனிச்சு வரேன். நீ ரொம்பவும் சிக்கனமானவன். உன் வயசில நான் உன்னைவிடச் சிக்கனம். எவ்வளவு சேமிச்சேன் தெரியுமா – ஹோட்டலுக்கோ சினிமாவிற்கோ போறதில்லை. என் முதலாளியை உதைத்துவிட்டு வெளியே போனேன். நான் சம்பாதிச்சேன். ஒவ்வொரு காசா...! இந்த இடத்தையே லட்சக்கணக்கில் கொடுத்து வாங்கணும்னு சேமிச்சேன். காசுகளை ரூபாயாக்கினேன். என் முதலாளி ஒரு நாய்.

“உனக்குத் தெரியுமா, நான் கலப்புக்கல்யாணம் பண்ணிக்கிட்டவன்னு. அவள் ஒரு வடநாட்டுக்காரி. நல்லவள்தான். நான் அவளைக் கல்யாணம் செய்துகொண்டபோது, என் பழைய முதலாளி செத்துப்போயிருந்தார். அவருடைய ஒரே மகள் அவள்.

“முத்துக்கறுப்பன் – என் பிரயாணம் ஒரு வெற்றி. நான் யாரையும் கெடுக்கவில்லை. நியாயமாகச் சம்பாதிச்சேன். நிறைய சேமிச்சேன். பணம் என்னை விட்டுப் போகமாட்டேன் என்கிறது. ஆனா. இப்போ ஒரு பிரச்சினை. அது என் பெண் ரூபத்தில் வந்திருக்கு.

“அவள் ரொம்ப கெட்டிக்காரி. எனது தீர்மானங்களும் குணங்களும் அவளுக்கு உண்டு. இந்தக் கம்பனியையே அவள் நிர்வாகம் செய்ய முடியும். ஆனா நான் அதை விரும்பவில்லை. இதோ பார், என் பழைய நிலைமையை உன்னிடம் இப்போ நான் பார்க்கிறேன். உனக்குச் சில குணங்களிருக்கு. சில இலட்சியங்களும் இருக்கும். நீ இங்கே நிற்கிறே. இந்தச் சந்திப்பு ரொம்ப முக்கியம். நீ என்ன செய்வே? இதோ ஒரு ப்ரப்போசல். என் பெண்ணை – கலப்புக் கல்யாணத்தில் பிறந்த பெண்ணை – நீ கல்யாணம் பண்ணிக்கொள்வாயா– இந்தக் கம்பனிப் பொறுப்பை ஏற்பாயா? – பெண்ணின் அம்மா உன்னைப் பார்த்தாயிற்று. நீதான் சொல்ல வேண்டும். உன் தகப்பனாரை நான் பார்த்துக்கொள்கிறேன். அவர் சம்மதிப்பார் என்பதை நான் அறிவேன். உன் அத்தை பெண்ணிற்கு அழகான பையனை நான் தேர்ந்தெடுக்கிறேன். நீ இப்போ சொல்லு – உனது பதிலுக்கும் நீ தொடர்ந்து வேலையிலிருப்பதற்கும் சம்பந்தமில்லை– சொல்லு.”

பழக்கத்தின் காரணமாக அர்த்தமில்லாமல் ‘முருகா’ என்ற சொல் முத்துக்கறுப்பனிடமிருந்து வந்தது. செல்வம் அதையும் ரசித்திருக்க வேண்டும். அவர் முகத்தில் சிரிப்பிருந்தது.

“சொல்லு.”

சாப்பிடுவது என்பது முக்கியமான விஷயமாக இருந்தாலும் விலங்கினங்களெல்லாம் அன்றாடத்திற்கான ஒரு கௌரவத்தையே அதற்கு அளித்துள்ளன என்று நினைத்தான் முத்துக்கறுப்பன். தன்னைச் சுற்றியுள்ளவர்களின் சாயலில் ஆடு மாடு என்ற பலவற்றை அவனால் காண முடிந்தது. பிரயாணத்தில் ஒரு பிரிவு – இன்னொரு பிரிவு – என்று எதையும் பார்க்க சாத்தியப்படவில்லை. மூட்டைகளைச் சுமப்பது பிரயாணமாகிவிடாது என்பது நன்கு தெரிந்தது. நியாயமாக சம்பாதித்தல் – சேமித்தல் – முன்னேறுதல் போன்ற சொற்றொடர்களெல்லாம் பழக்கத்தின் காரணமாகவே நன்றாக நம் காதில் விழுகின்றன என்று தோன்றிற்று. இவ்வாறு சம்பாதித்துப் பணக்காரனாவது முடியாதவொன்று என்றும் அவன் தெரிந்து வைத்திருக்கவேண்டும். அதை மட்டும் – அது குளறுபடியான ஆங்கிலமாக இருந்தபோதிலும் – அவனால் தெளிவாகச் சொல்ல முடிந்தது. அவன் சொன்னான்,

"பாஸ் – நான் லக்கேஜுடன் பிரயாணம் செய்ய விரும்பவில்லை."

- 1987

15. உலகு புரத்தல்

பேருந்தில் நிலைகொள்ளாமல் நின்றுகொண்டிருக்கையில் முதுகு தட்டப்பட்டதுமல்லாமல், உலகில் இரண்டொருவரே அறிந்துள்ள 'கறுப்பா' என்ற தனது விளிவேற்றுமையையும் கேட்டுத் திரும்பினான் முத்துக்கறுப்பன். பின்னால் நின்று கொண்டும் ஆடிக்கொண்டுமிருந்தது அவனது பள்ளி நண்பன் ராகவன். பத்தாண்டிற்குப் பின் ஏற்படும் சந்திப்பு.

இப்படிப்பட்ட சந்திப்பு ஒரு பேருந்தில் ஏற்படும்போது ஒரு வகை எரிச்சலும் வந்துவிடுகிறது. நின்று நின்றாடிக்கொண்டு மகிழ்ச்சியையோ கோபத்தையோ காட்ட முடியாது. காட்டினாலும் அதையெல்லாம் பொருட்படுத்துகிற புள்ளியல்ல ராகவன். எனவே பழைய வழக்கமான அசட்டுச் சிரிப்பே மிஞ்சிற்று.

ராகவன் அவனோடு படித்தவன் – ஊரிலே 'படித்த' என்று ஒரு அறிமுகத்திற்காகத்தான் சொல்லவேண்டும். 'அடித்த' என்பதுதான் சரி.

பள்ளிக்கூடத்து டிரில் மாஸ்டர் மீதே கல்லெறிந்து காட்டியவன். டிரில் மாஸ்டர் பெற்றதை அவனும் பின்னொரு நாளில் வாங்கியிருக்கிறான். அதெல்லாம் முத்துக்கறுப்பன் மறந்துவிட விரும்பும் விஷயங்கள். பிறகு பள்ளியிறுதிவரை அவனிடமிருந்து ஒதுங்கி வாழ முயன்றுவிட்டு தற்போது இந்தப் பட்டணத்துப் பேருந்தில் மாட்டிக்கொள்ளும்படியாயிற்று. "சௌக்கியமா யிருக்கியா" என்று கேட்டுக்கொண்டான்.

ராகவன் இளைத்துப்போயிருந்ததாகத் தோன்றியது முத்துக் கறுப்பனுக்கு. எச்சரிக்கையோடு – ஆனால் சாதாரணமாகவே பேசினான்.

"நீ எப்போ பட்டணம் வந்தே?"

“ஆச்சே – இரண்டு வருசம் – உன்னைத்தான் பாக்க முடியலே. உன் அட்ரஸ்கூட எனக்குத் தெரியாது. ஒரு தடவை ஊரிலே உன் பிரதர்கிட்டே கேட்டேன். அவரும் தெரியாதுன்னுட்டாரு – அவரு பேரு என்னா – உனக்கு அண்ணனா தம்பியா – நீங்க டிவின்ஸா.”

அம்மாதிரி சந்தேகம் முத்துக்கறுப்பனுக்கும் உண்டு. சிரித்துக்கொண்டான். அவன் ஊர் போய்வந்து வெகுகாலமாகிவிட்டது. அசிரத்தையோடு கேட்டுக்கொண்டிருந்தான். பஸ் குலுங்கிற்று. நிற்பதே கஷ்டமாகவிருக்கும்போது தலையை வேறு திருப்பிப் பேசுவது சாத்தியமில்லாமலிருந்தது. அடுத்த நிறுத்தத்தில் இறங்கிவிடலாமா என்ற எண்ணமும் வந்தது.

“நீ எங்கே போகணும்?” என்று ராகவன் கேட்டான்.

“அடுத்த ஸ்டாப்பிங்கில் இறங்கணும்.”

“வா – நானும் வரேன். நான் வேளச்சேரி போகணும்.”

சைதாப்பேட்டையில் இறங்கிக்கொண்டனர். முத்துக்கறுப்பன் அங்கிருந்து மின்சார ரயில் பிடித்து வண்டலூர் போகவேண்டும். “வா காப்பி சாப்பிடலாம்” என்று ஹோட்டலுக்கு அழைத்தான் ராகவன்.

அவ்வளவு சீக்கிரம் தப்பித்துவிட முடியாதென்பது முத்துக்கறுப்பனுக்குத் தெரியும். ஒரு வகையில் ஊர் விசேடங்களைக் கேட்கவும் ஆவல். ஐந்து வருடங்களுக்கு முன்பு பட்டணம் வந்து அவனைச் சந்தித்த ஒரு பெரிய மனிதர் இந்த ராகவனைப் பற்றிச் சொன்ன விஷயம் ருசிகரமானது. அதுதான் கடைசியாகக் கேள்விப்பட்டது.

ராகவனால் கல்லடி பெற்ற டிரில் மாஸ்டரின் பெயர் சிவனணைஞ்ச பெருமாள். அது மொழிபெயர்க்கப்பட்டு ‘சிவன் ப்ளஸ்’ என்று கூறப்படும். அவரைப் பற்றிக் கேட்கவேண்டுமென ஆசைப்பட்டான். ஆனால், அந்தப் பேச்சை எடுக்கும்போதெல்லாம் ராகவன் வேறு விஷயத்திற்குத் தாவுவதாகத் தெரிந்தது.

பில் வந்ததும் ராகவன் அதைப் பிடுங்கிக்கொண்டான். சிறிது நேரம் உட்கார்ந்திருந்தனர்.

“எனக்குக் கல்யாணமாகிவிட்டது தெரியுமா உனக்கு?” என்று ராகவன் கேட்டான்.

“அப்படியா – தெரியாதே – எப்போ?”

“ஆச்சு – ரெண்டு வருசம் – இங்க இப்போ குடும்பத்தோடதான் இருக்கேன். நீ ஒரு நாள் வீட்டுக்கு வரணும். இங்க நமக்குத் தெரிஞ்சவா வேறே யார் இருக்கா.”

“கல்யாணம் எப்போ ஆச்சுன்னு சொன்னே?” என்று முத்துக்கறுப்பன் கேட்டான். பெண் யார் என்று ராகவன் சொல்லட்டுமே என்ற எண்ணத்தில்.

“ஆச்சு – ஆமா ரெண்டு வருசம் – நம்ம டிரில் மாஸ்டர் இருக்காரிலியா – அவரு டாட்டர்தான். இப்போது அவருகூட இங்க வந்திருக்காரு.”

முத்துக்கறுப்பனின் ஆவல் அதிகமாயிற்று. வேறு கேள்வி கேட்கும் விதம் அவனுக்குத் தெரியவில்லை. ராகவனே சென்னான்.

அந்த ருசிகரமான விஷயம் பகிரங்கமாகச் சொல்லும்படியானதில்லை. முத்துக்கறுப்பன் எப்போதோ கேள்விப்பட்டது. பாதியளவு கற்பனையாகவிருந்திருக்கும். இப்போது ராகவன் குற்றவுணர்வோடு சொன்னாலும் அதில் நியாயப்படுத்தும் விதமிருந்தது.

இருபத்து மூன்று வயதில் சோம்பித் திரிந்து அலுத்துப் போய் உற்சாகமான விஷயங்கள் என்று தீர்மானித்துப் பலவற்றில் இறங்குவதற்கு ஒருவன் தாமே பொறுப்பாகிவிட முடியாது – இப்படித்தான் அவன் விளக்கமிருந்தது. ஆனால் பஸ் ஸ்டாண்டில் நின்றுகொண்டிருந்த பெண்ணை அவள் முன் சென்று போட்டோ எடுத்தது உற்சாகமான செயலென்றாலும் அடிதடிச் சண்டையென்றும் போலீஸ் கேஸ் என்றும் ஆகிவிட்ட பிறகு ராகவனால் தாக்குப்பிடிக்க முடியாதுபோய், அங்கிருந்து அவசரமாய் பட்டணம் புறப்பட்டு வந்துவிட்டான் என்று செய்தியுண்டு. இந்தச் சங்கடமான நிலையில் அவனுக்கு ஆதரவாக முன்னின்று வேண்டியவர்களிடம் பேசி கேசை இல்லாமல் செய்து அவனுக்கு வேலையும் தேடிக்கொடுத்தது டிரில் மாஸ்டர்தான் என்று இப்போது சத்தியமாகக் கூறுகிறான். இப்படிப்பட்ட ஒருவனின் கல்யாண விஷயம் சந்தி சிரிப்பது வழக்கம். பெண் கொடுக்க ஆலோசிப்பது நியாயம். மாஸ்டர் அதற்கும் தானே முன்னின்றிருக்கிறார். தனது மகளையே இவனுக்குக் கல்யாணம் பண்ணி வைத்து இந்தப் பட்டணத்தில் குடித்தனத்திற்கும் ஏற்பாடு செய்திருக்கிறார்.

ஏதோ மனம் விட்டுப் பேசிவிடுவது தனக்கு நல்லது செய்யும் என்பதாக ராகவன் முடித்து நிமிர்ந்து பார்த்தான். முத்துக்கறுப்பன் ‘போலாமா’ என்று கேட்டான். இருவரும் எழுந்துகொண்டனர்.

வெளியே வந்து ஒரு தாளிலே தங்கள் வீடு – அலுவலக முகவரிகளைப் பரிமாறிக்கொண்டனர். சிறிது நேரம் ஹோட்டலோடு சேர்ந்திருந்த வெற்றிலைக் கடையருகே நின்று பேசலாமென ஒதுங்கிய போது, ராகவன் ஒரு சிகரெட் வாங்கிக்கொண்டான். “நீதான் பிடிக்க மாட்டியே” என்று சொல்லிவிட்டுப் பற்றவைத்துக்கொண்டான்.

❍

தன் மனதில் ஏதோ ஏற்பட்டு மிகவும் லேசாகியிருக்கிறது என்பதாக உணர்ந்தான் முத்துக்கறுப்பன் – உற்சாகமாகவிருந்தது. ஒரு பெரிய மனது படைத்த ஆசிரியர் செய்யவேண்டிய கடமையைச் செய்திருக்கிறார் என்று சொல்லிக்கொண்டான். ஆசிரியர் என்றுகூட அல்ல – ஒரு பெரிய மனிதர் இப்படித்தான் பெருந்தன்மையைக் காட்ட முடியும். ஊர்ப் பற்றோ, நாட்டுப் பற்றோ பெருந்தன்மையின் அடிப்படையிலானது என்றும் தோன்றிற்று.

முத்துக்கறுப்பன் அன்று நிம்மதியாகத் தூங்கினான். வண்டலூரில் அவனிருந்தது குடிசை போன்ற ஓர் அறையில் – வாடகை மிகக் குறைவு. ரயில் டிக்கெட்டுக்குப் போக அவனது சம்பளம் மிகவும் மிஞ்சுகிறது. அவன் விலாசம் நாடி யாரும் வருவதில்லை யாதலால் செலவில்லை. கல்யாணம் பண்ணிக்கொள்ள வேண்டுமென்ற எண்ணமில்லை. ஊருடன் பகைத்தும் வேருடன் விழ மறுப்பவன்.

ஆனால், சிலபோது ஒரு சில எண்ணங்கள் ஏற்படுகின்றன – அட இந்த வாழ்க்கை யென்றால்தான் என்ன – நல்லது கெட்டது என்பதெல்லாம் என்ன என்று இப்படி

கூட்டத்தை விட்டுப் பிரிந்து எதையோ நாடிச் சென்றது போக, எல்லாரும் தன்னை விட்டுப் பிரிந்துவிட்டார்களோ என்று ஓர் ஏக்கம் மாறுவேடமாக உருவெடுக்கும். இவையெல்லாம் கதாகாலட்சேபம் கேட்டோ புத்தகங்களில் ஆழ்ந்தோ பெற்றவொன்று அல்ல. அவன் செல்லும் பேருந்து – ரயில் – எப்போதாவது செல்லும் சினிமா அரங்கு – இவை மூலம். ஹோட்டல் – அதை முக்கியமாகச் சொல்ல வேண்டும்.

மேற்படி சங்கதிகள் அனைத்தும் சகிப்புத்தன்மையோடு ரொம்பவும் சேர்த்தியானது என்று முத்துக்கறுப்பனுக்குத் தோன்றும். சில சமயங்களில் கோழைத்தனமில்லாத பொறுமையை நிலைநாட்டியிருக்கிறான். ஆனால், இவையெல்லாம் அவன் இப்போது கேட்ட டிரில் மாஸ்டர் 'சிவன் ப்ளஸ்' அவர்களின் பெருந்தன்மைக்கு ஈடாகாது – தனக்கேற்பட்ட உற்சாக நிலை ராகவனின் கதையைக் கேட்ட பின்னால்தான் வந்தது என்றும் அது பழிவாங்குகிற நிலைக்குச் சமமானது என்பதாகவும் அவன் நினைத்தான். ராகவனின் இந்த நாய் படாத பாட்டைக் கேட்ட பின்னரே அவன் மீது தான் கொண்ட கோபம் மறைந்திருக்கிறது – அப்படியானால் பெருந்தன்மைக்கும் தனக்கும் எவ்வளவு தூரம் என்று ஒரு குற்றவுணர்வும் ஏற்பட்டது.

ராகவனின் வீட்டிற்குச் செல்லவேண்டுமென அவன் தீர்மானித்துக்கொண்டான். அப்படிச் செல்வதற்கு முன்பு அவனிடம் வருவதாகச் சொல்வது நல்லதெனப்பட்டது. மறுநாள் ராகவனது அலுவலகம் நாடி கிண்டி சென்றான். அங்கே ஒரு புது விஷயத்தையும் கேள்விப்பட்டான். நண்பன் வீட்டிற்குப் போகவேண்டும் என்ற தீர்மானம் உறுதிப்பட்டது.

ராகவன் என்பவன் இப்போது தற்காலிக வேலை நீக்கத்தில் உள்ளான் என்று அந்த அலுவலகத்திலுள்ள மூன்று நபர்கள் தெரிவித்திருந்தனர். சந்தோஷமாக அந்த விஷயத்தை வெளியிட்டார்கள்.

'பயல் இன்னும் கல்லெறிபவனாகத்தான் இருக்கான்' என்பது முத்துக்கறுப்பனுக்குத் தோன்றிய முதல் எண்ணம். இந்த நிலைமையுடைய ஒருவனைவிட தன்னுடைய வாழ்வு மேல் என்ற திருப்தி தன்னிடம் குடிகொண்டதையும் அவன் அறிய முடிந்தது. தற்காலிக வேலை நீக்கம் குறித்து வேறெதுவும் விசாரிக்கவும் அவன் முயலவில்லை. தகவலோடு அவன் திரும்பினான்.

வேளச்சேரிக்கு பஸ் ஏறியபோது இந்த விஷயம் குறித்து மறந்தும் பேச்செடுக்கக் கூடாது என்று உறுதிப்படுத்திக்கொண்டான். அலுவலகம் சென்று விசாரித்தது ராகவனுக்குத் தெரிய வராது. இதைப் பற்றிப் பேசாமலிருப்பதுதான் இந்தச் சமயத்தில் பெரியமனுஷத்தனம் – பெருந்தன்மை.

உண்மையில் முத்துக்கறுப்பன் எதைப்பற்றியும் பேசவேண்டியிருக்கவில்லை. வீட்டைக் கண்டுபிடித்து வெளியே நின்று குரல் கொடுத்ததும் வந்தவர் "டிரில் மாஸ்டர்" – அவனை யாரோவென்று விசாரித்து உள்ளே வந்து உட்காரச் சொன்னார்.

"அவரு குளிக்காரு – இப்ப வந்துடுவாரு – நீங்க உட்காருங்க."

ராகவன் வருவது வரை தன்னை அறிமுகப்படுத்திக்கொள்ள விரும்பவில்லை. அறிமுகப்படுத்தினாலும் அவருக்கு ஞாபகம் இருக்காது என்று தீர்மானித்தான்.

ராகவன் எப்போதும்போல்தானிருந்தான். மாமனாருக்குச் சொன்னான் – பழைய முத்துக்கறுப்பன் என்று. அவர் தலையசைத்ததோடு சரி. மனைவியிடம் பெருமையோடு சொல்லிக்கொண்டான் – ஊர் ஆள் தன்னைப் பார்க்கவந்திருப்பதாக.

முத்துக்கறுப்பனின் உத்யோகத்தை விசாரித்தார் டிரில் மாஸ்டர். சம்பளத்தைக் கேட்டுத் தெரிந்துகொண்டார். அவர்கள் இனமாக முத்துக்கறுப்பன் இல்லாததால் பெற்றோரைப் பற்றியெல்லாம் விசாரிக்க அத்தனை கவர்ச்சி ஏற்படவில்லையோ என்று ஒரு சந்தேகம் அவனுக்கு ஏற்பட்டது.

இருக்கட்டும் – எது எப்படியிருந்தாலும் இத்தனை சந்தோஷமாயிருக்கும் குடும்பத்தாரிடையே வேலை நீக்கம் பற்றிப் பேச்செடுக்கக் கூடாது – அதுதான் முக்கியம் – தர்மம்.

முன்னறையில் உட்கார்ந்து இருவரும் பேசிக்கொண்டிருந்தனர். மாமனார் வெளித் திண்ணையில் உட்கார்ந்து காலாட்டிக் கொண்டிருந்தார். சமையற்கட்டில் தடபுடல் வேலை – ராகவன் சிரித்துக்கொண்டுதான் இருக்கிறான்.

வேறுவகையில் இந்த விஷயம் முத்துக்கறுப்பனுக்கு மிகவும் பயனுள்ளதாயிருந்தது. ஒரு அருமையான சாப்பாடு – ஊர்ச் சாப்பாடு. புளிக் குழம்பும் வெண்டைக்காய் தயிர்ப் பச்சடியும் அவனை எந்தக் காலத்திற்குள்ளோ தள்ளிவிட்டன. விருந்தாளி என்பதை மறந்து சாப்பிட்டுக்கொண்டிருந்தான்.

அந்தப் பெண்ணிற்கு – ராகவன் மனைவிக்கு – ஏதோவொன்று பிடிபட்டிருக்கவேண்டும். கணவனிடம் கேட்டாள்.

"உங்க ப்ரண்ட் ஹோட்டலிலேதானே சாப்பிடறாரு – சனி ஞாயிறிலே இங்க வரச்சொல்றதுதானே."

"ஆமா அதுதான் சொன்னேன், என்னப்பா முத்து, எத்தனை நாள்தான் இப்படியிருக்கப் போறே?"

கவனத்துடன் 'கறுப்பா' என்ற விளி வேற்றுமையைத் தவிர்த்துப் பேசியதைக் கண்டு மகிழ்ந்தான் முத்துக்கறுப்பன். சிரித்துக்கொண்டே என்ன சொல்லலாமென யோசனை செய்தான்.

"உன் மாமனார் சாப்டலே போலிருக்கே" என்று கேட்டான்.

"அவரு மெதுவாகத்தான் எல்லாம். ஆமா மீனாச்சி, உங்கப்பா மைலாப்பூர் போகணும்னு சொல்லிக்கிட்டிருந்தாரே" என்று மனைவியிடம் கேட்டான்.

"சாப்பிட்டுட்டுப் போவா" என்று பதில் வந்தது.

முத்துக்கறுப்பன் சாப்பிட்டு முடித்துத் தண்ணீர் குடித்தவாறே "மைலாப்பூருக்கா" என்று சாதாரணமாகக் கேட்டான்.

"ஆமா – எல்லாம் இவுக விஷயம்தான்" என்று மீனாட்சி பதில் சொன்னாள். பிறகு விவரமாகக் கூறினாள்.

"எல்லாம் இவுகளாலத்தான். முன்னாலே படிக்கையிலே கல்லைத் தூக்கி எறிவாரில்லா – அது மாதிரித்தான் இப்பவும் இருக்காரு. ஆபீசிலே மானேஜர் கிட்டே சண்டை போட்டிருக்கா – விடுவாளா– இப்ப சஸ்பென்ஷன் – அதுக்குத்தான் அப்பா யாரையோ பார்க்கணும்னு போறா – நீங்களெல்லாம் இப்படியா இருக்கறீக – கொஞ்சம் சொல்லுங்க, அடிதடி எல்லாம் போதும்னு."

ராகவன் மென்மையாகச் சிரித்துக்கொண்டுதான் இருக்கிறான் – எந்தக் கவலையுமில்லாமல் – ஆனால், அதுவல்ல இப்போது முக்கியம் என்று முத்துக்கறுப்பனுக்குத் தோன்றியது. இத்தனை பெருந்தன்மையோடு தான் நடந்தும் விளைவு திருப்திகரமாகவில்லையென்றும் – எங்கோ தவறிருக்கிறது என்றும் எண்ணி அவன் வருத்தப்படவாரம்பித்தான்.

- 1987

16. அலுப்பு

படுவேகத்தில் வந்த கார் பாலத்தின்மீது மோதி ஆற்றில் கவிழ்கிறது. நுங்கும் நுரையுமாக ஆற்றில் வெள்ளம் கொழித்தோட, கார் மூழ்கிய இடத்தில் குமிழிகள் எழும்பி வெடிக்கின்றன.

அதோடு முடிகிறது. விளக்குகள் எரிந்ததும் இந்திரா இருக்கையில் இருந்து எழுந்து நிற்கிறாள். வழக்கமாக உட்காரும் இடம் பால்கனியின் கடைசி இருக்கைதான். அம்மா செருப்பை மாட்டிக்கொண்டிருக்கிறாள். எழுந்து நின்றதும் அவள் பின்னால் நகருகிறாள் இந்திரா. இரண்டொருவர் படத்தை விமர்சனம் செய்தவாறே இறங்குகின்றனர்.

இந்திராவுக்குச் சிரிப்பு வருகிறது. விமர்சனம் பண்ணவேண்டிய படம்தான்.

தியேட்டரின் பின்னால் கார் நின்ற பக்கம் செல்கையில் மணி ஒன்பதடிக்கிறது.

அம்மா ஏறியதும் காரை வெளியே செலுத்துகிறாள். பக்கத்திலிருந்த பையை அணைத்தாற்போல் வைத்துக்கொண்டிருக்கிறாள். தியேட்டர் நெரிசலைக் கடக்க ஐந்து நிமிடம் – வெளியே இரண்டொரு குறுக்கே நடந்து செல்லும் பாதைகள்.

இந்திராவுக்கு அலுப்பாகவிருக்கிறது. பையிலிருந்த 'ஒரு சாக்லேட்'டை எடுத்து வாயில் போட்டுக்கொள்கிறாள். கார் கிளம்புகிறது. அடுத்த படத்திற்கான 'போஸ்டரை' வைத்துத் தள்ளிக்கொண்டு போகிறான் ஒருவன். மர்லின் நடித்த படம். இந்திரா விக்கித்துப்போய் விடுகிறாள். மர்லின் என்றால் உயிர். கடிதம்கூட எழுதியிருக்கிறாள். தனக்குப் பிடித்தமான இரங்கற் பாடலொன்றை முணுமுணுத்துக்கொள்கிறாள்.

"நார்மனைக் கொன்றவர் யாரோ?

நார்மனைக் கொன்றவர் யாரோ?

நானே என்றது நகரம்..."

அப்பாவிற்கு மர்லின் மன்றோ படம் பிடிக்காது. சாக்லேட் பிடிக்கும். ஜேன்வைமன் படம் என்றால் ஓடுவார். ஆட்ரி ஹெப்பர்ன் படம் இருக்கவே இருக்கிறது.

நமது படங்களைப் பார்க்க அவரால் இயலாது. அதுபற்றி இந்திராவுக்குப் பிறகுதான் தெரியவந்தது. வலுக்கட்டாயமாக ஒரு படத்திற்கு அழைத்துச்சென்றாள். காட்சி ஆரம்பத்தில் பெற்றோர் பேசிக்கொள்கின்றனர்.

"என்னங்க – நம்முடைய மூத்த பையன் மகாலிங்கம் சென்னை சென்று இன்னமும் கடிதமே போடவில்லையே... நம்ம இளைய மகன் ராஜனும் மகள் கலாவதியும் அண்ணனைப் பற்றியே பேசிக்கொள்கிறார்கள். உங்களுடைய தங்கை லட்சுமி..."

பார்த்துக்கொண்டிருந்த இந்திராவுக்கு அப்பா ஏன் தலைகுனிந்து சிரிக்கவேண்டும் என்று தெரியவில்லை.

சாக்லேட் ரொம்பவும் பிடிக்கும். ஒரு தடவை 'டிராகுலா' கதையைச் சொல்லச் செய்வதற்கு சாக்லேட் வாங்கிக் கொடுத்திருக்கிறாள்.

"இந்திராக் கண்ணு, உன் பெயரிலே முதலெழுத்தை எடுத்துட்டா எப்படி இருக்கும்?"

சப்தத்துடன் சிரித்துவிட்டுச் சொல்வார் "இந்திரான்னுதான் கூப்பிடவேணும் பாரேன்" என்பார்.

அப்பா ரொம்பவும் தைரியசாலி. யாருக்கும் பயப்பட மாட்டார்.

பாலத்தின் மேலே மெதுவாகக் காரைச் செலுத்துகிறாள் இந்திரா. "படம் தற்கொலை படம்" என்று சொல்லிக்கொள்கிறாள்.

"அது தற்கொலையா? விபத்தா? அதை வெளியே சொல்லலையே... அப்பாவென்றால் அதை விளக்கியிருப்பார். இந்த மனுஷர்களுக்கே சாகவும் தற்கொலை செய்யவும்தான் தெரியும் போலிருக்கிறது."

படத்தின் பெயரே நன்றாயில்லை என்று நினைக்கிறாள் இந்திரா. பெயரிலே எதுவுமில்லைதான். ஆனாலும் அது சில சமயம் ரொம்ப முக்கியமான விஷயம் என்றாகிவிடுகிறது.

"ஏன் அப்பா உனக்கு இந்தப் பேரு – நல்லாவே இல்லை – முத்துக்கறுப்பன் – யாரு வைச்சது – நீ அத்தனை கறுப்பாக்கூட இல்லையே."

இந்திரா கேட்பாள்.

"அப்படியில்லே – பாரு – இது என் தாத்தா பேரு – தாத்தா பேரை வைச்சுக்கிட்டாத்தான் பேரன்."

"அப்ப, என் பாட்டி பேரு இந்திராவா?"

"இல்லை."

“அம்மா பேரு அவ பாட்டி பேரா?”

“அது எனக்குத் தெரியவே தெரியாது கண்ணு.”

இந்திராவுக்கு ரொம்பவும் அலுப்பாகவிருந்தது. அப்பாவானால் இப்படி காரை ஓட்டச் சம்மதித்திருப்பாரோ? சொல்ல முடியாது... அமாவாசை சமயம் புறப்பட்டாரே திடீரென்று சினிமாவுக்கு.

“இந்திரா நீயும் வா” என்று அழைத்தார்.

“அந்த சினிமா நன்னாவேயில்லை” என்று முணுமுணுத்துக் கொள்கிறாள். அப்பாகூட சரியாகப் பார்க்கவில்லை. பாதியிலேயே போய்விடுவோமோ என்றுகூட நினைத்தாள் இந்திரா.

விளக்குகள் எரிந்ததும் இருவரும் எழுந்து வெளியே நகர்ந்தனர். வாசற்படியிலே காலில் தடுக்கியதை எடுத்து அப்பாவிடம் கொடுத்து “பாரு, எத்தனை அழகான ‘ஜ்வல்’ அப்பா” என்றாள்.

“கண்ணு... இது கடிகாரமும் மணியும். சிங்கப்பூர் சரக்கு. இந்தக் கடிகாரத்தைச் சுற்றிச் சங்கிலிகள் தொங்கும். சங்கிலியிலே மணி. ஒவ்வொரு மணியிலும் ஒவ்வொரு எழுத்து இருக்கும்.. பாரு... எழுத்துகளைச் சேர்த்தால் சொந்தக்காரரின் பெயர் வரும். வா, மானேஜர்கிட்டே கொடுத்துட்டு வரலாம்.”

அப்பா அடுத்த நாளும் சினிமா பார்க்கப் போனார். அதற்கடுத்த நாளும் போனார். சொட்டச் சொட்ட நனைந்துகொண்டே வந்தார். மூன்றாம் நாள் இந்தப் பொய்யுலகை விட்டே போய்ச் சேர்ந்துவிட்டார்.

“அது என்ன பாட்டு. அப்பா முணுமுணுத்துக்கொண்டே இருப்பாரு... ‘பொய்த்தேவு பேசிப் புலம்பறது’ அப்படின்னு வரும்.”

அப்பா எப்பவும் இப்படித்தான். அம்மாவைப் பற்றிப் பேச்சு வந்தாலே அதை மாற்றிவிடுவார். ஏன் – அம்மாவும் அப்படித்தான்.

“ஒன் பேச்சுக்கூட அம்மாப் பேச்சு மாதிரியில்லே அப்பா... என் பேச்சுக்கூட இப்படியில்லேயே.”

இந்திரா பெண்மை என்ற பரிசை ஏற்ற பிறகுங்கூட அப்பாவிடம்தான் கொஞ்சி மகிழ்வாள்.

அப்பா ரொம்பவும் தைரியசாலி. யாருக்கும் பயப்பட மாட்டார்.

லேசாகத் தூறல் போடுகிறது. வீட்டை அடைகையில் மணி ஒன்பதரை.

சமையற்காரர் வந்து கதவைத் திறக்கிறார். இந்திரா காம்பவுண்டிற்குள் காரை நிறுத்திக்கொள்கிறாள்.

“மணி என்ன ஆச்சு தெரியுமோ? பத்தடிக்கப் போகுது.”

“ஒன்பதரைதான் ஆச்சு.”

உடம்பு குளிரக் குளிக்கவேண்டும்போல இருக்கிறது இந்திராவுக்கு. குளியலறைக்குள் நுழைகிறாள். அம்மா சற்று நேரம் நின்றுவிட்டு தனதறைக்குச் செல்கிறாள்.

சாப்பிடுகையில் "கதை நன்றாக இருந்ததா?" என்று கேட்கிறார் சமையற்காரர்.

இந்திரா சிரித்துக்கொள்கிறாள். கதையை இவரிடம் சொன்னால் நன்றாகத்தான் இருக்கும்.

மோர்க் குழம்பும், வெண்டைக்காயை வறுத்துத் தயிரில் பக்குவப்படுத்திய கறியும் ருசியாக இருக்கின்றன.

சாப்பிட்டு எழுகையில் அப்பளம் பொரித்து எடுக்கிறார் சமையற்காரர்.

○

இந்திராவுக்கு சுரம். நூற்றி இரண்டு இருக்கும். கண்களைத் திறக்காது படுத்திருக்கிறாள். சுடு கஞ்சி நாக்கைக் கசக்கவைக்கிறது. ஆரஞ்சுப் பழத்தை நினைத்துக்கொண்டால் குமட்டுகிறது. கண்களை மூடினால்தான் மின்னல் தெரிகிறது.

இந்திரா லேசாகக் கண்களைத் திறந்துகொள்கிறாள். நெற்றியில் கோதிக்கொண்டிருந்த கரங்களைத் தனது கைகளால் பற்றிக்கொண்டு சிணுங்கிக்கொள்கிறாள்.

"அப்பாவுக்கு நாளைக்கா அம்மா திதி – எனக்கு ரொம்பவும் அலுப்பா இருக்கு!"

திரும்பவும் சிணுங்கிக்கொள்கிறாள். பற்றிக்கொண்டிருந்த கைகளை விஷமம் செய்தவாறே, கதவருகே நோக்கி "ராமநாத மாமாவும் வந்திருக்காரே" என்கிறாள்.

"மணி என்ன அம்மா? வாச் எங்கே?... இது என்னது? நான் பார்க்கலியே. சங்கிலியும் வாச்சுமா? ஓ... சிக்ஸ் லெட்டர்ஸ்."

கண்களை மூடிக்கொண்டு, "நான் நாளைக்கு எழுந்துடுவேன்" என்கிறாள்.

அம்மா எழுந்து கதவருகே செல்லும்போது சமையற்காரர் உள்ளே கஞ்சியுடன் நுழைகிறார். இப்போது இந்திராவுக்கு ரொம்பவும் அலுப்பாக இருக்கிறது. சேர்ந்தாற்போல இரண்டு நாட்கள் தூங்கவேண்டும் போல இருக்கிறது. வெளியே கார் புறப்பட்டுச்செல்லும் சப்தம் கேட்கையில் அவர்களோடு தானும் சினிமா செல்லவேண்டும் போல இருக்கிறது.

○

இரண்டு வாரங்கழித்து அம்மாவுடன் இந்திரா சினிமா பார்த்தாள். படம் பிரமாதமாக இருந்தது. ஆனால், இந்தத் தடவை தொலைந்துவிட்ட அம்மாவின் சங்கிலியும் வாச்சும் திரும்பக் கிடைக்கவேயில்லை. ●

- 1987

17. அசலம்

ஆற்றிலே குளித்துவிட்டு வருவதென்பது எண்பது வயதைப் பொறுத்தவரை சாதாரண காரியமில்லை. இரண்டு மைல் நடக்க வேண்டும். ஆற்றங்கரை சிவன் கோவிலை நினைத்துக் கொண்டால் நடை சாதாரணமாகிவிடும். பச்சைத்தண்ணீரில் குளித்துவிட்டுவந்து படுத்துக்கொண்டு, மருமகளிடமிருந்து கிடைக்கும் முணுமுணுப்புகளை மதிக்காத மாமனார்களாலேயே அவ்வாறு நடந்துகொள்ள முடியும்.

சிவன் கோவில் பெரியது – ஆவுடையாராகக் காட்சியளித்தார். சிவராத்திரி மட்டும் சிறப்பாக நடக்கும். மறுகரையில் ஓர் இராமர் கோவிலும் இருக்கிறது. ஆற்று மண்டபத்தில் பல ஆவுடையப்பன்கள் பொழுதுபோக்குவார்கள். ஊரிலே அந்தப் பெயர் கொண்டவர்கள் ஒவ்வொரு குடும்பத்திலும் உண்டு. இருந்தபோதிலும் அங்கே எண்பது வயதில் ஆவுடையப்பன் யாருமில்லை – முத்துக்கறுப்பன்தான் இருந்தார். மாசி மாதம் பச்சைத்தண்ணீரில் குளிக்கும் திறனும் அவர்தாம் பெற்றிருந்தார்.

மெல்ல மெல்லப் படிக்கட்டில் இறங்குவார். படிகள் சீரான அளவோடிருக்காது – கவனம் தேவை. நீரின் பக்கமுள்ள படிகள் பச்சை நிறமுடன் அனுபவப்பட்ட கால்களுக்கே பணியும். பிறகு முழங்காலளவிற்குச் சற்று மேலாக ஓடிக்கொண்டிருக்கும் நீர். கற்கண்டு – தேன் என்றெல்லாம் சொல்ல முடியாவிட்டாலும், அதைக் குடித்துவிட்டுப் படுத்துக்கொண்டவர் யாருமில்லை. ஊரில் குளமிருப்பதால் ஆற்றைச் சீண்டுவோர் குறைவு – தூரமும் அதிகம். என்றாலும் அந்தச் சிவன் கோவில் படுத்துகிற பாடு முத்துக்கறுப்பனைப் பொறுத்தவரை பெரிதுதான்.

நான்கைந்து தடவை தலையை மூழ்கடித்து எழுந்து துவட்டிவிட்டு இரண்டாம் படிக்கட்டிலிருந்து திருநீற்றுப் பொட்டலத்தை எடுத்தார். நீர் விட்டுக் குழைத்து கிழக்குப் பக்கமாகத் திரும்பி நெற்றி, மார்பு கைகளில் இட்டவாறு,

கஷ்டப்பட்டு தலையை உயர்த்திப் பார்த்தார். உயரே பார்த்தவிடத்தில் தெரிந்த மண்டபம் அளவுக்கு இவர் படியேறித்தான் ஆகவேண்டும். ஏறிவிடுவார். கால்கள் இரண்டும் வழிதெரிந்தவை. பலம் மட்டும் குன்றிவருகிறது. எல்லாம் சிவன் செயல்.

ஆயிற்று. நமச்சிவாயத்தை அழைத்தவாறு மண்டபத்தில் உட்கார்ந்தார். “பழைய” என்று மட்டுமே சொல்லத் தகுந்த மண்டபம். கீழே ஓடிக்கொண்டிருக்கும் ஆறும், பக்கத்துக் கோவிலைச் சுற்றியுள்ள நந்தவனமும் இல்லையென்றால் அதிலே உட்காரவே மனம் வராது. ஆற்றையும் நந்தவனச் செடிகளையும் கூட அவர் ரசித்துப் பார்த்தது கிடையாது. எழுபத்தைந்து ஆண்டுகளின் பார்வை. ஐந்து வயது முதற்கொண்டே இந்த ஆற்றையும் மண்டபத்தையும் கண்டுகொள்பவர்.

திரும்பவும் நமச்சிவாயத்தைக் கூப்பிட்டு சாய்ந்து உட்கார்ந்தார். அலுப்பு மிஞ்சிற்று. இன்றைக்கு அளவில்லாத அலுப்பு – நன்றாகச் சாய்ந்தார்.

கோவில் – நந்தவனம் இவைகளைத் தாண்டி வயற்காடு பக்கமாக மேடும் பள்ளமுமான ஒரு கூறுகெட்ட மண்ணில் முப்பதளவிலான குடிசைகள் மண்டபத்திலிருந்து பார்த்தால் தெரியும். ஊருக்கோ கோவிலுக்கோ சம்பந்தமில்லாதவொன்று போல அவை தனித்து நிற்கும். அந்த ஊரின் பெயரைத்தான் கொண்டுநின்றது. முத்துக்கறுப்பன் மண்டபத்தில் உட்கார்ந்தால், அந்தக் குடிசைகள் பக்கமே பார்வை நிலைகுத்தி நிற்கும். சிவனைக்கூட மறந்துவிட நேரும்.

“அண்ணாச்சி” என்ற ஓர் இனிமையான கூவலில் அவர் கண் விழித்தார். எதிரே நின்றது யாரெனத் தெரியவில்லை. நிமிர்ந்து உட்கார்ந்து பார்த்தார்.

“நாந்தான் அண்ணாச்சி.”

வந்தவன் மரியாதை மிக்கவன் போலும். பெயரைச் சொல்லாது விடுத்தான். தலைமுடியைச் சுருட்டி மேலே வைத்து முனிவன் போல நின்றான். இடுப்பில் வேட்டியோடு சரி. தோளிலே வில் தொங்கிற்று. இராமனை இந்தக் கோலத்தில் பார்த்தால் யாருக்குத்தான் அடையாளந் தெரியாது?

“யாரு – இராமனா” என்று கேட்டார் முத்துக்கறுப்பன், கண்டு கொண்டு.

“ஆமா அண்ணாச்சி. இன்னைக்கு எப்படியும் அண்ணாச்சியைப் பார்த்துடணும்னுதான் வந்தேன். ஆவுடையப்பரைப் பார்க்க இன்னைக்கு வராம இருக்கமாட்டீங்கன்னு தெரியும். மாசி மகமாச்சே. எங்கே நீங்க வரீங்க அந்தப் பக்கமா” என்று மறுகரையிலிருந்த இராமர் கோவிலைச் சுட்டிக்காட்டினான்.

“எங்கே வர முடியுது – வயசாச்சே.”

“நீங்க ஆனாலும் சின்ன வயசிலும் வரதில்லையே.”

“வந்திருக்கேன் – ஏன் வராம – இப்படி இரியேன்.”

இராமன் உட்கார்ந்தான். கறுத்த முகத்தில் வழக்கமில்லாத கபடச் சிரிப்பு தெரிந்தது. முத்துக்கறுப்பன் கண்களை மூடிக்கொண்டுதானிருந்தார். “அண்ணாச்சி” என்று மறுபடியும் கூப்பிட்டான்.

முத்துக்கறுப்பன் நிமிர்ந்து உட்கார்ந்தார்.

"நான் வருவேன்னு எதிர்பார்த்தேளா என்ன?" இராமன் கேட்டான்.

"நான் முதல்லே யாரோன்னு நினைச்சேன். ஆனாலும் நீ இப்படி நல்ல எங்க ஊர் தமிழ் பேசுவேன்னு தெரியாதே" என்றார்.

"நான் தமிழன்தானே அண்ணாச்சி – நான் வேறென்னத்தைப் பேசியிருக்கேன் – ஏதோ ரெண்டு மூணு மந்திரம் அந்தச் சாமியாரு சொல்லிக் கொடுத்தாரு. அதுவும் கஷ்டமாகத்தான் இருந்தது."

"வசிட்டரோ விசுவாமித்ரரோ – இருக்கும், தெரியல்லே" என்று முணுமுணுத்துக்கொண்டார் முத்துக்கறுப்பன்.

"நீங்க வேறே கோவிலுக்குப் போக மாட்டீக. அதுக்காகத்தான் இங்கே வந்தேன். இராமேசுவரம் போயிருக்கிறீக – அப்றம் இந்த் சிவன் கோவில்."

"ஆமா – அப்பா சொல்லுவாக. இராமநாதன் – வைத்தியநாதன் – காளத்திநாதன் மூணையும் பாத்துடணும்னு – எங்க முடியுது? – இராமேசுரம் மட்டுந்தான் போய்வந்தேன்."

"தனியாகவா போனீக – மதனியுந்தான் வந்தாக. அப்புறம்தானே செந்தில் பிறந்தான்."

முத்துக்கறுப்பன் ரசித்துத் தலையாட்டினார்.

"நானும் இராமேசுரம் மட்டுந்தான் போனேன் அண்ணாச்சி. பொத்தப்பி நாடு வழி வந்திருக்கோம். வைத்தியநாதன் இருந்த நாடும் தெரியும் – ஆனா, கோயிலே கிடையாது அப்போ. இல்லாமப் போனா என்ன – நீங்க கும்பிடற ஆவுடையார்தானே நான் கும்பிட்டதும் – உலகிலே எந்த இடத்தில்தான் ஆவுடையார் இல்லை? – வேறு என்ன தெரியும் எனக்கு?"

"ம் – ஆமா. இராமேசுரம் கண்ட பிறகுதான் இலவ – குசா பிறந்தாப் போல இருக்கு."

முத்துக்கறுப்பனின் நமட்டுச் சிரிப்பு ஒலியில், இராமன் வெட்கப்பட்டான்.

"இங்க சித்ரை மாசம் திருவிழாவிலே கம்ப ராமாயணம் சொல்லுவாக. அப்ப நான் உன் கோவிலுக்கு வரதுண்டு."

கம்பன் என்ற சொல்லிலே இராமன் தாமரையாய் மலர்ந்தான்.

"பெரிய மனுசன் அண்ணாச்சி – எப்படியெல்லாம் சொல்லியிருக்காரு– கடவுளைப் பத்திக்கூட. அவரு ராமனாக வாழ நான் இன்னொரு சென்மம் எடுக்கணும்."

"சடையப்பர் வளர்த்த பிள்ளையில்லையா – வேறு எப்படியிருக்கும்."

"அதனாலே மட்டுந்தானா அண்ணாச்சி. இந்த இடமே எல்லாத்தையும் தந்திருக்காதா – விக்கிரமசிங்கபுரம் எவ்வளவு தூரம் – பக்கத்திலேதான்."

"பக்கம்தான்."

“மெய்கண்டார் ஞான பூமியாச்சே – சொல்லித் தரணுமா.”

முத்துக்கறுப்பன் பேசாதிருந்தார். சிவன் கோவில் மணி ஒலித்தது. அவருக்குப் பசி எடுக்கவில்லை. பார்வை வயற்காட்டுப் பக்கம் தனிக் கும்பலாக நின்ற குடிசைகள்பால் சென்றது. ஓர் ஆவலுடன் சொன்னார்.

“உன் சங்கதிதான். அங்கே பாத்தியா – அந்தக் குடில்களெல்லாம் என் வயசுவரை இருக்குது. எனக்குத் தெரியும்.”

இராமன் திரும்பிப் பார்த்தான் – தலையாட்டிக்கொண்டான்.

“அந்த இடத்தில்” என்று திரும்பவும் சுட்டிக்காட்டினார்.

“நான் அந்த இடத்தில் இராமன் வேடங்கட்டி சீதா கல்யாணம் நாடகம் போட்டிருக்கேன். ஏதோ அங்கேதான் சிவராத்திரிக்கு நாடகம் நடத்தணும்னு தோணிச்சு. ஆச்சு வருசம்.”

“நல்லாத்தான் இருந்திருக்கும்.”

“ஆமா நீ பாத்திருக்கணுமே – அடுத்த வருசமே அந்த நாடக வாத்தியாரு செத்துப்போனாரு – சீதையா நடிச்சது யாரு தெரியுமா– மேலத்தெரு ஆவுடையப்பன்தான் – இன்னும் இருக்கான். என்ன பண்ணினான் தெரியுமில்லே. இராவணன் கழுத்திலே மாலையைப் போட்டுட்டான்.”

“ஏன் அப்படி அண்ணாச்சி?”

“இராவணன் வில்லை ஒடிச்சுத் தொலைச்சுட்டான். லேசா அதைத் தொட்டு கீழே வைக்கவேண்டியதுதானே – வித்தையெல்லாம் காட்டி நடிச்சான் – வில்லு படார்னு ஒடிஞ்சது. சீதை என்ன செய்வா – சொல்லிக் குடுத்த மாதிரி ஒடிச்சவனுக்கு மாலையிட்டா.”

“சரியா போச்சு – அண்ணாச்சிக்கு வேலை மிச்சம்.”

“அது எப்படி – கதைப் பிரகாரம் நடக்காண்டாமா – வாத்யாரு நேரே வந்து மேடைன்னுகூட பாக்காம அந்த ஆவுடையப்பனை அடிச்சாரு பாரு – நான் வந்து வெலக்கினேன் – கொன்னுபோட்டிருப்பாரு.”

இராமன் தலைகுனிந்துகொண்டிருந்தான். சிரித்தானாவென்று தெரியவில்லை.

“பொறகு ஒரு வழியா வில்லை திரும்பவும் கட்டி வச்சு இராவணன் ஒடிச்சது வேற வில் – சரியான வில்லு இதுதான்னு சனக மகாராசா சொல்லி, நான் ஒடிக்க வந்தேன். என்ன ஆச்சுங்கறே – அந்த மாதிரி இறுகக் கட்டி வச்சா யார்தான் ஒடிக்க முடியும்..? சீதைக்குக் கிடைச்சது எனக்கும் திரை மறைவிலே கிடைச்சதுன்னு வை.”

இராமன் தலை நிமிர்ந்து “செந்தில் எப்படி சின்ன வயசிலே அண்ணாச்சி?” என்று கேட்டான்.

முத்துக்கறுப்பன் பதில் சொல்லவில்லை. செந்தில் நாலைந்து பட்டங்கள் அறிவியல் துறையில் பெற்று மேநாட்டில் இருப்பதைச் சொல்வதில் அவருக்கு சுவாரஸ்யம் இருக்கவில்லை. “இராமனுக்குத் தெரியாதா” என்றுமிருக்கலாம். தள்ளாமை ஏற்பட்டதும் மருமகள் அவர் முன்பு வந்து நேருக்குநேராகவே பதில் கேள்வி போடுவதைப் பற்றியும் சொல்லவேண்டி வரும். மனைவியிருந்திருந்தால் – அதுவும் எப்படித் திரும்பும் என்று சொல்லமுடியாது. ஒரு மாற்றுக் குரலில் முத்துக்கறுப்பன் குடிசைகளைப் பார்த்தவாறு சொன்னார்.

“இப்ப அங்கே எல்லாரும் மாறிட்டாங்களாம் – மத மாத்தமாம். என்னன்னு உனக்குத் தெரியுமா?”

ஒரு நிராதரவான பாவம் அவர் கண்களில் தெரிந்தது.

“தெரியும் அண்ணாச்சி. நீங்க அதைப் பத்திக் கொஞ்ச நாளா மனசைப் போட்டு அலைச்சுக்கிடறீக. இதுக்கு யாரு காரணம்னு குழம்பறீக. அப்படித்தானே.”

முத்துக்கறுப்பன் சிறிது நேரம் கண் கொட்டாமல் பார்த்தார். எங்கேயோ இருந்தார்.

“ஆமா அண்ணாச்சி – குழப்பம் நம்மகிட்டயிருந்துதான் ஆரம்பிக்குது. ஏன்னா குழப்பத்தை மட்டுந்தான் சொமக்கிறோம்.”

“நீ என்ன சொல்லுகே?”

“நான் என்னைப் பத்திச் சொல்லுகேன் அண்ணாச்சி – நான் பட்ட பாட்டை யாருக்கும் சொல்ல முடியாது – யாரும் சொல்லலே. காட்டுக்குப் போறது கஷ்டமாத் தெரியலே அண்ணாச்சி. இராவண வதம் வரைக்கும் நான் பெரிசா எதையும் செய்திடலே விதியின் வழியோ – பிழையோன்னு இருந்துட்டேன். ஆனா ஊர் திரும்பிவந்து யாரோ சொன்னா அப்படின்னு சீதையைக் காட்டுக்கு அனுப்பிச்சேன் பாருங்க – அது ஒண்ணுதான் உருப்படியா நான் செய்த காரியம். நடந்ததுக்கெல்லாம் உள்ள பொறுப்பை என் தலையில் போட்டுக்கொண்டபோது, எனக்கு யாரைப் பத்தியும் கவலையில்லை – என்ன சொல்லுவாங்களோன்னு கூட கவலையில்லை – சீதையைத் தீக்குளிக்கச் சொல்லிக் கேட்டதுக்கு எத்தனை பேரு என்னமெல்லாம் சொன்னீக – ஏன் உங்க விருத்தாச்சலம் சும்மா விட்டாரா – சாப விமோசனம் எழுதி ‘அவனா கேட்டான் – அவனா கேட்டான்’ அப்படின்னு திட்டி வட்டியிலே வாரிப் போட்டாரே.”

“ஆமா – நம்ம சொக்கலிங்கம் பையன் – பாத்திருக்கேன் – படிச்சதில்லே.”

“அண்ணாச்சி – அப்போ தெரியல்லே யாருக்கும் – இந்தச் சுமைகளெல்லாம் தலையில் தூக்கிப் போட்டுக்கிறதுதான் ஒரு ஓசந்த நாகரிகம் அப்படின்னு.”

துடையிலே கைகளை அழுத்தியவாறே முத்துக்கறுப்பன் எழ முயன்றார்.

“இரிங்க அண்ணாச்சி – ஆயிரமாயிரம் வருசமா யாருக்காகச் சுமந்திருக்கோம்? கவலையையும் குழப்பத்தையும் சுமந்தாச்சு. உங்க பாரந்தான் அது. நல்லது கெட்டது –

நாகரிகம் – அறிவு – மடத்தனம் அப்படியெல்லாம் வெவ்வேறா சொல்லி ஏமாத்தியாச்சு. ஓலகத்து நடவடிக்கைக்கு எல்லாரும் பொறுப்புத்தான்னு யாருமே எடுத்துக்கல்லே."

"நீ என்ன சொல்லுகே. எனக்கு இதிலே வருத்தமாயில்லே."

"அப்படியில்லே – அது வருத்தம்தான். ஆனா பொறுப்பை எடுத்துக்கறதாலே வர வருத்தமில்லே. அப்படி எடுத்துக்கிட்டா அது வருத்தமில்லே அண்ணாச்சி – வாழ்க்கை யாயிடும். இப்ப மாதிரி அந்தக் குப்பத்தைப் பார்த்துப் பரிதாபப்பட மாட்டீக. சொல்லப் போனா நாகரிகம் – நாகரிகம்னு சொல்றமே அது இதுதான். நீங்க கண்டுகொள்கிற சங்கதிதான். அது யாராலும் உண்டாக்கப்படலே. எல்லாத்துக்கும் எல்லாரும்தான் காரணம். மூவாயிரம் வருசமா அன்புதான் ஒசந்ததுன்னு சொல்லிக்கிட்டு சொமை சொமக்கப் பின்வாங்கினா நாகரிகம் என்னான்னு எனக்குத் தெரியலே."

"எனக்கு அன்பில்லேன்னா சொல்லுகே."

"இல்லே – அதுக்கு அடைக்குந்தாழ் இல்லாமலிருக்கறதாலேதான் நாம பேசிக் கிட்டிருக்கோம். தாழைநாமே போடறோம் – பொறுப்பைச் சொமக்கப் பயப்படறோம். நம்ம ஆசைகளையெல்லாம் புத்தன் சுமையாய் ஏற்றிக்கொண்டான் – ஏசு சிலுவை சுமந்தான் – இங்கே அஞ்ஞானத்தைப் பாரமாய்ச் சுமந்தது சிதம்பரம் ராமலிங்கம்– சுமக்கலையா அண்ணாச்சி – சொல்லுங்க – இந்தப் பிரபஞ்சத்திலே நாம இருந்ததுக்கான நாகரிகம் அந்தச் சுமைதான். அதுதான் அசைவு அண்ணாச்சி – அதுவேதான் என்னவோ வாழ்க்கை அப்படின்னு சொல்லிக்கிட்டிருக்கிறோமே – அது. இருந்த இடத்திலேயே குந்தியிருக்கிறதுக்கும் எப்பவோ உள்ள எண்ணங்களை வைச்சுக்கிட்டிருப்பதுக்கும் என்ன வித்யாசம்?"

குப்பத்துப் பக்கம் விரலைக் காட்டி இராமன் தொடர்ந்தான்.

"இத்தனை நாள் அவங்களை மட்டும் சொமைதாங்கியா ஆக்கி வைச்சிருந்தேளே, எப்பவாவது அதைப் பற்றி நீங்க சொல்ற அன்போட நினைச்சுப்பார்த்திருக்கேளா – ஐயோ பாவம்னு சொல்லிட்டா ஆய்ப்போச்சா."

"அப்படிச் சொல்லாதே அப்பனே – எனக்கு இதெல்லாம் தெரியாது. இந்த சிவன் கிட்டே நான் எதையுமே கேட்டதில்லை. சுமடு சுமந்து பழக்கமில்லாதவன்தான். இந்தக் கணத்திலே நான் சுமந்த ஏதோ ஒண்ணை இறக்கி வைக்கத்தான் முடியும்."

உதடுகள் துடிக்க நின்ற அந்த மனிதரைப் பார்த்துத் திரும்பவும் மலர்ந்தான் இராமன். பிறகு சொன்னான்:

"அண்ணாச்சி – அது ஓர் அசைவு – நிரந்தரமான அசைவு."

❍

மேலத்தெரு ஆவுடையப்ப பிள்ளை சத்தம் போட்டார்.

"அண்ணாச்சி போயிட்டாகளாம் – ஆத்து மண்டபத்திலே கிடக்காக. போயும் போயும் குப்பத்துப் பக்கம்தானா போயி கண்ணை மூடணும் – ஏ வேலப்பா – வண்டியைப்

பூட்டு – போயி கொண்டாந்துரலாம் – குப்பத்து ஆளுங்க பாத்தா பரியாசம் பண்ணுவானுக. வீட்டிலே இருக்க பொம்பிளைகளுக்குக் கொஞ்சமாவது இது இருக்கா – தள்ளாடுற மனிசனை ஆத்துக்கா குளிக்க அனுப்பணும் – வெந்நி வைச்சுக் குடுக்கக்கூட நாதியில்லாமலா போச்சு – வீட்டிலே மருமக எதுக்கு இருக்கா."

ஆவுடையப்பரின் தைரியமான – பொதுவான – மருமகள் பற்றிய பேச்சை எதிர்கொள்ள அவரது இளைய மருமகள் வரவும், அவர் அவசரமாக வண்டியில் ஏறி, பாதுகாப்பான நிலையில் உட்கார்ந்து தனது உரையைத் தொடரலானார்.

குப்பத்துக்கு அருகில் மண்டபத்தில் சாய்ந்த மனிதருக்கு இதெல்லாம் தெரியாது. அவர் மாலையாய் விழுந்துகிடந்தார். ●

- 1987

18. வீடுபேறு

*சா*லை நெடுஞ்சாலையானது சமீபத்தில்தானிருக்கவேண்டும். முனிசிப்பாலிட்டி ஆவணக் கோப்புகளில் எந்தவிதச் சான்று மில்லை. ஓங்கி நின்ற கட்டடங்களும் சினிமா அரங்குகளுமே அதை நெடுஞ்சாலையாக ஆக்கியிருக்கும். இரண்டு மைல் அளவிற்கு அது நீண்டு சென்றது. இடையே கணக்கற்ற உணவுவிடுதிகள் – கடைகள். அதன் இரு கோடிகளிலும் இரண்டு காவல் நிலையங்கள் அவசியமாகையால் அவை எல்லைக் கற்களாக நின்றன.

நட்ட நடுவில் ஒரு சந்தை – இரண்டு பட்சிணிகளுக்கும் உதவிற்று.

நெடுஞ்சாலை போலவே அந்தப் பட்டணத்தில் எல்லாமே மாறி விட்டிருக்கின்றன. மாற்றத்தை அவர் கவனித்தவாறே வந்திருக்கவேண்டும். பேருந்துப் பயணத்தைக் கட்டாயமாக மேற்கொண்டு வந்தவர், சிரமப்பட்டு பிரயாணம் செய்தார். எதிர்பார்த்திருந்ததைவிட அதிகமாகவே சிரமம் இருந்தது. அந்தச் சாலையில் டிராம் வண்டியில் செல்ல முடியவில்லையே என்ற நிராசை ஏற்கனவே ஏற்பட்டாகிவிட்டது. எட்டுத் தடவை அந்த நெடுஞ்சாலையில் வண்டி நின்று பிரயாணிகளை ஏற்றி இறக்கிவிட நிறுத்தம் செய்யவேண்டும் என்று அவருக்குத் தெரிந்திருக்கவுமில்லை. இன்னும் ஒரு நிமிடம் அந்த வண்டியிலிருந்தால் தனக்கு ஏதாவது நேர்ந்துவிடும் என்று அஞ்சியவராக அதிலிருந்து இறங்கி சாலையில் காலை வைத்தார். நெடுஞ்சாலை மண் அவர் காலில் பட்டது.

அதென்ன – இந்த நெடுஞ்சாலை பரிசுத்தமான ஏதாவது ஒரு படை வீடா – ஏதோ கோபுர தரிசனத்திற்காகத் தலையை உயர்த்திப் பார்ப்பதுபோல நின்றவிடத்திலேயே சுற்றிக்கொண்டார்.

ஒரு பத்து நிமிட அவகாசத்தில் அவர் உத்தேசமாக ஒரு குறிப்பிட்ட பிரதேசப் பக்கம் நெருங்கினார். நடுத்தரமான அந்த

வீட்டை ஆழ்ந்த யோசனையுடன் வெகுநேரம் பார்த்து திருப்தியுடன் தலையசைத்துக் கொண்டார்.

நெடுஞ்சாலையின் மெத்தப் பெரிய கட்டடங்களின் பக்கத்திலும் சிலவிடங்களில் முடிவெட்டும் கடைகளின் பின்புறங்களிலும் இருப்பவைதாம் குடும்பத் தலங்கள். சொல்லப்போனால், இவை அந்தச் சாலையில் இருப்பதில் அர்த்தமில்லை. அவை வேறெங்காவது மைதானங்களில் மாற்றப்பட்டிருக்கவேண்டும். ஆனால், நெடுஞ்சாலையும் பழைய நிலைக்குத் திரும்பிவிடும் என்ற நப்பாசை அந்தக் குடித்தனவாசிகளுக்கு இருந்தது போலும். அவர்கள் தங்கள் வீடுகளிலிருந்து தலைகுனிந்து வந்துபோகும் நபர்களா யிருந்தார்கள்.

502 என்ற எண்ணைப் பெற்றிருந்த அந்த வீடு திறந்திருந்தது. முகப்பில் பெயர்ப் பலகை ஒன்று அடித்து மாட்டப்பட்டிருந்தது. கதவைத் தட்டுவதானால் என்ன சொல்ல வேண்டுமென்பதை ஆழ்ந்து சிந்தித்துப் பார்த்து 'Sir' என்பதைத் தமிழாக்கம் செய்து கொண்டு வந்தவருக்கு வேலையில்லாது போயிற்று. "யாரு" என்று கேட்டுக்கொண்டே வெளியே வந்தவர், வீட்டுக்காரராயிருக்கும். குழந்தையைத் தூக்கிவைத்துக்கொண்டிருந்தார். கட்டியிருந்த வேட்டி சரியான நிலையிலில்லை. நரைத்த அவரது தலைமுடி குழந்தையின் கைப்பிடியில் சிக்குண்டுகிடக்க, ஒரு கையால் மட்டும் உடையை சமன் செய்தவாறு "யாரு?" என்று கேட்டார்.

வந்தவர் பதில் சொல்லுமுன்னர் குழந்தை முரண்டு பிடித்தது. அதை உள்ளே கொண்டு விட்டுவிட்டு வந்து "வாங்க – எங்கிருந்து வாறீக?" என்று கேட்டார். திரும்பவும் குழந்தை உள்ளிருந்து தன்னை வந்தடைவதற்குள் சம்பாஷணை முடிந்துவிடும் என்ற நம்பிக்கை.

இரண்டாவது கேள்விக்கு "ஸான்பிரான்ஸிஸ்கோ" என்று வந்தவர் பதில் சொல்லி விடுவது சுலபம். நல்ல ஆரம்பத்திற்கு அது வழி கோலாது என்பதால் இயல்பாகவே பேசினார்.

"நான் பாலகிருஷ்ணன். இரண்டு நாள் முன்புதான் பட்டணம் வந்தேன். இந்த வீட்டைப் பார்த்துப்போகலாம்னு வந்திருக்கேன் – ஒரு நாற்பது வருடம் – அதற்கு முந்தி நாங்க இங்கதான் இருந்தோம்."

வீட்டுக்காரர் பேசவில்லை. பேசாது உள்ளே சென்று விநோதமான ஒரு நாற்காலியைத் தூக்கிவந்தார். தரையில் ஒரு தட்டுத் தட்டி, அதை விரித்தார். உட்காரும்படி சொல்லிவிட்டு பக்கத்து முக்காலியொன்றில் அமர்ந்துகொண்டார்.

பாலகிருஷ்ணன் சிறிது நேரம் தலைகுனிந்து உட்கார்ந்திருந்தார். பிறகு மெதுவாக "நாம சந்திச்சதில்லே. உங்க அப்பாவை மட்டும் ஒரு தடவை பார்த்திருக்கேன். நாம இரண்டு பேருக்கும் ஒரே வயசுன்னு அவர் சொல்லியிருக்கார் – உங்க பேரு முத்துக்கறுப்பன்– இல்லையா?"

வீட்டுக்காரர் தலையசைத்தார். சப்தம் கேட்டு உள்ளே திரும்பிப் பார்த்து 'வந்துட்டியா – வா' என்று கைகளை விரித்துக்கொண்டு வந்த குழந்தையைத் தூக்கி மடியில் வைத்துக்கொண்டார். பிறகு 'பேத்தி' என்று வந்தவரிடம் சொன்னார்.

பேத்தி இப்போது சாதுவாக உட்கார்ந்திருந்தாள். உள்ளே குடத்தைக் கவிழ்த்துவிட்டு வந்த காரணத்தாலிருக்கலாம் – பல்லியைப் பார்த்துவிட்டதாலும் இருக்கும்.

சம்பாஷணை தொடர்ந்தது. பாலகிருஷ்ணன் கம்பளிவுடை அணிந்திருந்தார். டிசம்பர் குளிர் முத்துக்கறுப்பனை ஒன்றும் செய்ததாகத் தெரியவில்லை.

“உங்க அப்பாவை நான் பார்க்கும்போது எனக்கு இருபது வயசிருக்கும். கழுத்தில் மாலை போட்டிருப்பார். பேரு ஞாபகமில்லே.”

“பண்டாரம் பிள்ளை” என்று உதவினார் முத்துக்கறுப்பன்.

“ஆமாம் – நிறைய படிச்சவர்னு எங்கப்பா சொல்லுவார்.”

முத்துக்கறுப்பன் குழந்தையின் தலையைத் தடவிக்கொடுத்துக்கொண்டிருந்தார். அது மெதுவாக அவர் மடியிலிருந்து கீழே இறங்கித் தரையில் உட்கார்ந்துகொண்டது. அடிக்கொரு தரம் இருவரையும் பார்த்துக்கொண்டு தூணைப் பிடித்துச் சுற்றிவர ஆரம்பித்தது.

“அவங்க இப்போ...”

“போயாச்சு – அது ஆச்சு ஒரு நாப்பது வருசம் – இந்த வீட்டுக்கு வந்து ஒரு தடவை ஊருக்குப் போயிருந்த சமயம். அது கதை – நீங்க இங்க விட்டுப் போயி எவ்வளவு காலமாச்சு.”

“ஆச்சே – கிட்டத்தட்ட அத்தனை வருசம் – இப்ப ஸ்டேட்ஸ்லேஇருக்கேன். அங்கேயேதான் எல்லாம். இங்க எல்லாவற்றையும் ஒரு தரம் பாத்துட்டுப் போயிரலாம்னு வந்திருக்கோம்.”

“யாரெல்லாம்.”

“நானும் என் மனைவியும்தான். அங்கேயே கல்யாணம் பண்ணிக்கிட்டேன்.”

“அப்படியா – நீங்க அழைச்சுக்கிட்டு வந்திருக்கலாமே.”

“வரேன், சொல்லுங்க – உங்க அப்பா...”

“திருச்செந்தூர் போய் வாரேன்னு புறப்பட்டாரு. போய் ஒரு வாரமாயும் திரும்பலே. இங்கிருந்து போய் எல்லாருமா தேடியாச்சு. பேப்பரிலேகூட விளம்பரம் கொடுத்தோம். தகவலில்லே. ஆச்சு நாப்பது வருசம்.”

பாலகிருஷ்ணன் உன்னிப்பாகக் கேட்டுக்கொண்டிருந்தார்.

“நீங்க ஏதாவது சாப்பிடறேளா” என்று ஏதோ திடீர் நினைவுடன் கேட்டார் முத்துக்கறுப்பன்.

“வேண்டாம் – அடையார் ஹோட்டலில்தான் இப்போ தங்கியிருக்கோம். சாப்பிட்டாச்சு. நிறைய இட்லியும், தேங்காய்ச் சட்னியும் – நல்லாவேயிருந்தது.”

“ம் – தேங்காய் எங்க கிடைக்குது – ஏதோ ஒரு சட்னி.”

“ஆமா – ரொம்பவும் மாறிப்போச்சு – உங்க அப்பா விஷயம் சொன்னீங்களே, அம்மாதிரி யாருக்கும் ஏற்படறதில்லே... அம்மா.”

“அம்மா வந்து அப்பாவுக்கும் முந்தியே போயிட்டா – நீங்க அங்க இருக்கிற இடம் – ஏதோ ஒரு இடம் பேரு சொன்னேளே.”

“அமெரிக்காவிலே உள்ள பட்டணம் – ஸான்பிரான்ஸிஸ்கோ – நல்ல இடம். தென்னைகூட உண்டு. வெயிலும் குளிரும் நம்ம ஊர் மாதிரிதான் – கிட்டத்தட்ட நாப்பது வருசம். ஊர்ப் பக்கமே வரலே. வரணும்னும் தோணலே.”

குழந்தை இரண்டு பேராகப் பேசிக்கொண்டு முற்றத்தில் விளையாடிக்கொண்டிருந்தது. பாலகிருஷ்ணன் கழுத்தை உயர்த்தி மேல் விட்டத்தைப் பார்த்துக்கொண்டார்.

ஒரு பெண் தடதடவென வெளியிலிருந்து வந்து அவர்களைக் கடந்து உள்ளே விரைந்துசென்றாள். குழந்தை அவளைக் கண்டதும் மலர்ச்சியுடன் சிரித்துக்கொண்டே பின்தொடர்ந்தது.

“இவ வீட்டு வேலைகளையெல்லாம் பாத்துக்கறா. என் வீட்டுக்காரி பள்ளிக்கூடம் போயிருக்கறா – அவ ஹெட்மாஸ்டர் – ரிட்டையராகிற வருசம்தான்.”

“நீங்க ரிட்டையராகி நாளிருக்கும்.”

“இல்லே – நான் வேலையே பார்க்கல்லே – படிப்பை நிறுத்திட்டேன். படிப்பு வராதுன்னு அப்பாவே சொல்லிக்கிட்டிருப்பார். இந்தத் தெருக் கடைசியிலிருக்கிற அச்சாபிசிலேதான் இரண்டு வருஷம் வேலை பாத்தேன். அம்மா இரண்டு நாளிலே படுக்கையிலே கிடந்து போயிட்டா. எனக்குத் தகவல் கிடைக்கல்லே. நான் அப்போ ஊருக்குப் போயிருந்தேன். வருவதுக்குள்ளே எல்லாம் முடிஞ்சு போச்சு. அடுத்த வருஷம் அப்பா போயிட்டாரு – காணாமல் போயிட்டாரு.”

“மக வயத்துப் பேத்திதானே இது.”

“ஆமா – அவளும் இல்லே. இந்தக் குழந்தையை என்கிட்டே கொண்டு வந்து தந்தா – ‘இரண்டு நாள் இங்கே இருக்கட்டும். பிறகு வரேன்’னு வேலூருக்குப் போனா. மருமகப் பிள்ளைக்கு அங்கே வேலை – பிறகு வரவேயில்லை. போய்ப் பார்த்தேன். மருமகப் பிள்ளையைக் கைது பண்ணியிருக்கிறா – ஏதோ ஒரு கேஸ் – அது முடியறதுக்குள்ளே இந்தப் பெண் என்னவோ ஏதோன்னு பயந்து எதையோ சாப்பிட்டுட்டா. நான் அவ கடைசிக் கால முகத்தைப் பாக்கல்லே. சொல்லப்போனா, பிறகு கேசே இல்லே. போலீசிலே விட்டுட்டா. இப்போ அவன் சௌகர்யமா கல்யாணம் பண்ணிட்டு அங்கேயே இருக்கான். இங்கேகூட அடிக்கடி வந்து குழந்தையைப் பார்த்துப்பான். சொல்லப் போனா, மூணு பேருமே காணாமல்தான் போயிட்டா. அப்பாவே சொல்லிக்கிட்டிருப்பாரு – ‘எல்லாம் நல்லாத்தான் இருக்கு. எங்க போனாலும் நல்லாவேயிருக்கும். எங்காவது போய் அப்படியே எங்க போனோம்னு தெரியாமலேயே போயி திரும்பி வராமலேயிருந்துட்டா இன்னும் நல்லாயிருக்கும்’ அப்படின்னு.”

சொல்லிவிட்டு முத்துக்கறுப்பன் உள்ளே போய் ஏதோ சொல்லிவிட்டு வந்தார். அந்தப் பெண் இரண்டு தம்ளர்களில் பானம் கொண்டுவந்தாள். அவள் சேலையைப் பிடித்துக்கொண்டு குழந்தையும் பிரசன்னமாகியது.

மணி பதினொன்று ஆகிவிட்டது. நெடுஞ்சாலையில் நெரிசல் குறையத் தொடங்கியிருந்தது. வண்டி இரைச்சல் லேசாகியது.

இப்போது குழந்தை பாலகிருஷ்ணனை நேருக்கு நேராகப் பார்த்தது. முத்துக்கறுப்பன் அதன் தலையைத் தடவிக்கொடுக்கவாரம்பித்தார்.

'டமார்' என்று எதிர் டீக்கடையில் சப்தம். முத்துக்கறுப்பன் வெகு வேகமாகப் பார்த்தார். தலையை அசைத்து புரிந்துவிட்டதற்கான அறிகுறியைக் காட்டினார். சாவதானமாக பாலகிருஷ்ணனைப் பார்த்து "சாப்பிடுங்க" என்றார். வெளியே கேட்ட சப்தம் அலுமினியப் பாத்திரம் ஒன்று தெருவில் வீசப்பட்டதாலும் அதைத் தொடர்ந்து டீக்கடைப் பக்கம் நின்றுகொண்டிருந்த ஒரு பிச்சைக்காரியாலும்தாம்.

"இவள் எப்பவும் இந்தக் கடையிலதான் வந்து நிப்பா. நீங்க பாக்கறேளே இந்தப் பிச்சைக்காரி – இவள் இந்தக் கடை வாசலில்தான் நிற்பா – பத்தடி தள்ளியுள்ள கடைக்குப் போறதில்லே. அங்கே போக ஒரு மதிப்புக்குறைவு – அந்தக் கடைக்காரன் இவளது ஊர் ஆள் – போக மாட்டா – இங்கே ஏச்சும் பேச்சும்னாலும் பழிக்கிடையா இங்கேதான் – எப்படி இருக்கு – ஒரு பதினைந்து வருசமா நடக்குது."

பதினைந்து வருட கால எண்ணிக்கையைக் கூறியதும் பாலகிருஷ்ணன் சிறிது வியப்புக்குறி காட்டினார்.

ஸான்பிரான்ஸிஸ்கோவில் அவர் குறள் வகுப்பு நடத்தியிருக்கிறார். வருபவர்கள் அந்த ஊர் நண்பர்கள்தாம். ஐம்பது மைல் தூரத்திலிருந்து வந்து போவார்கள் – ஒரு பத்து வருட காலம்.

"அங்கே நல்ல சாப்பாடெல்லாம் கிடைக்குதா?"

"ஓ. நம்ம சாப்பாடே கிடைக்கும். ஆனா நான் சாப்பிடறது ரொட்டிதான். அதுவே போதும். இடம் ரொம்ப நல்லது – பழங்களெல்லாம் நல்லபடியாகக் கிடைக்குது – நம்ம அன்னாசி தாராளமா."

அன்னாசியென்று சொன்னது சரிதானா என்ற கேள்வியில் ஒரு கணம் பேச்சு தடைபட்டது. முத்துக்கறுப்பன் தலையாட்டிக்கொண்டார். இருவரும் காப்பி சாப்பிட்டு முடித்தனர்.

"காப்பியெல்லாம் இங்கே அத்தனை வளமாக இருக்காது. எல்லாமே மாறிப்போச்சு."

"இங்கே ரோடு கடைசியிலே ஒரு ஹோட்டல் இருந்ததே – அங்கே கிடைக்கும் காப்பி."

"நான் ஹோட்டல் பக்கம் போயி வருசமாச்சு" என்றார் முத்துக்கறுப்பன்.

❍

நெடுஞ்சாலையிலிருந்து கிழக்காகப் பிரிந்து செல்வது கடற்கரைக்கும் தென்கிழக்காகப் பிரிந்து செல்வது சுடுகாட்டிற்கும் வழிகாட்டும். மேற்கே திரும்பிப் போவது பட்டணத்தின் நாகரிகம் புழக்கத்திலுள்ள இடங்களுக்கு.

“பீச் ரோடில் அந்தக் காலத்தில் ஒரே ஒரு புத்தகக் கடைதான் இருந்தது” என்று பாலகிருஷ்ணன் கூறினார். “நான் அங்கேயுள்ள ஒருவரிடம் தமிழ்ப் பாடங் கேட்பேன். தலைப்பாகை போட்டிருப்பார். பேர் மறந்துபோய்விட்டது.”

“தெரியலே – இருக்கும். நீங்க இந்த வீட்டிலிருந்த பிறகு திண்டிவனம் போயிட்டதாக அப்பா சொல்வாகளே” என்று விசாரித்தார் முத்துக்கறுப்பன்.

“ஆமா. அங்கு போய் கொஞ்ச காலம் இருந்தோம் – அப்பாவும் நானும்.”

“அம்மா.”

“அம்மா” என்றார் பாலகிருஷ்ணன். “அவ இங்கே இந்த வீட்டில் இருக்கையிலேயே போயிட்டா” என்று சொல்லி மேலே விட்டத்தைப் பார்த்தார்.

“இதுக்கு மேலே ஒரு ரூம் இருக்கல்லவா? அங்கதான்” என்று திரும்பவும் சொன்னார்.

“அப்படியா? எனக்குத் தெரியாதே” என்று முத்துக்கறுப்பன் தலையை உயர்த்தினார்.

“ஆமா – நான் காலேஜ் விட்டு வர சமயம் – அப்பதான் போய்ட்டேயிருக்கிறா.”

முத்துக்கறுப்பன் நேராக பாலகிருஷ்ணனைப் பார்த்தார்.

“அம்மா தொங்கிக்கொண்டிருக்கிறா. நான் கதவை உடைக்கப் பார்க்கிறேன். சன்னலை மட்டுமே திறக்க முடிந்தது.”

இருவரும் சிறிது நேரம் பேசாதிருந்தனர். “எனக்குத் தெரியாதே” என்று முனகிக் கொண்டார் முத்துக்கறுப்பன். காரண காரியங்களைப் பற்றிக் கேட்கத் துணிவில்லை.

“ஏதாவது சாப்பிடலாம் – பகல்லே கொஞ்சம் பலகாரம்தான் நான் சாப்டறது – உப்புமா ஏதாவது இந்தப் பெண் செய்வாள். பள்ளிக்கூடம் முடிந்து அவள் வர ஆறு ஆயிடும். வந்துதான் பொங்குவா.”

முத்துக்கறுப்பனின் ஆலோசனைக்கு பாலகிருஷ்ணன் கையமர்த்தினார்.

“இப்ப வேண்டாம் – நான் ஆறு மணிக்கு சாப்பாடே எடுத்துப்பேன். பகல்லே ஏதாவது சாண்ட்விச் காப்பிதான்.”

குழந்தை உள்ளே தூங்கிக்கொண்டிருந்தது. பாலகிருஷ்ணன் தொடர்ந்து பேசிக் கொண்டிருந்தார்.

“அம்மா விஷயம் முடிந்த பிறகு திண்டிவனத்தில் நாங்க இருந்தது கொஞ்ச காலம்தான் – இங்க இருந்த மாதிரி என்னால் அங்கே முடியல்லே. வயல் வரப்பிலேயெல்லாம் நடப்பேன் – அது ஒண்ணுதான் எனக்குக் கிடைச்சுது.”

“உங்க சொந்த ஊரு திண்டிவனம்தானே.”

“ஆமா – அப்பா அங்கேதான் காலமானது. அதுவும் வயற்கரையில் வைத்து – என் மடியில். காலையிலே வரப்பிலே நடந்துகொண்டே என்னைத் திரும்பிப் பார்த்து ‘டேய் வலிக்குது – தலை சுத்துது’ அப்படின்னார். கொஞ்சம் உட்காரேன்னேன். உட்கார்ந்தவர் என் மடியிலே தன் தலையை வைத்துக்கொள்ளும்படி சைகை செய்தார். இரண்டு நிமிடத்திலே போயிட்டார். அந்த இடத்தைப் பார்த்துட்டுத்தான் இங்கே வரேன்.”

‘சிவா’ என்ற பழகிப்போன வார்த்தை முத்துக்கறுப்பனிடமிருந்து வந்தது.

“திண்டிவனத்திலே எனக்கு ஒரே ஒரு நண்பன். என்னோடு காலேஜ் வரை படிச்சான். நாங்க அங்க போனதும் ரெண்டு பேரும்தான் எங்கேயும் போவதும் வருவதும். ஏரியிலே போய் குளிப்போம். அவன் ஏரியிலே மூழ்கிச் செத்தான். தண்ணீரிலே மூழ்கி கைவிரல் இரண்டும் வெளியே தெரிய நான் பார்த்து நின்றேன். நான் பார்த்த கடைசிச் சாவு. நான் அதன்பிறகு இங்கு இருக்க விரும்பல்லே. விவசாய சம்பந்தமா படிச்சிருந்தேன். எனக்கு ரொம்ப சுலபமா வெளியே போக வழி கிடைச்சுது. உருளைக்கிழங்கு சம்பந்தமா ஒரு ஆராய்ச்சிக் கட்டுரை எழுதி எனக்குப் பேரு கிடைச்சு – உத்யோகமும் ஆச்சு.”

“அமெரிக்காவிலேயா?”

“இல்லே. முதலில் கானடா. எனக்கும் பிடிச்சுப்போச்சு. இரண்டாம் உலகச் சண்டை சமயமெல்லாம் அங்கேதான். பிறகுதான் ஸ்டேட்ஸ். நல்ல கம்பெனி. விவசாயப் பண்ணை உள்ளேயே – இடமும் நல்லாவேயிருந்தது. நிறைய வருசம் அங்கேதானிருந்தேன். பதினைஞ்சு தமிழ்க்காரங்க சேர்ந்து சங்கம்கூட வைச்சோம். ஒரு நாள் பூரா தமிழ்லேயே பேசுவோம். கம்பெனி டைரக்டர் குடும்பத்தார்க்கு விடுமுறை நாளில் குறள் சொல்லுவேன். அவருடைய மகள் மட்டும் நல்லா படிச்சா. நாங்க ரெண்டு பேருமே படிச்சுக்கிட்டோம் – ஆமாங்க – ரெண்டு வருசங்கழிச்சு கல்யாணம் பண்ணிக்கிட்டோம். ஒரு முப்பத்தஞ்சு வருஷம் சௌகர்யமாயிருக்கோம்.”

“பிள்ளைக.”

“இல்லே – வேண்டாம்னு தீர்மானிச்சுட்டோம். காரணந் தெரியாமலேயே எனக்கு அது சரியாப்பட்டது. பல சமயம் என்னைத் தமிழ் பேசச் சொல்லிக் கேட்டிருப்பா. ஒரு சமயம் ஒரு சந்தேகம் கேட்டா – நல்ல சந்தேகம் – என் பதிலைக் கேட்டுச் சிரிச்சா – ஆனா, சிரிக்க வேண்டிய விஷயம்தான்.”

“திண்டிவனத்தை நினைத்துக்கொண்டு இந்தக் ‘கப்லெட்’டைச் சொன்னால் வேறு எப்படியிருக்கும் – நன்றாகத்தானிருக்கும்” என்பதுதான் அவ சொன்னது. நீங்க என்ன நினைக்கறீங்க.”

முத்துக்கறுப்பன் பதில் சொல்லவில்லை. அது பதில் எதிர்பாராத கேள்வியென்று எண்ணிக்கொண்டதுபோல் சம்பாஷணையில் ஆழ்ந்திருந்தார்.

“எடித் – அவ பேரு – என்ன சொன்னாலும் மறுபேச்சே இல்லே. தமிழ்நாடு போலாம்னாலும் இங்கேயே இருக்கணும் அப்படின்னாலும் ஓ.கே.தான்.”

இருவர் முகங்களிலும் ஒரு மலர்ச்சி தெரிந்தது. அவர்கள் தங்கள் சம்பாஷணையை அனுபவித்துக்கொண்டிருந்தார்கள்.

"மிஸ்டர் முத்துக்கறுப்பன், நான் உங்களுக்குக் கடன்பட்டிருக்கேன். நான் இங்க வந்தது அந்த ரூம் – என் அம்மா போய்ச் சேர்ந்த அந்த அறை – அதை ஒரு தடவை பார்க்கலாம்னுதான்."

"அதுக்கென்ன?"

"எப்படியிருக்குமோன்னு நான் எடித்தை ஹோட்டலிலேயே விட்டு வந்தேன். உங்களுக்குக் கஷ்டமில்லையென்றால் ஒன்று செய்யலாம்."

"சொல்லுங்களேன்."

"வீட்டிலே குழந்தையைப் பாத்துக்க ஆள் இருக்கில்லா?"

"அவ – அந்தப் பெண் இருக்கா – இருப்பா – சாயந்தரம் வரைக்கும்."

"அப்போ – வாங்களேன். ஒரு தடவை இந்தச் சாலையிலே நடந்து வரலாம் – டிசம்பர் வெயில்தானே."

○

கடற்கரை செல்லும் சாலையில் ஒரு சந்திலிருந்தது சுப்புவையர் உணவு விடுதி – பலகாரங்களும் கிடைக்கும். இலைகள் கழுவி வைக்கப்பட்டிருக்கும். யாரும் தண்ணீர் ஊற்றக்கூடாது. கூட்டு – கறி எதுவும் இரண்டு தடவைக்கு மேலே போடப்பட மாட்டாது. "வேண்டாம்னா போயிடுங்கோ" என்பார் சுப்பு. ரொம்பவும் கண்டிப்பு. ஆனால், அத்தனைக்கத்தனை சாப்பாடு ருசி.

அந்த விடுதி என்றில்லை. புழுங்கலரிசிச் சோற்றிற்கு ஏங்கும் நபர் காண வேண்டிய இடமும், ரவா தோசைக்குப் போக வேண்டிய பவனமும் அந்த நெடுஞ்சாலையில் வகை வகையாக வரையறுக்கப்பட்டிருந்தது. உண்ணுங்கலை பொதுவாக வரவேற்கப்பட்டது. புதிய தயாரிப்புகள் உற்சாகப்படுத்தப்பட்டன.

இது தவிர, நடைபாதைகளில் தயாரிக்கப்படும் ஆப்பங்கள் சொல்லப்பட வேண்டியவை. முதிய பெண்கள் தயாரிக்கும் ருசியான பண்டங்கள் நெடுஞ்சாலைவாசிகளின் நாகரிகத்தைத் தூளாக்கும். அந்தச் சிறிய தெரு வழி புகுந்து வருகையில், "நான் இங்கே சாப்பிட்டிருக்கேன்" என்று முத்துக்கறுப்பனுக்கு அந்த 'மெஸ்'ஸைக் காட்டினார் பாலகிருஷ்ணன்.

"அப்படியா – இந்த வழியிலேயே இப்பதான் வாரேன் – ஹோட்டல் போய் வருசக் கணக்காச்சு."

"ஒரு காப்பி சாப்பிடலாமா – பசியில்லே – ஆனால் சாப்பிடலாமே."

பாலகிருஷ்ணன் கெஞ்சினார். முத்துக்கறுப்பன் வாய்விட்டுச் சிரித்தார்.

சிறுகதைகள் | 115

காப்பி சாப்பிடுகையில் அந்த இடத்தையும் சாப்பிடுபவர்களையும் இருவரும் பார்த்துக்கொண்டனர்.

"வீடாகத்தானிருந்தது. நடுவில் முற்றமிருக்கும். இப்போ இல்லை – மற்றபடி, மாற்றமில்லை" என்று ரசித்தார் பாலகிருஷ்ணன்.

"இருக்கும் – எனக்குத் தெரியாது. ஆனா காப்பி நல்லாயிருக்கு."

"அங்கே ஸ்டேட்ஸ்லே நானும், எடித்தும் சில சமயம் வெளியே சாப்பிடப் போவோம். முன்கூட்டித் தெரிவிக்கணும். இப்பவெல்லாம் கார் நிறுத்த முடியாது. ஆனா சாப்பாடு ரொம்ப ஆரோக்யமாயிருக்கும். கடைசியா அவள் 'டெசர்ட்' எடுத்துக்கொள்வா – நான் காப்பி."

"வீடெல்லாம் சௌகர்யமா இருக்குமா?"

"நாங்க இப்ப இருக்கிறது ஸான்பிரான்ஸிஸ்கோ சிட்டியிலேயே – சௌகர்யந்தான். ரோடு ஒரு குன்றிலிருந்து இறங்கிப்போவது மாதிரி ஒரு இடம் உண்டு – நீங்க சினிமாவிலேகூட பார்த்திருக்கலாம்– அடிக்கடி அதே இடத்தைக் காட்டுவாங்க."

"சிவகவி படம்தான் நான் பார்த்த ஒரே படம்" என்றார் முத்துக்கறுப்பன்.

"இப்பவெல்லாம் அங்க தமிழ் சினிமா நிறைய பார்க்கலாம். போன வருசம்தான் நான் மனோன்மணி பார்த்தேன்."

"அப்பாவுக்கு சினிமா பிடிக்காது. எனக்கும் அந்தப் பழக்கம் வரலே. நம்ம சாலையிலே ரெண்டு தியேட்டர். ஒண்ணை நான் பார்த்ததேயில்லை. இன்னொண்ணு வீட்டு வாசல்லே நின்னா கண்ணில் படும்."

இருவரும் சந்திலிருந்து கடற்கரைச்சாலைக்கு வருகையில் பாலகிருஷ்ணன் அந்த ஒரேயொரு புத்தகக்கடையைத் தேடினார். 'அவ்வளவு தூரம் போக வேண்டாம் – இந்த இடத்தில்தான்' என்று காற்றிலே வரைபடம் வரைந்து சுட்டிக்காட்டினார் – ஒரு மிலிட்டரி ஹோட்டல்தான் காட்சியளித்தது.

"கடற்கரை பார்க்கணுமா?" என்று முத்துக்கறுப்பன் கேட்டார்.

"வேண்டாம்" என்று சுருக்கமாக பதில். பாலகிருஷ்ணன் யோசித்துக்கொண்டே நடந்தார்.

சாலையின் மேற்குப் பக்கமாகவிருக்கும் மைதானத்தின் ஒரு மூலையில் பெண்ணொருத்தி உடைமாற்றி நின்றாள். வெட்டவெளியில் நாலைந்து கள்ளிப்பெட்டிகள், அந்தக் குடும்பத்தின் உறைவிடத்தை எடுத்துக்காட்டின. அவள் தன்னுடைய இடத்தில் பாதுகாப்பான நிலையில் குடும்பத்தைப் பரிபாலித்துக்கொண்டிருந்தாள்.

அவர்கள் மைதானத்தின் ஒரு பகுதியைக் கடந்து நெடுஞ்சாலையைத் தொடுமிடத்திற்கு வந்து சிறிது நேரம் நின்றனர். சுகமான குளிர். "இந்த இடத்தைக் குளிர் காலத்தில்தான் பார்க்கவேண்டும் – மழைக்கும் வெயிலுக்கும் பயந்து அடைந்துகிடக்க வேண்டியதில்லை" என்று கூறிய பாலகிருஷ்ணன் ஏதோ நினைப்பில் திடீரென நிறுத்திக்கொண்டார்.

அவர்கள் வீடு திரும்புகையில் குழந்தை வெளி நடையில் வேடிக்கை பார்த்துக் கொண்டிருந்தது. அதைத் தூக்கிக்கொண்டார் முத்துக்கறுப்பன். “வா” எனக் கைகளை நீட்டிய பாலகிருஷ்ணன் அழைப்பை யோசனை செய்து தாத்தாவைப் பார்த்தது. அவர் பார்வை எதிரே சென்றது.

எதிரே டீக்கடைப் பக்கம் பிச்சைக்காரி ஒரு குவளையுடன் தரையில் உட்கார்ந்து கொண்டிருந்தாள். முத்துக்கறுப்பன் வெகு நேரம் வாசலருகேயே நின்றிருக்கக்கூடும். கூட்டம் தெருவில் அதிர்ந்து, தூசுப் படலம் புதிதாக எழ ஆரம்பித்தது. அவர்கள் உள்ளே சென்றனர். இருவரும் இருமிக்கொண்டனர்.

முன்பு உட்கார்ந்திருந்த அதே நிலையில் நாற்காலியும் முக்காலியும் கிடந்தன. அவர்கள் உட்கார, வேலைக்காரப் பெண் வந்து குழந்தையை வாங்கிச்சென்றாள். “மூன்று மணிக்கு ஏதாவது தந்தால் போதும். உப்புமா செய்” என்று அவளிடம் கூறிவிட்டார் முத்துக்கறுப்பன்.

டீக்கடையைத் தாண்டி தூரத்தில் நெடுஞ்சாலை முனையில் இருந்தது உடுப்பி ஹோட்டல். அது முன்பு அச்சகமாக இருந்த போது மட்டுமே முத்துக்கறுப்பனுக்குப் பரிச்சயமான இடம். நெடுஞ்சாலையின் கடைசியிலிருந்ததால் இப்போது முத்துக்கறுப்பன் அதைப் பார்த்ததேயில்லை. அந்த ஹோட்டலின் மேல்மாடிகளில் அறை வசதிகள் உண்டு. வசதியான அறையொன்றில் தங்கியிருந்த வாலிபன் செய்த காரியமொன்றைச் சொல்வதற்காக உடுப்பிக் கடைக்காரர் முத்துக்கறுப்பனை முன்பு தேடி வந்தார். சொல்ல வந்த விஷயத்தை அழுதுகொண்டே சொல்வதுதான் நல்லது என்று தீர்மானித்தவர் போன்று ஆரம்பித்தார். கண்களும் உதடுகளும் கூம்பி சொற்கள் தீனமாக வெளிவந்தன. தங்கியிருந்த வாலிபன் முத்துக்கறுப்பனுக்குத் தெரிந்திருக்கவேண்டும் என்பது நம்பிக்கை – ஊர் சம்பந்தப்பட்ட நம்பிக்கை.

“தெரியாது” என்றார் முத்துக்கறுப்பன்.

“ஆனா, திருச்செந்தூர் பக்கம்தான் – உங்க ஊர்தான். லெட்ஜரில் எழுதும்போதே சொன்னான் – பாவி.”

“இருக்கட்டும் – இதுலே நான் செய்ய என்ன இருக்கு – சவத்தை விட்டுத் தள்ளுங்க.”

“அப்படிச் சொல்லப்படாது. நான் மானஸ்தன்.”

பாபியான வாலிபன் தவறேதும் செய்துவிட்டதாகத் தகவலில்லை. அவரது பெண்ணை பதிவுத்திருமணம் செய்துகொண்டது போலீசில் சொல்லவேண்டிய விஷயமாகாது. பையன் மூன்று மாத அட்வான்ஸ் கொடுத்து ரசீது வாங்கியிருப்பதால் அறையை விட்டும் ‘போ’ என்று சொல்லலாகாது. தங்க ஆரம்பித்த ஒரு மாதத்திற்குள் திருமணம் முடிந்த தம்பதியினர் அந்த அவரது விடுதி அறையிலேயே தங்கி இருவரும் முறையே தங்களது அலுவலகம் சென்று அங்கேயே குடித்தனம் பண்ணவாரம்பித்ததுதான் பாபமான விஷயமாகி நின்றது.

“இல்லை – தெரியாது. எங்க ஊரிலேயே எனக்கு ரெண்டு பேரைத்தான் இப்போ தெரியும். நீங்க சொல்ற மாதிரி நான் வந்து அவன்கிட்ட பேசறதைவிட உங்க பெண்கிட்டே

சொல்லி வேறே இடம்பாக்கச் சொல்லுங்கோ – சொல்லப்போனா நீங்களே ஒரு இடம்பாத்துக் கொடுத்துடலாம்.”

திருச்செந்தூர் இப்போதெல்லாம் அந்நியமாகத் தெரிகிறது முத்துக்கறுப்பனுக்கு.

“மிஸ்டர் பாலகிருஷ்ணன் – நீங்க உப்புமா சாப்பிட்டு எவ்வளவு காலமிருக்கும்.”

“அப்படியொன்றும் இல்லை – ஸ்டேட்ஸிலும் கிடைக்கும் – எடித் கூட செய்வாள் – எண்ணெய் அதிகமாகச் சேர்க்கிறதில்லே.”

“நீங்க மேலே போய்ப் பாக்கணும்னு சொன்னேளே.”

“ம் – போகலாமே – இருக்கட்டும்.”

பாலகிருஷ்ணன் சாய்ந்து உட்கார்ந்தார். முத்துக்கறுப்பன் சிறிது யோசித்தவாறே சொன்னார்.

“மேலேயுள்ள அறை காலியாகத்தானிருக்கு – நான் அதைப் பாத்து வருசக் கணக்கிருக்கும்.”

“அது என்ன – ஏன்” என்பதாகப் பார்த்தார் பாலகிருஷ்ணன்.

“அப்படித்தான். எங்கேயும் போகக்கூடாது என்பதாக இல்லை. எனக்கு நேரமில்லை என்று சொன்னால் அது பொய்யுமில்லை. பேத்தியைத் தவிர நான் பார்க்கவேண்டிய இடம் இந்த வீட்டில் நிறைய இருக்கிறது – எவ்வளவுதான் செய்ய முடியும்? பேசிமுடிக்க வேண்டிய சீவன்கள் இப்போதிருக்கிற இடத்திலேயே வேண்டிய மட்டும் இருக்கு. அதுக்கே இந்த ஆயுசு போதாது என்று தோணுது. என்னவோ அப்படித்தான் தோணுது – அதுதான் ஒற்றுமைன்னு தெரியுது. குடும்பத்திலே ஒத்துமை – ஊரிலே – நாட்டிலே உலகத்திலே ஒத்துமை – இதெல்லாம் எவ்வளவு பொய்யாப் போச்சு – இதுக்கெல்லாம் அர்த்தம் ஏதாவதிருக்கா – என்ன மண்ணாங்கட்டியோ தெரியலை.”

பாலகிருஷ்ணன் பேசாதிருந்தார். உருளைக்கிழங்குப் பண்ணைக்குச் சொந்தக்காரரின் மகள் எடித் அவருடன் பேசிக்கொண்டதற்கு குறிப்பிடும்படியான காரணமெதுவுமில்லை. பேசித்தானாகவேண்டிய கட்டாயமுமில்லை. இரண்டு அடிகளைக்கொண்ட செய்யுளுக்கு ஆங்கில விளக்கமளித்த அற்புதத்திற்கு அவள் மயங்கிவிட்டிருக்க முடியாது. அந்த நாளில் அந்த இடத்தில் அவர்கள் சம்பாஷணையின் ஒவ்வொரு சொல்லிற்கும் ஏதோ அர்த்தம் இருந்தது. அது ஒன்றுதான் அர்த்தமுள்ளதாக இருந்திருக்கும்.

“மிஸ்டர் முத்துக்கறுப்பன், நான் அவளை அழைத்துவராததற்கு வேறு காரணமும் உண்டு. முதலில் அவள் இதைப் பார்க்கவேண்டிய அவசியம் ஒன்றுமில்லை. நான் பஸ்ஸில் இந்தச் சாலையில் வர விரும்பினேன். அவளால் பஸ்ஸில் வருவது கஷ்டம்.”

“என்ன” என்பது போலக் கேட்டார் முத்துக்கறுப்பன்.

“எடித் காலில் அடிபட்டு சரியாக நடக்க முடியாதவள். பயணத்தில் விருப்பம் – ஆனால் நடக்க முடியாது.”

“அப்படியா!”

பாலகிருஷ்ணன் ரொம்ப நேரம் பேசாதிருந்தார். ஏதாவது கேள்வி வரவேண்டுமெனக் காத்திருந்தார். முத்துக்கறுப்பன் அந்தப் பெண்ணைக் கூப்பிட்டு “மணியாச்சு – எங்களுக்கு ஏதாவது கொண்டு வா” என்று சொல்லிவிட்டு இரண்டு நாற்காலிகளுக்குமிடையே இன்னொரு விநோதமான காலுள்ள பலகையைக் கொண்டுவந்து நிறுத்தினார். அதன்மீது இரு தட்டுகளில் உப்புமா வந்தது.

‘ஆகா’ என்றார் பாலகிருஷ்ணன். சிற்றுண்டியினிடையே கிடந்த முந்திரிப் பருப்பைக் கையில் நிமிட்டி எடுத்து ஆராய்வதுபோல் தன் உள்ளங்கையில் வைத்து மலர்ச்சியுடன் பார்த்தார். முத்துக்கறுப்பன் சிரித்தவாறே சாப்பிட ஆரம்பித்தார்.

“முந்திரிப் பருப்பு சாப்பிடாதவன் வாழ்வென்ன வாழ்வா” என்று நான் நாற்பதுகளில் கலங்கியிருக்கிறேனே – இப்போ எங்கும் தாராளமாகக் கிடைக்குது. இருந்தாலும் இப்படித் தாளித்துப்போட்ட பருப்புக்குத்தான் என்ன ருசி.”

தண்ணீர் கொண்டுவந்தவளிடம் முத்துக்கறுப்பன் ஏதோ சொல்லியனுப்பினார். அவள் திரும்பி இரண்டு வாழைப்பழங்களுடன் வந்தாள்.

“நீங்க மத்தியானம் ஒண்ணும் சாப்பிடல்லே. இதை எடுத்துக்குங்கோ” என்று இரண்டையும் பாலகிருஷ்ணன் தட்டில் வைக்கச் சொன்னார்.

கல்யாணம் முடிந்து உணவுவிடுதியொன்றில் சாப்பிட்டு முடிந்ததும் ‘எடித்’ தன் தகப்பனாருக்கு தொலைபேசி மூலம் தகவல் தெரிவித்தாள் – கல்யாணம் பண்ணிக் கொண்டோம் என்று. தகப்பனார் வாழ்த்து சொன்னார். தாயாரிடம் பேசுகையில் மட்டும் அவள் சிறிது கலங்கினதாக பாலகிருஷ்ணனுக்குத் தோன்றியது. தனது முடிவை ஏற்கனவே தெரிவித்திருந்தபடியால் நடந்துமுடிந்துவிடும் என்பது பெற்றோருக்குத் தெரியும் – அவர்கள் சம்மதம் இருந்தாலும் இல்லாவிட்டாலும்.

கல்யாணம் நடந்த இரண்டாம் வருடம் எடித் தனது பாதிக் காலை இழந்தாள். அது பாலகிருஷ்ணன் ஊருக்குப் போய்வரலாமா என்று ஆலோசித்துக்கொண்டிருந்த நேரம்.

“வெள்ளரிக்காய் ஏதாவது சேர்த்துக்கொள்றேளா” என்று கேட்டு, “நான் அடிக்கடி பலகாரத்துடன் சேர்த்துப்பேன். எனக்கு ஒத்துவருகிறது” என்றார் முத்துக்கறுப்பன்.

“கொஞ்சம் போதும் – அங்கேயும் கிடைக்கிறது.”

“பிறகுதான் ஸான்பிரான்ஸிஸ்கோ வந்தோம். நல்ல வேலை கிடைத்தது. அவளுக்கு நிம்மதியாகவிருக்க வசதிகள் செய்து கொடுத்தேன். எனது பணக் கஷ்டமெல்லாம் தீர்ந்தபோது – பணத்தை துச்சமாக மதிக்கத் தொடங்கியிருந்தபோது – அவள் பெற்றோர் அந்த விவசாயப் பண்ணையை எடித் பெயருக்குத் தந்து விட்டார்கள்.”

“இன்னுங் கொஞ்சம் உப்புமா.”

“வேண்டாம் – போதும்.”

சம்பாஷணையிடையே இருவரும் யோசித்துக்கொண்டும் இருந்ததாகத் தெரிந்தது. சாப்பிட்டு முடியும் தறுவாயில் பேச்சே இல்லை. எந்தவகையான வருத்தமும் இல்லாது எந்த மாதிரியான கொள்கையைப் பின்பற்றியுமில்லாது அமைபவை மௌனத்தில்தான் முடியும் போலும். பிள்ளையின் உடம்பு மீது படர்ந்த சொறி சிரங்கை பெற்றவள் பார்த்து ஆராய்வதுபோல அவர்கள் பார்த்துக்கொண்டிருந்தனர்.

யோசிப்பது பழக்கத்தில் வந்த பாதிப்புதான். அச்சாபீசில் வேலை பார்த்து வந்தபோதே முத்துக்கறுப்பன் முடிவு கட்டியதுண்டு – கொடுமைகள் மனித குலத்தின் அவசியமாக மாறிவிட்டதன் ஆரம்பமே இந்த யோசிப்பால்தானென்று.

அந்த அச்சகத்தில் வேலை செய்துவந்தபோது அத்தனை யோசனை செய்வதற்கு நேரம் இருந்ததில்லை. சிறிதளவு நேரம் இருந்ததென்றால் வேலைக்குறைவுதான் காரணம். முதலாளி மக்கு – இரண்டு இனிப்புகள்வேண்டும் தினசரி – குறிப்பிட்ட ஹோட்டலில் இருந்து வரவேண்டும். அவர் மனைவி நோயாளி – பெண் பட்டதாரி.

எப்போதோ நடந்திருக்கவேண்டிய நிகழ்ச்சி பின்னர் நடந்தது. அச்சகம் உடுப்பி ஹோட்டல்காரனுக்கு விலை பேசப்பட்டது. பெண்ணிற்குக் கல்யாணம் பண்ணுவதைவிட மனைவியின் நோய் உடனடியாகக் கவனிக்கப்படவேண்டியதாயிற்று. குடும்பம் பாண்டிச் சேரிக்குப் பெயர்ந்துபோகவேண்டியது அவசியம். அதுதான் முதலாளியின் சொந்த ஊர்.

முத்துக்கறுப்பன் தனது வீட்டின் கீழ்ப் பகுதியை முப்பது ரூபாய்க்கு வாடகைக்கு விட்டிருந்தான். மேலேயிருந்த அறையில் தங்கிக் கொண்டு இரவில் சமைத்துச் சாப்பிட்டான். சித்தப்பா ஊரிலிருந்து வந்திருந்தபோது இவன் சரியாகப் பேசவில்லை என்ற புகாரோடு போய்விட்ட பிறகு ஊர் ஆட்களென்று யாரையுமே பார்த்தது கிடையாது. முதலாளி வீட்டில் இரண்டொரு தடவை சாப்பிட்டிருக்கிறான். அந்த நோயாளியம்மாள் இவனிடம் கதை பேசுவதுண்டு. அவளது தெலுங்குத் தமிழ் முத்துக்கறுப்பனுக்குப் புரிந்தது.

அந்தப் பெண் படிப்பில் சுறுசுறுப்பானவள் போலும். எப்பொழுதும் படித்துக் கொண்டிருப்பாள். அவனிடம் பேசியதேயில்லை.

ஆனால், அப்படிப்பட்ட பெண் அவர்கள் பாண்டிச்சேரிக்குப் போகவேண்டிய நாளிற்கு முன்தினம் இவன் கால்களைப் பிடித்துக்கொண்டு அழுதிருக்கிறாள். “எனக்கு இந்த ஊரை விட்டுப் போக இஷ்டமில்லை – நான் யாருக்கும் பிரயோசனமில்லாதவளாப் போயிட்டேன் – உனக்குங்கூட” என்று அழுதாள்.

இரவில் அறை ஜன்னலின் அருகே நின்றுகொண்டு இந்த நெடுஞ்சாலையின் ஒவ்வொரு சீவராசியையும், சீவனில்லாத ராசிகளையும் பார்த்துக் காலத்தைக் கழித்துவரும் முத்துக்கறுப்பன் இந்த அழுகையைக் கண்டு மட்டுமே வியப்புற்றான். “பிரயோசனம்” என்று அவள் பயன்படுத்திய சொல்லைக் கேட்டு அவ்வாறு இருக்கவும் முடியும் என்று வியந்தான்.

அவர்கள் எல்லோரையும் அவன் வண்டி ஏற்றிவிட்டு வந்தான். திரும்பி வருகையில் ட்ராம் வண்டியைத் தவிர்த்துவிட்டு வந்தான். வெயிற்காலம் வருவதால் ஒரு மின் விசிறி

வாங்கலாமா என்று யோசித்தான். அந்தப் பெண்ணின் வாழ்வு இனியொரு ஓட்டத்தில் கலந்துகொள்ளும் – தனது காலைப் பிடிக்கவேண்டி வராது என்று நம்பினான் – வேறு வழியில் ஓர் இக்கட்டு வந்தாலும் அது பெரிய விஷயமில்லை என்றும் ஓர் எண்ணம்.

பின்னர், நல்ல மழை நாளொன்றில் அவன் கடிதமெழுதினான் – அது பதில் கடிதம். அந்த நெடுஞ்சாலை ட்ராம் நிறுத்தத்தில் பின்னர் அவள் வந்திறங்கியது – வேலைக்கான நேர்முகத் தேர்வுக்கு அவளை அழைத்துச்சென்றது – காலைப் பிடித்து அழுத்தியிருந்த இதுவரை நடந்தவை யாவும் வாழ்வோடு சேர்த்தியானவைதாம் என்பதாக அவர்கள் மணஞ்செய்துகொண்டது – இவை பற்றி இரவுநேரங்களில் நெடுஞ்சாலை உலகு உறங்கும் அழகைப் பார்த்துக்கொண்டிருக்கும்போது நினைவு எழும். கூடவேயே அந்த நெடுஞ் சாலையானது தன் பக்கமாக அவனை இழுத்துக்கொண்டுவிடும்.

“நீங்க இரண்டாம் உலக யுத்த சமயத்திலே இங்கேதானே இருந்தீங்க” என்று கேட்டார் பாலகிருஷ்ணன். சாப்பிட்டுமுடித்துவிட்டனர். சாலையில் போக்குவரத்து மிக அதிகமாகியிருந்தது.

“ஆமா – இங்கதான். நல்ல ஞாபகமிருக்கு. விளக்கெல்லாம் அணைச்சு ஊரடங்குச் சட்டமோ என்னவோ ஒண்ணு இருந்தது. நான் அப்ப மட்டும் வெளியே நடந்து வருவேன். அவ கோவிச்சுப்பா.”

“நான் அப்போ கானடா – அங்க ஒண்ணுமில்லே... ஆனா, தினசரி இத்தனை பேர் செத்தாங்கன்னு பேப்பர்லே படிக்கறதுக்கு நாம இருந்த இடத்திலேயே குண்டு விழணுமா என்ன... அது சரி, இப்ப மட்டும் என்ன வாழுதாம். வரலாறும் நில நூலும் மீசை வைத்துக்கொண்டு பிறக்கவில்லை” என்று முடித்தார் பாலகிருஷ்ணன்.

முத்துக்கறுப்பன் பேசவில்லை. நான்கு மணிக்கு எதிரே டீக்கடை சுறுசுறுப்படையத் தொடங்கிற்று. அந்தப் பிச்சைக்காரி வந்துநிற்கத் தொடங்கினாள்.

❍

குழந்தை எழுந்துவிட்டது. முகம் கழுவி அதைத் தூக்கிக்கொண்டு நடையருகே வந்துநின்றாள் வேலைக்காரப் பெண். கடந்து செல்லும் கார்களை பெருவிரலைத் தவிர மற்ற விரல்களால் எண்ணிக்கொண்டிருந்தது. தூரத்தில் எங்கோ படீர் என்று சப்தம், நெடுஞ்சாலை மக்கள் விரைந்து தங்கள் இருப்பிடங்களிலிருந்து வந்து பார்த்துவிட்டு என்னவென்று தெரிந்துகொள்ளாமலேயே உள்ளே திரும்பிக்கொண்டனர்.

“மிஸ்டர் பாலகிருஷ்ணன், எத்தனை நாள் இங்கே?”

“வந்த வேலை முடிஞ்சது. போக வேண்டியதுதான்.”

“வேறே இடங்க ஒண்ணும் பாக்காண்டாமா?”

“இல்லே – திண்டிவனமும் இந்தப் பட்டணமும்தான்.”

“உங்க மனைவிக்கு தாஜ்மகால் அப்படியிப்படின்னு காட்ட வேண்டாமா?”

“இல்லே – அவளுக்குப் பிரயாணம்தான் பிடிக்கும் – கட்டடங்கள் இல்லே – ஊர்களைப் பார்க்கணும்னு சொல்லுவா.”

முத்துக்கறுப்பன் சிறிது நேரம் பேசாமலிருந்தார். பிறகு சொன்னார்,

“நானும் அது போலத்தான்னு நினைக்கிறேன். ஊரையும் கொஞ்சம் சுருக்கி தெரு மட்டுமே போதும் என்றாகிவிட்டது. அப்போ ஒரே ஒரு வீட்டை மாத்திரம் பாக்கவே நமக்கு நாள் போதாதுன்னு தெரியுது... உங்க மனைவி கேட்டது சரிதான். திண்டிவனத்தை நினைத்துக்கொண்டு திருக்குறள் படித்தால் நன்றாகத்தானிருக்கும். எந்த உரையை வைத்துக்கொண்டு எதைப் படித்துத் தேறப்போறமோ தெரியலே. இப்போதிருக்கிற இந்த இடம்தான் நாம் போய்ச்சேரவேண்டிய இடம்னு எனக்குத் தோணுது... என்ன சொல்றீக?”

அதன்பிறகு அவர்கள் ரொம்ப நேரம் பேசிக்கொண்டிருந்தனர். மணி ஆறு அடிக்கையில் பாலகிருஷ்ணன் புறப்பட்டார். “அவ வர நேரந்தான். உங்களைப் பாத்தா சந்தோஷப்படுவா. நீங்க உங்க வீட்டிலே நாளைக்கு அழைச்சுக்கிட்டு வரலாமே” என்று சொல்லி எழுந்து நின்றார் முத்துக்கறுப்பன்.

“நாளைக்கு வந்து போவது சிரமம். பத்து மணிக்கே புறப்படணும். இப்ப நான் சந்தோஷமாயிருக்கேன். உங்களைப் பத்திச் சொன்னா எடித் சந்தோஷப்படுவா.”

பாலகிருஷ்ணன் கைகூப்பினார். விடைகொடுத்து அனுப்ப தெரு நடை வந்தார் முத்துக்கறுப்பன். ஞாபகத்துடன் கேட்டார்,

“பாலகிருஷ்ணன் – மறந்திட்டேளே – நீங்க பாக்கலியே – அந்த அறை – மேலே” என்று கைதூக்கிக் காட்டினார்.

இரண்டு அடிகள் அந்தப் பக்கமாகச் சென்றவர் திரும்பிவந்தார்.

“நாங்க ஒரு தடவை கான்ஸாஸ் ஸிட்டி வரை பஸ் பயணம் செய்தோம். வழியிலே ஒரு கிழவி – நூறு வயது சொல்லலாம் – பஸ் படிக்கட்டில் ஏற முடியாமல் – ஆனால் – கம்பீரமாக முயன்றுகொண்டிருந்தாள். எடித் முதலில் அவளை ஏற்றி சீட்டில் உட்கார வைத்தாள். ரொம்ப காலமாகிப் போச்சு – நேற்றைக்கு திண்டிவனத்திலே பஸ் ஸ்டாண்டில் ஒரு கிழவி கம்பையூன்றிக்கொண்டே ஏற, எடித் உதவி செய்ய எழுந்தாள். பிறகு பேச்சுக் கொடுத்துப்பார்த்தேன் – அந்த கான்ஸாஸ் ஸிட்டி சம்பவம் அவளுக்கு ஞாபகமேயில்லை.”

விட்டத்தை ஒரு தடவை பார்த்துவிட்டு ‘வேண்டாம்’ என்றார். “நமக்குக் கூடிப்போனால் இன்னும் இருபது வருசம் ஆயுளிருக்கும்– அது போதாது – என்ன தோன்றுகிறது என்றால்...”

ஆனால், முடிக்கவில்லை. ‘இல்லை’ என்பது போலத் தலையசைத்துக்கொண்டார். இருவருக்கும் ஒரே சமயத்தில் ஏற்பட்ட சிரிப்பால் ஒரு புது மலர்ச்சி தோன்றிற்று. “நான் போய் வாரேன்” என்று பாலகிருஷ்ணன் இறங்கி அந்தச் சாலையிலே ஆசையாய் நடந்தார்.

- 1987

19. நசிகேதனும் யமனும் கழிவுப் பணமும்

ஏழு நாட்களுக்குப் பிறகுதான் அவரைப் பார்க்க முடிந்தது. நாராயணன், எம்.ஏ., என்ற வாசல் போர்டு சிறிது அச்சத்தை அவனுக்கு ஏற்படுத்தியிருந்தது.

தான் வந்ததைப் பியூன் மூலம் சொல்லியனுப்பினான். பத்து நிமிடம் கழித்து உள்ளே சென்றான்.

கைகுலுக்குவார் என்று சிறிது எதிர்பார்த்திருந்தான். அவர் அவனை உட்காரச் சொன்னார்.

"உனது கடிதம் கிடைத்தது. படித்தேன்."

கால்கள் பக்கமுள்ள பொத்தானை அவர் அழுத்தியிருக்க வேண்டும். பியூன் மறுபடியும் உள்ளே வந்து அவர் முகத்தைப் பார்த்துவிட்டு வெளியே சென்றான். "ஏர் கண்டிஷன்" செய்யப் பட்ட அறை. அவன் சாவதானமாக அவரை நோக்கினான்.

"உன் 'பாஸ்' உன்னைப் பற்றி நிறைய சொல்லியிருக்கார். நல்ல வேலையை விட்டுவிட்டாயாமே? உன் லெட்டரில்கூட அதைப் பற்றி எழுதியிருந்தாய் அல்லவா?"

"ஆமாம்."

"ஆனா காரணம் அத்தனை திருப்திகரமா இல்லே போலிருக்கே."

"நான் லெட்டரில் அத்தனை விளக்கமா எழுதவில்லை."

பியூன் உள்ளே இரண்டு தம்ளரில் பானம் கொண்டு வந்து வைத்து விட்டுத் திரும்பினான்.

"இப்போ சொல்லலாம். சாப்பிடு."

அவர் சாப்பிட்டார்.

"எனக்கு அந்த வேலையில் நிம்மதியாயிருக்க முடியும் என்று தோன்றவில்லை. நிம்மதி என்பதுகூட இல்லை. நான் அவருக்கு அத்தனை பிரயோஜனமாயிருக்க முடியாது என்பதுதான்...."

"பிரயோஜனம் என்றால்?"

"என் வேலையைச் சொன்னேன்."

"அதை உன் எஜமானர் அல்லவா சொல்லவேண்டும்."

"உண்மைதான். என்னுடைய நினைவு வேலையில் முழுதாக இல்லையென்னும்போது, என்னைப் பற்றி அவர் ஒரு தடவை எண்ணிப்பார்த்து பிறகுதான் தீர்மானத்திற்கு வரவேண்டும். அப்படி வரும்போது ஏற்கனவே ஏற்பட்டிருக்கிற நஷ்டம் அவருக்குத்தான்."

"புரியவில்லையே. உனக்கு வேலையில் நிம்மதியில்லையென்று சொல் – ஏற்றுக் கொள்கிறேன். அப்படித்தானே?"

"அதுதான் சரி."

"டிரிங்க்கை சாப்பிடு."

அவன் சிறிது அருந்தினான்.

"நீ அதற்காக இந்த முடிவை ஏற்றுக்கொண்டிருக்கிறாய்!"

"ஆமாம்."

"எனக்கு எழுதிய கடிதம்போல் எத்தனை பேருக்கு எழுதியிருக்கிறாய்?"

"இருவருக்கு மட்டும்."

"அவர்களும் என்னைப்போல்... பணம்... உள்ளவர்கள்தாமா?"

"நன்றாகத் தெரியாது. உங்கள் நண்பர் கொடுத்த முகவரிகள் அவை."

"நீ எதுவரை படித்திருக்கிறாய்?"

"பட்டம் வாங்கவில்லை."

"மேற்கொண்டு."

"இதுவரை வெளியான உலக இலக்கியங்களில் முக்கியமானவை எல்லாம் – கவிதை பற்றி நிறைய தெரிந்திருக்கிறேன்."

"பொருளாதார சம்பந்தமாக."

"அத்தனை இல்லை. சயன்ஸ் சம்பந்தமாக நிறைய படித்துள்ளேன்."

"வேறு?"

“பாஷைகள் சம்பந்தமாக. பிரஞ்சு, தமிழ், ஆங்கிலம் தெரியும்... சிறப்பாகத் தெரிந்திருக்கிறேன். சமஸ்கிருதமும் தெரியும்.”

“பாஷை அத்தனை முக்கியமென்று நினைக்கிறாயா?”

“ஆமாம்.”

“சரித்திரம்?”

“நல்ல பரிச்சயம் உண்டு.”

“ஆங்கில சரித்திரம்தானே?”

“உலக சரித்திரம்.”

“நல்லது. இவை எல்லாவற்றையும் நீ கற்றது ஒரு முறையைப் பின்பற்றித்தானே?”

“கற்றுக்கொண்டிருக்கிறேன்... இன்னமும் கற்றுக்கொண்டிருப்பது இதுவரை கையாண்ட பாழாய்ப்போன முறையால் அல்ல. அப்படிப்பட்ட முறையாக இருந்தாலும் தற்சமயம் குற்றமில்லை என்றுதான் கருதுகிறேன்.”

“அது வேறு விஷயம். முறைகளை நீ பின்பற்றி, சிலவற்றைக் கற்றது போன்று, வாழ்க்கையிலும் சில முறைகளை நீ பின்பற்றலாமே?”

அவன் நிமிர்ந்தான். கண்கள் மின்னின.

“வாழ்க்கை என்று நீங்கள் சொல்வது எதையென்று நான் தெரிந்து கொள்ளலாமா?”

“பிறந்ததிலிருந்து இருக்கும்வரைக்கும் நடமாடிக்கொண்டு இருக்கிறோமே, அதைத்தான் கூறுகிறேன்.”

“அப்படியென்றால், அதற்கு முறைகள் தேவையில்லை என்கிறேன்.”

“முறைகள் ஏற்படுத்தப்படவில்லை. சௌகர்யமாக இருந்தது, வசதியாக இருந்தது, இருப்பது அப்படியே முறையாகிவிடுகிறது.”

“ஆக, ஒரே முறைதான் இருக்கும் – வசதியான முறை – அது மாறாது என்கிறீர்கள்?”

“மாறலாம். அதைத்தான் நீ செய்கிறாயா?”

“ஏறக்குறைய அதுதான்.”

“இந்த மாற்றத்தை வைத்துச் சிறிது சொல் பார்க்கலாம்.”

– அவன் கூறினான்.

“நான் ஒரு வேலை பிடிக்காமல் இன்னொரு வேலையை விரும்புகிறேன். இது சாதாரண விஷயம். அந்தச் சாதாரண விஷயம் ‘முறை’ சம்பந்தப்பட்ட ஒன்றில் பெரிதாகிவிடுகிறது. என் வாழ்க்கையை குமாஸ்தா உத்யோகம் மூலம் பார்க்க நான் விரும்பவில்லை. இதுவரை

எத்தனையோ பேர் விரும்பாமல்தான் இருந்திருக்கின்றார்கள். நான் இதில் ஒரு முறையை அனுஷ்டிக்க விரும்புகிறேன் என்று வையுங்கள். என்னால் முடிந்தவரை குழந்தைகளோடு கல்வியை அதாவது உண்மையைப் பகிர்ந்துகொள்ள விரும்புகிறேன். கல்வியை எவ்வாறு அடையவேண்டும் என்பது பற்றி அவர்களோடு பேச விரும்புகிறேன். உங்கள் செல்வங்களுக்கு கல்வியை நான் தர முடியும் என்று நீங்கள் நம்புகிறீர்கள் அல்லவா?"

நாராயணன் மென்மையாகப் புன்னகை செய்தார்.

"இவ்வாறே மேலும் சில குழந்தைகளுக்கு, அவர்களது பள்ளிக்கூட, காலேஜ் பாடங்களோடு வேறு சிலவற்றையும் பாடம் சொல்ல அல்லது பேச எனக்கு விருப்பம். இரண்டு மூன்று குடும்பத்தார் தரும் ஊதியம் எனக்குப் போதுமானதாக இருக்கும்."

நாராயணன் சாய்ந்து உட்கார்ந்தார்.

"வாழ்க்கை என்று சொன்னீர்கள். அப்படி என்று ஒன்று தனித்து இருப்பதாக எனக்குத் தெரியவில்லை. நமக்குக் கிடைத்தது ஒரு கார்பன் காப்பி அல்ல. வாழ்க்கையே உழைப்புதான். நான் அதை எவ்வளவு தூரம் நம்புகிறேன் என்றால்... வாய்மூடி மௌனியாக இருந்துவிடும் அளவுக்கு."

"கவிதை பிடிக்கும் இல்லையா?"

"நமக்குப் பிடிப்பது எல்லாவற்றையும்விட உண்மை பெரியது. அது எனக்கு ரொம்பவும் பிடிக்கும். அவையெல்லாம்..."

நாராயணன் கையமர்த்தினார்.

"உன்னுடைய முறைகளை நான் ஆதரிக்க ஆட்சேபனை எதுவும் இல்லை. என் குழந்தைகளின் கல்வியை உன்னிடம் ஒப்படைக்கிறேன். நாளையே என் வீட்டிற்கு வரலாம்."

அவன் எழுந்தான்.

"நீ விரும்பும் இந்தக் கல்வியை – உண்மையான கல்வியை – ஆங்கிலத்தில் போதிக்கத் தடையெதுவும் இல்லையல்லவா?"

"இல்லை. இந்த நமது சம்பாஷணையே ஆங்கிலத்தில்தானே நடந்து கொண்டிருக்கிறது."

நாராயணன் சிறிது சிரித்தவாறே 'டிரிங்க்கை' சாப்பிடுமாறு கேட்டுக்கொண்டார்.

பிறகு அவன் அறையை விட்டு வெளியே சென்றான்.

❍

"நாராயணன்! பாலு பேசுகிறேன்."

"என்னப்பா சௌக்யமா?"

"பையன் எப்படியிருக்கான்?"

"ஓ... முத்துக்கறுப்பன் – வீட்டிற்கு வருகிறானே – பாடம் எல்லாம் ரொம்ப நல்லபடியாப் போய்க்கொண்டிருக்கு – லலிதாவைப் பொறுத்தவரை ஆட்சேபனையே இல்லை. கிட்டுவும் பரவாயில்லை என்கிறான். கடைக்குட்டி இருக்காளே, அவள்தான் 'ரிப்போர்ட்' பண்ணுகிறா. புது 'டியூட்டர்' பாடமே சொல்லித்தரதில்லை என்கிறாள்."

"வாஸ்தவந்தானே."

"போகிறது. என்ன விஷயம்?"

"நான் சொல்லியிருந்தேனல்லவா? இரண்டு மூன்று மாதம் இருக்கட்டும். அவன் 'சர்வீஸ்' எனக்கு வேணும்."

நாராயணன் சிறிது நேரம் பேசாதிருந்தார்.

"என்ன சொல்றே? நீ எப்படி என்ன சொல்வாயோ தெரியாது. அவன் திரும்ப என் ஆபீசுக்கு வந்தாகணும். 'ஸ்டோர்' விஷயம் உனக்குத் தெரியுமல்லவா? அவன் போனது இங்கிருக்கிற பயல்களுக்குத் தெம்பு. இன்னும் கொஞ்ச நாளில் என் பணத்தில் வீடுகட்டிவிடுவான்கள் என்கிறேன்."

"நீயே ஏதாவது வழி சொல்லு."

"அதெல்லாம் எனக்குத் தெரியாது. அவன் மனசு நோகக் கூடாது. தன்னிச்சையாகத் திரும்பி வரணும். இப்போ அவன் போக்குப்படியே விடலாம்... நீ எத்தனை கொடுத்திருக்கிறாய்?"

நாராயணன் சொன்னார். சிறிது நேரம் பேசிக்கொண்டிருந்தனர்.

❍

மூன்று மாதம் கழித்து 'பாலு இண்டஸ்டிரீஸ்' ஆபிஸிற்குள் நுழைந்தான் முத்துக்கறுப்பன்.

"முத்துவா வா – வா – உட்காரு."

அவன் நின்றான்.

"நாராயணன் எல்லாரும் சௌக்யந்தானே? அங்கேயிருந்துதானே வரே?"

"இல்லே. அங்கே நான் இப்போ போகலே. இரண்டு வாரம் ஆச்சு."

"ஏன்?" என்று திடுக்கிட்டார் பாலு.

"தெரியலே. டியூஷன் போதும். குழந்தைகளுக்கு 'டைம்' போதல்லே– அப்படின்னு சொல்லி நிறுத்திட்டார் – ரொம்ப அருமையான குழந்தைகள் – ரொம்ப பிரயோஜனப் பட்டிருக்கும்."

"அதனால் என்ன? இன்னும் இரண்டு பேருக்கு லெட்டர் தரேன். போய்ப் பாரேன்."

“வேண்டாம். உங்களுடைய இன்னொரு நண்பரும் மிஸ்டர் நாராயணன் சொன்ன மாதிரியே சொல்லியாச்சு.”

“அப்படியா?”

பாலு வருத்தப்பட்டார்.

“ஆனா, மிஸ்டர் நாராயணன் என்னை ரொம்பவும் புரிந்து கொண்டிருந்தார்.”

“அதுதான் நான் சொல்றேனே... உட்கார். இம்மாதிரி விஷயங்கள் எல்லாம் முதலில் அப்படித்தான் இருக்கும். நீ சொல்றபடி...”

“இல்லை. நான் திரும்பவும் வேலைக்கு வந்துவிடலாம் என்று முடிவு செய்துவிட்டேன். உங்களுக்கு ஆட்சேபனை இல்லையே?”

“என்ன இப்படி கேட்கிறே? போகும்போது என்ன சொன்னேன். ‘இது உன் ஆபீஸ். எப்ப வேணுமானாலும் திரும்ப வரலாம்’ அப்படின்னேன், இல்லையா – உன் அப்பாவுக்கும் எனக்குமுள்ள சிநேகம் இப்படியப்படியா – அவர் இப்போ இருந்தாலும் இதைத்தான் சொல்லியிருப்பார் – நீ என் ‘ஸன்’ மாதிரி.”

அவன் தன் இருக்கையை வந்தடைந்தான். உட்காருமுன்னர் திரும்பவும் முதலாளி அருகே வந்தான்.

“நான் திட்டம் போட்டுத்தான் இதில் இறங்கினேன். யோசிக்காமல் இல்லை. ஒரு வேளை திட்டம் போட்டதுதான் இப்படி ஆனதற்குக் காரணமா? எந்தவிதத்தில் இதைக்கொண்டு சொல்வதுன்னு தெரியல்லே. ஆனா மனிதர்கள் பேரில் நம்பிக்கை போகமாட்டேன் என்கிறது.”

“அது ஒரு கிரேட் பிலாஸபி!”

பாலு கூற, டெலிபோன் அலறியது. அவன் அவசர அவசரமாக அதை எடுத்து, தன் வேலையைக் கவனிக்க ஆரம்பித்தான்.

- 1987

20. மௌனி

அவன் மௌனியாக மாறிவிட்டதன் காரணம் நண்பர்களுக்குத் தெரியவில்லை. அவன் சிறந்த சிந்தனையாளன் என்பதும் தத்துவவாதி என்பதும் தெரியும். ஆனால், இதுநாள் வரை சாதித்தவையெல்லாம் சாதாரணமானவை என்ற வகையில் இப்போது வாய்மூடிக்கொண்ட நிலைதான் புரியவில்லை.

ஏழு வயதில் திருக்குறளைப் படித்துமுடித்தவன் முத்துக் கறுப்பன். பதினேழு வயதில் அதையெல்லாம் மறந்துவிட்டு, பின்னர் முப்பதாம் வயதில் திரும்பவும் ஆவலோடு படிக்கவாரம்பித்தான். அதற்கிடையே அவன் கற்றவை ஏராளம். பெற்ற பட்டங்களும் சற்று 'ஓவர்'தான். இயல்பாகவே இலக்கிய ஆர்வம் கொண்டிருந்தும் விஞ்ஞானத்தைப் பிரதான பாடமாக எடுத்துக்கொண்டான். சார்பு நிலைக் கொள்கையை அலசிப் பேச முடியும் – தமிழிலேயே முடியும். பிரஞ்சு, வடமொழியென்று தானாகக் கற்றவையும் ஏராளம்.

அவன் நாட்டுப்பாடல் வரை எல்லாவற்றையும் படித்தான். குற்றாலக் குறவஞ்சியை மொழிபெயர்த்துக்காட்டினான். ஒரு குறிப்பிட்ட புத்தகத்தைப் படிக்க 'ஸ்பானிஷ்' கற்றுக்கொண்டான். சோவியத் இலக்கியப் படைப்புகள் அவனைக் கவர்ந்தன. எதிர்காலக் கவிதை பற்றி ஒரு கருத்தரங்கில் கட்டுரை படித்தான். இவையெல்லாம் பற்றி நண்பர்களிடம் விவாதம் செய்வதில் சலிப்படைவதில்லை.

காரல் மார்க்ஸைக் கரைத்துக் குடித்துவிட்டு சில பேரைச் சாடினான். "உலகில் ஒரே ஒரு கம்யூனிஸ்ட் இருந்தான். அவன் சமாதி லண்டனில் உள்ளது" என்பான். அவன் அறையிலிருந்த மூன்று படங்களில் ஒன்று மார்க்ஸ்.

அவன் ரொம்ப நாள் கழித்து அருட்பாவைப் படித்தான். வள்ளலார் படமும் அந்த அறையிலிருந்தது.

பாரதி பாடல்களுக்கு சிலர் முலாம்பூசி விளக்கமளிக்க முற்பட்டால், அவன் மற்போருக்கும் தயாராவான். "அது கவிதை – அதற்கு விளக்கமில்லை" என்பான் – பாரதி படத்தைப் பார்த்துக் கொள்வான்.

'செக்' நாட்டுப் பாடல்களைத் தமிழில் மொழிபெயர்த்தான்.

"என்னடி உந்தன் மந்திரங்கள் –
இந்தச்
சின்னஞ் சிறிய ரோஜாமுன்"

என்ற பாடலை அடிக்கடி அவன் பாடிக்காட்டுவான். அவன் தேர்ந்தெடுத்துப் படித்துமுடித்த மேநாட்டு நூல்கள் கணக்கில் அடங்காதவை. உபநிடதங்கள் சர்வ சாதாரணம். பதினெண் புராணங்கள் எப்போது எழுதப்பட்டிருக்க முடியுமென அவன் அறுதியிட்டுக் கூறும்போது சில கிழவர்கள் மேலே பேச வகையறியாது அவன் முதுகைத் தட்டுவார்கள்.

அவன் ஒரு பத்து ஆண்டுகளாகத் தன்னை ஒரு நாத்திகன் என்று சொல்லிக் கொண்டிருந்தான். ஆத்திகனாக மாறியபோதும் ஒன்றும் வித்யாசமாகத் தெரிந்துவிடவில்லை. முருக பக்தனாகத் தன்னை மாற்றியது அந்த தெய்வந்தான் என்று சொல்வான். சங்க இலக்கியங்களில் எத்தனை இடங்களில் முருகனைப் பற்றிய குறிப்புகள் வருகின்றன என்று கேட்டால் நொடியில் பதில் வரும். அவன் அவதானம் செய்யப் போயிருப்பான் – அது பழைய முறையென்று விட்டுவிட்டான்.

முத்துக்கறுப்பன் கோவில்களைப் பற்றிப் படித்த புத்தகங்களைச் சொல்வதென்றால் ஒரு விசேட அட்டவணை வேண்டும். 'கரிகாலன் கட்டிய அரண்மனை இப்போது இல்லை – ஆனால், அவன் கட்டிய அணை இங்கே இருக்கிறதல்லவா – அரண்மனை எங்கே' – என்று அவன் கட்டுரை எழுத, அதற்கு அகழ்வாராய்ச்சியாளர் பதில் சொல்ல, ஆகமங்கள் என்றால் என்னவென்ற கேள்வியும் பதிலும் விரிவடைய, அவனே கடைசியில் யேருசலம் கோவில் பற்றியும் அதன் பலிபீடம் குறித்தும் கட்டுரை எழுதினான் – எல்லாரிடமும் பேசினான்.

தென் சென்னையில் அவன் வீட்டின் பக்கம் திருவள்ளுவர் சிலை நிறுவப்பெற்றிருந்தது. வீட்டிலிருந்தே தெரியும்.

மழை நாள் ஒன்றில் முத்துக்கறுப்பன் எதேச்சையாக 'வான் சிறப்பு' அதிகாரத்தைப் புரட்டிக்கொண்டிருக்கையில்தான் அந்தத் தீர்மானம் எழுந்தது.

அதிலுள்ள 'விசும்பின் துளி – பசும்புல் தரை' போன்ற குறளின் அமைதி மிகுந்த சொற்களில் ஆழ்ந்து தன்னை இழந்திருக்கையில் ஒரு செயல் வடிவம் கொடுத்துத் திருக்குறளைப் பரப்ப நாடெங்கும் புது வழியொன்றை ஏற்படுத்த நினைத்தான். அதற்கு ஒரு புது உரை எழுதவேண்டியதவசியம் எனவும் தீர்மானித்தான்.

எனவே, பலர் செம்மையாக வாங்கிக்கட்டிக்கொண்டனர். சிலர் முத்துக்கறுப்பனின் ஆர்வத்திற்குத் துணை நின்றனர். அவன் நாடெங்கும் பயணம் செய்தான். நிறைய

கூட்டங்களில் பேசினான். பேசிய ஊர்களில் சிறிது நாள் தங்கி அறிஞர்களைச் சந்தித்து உரையாடினான். பேசி முடித்து வெளியே வந்து அவர்களைச் சாடினான்.

திருச்சியிலுள்ள அவனது தாய்மாமன் அவன் தாயாருக்கு வருத்தம் தெரிவித்தார் – கடித மூலம் "இவன் இங்கே சத்திரத்தில் தங்கிக் கூத்தடிக்கிறானே – நான் இருப்பது தெரியாதா" என்று இறைஞ்சினார் – அவருக்கு மூன்றும் பெண்கள்.

ஆனால், புது உரை பாதியில் நின்றது. அவன் இப்போதெல்லாம் சொற்பொழிவுகளோடு தமிழ்நாட்டுத் திருமண சம்பந்தமான தகவல்களையும் கேட்டறிந்தான். முதியவர்களிடம் பேசிப் பார்த்தான். அது ஒரு கதை.

பட்டணத்தில் அவன் நடத்தி வந்த சொற்பொழிவுகளில் கேள்விகள் எழும்புவதும் அவற்றிற்கு அவன் பதிலளித்து, கேட்டவர்களைத் திக்குமுக்காடச் செய்வதும் சகஜம். 'இல்வாழ்வு' பற்றிய கருத்தரங்குகளில் 'இயல்புடைய மூவர்' என்பவர் யாவர் என்ற கேள்வி வருகையில் மட்டும் அவன் தடுமாறினான் என்று சொல்லவேண்டும். தவிர்க்க முடியாத கேள்வி – உரையாசிரியர் சொன்னதைச் சொல்வதென்றால் அதற்கு ஒரு 'டேப் ரிகார்டர்' போதும். ஓர் இலக்கியப் படைப்பாளர் அவ்வாறு இருக்க முடியாது எனக் கருதினான் – நியாயந்தான்.

எனவே, அவன் குறளாசிரியர் வாழ்ந்திருக்கலாமென்றுள்ள தமிழ் நாட்டுப் பகுதிகளில் சுற்றினான் – அதுவும் நியாயந்தான்.

ஒவ்வோர் ஊரிலும் நூல் நிலையம் – மன்றம் இவைகளில் சொற்பொழிவை முடித்துக்கொண்டு, நேரமிருந்தால் சில திருமண விழாக்களிலும் பங்குபெற்றுவிடுவதுண்டு – திருமண வீட்டில் உரை நிகழ்த்துவதுமுண்டு – மறு நாள் பக்கத்து ஊராக அந்தப் பட்டியல் தொடரும்.

கன்னியாகுமரியில் பௌர்ணமியன்று தங்கிவிட்டு, பக்கத்து ஊரான மருங்கூர் சென்றான் முத்துக்கறுப்பன். அங்கே ஒரு கல்யாணம். ஊர் அன்பர்கள் அழைத்திருந்தனர். அங்குள்ள மன்றத்தில் சொற்பொழிவு– ஊர் மூத்த பிள்ளை வீட்டில் தங்கல் – காலை ஒரு திருமணமென்ற பட்டியல். திருமணத்திற்குக் காலையிலேயே செல்லவேண்டுமெனத் தீர்மானித்துக்கொண்டான்.

ஆராய்ச்சியாளரும் பண்டிதரும் இடும் கேள்விகள் அவன் பசியைத் தூண்டிவிட்டுக் கொண்டிருந்தன.

"பழைய உரையாசிரியர் கூறியது சரியில்லையென்று சொல்வது எப்படி?"

பொருள், வழக்கம்போல "இயல்புடைய மூவர்"தான்.

"இல்வாழ்வான் என்பான் அந்த உரையாசிரியர் குறிப்பிடுவதைப்போல மூவருக்கும் துணையிருந்திருக்கவே முடியாது. அந்தக் காலத்தில் காட்டிற்கு மனைவியோடு செல்பவன் நாட்டிலிருக்கிற இல்வாழ்வான் துணையை எப்படிப் பெறுவான் – இல்லறத்தானும் எவ்வாறு உதவ முடியும்?"

அது உண்மைதான் என்று ஒத்துக்கொண்டார்கள்.

"வள்ளுவர் இந்தப் பக்கத்தில் எங்காவதுதான் இருந்திருக்கவேண்டும் என நீங்கள் கருதுவது ஏன்?"

"அவர் பாண்டிய நாட்டில்தான் வாழ்ந்திருக்கவேண்டும்."

"தென்புலத்தார் என்று குறிப்பிடுவது அதைத்தானோ?"

"அது – நீங்கள் படிப்பது தவறு. 'தென்புலத்தார் தெய்வம்' என்று சேர்த்துப்படிக்கவேண்டும் – நம்முடைய தெய்வத்தைச் சொல்வதாகும் அது."

"அப்படியானால் ஐம்புலத்தார் என்று சொல்கிறாரே வள்ளுவர் – தென்புலத்தார் தெய்வம் என்பது ஒன்றானால், மீதி நான்கல்லவா வரும்."

"இல்லையே – ஐம்புலம் என்பது இந்நாட்டு மக்களைக் குறிப்பது. குறிஞ்சி முதலான ஐந்து நில மக்களும் மேற்படி நான்கிற்கும் உறுதுணையாகவிருக்கவேண்டும் என்பதாகும்."

மருங்கூர் தமிழாசிரியர் முத்துக்கறுப்பனின் மாணவரானார்.

"ஆனால் நாம் தெரிந்துகொள்ள வேண்டியது இயல்புடைய மூவர் பற்றி. நம் பேச்சு வேறு எங்கோ அல்லவா செல்கிறது."

உண்மையில், அதுபற்றி இதுவரை அவன் தெரிந்துகொண்டதைத் தவிர வேறு எதுவும் தீர்மானிக்க முடியவில்லை. நாட்டின் இந்தப் பகுதியை விட்டால் வேறு எங்கேயும் தெரிந்துகொள்ள முடியாதெனவும் கருதினான். ஊர் பெரிய மனிதர்கள் 'சிற்றுண்டி – காப்பி தருவதைத் தவிர வேறு வழியில் உதவாது போனார்கள். பள்ளிப் படிப்பற்ற சில கிழவர்களையும் கண்டு பேசினான். இவன் பேச்சு புரியாமையால் அவர்கள் இருமினார்கள்.

அவன் அங்கே நான்கு தினங்கள் தங்கினான். ஒரு திருமணம் முடிந்து இன்னொன்று பக்கத்தில் – அழகிய பாண்டியபுரத்தில் – நடக்கவிருக்கிறது. அதற்கும் செல்லவேண்டும். மருங்கூர் சென்ற முதல் நாளே பலர் சந்திக்க வந்துவிட்டனர். வார – மாத இதழ்களில் கவிதை எழுதுபவர்கள், ரொம்ப நேரம் விவாதம் நடத்தி, தங்களது கவிதைகள் பத்திரிகைகளில் வர என்ன செய்யவேண்டும்– எவ்வாறு அவன் உதவ முடியுமென்று வினவினார்கள். அவனுக்குச் சலிப்பு ஏற்பட்டது.

என்றாலும் மருங்கூரில் திருமணம் மிகவும் நன்றாக நடந்தது. அவன் அந்தத் திருமணத்தை இரசித்துப் பார்த்தான்.

காலையில் மணமகளுக்குப் பெற்றோர் திருநீறு பூசினார்கள். அதைத் தொடர்ந்து பெற்றோருக்குச் சமமான பெரியோர்கள் வந்து அதை நடத்தினார்கள். "திருநீறு பூசலையா – போங்க சீக்கிரம்" என்று பலர் கட்டாயப்படுத்தப்பட்டனர். "அவரைக் கூப்பிடு – இவரு எங்க போனாரு" என்ற பரபரப்பு. "என்னை எவன் கூப்பிட்டான் – கொஞ்சங்கூட மதிக்கல்லே" என்று ஒரு கிழம்கூடப் பேசிவிடக் கூடாது. அதுதான் முக்கியம்.

மணமக்கள் பக்கம் பெற்றோரும் பலரும் – குறிப்பாக பெண்கள் கலந்துகொண்டு திருநீறு பூசினார்கள். பூசியவர்களும் அதைப் பெற்றுக்கொண்டோரும் கண்ணீர் சிந்தினர்.

“அதற்கு அடைக்குந்தாழ் கிடையாது” என்றான் முத்துக்கறுப்பன். வயது கொஞ்சம் அதிகம் என்ற ஒரே காரணத்திற்காக அவனும் மணமகனுக்குத் திருநீறு பூச அழைக்கப்பட்டான். அது முடிந்ததும், மணமக்கள் மேடைக்கு அழைத்து வரப்பட்டனர்.

“இலக்கிய நெடுங்கணக்கிலே அன்பு குறித்து வள்ளுவன் போலச் சொன்னவர் யாருமில்லை” என்று முத்துக்கறுப்பன் கூறியது உண்மையாயிருக்கும். ஆனால் வந்த காரியம் கைகூடவில்லையே – புது உரை பாதியில் நிற்பது குறித்துக் கேட்டால் என்ன சொல்வதென்று யோசித்துக்கொண்டிருந்தான். இந்த ஊரும் அவன் ஐயப்பாட்டினை அகற்றாது.

மாலை மணமக்கள் கோயிலுக்குச் சென்றுவந்தனர். பின்னர், மணமேடைக்கு வந்து உட்கார்ந்து ‘சுருள்’ பெற்றுக்கொள்ள ஆரம்பித்தனர். அது ‘நாலாம் நீர்’ என்ற பெயருள்ள ஒரு சடங்கு என்று முத்துக்கறுப்பனிடம் சொல்லப்பட்டது. உற்றாரும் உறவினரும் மணமக்களுக்குச் செய்யும் வரிசை அது. வெற்றிலையில் மடித்துத் தந்தார்கள். காலையில் வந்தது போலல்லாது உறவினர் கூட்டமே பெரிதாகவிருந்தது – நண்பர்களும் உண்டு.

“இதை ‘மொய்’ என்று வடக்கே சொல்வார்கள்” என்று கூறினான் முத்துக்கறுப்பன். “எல்லாரும் மொய்த்து வந்து பரிசளிப்பதால் அது அவ்வாறாயிற்று” என்றான்.

இரவிலே நண்பகல் போல ஒரு சாப்பாடு. “இது தேவையில்லாதவொன்று” என்று முத்துக்கறுப்பன் உணர்ந்தான். மாலை மாற்றிக் கொண்டுவிடுவதோடு கல்யாணம் சிக்கனமாகவிருக்க வேண்டுமென்றான். அந்தப் பொறுப்பான பேச்சு அவ்வூர் பெண்ணைப் பெற்றவர்களால் நினைவுகூரப்பெற்றது.

இரவு அங்கு தங்கிவிட்டுத்தான் போகவேண்டுமென்பது வேண்டுகோள். முத்துக்கறுப்பன் தயக்கத்தோடு சம்மதித்தான். அவ்வூர் மக்கள் – குறிப்பாக இளைஞர்கள் நன்கு பேசினார்கள். கள்ளங்கபடற்றவர்கள். நகரத்துப் பொருளாதாரச் சிக்கல் அங்கே தென்படவில்லை. மருங்கூர் அவனுக்குப் பிடித்துப்போனதிற்கு அது ஒரு காரணம். நண்பகல் சாப்பாட்டில் வழங்கப்பெற்ற பயற்றம் பருப்புப் பாயசத்தில் அவ்வூர் மட்டி வாழைப்பழத்தைப் பிசைந்து உண்ட உணவின் ருசியை இன்னொரு காரணமாகச் சொல்லலாம்.

ஆசிரிய நண்பர் இரவிலே ஆற்றங்கரைப் பக்கமாக அழைத்துச் சென்றார். பாலத்தில் உட்கார்ந்து நெடுநேரம் பேசினார்கள். அவருக்கு பட்டணத்திற்கு வேலை மாற்றம் கிடைக்கவிருப்பதாக ஒரு வதந்தியிருந்தது. இருவரும் திரும்பிவருகையில் திருமண வீட்டில் சாப்பாடு முடிந்திருந்தது.

“கொஞ்சம் பால் சாப்பிடுங்களேன். இங்கே நன்றாகவிருக்கும்” என்றார் ஆசிரியர்.

திருமண வீட்டின் எதிரேயுள்ள களத்தில்தான் சமையல். எல்லாம் முடிந்துவிட்டதால் பிரதான சமையற்காரர் உட்கார்ந்து வெற்றிலை மென்றுகொண்டிருந்தார். இருவரையும் கண்டதும் சிரித்தவாறே வரவேற்றார். ஆசிரியர் அவருக்குப் பேரன் முறை. முத்துக்கறுப்பனை அவருக்குத் தெரிந்திருந்தது.

"ஏய் பேரா – பேத்தி என்ன பண்றா?" என்று கூறிவிட்டு, முத்துக்கறுப்பனிடம் "இவன் பேரப் பிள்ளையாக்கும் – ஆனாலும் என்னைக் கவனிக்க மாட்டான் – நீங்க சொல்லுங்கோ" என்று ஆரம்பித்தார்.

"பாட்டா – சீக்கிரமாக ஒரு தம்ளர் பாலு கொடுத்துக்கிட்டுப் பேசு" என்று பேரன் அவசரப்படுத்தினான்.

பாட்டா எழுந்தார். இரண்டு பேருக்கும் பாலை ஆற்றிக் கொடுத்து அவர்கள் அருந்துவதை இரசித்துப் பார்த்தார். பின்னர், உரத்த குரலுடன் பேசவாரம்பித்தார். பேரப் பிள்ளையால் மட்டும் தாங்கிக்கொள்ள முடியவில்லை.

"சொல்லுகம்னு நினைக்காதேயுங்க. இந்தப் பய கல்யாணம் நடந்தப்புறம் ஒரு தடவைகூட என்னை வந்து பார்க்கல்லே – நீங்களே கேளுங்க" என்று முத்துக்கறுப்பனிடம் கூறிவிட்டு "லேய் – எத்தனை நாளுக்கு இப்படியிருப்பே – ஒனக்கும் பேரப் பிள்ளை பிறக்கும் தெரிஞ்சுக்கோ" என்றார். பேரன் முகத்தைச் சுளித்துக்கொண்டான். முத்துக்கறுப்பன் மரியாதையுடன் நின்றுகொண்டிருந்தான்.

கொஞ்சம் வெளிப்படையாகவே பேசிவிட்டதை உணர்ந்து கிழவர் சாந்தமடைந்தார்.

"நான் எதுக்குச் சொல்றேன்னா, நான்தான் ஒனக்கு முதன்முதல் திருநீறு பூசினேன் – தெரியுமா – உனக்கெங்க தெரியும் – நீதான் பொண்டாட்டி பக்கமே பார்த்துக்கிட்டிருந்தியே – பொறகுதான் மத்தவா பூசினது – நீ பார்க்கவேண்டியது முதல்லே என்னைத்தான்."

கிழவர் வருத்தமில்லாத குரலில் பேசினார். முத்துக்கறுப்பன் பொறி தட்டி விழித்தான். அவர் பக்கமாகச் சென்று தரையில் உட்கார்ந்தான். பேரனுக்குப் புரியவில்லை.

"நீங்க இப்ப சொன்னேளே – எப்படி – முதல்லே திருநீறு பூசினேன்னு – அதைக் கொஞ்சம் சொல்லுங்க."

"அதைக் கேக்கறேளா – நீங்க பட்டணம். அதுதான் – இங்க காலையிலே பாத்தது மாதிரி சாயந்திரமும் சடங்கு நடக்கும். சொந்தக்காரங்களெல்லாம் வருவா. ஆனா, காலையிலே பெத்தவங்க வரிசைதான். பொறகுதான் சொந்தக்காரங்கள் அப்படியிப்படின்னு."

"நாளைக்கு?"

"நாளைக்கு ஏழாம் நீரு – உங்களுக்குத் தெரியுமில்லா – பிள்ளை மாத்துச் சடங்கு – மஞ்ச நீரு ஊத்தி, பிள்ளைக எல்லாம் விளையாடும்."

அப்படித்தான் நடந்தது. மறுநாள் காலை மணமக்கள் குளித்து முற்றத்து மேடைக்கு வர, குழந்தைகளின் கூச்சல் பெருக்கெடுத்தது. 'பிள்ளை மாற்றுச் சுருள்' என்று சில பெண்கள் தர, மணமகன் ஒரு பொம்மையை – குழந்தைப் பொம்மையை – மணமகள் கையில் கொடுக்க, அவள் நாணத்துடன் பெற்றுக்கொண்டாள். குழந்தைகள் சிரித்தன. எல்லாரிடமும் சிரிப்பு இயல்பாகவே இருந்தது. மஞ்சள் பொடி கலந்த நீரை குழந்தைகள் ஒருவர் மீது ஒருவர் ஊற்றிக் கேலி செய்து முடித்தபோது, அங்கு அவர்கள்தாம் இருந்தனர். மற்றவர்கள் வேறு வேலையைப் பார்த்துக்கொண்டிருந்தனர்.

அது ஒரு 'குழந்தைகள் தினம்' போல நடந்து முடிந்தது.

பின்னர், மறுவீட்டிற்காகப் புது மணமக்கள் வண்டியேறியபோது, பெற்றோரும் – உறவினரும் – குழந்தைகளும் கூடி நின்று அனுப்பி விட்டு வந்தனர். அதே வண்டியில்தான் முத்துக்கறுப்பனும் ஏறினான். நண்பர்களிடம் விடைபெற்றுக்கொண்டான்.

அங்கிருந்து கிளம்புமுன்னர் அவன் அந்தச் சமையற்காரக் கிழவரை ஒரு தடவை பார்த்துவிட்டுச் செல்ல விரும்பினான். ஆனால், அது கல்யாண மாதம் – முடியவில்லை. எதற்காகவென்று பலர் கேட்டும் அவன் வாய்மூடியே இருந்துவிட்டான்.

அவன் மௌனியான காரணமும் அதுவாகவே இருக்கக்கூடும்.

- 1987

21. மீதி

மேற்கு மாம்பலத்திற்கு அன்று மாலை கட்டாயம் போய்விட வேண்டும். வெகு காலமாகப் பார்க்கவேண்டுமென்றிருந்த படம் அங்குள்ள அரங்கில் திரையிடப்பட்டிருந்தது. அவனுக்கு அது புதிய இடம். இத்தனை நாள் அந்தப் பக்கமே சென்றதில்லை. ஆனால் படம், பார்த்துவிட வேண்டிய ஒன்று. அந்த அரங்கானது மாம்பலம் சைதாப்பேட்டை ரயில் நிலையங்களுக் கிடையே இருப்பதாகக் கேட்டுத் தெரிந்துகொண்டான். வட சென்னையிலிருந்து புறப்பட்டுக் கடற்கரை ஸ்டேஷனில் டிக்கெட் வாங்கிக்கொண்டான் – சைதாப்பேட்டைக்குப் போக வர. ஆனால் மாம்பலத்திலிருந்து போவதுதான் சௌகர்யம் என்று ரயில் பிரயாணி ஒருவர் தெரிவித்தார். அங்கேயே இறங்கினான். ஸ்டேஷனிலேயே இரண்டொருவரைத் திரும்பவும் விசாரித்தான். “எப்படியும் போகலாம்” என்றார் ஒருவர்.

இதிலெல்லாம் கவனத்துடன் செயல்படுவான். பிடித்தமான சங்கதிகளில் கவனம் தானாகவே ஏற்பட்டுவிடுகிறது. ஆய்ந்து அலசி எடுத்தாற்போல் முடிவு எடுக்கப்படுகையில் மகிழ்ச்சியும் அமைதியும் வந்தடைகிறது.

ஸ்டேஷனை விட்டு வெளியே வந்ததும் எந்தப் பக்கமாகத் திரும்ப வேண்டுமென்று ஒரு பழைய பேப்பர் கடைக்காரனைக் கேட்டால், கைவிரல் மட்டும் சுட்டிக்காட்டியது. அது காட்டிய திசையில் நடந்து தெருமுனையில் நடைபாதையில் உட்கார்ந் திருந்த ஒருவரிடம் விசாரித்தான். “அங்க படம் நடக்குதா?” என்று அவர் வியப்புடன் இவனிடமே கேட்டார். “ஆமா இங்கிலீஷ் படம்.”

வீட்டிலிருந்து புறப்படும்போது பெண்சாதி இன்னமும் அவள் வேலை முடிந்து திரும்பவில்லை. அவளுக்குத் தியாகராய நகரில்தான் அலுவலகம். அவளிடமே மேல மாம்பலம் பற்றி விசாரித்திருக்கலாம். ஆனால், அவள் எதையும் தன் தாயாரிடம்

கேட்டுத்தான் பதில் சொல்வாள். ஐந்து வருட மாமியார் வாசம் எதிலும் குழப்பத்தைக் காணும்படி அவனைச் செய்திருந்தது.

மாமியார் வெள்ளைப் புடவை அணியத் தொடங்கிய நாளிலிருந்தே இவர்களுடன்தான் வாசம். வெள்ளையை அவன் வெறுக்கத் தொடங்கியாயிற்று. தனது சட்டையைக்கூட நிறம் மாற்றி அணியத் தொடங்கியிருந்தான். 'மோபி டிக்' படம் இன்றைக்குக் கட்டாயம் பார்த்தாகவேண்டும்.

அவன் கேள்விப்பட்டது சரிதான். அந்த சினிமா அரங்கு சைதாப்பேட்டை பக்கமா இந்த மாம்பலம் பக்கமாவென்று தீர்மானமாகச் சொல்ல முடியாது.

கூட்டமில்லை – இருக்க முடியாது. நொண்டிக்கொண்டே ஒருவன் திமிங்கிலத்தோடு சண்டை போடுவது மேல மாம்பலம் வந்து பார்க்க வேண்டிய விஷயமாகாது. அந்த வகையில் மகிழ்ச்சி. கூட்டமில்லாது படம் பார்ப்பதை அவன் மிகவும் விரும்புவான். சௌகர்யமில்லாத இடமானாலும் தனியாகவே உட்காருவான்.

வெள்ளைப் புடவையின் ஆட்சியில் அவன் தனியாக விட்டாற்போல உணர்ந்தான். இந்த உலகில் தனது தோற்றமே ஓர் இளக்காரமாகப் பட்டது. வீட்டில் வந்து குடியேறிய மாமியார் வெகு எளிதாக வீட்டுரிமையைப் பறித்துக்கொண்டுவிட்டாள்.

தேய்ந்துபோன படப் பிரதி அது. முத்துக்கறுப்பன் உள்ளே நுழைந்து உட்கார்ந்தபோது ஆர்சன் வெல்ஸ் பாதிரியாராகப் பிரசங்கித்துக்கொண்டிருந்தார்.

உள்ளறையில் உட்கார்ந்துகொண்டிருந்தாலும் மாமியாரின் குரல் வளம் தொல்லைப் படுத்திக்கொண்டிருக்கும். மெதுவாகப் பேசத் தெரியாதென்று சொல்ல முடியாது. பேசுவது அவனுக்குக் கேட்கவேண்டும் என்ற முனைப்பு. இருவரும் நேர் நேராக எதிர்ப்படுவதில்லை. பழக்க தோஷம் காரணம். அவன் வெளியே செல்லும்போது மாமியார் எழுந்து ஒதுங்கி நிற்பாள். மற்ற குடித்தனக்காரர்கள் வியக்கும் வண்ணம் மரியாதை நடக்கும்.

அப்புறம் வடதேசத்திலிருந்து மாமியாரின் செல்வப் புதல்வன் விஜயம் செய்தான். விஜயம் என்று சொல்ல முடியாது. நிரந்தரமாகவே இங்கு மாற்றல் வாங்கிக்கொண்டு வந்துவிட்டான். இன்னும் மூன்றாண்டுகள் இங்கே இருந்தாகவேண்டும். இராணுவத்தில் வேலை. அதை எளிதாகச் சொல்லிவிட முடியாது. வேலை கிடைப்பதற்கு முன்னால் 'பட்டாளத்தில் வேலை' என்றால் 'வேறு வேலை கிடைக்காத குறைதான்' என்று தூக்கியெறிந்து பேசும் மாமியார் இப்போது நாட்டுப்பற்றுடையவளானாள். பையனையும் குற்றஞ் சொல்ல முடியாது. டில்லியிலிருந்து திரும்பியவன் இன்னும் டில்லியிலேயே இருந்தான். எந்த விஷயமும் அந்த ஊரோடு சம்பந்தப்படுத்தியே பேசப்பட்டது. 'மோபி டிக்' படம் அங்கே வேறுவிதமாக இருக்கும் என்றும் சொல்லியிருப்பான். அதையெல்லாம் சகித்துக்கொள்ள முடியும். ஆனால் ஆவடியில் வேலைக்குப் போகிறவன் இங்கே இந்த வீட்டில் தங்கவேண்டும் என்பது சாதாரணமான விஷயமல்ல.

எனவே இப்போதெல்லாம் முத்துக்கறுப்பனுக்கு வேறொரு விஷயம் பிடிபட மறுத்தது. மாமியார் கூட்டம் தனது வீட்டில் இருக்கிறதா அல்லது ஏதோ போனால்போகிறதென்று

அவர்களது வீட்டில் தன்னை அனுமதித்திருக்கிறார்களா என்ற சந்தேகம். இந்த சந்தர்ப்பங்களில் அவன் சினிமாவை நாடினான். அதுவும், மேல் நாட்டுப் படங்கள்; மனக் குழப்பங்களைச் சித்தரிப்பதில் பார்க்கும்படியாகவும் ஓர் ஒன்றுதல் ஏற்பட வழியாகவும் அவை இருக்கின்றன என்பது எண்ணம். சினிமாவைக் குழந்தையாகச் சீராட்டிப் போற்றி வளர்த்தான்.

காலையிலேயே சிறு நடை போய்விட்டு வருதல் சிலருக்கு இன்றியமையாதிருப்பது போன்று இந்த சினிமா அவனுக்கு ஆகிவிட்டது. நல்லது கெட்டது என்ற நோக்கில் அல்லாமல் அவ்வாறாகவே எடுத்துக்கொள்ளப்பட்டது. படம் பார்த்துக்கொண்டிருக்கும் போது ஏற்படும் எண்ணங்கள் மிகுந்த அமைதியைக் கொடுத்தன அல்லது அமைதி ஏற்படக் காரணமாய் நின்றன, நல்ல படமாகவிருந்துவிட்டால் சரி. இல்லையென்றால் ஏற்படும் எண்ணங்கள் அதைச் சரிக்கட்டிவிடும். எனவே சினிமா ஒன்றுதான் பொழுதுபோக்காக இருந்தது. அதுவும், இப்போதைய நிலைமைக்கு அது ஒரு பரிகாரமாகவும் ஆகியது.

கூட்டமில்லாததால் கதையைப் பற்றி விளக்கமளிக்கும் நபர்களும் மொழிபெயர்ப்புச் செய்துதவும் ஆட்களும் இல்லை. அப்படி யாராவது இருந்தாலும் அவர்களையும் கதை திகைக்கவைத்திருக்கவேண்டும். கேள்வி கேட்ட பையனிடம் ஒரு தகப்பனார் வெகு கோபம் கொண்டார்.

அரங்கில் நிசப்தம் நிலவியது.

மாமியார் பேசி முடித்தவுடன் பெரும்பாலும் ஒரு நிசப்தம் ஏற்படும். அந்த விநாடிகளில்தான் முத்துக்கறுப்பனுக்கு கிரகிப்புச் சக்தி கிட்டும். பெரும்பாலும் பேச்சு மகளிடமே நடத்தப்படுவதாலும் உரை முடிவில் ‘உன் கதி அவ்வளவுதான்’ என்று மகளது அவல வாழ்க்கை பச்சாதாபத்துடன் முடிக்கப் பெறுவதாலும், அடுத்துள்ள காலம் நீண்டு முத்துக்கறுப்பனை வளைத்துக்கொள்ளும். இப்போது மகனது பிரசன்னம் உரையின் பாணியை மாற்றிற்று. ‘உன் கதி’ என்பது ‘அவ கதி’ என்று சொல்லும் படர்க்கையாயிற்று.

சம்பாதிக்கும் மனைவிக்கு ஓர் இளக்காரம் இருந்திருக்கலாமென்றால், அது இயற்கை. மனைவி மாறிப்போயிருந்தாள். “சாமர்த்தியம் போதாது” என்று மாமியார் கூறுவது தன் மனைவிக்குத்தான் என்று ரொம்ப நாள் அவன் நினைத்துக்கொண்டிருந்தான். அது என்னவென்று புரியுங்காலத்து மைத்துனன் வந்தாயிற்று – பட்டாளத்து மீசையுடன்.

படம் முடிய ஒன்பதரை ஆயிற்று. வெளியே வந்தான். அங்கிருந்து பஸ் கிடைக்குமெனத் தகவலில்லை. வேறு ஒரு தகவல் பரவலாகப் பேசப்பட்டது.

மாம்பலம் ரயில் நிலையத்தை அடுத்த கடைத்தெருவில் பெரிய கலவரம். போலீஸ் வந்துள்ளது. போக்குவரத்து இல்லையாம். அவ்வழியாகச் செல்வது அறிவுடைமையாகாது. சைதாப் பேட்டைக்குச் சென்று ரயில் பிடிப்பதுதான் நல்லது.

சினிமா அரங்கு சமீபமாகவே ரயில் தண்டவாளம் செல்கிறது. இந்த ரயில் பாதையிலேயே நடந்துவிடலாம். யாரையும் வழிகேட்க வேண்டியதில்லை. தண்டவாளம் வழிதவறிச் செல்லாது.

அவன் நடந்தான். அத்தனை கஷ்டமில்லை. சைதை சென்றுவிட்டால் எத்தனை மணியானாலும் ரயில் கிடைக்கும். போய் வீட்டுக் கதவைத் தட்டவேண்டும். வீட்டு நடுவேயுள்ள முற்றத்தில் பல குடித்தனக்காரர்களும் படுத்துக்கொள்வதுண்டு. மாமியாரும் அங்குதான். தூங்குவது கிடையாது. கீழேயுள்ள குடித்தனக்காரர்களுடன் மட்டுமல்ல, மாடியில் இருக்கும் பெண்மணியோடும் இங்கே முற்றத்தில் படுத்துக்கொண்டே சர்வ சாதாரணமாகப் பேசிக்கொண்டிருப்பாள்.

அவ்வாறு குரலெழுப்பிப் பேசி மகிழும் ஜீவனாக உலகில் இந்த மாமியார் ஒருத்தியே இருக்க முடியும். பேச்சின் நடுவில் அவன் அடிபடுவான்.

தனக்கு ஆத்திரம் வராமலிருப்பதற்கு ஏதாவது காரணமிருக்குமோ என்று நினைத்தான். தண்டவாள நடை சுகமாக இருந்தது. எதிரே வருபவர் என்று கஷ்டப்பட வேண்டியதில்லை. ஆனால், இடையே ஒரு சப்–வே இருந்தது – கட்டிக்கொண்டிருக்கிறார்கள். நடையும் மாமியார் நினைவும் அந்த இடத்தில் நின்றுபோயின. இனித் தண்டவாளத்தில் நடக்க முடியாது. இரவு இந்த நேரத்தில் அசகாய சூரத்தனம் பண்ணுவதாகும் அது. அந்த இடத்திலிருந்து திரும்பி சப்–வே ஓரமாக நடந்து அந்தப் பக்கத்து ரோட்டை அடைந்துதான் சைதாப்பேட்டைக்கு நடக்கவேண்டும். அவன் நடந்துசெல்கையில் இரண்டொருமுறை அந்த இடத்தில் தடுக்கிவிழவேண்டி வந்தது. வளைந்து வளைந்து நடந்து சப்–வே முடிவில் தென்பட்ட ஒரு சாலையில் – மேம்பாலத்திலிருந்து சைதாப்பேட்டை செல்லும் சாலையில் – வந்துசேர்ந்துவிட்டான்.

காலில் எதுவோ சுற்றிக்கொண்டது போல உதறித் தள்ளினான் அவன். ஒன்றுமில்லை. அவ்வாறு செய்துகொள்வது வழக்கம். படுக்கையில் அயர்ந்தும் தூங்காமலும் இருக்கையில் காலை உதறுவான். அந்தக் காலில் ஏதாவது சுற்றிக்கொண்டிருக்கவேண்டும். அவன் தூங்கிக்கொண்டிருக்கும்போது அது சுற்றிக்கொண்டதை அவன் கண்டிருக்கவேண்டும். பொந்திற்குள் ஏதோ சீவராசிகள் கும்மாளமிட்டு அவனைக் கடிக்க வர, அங்கிருந்து தப்பி ஓடி அவை விடாது துரத்தி வந்து காலைச் சுற்றி, அவன் விழித்தெழுந்து உதறுவான். கூடவே இன்னமும் அயர்ந்து கிடந்து தூங்கி அவைகளைக் கொல்ல எண்ணுவான்.

முத்துக்கறுப்பன் சாது என்றுதான் சொல்லவேண்டும். ஆனால் கொலைவெறி யாரிடமில்லை. கடவுளிடம் உண்டு என்று சொல்லிவிடலாம் அல்லவா? கடவுளைத் திட்டுகிற அவன் நண்பன் – ஒரு கவிஞன் – வந்து பேசுகிறபோது நிம்மதியடைய முடிகிறது. மோசமான சொற்களைப் பயன்படுத்தித் தூக்கியெறிந்து பேசிய இன்னொரு நண்பனை அதே சொற்களால் தாக்கித் திக்குமுக்காடச் செய்திருக்கிறான். ஆனாலும், காலை உதறி விடுவது மட்டும் நிற்கவில்லை.

“நாயே – ஒன் சட்டி பானைகளை எடுத்து வெளியே நட” என்று மாமியாரிடம் சொல்லி அந்த வெள்ளை நிறத்திற்கு ஒரு முடிவு கட்டிவிடத் தன்னால் முடியும் என்று நினைத்தான்.

இடையே ஒரு கல் தடுக்கிற்று. அந்தப் பாதையில் காலை உதறி விட்டு நடந்தான்.

குழந்தை இல்லை. இருவரும் அலுவலகம் சென்று மீளுவது – ஏதோ ஒரு போராட்டத்திலிருந்து வந்தது போல இதுவரை ஏற்பட்டுவிட்டவைகளுக்குக்

காரணங்களாக ஒருவரையொருவர் நோக்கிக்கொள்வது – இவையெல்லாம்தான் வீட்டில் மாமியார் கொலுவிருக்கக் காரணம் என்று தோன்றியிருந்தது.

அது உண்மைதான். தாயை ஒரு வகையில் வெறுத்திருந்தவள்தான் அவன் மனைவி. வேலைக்குப் போக மாட்டேன் என்று சொன்னவளை உற்சாகமளித்து வற்புறுத்திப் போகவைத்த கணவனை எவ்வாறு தண்டிப்பது – தனது அம்மா மூலம்தானோ – அப்படித்தான் இருக்கவேண்டும். தாய் தனக்கு நல்லதே செய்யவில்லை என நம்பிக் கொண்டிருந்த பெண் இப்போது தாய் சொல் மாறாது நடக்கத் தொடங்கியிருந்தால், அது ஒரு மனமாற்றமல்ல. வேலைக்குப் போகச் சொன்ன கணவனைத் தண்டிக்க – காரணங் காட்டுவதற்கு – ஒரு சீவன்வேண்டும் அவளுக்கு.

அந்த மனைவிதான் என்ன செய்வாள் – சுபாவத்திலே சாது. ஆனால், எந்த சாதுதான் கோபமே இல்லாதிருக்க முடியும் – அடக்கி வைத்திருக்கலாம் – அவ்வளவுதான்.

அந்தச் சிறிய சாலை இன்னும் போய்க்கொண்டிருந்தது. பரவாயில்லை. பழக்கமில்லாத இடம் அப்படித்தான் பெரிய வித்தியாசங்களைக் காட்டும் – போய்விடலாம்.

அவன் மங்கலாகத் தெரிந்த ஒரு பெரிய கட்டடத்தின் பின்பக்கம் வந்து சேர்ந்துகொண்டிருந்தான். வெளிச்சம் அத்தனையில்லை.

வெள்ளைப் புடவைச் சிந்தனை மங்கியிருந்தது. புடவையைத் துரத்தியடித்துவிட்டால் எல்லாம் சரியாகிவிடுமென்று சொல்ல முடியாது. இருவரும் வேலைக்குச் செல்லவேண்டும். சமையலுக்கு ஆள்வேண்டும். குழந்தை இனிமேலும் பிறக்காது என்று தீர்மானம் செய்யமுடியாது. சில கஷ்டங்கள் எப்போதும் இருக்கத்தான் செய்யும். பொறுத்துக் கொள்ளலாம் – காலை உதறிவிட்டுக்கொள்ளலாம்.

அங்கு சுற்றுமுற்றும் பார்த்து நின்றான் முத்துக்கறுப்பன். பெரிய கட்டடத்தின் முன்பக்கத்தில் வெளிச்சமுள்ள பகுதிக்கு வந்து விட்டான். அப்போதுதான் அது என்னவென்று தெரிந்தது.

அவன் 'மோபி டிக்' பார்த்த அதே திரைப்பட அரங்கு. ●

- முன்றில், 1990

22. தென் கிழக்குச் சூளை

மூன்று தடவை அந்த வீடு சென்று அலைந்தாகிவிட்டது – முனியரசு இல்லை. எப்போது வருவான் என்று சொல்ல முடியாது. வீட்டின் வெளித் திண்ணையில் கொஞ்ச நேரம் உட்கார்ந்து காத்திருக்கலாமென்றால், அந்தக் குடித்தனக்காரர் அங்கேயே இருந்துகொண்டு, தெருவோரங்களில் கழித்துக் கொண்டிருக்கும் குழந்தைகளை விரட்டிக்கொண்டிருப்பார். எத்தனை தடவை பார்த்திருந்தாலும் அவனை 'நீ யாரு' என்றுதான் கேட்பார். பார்வைக் குறைவென்று சொல்ல முடியாது – ஒருவகை மனித குல வெறுப்பு.

தெருமுனையிலுள்ளது வீடு. எதிரே நான்கைந்து ரிக்ஷாக்கள் நின்றுகொண்டிருக்கும். முதன்முதலில் பட்டணம் வந்திறங்கியதும் இம்மாதிரி ரிக்ஷாக்காரன் ஒருவன், தன்னை நெருங்கி – பூர்வாசிரமத்தை உணர்ந்து – கட்டாயப்படுத்தி ஏற்றிவைத்து இந்தப் பகுதியில் கொண்டு வந்து சேர்த்தது அவனுக்கு ஞாபகமிருந்தது. அப்போது அவனைக் காப்பாற்றியது முனியரசுதான். 'ஐந்து அணா' மட்டுமே தர முடியும் என்று சொல்லி, இந்தத் தெருமுனையிலே 'மாமன் வீட்டு எண் தெரியவில்லை' – மஞ்சள் நிறமான சுவரடையாளம் மட்டும் கூறிப் பரிதவித்து நின்றவனை முனியரசு முகச் சாடையைக் கொண்டும் பேச்சு வாடையைக் கொண்டும் புரிந்து வீட்டை வழிகாட்டினான்.

மாமன் வீடு அந்தப் பகுதியின் மிகவும் குறுகலான சந்திலிருந்தது. சொந்த வீடு, அங்கிருந்தவைகளில் அது ஒன்றே மாடி வீடாக இருந்தபடியால் மாமனுக்கு 'மெத்தை வீட்டுக்கார்' என்ற பெயருண்டு. முதன்முதலில் அவ்வாறு அழைத்துக்கொள்ளத் தலைப்பட்டவரும் அவர்தான். சந்திலிருந்து நடக்க ஆரம்பித்தால் முனியரசின் தெருவுக்கு வந்துவிடலாம். கிழக்கு நோக்கிச் செல்லும் அந்தச் சாலை வழி நடந்தால் பெரிய ரயில் நிலையம்.

அவனது அலுவலகம் அங்கிருந்தது. அதற்குமேல் முத்துக்கறுப்பன் சென்றது கிடையாது. பட்டணம் அவ்வளவுதான்.

பேருந்தில்தான் அவன் செல்வான். வண்டி வந்து நிற்கும் தெரு முனையில் – நடைபாதையில் – அந்த ஏழெட்டு ரிக்ஷாக்கள். ஒழுங்காக நிறுத்தப்பட்டிருக்கும் வண்டிகளின் இடையே உற்றுப் பார்த்தால் துணிமணி பாத்திரம் சமையல் நடப்பது தெரியும். நேரமாகி அவன் அந்தப் பக்கமாக வந்தால் சிலர் சாப்பிடுவதையும் பார்க்கலாம் – சாப்பாடு!

அவர்கள் சாப்பாடு எப்படியிருக்கும் என்று முத்துக்கறுப்பன் யோசித்திருக்கிறான். மனிதன் இழுக்கும் வண்டியையே அவன் பட்டணம் வந்துதான் பார்க்கிறான்.

சிறிது நேரம் அங்கு நின்று அந்த வண்டிகளைப் பார்த்துக்கொண்டிருந்தான். முனியரசு வந்துவிடக் கூடும் – அதாவது, நாடக ஒத்திகை எதுவுமில்லையென்றால்.

முனியரசு நாடகப் பயிற்சியாளராகத் தன்னை ஒரு தடவை அறிமுகப்படுத்தியிருந்தான். நாடகம் பற்றி முத்துக்கறுப்பன் அறிந்தவன் அல்லன். சிறுவயதில் சம்பூர்ண ராமாயணம் பார்த்தது தவிர வேறொன்றும் தெரியாது என்று சொன்னதைக் கேட்டு முனியரசு மிகுந்த மகிழ்ச்சியுடன் ‘நாடகம் என்றால் என்ன’ என்ற கேள்வியோடு சில நாட்கள் அது குறித்துப் பேசினான்: “யோவ் – ஒனக்கு வேறெ வேலையில்லே? – கடைக்குப் போகவாணாம்?” என்று அவன் மனைவி கேட்பாள். மனைவியாலேயே அவ்வாறு விளிக்கப்படுவதால் ‘யோவ்’ என்ற வார்த்தை மரியாதைக்குரியதுதான் என்று திருப்தியடைந்தான் முத்துக்கறுப்பன்.

மணியாகிறது – காத்துக்கொண்டிருப்பது கடினமான காரியமாகிறது. ஒரு தடவை முனியரசு சொல்லியிருந்தான். “இந்த ஸூளையிலே (சூளையை அப்படித்தான் குறிப்பிடுவான்) பத்து மணிக்கு மேலே மட்டும் நீ நடமாடாதே. இங்ககூட வரவாணாம் – அறியாத பையன் நீ” என்பான்.

ஆனால், காத்திருக்கவேண்டியது அவசியம். அவனை எப்படியும் பார்த்துவிடவேண்டும். மாமன் சொல்லியாகிவிட்டது. சாடைமாடையாக.

“நீ வேற இடம் பாத்துக்கோ.”

அந்த வீடு – தெரு – முனியரசு – தனது அலுவலகம் இவை மட்டுமே அறிந்திருந்த அவனுக்கு நடுக்கம் ஏற்பட்டது. ஆனால் – முனியரசு இருக்கிறான். ஓர் அறை பார்த்துத்தருவது அந்த அளவிற்குப் பெரிய விஷயமாகாது என்றுதான் எண்ணினான் – அப்படியில்லை.

மாமன் சொல்வதைப் பொறுத்துக்கொள்ளலாம். அத்தைக்காரி எதுவும் சொல்ல மாட்டாள் – செயல்முறைகள்தாம். ஒரு தடவை பகல் உணவிற்குக் கட்டித் தந்த பொட்டலத்தில் வெறும் சோறு மட்டுமே இருந்தது. சாப்பிடும்போது குழந்தைகளிடம் சொல்வாள்.

“வேண்டாம்னா – போயிடு.”

முனியரசுவிடம் ஒரு வாரமாக மன்றாடுகிறான் – வேறு ஏதாவது இடம் வேண்டுமென்று. உடனடியாகவே பதில் வந்தது.

"பார்த்துடலாம் – சொல்லிட்டில்லே – விடு நீ."

மேலும் இரண்டு நாட்கள் – இன்று எப்படியும் தெரிந்தாகவேண்டும். எதுவோ நடக்கப்போகிறது என்று அவனுக்குத் தோன்றிற்று. வேறு வழியில்லாது போனால் ஏதாவது நடந்துதான் ஆகவேண்டும்.

தூரத்தில் வந்துகொண்டிருந்தான் முனியரசு. தெருவில் இவன் நின்றுகொண்டிருப்பதைப் பார்த்திருப்பான். நடை வேகமாகியது. முகத்தில் விசேட பாவங்கள் தெரிந்தன. முனியரசு நல்ல நடிகனாயிருக்க முடியும். இந்தத் தென்கிழக்குச் சூளையின் தலைசிறந்த நடிகனாகவும் இருக்கக்கூடும். நாடகங்களைப் பற்றி அவனிடம் நிறைய கேட்டு அறிந்திருக்கவேண்டும்.

முனியரசு சென்னான்.

"ஓன் விசயமாத்தான் சிந்தாதிரிப்பேட்டை போய் வாரேன். ஒரு இடம் இருக்கு – பாரு – கல்யாணம் ஆனவங்களுக்குத்தான் விடுவாங்களாம் – பேஜாராப் போச்சு."

"இப்ப என்ன செய்யறது."

முத்துக்கறுப்பனுக்கு நாடகங்கள் மீது எல்லையில்லாத வெறுப்புத் தோன்றிற்று.

"விடு – நீ ராவாலுமா காலி பண்ணப் போறே – நாளைக்குப் பொழுதோட ஒரு சுத்துச் சுத்தினா முடிஞ்சுது – என்ன சொல்றே."

நகர நினைத்தான் முத்துக்கறுப்பன். வேர்க்கடலை தின்று கொண்டிருந்தான் முனியரசு. அந்த நேரங்களில் கடலையை இவனுக்கும் கொடுப்பான். வாசல் பக்கம் குரல் கேட்டது.

"ஏன்யா – வாசல்லே டேரா போட்டிட்டியா?"

முனியரசு படபடத்துத் திரும்பினான்.

முத்துக்கறுப்பன் நடக்கத்தொடங்கினான். தெரு மூலையில் ரிக்ஷாக்காரரிடையே ஒரு சலசலப்பு ஏற்பட்டது. சாதாரணச் சண்டைதான். நன்கு காற்று வீசிக்கொண்டிருந்தது.

அந்த ரிக்ஷாக்காரன் சாப்பிட எண்ணி வண்டியின் இருக்கையைப் பெயர்த்து நடைபாதையில் கள்ளிப்பெட்டிப் பக்கம் போட்டு உட்கார வந்திருக்கிறான். ஆனால் சாப்பாட்டுத் தட்டு வீசப்பட்டிருக்கிறது – சோற்றுடன். உட்கார எண்ணி வந்தவன் வெகுண்டெழுந்து கத்தினான்.

"ஏம்மே – வீசியா எறியறே – துட்டு வாங்கல்லே – திமிரு."

"அடச்சே – உன் துட்டும் நீயும்."

"இனிமே வந்தா – ஜோட்டாலே அடி."

முனியரசு முன்பு விளக்கியிருந்தான்.

"சோத்துப் பாத்திரம் தூக்கிப் போயி, மீதிச் சோத்தை இந்தப் பொண்ணு வித்துடும். ஓரணா வைச்சே நாலு பேருக்குத் தரும். ராவிக்கு இங்கதான் சமைச்சு ரெண்டு மூணு ஆளுங்க துட்டுக் கொடுத்துச் சாப்பிடுவாங்க – மழை வந்தா அந்த பார்க் ரீடிங் ரூம் இருக்கே அங்க – இதெல்லாம் கண்டுக்காதே – அறியாத பையன் நீ."

திரும்பி சந்தில் நுழைந்தான் முத்துக்கறுப்பன். காற்று நன்கு சுகமாகவிருந்தது. பட்டணத்தில் இந்த அளவில் அருமையான காற்றை அவன் இதுவரை சுவாசித்ததில்லை.

கதவைத் தட்டி, சிறிது நேரம் கழித்துப் படியேறி உள்ளே நுழைந்து சட்டையைக் கழற்றிக்கொண்டான். கை கழுவினான்.

"வரயாப்பா சாப்பிட."

சமையலறையில் உட்கார்ந்ததும் சோறும் குழம்பும் நிறைந்த ஒரு தட்டு அவனிடம் நீட்டப்பட்டது. அதை வாங்கியவாறு சிறிது நேரம் சும்மாவிருந்தான். அத்தை சமையலறையை விட்டு வெளிவந்திருந்தாள்.

ஐந்து நிமிடம் கழித்து உள்ளே திரும்பவும் அவள் வந்தபோது அவன் தலையைத் தாழ்த்தியோ, உயர்த்தியோ இல்லாமல் நேராக எதையோ பார்த்தவாறிருந்தான். சிரிப்பை அடக்கிக்கொள்பவன் போலிருந்ததைக் காண முடிந்தது. ஆனால், அத்தையம்மாள் அவனைப் பார்த்துக்கொண்டிருக்கவில்லை – எதையும் கேட்கவுமில்லை. மாமா நன்கு தூங்கிக்கொண்டிருக்கவேண்டும்.

முத்துக்கறுப்பன் மெதுவாக எழுந்து வெளியே வந்தான். கை கழுவ வேண்டிய அவசியமிருக்கவில்லை. உள்ளறையில் நுழைந்து, தனது தகர 'ட்ரங்க்' பெட்டியை எடுத்து, கொடியில் கிடந்த ஒரு வேட்டி, ஒரு சட்டையை அதில் திணித்துக்கொண்டான்.

அத்தையம்மாளிடம் வந்து "நான் போறேன் – வேறே இடம் பாத்துக்கிட்டேன் – மாமாகிட்டே சொல்லிடுங்கோ" என்று சொல்லி வெளியே நடக்கையில் இரவு மணி பத்துமணிக்கு மேலிருக்கும். ●

- முன்றில், 1990

23. மெய்கண்டார் நிலையம்

அப்பா எங்கோ தூரத்தில் பார்த்துக்கொண்டிருந்தார். அங்கே பார்க்கும்படியாக ஒன்றுமில்லை. அதைப் பற்றிக் கேட்டுவிட முடியாது. 'எதுவுமில்லைதான் – ஆனால் ஏதாவது தோன்றும்' என்பதாகத்தான் பதில் இருக்கும். இந்த இடம் என்றில்லை. எங்கே சென்றாலும் அவர் தூரத்தைத்தான் பார்த்துக்கொண்டிருப்பார்.

எப்போது என்று சரியாகச் சொல்ல முடியாது. வேலையில் ஓய்வு பெற்ற பின்னர்தான் இப்படி என்றும் சொல்வதற்கில்லை. முத்துக்கறுப்பன் இதைப் பற்றி அதிகமாக எண்ணி நேரத்தை வீணாக்க மாட்டான். அப்பாவைப் பொறுத்தவரை அவர் உலகத்தோடு ஒட்டாதவர் என்பது அவனது கணிப்பு. அதிகமாகப் பேசாமலிருந்தாலோ – தனியாகக் காலங்கழித்தாலோ – உலகை ஒட்டாதவர் என்ற பெயர் கொடுத்துவிடுவது சுலபமான காரியம். சுலபமான வழிகளில் சில சங்கதிகள் முடிவடையும்போது, அவ்வாறே ஏற்றுக்கொள்வதுதான் புத்திசாலித்தனம்.

இருந்தாலும், முத்துக்கறுப்பனுக்கு அப்பாவைப் பற்றி வியப்பான சங்கதிகள் இருப்பது தெரியும். பணத்தின் அருமை தெரியாதவர் என்பதை அவன் சிறு பையனாக இருந்தபோதே அறிந்துகொண்டு விட்டான். எந்தக் கஷ்டத்தையும் பொருட்டாக மதிக்காது, அப்படி ஏதாவது ஏற்பட்டுவிட்டால் அதை அவர் ஓர் அருமையான சந்தர்ப்பமாக எதிர்கொண்டு போற்றுவது அவனுக்குப் புரியாமலிருந்தது – இப்போதும்.

அப்பா நிறைய படித்தவரல்ல என்பதை அறிந்திருந்தான். பட்டதாரிகளாகத் தானும் தன் தங்கையும் அந்த வீட்டில் பெயர்பெற்றிருந்தாலும் பேர் சொல்லும்படியாக அந்த வகையில் அப்பாவுக்கு நண்பர்களோ உறவினர்களோ இல்லை. பட்டம் போகட்டும் – உறவினர் என்பது பேருக்குக்கூட இல்லை.

எல்லாமிருந்தும் அப்பா அமைதியைக் கொண்டிருந்தார் என்பது மட்டும் தெரிந்தது. மிகவும் அமைதியானவர். அது எவ்வாறு சாத்தியப்படுகிறது?

படித்தவர் இல்லை என்று சொன்னோமல்லவா – அதுதான் கொஞ்சம் நெருடுகிறது. முத்துக்கறுப்பனும் அவன் தங்கையும் நிறைய படித்தவர்கள் என்று சொல்லக்கூடும். எதைக் கண்டாலும் விரும்பிப்படிக்கும் ஆசையுள்ளவர்கள். பெயர் எடுத்த புத்தகங் களெல்லாம் படிக்கப்பட்டுவிட்டன.

ஒரு தடவை அப்பா ஒரு கேள்வி கேட்டார். கேள்வி அல்ல – கேள்வி மாதிரி. தங்கை அசிரத்தையாக ஒன்று சொன்னாள்.

அவள் ஜேன் ஆஸ்டின் படித்து, தமிழைச் சவாலுக்கழைப்பவள். அவள்தான் கேட்டாள்.

“நம்மிடையே பெண் எழுத்தாளரென்று யார் இருக்கிறார்கள்.”

அதற்கு அப்பா சொன்னார்.

“ஏன் – நம்ம காரைக்காலம்மையாரை நீ படிக்கலே – அதுதான்.”

அவர் புத்தகம் படிக்கும் பழக்கம் உள்ளவர் என்று சொல்ல முடியாது – எப்போதாவது சிறு புத்தகம் ஒன்றை – அது உரை எதுவும் இல்லாத ஒரு பதினைந்து செய்யுளடங்கிய புத்தகம் – படித்துவிட்டுத் தொலைதூரம் பார்க்க ஆரம்பிப்பார். பார்ப்பது படிப்பதுபோலத் தெரியும். ஒருவேளை பார்த்ததைத்தான் அந்தப் புத்தகத்தில் படிக்கிறார் போலும்.

ஓய்வு பெற்ற பின்னர் அந்தப் படிப்பையும் நிறுத்திவிட்டார். கடைசி நாளில் அலுவலகத்தில் போட்ட மாலையோடும், தந்த கடிகாரத்தோடும் வீடு வரை வந்தவர், உடைமாற்றிக்கொண்டு வெளியே வந்து நிற்கத் தொடங்கினார். உள்ளே வர நேரமாயிற்று.

வரவேண்டிய பணம் அவருக்குக் கிடைக்க நாளாயிற்று. முத்துக்கறுப்பன்தான் அலைந்தான். கிடைத்த பணம் மனையில் வீடு கட்ட உதவிற்று. பார்த்துப் பார்த்துக் கட்ட, நன்றாகவே வீடு வந்திருந்தது. புறநகர்ப் பகுதி காற்றும் நெரிசலான போக்குவரத்து எதுவும் இல்லாத இடமாக நான்கு பேர் குடும்பம் வாழ நன்றாக இருக்கும். பால் காய்ச்ச அடுத்த வாரம் நல்லநாள். முத்துக்கறுப்பனுக்கு பஞ்சாங்கம் பார்க்கத் தெரியும். அப்பா அதைப் பார்ப்பதைவிட, வெளிவானத்தைப் பார்த்துக்கொள்வார். வீட்டுக்கு ஒரு பெயர் வைக்கவேண்டும். முத்துக்கறுப்பனின் பெயரோடு ஒரு நாலெழுத்துப் பட்டமும் அதில் வரலாம்.

பேரைப் பற்றி ஆவலோடு அவரிடம் கேட்ட போது வேறு ஒரு விஷயம் பற்றிப் பேசினார். அவரைப் பொறுத்தவரை அதுதான் பதிலாகவிருக்கும் – தெரிந்ததுதான்.

அப்பா கடந்த முப்பது ஆண்டுகளாக பூங்கா நிலையத்தில் இறங்கி அலுவலகம் செல்பவர். இறங்கியதும் பக்கத்துக் கடையில் வெற்றிலையும் இரண்டு சிகரெட்டும் வாங்கிக்கொள்வார். கடைக்காரன் தயாராக வைத்து எடுத்துக் கொடுப்பான். மாதக் கடைசியில் கணக்குச் சொல்லி வாங்கிக்கொள்வதுண்டு. புத்தகங்கள் எதுவும் வாங்குவது கிடையாது. கடைக்காரனுடன் பையன் ஒருவனுமிருப்பான் – மகனாகவேயிருக்கும்.

சென்ற ஆண்டு பையன் மட்டுமே (இப்போது வளர்ந்துவிட்ட பையன்) தொடர்ந்து ஒரு வாரமாக இருந்ததால் விசாரித்தார். கடைக்காரர் போய்ச் சேர்ந்துவிட்டாராம்.

அப்பா ஓய்வு பெறும் நாள் வரை அங்குதான் வாங்குவதும் கணக்குச் சொல்வதும். கடைசி நாளில் ஓர் ஆசை. மாலையோடும் (அதை மடித்துக் கட்டிக் கொடுத்திருந்தார்கள்) கடிகாரத்தோடும், அந்தக் கடையில் வந்து நின்று ஒன்று கேட்கலாமாவென்று ரொம்ப நேரம் யோசித்திருக்கிறார். இத்தனை நாள் அநேகமாக தினம் இரண்டு தடவை வந்துபோகும் அவரைப் பற்றி எவ்வாறு அவர்கள் தங்களுக்குள் பேசிக்கொள்ள முடியும். இதைத்தான் கேட்க ஆசை. அப்பா பெயர் அவர்களுக்குத் தெரியாததால் கடைக்காரரும் பையனும் தாங்கள் அறியத்தக்க விதத்தில் ஏதாவது சூட்டியிருக்கவேண்டும். அப்பா அதைக் கேட்க நினைத்தார். ஆனாலும் கேட்கவில்லை.

"அதுதான் தன்னுடைய பெயர் அல்லது பெயர்களில் ஒன்று" என்றும் சொல்லிக் கொண்டார்.

சாவை எதிர்பார்த்துப் போய்க்கொண்டேயிருப்பவன் பாக்கியசாலி என்றும் ஒரு தடவை எதற்கோ சொல்லியிருந்தார்.

ஆனால், முத்துக்கறுப்பனுக்கு இப்போது ஒரு பெயர்வேண்டும் – வீட்டிற்குச் சூட்டத் தகுந்த பெயர். அப்பாவிடம் கேட்க முடியாது. தூரத்தே பார்த்துக்கொண்டிருக்கிறார். அப்படி ஏதாவது சொன்னாலும் நடைமுறைக்கு ஒத்துவராது. நாலு பேர் பார்த்தால் கவருகிற மாதிரி இருக்கவேண்டும் – நல்ல பேராக இருக்கவேண்டும்.

மறுநாள் இதுபற்றி பண்டிதர் ஒருவரிடம் கேட்கவேண்டும் என்று அவன் தீர்மானித்துக்கொண்டான்.

- முன்றில், 1990

24. உவரி

பேருந்து புறப்பட்டு வெகு வேகமாகச் செல்லத் தொடங்கிற்று. அது ஒற்றையடி மாதிரியான சாலை. ஒருபுறம் உயர்ந்த நிலப் பரப்பில் மரங்களும் மறுபுறம் பரந்த கடலும் தெரிந்தன. நல்ல வெயில் அடித்துக்கொண்டிருந்தது.

குமரிமுனையிலிருந்து புறப்படும்போது அங்கே பழக்கப் பட்டிருந்த திருச்செந்தூர் தம்பதியினர் முன்னிருக்கையில் அமர்ந்திருந்தனர்– குழந்தையுடன். எல்லாருக்கும் தூக்கம்தான். நண்பகல் உணவு குமரியில். ஹோட்டலுக்குப் போகாமல் "சைவாள் காப்பிக் கடை" என்று அறிவிக்கப்பட்ட வீடு போன்ற ஒரு விடுதியில் பாயில் உட்கார்ந்து புளிக்குழம்பும், பச்சடியும், மோரும் சேர்த்துச் சாப்பிட்டாயிற்று. நல்ல சாப்பாடுதான். திருப்தியோடு வண்டி ஏறியதும் அம்மனிருந்த திசை நோக்கிக் கும்பிடு போட்டுக்கொண்ட தம்பதியரில் ஆண் தூக்கத்தில் ஆழ்ந்துவிட, தாயும் குழந்தையும் சிறிது நேரம் வலப்புறம் தெரிந்த கடலைப் பார்த்துக்கொண்டு தூங்கிவிட்டனர்.

அவனது பக்கத்திருக்கையில் இருந்த கிழவர் பேசுவதற்கு நாயாய் அலைந்தார். வீட்டில் இருந்தாலும் தூங்கும் நபர் என்று சொல்ல முடியாது. எனவே, அவன் வலுக்கட்டாயமாகக் கண்ணை மூடிக் கொண்டிருந்தான்.

வண்டி ஒரு சிறு ஊரைக் கடந்தது. அது உப்பளங்கள் உள்ள இடமென அவன் அறிந்திருந்தான். உப்பு வண்டி ஏற்றிச் செல்லும் மக்களைக் காண ஆவல் தோன்றியது. வண்டிகள் காலங்காலமாக இருந்திருக்கின்றன. சக்கரம் கண்டுபிடிக்கப்பட்டுப் பல நூற்றாண்டுகளாகிவிட்டன. அந்தச் சக்கரங்களுக்கும் இன்றுள்ள வண்டிச் சக்கரத்திற்கும் அத்தனை வேற்றுமையிருக்காது. இன்னும் கொஞ்ச தூரம் போகவேண்டும். இங்கே உப்பளம் இருக்கலாம் – தென்னை இருக்கலாம் – துறைமுகம் இருந்திருக்க முடியாது. அதற்கு இன்னும் போகவேண்டும்.

குமரிமுனையில் இரண்டு நாட்கள் தங்கியபோது சுற்றிப்பார்த்த இடங்களில் 'சர்ச்' ஒன்றும் இடம் பெற்றது. கையில் வேதாகமப் புத்தகத்தோடு வேட்டியை மடித்துக் கட்டிக்கொண்டு நின்ற ஒருவரிடம் அந்த ஆலயம் எப்போது கட்டப்பட்டிருக்கும் என்று கேட்டான். ஒரு பக்கத்திலே செதுக்கி வைக்கப்பட்டிருந்த ஆண்டு– மாத – நாளைச் சுட்டிக்காட்டினார். பிறகு 'எவ்விடம்' என்று விசாரித்தார். மதுரைப் பக்கம் என்று அவன் பதில் சொன்னான்.

அவர் நல்ல தமிழ்ப்பற்றுள்ள பெரியவராகத் தென்பட்டார். தன்னை தயானந்தன் என்று அறிமுகம் செய்துகொண்டார். அந்தப் பகுதியிலுள்ள முக்கியமான பகுதிகள் பற்றி விவரமாகக் கூறினார். கையிலிருந்த புத்தகத்தின் ஒரு பக்கத்தைப் பிரித்துக்காட்டிப் படிக்கச் சொன்னார். அரசன் சாலமோனின் கப்பல்கள் ஓபர் துறைமுகத்தில் வந்து சரக்குகளைப் பெற்றுத் திரும்பியது குறித்த பகுதி.

"ஆப்ரிக்காவிலும் ஓபர் என்றொரு இடம் உண்டு" என்றான் அவன்.

"ஆப்ரிக்கா, இஸ்ரேலுக்குப் பக்கம். அப்படியிருந்தால் தூரக் கடல் கடந்த செய்திக்கு அந்த இடத்தைச் சொல்லியிருக்க மாட்டார்கள்."

"என்னவெல்லாம் பாத்தீக" என்று மறுபடியும் கேட்டார் தயானந்தம்.

"சுசீயந்திரம் கோவில் – கோட்டாறு சர்ச் – குமரியம்மன் கடல்– இப்ப இந்த சர்ச் – வேறு என்ன இருக்கு?"

"இருக்கு – நிறைய – வயலெல்லாம் பாத்தேளா – மலையிருக்கு. அப்றம் இந்த இடம். இங்கிருந்து இருபது மைல் போனா இந்த ஓவரியிருக்கு."

"அதென்னாது."

"அதுதான் நான் சொன்ன ஊர். ரொம்பப் பழையகாலத்து ஊரு. பாருங்க."

திரும்பவும் வேதாகமப் புத்தகத்தைத் திறந்து பக்கத்தைப் புரட்டினார் – அரசன் சாலமோன் பக்கம்.

"இந்த இடத்தின் பழமையை சாதாரணமா யாரும் தெரிந்து கொள்ளலே" என்றார்.

"தமிழே பழமைதானே" என்றான் அவன்.

'ஆமாம்' என்று ஒப்புக்கொண்டார். "நானும் சுசீயந்திரம் கோவில் போயிருக்கேன். அந்தச் சிலைகளையெல்லாம் கும்பிட்டிருக்கேன். ஒரே பூத மயம்."

"நீங்க எப்படி எங்க கோயிலுக்கெல்லாம்...?"

"அதுதான் – பதினைஞ்சு வயசு வரைக்கும் போனேன். பிறகுதான் இந்த ஒளி கிடைத்தது. ஆனா, எப்பவும் தமிழ்ப் பாடங்கேட்கிற போதெல்லாம் கோவிலைப் பற்றிப் பேசுவதுண்டு – பாவலர் தெரியுமா – சதாவதானி – அவரே மற்றவாளுக்கு சைவ சித்தாந்தம் பத்தி சந்தேகம் தீர்த்து வைப்பாரு."

தயானந்தர் தன்னைச் சதாவதானி செய்குதம்பிப் பாவலரின் மாணாக்கர் என்று சொல்லிக்கொண்டார். தன்னைப் பற்றி பாவலர் எழுதித் தந்த சாற்றுக்கவியை – அது வேதாகமப் புத்தகத்தில் மடித்துவைக்கப்பட்டிருந்தது – எடுத்துக் காண்பித்தார்.

பிரித்துப் படித்துப் பார்த்தான். பாவலர் கையெழுத்தாவென்று கேட்டான். பிறகு, "இது என்ன – பேரு முத்துக்கறுப்பன்னு போட்டிருக்கே" என்றான்.

"ஆமாம் – அதுதான் அப்போ என் பேரு" என்றார் தயானந்தர்.

அவனுக்குச் சிரிப்பு ஏற்பட்டது. "என் பேரும் அதுதான்" என்றான்.

தயானந்தர் நிறைய பேசினார். அந்தப் பக்கத்தின் பழம்பெருமை அவர் பேச்சில் தொனித்தது. எந்த மதத்தைச் சார்ந்திருந்தாலும் இப்பகுதி மக்கள் பழைய காலப் பெருமையை மறந்துவிட மாட்டார்கள் போலும். "கோவிலுக்குப் போய்விட்டு இங்கே இந்த சர்ச் பார்க்க வேண்டுமென்று எப்படித் தோன்றிற்று" என்றும் கேட்டார்.

"பழைய காலத்து இடங்களையெல்லாம் பார்க்க வேண்டுமென்று ஆசை. நிறைய பார்த்திருக்கிறேன். நேற்று சுசீயந்திரம் கோவிலில் கும்பிடும்போது, கண்களை மூடினால் அந்த தாணுலிங்கம் எனக்கு சிலுவையாகத் தெரிந்தது. நான் மெய்மறந்துபோனேன்" என்றான்.

தயானந்தர் பூரிப்போடு "தங்களை ஏசு அழைக்கிறார் ஐயா" என்றார்.

"இருக்கும் – ஆனா, பிறகு கோட்டாறு 'சர்ச்' போன போது, அந்தச் சிலுவை எனக்கு லிங்கமாகத்தான் தெரிந்தது" என்று முடித்தான் அவன்.

❍

குழந்தை விழித்துக்கொண்டது. இருக்கையில் நிற்க முயற்சி செய்தது. பின்பக்கம் திரும்பி அவனைப் பார்த்தது. சிறிது நேரங்கழித்துச் சிரித்தது. குமரியில் அவன் வாங்கிக்கொடுத்த சங்குமாலையொன்றை அவனுக்கே காண்பித்தது. அப்போது 'உவரி' என்ற பெயர்ப் பலகையோடு அந்த ஊர் ஆரம்பமாகியிருந்தது.

பேருந்து அந்த இடத்தில் நிற்காது என்று சொல்லப்பட்டிருந்தது. நிற்க வேண்டியதில்லை. பார்க்கும்படியாக ஒன்றுமிருக்காது – கடல்தான். கடலை அந்த ஊர் சொந்தம் கொண்டாடிவிட முடியாது. சிப்பிகள் நிறைய கிடைக்கலாம். மீனவர் குடும்பங்களிருக்கும். பேருந்து சென்ற போது சாலையோரத்துக் குடிசைகள் முன்பு பெண்கள் குந்தி பேன் பார்த்துக்கொண்டிருந்தனர். இங்கே பார்க்கும்படியாக வேறு என்ன இருக்கும்? தூங்கலாமென்று யோசித்தான். அப்போதுதான் அது நடந்தது.

ஊர் முடிவிலிருந்த சிறு தேநீர்க் கடையைத் தாண்டி வேகங் கொண்டிருந்த பேருந்து எதிரே வந்துகொண்டிருந்த 'குமரன் துணை' போட்ட லாரி ஒன்றால் சிறிதாகப் பழுதடைந்தது. லாரி உராய்ந்ததில் பேருந்தின் வெளிப்புற பாகமொன்று தானாகக் கழன்று லாரியுடன் சென்றது. இரு வண்டிகளும் நின்றுவிட்டன. பேருந்திலிருந்து குதித்த ஓட்டுநர் லாரி ஓட்டி வந்தவரை கவனித்திருக்கவேண்டும். "கிழடெல்லாம் ஓட்டினால் இப்படித்தான்" என்று ஆரம்பித்தவுடனேயே சூடு பிடித்தது. கிழடு என்ற சொல் லாரிக்கும்

அதன் ஓட்டுநருக்கும் பொருந்தி நின்றது. அவரும் குதித்தெழுந்தார். “போலீஸ் வந்து எழுதினாத்தான் வண்டி நகரும்” என்று சாலையோரத்தில் உட்கார்ந்துவிட்டார் பேருந்துக் காரர். பயணிகள் மெதுவாகக் கீழே இறங்கினர். சாலையில் வெயில் கொளுத்திற்று.

இனி எங்கிருந்தாவது போலீஸ் வரும். சாவதானமாகக் கேள்விகள் கேட்கப்படும். அந்தக் கிராமத்து மக்கள் சிலர் வருவார்கள். நடுங்கிக்கொண்டே தேநீர் தயாரித்து போலீசுக்கு வழங்குவார்கள். நேரம் ஆகிவிடும். ஆனால், வேறு வழியில்லை.

அந்தத் தம்பதியினரும் குழந்தையோடு கீழிறங்க, அவனும் பின்பற்றினான். தாகமெடுத்தது. தூரத்தில் ஊர் எல்லையிலிருந்த தேநீர்க் கடை தெரிந்தது. இரண்டு பர்லாங் தூரமிருக்கும். போகத்தான் வேண்டும். போய் காப்பி ஏதாவது சாப்பிட்டு வரலாமென எண்ணி “உங்களுக்கு ஏதாவது வேண்டுமா” என அந்தக் குழந்தையின் பெற்றோரிடம் கேட்டால், ஒரே குரலில் சொன்னார்கள். “ஒண்ணும் வேண்டாம் – இதுக்குதான் குடிக்க ஏதாவது வேணும்” என்றார்கள். அவன் சிரித்தவாறே குழந்தையைப் பார்த்தால், அது இரு கைகளையும் உயர்த்தித் தன்னைத் தூக்கிக்கொள்ளுமாறு ஆணையிட்டது.

குழந்தையைத் தூக்கிக்கொண்டான். வெயில்தான் தாள முடியவில்லை. சித்திரை மாதம் பௌர்ணமி நிலவு குமரியில் நன்றாக இருந்ததென்றால் இங்கு – உவரியில் – வெயில், காயத்தான் செய்யும். காலங்காலமாக வெயில் காய்ந்து வெடித்திருந்த பூமி. கடற்காற்று இருந்தாலும் வெயில் கூசிற்று. நடந்துகொண்டே பின்னால் திரும்பிக் கடலை நோக்கினான். சாலமன் கப்பல்கள் எதுவுமில்லை.

சாலையில் நடமாட்டம் இல்லை. ஒரே ஒருவர் மாத்திரம் எதிரே நடந்து வந்துகொண்டிருந்தார் – தோளில் மண்வெட்டியுடன்.

உச்சி வெயில் தலையில் சுட்டது. கையில் ஏதாவது ‘பாட்டில்’ கொண்டு வந்திருந்தால் ‘காப்பி’ வாங்கிப்போகலாம். அதுகூடக் கிடைக்குமோ என்னவோ. இஸ்ரேலுக்குச் சரக்குகளை அனுப்பிய இடம் எங்கே?

“என்னா – வண்டி நின்னு போச்சா?” என்று கேட்டவாறே மண்வெட்டிக்காரர் எதிரே நின்றார்.

“யாருக்கும் அடிகிடி படலையே – பாவிப் பயலுக தலை தெறிக்கல்ல போறான்.”

பதிலுக்குக் காத்திராமல் நகரத் தொடங்கியவர் நின்று திரும்பினார்.

“இந்த வேகாத வெய்யிலேயே பிள்ளையை இப்படியா தூக்கிட்டுப் போறது – தலையிலே கையை வெச்சுப் பாத்தா தெரியும்.”

குழந்தையின் தலையைத் தடவி விட்டவாறே, தன் தோளிலிருந்த துண்டை எடுத்து, அதன் முகத்தைத் துடைத்தார். துணியைக் குழந்தை தலை மீது சுற்றிவிட்டு ஒரு பாதுகாப்பளித்தார்.

“போய்ட்டு வந்திடுங்க – டீக்கடை முன்னாலேயே இருக்கு – வண்டிப் பக்கம்தான் போறேன் – போயிட்டு வாங்க.”

மண்வெட்டியைத் தோளில் சாய்த்து நடந்தார்.

காப்பி சாப்பிட்டுவிட்டு அந்த முனைக் கடையிலிருந்து, குழந்தையோடும், துணியோடும் திரும்பும்போது அலைகள் மோதும் அந்தக் கடற்கரையை ஒரு முறை நின்று பார்த்தான். தூரத்தில் வண்டியின் பக்கம் நின்ற அப்பா – அம்மா உருவங்களைக் கண்டுகொண்டு குழந்தை அவன் கையிலிருந்தவாறே 'திங்கு திங்'கென்று குதிக்கத் தொடங்கியது.

சாலமன் என்ன – அவன் முப்பாட்டன் காலத்திற்கு முன்பே இந்த இடத்திற்கு வர எல்லாரும் விரும்பித்தான் இருப்பார்கள் என்று ஓர் எண்ணம் அவனிடம் தோன்றியது.

- புதிய நம்பிக்கை, 1990

25. திரிசூலம்

பயணச் சீட்டு வாங்கும் போதெல்லாம் திரிசூலம் வரை எடுத்துக் கொள்வதற்குக் காரணமாக எதைக் கூற முடியும்? மலைதான் காரணம். அதை வெளியே சொல்ல முடியாது. விடுமுறை நாட்களில் ரயிலேறி இரண்டு ஸ்டேஷன் தாண்டி, அந்தப் புது ரயில்வே நிலையத்தில் இறங்கி உட்கார்ந்துகொண்டால் மாலை நேரம் நன்றாகவிருக்கும். நேராக மலை தெரியும். அதையே பார்த்துக்கொண்டிருப்பான். பின்னால் நவ நாகரிகமான விமான நிலையம். எதிரே வெறிச்சோடிக் கிடக்கிற மலைப் பகுதி. இதுகாறும் கண்ட வாழ்வுப் பகுதிகள் யாவும் அந்த மலையில் மீண்டும் தோன்றுவதாக அடையாளங் கண்டு கொள்வான். ஒரு வேளை மனித ஆரவாரமற்ற பகுதிகள்தாம் இந்த வாழ்வுக்குப் பொருள் தருகின்றனவோ?

வெகுநேரம் அவன் அந்த ஸ்டேஷன் பெஞ்சினில் அமர்ந்திருப்பான். இரு பக்கங்களிலும் மின்சார வண்டிகள் போய்வருவது அவன் மோன நிலையைப் பாதித்துவிடாது; தன்னோடு எந்தச் சண்டை சச்சரவையும் வைத்துக்கொள்ளாத அந்த மலையை அவன் நேசித்திருப்பான். அம்மாதிரி எந்தப் பொருளையும் அவன் நேசித்துவிட முடியும்.

முத்துக்கறுப்பன் அசைந்துகொடுத்தான். வெகுவாகக் கூச்சல் போட்டுக்கொண்டு ஒரு வண்டி வந்து நின்றது. இறங்கிச்சென்றவர் அதிகம். சிறிது நேரத்திற்குள் எல்லாரும் போய்விட்டிருக்கவேண்டும். ஆனால், பெஞ்சு நுனியில் யாரோ உட்கார்ந்துகொண்டிருந்ததை அவன் கண்டான். ஆள் உயரம் – தடி – அறுபதிருக்கும். மலையைத்தான் பார்த்துக்கொண்டிருப்பது போல் தெரிந்தது – சிகரெட் குடிப்பாரோ – அவன் சிறிது எரிச்சலடைந்தான். பிறகு, எரிச்சலடையக்கூடாது என முடிவுசெய்தான்.

டாக்டர் ஐராவதம் – அதுதான் அவர் பெயர் – முதலில் பேச்சுக் கொடுத்ததும் அவர்தான்.

“மரங்களையெல்லாம் காணல்லே. நீலமலையில்கூட காண முடியல்லே. இந்த மரங்களெல்லாம் எங்கே? எங்கே போச்சு?”

ஆரம்பத்தில் கேட்ட கேள்வி இதுதான். அது அழகான கேள்வி என்று முத்துக்கறுப்பன் நினைத்தான். பதில் வேண்டியிராத கேள்வியெல்லாம் அழகானவைதாம். தூரத்தில் வெட்டவெளியில் நின்றுகொண்டிருக்கும் மரமொன்றும் கோயில் போன்ற சிறு மண்டபமும் அவர்கள் பார்வையிலிருந்து விடுபடவில்லை.

டாக்டர் ஐராவதம் ஒரு சிரிப்பு சிரித்துவிட்டு வெகு சௌஜனியமாக அவனிடம் பேசினார்.

“எங்கேயும் இப்படித்தான் – உலகத்திலே – யூ நோ சம்திங் – இங்கே வால்யூஸ் எல்லாம் போயாச்சு. பிளவு உண்டாயிடுத்து. மனுஷாளெல்லாம் புரியற சக்தியை இழந்துட்டா – அநேகமாக எங்கேயும் இப்படித்தான் – ஆனாலும் இங்க மாதிரி எங்குமில்லே.”

திரிசூலம் மலையிலிருந்து ஓர் ஒலியுண்டாகி வந்தது. அம்மலையின் பின்புறம் பாறைகள் பிளக்கப்பட்டிருக்கக்கூடும்.

சிறிது நேரங்கழித்து டாக்டர் சொன்னார்:

“இன்னிக்கு ரயில்லே கூட்டம் அதிகம்?”

சிவராத்திரிக்கு மட்டும் திரிசூலத்தில் கூட்டம் அதிகம் இருக்கத்தான் செய்யும்.

“நீங்க கோயிலுக்கெல்லாம் போறதுண்டா?” என்று திரும்பவும் கேட்டார் – கொஞ்சம் ஆவலுடன் கேள்வி வந்தது.

முத்துக்கறுப்பன் போவதுண்டு. திரிசூலம் கோயிலுக்கும் போயிருக்கிறான்.

“அதுதானே – பாருங்கோ – எனக்குக் கடவுள் பத்தித் தெரியாது. அதனாலே நம்பிக்கையுமில்லே, ஆனா இந்தக் கோவில் என்ன பாவம் செய்தது? நம்ம முன்னோரோட நம்பிக்கை மட்டுந்தான் அது காட்டற விஷயம். அதை ஏன் உதாசீனம் செய்யணும் – அப்படிச் செய்வது வால்யூவா? சொல்லப் போனா பிளவுபடாம தடுக்கிற ஒரு அம்சம் இந்தக் கோவில் எல்லாத்திலும் இருக்கு.”

முத்துக்கறுப்பனுக்குப் புரிகிற ஒலியில் பேச்சு இருந்தது.

பிளவு – அது உலகம் பூராவிலும் இருக்கிறதே – தென் ஆப்பிரிக்காவில் மட்டுமா? இலங்கை – அந்த நாட்டின் பெயரென்ன – லெபனான் – இன சம்பந்தப்பட்ட பிளவுகள். திரிசூலத்திலும் பிளவு இருக்குமோ?

“பத்து லட்சம் மரங்களை, பத்துப் பேர் வெட்டிவிட முடியாது. ஆனா, அத்தனை பேரும் வெட்ட ஆரம்பிச்சுட்டா – யாருக்காகவோ– தெரியல்லே. மரத்தை வெட்டிடறோம் சார் – நினைச்சுப் பாருங்கோ – இதுதான் பிளவு. நான் தென் ஆப்பிரிக்காவில் பார்த்திருக்கேன். அங்கே தலைக்கு மேலே மலை. கீழே தங்கச் சுரங்கம். சின்ன வயசிலே “நேட்டால்” பக்கம் இருந்தப்போ இந்த நெல்சன் மண்டேலாவைப் பார்த்திருக்கேன்.

அவர்களைத் தெரியுமா உங்களுக்கு – சாதாரணமா மரத்தை வெட்றதில்லை. இப்போ அவாளும் வெட்ட ஆரம்பிச்சுட்டா.”

இன்னொரு ரயில் கூட்டம் இறங்கிற்று. இறங்கியவர்கள் திரிசூலம் செல்லும் ரயில் பாதை ஓரமாகவே நடந்தனர்.

திரிசூலம் இராணுவம் தங்கியிருந்த இடம். காஞ்சிக்கும் மல்லைக்கும் நடுவிலுள்ள பகுதி – இருக்கும். உலகில் எங்கேதான் இராணுவம் இல்லை?

“அங்கே – தென் ஆப்பிரிக்காவிலே கறுப்பனை அடிக்கிறதுன்னா ஒரு குஷி – போலீசும் இராணுவமும் தேசப் பற்றோடு அடிக்கும்– யூதனை அடித்த கிறித்தவன் பற்றி கதை தெரியுமல்லவா –”

முத்துக்கறுப்பன் தலையசைத்தான். டாக்டர் ஆவலோடு கூறினார்.

“லண்டன் ஹோட்டலிலே யூதன் ஒருத்தனை கிறித்தவன் ஒருத்தன் உதைத்துக் கொண்டிருந்தான். பார்த்த ஒருத்தர் – அவர் விஷயம் தெரிந்த கிறித்தவர் – ‘ஏம்பா அடிச்சுக் கொல்றே’ன்னு கேட்டதுக்கு ‘இவன் ஒரு யூதன் – இவங்கதானே நம்ப ஏசு கிறிஸ்துவை சிலுவையில் அறைஞ்சது’ அப்படின்னு பதில். ‘அட அதுக்கா இப்படி – அதெல்லாம் ரெண்டாயிரம் வருஷம் முன்னாடி அப்பா’ன்னு சொன்னா, அதுக்கு அடிச்சவன் சொன்னானாம் ‘நான் இன்னைக்குத்தான் அதைப் படிச்சேன்’ அப்படின்னு.”

“அப்படிக் கறுப்பனை உதைப்பதில் தென் ஆப்பிரிக்காவிலே ஓர் உற்சாகம் – காந்தி இப்போ போனாலும் முதல் வகுப்பிலே பயணம் செய்ய முடியாது. தென் ஆப்பிரிக்க கறுப்பர்களும் நாய்களும் ஹோட்டலுக்குள்ளே நுழைய முடியாது. லண்டனிலேகூட அப்படித்தான். நம்ம சீனிவாச சாஸ்திரி இருந்தாரே, அவரோட இங்கிலீஷுக்கும் அதே கதிதான் – எதனாலே – நாமெல்லாம் – எல்லோருமே – மரத்தை வெட்டறவா – பிளவு ஏற்பட்டுப்போச்சு.”

டாக்டர் ஐராவதம் நிறுத்தி, தன் பையிலிருந்து ஒரு பொட்டலத்தைப் பிரித்து லேகியம் போன்றிருந்த ஒன்றை எடுத்து வாய்க்குள் அடக்கினார். எதிரே மலையுச்சியில் மனித உருவங்களின் அசைவு தெரிந்தது.

முத்துக்கறுப்பனும் நிரீசுவரவாதிதான். ஆனால் டாக்டர் ஐராவதம் சொன்னது வேறு விஷயம். கடவுள் நம்பிக்கையில்லாவிட்டாலும் வைதிகத் தன்மை ஓர் ஒற்றுமையை ஏற்படுத்துமென்று நம்பி அவர் ஒரு பாதுகாப்பைத் தேடினால், இந்தத் திரிசூலக் கடவுள் தமிழ்மொழி பேசுவதாக முத்துக்கறுப்பன் நினைத்தான். டாக்டர் ஐராவதம் பெருமிதப்படும் அந்த முன்னோரது வேதங்கள் புராணங்கள் தோன்றுவதற்கு முன்பே இந்தத் திரிசூலப் பகுதியில் வாழ்ந்த தனது மதம் அது என்பது அவன் நம்பிக்கை. அதற்குத் திரிசூலத்திலும் சான்று உண்டு. அகழ்வாராய்ச்சியாளர் சொல்லக்கூடும். தமிழ்க் கவிதை எழுதிய ஒரே கடவுள் அது என்று நினைவுகூர்வதில் ஒரு சிலிர்ப்பும் மகிழ்ச்சியும் ஏற்படுகின்றது. பிளவிலும் ஒற்றுமை ஏற்பட்டுவிடும். மரங்கள் வெட்டப்பட ஆரம்பித்த பின்னர்தான் இந்தக் கடவுளே பிறப்பிக்கப்பட்டிருக்க வேண்டும் – ஒரு காரணத்திற்காக.

“எனக்கு சிவராத்திரி அன்று மாத்திரம் இந்தக் கோவில் போகவேண்டும். திரிசூலம் பக்கம்தான் நான் பிறந்த ஊர் – சின்ன ஊர்” என்றார் டாக்டர்.

முன்பெல்லாம் சிவராத்திரியன்று முத்துக்கறுப்பன் விரதம் இருப்பதுண்டு. அது ஒன்றுதான் அவன் கடைப்பிடித்துவந்த நோன்பு. பகலில் எதுவும் சாப்பிடுவதில்லை. இரவு விழித்துக் கிடப்பான். சாய்வு நாற்காலியை முற்றத்தில் போட்டுப் படுத்துக் கொண்டு நட்சத்திரங்களைப் பார்த்திருப்பான். அபூர்வமாக கோவில் செல்வான்.

“சில காரியங்கள் பிளவை நீக்குமென்றால், அது மகோன்னதமானதுதான். கடவுள் இதற்கு மாற்றானால், அந்த நம்பிக்கை இருந்து விட்டுப்போகட்டுமே” என்று சிரித்தார் ஐராவதம்.

இப்போது காற்று சூடாக வீசிற்று. மாலையில் முத்துக்கறுப்பன் குளிப்பது தவறாது நடக்கும். சிறு வயதில் ஆறு குளங்களில் கும்மாளமடித்துக் குளித்ததெல்லாம் மறக்கவாரம்பித்துவிட்டன. திரிசூலத்தில் குளிக்கமுடியாது.

டாக்டர் சொன்னார்:

“எங்க ஊருக்கு ‘பஸ்’ கூட உண்டு. நடந்தும் போகலாம். ராத்திரி பூரா பஸ் உண்டு. மைலாப்பூர் திரும்பணும். நீங்க ஏன் வரக்கூடாது? குளித்துவிட்டுத் திரிசூலம் வரலாம்.”

இப்படித்தான் அவர்கள் பேசவாரம்பித்து, அழைப்பு ஏற்கப்பட்டு அந்தச் சிறு கிராமத்தை நோக்கி நகர்ந்துகொண்டிருந்தனர். பேசிக்கொண்டே நடந்தார்கள். வேட்டையாடிய மனிதன் பின்னர் காட்டையழிக்க முற்பட்டதின் தொடர்ச்சிதான் இப்போதைய வாழ்க்கை என்று முடிவுகண்டனர். வெட்டாமலிருக்கும் மரங்களின் கதியெண்ணிக் கவலைப்பட்டு நடந்தனர். நினைவுகள் பிளவை நீக்கும் மருந்தாகும் என்று நம்பிச் சென்றனர்.

❍

அந்த ஊர் ஆரம்பமாவதற்கு முன்னரே குளம் காட்சியளித்தது – பெரிய குளம்தான். அதன் மூலையில் நின்றது ஒரு மாமரம். குளத்தில் பல துறைகள் நீராட வசதி பெற்றவை. ஆண்கள் துறை – பெண்கள் துறை – மாமரத் துறை – அக்ரஹாரத் துறை என்று எத்தனை துறைகள் – படிக்கட்டுகள். மீன்கள் நிறைந்த அந்தக் குளம் சுத்தமான நீரைக் கொண்டிருந்தது.

அதன் பக்கம் வந்துசேர்ந்த போது, இருவரும் தங்கள் சம்பாஷணையில் மிகவும் ஒத்த மனமுடையவராகி மகிழ்ந்திருந்தனர். ‘பஸ் கிடைக்கும்’ என்றார் டாக்டர். இருவரும் வேட்டிகட்டியிருந்ததால் குளிக்க வேறு பிரச்சினையில்லை.

எனவே. இயல்பாக இருவரும் தத்தமது துறைகளில் இறங்கி நிம்மதியாக நீராடி சுத்தம் பெற்று, திரிசூலம் கோவில் நோக்கி நடக்க ஆரம்பித்தனர். ●

- கனவு, 1990

26. காலக்கோடு

இரவு பூசனை மணியடித்த பொழுதே அவன் புறப்பட விருந்தான். அமாவாசையானபடியால் சாப்பாடு இல்லாது போயிற்று – பலகாரம்தான். அவனைப் பொறுத்தவரை பெரிய வேதனை. அழகாக தண்ணீர் ஊற்றிய சோற்றில் மோரைவிட்டு வயிறு குளிர சாப்பிடாது, இந்தக் கொழுக்கட்டையும் பிட்டமுதும் கொண்டு எவன் உயிர் வாழ முடியும்?

நியாயந்தான், இரவு பூராவும் கண்விழிக்கவேண்டியிருக்கும் ஒருவனுக்குக் கொழுக்கட்டையானது உணவல்ல. சாப்பிட்டுவிட்டு மேலே கொஞ்சம் கொறிப்பதற்கு வேண்டுமானால் கட்டிக் கொடுத்திருக்க வேண்டிய வகை அது.

ஆனால், அவ்வாறெல்லாம் கேட்க முடியாது. தகப்பனார் முதுகைப் பிய்த்துவிடுவார். "இது என்ன பெரிய வேலையா?" என்று கேட்பார்.

கட்டிலிலே படுத்துக்கொண்டு பேசிவிடுவது சுலபம். தகப்பனார் கொஞ்ச நாட்களாகப் படுத்துக்கொண்டேதான் பேசி வருகிறார். வயலறுப்புகளும் வந்துபோகின்றன. அறுப்பு நாட்களில் இவ்வாறு ஏற்படுவது அபூர்வம். சிலசமயங்களில் ஆட்கள் கிடைப்பது அரிதாகிவிடும். அறுத்த கதிர்களை வயலிலேயே விட்டுவைத்திருந்து மறுநாள் கொண்டுவந்து சூடு அடிப்பது எப்போதாவது நடக்கும். ஆனால், இரவு பூராவும் காவல் காப்பது தவிர்க்கமுடியாதது. யாராவது போகவேண்டும் – தூங்கினாலும் தவறில்லை – கட்டாயம் போகவேண்டும்.

முதல் தடவை இம்மாதிரி காவலுக்குப் போனபோது அவனுக்கு வயது எட்டு. ஆனால் அப்போது உற்சாகமாக இருந்தது. பக்கத்து வயல்காரர் பலவேசம் பிள்ளையும் வந்ததால் அவனுக்குப் பொழுதுபோயிற்று. நிலக்கடலை வேறு கொண்டுவருவார் – அவித்த கடலை, இப்போதும் பயம் கிடையாது. உற்சாகம் மட்டும் இல்லை. பலவேசம் பிள்ளை

போயாகிவிட்டது. நல்ல உடலுறுதி பெற்றிருந்த அவரது சாவு திடீரென ஒரு நாள் இரவு வாய்க்காலருகே நேர்ந்தது. அதுவும் அவரது வயல் பக்கம்தான். பூச்சி பொட்டு எதுவும் கடிக்கவில்லை – அடிகிடி படவில்லை. வெறுமனே செத்துப்போய்விட்டார்.

பெரிய கம்பு ஒன்றை வைத்திருந்தான் முத்துக்கறுப்பன். அவனை விட உயரமான கம்பு. வாய்க்காலைத் தாண்டி வரப்பிலே மளமளவென நடந்தான். நேரம் தெரியவில்லை. பழக்கத்தால் கிடைத்த நடை. தவறான அடி வைத்து வரப்பில் வழுக்கிவிட வேண்டிவராது. அந்த மின் பூச்சிகளின் வெளிச்சம் போதும்.

வரப்பில் உட்கார்ந்தபோது வெள்ளையாகத் தூரத்தில் எதுவோ தோன்றியதாக அவன் உணர்ந்தான். முழுச் சாப்பாடாக உண்டு முடித்திருந்தால் இதிலெல்லாம் கவனம் சென்றிருக்காது. பாட ஆரம்பித்திருப்பான். எல்லாம் கொழுக்கட்டை செய்த வேலை. கொஞ்சம் நிலக்கடலையாவது கொண்டு வந்திருக்கலாம் – நல்ல பசி தெரிந்தது.

எங்கிருந்தோ திடீரெனக் கிளம்பிய பாட்டோசை – நல்ல தெளிவான ஒலி.

> "வில்லடிச்சான் கோவிலிலே
> விளக்கு வைக்க நேரமில்லே"

பாடல் சப்தம் பக்கத்திலிருந்துதான் கேட்டது. அல்லது தூரத்து ஏரிக்கரையிலிருந்தும் வந்திருக்கலாம் – சொல்லமுடியாது. முத்துவின் பசி போய்விட்டது. குரலெடுத்துப் பாடினான்.

> "பம்பையடிச்சான் கோவிலிலே
> படைப்பு வைக்க நேரமில்லே"

பலவேசம் பிள்ளை செத்துப்போய்க் கீழே விழுந்துகிடந்தது இந்த வாய்க்கால் வரப்பின் முடிவில்தான். எதையும் கவனியாது முத்துக்கறுப்பன் பாட்டில் ஆழ்ந்திருந்தபோது, தூரத்தில் தெரிந்த உருவம் வாய்க்கால் வழியே வரப்பு வழியே வெள்ளையாகக் காற்றில் மிதந்து வருவதுபோல அவன் பக்கம் நெருங்கியது.

பலவேசம் பிள்ளை வயல் கீழூர்க்காரர் ஒருவருக்குக் கைமாறிப் போய்விட்டதால், அறுப்புக்காவலுக்கு அங்கிருந்து யாராவது வந்திருக்கலாம் என்றுதான் அவன் எண்ணியிருக்கவேண்டும்.

பக்கம் வந்து உட்கார்ந்தது வெள்ளையாடை. துருவிப்பார்த்தாலும் தெரியாத முகச்சாடை. 'யாரு வேய்' என்றுதான் முத்துக்கறுப்பன் கேட்க நினைத்தான். அந்த உருவத்தைச் சூழ்ந்திருந்த மௌனம் அவனை நன்றாக நிமிர்ந்துபார்க்கவைத்தது.

அம்மன் கோவிலைத் தாண்டிவரும்போது, அவன் நினைப்பதுண்டு, என்ன பயம் கொண்டு இந்தச் சனங்கள் நடுங்குகிறார்கள் என்று. எப்போதோ பூசை நடந்தால் வந்து பார்ப்பதோடு சரி – மீதி நேரங்களில் பயந்து சாகிறார்கள். விளக்குவைத்துவிட்டால் அம்மன் கோவில் மூலையைத் தாண்டிச் செல்லும் பெண்கள் அபூர்வம். சக்தி வாய்ந்த அம்மன் என்றார்கள். பட்டணத்திலிருந்து சாமி கும்பிட வந்த ஒருவன் அதை Powerful Deity என்று தெளிவாக்கினான்.

முத்துக்கறுப்பன் யோசித்துப்பார்த்திருக்கிறான். ஐந்தாவதுவரையுள்ள படிப்பு போதுமென்று அப்பா சொன்னபோது, அம்மன் கோவில் பூசையும் தனக்கு வந்துசேரும் என நினைத்ததில்லை. அப்பாவை மனத்திற்குள் திட்டினான். அவர் பூசாரியாக இருந்தால் இவனுக்கென்ன வந்தது? பூசைக்குத் தண்ணீர் கொண்டுவருவதென்றால் பிரச்சினையில்லை. இரண்டு கைகளிலும் பெரிய வாளிகளைக் கொண்டு சென்று ஏந்தி வருவான். ஆனால், அம்மன் கோவில் கொடையன்று அடுத்த தலைமுறையாக அவன்தான் ஆடவேண்டும் என்றால் அது எப்படி – அம்மனுக்கு பயப்படாத அவன் அம்மன் கோவிலில் ஆடுவதற்கு பயந்தான்.

பாடி முடித்த பின்னரும் வெகுநேரம் பாடிக்கொண்டிருப்பவன் போலவே உட்கார்ந் திருந்தான். வந்த உருவமும் உருவம் என்று சொல்லும்படியாக இல்லை. முக்காடு அணிந்திருந்தது – அந்த வழக்கம் நாட்டின் இந்தப் பகுதியில் கிடையாது. இங்கே முக்காடே அபசகுனம். எனவே. பேசியிருந்தாலும் கொஞ்சம் மரியாதைக்குறைவாக அவன் ஏதாவது கேட்டிருக்கக்கூடும்.

மணி பன்னிரண்டிருக்கும். வரப்பில் தள்ளி உட்கார்ந்துவிட்ட உருவம் வானத்தைப் பார்த்துக்கொண்டிருந்தது. தலையில் போட்டுக் கொண்டிருந்த துண்டு விலகினாலும் முகம் தெரியவில்லை. 'பேய் மாதிரி இது என்ன முகம்' என்று முத்துக்கறுப்பன் நினைத்தான் – பேய்தான். ஆனாலும் கைக்கடிகாரம் கட்டிய பேயைப் பற்றி யாரும் சொல்லியிருக்க வில்லையாதலால் சிறிது நேரம் அப்படியே இருந்தான்.

"கீழூரா?" என்று பின்னர் கேட்டான். உருவம் தலையசைத்தது. பிறகு ஈரல் குலையைப் பிடுங்கியெடுத்தாற்போல ஒரு கேள்வி கேட்டது.

"சாப்பிட்டாச்சா?"

பசி ஞாபகமேற்பட அதை ஆங்காரத்துடன் பார்த்தான் முத்துக்கறுப்பன். உருவம் முகத்தைக் காட்டியும் காட்டாமலும் துணியின் ஒரு பகுதியில் முடித்துவைத்திருந்த நிலக்கடலையை எடுத்து நீட்டியது.

அம்மன் கோவில் கொடையில் அவன் ஆரம்பம் முதலே கவனித்துக்கொண்டு கடலையை அரைத்துக்கொண்டிருப்பான். இந்த நிலக்கடலை – அதுவும் அவித்துத்தருவதாக இருந்தால் மகா உணவுதான் – கொழுக்கட்டை மாதிரியில்லை.

அம்மன் முன்னால் அப்பா ஆடும்போது, பார்த்துக்கொண்டே கடலையை ரசித்துக்கொண்டிருப்பான்.

'க் கோ' என்று கடுமையாக அவர் தொண்டையிலிருந்து வரும் திடீர் ஒலியைக் கேட்டு சில சிறுவர்களும் சில குட்டிப் பிராணிகளும் திடுக்கிட்டுப் பின்னடைய நேரும். முத்துக்கறுப்பன் அசையமாட்டான்.

ஒன்றிரண்டு கடலையை வாயில் போட்டுக்கொண்டான். இதுவரை கண்டிராத ருசி. இதற்காவது இந்த உருவத்திடம் பேசிக்கொண்டிருக்கலாம் – கீழூர்க்காரனாயிருந்தாலும் குற்றமில்லை.

உருவம் பேசிக்கொண்டிருந்தது.

“கோமரத்தாடியாக ஆடுவது ரொம்பக் கேவலமாயிருக்கும் அப்படின்னுதானே நினைக்கிறே. அப்படியில்லை. இந்த அம்மன் கோவில் கொடையையே எடுத்துக்கோ – அது இந்த வயல்லேதான் நடந்தது தெரியுமா? ஒரு ஏழாயிரம் வருசம் இருக்கும் – நான் அப்போ இங்கேதானிருந்தேன்.”

கடலை முடிந்துவிட்டபடியால் முத்துக்கறுப்பன் பேச்சைக் கேட்க ஆரம்பித்திருந்தான். நாக்கில் ஒட்டிக்கொண்டிருந்த கடலைத் துணுக்குகளை உள்ளே தள்ளிக்கொண்டான்.

“ஆமா – அப்பவும் இந்த மாதிரி நெருப்பு வளர்த்து – எல்லாம் வயல் நடுவேதான் – தனிக் கோயில் கிடையாது – ஆடுவா பாரு. ஒரே சத்தமாயிருக்கும் – சுத்துச் சூழ ஒரு நரி இருக்காது – வராது.”

“நரியா.”

முத்துக்கறுப்பன் ஒரு தடவைதான் அம்மிருகத்தைப் பார்த்திருக்கிறான்.

“ஆமா – ஊர்ச்சனங்க வந்து பாக்கும். தீயைச் சுத்திவந்து பாடி ஆடி வரவங்க எல்லோரையும் சனங்க கும்பிடும்.”

“கும்பிடற புத்தி அப்பவேயிருக்குபோல.”

“ஆமா – வேறெ என்ன செய்ய முடியும் சொல்லு. ஒண்ணு தெரிஞ்சுக்கணும் அல்லது கும்பிடணும் – கேளு – நெருப்பு அணையறது வரை காத்து சாம்பலைப் பூசிப்பா.”

“ஓ – திருநீறா.”

“ஏகதேசம் அப்படித்தான் பேசிப்பா. பேச்சு ஒண்ணும் வித்தியாசமா தெரியாது. நீ பேசற மாதிரிதான் அப்பவும்.”

“முக்காடு போட்டுக்கிட்டுத்தான் போவீரோ.”

உருவம் கவனிக்காமல் பேசிக்கொண்டிருந்தது.

“பொறகு கொஞ்சம் காலம் தீயைக் கும்பிட்டவங்க செய்த வேலை சகிக்கல்லே. வடக்கே ராசாக்கமாரெல்லாம் குதிரையை ஊர் சுத்திக் காட்டித் தீயிலே வெட்டிப்போட்டானுக. எல்லாக் குதிரையும் ஒண்ணாயிடுமா – ஒரு குதிரை என்ன செய்தது தெரியுமா – மந்திரம் சொல்லிக்கிட்டே கையிலே கத்தியைக் கொண்டுவந்தான் பாரு – அவன் பல்லைத் தட்டிவிட்டு ஓடிப்போச்சு.”

“நீரு பாத்தீராக்கும்.”

“நாந்தானே அந்தக் குதிரை – கேளு – பொறகு ரொம்ப காலம் அந்த நட்சத்திரத்தைப் பார்த்துகிட்டு சும்மா கிடந்தேன். ஆஸ்திரேலியா தெரியுமா, அஞ்சாங்கிளாஸ் புத்தகத்திலே படம் இருக்குமே.”

“ஆமா.”

“அங்கே நெற்றியிலே கண் படம் எழுதி ஆட்டம் நடந்ததா – வெள்ளைக்காரன் என்னை டான்ஸ் ஆடச் சொன்னான் – நான் ஆடிக்கிட்டேருக்கேன் – ஒரே குண்டுல சுட்டு, வெட்டின குழியிலே வீழ்த்தினான். போட்டோ வேறே எடுத்தான்.”

“அப்பாலே.”

“அப்புறம் சீக்கிரமா இங்கே வந்தேன். எனக்குப் பிடித்தமான இடம்– உனக்குத்தான் தெரியுமே – பலவேசம் பிள்ளை – அதுவும் நான்தான்.”

சில சமயம் அம்மன் கோவில் கொடையில், இரண்டு கோமரத்தாடிகள் ஆடுவதுண்டு. சீனியராகவிருப்பவர் கம்பீரமாக ஆடுவார். மற்றவர் சில்லறை ஆட்டமாக – மேளக்காரனிடம் வந்து அவன் வாசிப்பதைத் தொடர்ந்து பயங்கரமாக உறுமுவார். முத்துக்கறுப்பன் வாயை மூடிக்கொள்வான். சிரிப்பு வெளிப்படாது.

“ஆனா, இப்ப இருக்கிற நிலமை எப்படி ஆய்ப்போச்சு பாத்தியா– எப்பவும் இப்படி இல்லே – பலவேசம் பிள்ளை மாதிரி எத்தனையோ பேரு போயிட்டா.”

“எப்படி ஆச்சு அது.”

“நினைவுதான் – பாரு அதோ.”

முத்து பார்த்தான். உருவம் காட்டிய திசையில் ஏரிக்கரை மரங்களின் உயரேயிருந்த நட்சத்திரம் ஒன்று சீறி ஊடுருவிக்கொண்டிருந்தது – வெகு வேகமாக.

தகப்பனாரின் ஆட்டம் வீட்டிலும் ஏற்பட்டிருந்தது. பலவேசம் பிள்ளை போன பிறகு அப்பா படுக்கையில்தான் ஆடுகிறார். முத்துவுக்குத் தெரிகிறது. அவர் வாய்க்காலில் செத்தாலும் தகப்பனார் வைத்திருந்த பாலிடால் சரக்கு குறைகிறது – பழி, பேய்க்குத்தான். அம்மன் கோவில் கொடையில் மஞ்சள் நீராடினாலும், பேய்கள் பேரில் அப்பாவிற்கு நம்பிக்கை கிடையாது. இந்தக் கொடையில் ஆட மாட்டேன் என்றார். படுத்துக்கொண்டே அம்மனிடம் வேண்டினார். “எனக்கு உத்தரவு வேணும் தாயே – உன் கொடையில் என்னாலே ஆட முடியாது – நீ இருக்கிறது உண்மையானால் என்னை ஆட வைக்காதே” முத்துக்கறுப்பனுக்கு அப்பாவின் சொற்கள் பயத்தைக் கொடுத்தன. ஏதோ சாகப் போகிறவர்போலப் பேசுகிறாரே என்றெண்ணினான். கைகள் நடுங்கின. தலை ஆடிற்று. மயக்கம்போல இருந்தது.

கண் விழிக்கையில் தகப்பனார் கைகளைக் கூப்பிக்கொண்டிருந்தார். “அம்மா – நீ இருப்பது உண்மைதான். எனக்குப் பிறகு இவன் ஆடுவான். நீ வழி காட்டிட்டே – டேய் முத்துக்கறுப்பா” என்று கூவினார். அன்றிரவுதான் அவன் பாலிடால் மருந்து சாக்கு மூட்டையில் குறைந்திருப்பதைக் கண்டுபிடித்தான். பலவேசம் பிள்ளை மூன்று நாள் முன்புதான் செத்துப்போயிருந்தார்.

எச்சம் எதுவோ தலையில் விழுந்தது போலிருந்தது. பார்த்துக்கொண்டிருந்ததைத் திரும்பவும் கண்டான். நட்சத்திரம் ஊடுருவிக் கொண்டு சென்றது. அவன் விழித்தான்.

“அதே நட்சத்ரந்தான் – என்ன முழிக்கிறே? – எங்கே இருந்தே இவ்வளவு நேரம்.”

உருவம் கேட்டது. இருட்டு இப்போது நன்றாகத் தெரிந்தது. உருவத்தின் கடிகாரம் மின்னிட்டது.

“இது ஏது உமக்கு?”

“ஒருத்தன் கொடுத்தான்.”

முத்துக்கறுப்பன் நம்பாமல் பேசாதிருந்தான்.

"அவனுக்கு ஒரு சந்தேகத்தைத் தீர்த்துவைச்சேன்."

"ஓ."

"ஆமா – கடிகாரத்தைப் பத்தி – என்னா கேக்கறியா – அந்தப் பையன் ரொம்பவும் நல்ல மாதிரி. எப்பவும் படிச்சுக்கிட்டேயிருப்பான். நேத்தைக்கு ஒரு சந்தேகம் அவனுக்கு. திருச்செந்தூருக்கு வந்தவன் முருகனைக் கும்பிட்டுப் போகவேண்டியவன்தானே – நீயாயிருந்தா அப்படித்தானே செய்திருப்பே. மணல்லே உக்காந்து கடலையே பாத்துக்கிட்டிருக்கான். பொறகு என்ன செய்தான் தெரியுமா? மேற்கே ஒருத்தன் குளிச்சிக்கிட்டிருக்கும் போது ஏதோ ஞாபகம் வந்து சத்தம் போட்டுக்கிட்டு வெளியே ஓடினானாமே – யுரேகா."

"அதென்னது?"

"அது இருக்கும் ரெண்டாயிரம் வருசத்துக்கும் மேலே."

"அப்ப, நீரும் அங்கே இருந்திருப்பீரே?"

"இல்லை, அப்ப நான் இங்க இளஞ்செட் சென்னியின் பாட்டனாருக்கு மெய்காப்பாளனாக இருந்தேன் – கேளு – அத மாதிரி 'கண்டுபிடிச்சிட்டேன் கண்டுபிடிச்சிட்டேன்'னு சத்தம் போட்டான். கடிகாரத்தைக் கழட்டிக் கீழே வீசினான். துணியை அவுத்தெறிஞ்சான் – கையை மேலே தூக்கிக்கிட்டு நேரா ஓடி கடல்ல சாடிட்டான்."

"ஐயையோ."

"அந்தக் கடிகாரம்தான் இது."

"அவன் என்ன ஆனான் வேய்?"

"எல்லோரும் என்ன ஆனாங்க – எங்க போயிட முடியும் – எல்லாம் இந்தக் குண்டுச்சட்டிக்குள்ளே குதிரைதான் பையா."

தனக்குச் சம்பந்தமில்லாத விஷயங்களைக் கேட்டுக்கொண்டிருந்தான்.

"கடிகாரத்தைக் கழட்டிப்போட்டுட்டுப் போன பையன் ஒரு பொஸ்தகத்தையும் போட்டுட்டுப் போயிருக்கான். அதைப் படிச்சுக்கிட்டிருந்திருப்பான் போல இருக்கு. ஒரு பிசிக்ஸ் பொஸ்தகம் அது."

உருவம் கைகளால் முகத்தைத் தேய்த்த வண்ணம் பேசிக்கொண்டிருந்தது.

"அந்த பொஸ்தகத்திலே என்ன இருந்ததுன்னு பாத்தேன். அதுவும் ஒரு வகை ஆட்டந்தான் – தொடர்ந்து வரக்கூடிய ஆட்டம் – எப்பவும் இருந்துகொண்டேயிருக்கக்கூடிய ஆட்டம் – யார் போனாலும் வந்தாலும் நடக்கிற ஆட்டம். அந்த மாதிரி ஆட்டத்தில் பலவேசம் பிள்ளைக்கும் உங்க அப்பாவுக்கும் பகையேயிருக்காது. ஆட்டத்திலே பகையேது? இது என்ன சாராயம் குடித்துவிட்டுப் போடுகிற ஆட்டமா – அல்லது பாலிடாலை அதிலே கலந்துவிடுகிற ஆட்டமா?"

சிறிது நேரங்கழித்து முத்துக்கறுப்பன் கேட்டான்.

"ஆட்டம் பத்தி ஏதோ சொன்னீரே."

"என்னது?"

"அந்தப் பையன் கடல்லே சாடறதுக்கு முன்னாலே கையைத் தூக்கிக்கிட்டு ஓடினான்னு சொன்னீரே - அப்படின்னா என்ன?"

"ஓடின சமயம் அப்படித் தூக்கிக்கிட்டு ஓடினான்."

"சந்தோசமாகவா?"

உருவம் பதில் சொல்லவில்லை.

"அப்படித்தான் இருக்கணும்" என்றான் முத்துக்கறுப்பன்.

"ஏன்?"

"அவன் ஆட்டம் போட்டுக்கிட்டில்ல போயிருக்கான். எட்டாம் திருவிழாவிலே தில்லையம்பல வாகனம் வரப்போ நாங்க ஆடுவோம் பாத்திருக்கீரா?"

உருவம் பார்த்துக்கொண்டிருந்தது.

"வாகனம் கோவில் போய்ச் சேரும் வரை ஆட்டம்தான் 'தில்லையம்பலோம், சிவசிதம்பரோம்' அப்டின்னு - வேறே ஒண்ணுமே இருக்காது - ஆட்டம்தான் - என்ன பார்க்கறீரு."

முகத்தைத் துடைத்துவிட்டு உருவம் முக்காட்டைச் சரிவர இழுத்து மூடிக்கொண்டு எழுந்தது. எங்கோ ஒரு பறவையின் குரல் ஓங்கிற்று.

உருவம் சிறிது தூரம் சென்றதும் அசைவு நின்றது. மெதுவாகத் திரும்பி அவன் பக்கம் வந்தது.

"உனக்கெப்படித் தெரியும்? - அந்தப் புஸ்தகத்தில் நடராசர் படமும் போட்டிருந்தது - பிசிக்ஸ் புத்தகம்."

உருவம் கைகளை நீட்டியது.

"மக்கா நீ வந்துவிடு - என் பக்கம் வா."

மெல்லியதாக 'யப்பா' என்ற முனகலுடன் முத்துக்கறுப்பன் எழுந்து கொண்டான். கிழக்கு வெளுக்க ஆரம்பித்துவிடும். இன்றுடன் இரண்டு நாட்களில் அறுப்பு வேலை முடிந்துவிடும். அடுத்த வாரம் அம்மன் கோவில் கொடையில் அவன் ஆடுவான். சலங்கையணிந்து பூ எடுத்து ஆடுவான். கொதி மஞ்சள் நீரில் கைகளை நனைத்து மஞ்சள் நீராடுவான். தெருவெல்லாம் சுற்றி, வீடுதோறும் குழந்தைகளின் நெற்றிக்கு நீறுபூசுவான். ஆடி முடித்த பின்னர், ஆடினதைப் பற்றி எண்ண ஆரம்பிக்கும்போது, தகப்பனாரும் பாலிடாலும் மீண்டும் வரலாம். ●

- கணையாழி, 1990

27. எங்கேயோ போதல்

அதை மிகவும் சிக்கனமான ஒரு திருமணம் என்று சொல்ல வேண்டும். எப்படியோ, மண்டபம் ஒன்று கிடைத்துவிட்டபடியால் அதிலேயே நடந்தது. இல்லையென்றால் வேறு எங்காவது – கோவிலிலாவது – நடந்துமுடிந்திருக்கும்.

திருமணம் நடப்பதற்கு முக்கியமாக வேண்டியது மணமக்கள். அவர்கள் வந்துசேர்ந்தாகிவிட்டது. காலை எட்டு – எட்டே காலுக்குத் தாலிகட்டல். அந்தக் கால் மணி நேரந்தான் மிகச் சிறப்பானது என்று சொல்லப்பட்டிருந்தது. ஐப்பசி மாதம் – மழை வரலாம் என்று பேசப்பட்டது. ஆனாலும், நல்ல நேரம் தவற விடப்படாமல் திருமண நிகழ்ச்சி முடிந்து விருந்து நடந்தது. பொங்கல் வடை மாத்திரமே சிற்றுண்டி. கேசரி என்ற இனிப்புப் பண்டத்தையும் கூடவே செய்யலாம் என்று மணமகளின் தந்தை எண்ணம் தெரிவித்தபோது, "அது வேண்டாம் – உதவாக்கரை பண்டம்" என்று அவன் சொல்லி விட்டான். மறுத்துப் பேசியவன்தான் இந்தக் கல்யாணத்திற்கு மூலகாரணமாகவிருந்தவன். அவனைக் காணவில்லை.

கால் மணி அரை மணியில் முடிய வேண்டிய காரியத்திற்கு சேதுக் குருக்கள் அப்படி இப்படி அடம்பிடித்தார். நிறை நாழியும் நெல்லும் வேண்டுமென்றார். திருமணம் நடக்குமிடம் குரோம்பேட்டை என்பதை மறந்து, ஆரல்வாய்மொழி என்று நினைத்துவிட்டார் போலும். "இங்கே நெல் கிடைக்காது – இருப்பதை வைத்து ஒப்பேற்றும்" என்று சொன்னார்கள். ஒரு திருமந்திரம் – மூன்று சுந்தரர் தேவாரம் சொல்லித் திருமணத்தை முடித்துவைத்தார்.

"அவன் எங்கே போனான் – சமயத்தில் இல்லாமல்?"

மணப் பெண்ணிலிருந்து பரிசாரகன் வரை இந்தக் கேள்வியைக் கேட்டார்கள். கேட்காத ஒரு நபர் அந்த மணமகன் – அவருக்கு அவனைத் தெரியாது.

“திருத்தணிக்கு டிக்கட் ரிசர்வ் செய்யப் போயிருக்கான்” என்றார் எல்லையா நாயுடு. அவர் வீட்டில்தான் அவன் குடியிருக்கிறான். மணமகள் போட்டிருக்கிற தங்கச் சங்கிலி அவருடையது. அநேகமாக இன்றே சங்கிலியைத் திரும்ப வாங்கிக்கொண்டுவிடுவார்.

“எங்கே போனான் இவன்?”

கரண்டியைக் காற்றில் வெட்டிக்கொண்டே கேட்டார், மணி ஐயர். கேவலம் ஒரு பொங்கல் வடைக்குத் தன்னைப் போல ஒரு சமையல்காரர் தேவையில்லை என்பது கருத்து. காலை ஆறு மணிக்கே எல்லாம் முடித்துவிட்டார். பரபரப்பு இல்லை. பணத்தை வாங்கிக்கொண்டு பக்கத்துக் கூடுவாஞ்சேரியில் புதிதாக வாங்கிய மனையைப் பார்வையிட்டுச் செல்லலாம் என்ற எண்ணம்.

“பைத்தியக்காரன் – சமயத்தில் இல்லாம போயிட்டான் பாரு.”

குருக்களிடம் பத்துப் பதினோரு மணிக்கெல்லாம் வண்டியேற்றி அனுப்புவதாக அவன் உறுதியளித்திருந்தான். அங்கிருந்து சைதாப்பேட்டை பக்கம்தானென்றாலும் ஐம்பது ரூபாய் பணம் அவன்தான் தரவேண்டும். தமிழ்த் திருமணம் செய்துவைத்தால் பணம் வாங்கக் கூடாது. குருக்களுக்கு சாப்பாடு அளித்து அனுப்பிவிடுவார்கள். ஆனால், இந்தக் குரோம்பேட்டையில் தேவாரம் சொல்லித் திருமணம் நடத்த எந்த ஆதினமும் அவரைக் கேட்டுக்கொள்ளவில்லை. மானியம் எதுவும் தரப்போவதில்லை. இதற்கெல்லாம் காரணம் அவன்தான்.

குருக்களுக்குப் பணம் அதிகம் கிடைக்க வழியில்லையென்றாலும் ஊர் சனங்களிடையே நன்கு பழக இத்தொழில் வசதி தந்தது. திருமண ஏற்பாடுகளில் நேரடியாக ஈடுபடுவார். அநேகமாகப் பட்டணத்திலிருக்கும் தென்பாண்டித் தமிழரை நேரடியாக அறிந்த படியால் நல்ல செல்வாக்கு. ஒரே பிள்ளை. ரயில்வேயில் வேலை. ஞானசம்பந்தன் என்று பெயர். தகப்பனாரை உதாசீனப்படுத்துவதுண்டு. அவனைச் சொல்லியும் குற்றமில்லை. இந்த நூற்றாண்டின் ஆரம்பகாலத்தில் கொடிகட்டிப் பறந்த தன் பாட்டனார் வாழ்க்கை வரலாற்றையும் ஊர்மக்கள் அவருக்கு வாங்கிக்கொடுத்த குளத்து வீட்டைப் பற்றியும் எவ்வளவு தரம்தான் கேட்டுத்தொலைப்பான். ஞானசம்பந்தர் இந்தி படித்துத் தேர்வு எழுதப் பறந்துகொண்டிருக்கிறார் – ஊதிய உயர்வு உண்டு.

கல்யாணத்தை நடத்தி முடித்துக்கொடுத்துவிட்டார் சேதுக் குருக்கள். அவர் வரவேண்டும். யாரையும் கேட்பதற்கில்லை. காத்திருக்க வேண்டியதுதான்.

எல்லையா நாயுடு மெதுவாக மணி ஐயர் பக்கம் போனார். இருவருக்கும் பரிச்சயம் இருக்கும்.

“பொண்ணு அவனுக்குச் சொந்தமோ?”

மணி ஐயர் தனது தகவல் சேகரிப்பு உத்திகளை ஆரம்பிக்கலானார். ஆனால் நாயுடு கொடாக்கண்டர். பல உத்திகளை வென்றவர்.

“என்னாண்ட சொல்லலையே” என்றார்.

“அவசரமா வந்து கட்டாயம் வரணும்னு சொன்னான். உறவுக்காரப் பொண்ணு மாதிரி தெரியலே – இவ்வளவு சிரமம் எடுக்கறியே, என்ன விஷயம்னு கேட்கறேன். பேசணுமே – ம்ஹூம் மாட்டான்” என்று மணி ஐயர் சொன்னதும் நாயுடு தலையாட்டிக்கொண்டே கூறினார்.

“ஏன் இப்படி இதையெல்லாம் தலைலே போட்டுக்கறேன்னு நானும் கேட்டேன். சொல்றான் – இதையெல்லாம் செய்து முடிச்சா ஏதோ எங்கேயோ போறது போல இருக்குன்னு – ஒண்ணும் புரியலே.”

மணி ஐயரும் தலையாட்டிக்கொண்டார். அவருக்கும் நாயுடு சொன்னது தெரிந்திருக்கும்போலும்.

“கலப்புக் கல்யாணமா?” என்று முதலிலேயே அவர் அவனிடம் கேட்ட போது, கண்களை விரித்துக்கொண்டு அவன் பதில் சொன்னான். “எப்படிக் கலப்புக் கல்யாணமாகும்” என்று திருப்பிக் கேட்டான். “இரண்டு பேரும் அரிசிச் சோறு சாப்பிடுகிறார்கள் – பேசுவது இரண்டு பேருக்கும் தெரியும். அது எப்படி கலப்புக் கல்யாணமாகும்” என்றான். கொஞ்ச நேரம் பொறுத்து, “எல்லாக் கல்யாணமும் ஒரு வகையில் கலப்புதானே” என்றும் சொன்னான். மணி ஐயர் அச்சாரம் வாங்கிக்கொண்டார்.

நாயுடுவின் வீட்டில்தான் பெண்பார்க்கும் படலம் நடந்தது. ‘உனக்கெதற்கு இந்த ரோதனையெல்லாம்’ என்று முதலில் கேட்டுப் பார்த்தார். அவன் சொன்ன காரணம் புரியவில்லை. அவனுடைய கெஞ்சல் அவரைப் பெரியமனிதராக்கியது. வயதாகியும் கல்யாணம் பண்ணிக்கொள்ளாமல் வேலையை ஒழுங்காகப் பார்த்துக்கொண்டு கவலையெதுவுமில்லாது வாழும் அவனையும் புரியவில்லை. “ஆனால் அவன் நல்லவன்” என்று சொல்வதில் நாயுடு தயக்கம் காட்டமாட்டார்.

செலவைக் குறைப்பதற்கு நாயுடுதான் வழி சொல்லிக்கொடுத்தார். கல்யாணம் முடிந்த உடனேயே மணமக்கள் திருத்தணிக்குப் போகவேண்டும் என்ற தீர்மானத்திற்கு முருக பக்தி காரணமில்லை. சாப்பாடு என்ற பேச்சிற்கே இடம்கொடுக்கக்கூடாது என்பதற்காகத் தான். காலையில் டிக்கெட் வாங்கி வந்துவிடுகிறேன் என்று சென்று விட்டான். முன்பே செய்திருக்கவேண்டிய காரியம். ஆனால், யோசனை கடைசி நிமிடத்தில்தான் வந்தது. தாலி கட்டல் முடிந்தவுடனேயே புறப்பட்டுப் போய்விட்டான். பொங்கல் வடை சாப்பிடவில்லை.

மேடையில் மணமக்கள் இருவரும் சரி – ஒருவர் பக்கம் மற்றவர் திரும்பிக்கொள்ளவில்லை. மணமகளின் கண்கள் அவனைத் தேடிக் கொண்டிருந்தன. சதா எதையோ யாரையோ தேடிக்கொண்டிருந்த கண்கள். ரயில் நிலையத்திலும் அலுவலக முகவாயிலிலும் தேடியலுத்த கண்கள். தேடப்பட்ட நபர் இப்போது பக்கத்தில்தான் மாலையோடு வீற்றிருக்கிறார். டிக்கெட் பதிவு செய்யச் சென்ற அவனைத்தான் காணவில்லை.

சேர்ந்து உட்கார்ந்திருக்கும் இந்த மணமக்களை அவன் ரயில் நிலையங்களில் கண்டு பிரமித்துப்போயிருக்கிறான். மிகுந்த சரளமாக அவர்கள் அன்றாடச் செய்திகளைப் பேசிப் பொழுதைப் போக்கியதை அவன் நிம்மதியுடன் பார்த்துக்கொண்டிருப்பான் – ரயில் வரும் வரை.

இந்த மணமகள் ஒரு தடவை இருபது மாத்திரைகள் அடங்கிய குப்பியொன்றை வாயில் கவிழ்த்து அந்த நிலையத்திலிருந்த பானைத் தண்ணீரைக் குடித்துத் தள்ளாடி அந்த அகால நேரத்தில் மயங்கி வீழ்ந்த போது, அந்த ரயில் நிலையத்தில் அவன் மட்டுமே யிருந்தான். அந்த மணமகன் எப்போதோ நழுவிவிட்டிருந்தான்.

அவர்கள் மனஸ்தாபத்திற்கு ஐந்து பவுன் சங்கிலி காரணமென்று பின்னர் அவன் தெரிந்துகொண்டான். அவன் பொருளாதாரம் பற்றி அறியாதவன். தன்னுடைய உலகை மட்டும் கண்டுகொண்டிருப்பவனாக இருக்கவேண்டும். சில பொழுதுகள் தன்னை ஆக்ரமிப்பதை மட்டும் அவன் ஈடுபாட்டுடன் பார்த்துக்கொண்டவன். எங்கேயோ போவது போல இருந்திருக்கவேண்டும். வேறு எதுவும் சொல்ல மாட்டான். மொழியின் பலவீனம் அது – அவ்வளவுதான்.

எனவே அவன் செய்கை நாயுடுவை வியப்பிற்குள்ளாக்கிற்று. இன்னும் பத்து வருடங்களுக்கு மேலாகப் பணி செய்ய வயதிருந்தும் தானாக ஓய்வு பெறுவதை யாரும் நினைத்துப் பார்த்துவிட முடியாது. பைத்தியக்காரன் என்று சொல்லிவிடுவது சுலபம். அவன் அவ்வாறு 'வாலன்டரி' ஓய்விற்கு எழுதிக்கொடுத்து மூன்று மாதங்கள் காத்திருந்து 'பணிக் கொடை' பணத்தை வாங்கி நாயுடுவின் உதவியை நாடினான். அவர் அவன் குடியிருக்கும் வீட்டுச் சொந்தக்காரர். இம்மாதிரி விஷயங்களில் பெருந்தன்மையுடன் நடந்துகாட்டவேண்டியது இப்படிப்பட்டோர் கடமை. அவர் வீட்டில்தான் பெண் பார்த்தல் – சாதகம் பார்த்தல் நடந்து ஐந்து பவுன் சங்கிலி – பத்தாயிரம் பணம் இவற்றுடன் கல்யாணம் நிச்சயமாயிற்று. அப்போதுதான் அவரிடம் அவன் சொன்னான்– இம்மாதிரிக் காரியங்களில் ஈடுபடும்போது எங்கோ போவதுபோலிருக்கிறது என்று.

தாம்பரத்தைச் சேர்ந்த அவனது நண்பர் சத்தமிட்டுப் பேசிக்கொண்டிருந்தார் – ஆங்கிலத்தில். ஜே. கிருஷ்ணமூர்த்தியின் பக்தர்போல் நடந்துகொள்வார். ஜே.கே.யைத் தெரிந்துகொண்ட பின்னர் எந்தப் புத்தகத்தையும் தான் படிப்பது கிடையாது என்பார். அதற்கு முன்புங்கூட எதையும் படித்தது கிடையாது. ஆனால், இப்போது காலம் – வெளி என்றெல்லாம் விளக்கினார். தின்ற உணவு சீரணமாவது அவசியம்.

மணி ஐயர் வெற்றிலை போட்டார். நாயுடு உலாவினார். குருக்கள் ஓய்வாக திருநெல் வேலி ஆட்களைத் தேடினார். மணமக்கள் பேசாதிருந்தனர்.

பத்து மணி ஆகிவிட்டது. உட்கார்ந்த கூட்டத்தில் அசைவு தெரிந்தது. ஆனால் ஒன்பது மணிக்கே இக்கதை முடிந்துவிட்டது. குரோம்பேட்டை மின்சார ரயில் குறுக்குப்பாதையில் அது நிகழ்ந்திருந்தது. ஒரு பள்ளிச்சிறுமி பாதையைக் கடக்கும்போது அவள் தோளைப் பற்றிப் பின்னுக்கு இழுத்து, அந்த வேகத்தில் தான் முன்னுக்கு வந்து மோதிக்கொண்டு அவன் தூக்கி எறியப்பட்டிருந்தான். கணிசமான அளவு தள்ளி வீழ்ந்துகிடந்த அவனைச் சுற்றிச் சிலரது கூட்டம். தண்ணீர் கேட்டதாகச் சொன்னார்கள். முதிய பெண்மணி ஓடிச்சென்று பக்கத்துக் குடிசையிலிருந்து கொண்டுவந்தாள். அதைத் திறந்த வாயில் ஊற்றும்போது, அவன் எங்கோ போயிருந்தான்.

ஒன்று மட்டும் தோன்றுகிறது. சிறுமியின் தோளைப் பற்றியிழுத்து அவளைக் காப்பாற்றியபோதும் அவன் எங்கோதானிருந்திருக்க வேண்டும்.

- முன்றில், 1990

28. எலி

'ஹோமோ சேபியன்' இனத்தைச் சார்ந்த ஓர் உயிர் காலமாகி விட்டதை அடுத்து இடுகாட்டிற்குச் சென்றபோதுதான் அது சாவு அல்ல – கொலையென்று தெரிவிக்கப்பட்டது. அந்த உடம்பு எரிந்ததும், வீடு திரும்பும்போது வாந்தி வருவதுபோல உணர்ந்தார். கொலையுண்ட உடம்பைப் பார்த்ததால் அல்ல – உயிரைச் சாகடிக்கவேண்டுமென்ற நோக்கம் எவ்வாறு இந்த இனத்தில் ஆரம்பமாயிருக்கவேண்டுமென்ற எண்ணம் அருவருப்பைத் தந்திருக்கும்.

இம்மாதிரி எண்ணங்களையெல்லாம் வளர்க்கக்கூடாது – ஊருடன் ஒத்துப்போகவேண்டுமென்று ஏற்கனவே அறிவுறுத்தப் பட்டிருந்ததால், தசைகள் பலமாக இயங்கி நடை வேகமாகியது. சீக்கிரம் வீடு வந்துசேர்ந்துவிட்டார்.

கால்களைக் கழுவிக்கொண்டு வழக்கமான சாய்வு நாற்காலியில் அமர்ந்தால், அது கால்வழி குதித்தோடிற்று. கூடவே மனைவி தோன்றினாள். சமையற்கட்டிலிருந்து விரட்டியடிக்கப்பட்டிருக்க வேண்டும். அவள் கையில் முறமிருந்தது. 'அதை அடிக்காதே' என்ற சொற்கள் வாய்வரை வந்துவிட்டன. நல்லவேளையாகச் சொல்லவில்லை.

வேலையிலிருந்து ஓய்வு பெற்ற பின்னர் இம்மாதிரியெல்லாம் ஆணையிட முடியாது. ஏற்கனவே சாமர்த்தியசாலி என்று பெயர். ஆனால், அதிலும் ஒரு சௌகரியம். எந்த வீட்டு வேலையிலும் அவரை யாரும் உட்படுத்துவதில்லை. சாயம்போகிற துணியும் முற்றிய காய்கறிகளும் அவரை நம்பியே கடைகளில் இருக்கின்றன என்ற பேச்சும் உண்டு.

எலி புத்தகங்களை நாசப்படுத்துகிறது – துணியையும் கெடுத்துவிடும். அதை அடிக்காதே என்று சொல்லத் தைரியம் வேண்டும். எலிகள் தைரியம் மிக்கவை. நியாயமில்லா எதையும்

அவை செய்துவிடவில்லை. அடித்தாலும் தனக்குத் தெரிந்த ஒன்றையே செய்து கொண்டிருக்கின்றன.

அரசுப் பணியிலிருந்து ஓய்வுபெற்றுள்ளார் என்பது தவிர முத்துக்கறுப்பனுக்கும் எலிக்கும் வேறுபாடுகள் அத்தனை இல்லை. புதிதாக வாங்கிய தொலைக்காட்சிப் பெட்டி வழியே குதித்து மேலே பரண்மீது ஏறிய சில வினாடிகளில் ஏற்படும் ஒலியில் ரகளை ஆரம்பிக்கும். மேலேயுள்ள புத்தகங்கள் – தினசரி கடிபடும்போது யாரும் பொறுத்துக் கொள்ள மாட்டார்கள். புத்தகங்களாவது பரவாயில்லை – பேப்பரைக் குதறிவிட்டால் எடை போடுவதில் சிக்கல் ஏற்படும். எனவே மனைவியும், பிள்ளைகளும் சில நாற்காலிகளைக் கொண்டு வந்து அதன் மீதேறி படீர் – படீர் என்று கையில் கிடைத்தவற்றைக் கொண்டு அடிக்கும்போது சில விநாடிகள் நிசப்தம் ஏற்படும்.

வன்முறை எங்கு ஆரம்பிக்கிறதென முத்துக்கறுப்பன் அறிவார் போலும். அதன் தீவிர நிலைதான் கொலையென்றும் தெரிந்திருப்பார். பயத்தால் ஏற்பட்ட ஒரு பாசாங்கான நெறிமுறையை அவர் புரிந்துகொண்டிருக்க முடியும். ஒவ்வொருவரும் தத்தமது கடமையையாற்றி உய்தல்வேண்டும் என்ற கதாகாலட்சேப உரை போன்றவற்றை அவர் பலத்த வன்முறையென்றே கருதினார். சண்டையைவிட தர்மோபதேசம் செய்பவன் குரல் வன்முறைக்கு ஊக்கமளிக்கிறது என்று நினைத்தார்.

இவையெல்லாம் பாசாங்கானவைதாம் – எலியைக் கொல்லக் கூடாது.

முத்துக்கறுப்பன் மகளுக்கு நேர்முகத் தேர்வுக்கு அழைப்பு வந்திருந்தது. என்றைக்குமில்லாமல் “நீங்க கூடப்போங்க” என்று வீட்டில் சொல்லப்பட்டது. காரணம் உண்டு. இந்த நிறுவனத்தின் மேலாளர், முத்துக்கறுப்பனின் சிறு வயது நண்பர். ஒரு பேச்சுக்கு மதிப்பு இருக்கும் – வேலை கிடைக்கும் என்ற நம்பிக்கை. உண்மைதான். இருவரும் நண்பர்கள்தாம். அதனால் போயாகவேண்டும்.

ஓய்வு பெற்ற பின்னர் வெளியே செல்வது குறைந்துவிட்டது. எப்போதாவது பழைய அலுவலகத்தில் பழைய ஒன்றிரண்டு நண்பரைக் காண முடியும். அவர்களுக்கு ஓய்வுபெற்றவரின் வருகை தொல்லை தருகிறது. சில பாசாங்கான சொற்களை உதிர்த்துச் சிரிப்பது வேதனை. நேரம் வேறு வீணாகும். உண்மையல்லாத சங்கதிகள் எதுவுமே வெறுக்கத்தக்கதுதான். பாசாங்குதான் – நண்பர் சந்திப்பு உட்பட.

இம்மாதிரி எண்ணங்களை வைத்துக்கொண்டு எப்படி வாழ்க்கை நடத்துவது? எண்ணங்கள் தடங்கலாக உள்ளனவே. இந்த ‘என்ன வேண்டும்’ என்ற கேள்வியேயில்லாது போய்க்கொண்டிருந்துவிட்டால்...

ஆமாம் – போய்க்கொண்டிருக்கவேண்டியதுதான். ஆனால் எல்லோரும் போய்க் கொண்டிருக்கவேண்டுமே – வேண்டாம் – எல்லாரும் இல்லையென்றால், அவர்களைவிட்டு நாம் போய்விடுவது நல்லது – சித்தர்களைப்போல் ஊருக்கு வெளியே இலைகளை உண்டு இயற்கையைப் பார்த்துக்கொண்டிருக்கலாம் – இந்த வன்முறை சரிப்பட்டு வராது.

இப்படித்தான் சென்ற ஆண்டு பொருட்காட்சியில் பார்த்துவிட்டு வருகையில் குழந்தைக்கு மூன்று சக்கர வண்டியொன்று வாங்கி வந்தார். பொருட்காட்சியில் கண்ட தெரிந்த முகங்கள்

– அவர்களோடு ஒன்றுமே தெரியாத விஷயங்களைப் பார்த்து அதிசயித்தது – திரும்புகையில் பேருந்திற்காக வரிசையில் முன்னால் நின்ற மனிதர்களை வெறுத்தது... இவையெல்லாம் பைத்தியக்காரத்தனமா– வன்முறையா என்று வியந்தவண்ணம் வீடுசேர்ந்த அவருக்கு அன்று நடந்தவைகளில் ஒன்றுதான் பொருள் பொதிந்ததாகத் தோன்றியது. அந்த மூன்று சக்கர வண்டி. அப்படித் தோன்றியதால் வீட்டில் ஒரு தடவை அந்த வண்டியில் உட்கார்ந்து கஷ்டப்பட்டு ஓட்டிப்பார்த்தார்– ஹாலிலே. மனைவி பார்த்து, 'இது என்ன நாடகம்' என்று சொல்ல, 'நாடகமா – இதுவா' என்று ரொம்பவும் அதிசயப்பட்டுப்போனார்.

பாசாங்குகள் புத்திசாலித்தனமாக – நெறிமுறைகளாக ஏமாற்றப் படுகிறதே – அது வன்முறையின் ஆரம்பமென்று எண்ணினார் முத்துக்கறுப்பன். இதையும் இயற்கை எனலாமோ?

ஆனால், இயற்கையென்பது என்னவென்று தெரியவில்லை. நேர்முகத் தேர்விற்குச் செல்லும் மகளும் இயற்கை சார்ந்த ஒரு 'ஹோமோசேபியன்'தான்.

முத்துக்கறுப்பன் தண்ணீர் குடித்துவிட்டுப் புறப்பட்டார். மின்சார ரயிலில்தான் பயணம்.

மின்சார ரயில் பேருந்து போலிருக்காது. பயணம் செய்வது எளிது. பழகிவிட்டால் பழக்கமாகிவிட்ட ஒரு குடும்பமாகிவிடும். பிரயாணிகளோடு உறவுகொண்டாடிவிட முடியும். மின்சார ரயிலிலும் எலி ஓடலாம்.

அவ்வாரம் பிள்ளையார் சதுர்த்தி போலும். அவருக்கு ஞாபகம் வந்தது. ரயிலில் சிலர் மண் சிலைகளைத் தூக்கிவைத்துக்கொண்டிருந்தனர். பிள்ளையாரை பரஞ்சோதி நாயனார்தான் இங்கே கொண்டுவந்தார் என்று சொல்வது தவறு என்று ஓய்வுபெற்ற ஒரு நண்பர் கூறுவார். வல்லம் கோயில் பரஞ்சோதிக்கு முன்பே இங்கிருந்தது என்பார். முத்துக்கறுப்பனுக்கு தமிழக வரலாற்றறிவு போதாது. வல்லத்துப் பிள்ளையாருடன் எலியும் இருந்ததாவெனக் கேட்க முடிந்தது. அது பைத்தியக்காரத்தனமான கேள்வி என்று பதில் கிடைத்தது.

மாம்பலத்தில் இறங்கி வண்டி பிடித்து எப்போதோ நன்கு பழக்கப்பட்டிருந்த, திருவல்லிக்கேணி அடைந்து நெடுஞ்சாலையிலிருந்த மாடிக் கட்டடத்தில் நேர்முகத் தேர்விற்குக் காத்திருந்து – வியர்வை துடைத்து – அந்த அலுவலக மேலாளரைப் பார்க்கவேண்டும். இடையே விண்ணப்பதாரர்கள் விரோதக்கண்களால் பார்க்கலாம். மேலாளர் 'ஹலோ' சொல்லுவாரா? எல்லாவற்றிற்கும் முன்பு மேசையடிப் பெண்ணிடம் கெஞ்சவேண்டும். தனக்காகக் கெஞ்சுவது கூட வன்முறைதான்.

அந்தப் படிக்கட்டுகளில் ஏறும்போதே வண்ண வண்ணச் சுவரொட்டிகள் அந்தக் கட்டடச் சுவரிலே ஒட்டப்பட்டிருந்ததைப் பார்த்தார். சிவப்பு நிறச் சுவரொட்டிகள் – இரத்தச் சிவப்பு. பூச்சிகள் – எலிகள் – கரப்பான்கள் இவற்றின் படம் – அந்த நிறுவன மருந்தின் விளம்பரங்கள் – சுவரொட்டியின் வாசகங்கள்.

'கொல்.'

'உடனே கொல்.'

'இது ஆபத்து – இன்றே கொல்.'

அப்போது வாந்தி வருவதைப்போலுணர்ந்தார் முத்துக்கறுப்பன். அவர் முகத்தைப் பார்த்துவிட்டு, 'என்ன அப்பா?' என்று கேட்டாள் மகள். சில விஷயங்களிலே அப்பாவை மாற்ற முடியாது என்றறிவாள். முகத்தைத் துடைத்தவாறு தன்னால் மேலாளரைப் பார்க்கமுடியாது என்றார். நிறைய பேர் இருந்ததால் மகள் எதுவும் பேசவில்லை. வந்த காரியத்தில் அப்பாவின் ஒத்தாசை இருக்கப்போவதில்லை என்று தெரிந்துகொண்டிருப்பாள்.

"நான் கீழே நிற்கிறேன்" என்று சைகை காட்டிவிட்டுக் கீழிறங்கி ஓடினார். தெருவில் கூட்டம். சுமாரான ஓரிடத்தில் நின்று அந்தக் கூட்டத்தின் பின் வெகுதூரத்தில் வந்துகொண்டிருந்த பெரியதொரு பிள்ளையார் வாகனத்தையும், அதன்பின் வந்த சிறு சிலைகளையும் கண்டுநின்றார்.

அது பெரியதொரு சிலை. பிள்ளையார் காலடியில் பெரியதொரு எலி – வாலைச் சுழற்றித் தூக்கிக்கொண்டே மோதகம் கடித்துக்கொண்டிருக்கும் எலி சந்தோஷமாகத் தோற்றமளித்தது.

முகத்தைத் துடைத்துக்கொண்டார். படபடப்பு நீங்க சிறிது தூரம் கூட்டத்தோடு சென்றால், அது திருவல்லிக்கேணி நெடுஞ்சாலை முனை. பக்கத்தில் ஓர் அழகிய முகம்மதியர் பள்ளிவாசல். அங்கும் ஒரு கூட்டமிருந்தது.

அவர் அந்தக் கூட்டத்தில் அகப்பட்டார். ●

- அரங்கேற்றம், 1990

29. மண்டேலாவை நேசிக்கிறேன்

மெய்கண்டபுரத்தில் இரண்டு அஞ்சல் அலுவலகங்களிருந்தும், ஒன்றில் மட்டுமே கூட்டமிருந்தது. நான்கு உணவுவிடுதிகள் இருந்தும் மூன்றில் வியாபாரம் நடக்கவில்லை. பள்ளி மாணவர்கள் ஒரு குறிப்பட்ட பள்ளியிலேயே சேர விரும்பினார்கள்.

ஊரின் கிழக்குப் பக்கத்திலிருக்கும் பள்ளத்தாக்கு போன்ற இடத்தில் பெரும்பான்மை சனங்கள் வாழ்கிறார்கள் என்று மக்கட்தொகை கணக்கெடுப்பு அறிக்கை கூறிற்று. ஆனால், எதற்கெடுத்தாலும் மேற்குப் பக்கமிருக்கும் ஊருக்கு மக்கள் நாடி வர வேண்டிய காரணம் யாராலும் பகிரங்கமாகப் பேசமுடியாததொன்று. இரண்டு பேர் மட்டும் வெளிப்படையாகப் பேசிக்கொண்டார்கள். உணர்ச்சிவயப்பட்ட தேச பக்தியில் மூழ்கித்திளைத்தார்கள்.

"இந்த நாடுதான் பழம்பெரும் நாடு."

"தருமம் இங்குதான் தோன்றியது."

"உலகமே ஒரு குடும்பம் என்று சொன்ன நாடு இது."

"இந்நாட்டு மொழிதான் உலக மொழிகளின் தாய்."

சுந்தர சர்மா – முத்துக்கறுப்பன் இவர்கள் இருவரும் சுதந்திரப் போராட்டத்தில் சிறைக்குப் போகவில்லை. அப்போது அவர்கள் ஆறாம் வகுப்பில் படித்துக்கொண்டிருந்தனர். இருவரும் மீன் சாப்பிடுவதில்லையென்பதால் நட்பு ஆரம்பித்து – பெற்றோர் கண்காணிப்புடன் – அது வளர்ந்தது. எட்டாம் வகுப்பில் இருவரும் புதிய நாட்டுப்பண் பற்றிக் கேள்விப்பட்டனர். பத்து மணிக்கு அது பள்ளியில் பாடப்பெறுவதற்கு அவர்கள் இருவரின் துணை வேண்டப்பட்டது. இரண்டு பேருமே பாடத்தெரிந்தவர்கள்.

பிற்பாடு வளர்ந்த பிறகு மேலத் தெருவில் பசனை மடமும் அத்துடன் ஒரு நூல் நிலையமும் ஆரம்பித்தபோது, அந்த நூல் நிலையம் இந்த வளர்ச்சியடையும் என்று அறிந்திருக்கவில்லை. இருவரும் வேலையிலிருந்து ஓய்வுபெறுகையில், அது பெரியதொரு கட்டடமாக நின்றது. வந்துபோவோர் குறைவென்றாலும் சுவாரசியமான பேச்சிற்கு அது உகந்த இடமாகவிருப்பதால், அதைச் சிறப்பிப்பதில் ஊராருக்கு ஆட்சேபனை இல்லை. பட்டணத்துப் பெரும் புலவர் ஒருவர் நிறைய புத்தகங்களைப் பரிசளித்தார். அவை பெரும்பாலும் அவரால் எழுதப் பெற்றவைதாம். சில அவர்தம் முன்னுரைகளைக் கொண்டவை. புதிய நூல்நிலையக் கட்டடத்தைத் திறந்துவைத்தவரும் அவர்தாம். ஊரின் கிழக்குப்பக்கமுள்ள சனங்களையும் திறப்பு விழாவிற்கு வரவேற்றிருந்தனர். சாம்பான் அங்கிருந்துதான் வந்தான்.

ஊரின் மேற்குப் பகுதிக்கு சாம்பான் வருவது அபூர்வம். அவன் ஏதோ படித்திருந்தான் என்று மட்டும் சொல்வார்கள். ஏதோ படித்திருந்ததாக ஒப்புக்கொள்வது என்பது சாம்பான் விஷயத்தில் அத்தனை எளிதன்று. இவன் எப்படி படித்திருக்க முடியும்? – படிப்பானது எப்படி வந்து சேரும் என்று நிலைபெற்றுவிட்ட உண்மையை யாரும் தகர்க்க விரும்பவில்லை.

ஆனால், முத்துக்கறுப்பனும் சுந்தர சர்மாவும் புத்துலகவாதிகளானபடியால் அவனையும் ஏற்றுக்கொண்டிருந்தார்கள். அடிக்கடி பேசுவார்கள். இந்த நாட்டின் சீர்குலைவிற்குக் காரணமான சாதியை ஒழிக்க காந்தியத்தை விட்டால் கதியில்லை என்ற கருத்தை சொல்லவேண்டிய விதத்தில் சொன்னார்கள். ‘கடவுளின் குழந்தை’யாக அவனைக் கண்டார்கள். சைவ சாப்பாடாகவிருந்தால் சாம்பானின் வீட்டில் உணவருந்தத் தடையில்லை என்றார் சர்மா. ஆனால், சாம்பான் அழைப்பு விடுக்கவில்லை. அவனை அந்தக் கூட்டத்தில் பேசக் கேட்டுக்கொண்டார்கள்.

கூட்டம் நன்றாகவே நடந்தது. சர்மாவின் தகப்பனார்தான் முதல் பூசை செய்து கட்டடம் பூராவிற்கும் தண்ணீர் தெளித்தார். மகன் ‘ஓய்வு’ பெற்றுவிட்ட பின்னரும் தகப்பனாருக்கு இன்னும் கோவில் வேலையிருந்தது.

ஆனால், சாம்பான்தான் எல்லாரையும் ஏமாற்றிவிட்டான். அந்த நூல் நிலையப் பெயரின் மூல காரணமாகவிருந்த காந்தியைப் பற்றி ஒரு வார்த்தை பேசவில்லை. “நான் மண்டேலாவை நேசிக்கிறேன்” என்று சொன்னான். முக்கால்வாசி கூட்டத்தாருக்கு எந்த எண்ணமும் ஏற்படவில்லை. அவர்கள் சுவாரசியமான சம்பாஷணையில் ஈடுபட்டிருந்தனர். சிலர் இந்தக் ‘கடவுளின் குழந்தை’யையும் இங்கு அழைத்துவந்து பேசச் செய்தவர்களை மனதில் வைதுகொண்டிருந்தனர்.

சர்மாவிற்கும் முத்துக்கறுப்பனுக்கும் சுருக்கென்றது – நெளிந்தார்கள்– கூட்டத்தில் பதில் சொல்லமுடியவில்லை. மறுநாள் அவனைக் கண்டிக்கவேண்டுமென்று எண்ணிக் கொண்டனர்.

“ஓகோ – அதைச் சொல்கிறீர்களா” என்று சாவதானமாக சாம்பான் கேட்டான்.

“அதில்லே சாம்பான் – இது காந்தி வாசக சாலை – நீ அவரைப் பற்றியும் பேசியிருக்கலாம் – எல்லாம் என்ன நினைப்பாங்க.”

"யாரும் நினைக்க மாட்டாங்க. யாரும் கேட்கவில்லையே. நீங்க மட்டுந்தான் கேட்டீங்க. உங்க ரெண்டு பேருக்கும்தான் நான் பேசியது."

"அப்படியா" என்று சிறிது கோபத்துடன் முத்துக்கறுப்பன் கேட்டான்.

"அப்படியானா பேசியது சரிதான் என்கிறாயா – நம்ம காந்தி வேண்டாம் – தென்னாப்பிரிக்கா மண்டேலாதான் பெரியவர், அப்படித்தானே."

"இரண்டுமில்லே – என்னைப் பொறுத்தவரை நான்தான் பெரியவன். என்னைப் போல யாருமேயில்லே – உன்னைப் போலவும்தான்."

பையன் முருங்கைமரம் ஏற ஆரம்பித்துவிட்டான் என்று தீர்மானித்தவராய், சர்மா தெளிவாக மனம்விட்டுப் பேசினார்.

"சாம்பான் – ஒரு விதத்தில் நீ சொல்வது சரி – யாரோ சிலர் தாழ்ந்த சாதி அப்படின்னு சொல்லிட்டுப் போயிட்டா – அதுக்கு எல்லாரும் இப்ப அனுபவிக்க வேண்டியிருக்கு. ஆனா, ஒரு சாதியைச் சேர்ந்த எல்லாரும் கெட்டவராயிடுவாளா?"

"இல்லே" என்றான் சாம்பான். "நான் யாரையும் – ஒண்ணும் சொல்லல்லே. இப்போ – இன்றைக்குத் தாழ்வும் பிற்போக்குமடைந்த எல்லாருக்கும் கல்வி முதலில் அவசியம் அப்படின்னு சொல்ற ஒரு ஆளுடைய குரல், எனக்குப் புரியுது. புரிஞ்சதைச் சொன்னேன். மீதி எதுவும் இப்ப எனக்கு அவசியமாகத் தெரியல்லே."

"அதுக்காக நம்ம முன்னோரெல்லாம் கெட்டவா அப்படின்னு சொல்றதா? இப்ப ஒண்ணு சொல்றேன் – இதோ இந்த முத்துக்கறுப்பனுக்குத் தெரிஞ்ச வேதமும் புராணமும் எனக்குத் தெரியாது. தீபாராதனை காட்டறதின் தாத்பர்யம் எனக்கு இன்னமும் தெரியாது. இவனுக்குத் தெரியும். ஒத்துக்கணும். தரம் முக்கியம்."

"அதைத்தான் நானும் சொல்லப் பாக்கறேன். முத்துக்கறுப்பனுக்கு பூசையைப் பற்றித் தெரியும் – உங்களைவிட. ஆனால், கோயில்லே அவன் தீபாராதனை காட்டினா கோயிலுக்கு யார் வருவாங்க? தரத்தை நிர்ணயிக்கிற விதம் இப்படித்தானிருக்கு – இன்னமும். நான் முன்னோரைப் பற்றிப் பேசல்லே. இப்ப இங்க ஒரு மண்டேலா தேவைப்படுது. 'அபார்த்திட்' பத்தியெல்லாம் பேச நமக்குத் தகுதியில்லே – ஆனாலும் பேசறதுக்கு ஒரே காரணந்தான், ஒரு வேளை – முத்துக்கறுப்பனுக்குத் தெரியும் – தன்னை யறிந்தின்பமுறத்தான் – இதெல்லாம் ஒரு தந்திரந்தான் – என்ன நான் சொல்றது."

மெய்கண்டபுரத்தில் இரண்டு அஞ்சல் அலுவலகங்களிருந்தும் ஒன்றில்தான் கூட்டமிருந்தது. அங்குள்ள வங்கிகளும் பள்ளிகளும் கூட அப்படியே. குறிப்பிட்ட ஹோட்டலுக்கும் பள்ளிக்கும் செல்லவே விரும்பினார்கள். அங்கே தரமிருந்ததாகச் சொன்னார்கள். புத்திசாலித்தனத்துடன் முன்னோரது சொல்லுக்குச் செவி சாய்த்து எல்லாவற்றையும் தரம் பிரித்து தாழ்ந்துபோன ஒன்றின் மீது பரிவு காட்டியாயிற்று. முன்னோர்களை மதித்துவிட்டபடியால் கலாச்சாரம் பாதிப்படையாது நின்றது. திருப்தியடைந்தார்கள். ஆனால், சாம்பான் இன்னமும் கேட்கிறான்.

"முன்னோர்களா – யாருடைய முன்னோர்கள்?" ●

- முன்றில், 1990

30. உறவு

மின்சார ரயிலில் கூட்டமில்லை. பெட்டியில் நால்வர் மட்டுமே. எதிரேயிருந்த இருவரும் குதிரை மொழியில் பேசிக்கொண்டிருந்து விட்டு, கிண்டியில் இறங்கிக்கொண்டனர். பக்கவாட்டில் அமர்ந்திருந்த மனிதர் வெளியே பார்த்துக் கொண்டிருந்தார். பற்களைக் கடித்தவாறிருந்தார்.

பெருங்குரலோடு ஒரு ரயில் இவர்களோடு சேர்ந்துவர ஆரம்பித்தது. மெதுவாக முன்னேறியது. இருந்தாலும், மின்சார ரயில் விடவில்லை. அதிலிருந்த ஆட்கள் துல்லியமாகத் தெரிந்தனர். ஒரே வேகத்தில் செல்ல ஆரம்பித்தபோது, இரு ரயில்களும் அசையாதது மாதிரி ஆயிற்று.

திடீரெனக் கைகளை உயர்த்தி அசைத்தான் முத்துக்கறுப்பன். எழும்பூரில் அவன் வண்டியேற்றி அனுப்பிவிட்டுவந்தவர்கள் அதில் போய்க்கொண்டிருக்கவேண்டும். அவனது தூரத்து உறவு. இப்போது நன்கு தெரிந்தது. இவன் கையசைத்தால் அவர்கள் பார்த்திருக்கமுடியாது. அதை அவன் ஒரு பொருட்டாகக் கருதவில்லை. அடுத்த நிலையத்தை மின்சார ரயில் அடையும் போது, பெரிய ரயில் வேகம் பெற்று ஓடி மறைந்தது.

மகிழ்ச்சியாக இருந்தது. ஊர் போய்ச் சேர்ந்தாலும் அவர்கள் இவனைப் பற்றி எல்லோரிடமும் சொல்வார்கள். பெரிய சாதனையொன்று பண்ணிவிட்டாற்போலிருந்தது. பட்டணத்தைச் சுற்றிக் காண்பித்தான். நல்ல பதவியில் இருக்கிறான். அரசு அலுவலகத்தில் தனிஅறை, தொலைபேசி உண்டு – மணியடித்தால் ஓடிவர ஆட்கள் என்றெல்லாம் ஊர் அறிந்துவிடும். ஆனால் இங்கு வந்துபோனவர்கள் கண்டதையெல்லாம் சொல்லவேண்டும். மாற்றிச் சொல்லவோ மறைக்கவோ செய்தல் வேறு விஷயம். எதற்கும் அடுத்த முறை ஊர் செல்லும்போது, மெதுவாக விசாரித்துப் பார்க்கவேண்டும்.

பல்லைக் கடித்துக்கொண்டிருந்தவர் முத்துக்கறுப்பனைப் பாராதது மாதிரி எங்கோ பார்த்தவாறு கூறினார். அது அவனது ஈரல்குலையைப் பிடுங்கினாற்போல் வந்தது.

“தொடர்பெல்லாம் இப்படித்தான் – வேகமாப் போயிடும் – இருந்து கொண்டிருப்பதுதான் உறவு.”

பல்லைக் கடிச்சவர் இவ்வளவு தூரம் பேசமுடியும் என்ற எண்ணம் ஒரு புறம். இந்த ஆள் யாரை இப்போது சொல்கிறார் – இது நமக்கு ரொம்பவும் பங்குள்ளதுபோலிருக்கிறதே யென்று பொறி தட்டவும் அவன் பாதி ஆத்திரத்துடன் அவரைப் பார்த்தான். அப்போது ஞாபகம் வந்தது.

இந்த மனிதரை அடிக்கடி பார்த்திருக்கிறான். அவன் ஏறி இறங்கும் ரயில் நிலையங்களில் – வேறு இடங்களில் பார்த்ததுமுண்டு. இப்போதுதான் பக்கத்தில் உட்கார்ந்து பார்க்க முடிகிறது.

“சொந்தக்காரங்க எல்லாம் போயிட்டாங்களா?” என்று கேட்டுத் திரும்பவும் பேசினார். இப்போது கேட்டது முத்துக்கறுப்பனை நேராகப் பார்த்து – லேசான சிரிப்பும் இருந்தது.

“சொந்தத்திற்குச் செலவு செய்ய வேண்டியதில்லை என்று சொல்லலாம்.”

பல்லைக் கடித்துக்கொண்டு பேசும் அழகைப் பார்த்தால் இம்மாதிரிச் சொற்றொடர்கள் இந்த ஆளிடமிருந்து வரும் என்று சொல்லமுடியாது. முதலில் சொன்ன வார்த்தைகளிலேயே ஆழ்ந்திருந்த முத்துக்கறுப்பனிடம் தொடர்ந்து சொன்னவை எந்தப் பாதிப்பையும் ஏற்படுத்தவில்லை. இந்த மனிதர் குளிக்கும் பழக்கம் உடையவர் இல்லையோ என்ற எண்ணம்தான் இப்போது ஏற்பட்டது. மாசேதுங் கூட குளிக்காத நாற்றம் பிடித்தவர்தானாம். சொந்தம் – தொடர்பு இவற்றிற்கெல்லாம் ‘குளியல்’ கூட ஒரு காரணமாக இருக்கும் – போகட்டும் – சொந்தத்தைப் பற்றி என்ன சொல்கிறார்? நொந்துபோன ஆளாயிருப்பாரோ?

ஆனால், முத்துக்கறுப்பன் பெருமிதத்துடன் எண்ணிக்கொள்கிற சொந்த பந்தங்கள் எப்படி எப்படி அவனை அலைக்கழிக்கின்றன என்பதுபற்றி பகிரங்கமாகப் பேச முடியாது – பல்லைக் கடிக்கவேண்டிய விஷயம்தான்.

“நீங்க வண்டலூரரா” என்று சிறிது மரியாதையுடன் கேட்டான்.

“அஞ்சு வருஷம் இருக்குமா நீங்க வண்டலூர் வந்து” என்று பதிலுக்குக் கேட்டது பல்.

வண்டலூர் வீட்டிற்குச் செல்லுமுன்னர், முத்துக்கறுப்பன் புரசைவாக்கத்திலிருந்தான். இட நெருக்கடி. புத்திசாலித்தனமாக வாங்கிப் போட்டிருந்த மனையில் வீடு கட்டிவிடலாம் என்ற எண்ணத்தை ஏற்படுத்தியவள் மனைவி. வண்டலூர் சென்றானேயொழிய அந்த இடம் கொஞ்சமும் பிடிக்கவில்லை. காரணம், எதற்கும் பட்டணம் வர வேண்டியிருந்தது. முக்கியமாக விடுமுறை நாட்களில் ஊரில் இருந்து வரும் சொந்தக்காரர்களை வரவேற்க எழும்பூருக்கு வந்துபோகும் இன்றியமையாத செயலுக்கு வண்டலூர் சரிப்பட்டுவரவில்லை. தாம்பரத்தில் இறங்கினால் சௌகர்யம் என்று தெரிவித்தாலுங்கூட, புதிதாக வருபவர்கள் அதையெல்லாம் பொருட்படுத்துவதில்லை. எழும்பூருக்காகவாவது புரசைவாக்கத்தில் இருக்கவேண்டியதவசியம். இருக்காதா என்ன– கடிதமெழுதி ரயில் நிலையத்திற்கு வரச் சொல்லி முத்துக்கறுப்பனைப் பார்த்ததும், “மேலத் தெரு முத்தையனை நாய் கடித்து

விட்டது" என்ற விலைமதிப்பில்லாத செய்தியைச் சொல்லும்போது, இருபது ஆண்டுகளுக்கு முன்னர் முத்தையனுடன் தான் நாய் விரட்டிய அனுபவத்தை எழும்பூர் ரயில் நிலையத்தில் எண்ணித் திக்குமுக்காடிப் போவான். இம்மாதிரி செய்திகளை ஊரார், உறவினர் தவிர வேறு யாரிடமிருந்து பெற முடியும்? வண்டலூர் வாசம் இதற்கெல்லாம் ஒத்துவருமா? – முத்துக்கறுப்பனின் ஆற்றாமை அடங்காது.

இத்தனைக்கும், பல் சம்பாஷணையைத் தொடரவில்லை. வெளியே பார்க்கத் தொடங்கிவிட்டபடியால் மேற்கொண்டு அவன் எதுவும் பேசவில்லை.

திடீரென்று ஒன்று ஞாபகம் வந்தது. இந்த மனிதர் ஒரு தடவை அவனுக்குப் பெரிய உதவியொன்று செய்திருக்கிறார் – இவர்தான்– இப்போது முகம் அறிமுகமாகிறது. தொழிற் சங்கவாதி ஒருவரின் திருமணத்திற்குச் சென்றிருக்கையில் அது நேர்ந்தது. மனைவியும் குழந்தையும் தனிப் பந்தியில் சாப்பிட்டுமுடித்து வருவதற்காகக் காத்திருந்தால் – அவள் மட்டும் வருகிறாள் – "குழந்தை எங்கே?" என்றால் 'உங்களிடம் தானே வந்தாள்' என்ற பொறுப்பற்ற பேச்சு. பிறகு, இருபது நிமிடம் மண்டபம் முழுவதும் நிரம்பியிருந்த குழந்தைகளை ஆராய்ந்து கைபிசைந்து நிற்கையில், எந்தவித ஆரவாரமுமின்றிப் பக்கத்தில் வந்து அப்பாவின் கையைப் பிடித்துக்கொண்டு 'வீட்டுக்குப் போலாமா' என்று கேட்டு நிற்கிறது குழந்தை. மண்டப வாசலில் நின்று ஏதோ சொல்லிவிட்டு நடந்தவர்தான் இவர். வெளியே நடந்துகொண்டிருந்த குழந்தையை அடையாளங்கண்டு மண்டபத்திற்குள் அழைத்து வந்திருக்கிறார். வண்டலூரில் அவன் வசிக்கும் தெருமுனையில் இருக்கிறாராம் – மனைவி சொன்னாள்.

மின்சார ரயில் மீனம்பாக்கத்தைக் கடந்தது. பல்லாவரம் மலை தெரிந்தது. பல்லைக் கடிப்பவர் சிரித்துக்கொண்டார். திரும்பவும் பேசத்தொடங்கினார்.

"இந்த மலையைத் தினமும் பார்க்கறீங்க இல்லே?"

யோசித்துக்கொண்டே கேட்டார்.

'ரொம்ப அவசியம்தான்' என்று நினைத்துக்கொண்டு, வயதிற்கு மதிப்புக் கொடுத்து முகத்தைக் கவனமாகக் காட்டிக்கொண்டான் முத்துக்கறுப்பன்.

"நான் பல்லாவரம் குவாரியிலேதான் வேலை பார்த்தேன். இந்த மலையை தினமும் பார்க்கலேன்னா எனக்கு ஏதோமாதிரி இருக்கும் – தூரத்திலே இருந்தாவது பார்க்கணும். இப்போ வண்டலூர். அங்கே டீக்கடைதான் உண்டு. ஆனா எனக்குத் தோணுது – அந்தக் கடையை சந்தோசமாப் பாத்து அங்கேயேயிருக்க முடியல்லேன்னா இம்மலையை நான் ரொம்ப நிம்மதியா பாத்தது எல்லாம் உண்மையாக இருக்க முடியுமா – இப்போ ரெண்டு ரூபா செலவு பண்ணி வந்து மலையைப் பாக்கணுமா – மந்திரத்தை முணுமுணுக்கிற மாதிரி. இருக்கிற நாலு சுவரைப் பார்க்க முடியாதவன் கைலாசத்தையா சரியாப் பாக்க முடியும் – என்ன சொல்றே?"

முத்துக்கறுப்பனை ஏறிட்டுப் பார்த்தார். அவன் பேசாதிருந்தான்.

"குட்டி படிக்கிறாளா?"

தன் மகளைத்தான் கேட்கிறார் என்று தெரிந்தும் இவர் மலையாளியாக இருப்பாரோ என்று முத்துக்கறுப்பன் நினைத்துக்கொண்டிருந்தான். வண்டி குரோம்பேட்டையைத்

தாண்டிவிட்டது. ஒரு வேளை தாம்பரத்தில் இறங்கிப்போய் அந்த மூக்கையனையும் அவன் மகனையும் திரும்பவும் ஒரு தடவை பார்க்கலாம். இல்லையென்றால், அடுத்த முறைதான். அதற்கிடையே முத்துக்கறுப்பன் ஊர் போகக்கூடும். போனால்தான் தெரியும். மூக்கையன் என்ன சொல்லியிருப்பான்... முத்துக்கறுப்பனுக்கு என்ன சம்பளம் என்று எல்லோரும் கேட்டிருப்பார்களே!

மூக்கையனுக்காக இங்கே அலைந்திருக்கிறான் முத்துக்கறுப்பன். அவன் இங்கு வந்து தங்கிய ஒரு வாரமும் அலையவேண்டிவந்தது. புரசைவாக்கம் நெடுஞ்சாலையிலுள்ள ஒரு மனநோய் மருத்துவ நிபுணரைச் சந்திக்கவேண்டிவந்தது. மூக்கையன் பையன் அடிக்கடி சிரிக்கிறானாம் – தனக்குத்தானே திடீரெனப் பேச ஆரம்பிக்கிறான். பிறகு விழித்துக்கொண்டு ஏற இறங்கப் பார்க்கிறான். ஒரு தடவை தகப்பனாரையே அறைந்துவிட்டானாம். இது கடந்த இரண்டாண்டுகளாகக் கட்டுக்கடங்காமல் உள்ளதாம். ஊரில் பூதம்மன் கோவில் பூசாரி ஒரு தடவை கட்டிவைத்து அந்தப் பையனை அடித்தாயிற்று. பெரிய கோவில் அர்ச்சகர் மிகவும் தள்ளி நின்று பையனுக்குத் துளசி தீர்த்தம் வழங்கினார். பையனின் சிரிப்பு நிற்கவில்லை. பிறகுதான் இங்கு கூட்டி வந்திருக்கிறான். திரும்பவும் வரவேண்டும்.

மூக்கையன் திரும்பவும் வரவேண்டும். வருவது பலவகைச் செய்திகளை அறிய வழிகோலும். சொல்ல வேண்டிய விதத்தில் சொல்லுவான். இது மெதுவாகவே குணப்படும் நோய் என்று சொல்லியிருப்பதால் கட்டாயம் வருவான். முத்துக்கறுப்பனின் வீட்டில்தான் தங்க வேண்டியிருக்கும். அப்படித் தங்கும்போதும் தனக்குச் சென்னையில் பல நண்பர்கள் உண்டு என்று சொல்ல மூக்கையன் தயங்குவதில்லை. ஏதோ போனால்போகிறதென்று உன் வீட்டிற்கு வருகிறேன் என்பது போலப் பேச்சிருக்கும்.

தாம்பரத்தில் அந்த மின்சார வண்டி நின்றபோது, விரைவு ரயில் அடுத்த பிளாட் பாரத்தில் கூவிநின்றுகொண்டிருந்தது. புறப்பட்டுவிடும். மூக்கையன் தென்படவில்லை. நாளை ஊர் போய்ச் சேர்ந்துவிடுவான்.

தாம்பரத்தில் இறங்கும் போது, பல்லைக் கடிப்பவர் காலில் கட்டு ஒன்றிருந்ததைக் கண்டான். அவன் மகளும் போன மாதம் கீழே விழுந்து கட்டுப்போட்டுக்கொண்டு நடமாடிக்கொண்டிருக்கிறாள். பள்ளிக்கூடம் போகவில்லை. அதைப் பற்றி இந்த மூக்கையன் ஒரு வார்த்தையும் கேட்கவில்லை என்பது ஏனோ ஞாபகம் வந்தது. அவன் கவலை அவனுக்கு – உண்மைதான். ஆனால், தன்னுடைய கவலையும் மூக்கையன் பையன் பற்றியதல்ல – தனது அந்தஸ்து பட்டணத்தில் உயர்ந்துள்ளதை ஊர் அறிய வேண்டும் என்பதுதானே.

மேம்பாலம் ஏறும்போது சிறிதுநேரம் திரும்பிப் பார்த்தான் முத்துக்கறுப்பன். வேறொரு ஞாபகம் வந்தது. இந்தப் பல்லைக்கடிப்பவர் கேட்டார் 'குட்டி பள்ளிக்கூடம் போகிறாளா?' என்று – அதற்கு எந்தக் காரணமும் கிடையாது – தன்னையோ, மூக்கனையோ போல அல்ல.

படிக்கட்டுகளில் அவர் ஏறிவருவதுவரை நின்றுகொண்டிருந்தான் முத்துக்கறுப்பன். பக்கத்தில் வந்ததும், "காலில் என்னங்க கட்டு!" என்று விசாரித்தான்.

\- 1990

31. சுயம்பு

"அந்த நீரூற்றிலே மூன்று காசுகள்" என்று பாடப்பட்ட பாடலைக் கேட்டுக்கொண்டே அமைதியுடனிருந்தான். அந்தப் பாடலைப் பாடியவரின் இரு மனைவியரும் அவனது அபிமான நடிகைகள். பாடக நடிகரைப் பிடிக்காது. "நோஞ்சான் - அலட்டிக் கொள்வான்" என்று குத்தலாகப் பேசுவதுண்டு. பாடலை விரும்பிக் கேட்பான். சிறிது காலம்தான் அப்படி.

ஏதோ ஒரு உந்துதலை ஏற்றுக்கொண்டவன்போல அவன் இசை மீது நாட்டம் செலுத்தினான். இதுமாதிரி பல விஷயங் களில் அவன் எடுத்துக்கொண்ட முயற்சிகள் தோல்வியடைந்ததை உணர்ந்தவன் போல, இந்த இசை பற்றியதில் விசேட அக்கறை காட்டினான். மற்ற எதற்கும் இல்லாத ஒரு தனித்தன்மையை அவன் அதனிடத்துக் கண்டுவிட்டிருக்கவேண்டும். கொஞ்சம் பணம் செலவழித்தான். சாதாரணமாகக் கேட்கும் பாடல்களிலும் அவற்றின் வரிகளிலும் ஆர்வமில்லை. பிறகு அந்த சுரங்கள் - அவற்றிலும் ஈடுபாடில்லை. ஆனால், அந்த ஆலாபனை - அது பெரிதாகத் தெரிந்தது. இசை என்ற ஒன்று இம்மானிடத்தைப் பற்றிக்கொண்டதற்குக் காரணமே அந்த ஆலாபனைதான் - அதிலிருந்தே எல்லா ரகசியத்தையும் அறியமுடியும் என்று தோன்றிற்று.

"நான் என்ன செய்வேன்"

"இதோ பார் - நீ என்னை கைவிட்டு விடாதே"

"நான் சொல்கிறேன் - இது இப்படித்தான்"

இந்த மாதிரியான கூற்றுகளின் தோற்றக் காரணங்களை ஆலாபனை மூலம்தான் தெளிவாகச் சொல்லமுடியும் -

வார்த்தைகளால் அல்ல என்று தெரியவந்தான். மொழி என்ற பேச்சே தேவையில்லை என்றான். இப்படியாகச் சிறிது காலம் நீடித்தது.

பின்பு சிரத்தை எடுத்துக்கொண்டு மேலும் அறியத் தொடங்கிய போது, தூய இசையை – அது மேநாடோ இங்கோ – கடவுள் சம்பந்தப்பட்ட இடங்களில் சேர்த்துவைத்துவிட்டார்கள் என்று தெரிந்துகொண்டான். கத்தோலிக்க சர்ச்சுகளிலும் இங்கே கோயில்களிலும் நடமாடிய இசை உயர்ந்தது என்ற தெளிவுடன் இருந்தான். உண்மையான இசை அங்கேதான் இருக்கிறது – மீதமுள்ளவர்கள் அதைப் போலித்தனம் நிறைந்ததாகவும் இனவெறி நிறவெறி கொண்டதாகவும் மனித இயல்பற்ற ஒரு கருவியாகவும் மாற்றிவிட்டார்கள் என்றும் தெரிந்துகொண்டான்.

எழுத்திற்கும் அதற்கும் எந்தச் சம்பந்தமுமில்லை என்றான். மிகவும் அலுப்பாகவிருந்த ஒரு குறிப்பிட்ட காலத்தில் அவனை அமைதியுடையவனாக்கியது இசைதான்.

வேறு வகையில் – எழுத்து சம்பந்தப்பட்டவைகளில் அவன் எதையும் விரும்பவில்லை. கவிதையும் கதையும் ஓசையில்லாவிட்டால் இல்லை என்று சொல்லியிருக்கிறான். எந்த எண்ணமும் அவனது படிப்பின் மூலம் வரவில்லை என்பதால்தான் இந்நிலை என்று சொல்லவேண்டும். எதுவும் தெரியாது என்ற காரணத்தால் இது பற்றி அதிகம் தெரியமுடிந்தது என்றும் சொல்லலாம்.

கேசட்டுகள் வரத்தொடங்கிய பிற்பாடு அவன் சிலவற்றைச் சேகரிக்கத் தொடங்கி அவைகளைப் பாதுகாத்ததும் உண்டு. காலையில் உலவி வந்த பின்னர், மதுரை சோமுவின் சில ஆலாபனைகளைக் கேட்பதில் விருப்பம் இருந்தது. இதெல்லாம் சிறிது காலத்திற்குத்தான் நீடித்தது. தொலைக்காட்சி இந்தப் பட்டணத்தில் அறிமுகமான காலகட்டத்திலேயே அவன் அதைப் பார்ப்பதை விட்டுவிட்டான். சினிமா பார்ப்பதும் நின்றுபோயிற்று.

எழுத்து என்பதே ஓசையென்றாகிவிட்ட பிற்பாடு, அவன் வேறு எதை விரும்பியிருக்க முடியும்? நண்பர் என்று சொல்லும்படியாக யாருமில்லை. மனைவி என்று வந்தவள் தன்னைப் புரிந்துகொள்ளவில்லை என்ற குறையுண்டு. அண்டை வீட்டு ஆட்களிடையே கூட இன்னமும் அறிமுகமானபாடில்லை.

ஆனால், இந்தச் சுமாரான பட்டணத்தில் எதையும் புரிந்துகொள்ள வேண்டிய அவசிய மில்லை என்று தோன்றிற்று. கொஞ்ச நஞ்ச சட்ட திட்டங்கள் – ஒழுங்குமுறைகள் – சில அங்கீகரிக்கப்பட்ட முகபாவங்கள் – சில குறிப்பிட்ட சொற்கள் போதுமானவையா யிருந்தன. மனித ஆரவாரமற்ற வெளிகள் சில இப்பட்டணத்திற்கப்பால் பரந்து கிடந்தன. "இங்கே பார் – இங்கு மனிதர்கள் இல்லை – இது அழகுப் பிரதேசம்" என அவனுக்கு மட்டும் அவை சொன்னது போலும். மாதத்தில் இரண்டு மூன்று தடவை அவ்விடங்களில் ஒன்றைத் தேர்ந்தெடுத்து கிட்டத்தட்ட நடுநிலப் பரப்பொன்றில் அமர்ந்து பாடவாரம்பிப்பான். பாட்டு என்றால் முன்பு சொன்னபடி குரல் மட்டுமே. அது அவன் மூலமாக வெளிவரும். அதன் மூலம் குறிப்பிட்ட சில பிராணிகளோடும் மரங்களோடும் பேச முடிந்ததை உணர்ந்தான்.

இவ்வாறு ஒதுக்குப்புறமாக யாருமறியாது வெட்டவெளியில் அமர்ந்து பாடுவது சிலருக்குத் தெரிந்துபோயிற்று என்று அறிந்தபோது அவன் வருத்தப்பட்டான். இவனையும்

நண்பனாக ஏற்றுக்கொண்ட சிலர் வலிந்து அவனிடம் வற்புறுத்திக் கூற ஆரம்பித்தனர். சங்கீதம் என்பதை முறையாகக் கற்க ஆரம்பித்த பலர் இவனைப் பற்றிச் சிலரிடமிருந்து கேள்விப்பட ஆரம்பித்திருந்தனர். ஒரு கிழவர் ஆதங்கத்தோடு சொன்னார்.

"நீரை விழலுக்கு இறைக்கலாமோ? – உனக்கு ஆர்வமிருந்தா ஊரோடு ஒத்துப் போ."

"முறைப்படி படி."

எல்லாரும் போலத்தான் அவரும் சொன்னார். ஆனாலும், அவருடைய அணுகல் தேவைக்கும் அதிகமாகவிருந்தது.

எல்லாரையும் மதித்துக்கொண்டு அவன் யார் சொல்லையும் மதிக்காது தனி வழி நடந்தான். வயதானவர் அவனை "திராவிடக் கட்சிக்காரன்" என்று டமாரமடித்துத் தன்னை ஓர் "ஆரியக் கட்சிக்காரன்" என்று சொல்லாது நின்றார். அவன் தன் நண்பர்களாக மரங்களையே கொண்டான். அவை அவன் வழியைத் தடை செய்தது கிடையாது.

குருவை அவன் தேர்ந்தெடுக்காதபடியால் எந்த சந்தேகத்தை யாரிடம் கேட்டிருக்கமுடியும் என்று தெரியவில்லை. அப்படி யாராவது கிடைத்திருந்தாலும் கேட்டிருக்க முடியாது. சந்தேகங்கள் அனைத்தும் அவனைப் பற்றியது அல்லவா?

ஒருவேளை மரங்களையே குருவாகக் கொண்டிருக்கக்கூடும். எந்தக் கூண்டிலும் அவனை அடைத்துவைக்க அவை பிரயத்தனம் செய்யவில்லை.

ஓராண்டு வெட்டவெளிப் பயிற்சியில், வேறொரு குரலைக் கேட்க முடிவதாக ஐயுற்றான். இன்னும் ஒரு மாதம் சென்றபோது, தான் உட்கார்ந்திருந்து பாடும் இடத்தின் தரை மெதுவாக உயர்ந்து வருவதாகவும், வழக்கமாக உட்காரும் நிலையை அனுசரிக்க முடியவில்லை என்றும் தோன்றியது. அடுத்த எட்டு நாட்களில் அந்த இடத்தில் ஒரு சுயம்பு முளைத்து எழுந்துள்ளதைக் கண்டான்.

○

முத்துக்கறுப்பன் என்ற இளைஞனை இந்த வயதில் இசைத் துறை கண்டுகொண்டது. பல் போன பல கிழவர்கள் மலர்ந்த முகத்தைக் காட்டி அவனை வரவேற்கவேண்டி வந்தது. அவர்கள் எல்லாரும் அநேகமாக தங்கள் இளமைக்காலச் சந்தேகங்களுடன் இன்னும் வாழ்ந்துகொண்டிருப்பவர்கள். வீட்டிலும் – விழாக்களிலும் அவன் பாடியது கேட்டு வியந்தனர். ஆலாபனை மட்டும் கையாள்வான். கீர்த்தனைகளைச் சீண்டுவதில்லை. ஓரிருவர் கேட்டதற்கு பதில் சொல்லாமலிருந்தான். ஒரு சமயம் "நான் பாடுவதுதான் கீர்த்தனை" என்றான்.

இசைக் கல்லூரியில் ஓய்வுபெற்ற ஒருவர் சுற்றிச் சுற்றி வந்தார். ஓய்வுபெற்ற பின்னர் அப்படி ஒருவன் தோன்றியபடியால், அவருக்கு அத்தனை கோபம் இல்லை. அவனைப் பற்றி விசாரித்துப் பார்த்தார். அவன் பிறந்த இடத்து சங்கீத நிலவரத்தை ஆராய்ந்தார். குடும்ப விஷயங்களை நோட்டம் விட்டார். எதுவுமில்லை. படிப்புலகைப் பற்றிக் கேட்டுப் பார்த்தால், படித்ததே அற்பம் எனத் தெரிந்தது. பிறகுதான் அவனது வெட்டவெளிப் பயணம் பற்றிக் கேள்விப்பட்டான். மாடு மேய்க்கிற சிறுவனொருவன், அவருக்கு அந்த இடத்தைக் காட்டினான். அங்கே அந்த சுயம்பு இருந்தது. கறுப்பாக மேற்பக்கம் மண்

சிறுகதைகள் 181

சிதறல்களோடு. அதன் பிறகுதான் அவருக்கு மூச்சு சரியாக வந்தது. எல்லாம் முடிந்தது என்று சொல்லிக்கொண்டார்.

○

அவன் தனது ஆவலை அடக்கமுடியாது கேட்டான்.

"அப்படியா – நீங்க பாத்தேளா?"

அவர் தலையசைத்துப் பதில் சொன்னார்.

"ஆமாம் – நீயும் வந்து பாக்கணும்."

ஆவலை அடக்க முடியாதுதான் போனான். ஆவல் கொள்ளல் என்பது சந்தேகமாகி விடாது. அவன் ஆலாபனையிலேயே இருந்திருக்கவேண்டும். ஆசை யாரை விட்டது?

வெகு நாட்களுக்குப் பிறகு அந்த இடத்தில் அதைக் கண்டான் அவன். தன்னுள் நெருப்பாக எரிந்துகொண்டிருந்த ஒலியைக் காணச் சென்றவன் முகத்திலறைந்துகொண்டான். "கன்னத்தில் போட்டுக்கொள்கிறான்" என்று பெரியவர் அவனது செய்கையை விளக்கினார்.

அவன் என்றோ கண்ட சுயம்புவிற்கு அங்கே அலங்காரம் பண்ணி, ஒரு முப்புரி நூலையும் மாட்டிவிட்டிருந்தார்கள். ●

- 1990

32. ஞானக்கூத்து

1

நியூயார்க் – வெஸ்ட் சைட் அவின்யூவிலிருந்து, சிவசங்கரன் என்கிற சிவம் தன் தந்தை முத்துக்கறுப்பனுக்கு எழுதிய கடிதங்களின் சில பகுதிகள்:

○

இரவு ஏழரை மணிக்கு மேல் பேசுவதுதான் நல்லது. அம்மாவும் இருக்கவேண்டும்.

○

நடந்துதான் போகிறேன். நன்றாகவே இருக்கிறது. ரயிலில் போனால் ஒரு டாலர் ஆகிவிடுகிறது. நடந்துசெல்வதில் கஷ்டமில்லை.

○

இங்கே ஒரு கோவில் இருக்கிறது. ஒரு தடவை போயிருந்தேன்.

○

எனக்கு சால்ட்லேக் சிட்டி என்ற இடத்திற்கு மாற்றம் கிடைக்கக்கூடும் – அதாவது எங்கள் கம்ப்யூட்டர் பிரிவிலுள்ள அத்தனை பேருக்கும்!

○

சமையல் செய்வதில் கஷ்டமில்லை. எல்லாம் கிடைக்கிறது. பிஞ்சுக் கத்தரிக்காயும் வெண்டைக்காயும் வாங்குவது சுலபம்.

○

நிறைய படிப்பதற்கு வாய்ப்பு உண்டு. முன்புபோல ஆர்வமில்லை.

○

திருமந்திரமும் அருட்பாவும் என்னிடம் பத்திரமாக உள்ளன.

❍

இங்கே நியூயார்க் டைம்ஸ் பத்திரிகையில் வேலை பார்க்கும் ஒரு நிருபரோடு பழகும் சந்தர்ப்பம் கிடைத்திருக்கிறது. நல்ல அனுபவம். நிறைய படித்திருக்கிறாள் – கம்ப்யூட்டர் விஞ்ஞானம் உட்பட – உலகம் முழுவதும் சுற்றியிருக்கிறாள். சென்னைகூட வந்திருக் கிறாளாம். நிறைய வழிகள் தெரிகிறது. ஒரேயடியாகச் சொல்லிவிட்டாள். "இன்னும் நூறாண்டு ஒருவர் உயிரோடிருந்தால் அப்போதும் படித்துக்கொண்டிருக்கக் கூடியவை இரண்டே இரண்டு – ஆலீசின் அற்புத உலகம் – திருக்குறள்" அவள் பெயர் செல்வி லவூலா.

❍

இங்கே உங்களுக்குத் தெரிந்த ஆங்கிலமே போதும். அதைக்கொண்டே ஒப்பேற்றிவிடலாம். முதலில் எப்படியிருக்குமோ என்றிருந்தேன். இப்போது பழகிவிட்டது. இங்கேயுள்ளவர்களிடம் கேட்டால் அவர்களும் அப்படித்தான் சொல்கிறார்கள் 'எங்களுக்குத் தெரிந்ததும் இவ்வளவுதான்' என்று.

❍

காலையிலே பழச்சாறுதான் – ரொட்டி பழகிவிட்டது. என்னுடன் இருக்கும் நண்பர்கள் வேறுவகையான உணவுகளைச் சாப்பிடுகின்றார்கள்.

❍

தொலைபேசிக்கு எட்டாயிரம் ரூபாய் கட்டிவிடுவது நல்லது.

2

தலைமைச் செயலக இணைச் செயலாளர் முத்துக்குமாரசாமி பிள்ளை (இ.அ.ப.) என்று அச்சடிக்கப்பட்ட அருமையான தாளில் 'ஓய்வு' என்று மாத்திரம் மையால் எழுதப்பெற்று முத்துக்கறுப்பனுக்கு வந்த கடிதம்.

"நம்முடைய சங்கம் மூலமாகத்தான் தங்கள் பையனுக்குப் பெண் தேடிக்கொண்டிருக்கிறீர்கள் என்பதை அறிந்தேன்.

எங்கள் பூர்வீகம் தெற்கே – குடும்பம் பரம்பரைச் சைவம்தான். என் சித்தப்பா அரசுப்பணியிலிருந்து ஓய்வு பெற்றவர். தற்போது ஊரிலிருக்கும் அவர் தங்கள் தந்தையை அறிவார். சித்தப்பா சொல்லிவிட்டால் போதும் – நாங்கள் வேறு எதுவும் பேசுவதில்லை.

எங்களுக்கு ஒரே பெண். எம்.எஸ்.ஸி. தேறியுள்ளாள். ஊர்ப் பக்கம் குடும்பத்து வீடும் நான்கு கோட்டை விதைப்பாடு வயலும் உண்டு. இங்கே அசோக் நகரில் சொந்த வீடு. எல்லாம் பெண்ணிற்குத்தான். அவளது விஞ்ஞானப் படிப்பு வீணாகிவிடக் கூடாது என்பதற்காக, தற்போது கல்லூரியொன்றில் வேலை பார்க்கிறாள்.

நாற்பது ஆண்டுகள் சென்னையிலிருக்கும் நமக்குள்ளே அறிமுகம் இல்லாமல் போனது அதிசயமே. தங்களையும் தங்கள் குடும்பத்தாரையும் அறியாவிடினும் நம் முன்னோர்கள்

ஆசியாலும் நம் சமூகச் சங்க உதவியாலும் இந்தச் சம்பந்தம் நடைபெறவுள்ளது சிவனருள் போலும்.

மேலும் தங்கள் கடிதங்கண்டு.

3

ஏழு மணிக்குத்தான் பள்ளிக்கூடம் முடிந்து வந்தாள் சரசுவதியம் மாள். தாழ்வாரத்தில் சாய்வு நாற்காலியில் உட்கார்ந்திருந்த முத்துக்கறுப்பன், "வர நேரமாயிடுமோன்னு பாத்தேன் – போன தடவையே பயலுக்கு ரொம்பவும் வருத்தம்" என்றார்.

சரசுவதி முகங்கழுவிக்கொண்டாள். காப்பி போட்டுக்கொண்டிருக்கும் போது, தொலைபேசி மணியடித்தது.

"நீங்களே எடுங்க, நான் பொறகு பேசுறேன்" என்றாள்.

முதலில் யாரோ பேசிய பிறகு சிவத்தின் குரல் கேட்டது.

"அப்பாதானே – இன்னைக்கும் அம்மா இல்லையா?"

"இருக்கா – உனக்கு வேற இடத்துக்கு மாத்தம் இருக்கும்னு எழுதியிருந்தியே – அது என்னவாச்சு?"

"அது அடுத்த சனிக்கிழமைதான் தெரியும். அநேகமா போகவேண்டியிருக்கும். இங்கிருக்கிற நாலு பேரும் போகணும்."

"அது ரொம்ப தூரமாச்சே."

"ஆமா – எல்லாம் கம்பெனிப் பொறுப்புதான். இடங்கூட அவங்கதான் தருவா. போனா ஒரு ஐநூறு டாலர் அதிகம் கிடைக்கும்."

"உடம்புக்கெல்லாம் ஒண்ணுமில்லையே?"

"ஒண்ணுமில்லை – அம்மாகிட்டே குடு அப்பா."

சரசுவதி குழலை வாங்கிக்கொண்டாள்.

"மக்கா – உடம்பு எப்படியிருக்கு – எண்ணெய் தேச்சுக் குளிக்கியா."

"எல்லாம் நடக்குதம்மா. அங்க ஒண்ணும் விசேடமில்லையே. வீடு ரிப்பேர் பண்ணணும்னா பண்ணிடலாம். பணம் அனுப்பித் தரேன். அப்பாவுக்கு உடம்பு எப்படியிருக்கு? 'போரிங்'லே தண்ணியெல்லாம் அப்பா அடிக்காண்டாம்."

"மாத்தம் எங்கியோ இருக்கும்னு அப்பா சொன்னாளே?"

"இருக்கும் – நான் எழுதுகேன்."

"அப்பாட்ட குடுக்கட்டுமா?"

"நேரமாகிப் போச்சே – வைச்சுர்ரேன் – எழுதறேன்."

சிறுகதைகள் 185

வைத்துவிட்ட சரசுவதியம்மாள், "எவ்வளவு அருமையா சத்தம் கேக்குது பாத்தேளா – பக்கத்திலேயிருந்து பேசுகது மாதிரி இருக்குது" என்று வியந்தாள்.

4

உயர்திரு முத்துக்குமாரசாமிப் பிள்ளையவர்களுக்கு முத்துக்கறுப்பன் எழுதிக்கொண்டது.

தங்கள் அறிமுகம் கிடைத்தமைக்கு மகிழ்ச்சி. இதைப்பற்றி பையனுக்கும் விவரம் தெரிவித்திருக்கிறேன் – தங்களுக்குத் தெரியும், பிள்ளைகள் விருப்பப்படிதான் எல்லாம் வேண்டுமென்று.

என் தந்தையாரையும் மற்ற முன்னோரையும், தங்கள் சித்தப்பா மூலமாகத் தெரியும் என்று எழுதியிருந்தீர்கள். இருந்தாலும், நானும் சில விவரங்கள் தருவது நல்லது.

என் தந்தை சிவசங்கரன் அவர்கள் ஆறுபடை வீடுகளைப் பார்த்து வருகிறேன் என்று புறப்பட்டுப்போய் திரும்பவேயில்லை – இன்று வரை. என் தாயார் கடைசிக்காலம் வரை தாலியணிந்திருந்தே உயிர் விட்டாள். அவள் சாவு இயற்கையானதில்லை என்று ஊரில் ஒரு பேச்சு உண்டு.

நான் பள்ளியிறுதியில் தேறாதபடியால் இங்கு வந்து வேலை தேடிக் கொண்டேன். என் மூத்த சகோதரர் – அவருக்கு வயது அறுபத்தைந்து – இப்போதும் தமது மனைவியார் வீட்டில்தான் வாசம். அவர்தம் மகன் ஆபத்தில்லாத மனநோய் கொண்டவன் என்று சொல்கிறார்கள். என் தம்பி – வயது நாற்பத்தைந்து – இப்போதுதான் தனிப்பட்ட முறையில் தேர்வு எழுதி எஸ்.எஸ்.எல்.சி. தேறியுள்ளான். இன்னும் ஓர் ஐந்து ஆண்டுகளில் கீழ் நிலை எழுத்தராகப் பணியில் பதவியுயர்வு கிடைக்கும். தம்பியின் பிள்ளைகள் இப்போது தங்கள் அம்மாவுடன் வசிக்கின்றனர்.

என் பெரியப்பா – விடுதலைப்போராட்ட சமயம், தம்முடைய மகளையும் பேரப் பிள்ளைகளையும் பார்க்க வேதாரண்யம் சென்று, அங்கே ஒரு பலசரக்குக் கடையில் உப்பு வாங்கிவந்தபோது, போலீஸ் தடியடிபட்டு, ஜெயிலுக்குப் போய் பின்னர் தியாகிகள் பென்ஷன் பெற்றுக் காலமானார். பெரியம்மா வீட்டில்தான் நானிருந்தேன். பால் மாடுகள் நாலைந்து அவர்களுக்கு. நான்தான் அவற்றைக் கவனித்து வந்தேன். வேனிற்கால விடுமுறையில் என் கவனக்குறைவு – மேய்ச்சலில் ஒரு மாடு காணாமல் போயிற்று. நான் சொல்லாமல் கொள்ளாமல் சென்னைக்கு வந்து விட்டேன்.

தாய்மாமன் பற்றியும் நான் சொல்லவேண்டும். ஊரில்தான் இன்னமுமிருக்கிறார். அங்கே தென்னை மரங்களிலிருந்து காய்களைத் திருடி அவர் விற்றது எனக்கு ஏழு வயதிலிருந்தே தெரியும். இப்போது அம்மன் கோயில் சொத்து அவர் கையில். எனக்கு அவரது முகம் மறந்துவிட்டது.

சென்னையில் வேலை பார்த்துக்கொண்டிருந்தபோது, என் கல்யாணம் முடிந்தது. இங்குள்ள சாதிச் சங்கத்தில் போய் அழைப்பு வைத்தேன். அந்தச் செயலாளர் சாந்தமாக, "நீ அழைப்புத் தரவேண்டியது அரசுக்குத்தான் – சங்கத்திற்கல்ல" என்றார்.

அவர் சொன்னது உண்மைதான். நான் மணஞ்செய்துகொண்டது, ஓர் ஆதி திராவிடப் பெண். எனினும், அரசாங்கத்திற்கு அழைப்புத் தரவில்லை.

இப்போது சங்கத்தில் எனக்கு யாரையும் தெரியாது. இருந்தபோதிலும் அவர்கள் பலவிதத்திலும் உதவியாயிருப்பது நல்ல காரியம்.

5

"அவருக்குத்தானே உங்க பதிலை அனுப்பணும், 'காப்பி'யை எதுக்கு பையனுக்கு?"

"அவனைப் பத்தினதுதானே இந்தப் பதில் – படிக்கணும் அவனும்."

"பொங்கல் சமயத்திலே வந்தா ஏதாவது முடிவாப் பார்த்துச் செய்தாகணும்னு எழுதிடுங்க."

"அதையும் எழுதியிருக்கேன்."

"எங்க பள்ளிக்கூடத்திலே சொன்னா ஒருத்தி – யாரையாவது கூட்டிக்கிட்டு வந்து நின்னா என்ன செய்வேன்னு?"

"என்ன செய்வே?"

"இப்பக்கூட எழுதியிருக்கான் பாத்தேளா – ஏதோ பெண் நிருபர்னு– அந்த மாதிரி பழக்கம் வந்து ஒரு வெள்ளைக்காரியைக் கூட்டிக்கிட்டு வந்துட்டா?"

"அப்படிச் சொல்ல முடியாது."

"ஏன் முடியாது?"

"வெள்ளைக்காரியாத்தான் இருக்கணுமா – அமெரிக்காவிலே கறுப்பர்களும் உண்டு."

முத்துக்கறுப்பன் சாய்வு நாற்காலியில் தன்னைச் சாய்த்துக்கொண்டார். நல்ல காற்று வீசியது. இந்தப் பட்டணத்தில் முதன்முறையாக நல்ல காற்றை அனுபவிப்பவர் போல் மூச்சிழுத்துக்கொண்டு கண்களை மூடினார். ●

- சுபமங்களா, 1991

33. தொலைவிலுணர்தல்

சிறுகதைகள்

நன்றாகக் குளித்தார் என்று சொல்ல முடியாது. ஒரு எட்டுச் செம்பு தண்ணீர் – பரவலாகக்கூடப் படவில்லை. தலையை மட்டும் நன்றாகத் துவட்டிவிட்டு, உடம்பை பட்டும்படாமலும் துடைத்து, நீர்த் திவலைகள் வழிய அவசரமாக வெளிவந்தார். வேறு வேட்டி மாற்றிக்கொள்ளவில்லை. துடைத்த அந்தத் துண்டையே கட்டிக்கொண்டார் – வந்த தரையெல்லாம் ஈரம்.

வீட்டின் முன்னறையில் நுழைந்தபோது, மணியைப் பார்த்துக்கொண்டார். நேரம் கடந்துவிடவில்லை. இன்னும் அரை மணி நேரமிருந்தது. முடித்துவிடலாம்.

சுவருக்கு எதிரே அதைப் பார்த்தவாறு உட்கார்ந்தார். சுவரில் எழுதப் பெற்றிருந்தது. ஒரு # குறியும், புள்ளியொன்றும். இரண்டிற்கும் மூன்று விரல் அளவு இடைவெளி.

முத்துக்கறுப்பன் கண்களை மூடிக்கொண்டார். இப்போது அதிக ஒளி – கண்களை மூடுவதற்கு முன்பிருந்ததைவிட அதிகமான கூசும் ஒளி. நல்ல சகுனம் என்ற எண்ணமும் ஏற்பட்டது. எண்ணங்களை விரட்டினார்.

அவ்வாறு தோன்றிய ஒளி மங்கி இருள் வருவது வரை அந்த மனநிலை ஒன்றியிருந்தது. சில்லென்றாகிவிட்டாற்போல் பிரமை. அந்த இருள் கிடங்கிலே வெகு நேரத்திற்கப்பால் – அப்படித் தானிருக்கவேண்டும் – ஒரு புள்ளி ஒளிக் கீற்று. அது பெரிதாக வளர வளர, எதிலும் நிலைபெற்று இருந்துவிடாது, அவர் மகிழ்ச்சிக்கடலில் மூழ்கியிருந்தார். இருபது நிமிடம் சென்றிருக்கும்.

திடீரென்று கண்களைத் திறந்து பக்கத்திலிருந்த ஒரு புகைப்படத்தை எடுத்து, சில விநாடிகள் பார்த்து, அதைக் கீழே பழையபடி வைத்து விட்டு, திரும்பவும் கண்களை மூடிக்

கொண்டார். இப்போது இருள் நிலையிலிருந்து வெளிக்காற்று வர அதிக நேரமாகவில்லை. கொஞ்ச நேரத்திற்குள் எல்லாம் முடிந்துவிட்டது.

எழுந்து நின்று தலையையும் உடலையும் நன்றாகத் துடைத்துக்கொண்டார். நாற்காலியில் உட்கார்ந்து அறைவெளியே நின்று கொண்டிருந்த இருவரையும் உள்ளே வரச் செய்தார்.

வந்தவர்கள் ஒரு பெரியவரும் அவர் மகனும்.

"இது எப்போ நடந்தது?" என்று கேட்டவாறே, கையிலிருந்த போட்டோவைத் திருப்பிக்கொடுத்தார் முத்துக்கறுப்பன்.

"பத்து நாள் ஆச்சு இன்னையோட."

"இருக்கும் – கேட்டுக்கிடுங்கோ – பையன் பத்திரம்மாயிருக்கான். இந்த நேரத்திலே ஒரு பாலத்து மேலே நடந்து கீழே ஆத்துத் தண்ணியைப் பாத்துக்கிட்டிருக்கான் – உசிரோடதான் இருக்கான்– வேறே என்ன வேணும்?"

"திரும்பி எப்ப வருவான்?"

"இதப் பாருங்க – நான் ஏற்கனவே உங்ககிட்ட சொன்னேன். பையன் இப்ப எங்க இருக்கான் அப்படிங்கறதை மட்டுந்தான் சொல்லுவேன். எத்தனாம் தேதி திரும்பி வருவான், அவன் உத்தேசம் என்ன அப்படிங்கற விஷயமெல்லாம் சொல்லமுடியாது. பையன் உயிரோடிருக்கான் – இப்ப ஒரு ஆத்தங்கரையிலே பாலத்துக்கு மேலே – உங்களுக்குத் தெரிஞ்சு அப்படி ஒரு இடமிருந்தா தேடிப் பாருங்க – நிச்சயம் அங்க இருப்பான். மேற்கொண்டு பலன் வேணும்னா சாதகம் பாத்துக்கிடுங்க."

"சாதகம் இல்லையே."

"இருந்தாக்கூட இப்ப எப்படிப் பாக்க முடியும் – இது யாரு – உம்ம மூத்த பையனா?" என்று விசாரித்தார் முத்துக்கறுப்பன்.

"ஆமா – இளையவன்தான் இப்படிக் காரியம் பண்ணிப்போட்டான்– யாரும் ஒண்ணும் சொல்லல்லே – அம்மாக்காரி அப்பாவி, வாய் திறக்க மாட்டா – நானும் ஒண்ணும் சொல்றதில்லே – ஏன் இப்படிப் பண்ணினான்னு தெரியலே."

தகப்பனாரின் விளக்கத்தைக் கேட்டு மூத்த பையன் முகத்தில் ஆவேசமும் படபடப்பும் தெரிந்தன.

"சாதகம் இல்லே. பேர் ராசி வைச்சுப் பாக்க முடியும்லே?"

"முடியாது" என்றார் முத்துக்கறுப்பன். "என் பேரும் எங்க பாட்டையா பேரும் ஒண்ணுதான். ரெண்டு பேர் ராசியும் வெவ்வேற. பேர் ராசியெல்லாம் இதுக்கு ஒத்து வராது. சாதகம் அல்லது பிறந்த நேரம் இடம் எல்லாம் – வேற வழியில்லே."

"குறிச்சு வைச்சுக்கலியே – நச்சத்திரம் தெரியும் – சுவாதி."

"சொன்னம்லா – புண்யமில்லே. சாதகம் வேணும்."

சிறிது ஆலோசித்துவிட்டு முத்துக்கறுப்பன் தொடர்ந்து சொன்னார்.

"ஒண்ணு சொல்லுவேன் – அந்தப் பையன் ரொம்ப கஷ்டப்படப் போறான் – இப்பவே கஷ்டம் ஆரம்பமாயாச்சு – இது பொதுவா சொல்ற விஷயம்."

அப்போது அவர் மிகவும் அலுத்துப்போயிருந்தார். குளித்து உட்கார்ந்து 'தொலைவில் உணர்தல்' காரியம் பண்ணி, பேசி முடித்துவிட்டவுடன் ஏற்படும் வழக்கமான அலுப்பு.

வந்தவர்கள் புறப்பட்டனர். "முடிவான் – கையெழுத்துப் போட்டுட்டு தொலைஞ் சிருக்கப்படாது" என்று ஆங்காரத்துடன் அப்பாவைப் பார்த்துக் கேட்டான் மூத்த பையன். அப்பா பேசவில்லை.

"பேர் ராசி பாக்கறதில்லே – ஆனா பையன் பேரு என்ன?" என்று கடைசியாகக் கேட்டார் முத்துக்கறுப்பன்.

பெரியவர் 'இளவரசு' என்றார். மூத்தவனிடம் கேட்டிருந்தால் 'எழவெடுப்பான்' என்று சொல்லியிருப்பான்.

❍

எட்டு நாட்கள் சென்றதும், அந்த இளவரசே வந்து முத்துக்கறுப்பனைப் பார்த்தான். சண்டை போடுபவனாகவோ, அதிகம் பேசுபவனாகவோ தெரியவில்லை. ஏதோ கேட்கவந்தவன்போல நின்றான். மூத்தவனைவிட மிக ஒல்லியாகவிருந்தான். ஒட்டிப் போன முகம். முகத்தில் கண்கள் மட்டும் மினுங்கிக்கொண்டிருந்தன.

"நீதான் இளவரசா" என்று எதையும் எண்ணிக்கொள்ளாதவாறு கேட்டார் முத்துக்கறுப்பன்.

தலையசைத்துவிட்டு 'உக்காரலாமா' என்று அனுமதி வேண்டிவிட்டு, அவரது நாற்காலியின் பக்கம் – தரையில் உட்கார்ந்தான். அந்த அறையில் இருக்கையாக ஒரு நாற்காலிதான் உண்டு.

என்னதான் 'தொலைவிலுணர்வு' கற்றவராகவிருந்தாலும் முத்துக்கறுப்பன் பையனின் மரியாதையை எண்ணி மகிழ்ந்தார்.

"நான் உங்களைப் பாக்க வந்தது அப்பாவுக்குத் தெரியாது" என்று ஆரம்பித்தான்.

"தெரிஞ்சுதான் எல்லாக் காரியமும் பண்ணுவாயாக்கும்" என்று மடக்கினார்.

பையன் தளர்ந்துவிடவில்லை; தொடர்ந்து பேசினான்.

"அதுக்கில்லே. அப்பா இங்க வந்து போன விஷயத்தைச் சொன்னாரு. நீங்க சொன்ன எல்லாத்தையும் புரிஞ்சுக்கிட்ட அளவு சொன்னாரு. நான் அந்த விஷயம் பத்தி மேலே தெரிஞ்சுக்க வரலே. அதுக்காக நான் வந்தா, அப்பாக்கு சந்தோசம்தான். ஆனா, அதைப் பத்தியெல்லாம் – பிற்கால வாழ்க்கை பத்தியெல்லாம் கேட்க – யோக காலம் பத்தியெல்லாம் கேட்க நான் வரல்லே. நீங்க சொன்னது தப்புன்னு சொல்லத்தான் வந்தேன்."

முத்துக்கறுப்பன் இகழ்ச்சியாக அவனைப் பார்த்தார்.

“வேண்டாம் தம்பி – யாரிடமும் சொந்த வாழ்க்கை பத்திக் கேட்க மாட்டேன். தெரிஞ்சுக்கவும் விரும்பறதில்லே. சாதகம் பாத்தாக்கூட யாருன்னு கேக்காமத்தான் பாப்பேன். அதுதான் என் வழக்கம். ஆனா, இதுக்கு எதுவுமே தேவையில்லே. ஒரு துணி – காணாமல் போனவன் உபயோகிச்ச ஏதாவது பொருள் அல்லது போட்டோ போதும். கண்டதைச் சொல்றேன் – இதிலே தப்பு என்பதுக்கே இடமில்லே. நீ அன்னிக்கு ஒரு பாலத்துக்கு மேலே நின்னிருக்கே – எனக்குத் தெரியும்.”

பையன் முகத்தில் வியப்புத் தெரிந்தது. “இல்லே” என்று தர்மசங்கடமாகச் சொல்லிவிட்டுத் தொடர்ந்து கூறினான்.

“நான் சொல்ல வந்தது அதில்லே – காட்டுப்புதூர் பாலம் பக்கத்திலேதான் நான் நின்னுக்கிட்டிருந்தேன் – நீங்க சொன்ன அந்த விஷயம் சரி – அதனாலதான் உங்களைப் பாத்துப்போகலாம்னு வந்தேன்.”

என்ன சொல்லவருகிறான் என்பதுபோல அவனைப் பார்த்தார் முத்துக்கறுப்பன்.

“ஆனா, நாம் ரொம்பவும் கஷ்டப்படுவேன் – கஷ்டப்பட்டிருக்கேன் அப்படின்னு சொன்னேளாம். அதுதான் சரியில்லேன்னு சொல்ல வந்தேன் – அந்தப் பாலம் பக்கத்திலே நான் இருந்தப்ப எனக்குக் கிடைச்ச நிம்மதியை நான் ஒரு நாளும் அனுபவிச்சதில்லே. எங்க அப்பா பேரிலோ அண்ணன் பேரிலோ எதுவும் ஏற்படல்லே. இத்தனைக்கும் என்னை ஒரு ‘இழவு’ன்னுதான் அநேகமாக எல்லாரும் சொல்லுவா – எனக்கு யார் மீதும் கோபமில்லே.”

கொஞ்சம் வெற்றிலை போட்டுக்கொண்டார் முத்துக்கறுப்பன்.

“நான் என்னை மட்டுமே வெறுத்துக்கொண்டிருந்தேன் அப்படின்னு சொல்லணும். வெறுக்கத்தொடங்கின முதல் நாளே சில விஷயங்க புரிஞ்சுபோச்சு. அதை இப்படிச் சொல்லலாம். எனக்கு இது வரை இருந்தது பயம். இந்த பயத்தைத்தான் நான் எப்படியெல்லாமோ எண்ணிப்பார்த்திருக்கேன். இந்த பயம் என்னை விட்டுப் போன நாள்தான் அன்றைக்கு அந்தப் பாலத்தருகே நின்றேன். எனக்கு அறிவு தெரிந்த நாள் முதல் என்னிடமிருந்த பயம் என்னை விட்டு நீங்க, நான் அந்த ஆறு போல ஓடத் தொடங்கியிருந்தேன்.”

முத்துக்கறுப்பன் புகையிலை போடவில்லை.

“அதுக்கு முன்னாலே சமயவேலு என்னை ஒரு கூத்திற்கு அழைத்துச் சென்றிருந்தான். சமயவேலு – உங்களுக்குத் தெரியாது – அவன் ஒரு சிறந்த நண்பன் – பத்து லட்சம் புத்தகம் படிக்கிறதைவிட ஒரு தெருக்கூத்தில் ஆடுவது பெரிசென்பான். பயம் அன்னிக்கு என்னை விட்டது. துணிகளை வாரிக்கொண்டுவந்து வேசங்கட்டி ஆடின கூத்திலே எனக்கு எல்லாம் கலைஞ்சுபோச்சு. எல்லாத்தையும் மறந்த பிறகு தெரிகிற ஒரே ஒளிக் கற்றையிலே எல்லாத்தையும் கண்டுகொள்ள முடிஞ்சது. அதுதான் நிசம்னு எனக்குத் தெரியுது. இந்த நிலமை கஷ்டம்னு நீங்க சொன்னா, சொன்னது உண்மையாயிருந்தாலும் அது நிசமில்லே.”

முத்துக்கறுப்பன் ஏதோ ஆலோசனையில் இருப்பவர்போல் தோற்றமளித்தார்.

“இதுதான் கஷ்டம்னு முதலிலேயே தெரியும்னா, அது கஷ்டமில்லாமலேயே போயிடும். எதிர்காலமும் அப்படித்தான்னு தோணுது. நான் தெருக்கூத்திலே போன வாரம்தான் கலந்து கிட்டேன். ஆடி ஆடி ஒரே ஒரு ஒளிக் கற்றையை நான் அடைந்தபோது, இருந்த நிலமையிருக்கே, அது எப்போதும் இருந்தால் இங்கே எந்தக் கஷ்டமும் இல்லே. அது எனக்குக் கிடைத்த நாள்தான் நான் தொலைந்துபோன நாள் – நிச்சயமா கஷ்டம் இல்லை அது. கஷ்ட நாள் என்றால் யாருக்கு? அதனாலே நீங்க சொன்னது சரியில்லைதான். ஒண்ணிலே வெளிச்சத்தைப் பார்த்து, அதிலே வேற யாரையோ கண்டுகொள்கிற தொலைக்காட்சி இல்லே இது. என்னைக் கண்டுவிட்டபிறகு, அதைப் பத்திப் பேசவேண்டி வருகிற இந்த மாதிரி சந்தர்ப்பம்தான் கஷ்டமான காலம் – வேறு எதுவுமில்லை கஷ்டம்” என்று சொல்லிவிட்டு ஒரு கும்பிடு போட்டுச் சென்றான் அந்தப் பையன்.

ஆனால், முத்துக்கறுப்பன் ஆடிப்பார்க்க மாட்டாதவர். ஞானத்தை வேண்டுமானால், அவர் மொழிபெயர்ப்புச் செய்யலாம்.

- 1991

34. சிவகாமி சரிதம்

"ராமன் – ராமன் அப்படின்னு இருந்தாரே, அவரு அப்பன் பேரு தெரியுமாடா உனக்கு" என்று ஒரு கேள்வியைக் கேட்டால், "அஜன் – அஜன் அப்படின்னு ஒருத்தர் இருந்தாராமே, அவரு மகன் பேரு தெரியுமா உமக்கு" என்றுதான் அவன் பதிலுக்குக் கேட்பான். சிறு வயதிலிருந்தே அப்படித்தான். ஆட்களுக்கேற்ற பதில் சொல்லும் முறை எதுவும் கிடையாது. சில சமயங்களில் "தெரியாது – எனக்கு இந்த மாதிரி சங்கதியிலெல்லாம் ஆர்வம் கிடையாது – வேறு ஏதாவது பேசும்" என்ற வகையில் சொல்லி விடுவான்.

முகஞ்சிவந்தாலும் கறுத்தாலும் எதிராளிக்கு அவன் மீது பயமும் மதிப்புமுண்டு. ஹரிகதா காலட்சேபத்தை மட்டும் கேட்டுத் தெரிந்து கொண்டு, அதை வரலாற்று ரீதியாக பம்மாத்துப் பண்ணித் திரியும் நபர்கள் அவனிடமிருந்து தூர ஒதுங்கினார்கள். 'திமிர் பிடித்தவன்– மரியாதை கிடையாது' என்ற அடைமொழிகள் தருவதில் தங்கள் தாபங்களைத் தீர்த்துக்கொண்டார்கள்.

முத்துக்கறுப்பனுக்குப் புராணங்களும் காவியங்களும் நன்றாக ஏறிற்று என்றாலும், அவனைப் புத்திசாலி என்று சொல்லிவிட முடியாது. கல்யாண வீடுகளுக்குச் சென்றால் நிலைகுலைந்து போவான். என்ன சொல்லி வாழ்த்தவேண்டும் – வந்திருக்கும் பெரிய மனிதரிடம் எப்படிப் பேசவேண்டுமென்பதை அறியாதவன். நாற்பது வருடங்களாகப் படித்துவரும் ஒரு புத்தகத்திலிருந்து இதுவரை யாருமே கேள்விப்படாத ஒரு சங்கதியைச் சொல்லிப் பிறரை அதிசயிக்க வைக்கும் இவனை நண்பனாகப்பெற்றோர் வியப்பிலே ஆழ முடிந்ததே தவிர, அவனது அசட்டுத்தனத்தை ஒத்துக்கொள்ளமுடியாது தவித்தனர்.

தவித்துக்கொண்டே நட்பு செய்வது சிரமம். எனவே, அவனிடம் பேசாது அவன் திறமையை மனதிற்குள் போற்றியவர் அநேகம். நம்மாழ்வாரைப் பற்றிப் புகழ்ந்து ஒரு கதாகாலட்சேபவாதி "வேதம்

தமிழ் செய்த சடகோபன்" என்று கூறிவிட்டால், இவன் "வேய் – வேதம் தமிழ் செய்தவன் என்றால் மொழிபெயர்ப்பாளன் என்றுதான் ஆகும் – ஏன் மாக்ஸ் முல்லர்கூட வேதம் வேற்றுமொழி செய்தவன்தான் தெரியுமா – நம்மாழ்வார் பெரிய ஆள் என்றால் அதற்குக் காரணம் மொழிபெயர்ப்பு வேலை இல்லை வேய் – ரீல் விடாதேயும் – தெரிந்தால் பேசும் – இல்லையென்றால் சாப்ளாக் கட்டையைத் தூக்கும்" என்றெல்லாம் குட்டை உடைத்தால், எல்லார்க்கும் நல்லவராக இருப்பவர்கூட அவனை ஒதுக்கித்தானாக வேண்டும்.

வீட்டில் ஒதுக்குவதற்கு ஆளில்லை. சிந்தாதிரிப்பேட்டையில் அவனிருந்த வீட்டில் அவனைச் சேர்த்து இரண்டே குடித்தனங்கள். அவன் தம் அம்மாவுடன் தங்கியிருந்தான். இங்கேயும் வேறு எங்கேயும் உறவென்று சொல்ல யாருமில்லை. சொல்லப்போனால் அம்மாவுக்குத்தான் இவன் சமைத்துப்போட்டு வந்தான். தாயாருக்கு ஒரு கையானது செயல்படாது.

காலையில் எழுந்துவிடுவான். முந்தைய நாளிரவு வாங்கிய ஒரு காயையும் அரிசியையும் சமைத்துவிட்டு, ஒரு மணி நேரம் படிப்பான். பின்னர், குளித்து சாப்பிட்டு ஒன்பதே முக்காலுக்குப் புறப்படுவான். பக்கத்து அண்ணாசாலையில்தான் அலுவலகம் – அரசுப் பணி.

தாயார் நண்பகலில் சாப்பிடுவது கிடையாது. வெந்நீர்தான் குடிப்பாள். மாலை அவன் ஏதாவது செய்துமுடித்து வெளியே போய் இரவு திரும்பி வந்தால், சில சமயம்தான் சாப்பிடுவான். பிறகு ஒரு பத்து – பதினைந்து புத்தகங்களைத் தூக்கிக்கொண்டு மொட்டை மாடிக்குச் சென்றால் இரவு பூராவும் தெருவிளக்கு வெளிச்சமிருக்கும்– அதாவது, தெரு விளக்கு எரிந்தால்.

இன்னொரு குடித்தனத்தைக் குடும்பம் என்று சொல்வதற்கில்லை. ஒரு பெண் தன் ஒருவயதுக் குழந்தையோடு இருந்துகொண்டிருந்தாள். அவள் கணவன் அந்தக் குழந்தை பிறப்பதற்கு முன்பே ஒரு விபத்தில் இறந்துவிட, கணவன் வேலை செய்த இடத்தில் கிடைத்த சொற்ப பணத்தை வைத்துக்கொண்டு, தனக்கு ஒரு வேலை தேடிக் கொண்டிருந்தாள். வீடு பெருக்க வரும் பெண்ணொருத்தியை குழந்தையைப் பார்த்துக்கொள்ளச் சொல்லிவிட்டு வெளியே போய் வருவதுண்டு. தாயாருக்கு அந்தப் பெண் மீது பரிவுமில்லை – நல்ல அபிப்ராயமுமில்லை. வார்த்தைகள் சில சமயம் வெடித்து வரும். "இந்தக் குழந்தைகூட அந்தப் புருஷன்காரன் செத்துப்போய் பத்து மாதம் கழித்துப் பிறந்தது" என்று பழித்து ஒதுங்கிக்கொள்வாள். முத்துக்கறுப்பன் அந்தப் பெண்ணைப் பார்த்ததேயில்லை.

கடவுள் என்பதை விநோதமான சங்கதியாக பாவிக்கும் அவன் என்றாவது ஒரு வேண்டுதல் செய்யவேண்டிவந்தால் "எனக்கு என் அம்மா போன்ற கொடூர உள்ளத்தைத் தராதே" என்பதாக இருக்கும். ஆனால், அவன் பிரார்த்தனை செய்வது கிடையாது.

இலேசாகத் தூறல் போட்டுக்கொண்டிருந்த ஒரு நாள் இரவு பதினொரு மணியளவில், சுவரோரமாக ஒதுங்கி மொட்டை மாடியில் படித்துக்கொண்டிருக்கும்போது, எதிரே வந்துநின்றாள் அந்தப் பெண். அமானுஷ்ய விஷயங்களில் கிஞ்சிற்றும் நம்பிக்கையற்ற அவன் ஒரு நொடிப்பொழுது ஏதோ எண்ணி அவ்வுருவத்தைப் பார்த்துத் திகைத்தால், அந்தப் பெண்ணின் பேச்சு மிகவும் தெளிவாக இருந்தது– அவசரமான குரலிலும்.

“உங்க அம்மாவுக்கு எப்படியோ இருக்கு – சத்தம் கேட்டது எனக்கு– உடனே வந்து பாருங்க.”

அவன் ஓடி வந்து பார்க்கையில் அம்மா வாயில் நுரைதள்ளிக் கிடந்தாள். “இது அவசரம் – உடனே ஆஸ்பத்திரிக்குப் போகவேண்டும்” என்றாள் அவள். தாயாரின் கண்கள் மூடியிருந்தன. நிலைமை ஊகிக்கப்பட்டது. வெளியே ரிக்ஷாவைத் தேடினான். இரவு நேரம். “ரிக்ஷாவுக்கும் டாக்சிக்கும் ஒரே பணம்தான் – சீக்ரமா கொண்டு வாருங்கள்” என்று வழிசொன்னாள் அந்தப் பெண்.

தாயார் ஒரு மணி நேரத்தில் ஆஸ்பத்திரிக்குக் கொண்டுபோகப்பட்டாள். மேற்கொண்டு அரை மணி நேரத்தில் மூச்சை நிறுத்தினாள்.

அவன் இதுவரை எதிர்கொண்டிராத நிலை. கையில் காசு கிடையாது. அவ்வட்ட நகராண்மைக் கழக கவுன்சிலரை ஒன்றிரண்டு முறை பார்த்ததுண்டு. தேர்தலில் தோல்விகண்டவர் அவர். தோல்வியுற்ற வேட்பாளர்கள் சில சமயம் அதிக உதவி செய்ய முன்வருவார்கள்.

அப்படித்தான் காரியங்கள் நடந்துமுடிந்தன.

அம்மா போன பிறகும் அவன் வாழ்க்கை எந்த மாற்றத்தையும் கொண்டிருக்கவில்லை. ஒரே ஒரு பதிப்பாளர் வந்து துக்கம் விசாரித்தார். அவருடைய பதிப்பகத்தில் அவன் போட்ட சண்டைகள் ஏராளம். சற்றேறக்குறைய அந்தப் பதிப்பாளரைத் தேடி வருகிற அத்தனை நபர்களையும் உண்டு இல்லை என்றாக்கியிருக்கிறான். ஆனாலும், அவர் வந்து துக்கம் விசாரித்தார். அப்போது அவன் அவரிடம் பழங்காலத்தில் சாவின் போதும் சடங்கின் போதும் பயன்படுத்தப்பட்ட சில பூக்களின் விவரங்கள் பற்றிப் பேசவாரம்பித்தான். “தம்பி” என்றழைத்தார் அவர். சில சமயங்களில் அவர் யாரையும் அப்படி அழைப்பார்.

“நான் சொல்றேன்னு நினைக்காதே – உயிர் வாழறது எப்படித் தவிர்க்க முடியாததோ, அப்படித்தான் கல்யாணமும். நீ படிச்ச ஒவ்வொரு காவியமும் அதைத்தான் சொல்லும். வேற ஒண்ணும் நான் சொல்ல மாட்டேன். அம்மா போனது பற்றி எனக்கு ரொம்பவும் வருத்தம். வீட்டிலேகூட வருத்தப்பட்டாங்க. உனக்கிருந்த ஒரு துணையும் இல்லாமல் போச்சேன்னு எல்லாரும் பேசிக்கிட்டோம்” என்றார்.

‘எல்லாரும்’ என்ற சொல்லிலே அவன் மகா வெறுப்படைந்தான்.

“அப்படியில்லையே – இப்போ எனக்கு இரண்டு பேருக்கு இந்தச் சமையல் செய்ய வேண்டியதில்லை பாத்தேளா – இன்னும் சொன்னா, சாவு இருக்கே சார், அது ஏதோ கஷ்டப்படற ஒண்ணில்லே அப்படின்னு எனக்குத் தெரியுது. நாமதான் அதைப் பூதாகரமாக்கி வைச்சுப்போட்டோம். ஏன் அப்படின்னா சாவிலே நமக்குப் பெரிய நஷ்டம் ஏற்படப் போகுதுன்னு நினைச்சுக்கிட்டிருக்கோம். அதனாலே அப்படியிப்படி பூசி மொழுகி, செத்துப் போனா அங்கே போவோம்– அங்க நவரத்ன குடைக்குக் கீழேயிருப்போம். திரும்ப அந்த ஆத்துமா கீழே இறங்கி வந்து பிறக்கும் – ஆத்துமாவுக்கு சாவு கிடையாது அப்படின்னு ரீல் விடறோம் – சாவிலே நஷ்டமே கிடையாதுன்னு இருந்துட்டா இந்தக் கதைக்கெல்லாம் தேவை இல்லை” என்றான்.

பதிப்பாளர் துணுக்குற்றார். இவன் 'ரீல்' விடுகிற ஆட்களைப் பற்றிப் பேசும்போதெல்லாம் துணுக்குறுபவர்தான். ஒருவேளை இப்போது சொல்வது வேறு விஷயமாகவிருக்குமென்ற அற்ப நம்பிக்கையுடன் அவன் சொல்வதைக் கேட்டுக்கொண்டிருந்தார்.

"அது இருக்கட்டும் முத்துக்கறுப்பன்" என்று சிறிது நேரங்கழித்து ஆரம்பித்தார்.

"எது இருக்கட்டும் – இருக்கவே வேண்டாம் சார் – இந்தப் போலித்தனத்தையெல்லாம் பாத்துப் பாத்து சலித்துப் போச்சு – உங்ககிட்டே ஒண்ணு சொல்லட்டுமா?"

"நான் சாக விரும்புகிறேன் – எனக்கு அந்தச் சாவை என் கண் முன்னாலே பார்க்கவேண்டும் என்கிற ஆசையிருக்கு – சாவு என்றால் என்ன தெரிகிறதா – ஒரு சந்தோஷமான – மிகவும் அமைதியான" என்று கூறி வேறு சொற்களைத் தேடி "ஒன்று" என்று மட்டும் கூறி முடித்தான்.

பதிப்பாளர் தலையசைத்தார். கைக்கடிகாரத்தை மெதுவாகப் பார்த்துக்கொண்டார்.

பின்கட்டிலிருந்த அந்தப் பெண், குழந்தையைத் தூக்கிக்கொண்டு இவர்களைத் தாண்டி வெளியே செல்ல வந்துகொண்டிருந்தாள். அவளை நிமிர்ந்து பார்த்த பதிப்பாளர் திகிலுடனும் கவலையுடனும் கேட்டார்.

"அம்மா – நீ சிவகாமிதானே?"

அவர் பின்னர் அவனிடம் பேசுவதற்குச் சில விஷயங்கள் கிடைத்தன. அந்தப் பெண் சிவகாமியின் தாயார் அவரது வீட்டில் வேலை செய்து கொண்டிருக்கும்போதுதான் காலமானதாகவும், அந்தப் பெண் ஓர் ஆட்டோரிக்ஷாக்காரரைத் திருமணம் செய்துகொண்ட விவரமும் சொன்னார். அவனைப் பொறுத்தவரை அசுவாரசியமான விஷயங்கள்.

புறப்பட்டுச் செல்கையில் அவர் ஓர் ஐம்பது ரூபாய் நோட்டை அவனிடம் நீட்டினார்.

"தம்பி – ஒரு வகையில் நான் வியாபாரி. பணத்தை நீ சேமிக்க வேண்டியது அவசியம். உனக்கு சுமாரான வேலை இருக்கு. செலவும் குறைவு. பணத்தைச் சேமி. முடிந்தால் நீ எழுதி வைத்துள்ளவற்றை எல்லாம் பிரசுரம் பண்ணு. நீ என் பையன் மாதிரி. கல்யாணம் பண்ணிக்கோ அப்படின்னு புத்திமதி சொல்லல்லே. ஆனா சேமிச்ச பணத்தைக் கொண்டு கட்டாயம் பிரசுரத்துக்கு ஏற்பாடு செய் – என்னாலே அதைச் செய்ய முடியாது. நான் வியாபாரி."

மேற்கொண்டும் சொன்னார்.

"நான் புதுசா 'மனோன்மணியம்' பதிப்பு வெளியிடுகிறேன். உனக்குத் தெரியும் – அது ஒரு நாடக இலக்கியமேயில்லைன்னு சிலர் சொல்லிக்கிட்டு வர விஷயம் – உனக்குத் தெரிந்ததை வைத்து ஒரு கட்டுரை எழுதி வெளியீட்டு விழாவிலே படிக்கணும். அதுக்குதான் இந்த ஐம்பது ரூபா."

"இருக்கட்டும் – நான் வாங்கிக்கொள்கிறேன் – நீங்க புறப்படறீங்களா என்ன – கொஞ்சம் இருங்க – நான் ஒண்ணு கேக்கணும்."

பதிப்பாளர் உட்கார்ந்தார்.

“நீங்க எப்பவாவது ‘அனஸ்தீசியா’ எடுத்திருக்கீங்களா – மயக்க மருந்து – ஆப்பரேஷன் ஏதாவது பண்ணி அப்போது.”

“ம்... இருக்கும் – ஒரு தடவை சின்ன வயசிலே – கட்டி ஆப்பரேஷன்.”

“அப்ப நினைவு தப்புறதுக்கு முன்னாலே உங்களுக்கு யார் ஞாபகம் கடைசியா வந்தது – நினைவிருக்கா?”

யோசித்துச் சொன்னார்.

“இல்லையே முத்துக்கறுப்பன் – அந்தச் சமயத்திலே என்னவோ ஏதோன்னு அழ ஆரம்பிச்சிருந்தேன் – எல்லாரும் பரிகாசம் பண்ணினாங்க.”

“அது ரொம்பவும் முக்கியமானதுன்னு நினைக்கிறேன் சார் – ஏகதேசம் அதுபோலத்தான் சாகிறபோதும் இருக்கும்னு தோணுது– எனக்கும் ஒரு தடவை ஆப்பரேஷன் நடந்தது. மூக்கிலே பஞ்சை வைக்க திரவத்தை ஊற்றும்போது, நான் நினைவிலிருந்து விடுபடுகையில் தோற்றங்கள் இல்லாமல் போய்விடவில்லை. உறக்கமென்றால் கனவுன்னு சொல்லலாம். இது அப்படியில்லை. நான் அப்போது உணர்ந்துகொண்டது ‘நம்பி’ என்கிற என் சிறு வயது நண்பனை. அவன் இப்போ செத்துப்போயிட்டான். அந்த மாதிரி சாகும்போது யார் தோற்றம் கிடைக்கும் – தெரியாது – ஆனால், நான் தெரிந்தாகவேண்டும்.”

பதிப்பாளர் விடுபட ஆரம்பித்தார். “நீ எப்படியும் கட்டுரை படிக்கணும். பேரைக்கூடப் போட்டுட்டேன் – வராம இருந்துடாதே– நான் வரட்டுமா” என்று கிளம்பினார்.

ஒரு வாரங்கழித்து முத்துக்கறுப்பன் தெரிவித்த விஷயங்கள் மிகுந்த பயங்கரத் தன்மையுடையதாக அந்தப் பதிப்பாளருக்குத் தெரிந்தது. பேசாமல் மதுரைப் பக்கம் போய் ஒரு மாத காலம் இருந்துவிட்டு வரலாமா என்றும் ஆலோசித்தார். ஆனால், நூல் நிலையத்தில் புத்தக ‘ஆர்டர்’ போடுகிற காலம். பட்டணத்தை விட்டு நகருவதற்கில்லை. இந்தப் பையனை சமாளித்தல் அரிது. இதற்கு இப்போது என்ன செய்யவேண்டும்?

முத்துக்கறுப்பன் திடீரென மாறிய விதங்கள் காரணகாரியமற்றவை. ஆனாலும், பொருள் பொதிந்தவை. நினைத்துப்பார்த்தால் சாதாரணமானவர்கள் கைக்கொள்ள முடியாதவை. நல்லதும் சரி – பயங்கரமானதும் சரி – வழக்கத்தை விட்டு மாறானதாகவிருந்தால் அந்த விஷயத்தை விட்டு ஓட நாம் தயாராகவிருக்கிறோம்.

அவன் அந்தப் பெண் சிவகாமியைத் திருமணம் செய்துகொள்ள உத்தேசித்திருப்பதாகச் சொன்னான். அவளிடம் பேசிச் சம்மதம் வாங்கிவிட்டதாகவும் சொன்னான். அவளுக்கு ஓர் நல்ல வேலை கிடைத்துவிட உறுதியளித்தாகிவிட்டது. பதிப்பாளரும் கவுன்சிலரும் பதிவுத் திருமணத்திற்கு வந்து நடத்தித் தரவேண்டும். வெட்டொன்று துண்டொன்றாக அவன் கேட்கிறான்.

பதிப்பாளர் போன்ற முதியவர் மதுரைக்கு இதன் காரணமாக ஓடுவது சால்புடையதாகாது. உடனேயே சம்மதம் தெரிவித்து ஆழ்ந்த சிந்தனைக்குள்ளானார். ஏதோ அந்தக் கல்யாணப் பேச்சு முடிவுற்றது போல அவன் மனோன்மணியம் கட்டுரை குறித்துச் சொல்ல ஆரம்பித்தான்.

"சொல்ற மாதிரி மனோன்மணியம் ஒரு நாடகம் இல்லைதான். ஆனால், கவிதாம்சம் உள்ளது என்று நான் சொல்ல முடியும். மூன்று தடவை படித்துவிட்டேன். எழுதியே தந்துவிடுகிறேன். பேசினால் திட்ட வேண்டி வரும். இன்னும் ஒரு தடவை படித்துவிடுகிறேன். எந்த இடம் கவிதை அம்சத்தைக் கொண்டது என்று சுட்டிக் காட்டுகிறேன் என்ன சொல்றீக" என்றான்.

பதிப்பாளர் பேசாதிருந்தார்.

"நீங்க இன்னொரு உதவி செய்யணும். ஒரு பிறப்புச் சான்றிதழ் வேண்டும். அந்தப் பெண் மதுரையில் பிறந்தவள் – உங்களுக்குத் தெரியும் – அங்கிருந்து ஒன்றுவேண்டும். ஏதாவது பள்ளிக்கூடச் சான்றிதழ்கூட போதும்" என்றான்.

இந்த உதவி பதிப்பாளருக்குப் பெரிய விஷயமல்ல. அவர் அதிசயப்பட்டுக்கொண்டு நாவெழாது அப்படியேயிருந்தது, இவனது திடீர் தீர்மானங் குறித்து. இத்தகைய முடிவுகள் எதில் கொண்டு சேர்க்கும்?

"நீங்க கேட்ட கட்டுரை கல்யாணம் முடிந்த இரண்டு நாளில் கிடைக்கும். மேற்கொண்டு கட்டுரை கேட்கும் நிலை இனி வராது" என்று சொல்லிப் போனான்.

⚬

சாவிலே இயற்கை – செயற்கை என்றெல்லாம் இருக்கிறதாவென்று ஒரு தடவை கேட்டான் முத்துக்கறுப்பன். சில கேள்விகள் கேட்டும் கேட்கப்பட்டுமே அர்த்தமுள்ளதாகிவிடுகின்றன. ஏதோ சில உப்புச் சத்துக்கள் ஏதோ ஒரு வெப்ப நிலையில் ஏதோ ஓர் உருக்கொண்டு நின்றுவிட்டு பழையபடி உப்புக்களாகக் கரைந்துவிடுகிற ஒரு காலவெளி.

நினைவும் அப்படித்தானோ – அப்படியானால். இந்த நினைவுக்குத் தர வேண்டிய மதிப்புத்தான் என்ன – அது தெரியாமலிருக்கிற வரைக்குமுள்ள மதிப்பு.

இனி அதைத் தெரிந்துகொள்வதில் கஷ்டமில்லை. கல்யாணம் முடிந்துவிட்டது – பதிவுச் சான்றிதழ் – பிறப்புச் சான்றிதழ் கிடைத்தாகிவிட்டது. சிந்தாதிரிப்பேட்டைப் பக்கத்தில் ரயில் குறுக்குப் பாதையும் அண்ணா சாலையில் பேருந்துப் போக்குவரத்திற்காக குறைவில்லாதிருந்தாலும், இறப்புச் சான்றிதழ் மட்டும் பொது மருத்துவமனையில் பெறுவதுதான் சாலச் சிறந்தது. கணவன் இறந்துவிட்டவுடனேயே விண்ணப்பித்துக்கொள்வதில் காலதாமதம் ஏற்படாது. விதவைக்கு முன்னுரிமை உண்டு. கவுன்சிலரும் பதிப்பாளரும் தீர்மானமாக உதவுவார்கள். அவர்கள் உதவி இல்லாவிட்டாலும் ஒன்றும் ஆகிவிடாது. சிவகாமியும் படித்தவள்தான். கருணை அடிப்படையில் அவள் விண்ணப்பித்தால் வேலை தர வேண்டியது அரசுச் சட்டம்.

எழுதிக்கொண்டிருந்தவன் பக்கம் தண்ணீர் கொண்டுவைத்தாள் சிவகாமி. நிமிர்ந்து பாராது ஆழ்ந்திருந்தான். இந்த மனோன்மணியம் ஒரு நாடகம் இல்லைதான் – ஏன், சிலப்பதிகாரம்கூட நாடகம் அல்ல – நல்ல ஒரு நாவல் என்று சொல்லத்தக்கதுதான். அதனால் ஒன்றும் குடி மூழ்கிப்போய்விடவில்லை. படைப்புத் திறனுக்கு எந்தப் பெயரையும் சூட்டிக்கொள்ளலாம். கவிதாம்சம் எப்படி?

சிவகாமி அந்தப் புத்தகத்தைப் புரட்டினாள்.

"இது மனோன்மணியம் – படிச்சிருக்கியா – இதிலும் ஒரு சிவகாமி வருகிறாள்" என சாந்தமாகச் சொன்னான் முத்துக்கறுப்பன்.

"படிச்சிருக்கேன்."

"அதெப்படி?"

முத்துக்கறுப்பனுக்கு வியப்பு.

"எனக்கு எஸ்.எஸ்.எல்.சி.யிலே பாடம்."

"ஓகோ – பிடிச்சிருக்கா உனக்கு?"

"கொஞ்சம் கொஞ்சம் பிடிச்சிருக்கு – ஒரு பகுதி மட்டும்."

அவன் நிமிர்ந்து பார்த்து "எது?" என்று கேட்டான். அவன் வியப்பு அடங்கியதாகத் தெரியவில்லை. அவளால் அதிலுள்ள ஒரு பகுதியைப் பிரித்துக்காட்ட முடிந்தது. தேர்வுக்குப் படித்த ஞாபகம் இருந்திருக்கும்.

"எவர்தாம் முன் அணைந்

தாரென இதுகாறும் அறியோம்."

உண்மைதான் – இவ்வரிகளை அவன் அறிந்து பத்துப் பதினைந்து முன்னணி எழுத்தாளர்கள் இதுவரை பயன்படுத்திப் பேர் பெற்றாகி விட்டது. வரலாற்றுக் கதைகளிலே பகுதி பகுதியாக வர்ணிக்கப்பட்டு விட்டன. சுந்தரனார் கைங்கர்யம்தான்.

'இதுகாறும் அறியோம்' என்று சொல்லிச் சொல்லித்தான் எழுதிக் குவிக்கிறார்கள் – கையறு நிலை. ஒன்றுமேயில்லை என்கிற நிராதரவு.

முத்துக்கறுப்பன் நிமிர்ந்து பார்த்துக்கொண்டிருந்தான். அவன் கட்டுரை முற்றுப்பெற்று விட்டிருந்தது.

○

சிவகாமிக்கு வேலை கிடைக்கவில்லை. அடுத்த இரண்டாண்டுகளில் முத்துக்கறுப்பன் பதவியுயர்வு பெற்று அலுவலகம் சென்று கொண்டிருந்தான்.

- 1991

35. ஏடு தொடங்கல்

வேடிக்கை பார்க்கப்போன இடத்தில் இம்மாதிரி நிகழுமென்று அவன் எதிர்பார்த்திருக்க முடியாது. வேடிக்கை என்றும் அதைச் சொல்ல முடியாது. பரவசமூட்டும் ஒரு விஷயம்.

'ஏடு தொடங்கல்' கட்டாயம் ஐந்து வயதில் நடத்தியாகவேண்டும். வயல் வரப்பு வழியாக மட்டுமே செல்லக்கூடிய முப்பது வீடுகளைக் கொண்ட கிராமமாகவிருந்தாலும், அதை நடத்தித்தானாகவேண்டும். சாதாரணமாக அம்மன் கோவிலில்தான் அதை நிறைவேற்றுவார்கள். விசேடமாகச் செலவுசெய்யவேண்டியது கிடையாது.

குழந்தையை சந்நிதி முன் உட்கார வைத்து, எதிரே தாம்பாளத்தில் அரிசி அல்லது மணலைப் பரப்பி குழந்தையின் விரல்களைப் பிடித்து 'அ-ஆ' எழுதி அம்மனுக்கு ஒரு கும்பிடு போடச் செய்துவிட்டால், அந்தச் சடங்கு முடிந்துவிடும். பிறகு வீட்டிற்கு வந்ததும் பனையோலையில் உயிரெழுத்துகளை மட்டும் எழுதிக்கொடுத்து அப்புறமாக கரும்பலகையில் எழுதிப் படித்துக்கொள்ளலாம். அந்தப் பனையோலைகூட புதிதாக எழுதவேண்டியதில்லை. குடும்பத்தினர் யாராவது படித்த ஓலை வீட்டில் கிடைக்கும்.

சந்நிதியில் சடங்கு முடிந்ததும் வந்திருப்போருக்கு இனிப்பு – ஏதாவது வெல்ல எள்ளுருண்டை – வழங்கிவிட்டு குழந்தையை வீட்டிற்கு அழைத்துவரவேண்டியதுதான்.

இந்த ஏடு தொடங்கலை சாதாரணமாக அந்த ஊர் அண்ணாவிதான் நடத்திக் கொடுப்பார். அவர் வர முடியாது போய்விட்டால், அவரது மகன் சுப்பையா வரவேண்டும். இந்த சுப்பையாவுக்குப் பன்னிரண்டு உயிரெழுத்துகளும் தெரியு மென்றாலும் மணலிலே கை வைத்து எழுதிக் காட்டும்போது நடுங்குவான். சென்ற வருடம் ஒரு குழந்தை எழுதுவதற்குப்

பதிலாக மணலை வாரி அவன் கண்ணிலே இறைத்தபடியால், ஏடு தொடங்கல் நாட்களிலே அவன் சாதாரணமாக ஊரிலே தென்படுவதில்லை.

ஆனால், அன்று அண்ணாவிக்கு உடம்பு சரியில்லையாதபடியால், அவன் வீட்டில் இருக்கும்படியாயிற்று. மீனாட்சி சுந்தரம் பிள்ளையின் கடைக்குட்டிப் பையனுக்கு, அதுவும், ஆறு பெண்களுக்குப் பின்னர் பிறந்தவனுக்கு – ஏடு தொடங்கவேண்டும். இந்த மாதிரி காரியத்திற்கு வர முடியாது என்று சொல்வது பாபகரமானது என்பது ஒரு பக்கமிருக்க, அப்படியெல்லாம் சொல்லி வாலாட்டினால் ஊரில் காலந்தள்ள முடியாது என்பதுதான் உண்மை. ஊரில் முப்பது வீடுகளில் முதல் பணக்காரர் அவர்தாம் – மூத்த பிள்ளை. “போயிட்டு வா சீக்கிரம்” என்று சொல்லிவிட்டார் அண்ணாவி.

காக்கித் துண்டைத் தோளில் போட்டுக்கொண்டு கிளம்பிய சுப்பையா எதற்கும் இருக்கட்டும் என்று எதிர்வீட்டு முத்துக்கறுப்பனிடம் போய்க் கேட்டான்.

“டேய் – அந்தக் கண்ணாடியைக் கொஞ்சம் குடேன்.”

எதிர்வீட்டு முத்துக்கறுப்பன் மிகவும் அபூர்வமாக வைத்திருக்கும் பொருள் அது. சுசீயந்திரம் தேரோட்டத் திருவிழாவில் கிடைத்த கண்ணாடி. நேதாஜி சுபாஷ் போஸ்கூட இதுமாதிரி கண்ணாடி போட்டு வீரர்களைப் பார்வையிட்ட படம் போன வாரம்தாம் பத்திரிகையிலே வந்தது. வயல் வரப்பிலே கறுப்புக் கண்ணாடியைப் போட்டுக்கொண்டு நடந்தால் மழை பெய்வதுபோல் இருக்கும். அந்தக் கிராமத்திலே அவன் மட்டுமே அதைப் போட்டுக்கொள்ள முடிந்திருக்கிறது. இதுவரை யாரும் இரவல் கேட்டதில்லை. அவனிடம் இரவல் கேட்பதும் அபூர்வம். எதைக் கேட்டாலும் இல்லையென்று சொல்லாமல், வந்தவர் நடையைக் கட்டுவதுவரை, பல காரணங்களைக் கற்பித்துச் சொல்லிக்கொண்டிருப்பான்.

ஆனால், இது சுப்பையா விஷயம். சொல்லப்போனால் தேரோட்டத்தில் “வை–ராசா–வை” ஆட்டத்தில் முத்துக்கறுப்பன் வைத்த ஓரணாவே சுப்பையா தந்ததுதான். தேர்ந்தெடுத்த எட்டாம் எண்ணிற்கு விழுந்த பரிசுதான் இந்தக் கறுப்புக்கண்ணாடி. இப்போது எப்படி இல்லையென்று சொல்ல முடியும்.

மகா கவனத்துடன் தானே முன்னின்று இரண்டு மூன்று தடவை சுப்பையாவின் காதுகளை ஆழத் திருகிக் கண்ணாடியைப் பொருத்தி அவனது மூக்கிலும் அதை நிலைநிறுத்தினான்.

கண்ணாடி போட்ட சுப்பையாவுக்கு மறுகணமே வானம் கறுத்தது. குடை வேண்டுமென்று கேட்டான்.

“சீ நாயே” என்று திட்டியவாறே இம்மாதிரி சமயங்களில் தானும் அவனுடன் போவதுதான் கண்ணாடியின் பத்திரத்திற்கு சிலாக்கியம் என்று அம்மன் கோவிலுக்கு முத்துக்கறுப்பனும் சென்றான்.

கூட்டம் அளவோடிருந்தது. பிள்ளைவாள் குடும்பத்தினர் மொத்தமாக வந்திருந்தனர். பக்கத்து டவுனிலிருந்து அவரது மைத்துனர் அகத்திலிங்கம் பிள்ளை – சித்தாந்தம் படித்தவர் – மாமனார் நல்ல குற்றாலம் பிள்ளை – இரண்டு காதும் கேட்காத கிழவர் – தவிர, ஊர்க்காரர் பத்திருபது பேர் – பெண்கள் தனி.

சீக்கிரமாகவே முடிந்துவிட்டது சடங்கு. தாம்பாளத்தில் அரிசி வைத்திருந்தார்கள். பையன் எதுவும் எடுத்து வீசவில்லை. கண்ணாடிக்கு அவசியம் இருக்கவில்லை.

"இது எதுக்குடே கண்ணிலே கறுத்த கண்ணாடி?" என்று ஆரம்பித்தார் பிள்ளை. சாதாரணமாகச் சொல்லும் 'எழவெடுத்த' என்ற சொல்லை கோவிலிலிருந்தபடியால் தவிர்த்தார். மைத்துனர் அகத்திலிங்கம் பதில் சொன்னார்.

"யத்தான் – எப்படிப் பார்த்தாலும் நாம நினைக்கிறபடிதான் எல்லாம் தோணும் – தெரியும். கண்ணாடி போட்டாலும் சரி – போடாட்டாலும் அப்படித்தான். என்ன சொல்லுகியோ?"

விஷயம் கொஞ்சம் பிடிபடாத பாதையில் போய்விடப் போகிறதோ என்றெண்ணி "எல்லாம் ஆச்சில்லா – வேறென்ன?" என்றார்.

"ஆமா – அவ்வளவுதானே. என்ன சுப்பையா? அப்படியே ஒரு பதிகம் பாடி அதையும் பயலைச் சொல்ல வைச்சுடு – 'பால் நினைந்தூட்டு' சொல்லேன் – இல்லேன்னா 'அம்மையே அப்பா' சொல்லிக் குடேன் – அவ்வளவுதான்" என்றார் அகத்திலிங்கம்.

சுப்பையா கண்ணாடியைக் கழற்றிக்கொண்டான். சூழ்ந்திருப்பவர்கள் எல்லாரும் கிங்கரர் போல் தன்னைப் பார்ப்பதை அறிந்தான். ஒரே ஓட்டமாக ஓடிவிட்டாலென்ன என்ற நினைப்புமெழுந்தது. அது முடியாது – பெண்கள் மத்தியில் மெல்லிய சிரிப்பொலி. திரும்பி முத்துக்கறுப்பனைப் பரிதாபமாகப் பார்த்தான்.

"உயிரெழுத்துகளை மட்டும் கற்பிக்க வந்த எனக்கு ஏன் இந்த தண்டனை – திருவாசகம் நான் எங்கே படித்தேன்?" என்ற தொனி அந்தப் பார்வையிலிருந்தது.

முதலில் முத்துக்கறுப்பன் அந்தக் கண்ணாடியை பத்திரமாக வாங்கி அணிந்துகொண்டான். பின்னர் கோவில் மாடக்குழியிலிருந்து திருவாசகத்தை எடுத்து சுப்பையாவிடம் கொடுத்தான். அது சீர் பிரித்துப் போடப்படாத ஒரு பதிப்பு.

பிறகுதான் அந்த ஒப்புயர்வற்ற நிகழ்வு நடைபெற்றது. சுப்பையாவின் வாசிப்பில் அகத்திலிங்கம் பற்களை நறநறவெனக் கடிக்க – பிரபஞ்ச வெளியில் எங்கோ வாயிலும் வயிற்றிலும் அடித்துக்கொண்டு திருவாதவூரர் அலற – நல்ல குற்றாலம் பிள்ளை மட்டும் தலையை ஆட்டிக்கொண்டிருக்க முடிந்தது. இடையே ஒருவர் முத்துக்கறுப்பனைப் பார்த்துக் கூறினார்.

"மக்கா – நீயே படிச்சிடேன்."

முத்துக்கறுப்பன் அதை நிறைவேற்றினான். புத்தகத்தைக்கூடக் கையிலெடுக்கவில்லை. ஒவ்வொரு சொல்லாகச் சொல்லி அந்தக் குழந்தையைச் சொல்லச் செய்தான். பதிகம் முடிந்த போது, அகத்திலிங்கனாரும் மீனாட்சி சுந்தரனாரும் மந்தகாசத்துடன் அவனைப் பார்த்தனர். அந்தச் சமயத்தில் சுப்பையா அங்கே தென்பட்டதாகச் சொல்ல முடியாது.

ஆனால், நினைப்பதுதான் எப்படியும் தோன்றும் என்று சொல்லப்பட்டதல்லவா – அதுதான் விளையாடிவிட்டது. அடுத்த வாரமே முத்துக்கறுப்பனுக்குத் தன் மூத்த மகளைத் திருமணம் செய்துதர முன்வந்தார் மீனாட்சி சுந்தரம் பிள்ளை. ஓடைப் பக்கத்து வயலையும்

தோப்பையும் மகள் பேரில் எழுதிவைத்துவிடுகிறேன் – மாப்பிள்ளை பார்த்துக்கொள்ளட்டும் – என்று வரிசையாகச் சொல்லிவிட்டார்.

முடிவான பிறகுதான் முத்துக்கறுப்பனிடம் விஷயத்தையே சொன்னார் அவன் தகப்பனார். ஊரில் இரண்டாவது பணக்காரராகப் போவது பற்றிய மகிழ்ச்சியில் ஆழ்ந்திருந்த அவரிடம் பேசப் பயந்து கொண்டிருந்தான். "பத்தாம் க்ளாஸ் படிச்சுக்கிட்டு வயல்லே உழணுமா – நான் மாட்டேன்" என்று சொன்னால் நடப்பது என்னவென்பதை அவன் அறிவான். தகப்பனாரின் கைக்கெட்டு தூரத்திலேயே, கம்பு – தடி – வெட்டுக்கத்தி முதலியவை தரத்திற் கேற்றாற்போல வைக்கப்பட்டிருக்கும்.

இன்னொரு விஷயம் பிறகுதான் தெரிய வந்தது – அதாவது, கல்யாணம் முடிந்த பிற்பாடு.

ஏடு தொடங்கின நாளில் கண்ணாடியைப் போட்டுக்கொண்டு பதிகம் சொல்லிக் காட்டினான் அல்லவா – அந்தத் தெய்வாம்சம்தான் எல்லாவற்றுக்கும் காரணமெனச் சொல்லப்பட்டது. "கட்டிக்கிட்டா இவரைத்தான் கட்டிப்பேன்" என்று கல்யாணப் பெண் ஒற்றைக் காலில் நின்றாளாம்.

சித்தாந்தம் படித்த அகத்திலிங்கம் மட்டும் திரும்பவும் சொன்னார்.

"யத்தான் – நான் சொன்னம்லா. நினைக்கிறபடிதான் எல்லாம் தெரியும் – என்ன சொல்லுகியோ – சிவ வாக்கியரு சொல்றாரே" என்று அவர் ஆரம்பித்தபோது, மீனாட்சி சுந்தரம் பிள்ளை பூவரச மரத்தைப் பார்க்கத் தொடங்கினார். பேச்சையும் மாற்றினார்.

"அதென்னடே அகத்திலிங்கம் – மருமகப் பிள்ளை இப்பவெல்லாம் கறுத்த கண்ணாடி போடுறதே இல்லியே."

- விருட்சம், 1991

36. முதற்றீ எரிந்த காடு

காலை நான்கு மணிக்கே அங்கு சென்றுவிட முடியும். காப்பி கிடைக்கலாம். குளிப்பதற்கு வெந்நீர்வேண்டும். மூன்று பேரில் ஒருவருக்குக் கணக்கிலடங்காத நோய்கள். அறையொன்று தேடிப் பிடித்து, குளித்துவிட்டு கோவில் – ஊர் எல்லாவற்றையும் பார்த்து அங்கிருந்து திரும்பும் வழியில் பக்கத்து ஊர் வந்து பகலுணவு சாப்பிட்டுவிட்டு மாலையில் அம்பலவாணரைக் கும்பிட்டு இரவு சென்னை திரும்பவேண்டும்.

இதுதான் முறைப்படி போட்ட அட்டவணை. அதன்படியே எல்லாம் நடந்தேறிவிட்டது. காலை நாலரை மணியிருக்கும். சென்னை விரைவு வண்டி அங்கே நிற்காது. மாயவரம் சென்றுவிடும். நடத்துநரிடம் கேட்டுக்கொண்டபடியால், வண்டி நின்றது. நன்றி சொல்லிவிட்டு இறங்கினால் எதிரிலேயே ஒரு காப்பிக் கடை. அதோடு சேர்ந்து வீடு. பின்கட்டில் குடியிருப்புகள் இருக்கலாம். கடைக்குப் பக்கத்தில் நின்றுகொண்டிருந்தாள், ஒரு முதிய பெண்மணி. “சுடு தண்ணி வேணுங்களா – இங்கேயே குளிச்சுடலாம்” என்று சொல்லவும், மூவரில் மூத்தவரான நடராசன் அந்த அம்மாளுக்கு ஒரு கும்பிடே போட்டுவிட்டார். ஒரு தடவை திருத்தணி போய் பச்சைத்தண்ணீரில் குளித்துவிட்டு, தலையைக்கூடத் துவட்ட முடியாத நிலையில் உடல் நடுங்கி, கொண்டு வந்திருந்த மருந்தை அந்தக் குளியலறையில் இருந்து கொண்டே சாப்பிட்டவர்.

குளியல் பிரச்சினை தீர்ந்தது. மூவரில் தட்சிணாமூர்த்தி இளையவன், மார்கழி, தை, சித்திரை, வைகாசி எல்லாம் அவனுக்கு ஒன்றுதான். அப்படியும் ஓர் ஆள் உடனிருக்கவேண்டும். ஊர் விட்டு வந்து வேறிடத்தில் படுத்துக்கொண்டால், பண்டுவம் யார் பார்ப்பது?

தட்சிணாமூர்த்தியை அப்படியெல்லாம் மட்டும் சொன்னால் போதாது. அவன் சுத்த சைவம். எல்லா சிவன் கோவில்களையும்

பார்த்தாகிவிட்டது. ஸ்தல புராணங்கள் யாராவது சொன்னால், அந்தக் கோவிலுக்குச் செல்லும் வழியைக் கேட்டுத் தெரிவான். ருசிகரமான இன்னொரு விஷயம் அவன் கையோடு கொண்டுவரும் உணவுப் பண்டங்கள். சாதாரணமாக ஹோட்டலில் சாப்பிடுவதையோ, தங்குவதையோ விரும்ப மாட்டான். சில கோவில்களுக்குச் செல்லும்போது சென்னையிலுள்ள ஆதீன அலுவலகக் கடிதம் மூலம் அறிமுகம் செய்துகொண்டு மடத்துச் சாப்பாடே கிடைக்கும்படி செய்வான்.

நடராசன் மாமிசப் பட்சிணியானாலும் அதெல்லாம் சில குறிப்பிட்ட நோய்க்கு அந்தச் சாப்பாடு அவசியமிருப்பதால் அப்படி – மற்றபடி தமக்கு அதில் இஷ்டமில்லை என்பார். நோய்களைக் கிரகங்கள் ஆட்சிசெய்வதால் அந்தந்த நோய்க்குத் தகுந்தாற்போல கிரகங்களின் இருப்பிடக் கோவில்களுக்குச் சென்று வணங்குவார். ஆனால், அவர் தம் நோய்களைக் கணக்கில் கொண்டால், கிரகங்களின் எண்ணிக்கை அற்பம். எல்லாவற்றிற்கும் மேலாக, போன வாரம், அவர் படுத்துக்கொண்டிருக்கும்போது, இசைகேடான இடத்தில் ஒரு பல்லி விழுந்து, பலன் பார்த்ததில் வயிறு கலங்கிற்று. இரத்தக் காயத்திற்கும் செவ்வாய்க் கிரகத்திற்கும் சம்பந்தம் உண்டு. எனவேதான் இந்த ஊர் விஜயம்.

இந்த மூவரில் முத்துக்கறுப்பன் வந்திருக்கவேண்டிய அவசியம் மற்றவர்களுக்குத் தெரியாது. அவன் மற்ற இருவரையும் போல சிவ பூசனை செய்பவனல்லன். சொல்லப்போனால் கடவுளை நிந்திக்கவும் மாட்டான். நிந்திக்கவேண்டுமானால் ஒன்று இருந்தாகவேண்டுமல்லவா? ஆனால், இந்தக் கோவிலுக்குப் போகப் போவதாகச் சொன்னதும், தானும் வருவதாகச் சொன்னான். ஒரு வகையில் இந்த முத்துக்கறுப்பன் கோவில்கள் பற்றிய வரலாறுகள் அனைத்தும் அறிந்த பண்டிதன். ஆவுடையார் கோவிலுக்குப் போக மற்ற இருவருக்கும் எண்ணம் வந்ததே இவன் சொன்ன சில விவரங்களால்தான். ஆனால், உடன்வர மறுத்தான். இப்போது இந்தக் கோவிலுக்குப் போவதாகச் சொன்னதும், தானும் வருகிறேன் என்று புறப்பட்டுவிட்டான் – அதிசயம்தான்.

கடைப்பக்கத்திலுள்ள ஓர் இருக்கையில் மூவரையும் உட்காரச் சொல்லிவிட்டு, அவர்கள் குளிக்க வெந்நீர் ஏற்பாடு செய்துவிட்டாள், அம்முதிய பெண்மணி. அரைமணி நேரத்தில் எல்லாம் முடிந்துவிட்டது. குளித்தவுடன் கிடைத்த காப்பியும் நன்றாகவேயிருந்தது. வேட்டி மாற்றிக்கொண்டு மூவரும் வெளிவருகையில் பளபளவென விடியத் தொடங்கியிருந்தது. கொண்டுவந்த பைகளை அவ்வீட்டிலேயே விட்டிருந்தனர். பணந்தர முயன்றபோது, 'போகும்போது தந்தால் போதும்' என்று அந்த அம்மாள் சொல்லிவிட்டாள்.

எனவே, அறை தேடி அலையும் பிரச்சினை இல்லை. மெதுவாக நடந்து சென்றனர். சிகரெட் வாங்க முத்துக்கறுப்பன் முயன்றபோது, நடராசன் தடுத்துவிட்டார். 'மடத்திற்குச் சென்று கொண்டுவந்த கடிதத்தைக் காட்டிவிட்டு அப்புறம் கோவில் செல்லலாமே' என்று தட்சிணாமூர்த்தி சொன்னதையும் 'வேண்டாம்' என்று மறுத்தார்.

"நேரா கோவில் – மற்றது எல்லாம் அப்புறம்."

முத்துக்கறுப்பன் வழிகாட்டினான். சென்னையைவிட அந்த ஊர் பழக்கப்பட்டது போல் நடந்தான். கோவில் தூரமில்லை. சொல்லப் போனால், அது ஒன்றுதான் அடையாளம் தெரிகிற இடம். "இங்கே சோதிட சாத்திரம் பாக்கலாம்" என்று ஒரு

இடத்தைச் சுட்டிக் காட்டினான். நடராசன் யோசித்துவிட்டு, சிறிது நேரம் அந்த இடத்தையே பார்த்தார். 'சாதகம் கொண்டு வரலையே' என்று வருத்தப்பட்டார்.

"தேவையில்லை – ஒரு விரல் ரேகை போதும்."

"அதெப்படி – கிரகபலன் கண்டுபிடிக்க வேண்டாமா என்ன – நாளும் நேரமும் தெரியணும் – இது ரேகை சாத்திரமில்லை."

"இல்லே சார். நீங்க கைரேகை கொடுக்கறீங்க – அங்க ஏடு தேடிக் கண்டுபிடிச்ச பலன்களைப் படிப்பாங்க – முன்பின் சென்மங்க எல்லாம் தெரியும்."

"அப்படித்தான் கேள்விப்பட்டிருக்கேன் – அப்ப, சாதகம் வேண்டாங்கறியா."

"எதுமே வேண்டாம் – கொஞ்ச நேரம் உங்கிட்ட பேசிக்கிட்டிருந்தா நானே சொல்லிடுவேன் எல்லா பலனையும்."

"இதுதானே வேண்டாங்கறது – அப்பா பேரு அம்மா பேரு கூடவா சொல்ல முடியும் – அதுவுமா ஏட்டிலே இருக்கும்?"

"ஏட்டிலே தானாக எப்படியிருக்கும் – எழுதி வைச்சாத்தான் இருக்கும் – இல்லே. மனசிலேயாவது அழியாம எழுதி வைச்சிருக்கணும்."

கோவில் எதிராக வந்துநின்றபோது இவர்களை காலை வண்டியிலேயே கவனித்துவிட்ட பூசனைப் பொருள் வியாபாரி அருகே வந்து நின்றான்.

இரண்டு தட்டு வாங்கிக்கொண்டனர். முத்துக்கறுப்பன் 'வேண்டாம்' என்று சொல்லிவிட்டான்.

"ரொம்பப் பழைய கோவில்" என்றார் நடராசன். அவர் இங்கு வருவது இதுதான் முதல் தடவை. தட்சிணாமூர்த்தி இவ்வாராய்ச்சிகளுக்கு அப்பால் – கும்பிடு போடுவதோடு சரி."

"இன்னும் நேரமாகல்லே. கொஞ்சம் இப்படி நிற்கலாம்" என்று நடராசன் கூறவும், எல்லாருமாக கோவிலின் எதிர்த் தெரு முனையில் சென்று நின்றனர்.

"அப்போ, இந்த நாடி சாத்திரம் எல்லாம் வெறும் பம்மாத்து தானா" என்று நேரடிக்கேள்விக்கு வந்தார் நடராசன்.

"சார் – நாம உண்மையா நம்பற சில விஷயங்ககூட வெறும் பம்மாத்துதான். நம்பணுங்கற ஆசை – சில சமயம் வெறி – உள்நோக்கம் – ஒரு ஐயாயிரம் வருசமா இருந்துகிட்டிருக்கிற எண்ணம். அது நம்ம ரத்தத்திலேயிருக்கு – நம்பறதுக்குக் காரணம் இருந்தா, அதை பம்மாத்துன்னோ மோசடின்னோ எப்படிச் சொல்ல முடியும்?"

"ஆசைதான் காரணங்கிறே நம்பறதுக்கு இல்லையா?"

நடராசன் சில விஷயங்களில் பேச்சை விடாது பேசுவார். சலிக்க மாட்டார். ஆனால், முத்துக்கறுப்பன் அவர்கள் நின்றுகொண்டிருந்த இடத்தின் ஒரு குறிப்பிட்ட பகுதியையே பார்த்துக்கொண்டிருந்தான்.

“என்ன சார் போவோமா?” என்று மெதுவாகக் கேட்டான் தட்சிணாமூர்த்தி.

“ஆமாமா – போலாம்” என்று நடராசன் சொல்லவும் மூவரும் அந்தக் கோபுரத்தைப் பார்த்தவாறே கோவிலுக்குள் நுழைந்தனர்.

❍

பரந்து கிடந்த அந்தக் கோவில் பிரகாரங்களின் வழி நீண்டு செல்ல, நடராசன் அதிசயித்தார். கால பூசனை முடிவுறவில்லை. கும்பிட்டு விட்டு, மூலவறையில் பிரகாரத்தைச் சுற்றும்போது, நடராசன் அங்கிருந்த மூன்று வித்யாசமான அளவுகொண்ட இலிங்கங்களைக் கண்டார். முத்துக்கறுப்பன் அப்பகுதியின் மேலுள்ள சுவரெழுத்துகளைக் கவனித்துப் பார்த்தான். அவன் ஏற்கனவே இவைகளையெல்லாம் கண்டிருக்கவேண்டும்.

முத்துக்குமரனையும் கும்பிட்டாயிற்று. சுற்றுப்பிரகாரத்திலிருந்த நவக்கிரகங்களையும், செவ்வாய்க்கென இடம் பெற்ற சந்நிதானத்தையும் நடராசன் பயத்துடன் கும்பிட்டுக் கொண்டார்.

அக்கணமே அவருடைய நோய் ஒன்றின் குணம் தென்பட்டது.

கோவிலின் பிரசாதமான உப்பையும் வாங்கிக்கொண்டார்.

வெளியே வந்தபோது, முத்துக்கறுப்பன் அங்கே வரிசை பெற்றிருந்த நபர்களில் ஓர் ஆண் – ஒரு பெண் இருவருக்குமாக சில நாணயங்களை அளித்தான்.

நடராசன் மூன்று கேள்விகளைத் தொடர்ந்து கேட்க நினைத்திருந்தார். பிச்சை போட்டுவிட்டு முத்துக்கறுப்பன் விடுவிடுவென நடந்து கோவிலுக்கு எதிராக, முன்னர் எல்லோருமாக நின்றுகொண்டிருந்த எதிர்த் தெரு முனையில் போய் நின்றான். அந்த இடத்தின் தரையைச் சுற்று முற்றுமாகப் பார்த்தான்.

நடராசன் இப்போது நான்கு கேள்விகளைக் கேட்க நினைத்தார். தட்சிணாமூர்த்தி மெதுவாக “என்ன சார் – பலகாரம் சாப்பிட்டு விடலாமா” என்று கேட்டான். இருவரும் முத்துக்கறுப்பன் பக்கமாக வந்து நின்றனர்.

முத்துக்கறுப்பன் நகரவில்லை. நின்றவிடத்தையும் அந்தப் பிச்சைக்காரர்களையும் பார்த்துக்கொண்டிருந்தான். ஆயாசம் தீர நடராசன் கொஞ்ச நேரம் கோபுரத்தையும் வானத்தையும் பார்க்க, தட்சிணாமூர்த்தி வருவோர் போவோரில் மடத்து ஆட்கள் தென் படுவார்களா என்று கவனித்துக்கொண்டான். கூட்டம் அதிகமில்லை.

“அப்ப, இந்த சோதிடம் பாக்கணுமா வேண்டாமா – சொல்லு’ என்று கேட்டார் நடராசன் திரும்பவும்.

“பாருங்களேன் – ஒரு வேளை அதுக்கு இன்னும் ஒரு மணி நேரம் கழிச்சுத்தான் நீங்க அங்க போகணும்னு இருக்குதோ என்னவோ.”

“அதென்னது?”

“ஆமா – சாத்திரத்திலே உங்க சென்மங்க எல்லாம் சொல்லி இந்த நாளைக்கு இந்த நேரத்திலே வந்து சோதிடம் பாப்பீங்க அப்படிங்கற செய்தியும் அந்த ஓலையிலேயேயிருக்கும்.”

நடராசன் மகிழ்ச்சியுடன் அதிர்ந்துபோய்விட்டார். இது ஒரு செய்திதான் அவருக்கு. உடனேயே பார்க்க முடிவும் எடுத்தார்.

"அறுபது ரூபா வரைக்கும் ஆகலாம் – அதுவும் ஒரு காண்டம்தான்" என்றான் முத்துக்கறுப்பன். யோசனை செய்ய வேண்டிய விஷயம்.

"நீ என்ன சொல்றே – பாக்கலாமா வேண்டாமா – அதைச் சொல்லு. இத்தனை பேசறியே, இந்தச் சாத்திரத்திலே நம்பிக்கை இருக்கு இல்லை அப்படின்னு சொல்ல மாட்டேங்கறியே – 'டக்'குன்னு ஒளிவுமறைவில்லாமப் பேசேன் – இப்போ நான் சொல்றேன் – உனக்கு இதிலே நம்பிக்கையிருக்கு – கோவில் இந்த சாத்திரம் எல்லாத்திலேயும் நம்பிக்கையிருக்கு – என்னங்கறே."

"அப்படியும் இருக்கும் சார் – ஆனா அது அவசியமில்லே. இப்போ ஏதோ ஒண்ணிலே நம்பிக்கை வைச்சா மருந்து சாப்பிடறாப்பிலே நல்லது அப்படின்னு தெரிஞ்சா நல்லதா எடுத்துக்கங்களேன். இப்படிச் சொல்றதுதான் ஒளிவுமறைவில்லாத பேச்சு. இந்த சோதிட சாத்திரம் நான் பாத்திருக்கேன். எனக்கும் ஏதோ ஒரு வித நம்பிக்கை ஆசை எல்லாம்தாம். செவ்வாயும் சனியும் இருக்கிற இந்த வெளியிலேதான் நாமும் இருக்கோம்."

நடராசன் நம்பிக்கையோடு கேட்டுக்கொண்டிருந்தார்.

"அதுக்காக நீங்க பிறந்த இடம் அப்பா அம்மா பேரு எல்லாமே இந்த ஓலையிலே எழுதி வைச்சிருக்காங்கன்னு ஏன் நம்பணும் – சோசியம் உண்மையா, பொய்யா அப்படின்னு கேட்கிற கேள்வியே இங்க வரலையே. அஞ்சாயிரம் வருசமா எத்தனையோ நம்பிக்கை– ஒவ்வொருத்தருக்கும் ஒவ்வொண்ணு. உலகத்திலே இந்தப் பக்கம் கோவில் அப்படி இப்படின்னு. வேறே இடத்துக்குப் போனா, இடத்தையே கும்பிடலாம். சாப்பாடு போட்டவனை – நம்மைக் காப்பாத்தின ஒரு பலசாலியை – நல்லதுன்னு நாம நினைக்கிற குணத்தைக் கொண்ட ஆளை – இப்படி எல்லாரையும் கும்பிட்டாச்சு. பெருஞ்சோறு போட்டவன், வீடு கட்டித் தந்தவன் எல்லாம்கூட இந்த ரகம்தாம். 'அந்தக் கடவுளைக் கும்பிடாதே என்னைக் கும்பிடு' அப்படின்னு ஒரு கடவுள் சொல்லும். கடவுளுக்கிருக்கிற கவலை அப்படி – இப்படி ஒவ்வொரு சங்கிலியா வந்துக்கிட்டு இருக்கு. முதல் சங்கிலித் துண்டு கடைசித் துண்டுன்னு கிடையாது. ஆனா, எந்தச் சங்கிலித் துண்டும் எங்கேயும் போயிடல்லே. எல்லாம் புள்ளிகளா இங்கேதானிருக்கு. நாமும் புள்ளிங்கதான் – சார் இங்கேயிருந்து செவ்வாய்க் கிரகத்தைப் பார்க்கிறோமில்லியா – அங்கேயிருந்தும் பார்க்கலாம். ரெண்டு புள்ளிங்க ஏதோ சந்தர்ப்பத்திலே ரகசியம் பரிமாறிக்கொள்ளலாம். அந்த விசேடம் கொஞ்ச காலத்துக்கு. அந்தக் காலமே அஞ்சாயிரம் வருசம் ஆகிப்போச்சு. எல்லா விசேடமும் நம்பிக்கையைத்தான் கொண்டுவரும். எனக்கு உங்க மாதிரி நம்பிக்கை யில்லை – கோவில் எதிலேயும். அதுக்காக நான் இங்க வரல்லே."

"ஓ சரிதான் – கோவிலிலேயே நம்பிக்கையில்லைன்னா இந்த சோதிட சாத்திரத்திலே என்ன வாழுது?"

"அப்படி நீங்க ஏன் எடுத்துக்கணும் – தெரியாத ஒண்ணைக் கடவுள்னு சொல்லிக் கிட்டுத்தான் கடைசிவரைக்கும் இருக்கப்போறோம். இனிமேலும் தெரிஞ்ச கடவுளைத் தள்ளிப் போட்டுட்டு இருக்கப்போறோம் – நாகரிகப் புடவை சமாச்சாரம்தான்."

புரியவில்லை என்பதுபோல நின்று கைவிரல்களைத் தாளம் போடப் பயன்படுத்தினார் நடராசன்.

"சார் – ஒரு கருத்தரங்கத்திலே நண்பர் ஒருவர் கேட்டார். ரொம்ப நல்லாயிருந்தது. 'ஆபாசம் – ஆபாசம்னு சொல்லிக்கிட்டிருக்கீங்களே, கடவுளைவிட எது ஆபாசம்?' அப்படின்னு."

"ஐயையோ."

"அது கேள்வியில்ல சார் – பதிலுக்குப் பதில் – நினைச்சுப் பாருங்க– இந்த இடத்தையே பாருங்க. இதெல்லாம் இத்தனை குடியிருப்புக் கொண்டதாகவா இருந்திருக்கும்? எல்லாம் வயல்களுக்கு மத்தியிலேயிருக்கும் பத்து பதினைஞ்சு குடியிருப்பாத்தானே இருந்திருக்கும். அதுக்கு முன்னாலே இங்கே எத்தனை எத்தனை மிருகங்களை விரட்டியிருக்கணும் – எத்தனை தடவை அதுக எல்லாம் இடத்தை மறக்காம வந்து திரும்பத் திரும்பச் சுத்தி யிருக்கணும். அதுகளின் பொந்தும் புதரும் எத்தனை தீயில் பொசுங்கிப்போயிருக்கும். அதுக திரும்பவும் இங்க வந்தா விரட்டலாம். அல்லது வரக்கூடிய நேரத்தைத் தெரிஞ் சுக்கிட்டு தீயைக் கொளுத்தி மேளத்தைக் கொட்டி பயமுறுத்தலாம். அதெல்லாம் செய்து மறந்தும் போச்சு– மேளம் கொட்டற நேரத்தை மட்டும் மறக்காமக் கொட்டறோம். மிருகங்கள் இல்லே இப்போ – எல்லாம் மாறிப்போச்சு – மறந்து போச்சு – இன்னொண்ணு – மறக்காமலிருந்தா அடிபடுபவே அப்படின்னு சொன்னான் ஒருத்தன் – அவன் பலசாலி. மத்தவங்க பணிஞ்சாகணும் – இனிமே தீயை வயல்வெளிலே மூட்ட வேண்டாம். நிரந்தரமா என்னுடைய இடத்திலேயே வைச்சுடலாம்– நீங்க வந்து கும்பிடலாம் அப்படின்னும் சொன்னான் – நல்லதுதானே – 'கும்பிடுபோட்டுக்கிட்டேயிருந்தா நெல் விளையாது– வேலை நடக்கணும் – பயிர் உண்டாகணும் – வேலையைப் பாருங்க' அப்படின்னான். இந்த இடம் அப்படி உண்டாச்சுது. மிருகங்களும் இந்த இடத்தில் குறைஞ்சு போச்சு. சிலது வேறே இடத்துக்கு ஓடிப்போச்சு. அங்கேயும் தீ இருக்கும் – நேரத்திற்கு மேளம் கேட்கும் – இந்த மாதிரி இடமும் உண்டாகும்."

நடராசன் மிகவும் உன்னிப்பாகக் கேட்டுக்கொண்டிருக்கவேண்டும். எதிர்க் கேள்வி ஏதுமில்லை.

திடீரென, பின்வரும் வெண்பாவொன்றைச் சொல்லி நிறுத்தினான் முத்துக்கறுப்பன்.

செந்தில் முருகா திருமால் மருகாவென்
சிந்தை குடிகொண்ட தேசிகா - வந்தினிய
நந்தமிழ்ச் சோலையில் நண்பர் நடராசன்
சந்ததம் வாழவரம் தா.

"இதென்னது – கவிமணி பாடினது மாதிரியிருக்கு?"

முத்துக்கறுப்பன் சிறிது சிரிப்புடன் "அவருடையதுதான் – நான் கொஞ்சம் மாத்தி உங்க பேரைப் போட்டேன். இப்ப நினைச்சுப் பாத்துச் சொன்னதுதான்" என்றான்.

'மா' முன் நிரையும், 'விள' முன் நேரும் சரியாக இருக்கிறதாவென்று கணக்கிட்டுக் கொண்டிருந்தார் நடராசன்.

“நல்லாத்தானிருக்கு” என்று முகமலர்ச்சியுடன் சொல்லிவிட்டு “என்ன இப்ப திடீர்னு கவிலே இறங்கிட்ட?” என்று கேட்டார்.

“நான் ஒரு நிமிஷத்திலே இதைச் சொல்ல முடிஞ்சா, ஒரு மணி நேரத்திலே எத்தனை எழுதலாம் – சொல்லுங்க – ஏட்டிலே பாட்டிருக்கு அப்படீன்னு சொன்னேளே – தேசிக விநாயகம் பிள்ளைகிட்டேயிருந்து கொஞ்சம் நான் எடுக்க முடிஞ்சா, எத்தனை தமிழ்ப் பிள்ளைங்க இங்க இருந்திருக்கா – ஒவ்வொருத்தர்கிட்ட இருந்தும் வரி எடுத்து பத்து, இருபது, அறுபது பாட்டுன்னு எழுதி ‘சந்திரன் ஏழிலே – பெண்ணால் துன்பம்’ – ‘செவ்வாய் மூணிலே– தைரியம்’ அப்படின்னு போட எவ்வளவு நேரமாகும் – அல்லது ஏற்கனவே நாளும் நேரமும் கணக்குப்படி எழுதி வைக்க எவ்வளவு நேரமாகும்?”

“அது சரி – எங்க அப்பா அம்மா பேரு வருதாமே.”

“அதுவும் அப்படித்தான். முதல் எழுத்து இதுதானே இதுதானே என்று கேட்டுக் கேட்டுப் படிச்சுக்காட்டினா, நீங்க தலையாட்டுற பேருதான் அப்பா அம்மா பேரு.”

நடராசன் மௌனமாக இருந்தார். அவன் மீது கோபங்கூட ஏற்பட்டது.

“பின்னே எதுக்குத்தான் கோவிலுக்கு வந்தே – சொல்லு – இப்படி இந்த இடத்தில் நின்னுக்கிட்டிருக்கவா?”

முத்துக்கறுப்பனின் மௌனத்தில் ‘ஆமாம்’ இருந்தது.

“ஆமா” என்றான்.

“முப்பத்தஞ்சு வருசம்” என்றான்.

“எங்க அப்பா இந்த இடத்திலேதான் செத்து விழுந்தாரு – வயது எனக்கு அப்போ...” என்று சொன்னவன் குரலில் தளர்ச்சியில்லை.

❍

பத்து வயதிருக்கும். அந்த வயதிலே அவ்வளவு தூரம் இழுத்துக்கொண்டு போக வேண்டாமென்றுதான் அவன் தகப்பனார் கூறினார். ஆனால், தாயாரின் வேண்டுதல் ஒன்று உண்டு. அவளால் போய்வர முடியாதாகையால் மகன் போய்வந்தால் நல்லது என்று நினைத்தாள். வேண்டுதல் நடக்கவேண்டும்.

வெகுதூரம் என்றுதான் சொன்னார்கள். முதலில் இராமேசுவரம்– பிறகு இந்தக் கோவில். கடைசியாகக் காளத்தி. அங்கிருந்து சென்னை வந்து வீடு திரும்பவேண்டும். ஒரு வாரம் ஆகிவிடும். தகப்பனாரின் ஆரோக்கியத்திற்கு ஒன்றுமில்லை. பையன்தான் பூஞ்சை உடம்பு. வருடந்தவறாமல் ஏதாவது ஒரு நோய் பற்றிக்கொள்கிறது. வேண்டுதலே அவனைப் பற்றியதுதான் – போய் வரட்டும்.

இராமேசுவரத்தில் கஷ்டமில்லை. தகப்பனார் பல தடவை போய்வந்த இடம். அடுத்த நாள்தான் இந்தக் கோயில் மடத்தில் தங்கிவிட்டு கோவில் சென்று திரும்பி, பிச்சைக் காரர்களுக்கு இரண்டு நாணயங்களைத் தந்துவிட்டு நடந்தபோது தென்பட்டது இந்த

சோதிடம். எழுத்துக் கூட்டி அதைப் படித்தான். "அது என்ன அப்பா?" என்று கேட்டான். தகப்பனார் பதில் சொல்லவில்லை. அவன் கையைப் பற்றி விறுவிறுவென்று நடந்து மடத்திற்கு வந்துசேர்ந்தார்.

மடத்தில்தான் சாப்பிட்டார்கள். அங்குள்ள தாடிப் பெரியவரோடு அப்பா பேசிக்கொண்டிருந்தார். இரவு தங்கிப் போகலாம் என்று அவர்தான் வற்புறுத்தினார்.

இத்தனை தூரமுள்ள இடத்தில் இந்தப் பெரியவரை அப்பாவுக்கு எப்படித் தெரியும் என்று அவன் யோசித்துப்பார்த்தான்.

மாலையும் கோவிலுக்குச் சென்றார்கள். இரவு வெகு நேரம் வரை பெரியவர்கள் பேசிக்கொண்டிருந்தனர். திருக்காளத்திக்குப் போவது பற்றியிருக்கும் என்று அவன் நினைத்துக்கொண்டே தூங்கிவிட்டான். அவர்களின் சிலவகை பேச்சுகளின் மொழியே அவனுக்குப் புரியவில்லை.

காலை மடத்தில் விடைபெற்று பக்கத்தில் வண்டியேறும் இடத்திற்கு வந்ததும், நேரம் இருந்ததால் ஒரு நடை நடந்து கோவில் வெளிப் பக்கமிருந்து ஒரு கும்பிடு போட்டுவந்துவிடலாமென, அப்பா அவன் கைகளைப் பிடித்துக்கொண்டு நடந்தார். கிருத்திகையானபடியால் முருகவேளின் சந்நிதியில் கூட்டமிருக்கும்.

"லேய் – நீ தைரியமா இருக்கணும். எல்லாத்துக்கும் வழி உண்டு. எது வந்தாலும் கலங்கக் கூடாது. ஏத்துக்கணும் – அது முக்கியம்."

பையனிடம் சாதாரணமாகச் சொல்லிக்கொண்டு வந்தார். அவர் அடிக்கடி சொல்வதுதான். கோவில் வந்துவிடவே, கைகளை உயர்த்திக் கும்பிட்டார்.

அந்தக் கைகள் கீழே இறங்கவில்லை. அப்படியே, எங்கோ பார்த்துக்கொண்டிருந்த பையன்மீது பட்டும் படாதவராய், துவண்டு தரையில் வீழ்ந்தார்.

❍

இன்றே துக்கம் கேட்கும் நாள் என்பதுபோல நடராசனும் தட்சிணாமூர்த்தியும் வாயடைத்து நின்றனர். மேற்கொண்டு விவரம் கேட்கும் துணிவு இல்லை. பலகாரம் சாப்பிடவேண்டும் என்று சொன்னவன் கைகள் கட்டி நின்றான். நடராசன் வெகுநேரம் கழித்துப் பேசினார்.

"போகலாம் வா முத்துக்கறுப்பன்."

மூவரும் நடந்தனர். அந்தத் தெருவிலிருந்த கடையிலேயே ஏதாவது சாப்பிட்டுவிடலாம் என்றான். எதிரே ஒரு சோதிட சாத்திரக் கூடம்.

இட்லி–காப்பி பசிக்கு இதம். பேசாது சாப்பிட்டனர். முத்துக்கறுப்பன் நிறையவே சாப்பிட்டான்.

ஒரு விள்ளல் இட்லியைப் பிட்டவர் சாப்பிடாது கைகளை உயர்த்தியவாறு, "எப்படிச் சமாளிச்சே" என்று மெதுவான குரலில் கேட்டார் நடராசன்.

“அப்பா கீழே விழுந்துட்டாரே என்றுதான் தோணிச்சு. அவரைத் தூக்கப் பார்த்தேன். ஆனா தெருக்கோடியில் இரண்டு பேர் ஓடி வருவதும் பின்னால் ஒருவர் விரைந்து வருவதும் தெரிஞ்சது. பின்னால் வந்தவர் தாடிக்காரர்.”

சாப்பிட்டு முடிந்து வெளியே வந்ததும், ஒரு சிகரெட் பற்றவைத்துக்கொண்டான் முத்துக்கறுப்பன்.

❍

இரண்டு பேர்களை முதலில் ஓடிப்போகச் சொல்லி விரைந்து வந்தார் தாடிக்காரர். தகப்பனும் பிள்ளையும் கோவில் பக்கம் செல்வதை அவர் பார்த்திருக்கவேண்டும்.

வந்தவர்கள், கீழே விழுந்தவரைத் தூக்க, அவர் நாடி பார்த்தார். பிறகு அந்த நிலையிலேயே தகப்பனாரைப் பார்த்து இரு கைகளையும் கூப்பினார். மடத்தைச் சேர்ந்த அடியார் சாதாரணமாகக் கைகூப்புவதில்லை.

“முதற் தீ எரிந்த காடு” என்று அவர் வாய்விட்டுச் சொன்னார்.

உடன் வந்த இருவரும் வேலைகளைக் கவனித்தனர். ஊர்ப் பெரியவர்களாக இருவர் வரவழைக்கப்பட்டனர். ஒரு வீட்டுத் திண்ணையில் ‘அது’ கிடத்தப்பட்டது.

“எங்கிட்ட ஐம்பது ரூபா இருக்குது” என்று தழுதழுத்த குரலில் சொன்னான் முத்துக்கறுப்பன்.

“என்னிடமும் ஐம்பது ரூபா தந்திருக்காரப்பா – அவர் மடியிலும் ஐம்பது இருக்குதாம். எல்லாம் சொல்லிட்டுத்தான் போயிருக்காரு உங்க அப்பா” என்று சொல்லி, பையனைத் தன்னோடு சேர்த்துக்கொண்டார்.

அத்தனை போதுமானதாகவிருந்தது. எடுத்துச் செல்ல மாயவரத்தில் இருந்து கார் கொண்டுவரச் சொல்லி, அவனோடு ஓர் ஆளும் வர ஏற்பாடாயிற்று.

காரின் முன்பக்கம் உட்கார்ந்திருந்த அவன், ஊர் வரும் வரை பின்னிருக்கைப் பக்கம் திரும்பவேயில்லை.

❍

அம்மையப்பப் பிள்ளை தாடிக்காரரை முன்பின் பார்த்ததில்லை. ஆனால், வள்ளியூர் அண்ணாச்சியின் பெயர் வேலைசெய்தது. தாடிக்காரர் பழைய ஊர் நினைவில் மூழ்கியிருக்கக்கூடும். ஆனால், உடனடியாக அந்த நேரடிக் கேள்வியொன்றால் தாக்குண்டார். “அடியார் ஒருவரை அகப்பையால் அடித்ததுண்டா?”

அம்மையப்பப் பிள்ளை கேட்ட இந்தக் கேள்வியும் அவரறியாது தானாக வந்தது போன்றிருந்தது. அவர் யாரிடமும் வரம்பு மீறிப் பேசாதவர். பேசுவதும் குறைவு.

தாடிக்காரர் சிறிது நேரம் அவரைப் பார்த்துக்கொண்டிருந்துவிட்டு தலையசைத்தார். பிறகு தன்னிலைக்கு வந்தவராகக் கேட்டார்.

“இந்த முருகன் யார்?”

“என் மகன் – முத்துக்கறுப்பன்.”

“முருகன் தம்பியே – வா.”

அவர்கள் இருவரும் பிறகு பேசிக்கொண்டிருந்தவை யாவும் வேறு மொழி போலவிருந்ததால், முத்துக்கறுப்பன் அப்பாவின் முகத்தையே பார்த்துக்கொண்டிருந்தான்.

“இங்கேயே உட்காருங்க” என்று கூறி உள்ளே சென்றவர் இரண்டு மலைவாழைப் பழங்களுடன் தண்ணீரும் கொண்டுவந்தார்.

“இரவுச் சாப்பாடு இங்கே – சொல்லிவிட்டேன்.”

அன்றிரவு அம்மையப்பப் பிள்ளை அவரிடம் சொன்ன விஷயம் இதுதான்.

சுர வேகத்தில் தவித்து முனகிக்கொண்டிருந்த காலை – ஒரு பத்தாண்டுகளுக்கு முன்பு – நினைவை இழந்து, தன் பெயரே மறந்துவிட்டாலும், மறக்கவொண்ணாத காட்சி. காட்சியும் அல்ல அது – ஓர் ஒளி – வெளிச்சமான நிலை. அப்போது சுரமும் இல்லை, எதுவும் இல்லை. துன்பமும் வெறுப்பும் அழுக்காறும், அச்சமுமில்லாத ஓர் இருத்தலில் எத்தனை நேரமோ – அதுவும் மறந்தாயிற்று. விழிப்பு ஏற்பட்ட கணம் முதல் நினைவுள்ளதெல்லாம் கேட்ட ஒலி மட்டும்தான். அல்லது கண்ட ஓர் ஒலி என்று கூறுதல் சரிதாமோ – போ – முதற் தீ எரிந்த ஒரு வேளூரில் நிறைவு பெறு– அழல் குட்டம் – திங்கள் – முன் பனியில் நிற்க – எரித்த பன்னூறு விலங்குகள் அடையும் சாந்தி. விண்ணின் ஒலி – ஓசை – ஓதம்– ஓம்ம்ம்ம் – எல்லாம் ஆக.

ஒப்புவித்த பாடல் தவிர வேறு தமிழறியா அவரது நினைவில் நின்ற சொற்றொடரின் பொருள் அவருக்குப் புரிந்ததுதான் விந்தை. எந்த வேளூர் என்று கேட்டான் ஒரு பண்டிதன். அன்றே அவர் தீர்மானித்துவிட்டார், இதைப் பற்றி யாரிடமும் சொல்ல வேண்டாமென்று. சுர வேகம் வந்ததுபோல் நீங்கி நலம் பெற்றும், மனைவியிடமும் கூறவில்லை. புறப்படும்போதும் சொல்லத் தகுந்த விஷயமல்லவே என்றிருந்தார். விவரம் அடிகள் அறியவேண்டும். நாளை கிருத்திகை – திங்கள் – இது முன்பனி.

அம்மையப்பப் பிள்ளை சொல்லாத – சொல்லத் தெரியாத விவரங்களும் உண்டு.

இறைவன் வாளை உருவிக்கொண்டான். வாள் செய்து தந்தவனை மட்டும் பக்கத்தில் இருத்திக்கொண்டான். கருவறையில் பூசனை செய்ய வந்த அறிவர் – ஆதி சைவர் நடுங்கினர். நீங்கள் எல்லாருமே போய்விடுங்கள். நீங்கள் எல்லாருமே கொலை செய்தவர்கள்தாம். உங்கள் உறவு ஆட்கள் – வயல்வெளி மாந்தரையும் அழைத்துக் கொண்டு நீங்குங்கள். கொங்கணத்திலிருந்து வந்த பட்டர்கள் இனிக் கருவறையில் பூசனை செய்வர். அவர்கள் மடப்பள்ளியில் இனி இருக்க வேண்டாம். அவர்தம் மந்திர மொழி நன்றாகவே உள்ளது. இன்னொரு ஊருக்கு உங்கள் மறைமொழியொடு செல்க. வாள் வலி பெரிது – மழைக்கு இனிக் கோவிலில் ஒதுங்க முடியாது. கேட்ட குடிமக்கள் சொல்கிறார்கள். ‘எங்களுக்கு எதுவும் தெரியாதே எங்கு செல்வோம்’ என்று – போங்களேன் – பழையபடி மலைக்கு– காட்டிற்கு – கடலுக்கு – இங்கே வேண்டாம். இவ்வயல்களை நான் பார்த்துக்கொள்வேன் – நீங்கள் வேண்டியதில்லை – வாள் பேசியிருக்கிறது – தீக்கடவுள் இனி உங்கள் பக்கமில்லை என்றுரைக்க, அம்மக்கள் ஒவ்வொரு மூலையாகச்

சென்றனர். தேனெடுக்க – எருமையின் பின்னால் – மீன் பிடிக்க, கடலுக்கென்று– சிலர் இரவலராக – ஒரு கூட்டம் தந்திரமாக வேறு திசை செல்கிறது – போகட்டும் – கொஞ்ச காலந்தான் – ஒரு நீலி வரும் வரை. அவர்கள் பொறுத்திருக்கட்டும் – தீ விடாது – ஒரு நாய் அஞ்ஞானமாய் குரைக்க, வெகுதூரத்துப் புதரில் நரியொன்று கைகொட்டிச் சிரிக்கும்.

பின்னாளில் மருத நில மாந்தர் நீதி தவறித் தீயில் மாண்டதாகப் பழையனூர் ஏடு கூறிற்று.

❍

பேருந்து நிலையம் நோக்கி நடந்தனர்.

"அந்தத் தாடிக்காரரை நீ திரும்பவும் பார்க்கலியா?"

"ரொம்ப வருசம் கழிச்சு ஒரு தடவை பார்த்தேன். விசேடமா ஒண்ணும் சொல்லல்லே. ஞாபகம் மட்டும் இருந்தது. அப்புறம், சென்னை வந்த பிறகு வருசந்தோறும் வாரேன் – அவ்வளவுதான்."

காப்பிக்கடைப் பக்கம் சென்று பைகளை எடுத்துக்கொண்டு அம்முதிய பெண்மணிக்குப் பணமும் தந்துவிட்டு, கேட்டார் நடராசன்.

"உங்கப்பாவுக்கு சோதிடத்திலே நம்பிக்கையிருந்ததா?"

"இல்லவேயில்லை" என்றான் முத்துக்கறுப்பன்.

37. ஒரு கன்றுக்குட்டியின் மரணம்

ஓய்வு பெற்றபின் வருகிற தொகையை வைத்துக்கொண்டு சமாளிப்பது எப்படியென்று தெரியவில்லை. நான்கு பையன்களில் ஒருவனுக்கு வேலையிருந்தாலும் போதும் – சமாளித்துக் கொள்ளலாம். இதையெல்லாம் முன்னர் யோசித்து, வேலையில் இருக்கும்போதே, பார்க்க வேண்டிய நபர்களைப் பார்த்து அந்தக் காரியத்தை எப்படியாவது சாதித்திருக்கவேண்டும் – ஓய்வு பெற்றபின் எந்த நாய் மதிக்கும்?

ஆனால், நல்லபடியாக மூத்த பையனுக்கு இப்போது ஒரு வேலைக்குக் கடிதம் வந்துள்ளது. போக்குவரத்துத் துறையில் – நல்ல வேலை – குறைவான தகுதியென்றாலும் அரசு வேலை.

முத்துக்கறுப்பனுக்கு மிகவும் சந்தோஷம். பக்கத்து ஊரிலிருந்த சக்தி வாய்ந்த தெய்வத்தை வேண்டிக்கொண்டிருந்தார். ஒரு தடவை போய் வந்தார். பையனையும் அழைத்துப்போக வேண்டும். வேலைக்குப் போகுமுன்னர் கடவுளிடம் போய்ச் சொல்லிவிட்டு வருவது நல்லது. ஆனால், அதிலே ஒரு சிக்கல் உண்டு.

பையன் ஓராண்டுக் காலமாக தாறுமாறாகச் சிரித்துக் கொண்டிருக்கிறான். அழவும் செய்கிறான். இரண்டு செயல்களும் எல்லாருக்கும் வருத்தத்தைத் தருகிறது. அழுகையும் சிரிப்பும் இல்லாமலிருந்த நாளொன்றில் வேலைக்கான நேர்முகத் தேர்வு நடக்கச் செய்து இப்போது வேலைக்கான ஆணையை வாங்கிக்கொள்ள முடிந்திருக்கிறது. தகப்பனார் முத்துக்கறுப்பனின் ஓரளவு செல்வாக்கும், செலவழித்த செல்வமும்தான் காரணம். வேலை கிடைத்த விதம் வெளிப்படையாகச் சொல்லிவிடக் கூடியதன்று.

நேர்முகத் தேர்வு முடிந்து வீடு வந்த நாளில் ஒரு குறிப்பிட்ட பகுதியைச் சிறிது நேரம் பார்த்துக்கொண்டிருந்துவிட்டு

மெதுவாக நடந்து வந்து அப்பாவின் முகத்தில் 'பளார்' என்று அறைவிட்டான் பையன். சிக்கல் இதுதான். அப்பாவை அடித்தால் வெளியே தெரியாமல் அமுக்கிவிடலாம். கோவில் பூசாரி என்றால் வேறு விஷயம். கடவுளே கோபித்துக் கொள்ளக்கூடும்.

எனவே முத்துக்கறுப்பன் பூசனையைத் தானே நடத்திவிட்டு, பையனை அலுவலகம் அழைத்துச்சென்று வேலையில் சேர்த்துவிட்டார். அதன் முன்னர் தேவைப்பட்ட உடல் மருத்துவச் சான்றிதழும் பெருமுயற்சியால் பெறப்பட்டது.

வேலையில் சேர்ந்ததும் பையனை அங்கே விட்டு முத்துக்கறுப்பன் வந்திருக்கவேண்டும். ஆனால், அனுபவஸ்தரான அவர் எதையோ கருதி அவ்விடத்திலேயே நின்றார். தன்னை ஓர் ஓய்வு பெற்ற அரசுப் பணியாளராக அறிமுகம் செய்துகொண்டார்.

தனது பழைய அலுவலகத்தில் ஏதாவது காரியம் ஆகவேண்டுமா என்று கேட்டு பதிலளிக்கவும் காத்திருந்தார். யாரும் சட்டை செய்யவில்லை. அரும்பாடுபட்டு வாங்கிய சான்றிதழ் துருப்பிடித்த குண்டூசியால் குத்தப்பட்டு ஒரு பாழடைந்த கோப்பில் சேர்த்துக் கட்டப்பட்டது. வேலையில் சேர்ந்தது பதிவு பண்ணப்பட்டதும் குறிப்பிட்ட வேலைக்கான பிரிவிற்குப் போகச் சொன்னார்கள். அலுவலக உதவியாள் (ப்யூன்) முத்துக்கறுப்பனிடம் "நீங்க எதுக்கு நிக்கறீங்க – உங்க பையனா – சரி – பணிமனையிலதான் வேலை. அங்கதான் அழைச்சுக்கிட்டுப் போறேன்" என்றார். பையனின் சிரிப்பை வேறு விதமாக எடுத்துக்கொள்ளாமல் இயல்பாக தானும் சிரித்துக்கொண்டார். முத்துக்கறுப்பன் ஓர் ஐந்து ரூபாய் நோட்டை உதவியாளரிடம் அளித்தார்.

பணிமனை சாலச் சிறந்துவிளங்கியது. துலக்கப்பட்ட வண்டிகள் ஒவ்வொன்றாக வெளிவரும்போது, காண்பதில் ஓர் உற்சாகம் ஏற்படுகிறது. ஒரு கணம் தன்னை மறந்து அவற்றைக் கண்டு நின்ற முத்துக்கறுப்பன் தனது அறியாமையை எண்ணி நொந்துகொண்டார். சொல்லவேண்டியதைப் பக்குவமாகச் சொல்லியிருக்கவேண்டும் – அந்த உதவியாளரிடம் – மறந்துவிட்டார்.

பையனின் சிரிப்பு விஷயம்தான் அது. முதல் நாளே இசகுபிசகாக நடந்துகொண்டுவிடக் கூடாது. எப்படியும் பிறகு தெரியத்தான் போகிறது – போகட்டும் – இன்றைக்கு ஒரு நாள் நன்றாக இருந்து விட்டால் போதும் என்று எண்ணினார்.

ஓராண்டிற்கு முன் ஆரம்பித்த சிரிப்பு அது – அடங்காது நிற்கிறது. தூங்குவதில்லை. மயக்கத்திலும் சிரிப்பதுண்டு. சிரிப்பை நிறுத்துவது என்பது அழுகையொன்றை ஆரம்பிக்கும்போதுதான். பக்கத்து வீடுகளைச் சார்ந்த மூன்று கிழவர்கள் இந்த நூற்றாண்டின் ஆரம்பத்தில் அவர்கள் கண்ட பல சிரிப்புகளைப் பற்றிக் கூறி வைத்தியமும் சொன்னார்கள். அவர்கள் சொன்னதைக் கேட்டாக வேண்டிய கட்டாயமும் முத்துக் கறுப்பனுக்கு உண்டு. அலட்சியம் செய்தால் 'பைத்தியம்' வீட்டிலிருப்பது பற்றிய செய்தி வேகமாகப் பரவும் – பல ஊர்களுக்குத் தெரியவரும் – முக்கியமாக அவர் உறவினர்களுக்கு.

பச்சைத் தண்ணீரில் நாற்பது முறை குளிப்பாட்டியாயிற்று. பல எலுமிச்சம் பழ மருத்துவமும் நடத்தியாயிற்று. தெரிந்தவர்கள் சற்று பாராமுகம் காட்டி கொஞ்சங்கொஞ் சமாக விலக ஆரம்பித்த பின்னர்தான் முத்துக்கறுப்பன் ஒரு நாள் அதிகாலை பையனை

மட்டும் அழைத்துக்கொண்டு சென்னைக்கு வண்டியேறினார். மறக்காது நல்ல ஒரு கயிற்றையும் எடுத்துக்கொண்டார்.

பட்டணத்தில் தேர்ந்த மன நோய் நிபுணர், தகுந்த தொகையைப் பெற்றுக்கொண்டு சோதனை செய்யத் தயாரானார். அவர்கள் இருவரையும் ஒரே மாதிரியாக நோட்டம் விட்டார். முத்துக்கறுப்பன் துணுக்குற்று தன்னை ஓய்வுபெற்ற அரசுப் பணியாளர் என அறிமுகம் செய்துகொள்ள, அவர் நம்பி, பையனை ஒரு கருவியால் முட்டியில் தட்டினார். பல கேள்விகளை அடுக்கடுக்காகத் தொடர்ந்தார். பதில் வரவில்லையென்றாலும் அடுத்த கேள்வியைக் கேட்டார். அதில் ஒரு கேள்வி. 'நோயாளியின் குடும்பத்தில் அம்மா வழியிலோ – அப்பா வழியிலோ யாருக்காவது பைத்தியம் பிடித்திருக்கிறதா' என்று. இதற்கு என்ன பதில் சொல்வது என்று முத்துக்கறுப்பன் யோசித்தார். பொறி தட்டியது போல் ஒரு ஞாபகம் வந்தது. இதுவரை அதை நினைத்துப் பார்க்கவில்லை. அவர் மனைவியின் அக்காவிற்கும் இம்மாதிரி ஏற்பட்டிருந்ததும், குணமாகியதும் அவருக்குத் தெரியும். அதைச் சொல்லவேண்டும்– அவசியமில்லை – மருத்துவர் அடுத்த கேள்வி கேட்டார்.

நல்ல வேளையாக சென்னைப்பட்டணம் வந்து இத்தனை நேரமும் பையன் சிரிக்கவில்லை. மனநோய் கொண்டோருக்குப் பட்டணம் ஏற்றது போலும்.

நிபுணர் அறிவுரையின்படி ஓராண்டு மருந்து சாப்பிட்டாகவேண்டும். வேலைக்குப் போகலாம் – மூன்று மாதத்திற்கொரு முறை இங்கு வரவேண்டும் – படிக்க வேண்டாம் – அவ்வளவுதான்.

ஒரு விடுதியில் பத்து ரூபாய் அறை எடுத்துத் தங்கிவிட்டு அடுத்த நாள் வண்டியேறி வீடு திரும்பினார்கள்.

மருந்து எப்படி வேலை செய்ததோ – அவன் பசியெடுத்துச் சாப்பிட்டான். கொஞ்சம் பேசினான். சிரிப்பது அதிகமில்லை – "நல்ல பையன் – அவனுக்கு ஒண்ணும் ஆகாது – நான் சொன்னேனே" என்று கிழவர்கள் விசாரித்துக்கொண்டனர்.

முத்துக்கறுப்பனுக்கு நம்பிக்கை ஏற்பட்டது. தன்னால் முடிந்தவரை முயற்சி செய்து பையனுக்கு ஒரு வேலை வாங்கிக் கொடுத்துவிடவேண்டும் என்று முடிவு செய்தார். ஒரு வேளை. இப்படி ஆனதற்கு அவன் படிப்பை நிறுத்தியதுதான் காரணமாக இருக்குமோ என்றும் ஓர் எண்ணம். இளைய பையன்கள் இன்னும் கல்லூரிக்குப் போய்க்கொண்டிருந்தனர். வேலை கிடைக்க பணம் செலவு செய்யவும் தயாரானார். ஆனால், அரசுப் பணியில்தான் சேர்க்கவேண்டும் – அது மிகவும் அவசியம் என்றும் முடிவு.

முத்துக்கறுப்பன் ஓர் அரசுப் பணி கிடைக்க இத்தனை தீவிரமடைந்து உழைத்ததற்குச் சில காரணங்களைச் சொல்ல முடியும். நிரந்தரமான அரசுப் பணி, மருத்துவச்செலவைக் கட்டிக்காக்கும் என்பது அனுபவபூர்வமான ஒன்று. விடுப்பில் இருந்தாலும் மருத்துவச் செலவு அரசால் ஏற்கப்படும் என்பதை அவர் அறிவார். ஓய்வு பெற்ற அவருக்கு அதெல்லாம் தளபாடம். அபசகுனமாக ஒரு நண்பர் கூறினார்: 'பணியில் இறந்தோர் குடும்பத்தாருக்கு இப்போது அதிக தொகையொன்று தருகிறார்கள்' முத்துக்கறுப்பன் துணுக்குற்றார். ஒரு பேச்சுக்காக அவர் சொல்கிறார் என்று சமாதானப்படுத்திக்கொண்டார்.

சிறுகதைகள் 217

பையன் வேலையில் சேர்ந்த நாளில் முத்துக்கறுப்பன் பயந்தது சரிதான். அன்று மாலை வேலை நேரம் முடிவதற்குள் பணிமனையில் 'வெல்டர்' ஒருவரைப் பார்த்து – மிக அதிக நேரம் பார்த்துக்கொண்டிருந்துவிட்டு – சிரிக்க ஆரம்பித்துவிட்டானாம். நல்லவேளையாக மாலையில் இளைய பையனை அங்கே அனுப்பியிருந்ததால் வீட்டிற்கு அழைத்துவர முடிந்தது. அடுத்த நாள் பையன் வேலைக்குப் போக முடியும் என்ற நம்பிக்கையில்லை.

இரவு முழுவதும் முத்துக்கறுப்பன் விழித்திருந்தார். பையனை சாப்பிடச் செய்ய முடியவில்லை. தூக்கமும் விழிப்புமற்ற நிலையில் கண்கள் மலங்க பையன் புலம்பிய சொற்கள் அர்த்தமுள்ளவையாகத் தெரிந்தன.

"என்னமாம் செய்ங்க – எனக்குத் தெரியாது."

யாரிடமோ பேசுவது போல் பையன் முணுமுணுத்துக்கொண்டிருந்தான். தட்டி எழுப்பினால் விழித்துப்பார்த்துவிட்டு உடனே கண்களை மூடிக்கொள்வான்.

குறைந்த செலவில் கிடைக்கும் மருத்துவச் சான்றிதழை வாங்கிக் கொண்டார். அடுத்த நாள் பையன் அலுவலகத்தில் அதைச் சேர்ப்பித்துவிட்டார். சம்பளமில்லாத விடுப்புத்தான் கிடைக்கும் என்பதை அவர் அறிவார். அங்கே இசைகேடாக எதுவும் கேட்கவில்லை. பணிமனைப் பக்கம் போயிருந்தால் பல கேள்விகள் கேட்கப்பட்டிருக்கலாம். சென்னை உயர்நிலை மருத்துவர் மூன்று மாதம் கழித்து வரச் சொல்லியிருக்கிறார். வேலைக்காக கணிசமான தொகை – சேமிப்புத் தொகை – செலவாகியிருக்கிறது. மற்ற மூன்று பையன்களின் படிப்புச் செலவு – ஏதாவது சொல்லிவிட்டால் இளையபையன்களின் பார்வை வேறு பயமுறுத்துகிறது – ஆனால், சென்னை போயாகவேண்டும்.

இடையில் பார்த்துப்போகவந்த பழைய நண்பர்கள் "பயப்பட வேண்டாம், பையனுக்கு ஒன்றுமில்லை" என்று கூறி ஆறுதலளித்தனர். உரிமையோடு பையனை எழுப்பி "டேய் – ஏதாவது சாப்பிடணும்; கஞ்சியாவது குடிக்கணும்" என்று வற்புறுத்தவும், பல விபரீதங்களை எண்ணிப்பார்த்து முகத்தைத் தடவிக்கொண்டார் முத்துக்கறுப்பன். ஓய்வு பெற்ற இன்னொரு நண்பர் "அட – நீ ஏண்டா கவலைப்படறே? – இன்னும் ரெண்டு மாசத்திலே பாரு– குரு பெயரட்டும்" என்று தேற்றினார்.

மிஞ்சிய சேமிப்பிலிருந்து பணம் எடுத்துக்கொண்டார். சென்னையில் இந்தத் தடவை பத்து நாட்கள் தங்கவேண்டும். செலவு அதிகமாகும். கீழத்தெரு நரசிம்மன் பையன் பட்டணத்தில் உதவி இயக்குநராக ஸ்டுடியோவில் இருப்பதாகச் சொன்னார்கள். அங்கே தங்கினால் ஒரு நூறு ரூபாய் செலவு குறையும். ஆனால் நரசிம்மன் மகன், ஸ்டுடியோ பக்கத்தில் மசால் வடைதான் விற்கிறான் – உதவி இயக்குநர் வடை விற்க மாட்டார் என்றும் வேறு சிலர் சொல்கிறார்கள் – வேறு வழியில்லை – செலவைப் பார்க்க முடியாது. பழைய விடுதியொன்றைத் தேடிப் பார்த்து அங்கே தங்கவேண்டும்.

மருத்துவரைப் பார்ப்பதற்கே இரண்டு நாள் ஆகிவிட்டது. இங்கு வருவதைப் பற்றி முன்பே எழுதித் தெரிவித்திருக்க வேண்டுமாம்.

நீண்ட நேரம் ஆய்ந்து பார்த்து ஒரு பரம்பரையில் யாருக்காவது ஒருவருக்கு இப்படி வரலாம் என்ற எண்ணத்தை அவர் தெரிவித்தார். மொத்தம் பதினைந்து நாட்கள் தூங்காமலும் சாப்பிடாமலும் இருப்பதை முதலில் கவனிக்கவேண்டும் என்றும் சொன்னார். மருந்து எழுதிக் கொடுத்தார். அறுபது மாத்திரைகள்– தினமும் ஒன்று – ஒன்றிற்கு மேல் கூடாது – இரவு கொடுத்தால் போதும் – தூங்குவான் – இரண்டு மாதங்கழித்து கட்டாயம் வரவேண்டும் – இங்கேயே ஆறு மாதம் தங்கினாலும் நல்லது.

கடைசியாகச் சொன்னதை நினைத்துக்கூடப் பார்க்க முடியாது. உடனேயே புறப்பட்டுவிட்டார். மாலை வரை விடுதியிலிருந்தால் கூடுதல் பத்து ரூபாய் ஆகும். பகலிலேயே பேருந்து பிடித்துச் சென்றால், இரவே வீடு போய்ச் சேர்ந்துவிடலாம். அந்த நேரத்தில் போய்ச் சேருவது ஒரு வகையில் நல்லது. வடபழனிக் கோவிலுக்குச் சென்று வரலாமாவென்று யோசித்தார். ஆனால், அங்கு ஸ்டுடியோக்கள் இருக்குமாதலால் அதைத் தவிர்த்துவிட்டார். மாத்திரை வாங்க பணம் குறைகிறது – ஊரிலேயே கிடைக்கும்.

வீடு சேர்ந்ததும் தூங்கிக்கொண்டிருந்த இளைய தடியனை எழுப்பி "அலுவலகம் சென்று 'லீவு' விஷயம் பற்றிக் கேட்கச் சொன்னேனே, என்ன" என்று விசாரித்தார். அவன் போயிருக்க மாட்டான் என்பது தெரியும். பல வழிகளில் அவனைத் திட்டித் தீர்த்தார்.

காலையில் முதல் வேலையாக போக்குவரத்துத் துறை அலுவலகம் சென்று காத்திருந்து, விஷயம் தெரிந்துகொண்டார். மூன்று மாதம் சம்பளமில்லாத விடுப்பு அனுமதிக்கப் பட்டிருக்கிறது. ஆறுதல்தான். வேறு எதுவும் அங்கே இவரைக் கேட்கவில்லை. அங்கிருந்து கிளம்பி தனது பழைய அலுவலகத்தைப் பார்த்துவரலாமென்று எண்ணினார். வழியில் மருந்துக் கடை – மாத்திரைகளை வாங்கிக்கொண்டார். மருத்துவரின் சீட்டைப் பார்த்துவிட்டு அவரை உயர்வாகக் கூறினார்கள் – "ஒரு நாளைக்கு ஒரு மாத்திரைக்கு மேல் தருவது ஆபத்து – டாக்டர் சொல்லியிருப்பாரே" என்று ஞாபகப்படுத்தினார்கள்.

தனது பழைய அலுவலகத்தில் சிறிது உட்கார்ந்து அயர்வு நீங்கினார். அங்கே புதிய சம்பள அறிக்கை பற்றிக் கூறினார்கள். இப்போதெல்லாம் செத்துப்போனவர் குடும்பத்திற்கு முன்பைவிட அதிகத் தொகை கிடைக்கும் – அறிவிப்பு வந்தாகிவிட்டது என்றார்கள் – "ஓய்வு பெற்றவர் செத்துவிட்டால் எந்தப் பிரயோசனமும் இல்லை" என்று கூறிச் சிரித்தார்கள்.

நடந்துதான் வீடு திரும்பினார். பையனைப் பற்றிய கவலை இந்த சன்மத்தில் தீராது என்று நினைத்தார். இனி அவனுக்குக் கல்யாணம் பண்ணி வைத்தல் நடக்காத காரியம் – அதனால் மற்ற பிள்ளைகளின் காரியங்கள் பாதிக்கப்படத்தான் செய்யும் – அவனது கஷ்டம் காணச் சகிக்கவில்லை – தெய்வம் விட்ட வழியென்று அமைதியுறவும் முடியவில்லை.

இனிச் சென்னை சென்று அங்கே நிரந்தரமாகத் தங்கி மருத்துவம் பார்ப்பதுதான் முறை. அதை நினைத்துக்கூடப் பார்க்க முடியாது. கிடைத்த ஓய்வு நிதியில் சிறு வீடு மட்டும் வாங்கமுடிந்திருக்கிறது. இனி எந்தச் செலவுக்கும் வீட்டின் பேரில் கடன் வாங்குவது ஒன்றுதான் வழி.

ஒரு கன்றுக்குட்டியாக – நோயுள்ள கன்றாக – ஒரு பையன் துடிக்கிறான் – நான் இப்போது என்ன செய்யவேண்டும் – எது செய்தால் இந்தப் போராட்டங்களிலிருந்து விடுதலை. மகாத்மா காந்தியின் ஞாபகமும் வந்தது.

முத்துக்கறுப்பன் அன்றிரவு சாப்பிடவில்லை – தூங்கவுமில்லை. மாத்திரைப் புட்டியை மேசை மீது வைத்து ரொம்ப நேரம் அதைப் பார்த்துக்கொண்டிருந்தார்.

"பையனை எழுப்பி ஏதாவது கொஞ்சம் சாப்பிட வையுங்களேன்" என்று மனைவி கூறினாள். அவர் மெதுவாக எழுந்தார்.

இரவு பதினொரு மணிக்கு பையன் கண் விழித்தான். கண்களைத் திரும்பவும் மூடினான்.

லேசாக அவன் தோளைத் தொட்டுக் கூப்பிட்டார். அந்த வினாடி அவன் உடம்பு அசைந்தது – விநோதமாக அசைந்தது. கையும் காலும் வெட்டி வெட்டி இழுத்தன. கண்கள் இன்னும் மேலேறி நிற்க, வாய் கோணியது.

பழைய அலுவலக நண்பர்கள் துக்கம் விசாரிக்க வந்தனர். வீட்டு வாசலில் உட்கார்ந்திருந்த முத்துக்கறுப்பன் எழுந்து நின்றார். யாரும் அதிகமாக பேசாது சென்றனர். ஓய்வு பெற்ற நண்பரும் வந்தார். வீட்டில் துயரக் களை இருந்ததாகச் சொல்ல முடியாது. இளைய பையன்கள் வழக்கம்போலப் போய்வந்துகொண்டிருந்தனர்.

புறப்படும்போது முத்துக்கறுப்பன் தோளைத் தட்டி நண்பர் சொன்னார்:

"நடக்கிற காரியத்தைப் பாரு – எவ்வளவோ பாடுபட்டாச்சு – உயிரைப் பிடிச்சுவைக்க முடியுமா? – போன சன்மத்திலே அவன்கிட்டே கடன் பட்டிருக்கோம்னு வைச்சுக்க வேண்டியதுதான் – திருப்பி வாங்க இத்தனை காலம் உங்ககிட்டே வளர்ந்து போயிட்டான் – அவ்வளவுதான் – காரியத்தைப் பாரு முத்துக்கறுப்பன்."

அனுப்ப வேண்டிய விண்ணப்பத்தாளைக் கொண்டுவந்திருந்தார். இருபதாயிரம் ரூபாய் வேண்டி – பணிக் காலத்தில் மரணமுற்ற அரசுப் பணியாளரின் தந்தை விண்ணப்பிக்கும் படிவம்.

எல்லாரும் சென்றபின் கட்டிலில் உட்கார்ந்தார் முத்துக்கறுப்பன். மேசை மீதிருந்தது அது. திடீரென விம்மி விம்மி அழலானார் – அந்தக் கண்ணாடிப் புட்டியிலிருந்த அறுபது மாத்திரைகள் கண்ணில் பட்டபோது. ●

- அரங்கேற்றம், 1991

38. மாறுதல்

தெரு வாசலில் நார்க்கட்டில் போடப்பட்டிருந்தது. நிலவு வெளிச்சம். ஆனி மாதமாகியும் காற்று வீச ஆரம்பிக்கவில்லை. பூனைக்குட்டியைத் தடவிக்கொடுத்தவாறே கட்டிலில் உட்கார்ந்திருந்தார் சோம சுந்தரத்தேவர். பக்கத்துப் படிக்கட்டில் உட்கார்ந்து முத்துக்கறுப்பன் விவரமாகச் சொல்லிக் கொண்டிருக்கிறான். அவன் கொஞ்ச காலமாக பல வகையான திரைப்படங்களையும் பார்த்துவருகிறான். இருக்கவேண்டும். கத்தரி வயலில் நல்ல விளைச்சல். வியாழன் – ஞாயிறு சந்தைக் கிழமைகளின் முன்னிரவை அவன் சினிமா அரங்குகளில்தான் கழிக்கிறான். அதிகாலையில் சந்தையில் இருக்க வேண்டுமாதலால், கிராமத்திலிருந்து புறப்பட்டுப்போவது கஷ்டம். இரவே சென்றால், கடைசிக் காட்சி சினிமா முடிந்தவுடன் நேராகச் சந்தை போய்விடலாம். வெற்றிகரமாக வியாபாரம் நடப்பதால், பார்க்கும் திரைப்படங்கள் அவனது ஊதாரித்தனத்தைச் சுட்டுவதாக அமையாது. பிறர் கண் பட்டும் ஊரில் வம்பு இதுவரையில்லை.

சோமசுந்தரத் தேவருக்கும் அது தெரியும். அநாவசிய புத்திமதிகளுக்கு இப்போது வேலையில்லை. பலவகைகளிலும் அவரது எதிர்பார்ப்புகள் பொய்த்துவருகின்றன.

எப்போதும் சந்தை முடிந்து வீடு திரும்பும் நேரத்தில்தான் அவனது வீட்டிற்கு வருவார். இரவு தங்கிவிட்டு காலையில் ஊரைப் பார்க்கப் புறப்படுவார். புறப்படும்போது முத்துக்கறுப்பன் மனமுவந்து தரும் காய்கறிகள் அனுகூலம். ஆனால், காலம் மாறிவருகிறது. முத்துக்கறுப்பன் இப்போதெல்லாம் காய்கறிகள் தருவது கிடையாது.

இருந்தாலும், மரியாதைக்குக் குறைவில்லை – முத்துக்கறுப்பன் அவரது தூரத்து உறவுதான். பல விஷயங்கள் இப்போது அவனுக்குத் தெரிந்திருக்கும். சந்தையில் பேசாத வம்பா?

சோமசுந்தரத் தேவரும் அதே சந்தைப் பக்கத்தில் கடைவைத்து சம்பாதித்தவர்தான். கடை இப்போது படுத்துவிட்டது. ஆனாலும், சம்பாதித்த பணத்தைப் பத்திரப்படுத்தியிருந்தார். கடை நன்றாக நடந்துவந்தபோது, ஊரிலும் வீட்டிலும் அவருக்கிருந்த மதிப்பு இப்போது கேள்விக்குறியாகிவிட்டது. ஊர் விஷயம் வேறு. அவர் எந்த வம்புக்கும் போகாதவர். அது நல்ல குணமா அல்லது பொதுவாகத் தன்னைத் தவிர வேறு எதைப் பற்றியும் கவலைப்படாத அவரது இயற்கையா என்று சொல்ல முடியாது. வீட்டுக் காரியம் இப்போது மாறிவிட்டதுதான் அவரை மிகவும் சிந்திக்க வைத்திருந்தது. மாதந்தோறும் கொடுத்து வந்த நல்ல தொகைதான் வீட்டில் தனக்குக் கிடைத்துவந்த மதிப்பிற்குக் காரணம் என்று அவருக்குத் தென்பட ஆரம்பித்தபோது, தனது நிலை திரும்பவும் நல்லபடியாகப் போவதில்லை என்று கண்டுகொண்டார்.

வயதும் ஆகிவருகிறது. தெருக்களில் சாதாரணமாக நடக்கும் சண்டைகளையும் பங்காளி மனஸ்தாபத்தையும் தீர்த்துவைத்து நல்ல பெயரெடுக்க வேண்டிய வயது. சண்டையைத் தீர்த்துவைக்கிற தகுதியை இழந்துவிட்டாயிற்று. "உம்ம பிள்ளையோட சண்டையை முதலில் நிறுத்தி பொறகு இங்கே வாரும்" என்று சொல்லிவிடக் கூடும் – மானக்கேடு. பல தடவைகளில் அவர் ஊர் விசேடங்களில் கலந்துகொள்ளாத காரணம் அதுவாகவிருக்கும். முத்துக்கறுப்பனிடம் மட்டுந்தான் பேசமுடிகிறது.

முத்துக்கறுப்பனுக்குக் குடிப்பழக்கம் கிடையாது. சீட்டாட்டம் கிடையாது. அம்மன் கோவில் வெளிநடையில் நடக்கும் ஆட்டத்தில் பார்வையாளனாகக்கூட இருப்பதில்லை.

அப்பாவிடமிருந்து கிடைத்த துண்டு நிலம், நெல்லைவிட காய்கறிகளுக்கு உகந்தது என்று தெரிந்துகொண்ட அவன், அந்தக் கணத்திலேயே ரத்தம் ஏறியவனாகத் திரிந்தான். மூன்று மாதப் பண்படுத்தும் வேலையில் மண் இசைந்தது. கத்தரியும் வெண்டையும் சோறு போடுகிறது. கவலை எதுவும் இல்லை.

சற்று ஆசுவாசத்துடன் பார்க்கும்போது நெறிமுறைகள் நன்கு தெளிவாகின்றன. பெரியோரைப் பணிதல், தாய் தந்தையரைக் காப்பாற்றல் ஆகியவை நெறிமுறைப் படிப்பாக அல்லாமல் வேறுவகையில் சொந்தம்போல ஒட்டுகின்றன. அவனுக்கு சினிமா பிடித்ததற்கு ஒரு காரணமாக அதைச் சொல்லவேண்டும். பள்ளிக்கூடத்திற்குப் போகும் முன்னர் கஞ்சியும் கருவாடும் தாயார் தர நேரமாகிவிட்டால் தட்டை எடுத்து வீசியெறிந்த அவனது செயல் இப்போது ஆலோசிக்க வைக்கிறது. அப்பாவை எதிர்த்துப் பேசியது மறந்துவிடாது தைக்கிறது. நெறிமுறைகள் எதிர்பார்த்தபடி சினிமாவிலும் வந்துபோவதால் அந்த முறைகளையெல்லாம் எந்தச் சினிமாக் கதையிலும் கண்டுபிடித்துவிடுவது சுலபமாகவிருக்கிறது. சினிமாவாகவிருந்தாலும் கண்டுபிடித்தது அவனாகவிருப்பதால் மிகுந்த அமைதி ஏற்படுகிறது. சில சமயங்களில் தான் கண்டுகொண்டதை மற்றவர் யாருக்காவது சொல்லவில்லையென்றால் மண்டை வெடித்துவிடும்போலிருக்கும். அதுவும், சினிமாக் கதைகளைச் சொல்லவில்லையென்றால் சினிமா பார்த்துத்தான் பயன் என்ன – நல்ல விஷயங்களைச் சொல்லவேண்டும் – நாடு நன்றாகவேண்டும்.

சோமசுந்தரத் தேவர் வரும் நாளின் முன்னிரவுதான் அவன் சினிமா பார்க்கும் நாளாகவிருப்பதால், கதையை அவரிடம் சொல்வதைத் தவிர்க்க முடியாது.

ஒரு துயரமான இயற்கையான முகபாவத்துடன் அவன் அதை விவரிக்கிறான்:

"சொன்னபடி அவன் வாரான் அத்தான் – ராத்ரி பந்த்ரண்டு மணி இருக்கும். இவரு சொல்லிப் பாக்காரு கூடிய மட்டும்... 'ஏய் இதெல்லாம் நல்லாயிருக்காது – குறைச்சலாக்கும் பாத்துக்கோ' அப்படின்னு. பய கேக்க மாட்டங்கான். அந்த இடத்திலே ஒரு அடிபிடி அத்தான் – பயங்கரம் – காலு துண்டா போகுது – மத்தவன் ஓடிப்போயிருக்கான் – அளகா அங்க ஒரு பாட்டு பாடுகான்."

"யாரு ரஞ்சன்லா?"

அத்தான் கேட்கவும் முத்துக்கறுப்பன் உடன் மறுத்துப்பேசினான்.

"ரஞ்சனல்லாம் எந்த மூலைக்கு அத்தான்? – அதெல்லாம் சந்த்ரலேகாவிலே – அதிலேகூட ஏதோ அந்த ராதா ஆனதாலே சும்மா விட்டான். இவன்னா எல்லுகளைக் கழத்தியிருப்பான் – புதுசா வந்திருக்கான் அத்தான் – நாலைஞ்சு பாட்டு நல்லா பாடுகான்."

"அப்பா வேசம் யாருக்காம்?"

"அது பழைய ஆளு போல இருக்கு. ஆனா நாலஞ்சு கேள்வியெல்லாம் நல்லா கேக்காரு – என்ன சொல்லுகியோ, அப்பாக்கும் பிள்ளைக்குமில்லா சண்டை."

அப்போது முத்துக்கறுப்பனின் உற்சாகமான விவரம் தளர்ந்துவிட்டது. ஏதோ பொறி தட்டியிருக்கவேண்டும். இந்த இடத்தில் சொல்லியிருக்க வேண்டிய கதையல்ல இது. சோமசுந்தரத் தேவரிடம் சொல்லவேண்டிய கதையா?

பேச்சை மாற்ற வகையறியாது மயங்கினான்.

போன வாரச் சந்தையின் போதுதான் அவரது மகனைப் பார்த்துப் பேசும்படியாயிற்று. சோமசுந்தரத் தேவரைப் பற்றி அந்தப் பையன் பேசும் பேச்சைக் கேட்டால் இருவரையும் அப்பா – பிள்ளை என்று சொல்ல முடியாது. பையன் கேள்வி கேட்டுப் பேசினான்.

"என்ன சொல்லுகியோ மாமா – இவரு ஊரு ஊராய்ப் போயி யாரு யாருக்கோ குடுக்கிறதுக்கா சம்பாதிச்சாரு – இவருக்குப் பெண்டாட்டி பிள்ளை எதுக்கு?"

சொற்கள் நிறைந்த பொருளைக் கொண்டிருந்தன. அவனைத் தூண்டித் தூண்டிக் கேள்வி கேட்டு விஷயங்களைக் கறந்து ஓராண்டு வரை தாக்குப்பிடிக்கும்படியான திண்ணைப் பேச்சில் ஆவல் இல்லை. ஆனால், பையனே சிலவற்றை விளக்கினான்.

"அம்பதாயிரம் பாங்கிலே போட்டிருக்காரு மாமா – இவரு பேரிலே அது இருந்தா எத்தனை நாளு இருக்கும். யாருக்கெல்லாம் கொடுப்பாரோ. இன்னைக்குக் கேட்டே விட்டேன். ஒண்ணிலே என் பேரிலோ, அம்மா பேரிலோ பாங்க் பணத்தை எழுதி வை– இல்லாட்டா வேறே இடம் பாத்துக்கோ அப்படின்னு சொல்லிப்பிட்டேன்."

முத்துக்கறுப்பன் சினிமாக்கதையைப் பாதியில் நிறுத்திய காரணம் இதனால்தானிருக்கும். இந்தச் சினிமாக் கதையைச் சொல்லும் தருணம் இதுவல்ல.

"ம் – பொறகு" என்று கேட்டார் சோமசுந்தரத் தேவர். முத்துக்கறுப்பன் சுருக்கமாகக் கதையை முடித்தான்.

"சண்டையிருந்தாலும் கடைசியிலே பய அப்பா காலிலே விழுகான், அத்தான் – நல்ல கதைதான்" என்றான்.

தேவர் சிறிது நேரம் பேசாதிருந்தார். நிம்மதிபெற்றவர்போல் தோன்றினார். திரைப்படங்கள் நல்ல பல காரியங்களைச் செய்கின்றன.

முத்துக்கறுப்பனிடம் மனம்விட்டு தன் மகனைப் பற்றிப் பேசலானார். ●

- 1991

39. கவிக்குயில்

சிதம்பரம் வந்துபோனதாக வீட்டில் தெரிவித்தபோது, முத்துக்கறுப்பனுக்கு வியப்பு. முந்தைய வாரம்தான் சண்டை யிட்டுப் பிரிந்து சென்றிருந்தார்கள்.

“திடீர்னு என்ன வந்திருக்கு – வர மாட்டானே – காரியம் ஒண்ணுமில்லேன்னா” என்று எண்ணிக்கொண்டிருந்தான் – அலுப்பாகவுமிருந்தது.

போன வாரம் நடந்த வாக்குச் சண்டையில் “உனக்கு ஏதாவது மண்டையிலே இது இருக்கா” என்று கேட்பதுவரை போய்விட்டது. சிதம்பரம்தான் கேட்டான் அப்படி. முத்துக் கறுப்பனுக்கும் அந்த ஐயப்பாடு உண்டு. அதைப் பெரிதுபடுத்த வில்லை. ஆனால், அடுத்த நாள் பார்த்த போது மிகவும் வீறாப்புடன் ‘உனக்கும் எனக்கும் என்ன சம்பந்தம்’ என்பது போல அவன் தாண்டிச்சென்றுவிட்டான். “நண்ணி கெட்ட பயல், எத்தனை உதவி பண்ணியிருக்கேன் – இனிமே வந்தா சீ நாயேன்னு கேட்கணும்” என்று தீர்மானித்திருந்தான். இப்போது தேடி வந்திருக்கிறான். மறுபடியும் வருவான்.

சிதம்பரம் அழகான மீசையுடன் கம்பீரமாகவிருப்பான். பேச்சில் சமர்த்தன். விஷயமில்லாமலேயே பேசுவான். அபிநயங்கள் மிகுந்திருக்கும். கைவிரல்கள் அங்குமிங்கும் சுழன்றாடி குரலுடன் ஒத்துழைக்கும்போது, கேட்பவர்கள் இவன் சொல்வது பெரிய விஷயம்தான் என்று முடிவுசெய்வார்கள். இன்னும் அவனுக்குக் கல்யாணம் ஆகவில்லை.

முத்துக்கறுப்பன் கோபத்துடனிருந்தாலும் என்ன விஷயமாக சிதம்பரம் தேடி வந்திருப்பான் என்று தெரிந்துகொள்ள ஆவலு மிருந்தது. அதற்குக் காரணம் உண்டு.

சிதம்பரம் உடுப்பி ஹோட்டலில் சாப்பிட்டுவந்தான். அந்த ஹோட்டல் ஸ்தாபகரான குண்டு போற்றியுடன் மிக நெருங்கிய

அளவில் பழகிவிட்டிருந்தான். அவர்கள் நட்பு முதல் சந்திப்பிலேயே வேர்விட்டது. அவருக்குச் சில உதவிகளை அவனால் செய்ய முடிந்தது. முதல் தடவை அவன் அங்கே போனபோது, அவர் முனிசிபாலிட்டி அதிகாரியொருவருடன் தொலைபேசியில் பேசிவிட முயற்சி செய்துகொண்டிருந்தார். அவன் தடுத்து 'இன்னாரைப் போய்ப் பாருங்கள்' என்று சொல்ல, அது பலித்தது. அன்றிலிருந்து எந்த விஷயமும் இவனிடமும் கேட்பது வாடிக்கையாயிற்று. போக்குவரத்தும் அதிகரித்தது. சில சமயங்களில் இவனைக் கல்லாப்பெட்டியிலும் உட்கார வைத்துவிட்டு அவர் உள்ளே போய் சரக்கு மாஸ்டரோடு சண்டையிட்டுத் திரும்புவார். வீட்டிற்கு அழைத்துச்சென்று நல்ல காப்பி கொடுப்பதுமுண்டு. சிதம்பரம் வசிக்கும் இடமும் அந்த ஹோட்டலின் எதிரேதானிருந்தது. குண்டு போற்றியின் இளைய மகன் ஹோட்டலுக்கு வந்தால் சிதம்பரத்தின் அறைக்கும் வந்து திரும்புவான். அங்குள்ள வாரப் பத்திரிகைகள் சிலவற்றை அள்ளிச்செல்வான். குண்டு போற்றியின் மூத்த மகள் ஒரு புத்தகப் பிரியை.

இதையெல்லாம் அவனே முத்துக்கறுப்பனிடம் சொல்லி, கடைசியாக ஒரு யோசனையையும் வெளியிட்டான். அதாவது, தான் ஒரு மாதப் பத்திரிகை ஆரம்பிக்கப் போவதாக. அதை அடியோடு எதிர்த்துப் பேசியதால் இருவருக்கும் சண்டை எழுந்தது.

ஆனால், சிதம்பரம் வீம்புள்ளவன். திட்டமிட்டு எந்தக் காரியத்தையும் முடிப்பவன். அப்படி முடித்துக்கொள்ள எந்த உபாயத்தையும் கையாள்வான் – யார் காலையும் பிடிப்பான்.

திரும்பவும் தேடி வந்ததில் ஒன்றும் வியப்பில்லையென்றாலும் இத்தனை விரைவிலா என்று நினைத்துக்கொண்டான்.

அடுத்த நாள் மிகவும் இயல்பாக நேற்று வரை எந்தவிதச் சண்டையும் போடாதவன்போல் சிதம்பரம் பேச வந்தபோது, முத்துக்கறுப்பன் சிறிது நேரம் முகத்தைத் தூக்கிவைத்துக் கொண்டிருந்தாலும், அவன் முடிவு செய்த விஷயம் சுவாரஸ்யமாகவிருந்ததால், அடுத்த சண்டை வரை பகைமை ஒத்திவைக்கப்பட்டது.

மாதப் பத்திரிகைதானாம். ஓராண்டிற்கு அதைக் கொண்டு செல்ல வேண்டியது செய்துவிட்டானாம். எழுத்து – அச்சகப் பணி வேலைகளுக்கு ஆளும் ஏற்பாடு செய்தாகிவிட்டதாம்.

"யாரு" என்று கேட்டான் முத்துக்கறுப்பன்.

"பெருமாளு – வன்னியப் பெருமாள்."

மேற்சொல்லப்பட்டவர் தற்சமயம் திருவனந்தபுரத்திலுள்ளாராம். இவனது கோரிக்கையை ஏற்று சென்னை வரப்போகிறார்.

வன்னியப் பெருமாள் என்பவர் மலையாளத்தில் ஒரு மாசிகை நடத்தி சினிமாவுலகைக் கலக்கியவர் – தமிழ்ப் பத்திரிகையுலகிற்கு இதன் மூலம் வருகிறார் – 'கவிக்குயில்' பட்டம் வாங்கியவர் என்றெல்லாம் கூறி, கண்களை அகல விரித்தான்.

"அவர் ஏன் தமிழுக்கு வரணும்?" என்று முத்துக்கறுப்பன் அப்பாவித்தனமாகக் கேட்டான்.

“நீ ஒருத்தன் – அவரு தமிழ்தான் – நம்ம ஊருதான் – சின்ன வயசிலேயே திருவனந்தபுரம் போயிட்டாரு – இப்ப நாம கூப்பிட்டா வராரு – என்ன கஷ்டம்.”

கஷ்டம் அவருக்கிருப்பதாகத் தெரியவில்லை. அடுத்த வாரமே வந்துவிட்டார். அறை ஒன்று ஏற்பாடு செய்யப்பட்டு அங்கே வசதியாகவிருந்தார். பக்கத்திலேயே அச்சாபீஸ்.

வன்னியப் பெருமாள் சிவபெருமான் போல ஜொலித்தார். “இலக்கியம்தான் வாழ்க்கை – வேறு அல்ல” என்று முதலிலேயே கூறிவிட்டார். நாம் நினைப்பது போல எழுதுவது அவ்வளவு சுலபம் அல்ல என்று விளக்கிச்சொன்னார்.

“என்ன கருத்தில் சொல்லவேண்டும் என்று தீர்மானித்த பிறகு சம்பவங்களைக் கோர்வையாகச் சொல்வதுதான் முக்கியம். அந்தக் கஷ்டம் எங்களுக்குத்தான் தெரியும். படிக்கிறவங்கள்லே எத்தனை பேருக்கு அது புரியும்? சும்மா அவன் வந்தான் – போனான் அப்படின்னு எழுதிக்கிட்டிருந்தா உப்புச் சப்பில்லாமப் போயிடும். ஒரு ருசி வேணும். அதுக்காகத்தான் நான் அடிக்கடி சொல்றது... எழுத்திலே ஒரு சீவன் வேணும். ‘ஸஸ்பென்ஸ்’ வேணும். அதுதான் முக்கியம். என்னையே எடுத்துக்கங்களேன். ‘பிசாசின்றே மூக்கு’ என் முதல் மலையாள நெடுங்கதை. பேர் இருக்கட்டும். கதையில் பிசாசிற்கு மூக்கே கிடையாது. அந்த விஷயங்களெல்லாம் விளக்கறது ரொம்பவும் கஷ்டம். நம்ம சுப்ரமண்யம் அண்ணாச்சி “பிசாசின்றே மூக்கு” கதையைக் கட்டாயம் படமாக்கணும்னு ஒத்தைக்கால்லே நின்னார். நான் பார்த்தேன் – படம் பெயிலியர் ஆனா அவருக்கும் கஷ்டம், நமக்கும் அவப் பேரு – வேண்டாம் அண்ணாச்சின்னு சொல்லிட்டேன். அவருக்கு வருத்தம்தான் – அப்புறமா, நீலக் குயில் எடுத்தாரு.”

இத்தனையும் சொன்ன பின்னர் ‘பிசாசின்றே மூக்கு’ கதையைச் சொல்லாமலிருப்பதுதான் தர்மம். சிதம்பரம்கூட அப்படித்தான் எதிர்பார்த்திருப்பான். ஆனால், அவருக்கு இன்னும் பசி எடுக்கவில்லை போலும். மிகவும் விஸ்தாரமாகக் கதையைக் கூறிமுடித்தார். க்ளைமாக்ஸ் வருமுன்னர் இருவரையும் அமைதியாகப் பார்த்தார். க்ளைமாக்ஸில் சிரிக்கக் கூடாது. இருவரும் ஒருவரையொருவர் பார்த்துக்கொண்டனர். ஒரு கணம் உலகம் வெறுப்புமயமாயிற்று. அவர் கழுத்தை முன்பக்கமாகத் தாழ்த்தி முகவாய்க்கட்டையின் கீழுள்ள சதை பிதுங்க நிராதரவான பாவத்துடன் கைகளை உயர்த்தித் தடவிக்கொண்டே ‘அவ்வளவுதான்’ என்று முடித்தார். அடுத்த சில மாதங்களில் அவர் பட்ட பாட்டிற்கு இவ்வாறு இந்தக் கதையைச் சொன்னதும் ஒரு காரணமாக இருக்கலாம். பதினைந்து நாள்களில் முதல் இதழ் வந்துவிட்டது.

பதினைந்து நாள்கள் எனப்படுவது அவர்கள் இருவரும் சண்டை போட்டுக் கொள்ளாமலிருப்பதைப் பொறுத்தவரை ஒரு நீண்ட காலவெளி ஆகும். யார் கண் பட்டதோ – முதல் இதழ் வந்த அன்றே மீண்டும் தொடங்கியது. இதழில் வந்த கதைகளில் ஒன்று குண்டு போற்றியின் மகள் புஷ்பவல்லி எழுதியது. மீதி எல்லாம் வன்னியப் பெருமாள்தாம்.

“இது என்னடா – ஒரு மண்ணாந்தைகூட இந்த மாதிரிச் செய்யாதே?” என்று கருத்தை வெளியிட்டான் முத்துக்கறுப்பன். உடனடியாக சிதம்பரம் ஒன்றும் சொல்லவில்லை. காதில் சரியாக விழுந்திருக்கவில்லை. மிகவும் மகிழ்ச்சியுடன் இருந்தான். மகிழ்ச்சியானது

எப்போதுமே பொறுமையைத் தருமென்று சொல்லவேண்டும். ஆனால், முத்துக்கறுப்பன் குறிப்பிட்ட கதையானது அந்த புஷ்பவல்லியால் எழுதப்பட்டதாகும். அப்படிப்பட்ட கதை விமரிசிக்கப்படுவது சாதாரணமான விஷயமல்ல. அதுதான் அந்தப் பேச்சில் பெரிதாகப் போய், பரபரப்பு ஏற்பட்டு அம்மாதம் நடந்தேறியிருக்க வேண்டிய சண்டை ஆரம்பமாகியது. இந்தத் தடவை முத்துக்கறுப்பன் வட்டியும் முதலுமாகப் பேசி, கடைசியில், 'நாயே உன் மூஞ்சிக்கு பத்திரிகை ஒரு கேடா' என்று கேட்க, சிதம்பரம் உண்மையிலேயே கடித்துவிடக்கூடிய நிலைக்கு மாறினான். இந்தத் தடவை அவர்கள் சண்டையின் காலம் இருபது நாள்களுக்கு மேலாயிற்று. அடுத்த இதழ் தயாரிப்பும் ஆரம்பிக்கப்பட்டிருக்கவேண்டும்.

இடையில் ஒரு நாள் இரவு பத்து மணியளவில் முத்துக்கறுப்பன் சினிமா சென்று திரும்புகையில் ஒரு பால் கடையருகே ஒரு கையில் மாலைப் பத்திரிகையோடும் மற்றதில் தம்ளரோடும் ஏகதேசம் நடுத் தெருவிலேயே நின்றிருந்தார் வன்னியப் பெருமாள். மூச்சு ஒன்றைப் பலமாக வெளியேற்றிய வண்ணம் அவனை நோக்கித் தலையசைத்தார்.

"சாப்டாச்சா" என்ற கேள்வியோடு அவரை நெருங்கினான். ஆள் சுரத்துடன் இருக்கவில்லை. ஆத்திரத்தை அடக்கிக்கொண்டு நிற்பவர் போலத் தெரிந்தார். நின்ற நிலையில் அவனைப் பார்த்துக்கொண்டிருந்தார்.

"சாப்டாச்சா" என்று திரும்பவும் கேட்டான்.

"எல்லாம் ஆச்சு" என்று அம்மாதிரிக் கேள்விகளுக்கெல்லாம் ஒரு முற்றுப்புள்ளி வைத்தார்.

"உங்களை அப்பறம் பாக்கவே முடியலே."

"ம்" என்ற உறுமலுடன் பாலை மடமடவென்று குடித்துவிட்டு வாயைத் துடைத்துக்கொண்டார்.

"இவன் என்ன கிங்கிணி எல்லாம் காட்டிக்கிட்டு திரியறான்."

முத்துக்கறுப்பனுக்கு கிங்கிணி விளங்கவில்லை. இப்போதெல்லாம் ஆழ்ந்த வட்டார வழக்குச் சொற்கள் கொஞ்சம் அதிசயத்தைத் தந்த பின்னரே மூளையில் ஏறுகின்றன.

"என்னது" என்றான்.

"இந்தப் பையனைத்தான் – ஒன் ப்ரண்டைத்தான் சொல்றேன், இவனுக்குப் பத்திரிகை நடத்த இஷ்டமா. இல்லையான்னு தெரியலையே – அவன் அப்பா வந்திருக்காராமே – தெரியுமா?"

சிதம்பரத்தின் அப்பா வந்துதான் இருந்தார் ஊரிலிருந்து. சாதாரணமாகவே 'வெட்டிப்புடுவேன்' என்றுதான் ஆரம்பிப்பார். அவரிடம் இவருக்கென்ன வேலை என்று எண்ணினான். வன்னியப்பெருமாள் தொடர்ந்து சொன்னார்.

"நான் சொல்றேன்னு நினைக்காதே. ஒரு கம்பெனி மானேஜரைப் பத்தி தரக்குறைவா பத்திரிகையிலே எழுதணுமாம். இது அக்கிரமம் இல்லையா – அந்த ஆள் பெரிய இடம்.

நாளைக்கு நோட்டீசுன்னு வந்தா என்ன ஆகும் – சின்னப் பிள்ளை மாதிரி நடக்கிறான். நான் இதுக்கா இங்கே வந்தேன்."

முத்து பேசாதிருந்தான்.

"அவன் அப்பா வந்திருக்காராமே – எனக்குப் பார்க்கணும் – அவருகிட்ட கொஞ்சம் பேசணும் – நீயும் வாயேன்."

'ஐயையோ' என்ற வார்த்தை முத்துக்கறுப்பனிடமிருந்து வந்திருக்கவேண்டும். அடக்கிக்கொண்டான். அவன் தட்டிக் கழிக்கப் பார்க்கிறான் என்று நினைத்துக்கொண்டு பெரிய குரலில் பேச ஆரம்பித்தார்.

"இது இப்படியிருக்கா – இப்ப ஒருத்தனை என் 'ரூம்'லே இருக்கட்டும்னு தங்க வைச்சிருக்கான்."

"யாரு?"

"வீஈய்ய்ர்ர்ர... பத்திரன்" என்று இரு கைகளையும் விரித்தார். "கவிஞர் வீரபத்திரன்" என்று அகலமாகக் கூறி கைகளை மறுபடி சேர்த்துக் கொண்டார்.

"அது யாரு?"

"பிரண்டு – ஆள் பாத்துப் பிடிக்கிறான் பாரு. இந்த வீரபத்ரன் பயல் யாருன்னு மதுரை போஸ்ட் மாஸ்டர் வரைக்கும் தெரியும். மணியார்டர் திருடன். ஊரில் இருந்து வேறு ஆளுக்கு வந்த மணியார்டர் பணத்தை வாங்கி கேஸ்லே மாட்டினவன். எனக்கா தெரியாது. இந்த ஐம்பது வருஷத்திலே நான் பார்க்காத எழுத்தாளனா – கவிஞனா – அப்போ இதெல்லாம் கொழுப்பில்லா– நீ எதுக்கு பத்திரிகை ஆரம்பிச்சே உன் உத்தேசம் என்னான்னு எனக்கா தெரியாது – உன் அப்பன் எதுக்கு வந்திருக்காம்னு தெரியாதா."

உரத்த குரலில் வெளியான கேள்விகள் பால் கடைக்காரர் உள்பட பலரை முத்துக்கறுப்பன் பக்கம் பார்க்கச்செய்யவே, அவன் படபடவென அவருக்கு உதவத் தீர்மானித்தான்.

"நீங்க இப்பவே வந்து பார்க்கலாம். சிதம்பரம்கூட இப்ப இல்லே" என்றான்.

உடனடியாகச் சிறிது மாற்றத்தை அடைந்தார் வன்னியப் பெருமாள். முன்னிலை படர்க்கையாயிற்று. அவன் பின்னால் நடக்கலானார்.

"பய ரொம்பவும் மிஞ்சிப்போயிட்டான் பாத்துக்கோ – வந்த நாளிலேருந்து நானும் பாத்துக்கிட்டுத்தான் வாரேன். பேட்டி பாத்திருப்பியே. ஹோட்டல்காரனுக்கு மூணு பக்கம் – மக புஷ்பவல்லி கதை வேறே – இதெல்லாம் நாலு பேருக்குத் தெரிஞ்சா குறைச்ச லில்லா – என் புத்தியைச் செருப்பாலே அடிக்கணும் – ஊரிலேகூட எல்லாரும் சொன்னா 'நீங்க மெட்ராஸ் போறேளே – புதுப் பத்திரிகைகன்னா கஷ்டமாயிருக்குமே– இங்கேயே பங்கஜ விலாசிலே இருக்கலாமே' அப்படின்னு. நான் கண்டனா இப்படின்னு – உனக்குத் தெரியாதா – உடுப்பிக்காரன் சாப்பாட்டுக்கு எவ்வளவு வாங்கறான்?"

நெடுஞ்சாலைத் திருப்பத்திற்கு வந்ததும் அவர் நடை நின்றுவிட்டது. தூரத்தில் சிதம்பரம் ஓர் ஆட்டோ ரிக்ஷாவிலிருந்து இறங்கிச் செல்வதைக் கண்டு பின்வாங்கினார் வன்னியப் பெருமாள். திரும்பி நடந்தனர். அவரது அறை வரை சென்று அங்கிருந்து கிளம்புகையில் முத்துக்கறுப்பனிடம் இரண்டு ரூபாய் வேண்டுமென்று கேட்டார்.

இவ்வாறாக வன்னியப் பெருமாள் அன்றிரவு சிதம்பரத்தின் தகப்பனார் அகிலாண்டம் பிள்ளையைச் சந்திக்கவும் இல்லை, அருமையான வட்டார வழக்குச் சண்டையைக் கேட்கும் வாய்ப்பும் முத்துக்கறுப்பனுக்குக் கிடைக்கவில்லை.

மூன்றாவது இதழ் வெளிவரும் சமயத்தில், சம்பவங்கள் துரிதமாக நடந்தேறியிருந்தன. கவிக்குயில் வன்னியப் பெருமாள் திருவல்லிக்கேணித் தெருக்களிலெல்லாம் விரட்டப்பட்டதாகக் கேள்வி.

புஷ்பவல்லி – சிதம்பரம் திருமணம் பதிவுசெய்யப்பட்டிருந்தது. வீடு கிடைக்கும் வரை அவர்கள் தற்சமயம் சிதம்பரம் தங்கியிருக்கும் அறையிலேயே குடும்பம் நடத்த ஆரம்பித்தனர். அதாவது, குண்டு போற்றி ஹோட்டல் எதிரிலேயே. மூன்று நாள் குண்டு போற்றி நாயாய்க் குரைத்து அலுத்தார். அந்த இளைய மகன் இந்தத் திருமணத்தில் உடன்பாடுகொண்டிருந்தான் என்று தெரிந்தது. அவனே காரணகர்த்தாவாகவும் இருந்திருக்கலாம். அவனுக்குச் சரியாகப் பேச வராது – ஹோட்டல் வேலை பிடிக்காது போயிருந்தது. சிதம்பரம்தான் ஏற்கனவே துறைமுகப் பகுதியில் ஒரு வேலை ஏற்பாடு செய்துகொடுத்திருந்தான். சட்டையை உள்ளே இழுத்து பின்னர் காற்சட்டையை அணிவது எப்படி என்பதையும் கற்றுக்கொடுத்தான். சிறிது அவசியமான ஆங்கிலமும் பேசக் கற்றுத்தந்தான். ஒரு நிறுவனத்தின் பிரதிநிதியாக பையன் ஒரு பையைத் தூக்கிக்கொண்டு வேலைக்குச் செல்லும் அழகை அவனது குடும்பம் பார்த்துக் களித்தாகிவிட்டது. எனவே குண்டு போற்றியின் இடைக்கால உறுமல் வெலவெலத்துப் போயிற்று. இறங்கிவந்தார்.

ஆனால், அப்போதுதான் சிதம்பரத்தின் அறிவுத்திறன் வெளியாயிற்று. அந்த உடுப்பி ஹோட்டலின் முழு உரிமையையும் தன் மனைவி பேரில் எழுதும்படி கேட்டான். "பேசறதா இருந்தா அதைப் பத்திப் பேசும், இல்லாட்டா உம்ம சோலியைப் பார்த்துட்டுப் போம்" என்று சத்தமாகக் கூறினான். உடுப்பிக்காரரின் குடும்பம்கூட அதற்கு ஒத்துப் பாடிற்று. அப்பா துளுவில் பேச, மகன் "சரிதான் நயினா – நீ ஹோட்டல் நடத்தி இத்தனை நாள் என்ன கிழிச்சே – அவருட்டேயே விடு" என்று சிதம்பரத்தின் தாசனாகப் பேசினான் – அவன் பெயரும் தாசன் போற்றிதான்.

அப்படித்தான் அது நடந்துமுடிந்தது.

சிதம்பரம் அந்த ஹோட்டலை மிகவும் திறம்பட நிர்வகித்தான் என்று சொல்லவேண்டும். துரத்தப்பட்டிருந்த வன்னியப் பெருமாள் இப்போது அவனுக்கு உதவியாக ஹோட்டலில் இருக்கிறார். 'ஸ்டோர்' சாவி அவர் கையில். திருவனந்தபுரம் பங்கஜ விலாசில் அவர் முன்பு தயாரித்த 'தேங்காய் தோசை' என்ற பலகாரம் திருவல்லிக்கேணி வட்டாரத்தில் பிரசித்தியடைந்தது. சிதம்பரம் எல்லோருடனும் சிரித்துப்பேசுகிறான். மனைவி கதை எழுதுகிறாளா என்பது தெரியவில்லை. ஆனால், கவிக்குயில் வன்னியப் பெருமாள்

இலக்கியப் பக்கம் எட்டிப்பார்க்கவில்லை என்று சொல்லலாம். கவிஞர் வீரபத்திரனுக்கும் ஏதோ வேலைபார்த்துக்கொடுத்ததாகக் கேள்வி.

சிதம்பரம் முத்துக்கறுப்பனையும் வரவேற்பு விருந்திற்கு அழைத்திருந்தான். வெகுநாள் கழித்தே அது ஏற்பாடு செய்யப்பட்டிருந்தது. அந்த உடுப்பி ஹோட்டல் மாடியிலேயே நடந்தது. வன்னியப் பெருமாளுடன் குண்டு போற்றியும் கூட நின்று பரிமாறி வேலைகளைக் கவனித்துக்கொண்டார். பரிசுகள் குவிந்தன – ஒரே சிரிப்பு மயம்.

ஏதோ நெருடிற்று முத்துக்கறுப்பனுக்கு. இந்தச் சிதம்பரத்தை நல்லவன் என்று யாரும் சொன்னதில்லை – அவன் தகப்பனார் உள்பட. அவனுடன் பழகிய எல்லாரும் ஒரே அபிப்பிராயத்தைத்தான் கொண்டிருந்தனர். பொல்லாதவன் என்றும் முரடன் என்றும் சொன்னால், மறுத்துப் பேச ஆளில்லை. ஆனால், எந்த வகையில் கெட்டவன் – பொல்லாதவன் என்ற கேள்வி நெருடுகிறது. யாரைக் கெடுக்க முயன்றான் என்று தெரியவில்லை.

இந்த 'நல்லது – கெட்டது' – இவை எல்லாம்தான் என்ன என்று யோசனை பண்ண ஆரம்பித்தான் அவன். ●

- தினமணிக் கதிர், 1991

சிறுகதைகள்

40. முன்றில்

'முத்திப் போச்சு' என்று சொல்லிக்கொண்டிருந்தார் ஆவுடையப்பப் பிள்ளை. பேத்தியின் சாமர்த்தியத்தைச் சொல்லிக் காட்டுவதில் சலிப்பில்லை. கேட்பவர்களுக்கும் அது தெரியும். கேட்பதன் மூலம் பலவகையான கடன்களை அவர்கள் அடைத்துவிடுகின்றனர்.

பேத்திக்கு தன்னைப் பற்றிய விமர்சனம் மீது அக்கறையில்லை. முற்றத்தில் விளையாடிக்கொண்டிருந்தாள். வீட்டு வாசலில் ஏறும் போதே, அவள் முற்றத்தில் காட்சி தருவாள். எப்போதாவது பக்கத்து வீட்டுக் குழந்தை விளையாட வருவதுண்டு. யாரும் வரவில்லையென்றாலும், "கீச்சு கீச்சு தாம்பாளம்" முதல் பாண்டி விளையாடுவதுவரை தானே இரண்டு பேராக விளையாடிமுடிக்க முடியும்.

"அப்பா ஞாபகம் ஏதாம் வரதுண்டா" என்று வந்தவர் ஒரு தடவை கேட்டதற்கு, ஆவுடையப்பர் "ம்" என்று சொல்லித் தலையசைத்து விட்டார். பிறகு வந்தவர் போவது வரை எதுவும் பேசவில்லை.

தொழுவத்தில் மாடு கூப்பிட்ட சப்தம் கேட்டது. சிறிது நேரம் அந்தப் பக்கம் பார்த்திருந்துவிட்டு குழந்தை படபடவென வீட்டினுள் ஓடியது. உறங்கிக்கொண்டிருந்த ஆச்சியைத் தாறு மாறாக எழுப்பி விவரம் சொன்னது. ஆச்சி பால் கறந்துகொள்ளத் தொழுவம் செல்கையில், தூக்க முடியாது ஒரு செம்பைத் தூக்கிக் கொண்டது.

மழை பெய்யும் போது சன்னல் வழியாக மழையைப் பார்ப்பதில் குழந்தைக்கு ரசனை இல்லை. நடு முற்றத்தில் மழை பெய்வதைத் திண்ணையில் உட்கார்ந்துகொண்டு பார்க்க வேண்டும். முதற்தடவை மழையைப் பார்த்து பயந்தது பற்றி தாத்தா நீண்ட நாள் பேசிக் கொண்டிருந்தார். மழையை வரவழைக்க ஒரு மந்திரம் தனக்குத் தெரியும் என்று

குழந்தையிடம் சொல்ல – பன்னிரண்டு தடவை "முருகன்" பெயர் சொன்னபோது – உண்மையிலே மழைத்தூற்றல் போட்டது. ஆனால் காலமில்லாத காலத்தில், மழையை வரவழைக்க மந்திரம் சொல்லச்சொல்லி அழ ஆரம்பித்தபோது, ஆச்சி திட்ட ஆரம்பித்தாள் கிழவரை. அவருக்கு வேண்டும்.

இது பரவாயில்லை. சாப்பிடும்போது "எனக்கு முத்தத்தில் வைச்சு சோறு போடு" என்று கேட்டால், எந்தக் கிழவிக்கும் கோபம் வரத்தான் செயயும். முற்றத்தில் உட்காருவது தெருவில் இருப்பதைப் போல. நடந்துபோவோர் எல்லாருக்கும் சாப்பாட்டுக்கடை தெரியும். ஆச்சி கோபித்தால், கிழவர், "சரிதான் – அங்கேயே எனக்கும் சோத்தைக் கொண்டா" என்பார்.

❍

"ஏட்டி – மணியாச்சு – தாத்தாவை எழுப்பி சாப்பிடச் சொல்லு."

அடுக்களையிலிருந்து ஆச்சி குழந்தையை அனுப்பிவைத்தாள். ஆடி ஆடி ஆச்சிக்கு ஒரு வலிப்புக் காட்டிவிட்டு தாத்தாவின் கட்டிலுக்குச் சென்றால், அவர் முகத்தின் மீது பஞ்சாங்கம் கிடந்தது. அதை எடுத்து, அவர் வீசுவது போல் தனக்கு வீசிக் கொண்டு, "என்ன உஸ்ணம்" என்று அவர் மாதிரியே சொல்லிக் கொண்டது.

நேரமாகிக்கொண்டிருக்க ஆச்சி வந்து பார்த்தால், குழந்தை தாத்தாவிடம் ஒட்டிக்கொண்டு நல்ல உறக்கத்தில் இருந்தது. ஆச்சிக்கு சிரிப்பு. நல்ல கூத்து. கிழவரை எழுப்பினாள், "பாருங்கள்– உங்களைக் கூப்பிடச் சொன்னால், அதுவும் உறங்கியாச்சு" என்று குழந்தையை எழுப்பினாள். "இரேன் – கொஞ்சம் உறங்கட்டும், கன வெயில்" என்று தடுத்தார்.

முற்றத்தில் நல்ல வெயில். அதன் ஓரத்தில் ஒரு அவரையைப் படர விட்டிருக்கலாம். அப்படிச்செய்தால் ஆகாயத்தைப் பார்க்க முடியாது.

ஆகாயத்தைப் பார்த்தல் என்பது கிழவருக்கு முக்கியமான சங்கதியல்ல. தவிரவும் கழுத்துச் சுளுக்கு. ஆனால், எப்போதும் காகங்கள் பறந்து போகும்போது குழந்தை அவசரமாக வந்து தாத்தாவைக் கூப்பிடும். வீட்டு ஓடுகளில் துள்ளித் துள்ளி வரும் காகத்தை "எங்காக்கா" என்றும் தள்ளாடி வரும் ஒன்றை "தாத்தா காக்கா" என்றும் சொல்லும். காகமும் ஆகாயமும் மிகவும் முக்கியம்.

பிற்பகலில்தான் அந்தக் கடிதம் வந்தது. ஓலைச் சுவடியைப் பிரித்து குழந்தையின் சாதகக் குறிப்பைப் பார்த்துக்கொண்டிருக்கையில் அது வந்தது. முற்றத்தின் நான்கு மூலைகளுக்குமாகக் குழந்தை ஓடிக்கொண்டிருந்தது.

"நாக்குட்டித்
தங்கம் –
நான் செத்துப்
போனா –
நீ என்ன

செய்வே -
தெருவிலே
நிப்பேன் -
வாணிச்சி
வருவா -
புண்ணாக்குத்
தருவா -
புட்டுப் புட்டுத்
திம்பேன்.”

கடிதத்தை மறந்து தொட்டுவிளையாடுகிற பாட்டைக் கேட்டு நின்ற இருவரையும் கள்ளத்தனமாகப் பார்த்துச் சிரித்தது குழந்தை.

“எழுதி இருக்காராக்கும்” என்று இழுத்த குரலில் கேட்டாள் கிழவி.

பதில் சொல்லும் சுரத்தில் கிழவர் இல்லை. உடம்பில் நடுக்கம் இருந்தது. அவர் யோசித்துக்கொண்டிருந்தார்.

‘சடக்’னெ மடியில் வந்து விழுந்தது குழந்தை.

இருவரின் முகங்களை ஒரு தடவை பார்த்துவிட்டு வாயைக் கோணிக்கொண்டது.

“ஏட்டி – தேரோட்டம் பாக்கப் போகாண்டாமா?”

“வேண்டாம் போ.”

“பஞ்சி முட்டாசி வேண்டாமா?”

“வேண்டாம் போ.”

“அப்பா வேண்டாமா அப்பா.”

ஆச்சி கேட்க, சிணுங்கியது. கிழவர் குழந்தையின் தலையைத் தடவிக் கொடுத்தார்.

அந்த ஊரின் பெயரைக்கொண்ட ரயில் நிலையத்திற்கும் அந்த ஊருக்கும் அவ்வளவு தொடர்பு கிடையாது. நடக்கவேண்டும். ஒற்றையடிப் பாதையாகவும் வழி மாறும். பாதைத் திருப்பத்தில் வேப்ப மரம் ஒன்றிருந்ததால், மாலை நேரம் வந்துவிட்டால் ஆள் நடமாட்டம் அங்கு குறைவு. இந்த லட்சணத்தில் ஒரு ரயில் வண்டி அங்கே நிற்கும் நேரம் இரவு மூன்று மணி.

சுடலை மாடன் கோவிலையும் வேப்ப மரத்தையும் தாண்டி நடந்தால் தூரத்தில் மூன்று ஓட்டு வீடுகள் தென்படும். இருக்கும் வேறு வாசஸ்தலங்கள் கண்ணிற்குப் புலப்படாது. தலையைத் திருப்பி வந்த வழியைப் பார்த்தால் ரயில் நிலையமும் தெரியவராது.

தயங்கித் தயங்கி நடந்தால் நாய் மட்டும் குரைக்கும். மூன்று வீடுகளுக்குரிய நபர்கள் வெளித் திண்ணையில் படுத்திருந்தால் எழுந்து யாரென்று பார்ப்பார்கள்.

மூன்று வீடுகளையும் ஒரு பெண்தெய்வக் கோவிலையும் தாண்டி விட்டால் முன்பக்கம் விசாலமான திண்ணையுடன் கூடிய வீடு.

அவன் அங்கு வந்து சேருகையில் கிழவர் கதவைத் திறந்து வைத்துக் கொண்டு கையில் விளக்குடன் நின்றுகொண்டிருக்கிறார்.

◯

"சம்பகம் சௌக்யந்தானே" என்று கேட்கிறார் கிழவர்.

தலையை பலமாக ஆட்டி இரண்டு தடவை 'ஆமாம்' என்கிறான்.

பூட்சைக் கழற்றி, தூசியைத் தட்டி உட்காருகிறான். முற்றத்தில் லேசாக ஈரம், சுற்றுமுற்றும் பார்த்துக்கொள்கிறான். இரண்டொரு விநாடி பாயிலே போர்த்திக்கொண்டு தூங்கும் குழந்தையிடம் செல்கிறது.

"தூங்குதாக்கும்" என்று தனக்குத்தானே கேட்டுக்கொள்கிறான்.

அதிகாலையில் மண்வெட்டியைத் தோளில் சாய்த்துக்கொண்டு நடந்த ஒருவன் சற்று நின்று வீட்டினுள் நுழைகிறான்.

"என்னா – தம்பியா பிள்ளை எப்ப வந்தது" என்று உரிமையுடன் கேட்கிறான்.

அவன் எழுந்து நிற்கிறான். பதிலை எதிர்பாராது வந்தவன் பேசிக் கொண்டிருக்கிறான்.

"பட்டணத்திலே நல்ல மழையாமே – நேத்தைக்கு ஆண்டிப்பிள்ளை வந்திருந்தான் மாமா. வந்து பாக்கணும்னு சொல்லிக்கிட்டிருக்கான்" என்று கிழவரிடம் கூறிவிட "என்னா – பல் தேச்சுருங்களேன் – யத்தே – இன்னும் காப்பி போடலையா" என்று குரல் கொடுக்கிறான்.

கதவில் ஆச்சியின் சேலைத் தலைப்பு மறைந்து, கொஞ்ச நேரத்தில் உமிக் கரியும் செம்பும் திண்ணை நடையில் வைக்கப்படுகின்றன.

அவன் பெட்டியைத் திறந்து பிரஷை எடுத்தவண்ணம் குழந்தையை ஒரு தடவை பார்த்துக்கொள்கிறான்.

"குட்டி தூங்குதா" என்று கேட்டுவிட்டு வந்தவன் மண்வெட்டியுடன் புறப்படுகிறான்.

கிழவர் செம்பை எடுத்துக்கொடுக்கிறார். அவன் பழக்கப்பட்டவன் போல் "இப்படியே ஓடைக் கரை வரை போய் வாரேன்" என்கிறான்.

"எதுக்கு இப்பதானே வந்தது – பிறகு போலாமே."

"இல்லை, பாத்து ரொம்ப நாளாச்சே?"

◯

வெளியே வெள்ளை சிறிது சிறிதாகப் பரவி வந்துகொண்டிருக்கிறது. கலகலப்பு கொஞ்சம் கொஞ்சமாக அதிகரிக்கிறது.

ஓடை அங்கிருந்து வெகு தூரமில்லை. வயல் வரப்பிலேயே நடக்கவேண்டும். வரப்பிலே கஷ்டமில்லாது நடக்கிறான். ஊரின் கீழ் எல்லையில் அது ஓடிக்கொண்டிருக்கிறது. ஆற்றிலிருந்து பிரிந்து அதே ஆற்றில் போய்ச் சேருவது வரை ஓடையாக அந்த ஊரைக் கடக்கிறது.

பல்லைத் தேய்த்துக்கொள்கிறான். யாருமில்லை. முதன்முறையாக இந்த ஓடைக்கு வந்தபோதும் யாருமில்லை. ஆனால், அவன் தனியாக வரவில்லை அப்போது.

அசதியாகவிருந்தது. கல்லில் உட்காருகிறான். நீரோடும் சப்தத்தைத் தவிர வேறொன்று மில்லை. ஓடையை மிக அனாயாசமாக ஓர் ஆடு தாண்டிச் செல்கிறது.

○

தூரத்தில் காகம் ஒரு தடவை கூப்பிடுகிறது.

கிழவர் முற்றத்தையும் ஆச்சி தொழுவத்தையும் இமைக்காது பார்த்துக்கொண்டிருக்கின்றனர்.

பசு அம்மா என்றலறுகிறது. அந்த ஒலியில்தான் என்ன மாயம் இருக்கிறதோ?

தலையணையையும் பாயையும் தூக்கிக்கொண்டு, தாத்தாவிடம் சிணுங்கிக்கொண்டே வருகிறது குழந்தை.

இடுப்பிலிருந்த துணியைச் சரிசெய்துவிட்டவாறே – 'ஏய், இதுக்கு முகத்தைக் கழுவி, புதுசு ஏதாவது போட்டு வை' என்கிறார் கிழவர்.

குரல் கேட்டு ஆச்சி வெளிவருகிறாள்.

"ஏட்டி எழுந்திருச்சிட்டியா – அதோ பாரு" என்று பெட்டியையும் தோற்பையையும் காட்டுகிறாள்.

மூஞ்சியைச் சுளித்துக்கொண்டே கண்களில் வியப்பு எழ, ஆச்சியைப் பார்த்துக் கைகளை விரித்துக்கொள்கிறது.

பல்லை விளக்கி உடுத்தி விடுகிறாள். சற்று நேரத்தில் சமையலறையில் பலகாரத்தின் வாசம் சூழ்கிறது.

புதுக் களையுடன் முற்றத்திற்கு வருகிறது குழந்தை. மணி ஏழடித்து முடிகிறது. சமையலறையில் ஆச்சி கண்களைத் துடைத்துக் கொண்டிருக்கிறாள். கிழவர் உள்ளே வந்தவர், ஒரு நிமிடம் அவளைப் பார்த்துவிட்டு அப்பக்கமாக நடந்து தொழுவத்திற்குச் செல்கிறார். குழந்தையின் பாட்டுச்சத்தம் முற்றத்திலிருந்து கேட்டுக் கொண்டிருக்கிறது.

சேற்றுத் தண்ணீரைக் குடித்துவிட்டு ஆகாயத்தை நோக்குகிறது சேவல்.

திடீரென்று குழந்தையின் பாட்டு நிற்கிறது. மெதுவாக உள்ளே நுழைகிறான் அவன்.

கண்களை இரண்டு தடவை மூடி மூடி விழிக்கிறது.

"என்னட்டி."

மெதுவாகச் சிரிக்கிறான். குழந்தை அவனை வெறிக்க வெறிக்கப் பார்க்கிறது.

கைகளை நீட்டுகிறான் அவன். 'படக்'கென்று திரும்பி வீட்டினுள்ளே ஓடுகிறது. தொழுவத்திலிருந்து வந்துகொண்டிருந்த கிழவர் தூக்கிக் கொள்கிறார்.

காப்பி – பலகாரம் சாப்பிடும்போது, குழந்தையின் பார்வைக்குத் தலைகுனிகிறான். ரொம்ப நேரம் முகத்தைத் தாழ்த்திவைத்துக் கொண்டிருக்கிறான்.

கிழவரின் காதோடு "இதுதான் பட்டணத்து அப்பாவா" என்று கேட்கிறது குழந்தை – ரகசியமாக.

குழந்தையின் தலையிலே தன் கண்களை அழுத்திக்கொள்கிறார்.

❍

ஒரு சின்னப் பையில் துணிகளை அடைத்துக்கொண்டிருக்கிறாள் ஆச்சி. பெட்டியைத் துழாவி வளையலொன்றையும் – பொன் வளையல் – பைக்குள் போடுகிறாள். உள்ளறையின் இருளடைந்த சுவரிலிருந்த போட்டோவையும் நோக்கிக்கொள்கிறாள்.

தெருவிலே வண்டி குலுங்குகிறது. "இங்கே வாட்டி" என்று கைகளை நீட்டுகிறான் அவன்.

தொழுவிலே மாடு 'அம்மா' என்கிறது. உள் சுவரைப் பார்த்துக்கொண்டு "அப்போ போயிட்டு வாரேன்" என்று சொல்லிக்கொள்கிறான். குழந்தையிடம் "நீயும் ஆச்சிகிட்டே சொல்லு" என்கிறான்.

எங்கேயோ பார்த்திருந்துவிட்டு, 'ஓ' என்று கத்த ஆரம்பிக்கிறது குழந்தை.

குழந்தையைத் தூக்கிக்கொண்டு தானே முதலில் வண்டியேறுகிறார் கிழவர்.

காற்சட்டையின் இரு பைகளிலும் கைகளை விட்டுக்கொண்டு வாசற்படியருகே நிற்கிறான்.

முற்றத்தைக் கடந்து செல்லும் இடத்திலே, வாசற்படிக்குச் செல்லும் வழியில் இருந்த அகல்விளக்கு வைக்கும் மாடக் குழி. எண்ணெய் படர்ந்து திருக்கார்த்திகையை நோக்கி நிற்கிறது. ரொம்ப காலத்திற்கு முன்புகூட அது அப்படித்தான் இருந்திருக்கிறது.

அதிலே கையை வைத்துக்கொண்டு, இன்னொரு கையால் அவனது முகவாயைத் தொட்டு, 'எழுத்து போடாமலிருக்கக் கூடாது' என்று ஒரு பெண் தெய்வம் பொங்கல் சமயம் கொஞ்சியது.

மாடக்குழிக்கு அழிவே இல்லை. எருமை மாட்டை சாட்டையால் விளாசிக் கொண்டிருக்கிறான் தெருவில் ஒருவன்.

மெதுவாக "அந்த போட்டோவையும் எடுத்து வையுங்கோ – சரசுவதி போட்டோவை" என்கிறான் அவன். விம்மலை எப்படியோ சமாளிக்கிறான்.

அவனையே பார்த்துக்கொண்டிருந்தவர் வண்டியிலிருந்து இறங்கி, தள்ளாடிச் சென்று, போட்டோவை எடுத்துவருகிறார்.

தொடர்பே இல்லாத அந்த ஊர் ரயில் நிலையத்திற்கு வண்டி செல்கிறது.

○

நிலையத்தில் கூட்டமில்லை. கையில் டிக்கட்டுடன் அவனும் குழந்தையுடன் அவரும் பெஞ்சில் உட்காருகின்றனர்.

குழந்தை அவர் கண்களைத் தடவுகிறது. "தேரோட்டம் பாக்க ஆச்சி வேண்டாமாக்கும்" என்று முணுமுணுக்கிறது.

அரைமணி நேரமாகிவிடுகிறது ரயில் வர. பெட்டியில் ஏறி உட்காருகிறார்கள். 'ஐயோ – என் பொஸ்தகமில்லியே' என்று கேட்கிறது குழந்தை.

நேரமாகிறது. "கொஞ்சம் ஆரஞ்சுப் பழம் வாங்கிக்கிட்டு வாருங்க" என்று குழந்தையின் காதில் விழும்படி உரத்துக் கூறுகிறான் அவன்.

குழந்தையின் தலையைத் தடவியவாறு நின்றுகொண்டிருக்கிறார் கிழவர்.

"சீக்ரமா போ – நேரமாச்சு – வாங்கிட்டு வா" என்று குழந்தையும் அவசரப்படுத்துகிறது.

நகர்கிறார். ஒரு மூலைக்குச் செல்கிறார். ரயில் நகர்கிறது. அதன் கூக்குரலையும் மிஞ்சி வேறு எதுவோ கேட்பது போலிருக்கிறது அந்தக் கிழவருக்கு.

வீடு வந்து படியேறுகையில், முற்றத்தில் அணில் ஓடிக்கொண்டிருப்பது தெரிகிறது.

○

பிறகு தொழுவத்தில் அந்த மாடு அவ்வளவாகக் கூப்பிடுவதில்லை. காகங்கள் வந்து போகும்.

வாசற்கதவைச் சாத்திவிடப்போன கிழவரிடம் ஒரு கடிதத்தைத் தந்துவிட்டுப் போனான் தபால்காரன்.

பட்டணத்திலிருந்துதான் கடிதம். என்னவென்று கேட்டவாறு வந்தாள் ஆச்சி.

அவன்தான் – முத்துக்கறுப்பன் – எழுதியிருந்தான். எல்லாரும் சுகமாகவிருப்பதாகவும் மாமாவும் அத்தையும் நலம்தான் என நம்புவதாகவும் தெரிவித்திருந்தான்.

குட்டி உடல்நலக் குறைவு எதுவுமில்லாமலிருந்தாலும், சில விஷயங்கள் சொல்லப்பட வேண்டியிருக்கிறது என்கிறான்.

அவர்கள் இருப்பது பட்டணத்தில் நல்ல வசதியான அடுக்கு மாளிகைக் கட்டடமாகவிருந்தாலும், பிரச்சினை அங்குதானிருக்கிற தாம். குட்டிக்கு, விளையாடுவதற்குக் கட்டடத்தின் மொட்டை மாடி இருந்தாலும், அவளுக்கு 'முற்றம்'தான் வேண்டுமாம். வேறு எதிலும் பிரச்சினையில்லை.

நண்பர் ஒருவர் வெளிப்படையாகவே சொன்னாராம், இவ்வாறு குழந்தையின் எண்ணத்தைப் புரிந்துகொள்ளாமலிருப்பது தவறு என்று.

ஆனால், தனக்குப் புரிகிறது என்று எழுதியிருந்தான். முற்றமும் ஆகாயமும் என்ன பாடுபடுத்தியிருக்கக்கூடும் என்பதை அவன் அறிந்திருப்பதாகவும் கூறியிருந்தான்.

குழந்தையை அழைத்துக்கொண்டு ஊருக்கு இரண்டொரு நாளில் வருவதாகவும் அதில் எழுதியிருந்தான்.

- புதுமை, 1952

குறிப்பு: பிஞ்சு என்ற கதை 1952ஆம் ஆண்டு புதுமை இதழில் வெளியாகி, பின்னர் 'முன்றில்' என்ற தலைப்பில் 1991இல் 'ஞானக்கூத்து' தொகுப்பில் சேர்க்கப்பட்டது.

41. காடன் மலை

"ஐயா – மலையை வலப்புறமா சுத்தணுமா – இடப்புறமாவா?"

"எப்படி வேண்டுமானாலும் சுத்து – மலையைப் பாக்கணும் – அதுதான் முக்கியம்."

அந்த இடத்திற்கு விசேட நாளன்று அவன் சென்றிருக்கக்கூடாது. விசேடங்கள் இட விசேடத்தை மங்கச் செய்யும். பெரிய அரண் மனை போன்ற கோவிலின் வெளிப் பிரகாரத்தில் ஒரு மூலையில் எங்கேயும் பார்க்காதவாறு உட்கார்ந்துகொண்டிருந்த தாடிக் காரரிடம் ஏனோ பேசவேண்டும்போலத் தோன்றிற்று. கேட்ட கேள்விக்கு அவர்தான் இப்படிப் பதில் சொன்னார்.

காடன் மலையோடு அவனுக்குச் சொந்தம் உண்டென்று பல்லாண்டுக் காலமாகக் கருதிக்கொண்டுவந்திருக்கிறான். பள்ளி செல்லும் பருவம் முதற்கொண்டு மலை அவனிடம் பேசி வந்திருக்கிறது. எட்டாம் வகுப்பில் தோற்றுப்போன செய்தியோடு வீடு திரும்புகையில் மலையைப் பார்ப்பதைத் தவிர்த்தான். பார்த்திருந்தால் அது சிரித்திருக்காது – அவனுக்கு 'வெவ்வெவ்வே' காட்டியிருக்காது. மலையின் அனுதாபம் எப்படியேனும் வெளிப்பட்டிருக்கும். அது காடன் மலை.

மீண்டும் 'ஐயா' என்றான். தாடிக்காரர் அவனை இப்போது கவனிப்பதாக இல்லை. எனவே, கோவிலின் மற்ற பகுதிகளுக்குச் சென்றான். உட்பிரகாரங்கள் மனிதக் கும்பலால் அழகிழந்து காணப்பட்டன. வெளிச்சம் குறைவாக விழுந்த ஓரிடத்தில் அமர்ந்துகொண்டான். நேரஞ் செல்லச் செல்ல, கும்பல் அவனிருந்த பக்கத்திலும் வந்து மோதி உட்கார்ந்தது. திடகாத்திரம் உள்ளவனாதலால் சமாளித்துக்கொண்டான்.

இரண்டு மணி நேரம் அவனும் அந்தக் கும்பலுமாக இருந்த இடத்திற்கு வருகை தந்தது, அவன் அதுவரை கேட்டிராத ஒரு

முழவின் ஓசையும் ஒரு கருவியின் பிளிறலும். அந்தப் பகுதியில் வாழ்ந்துகொண்டிருப்பவனான போதிலும், இந்த இடத்தையே சார்ந்தவன் என்று சொல்ல முடியாது. அதனால்தான் அவ்விசைக் கருவிகளைப் புதிதாகச் செவியுற்று அதிர்ந்தான்.

❍

காடன் மலையில் பண்டாரங்கள் மிகுதி. திருவிழாவின்போது அவர்கள் கூட்டம் இன்னுமதிகம். சுற்றுவட்டார ஊர்களிலிருந்து நேர்ந்துகொண்ட காணிக்கையைச் செலுத்த, கரும்புத் தொட்டிலிலே குழந்தையைக் கொண்டு வரும் பெற்றோரும் அதிகம். அவர்களில் சிலர் துணியால் வாயை மூடிக்கொண்டும் இருந்தனர். மாமியார்கள் இருக்க முடியாதென அவன் நினைத்தான்.

கூட்டத்தோடு கூட்டமாக உட்கார்ந்துகொண்டிருப்பதில் ஒரு லாபமும் இருந்தது. பக்கத்திலிருந்த இருவர் பேசிக்கொண்டிருந்த விஷயம். அவனுக்கு அது உதவியாக இருந்தது.

❍

"மூணு நாளா வெளிப் பிரகாரத்திலே அப்படியே உட்கார்ந்திருந்தாராம். பேச்சில்லை. மாமியாரு கொடுமையாலே சாமியாரா மாறிட்டாராம்."

சிரிப்புடன் கூடிய பேச்சு. அவனுக்கு அது போதுமானதாக இருந்தது.

❍

'கோனாரே' என்றழைத்தது, அந்தக் குரல். அதே தாடிப் பண்டாரம்தான். அவன் பேசுவதற்காக நின்றான்.

"எதைத் தேடி நீங்க வந்தாப்பில – முத்துக்கறுப்பக் கோனாரையா?"

காடன் மலை வரும்போது, வழியில் ஆறு ஒன்றில் இருவர் தவம் புரிந்துகொண்டிருப்பதை அவன் பேருந்தில் இருந்தவாறே பார்த்தான். அப்படியல்ல – அவர்கள் மீன்தான் பிடித்துக் கொண்டிருந்தார்கள் என்பதை அருகே சென்றதும் கண்டு தெரிந்துகொண்டான். இந்தப் பண்டாரமும் அது போன்றே இருக்கலாம். மீன்பிடிப்பதும் மோட்டார் பழுது பார்ப்பதுங்கூட தவநிலைதான் என்று எங்கோ படித்ததும் அவன் ஞாபகத்தில் வந்தது.

"ஐயா – எனக்கொண்ணும் புரியல்லே – எல்லாம் தெரிஞ்சவங்க நீங்க. நான் கோனாரைத் தேடித்தான் வந்தேன்."

"தேடிப் பிரயோசனம் இருக்காது – தானா வரணும்."

அவன் எதுவும் பேசத் தெரியாது நின்றான். மாலை விழாவிற்கான கூட்டம் மோதிற்று. தூரத்தே காடன் மலையைத் திரும்பித் திரும்பிப் பார்த்துத் தவித்தனர். மந்திரி வரக்கூடும். பக்திப் பாடல்கள் ஒலித்தன. கடவுள் இல்லையென்று சொல்பவருக்குத் தகுந்த பாடங் கற்பிக்கவேண்டும் என்று பிரசங்கி வேண்டுகோள் விடுத்தார். பண்டாரம் முகத்தில் ஏளனம்.

ஒரே கூச்சல். காடன் மலையில் தீ எரிந்துகொண்டிருப்பதை வரவேற்ற மக்களின் குதூகலம். பண்டாரம் தாடியை நீவிக்கொண்டார்.

❍

“முத்துக்கறுப்பக் கோனார் என் தாய் மாமன். அவரைத் தேடித்தான் இங்கே வந்தேன். பிரகாரத்திலிருக்கறப்ப சொன்னாங்க, ‘யாரோ மாமியார் கொடுமையாலே சாமியாரா மாறிட்டாரு’ அப்படின்னு – அது அவராயிருக்கும்.”

“நினைச்சேன் தம்பி. அந்த ஆளு முகச் சாயல் கொஞ்சம் ஒங்கிட்டேயிருக்கு – ஓம் பேரு என்ன?”

“சுப்பிரமணி.”

“வாய்யா கோனாரே” என்று சத்தமிட்டவாறே, தாடி தூரத்தில் ஒருவரை நையாண்டியுடன் வரவேற்றார். சுப்பிரமணி திரும்பிப்பார்த்தான். வந்துகொண்டிருந்தது இன்னொரு தாடி.

காடன் மலையில் சிறிது மழை தூறியது. தெருக்களில் நின்று பார்த்தால் மலையுச்சியில் மேகக் கூட்டம் கசிந்துருகி நீர் வடிப்பதை இங்கிருந்து துல்லியமாகப் பார்க்க முடியும். இந்த விழாவிற்கு மழையும் கட்டாயம் வரவேண்டும்.

பெரிய கோபுரத்திற்கு ஒரு பறவைக் கூட்டம் வந்திறங்கி, அங்கேயும் மனிதக் கும்பல் அடைத்துக்கொண்டுள்ளதைக் கண்டு தயங்கி சிறகடித்து நின்று, பின்னர் வேறு இடந்தேடிச் சென்றது. தலையைத் திருப்பி பண்டாரத்தைப் பார்த்தான் சுப்பிரமணி. இன்னொரு பண்டாரம் போய்விட்டிருந்தார்.

“இன்னிக்கி நான் எதுவும் சாப்பிடல்லே. ராத்திரி ஒரு வீட்டிலே சாப்பிடக் கூப்பிட்டிருக்காங்க. போகணும். வேணும்னா இப்ப ஒரு காப்பி குடிக்கலாம்” என்றார் தாடி அவனைப் பார்த்து.

சுப்பிரமணி அவசரத்துடனும் வெட்கத்துடனும், “வாங்க ஐயா – சாப்பிடலாம்” என்று அழைத்தான்.

“எப்படி எப்படி – தமிழ்லே பேசி இரந்துண்டா அவன் பிச்சைக்காரன் – பண்டாரம் இல்லையா?” என்றார் நமட்டுச்சிரிப்போடு. சுப்பிரமணி எதுவும் பேசவில்லை.

❍

“இப்ப சொல்லு.”

நுரை பொங்கி வழிந்த காப்பியை அப்படியே ஒரே முழுங்கில் குடித்துவிட்டு எழுந்தார் தாடி.

வெளியே மண் தெரிந்த இடத்திலெல்லாம் மனிதர்தாம். நடப்பது சௌகர்யமாக இருக்கவில்லை.

“அவரா இஷ்டப்பட்டுத்தான் மாமா கல்யாணம் பண்ணிக்கிட்டாராம். வாத்தியார் வேலை சௌகரியமாகத்தான் இருந்தது. ஒரே ஒரு பையன். என்னைவிடச் சின்னவன். வேலை கிடைக்கல்லே. சண்டை போடுவான் வீட்லே அடிக்கடி.”

“ஒனக்கு எப்படி வேலை கிடைச்சதோ?”

“அப்பாக்கு சர்க்கார் வேலை. அவரு செத்துப்போனதாலே அந்த வேலையை எனக்குக் கொடுத்தாங்க. பி.டபிள்யூ.டி.”

“அதுதான் கேட்டேன்.”

தாடி இதன்பிறகு கேள்வி எதையும் கேட்கவில்லை. ஆனால், நிறைய பேசினார்.

❍

திண்டிவனம் பக்கத்திலேயே தனக்கு வேலை கிடைத்திருக்கிறது என்று தெரிந்தவுடன் சமாதானமடைந்திருந்தான் முத்துக்கறுப்பன். அது அவன் சகோதரியைத் திருமணம் செய்துகொடுத்திருக்கிற இடம். அவள் கணவருக்கு அங்குதான் வேலை. எனவே, எந்தச் சங்கடமும் இருக்கவில்லை. ஆசிரியர் வேலை மனதிற்கு இதமளித்திருந்தது. சக ஆசிரியர்கள் நன்கு பழகினர். மீதியுள்ள பணிக்காலம் முழுவதையுமே அவன் அங்கே கழித்துவிடவும் தயாராக இருந்தான். ஒரு வகையில் அவ்வாறுதான் ஆயிற்று. அந்த ஊரிலேயே அவனுக்குத் திருமணம் நடந்தது. இஷ்டப்பட்டுத்தான் கல்யாணம். பெண் அந்த ஊர்தான். ஒரே நிபந்தனையுடன்தான் நடந்தது என்று சொல்லலாம். பெண்ணின் தாயாரும் அவர்களோடுதான் இருப்பாள்– காப்பாற்றவேண்டும். அது ஒன்றும் பெரிய விஷயமில்லையென்று முத்துக்கறுப்பன் நினைத்தான். அவன் சகோதரியும் எதுவும் சொல்லவில்லை. அவன் இஷ்டப்படியே எல்லாம் நடந்தன. பின்னாளில் சகோதரியின் கணவர் காலமானாலும், மகன் சுப்ரமணிக்கு அரசுத்துறையில் வேலை கிடைத்தபடியால் முத்துக்கறுப்பனுக்குப் புதிய பொறுப்புகள் எதுவும் வந்துசேரவில்லை. ‘தன் மகனுக்குப் படிப்பு ஏறவில்லையே; வாத்தியார் மகன் மக்காக இருக்கிறானே’ என்ற கவலை மட்டுமே உண்டு. ஆனால், அந்த மகன் சாமர்த்தியசாலி– ஊரிலுள்ள அனைவரோடும் தொடர்புகொண்டு ஏதாவது சம்பாதித்துக்கொண்டும், சேமித்துக்கொண்டும்தானிருந்தான் என்பதையோ, மற்ற இளைஞரிடம் காண முடியாத குணம் – பணத்தின் சக்தியை அறிந்த குணம் – அவனிடமிருந்ததையோ, முத்துக்கறுப்பன் அறியவில்லை.

பையனின் பாட்டியும் அம்மாவும் அவனுக்கு இன்னும் வேலை கிடைக்காதது பற்றிப் பேச ஆரம்பித்திருந்தனர். வேலை கிடைக்கவில்லை. அதுவும், சுப்ரமணிக்கு வேலை எப்படிக் கிடைத்தது என்று தெரிந்த பிற்பாடு அந்தப் பையன் அமைதி கலைந்தவன் ஆனான். பாட்டியிடம் மட்டுமே மனம்விட்டுப்பேச முடிந்தது. அந்தப் பேச்சில் அவன் கேட்ட கேள்வி ஒன்று அந்தப் பாட்டியையே சிந்திக்கவைத்தது. வேண்டியதுதானே. நாளைக்குக் காப்பாற்றப் போகிறவன் கேட்ட கேள்வி. கேட்டதும் அத்தனை அறிவுகெட்ட கேள்வியல்ல. “அப்பா செத்துப்போனா, சர்க்காரில் வேலை தருவாங்க இல்லையா?” என்பதுதான் அது. சரி – சாவது இலேசான விஷயம் அல்ல. அதற்கு அரசு ஆணைக் குறிப்பில் ஒரு விதிமுறை இருக்கிறதே. கேட்டறிந்து பையன் சொன்னான். “அரசு ஊழியர் காணாமல் போய்விட்டால் ஐந்து ஆண்டுகள் கழிந்த பின்னர், திரும்பி வராவிட்டால் அவர் இறந்துவிட்டதாகக் கருதி, அவர் பிள்ளைக்குக் கருணை அடிப்படையில் வேலை தரலாம் – வழி இருக்கிறதே – எனக்கு இப்போ பதினெட்டுத்தான் ஆகுது.”

இந்தப் புத்திசாலித்தனத்திற்காகவே அரசு ஒரு வேலை அளித்திருக்கவேண்டும் அல்லவா? இதைத்தான் முத்துக்கறுப்பனிடம் அவர்கள் வெகு சகஜமாக எடுத்துச்சொல்லியிருக்க

வேண்டும். அதாவது ‘செத்துப் போ அல்லது எங்காவது ஒழிந்து போ’ – அதுதானே அதற்கு அர்த்தம். இது ஒரு வெள்ளிக்கிழமை இரவில் நடந்த விஷயம். இதில் அவன் மனைவியின் பங்கு என்னவென்று ஊகிக்கத்தான் முடியும். திங்கட்கிழமை காலை வெளியே சென்ற முத்துக்கறுப்பன் இன்னமும் வீடு திரும்பவில்லை. காணாமல் போன கதை இதுதான்.

முத்துக்கறுப்பன் போளூர் வரை நடந்துசென்றதாகத் தெரிகிறது. அங்கு எப்போதோ தெரிந்த ஓய்வுபெற்ற ஆசிரியர் அவனைக் கண்டு வீட்டிற்கழைத்து சாப்பாடு போட்டிருக்கிறார். திரும்பவும் புறப்பட்ட அவனிடம், ‘எங்கே’ என்று விசாரித்த போது, மலையைச் சுட்டிக் காட்டியிருக்கிறான். எத்தனை பேரைத்தான் இந்தக் காடன் மலை தன்னிடம் அழைத்திருக்கிறதோ?

அவன் மலையைச் சுற்றவில்லை. ஊரைச் சுற்றி வந்தான். கோவில் வெளிப் பிரகாரத்தில் நீண்ட நேரம் உட்கார்ந்திருந்தான். வேட்டி மேலும் அழுக்காயிற்று. நெடிதுயர்ந்த ஒரு பண்டாரம் அவனிடம் பேசாது ஒரு துண்டை நீட்டினார்.

பண்டாரங்களிடம் பேசுவது எளிதாக இருக்காது என்று அவன் நினைத்திருக்கலாம். இரண்டு நாள் கழித்து போளூர் ஆசிரிய நண்பர் கோவிலுக்கு வந்து அவனிடம் சிறிது பேசிவிட்டு அகன்றார். அதன் பின்னரே அவன் எப்படியோ ஆரம்பித்து தனது கதையை அந்தப் பண்டாரத்திடம் சொல்ல முடிந்தது. முடித்துவிட்டு, கேள்வியாக இல்லாது வேறு எதுவாகவோ சொன்னான்.

“மனிதரை எப்படி நம்புவது…?”

“ஏன் – மாடுகள் இல்லையா நம்புவதற்கு – இதோ பாரு – இந்த மலையில் ஒரு காடன் மனிதரைவிட ஆட்டையும் மாட்டையும்தான் நம்பினான்” என்று பண்டாரம் தெரிவித்தார்.

❍

“மலையைச் சுத்தலையா கோனாரே?”

இருவரும் கோவில் பக்கமாக வந்துவிட்டனர். விழா முடிந்துவிட்டதற்கான அறிகுறி தெரிந்தது. மலையைப் பார்த்துக்கொண்டே கூட்டம் கலைகிறது.

“சுத்த வேண்டியதுதான் ஐயா – மீதி விவரமும் தெரிஞ்சா நல்லாயிருக்கும்.”

“மீதி என்ன மீதி? – எப்போதுமே மீதி இருக்கும். முத்துக்கறுப்பக் கோனார் வேலையை ராசினாமா பண்ணியாச்சு. போளூர் நண்பர்தான் எல்லாம் முடிச்சுக்கொடுத்தார்… ராசினாமா பண்ணிவிட்டதாலே மகனுக்கு வேலை கிடைக்காது.”

“எனக்கு மாமாவைப் பார்க்கணும் ஐயா.”

“மலையைச் சுத்து – பாக்கலாம். அந்தத் திருப்பத்தில் சேரி இருக்கும் – ராப்பள்ளிக்கூடம் அங்கே. அங்குள்ள பிள்ளைகளுக்குப் பாடம். தங்கல் அங்கேயேதான். நல்ல இடம் – வெளியே வந்தா மலை தெரியும்.”

"நல்லதையா – ஐயாவும் வந்தா நல்லாயிருக்கும். ஒரு வேளை சேரிப் பக்கம் வரமாட்டீங்களோ?"

"கோனாரே – பண்டாரம் பாத்த வேலையைத்தான் இப்ப முத்துக்கறுப்பக் கோனாரு பாக்காரு – நல்லாவே பாடம் சொல்லித் தாராருன்னு பிள்ளைங்க சொல்லுது – எனக்கு இங்கிலீசு வராது. இப்ப அந்தப் பாடமும் நல்லபடியா நடக்குதாம். சரி. போயிட்டு வா – நான் அந்தப் பக்க மூலையிலேதான் இருப்பேன். வசதியான இடம். அங்கிருந்து பாத்தாத்தான் மலை நல்லாத் தெரியும் – போயிட்டு வா." ●

- 1995

42. பனை

அம்மன் பெயரைக் கொண்டிருந்த, அந்த இடத்தில் குடிவந்திருந்தார் அந்த மருத்துவர். மழைக் காலம் முடிந்திருந்தது.

நல்ல நாள் பார்த்துத்தான் தொழிலை ஆரம்பித்தார். போக்குவரத்து அதிகமில்லா இடம். அங்கிருந்து ஒரு புறமாகப் பார்த்தால், விரிந்த வெளிதான். மரங்கள்கூட எதுவுமில்லை. அப்படிச் சொல்ல முடியாது; ஒரு மரம் மட்டும் தெரிந்தது.

ஒரு வாரங்கழிந்த பிறகுதான் அவரைப் பற்றிய பேச்சு எழுந்தது. மருத்துவரும் பிரசித்தி பெற்றுவிட்டார்; சித்த மருத்துவர். நன்றாகப் பேசி, விளக்கிய பின்னரே மருந்து கொடுக்கிறார். "நம்ம ஆளு மாதிரியே இருக்காரே" என்று பேசிக்கொண்டார்கள் ஊர்க்காரர்கள். சாதாரணக் காய்ச்சலுக் கெல்லாம், மருந்து எதுவும் தருவது கிடையாது. வீட்டு மருந்து சொல்லித்தருகிறார். "நிறைய வெந்நீராகக் குடித்துப் பட்டினி யிருங்க; போதும்" என்கிறார்.

மரியாதை தெரிந்த சனங்கள் அவரிடம் பேச ஆரம்பித்தனர். சன்னலைத் திறந்தால், தூரத்தில் தெரியும் அந்த மரம் – வெள்ளை ஓலைகளுடன். சிலர், "ஐயாவுக்கு விசயம் தெரியாதோ! இது ஆக்கங்கெட்ட மரம்; பாக்கப்படாது" என்று அறிவுறுத்தி னார்கள். அவர் அதைக் கேட்டுப் பேசாதிருந்தார்.

மரம் தனியாகத்தான் நின்றது. பக்கத்தில் துணைக்குச் செடிகள் கூட இல்லை. இந்த மரம் தனியாகவும் நிற்கும் போலும். தென்னையோ, வாழையோ போலல்ல.

மரத்தைப் பற்றிப் பேசிவிட்டார்களே தவிர, இந்த மருத்துவர் காலையில் உதயத்திற்கு முன்னரே எழுந்து அந்த வெளியிடத்தில் நடந்து அம்மரத்தைத் தாண்டியும் சென்று வருவதும், அப்போது அவ்விடத்தில் சிறிது நேரம் நின்று சுற்றுமுற்றும் பார்ப்பதும் சில நாட்கள் கழித்தே அவர்களுக்குத் தெரிந்தது. அந்த ஊரில்

சனங்கள் நடப்பது குறைந்துவிட்டது. இப்போது புதிதாக ரயில் வண்டி வேறு வந்தாகிவிட்டது. பெருத்துவிட்டார்களே தவிர நடக்கமாட்டேன் என்கிறார்கள். பிள்ளைகளை முதுகலைப் படிப்பு படிக்கவைத்தனர்; அவர்களும் நடப்பதை மறந்தனா். வயற்காடுகளில் நடவு நாட்கள் தவிர, மற்ற நாட்களில் பச்சையைப் பார்க்கும் காலம் போய்க்கொண்டிருக்கிறது.

இரவில் ஒரு சலசலப்பு, சிறிய ஓசையாகக் காற்றுடன் கலந்துவருவது அம்மரத்தினிடமிருந்துதான் என்று அறிந்துகொள்ள முடியும். அந்த ஒலியை அவ்விடத்தின் அருகேயிருந்த, அக்ரகாரத்து ஆலயமணியோசை மங்கவைக்கும். மணியோசையில் ஒரு கம்பீரம் இருந்ததென்றால், இந்தச் சலசலப்பு ஒரு சோகத்தையும், எச்சரிக்கை உணர்வையும் கொடுத்துக்கொண்டிருந்தது.

மருத்துவரின் படிப்பு விஷயங்கள் தெரிந்துவிட்டிருந்தது. வாசலில் நெடுநாள் கழித்து மாட்டப்பட்டிருந்த பலகை சில ஆங்கில எழுத்துகளையும் கொண்டிருந்தது. அவரது பெயர் எந்தக் குழப்பத்தையும் தரவில்லை. அவர்களுக்கு மிகவும் பரிச்சயமான பெயர்தான். கறுப்பன் என்பதும் முத்து என்பதும் அங்கு வழங்கப்பெறும் சாதாரணப் பெயர்கள்.

கார்த்திகையில் கன மழையெல்லாம் முடிந்துவிட்டது. பனி இன்னும் விழவில்லை. திருக்கார்த்திகை தொடங்கிவிட்டதற்கு அறிகுறியாக, வீட்டு மாடக்குழிகளில் விளக்குகள் தெரிந்தன. இரவில், மரம் தெரியும் என்று சொல்ல முடியாது என்றாலும், மருத்துவர் அந்த இடத்தைத்தான் பார்த்துக்கொண்டிருந்தார்.

அறுபது வயது பாலையா, மருத்துவரை இன்னும் சந்திக்கவில்லை. அவர் அக்காள்தான் தனது பெருத்த உடம்பைத் தூக்கிக்கொண்டு வந்தாள். அவளுக்கு வயிற்றில் புண் தொந்தரவு உண்டு. அவள் வரும் போதும் மருத்துவர் சன்னல் வழியாகப் பார்த்துக் கொண்டுதானிருந்தார். செல்லத்தாயி அம்மாள் கனைத்தாள். தூரத்தில் முக்காலும் வெள்ளை ஓலைகளாகப் போய்விட்ட அந்த மரமும் சலசலத்துக்கொண்டிருந்தது.

❍

“யப்பா – இந்த மரத்தை விலைக்குக் குடுத்திடுவியா?”

“யார்லே சொன்னா?”

“பள்ளிக்கூடத்திலே மாணிக்கம்.”

“நீ என்ன சொல்லுதே?”

“வேண்டாம்... மரத்துச் சத்தம் நல்லாயிருக்கு.”

“நல்லாயிருக்கா – சரிதாம்லே. நல்ல பனையேறிப் பயதாம் நீ.”

❍

“பார்த்தீரா ஓய் – பனம்பழம் திங்கறதைப் பாரும். படிக்கிற பையனாடா நீ? ஓங்கப்பன் வரட்டும் சொல்றேன். என்னதான் சொல்லும், பிறவிக் குணம் போமோ!”

❍

பனை தனிமையைக் குறிக்கும். தென்னையோ, வாழையோ அப்படி அல்ல; பனங்காடு – தென்னந்தோப்பு.

❍

“நாராய் நாராய் செங்கால் நாராய்.”

❍

சொக்கப்பனை எரித்த பிறகு வேண்டுமானால், அந்தச் சாம்பல் மட்டைகளை வீட்டிற்கு எடுத்துச்செல்லலாம்; குடும்பத்தில் வேறு வழிகளில் சேர்க்கக் கூடாது.

❍

“திருவல்லிக்கேணியிலே அவ்வளவு சுலபமா வீடு கிடைச்சுடுமா என்ன? தெக்கேயிருந்து வரதா சொல்றேள். எந்த ஊரு?”

“பனங்காடு.”

“அப்படின்னா, வீட்டுக்காரன் கேட்டா பக்கத்துக் கிராமம் பேரு ஏதாவது சொல்லித் தொலையும்.”

❍

“நாங்க காங்கேசன் துறை; அங்க இந்த மரத்தைக் கடவுள் தந்ததா பாவிக்கறம்; எங்க அப்பா அந்தக் காலத்தில் சினிமா பாக்கவும், சாதகம் கேக்கவும் இங்க வேதாரண்யம் வந்து திரும்புவாரு; அப்ப எல்லாம் கஷ்டமில்ல; பத்துப் பனை இருந்தா பணக்காரன்.”

❍

பனைப் பொருட்களில் இருக்கும் புரதச் சத்து வேறு எதிலுமில்லை.

❍

“பனைத் துணையாய்க் கொள்வர்” என எழுதிய ஆசிரியன் கீழ்ச் சாதியாக இருக்க முடியும். பனையேறியாக இருக்க முடியும்.

உலக இலக்கிய விவரங்களைத் தனது விரல் நுனியில் வைத்திருக்கும் அந்தப் பெரியவர் அதற்குப் பதில் சொன்னார்.

“இருக்கும். எனக்குத் தெரியவில்லை. ஆனால், அந்த ஆசிரியன் எனது தோளில் கையைப் போட்டுக்கொண்டு, என்னுடன் நடந்துவந்துகொண்டே அதைச் சொல்கிறான்.”

❍

தனது நீண்ட, சிவந்த கரங்களைப் படரவிட்டவாறே அந்த மங்கை கூறுகிறாள்; அவள் வரலாற்று சமூகவியல் படித்தவள்.

“மிஸ்டர் எம்.கே. – நீங்கள் பெயரை மாற்றிக்கொள்ளுங்கள். வேறு வேறு சமூக – கலாச்சாரப் பிரிவைச் சேர்ந்த நாம் திருமணம் செய்துகொள்ள முடியுமா?”

அந்த எம்.கே. விலகி நின்று தனது தாய் மொழியில் பதில் சொன்னான்.

"யாரும் வெற்றிலை பாக்கு வைத்து அழைக்கவில்லை."

❍

ஒரு தடவை கோயம்புத்தூர் செல்லும்போது வழியெங்கும் தோசைக் கல்லைக் காயப்போட்டு பரோட்டா செய்துகொண்டு பிழைக்கும் வியாபாரிகளைக் கண்டு, "ஓ! தோசை என்னவாயிற்று" என்று ஏங்கி நின்றிருக்கிறான்.

❍

மருத்துவர் சன்னல் பக்கமிருந்து மீண்டார். நோயாளியை உட்காரச் சொன்னார். அந்த அம்மாள் நின்றுகொண்டே, அவரை உற்று நோக்கியவாறே கூவினாள்.

"மக்கா – நீதானா? – நான் நினைச்சேன்."

கால் நூற்றாண்டு ஒரு கணப் பொழுதாக இருவரிடமும் இறங்கி வந்துகொண்டிருந்தது.

"யத்தே – வாருங்கோ. முதல்லே பாத்தா தெரியல்லே. எப்படி சௌக்கியமெல்லாம்?"

செல்லத்தாயி அம்மாளிடம் பரபரப்பு அடங்கவில்லை. கால் நூற்றாண்டைக் கடக்க சில விநாடிகள் அதிகமாயிற்று.

❍

"யப்பா, நீ பனையைத் திருக்கார்த்திகைக்குக் குடுக்கப்போறியா?"

"ஏம்லே, சும்மா அதையே பேசிக்கிட்டிருக்கே – சலம்பாமக் கிட."

"நான் சொல்லிட்டேன். குடுக்கப்படாது."

"குடுத்தா."

"பனை போனா நானும் போயிடுவேன்."

"போயிடுவியா – அவ்வளவு தூரத்துக்குப் பேச ஆரம்பிச்சுட்டியா. போயிடு பார்க்கலாம்."

❍

செல்லத்தாயி அம்மாளுக்குச் சரியாகப் பேச்சு வரவில்லை. அவள் குரல் ஓங்கியிருக்கும். வார்த்தைகளால் தன்னைக் காட்டிக்கொள்ளும்போது, வேறு எதையும் பார்ப்பதில்லை. அந்த அம்மாள் கண்களில் நீர் இருந்ததாவென்று சொல்ல முடியாது. குரலில் கட்டுப்படுத்தமுடியாதபடி படபடப்பு இருந்தது. அப்பனிடம் கோபித்துக்கொண்டு ஓடின பையன் பேசப்படவேண்டியவன்தான். அதுவும் இத்தனை காலத்திற்குப் பிறகு சன்னல் வழி தெரிந்த மரம் அவனை மௌனமடையச் செய்திருக்கும். மரங்கள் மௌனத்துடன் சம்பந்தமுடையவை. அந்த மரம் வெட்டப்படாது நின்றது பெருமைப்படவேண்டிய விஷயந்தான். இப்போதுதான் தெரிகிறது அந்தப் பெருமை. அது தெரிய வேண்டுமானால்

இம்மாதிரி ஒரு மனிதன் திரும்பி வரவேண்டும். அதற்கு ஒரு சான்றுவேண்டும். "என் தம்பி உன்னுடைய தம்பி; நான் உன் தோழன்; என் மனைவி உன் கொழுந்தி" என்று ராமன்தான் சொல்ல முடிகிறது. அதையே குகன் சொன்னால் உதைபட்டிருப்பான். இந்த மரத்திற்கு இவன்தான் வேண்டும். பாலையா சித்தப்பாவும் செல்லத்தாயி அத்தையும் பக்கத்துவீட்டுப் பையன் பிரிவிற்கு அழுதிருக்க மாட்டார்கள். அப்பன்காரன் செத்துப் போனதை வேண்டுமானால், பெரிதுபடுத்தியிருக்கலாம். சில பேருக்கு சில விஷயங்கள்தாம் பெரிதாகின்றன. சாவிற்கு முன் பனை பெரிதல்ல. "நீ கல்யாணம் செய்துக்கலியா?" என்று கேட்டுப்பார்த்தாள். மருத்துவர் மரத்தைப் பார்த்துக்கொண்டிருப்பதை அறிந்து, "பனை நூறாண்டு இருக்கும்" என்றாள். "அது ஒரு வேளை வெட்டப்பட்டுப் போயிருந்தாலும்கூட நீ இருக்கியே" என்று சொன்னாள் அந்த அம்மாள். அந்த நேரத்தில் மருத்துவரும் அதை உணர்ந்தவர்போலத் தென்பட்டார். ●

- புதிய பார்வை, 1995

43. கச்சிப்பேடு

குமரகோட்டமிருந்த தெருவின் சமீபமாக அமைந்திருந்த விடுதியின் உரிமையாளருக்கு இரவில் கோவிலுக்குச் சென்று வந்தால்தான் தூக்கம் வரும். சட்டை போடாமல்தான் போவார். தனியாகச் செல்லவே விரும்புவார். அதற்கு இருட்டு உதவும். உடம்பிற்கும் இருட்டிற்கும் அத்தனை வேறுபாடில்லை. பெயரும் அப்படித்தான்.

கோவிலிலிருந்து திரும்பும்போதுதான் அந்தக் குரல் கேட்டது. ஆனாலும், அவர் திரும்பிப் பாராது நடந்தார்.

அதே குரல் திரும்பவும் அழைத்தது. சிறுவனின் குரலென்றோ, கிழவனுடையது என்றோ அறிய முடியாத ஓசை. இரவு நேரமாகி விட்டாலும் அந்தப் பக்கம் கூட்டமிருக்கவே செய்தது. கார்த்திகை மாதம் – அந்தக் கோவிலின் சொந்தக்காரனின் நாள் வேறு.

அழைக்கப்பட்டும் அவர் நடையைத் தொடர்ந்ததற்கு ஒரு காரணம் உண்டு. அழைத்தவன்-அழைத்தவர் கூப்பிட்ட விதம்தான் காரணம். அவ்வாறு அவர் அழைக்கப்பட்டு அநேக ஆண்டுகள் கடந்துவிட்டன. சமீப காலத்தில் அம்மாதிரி நினைவும் அவருக்கில்லை. அந்த விளி வேற்றுமையுடன் இந்த நகரத்தில் அவரை அறிந்தோருமில்லை.

எனவே, திரும்பிப் பார்க்காது நடந்தார். கூப்பிட்டது வலுவுடைய ஆள் போலும். ஒரே எட்டில் அவர் பக்கம் வந்து நிற்கவே, ஏறிட்டுப் பார்த்தார்.

இளைஞன்தான். களையான முகம். நல்ல வலுவுடையவனாக நெற்றியிலும் தோள்களிலும் நீறுபூசி குழந்தை மாதிரி நிற்கிறான்.

"யாருங்க?" என்று ஆரம்பித்ததை "யாருப்பா நீ?" என்று மாற்றினார்.

"பிள்ளைவாள்... நீங்க" என்று அவன் மறுபடியும் சொன்னதும் 'யோவ்' என்று அதட்டலுடன் ஆரம்பித்து, பின்னர் சீற்றம் தணிந்து, "என்ன நீ – இத்தனை வருசமா இங்கேயிருக்கேன் – யாரும் இப்படிக் கூப்பிட்டதில்லே – நீ என்னவோ பேர் வைச்சவன் மாதிரிக் கூப்பிடறே – யாரு நீ" என்று கேட்கவே, அவன் தனது நெற்றியில் இரு விரல்களை வைத்து ஒரு நொடி அழுத்திவிட்டு, பிறகு பேசினான்.

"அப்படியில்லை ஐயா – திருத்தணியிலிருந்து வாரேன். இங்கிருந்து சாமிமலை போகணும். இந்த ஊர்லே உங்களைப் பாக்கணும்னு நினைச்சேன்."

"தெக்கேயிருந்து வரியா?"

"தென் பகுதிதான்."

"எப்படித் தெரியும் என்னை?"

வந்தவன் திரும்பவும் 'பிள்ளைவாள்' என்றழைத்துப் பேச முற்படவும் 'சிறு வயசு' என்றெண்ணி, தாழ்ந்த குரலில் முத்துக்கறுப்பன் சொன்னார்.

"இதப் பாரு – என்னை இங்க முதலியார் அப்படின்னு சொன்னாத்தான் தெரியும்" என்று கூறி, சுற்று முற்றும் பார்த்துக்கொண்டார்.

"அண்ணாச்சி அப்படின்னும் கூப்பிட வாணாம்."

'சரி' என்று சம்மதம் தெரிவித்தான் அவன்.

"என்ன விஷயம் சொல்லு?"

"ஒண்ணுமில்லே. திருத்தணியிலே தெரிஞ்சவங்களைப் பாத்தேன். அப்படியே இங்கேயும் உங்க மாதிரி இரண்டு பேரைப் பாத்துக்கிட்டு புறப்படலாம்னுதான் வந்தேன்."

"திருத்தணியிலிருந்து வந்தயா – என்ன வேலையோ?"

"ஒண்ணுமில்லே – இங்கேயெல்லாம் பாத்து நாளாச்சேன்னுதான்– காலமாகிப் போச்சு."

"அப்படியா – நல்லாப் பாரு – காஞ்சிபுரம் நல்ல ஊரு – குமரகோட்டம் இருக்கு. கைலாச நாதர் கோவிலிருக்கு. சுத்திப் பாரு. எல்லாம் பாக்க ரெண்டு நாள் பிடிக்கும். பாத்துட்டியா?"

"இல்லே – இப்பத்தான் வந்தேன்."

"என்னது? இப்பத்தான் வந்தியா?"

"இப்பத்தான்."

அவனை ஏறிட்டுப் பார்த்தார் முத்துக்கறுப்பன். "இப்பன்னா?" என்று மிரட்டுவதுபோலக் கேட்டார்.

"இப்பத்தான் – உங்கள இங்க பாத்தம்லா – அதுக்கு ஒரு நொடிக்கு முன்னாலே திருத்தணியிலேயிருந்தேன்."

"சரிதான்" என்று ஏற இறங்கப் பார்த்துக்கொண்டார். மறியல் காரணமாக போக்குவரத்து ஏதுமில்லை. ஆகாய விமானம்கூடப் பறக்கவில்லை.

வந்தவன் மெல்லியதாகச் சிரித்தான். "அது ஒண்ணும் பெரிசில்லே" என்று முணுமுணுத்துக்கொண்டே சொல்ல, அவனைத் திரும்பவும் ஏற இறங்கப் பார்த்தார்.

"இல்லை ஐயா – ஒரு நொடியிலே அங்கிருந்து புறப்பட்டு அடுத்த நொடியிலே இங்க வரது பெரிசில்லே. அந்த ரெண்டு நொடிக்கிடையிலே எங்க இருந்தேன் என்பதுதான் பெரிய விசயம்."

பையன் ஏதோ சொல்கிறான் என்று தெரிந்துகொண்ட அவர், வேறு விஷயம் ஏதாவது உண்டா என்று கேட்டு ஆளை அனுப்புவதில் அக்கறைகொண்டார். இம்மாதிரி விஷயங்களைப் பேசிக்கொண்டிருக்கும் மனிதராக இருந்தால் காஞ்சிபுரத்தில் இத்தனை ஆண்டுகளில் ஒரு நல்ல விடுதிக்குச் சொந்தமாயிருக்க முடியாது.

வந்தவன் எதிரே தெரிந்த குமரகோட்டத்தையே பார்த்துக்கொண்டிருக்க, முத்துக் கறுப்பன் விடைபெற்றுக்கொள்ள ஆயத்தமானார்.

"இல்லே – இல்ல சார்" என்று ஓரடி முன் வைத்து "எனக்கு இங்க ஒரு நாள் தங்கணும் – முடிஞ்சா உங்க விடுதியிலே இடங் கொடுங்கன்னு கேக்கத்தான் வந்தேன்" என்றான்.

"அப்படிச் சொல்லேன் – இவ்வளவு நேரம் சுத்தி வளைச்சியே – நம்ம தெக்கத்தியானுக்கே இந்தக் குணம் ஒரு நாளும் போகாது – எந்த ஊருன்னு சொன்னே?"

"அப்போ அது குறிஞ்சிப்பேடு – இப்ப பேரு மாறிப்போச்சு."

"மாறிப்போச்சா?"

"ஏலேய்" என்று அதட்டவேண்டும் போலிருந்தது முத்துக்கறுப்பனுக்கு.

"ஆமா. கடல்கோளுக்குப் பிறகு எல்லாமே மாறிப்போச்சு போலிருக்கு – எம் பேரே எப்படியோ மாறிப்போச்சு – என்ன சொல்ல வேண்டிக் கிடக்கு."

"உம் பேரு என்னா?"

"வேலு."

"அப்பா பேரு?"

"அப்பன்தான் – செவப்பன்."

"அப்படியா – அங்க என்ன வேலை பாக்காரு அவரு?"

"என்ன வேலைன்னு சொல்றது? – பாம்புக்கடி வைத்தியம் பாப்பாரு – தீயைக் கையிலே தூக்கி வைச்சுக்கிட்டு ஆட எல்லாம் தெரியும்."

'வேண்டியதுதான்' என்று தலையை ஆட்டி ஆமோதித்துக்கொண்டார். பிறகு, "நீயாவது படிச்சு ஏதாவது உத்தியோகம் பார்க்கக்கூடாதா" என்று நொந்துபோன குரலில் கேட்க, வேலு சொன்னான்.

“படிச்சேன் சார் – ஒலி, ஓசை இதுகளைப் பத்தியெல்லாம் தெரிஞ்சு வைச்சிருந்தேன். பறவைச் சத்தம், கடலிரைச்சல் – இந்த ரெண்டுக்கும் ஒத்துமை உண்டுன்னு கண்டுபிடிச்சேன். அப்பாகிட்டே கூட அதைப் பத்திச் சொல்லியிருந்தேன். முடிவா சொல்றதுக்குள்ள எல்லாமே மாறிப்போச்சு.”

‘ஓகோ.’

சில விநோதப் பிராணிகளை அதன் போக்கிலேயே விட்டுவிடவேண்டும். தொந்தரவு இருக்காது. தினசரி புதிது புதிதாக ஆட்களைச் சமாளிக்கும் அவருக்கு, அந்த உத்தி தெரிந்திருப்பதால் பேச்சைக் குறைத்தார்.

“சரி, உனக்கு இடந்தானே வேணும். வா – ஒரு நா இடம் என் லாட்ஜ்லே கொடுக்கிறதாலே குடி முழுகிவிடாது – வா – ஆனா பாத்துக்கோ – அங்க வந்து இப்படி ‘கடல்கோளு – குறிஞ்சிப்பேடு’ அப்படியிப்படின்னு பேசிக்கிட்டு இருக்கப்படாது – நாலு பேரு வந்து போற இடமாக்கும் – சொல்லிட்டேன் – நிம்மதியாப் படுத்துத் தூங்கு. காலைல்லே புறப்படு – என்னா.”

அவன் தலையசைத்தான். பக்கத்துக் கடையிலிருந்து இரண்டு பெரிய பச்சை வாழைப்பழங்களைப் பிய்த்தெடுத்து ஒன்றை அவனிடம் நீட்டினார். அவன் தயக்கமில்லாமல் வாங்கிக்கொண்டான்.

ஆதுரத்துடன் முத்துக்கறுப்பன் சொன்னார்.

“பொதுவா பேச்சைக் குறைக்கணும். பத்து வருசமா கூடியவரை பேசாம இருக்கத்தான் நானும் பாக்கறேன். முடியலே – ஆனா அவ்வளவுக்கவ்வளவு நல்லது – வா.”

பேசாமல் நடக்க நினைத்தவர் தொடர்ந்து, “ஆமா, அவ்வளவு தூரமா வாரே – கையிலே பணங்காசு எதுவும் இல்லாமலா வந்தே?” என்று கேட்டுவைத்தார்.

“இல்லே ஐயா – எதுவும் இல்லே. அப்பாகிட்டே சொல்லாமத் தான் புறப்பட்டேன். திருத்தணியிலே ஒருத்தர் வீட்லே ரெண்டுநாள்” என்று கூறியவாறே, பையிலிருந்து ஒரு மாம்பழத்தை எடுத்து அவரிடம் கொடுத்தான்.

“ஊரிலிருந்து கொண்டு வந்தது. நல்ல பழம்.”

முத்துக்கறுப்பன் மாம்பழத்தை வாங்கிக்கொண்டார். பதிலெதுவும் சொல்லவில்லை. அவருக்கு வேலுவைப் பிடித்துப் போய் விட்டிருக்கவேண்டும். எனவே பொட்டலமாக மடித்து வைத்திருந்த திருநீறை எடுத்து அவனிடம் தந்துவிட்டு மெல்லிய குரலில், “நீ பிள்ளைமார்தானே – இல்லே – தெக்கேயிருந்து வரதா சொன்னியே – அதனால கேட்டேன்” என்று நியாயப்படுத்தினார். வேலு அதை வாங்கிக்கொண்டான்.

“ஆமா” என்றான். “ஐயா நீங்க பாத்திருப்பேளே – அங்க எல்லாம், வீட்டுக் கதவைத் திறந்து பாத்தா, கண்ணுக்கெட்டற தூரம் வரை வயக்காடு. அறுப்பு முடிஞ்சு ராத்தரியிலே பாத்தா, வயல் நடுவிலே தார் பிடுங்கிப் போட்டு, கொளுத்தர தீக்குவியல் – ஞாபகமிருக்கா– எத்தனை தூரம் தெரியும் – அப்பா – முடிவே இருக்காது – அதுதானே ஐயா இது”

என்று கேட்டு திருநீற்றைப் பூசிக்கொண்டு "ஆமா – அங்க எல்லாரும் வயல்காரங்கதான்" என்றான்.

"ஆமாமா" என்று தலையாட்டினார் இகழ்ச்சியாக. "அதுதான் சொன்னாங்களே – மெள்ள மெள்ள வேளாளரானாங்கன்னு."

"மெள்ள மெள்ளத்தான் ஆகியிருக்க முடியும் – ஆனா அப்படி ஆனவங்கதானே முதல் முதல்லே ஆகியிருக்கணும் – இப்ப நீங்க கும்பிட்டு வர குமரன் உடம்பிலே, வேல் பட்ட காயமும், மாடு முட்டின வடுவும், உப்புத் தண்ணியிலே மிதந்த நாற்றமும் இருக்காதா – இருக்கும் – வேற மிலேச்சத்தன சின்னம் எதுவும் இருக்காது. இப்படி மெள்ள மெள்ள அவனும்தான் – குமரவேள் ஆனான் – இல்லையா?"

"ஏன் மாறணும் சொல்லு?"

"அதுக்குக் காரணம் இருக்கும் – அது அவங்களுக்குத்தான் தெரியும். நாம அவங்களாயிருந்தால்தான் தெரியும். இப்படிச் சொல்லலாம் – தெரு ஓரத்திலே ஒரு நாய் குரைக்க ஆரம்பிக்குது. அதைத் தொடர்ந்து அடுத்த தெரு நாய் குரைக்கும். ஊர் முழுக்க குரைப்பு கேட்கும். பக்கத்துக் கிராம நாய்கூட ஓடிவரும். ஆனா முதல்லே ஆரம்பிச்சது பாருங்க – அந்த நாய்க்குத்தான் குரைச்ச காரணம் தெரியும். முப்பது வருஷம் முன்னாலே 'டைஜஸ்ட்'லே படிச்சேன்.

"முருகா" என்று திருநீற்றை மீண்டும் பூசிக்கொண்டார்.

"என்ன ஐயா" என்று ஆதுரமாய்க் கேட்டான் வேலு.

"எனக்கு நல்லா வேணும் – வா" என்று நடந்தார் அவர்.

○

முத்துக்கறுப்பன் அந்த மாங்கனியைத் தன் மனதுக்கினியவளிடம் சேர்ப்பித்தார். விடுதியின் பக்கத்தில்தான் அந்த வீடு.

மாம்பழத்தைச் சாப்பிட்ட அந்த அம்மாள் முதலில் பேந்தப் பேந்த விழித்தாள். பின்னர் அமைதியாகக் கண்களை மூடினாள். மறுபடி அவள் கண் திறந்தபோது கேட்ட முதற்கேள்வி "நிலந்தரு திருவிற் பாண்டியன் எங்குளான்" என்பதாகும்.

○

அன்றிரவு கச்சியம்பகுதியில் மூவர் உறங்கவில்லை.

அது முறைப்படி நடந்த விஷயமாகத் தெரிந்தது. முத்துக்கறுப்பன் சாதாரணமாக இரவைத் தனது விடுதியிலேயே கழிக்க முனைவார். பக்கத்திலிருக்கும் வீடும் அவருடையது தான். போய் வருவதுண்டு. ஆனால், கட்டடங்கள் எல்லாம் வீடாகிவிடுவதில்லை.

முத்துக்கறுப்பன் பள்ளிப்படிப்பை முடித்துவிட்டு, அப்பாவிற்கு உதவியாக உழவைக் கவனித்துக்கொண்டிருக்கும்போது, மேற்படிப்பு ஆசை இருந்ததில்லை. உறவுப்பிள்ளைகள் சிலர் படித்துவிட்டு அப்படியிப்படி என்று திரிந்தபோதும் அவனுக்கு அந்த எண்ணம்

வரவில்லை. ஆனால் அண்ணன்காரன் ஒருவன் ஆங்கிலம் பேசியபோது, இவன் நெளிவான். முத்துக்கறுப்பனுக்கு அந்த மொழி ஏறவில்லை. ஒரு வருடம் அந்தத் தத்தளிப்பில் இருந்தபோது, யோசனை ஒன்று சொல்லப்பட்டது – அதாவது, 'மேற்படிப்பு தமிழாகவும் இருக்கலாம்' என்று. அவன் கரந்தட்டாங்குடியில் தமிழ் படிக்க, வீட்டில் சண்டைபோட்டுக்கொண்டு சென்ற கதை இப்படித்தான். அவன் திரும்பவும் சொந்த ஊருக்கு வரவில்லை என்று சொல்வதுதான் சரியாக இருக்கும்.

ஒரே ஒரு தடவை வந்துபோனது தகப்பனார் இறந்துபோய்விட்ட விவரங்கேட்டு. இவன் கையில் ஐயாயிரம் ரூபாய் பணத்தை மட்டும் கொடுத்து, மீதியைக் கொள்ளையடித்த உறவுக்காரரையும், அண்ணன்மாரையும் அவன் பிற்காலத்தில் என்றும் நினைத்துப் பார்த்ததில்லை. அவர்களும் ஊரில் கொடிகட்டிப் பறக்கவில்லை. ஒருவனின் பெண்சாதி மூளை மாறாட்டமடைந்தாள். இன்னொருவன் மகன் அப்பனையே வீட்டைவிட்டுத் துரத்தினான்.

முத்துக்கறுப்பன் கரந்தட்டாங்குடியிலேயும் படிப்பைத் தொடர முடியாது போனதுக்கு ஒருவேளை உறவினர்பால் அவன் கொண்ட மனக்கசப்பு காரணமாகவிருந்திருக்கும். தேவயானை என்ற பெண்ணும் காரணமாயிருந்திருக்கக்கூடும். படிக்கும்போது கரந்தையில் ஒரு சாப்பாட்டுக்கடையில் உணவு ஏற்பாடு செய்திருந் தான். தரையில் பாய் போட்டு உட்கார்ந்து வீட்டில் சாப்பிடுவது போன்ற வசதி – சுத்தமான சைவச் சாப்பாடு. நடத்தியது ஓர் அம்மாள் – மகள்தான் தேவயானை.

சைவச் சாப்பாட்டில் இவனோடு ஓர் அசைவ மாணவனும் கலந்து கொண்டது முதலில் நன்றாகத்தானிருந்தது. தனது பாரம்பரிய சைவ நிலையை எடுத்துச்சொல்வதில் – உறவினர்களை வெறுத்தொதுக்கிய போதிலும் – முத்துக்கறுப்பனுக்குச் சலிப்பில்லை. அதிலும் அந்த அம்மாளும் அதே பரம்பரைதான் என்றறிந்த பிறகு அவன் நிலை அமோகமாகவிருந்தது. சாப்பிட்டுக்கொண்டே உரத்த குரலில் நண்பனிடம் பேசுவதுண்டு.

அந்த நண்பன் பாண்டியன், மதுரை என்று சொல்லிக்கொண்டான். வேறெதுவும் அவனைப் பற்றி நாளது வரையில் தெரியாது. ஆனால், பெயரைக்கொண்டு பார்த்தால் முக்காலும் அவன் நாட்டார் பரம்பரையாக இருக்க வேண்டுமென்று முத்துக்கறுப்பன் நினைத்தான். உயரமாக இருந்த காரணத்தாலோ என்னவோ அவனை 'நிலந்தரு திருவிற் பாண்டியரே' என்று அழைப்பதுண்டு.

முத்துக்கறுப்பனின் படிப்பு கரந்தையிலும் பலிக்கவில்லை என்பதற்கு அந்தப் பெண் தேவயானையைக் காரணம் காட்டுவது நியாயமாகாது. ஊரை வெறுத்த முத்துக்கறுப்பன், அந்தச் சாப்பாட்டிலும் அந்த அம்மாளிடத்தும் ஒரு புதிய உறவைக் கண்டிருக்கக்கூடும். அது விசாலமடைந்து வந்துமிருக்கவேண்டும். அவனும் அந்தப் பெண் தேவயானையும் ஓரிருமுறைகூடப் பேசியதில்லை. ஆனால், அவள் அம்மாவின் கதி புரியக்கூடிய ஒன்று. மகளின் திருமணத்தில் தன் கையறு நிலையைப் பற்றிப் பொதுவாக எல்லாரிடமும் பேசத்தான் செய்திருக்கவேண்டும். பொறுப்பு என்ற விசேடத் தன்மையைத் தலையில் சுமப்பதில் முத்துக்கறுப்பன் நிம்மதி பெற்றான் என்றுதான் கூறவேண்டும்.

அந்த நிம்மதியானது, சாப்பிடும்போது அவன் சத்தமிட்டுப் பேசுகையில் தாயும் மகளும் சிரிப்பதைக் கண்டு உறுதிப்பட்டது. வெகு நாள்களின் பின்னர் அந்தச் சிரிப்பிற்குக்

காரணம், தன் பேச்சு அல்ல, தன் பக்கத்தில் அமர்ந்திருக்கும் பாண்டியன்தான் என்பதை ஒருவாறு அவன் தெரிந்துகொண்டான். அவனது மேற்படிப்பு அன்று முற்றுப்பெற்றது.

கரந்தைவாசம் அவனைப் பலவிதத்திலும் தெளிவுபெறச் செய்திருந்தது. கல்லூரிக்கு அடிக்கடி வந்துபோகும் ஒரு முதலியார் அவனை உற்று நோக்கலானார். பல்லாயிரக் கணக்கான வருட உறவு அவர் பார்வையிலிருந்தது. மாசிலாமணி முதலியார் அக்கல்லூரியில் படிக்கும் குறிப்பிட்ட மாணவருக்குப் பொருளுதவி செய்பவர். பணத்தை வைத்துக்கொண்டு செய்வதறியாது நிற்பவர் அவர் என்று சொன்னார்கள். முத்துக் கறுப்பனிடம் அவர் கண்டது என்ன?

அதன்பின் அவன் அங்கே இருந்தது கொஞ்ச நாள்கள்தாம். பட்டம் பெற மேலும் தேவைப்படுகிற படிப்பை அவன் துறந்தான். அவன் யாரிடமும் சொல்லாமல் அந்த முதலியாருடன் சென்றுவிட்டான். என்றாலும், சில ஆண்டுகள் கரந்தைக்கு வந்துபோனான். அப்போது பாண்டியன் படிப்பை முடித்திருந்தான். அந்த தேவயானைக்குத் திருமணமாகவில்லை.

அவன் யாரிடமும் பேசவில்லை. அந்த அம்மாளிடம் பொதுவாக நலன் விசாரித்துக்கொண்டான். காஞ்சிபுரத்தில் தான் சௌக்கியமாகவிருப்பதாகச் சொன்னான். பேச்சில் பாண்டியன் விஷயமும் வந்தது. இருவர் திருமணம் இன்னும் சில மாதங்களில் நடக்கும் – அதாவது, பாண்டியனுக்கு ஏதாவது வேலை கிடைத்த பிறகு – என்று தெரிந்தது. உலகம் புரக்கும் செய்கையாக முத்துக்கறுப்பன் பாண்டியனின் குலம் பற்றிக் கூறினான். 'எனக்கு பாண்டியனைப் பற்றித் தெரியாது. ஆனா, இப்படித்தான் இருக்கும்" என்பதாகச் சொன்னான். அந்த அம்மாள் பதில் எதுவும் சொல்லவில்லை.

முத்துக்கறுப்பன் அதன் பின்னர் பாண்டியனைச் சந்திக்கவில்லை. ஒரு ஆறு மாத காலத்திற்குள் அவன் தேவயானையை மட்டும் சந்திக்க முடிந்தது. அதைச் சந்திப்பு என்று சொல்லமுடியாது.

பரங்கிமலை சமீபம் ஒரு பேருந்து விபத்தில் அவள் முத்துக்கறுப்பனின் மடியில் வந்து வீழ்ந்தாள்.

தேவயானையின் கழுத்தில் தாலியில்லை. ஆனால், அவள் கொண்டு வந்திருந்த பையிலிருந்து உருண்டோடிய பொருள்களில் பழைய தாலியும் ஒன்று.

அந்தப் பெண் தேவயானை முத்துக்கறுப்பனுடன் காஞ்சிபுரத்தில் வந்து சேர்ந்த கதை இதுதான்.

◯

"அவ்வளவுதானா... புறப்பட்டாச்சா?"

காய்ந்துவிட்ட வேட்டியை மடித்துத் துணிப்பையில் அடக்கிக் கொண்டிருந்தவனைப் பார்த்துத்தான் கேள்வி.

வேலு தலைநிமிர்ந்து முத்துக்கறுப்பனைப் பார்த்தான். குளித்து முடித்துவிட்டிருக்க வேண்டும். தலைமுடி சிலிர்த்திருந்தது. முழங்கையில் ஓர் இரும்புக் காப்பு காட்சியளித்தது.

"நான் புறப்பட்டாச்சு சார்."

வேலு பையைக் கைக்குள் இடுக்கிக்கொண்டே சொன்னான். முத்துக்கறுப்பன் அவசரமில்லாது அந்த அறைக்குள் வந்தார். நல்ல அறையைத்தான் அந்த விருந்தாளிக்குக் கொடுத்திருக்கிறார். குளியல் இணைப்பு வேறு.

வேலுவின் முகத்தில் சிரிப்பு இருந்ததாகச் சொல்ல முடியாது. எப்போதும் இப்படித்தான் இருப்பான்போலும்.

"வந்த வேலை முடிஞ்சு போச்சா... ஒண்ணையும் பாக்கலியே?"

"ஆச்சு ஒரு மாதிரியா – இனிக் கவலையில்லை."

"எப்போ புறப்பாடு?"

"ஆச்சே... நேரா சாமி மலை."

"இல்லையே... இன்னும் கொஞ்சம் வேலையிருக்கே."

"அப்படியா – சொல்லுங்க... கைலாசநாதர் கோவிலா?"

"இல்லே.. அதைப் பாக்க நீ வரலே – என்னைப் பாக்கத்தான் வந்திருக்கே."

முத்துக்கறுப்பன் அமைதியாகப் பேசினார். வருத்தம், கோபம் எதுவும் பேச்சில் இல்லை.

"நேத்து நாங்க உறங்கல்லே."

தெரிந்தவன்போல வேலு பேசாதிருந்தான்.

"நீ என்னைப் பாக்கத்தான் வந்திருக்கே. வந்த விசயம் முடிஞ்சுபோச்சு இல்லையா... ஆனா எனக்கு இப்பத்தான் தொடக்கம். நான் என்ன செய்யணும்னு எதிர்பார்க்கிறே? ஏதாவது எதிர்பார்த்தியா?"

"இல்லே."

"இப்போ சொல்லேன்."

வேலு பேசவில்லை. முத்துக்கறுப்பனின் அமைதி கலையவில்லை. பேச்சு தீர்மானமாகவிருந்தது – இருக்கும்.

"நான் நேத்தைக்கே எல்லாத்தையும் சொல்லிட்டேனே சார்."

சிறிது நேரம் அவனையே பார்த்துக்கொண்டிருந்துவிட்டு, "உண்மைதான்" என்றார். "இப்போ நான் சொல்றேன் கேக்கறியா" என்றும் கேட்டார்.

"சொல்லுங்க சார்."

"எனக்குத் தெரியாது அந்தப் பாண்டியன் உயிரோடு இருக்கான்னு."

"அவங்க இருந்த வண்டியிலேதானே வழியிலே நீங்க ஏறினீங்க."

முத்துக்கறுப்பன் சிறிது நேரம் அவனையே பார்த்தார். வேலு தொடர்ந்து சொன்னான்.

“இருக்கும். அந்தப் பாண்டியன் இருப்பார்னு நீங்க நினைச்சுப் பாத்திருக்க முடியாது. விபத்துக்குப் பிறகு விழுந்துகிடந்த ஆட்களை எல்லாம் புரட்டிப்பார்த்திருக்கவும் முடியாது.”

முத்துக்கறுப்பன் அப்படியே நின்றுகொண்டிருந்தார்.

“அந்த அம்மாளுக்கு நினைவு சரியா இருந்திருந்தா, அவங்களே சொல்லியிருக்க முடியும். அதுவும் அப்படி ஆய்ப்போச்சு. நீங்க என்ன செய்ய முடியும்? – அதுவுமில்லாம, உங்களை யாரு குற்றம் சொல்ல முடியும்?”

முத்துக்கறுப்பன் தொண்டையைக் கனைத்துவிட்டுப் பேசினார்.

“அவளுக்கு எல்லா நினைவும் நேற்றைக்குத் திரும்பியாச்சு. நல்லாவே இருக்கா இப்ப.”

அந்த அறையின் வாசலில் எங்கிருந்தோ ஒரு காகம் வந்து இரைந்தது. வேலு அதைக் கண்டு வாய்விட்டுச் சிரித்தான்.

“அப்போ நான் வாறேன்” என்று பையைத் தூக்கிக்கொண்டான்.

“சாமி மலைக்கா?” என்று நிறைவோடு கேட்டார் முத்துக்கறுப்பன்.

“ஆமா சார் – வந்து நாளாச்சு. வேலையை முடிச்சுட்டு சீக்கிரமா போகணும்.”

இருவரும் வெளியே வந்து நடந்தனர்.

“எதுக்கு சார்? – நான் போயிடுவேன். நீங்க வேலையைப் பாருங்க.”

முத்துக்கறுப்பன் தலையை ஆட்டிக்கொண்டே அவனுடன் நடந்தார்.

“வேலு.”

அவன் நின்றான்.

“வா... நடப்போம். இவ்வளவு நாளும் நினைக்கவேயில்லியே வேலு. இது தோணவேயில்லியே – கோவிலுக்கு மட்டும்தான் போனேன். இருக்கட்டும். எந்த வேலையைப் பாக்கச்சொல்றே?”

“சார் – நான் மலைக்குறவன். நாம ரெண்டு பேரும் பேசறது மட்டும் நமக்குப் புரியும் – வேற எந்தச் சம்பந்தம் நமக்கிருக்கு இப்போ – உங்களுக்கு நானும் எனக்கு நீங்களும் மிலேச்சராப் போயிட்டமே.”

முத்துக்கறுப்பன் அதைக் கேட்டதாகத் தெரியவில்லை. நடந்து கொண்டிருக்கும் வழியின் முடிவை நேராகப் பார்த்தவாறு ஏதோ சொல்லிக்கொண்டார் – முணுமுணுத்துக் கொண்டார். பேருந்து நிலையம் தூரத்தில் தெரிந்தது. ஏதோ ஞாபகம் வந்தாற்போல் கேட்டார்.

“காலையிலே ஏதாவது சாப்பிட்டியா?”

“ஆச்சு சார்... காப்பி நல்லாவே இருந்தது. உங்க விடுதி காப்பிதான்.”

"யார் கொண்டுவந்து கொடுத்தா?"

"இல்லே... நாங்கதான் போய் சாப்பிட்டோம் – நானும் பாண்டியன் சாரும்."

முத்துக்கறுப்பனின் முகம் மலர்ந்தது. வேலு சிரத்தையோடு சொன்னான்.

"அந்தப் பாண்டியன் உங்க விடுதியிலேதான் தங்கியிருக்காரு – மாடியிலே – நேத்து வந்தாரு – என்னோடுதான் இங்க வந்தாரு– திருத்தணியிலே வேலை."

"வேலு அவனுக்கு எல்லாம் தெரியுமில்லே."

"தெரியும் சார். அவரும் மாம்பழம் சாப்பிட்டாரே. உங்களை ரொம்பவும் நல்ல மாதிரி மெச்சிப் பேசினாரு."

"வேலு" என்று நின்று அவனை நேருக்கு நேராகப் பார்த்தார். அவரிடம் இருந்த நீண்டநாள் எண்ணம் ஒன்று அவரை விட்டு மறைவதுபோல் தோன்றியது.

"வேலு, அந்த தேவயானை" என்று ஒரு தரம் மறுகி நின்றார்.

"அவங்களுக்கும் எல்லாம் இப்பத் தெரியும் – ஞாபகமிருக்கும்."

ஆமாம். தேவயானைக்கு ஞாபகம் இருக்கும். அப்பாவிப் பெண் என்று இப்போது சொல்லமுடியாது. வாழ்நாளில் ஒரு பகுதி கழிந்தாகிவிட்டது – வாழ்ந்தாகிவிட்டது – சில சமயங்களில் முத்துக்கறுப்பனின் மனைவியாகவும். அவள் யாரையும் குற்றஞ்சொல்ல மாட்டாள். தேவயானை என்ன? முத்துக்கறுப்பனும் பாண்டியனும்தாம். அவர்களுக்குத்தான் அதன் காரணம் தெரியும் – அர்த்தம் புரியும். எந்த நாயின் குரைப்பிற்கும் அர்த்தம் உண்டு.

'முதலியார்' என்று அழைத்து அருகில் நெருங்கினார் ஒருவர். அவருடன் சுருக்கமாகப் பேசித் திரும்பினால், வேலு போய் விட்டிருந்தான்.

பேருந்து கிளம்பிற்று. அதைத் தொடர்ந்தாற்போல் இரு காகங்கள் உயர்ந்துசென்றன. பேருந்து செல்வதைவிட, அவை சீக்கிரமாகவே சேருமிடம் சேரும்.

கச்சியம்பதியில் அன்றிரவும் மூவர் உறங்கவில்லை – ஆனால், அமைதியுடனிருந்தனர்.

- புதிய பார்வை, 1995

44. ரோபோ

படிக்கட்டின் முடிவிலிருந்த வாசற்கதவுகளின் வழியே சுமார் பத்துப் பேர் ஒரே சமயத்தில் உள்ளே நுழைய முடியும். நீண்டு கிடந்த அந்தப் பகுதியின் இருபுறங்களிலும் நிறைய அறைகள். நடுவே முற்றம். அந்த இடத்தைக் கடந்து செல்லவே நேரம் பிடிக்கும். குளிர்பதனம் செய்திருந்தாற்போல அறைகள்.

அவன் மஞ்சள் நிறத்தில் சட்டை அணிந்திருந்தான். அவனுக்குப் பிடித்தமான நிறமென்று சொல்ல முடியாது. ஆனால், அப்படித்தான் அணிய வேண்டுமென்று அறிவுரை. எப்படியாவது வேலை கிடைத்தால் சரி.

பெரிய இடமாக இருந்தபோதிலும் ஆட்கள் குறைவாகவே காணப்பட்டனர். இரண்டொருவர் அவனை ஏறெடுத்துக்கூடப் பார்க்கவில்லை. ஒருவர் அவனைக் கண்டவுடனேயே பக்கமிருந்த அறையைச் சுட்டிக் காட்டினார். அவன் அந்த அறையின் வெளியே காத்து நின்றான்.

அந்த நீண்ட முற்றத்தின் நடுவே உடற்பயிற்சிக்கான கருவிகள் – இரும்புக் கம்பிகள், சிலம்பங்கள்...

வெளியேயுள்ள மரத்தின் உச்சி, முற்றத்திலிருந்து பார்த்தால், கட்டட உயரத்தையும் மீறித் தெரிந்தது – தென்னை. அதையே பார்த்துக்கொண்டிருந்தவன், அறையிலிருந்து வந்த ஆளைக் கவனிக்கவில்லை. மெதுவாகத் தோளில் தட்டப்பட்டான்.

குரு ஸ்வாமியின் குறிப்பாணை

புதிய வரவின் பெயர் முக்தா என்று மாற்றப்படுகிறது – வர்ணம் பொற்கொல்லர் – விஸ்வகர்மா என்றே பதிவு செய்யப்படவேண்டும். வர்ம முறையில் தற்காப்புக்கலைப் பயிற்சி பெற்றவன். நாட்டிற்கெதிரான நூல்களை மறக்கச் செய்யும் துறையில் வேலை. பத்திரிகை – சிறு பத்திரிகைகளைக்

கண்காணிக்க வேண்டும். நமது முன்னோர்கள் இந்த நாட்டின் வேதகால ரிஷிகள்தாம் என்பதையோ, இந்த நாட்டின் மதம் கங்கைக் கரையில்தான் தோன்றிற்று என்பதையோ மறுத்துப் பேசுவோரை அடையாளங்காணவேண்டும். அவர்களை எதிரிகளாகப் பார்க்கவேண்டும். மிரட்டல் அவசியம். சம்பளம் திறமையைப் பொறுத்தது – அடிக்கடி மாறும். பிற விஷயங்கள் ராமாநந்த ஆசார்யரிடம் கேட்டுத் தெரியலாம். தாய்பாஷை தவிர தேவபாஷையைக் கற்றுத் தீரவேண்டும்.

(மேற்படி குறிப்பாணை குரு ஸ்வாமியின் தந்தை மொழியிலிருந்து மொழிபெயர்க்கப்பட்டது).

❍

முக்தா ஒரு நாள் தென்னை மரத்தில் ஏறினான். மிகவும் லாகவமாக ஏறினான். ராமாநந்த ஆசார்யரும் மற்றவர்களும் ஐரோப்பியர்போல அந்த நிகழ்ச்சியை அதிசயமாகப் பார்த்தனர். பார்வையில் சந்தோஷம் தெரியவில்லை. தேங்காயையோ அதன் நீரையோ பெரிதுபடுத்தவில்லை.

ராமாநந்தர் பிறகு சொன்னார். “முக்தா – உன் திறமை நல்லது. ஆனால், இதெல்லாம் காட்டுவது அநாவசியம். நமது லட்சியம் நாடு – தென்னை மரமல்ல” சொல்லிவிட்டு சிறிது இளநீர் அருந்திக்கொண்டார்.

அன்றைய அறிக்கையை அவர் குரு ஸ்வாமிக்கு சமர்ப்பிக்கும்போது, தென்னை மரத்தில் முக்தா ஏறியதைப்பற்றியும் எழுதியிருந்தார். படித்துவிட்டு அந்த குரு ஸ்வாமியும் ஆமோதித்தார். ராமா நந்தரிடம் இனிமையாக சம்பாஷணை செய்தார்.

“தென்னை மரம் பாம்பு போன்றது. இளநீர் நன்றாக இருக்கலாம். இருந்தாலும், இந்த வேலை நமக்கு ஏற்பட்டதல்ல – துளசியைப் பரப்பட்டும். நம் முன்னோர் சொன்னது அதுதான்.”

“துளசி மருத்துவச் சத்து மிகுந்தது என்று விஞ்ஞானம் சொல்கிறது.”

“அதனால்தான் நம் முன்னோர் அதைக் கடவுளுடன் சேர்த்தார்கள்.”

“நாளைக்கு இன்னொரு விஞ்ஞானி துளசியைத் தொடர்ந்து பயன்படுத்தினால் ஒரு குறிப்பிட்ட நோய் வருமென்று நிரூபித்தால்...”

“அதனால்தான் ருத்ரன் துளசியைச் சேர்த்துக்கொள்வதில்லை. விஞ்ஞானம் மாறும் – மதம் மாறாது.”

இதுவுமது

முற்றத்தில் அது நடக்கும். ஒரு வீதி நாடகம் போலத் தெரியும். ஏழெட்டுப் பேர் சுற்றி நின்று ஒருவர் தோளில் மற்றவர் கைகளை வளைத்துப் போட்டு, ஒரு வட்டத்தை உண்டுபண்ணி விளையாடும் ஓர் ஆட்டம். வட்டத்தின் வெளிப்பக்கமிருந்து ஒருவன் அந்த மனிதச் சுவரினைப் பிளந்து உள்ளே செல்லவேண்டும். சுலபமான காரியம் அல்ல அது – வட்டமாக நிற்பவர்கள் விட்டுக்கொடுக்க மாட்டார்கள். முக்தா எளிதாகக் கடந்து உள்ளே சென்றான். இரண்டு பேரின் பக்கவாட்டு இடுப்புகள் நைந்தன.

ராமாநந்த ஆசாரியர் சொன்னார்: "இது விளையாட்டு மட்டுமல்ல. வாழ்க்கையாகும். சமுதாயத்தில் கீழ் வர்ணத்திலிருக்கும் ஒவ்வொருவரும் பிரயாசை செய்தால் உள்ளே வரலாம். உள்ளே வர முடிந்தவரை ஏற்றுக்கொள்ளவேண்டும். முக்தா தகுதியானவன்."

மற்றொரு குறிப்பாணை

நில், கவனி, புறப்படு – எழு, விழி, உழை – சந்தைப்பக்கத்தில் ஆயுத பூஜை – உற்சவ வாகனத்தைத் தூக்குவதில் சண்டை – கூலித் தகராறு. பிற சமயத்தினர் சிரித்ததாகச் சொல்லி முக்தாவை அனுப்பு – இரவு பூராவும் வாகனம் பக்கத்தில் காவல் – இந்தப் பக்கத்தில் நமது பண்டிகைகளைக் கொண்டாடுவோர் குறைவு – இனிமேல் பண்டிகைக்கு முப்பது பேர் போகவேண்டும் – முக்தா முன்செல்க.

❍

முக்தாவிற்கு மந்திரம் சொல்லிக்கொடுத்தாலென்ன – அக்நி ஹோத்ரத்தில் பங்கு பெறலாமா?

இன்னும் போகட்டும் – உள்ளே வந்து சேரட்டும்.

❍

கட்டுரை ஆசிரியர் துரைராஜாவின் வீட்டிற்கு நான்கு பேர் சென்று "தங்களைப் பார்த்துப்போகலாமென்று வந்தோம் – நீங்கதானே கட்டுரை எழுதறவங்க? – வேறொன்றுமில்லை" என்று சொல்லிவிட்டுத் திரும்பினார்கள்.

❍

அந்த இடம் கடலால் சூழப்பட்டது. பல கோட்பாடுகள் அங்கு நிலவின. எல்லாவற்றிற்கும் பல காரணங்கள் இருந்தன. சங்கங்களிலும், விவிலியத்திலும், ஸ்தல புராணங்களிலும் அந்த இடம் குறிக்கப்பட்டிருந்தது. 'திரடு' என்று சொல்லப்படுகிற மாபெரும் மண் குன்றில் ஏறிப் பார்த்தால் எல்லாம் தெரிந்தன. சுற்றிச் சூழ அந்தக் கடல் தெரிந்தது. அதை மூன்று கடல்கள் என்று சொன்னார்கள். அப்படி எதுவும் மூன்றாகத் தெரியாது. திரும்பிப்பார்த்தால் பிச்சைக்காரர்கள் எல்லாரிடமும் காசு கேட்டனர்.

வேப்ப மரத்தடியிலும், நாக மரத்தடியிலும் அமைதியாக நின்ற தெய்வங்களைப் பேணுவோர் அதிகம். எத்தனை குடும்பங்கள் இருந்தனவோ அத்தனை மரமும் மரத்தடி தெய்வமும் இருந்தன. குல தெய்வ பூசனையில்தான் ஈடுபாடு இருந்தது. மிஞ்சிப் போனால் அதிகப்படியாக ஒரு முருகன்.

மாசி மாதம் கடைசி வரை முக்தா என்பவன் அங்குதான் இருந்தான். குறையொன்றும் இருந்ததாகத் தெரியவில்லை. ஆனால், செவ்வாய்க்கிழமையன்று அவன் அந்த இடத்தின் படிக்கட்டுளைக் கடந்து வெளியில் இறங்கி நடந்தான். தெருக் கோடியில் அவன் மறைந்த பின்னரே அந்த இடத்தின் கதவுப்பக்கம் மூன்றுபேர் வந்து எட்டிப் பார்த்தனர்.

ராமாநந்த ஆசார்யாவின் விசாரணைக் குறிப்பும் பரிந்துரையும்:

செவ்வாய்க்கிழமையன்று முக்தா தனக்கு ஒரு நாள் விடுப்பு வேண்டுமென்று கேட்டு அலுவலக மேலாளரிடம் வந்திருக்கிறான். மேலாளர் கோவிந்தா விடுப்பின் காரணத்தை வினவ, "முத்தாரம்மன் கோவில் பூசனை" என்று பதில். அந்தப் பூசனையைப் பற்றித் தெரிந்துகொள்ள அவர் வேறு கேள்விகளைக் கேட்டிருக்கிறார். அதற்கு "என் தாத்தா ஆடுவார் – பூசனை செய்வார் – வாயைத் துணியால் மூடிக்கிட்டு பூசனை செய்வார்?" என்று முக்தா கூறியிருக்கிறான். "என்ன மந்திரம் சொல்லப்படும்" என்று கேட்டதற்கு "மௌனம்தான் மந்திரம்" என்று பதில் சொல்ல, அதனால் கோபம் கொண்ட கோவிந்தா, மறுபடியும் விவரமாகக் கேட்க, முக்தா "இந்தப் பக்கத்தில் பேசாமல் இரு என்பதற்கே 'சிவனேன்னு இரு' என்றுதான் சொல்வது வழக்கம் – மௌனம்தான் மந்திரம்" என்றும் சொல்லியிருக்கிறான். இது நமது நெறி முறைக்கு இழுக்கானதால், "முத்தம்மாளாவது – ஐக்கம்மாளாவது. இந்த இடத்திலேயே சுலோகம் படி – தெரியாவிட்டால் சொல்லித் தருகிறேன். விடுப்பு கிடையாது" என்று கூற, முக்தா அவரை நோக்கி ஓரடி எடுத்து வைக்கவும், அவர் எழுந்துநின்று, "முக்தா– நில்" என்று எச்சரித்திருக்கிறார். அதற்கு அவன் "என் பெயர் முத்துக்கறுப்பன் – அம்மனைப் பற்றியோ, பூசனையைப் பற்றியோ இன்னும் ஒரு வார்த்தை பேசினால், எலும்புகள் இடம்பெயரும்" என்ற சொற்களைப் பயன்படுத்தியிருக்கிறான்.

கோவிந்தா இன்னும் சிறிது விட்டுப்பிடித்திருக்கலாம். முக்தா போன்ற நபர்கள் கிடைப்பதரிது. ஆனால், விஷயம் மீறிப் போயிற்று.

மேற்கண்ட சம்பாஷணை நடைபெறுகையில் ஊழியர்கள் தலையிட்டிருக்கவேண்டும். மெய்காப்பாளர் மூன்றுபேர் அப்போது இருந்திருக்கிறார்கள். அவர்களை விசாரித்ததில் அவர்கள் அவனை நோக்கி முன்னேறினாலுங்கூட, தங்களது நாடி நரம்புகளின் இருப்பிடங்கள் முக்தாவின் விரல்களுக்குத் துல்லியமாகத் தெரியுமாதலால் தயங்கி விட்டார்கள் என்று தெரிகிறது என்றாலும், "இந்த இடத்தைவிட்டு, நீ போய்விட முடியாது" என்று எச்சரிக்கை செய்தார்களாம். "போய்க்காட்டுகிறேன்" என்று சொல்லி முக்தா வெளியே நடந்து போய்விட்டான்.

மேலாளரும் ஊழியர்களும் திருப்திகரமாக இவ்விஷயத்தைக் கையாண்டார்கள் என்று சொல்லமுடியாது. அவர்கள் மீது எடுக்கவேண்டிய நடவடிக்கையைத் தீர்மானிக்கலாம். முக்தா மேல் காவல்நிலையத்தில் தக்கபடி புகார் செய்யலாம்.

குரு ஸ்வாமிக்கு இது சமர்ப்பிக்கப்படுகிறது.

❍

அவன் அப்படித்தான் வெளியே இறங்கி நடந்துசென்றான். பசி என்ற உணர்வு முதன் முறையாகத் தோன்றியது போலிருந்தது. தலையில் ஓர் ஆணி இறங்கி நாலைந்து சுற்றுச் சுற்றிக் கழற்றிவிட்டுவிட, ரணம் முற்றிலும் ஆறிப்போயிருக்கவேண்டும். தெருவில் வெற்றிலை பாக்குக் கடையில் குலைகள் தொங்கின. இரண்டு பேயன் பழங்களைப் பிய்த்தெடுத்துத் தின்று, ஒரு செம்பு தண்ணீரும் கேட்டு வாங்கிக் குடித்துவிட்டுச் சென்றால் நன்றாகவிருக்கும். ஆனால், அன்று மாசி மாதம். கடைசி செவ்வாய்க்கிழமை – அம்மன்

பூசனை நாள். எனவே தூரத்தில் தென்னந்தோப்பின் நடுவேயிருந்த அம்மனை நோக்கி நடந்தான்.

முடியுமானால் என்றாவது ஒரு நாள் அம்மன் பிரசாதமான பொங்கல், மிளகுவடையை குரு ஸ்வாமி அவர்களுக்கும் மற்றவர்களுக்கும் கொடுக்கவேண்டும் என்று அவனுக்குத் தோன்றியிருந்தது.

- முன்றில், 1995

45. பயணம்

பேருந்துப் பயணந்தான் நல்லது. போகும்வழியெல்லாம் பார்த்துக்கொண்டு போகலாம். ஊர்களின் ஊடே சென்று மீளலாம். அந்த இடங்களுக்கே சென்று வந்தாற்போல ஓர் எண்ணம் ஏற்பட்ட திருப்தியுண்டாக்கும். புகைவண்டிப் பயணம் அம்மாதிரி நிறைவைக் கொடுக்காது.

பெரிய தொல்லையும் இந்தப் பேருந்துப் பயணத்தில் உண்டு. எழுந்து வண்டியினுள்ளே நடக்க முடியாது. உட்கார்ந்த நிலைதான். தலையை நன்கு சாய்த்துக்கொண்டு தூங்கமுடியு மென்றாலும், சக்கரங்களுக்கு மேற்பாக இருக்கை கிடைத்திருந்தால் சத்தம் அதிகம் – தூக்கிவேறு போடும்.

இதெல்லாம் கவனிக்கும் காலமில்லை. பசி என்ற ஒரு தொல்லை மட்டும் இல்லையென்றால், கண்ணை மூடிக்கொண்டே யிருந்து விட வேண்டிய நேரம். பேருந்து அதற்கும் வசதி செய்து கொடுத்துள்ளது. குறிப்பிட்ட இடங்களில் நின்றால் ஏதாவது சாப்பிடலாம். இயற்கை உபாதைகளைத் தணித்துக்கொள்ள முடியும்.

பெரிய ஊரானால் சிறிது நேரம் அதிகமாகவே நிற்கும். ஓட்டுநர்– நடத்துநர் விரும்பும் இடங்களிலும் நிற்கிறது.

குறிப்பாக புகைவண்டியைப்போல பேச்சுத்தொல்லை கிடையாது. நேருக்கு நேராக இருக்கை இல்லை. பக்கத்தில் உட்கார்ந்திருப்பவரைக் கவனிக்காதது மாதிரி தூங்கலாம் – சன்னல் வழி வெளியே பார்த்துக்கொண்டிருக்கலாம்.

பேருந்தின் வேகம் மிகவும் அதிகம். இருக்கவேண்டியதுதான். புகைவண்டியைவிட சீக்கிரமாகவே சென்றுவிட வேண்டுமானால், வேகம் வேண்டும். உட்கார்ந்த நிலையில் இருப்பதுதான் பெரும் பாரமாகிக்கொண்டு வருகிறது. முதுகில் வலி. நேராக நிமிர்ந் தாலும் கஷ்டம். சில சமயம், வழியில் வண்டி பழுதாகிவிட்டால்

வேறு வண்டியிலேறச் சொல்வார்கள். தூரப் பயணத்தில் இது ஒரு சங்கடம். வேறு வண்டியில் முன்போல இருக்கைக்குச் சொந்தம் கொண்டாட முடியாது. இடம் கிடைக்காமலும் போகலாம். ஆனால், பாதி வழியிலேயே முதுகு வலி ஏற்பட்ட பின்னர், எந்த வண்டியானால் என்ன என்று தோன்றும். எப்படியும் தனியாகப் பயணிக்க பேருந்துதான் நல்லது.

அநேகமாக நடு இரவு ஆகிவிடும். நண்பகலில் புறப்பட்ட வண்டி, அதிகாலையில் புறப்பட்டிருந்தால் மாலையே வந்துசேரலாம். வழி கண்டுபிடித்துப் போக கொஞ்சம் சௌகர்யம் கிடைக்கும். நட்ட நடு நிசியிலே பழக்கமில்லாத இடத்தில் வழிகேட்பது நல்லதல்ல.

சாதாரணமாகவிருந்தால் காலையில் புறப்பட்டிருப்பான். புறப்படவேண்டும் – அப்படி ஒரு நிலை ஏற்பட்டுவிடும் என்று அப்போது தெரியாது. வழக்கம் போல கம்பெனிக்குச் சென்று கதவைத் திறந்து, தினத்தந்தி படித்துப் பக்கத்துக் கடையில் வெற்றிலை வாங்கிப் போட்டு முடித்த சமயம், சீட்டுப் பணம் கட்ட ஒருவர் வந்து பணம் கொடுத்தார். இருநூறு ரூபாய் முதல் வசூல். முன்தினம் நல்ல தொகை நல்லபடியாக வந்து சேர்ந்தது. இரவு அண்ணனுக்கு சந்தோஷம். நல்ல சாப்பாடும் கிடைத்தது. 'இந்தத் தேர்தல் முடிந்தால் நம்ம ஆளுக்கு மந்திரி பதவி உண்டு. உன் வேலைக்கு அவர் உத்தரவாதம் சொல்லிவிட்டார்' என்று உற்சாகப்படுத்தியிருந்தான்.

நடு இரவில் பட்டணத்தில் என்ன செய்திருக்கவேண்டும்? பேருந்து அலுவலகத்தில் கேட்டிருக்கலாம். ஏதாவது பொறுப்பான பதில் கிடைத்திருக்கும். இவன் தன்னைப் போல உருவ அமைப்பு கொண்ட சிலரிடம் – பீடி குடித்துக்கொண்டிருந்த ஒருவன் – இரவை அந்தப் பேருந்து நிலைய மைதானத்தில் கழிக்க தூக்கக்கலக்கத்தில் இருந்தவன் – கேட்டால், ஒன்றும் தெரியாது என்று பதில் அல்லது தெரிந்தாற்போன்ற ஏதாவதுதான் கிடைக்கும். பட்டணத்தில் எல்லீஸ் சாலையைத் தெரியாதவர் இருப்பது போல, அந்தச் சாலையிலும் டேவிட் செல்லையாவைத் தெரியாதவர் இருப்பார்கள். இவனிடம் இருந்த முகவரியில் 'டீக்கடை டேவிட் செல்லையா' என்று இருந்தது மட்டுமே அனுகூலம்.

❍

"உடனேயே புறப்பட்டு வந்து உங்கிட்ட சொல்லணும்னு வந்திட்டேன். எனக்கு கையும் காலும் ஓடல்லே. நாஞ்செய்தது தப்போ சரியோ இப்ப சொல்லி பிரயோசனமில்லே. எனக்கு என்ன செய்யறதுன்னே தெரியல்லே. தெரசாவை நான் முன்னே பார்த்தது கிடையாது. அவ அப்பா செத்துப்போனாரு அப்படின்னு சொல்லிக்கிட்டு அவ சித்தப்பாவைப் பாக்க எங்க ஊருக்கு வந்தா. அவ சித்தப்பாவுக்கு எங்க அண்ணனைத் தெரியும். பணம் ஏதாவது கேக்க வந்திருப்பாள்னு தோணிச்சு. எங்க வீட்டுக்கும் ஒரு தடவை வந்திருந்தா. ஏதோ சொல்லி எங்க அண்ணன்கிட்ட அழுதா. என்ன விசயம்னு எனக்குத் தெரியாது. 'பொம்பிள்ளை இப்படியா தனியா வருவான்னு நினைச்சுக்கிட்டேன். ஏதாவது அவளுக்கு உதவி செய்தா சந்தோஷமாகத்தான் இருக்கும். நான் அப்ப ஒண்ணும் கேக்கலே. ஆனா, எங்க அண்ணன் மாதிரி ஆளுகிட்டே வந்து உதவிசெய்யச் சொன்னாளே, இதைவிட அவ சித்தப்பாவே மேலாச்சே. உண்மை தெரியாமே இப்படி அலைக் கழியறாளே'ன்னு வருத்தமாயிருந்தது. அண்ணனைப் பத்தி ஒண்ணும் சொல்றதுகில்லை.

அடுத்த நாளு எனக்குச் சந்தைக்குப் போகவேண்டி ஆச்சு. போனா அங்கே பக்கத்து பஸ் ஸ்டாண்டில் இவ நின்னுக்கிட்டிருக்கா. ஏன்னு கேட்டேன், ஏதோ கேக்கணும்னு தோணிச்சு. அப்பவும் அழத்தொடங்கினா. எனக்கு என்ன சொல்றதுன்னு தெரியலே. 'ஏதாவது அவளுக்கு உதவி செய்யணும்'னு நான் சொன்னதுக்கு "ஒங்களால என்ன செய்ய முடியும் – சொல்லுங்க? நான் நிர்க்கதியா நிக்கேன்" அப்படின்னா. பொறகு விஷயத்தைச் சொல்றா. "எங்க அப்பா இருந்தாலும் இந்த நிலைதான் எனக்கு. இல்லாவிட்டாலும் ஒண்ணும் கூடக் குறையல்லே. பேசாம என்னை விட்டிருந்தாப் போதும். இப்ப எங்க சித்தப்பா எனக்குக் கல்யாணத்துக்கு மாப்பிள்ளை பாத்துட்டாரு. எனக்குக் கல்யாணம் வேண்டாம் – இந்த மாப்பிள்ளையோட வேண்டவே வேண்டாம். அதுக்காகத்தான் ஒங்க அண்ணன்கிட்ட வந்து சொன்னேன். அவரும் 'ஒண்ணும் செய்யமுடியாது' அப்படின்னு சொல்லிட்டாரு. நான் போறேன் எப்படியோ." இதுதான் அவ கதைன்னு தெரிஞ்சது. நான் ஒரு வேகத்தில் சொன்னேன். "சுத்தி வளைச்சுப் பேசாம சுருக்கமா சொல்லிட்டே. அதுதான் நல்லது. இப்ப இந்தக் கல்யாணம் நடக்காம இருக்கணும்னா ஒனக்கு இப்பவே கல்யாணமாகி இருக்கணும். அதைத் தவிர வேறு எதுவும் தெரியல்லே அப்படின்னு சொன்னேன். அவ திடீர்னு கேட்டா, "அப்படின்னா என்னை இப்பவே கல்யாணம் பண்ணிக்கிறீகளா?" நான் வெலவெலத்துப் போனேன்னு சொல்லமுடியாது. ஒரு நல்ல யோசனை நல்லபடியாச் சொல்ல முடிஞ்சது பற்றி எனக்கு ஒரு சந்தோசம். "சரி" அப்படின்னேன். அன்னைக்கு ஞாயிற்றுக்கிழமை. எனக்குக் கடையில்லை. நேரே ரெண்டுபேரும் பஸ் பிடிச்சு அவ ஊருக்குப் போகாம, பக்கத்தூரு சர்ச்சுக்குப் போனோம். எங்கிட்ட நூறு ரூபா இருந்தது. பாதர் விவரமாகக் கேட்டாரு. "முத்துக்கறுப்பன் – பேரை நீ மாத்திக்கணும் – கிறிஸ்துவப் பேரு வைச்சுக்கணும்" அப்படின்னாரு. சரின்னு சொன்னேன். அப்பவே தெரசா என்னுடையவ ஆயிட்டா. இருபத்தி அஞ்சு ரூபா ஆச்சு. நான் கிறித்துவன்னு ஒரு சர்டிபிகேட் கிடைச்சு – எனக்கு அவரு தந்த கிறித்துவப் பேரு என்னான்னு இப்ப மறந்துபோச்சு.

அடுத்த பத்து நாளிலேயே அங்கேயே கல்யாணமும் ஆச்சு. தெரசா அவ ஆச்சியோட அவ ஊரிலேயே இருக்கா. அவ சித்தப்பாவுக்கோ, எங்க அண்ணனுக்கோ இந்தக் கல்யாண விசயம் இன்னும் தெரியாது – நூறு ரூபாதான் செலவு ஆச்சு. ஒரு உடுப்புத் துணி மட்டுந்தான் புதுசா எடுத்தேன். வேட்டிதான் சர்ச்சுக்கு. அவ செருப்புப் போட்டுக்கிட்டு வந்தா. நான் வெறுங்காலோடுதான். இதுவரை யாருக்கும் தெரியாம இருந்தது சரி. இப்ப அவ சித்தப்பா அவசரப்படுத்துகிறாராம். பாத்து வெச்சிருக்கிற மாப்பிள்ளையை வரச்சொல்லித் தந்திகொடுத்திருக்காராம். நேத்தைக்குத்தான் கடையிலே சீட்டுப்பணம் கட்ட வந்தவரு ஒரு தகவலா, இதைச் சொன்னாரு. அதைக் கேட்டவுடனேயே புறப்பட்டுட்டேன். ஏற்கனவே என்னைக் கூட்டிக்கிட்டுப் போயிருங்கோன்னு அவ மல்லுக்கு நிக்கா. நான் இப்ப என்ன செய்ய? எனக்கு ஒரு வேலை வேணும். ஊரிலே இருக்கமுடியாது. டேவிட் – ஒன் டீக்கடையிலாவது ஒரு வேலை வேணும். கையிலே கொஞ்சம் பணமிருக்கு. ஒன் உதவியிருந்தா, எப்படியாவது இங்க காலந்தள்ளிடலாம். என்ன சொல்லுதே? தந்தி வந்தாச்சா?

- சாரதா, 1995

❖

46. இரவச்சம்

பிரகதீஸ்வரனுக்கு தகப்பனார் கையைப் பிடித்துக்கொண்டு அழைத்து வந்து கோவிலிலே விட்டுவிட்டு ஒரு பத்து நிமிஷம் கழித்துத் திரும்பவும் அழைத்துப்போவதில் கஷ்டமில்லை. அக்ரகாரமும் பக்கத்தில்தான். ஆனாலும், சில விஷயங்கள் அவன் மனதை அலைக்கழித்திருந்தன.

நாஞ்சில் நாட்டுப்பகுதிக் கோவில்களில், முப்பது நாற்பதுகளில் தினமும் பத்து பிராமணர்களுக்கு சாப்பாடு போடப்படும். இதற்கென ஊர் மக்கள் நெல் கொடுத்துவந்தார்கள். அரசு மானியம் கிடைத்தது. அன்றைய திருவிதாங்கூர் சமஸ்தான முழுமைக்கும் நெல் கொடுத்துவிடும் சக்தி அப்பகுதி மக்களுக்கு உண்டு. காலை பத்து மணிக்கு மேல் கோவில் மடப்பள்ளிக்குப் பக்கத்திலுள்ள வசதியான இடத்தில் சாப்பாடு நடக்கும். பத்துப் பேரும் அந்த ஊர் அக்ரகாரவாசிகளாக இருக்க வேண்டியதில்லை. முறை வைத்துக்கொண்டு பக்கத்துக் கிராம பிராமணர்களுக்கு மீதியை நிரப்புவார்கள். பத்தரைக்கெல்லாம் சாப்பிட்டுமுடித்தவர்கள் வலது முழங்கையை மேலே தூக்கிக்கொண்டு வெளியே குளத்துப் பக்கம் வரிசையாகச் செல்வார்கள். குளத்தில் அவர்களுக்கெனத் தனியான துறை இருந்தது. அந்தத் துறையின் பக்கத்து வேப்ப மரத்தடியில் நின்று, ஊர்ச் சிறுவர்கள் வேடிக்கை பார்ப்பார்கள். அந்தச் சிறுவர்களின் பார்வை முன்பாக தகப்பனாரை மீண்டும் பிரகதீசுவரன் அழைத்துச் செல்லவேண்டும். அதிலே சில பிரச்சினைகள் இருந்தன. இரண்டொரு பையன்கள் அவனுடன் படிப்பவர்கள்.

"இடிதடியனுக மாதிரி இருந்துகிட்டு வேலையும் செய்யாம, இவனுகளுக்கென்ன அப்படி ஓசிச் சாப்பாடு?" என்று ஊர் இளைஞர் குழாம் முணுமுணுத்தாலும் பெரியவர்கள் தானம் செய்வதை விடவில்லை.

நாற்பத்தேழில் இந்தச் சாப்பாடு விஷயத்தில் ஒரு மாற்றம் ஏற்பட்டது. அரசு ஆணை. இந்தப் பத்துப் பேரும் பிராமணராகத்தானிருக்க வேண்டுமென்ற அவசியமில்லை. யாராவது பத்துப் பேருக்குச் சாப்பாடு அளிக்கலாம் என்ற மாற்று ஆணை அது.

ஊர் பெரும்பாலும் உழவர்களையே கொண்டது. மாற்று ஆணையை மதித்து ஊர்க் காரர் யாரும் சாப்பிடச் செல்லவில்லை. ஒரு குறும்புக்கார மனிதர் மட்டும் தானும் சாப்பிடச் செல்பவர் போல மடப்பள்ளிப் பக்கம் சென்று நுழைந்தார். அக்கணமே சாப்பிட்டுக்கொண்டிருந்த ஏழெட்டு பிராமணர்களும் பாதிச் சாப்பாட்டிலேயே எழுந்துவிட்டனர். ஆனால், யாரும் பேசிக்கொள்ளவில்லை. ஒரு சர்மா மட்டும் கோவில் ஸ்ரீ காரியக்காரரிடம் போய், “இது என்ன காலமல்லாத காலம்!” என்று கைகளை வானத்தை நோக்கி உயர்த்தி முகத்தையும் நிமிர்த்தி அங்கலாய்த்தார். அதற்கும் ஒரு காலம் வந்தது. அடுத்து வந்த ஆணை மூலம் இந்தப் பத்துச் சாப்பாட்டு விஷயம் முழுவதும் ஒழிக்கப்பட்டு விட்டது.

தகப்பனார் கையைப் பிடித்து அழைத்துவந்து பள்ளி நண்பர்களின் கேலிக்கு பிரகதீஸ்வரன் நெடுநாள் ஆகவேண்டியிருக்கவில்லை. அவன் குடும்பம் அந்தக் கிராமத்தை விட்டு வெளியூர் போகவேண்டி வந்துவிட்டது – இருநூறு மைல் தள்ளியிருந்த நகரமொன்றிற்கு – அங்கே அவன் நன்றாகப் படித்தான்.

❍

சிவனாண்டித்தேவர் ஒரே மூச்சில் ஒரு சாக்கு நெல்லை எடுக்கும் வலுவுள்ளவர். ஒரு கோட்டை விதைப்பாடு நிலம் கைவசமிருந்தது. சாப்பாட்டுக்குப் போதுமென்பதோடு மனதிலும் உடலிலும் தெம்பு ஏற்படுவதற்கும் அது ஈடுகொடுத்தது. இரண்டு மனைவிகள் தேவைப்பட்டனர். கடைசிப்பையன் பிறந்தபோது, நிலம் கடனில். அடுத்த வயலறுப்பின் போது விளைந்த நெல் முழுவதும் பலிசைக்கே சென்றது. கூனிக் குறுகிப்போயிருந்தார். அதுவரை மரியாதை எதையும் குறைத்துவிடாதிருந்த முதல் மனைவி, தைரியமாக ‘நீங்க’ என்ற விளியை ‘நீரு’ என்று மாற்றியழைத்துப் பேசத் தலைப்பட்டாள். கடைசிப் பையன் முத்துக்கறுப்பன் ஆங்கிலப் பள்ளியில் நான்காவது வகுப்பில் படித்துக்கொண்டிருந்த சமயம் – படிப்பதற்குப் பணம் கட்டவேண்டும். மாதம் மூன்று ரூபாய் – அது பெரிய தொகை. விருப்பப் பாடமாக விஞ்ஞானமும் கணக்கும் எடுத்திருந்தான். அவனுக்குப் பிடித்தமான பாடங்கள்.

“வேற வழியில்லே, பய படிப்பை நிறுத்திடவேண்டிய்துதான்” என்றார் தேவர்.

படிப்பை நிறுத்தினால் ஒன்றே ஒன்றுதான், உழவிற்குச் செல்ல வேண்டும். ஊர் மூத்த பிள்ளை. வயலுக்கு எப்போதும் ஆட்கள் தேவைப்படும் – பையனாகவிருந்தால் மிகவும் நன்று.

“அப்பா அப்படித்தான் சொல்வார் – ஒரு வாரங்கழித்து மாறிவிடுவார்” என்றிருந்தான் பையன். ஒரு வாரத்தில் சிவனாண்டித் தேவர் போய்ச் சேர்ந்துவிட்டார்.

நாலாயிரம் ரூபாய் பெறுமானமுள்ள அந்த வீட்டிற்கு இரு மனைவிகள் உட்பட ஒன்பது பேர் உரிமை கொண்டாடினார்கள். பதினாறாவது நாள் காரியம் கழியும்

முன்பேயே அந்த வீட்டில் சில அடிதடிகள் நடந்தன. முத்துக்கறுப்பன் நகரமொன்றிற்கு அனுப்பப்பட்டான். கால் நூற்றாண்டுக்கு மேல் அவன் வாழ்க்கை அங்கேயே அமைந்தது.

அது முனிசிப்பல் நகரமாக இருந்தபடியால் அங்கு மலேரியா இருந்தது. கொசுமருந்து அடிப்பதற்கு ஆட்கள் தேவைப்பட்டனர். எதுவுமே படிக்காத நபர்கள் தினசரிக்கூலியில் சேர்த்துக்கொள்ளப்பட்டனர். முத்துக்கறுப்பனுக்கு வேலை கிடைத்தது. அதே வேலையைத்தான் செய்து வந்தான். ஒருவேளை அவனுக்கு அது பிடித்திருக்கவேண்டும். படிப்பின்மீது அவனுக்கிருந்த ஆசையை, தொழிலாளர் சங்கத்தில் அவன் தானாகவே இணைந்து சிலவற்றை இன்றியமையாத கடமையாக ஏற்று நடந்துகொண்டது மூலம் நிறைவேற்றப்பார்த்திருக்கிறான்.

"வேத பாடசாலை இருக்கிற தெருவிலேதான் ஒனக்கு ட்யூட்டி முத்துக்கறுப்பா – காலையிலே போயிடு. கவுன்சிலர் சாயந்திரமா அங்க வந்து பேசுறாரு" என்று அறிவுறுத்தினான் நண்பன். தெருவின் இருபுறங்களுக்கும் மருந்து தெளிக்கவேண்டும். வேலை நடந்ததற்கான அடையாளத்தை விட்டுச்செல்லவேண்டும் – மக்கள் நம்பவேண்டும்.

"அந்தத் தெருவுக்குப் போனால் வேத கோஷம் என் காதில் விழுமே. அது கூடாதே" என்று சிரித்தான் முத்துக்கறுப்பன்.

ஒரு தடவை மருந்து தெளிக்கும்போது, அந்த வேத பாடசாலைக் கூட்டத்தில் பேசிக்கொண்டிருந்தவர், "அந்தப் பாடசாலைக்கு அரசு மானியம் மாணவர் உணவிற்காகத் தராமலிருப்பது கல்வியையே கேலி செய்வதாகும் – இன்றைய கணக்கும் விஞ்ஞானமும் நம் வேதங்களில் உண்டு" என்று சொன்னதும், "ஓகோ, அதனால்தான் என்னால் படிக்க முடியாதுபோயிற்று, இந்தக் கணக்கையும் விஞ்ஞானத்தையும்" என்று சொல்லிக்கொண்டான்.

வயதாக ஆக ஆக்ரோஷம் குறைய ஆரம்பித்திருக்கிறது. மூன்று குழந்தைகளையும் படிக்கவைத்துக்கொண்டிருந்தான். எப்படியோ சாத்தியமாயிற்று. முனிசிப்பல் பள்ளியில் ஒருவேளை சாப்பாடு தருகிறார்கள். இரவில் அவர்கள் படிப்பை அவன் கவனித்துக் கொள்கிறான். மனைவிக்கும் ஒரு வேலை கிடைத்திருந்தால் சிறிது சமாளித்திருக்க முடியும்.

அது எப்படியோ போகட்டும். அன்று மாலை முத்துக்கறுப்பன் தனது வேலையில் தற்காலிக வேலைநீக்கம் பெற்றவனாக இருந்தான். காரணம் தெரியவில்லை. விசாரணை உண்டு என்று ஆணைக்குறிப்பில் தெரிவிக்கப்பட்டிருந்தது. யாருக்கும் எதுவும் தெரியவில்லை.

அது அந்த மாலையில் நடந்திருக்கிறது. பாடசாலையில் கூட்டம் நடக்கும்போது, அவன் ட்யூட்டியில்தான் இருந்திருக்கிறான். கவுன்சிலர் பேசும்போது அங்குதானிருந்தான். அரசு மானியம் வேதபாடசாலைக்கு வேண்டுமெனக் கூறிய அவர், இப்போதுள்ள பள்ளிகளில் பகல் உணவு போடுவது பெற்றோர்களுக்கும் மாணவருக்கும் தாழ்வு மனப்பான்மையளிக்கும் என்றார். அவர் பேசியதைக் கேட்டுக்கொண்டிருந்தான்.

❍

தொழிற்சங்கச் செயலாளர் வந்து கேட்டார்.

"என்னப்பா, என்னதான் ஆச்சு உனக்கு? வா – அந்த கவுன்சலரண்டே போகலாம். நீ மன்னிப்புக் கேட்டா விட்டுடுவாரு. யாருக்கு யாரு சாப்பாடு போட்டா நமக்கென்ன" என்று வற்புறுத்தினார்.

இன்னொரு சங்க உறுப்பினர் வேறொரு சங்கதியையும் நம்பிக்கையுடன் சொன்னார்.

"பாருப்பா. அந்தக் கவுன்சிலரு உங்க கிராமம்தானாம். உன்னைப் பத்திச் சொன்னா ஏதாவது சொல்லி இந்த சஸ்பென்சனை நிறுத்திப் போடலாம். உனக்கு அவரைத் தெரியுமில்லே."

முத்துக்கறுப்பன், சிறிது நேரம் பேசாதிருந்துவிட்டு, "தெரியாது" என்று சாவதானமாகச் சொன்னான்.

- கவிதாசரண், 1995

47. பெருநகர்த்தடம்

கோவணத்தை மட்டும் கட்டிக்கொண்டு ஒன்பது வயதிலே, அந்தப் பட்டணத்திற்கு வந்து சேர்ந்தவன் அவன் ஒருவனாகவே யிருக்க முடியும். சித்தப்பா ஊருக்கு வந்து திரும்பும்போது, யாருக்கும் தெரியாமலே அவர் ஏறிய ரயில் பெட்டியிலே ஏறி ஒளிந்துகிடந்து விட்டு மறுநாள் காலை பட்டணத்தில் இறங்கினான். பின்னாலிருந்து 'சித்தப்பா' என்று இளித்துக் கொண்டே கூப்பிட்டதும், திரும்பிப் பார்த்துத் திகைத்த அவர், பின்னர் கோபாவேசத்துடன் ஓர் அறை விட்டதும் மறக்க முடியாதவை.

சித்தப்பாவின் கோபம் அவன் கட்டிவந்த கோவணத்தால் அல்ல. ஏறக்குறைய அவரும் அப்படித்தான் காட்சியளித்தார். அண்ணன்காரன் தனக்குச் சேரவேண்டிய முந்நூறு ரூபாய் பணத்தைக் கடைசி முறையாக ஊர் சென்று கேட்டுங்கூடத் தர மறுத்துவிட்ட காரணமாயிருக்கும். அவர் ரயில் நிலையத்தை விட்டு வெளியே வரவேண்டிய அவசியமில்லை. அங்கேதான் மூட்டை தூக்கினார். ஆனால், பையன் அறை வாங்கியதும் அந்த வலியால் முன்பின் தெரியாத இடத்தில் ஓடிய ஓட்டம் விசேடம். ஓட்டத்தின் வேகம் சாலையில் சென்றுகொண்டிருந்த கைவண்டியின் பின்பக்கம் சென்றதும்தான் நின்றது. அவன் அந்த வண்டியைத் தன்னையறியாது தள்ளிக்கொண்டிருந்தான். பின்னர், அறுபது வருடங்களாக அவன் அந்த ரயில் நிலையத்தில் நுழைந்ததுகூடக் கிடையாது.

பட்டணத்தில் கைவண்டிகள் ஏகப்பட்ட ரகத்தில் இருந்தன. ரிக்ஷா வேறு. சாமான்களை வைத்துக் கைவண்டியை இழுத்தால், ஒருவன் பின்னாலிருந்து தள்ளவேண்டியது அவசியம்.

பையன் ரயில் நிலையத்திலிருந்து வெளிவந்தவுடனேயே பட்டணத்தில் வேலை தேடிக்கொண்ட கதை இதுதான். வண்டி

கொத்தவால் சாவடியை அடைந்ததும் ஒரு பழைய வேட்டியும் கிடைத்தது. கைவண்டிக் காரனுடன் இரண்டொரு வருடம் தங்கியிருந்தது பெரிய சாதனை. சாதாரணமாக, தள்ளிக்கொண்டிருக்கிற வேலையைப் பையன்கள் தொடர்ந்து பார்த்துக்கொண்டிருப்ப தில்லை. இந்தப் பையன் எப்படிச் சமாளித்தானோ?

ஆனால், ஒன்று சொல்லவேண்டும். அவன் அந்தக் காய்கறி வண்டியைத் தவிர வேறு வண்டியை ஒருபோதும் தள்ளியதில்லை. காய்கறிகளை தினமும் கண்கொண்டு பார்ப்பதை அவன் மிகவும் விரும்பியிருக்கவேண்டும். அத்தனை ஆசையாய் அந்த வேலையைச் செய்தான்.

ஆதியப்ப நாய்க்கன் தெருவில் வண்டிக்காரர் குடியிருப்பின் முன்னர் நிறுத்தப்பட்டிருந்த கைவண்டியின் கீழே இரவு கழியும். சென்ட்ரல் நிலையம் வழியே அடிக்கடி செல்ல நேர்ந்தது. பக்கத்து ஆற்றில் பெரிய படகுகள் சரக்குகளைச் சுமந்து செல்லும். அவற்றில் ஏறினால் மாமல்லபுரம் போகலாமாம். அவனுக்கு அந்த ஆசை ஏற்பட்டது. கூவம் ஆறு மோசமாகத் தெரியவில்லை. மழைநாட்களில் அந்த நீர் சுத்தம் பெற்றேயிருந்தது. அந்த நாட்களில் சிலர் மட்டும் அதிலே குளிப்பதைப் பார்த்திருக்கிறான். சிந்தாதிரிப்பேட்டை செல்லும் வழியிலிருந்த பாலத்தில் சாய்ந்துநின்று அந்த ஆற்றைப் பார்த்துக்கொண்டிருப்பதில் நேரம் கழியும்.

அதிகாலையில் எழுந்து வேலையை ஆரம்பிப்பதால் அவனுக்கு நிறைய நேரம் கிடைத்திருந்தது. எல்லாவற்றையும் நின்று ஆற அமரப் பார்த்தான். வாய்க்கும்போதெல்லாம் நிறைய நேரம் அதற்கே செலவழித்தான். கொத்தவால்சாவடி விட்டு, வேறு இடங்கள் சென்ற போதிலும் வண்டி தள்ளுவதைத் தவிர வேறு வேலை பார்க்கவில்லையாதலால் எந்த மாற்றமும் இல்லை. வண்டியைப் பின்னால் தள்ளிக்கொண்டிருந்தது போக, அதை முன்னால் நின்று இழுக்க ஆரம்பித்த சமயம், அந்த வண்டிக்குச் சொந்தக்காரனாகவிருந்தான்.

காய்கறி வண்டிக்காரனுக்குக் கீரையும் வேண்டும். கீரையைப் புறநகர்ப் பகுதிகளில் வாங்குவது நன்று. அப்படித்தான் அவன் பழவந்தாங்கல் சென்று கொத்தவால் சாவடியிலேயே பழக்கமான நாயுடுவின் கீரைப் பாத்திகளிலிருந்து கொணர்ந்தான். கத்திரிக்காயோ கீரையோ, அவனையே இறங்கி அறுத்தும் பிடுங்கியும் எடுத்துச்செல்ல அவர் அனுமதித்திருந்தார். கீரை சம்பந்தமாகத்தான் பச்சையம்மாள் கிடைத்தாள் என்று சொல்லலாம்.

அது ஒன்றும் கதையல்ல. புறநகர் ரயில்நிலையப் பக்கமுள்ள தெருக்களில் கீரையின் மகத்துவம் அதிகம். காய்கறி வண்டிக்காரன் அங்கெல்லாம் போகவேண்டியதவசியம்.

"கீரை வாங்கலையா ஐயரே?" என்று இவனிடமே ஒருத்தி கேட்டால் இவன் என்ன பதில் சொல்ல முடியும்? "நான் ஐயர் இல்லே அம்மா – பிள்ளை" என்ற பதில்தான்.

"யாருக்குப் பிள்ளை?" என்பதாக இன்னொரு கேள்வி.

"இப்ப உன் பிள்ளையா வைச்சுக்கயேன்."

பெண் வெகுண்டிருக்கவேண்டும். ரயில் நிலையப் பக்கமுள்ள சாலையிலே கீரை விற்பவள் வாய்மூடி, பயந்து ஒடுங்கிவிடக் கூடாது. ஆனால், பச்சையம்மாள் சிரித்திருந்தாள்

என்பது அவன் அவளைத் திரும்பவும் பார்த்தபோது தெரிந்தது. ஒரு முப்பது வருடம் அவளோடு சிரித்துத்தான் வாழ்ந்திருந்தான் அவன்.

வழியில் பார்த்த ஒருவர், அவனைக் கண்டு திடுக்கிட்டு கண்களைப் பெரிதாக்கி அவன் அப்பா காலமாகிவிட்டது பற்றிக் கூறினார். சித்தியைப் பற்றி ஒன்றும் சொல்லவில்லை. சித்தி உயிரோடு இருக்கவேண்டும். சித்தி என்ற வார்த்தை காதில் வீழ்ந்தால், அவன் சாப்பிட்டுக்கொண்டிருந்தபோது சாப்பாட்டு மரவையை* அவள் தூக்கியெறிந்த நிகழ்ச்சிதான் அவன் கண்முன் தெரியும். அந்த மரவையிலிருந்த கத்தரிக்காய்த் துண்டுகளை அவனால் மறக்க முடியவில்லை.

பட்டணத்தில் அவன் தன் சித்தப்பாவைப் பார்க்கவேயில்லை. அவரும் காலமாகியிருக்க வேண்டும். அவருக்கு அண்ணன் என்றாலே முந்நூறு ரூபாய் பணம் ஞாபகம் வந்துகொண்டிருந்திருக்கும்.

பின்னாட்களில் அவன் கொத்தவால்ச் சாவடியிலிருந்து நேராகப் புரசைவாக்கம் செல்வதை வழக்கமாகக்கொண்டான். தாணாத் தெருவின் பல வீடுகள் அவனது வாடிக்கை. முத்தையால் நாயக்கன் தெருவிலிருந்த ஒரு வீட்டின் பக்கம் அதிக நேரம் நிற்பான். அந்த வீட்டில் எந்த விசேடமும் இல்லை. காய்கறிகளும் அதிகம் வாங்குவதில்லை. வீட்டுச் சுவரில் வெள்ளையாடையில் போர்த்திக்கொண்டு இருக்கும் ஒருவரின் படமிருந்தது. பாடத் தெரிந்த வீட்டுக்காரர் போலும். பாடிக்கொண்டிருந்ததை அவன் கேட்டு நின்றிருக்கிறான்.

தாணாத் தெரு அகலமானது. அதில் நுழைந்தவுடனேயே முத்தையால் நாயக்கன் தெரு கண்ணில் பட்டுவிடும். காலையில் மட்டுமே பாட்டுச் சத்தம் கேட்கும்.

ஆனாலும், அது மாத்திரமே காரணமென்று சொல்ல முடியவில்லை. எல்லார் வீட்டுச் சத்தங்களும் காதில் விழுந்திருக்கிறது. திரும்பும் போது, வெள்ளாளத் தெரு வழியாக வந்து பூந்தமல்லிச் சாலை அடைந்து நுங்கம்பாக்கம் வழி வடபழனி அடைகையில் இள வயதினனாகவிருப்பான்.

ஒருநாள் சிறிது நேரம் முத்தையால் நாயக்கன் தெரு வீட்டில் நின்று, அந்தப் பெரியவரிடம் பேசி அவர் பாடும் பாட்டை எழுதி வாங்கிக் கொண்டான்.

இருப்பிடத்தை வடபழனி என்று சொல்லக்கூடாது. அதையும் தாண்டிய ஒரு குடியிருப்பு அது. அவன் கொண்டுவரும் மீதிக் காய்கறிகளால், அங்கே ஓலை வேயப்பட்ட கடையொன்று பிறந்து பச்சையம்மாளால் பரிபாலிக்கப்பட்டது.

பின்னாட்களில்தான் அவனுக்குக் குழந்தையொன்று பிறந்தது. தன் தாயாரின் பெயரைக் குழந்தைக்குச் சூட்டினான். அந்தப் பெயரைச் சொல்லி யாரும் கூப்பிடவில்லை.

இப்போதெல்லாம் கோவிலில் பாடல்கள் ஒலிபரப்பப்படுகின்றன. அவன் கண் முன்னரே அந்த இடம் பெரிய வணிக நகரமாக வளர்ந்த போது, அங்கேயும் ஒரு கோவில் முளைத்தது. சினிமா உலகைச் சேர்ந்த ஆட்களால் பணம் சேர்ந்திருக்கும். அந்த

* மரவை – மரத்தாலான சாப்பாட்டுத் தட்டு

இடத்திலுள்ள கடைகளுக்குப் பெரும்பாலும் செவ்வாய்க்கிழமை விடுமுறையானதால், கட்டப்பட்ட கோவிலில் எழுந்தருளியுள்ள கடவுளுக்கு, அந்தச் செவ்வாய்க்கிழமை விசேடமெனச் சொல்லி பூசனை செய்யப்பட்டது. அங்கேயும் ஒலிபெருக்கி மூலம் பாடல்கள் கேட்கப்பட்டபோது, அவன் சிறிது பெருமூச்செறிந்தான்.

பச்சையம்மாள் மட்டும் ஒரு தடவை அந்தக் கோவிலுக்குப் போய் வந்தாள். அவன் நோய்வாய்ப்பட்டிருந்த சமயம் அது.

❍

முத்துக்கறுப்பனுக்கு அறுபதுக்கு மேலிருக்கலாம். உடம்பு தளர்ந்து கொண்டிருந்தது. பேச்சு எப்போதுமில்லாத அளவு குறைந்து போயிற்று.

அவன் அயர்ந்து தூங்கிக்கொண்டிருந்தான். இடையிலே சிறிது விழிப்பு ஏற்பட்டது. அவன் மருந்து சாப்பிடவேண்டும்.

குழந்தையுடன் வெளியே சென்றிருந்தாள் பெண்சாதி. குழந்தையைப் பள்ளியில் சேர்க்கவேண்டும்.

திரும்பியதும் மாத்திரையை உருவி எடுத்து எழுப்பலாமென வந்தால் விழித்துக் கொண்டுதானிருந்தான். சிரிப்புடன் சொன்னாள்.

"பள்ளிக்கூடத்திலே அப்பா என்ன சாதின்னு கேக்கறாங்கய்யா – என்ன சொல்லச் சொல்றே?"

அவளைப் போலவே அவனுக்கும் சிரிப்பு வந்திருக்கவேண்டும். அவன் பேசாமலிருந்தான். அவள் அவனையே பார்த்துக் கொண்டிருந்துவிட்டுக் கேட்டாள்.

"எப்படியோ ஒன் சாதி என்னான்னு எனக்குத் தெரியும்னு வைச்சுக்கோ – அதெப்படி என்னைப் பத்தி எதையும் கேக்காம இருந்துட்டே? – ஒனக்குத் தெரியுமா என் சாதி என்னான்னு?"

அவள் பேசும்போது குரல் விக்கித்தது. முத்துக்கறுப்பன் தலையசைத்தான். அது 'தெரியாது' என்ற பதிலல்ல – 'வேண்டாம்' என்பது. அதை அவள் மிகவும் எளிதாக அறிந்திருப்பாள்.

இப்போது திரும்பவும் அவளுக்குச் சிரிப்பு வந்தது. சிரிப்போடு அவனைப் பார்த்த பார்வையில் ஒரு தாயின் பரிவு இருந்தது – ஒரு காதலியின் ஆசை இருந்தது – ஒரு தன்னலமற்ற பாட்டியின் வாஞ்சை இருந்தது.

❍

முத்துக்கறுப்பன் கண்ணை மூடியபோது அறுபத்துமூன்று வயதிருக்கும். சக வண்டிக்காரர்கள் காரியங்களைக் கவனித்துக் கொண்டார்கள். பட்டண வழக்கில் சாராயம் குடித்து ஆடினார்கள். பிறகு சமாதானமாகப் பேசிக்கொண்டார்கள்.

முத்துக்கறுப்பன் தனக்கு அப்படியிப்படியென்று அதிகமாகப் போய்விட்டால், ஒரு காகிதத்தில் எழுதிவைக்கப்பட்டிருந்த நாலு வரிப் பாட்டை உரக்கப் படித்துக் காட்டும்படி பச்சையம்மாளிடம் சொல்லியிருந்ததாக அவர்கள் பேசிக்கொண்டார்கள். அந்தப் பாட்டு மிகவும் எளிமையாக, எழுதப் படிக்கத் தெரிந்த யாருமே அறிந்துகொள்ளக்கூடிய விதத்தில் இருந்ததாக, அதைப் படித்துக்காட்டிய வண்டிக்காரன் சொல்லிக்கொண்டான். அந்தப் பாட்டைக் கேட்டுக்கொண்டே கண்ணை மூடிய முத்துக்கறுப்பன் முகத்தில் சிரிப்பொன்று மறையாமல் இருந்ததாகவும் அவர்கள் ஆசைதீரப் பேசிக்கொண்டார்கள். ●

- முன்றில், 1995

48. ஒரு நாஞ்சில் வட்டாரக் கதை

சிறுகதைகள்

1

தடிய மகாதேவர் கோவில் அக்ரகாரத்திலிருந்து புறப்பட்டவர் வரப்பு வழியாக நடந்தால் சீக்கிரமாகவே வீடு போய்ச் சேர்ந்துவிடலாம். இருட்டிவிடவும் இல்லை. சந்தைமேடு சென்று ஒழுகிணசேரி வழியாக நெடுஞ்சாலையில் நடப்பது அதிக தூரம். சாலையும் அப்படியொன்றும் சாலையாக இருக்காது. ஓர் ஒற்றையடிப் பாதையாகவும் திரும்பும். வில்வண்டி வந்தால் ஒதுங்குவது கஷ்டம். இருந்தாலும் அதிக தூரம் நடந்து, அந்த வழியாக வரவே விரும்புவார்.

காலையிலிருந்தே மனசு சரியில்லை. பசியும் இருந்தது. அவசரமாக மத்தியானகத்தை முடித்து சாப்பிட்டுவிட்டு, உடனேயே புறப்பட்டு வந்தவர், வந்த இடத்திலும் ஆற அமர இருந்து ஜலம் சாப்பிடுகிற ரீதியில் இல்லை. கேள்விப்படும் எல்லா சேதியும் இன்று ஏனோ நன்றாக இருக்கவில்லை – காலையிலிருந்தே அப்படி.

நாராயணய்யர் தலைகுனிந்து நடந்தார். அயற்சி தெரிந்தது. மகள் வாழ்க்கைப்பட்டது இந்த தடிய மகாதேவர் அக்ரகாரத்தில் தான். அக்ரகாரம் ஒன்றை மட்டும் கொண்டு நிற்கும் ஊர் என்பது அதன் விசேடம். அவரது ஊரின் வயல்வெளிகளில் நின்று பார்த்தாலே தெரியும் இந்த அக்ரகாரம். உத்யோகம் பார்க்கிற பையன் என்றுதான் பெண்ணைக் கொடுத்தார். மாப்பிள்ளைக்குக் கம்பெனி ஒன்றில் வேலை. இப்போது உத்யோகத்திற்கே வினை. இரண்டு குழந்தைகள் ஏற்பட்டாயிற்று. சரி, பெண்ணைக் கல்யாணம் செய்துகொடுத்தாகிவிட்டால் எல்லாம் ஆகிற்றா? பையன் வேறு படித்துக்கொண்டிருக்கிறான். பட்டப்படிப்பு. சொல்லப்போனால் இன்று நல்ல நாளாக அமையாது போனதற்கும் பட்டம் வாங்குவதற்கும் சம்பந்தம் ஏற்பட்டுவிட்டது.

வடசேரி சந்தை மேட்டுப் பக்கம் வந்தபோது, போற்றியான் காப்பிக் கடை கண்ணில் பட்டது. தலையைத் தாழ்த்திக்கொண்டார்.

முன்பானால் நேராகக் கடையுள்ளே விறுவிறுவென்று நடந்து எல்லோரையும் தாண்டி, ‘ஸ்டோர் ரூம்’ பக்கம் போய் உட்கார்ந்து கொள்வார். போற்றி வந்து குசலம் விசாரித்தால் ஒரு நாலு சக்கரத்தை எண்ணிக் கொடுப்பார். ஒரு தோசையும், ரசவடையும் கொண்டு வருவான். காப்பியும் நன்றாகவே இருக்கும். இப்போது ரூபா அணா என்று காசு கரையும் காலம்.

“சும்மா சொல்லப்படாது. வெள்ளைக்காரன், வெள்ளைக்காரன்தான். இப்படி ரேஷன் அரிசிக்கு கிங்கிணி பண்ண வேண்டியிருக்குமோ? பர்மா அரிசி கொண்டு வந்து கொட்டினான். இப்ப ரேஷன்ல பஜ்ரா தரான். மூணு தொலி நீக்கணும் அதிலே. என்ன ராஜ்யமோ– வெள்ளைக்காரன் போனான். மகாராஜாக்கள் போனா, எல்லாம் போச்சு. இது சுதந்திரமா – சூத்திராள் ராஜ்யம். லட்ச தீபம் நடக்கும் திருவனந்தபுரத்திலே. ராஜா வருவார் தரிசனத்துக்கு. சம்மதிக்கணும். ஒரு சம்பிரதாயம் குறையுமோ. பிராமணவிருத்தி போச்சு. எல்லாம் போச்சு.”

“காலையில ஆத்தங்கரைக்குப் போனா, கரையோரமா மாடு செத்துக் கிடக்கு – அக்ரகாரத்துக்கு நேரா வர பாதையிலே – தூரத்தில் வரான் வண்ணான் மாடசாமியோட மகன். பொறுப்பா இழுத்து ஓரமாப் போடப்படாதோ. ‘ஏண்டா இப்படியப்படி போய்த்தானே வாரே. ஊரிலே சொல்லக் கூடாதா’ அப்படின்னா பயல் விதண்டாவாதம் பண்றான். ‘பிராமணக் குடிப் பக்கந்தானே ஓய் விழுந்து கெடக்கு. நீரே போய்ச் சொல்லும்’ அப்படிங்கறான். குபீர்னு பொங்கிடுத்து நேக்கு. ‘மாட்டையடிச்சு சாப்டறவன்தானேடா’ன்னு சூடு கொடுத்தா, ‘அடிச்சு இல்லே ஓய், காசு கொடுத்து வாங்கிச் சாப்பிடுகேன்’ அப்படின்னு பதில். அதாவது தேவலை. சொல்றான், ‘மாட்டையடிச்சுச் சாப்பிட நாங்க என்ன பரத்வாஜ முனியா ஓய்’ அப்படின்னு. அடுக்குமில்லியோ? ஏன் சொல்ல மாட்டான் – பி.ஏ. படிக்கிறானோல்லியோ – ஜஸ்டிஸ் முத்துசாமி ஐயர் கெட்டார்.”

“மாப்பிள்ளை வேலை என்ன ஆச்சுன்னு கேட்டுவந்தா பொண் சாவகாசமா சொல்றாள்: ‘ரிசல்ட் வந்துடுத்து அப்பா. அம்பி பெயிலாயிட்டான். எல்லாம் நீங்க கொடுக்கிற இடந்தான்.”

“இன்னொன்றையும் சொல்றா. மாடசாமி மகன் பாஸாயிட்டானாம். இன்னைக்கு என் நேரம் இப்படி.”

❍

சந்தைமேட்டில் நின்றுகொண்டு கையை உயர்த்தியும் நீட்டியும் பேசிக்கொண்டிருக்கக் கூடாது. ஏற்கெனவே அவரைக் கடந்துசென்ற இரண்டொரு பேர் ஒருமுறை நின்று பார்த்துவிட்டு விரைவாக நடக்க ஆரம்பித்தாயிற்று. மேலும் நின்றால் கூட்டம் கூடும். போற்றி கண்ணில் பட்டாலும் படலாம்.

தடிய மகாதேவர் கோவில் சம்பந்தம் இந்தப் போற்றி ஏற்பாடு செய்ததுதான். மாப்பிள்ளையைப்பற்றி இவனிடம் சொல்லலாம். ஆனா பிரயோசனமில்லை.

“கோடியாத்து மணி ஐயர் மைலாப்பூரில் செட்டில் ஆயிட்டார். அவரைச் சம்மதிக்கணும். மனுஷன் கஷ்டப்பட்ட காலம் போய், இப்போ நல்ல தசைதான். பையன் வியன்னாவிலே இருக்கான். எப்பேர்ப்பட்ட இடம். மணி ஐயர் சொல்லிச் சொல்லி மாய்கிறார். அங்கேயே கல்யாணம் பண்ணிண்டான். அதனாலென்ன. ஆத்துக்காரியையும் அழைச்சுண்டு வந்திருந்தான். பாத்தேனே. பெண் மகாலட்சுமி மாதிரின்னா. என்ன அழகா விஷ்ணு சகஸ்ரநாமம் சொல்றாள். பேரனுக்கு தனுபி ஆற்றங்கரையில் பிரம்மோபதேசம். மணி ஐயர் கொடுத்துவைத்தவர்.”

“அப்படியும் சொல்ல முடியாது. பையன் விஷயந்தான் அப்படியேயொழிய பெண் என்ன ஆனாள் பாருங்கோ. மெடிக்கல் காலேஜில் படிச்சா என்ன, நாயக்கர் பையனைத்தான் கல்யாணம் பண்ணிப்பேன்னு அடம் பிடிக்கறா. மணி ஐயர் கண்ணீர் விடறார். விதி, என்ன செய்றது?”

மைலாப்பூர் போய் மணி ஐயரைப் பார்த்து ஆறுதலும் சொல்லி வந்திருக்கிறார். மைலாப்பூர் நல்ல இடந்தான். குளக்கரையில் இறங்கி விலாசம் தேடினால் எல்லா இடமும் ஒரே மாதிரியாகத் தெரிந்தன. நின்றுகொண்டிருந்த ஒருவனிடம் கேட்டால், சென்னைத் தமிழில் பதில். பிறகுதான் ‘பிராமண ஜாடை’ தெரியும் பையனைத் தேடிப் பார்த்து விசாரித்ததில் நல்ல பலன் கிடைத்தது.

“அவா பக்கத்தாத்துப்பையன்தான் மாமா நான். வாங்கோ.”

மைலாப்பூர் நன்றாகத்தான் இருந்தது மூன்று நாள்களும். “உம்ம பையன் பி.ஏ. பாசாகிவிட்டால் உடனே மெட்ராஸ் அனுப்பிவையும்” என்று அவரது கவலையையும் போக்கினார் மணி ஐயர். இப்போது இந்த அம்பியின் ‘ரிசல்ட்’ தெரியவந்தால் என்னவாகும்?

ஒழுகிணசேரி தாண்டினால் கொஞ்சம் தூரம்தான் நெடுஞ்சாலை. அதிலிருந்து பிரிந்து செல்கிற பாதையில் நடக்கவேண்டும். இருட்ட ஆரம்பித்தாயிற்று. இந்தப் பாதை வழி வருவதில் ஒரு அனுகூலம். ஊருக்குச் செல்லாமலே அக்ரகாரம் போய்விடலாம். வழியிலிருக்கும் சேரியும், அடுத்தாற்போலிருக்கும் வண்ணார்குடியும் பாதையை விட்டுத் தள்ளியிருப்பது சௌகரியம். வரப்பு வழி வந்தால், ஊருக்குள் நுழைந்து மேலத்தெரு, நடுமுடுக்கு என்று போயாகவேண்டும். அதிலும், இப்போது அம்மன் கொடை விசேடம் வேறு.

அம்மன் கோவில் விசேஷம்னா அக்ரகாரத்திலே வசூலுக்கு வரமாட்டா. சரி, அந்த வழியா நடக்க விடுவான்களா? போன வருஷம் இப்படித்தான் தெரியாம அந்தப் பக்கம் போயிட்டா, ஒருத்தன் கேக்கறான், “என்ன சாமி, அம்மன் தரிசனம் பண்ணலையா” அப்படின்னு. என்ன பண்ண முடியும். ஏற்கனவே தெப்பக்குளத்திலே ஜபம் செய்ய முடியாத அளவுக்குப் போயாச்சு. அக்கிரகாரத் துறை இந்தக் குடியானவப் பயல்களுக்குத் தான். எல்லாம் போச்சு.

ஆனா ஊர் மூத்த பிள்ளை சம்மதிக்கணும். இன்னமும் சம்பிரதாயம் பார்த்துத்தான் பேச்சு. போன வாரம் அம்பி கேட்டான்: “என்ன ஓய் ஆவுடையப்ப பிள்ளை, உமக்கு

'சஷ்டியப்த பூர்த்தியாமே' அதைக் கேட்டு அவருக்கு என்ன சந்தோஷம். கலி முற்றவில்லை. முற்ற வைக்கிறான்கள்.

அந்த மூத்த பிள்ளையும் கேட்பாரே, அம்பியின் ரிசல்ட் பத்தி. ஊர்லே இரண்டு பேர்தான் பி.ஏ. படிக்கறா. யாரும் பாசாகலேன்னா அது வேற விஷயம். எல்லாம் இந்த அம்பிப் பையனால் வந்த வினை. இப்படியும் வந்து வாச்சிருக்கே. எவன் எவனெல்லாமோ படிக்கிறான். அந்த வண்ணாரப் பையன் மூஞ்சியிலே நாளைக்கு முழிக்கவேண்டியிருக்கு.

'வண்ணார்குடி'யானது வயல்களின் நடுவே இருந்தது. வரப்பு வழி நடந்து, பாதையில் ஏறவேண்டும். அங்கே ஒரு 'வண்டி மறிச்சான் கோவில்' பூசனை எப்போதாவது – விளக்கு மட்டும் எரியும்.

கோவில் படிக்கட்டில் யாரோ உட்கார்ந்திருப்பது தெரிகிறது. நாயின் குரைப்புச் சத்தம்.

2

நாய் குரைத்ததைக் கேட்டுத் திரும்பினான் முத்துக்கறுப்பன். தூரத்தில் ஐயர் வந்துகொண்டிருந்தார். 'ஸ்' என்று அதை அடக்கிவிட்டு கண்களை இடுக்கியவாறே திரும்பவும் படிக்கவாரம்பித்தான். ◉

- கவிதாசரண், 1995

49. மீட்சி

மிகுந்த எச்சரிக்கை உணர்வோடு அந்த இடத்தில் அவன் நுழைந்து சுற்றுமுற்றும் பார்த்தான். பார்த்த இடத்தில் மனிதர்கள் இருந்திருக்க முடியும் – எலிகளும்கூட.

தலைமுடியைக் கோதிக்கொண்டே செருப்பைக் கழற்றிப்போட முயன்றவன், எண்ணத்தை மாற்றிக்கொண்டான். தரை கால் வைக்கும்படியாக இல்லை. யாரோ எப்போதோ சாப்பிட்ட அலுமினியக் குவளை கவிழ்ந்து அரைவட்டத்தில் ஆடிக் கொண்டிருந்தது. காற்று குறைவின்றி வீசியது. அதன் முக்கியக் காரணமாக மேற்கூரையைச் சொல்லலாம்.

இடத்தை அடையாளம் கண்டுகொள்வதில் கஷ்டமில்லை. ஆற்றங்கரையிலிருந்த 'வண்டி மறிச்சான் சாமி' அடையாளம் தெரிகிறபடியே இருந்தார். ஆனால், கூர்மையாகப் பார்த்தால்தான் தெரியும். சாமிகள் சாதாரணமாகச் சாவதில்லை. தாழ்த்தப் பட்டோரின் சாமியென்றாலும் சாமிதான்.

சேரிக்கப்பால் தூரத்தில் வரப்புவழி ஒரு ஆள் வருவது தெரிந்தது. ஆற்றைக் கடந்தால்தான் சேரி. கடந்து செல்லப் பயன்பட்ட தென்னை மரத் துண்டுப்பாலம் தூக்கியெறியப்பட்டு விட்டது. வரப்பு வழி வெகுதூரம் சென்று அங்குள்ள பாலம் வழி கடந்து வரப்பு வழியாக இந்தச் சேரிக்கு வரவேண்டும். இந்த நேரம் பார்த்து ஆற்றிலும் வெள்ளம் – ஐயோ சாமியே.

ஆள் வந்துகொண்டிருப்பதைப் பார்த்துங்கூட அவன் அந்த இடத்தை விட்டு நகரவில்லை. கரிய வட்டங்களை அதிக நேரம் பார்த்துக்கொண்டிருந்தவன் கண்களுக்கு எங்கே பார்த்தாலும் வட்டங்கள் தென்பட்டன.

இந்த இடத்தில் நாய்கள் குரைக்கவேண்டும். அது மட்டும் இப்போது இல்லை. சப்தம் எழும்ப வேண்டுமானால், ஏதாவது

தோன்றவேண்டும் அல்லது கேட்கப்படவேண்டும். நான்கு நாட்களாக நாய்க் குரைப்பு சேரியில் இல்லை.

விளி கேட்டது. தூரத்தில் வருவதைப் பார்த்தபோதே யாராக இருக்கும் என்று ஊகித்திருந்தான். என்ன பேசமுடியும் என்று மட்டும் தெரியவில்லை.

"பாத்து நாளாச்சு."

நாள்கள் அல்ல. ஆண்டுகள். ஏதோ ஒரு பிறவியில் இங்கு இருந்தது போல.

வெளியே வந்துதான் பேசவேண்டும் என்றில்லை. எல்லாம் ஒன்றாகத்தானிருந்தது. கதவு பாதி எரிந்து நின்றது.

"எப்ப வந்தது?"

அவன் தலையை மட்டும் அசைத்தான்.

"ஆறு வருசம் இருக்கும். இருக்காதா – சிவனாண்டி போன வாரம் போயிட்டான். பேச்சி அடுத்த நாள்லே. முத்துக்கறுப்பன் இங்க இல்லே."

அவன் மறுபடியும் தலையை அசைத்துக்கொண்டான் – தெரியும் என்பது போல.

முந்தைய நாளைவிட ஆற்று வெள்ளம் அதிகரித்திருந்தது. பட்டப் பகலில் வெள்ள அபாயத்தைப் பற்றி எண்ணமெதுவுமில்லாது வேடிக்கை பார்க்கும் சிறுவர் கூட்டம் இந்தப் பக்கம் வரவே இல்லை. ஆற்றுவெள்ளத்தைக்கூட பார்க்க வராத சிறுவர்கள் – அதற்குக் காரணமிருந்தது.

அந்தப் பக்கம் நீரால் அதிகச் சேதம் அடைந்திருக்கவில்லை. கன்னங்கரிய மண் சுவர்கள் தீயைத்தான் அடையாளம் காட்டின. முப்பது வீடுகள் – முப்பதும் குடிசைகள். ஏற்கெனவே எரிக்கப்பட்டுவிட்டபடியால், வெள்ளத்தால் சேதம் அடைய வேண்டி வராது. வெள்ளம் வந்தால் குடிசைகள் கரைந்துபோகும். அவ்வளவுதான். இங்கே மனிதச் சேதம் இனி ஏற்பட வழியில்லை.

குடிசைகளுக்கும் ஆற்றிற்கும் இடையே பெரியதொரு மரம் – வேர்கள் ஆறு வரை பரவி நிற்கும். வெள்ளத்தால் அடிவேர்கள் வெளியே தெரிய, இந்நிலை நீடித்தால் விழுந்துவிடலாம் என்ற தோற்றம் – விழட்டுமே – யாருடைய குடிசையில் விழுந்தாலும் இனி ஒன்றுமில்லை – தலையிலே விழுந்துவிடும் என்றால் தலைகளுமில்லை.

மரத்தினடியேதான் வண்டி மறிச்சான் கோயில். அதைக் கடந்தால்தான் சேரிக்குச் செல்ல முடியும். அந்தத் தெய்வம் பெருந்தன்மையுடன் பொதுவாக நின்றது. சேரிக்குச் சொந்தமானாலும் தெய்வம் ஆயிற்றே என்று ஊர்க்காரர் அதை விட்டுவைத்திருக்க வேண்டும்.

சேரிக்குள் நுழைந்து அதன் முடிவிலுள்ள வரப்பு வழி நடந்தால் வயல்களின் நடுவே ஒரு மேடான பகுதியில் இருந்தது கள்ளுக்கடை.

அந்த வயற்காடு பக்கத்தூருக்கும் சமீபமாக இருந்தது. இன்னொரு சௌகர்யம் இருந்தாலும் சேரிக்கு வராமல் வரப்பு வழி நடந்து கள்ளுக்கடைக்கு வரவே ஊர்க்காரர் விரும்புவர். செல்லம் பிள்ளை ஒரு தடவை சொன்னார். "கள்ளுக்கடை அங்க ஏன் இருக்கணும்– நம்ம பயலுக நாலு பேரு சேர்ந்து இந்தப் பக்கமா ரெண்டு தட்டியைப் போட்டு மறைச்சுக் கடையை நடத்தலாமே."

சேரிப் பக்கம் போய் கள் குடிப்பது கேவலம் அல்லவா? பிள்ளைமார் வந்து போகிற கள்ளுக்கடைக்குப் பக்கத்திலே சேரி இருக்கலாமோ?

"ரொம்ப நேரமா இங்க நிக்காண்டாம், போயிரலாம். நீ பஸ்லே வந்து இறங்கியதை ரோட்டுப் பக்கம் பாத்துத்தான் இங்கே வந்தேன்."

திடீரென ஒரு வகை பயம் சூழ்ந்துகொண்டதை இருவரும் உணர்ந்தனர். ஆறு வருஷமானாலும் அவனுக்கு மிகவும் பழக்கமான வரப்பு. எந்தச் சிரமமும் தெரியவில்லை. நுள்ளிக்குளம் மேடு ஏறுவது வரை வரப்புதான். அங்கேதான் உட்கார்ந்து பேச முடியும்.

போலீசார் மிகுந்த அக்கறையுடன் பேசியதாக அவர் அவனிடம் சொன்னார். கற்பழிப்பும், தீ வைத்தலும், கொலையும் இப்போது பரவலாகிவிட்டாலும், இந்தத் தடவை இதை விடப்போவதில்லை என்று போலீஸ் சொன்னதை விவரித்தார். அவன் பேசாது கேட்டுக்கொண்டிருந்தான்.

❍

சிவனாண்டி பேரில்தான் தவறென்று தெரிகிறது. சேரியில் திருட்டு நடந்தால் என்ன செய்திருக்கவேண்டும்? அவர் அதைச் செய்யவில்லை. அந்தத் திருடனைப் பிடித்துக் கட்டிப் போட்டு, காலையிலே ஊருக்குள் சென்று பிள்ளைமார் தெருவோரத்தில் நின்று, 'நயினாரே' என்று கூவியழைத்து, "இந்த அநியாயத்தைப் பாத்தியளா?" என்று முறையீடு செய்தால் என்ன பிரயோசனம் – என்ன கிடைத்தது.

நடந்தது முழுவதும் வேறு விஷயமாகிப் போயிற்று. செல்லம் பிள்ளை உடனடியாக வெளியே வரவில்லை. பதினைந்து வருடமாக ஓய்வூதியம் பெற்று வரும் நபர் சாதாரணமாக நடக்க முடியாது. அது சரி – மேலும் இது சேரி விஷயம். எனவே மாணிக்கவாசகம் பிள்ளையைக் கூப்பிட்டு என்னவென்று பார்த்துவரச் சொன்னார். போய்க் கேட்டுவிட்டு வந்த அவரிடம் கலந்தாலோசித்த பின்னர் வீட்டைவிட்டு வெளியே வந்தார்.

அம்பலம் ஓரமாக நின்றது கூட்டம் – ஆண்களும் பெண்களுமாக. யாரென்று தெரிகிறது. கூட்ட நடுவில் உட்கார்த்தி வைத்திருந்தார்கள் அந்தத் திருட்டுப் பயலை.

"என்ன... என்ன விசயம்?"

கேட்ட கேள்விக்கு சிவனாண்டிதான் பதில் சொன்னது. பக்கத்திலே அவர் மனைவி பேச்சி. மகன் முத்துக்கறுப்பன் அசுவாரசியமாக நின்றுகொண்டு இருக்கிறான்.

"நயினாரே – இந்தப் பய செஞ்ச வேலையைப் பாத்தியளா – அட்டூழியம் பண்ணிப் போட்டான். எம் பொஞ்சாதி கழுத்தை நெரிச்சிருக்கான் – கோழியையும் காணல்லே."

பிள்ளை தரையில் கிடந்தவனைப் பார்த்தார்.

"யார்லே நீ?"

பைத்தியக்காரனா அவன் பதில் பேசுவதற்கு. முத்துக்கறுப்பன் சொன்னான்.

"இவன் யாருன்னு தெரியும். வேலுகந்த பெருமாள் பிள்ளை மகன்– பேரு கிட்டப்பன் – பக்கத்தூருதான்."

"ஒனக்கு எப்படிலே தெரியும்?"

முத்துக்கறுப்பனை பதில் பேசவிடாது சிவனாண்டி விளக்கிச் சொன்னார்.

"நயினாரே – தப்பா நினைக்கப்படாது. பூதப்பாண்டியிலேருந்து சபேஸ்டியன் வந்துபாத்துச் சொன்னான்."

"யாரு சபேஸ்டியன்?"

"எங்க சித்தப்பா மகன். கிறித்தவனாயிட்டான்."

செல்லம்பிள்ளை சற்று யோசித்துவிட்டு நிமிர்ந்து சிவனாண்டியைப் பார்த்தார்.

"எவனாம் சொன்னாம்னு எவனையாவது பிடிச்சுக் கட்டிப் போட்டா எப்படி? அவுத்து விடுலே – அவன் பேசட்டும்."

இவ்வளவுதான் நடந்தது. பின்னர் எந்த வாக்குவாதமும் இல்லை. செல்லம்பிள்ளை சொன்னபடி திருடனை அவிழ்த்துவிடாமல், முத்துக்கறுப்பன் தன் தகப்பனாரிடம், "போலீசிலே சொல்லிடலாம்" என்று மெதுவாகச் சொல்லியிருக்கிறான். ஆனால், யாரிடம் சொன்னால் என்ன? செல்லம்பிள்ளையின் வாக்கிற்கு மறுவாக்கு அல்லவா?

மறுகணம் மாணிக்கவாசகம் பிள்ளையின் கை பேசிற்று. விட்ட அறையில் முத்துக்கறுப்பன் துடித்தான். சிவனாண்டி கெஞ்சும் குரலில் பேச முற்பட்டது எடுபடவில்லை.

"போலீசுக்குப் போறவன் இங்க ஏம்லே வரணும் – கொஞ்சுகியா– எல்லாரும் இங்கிருந்து போங்கலே – சீக்கிரம் – போலீசுக்குப் போறானாம் – போக்கத்த பயலுக."

அதற்கு மேல் பேச்சில்லை. வேலுகந்த பெருமாள் பிள்ளையின் சொந்தக்காரனைப் பிடித்துக் கொடுக்க செல்லம்பிள்ளை என்ன பைத்தியமா?

விஷயம் முடிந்துவிட்டது என்றுதான் சொல்லவேண்டும். ஆனால், ஆறிவிடவில்லை. வரப்பிலே தவழ்ந்து விழுந்துகிடந்த நெற்கதிரிலிருந்து சேகரித்த நெல் மணிகளை மடியில் கட்டிக்கொண்டவாறே சிவனாண்டி ஒருநாள் பிடிபட்டான். கழுத்தில் துணியைப் போட்டு இறுக்கி செல்லம் பிள்ளை குழுவின் முன் ஊர் நடுவே கொண்டுவந்து தள்ளினான் ஊர்க்காவல்.

அன்று சிவனாண்டி பட்ட பாட்டையும் வாங்கிய அடியையும் முத்துக்கறுப்பன் பார்க்கவில்லை. இதற்கெல்லாம் முன்னர் அவன் அந்த இடத்தை விட்டுச் சென்றிருக்கிறான். மதுரை போய்விட்டதாகச் சொல்லிக்கொண்டார்கள்.

சிறுகதைகள் 285

விஷயம் முடிந்துவிடவில்லை. அது வேகமெடுத்து எரிய நாள்கள் ஆயின. நன்றாகவே எரிந்தது. முப்பது குடிசைகளும் எரிந்தன. சிவனாண்டியும் பேச்சியும் அடுத்தடுத்து எரிந்தார்கள் என்றால், சேரி மக்களில் தப்பித்தவர் இப்போது அங்கில்லை.

❍

நுள்ளிக்குளத்து மேட்டுப் பகுதியில் குந்தியிருந்தனர். பேசவேண்டியவற்றையெல்லாம் பேசியாகிவிட்டது என்ற உணர்வு. குளத்தைச் சுற்றி மண்டிக்கிடந்த வயல்கள் ஊரைவிட இந்தச் சேரியின் பக்கமே அதிகம். எந்த ஊர் சேரி என்றுதானே கேட்பார்கள். ஊரின் பெயர் மதுரை வரை அடிபடுகிறதாம்.

நீண்டநேரம் அவ்வாறிருந்துவிட்டு அவன் சொன்னான்.

"ஒங்களுக்குத் தெரியுமா நான் திரும்பிப் போகறதுக்காக இங்க வரலை. இங்கதான் இருக்கப் போறேன். இன்னும் நிறைய பேர் நாளைக்கு வரப் போறாக. இந்த எரிஞ்ச குடிசைகள்லே ஒண்ணை மட்டும் அப்படியே விட்டுட்டு வேறே எல்லாத்தையும் புதுசா கட்டப்போறோம். மதுரையிலும் அப்படித்தான் செய்தோம்."

"முத்துக்கறுப்பனும் வருவானா தம்பி?"

"தெரியல்லே. வரணும். அவுகளுக்கு அங்கேயும் சோலியிருக்கு. இங்க மாதிரிதான்."

"பாத்து நாளாச்சு."

"ஆமா."

❍

வயலும் வயல் சார்ந்த இடங்கள் பற்றி ஒருவர் பேசினார். அவர் மதுரையில் புலவராக இருந்தவர் போலும். அந்த ஊரிலும் இம்மாதிரி ஒரு சம்பவம் நடந்து தனது குடிசை தீப்பற்றி எரிந்தது என்றார். இன்னொருவர் அமைதி காப்பது எவ்வளவு முக்கியம் என்பதை அறிவுறுத்தினார். மற்றொருவர் அழுதுகொண்டே பேசினார். அது கூட்டத்திற்குப் பிடிக்காது போயிற்று.

கூட்டம் நடந்து முடிந்தது. ஆற்றிலே வெள்ளப்பெருக்கு இப்போது இல்லை. எரிகிற குடிசைகளின் அடையாளமும் இப்போது இல்லை – ஒரேயொரு இடத்தைத் தவிர.

அது சிவனாண்டியின் குடில். எரிந்துவிட்டிருந்த அந்த இடத்தில்தான் அந்தச் சங்கம் ஆரம்பிக்கப் பெற்று கூட்டம் நடந்தது.

மேற்கூரை இல்லாத அக்குடிசையின் பெரும்பகுதி ஒரு வெள்ளைத் துணியால் மறைக்கப்பட்டிருந்தது – கறுப்பு எழுத்துகளை அந்தத் துணி கொண்டிருந்தது – "பறைக்குல வீரன் முத்துக்கறுப்பன் மன்றம்" என்ற வாசகங்களோடு. ●

– 1995

50. செட்டி வளாகம்

மதுரைக்கு வழி வாயிலே என்பது போலத்தான், அங்குள்ள 'செட்டி வளாகத்தி'ற்கும். பேருந்து நிலையங்களிலோ சந்திப்புகளிலோ நின்று கேட்டால், வழி சொல்லுவார்கள்.

அகத்திலிங்கம் பிள்ளை தனியாக வரத்தான் எண்ணியிருந்தார். ஆனால், அது பரவலாகத் தெரியாத இடம். இன்னொரு காரணம், அண்ட ஆரம்பித்திருக்கும் முதுமை. உடன் வந்தவன் தங்கை மகன். இங்கே தங்கிப் படிக்கிறான். இங்கிலீஷ் பேசத் தெரியும். அவன் மொழிபெயர்ப்பு உதவி தேவைப்படலாம்.

அவருக்கு வயிற்றிலே கோளாறு. பலகாலம் 'சிவனே' என்றிருந்து விட்டு, தாள முடியாது போனதால் நல்ல டாக்டர் ஒருவரிடம் காட்டினார். அவர் இன்னொரு நல்ல டாக்டருக்குக் கடிதம் கொடுத்தார். ஐம்பது மைல் தள்ளியிருந்த மதுரைக்குப் போய்வருவதில் சங்கடமில்லை. வயிற்றுக்குள் குழாய் அனுப்பி வெளிச்சம் காட்டி வெளியே திரையில் அதைக் காட்சியாகப் பார்ப்பதும் அவருக்குப் பெரிய விஷயமாகத் தெரியவில்லை. ஆனால், கடிதம் ஒரு வகையில் வெள்ளைக்கார டாக்டர் ஒருவரிடம் செல்கிறது. அவர் லண்டனில் படித்தவர். என்னதான் தகப்பனார் தமிழராக இருந்தாலும் தாயார் வெள்ளைக்கார மாது. ஒரு டாக்டரிடம் இதய நோயால் இதுவரை தானடைந்த கஷ்டம் பற்றி மனம் விட்டுப் பேச முடியாதே என்று வருத்தப்பட்டுக்கொண்டார்.

சாதகப்படி மாரக அதிபதி தசையில் செவ்வாய்ப் புத்தி. கஷ்டம்தான். ஆனால், இரு மாரகன் கொல்லான். அத்தனை பயம் வேண்டாம். நம்பிக்கைவேண்டும். புலிப்பாணி வாக்கு பொய்க்காது.

தெரு முனையிலிருந்த சிறு அம்மன் கோயிலில் குனிந்து வணங்கி விட்டு நடுப்பகுதியிலுள்ள கட்டடத்தைக் குறித்த நேரத்தில் அடைந்துவிட்டனர்.

இல.மு. கறுப்பன் செட்டியார், எம்.எஸ். என்ற பலகைக்கு முன்னால் வேறு பல பெயர்களும் தென்பட்டன. பல மருத்துவர்கள் அங்கே பணிபுரிந்துகொண்டிருக்கவேண்டும். உடன் வந்த மருமகன் புத்திசாலி. உள்ளே சென்று, வரவேற்பாளரான பெண்மணியைக் கண்டுபிடித்து, கடிதத்தைக் காட்டிவிட்டு, மாமாவை உட்காரவும் சொன்னான். நான்கு பேர் ஏற்கெனவே உட்கார்ந்துகொண்டிருந்தனர். இந்த நான்காவது எண் இருக்கிறதே, அது ராகுவின் எண் – தடங்கல் ஏற்படுமே – இப்போது ஓரை என்னவாக இருக்கும் என்று ஆலோசித்துக்கொண்டிருந்தார் அகத்திலிங்கம்.

இப்போது அவர்களை நோக்கி வந்த வரவேற்பு அறைப் பெண்மணி அதிக மரியாதை காட்டினாள். டாக்டர் சிறிது நேரத்தில் அழைத்துவரச் சொன்னாராம். உட்கார்ந்திருக்கும் நான்கு பேரையும் சீக்கிரமாகவே அனுப்பிவிடுவாராம். பரிசோதனைக் குறிப்பு வாங்கிச்செல்லத்தான் அவர்கள் வந்துள்ளனராம்.

❍

பனி வெள்ளையாக டாக்டர் தெரிந்தார். “வாருங்கோ – இங்க உட்காருங்க” என்று சொல்லி வரவேற்றார். அகத்திலிங்கம் ஓர் அசட்டுச் சிரிப்போடு மருமகனைப் பார்த்துக்கொண்டார். அவன் சிறிது நேரம் விழித்துக்கொண்டிருந்துவிட்டு வெளியே போய் நிற்கலாம் என்று தீர்மானித்தான். அவன் உதவி தேவைப்படப் போவதில்லை. அவனுக்கு சிகரெட்டும் பிடிக்கவேண்டும்.

❍

தனது இரைப்பையின் அகன்ற மடிப்புகளைத் திரையிலே அடுத்த நாள் கண்டார் அகத்திலிங்கம் – பாதி மயக்க நிலையில். அவற்றை டாக்டர் ரசித்துப்பார்த்தவாறே ஏதோ குறித்துக்கொண்டார். மாலையில் அந்தக் குறிப்புகளை வைத்துக்கொண்டு நிறைய பேசினார். மிகவும் சொற்பமான மருந்துகளையே சிபாரிசு செய்தார். சுற்றுப்புறச் சூழ்நிலை அகத்திலிங்கத்திற்கு நன்கு பழகிவிட்டது.

“ஒண்ணுமில்லே – நல்லாக்கிவிடலாம்”

அகத்திலிங்கம் தலையாட்டிக்கொண்டார். மருத்துவர்கள் இப்படித்தான் தைரியமாகப் பேசுவார்கள் – இந்த டாக்டர் தாராளமாகவே பேசுகிறார்.

“எப்படியாவது ஆகட்டும்னுதான் இருக்கேன் டாக்டர். இனிமே போயிட்டாக்கூட பெரிய விஷயம் ஒண்ணுமில்லே” என்றார்.

“அப்படித்தானே – போவதில் என்ன கஷ்டம் – அது சுகம். வலிக்குமே அப்படின்னுதான் பயம். சாவதிற்காவது உயிர் வாழ வேண்டியது அவசியம்.”

டாக்டர் சிரித்துக்கொண்டே சொல்ல, அகத்திலிங்கம் அவரைப் பார்த்துக்கொண்டிருந்தார். புரியாவிட்டாலுங்கூட சில சொற்கள் அமைதியைக் கொண்டிருக்கின்றன.

இடையே மருத்துவக்குறிப்புகளைப் பார்த்துக்கொண்டிருந்த டாக்டரிடமிருந்து வெளிப்பட்ட ஒலி அகத்திலிங்கத்திற்குப் பெருத்த வியப்பை ஏற்படுத்தியிருக்கவேண்டும். அது ஒரு பாட்டின் ஓசை. முனகிக்கொண்டே இசைப்பதற்கு ஏற்றவொன்று. சிறுவயதில்

அந்தப் பாட்டு தன்னையறியாமலேயே தன்னை முனகச் செய்திருந்ததை அவர் உணர்ந்திருக்கிறார். வள்ளி கணவன் பெயரை யார் சொன்னாலும் மயங்கக்கூடியவர்தாம் அவர்.

டாக்டரிடமிருந்து கிளம்பிக்கொண்டிருந்த ஒலி நின்றுவிட்டது. அவர் ஏதோ சொல்லிக்கொண்டு இருந்தது அகத்திலிங்கத்திற்கு ஞாபகம் வந்தது – ஏதோ பயம் என்று. என்ன சொல்வதென்று தெரியவில்லை. ஆனாலும் ஏதாவது பேசியாகவேண்டும்.

"உண்மைதான் டாக்டர். நீங்க பல நாடுகள்லே இருந்திருக்கறீங்க. ஒங்களுக்குத் தெரியாததில்லே. இங்கே ஒரு மனுசன் எப்ப பயப்பட ஆரம்பிப்பான் அப்படின்னு..."

அகத்திலிங்கத்தை இடைமறித்து டாக்டர் திரும்பவும் பேச ஆரம்பித்தார்.

"அதுக்காகச் சொல்லல்லே – நான் பயந்திருக்கேன். இங்லண்ட்லே இருக்குகிற சமயத்திலும் பல தடவை அந்த மாதிரி நிலைமை ஏற்பட்டிருக்கு."

டாக்டரின் பேச்சில் அயலான உச்சரிப்பு எதுவுமே தெரியவில்லை. அவரைப் பற்றி ஏற்கெனவே சிறிது தெரிந்துவைத்திருந்தாலும் அகத்திலிங்கம் வியப்படையாதிருக்க முடியவில்லை.

"இந்த நோய்க்கு இன்னொரு மருந்து எது தெரியுமா?"

கேட்டுவிட்டு மெல்லிய சிரிப்போடு கூறினார்.

"பொடி போடவேண்டாம். நீங்க சிகரெட் குடிக்க மாட்டீங்க. சரி, கறிவேப்பிலை நிறைய சேர்த்துக்கலாம். பயம் எதுக்கும் இருக்கக் கூடாது."

ஒரு சகஜ நிலை ஏற்பட்டுக்கொண்டிருந்தது. பயம் குறைந்திருந்தது. சன்னலின் வழியே வந்த காற்று புதிதான சுவாசத்திற்கு ஏற்றதாயிற்று. டாக்டர் அவரையே பார்த்துக் கொண்டிருந்தார்.

"என்ன நினைக்கறீங்க?"

"ஒண்ணும் நினைக்கல்லே டாக்டர் – சுகமாக இருக்குது."

"அதுதான் கேட்டேன். எந்த நினைவும் இல்லாட்டா எல்லாம் சுகமாகத்தானிருக்கும் – என்ன சொல்றீங்க?"

மறுபடியும் மருத்துவக் குறிப்புகளைப் பார்த்துக்கொண்டே டாக்டர் கூறினார்:

"நீங்க ரெண்டு மூணு நாள் இங்க தங்கணும். இன்னும் ஒரு பரிசோதனையிருக்கு. ஒரு பட்டியல் தரேன் – என்னென்ன சாப்பிடணும்னு. மருந்துகூட அதிகம் வேண்டாம் – பயப்படாம இருந்தால் போதும்."

அவர் பயப்படுவது பற்றி அதிகம் பேசுவதாகப் பட்டது. அகத்திலிங்கம் யோசித்துக் கொண்டிருந்தார்.

❍

டாக்டர் கறுப்பன் செட்டியாரின் தகப்பனார் இல. முத்தையாச் செட்டியார் இங்லண்ட் சென்று படிக்கையில் அங்கே ஒரு பெண்ணை மணந்துகொண்டவர். அவர் காலமானதும் அங்கேதான் – இளவயது பிராயத்திலேயே. தாத்தா இலக்குமணன் செட்டியார் லண்டன் சென்றது மகனது மறைவின் பின்னர்தான். அங்கேயே சில காலம் தங்கியிருந்தார். ஒரு வயது பேரன் மீது ஏற்பட்ட கவனம் அவரைப் பல விதங்களிலும் மாற்றியிருந்தது. மதுரைக்குத் திரும்பிவந்தாலும் மறுபடியும் அங்கு சென்றார். அங்கே செல்வதற்காகவே இங்கே திரும்பிவருவார். மருமகளிடம்– பெயர் கிறிஸ்டினா – பேசுவது கிடையாது என்று சொல்லலாம். பேரனும் தாத்தாவும் ஆங்கிலத்தில் பேசியது கிடையாது. ஒரு பதினெட்டு ஆண்டுக் காலம்.

பேரனையும், மருமகளையும் அவர் இங்கு அழைத்துவரவேண்டிய கட்டாயமும் ஏற்பட்டது. இலக்குமண செட்டியாருக்கு வேறு யாரும் குறிப்பிடும்படியாக இல்லை. அத்தனை சொத்துகளுக்கும் பேரனைப் பொறுப்பாக்குவதில் அவசரப்பட்டார். வேறுஒரு காரியத்திலும் அவசரப்பட்டார். தன் தங்கை வழி பேத்தியை கறுப்பன் செட்டியாருக்கு மணமுடித்து வைப்பதிலும் அவர் தீவிரமாகவிருந்தார். அது தாமதமாகத்தான் நடந்து முடிந்தது என்றாலும், தாத்தா இலக்குமணன் செட்டியார் காலமாவதற்கு முன்பே நடந்தேறியது.

“பதினெட்டு வயசு வரை தாத்தாகிட்டேதான் பேசிக்கிட்டிருந்தேன். அவர் தந்த புத்தகங்களைப் படிச்சுக்கிட்டிருப்பேன். பெரும்பாலும் பாடல்கள். தாத்தா சின்னவயசில் பாட்டு எழுதியிருக்காரு அப்படின்னு இப்பத் தெரியுது.”

“ஒரு பாட்டு – நான் அடிக்கடி நினைத்துக்கொள்வேன்– மறக்கவே முடியலே. மறக்காம போனதுக்கு ஒரு காரணமும் ஏற்பட்டு விட்டதுன்னு சொல்லணும். அது ஒரு பறவையால் ஏற்பட்டதுன்னு சொல்லலாம் – நல்ல அழகான மயில் அது.”

“லண்டனில்தான் பாட்டி இருக்கிறாள். நான் இப்போதும் அடிக்கடி போய் வரேன். அடுத்த வாரம்கூட போகப்போறேன் – அதான் சொல்ல வந்தேனே – தாத்தா கொடுத்த அந்தப் பாடல்களைப் படிச்சுக்கிட்டிருந்தேன். கொஞ்ச நேரத்திலே வெளியே புறப்பட இருந்தேன். டிரைவர் வெளியே காரோடு காத்துக்கிட்டிருந்தான் – போக வேணுமா வேண்டாமான்னு ஒரு கேள்வி காரணமில்லாமலேயே எனக்குள்ளே தோணிச்சு. வெளியே கதவைத் தட்டுகிற சத்தம். தட்டுகிற சத்தமா அது? வேண்டாம்– வேண்டாம்னு சொல்லுகிற சப்தம். திறந்து பாத்தா, நின்று கொண்டிருந்தது மனிதசாதி எதுவுமில்லே – ஒரு மயில். அதுதான் அலகாலே கதவைக் கொட்டியிருக்கணும்.”

“எனக்கு அந்த நேரத்திலே ஆச்சரியப்படணும்னு தோணலே. தெரிஞ்சவங்க இடத்துக்கு வரது மாதிரி அந்தப் பறவை உள்ளே நுழைந்து சுற்றுமுற்றும் திரும்பிப் பார்த்தது. என் கையிலிருந்த புத்தகத்தையும் பார்த்திருக்கவேண்டும்.

“ஒரு பாத்திரத்திலே பிஸ்கட்டையும் கேக்கையும் எடுத்து வைத்து அதன் பக்கம் நீட்டினேன். தொடவில்லை. அந்தப் பறவையின் உணவு முறைகள் எனக்குத் தெரிந்திருக்கவுமில்லை. மேசை மீதிருந்த பழமொன்றைக் கவ்வி எடுத்துச் சாப்பிட்டது.

பிறகு புறப்பட ஆரம்பிக்கிறேன் என்று சொல்வது போல ஒரு கூவல் போட்டுவிட்டு வெளியே சென்றுவிட்டது.

"நான் அன்று வெளியே செல்லவில்லை. ஆனால், காரை எடுத்துக்கொண்டு போன டிரைவர் வெளியே விபத்திற்குள்ளாகிச் செத்துப்போய்விட்டான்."

"லண்டனில் மயில்கள் இல்லை. பக்கத்து உயிர்க்காட்சி சாலையில் கூட கிடையாது." தாத்தாக்கிட்டே சொன்னபோது அவர், "பறவை இல்லாமல் மனிதன் உயிர் வாழ்ந்ததில்லை – மரங்கள் இல்லாமலும் அவன் வாழ்ந்துவிட முடியாது" என்று தீர்மானமாகக் கூறினார்.

தமிழ்நாடு வந்துவிட்ட பிறகு திருச்செந்தூர் போய்வரச் சொன்னார். நான் அறுபடை வீடுகளுக்குமே போய்வந்தேன். திரும்பியதும் தாத்தா கேட்டார். "எப்படியிருக்குது நீ பார்த்த கடவுள் – என்னவென்று தெரிகிறதா?"

"என்ன சொல்ல முடியும் – நான் பார்த்த கடவுளை கிழவன் என்பதா – குமரன் என்பதா – சிறுபிள்ளை என்பதா – அல்லது மரமும் பறவையும் என்பதா?"

அப்போதும் அவர் சொன்னார், "பறவையைப் பார்க்காமலோ மரத்தைப் பார்க்காமலோ மனிதன் வாழ்ந்துவிட முடியாது."

"அது என்னைப் பொறுத்தவரை சரியென்றே தெரிகிறது. ஆகாய விமானத்தில் பறக்க எனக்கு மிகவும் விருப்பம். அதுகூட பறவை விஷயம்தான் என்று நினைக்கிறேன்."

"மிஸ்டர் லிங்கம் – உங்களுக்கு சோதிடம் நன்றாகத் தெரியும். உங்க ஊர் டாக்டர் கடிதத்திலே நிறைய எழுதியிருக்காரு. நான் டோக்கியோ அடிக்கடி போயிருப்பதால் சீன ஜோதிடம் தெரியும்– படித்திருக்கிறேன். இதோ இந்தச் சீட்டுக்கட்டைப் பாருங்கள். இதுவும் சாதகம்தான்."

கிடைத்த சந்தர்ப்பத்தை எண்ணி மகிழ்ந்தார் அகத்திலிங்கம். தனது சாதகத்தை லக்னபூர்வமாகச் சொல்லலாமா என்று ஆலோசித்தார். ஏனோ டாக்டர் அமர்த்திவிட்டு, தனது கையிலிருந்த சீனச் சீட்டுக்கட்டை நீட்டினார்.

"இதிலே ஒன்றை எடுத்து அதிலிருக்கும் படத்தைப் பாருங்கள்."

அகத்திலிங்கம் அந்தக் கட்டின் நடுப்பகுதியிலிருந்து ஒன்றை எடுத்துப் பின்பக்கம் பார்த்தார்.

"பறவைதானே" என்று கேட்டார் டாக்டர். ஒரு நாரை பறந்து கொண்டிருந்தது. சிறிது நேரம் அப்படியே இருந்தார் அகத்திலிங்கம்.

❍

டாக்டர் இல.மு. கறுப்பன் செட்டியாரின் தகப்பனார் முதன் முறை லண்டன் சென்றபோது விமானநிலையத்தில் வந்திருக்கவேண்டிய நபர் வரவில்லை. அங்கிருந்து கிட்டத்தட்ட நூறு மைல் செல்லவேண்டிய இடம். வாடகை வண்டி ஏற்பாடு செய்து புறப்பட்டுச் செல்கையில் ஏற்பட்ட விஷயந்தான் அவர் திகைப்பை மாற்றியது. பாதி வழியில் அதிக ஜனசஞ்சாரம் இல்லாத இடத்தில் பத்துப் பதினைந்து ஹிப்பிகள்

எனப்படுவோர் காரை நிறுத்திவிட, அந்தக் காரோட்டி இறங்கி ஓடிப் போனான். இந்த முத்தையாச் செட்டியார் நிலைகுலைந்து காரிலிருந்து இறங்கி, ஒரு தொலைபேசிக் கூண்டு இருந்ததைக் கண்டு அதன் உள்ளே சென்று தாழிட்டுக்கொண்டார். தாழிட்டது பத்திரம்தான் என்றாலும், அந்தத் தொலைபேசியைப் பயன்படுத்தும் வகை தெரியாது திணற வேண்டிவந்தது. ஆயிற்று – இன்னும் சிறிது நேரத்தில் அந்த மனிதர்கள் இந்தப் பக்கம் வந்து சூழ்வார்கள். அப்போதுதான் வந்தது அந்தப் பறவை. வேகமாகச் சென்றுகொண்டிருந்த ஒரு காரிலிருந்து வெளியே பறந்து வந்து, இந்தத் தொலைபேசிக் கூண்டின் மேல் தொற்றியது. கார் நிற்க, அதிலிருந்து ஓர் அழகி இறங்கி இங்கே நடந்து வந்து, தனது கைகளை உயர்த்தி, "வா – வந்துவிடு" என்று அந்தப் பறவையை அன்புடனும் கண்டிப்புடனும் அழைத்தாள். "சரி – மன்னித்தேன்" என்பது போல சிறிது நேரத்தில் அது பறந்து இறங்கி அவள் கைகளில் வர, அப்போதுதான் அந்தக் கூண்டிற்குள் நடுங்கி நிற்கும் ஆண்பிள்ளை அவள் கண்ணில் பட்டான். முதலில் சிரிப்பு. பிறகு, 'இந்த மனிதர்களுக்கு நடுங்கியா?' என்ற கேள்வி. பின்னர், வேறொன்றுமில்லை. அந்தப் பறவை போலவே முத்தையாச் செட்டியாரும் கதவைத் திறந்து அந்தப் பெண்ணின் அருகே வந்தார். இதுவரை அவர் கேட்டறியாத ஓர் ஆங்கில வார்த்தையை உரத்த குரலில் சொல்ல, அம்மனிதர்கள் வெகுவேகமாக ஓடிப் போனார்கள். அந்தப் பெண் கிறிஸ்டினா – அவள்தான் ஒன்றரை ஆண்டுக்காலம் சென்ற பின்னர், கறுப்பன் செட்டியாரைப் பெற்றெடுத்த அன்னை.

○

"என் தாயாருக்கு கிறிஸ்தவ மதத்தில் நல்ல ஈடுபாடு. இப்போதும் அப்படித்தான். நான் முருகன் கோவில் மட்டுமே போய் வருகிறேன். இரண்டையும் பரிகாசத்துடன் பார்ப்பவர் லண்டனிலுள்ள என் பாட்டி அல்ல. இங்கே உள்ள என் மனைவியும் மகனுந்தான். நீங்க இங்க வரும்போது வாசல்லே ஒரு கூட்டம் நின்றது பாத்தேளா?"

"ஆமாம்" என்றார் அகத்திலிங்கம்.

○

மூன்றாவது தடவை வரும்போதே அந்தக் கூட்டத்தைப் பார்த்து என்னவென்று புரியாமல் அதை மறந்திருந்தார் அகத்திலிங்கம். அரசியல் கோஷங்கள்போல் கேட்டன. சில வரிகள் எழுதப்பட்ட அட்டைகள் தென்பட்டன. கறுப்பு என்றும் வெள்ளை என்றும் குறிப்பிட்டிருந்தது எதுவென அவர் அறியவில்லை. எல்லாவற்றிற்கும் மேலாக மருத்துவமனை முன்னர் 'ஒழிக' என்ற கூச்சல் ஓர் அச்சான்யமாகத் தெரிந்தது.

"அது என்னைக் குறித்த கோஷம்" என்றார் டாக்டர்.

"என் மனைவிக்கும் மகனுக்கும் கறுப்பு பிடிக்கவில்லை. கூடவே. வெள்ளையும் பிடிக்கவில்லை. ஒருவருக்கொருவர் மூளைச்சலவை செய்துகொண்டிருப்பார்கள். இத்தனை காலத்திற்குப் பின்னர் தோன்றிய ஞானோதயம் இந்த மருத்துவமனையை அவர்களுக்கு எழுதி வைத்துவிட வேண்டுமாம். இதுதான் வெளியே நடக்கிற ஆர்ப்பாட்டம். இந்த ஆஸ்பத்திரி ஊழியர்களைத் தூண்டிவிட்டு நடத்தப்படுகிற ஒரு விஷயம். இதன் பின்னாலுள்ள மூளை என் மகன்."

அகத்திலிங்கம் இருப்புக்கொள்ளாது அசைந்தார். அவர் பேசுவதற்கு ஒன்றுமில்லை. அவரிடம் சொல்ல வேண்டிய சங்கதியும் அல்ல அது.

❍

"தாத்தா ஒரு தடவை என்னை ராமேசுவரம் அழைத்துச்சென்றார். அது அவரது முன்னோரின் பூமி என்றார். இங்குதான் சித்தர்கள் வாழ்ந்திருக்கவேண்டும் என்றார். பாம்பன் பாலத்தைக் கடந்து அங்குள்ள இடத்தைப் பார்த்தால் அது உண்மையென்றே தோன்றியது. ஒரு தனித்த நிலை. அதன் பின்னர், ஒரு வாரங் கழித்து லண்டன் போயிருந்தபோது நான் கேட்ட ஒரு சொற்பொழிவு நன்றாக ஞாபகம் இருக்கு. 'எந்தச் சுவடுகளையும் விட்டுச்செல்லாது பறக்கும் அந்தப் பருந்து' என்ற சொற்றொடர் எனக்கு ராமேசுவரத்தைத்தான் நினைக்கவைத்தது. அங்கே ராமேசுவரத்தில் கண்ட ஒரு பறவையை லண்டனிலும் பார்த்ததாக எண்ணம். ரொம்பப் பெரிய மனுஷங்க எல்லாம் இங்கதானே பிறந்திருக்காங்க. 'எதையெல்லாம் விட்டுவிடுகிறாயோ, அதிலிருந்து துன்பமில்லை' என்று சொன்னவரும் இங்கே உள்ளவர்தானே?"

"தெரிகிறது" என்றார் அகத்திலிங்கம். உற்றுப் பார்த்தார். டாக்டரின் கண்களில் துளி இருந்தது.

"மிஸ்டர் லிங்கம். இரண்டு மாதம் முன்பு திருப்பரங்குன்றம் போய் அங்கிருந்து ராமேசுவரம் போனேன். நான் அங்கு போகும் போதெல்லாம் எனக்குத் தென்படும் பறவை என் முன் வரவே இல்லை. இனி நான் அதை லண்டனில்தான் காண முடியும் போலிருக்கு."

❍

டாக்டர் கறுப்பன் செட்டியார் இதையெல்லாம் ஏன் என்னிடம் சொல்லவேண்டும் – ஏதாவது காரணம் இருக்குமோ. சோதிடம், சித்தர் வாக்கு இதெல்லாம் ஏதோ தெரியும். கடிதம் தந்த ஊர் டாக்டர் சற்று மிகைப்படுத்தியே கூறியிருக்கலாம். இந்த டாக்டர் பேசுவதற்கு வேறு ஆள் இல்லாதவராயிருக்கலாம் அல்லது எனக்கும் பறவைக்கும் ஏதாவது சொந்தமுண்டா – ஆனாலும் இந்த அளவு சொந்த விஷயங்களைச் சொல்வதென்றால்.

❍

"டோக்கியோவில் கம்ப்யூட்டர் விஞ்ஞானியொருவன் அடுத்த நூற்றாண்டின் முற்பகுதியில் இவ்வுலகில் முப்பதாயிரம் பேர்களே வாழ்ந்துகொண்டிருப்பார்கள் என்று கணக்கிட்டுக் கூறினான். அவர்கள் சித்தராக இருக்கக்கூடும். என் தாத்தாவின் பேரன் அப்போதிருக்க முடியாது. ஏன் சொல்லுங்கள்?"

❍

"இந்தாங்க – இதை மட்டும் சாப்பிட்டா போதும். இந்தப் பட்டியல் சாப்பாட்டு விஷயம். காரம் சேத்துக்கலாம் – கொஞ்சமா – ஆனா எண்ணெய்ப் பலகாரம் வேண்டாம்."

அகத்திலிங்கம் காகிதங்களை வாங்கிக்கொண்டார்.

“வேறே ஒண்ணுமில்லையே டாக்டர்.”

கறுப்பன் செட்டியார் அழகாகச் சிரித்தார். ‘இல்லை’ என்று உடனடியாகச் சொன்னார். “நீங்க எப்ப ஊருக்குப் போறீங்க” என்றும் விசாரித்தார்.

“உங்க டாக்டரைக் கேட்டதாகச் சொல்லுங்க.”

அகத்திலிங்கம் எழுந்ததும் டாக்டர் எழுந்து மேசை மீதிருந்த சீன சோதிடச் சீட்டுக் கட்டை அவரிடம் நீட்டி, “இதை நீங்க வைச்சுக்கிடுங்க – நானும் நீங்களும் எப்பவாவது சந்திக்கலாம். வேறே ஒண்ணும் இல்லே.”

❍

ஒரு வாரத்தில் மதுரை பழகிவிட்டது. தெருவோரத்தில் இருக்கும் தேநீர்க் கடைகளின் அடையாளத்தைக்கொண்டே ஊர் கண்டு கொள்ளப்பட்டது. இப்படித்தானே எல்லாம் அடையாளம் காணப்படுகிறது. பிள்ளைப் பாசம், கற்பு, நாட்டுப் பற்று இவையெல்லாம்தாம் என்ன? “இந்த அடையாள விஷயம்தான் டாக்டர் என்னிடம் வந்து அவர் விஷயங்களையெல்லாம் சொன்னதின் காரணமோ?”

அகத்திலிங்கம் மெதுவாகவே நடந்தார். நாளை புறப்படவேண்டும். எழுதிக்கொடுத்த மருந்துகள் எங்கும் கிடைக்கும். ஊர் போயே வாங்கிக்கொள்ளலாம்.

சட்டைப்பையில் பணமும் சீட்டுக்கட்டும் தட்டுப்பட்டன. ஒரு டீ குடிக்கலாம். காப்பியைவிட டீ நல்லது.

பணம் தட்டுப்பட்டதும் டாக்டருக்குக் கொடுக்கவேண்டிய பாக்கித் தொகை ஞாபகம் வந்தது. நாளை புறப்படும் முன்னர் வரவேற்பறைப் பெண்மணியிடம் கொடுத்துவிடலாம். நாளை டாக்டரைப் பார்க்க முடியாது.

ஆனால், சட்டைப் பையில் நூறு ரூபாய் நோட்டுத்தானிருந்தது. தேநீர்க் கடையில் அது எடுபடாது. இருந்தாலும் கேட்டுப் பார்க்கலாம். இவர் கேட்கும் முன்னரே கடைக்காரர் சொன்னார்.

“சில்லறை இல்லையா அண்ணாச்சி? உக்காருங்க. டீ குடிங்க. நாளைக்கு வரப்போ குடுங்களேன். நாலைஞ்சு நாளா இப்படித்தானே போறீக – பாக்கறேனே – உடம்புக்கு முடியலையா – உக்காருங்க.”

கடைக்காரன் உரையில் அகத்திலிங்கத்திற்கு ஏனோ பறவை ஞாபகம் வந்தது.

❍

மறுநாள் கடைக்காரனுக்குச் சில்லறை கொடுக்க முடிந்தது. மருத்துவமனைப் பக்கம் ஆர்ப்பாட்டம் எதுவுமில்லை. அமைதியுடன் இருந்தது அந்த வளாகம். சில ஊழியர்கள் கறுப்புச்சின்னம் அணிந்திருந்தனர். விசாரித்ததில், டாக்டர் இல.மு. கறுப்பன் செட்டியார் சென்ற விமானம் விபத்திற்குள்ளாயிற்று என்று தெரிந்தது.

- புதிய பார்வை, 1995

51. ஓர் இரங்கற் கூட்டம்

பதினைந்து பேர் உட்காரத் தகுதியான இடம். ஒரு வீட்டின் மாடிப்பகுதி. பக்கத்துப் போர்ஷனில் வசிக்கும் நபர்கள் அந்த இடத்தைக் கடந்து போய்வந்துகொண்டிருந்தனர். குழந்தைகள் கூச்சல் அத்தனை இல்லை.

அருகே கோவிலிருந்தது. அங்கிருந்து மேளச் சத்தம் கேட்கும். நேரம் பார்த்துக் கூட்டம் நடத்தவேண்டும். அதுவும், மாலை நேரமானால் கஷ்டம்.

ஆனால், கூட்டம் மாலையில்தான் நடந்தது. ஆலந்தூர் தில்லைநாதனும் ராசகோபாலும் சமுக்காளமும் பாயும் கொண்டுவந்திருந்தனர். இரவு ஏழு மணிக்கு மேல் ஆகிவிட்டால் போக்குவரத்து கஷ்டமுண்டு. சைக்கிளில் வந்திருந்தனர். சரியாக ஐந்து மணிக்கு ஆரம்பித்துவிட்டால் முடித்துவிடலாம். தலைவர் வரவில்லை. ஆட்டோவில் அழைத்துவரச் சொல்லி ஒரு பையனை ஏற்கெனவே அனுப்பியாகிவிட்டது. மணி நாலே முக்கால்.

சாவகாசமாக மூன்று பேர் – பிறகு ஒரு கவிஞர் – காய்கறிப் பைகளோடு ஒருவர் – இந்த இடம்தானா என்று கேட்டுக் கொண்டே படியேறி வந்தமர்ந்த இருவர் – கீழ் போர்ஷனிலுள்ள ஒரு குழந்தை– ஆக பத்துப் பேராகிவிட்டது. தலைவர் எப்படியும் சிலரை அழைத்துவரலாம் என்ற நம்பிக்கை ஆலந்தூராருக்கு இருந்தது.

ஐந்தரைக்கு ஆட்டோ வந்துசேர்ந்தது. கூட்டத்தின் தலைவர் ஜயச்சந்திரன் இரண்டு பேருடன் இறங்கினார். அந்த இடத்திற்கு அடிக்கடி வந்திருப்பவராதலால் மடமடவென விரைந்து படிக் கட்டுகளில் ஏறி மாடியில் நுழைந்தார். ராசகோபால் அங்கிருந்த சிறு மேசையையும் நாற்காலியையும் ஒழுங்குபடுத்தினான். மேசை மீது தலைவருக்கான ஒரு சோடா பாட்டிலையும் வைத்தான்.

முதலில் நாற்காலியில் உட்காராமல் சமுக்காளத்தில் அமர்ந்தார் ஜயச்சந்திரன். பின்னால் திரும்பி உட்கார்ந்திருந்தவர்களைப் பார்த்துக்கொண்டார். ராசகோபால் வரவேற்புரை நிகழ்த்தினான். அவன் ஆலந்தூரிலிருந்து புறப்பட்டுவரும் வழியில் ஒரு விபத்தில் மாட்டிக்கொள்ள இருந்ததாகவும் – ஒன்றும் ஆகிவிடவில்லை – ஆனால்தான் என்ன – 'இலக்கிய மேதையொருவன் மறைவிற்கு அஞ்சலி செலுத்தும்வண்ணம் தன்னுயிரும் போயிருக்கலாம் – ஒன்றும் ஆகிவிடாது' என்று அங்கலாய்த்துக் கூறினான். தலைவரை வரவேற்றுப் பேச அழைத்தபோது, "உங்களை வரவேற்பதில் மகிழ்ச்சியடைகிறோம்" என்பது போன்ற வாக்கியங்களைக் கவனமாகத் தவிர்த்தான். உண்மைதான். கூட்டமோ இரங்கற் கூட்டம் – அதிலென்ன வரவேற்பு.

தலைவர் பேசுவதற்குக் கேட்டுக்கொள்ளப்பட்டார். நாற்காலியில் வந்து உட்கார்ந்து கொண்டவர் எழுந்து நின்று பேசவில்லை. அப்படியே இருந்தவாறுதான். அந்த இடத்தில் அடிக்கடி நடக்கும் கூட்டங்களில் சாதாரணமாக அப்படித்தான். பேச ஆரம்பிக்குமுன், தான் கொண்டு வந்திருந்த ஒரு சிறு பத்திரிகையை சட்டைப்பையிலிருந்து எடுத்து மேசை மீது வைத்தார். மடித்து சட்டைப்பையில் வைத்திருக்கும் அளவுதான் அந்தப் பத்திரிகை. கிட்டத்தட்ட பின்வருமாறு பேசினார்:

"கொஞ்ச பேராக இருந்தாலும் வந்தீர்களே – அதுபோதும் – இது பொதுக்கூட்டமல்ல – அரசியல் தலைவருக்கான இரங்கற் கூட்டமுமல்ல."

"முத்துக்கறுப்பனை என் நண்பன் என்று சொல்லிக்கொள்வதில் பெருமை எனக்கு. தென்கோடியில் எங்கோ பிறந்து இங்கே வந்த நாளிலிருந்து அவனை எனக்குத் தெரியும். பேசிக்கொள்ளாத நாளே கிடையாது. (பொய் – கடந்த மூன்று மாதங்களாக எந்தப் பேச்சு வார்த்தையும் கிடையாது.) நான் முத்துக்கறுப்பனை அவன் என்று அழைப்பது உரிமையின் அடையாளத்தால்தான். இளவயதிலேயே இங்கே வந்து இருபத்தைந்து ஆண்டுகளைக் கழித்தவன். ஆரம்ப நாளிலிருந்தே நான் அவனை அறிவேன். ஏதோ அரசுப்பணியில் நானிருந்தபடியால் அவனுக்குச் சில உதவிகளைச் செய்ய முடிந்தது. (இது உண்மை). இருபத்தைந்து ஆண்டுகளாக இங்கேயிருந்த அவன் அத்தனை ஆண்டுகளிலும் வேலை தேடிக்கொண்டுதானிருந்தான் (இருவர் புன்சிரிப்பு). ஒரு தடவை தற்கொலை முயற்சியிலும் ஈடுபட்டான். சமயத்தில் என்னால் காப்பாற்ற முடிந்தது (இது பொய்).

இலக்கிய விஷயமென்று எடுத்துக்கொண்டால் – உங்களுக்குத் தெரியும் – கவிதை மீது அபார அக்கறை கொண்டவன் அவன். நானும் அப்படித்தான் என்பதும் உங்களுக்குத் தெரிந்ததே. (அக்கறை என்று சொல்ல முடியாது). ஏராளமான கவிதைகள் எழுதி யுள்ளேன். கவிதையில் சோதனை செய்தவன் (இது அடுக்காது). ஒரு தடவை முத்துக்கறுப்பனோடு பேசிக்கொண்டிருக்கும்போது, "கவிதைக்கு முடிவு உண்டா?" என்று அவன் கேட்டான். "நிச்சயம் உண்டு – மௌனம்தான் அது" என்று நான் சொன்னதும் அப்படியே மகிழ்ச்சியில் துள்ளினான். (மேற்படி வாக்கியத்தைச் சொன்னதே முத்துக்கறுப்பன்தான் – ஒரு புத்தகத்தில்). இதை எதற்காகச் சொல்கிறேன் என்றால், இம்மாதிரி விஷயங்களைத் தவிர வேறு எதிலும் ஈடுபாடு அதிகம் அவனுக்கு இல்லை. குடும்பத்தை எடுத்துக்கொண்டால் பெரும் பிரச்சினை. தபாலாபீசில் ஒரு தற்காலிக வேலை கிடைத்தது – பாருங்கள் – கல்யாணமானதும் அது போச்சு. இவன்தான்

வேலையை விட்டுவிட்டான். ஒரு குழந்தையோட அந்தப் பெண் தாய் வீடு போனதுதான் மிச்சம். அந்தத் தாய் வீடும் இவன் நிலைமைதான். ஆனால், அந்தப் பெண் புத்திசாலி. டியூஷன் சொல்லிக்கொடுத்துப் பிழைக்கிறாளாம். (உண்மைதான்).

"ஒரு விஷயம் மாத்திரம் நன்கு தெரிகிறது. சாதாரணமாக ஒரு மனிதனுக்குக் கிடைக்கவேண்டிய எல்லா சந்தர்ப்பங்களும் இந்த முத்துக்கறுப்பனுக்குக் கிடைத்திருந்தன. பின்னரும் ஏன் இப்படி?"

தலைவர் இந்த இடத்தில் தலையைச் சொறிந்தவாறே மேலே பார்த்தார்.

"இந்தப் பேரவையை எடுத்துக்கொள்ளுங்கள். எத்தனை முறை நான் அவனை வலுக்கட்டாயமாக அழைத்துவந்திருக்கிறேன். ஒரு முறையாவது பேசியிருக்கிறானா?"

"மேதைகளெல்லாம் வக்ரமாக இருக்கவேண்டும் என்பது நியதியா?"

"இந்தக் கூட்டம் துயரத்தைப் பகிர்ந்துகொள்ளும் நிமித்தம் ஏற்பாடு செய்யப்பட்டது. உங்களில் சிலருக்கேனும் முத்துக்கறுப்பனோடு சிறிது பழகும் சந்தர்ப்பம் கிட்டியிருக்கக்கூடும். அப்படிப்பட்டவர் ஒன்றிரண்டு பேர் இங்கிருப்பதை என்னால் பார்க்கமுடிகிறது."

"அவன் இலக்கியத்தில் யாரை விட்டு வைத்தான்? முத்துக்கறுப்பன் தன்னைப் பற்றி எழுதிவிடக்கூடாதே என்பதற்காக அவனோடு வம்பிற்குப் போகாமல் இருந்தவர்களையும் அவன் விட்டுவைக்கவில்லை. அவனது எழுத்தில் நெருப்பு சுடும். யாரோ சொன்னார் களாமே – 'வெட்டினான்' என்று எழுதினால் இரத்தம் வரவேண்டும் என்று – அந்த மாதிரிப் போக்கு அவனது எழுத்தில் உண்டு."

"ஒரு தடவை அவன் கையில் வலி ஏற்பட்டு அசைக்கமுடியாதபடி ஆயிற்று. ஓர் எழுத்தாள நண்பர் வைத்தியரீதியாக அவனிடம் பேசினார். அவர் ஓர் ஓமியோபதி டாக்டருங்கூட. "முத்துக்கறுப்பன்– நீங்க கையை அசைச்சுண்டே இருக்கணும் – அதுதான் முக்கியம்" என்று சொன்னபோது இவன் சொல்கிறான். "மிஸ்டர் – நான் அசைக்காவிட்டாலும் அது அசையும் – தெரியுமா?"

"இப்படி எத்தனையோ – நான் நிறைய கூற முடியும். இப்போது சொன்னேனே, அந்த ஓமியோபதி டாக்டர் எழுத்தாளரையும் முத்துக்கறுப்பன் விட்டு வைக்கவில்லை. சோர்வும் கோபமும் கொண்ட நோயாளிகளை ஏற்படுத்தி அவர்களைத் தன்னிடம் வரவழைக்கும் உத்தியே இந்த டாக்டரின் கவிதைத் தொகுப்பு என்று எழுதியதை நீங்கள் அறிந்திருப்பீர்கள். அந்த டாக்டர் இந்தக் கூட்டத்திற்கு வரவில்லை என்று நினைக்கிறேன்."

"இதில் நான் மட்டும் ஒரு விதிவிலக்கு என்று சொல்லலாம். நான் அவனை நேசித்ததைப்போலவே அவனும் என்னிடம் அன்பு செலுத்தியதை அறிந்துகொள்ள என்னால் முடிந்தது."

"திருச்சியில் வாசகர் சார்பில் ஒரு பணமுடிப்பு கொடுப்பதாகத் தெரிந்தபோது வாங்க மாட்டேன் என்று பிடிவாதம் பிடித்தான். நான் கண்டிப்பாக அவனிடம் கூறினேன்.

‘அவர்கள் இலக்கியவாதிகள் – தனிப்பட்ட முறையில் அவர்கள் யாரிடமும் நிதி வசூல் செய்யவில்லை – தாமாகவே தர விரும்புகிறார்கள்’ என்று சொல்லி சமாதானப்படுத்தி அவனை அங்கே அழைத்துச்சென்றேன். ‘அந்தப் பணத்தை – ஒரு பத்தாயிரம் இருக்கும் – முழுசாக டெபாசிட் செய்துவிடுவது உனக்கு நல்லது’ என்று படித்துப்படித்துச் சொன்னேன். அதிலே இரண்டாயிரம் ரூபாய்க்கு புத்தகங்கள் வாங்கினான். மீதி சமாச்சாரம் உங்களுக்குத் தெரியும். சிறு பத்திரிகை ஆரம்பித்தான். இரண்டு இதழ்தான் வந்தது. இந்த மாதம் அடுத்த இதழுக்கும் ஏற்பாடு செய்துகொண்டுவந்தான் என்று கேள்விப்பட்டேன். அதற்குள், போய்விட்டான். இதிலே எனக்கு வேறு ஒரு நஷ்டமும் உண்டு – இலக்கிய நஷ்டம் – எனது புதிய கவிதைத் தொகுப்பிற்கு அவன் ஒரு விமர்சனக் கட்டுரை எழுதுவதாக இருந்தான். அடுத்த இதழில் வெளியிடப்போவதாகவும் தெரிந்தது. சந்தோஷப்பட்டுக்கொண்டிருந்தேன். அவன் இப்போது இல்லை. எனக்குப் பெருத்த ஏமாற்றமும் வருத்தமும். உங்களுக்குத் தெரியும் – முத்துக்கறுப்பன் ஒரு கவிதைத் தொகுப்பைப் பற்றிச் சொன்னால், அதன் மதிப்பே தனி.”

“நான் இப்போது அவனது சிறு பத்திரிகையில் வந்த கட்டுரைஒன்றைப் படித்து எனது பேச்சை முடிக்கிறேன். கடைசி இதழ் இது.”

தலைவர் தான் கொண்டுவந்திருந்த சிறு பத்திரிகையை மேசை மீதிருந்து எடுத்துப் பக்கங்களைப் புரட்டினார். அதேசமயத்தில் காய்கறிப் பையோடு வந்து கூட்டத்தில் உட்கார்ந்துகொண்டிருந்தவர் எழுந்தார்.

தலையைத் திருப்பியவாறே தலைவர் சொன்னார்.

“இருங்கள் – முடிந்துவிட்டது – இரண்டு பாராதான் – இதை மட்டும் படித்துமுடிக்கிறேன் – அவ்வளவுதான் – கூட்டத்தை முடித்துவிடலாம்.”

எழுந்தவர் புறப்படுவதற்காக அல்ல. அவர் மெதுவாகப் பேசினார்.

“இல்லே – நான் புறப்படலே – நீங்க சொன்னீங்களே அந்த மூணாவது இதழ் – முத்துக்கறுப்பனின் சிறு பத்திரிகை – அந்த இதழ் இன்றைக்கு எனக்கு வந்தது, அதை வெளியிட்டுவிட்டுத்தான் செத்துப்போயிருக்கான் போல இருக்கு. நான் சந்தா கட்டியிருந்தேன். எப்படியோ முத்துக்கறுப்பன் போயிட்டாலும் இந்த இதழைக் கொண்டுவரதுக்கு ஏதோ ஏற்பாடு பண்ணியிருக்கணும்.”

அவர் தன் சட்டைப்பையில் மடித்துவைக்கப்பட்டிருந்த இதழை எடுத்துக்கொண்டார். “இதிலே உங்க கவிதைத் தொகுப்பு பத்தி குறிப்பும் வந்திருக்கு” என்றும் சொல்ல, நம்ப முடியாது அதைப் பார்த்தார் தலைவர் (ஆனால் நம்பியாகவேண்டும்.)

காய்கறிப் பை இலக்கியவாதி நின்றுகொண்டே அந்த மூன்றாவது இதழில் முத்துக்கறுப்பன் எழுதியதைப் படிக்க ஆரம்பித்தார்.

“ஜயச்சந்திரனுக்கு ஓர் எழவும் தெரியாது. இலக்கியவாதிகளுடன் நெருங்கிப்பழகுவதால் தனக்கு அது தோன்றிவிடும் அல்லது சமாளித்துக்கொள்ளலாம் என்று நம்புகிற நப்பாசை ஆசாமி...”

மேலே படிக்க விடாது உறுமினார் தலைவர். "சண்டாளப் பாவி" என்ற முதற்சொல் அவர் வாயிலிருந்து வெளிவந்தது. அதன் பிறகு நடந்தவைகளைச் சொல்வதில் ஒரு தயக்கம் உண்டு. என்னவானாலும் இலக்கியக் கூட்டம் முடிந்தது என்றுதான் சொல்லி ஒப்பேற்ற வேண்டும். ஆனாலும், சத்தம் கேட்டது. வேகமாக எழுந்த தலைவர் புரிந்துகொள்ளமுடியாத வார்த்தையொன்றைச் சொல்லிக்கொண்டே வெகுவேகமாகக் கையை அசைக்கவே, மேசை மீதிருந்த சோடாபுட்டி வேகமாகப் பறந்து சன்னல் கம்பியில் மோதி உடைய, சில்லுகள் வெளியே தெருவிலும் விழுந்தன. (ஆனால், அப்போது பிள்ளையார் சதுர்த்தி காலமாகையால், திருவல்லிக்கேணியில் அந்தத் தெருவில் யாரும் வராது வீட்டுக்கதவுகளைத் தாளிட்டு உள்ளே பத்திரமாக இருந்துகொண்டனர்.) ●

- சுபமங்களா, 1995

52. மூடு

தூரத்தில் புழுதி பறந்தால் பெரும்பாலும் மோட்டார் காராகத்தான் இருக்கும். அதுவும் நண்பகல் என்றால் சந்தேகமேயில்லை. சிறுவர்கள் கூடியவரை நாகமூடு வரை ஓடிப் போய் முதல் வரவேற்பை அளிப்பார்கள்.

நாகமூட்டை யாரும் கேள்விப்பட்டிருக்க முடியாது. நாக மூட்டம்மனையும் தெரிந்திருக்க முடியாது. அது கோவிலா – ஊரா என்று கேட்கக்கூடும் – இரண்டுமிருந்தது.

அதைக் கோவில் என்று எப்படிச் சொல்வது? ஊர் என்றுதான் எப்படிச் சொல்ல முடியும்? நாவல் மரமிருந்தது, கேணி இருந்தது, மரத்தடியில் அம்மன் என்று பெயர் பெற்ற நீள் சதுரக்கல் இன்னமும் இருந்துகொண்டிருக்கிறது. கல்லிலே குங்குமம் தெரிந்தது. பார்வைக்கெட்டின தொலைவில் ஒரு முப்பது வீடுகள் அல்லது அதுபோன்ற சாயலுடைய இருப்பிடங்கள். அதுதான் ஊர். எனவே, ஊரும் கோவிலும் சார்ந்த இடந்தான் அது.

அந்த சதுரக்கல் ஊரின் பார்வையில் எப்போதும் படவேண்டும் என்பது போல் நிலைநிறுத்தப்பட்டிருக்கிறது. மரத்தடியிலிருந்து நாவற்பழங்கள் விழுந்து குங்குமத்தோடு கலந்து வழியும். சின்னப் பையன்கள் மரத்தில் ஏறிப் பழங்களை உலுக்கிக் கீழே விழச்செய்வது சாதாரண விஷயம். இளைஞர்கள் அந்த மரத்தடியில் சண்டை போட்டிருக்கிறார்கள். பெரியவர் களும் அதைத்தான் செய்தார்கள். ஆனால், அமைதிப்பணி என்ற பெயரில் செய்தார்கள். ஊர் மூத்த பிள்ளை வந்து சத்தம் போடுவது வரை சில சண்டைகள் நீடிப்பதுண்டு. அவரது குரலுக்குள்ள மகத்துவம் அப்படி.

மூத்த பிள்ளை வயதானவராக இருக்கவேண்டுமென்பது நியாயம். அப்படித்தான் இருந்துவந்திருக்கிறது. ஆனாலும்

விதிவிலக்கு உண்டு. வயதானவருக்கு பைத்தியம் பிடிக்காது என்று சொல்ல முடியாது. அப்படி ஏதாவது நேர்ந்தால் அவரைவிட இளையவர்– அந்த ஸ்தானம் பெறக்கூடும்.

மூத்த பிள்ளைக்குப் பைத்தியம் பிடித்துக்கொள்வதில் ஒரு லாபமுண்டு. ஊருக்கு ஒரு சமாதி கிடைக்கும். அப்படிப்பட்ட மூத்த பிள்ளைகளும் அதிக காலம் வாழ்ந்ததில்லை.

தெரிந்த ஆட்களின் சமாதிகள் அம்மன் கோவிலாகிவிடாது. இது நாகமூட்டம்மனின் இருப்பிடம் – நாவல் மூடு.

அம்மன் இருந்த இடத்தில் வடக்குப்பக்கமாக உள்ள மாந்தோப்பும், அதில் கிடைக்கும் சூடங்காய்ச்சி மாங்காயும் சின்னப் பிள்ளைகள் அவ்விடத்திற்கு அடிக்கடி வரக் காரணமாகும். மாங்காய்களைப் பறித்தாலும் தோப்பில் வைத்தே கடித்துத்தின்னும் வழக்கம் அவர்களுக்கில்லை. நாவல்மூடுதான் அதற்கு ஏற்றது. நேராக வந்து அம்மனுக்கு எதிராக அமர்ந்து பங்கீடு நடக்கும். மிளகாய்ப்பொடி கொண்டு வந்தவன் கொடிகட்டிப் பறப்பான். அப்போது ஏற்படும் சண்டையைத் தீர்த்து வைக்கும் இளைஞர் குழாமின் சத்தத்தில் யார் சண்டை இது என்றே தெரியாது. பெரியவர்கள் விரைந்து அங்கு வருவார்கள்.

மாங்காய்ச் சண்டைதான் என்பதை அறிந்துகொண்டதும், வயதானவர்கள், வயதாகிக்கொண்டிருப்போரிடம் பயிர் பற்றியும், உழவு பற்றியும் பேசவாரம்பிப்பார்கள். சிறு சண்டைகளால் ஊர் ஒற்றுமை வலுப்பெறும்.

கொடை ஆண்டுதோறும் நடக்கும். அதில் ஏற்படும் சண்டை பெரியவர்க்கிடையே வருவது. அப்போது ஊர் ஒற்றுமை சந்தேகத்திற்குரியதாகும்.

எழுபது ஆண்டுகளுக்கு முன்பு நடந்த சண்டைதான் இப்போதுள்ள மூத்த பிள்ளையின் ஸ்தானத்திற்கும் முன்னேற்றத்திற்கும் வழிவகுத்தது. அது சிலருக்குக்கூட தெரியாத விஷயம்.

❍

வந்தது வாடகைக் கார்தான். முகஞ்சுளிக்காமல் ஓட்டி வந்திருக்கிறார் ஓட்டுநர். கணிசமாகப் பணம் கிடைத்திருக்கவேண்டும். காரின் மீது படிந்த தூசு பல ஓட்டுநர்களை இக்கிராமம் வரத் தயங்க வைத்திருக்கும்.

இறங்கியவர் கையோடு வேறு எதுவும் கொண்டுவரவில்லை. முதலிலேயே பணம் தந்திருக்கவேண்டும். கார் கிளம்பிவிட்டது. இறங்கியவர் சுற்றுமுற்றும் பார்த்தால் ஒரு பத்துப் பதினைந்து பேர் – அவரைச் சுற்றி அந்தத் தெருமுனை வீடு வரை. நடையிலிருந்தே பார்த்துக்கொண்டிருந்தோர் கணக்கு தனி.

“பரமசிவன் பிள்ளையைப் பார்க்கணுமே?”

இறங்கியவர் உத்தேசமாக, வளர்ந்த பையனிடம்தான் கேட்டார். பதினைந்து குரல்கள் பதில் சொல்லியதால் நிதானமாகக் கேள்வியைக் கேட்டார். மீண்டும் குரல்கள் ஒலித்ததோடு ஒரு கை கிழக்குப் பக்கத்தைச் சுட்டிக்காட்டியது. வந்தவர், “மூத்த பிள்ளையின் வீடு எது?” என்று கேட்டிருக்கவேண்டும்.

வீட்டைக் காட்டிவிட்டபோதும், கூட்டம் பின்தொடர்ந்துதான் வந்தது. வீட்டு நடையருகே வந்ததும் ஒருவன் மட்டும் உள்ளே போய் ஆள் வந்திருக்கும் விஷயத்தைச் சொல்ல, மூத்த பிள்ளை உடனே வந்தார். பேசிக்கொண்டே வந்தார்.

"ஒருத்தன் வந்தா போதாதாலே – இப்படியா கூட்டம் போடுகது– போங்கலே அங்க."

கூட்டம் கலைய, நோட்டம் விட்டார் மூத்த பிள்ளை. வந்தவர் தலையை ஒரு தடவை கோதிக்கொண்டார். மூத்த பிள்ளைக்குப் பின்னால் உள்ளறை நடையருகே சேலைத் தலைப்பு. படிக்கட்டு மூலையில் ஒரு கிழவி வெற்றிலை மென்றுகொண்டிருந்தாள்.

❍

வந்தவர் கழுத்துப்பட்டை தவிர கிட்டத்தட்ட மேநாட்டு உடையில் இருந்தார். வயது ஐம்பதிருக்கும்.

"எனக்கு திருச்சி. இந்தப்பக்கம் இப்பத்தான் வாறேன். உங்ககிட்டே ஒரு உதவி கேட்க வந்திருக்கேன்."

பரமசிவம் பிள்ளை உட்கார்ந்துகொண்டு அவரையும் 'இருங்க' என்று ஒரு முக்காலியைக் காட்டினார்.

"வேணுமானா எதுத்த வீட்டுப் பக்கம் வாரேளா – அதுவும் நம்ம வீடுதான் – சௌகரியமா உட்காரலாம்."

"எதுக்குங்க – நான் டவுன் வந்து, அங்க ஒரு ரூம் எடுத்து குளிச்சுட்டுத்தான் வாரேன். கொஞ்ச நேரந்தான்."

வெற்றிலைத் தட்டை கிழவி பக்கமிருந்து எடுத்து வந்து "வெத்தலை போடுங்களேன்" என்று அவர் பக்கமாக நீட்டி, "அது எங்க ஆச்சி" என்று கிழவியை அறிமுகப்படுத்த, அந்தப் பக்கம் நோக்கி ஒரு கும்பிடு போட்டுவிட்டு, அவர் பேசினார். வெற்றிலை போடவில்லை.

"இங்க முத்துக்கறுப்பன்னு யாராவது எப்பயாவது இருந்திருக்காங்களா? அதைத் தெரிஞ்சுக்கத்தான் நான் வந்தேன். ஒங்களை விட்டா வேறே யாரிட்டையும் கேக்க முடியாதுன்னு டவுன்லே கேட்டுப் பாத்தப்ப சொன்னாங்க. இந்தக் கிராமத்திலேதான் அவரு இருந்தாரா அப்படின்னுகூட சரியாத் தெரியாது. எழுபது வருசத்துக்கு முன்னாலே."

பரமசிவன் பிள்ளை வெற்றிலையைத் துப்பிவிட்டு வந்தார்.

"வெறும் முத்துக்கறுப்பன்னு சொன்னா எப்படிச் சொல்ல முடியும் – சொல்லுங்கோ – இங்க நிறைய அந்தப் பேரிலே உண்டு. இங்கன்னா இந்த ஊரிலே இல்ல, பக்கத்து கிராமங்களிலே. அவரு என்ன செய்துகிட்டிருந்தாரு? – ஏதும் தெரியுமா?"

"அறுபது எழுவது வருசம் முன்னாடி என்ன செய்துகிட்டு இருந்திருப்பாரு – வயல் வேலைதான் இருக்கும் – நிச்சயமாகத் தெரியாது எதுவும்."

“பாருங்க – அவருக்குப் பிள்ளைக யாராவது இப்ப இருக்காளா– ஏம்னா இந்தப் பக்கம் முத்துக்கறுப்பன் பேரிலே ரொம்பப் பேரு இருக்கா – நான் சொல்லுகது சுத்துவட்ட ஊர்கள்லே – கொஞ்சம் விவரம் வேணும் – என்ன சொல்லுகியோ?”

“பிள்ளைங்க இருந்திருக்கா – இப்ப யாரும் இல்லே – சொந்தக்காரங்க எங்க இருக்காங்கன்னும் தெரியலே.”

“ஏளா” என்று குரல் கொடுத்தார் பிள்ளை. தண்ணீர்ச் செம்பைக் கொண்டு அவர்கள் பக்கம் வைத்துவிட்டு ஆச்சி பக்கமாக நகர்ந்தாள் அவர் மனைவி.

“விசாரித்துப் பாத்துதான் சொல்லணும். நீங்க திருச்சியிலா இருக்கறது. நம்ம பயகூட அங்கதானிருக்கான். கலெக்டரு ஆபீசிலே கிளார்க்கு.”

பொதுவான பேச்சில் நேரம் சென்றது.

மறுபடியும் சொன்னார். “நீங்க ஒரு காரியம் செய்யுங்கோ – நாளைக்கு இங்க பக்கத்திலே வீராணமங்கலம் இருக்கு, பூதப்பாண்டி இருக்கு – அங்க விசாரிச்சுப்பாக்கலாம். துப்பு ஏதாம் கிடைக்கும். நீங்க வேணுமானா நம்ம எதிர்வீட்டிலே தங்கிக்கலாம் – அது சும்மாதான் கிடக்கு – யாருமில்லே. என்ன சொல்லுகியோ?”

வந்தவர் உடனேயே “சரி” என்றார்.

❍

“இதுதான் நாகமூட்டம்மன். எங்க குலதெய்வம். கொடைக்கு நான்தான் ஆடணும். ஒலகம் மாறிக்கிட்டு வருது சரி – இந்த ஊரு மாறல்ல. ஒங்களுக்குத் தெரியுமா, எங்க ஆச்சி இந்த ஊரைவிட்டு இதுவரை எங்கேயுமே போனதில்லே. இப்ப எம் பய திருச்சியிலே இருக்காம்னு வையுங்கோ – அவன் இங்க வந்தா “நான் கொடைக்கு ஆடக்கூடாது”ன்னு சண்டை போடுகான் – அவனுக்குக் கொறைச்சலாய் இருக்காம்.”

இரவு நேரமாகிவிட்டதால், நாகமூட்டுப் பக்கம் ஆளரவம் இல்லை. பரமசிவம் பிள்ளை தந்த வேட்டியை வந்தவர் கட்டியிருந்தார்.

“இந்த அம்மன் கோவில் பக்கம் இருக்கிற தோப்பு?” என்று கேள்வியாகக் கேட்டார்.

“தோப்பு நமக்குத்தான்” என்றார் பரமசிவம் பிள்ளை. “அதுக்குப் பக்கத்து வயலும் நமக்குத்தான். எங்க தாத்தா – பாட்டன் காலத்திலேயிருந்து வருது. ‘இதைப் பார்த்துக்கடா – இதுவே போதும்’ அப்படின்னா பய கேக்க மாட்டேங்கா. உத்யோகம் பாத்தாத்தான் மதிப்பாம்” என்றார் தொடர்ந்து.

“திருச்சியிலே எங்கே தங்கல்?”

“பாலக்கரையாம். நான் இன்னும் போய்ப் பாக்கல்லே. ஒரு வாரம் அப்படிப் போயிட்டுவரலாம்னு பாத்தா, எங்க ஆச்சி விடமாட்டா. சாகச் சமயத்திலே கொள்ளி போட பக்கத்திலே இல்லாமப் போயிடுவேனோன்னு அவளுக்கு பயம்” என்று பரமசிவம் அனுபவித்துக்கூறிச் சிரித்துக்கொண்டார்.

“உங்க ஆச்சிக்கெல்லாம் தெரிஞ்சிருக்கணுமே – பழைய கதையெல்லாம் நான் சொன்னேனே முத்துக்கறுப்பன் ஆளைப் பத்தி.”

“இல்லையே – ஆச்சி எனக்குத் தெரிஞ்சு ஒண்ணும் சொல்றதேயில்லை. எங்கப்பா இருக்க சமயம் ஒரு வேளை சொல்லியிருப்பா– எழுபது வருச விசயமாச்சே. இதப் பாருங்க, இந்த மாந்தோப்பு தாண்டினா நம்ம ஊர் சேரி. நம்ம வயலு வேலையெல்லாம் அவாளுக்குத்தான். அந்தச் சேரி ஆளுங்ககிட்டே பேசற அளவு கூட நம்ம கிட்ட ஆச்சி பேசமாட்டா. பொலி கொண்டுவந்துபோட்டு, சூடு அடிக்கிற சமயம் களத்திலே வந்து அந்த ஆளுககிட்டே எல்லாம் பெத்த தாய் மாதிரி விசாரிச்சுப் பேசுவா. ஒரு தடவை இங்க எம்.எல்.ஏ. வந்தாரு. அப்பத்தான் அவரு செயிச்சிருக்காரு. நம்ம சொந்தமும்கூட. வீட்டுக்கு வந்தப்ப, ஆச்சி ஏறிட்டுக்கூட பாக்கேல்லே. எவ்வளவோ சொல்லிப்பாத்தேன் – அசங்கணுமே.”

“இதுதான் நாகமூட்டம்மன் இல்லையா? – பராமரிப்பு ஒண்ணும் சரியா இல்லை போலிருக்கே?”

“அதைக் கேக்கறியளா – அது கூடாதுன்னு எங்க தாத்தா காலத்திலேயே முடிவாப் போச்சு. இந்த மரம் வந்த பிறகுதான் அம்மன். சின்ன மண்டபம் கட்டினாக்கூட மரத்தை வெட்டவேண்டி வரும் – கூடாதுன்னுட்டாரு. இதை மட்டும் ஆச்சி இப்போதும் சொல்லுவா.”

“கொடை எல்லாம் நடக்குமா?”

“அதுக்குக் குறைச்சல் இல்லை. இப்ப நான் ஆடுகேன் – எங்க தாத்தா காலத்திலேயிருந்துன்னு வைச்சுக்கிடுங்க – நாளைக்கு நம்ம பிள்ளைங்க கொடைக்கு வந்து ஆடவா செய்யும்? – என்ன சொல்லுகியோ?”

“ஒங்க தாத்தா பேரும் பரமசிவம் பிள்ளைதாம்னு சொல்லுங்க.”

“பின்னே – வழி வழி வந்த வழக்கமாச்சே – நாம நினைச்சாக் கூட நீக்க முடியாதே.”

நாகமூட்டிற்கு அப்பாலுள்ள மாந்தோப்பின் முனையில் விளக்கொன்று மின்னிக் கொண்டிருந்தது. குடிசை ஏதாவது போட்டுக்கொள்ள அனுமதித்திருப்பார்கள். ஆச்சி ஏற்பாடாகவும் இருக்கும்.

“நீங்க உங்க பேரைச் சொல்லலையே?” பரமசிவம் தாமாகவே கேட்டார்.

“நீங்க கேக்கலையே – பேரு முத்துக்கறுப்பன் – தாத்தா பேருதான்.”

ஒரு கணம் அதிர்ந்தாற்போல அவரைப் பார்த்துவிட்டு, “தாத்தா பத்தி விசாரிக்கவா வந்தது?” என்று பரமசிவம் அவசரமாகக் கேட்டார்.

“ஆமாம் – அது மட்டும் இல்லை, வேறு வேலையும் இருக்கு.”

“திருச்சியிலே என்ன தொழில் பண்றீங்க?”

“எனக்கு சினிமா தியேட்டர் ஒண்ணிருக்கு. போன வருசம்தான் வாங்கினேன் – கடை ஏழெட்டு இருக்கு.”

அமைதியுடன், "என்ன கடைகளோ?" என்று பரமசிவம் கேட்க, முத்துக்கறுப்பன் சொன்னார்.

"பார்பர் ஷாப் கடைங்க – எங்கப்பா ஒண்ணே ஒண்ணுதான் வைச்சிருந்தாரு."

❍

ஆடி முடித்த படலம் சொல்லுதல் எளிதன்று. அன்பர்க்கருளும் அம்மை – நாகமூட்டம்மை – பூசல் கட்டி உவந்தாள். முத்துக்கறுப்பனையும் பரமசிவத்தையும் எழுபதாண்டு முன்பு தன் முன் ஆடப் பணித்தாள். முதற்கண் யாரை ஆடவைப்பாளோ, அவரே கோமரத்தாடியாக முடியும்.

அங்கு நின்ற சிறுவர்க்கு – இப்போது உயிரோடிருக்கும் முதியோர்க்கு – அதெல்லாம் தெரிய நியாயமில்லாது போயிற்று. ஆராசனம் முதலில் முத்துக்கறுப்பனுக்கு ஏற்பட்டு, அவர் அம்மன் முன் ஆட, பரமசிவம் பேசாது நின்றார். ஆனால் ஆட்ட முடிவில், ஆடியவர் அம்மன் சூலம் மீது விழுந்து இரத்தக்கோலத்தில் மாய்ந்தார். தற்செயல் விளைவா அது? அடுத்த ஆண்டுக் கொடையில் பரமசிவம் ஆடினார்.

ஆச்சி கூற்று,

"லேய் மக்கா – முத்துக்கறுப்பன் உனக்கும் தாத்தாதான் – எனக்கு அண்ணன். அவரு சூலத்திலே விழுந்து சாகல்லே. ஒங்க தாத்தாதான் தள்ளிவிட்டாரு. அதோட விடல்ல. கோமரத்தாடி ஆனதும் அம்மன் கோவில் நிலம்னு எடுத்துக்கிட்டதுதான் இப்போ இருக்க மாந்தோப்பு. ஒங்க தாத்தா அடிச்ச கூத்து கொஞ்சநஞ்சமாலே? நான் வாய் மூடித்தா இருக்க முடிஞ்சு. எங்க அண்ணன் பிள்ளைக்குக் கிடைக்கவேண்டியது என் பிள்ளைக்குக் கிடைச்சதிலே எனக்கு சந்தோசம் இல்லே.

"மக்கா – அது மட்டுமில்லையே – அந்தப் பிள்ளையை – எங்க அண்ணன் மகனை நாடகக்காரங்க கொட்டகையிலே விட்டு முடிவெட்ட வெச்சாரு. அவன் பழக்கம் அப்படி ஆச்சு. நெல்லு இருந்ததாலே உங்க தாத்தாவும் அப்பாவும் பிள்ளைமாரு – லேய்– இங்க இருக்கிறவ எல்லாருமே சொந்தக்காரங்கதாம்லே – எல்லாரையும் இந்த மண்ணுதான் தந்துகிட்டிருக்கு. ஒங்க தாத்தா மாதிரி எத்தனை பேரு என்னென்ன சாதியை உண்டாக்கினாளோ, எனக்குத் தெரிஞ்சு இந்தச் சாதி.

"லேய் – எனக்குக் கொள்ளிபோட நீயில்லைன்னா இந்த முத்துக்கறுப்பன் இருக்கான், பாத்துக்கோ.

"ஏட்டி வேலம்மா – என்ன பாத்துக்கிட்டு நிக்கே – அந்த வீட்டுக்குப் போய் அவனைப் பலகாரம் திங்கக் கூப்பிடு – இந்த முத்துக்கறுப்பன் உனக்கு அண்ணன் முறை. நீயும் போலே – பேயறைஞ்சவன் மாதிரி இருக்கான் – போ."

\- 1995

53. பொய்

அண்ணாசாலையிலிருந்து கிழக்காகப் பிரிந்துசெல்கிற அந்தத் தெருவில் ஒரு சில கட்டடங்களைத் தவிர மற்றபடி கிராமச் சூழ்நிலை. ஆள் நடமாட்டம் மிகக் குறைவு. நீண்டு சென்று வடக்காகத் திரும்புவது வரை குடியிருப்புகளைக் காண இயலாது. அந்த அண்ணாசாலையின் பரபரப்பிற்குக் கொஞ் சமும் ஈடுகொடுக்க லாயக்கற்ற தெரு.

நடந்துதான் செல்லவேண்டும். அது கட்டாயம். பேருந்து செல்லாத தெரு. கால்வலி சம்பந்தமாக மருத்துவரைப் பார்க்கச் செல்கிறவனுக்கு ஏற்றதுதான். ஆட்டோவில் போய்வரலாம். பத்து ரூபாய் தரவேண்டியிருக்கும்.

“நடந்தால் நல்லது. காலில் வலி ஏற்பட்டதற்கே நடக்காதது தான் காரணம். சரியான உடற்பயிற்சி செய்துவந்திருந்தால் இதெல்லாம் கிட்ட நெருங்காது” என்று முதலில் பரிசோதித்த டாக்டர் கூறினார். தன்னுடைய இருக்கையில் உட்கார்ந்திருந்த படியே சில அசைவுகளைச் செய்து காட்டி இம்மாதிரி பண்ணிக்கொண்டிருந்தாலே போதுமென்று ஆலோசனை கூறி மாத்திரைகளும் தந்துதவினார்.

அவரைப் பார்ப்பதற்கு காலையில் மட்டுமே போகவேண்டும். அது கஷ்டம். மாலை நேர டாக்டர் ஒருவர் மிகவும் நல்லவர். “ஒன்றுமேயில்லை” என்று கூறி ஆசீர்வாதம் செய்தார். மற்றும் கபாலத்தின் உட்பகுதி தவிர மீதி எல்லாவற்றையும் எக்ஸ்ரே படமாக்கிய புண்ணியவான் – இன்னொரு டாக்டர் – “என்னைவிட ஆரோக்கியமாக இருக்கிறீர்கள்” என்றார்.

“மருந்து எதுவும் எடுக்க வேண்டாம். இதெல்லாம் வயதாகிக் கொண்டிருக்கும் எல்லாருக்கும் ஏற்படும் சாதாரணத் தொய்வு. உடல் திசுக்கள் தாமே ஒரு மருந்தைத் தயாரித்துக்கொள்ளும். மிருகங்களைப் பார்” என்று நண்பரும் கூறினார்.

ஒரே ஒரு நண்பரை மட்டும் பெற்றிருப்பதால் அவர் சொல்வதையும் கேட்டாகவேண்டும். வேலையிலிருந்து ஓய்வு பெற்ற நிலையில் வேறு ஒரு நண்பர் கிடைத்தலரிது.

ஆனால், காகங்களும் நாய்களும் இல்லாமலில்லை. இதோ இப்போது நடந்து வரும் தெருவிலும்கூட மரங்கள். எத்தனை பேருக்கு மனித இன நண்பர்கள் உண்டு – மனைவியே நண்பனின் ஸ்தானம்தான் என்கிறது மகாபாரதம். வயதான காலத்தில் அனுசரணையான மனைவி இருப்பதும் அரிதுதான்.

வயது ஒரு பிரச்சினையல்ல என்றார் நண்பர். ஓய்வுபெறும் நாளில் பாராட்டிப் பேசுவோர் கூற்றிற்கு அர்த்தம் இருக்காது. நம்பவேண்டிய அவசியமில்லை. இந்த வயது சம்பந்தப்பட்ட பிரச்சினை போய் வேறு ஏதாவது வந்து தொலைக்கும். கால்வலி என்று வரும்போதுதான் இதெல்லாம் தெரிகிறது.

வயது – கால் வலி என்பவற்றையெல்லாம் தள்ளிவிட்டுப் பார்த்தால் ஒன்றும் தெரியாத வாழ்க்கை. அசைவு மட்டும் புரிகிறது. திரைப்படங்களில்கூட இப்போது அசைவு தவிர வேறு எதையும் புரிந்துகொள்ள முடியாது போய்விட்டது. கண்களிலும் வலி ஏற்படுகிறது. கண்ணாடியை எத்தனை முறை மாற்றுவது – கண்களை மாற்றினாலும் பிரயோசனம் இருக்காது.

ஆனால், முதுமை அடைவது நிம்மதியான விஷயம்தான். முதுமை, முதிர்ச்சி எல்லாம் அறிவு சம்பந்தம் என்கிறார்கள். எது உண்மையான முதிர்ச்சி என்று மட்டும் சொல்வதில்லை. வழுக்கை விழுதல் அறிவுதான் என்று சொல்வதிலும் அர்த்தமுண்டு. ஏதோ ஒன்று நம்மிடமிருந்து தள்ளிவிடப்படுகிறது. விட்டது சனி – பாரம் குறைகிறது.

முடியைப்பற்றிக் கவலைப்பட்டுக்கொண்டிருந்த நண்பர் ஒருவர் மறுநாள் காலை காலமாகியிருந்தார். அலுவலகத்திற்குப் பாதி நாள் விடுமுறை. சிதையில் அவரது முக்கால் பங்கு வழுக்கை வெகு அழகாகத் தெரிந்தது. ஒரு மாதம் சென்ற பின்னர், அவருடைய மகனுக்கு, கருணை அடிப்படையில் வேலை கிடைத்தது. அவன் வேலையில் சேர்ந்தான் – தலை நிறைய முடி. தள்ளி விடுவதும் விடப்படுவதும் நல்ல விஷயம். கடவுள்கூட அதைத்தான் செய்துகொண்டிருக்கவேண்டும்.

கால்வலியைத் தவிர இப்போது வாழ்வைத் தெரிந்துகொள்ள எதுவுமில்லை. தன்னந்தனியாக இரவுநேரங்களில் வலி எடுக்கும் போது தைலத்தை எடுத்துத் தடவிக்கொண்டிருக்கும் போது வேறு எந்த நினைவும் ஏற்படுவதில்லை. மனைவி உதவவில்லையே என்ற எண்ணம் வந்துவிடக் கூடாது. நடக்கும்போதும் அப்படித்தான். நினைவுகளே வலி.

தெருவில் திருப்பம் ஏற்பட்டு வீடுகள் கொண்ட பகுதி தெரிந்தது. தெருவின் கடைசியில் டாக்டர் வீடு. ஆட்டோவில் வராதது நல்லதாகிவிட்டது. பத்து ரூபாய்க்கும் அதிகம்தான் தரவேண்டும். பெரிய மனிதர்கள் காரில் வந்து போகுமிடம். சித்த வைத்தியத்தில் நரம்பு சம்பந்தப்பட்டது அவரது சிறப்பு. வருகையைத் தெரிவித்துவிட்டுத்தான் வரவேண்டும்.

இந்த டாக்டர் ஆங்கிலத்தில் பேச ஏனோ மறுக்கிறார். சித்த வைத்தியர் என்பதால் அல்ல. இந்தக் காலத்து எல்லா டாக்டர்களும் அந்த மொழியில் சரளம் குறைவு. இது

ஒரு குறையா என்று தெரியவில்லை. இத்தனைக்கும் பெரும்பதவியிலிருப்போருக்கெல்லாம் அவர் கௌரவ டாக்டராகப் பொறுப்பேற்றிருப்பவர்.

பெரும்பாலும் பெண் ஊழியரைக் கொண்ட வைத்தியசாலை. உடம்பு பிடித்துவிடும் நபர் ஆணாக இருக்கக்கூடும். ஏனோ. கூட்டம் அதிகமில்லை. அதிக நேரம் காத்திருக்கவைக்காமல் ஒரு பெண்மணி கதவைத் திறந்து உள்ளே போகச் சொன்னாள்.

டாக்டர் துளசிச் செடியைப் பற்றிப் பேசிக்கொண்டிருந்தார். இரண்டு பேர் கேட்டுக்கொண்டிருக்க, ஒரு பெண் – அவள்தான் நோயாளியாக இருக்கவேண்டும் – வலியை மறந்து முகபாவம் காட்டிக்கொண்டிருந்தாள். காட்டுத்துளசியும் வீட்டிலுள்ளதும் ஒன்றுதான் என்று விளக்கினார்.

வேர் மண்ணில் பிடித்துக்கொண்டால் குணம் செடிக்கு வந்துவிடும் என்றார். அது உண்மையாக இருக்கும்போல் தெரிகிறது. மண்ணில் ஊன்றிவிட்டால், மண்ணிலிருந்து குணத்தைப் பெற்றுவிட்டால், புதுப் புது உயிர்கள் தோன்றிவிடுகின்றன. மண்ணிலும் சாணி வரட்டியிலும் ஞானத்தைப் பெற்ற காவிரிப்பூம்பட்டினத்துப் பெரியார் ஒருவர் ஞாபகத்தில் வந்தார். புதுப்புது உயிருக்கு பதில் ஞாபகம் என்ற பழசுதான் வந்தது.

சித்த வைத்தியமென்றாலும் மருந்து விலை மிக அதிகம். "மஸாஜ் பண்ணிக்கொள்ளணும் – அஞ்சு நாள்" என்பதையும் தட்ட முடியாது. ஒவ்வொரு நாளும் அதற்கு அறுபது ரூபாய். பண்ணிக்கொள்ளா விட்டால் சாப்பிடுகிற மருந்தின் குணம் மாறுபடலாம். 'மஸாஜ்' முடிந்து தினமும் டாக்டரைப் பார்த்து நோயின் குணாகுணம் பற்றித் தெரிவிக்கவேண்டுமாம். மருந்தில் மாறுதல் செய்யவேண்டியிருக்கும். ஐந்துநாள்தானே என்று தோன்றிற்று. எத்தனை நாள் எத்தனை தடவை இதுவரை ஊசி போட்டிருக்கிறது என்ற நினைவு எழுந்தால் இந்த வைத்தியமெல்லாம் சாதாரணம். கூடவே, ஐந்து நாள் இத்தனை தூரம் நடக்கவேண்டுமே என்ற பயம். நாட்டு வைத்தியத்தில் நடப்பதையும் மருந்தாகப் போற்றியிருக்கக்கூடும்.

வைத்தியசாலையில் 'பின்பக்கம்' தட்டிகளால் மறைவு செய்யப்பட்டு ஆண் பெண் பலருக்கான மஸாஜ் பகுதிகள். அழுக்குத் துணி – ஏதாவது வேட்டி – எதுவும் எடுத்து வரவில்லை. அது ஒரு கஷ்டம். அடுத்த நாளிலிருந்து இதை ஆரம்பித்துவிடலாம். இன்று மருந்து மட்டும் வாங்கிக்கொள்ளலாம் என்றால் அதற்கும் டாக்டரைப் பார்த்து அனுமதி வாங்கினால்தான் நடக்கும் என்று தெரிந்தது. ஆனால், இந்த மாதிரி இக்கட்டு எத்தனையோ பேருக்கு முதல் நாளில் ஏற்பட்டிருக்கும். ஏதாவது வழி கிடைக்கும்.

வழி ஒரே வழிதான் – இருக்கிற உள்ளாடையோடு எண்ணெய் தேய்த்துக்கொள்ளவேண்டும். விநோதமாக அங்கே யாரும் பார்க்கப்படுவதில்லை.

அந்தப் பையன் சாவதானமாகப் பேசினான். இருபது வயதிருக்கும். வேட்டியைக் களைந்துவிட்டு உள்ளாடையோடு இருப்பவரைப் பார்ப்பது அவனைப் பொறுத்தவரை சகஜம். சகஜநிலை ஏற்பட சில பேருக்கு ஐந்து நாள் மஸாஜ் தேவையாக இருக்கலாம். உடைகளைக் களைந்த பிற்பாடும் அவன் சாவதானமாகவே பேசினான்.

நோயாளியோடு எப்படிப் பேசவேண்டுமென்று அவன் நன்கு கற்பிக்கப்பட்டிருக்கவேண்டும். மெதுவாக நிமிர்ந்து படுத்துக்கொள்ளும்படி கூறினான். முதலிலேயே டாக்டர் எந்த

இடத்தில் எண்ணெய் தடவ வேண்டுமென்று சொல்லியிருக்கிறார். அவனுக்கு எல்லாமே தெரிந்திருக்கிறது. "இங்க வலிக்குதா ஐயா? – இங்கேதானே?" என்று இரண்டொரு தடவை கேட்டும் உறுதிப்படுத்திக்கொண்டான். பின்னர் உள்ளறைக்குச் சென்று ஸ்டவ் பற்றவைத்து, துணிகளைச் சூடாக்கி திரும்பிவந்து உடம்பு தேய்க்க ஆரம்பித்தான்.

உடம்பு பிடித்து விடுதல் என்றால் இப்படியா? உயிர் போகிற சுகம். வலியோடு வலி சேர்ந்து இரண்டுமற்ற ஒரு நிலை. இந்த நிலையிலேயே இருந்துகொண்டிருக்கவேண்டுமென்ற எண்ணம். கிட்டத்தட்ட அரைமணி நேரம்.

வெளியே கார் ஒன்று வந்து நிற்கிற சப்தம். யாரோ சினிமா நடிகரின் தகப்பனாரோ, மாமனாரோ வந்திறங்கி நிற்கிற அட்டகாசம்.

நடிகரின் மாமனார் என்று பையன் தெரிவித்தான். மூன்று மாதமாக வருகிறாராம். சொல்லிவிட்டு ஏதோ நினைத்துக்கொண்டது போல் "அது நாள்பட்ட கேசு ஐயா – இது மாதிரி சாதாரணமில்லை" என்று சொல்லி பதிலை எதிர்பாராமல் துணியைச் சூடு செய்ய அறைக்குள் சென்றான்.

காலங்காலமாக ஒட்டிக்கொண்டிருந்தவன்போலச் செயல்பட்டான். அனுதாபம் என்று சொல்லமுடியாது. செயல்படும் ஒவ்வொரு நிமிஷமும் அவனுக்கு முக்கியமாகத் தெரிகிறது. மனித யந்திரம் என்றும் சொல்லமுடியவில்லை.

சிகிச்சை முடிந்ததும் எழுந்து உட்கார உதவினான். "எப்படி இருக்கு? – எழுந்துநிற்கக் கஷ்டமில்லையே ஐயா?" என்று கேட்டான். அவனது பெயர் என்னவென்று விசாரித்திருக்க வேண்டும். வெளியே வந்த பின்தான் ஞாபகம் வருகிறது.

குடியிருப்பைத் தாண்டி ஆள் நடமாட்டமில்லாத நீண்ட பாதையில் நடந்து அண்ணாசாலையில் வந்துசேர்கையில், வலி அவ்வளவாகத் தெரியவில்லை.

பூட்டைத் திறக்கும்போதுதான் அதோடு செருகிவைக்கப்பட்டிருந்த அஞ்சலட்டை தெரிந்தது. நண்பர் எழுதின கடிதம். இந்த வயதிலும் எழுத அவருக்கு விஷயம் இருக்கிறது என்பதுதான் விசேடம்.

உள்ளே பாய் சுருட்டிவைக்கப்படாதிருந்தது. சமையலறையில் திறந்தபடியே சோற்றுப்பானை. வாருகோல் சமையற்பாத்திரங்களோடு கிடந்தது. சாவதானமாக எல்லாவற்றையும் பார்த்துக்கொள்ளலாம் என்றால் எதுவும் நடக்காது. கால்வலிக்காக சோறும் கறியும் தானாகத் தோன்றிவிடாது.

கடிதத்தில் ஒன்றுமில்லை. அடுத்த ஞாயிற்றுக்கிழமை ஒரு கூட்டம். ஓய்வுபெற்ற பணியாளரெல்லாம் கலந்துகொள்ளவேண்டியது. அலுவலக ரீதியில் எழுதிவிட்டு "எப்படி இருக்கிறாய் – உடம்பைப் பார்த்துக்கொள்" என்று முடித்திருந்தார். உடம்பைப் பார்த்துக் கொள்ள வேண்டியது அவசியம். அப்படிப் பார்த்துக்கொண்டால்தான் அதுவும் நம்மைப் பார்த்துக்கொள்ளும்.

முதுமையில் எல்லாமே பக்கத்திலிருக்கவேண்டும். அடிக்கடி எழுந்து செல்லவியலாது. பிறந்த ஊரை பக்கத்தில் வரவழைக்க முடியாது. மனைவியும் பிள்ளையும் பக்கத்திலிருக்க

முடியும். ஒரு நண்பரோ இருவரோ வந்துபோகலாம். சன்னலைத் திறந்தால் வருகிற தென்னை மரமும், குரல் கொடுக்கிற சில பறவைகளும்.

மனைவிக்கும் பிள்ளைக்கும்கூட ஞாபகமும் நினைவும் உண்டு அல்லவா? அந்த 'ஸ்விட்ச்' போடப்பட்டால் எரிந்துதான் ஆகவேண்டும். வயதான தாய்க்குப் பிள்ளைதான் ஆதாரம் – நல்லது – அதற்காக, வயதான தகப்பன் தானே சமைத்துச் சாப்பிடவேண்டும் என்பது பொருள் அல்ல.

தூரத்தில் ஒலிபெருக்கி அலறியது. ஒரு நாய் திடீரெனக் குரைக்க ஆரம்பிக்கிறது. நாய்க்கும் நினைவுண்டு. ஏனோ அதில் ஆக்ரோஷம் இருப்பதாகத் தெரியவில்லை. மோப்பசக்தி இருக்கலாம். ஆனால், பூனை மாதிரியான தந்திரங்கள் கிடையாது. மேலும், வயதான நாய் எதுவும் பிள்ளை அருகிலோ மனைவி பக்கத்திலோ இருந்து மரணமடைந்து யாரும் பார்த்ததில்லை. மனைவி தன் பிள்ளை அருகிலும், பிள்ளை ஒரு சினிமாக்காரி ஆதரவிலும் இருப்பதுகூட நினைவு என்பதில் சாதாரண விஷயம்தான்

ஆனால், தாயாருக்கு மருமகளைப் பிடித்துப்போய்விட்டது ஒரு முக்கிய திருப்புமுனை. இதுவரை பட்ட பணக்கஷ்டம் மருமகளால் தீர்ந்தபோது, சௌகர்யங்கள் தாமாக வந்தபோது, பிடித்துப்போய் விட்டது அதிசயமுமல்ல. கணவன் தானே சோறாக்கிக் கொண்டால், சினிமாக்காரிக்கு உதவியாகப் போயிருந்து சோறாக்கித் தந்தால் எப்படிக் குற்றமாகும்? மேலும், மகனுடன் வாழ்பவளை சினிமாக்காரி என்று சொல்வது தவறு.

வீடு வீடாக இல்லை. குப்பை நிறைய சேர்ந்துவிட்டது. காற்று வந்து குப்பையோடு சேர்ந்து குப்பையாகிவிடக் கூடாது. பெருக்கவேண்டும். அதற்காக, புத்தகம் படிக்காதிருந்துவிட முடியாது. அதுவும்கூட குப்பைதான் என்றாலும் சில சமயம் தன்னையும் குப்பை என்று ஏற்றுக்கொள்கிறது.

நண்பருக்குப் பிள்ளைகள் அதிகம். ஓய்வுத்தொகையைப் பகிர்ந்தளித்தாகிவிட்டது. விசாகப்பட்டினத்திலும் மதுரையிலும் போய் ஒன்றிரண்டு மாதம் தங்கி, அதைச் சொல்வதற்காகவே நாலு நண்பர்களைத் தேடி அலைந்து கொட்டியாயிற்று. அந்தந்த ஊர்களிலுள்ள கத்தரிக்காயைப் பற்றியும், அதை விற்பவரைப் பற்றியும் அவர் கூறும் செய்தி அத்தனை முக்கியமானது என மற்றவர் ஒப்புக்கொள்வதில்லை. சிலர் இப்போதெல்லாம் அவரைக் கண்டால் வேகமாக நடக்கிறார்கள். ஆனாலும், நண்பர்களை விடாத மனசு அவருக்கு.

பனிக்காலம் இந்த நேரம் கால்வலிக்காரருக்கெல்லாம் பொல்லாத காலமாம். இதைப் பற்றி அந்தப் பையனும் சொன்னான். இந்த நோய் சம்பந்தமாக எல்லாமே அவனுக்குத் தெரிந்திருக்கிறது. "ஐயா – பச்சைத் தண்ணீரில் குளிக்கவேண்டாம். குடிக்கவும் கூடாது" என்பதிலிருந்து பல உணவு முறைகளை அவனால் சொல்ல முடிந்தது. அவை சாதாரண விஷயம்தான். ஹோட்டலில் சாப்பிட வேண்டாம் என்றும் சொன்னான். அது எவ்வளவு கஷ்டமான காரியம் என்று அவனுக்குத் தெரிந்திருக்க நியாயமில்லை.

ஹோட்டலில் சாப்பிடுவது நல்லதல்ல என்பது இருக்கட்டும். ஓய்வு பெற்றவன் சமைத்துக்கொண்டேயிருக்க முடியாது. சில நாள் ஹோட்டலில் சாப்பிட்டுத்தான்

ஆகவேண்டும். ஐம்பதுகளிலும் சாப்பிட்டதுண்டு. அன்றைய சாப்பாட்டின் விலை இன்றைக்குச் சாப்பிடும் வாழையிலையின் விலை. அது வேறு விஷயம். எல்லாவற்றிலும் கஷ்டம் உண்டு என்பது அந்தப் பையனுக்குத் தெரியவில்லை.

அதை அவனிடம் சொன்னபோது, "அது அப்படியில்லை ஐயா" என்றான். அவன்தான் சமைத்துக்கொள்கிறானாம். கல்யாணம் ஆவது வரை அப்படியிருக்கலாம். சரி, அது அவன் கதை. கல்யாணம் ஆகி, பிள்ளை பெற்று வளர்த்து ஆளாக்கிவிட்டால் எல்லாம் முடிந்ததா? பிள்ளை வளர்ந்து சினிமாப் படம் எடுத்துக் கொடிகட்டிப் பறந்தாலும் அல்லது போண்டியானாலும் தாயார் பிள்ளையோடுதான் இருப்பேன் என்று சொல்வாள். பெற்ற வயிறு துடிக்கிறது என்றெல்லாம் தகப்பன் சொல்லமுடியாது.

வலி காலில் மட்டுமல்ல என்று தெரிகிறது. எல்லாவற்றையும் பரிசோதித்துப்பார்ப்பது டாக்டர்தான் என்றாலும் நோய் டாக்டரையும் மிஞ்சி நோயாளிக்குத்தான் நன்கு தெரிகிறது. நண்பரிடம் விஸ்தாரமாகச் சொல்லமுடியாது. தனக்குத் தெரிந்த நோய்களையெல்லாம் பற்றிக் கூறி இணைக்கப்பார்ப்பார். நோய்கள் முற்றிலும் அறியப்படப்போவதில்லை.

காலையில் சமைத்த சோற்றில் ஏதோ கிடந்தது. என்னவென்று பார்க்க வேண்டுமாயின் கண்ணாடியை மாற்றியிருக்கவேண்டும். ஒதுக்கிவிட்டுச் சாப்பிடவும் மனசில்லை. ஓரிரவு ஹோட்டலில் சாப்பிடலாம்.

"ஒங்களுக்கு இப்போ சரியாகி இருக்கணுமே?" என்று நம்பிக்கையோடு கேட்ட டாக்டருக்கு உண்மையாகவே பதில் சொல்ல முடிந்தது. அவருக்குத் திருப்தி.

கடைசிநாளானபடியால் வழக்கத்திற்கு அதிகமாகவே பையன் தேய்க்கிறானோ என்று முதலில் தோன்றிற்று. அவனுக்குப் பணம் ஏதாவது கொடுத்தாகவேண்டும். பென்ஷன் வந்திருந்தால் சிறிது அதிகமாகவே தரலாம். கொடுக்கவேண்டிய நியாயமுண்டு. "என் மகன்கூட இம்மாதிரி செய்திருக்கமாட்டான் – இதை வைத்துக்கொள் அப்பா" என்று சொல்லி, கையிலிருக்கிற நாற்பது ரூபாயைக் கொடுக்கலாம்.

மகன் இம்மாதிரி எண்ணெய் தேய்த்துவிடமாட்டான் என்று சொல்வதும் சரியல்லதான். எந்த வயதிலாவது மனைவிக்குத் தேய்த்து உதவலாம். இந்தப் பையன் கஷ்டப்பட்டிருக்க வேண்டும். சின்ன வயதில் கஷ்டப்பட்டோர், குணக்கேடன்களாக மாறி எல்லாரையும் அழிக்கவும் எண்ணலாம். இவன் அப்படித் தெரியவில்லை. எல்லாவற்றிற்கும் எல்லாரும்தான் காரணம்.

"தம்பி – இதை வைத்துக்கொள்" என்று பணத்தை அவன் கைகளில் திணிக்கப்பார்த்தால், அவன் சிறுநகையோடு கைகளைத் தூரமாக இழுத்துக்கொண்டான். தனது கைகளிலுள்ள எண்ணெய் காரணமாக அப்படி ஒதுங்கினானோ என்று நினைத்தால் – அப்படியில்லை – அவன் முகத்தில் போதும் என்ற நிறைவு தெரிகிறது. பிறகு சொன்னான்: "எங்க அப்பாவுக்கு நான் எண்ணெய் தேச்சுவிட்டதில்லை. அவருக்குக் கால்வலி உண்டு" என்று சொல்லி சன்னல் வழி பார்த்துக்கொண்டே "வீட்டை விட்டு வெளியே போ" என்று சொல்லிவிட்டார். இனிமே அவருக்குத் தேச்சு விட சந்தர்ப்பம் எனக்குக் கிடையாது"

என்று சொன்னவன் உடனடியாக ஞாபகம் வந்தவன் போல, "எதையும் சூடாகவே சாப்பிடுங்க ஐயா" என்றான்.

அண்ணாசாலை வரை நடந்து பேருந்துநிலையமடைகையில் நண்பர் தென்பட்டார். அவசரத்துடன் நெருங்கினார். "என்னப்பா– எங்கிருந்து வாரே? – நான் இப்பத்தான் கேள்விப்பட்டேன் – என்ன ஒன் பையன் இப்படிப் பண்ணிப்புட்டான் – நான் நினைக்கவே இல்லையே இப்படி ஆகும்னு – ம் – எல்லாம் அப்படித்தான்" என்று சொல்ல, மேலும் பேச்சுத் தொடரும் முன்னர், "அப்படி ஒண்ணுமில்லேப்பா – இப்பத்தான் பையனைப் பாத்துட்டு வாரேன் – நல்லாவே இருக்கான் – எண்ணெய் தேச்சு விட்டான் – நல்லாவே இருக்கு" என்று சொல்லமுடிந்தது. ●

- புதிய பார்வை, 1995

54. அம்மே நாராயணி

சம தரையில் அவர்கள் நடந்து படிக்கட்டுகளில் இறங்கிக் கீழே வந்தால் அங்கே தெரிந்த விசாலமான இடத்தில் இருந்தது அந்தக் கோவில். எளிமையை எல்லாவிதத்திலும் அது கொண்டுநின்றது. சிறிது தள்ளியிருந்த குளமும் ஆரவாரமற்ற பிரகாரங்களும் அப்படித்தான் காட்டின. சிலைகளோ, ஓவியங்களோ அதிகமாக இல்லை.

ஆனால், அம்மன் சந்நிதியில் கூட்டமிருந்ததை அவர்கள் கண்டனர். அந்த இடத்தைப் போலவே எளிமையாக – ஒன்றுமில்லாது – கைகளை நிராதரவாகத் தூக்கிக்கொண்டு இறைஞ்சுகிற கூட்டம். ஒரு மூதாட்டி 'நாராயணி' என்று ஏதோ பக்கத்து வீட்டுக்காரியைக் கூப்பிடுவது போல அம்மனை அழைத்து அரற்றிக்கொண்டிருந்தாள். இறைவனோ, இறைவியோ பக்கத்து வீட்டுக்காரர்களாகவே இருக்கவேண்டும். அப்படி இல்லாதவரை இவ்வாறு அழைக்க முடியாது.

ஒதுங்கி நின்றுகொண்டிருந்த ஒரு நடுத்தர வயதுக்காரர், "அம்மே– மாப்பு – அம்மே" என்று தாயிடம் கெஞ்சி பதில் எதிர்பார்த்துக்கொண்டிருந்தார். பதில் கிடைத்துவிட்டது போலும். அவர் அழத்தொடங்கியிருந்தார்.

அந்தச் சுற்றுலாக் குழு இருபது பேர்களைத்தான் முதலில் கொண்டிருந்தது. குழுவின் தலைவருக்கு எண் கணித சோதிடப் பயிற்சி உண்டு. தனது எண்ணிற்கு ஏற்ப இன்னொருவரைச் சேர்த்தால்தான் ஆயிற்று என்று பிடிவாதமாகச் சொன்னார். மற்றவர்களுக்கு அது பிடிக்கவில்லை. கடைசி நிமிடத்தில் தகுந்த ஆள் கிடைக்காது. எல்லாரையும் சேர்த்துக்கொள்ள முடியாது. குழு மனப்பான்மை உள்ளவராக இல்லாவிட்டால் பயனில்லை. குறிப்பாக. 'ரம்மி' ஆடத் தெரிந்திருக்க வேண்டியது இன்றியமையாத அம்சம். மேலும், ஏற்கனவே உறுப்பினர் அனைவரும் குடும்பத்துடன் வருவதால் புதிய நபர் தனியாகவே வர

வேண்டுமென்ற நிபந்தனை. அவ்வாறு சுலபமாகக் கிடைக்கவில்லை. கடைசியில் பொருத்தமாக இருந்ததால் அவன் சேர்த்துக்கொள்ளப்பட்டான்.

முத்துக்கறுப்பன் இதற்கு முன் சுற்றுலா சென்றதில்லை. அதன் காரணம் அவன் வீட்டில் நச்சரிப்பிற்கு யாருமில்லை. தெரிந்த சிலர் அந்தக் குழுவில் இருந்ததால் போகலாமென்ற எண்ணம் ஏற்பட்டது. ஆனாலும், எல்லாருமே தம்பதியினராக இருப்பது கண்டு ஒரு தயக்கம். சுற்றுலா போவதற்காக திருமணம் செய்துகொள்ள முடியாது. வயது நாற்பதாகியும் செய்துகொள்ளும் எண்ணமுமில்லை.

எப்படியிருப்பினும், நாற்பது ஊர்களுக்குச் செல்ல ஆகும் செலவை ஏற்பதில் எந்தச் சிரமமும் அவனுக்குக் கிடையாது. மற்றவர்களை விட வசதி உண்டு. ஒரு கிழவி பொங்கிப்போட்டுக்கொண்டிருக்கிறாள். அவளும் போகிற – சுற்றுலாவிற்கல்ல – வயதுதான். வேறு யாரும் இருப்பதாகத் தெரியவில்லை. உறவுகள் அதிகமில்லாதவர்கள் இப்போதெல்லாம் எளிதில் செல்வந்தராகிவிடுகிறார்கள்.

இப்படித்தான் அவன் பயணம் மேற்கொண்டான். பல வேலைகள் தடைபடும். பதினைந்து நாள்கள் என்பது சாதாரண விஷயமல்ல. ஆனால், அது ஆடி மாதம். வீட்டு மனை வாங்கல் – விற்றல் ஆகியவை தள்ளி வைக்கப்படும்.

புரோக்கர் பணியில் அவன் அந்த மாதத்திலும்கூட அலையத்தான்வேண்டும். அடுத்த மாதத்திற்கான பத்திரப்பதிவுகளுக்காக ஓடியாட வேண்டிவரத்தான் செய்யும். ஆவணியில் வேலை மிக அதிகம். எனவே ஆடியில் போய்வந்தால்தான் சுற்றுலா உண்டு.

அவர்கள் ஒரு ஞாயிற்றுக்கிழமை புறப்பட்டு நானூறு மைல் தூரத்தைக் கடந்து அந்த ஊரை அடைந்தபோது அங்கே காலநிலை நன்றாக இருந்தது. தங்குமிடமும் வசதியாக அமைந்துவிட்டது. அங்கேயுள்ள கோவிலைப் பார்த்துவிட்டுத்தான் வேறு ஊர்களுக்குச் செல்லவேண்டும். இந்த ஊரைப் பொறுத்தமட்டில் ஆட்டோ ரிக்ஷா ஏற்பாடு செய்துவிடலாமென்றாலும் சுற்றுப்புற இடங்களுக்குச் செல்ல 'வேன்' ஒன்றும் ஏற்பாடு செய்தாகவேண்டும். அதைப் பிற்பாடு பார்த்துக்கொள்ளலாம். ஒரு நாள் இங்கேதான் தங்கல். செலவு நிறையத்தான் ஆகும். பெற்றவர்களும் பெண்களும் குழுவில் இருப்பதால் வசதி தேவைப்படுகிறது. சுற்றுலாவில் முதற் கோவில் இது.

இவ்வாண்டில் பத்திரங்கள் நிறைய பதிவாயின. பன்னிரண்டு லட்சம் பெறுமான நிலப்பகுதியை, ஒன்பது லட்சத்திற்கு முடித்துக் கொடுத்ததில் முத்துக்கறுப்பன் இரண்டு லட்சம் பெற்றிருந்தான். லட்சங்கள் சாதாரணத் தொகையாக மாறியபோது அவன் தொண்ணூறு ரூபாய் சொச்சத்தை நினைக்கவேண்டிவந்தது.

ஒரு தொண்ணூறு ரூபாய் என்பது வாழ்க்கையை நிர்ணயிக்க வந்த பிரச்சினை என்று நினைத்து அவன் தூங்காமலிருந்த நாள்கள் உண்டு. பதினெட்டு வயதில் ஏற்பட்டது. தகப்பனார் உதவியின்றி தன் காலில் நின்று தனக்கொரு வாழ்வை அமைத்துக்கொள்ள முடியுமென்ற தீர்மானத்துக்குத் தேவைப்பட்ட பணம் அது. அதற்காக அவன் செய்த காரியம் அவன் தாயின் சாவில் முடிந்த விஷயம் அவனுக்கு மட்டுமே தெரியும். தகப்பனார் உட்பட வேறு யாரும் அறிந்ததில்லை.

அந்த வீட்டின் சின்னஞ்சிறு அறையில் தகப்பனார் மரக்கட்டிலிலும் தாயார் கீழே ஒரு பாயிலும் தூங்கிக்கொண்டிருந்தபோது அதை நிறைவேற்றினான். தாயார் படுத்திருந்தது பழைய பீரோ ஒன்றின் அருகே என்பது எதற்கும் அறிகுறியல்ல என்றுதான் சொல்லத் தோன்றும். அவர்கள் இருந்தது வீட்டின் கடைசிப்பகுதியான இடம். பின்கதவைத் திறந்து வைத்திருந்தாலொழிய காற்று வராது.

அப்பாவின் சட்டை பீரோ பக்கத்தில் தொங்கிக்கொண்டிருக்க, அந்தச் சட்டைப் பையிலிருந்தவற்றை அவன் எடுத்து அந்தப் பணத்தை – அது தொண்ணூறு ரூபாய் – தனக்கு மட்டும் தெரிந்த இடத்தில் பத்திரப்படுத்தி வைத்துவிட்டு, கூட இருந்த அப்பாவின் சீசன் டிக்கெட்டை திறந்திருந்த பின்வாசல் கதவு ஓரமாகப் போட்டு வேலையை முடித்தபோது, கையில் இன்னொன்று பாக்கியிருந்தது. அது அப்பாவின் சட்டைப் பையிலிருந்த கடிதம்.

அதை மட்டும் இருந்த இடத்திலேயே வைத்துவிடலாமென வந்தபோது நடந்ததுதான் அது. சப்தமில்லாமலும் விரைவாகவும் நடத்திய செயலில் அவனது உடல்பட்டு அந்தப் பழைய இரும்பு பீரோ சாய்ந்தது. அது சாய்ந்த இடத்தில்தான் அவன் அம்மா உறங்கிக்கொண்டிருந்தாள். அப்படி நடந்த காரியம் அது. அதன்பிறகு அவன் தகப்பனாரும் அதிக நாள் இருக்கவில்லை.

பின் வாசல் வழியாக வந்த திருடன் பணத்தை எடுத்துச் செல்கையில் கீழே விழுந்த பீரோ – திறந்திருந்த கதவின் பக்கம் விழுந்து கிடந்த சீசன் டிக்கெட் – துப்பு விசாரணை நடக்கிறது என்று கூறிய போலீஸ் அறிக்கை.

தொண்ணூறு ரூபாய் மூலதன விவகாரம் இதுதான்:

பொறுத்துக்கொள்ளும்படி மன்றாடுவது – மன்னிப்புக் கேட்பது– இதுதான் 'மாப்பு' என்பதன் பொருள் என்று சுற்றுலாக் குழுவிலிருந்த நண்பர் கூறிக்கொண்டிருந்தார். வெறும் ஒலியே பொருளைத் தந்துகொண்டிருக்கும்போது மொழிபெயர்ப்பு அவனுக்குத் தேவைப்படவில்லை. 'இந்த அம்மன் சக்திவாய்ந்த கடவுள்' என்றார் குழுவில் இன்னொருவர். சக்தியற்ற கடவுள் பற்றிய விவரங்களை அவர் ஏனோ சொல்லவில்லை.

முத்துக்கறுப்பன் சுற்றுமுற்றும் பார்த்தான். பிரகாரத்தின் தனியிடத்தில் தலையை விரித்துப்போட்டுக்கொண்டு ஆடிய பெண்கள்– இடையிடையே 'அம்மே' என்ற சப்தம் தெளிவாகக் கேட்கிறது. வேறு எங்கிருந்தோ, வேறு வகை உச்சரிப்புடன் அதே சப்தம் – வந்த அவ்வொலியை அவன் எப்போதுமே கேட்டுக்கொண்டிருப்பது போல நினைவுகூர்ந்தான்.

லட்சங்களைக் கண்ட பிறகு – யார் உதவியின்றியும் நிலைத்துவிட முடியும் என்று ஸ்தாபித்த பிறகு – கேவலம் – ஓர் ஒலி முன்னர் தன்னைப் பற்றிய நம்பிக்கை இழந்துநின்றது அங்கு நடந்துவருகிற ஒரு சாதாரண விஷயம் போலும். சாதாரண நிகழ்ச்சியாக ஒன்றைக் கருதாமலிருப்பதே, அது ஓர் அசாதாரணப் பொருளைத் தோற்று விப்பதற்கு வழிவகுக்கிறது. அந்த அசாதாரணப் பொருளை எண்ணிப்பார்த்து முடிவுகட்ட முடியவில்லை. ஆனால், அதிலேயே இருந்துவிட விருப்பம் தோன்றிற்று. அந்த அமைதியும் மௌனமும் நீடித்திருக்கவேண்டுமென்ற ஆசை.

தனது மொழியில் முத்துக்கறுப்பன் இதை எண்ணிப்பார்த்திருக்க முடியும். அந்தக் கோவிலில் கிளம்பிய ஒலியையும் மீறி கண்ணிற்கெட்டிய தூரத்திலிருந்தோ அல்லது மனதிற்கெட்டிய தூரத்திலிருந்தோ வந்த ஒலி அந்த அமைதியையும் மௌனத்தையும் கொண்டிருக்கலாம். இருபது ஆண்டுகளின் ஒலியாகவோ இந்த உலகம் தன்னைத்தானே சுற்றுகிற ஒலியாகவோ இருக்கலாம்.

ஆடி மாதம் ஒரு செவ்வாய்க்கிழமை சாதாரணமான இடத்தில் அது அவனுக்கு நடந்துமுடிந்தது.

சுற்றுமுற்றும் பார்த்தான் முத்துக்கறுப்பன். எல்லாருமே போய் விட்டிருந்தனர். தலையைப் பிரித்துப்போட்டுக்கொண்டு ஆடிய பெண்களும் அங்கில்லை. தான் நின்றுகொண்டிருக்கிற இடம் குளத்தங்கரைக்குச் சமீபமான கோவில் பகுதி என்று அவன் உணர்ந்தான்.

ஆட்டோக்களும் போய்விட்டிருந்தன. இருபது பேரையும் எண்ணிப் பார்க்கவேண்டிய குழுத் தலைவர் அவரையே இரண்டு தடவை எண்ணிப்பார்த்துவிட்டிருப்பார். அங்கிருந்து ஏழெட்டுக் கல் தூரமிருந்தது அவர்கள் தங்கியிருந்த விடுதி.

யாருடைய உதவியும் இல்லாமலேயே ஒரு கல்யாணத்தை நடத்தி வைத்த ஒரு தகப்பனின் நிறைவில் அவன் நடந்தான். பேருந்துகள் அவ்வழியில் சென்றுகொண்டுதான் இருந்தன. அதில் ஏறுவதாக இல்லை. அப்போது இருந்துகொண்டிருக்கிற நிலை எங்கே தன்னை விட்டுப் போய்விடுமோ என அவன் அஞ்சியிருக்கக் கூடும். வழியெங்கும் அவன் கடந்துவந்த மரங்களோ, பறவைகளோ அந்த அவனது நிலையைக் கெடுத்துவிடவில்லை.

முத்துக்கறுப்பன் அந்த நகரத்தை அடையும்போது, இருட்டத் தொடங்கிவிட்டது. அவர்கள் தங்கியிருந்த விடுதிக்கு இன்னும் நடக்கவேண்டும். ஆனால், அவன் அங்கே போவதாக இல்லை. தான் கண்டவற்றை எவரிடமும் சொல்லிவிட முடியாது என்பதை அவன் அறிவான். அவ்வாறு சொல்லி அதைச் சிறுமைப்படுத்தவும் அவன் விரும்பவில்லை.

பேருந்து நிலையமருகே வந்ததும் நின்றான். இந்த வழியாகத்தான் அந்தக் கோவிலுக்கு ஆட்டோவில் சென்றான். எதிரே தெரிந்த அந்தக் கட்டடத்தைப் பார்த்தான். ஒன்றரை மணிநேரத்தில் அவனுக்கும் அந்தக் கட்டடத்திற்கும் ஏற்பட்டுவிட்ட தொடர்பு பற்றி எண்ணிக்கொண்டிருக்கவில்லை. எண்ணவேண்டுமானால் ஒருவன் குழப்பமடைந்திருக்க வேண்டும்.

முத்துக்கறுப்பன் எந்தவிதக் குழப்பமுமில்லாமல் அந்தக் கட்டடத்தில் நுழைந்தான். அது அந்நகரத் துணைப் போலீஸ் கமிஷனரது அலுவலகமாக இருந்தது. ●

- சுபமங்களா, 1996

55. ஒரு பிற்பகல் நேரம்

அங்கே போய்ச் சேர்ந்ததும் பொறியில் அடித்தாற்போல் அந்த விஷயம் சொல்லப்பட்டது. அந்த இடத்திலேயே அதைக் கேள்விப்படுவது புதிதாகவும் ஆர்வமூட்டுவதாகவும் ஆயிற்று. மேற்கொண்டு கேள்வி கேட்டு அறிய வேண்டியவற்றை எல்லாம் அறிந்த பின்னர் சமாதானமாகத் திண்ணையில் உட்கார்ந்தான்.

அது சிறிய தெரு. ஊரும் சிறியதுதான். நான்கு தெருக்கள் இருப்பதே அங்குள்ள மக்கள்தொகைக்கு அதிகம். குளம் அருகிலிருந்தது. எட்டினாற்போல கோயில்.

சிறிய தெருவென்றாலும் வீடு பெரிது. அம்மன் கோவிலைப் பாதுகாக்கும் காரியகர்த்தா அவன் அப்பா. காளியூட்டு நடந்து முடிந்த அடுத்த மாதமே வீடு கட்ட ஆரம்பித்து முடித்த விஷயம் தெரிந்ததுதான். அவர் இப்போது இல்லை. ஒரே மகன் திண்ணையில் உட்கார்ந்துகொண்டிருக்கிறான்.

பதினெட்டு ஆண்டுக் காலமாக இந்த ஊரிலும், இந்த வீட்டிலும் கழிந்த வாழ்க்கை பின்னாட்களில் ஒரு நாற்பது ஆண்டுகள், எவ்வளவு தூரம் அவனைப் பாதித்திருக்கிறது என்பதை யாரும் கண்டுகொண்டதில்லை. இத்தனைக்கும் இந்த இடைப்பட்ட காலத்தில் ஒருமுறைதான் இங்கே வந்துபோயிருக் கிறான். தகப்பனார் காலமானபோது.

தூரத்தில் தென்னைமரங்கள் காற்றில் வேகமாக அசைந்தன. தென்னை அவனுக்கு மிகவும் பிடித்தமான மரம். எப்படியாவது ஒரு தடவை முறைப்படி அதில் ஏறி ஒரு காயாவது பறித்துக் கீழே போடவேண்டுமென்று சிறு வயதில் ஆசைப்பட்டதுண்டு. பாதி மரம் ஏறி நெஞ்சில் சிராய்ப்பு ஏற்பட்டு தேங்காய் எண்ணெய் தடவிக்கொண்டு அந்த ஆசையைக் கைவிட்டவன்.

ஆனால், மதுசூதனன் ஏறியிருக்கிறான். பந்தயம் போட்டு மூச்சைப் பிடித்துக்கொண்டு ஏறி வெற்றிபெற்றிருக்கிறான்.

தென்னைமரப் பந்தயம் பெரிய விஷயமல்ல. வாழ்க்கையிலும் பந்தயம் போட்டவன். அவன் அப்போது கூறிய வார்த்தைகள் எப்போதும் ஒலித்துக் கொண்டிருக்கும்:

“ஏய், முத்துக்கறுப்பா – இந்தச் சின்ன மரத்திலே ஏற முடியலே– நீ எதிலே செயிக்கப் போறே?”

உண்மைதான். முத்துக்கறுப்பனின் கல்யாண விஷயமும் அப்படித்தான் ஆயிற்று. அவனுக்கு என்று பேசி முடிவுசெய்த பெண்ணை மதுசூதனன்தான் கட்டிக்கொண்டான். இருவரையும் ஒன்றாக மணமேடையில் பார்த்த முத்துக்கறுப்பனின் எதிரே தென்னைமரம் வந்து போயிற்று. சாதாரணமாக முடிந்திருந்தால் வேறு விஷயம். சென்மத்திற்கும் மறக்கமுடியாதபடி ஒரு பழியை முத்துக்கறுப்பன் மீது அந்த மதுசூதனன் சுமத்தியிருந்தான். பெண் வீட்டு ஆள் ஒருவரிடம், முத்துக்கறுப்பனுக்கு ஒரு தொற்றுநோய் இருப்பதாகக் கூறிவிட்டிருக்கிறான். குளத்தில் குளிக்கும்போது அவனது உடம்பைப் பார்த்ததாகவும் சொல்லியிருந்தானாம். பெண் வீட்டிற்கு இது போதுமானதாக ஆயிற்று. பெண்ணைப் பாழுங்கிணற்றில் தள்ள மறுத்தார்கள். நல்ல கிணற்றில் மதுசூதனன் இருந்தான்.

அந்த மதுசூதனன் இப்போது இல்லை. போய்விட்டான். போனது சாதாரணமாகப் போகவில்லை. தூக்க மாத்திரை சாப்பிட்டு ஒரேயடியாகத் தூங்கிவிட்டான். பக்கத்து டவுன் டாக்டர் இந்த ஊரோடு மிகுந்த தொடர்புகொண்டவர். மிகமிகப் பிரயத்தனம் எல்லாம் எடுத்தும் அவனைக் காப்பாற்ற முடியவில்லை. அவன் மனைவியும் பிள்ளைகளும் இங்கேதான் இருக்கின்றனர். ‘துட்டி’ விசாரிக்கப் போக வேண்டாமா என்று யோசித்தான்.

துக்கம் விசாரிக்கப் போவதென்றால் கோலப்பன் விஷயமும் கூடவே வந்து சேரும். அவனும் போய்விட்டான். மதுசூதனன் இவனை ஒரு நோயாளி என்று சொல்லியிருந்தால், கோலப்பன் ஒரு திருடனாகவே இவனைக் கற்பித்தான். பயல் மிகவும் வாசாலகன். நடித்தே காட்டி தான் சொன்னதை நம்பும்படி செய்வான். புத்தக நிலையத்திலிருந்து மூன்று புத்தகங்களை ஒரே சமயத்தில் மடித்துக்கட்டப்பட்டிருந்த வேட்டியின் பின்புறம் புதைத்துவைத்து வெளியே வந்தவன். இத்தனைக்கும், அந்த இடத்தில் வேலை பார்த்தவரிடம் பேசி முடித்து, அவருக்குப் பிடித்த பீடிக்கட்டையும் வாங்கிக்கொடுத்து வந்திருக்கிறான். ஆனால், திருட்டு வெளிப்பட்டதும் அந்தப் பழியை முத்துக்கறுப்பன் மீது அழகாகப் போட்டான். “உன்னிடம்தானடா தந்தேன் – ஓர்மையில்லையா” என்று நாலு பேர் முன்பு கேட்டான். ஆயிற்று, நாற்பது ஆண்டுகள். நேற்றுப்போலிருக்கிறது.

கோலப்பன் தூக்க மாத்திரை எதுவும் சாப்பிடவில்லை. அவன் வில் வண்டி ஓட்டிக்கொண்டுபோய் சந்தையில் சாமான் வாங்கிவருவான். ஊரின் ஒரே பலசரக்குக் கடை அவனுடையது. கருப்புக்கட்டி முதல் புன்னை எண்ணெய் வரை அவன் கடையில்தான் வாங்கவேண்டும். போன மாதம் சாமான் வாங்கி வரும்போது வண்டி குடைசாய்ந்து ஆற்றுப்படுகையில் வீழ்ந்து, அவன் நசுங்கிச் செத்துப்போனான்.

மதுசூதனனைவிட கோலப்பன் மேல். எதிர்பாராத நிலையில் சாவு அவனைக் கொண்டுபோயிற்று. இன்னொருவகையில், மதுசூதனன் போட்ட பழியைவிட இவன் சாட்டிய குற்றம் சிறிதுதான். முத்துக்கறுப்பனை யாரும் திருடன் என்று எண்ணி விடவுமில்லை.

முத்துக்கறுப்பன் யோசனையின் ஆக்கிரமிப்பில் இருந்தான். எதிரே தென்னைமரங்கள் தெரியவில்லை. பக்கத்துவீட்டு மீனாட்சி அத்தை அருகே நின்றதுகூட தெரியாதிருந்தான். 'அப்படித்தான் நடந்து வந்திருக்கிறது' என்று தீர்மானமாக நினைத்தான். நாற்பது ஆண்டுகளுக்கு மேல் வேறு ஊரில் வேலை பார்த்து ஓய்வு பெற்றுவிட்டால் சொந்த ஊர் ஞாபகம் வரும். ஊரிலே வயலும் தோப்பும் வீடும் இருந்துவிட்டால் கட்டாயம் அங்கு போய்வரவேண்டும். வீட்டை விற்கலாம். மற்றவற்றைக் குத்தகை என்று யாருக்காவது கொடுத்தால், பென்ஷன் பணத்தோடு கணிசமான ஒரு தொகை கிடைக்கும். உடன் பிறந்தோர் இல்லை. தகப்பனார் எதுவும் எழுதிவைத்திருக்கவில்லை. அம்மன் கோவில் கொடையை இவன் ஆண்டிற்கொருமுறை நடத்திவிடவேண்டும் என்று சொல்லியிருந்தார். அது பாதகமில்லை, செலவு எப்போதாவதுதான்.

முத்துக்கறுப்பன் சாய்ந்து உட்கார்ந்தான். மதுசூதனனும் கோலப்பனும் போய்விட்டது வியப்பாயில்லை. அவன் சாதக விசேடமாகவிருக்கும். வேலை பார்த்த இடத்தில் இவன் பெயரைக் குறிப்பிட்டு 'ஒன்றும் தெரியாதவன்' என்று எல்லாரும் அறியச் சொன்ன ஒரு ஆபீசர் மூன்றாவது நாளே மூச்சை நிறுத்தினார். இவனை ஒரு நல்ல இடத்திலிருந்து வேறு இடத்திற்கு மாற்றி, தனது சாதிக்காரனை அவ்விடத்திற்கு வரச்செய்த இன்னொரு ஆபீசர் மூன்று வருடம் சிறுநீரகக் கோளாறால் பாதிக்கப்பட்டுப் போய்ச் சேர்ந்தார்.

அந்தப் பட்டணத்தில் இவனுக்குச் சொந்தமான தாய்மாமன் ஒருவர் வசதியாக இருந்தார். வந்த புதிதில் போய்ப் பார்த்தால், அவர் புத்திசாலித்தனமாக முதலில், "நீ யாருப்பா?" என்று கேட்டுவிட்டுப் பேசினார். அவர் மூத்த மகன் மிகவும் புத்திசாலி. பட்டணத்தில் எங்கெங்கே நல்ல சாப்பாடும் தங்குமிடமும் குறைந்த செலவில் கிடைக்கும் என்று அறிவுறுத்தி, வேறு எதையும் இந்த வீட்டில் எதிர்பார்க்க வேண்டாம் என்பதை சூசகமாகத் தெரிவித்தான்.

அந்த மாமாவை வளர்த்து ஆளாக்கியதே அவனுடைய அம்மாதான் என்று கேள்விப்பட்டிருக்கிறான். நல்லவேளை, அம்மா இப்போது இல்லை. ஆனால், அந்த மாமாவின் பையன் விபத்தில் அடிபட்டுச் செத்து அதற்கு ஓர் இறப்புச் சான்றிதழ் வேண்டி அவரே அவன் அலுவலகத்திற்கு வரவேண்டி வந்தது. தலைமை குமாஸ்தா நடேச சாஸ்திரி, "நீங்க எல்லாம் கிறிஸ்தவாளா?" என்று ஏதோ கிறித்தவராக இருப்பது ஒருவகைப் பாவமானது என்ற எண்ணத்தை சூசகமாக விதைத்து அடிக்கடி கேட்பதுண்டு. வேதங்கள் காற்றிலிருந்து மூக்கால் இழுக்கப்படுவதன் முன்னர் தென்னாட்டில் மனிதனே கிடையாது என்ற நம்பிக்கையுடன் வாழ்பவர். ஓராண்டிற்கப்பால் அப்படிப் பேசுவது கிடையாது. அவர்தம் மகள் திருமணம் செய்துகொண்டு 'ஜெயலட்சுமி டேவிட்' ஆகியிருந்தாள். தாமதமாக அலுவலகம் வந்தோரில் அவனுக்கு மட்டும் 'எச்சரிக்கைக் குறிப்பைத்' தந்து திருப்திப்பட்ட மேலாளர் சபாபதி முதலியார் மனநோய்க்காளாகி, கட்டாய ஓய்வில் அனுப்பப்பட்டார்.

ஓர் இ.அ.ப. ஆபீசர் மூன்று மாதம் முன்பு இவனைத் தனதறைக்கு அழைத்து சாந்தமாகக் கூறினார்.

சிறுகதைகள் 319

“மிஸ்டர் முத்துக்கறுப்பன், இந்த இன்ஸ்பெக்டர் போஸ்டிங் எல்லாம் போட்டுட்டீங்களா? – பெரிய தலைவலி – என்னை வந்து பாக்கணும் அப்படி இப்படின்னு சொல்லுவானுக – வேண்டாம் – நீங்களே பேசிடுங்க – அப்பறமா வந்து பாருங்க.”

இத்தனை அன்னியோன்யமாகப் பேசிய அந்த ஆபீஸர் தணிக்கைக் குறிப்பு வந்த பின்னர் அந்தக் கோப்பில் நியமன விஷயத்தில் தவறு நடந்ததற்கு முத்துக்கறுப்பன்தான் பொறுப்பு என்று கைப்பட எழுதினார். விசாரணை நடந்து அந்த ஆபீசர் ஊழல் குற்றச்சாட்டில் கைது செய்யப்பட்டு, பின்னர் மாரடைப்பு ஏற்பட்டு இப்போது பொது மருத்துவமனையில் உள்ளார்.

கணக்குப்போட்டுப் பார்த்தால் ஏழு பேர் பரலோகம், ஒருவருக்குச் சிறை, மூவருக்கு மனநோய். காணாமல் போனவர் என்று சிலர்.

எல்லாம் சரியாகத்தான் இருந்துவருகின்றன என்று தெளிவடைந்தான் முத்துக்கறுப்பன். பட்டணத்திற்கும் வேறு ஊர்களுக்கும் சொந்த ஊருக்கும் எந்த வேற்றுமையும் இல்லை. லண்டனும் ஒன்றுதான்– காடன் மலையும் ஒன்றுதான். எல்லாமே ஒன்றுதான் – தெரிகிறது. ஒன்றுமில்லாமல் இருந்தால்தான் அது தெரியும் போலிருக்கிறது.

மீனாட்சி அத்தையின் குரல் ஒலித்தது.

“டேய்... முருகன் ஒன்னைப் பாக்கணும்னு சொன்னான். நீ வரப் போறே அப்படின்னு அவன்கிட்டே சொல்லியிருந்தேன். நாளைக்கு வருவான்.”

முத்துக்கறுப்பன் நினைவில் அந்தக் குரல் ஒலித்தபோது அவன் ஏதும் தெரியாதவனாகத்தானிருந்தான். நேரமாகத்தான் அத்தை சொன்னது பிடிபட்டது.

முருகன் இந்த ஊர்க்காரன்தான். முத்துக்கறுப்பனின் பள்ளித்தோழன். இப்போது பக்கத்து டவுன் பலசரக்குக்கடையில் வேலைபார்த்து வருகிறானாம். முத்துக்கறுப்பனைப் பரிகாசம் செய்யாதவன். பள்ளிப்படிப்பு முடிக்கும் முன்னரே வேலைபார்க்க வேண்டிய அவசியத்திற்குள்ளானவன். தகப்பனார் அவன் தாயைத் தள்ளிவைத்துவிட்டார். உழவு மாதங்களில் வேலை கிடைத்தாலும் மற்ற மாதங்கள் கொடுமை.

நாற்பது ஆண்டுகளுக்கு முன்பு வேலை தேடி அவன் பட்டணம் வந்து முத்துக் கறுப்பனைச் சந்தித்தது உண்டு. நாலைந்து சிபாரிசுக் கடிதங்களைக் கொண்டுவந்திருந்தான். மில் ஒன்றில் ஆள் எடுக்கிறார்கள் என்றும், அது கிடைத்துவிட்டால் எல்லாக் கஷ்டமும் தீர்ந்துவிடும் என்றும் சொன்னான். முத்துக்கறுப்பன் அப்போது புதிதாக வேலையில் சேர்ந்திருந்த நேரம். அறையொன்றில் இரண்டு நண்பர்களுடன் தங்கியிருந்தான். எப்படியோ கண்டுபிடித்து அறைக்கு வந்த முருகனுக்கு முத்துக்கறுப்பன் சாப்பாடு வாங்கிக்கொடுத்தான். இரவு தங்க இடம் கொடுத்தான். தனக்கு வேலை வாங்கித்தரக் கூடிய அளவிற்கு யாரையும் தெரியாது என்ற உண்மையையும் தெரிவித்தான்.

முருகன் எந்தக் கஷ்டத்தையும் கொடுக்கவில்லை. காலையில் எழுந்து வெளியே சென்றவன், மாலை திரும்பிவந்து முத்துக்கறுப்பனிடம் சொன்னான்.

“இன்னும் ஒரு மாசம் ஆகுமாம். எழுத்து மூலம் சொல்லுவாளாம். இங்கிருந்தா செலவாகும். நான் இன்னைக்கே போறேன். உள்ளூர் விலாசம்தான் கொடுக்கணுமாம்.

ஒன் பேர் போட்டு அட்ரஸ் எழுதிக் கொடுத்திருக்கேன். நீ எனக்கு அப்படி ஏதாவது வந்தா உடனே அனுப்பித் தா. நான் புறப்பட்டு வந்திடறேன்."

அன்று போன முருகனை பின்னர் முத்துக்கறுப்பன் பார்க்கவில்லை. ஒருமுறை ஊர் சென்று வந்தபோதுகூட பார்க்க முடியவில்லை. முருகன் பட்டாளத்தில் சேரவும் முயற்சி பண்ணிப் பார்த்திருக்கிறான். எடுபடவில்லை. இப்போது உழவு, நெல் அளவு, பலசரக்குக் கடை ஆகியவைதாம். நல்லவேளை, கல்யாணம் பண்ணிக்கொள்ளவில்லை.

முத்துக்கறுப்பன் விழித்திருந்தான். 'முருகா' என்று சொல்லிக் கொண்டான். அது பக்கத்து ஊரான குமாரகோவில் முருகனை.

எல்லாம் சரிதான். ஆனால், அந்த முருகனுக்கு வேலை கிடைக்கவில்லை என்று சொல்ல முடியுமா? நாற்பது ஆண்டுகளுக்கு முன்னர் நூற்று அறுபது ரூபாய் சம்பளத்தில் வேலைக்கு வருமாறு, மில்லில் கடிதம் அனுப்பியிருந்தார்கள். முத்துக்கறுப்பன் முகவரிக்குத்தான் வந்தது. அந்த முருகன் சொல்லிச்சென்றபடி ஒரு மாதங்கழித்து. ஆனால், அது போய்ச்சேரவில்லை.

ஏனெனில், முத்துக்கறுப்பன் யோசித்து முடிவுசெய்திருந்தான். மில் வேலைக்கு முருகன் வந்துசேர்ந்தால் தன்னுடைய அறையில்தான் தங்கவேண்டும். வேறு இடம் கிடைத்தாலும் சந்திப்பதை அவன் இந்தப் பட்டணத்தில் தவிர்க்கமுடியாது. முருகன் நல்லவன் என்றாலும், பழகுவதில் ஏதுமறியாதவன்.

மேலும், இப்போது அறையில் இரண்டு பேர் – நல்ல ஸ்தாபனத்தில் நல்ல பதவியில் இருக்கிறார்கள். ஒரு மில் தொழிலாளி அங்கே நிரந்தரமாகத் தங்குவதை விரும்பமாட்டார்கள். அப்பாவித்தனமாக அவர்களிடம் ஊர்ச் சங்கதிகளைச் சொல்லலாம். முத்துக்கறுப்பனின் தகப்பனார்தான் ஊர் அம்மன் கோவிலில் சாமி ஆடுவார் என்றும் சிரித்துக்கொண்டே வஞ்சகமில்லாது கூறக்கூடும். சொல்லாதிருந்தாலும் பட்டணத்து நண்பர்கள் அவனிடம் பேச்சுக்கொடுத்துக் கறந்துவிட முடியும்.

முருகன் வந்தால் தொந்தரவுதான் என்று முடிவுசெய்திருந்தான் முத்துக்கறுப்பன். அந்தக் கடிதம் போய்ச்சேரவில்லை.

மீனாட்சி அத்தையின் பார்வையில் ஒரு பயம் தெரிந்தது. அருகில் வந்து கூப்பிட்டாள். முத்துக்கறுப்பன் திண்ணைச்சுவரில் சாய்ந்துதானிருந்தான். அவனது கைகள் நெஞ்சில் இருந்தன. ●

- புதிய பார்வை, 1996

56. தோற்றம்

“கல்யாணம் பண்ணிக்கிட்டவங்க எல்லாருமே ஆடு திருடின கள்ளன் மாதிரிதான் முழிக்கிறாங்க – அப்படின்னு ஒரு எழுத்தாளர் சொல்கிறாரே – தெரியுமா?”

“தெரியுமே – நகுலன் – எனக்கு ரொம்பப் பிடிக்கும்.”

“அதுக்கு என்ன அர்த்தம்?”

“முதல்லே ஆடு திருடின கள்ளன்னாலே எனக்கு அர்த்தம் தெரியாது. எனக்குப் பிடிக்கிறது. அவ்வளவுதான்.”

“இல்லை. இந்தப் பேட்டி மூலம் நீங்கள் ஏதாவது சொன்னால் எல்லாரும் தெரிந்துகொள்ள உதவியாகவிருக்கும். அதற்காகத் தான்.”

“எப்படிச் சொல்ல முடியும் – தெரியல்லே. ஆனா இந்த ஆடு – கள்ளன் – கல்யாணம் – முழிச்சிக்கிட்டு நிப்பது அப்படியெல்லாம் சொன்ன வார்த்தைகள் எதையோ புரிய வைக்குது – சிரிப்பும் தானா வருது. அப்படித் தானாகத் தோன்றினா அது அர்த்தமில்லாமலா இருக்கும்?”

மாரிமுத்து அத்துடன் பேட்டியை முடித்துக்கொண்டுவிட்டான். அவன் பல்லாவரம் போகவேண்டும். அடுத்த நாள் ஓர் எண் சோதிடக்காரரைப் பேட்டி காண்கிறான். அவரை எளிதில் காணவியலாது. அப்படியொன்றும் நேரங்கிடைக்காத ஆள் இல்லை அவர். ஆனால், அப்படி ஒத்துக்கொள்ள மாட்டார். அமைச்சர் வீட்டார் தன்னைப் பார்க்கவேண்டும் என்று சொல் கிறார்கள், என்ன செய்வது என்பார்.

அழைத்துக்கொண்டு அடையாறு திரைப்பட இன்ஸ்ட்டியூட் சென்று விடலாமென்றால் நடக்காது போலிருக்கிறது. படம் தொலைக்காட்சிக்காக. சோதிடம் எல்லாவற்றையும்விட இப்போது முக்கியம் வகிக்கிறது. அதைக் கவனிக்கவேண்டும்.

சிறுகதைகள்

அவரைப் பேட்டி காண்பதாக அவர் சொன்ன பெண்மணியையே போடவேண்டும். அந்தப் பெண்ணிற்கு மொழி சரியாக வராது – பரவாயில்லை. கூடிய சீக்கிரம் முன்னணி நட்சத்திரமாக வர முடியுமென்ற திட நம்பிக்கை உள்ள பெண். நல்ல பெண்ணுங்கூட. மரியாதையாக எல்லாரிடமும் பேசுகிறாள். படத்திற்கேற்ற முகவெட்டு. பல துண்டுப்படங்களில் தோன்றியாயிற்று. சோதிடக்காரரிடம் சிரித்த முகத்துடன் கேள்வி கேட்க அவளே நன்று. ஆனால், சிறுகதைப் போட்டியில் வெற்றிபெற்ற எழுத்தாளரைப் பேட்டி காண்பதில் முகமே தேவையில்லை, வார்த்தைகள் முக்கியம்.

அது சரிதான். வார்த்தைகள் மிகுந்த பலம் கொண்டவை. அவை பாதுகாப்பாகப் பயன்படுத்த வேண்டியவை. 'நாகாக்க' என்று நம்முடைய பாட்டன் சொன்னான். நமது தோளில் கையைப் போட்டு நடந்துகொண்டே நம்மிடம் பேசுகிறான். காத்துக் கொள்ளாவிட்டால் சோகம் என்றும் சொன்னான். செருப்படி கிடைக்கும் என்று சொல்லவில்லை. இப்போது அப்படி நடக்கிறது. பெரிய 'அவை'களில்கூட அது காணக் கிடைக்கிறது. நாவைக் காப்பது என்பது பெரிய விஷயம்.

இவற்றையெல்லாம் – அதாவது, இந்தத் தொலைக்காட்சி திரைப்படத் தயாரிப்பு முயற்சிகளுக்கு முன்னர் – மாரிமுத்து கவிதையாக எழுத முயன்றுகொண்டிருந்தான். அது அவனது கல்லூரிப்பருவத்திலேயே வந்து சேர்ந்த ஆசை. அப்போதே எழுத்தாளர் எல்லர்ரையும் சந்தித்துவிட வேண்டுமென்று ஆசைப்பட்டான். அம்மா இல்லை. அப்பாவை படித்தவர் என்று சொல்லமுடியாது. காலமுழுவதும் உழுது பயிரிட்டு சீவனம் நடத்தவே ஆசைப்படுபவர். அவர் பயிரிட்ட வயலில் இப்போது 'பெட்ரோல் பங்க்' இருக்கிறது. தங்கையொருத்தி இருக்கிறாள் என்றோ, அவளுக்குக் கல்யாணம் என்ற ஒன்று பாக்கியிருக்கிறது என்றோ அறியாதவனாகவிருந்தான். கல்லூரிப்படிப்பு கவிதை எழுதுவதில் முடிந்ததென்றால் ஆரம்பகால புத்தகப் படிப்பு சினிமாவை விரும்பிப் பார்க்க வைத்தது. உலகத்துக் கதைகளையெல்லாம் சினிமா மூலமே அறியலானான். இரண்டையும் நிறுத்திய நேரத்தில் வயலை கல்லூரிப்படிப்பு சாப்பிட்டாயிற்று. ஆனால், அவனைப் பொறுப்பற்றவன் என்று சொல்லமுடியாது. திருமங்கலம் பக்கத்தில் வீட்டுமனை சம்பந்தமாக அவன் தொடங்கிய வியாபாரம் செழித்து, அதில் கொடிகட்டிப் பறந்தான். பழந்தின்று கொட்டைபோட்டவர்கள் எல்லாரும் அவன் ஆலோசனையை நாடும் அளவுக்குப் போயிற்று. நிகர லாபம் ஐந்து லட்சம் இரண்டு ஆண்டுகளில். அதன் பின்புதான் தகப்பனாரிடம் தாராளமாகப் பேசினான். வரதட்சணை நிறைய கொடுத்து நடந்துமுடிந்த அவன் தங்கையின் திருமணத்தில் அவனது பங்கு கணிசமானது. கைவிட்டுப்போன நிலம் போல வேறொரு வயலை வாங்கித்தர முயன்றபோது தகப்பனார், 'வேண்டாம்' என்று மறுத்துவிட்டார். குடும்பத்தின் பாரம்பரிய வயலில் தவிர இன்னொன்றில் உழவுசெய்ய அவர் இசையவில்லை. அவன் தன் அப்பாவிடம் ஒன்றுமட்டும் கேட்டான்.

"நான் இல்லையென்றால் என்ன செய்திருப்பே" உண்மைதானே! என்ன செய்திருக்க முடியும்? அதன் பின்னரே மீதியுள்ள பணத்தைக் கொண்டு பட்டணத்தில் அலுவலகம் ஒன்றை ஆரம்பித்தான். அது தொலைக்காட்சிக்கான விளம்பரப்படங்கள் தயாரித்துத் தரவும், துண்டுப்படங்கள் எடுக்கவும், படிப்படியாக அது இவ்வளவு சீக்கிரத்தில் தன்னைத்

தூக்கிவிடும் என்று எதிர்பார்த்திருக்கவில்லை. சினிமா மூலம் இலக்கிய ஆர்வம் பெற்றவன் அல்லவா – அதில் ஆர்வங்கொண்டு அலைந்தான். மேலும் பட்டணத்திலும் நண்பர்கள் கிடைத்தார்கள். எல்லாவிதத்திலும் உதவிசெய்வதாக வாக்களித்தனர் – காப்பி சாப்பிட்டனர். சில காலம் விட்டுப் போயிருந்த நவீன இலக்கியத்தில் ஈடுபடுத்திக்கொள்ள முயன்றான். சினிமாப்படங்களைப் பார்ப்பது எளிதாயிற்று. தகப்பனார் ஊரில் தான் இருந்தார். இவன் போட்ட கடிதங்களுக்கு பதில் போடவில்லை.

எழுத்தாளர்களைப் பேட்டிகண்டு படம் எடுக்கவேண்டும் என்ற எண்ணமோங்க அவன் தொலைக்காட்சியில் கண்ட ஒரு பேட்டியையும் காரணமாகச் சொல்லவேண்டும். காப்பி சாப்பிடுவதைப் பற்றியே எழுதி எழுதிப் பேரெடுத்த ஒரு புண்ணியவானிடம் பேட்டி எடுக்கும் மங்கை இளநகையுடன், "நீங்கள் கண்ணால் கண்டதை எழுதுவீர்களா? அல்லது கற்பனையாக எழுதுவீர்களா?" என்று கேட்கிறாள்.

மாரிமுத்து இலக்கியக் கூட்டங்களுக்கெல்லாம் சென்று எழுத்தாளரை நேரடிப் பரிச்சயம் செய்துகொள்ள ஆரம்பித்தது இப்போதுதான். நெய்தல் இலக்கியக் கழகம் நடத்திய சிறுகதைப்போட்டியில் முதல் பரிசு பெற்ற எழுத்தாளர் முத்துக்கறுப்பனைச் சந்தித்ததும் அப்படித்தான். பரிசளிப்புக் கூட்டத்தில் கலந்துகொண்டான். இன்னொரு விஷயம். மாரிமுத்து ஊரில் இருந்தபோதே இந்த முத்துக்கறுப்பனின் ஓரிரு கதைகளைப் படித்திருக்கிறான். அந்தக் கதைகள் சொல்லப்படும் விதம் அவனைக் கவர்ந்திருந்ததாகவும், நண்பர்களிடம் சொல்லியிருக்கிறான். இப்போது பரிசுபெற்றுள்ள கதையையும் முந்தைய நாள் படித்துமுடித்துவிட்டான்.

ஹெமிங்வேயின் 'கிழவனும் கடலும்' கதையைப்பற்றி நினைத்துக்கொண்டான் மாரிமுத்து. அந்தப் புத்தகத்தை அவன் படித்ததில்லை. சினிமாவைப் பார்த்திருக்கிறான். "ஸ்பென்ஸர் டிரேசி நடித்த அருமையான தோல்விப்படம்" என்று அதைக் கூறுவான்.

சம்பந்தமில்லாவிட்டாலும்கூட முத்துக்கறுப்பனது கதை கடலும் கிழவனும் தோன்றும்படி செய்துவிட்டதாக நினைத்தான் மாரிமுத்து. ஹெமிங்வே கதையில் மீனிடம் கிழவன் பேசினான் என்றால் முத்துக்கறுப்பன் கதையில் மீன் மனிதனிடம் பேச்சுக் கொடுக்கிறது. நீந்திக்கொண்டே அந்த மீனவ இளைஞனிடம் 'மக்கா' என்று அழைத்து அனுதாபத்துடன் பேசுகிறது.

"லேய் – ஒனக்கு எவன்லே துடுப்பு போடச் சொல்லித்தந்தான்?– கிங்கிணியா காட்டுகே – ராட்டு மாதிரி சுத்திட்டிருந்தா அந்தப் பக்கம் போயிருவே – அங்க பாத்தியா சிங்களக்காரன் – பாத்துப் போலே."

இன்றியமையாத இலக்கியக்கூட்டத்துக் கிசுகிசுப்புகளின் நடுவே மாரிமுத்து இருந்தான். இந்த எழுத்தாளர் கன்னியாகுமரி மாவட்டத்து மீனவ சமுதாயத்தைச் சார்ந்தவர் என்று அரிய தகவல் தெரிந்தது. "ஒரே வட்டாரக் கொச்சையான்னா இருக்கு" என்று அபிப்ராயத்தைப் பகிர்ந்து "நீங்க வாசிச்சேளா?" என்று இவனிடம் கேட்டார் ஓர் உத்தமர்.

வாழ்த்துச் சொல்லி நன்றிகூறிக் கூட்டம் முடிய, மேடையிலிருந்து கீழே இறங்கினார் எழுத்தாளர். வேட்டி தடுக்கிற்று.

மாரிமுத்துவும் வேறு இரண்டு பேரும்தான் நின்றுகொண்டிருந்தனர். வந்தவுடனேயே கேட்டார், "இங்கிருந்து கெங்கு ரெட்டி ரோடு எப்படிப் போகணும்? – வர சமயம் கேட்டுக் கேட்டு நடந்து வந்துட்டேன். இப்போ பஸ் கிடைக்குமா?"

மாரிமுத்து தன்னை அறிமுகப்படுத்திக்கொண்டான். 'பைக்' இருக்கிறது என்றும், தானே அதில் அழைத்துச்சென்று கொண்டுவிடுவதாகவும் கூறினான். தொலைக்காட்சிக்கான பேட்டி பற்றியும் விவரமாகச் சொன்னான்.

"வாரேன் – அடையாறு இன்ஸ்டிட்யூட் எத்தனை மைல்? – நடந்தே வந்திர முடியுமா?"

❍

இந்த எழுத்தாளர் முத்துக்கறுப்பன் ஹெமிங்வேயின் கதையைப் படித்திருக்கவோ, சினிமாவைப் பார்த்திருக்கவோ மாட்டார் என்று நினைத்தான் மாரிமுத்து. பேட்டி ஒளிபரப்பப்பட்டவுடன் வழக்கத்தைவிட கடிதங்கள் குறைவாக வந்திருப்பினும் எழுதியோர் விஷயம் தெரிந்த நபர்களாகவிருந்தார்கள் என்று தெரிவிக்கப்பட்டது. பதிமூன்று பேட்டிகள் இதுபோன்று எடுக்குமாறு முன்னர் பேசிக்கொண்டது உறுதிசெய்யப்பட்டது.

தகப்பனாரிடமிருந்து கடிதமெதுவும் வரவில்லை. பட்டணத்தில் தன்னை ஒரு ஸ்திரமான நிலையில் ஆக்கிக்கொண்டபின்னர்தான் ஊர் போகவேண்டும் என்று நினைத்திருந்தான். இப்போது போகலாம் – அப்பாவிடம் கேட்கலாம்.

"எத்தனை தங்கைங்க இருந்தாலும் கல்யாணம் பண்ணிவைக்க முடியும் – நான் இல்லாட்டா நீ என்ன செய்திருப்பே?"

அப்பா பதில் சொல்லமாட்டார். பரவாயில்லை. கேட்கவேண்டும்.

அப்போதுதான் அது தோன்றியது.

"அதுசரி – நான் இல்லாட்டா நீ என்ன செய்திருப்பே?" – ஒரு குரல்.

ஆனால், அது அப்பாவின் குரல் அல்ல.

- கணையாழி, 1996

57. வரைந்து பெய்யும்

சிறுகதைகள்

"சன்னலை மூடாதே. மழையைப் பார்க்கவேண்டும்" என்று சாமிக்கண்ணுத் தாத்தா கூறினார். அதோடு, கையை வேறு தூக்கிக்காட்டினார். காட்டிய திசையில் சன்னல் வெளியே தூரத்தில் மலைதான் இருந்தது.

மலையில் மழை பெய்வது பெரிய விஷயமல்ல. ஐப்பசி மாதம் மழை இருக்கத்தான்செய்யும். பார்க்காத மலையோ, மழையோ அல்ல. என்னதான் வந்துவிட்டது இந்தக் கிழவருக்கு என்று பார்த்தால், அவர் கண்கொட்டாமல் ரசித்துப் பார்த்துக் கொண்டிருந்தார்.

அந்த ஊரில் (அது எந்த ஊர் என்று சொல்லப்போவதில்லை) மழை ரொம்ப காலமாகப் பொய்த்துவருகிறது. பெருமழைக் காலங்களில்கூட மழை இங்கே தூற்றல்தான் போடுகிறது. மற்ற கிராமங்களைப் போல உழவு நாளோ, எதற்கும் மழை நாளை நம்பி, முன்கூட்டியே தீர்மானித்துவிட முடியாது. கலப்பையைத் தூக்குமுன்னர் களத்திலுள்ள சுடலைமாடனுக்கு ஒரு கும்பிடு மட்டுமே கிடைக்கும். பூசனை, அறுவடை முடிந்த பின்னர்தான். இந்தக் கிராமத்தில் மட்டும்தான் அப்படி. மலையிருந்தும் வயலிருந்தும் அது பஞ்சம் நடமாடும் கிராமம். பருவகால மழையில்கூட வயல்கள் நனையும் அளவிற்கே தூற்றல் கிடைக்கும். மூன்று மைல் தூரமுள்ள மலைப்பக்கமோ ஏராளம் மழை. ஆற்றுத் தண்ணீர் வந்தால்தான் இந்தக் கிராமத்திற்கு உண்டு.

அதைப் பற்றி சாமிக்கண்ணு தாத்தா சொன்னதுதான் இந்தக் கதை. ஒரு வகையில் இதைக் கதை என்றும் சொல்லிவிட முடியாது.

இந்தக் கிராமத்திலும் நூறு ஆண்டுகளுக்கு முன்பு மழை அடித்துப் பெய்யுமாம். சுற்றுப்புற ஊர்களைக் கணக்கெடுத்துக்

கொண்டால் இங்கேதான் விளைச்சல் அதிகம். ஊர் முழுவதுமே விவசாயக் குடும்பங்கள். கொள்வினை, கொடுப்பினை எல்லாம் ஊருக்குள்தான். மூன்று வயதுக் குழந்தைகூட பெயரோடு சாதிப் பட்டத்தையும் சொல்லிக் கூப்பிடப் பழகிவிட்ட சனம்.

ஊருக்கு வெளியே உள்ள குடியிருப்புகளை அவர்கள் தங்களது விவசாய விளைச்சல் மூலம் ஆண்டுவந்தாலும் ஊரை விட்டு மலைப்பக்கமாகக் கிட்டத்தட்ட ஐந்து மைல் தள்ளியிருந்த குழுவர்களை ஊருக்குள் சேர்ப்பதில்லை.

அந்தக் குழுவர் பாம்பு பிடிக்கவும், சில சமயம் காவல் தெய்வ பூசையின் போது தூரமாக நின்று மேளம் கொட்டவும் செய்தார்கள். குறிப்பிட்ட நேரங்களில்தான் ஊருக்குள் வர முடியும்.

அவர்களைப் பற்றித்தான் சாமிக்கண்ணு தாத்தா பேசினார்.

❍

குழுவரின் இருப்பிடம் மலை அடிவாரப் பக்கம் என்று சொல்லப்பட்டதல்லவா? இந்த ஊரைக் கடந்துதான் அங்கே போகவேண்டும். ஊருக்குள் வராமலேயே வடக்காகச் செல்லும் பாதையில் நடந்தால் இரண்டொரு கிராமங்களைக் கடந்துசென்றுவிடலாம். அந்தக் கிராமங்களை ஒட்டியே ஆறு ஓடுகிறது. பாம்பு பிடிக்க மாத்திரமே கருப்பையன் ஊருக்குள் வர அனுமதிக்கப்படுவான்.

பாதை சந்திக்குமிடத்தில் இருந்தது ஊர் அம்பலம். மாணிக்கவாசகம் பிள்ளைக்கு அம்பலம்தான் வாசம். ஊரிலுள்ள மூன்று வீடுகள் அவருக்குச் சொந்தம். இருந்தாலும், அம்பலத்தில் கால் மேல் கால் போட்டிருந்து, உலகையே கணக்கிடும் சுகம் கண்டவர். ஊரும் அவரோடுதான் ஒத்துப்பாடிற்று. மனைவி போய் வெகுகாலமாகி விட்டது. மனைவியை இழந்துவிட்டபடியால் உலகில் எல்லாருமே அதே கதியை அடையவேண்டுமென விரும்பும் சுத்த சன்மார்க்கவாதி. வள்ளலார் காலமான நாளில்தான் மாணிக்கவாசகம் பிள்ளை பிறந்தாராம். வருத்தப்படவேண்டிய விஷயங்கள் அடுத்தடுத்து நிகழ்ந்துதான் ஆகவேண்டும்.

மாணிக்கவாசகம் அம்பலத்திலிருந்தால் அந்த வழியைத் தவிர்த்து வயல் வரப்பு வழியாக அசலூருக்குச் செல்லுவோர் துணிவதுண்டு. அப்படிப் போய்வந்தாலும் அது ஒரு தற்காலிகத் தப்புதல்தான். அம்பலத்திலிருந்து பார்த்தால் வரப்பும் தெரியும், திரும்பி வருகையில் தப்ப முடியாது.

அந்த வழிதான் கருப்பையன் வந்தான். இரவு சிறிது நேரமாகிவிட்டது. இடி முழக்கம் வேறு. மழை எப்படியும் வந்துவிடும். அவனோடு வந்தது ஒரு பெண். நிறை சூலி. "நயினாரே" என்று கூப்பிட்டான்.

மிகவும் போதாத காலம் என்றுதான் சொல்லவேண்டும். பேசாமல் இருந்துகொண்டிருக்கிற மாணிக்கவாசகத்திடம் போய்ப் பேச்சுக் கொடுக்கிற சீவன். அதுவும் பாம்பு பிடிக்கிற குழுவன். அதற்குக் காரணம் இருந்தது.

கூப்பிட்டது யார் என்று உடனே தெரிந்துகொண்டார் மாணிக்கவாசகம் பிள்ளை. உதடுகள் பலமாகத் துடித்ததால் வார்த்தைகள் உடனே வெளிவரவில்லை. இப்போது கருப்பையன் மட்டும் பேசினான். தூரமாகத் தள்ளி நின்றுதான் பேசினான்.

"நயினாரே – இவ நிறைசூலி. வண்டிமறிச்சான் கோவில் பக்கம் போதமில்லாம கிடந்தா. பேறு நேரம் போல இருக்கு – நயினாரு இங்க கொஞ்சம் இடங்கொடுத்தா, உக்கார வைச்சுட்டு நான் போய் ஆளுங்கள கூட்டியாரேன்."

மேகங்கள் சூல்கொண்டு மழை பொழிய வேண்டிய நேரம். மின்னல் வெளிச்சம், இடி முழக்கம் இவற்றையெல்லாம் மிஞ்சும்படி மாணிக்கவாசகம் அன்று பேசிய வார்த்தைகளை அப்படியே சொல்லிவிட முடியாது. "லேய், நாய்க்குப் பிறந்தவனே, யாரிட்ட என்ன கேக்கணும்னு இல்லையாலே? – சவமே – போலே இங்கிருந்து" என்ற அவரது முடிவுரையை கருப்பையன் மட்டுந்தான் கேட்டான். அந்தப் பெண் நினைவு தவறியிருக்கக் கூடும். அவன்மீது சாய்ந்த வண்ணமிருந்தாள். தலை தொங்கிக்கொண்டிருந்தது.

அன்று மாணிக்கவாசகத்தின் வார்த்தைகளை கருப்பையன் மட்டும் கேட்டான் என்று சொல்லமுடியாது. அந்த ஊர் மேல் தவழ்ந்து கொண்டிருந்த கருமேகங்களும் கேட்டன. தாங்கிக்கொண்டும் அந்தப் பெண்ணைத் தூக்கிக்கொண்டும் சென்ற அவனைத் தொடர்ந்து நீரைச் சுமந்துகொண்டு அந்த மேகங்களும் ஓடின. அந்த ஊரைத் தாண்டி ஐந்து மைல் நடந்துசென்று கருப்பையன் குழுவர் குடியை அடைகையில் இரவு நேரமாகிவிட்டது.

அங்கே அன்றிரவு நிறைவாக மழை பெய்தபோது ஒரு குழந்தை பிறந்திருக்கவேண்டும். அதன்பின். நீர் சுமந்த மேகம் எதுவும் மாணிக்கவாசகத்தின் ஊரைத் திரும்பிப்பார்க்கவில்லை.

❍

"ரொம்ப காலத்துக்கு முன்னாலேயே நடந்தது. நான் அப்ப சின்னப்பயதான். அந்தக் குழுவ ஆளுகளெல்லாம் இப்ப இல்ல. இல்லேன்னா, எங்கேயும் போயிடல்லே. மழை பொய்க்காத அந்த இடத்தில்தான் இப்ப நிறைய விளைச்சல். மரச்சீனிக்கிழங்கு நிறைய விளையுது. நெல்லுக்கும் குறைவில்லே. மம்பட்டி பிடிக்காத கையே அந்தக் குடியிலே இல்லே. அங்க இப்ப இருக்கறது முழுதும் விவசாயக் குடும்பம்தான். யாரும் பாம்பு பிடிக்கவேண்டிய அவசியமில்லே!"

❍

சன்னல் வழியே திரும்பவும் பார்த்தார் சாமிக்கண்ணு தாத்தா. மழை, மலைப்பக்கம் பெய்துகொண்டுதானிருந்தது. இங்கே இல்லை.

விவசாயக் குடும்பங்களாக மாறிவிட்டது சரி! ஆனால், பாம்புகளை யார் பிடிப்பது?

அது ஒன்றும் கஷ்டமில்லை. இங்கே மாணிக்கவாசகம் பிள்ளை பிறந்த ஊரில் பலருக்கு இப்போது பாம்பு பிடிப்பதுதான் பிழைப்பு!

– பாக்யா, 1996

58. ஜேம்ஸ்டீனும் செண்பகராமன் புதூர்க்காரரும்

தமிழ்ப் படங்கள் பிரபலமாகி வந்தகாலத்தில் அங்கே செண்பகராமன் புதூரில் அஞ்சலகம், பள்ளிக்கூடம் எதுவும் இருக்கவில்லை. படம் பார்க்க ஏழெட்டு மைல் நடக்கவேண்டும். மோட்டார் வண்டி ஓடும் சாலையை அடையவே நாலைந்து மைல். ஏறக்குறைய ஒரு நாள் முழுவதும் ஆயத்தம் செய்யப்படும். இரண்டு மூன்று குடும்பங்கள் சேர்ந்தாற்போல் கிளம்புவதுதான் வழக்கம். காலையிலேயே சிறுவர்கள் துணி துவைத்துக் காயப்போட்டுவிடுவார்கள். அன்று மாலை செல்லப்போகிற மகோன்னத இடம் பற்றிய விவரங்களை மற்றவருக்குப் பறைசாற்றுவதில் நேரம் போகும். பெரும்பாலும் அது அறுவடை முடிந்த மாதமாகவிருக்கும். இரவில் அங்கு சாதாரணமாக சோறு பொங்குவது கிடையாது. தண்ணீர் ஊற்றிய மதியச்சோறுதான். பெண்டுகள் வேறு வேலைகளைக் கவனித்துவிட்டுக் கிளம்புவார்கள். கிழவிகள் வருவதில்லை. அப்படி அவர்கள் வருவதாகவிருந்தாலோ, புது மணமக்கள் யாராவது இருந்தாலோ, வில்வண்டி அமர்த்தப்படும். சிறுவர்கள் ராஜநடை போட்டு முன்னால் நடக்க, பெண்கள் பேசிக்கொண்டே தொடர்வார்கள். செண்பகராமன்புதூர் நாச்சியாரம்மாளின் மூத்தமகளை கோட்டாறு மயிலேறும் பெருமாள் பிள்ளையின் மகனுக்குத்தான் கொடுத்திருக்கிறது. அவன்தான் டிக்கெட் கொடுப்பது. அங்கே நின்று பேசி விசாரித்து, "அத்தைட்ட ஏதாம் சொல்லணுமா?" என்று கேட்டுவிட்டுத்தான் உள்ளே செல்வார்கள். படம் ஆரம்பித்திருக்கும். சிறுவர்கள் பெரும்பாலும் நின்றுகொண்டேதான் படம் பார்ப்பது. வண்டியில் சென்றால், வண்டிக்காரருக்கும் டிக்கெட் வாங்கிக்கொடுப்பார்கள். அவர் உள்ளே போனதுமே துண்டைத் தரையில் விரித்துவிடுவார். பெண்களுக்கும் தரைதான். ஆனால், தனியிடம். சாமிகள் தோன்றும் போதும் தீபாராதனை காட்டப்பெறும் போதும் திரை அவர்களால் கும்பிடப்படுவதுண்டு. அப்போது அரங்கில் நிசப்தம் நிலவும்.

மற்ற காட்சிகளில் தாங்கள் விட்டுப்போன ஊர்ச் சங்கதிகளைப் பேசுவார்கள். அசுவத்தாமாவும், பாகவதரும் பின்னர் கண்ணாம்பாவும் பேசப்பட்டனர். இளைஞர் சிலர் சின்னப்பா, பாலையா பற்றித் தெரிந்து வைத்திருந்தனர்.

சுதந்திரம் வந்த பின்னரும் நிலைமை மாறிவிடவில்லை. ஓர் அஞ்சலகம் ஏற்பட்டது. சிறுவர்கள் படிக்க ஆரம்பித்திருந்தனர். சிலர் உயர் படிப்பிற்கு, பக்கத்து டவுன் சென்றனர். அந்த ஊரை விட்டுப் போனவர்களும் அங்கு திரும்பி வராமலிருந்தவர்களும் உண்டு.

அதிசயம் – அந்த ஊரிலும் விவசாய நாகரிகம் மாறிவிட்டது பாருங்கள்.

○

ஆண்டிப்பிள்ளை சினிமா பார்த்தது கிடையாது. செண்பகராமன் புதூரிலுள்ள சிறு கோவிலைக் கவனித்துக்கொண்டார். நேராக கைலாசத்திலிருந்து இறங்கிவந்ததுபோலப் பேசுவதுண்டு. சில திருமணங்களை நடத்திவைத்துள்ளார். காசு எதுவும் வாங்குவதில்லை. சாப்பாட்டுக்கு நெல் வந்தது. பையன் வயலையும் தோப்பையும் கவனித்துக்கொள்கிறான். இனிச் சும்மாயிருப்பதே சுகம் என்று சொல்லிக் கொண்டிருந்தவருக்கு கிராமத்து அஞ் சல் அதிகாரி பொறுப்பு வந்தது. வீட்டிலிருந்துகொண்டே அதைக் கவனித்துக்கொள்ளலாம். அவர் வீடுதான் அஞ்சலகம். விட்டுவிட மனதில்லை. நேரமும் நன்றாகப் போகும். நாலு காசும் உண்டாக்கலாம். இந்த வயதில் வேறு என்ன கிடைக்கும்– ஏற்றுக்கொண்டார். ஊருக்கு வரும் ஏழெட்டுக் கடிதங்களை அவர் வீட்டுக்கு வந்துதான் பெற்றுக்கொண்டார்கள். மணியார்டர், எப்போதாவது அஞ்சலட்டை விற்பதோடு எழுதியும் தர வேண்டியது அவசியம். படித்துக்காட்ட வேண்டியது இன்றியமையாத காரியம். செண்பகராமன்புதூர் இசக்கி முத்துப் பிள்ளையும் வெள்ளமடத்திலிருக்கும் அவர் மைத்துனரும் அஞ்சலட்டை மூலம் நடத்திக்கொண்ட சண்டையில் ஆண்டிப்பிள்ளையின் பங்கு சிறிதுதான். ஆனால், பெரிதுபடுத்தப்பட்டது. சமாதானம் பண்ணிவைக்கப் பார்த்தார். நடக்கவில்லை. வெள்ளமடத்துக்காரர் செண்பகராமன் புதூர் வந்து தெருவில் நின்று, ஒரு குறிப்பிட்ட விலங்கின் பெயர் சொல்லி, அதற்குப் பிறந்தவனே என்று நாலுபேர் அறியக் கேட்டபின் எதுவும் ஏலாது போயிற்று. ஆண்டிப் பிள்ளை இனி யாருக்கும் கடிதம் எழுதித் தர மாட்டேன் என்று முடிவெடுத்தார்.

ஐம்பதுகளின் மத்தியில் அவர் பெயரைத் தட்டச்சு செய்து வந்தது ஒரு கடிதம். செண்பகராமன் புதூரைப் பொறுத்தவரை அது அசாதாரணம். அது அமெரிக்க நாட்டிலிருந்து வந்திருப்பது இன்னொரு விசேடம். மிகவும் பதவிசாக ஊர்ப் பெயர் போட்டு, தென் இந்தியா என்றும் குறிப்பிட்ட அந்த முகவரி ஆண்டிப்பிள்ளைக்குத்தான்.

கடிதத்தைப் பிரிக்காது நெடுநேரம் அதைப் பார்த்துக்கொண்டிருந்தார் பிள்ளை. தட்டச்சில் அவரது பெயர் பளபளத்தது. பிரிப்பதற்கு முன்னரே நாலைந்து பேரிடம் காட்டியாயிற்று. பிரிப்பதிலும் ஒரு தயக்கம் உண்டு. எப்படியும் கடிதம் ஆங்கிலத்தில்தானிருக்கும். நாலு பேர் முன்பு பார்த்தால் இசகுபிசகான கேள்விகளைத் தவிர்க்க முடியாது. ஆங்கிலத்தில் பெயர்ச் சொற்களைத் தவிர மற்றவை சிரமத்தைக் கொடுக்கின்றன. மாலையில் டவுன் போகப் போகிறோமே, அப்போது பார்த்துக்கொள்ளலாம் என்றிருந்துவிட்டார்.

அந்தக் கடிதம் "அன்புள்ள ஐயா" என விளித்து மிக அழகாக தட்டச்சில் பொறிக்கப் பெற்று விளங்கியது. டவுன் நண்பர் முழுமையாகப் படித்துக்காட்டினார்.

ஆறேழு பக்கங்கள் கொண்ட அக்கடிதம் சற்றேறக்குறைய பின்வருமாறு மொழிபெயர்க்கப் படலாம்:

"எனது பெயர் ஹாப்மன். இங்கே கலிபோர்னிய மாநிலத்து ஒஹாய் பள்ளத்தாக்குப் பகுதியைச் சார்ந்தவன். முகவரியை மேலே காண்பீர்கள். வார்னர் பிரதர்ஸ் படத் தயாரிப்பு நிறுவனத்தில் பணியாற்றிக்கொண்டிருக்கிறேன். எங்கள் ஊரான ஒஹாய் கிராமத்திற்கு வாரந்தோறும் செல்வதுண்டு. அங்கே உங்கள் பகுதியைச் சார்ந்த ஸென் புத்த சமயத்துறவி ஒருவர் (அவரை அப்படித்தான் நான் கருதுகிறேன்) தங்கி, பிரசங்கங்கள் புரிவார். அதைக் கேட்க அமெரிக்கர்களோடு உங்கள் நாட்டைச் சேர்ந்த பலரும் கூடுவார்கள். அந்த இடத்தில் அப்படி வந்தவர்களில் ஒருவரை நான் சந்தித்திருக்காவிட்டால் இந்தக் கடிதத்தைத் தங்களுக்கு எழுதியிருக்க முடியாது.

அவர் பெயர் சிவசங்கரன் முத்துக்கறுப்பன். தங்களது ஊரைச் சேர்ந்தவர். செண்பகராமன் புதூரின் இயற்கை அமைப்புப் பற்றியும், குணாதிசயங்கள் பற்றியும் நிறையவே கூறியிருக்கிறார். (தங்களது ஊரின் பெயரைச் சரியாக உச்சரிக்கக்கூட நான் தகுதியற்றவன். பம்பாய், ஆக்ரா, டில்லி போன்ற பெயர்கள் போன்றதல்ல அது).

மலையும் வயலும் சார்ந்த உங்கள் பிரதேசத்தில் விவசாய அறிவுத் திறன் கொண்டோர் மிக அதிகம் என்றாலும், எழுதப்படிக்கத் தெரிந்தவராக, தங்களைப்போன்ற இரண்டொருவர்தாம் உண்டு என்றும் கூறியுள்ளார். அப்படிப்பட்ட ஊரில் இருந்து வந்த திரு. முத்துக்கறுப்பன்தான் எனக்கு பிரஞ்சு மொழி கற்பித்தார். என் பிள்ளைகளுக்கும் அவர்தாம் ஆசிரியர். அவ்வாறு பலருக்கும் அவர் ஆசிரியராக ஆனபோது எனது வீட்டின் அறையொன்றை ஏற்பாடுசெய்துகொடுத்தேன்.

முத்துக்கறுப்பன் செண்பகராமன் புதூரிலிருந்து பாண்டிச்சேரி என்ற பிரஞ்சுப் பகுதிக்கு வந்து அங்கே தனது இளமைக்காலத்தைக் கல்வியில் கழித்ததாகத் தெரிகிறது. பிரஞ்சு மொழியை மிகவும் சரளமாகக் கையாளுபவர். அங்கிருந்து பாரிஸ் செல்ல அவருக்கு ஒரு வாய்ப்புக் கிடைத்து இரண்டு வருடங்கள் அங்கே தங்கி, பின்னர் இங்கே வந்திருக்கிறார். தங்களுக்கு இது தெரிய நியாயமில்லை என்று கருதுகிறேன்.

உங்கள் நாட்டைச் சார்ந்த ஸென் துறவியைப் பற்றிக் குறிப்பிட்டேன் அல்லவா. அவரது பிரசங்கங்களிடையே சந்தித்தபோது, முத்துக்கறுப்பன் அந்தத் துறவியிடம் கேட்ட கேள்விகளையும், பதில்களை உள்ளடக்கிக்கொண்ட எதிர்க்கேள்விகளையும் குறித்து நெடுநாள் பேசிக்கொண்டிருந்திருக்கிறேன்.

பின்னாளில் அந்தப் பிரசங்கங்கட்குச் செல்வதை முத்துக்கறுப்பன் நிறுத்திவிட்டாலும், என்னுடன் பேசுவதைத் தவிர்க்கவில்லை. சனி – ஞாயிறு நாள்களில் தவறாது ஓஹாய் செல்வது வழக்கம்.

நான் பணியாற்றிவந்த நிறுவனம் தயாரித்த படமொன்றில் நடித்தவர் ஜேம்ஸ்டீன். அந்த நடிகரைப் பற்றி நீங்கள் அறிந்துகொண்டிருக்கிறீர்களா என்று தெரியாது. இந்த

நூற்றாண்டின் சிறந்த நடிகர் என்று சிலர் கூறுகிறார்கள். இரண்டு நாள் முன்பு அவர் – ஜேம்ஸ்டீன் – காலமாகிவிட்டார், ஒரு கார் விபத்தில்.

நான் ஜேம்ஸ்டீன் பற்றித் தங்களுக்கு எழுதுவது குறித்து வியப்படையக் கூடும். அதற்கு ஒரு காரணம் உண்டு. இந்த ஜேம்ஸ் டீன் போலவே முத்துக்கறுப்பன் அவர்களும் இரண்டு நாள் முன்பு ஒரு விபத்தில் காலமாகிவிட்டார்.

ஐயா – முத்துக்கறுப்பன் தமது டைரியில் குறிப்பிட்டுள்ளபடி தங்களது முகவரியைக் கண்டு, அவர் தங்களைப் பற்றிக் கடைசிநாளில் என்னிடம் சொன்னபடி இதை எழுதுகிறேன்.

"ஈடனின் கிழக்கு" என்ற ஜேம்ஸ்டீனின் படத்தைப் பார்த்துவிட்டு முத்துக்கறுப்பன் "இந்தப் படத்துக்குப் பிறகு இந்த டீன் சினிமாவில் நடிக்கக்கூடாது" என்று சொன்னது எனக்கு ஒரு வகையில் வியப்பைத் தரவில்லை. இவ்வாறு அவர் சொன்னதைப் போல் இப்படி பகிரங்கமாகக் கூற முடியாவிட்டாலுங்கூட காரணமில்லாமலேயே எனக்கும் அதே அபிப்ராயம் இருந்தது. வேறொன்றும் அவர் கூறியது உண்டு. "இந்த ஜேம்ஸ்டீன் நட்சத்திரங்களைப் பார்த்துக்கொண்டிருக்கும் ஆள்" என்பதுதான் அது. எனக்கு மிகுந்த வியப்பை அளித்த வாசகம். ஏனெனில் இதேபோன்று ஸ்டுடியோவில் ஒருநாள் ஜேம்ஸ்டீனும் இதைக் கூறியிருக்கிறார். ஒரு பிரமிப்பான நிலையில் எனக்கு இந்த இருவரையும் அறிமுகம் செய்துவைப்பது நல்லதெனத் தோன்றியது. அவ்வாறு நடந்து சுமார் ஒரு மணி நேரம் அவர்கள் – முத்துக்கறுப்பனும் ஜேம்ஸ்டீனும் – சுமார் ஒரு மணி நேரம் தனியாகப் பேசிக்கொண்டிருந்தனர். அதன்பிறகு கடைசிவரை இருவரும் பேசிக்கொள்ளவோ பார்த்துக்கொள்ளவோ இல்லை. ஜேம்ஸ்டீன் விபத்தில் உயிர் துறந்தபோது 'அசுரன்' என்ற படத்தில் நடித்துக்கொண்டிருந்தார். அந்தப் படம் இன்னும் வெளிவரவில்லை.

ஓஹாய் கிராமத்தில் இருக்கும்போது வேறு சிலவற்றையும் முத்துக்கறுப்பன் கூறியிருக்கிறார். அவை நான் கேட்ட சில கேள்விகளுக்குப் பதிலாக அமைந்தன. ஆனாலும் ஜேம்ஸ்டீனிடம் என்ன பேசினார் என்கிற விவரம் தெரியவில்லை.

"இந்த ஜேம்ஸ்டீன் வானவெளியில் மிதந்துகொண்டிருக்கிற மனிதன். இனி நடிக்கவேண்டியது கிடையாது."

வானவெளியில் கலத்தல், நட்சத்திரங்களைப் பார்த்தல் எல்லாம் எனது அறிவிற்கு அப்பாற்பட்ட விஷயம் என்று சொல்லவேண்டும். அதைப் பற்றியும் சிறிது சொன்னார்.

"இதையெல்லாம் புரிந்துகொண்டுதான் ஆகவேண்டும் என்பது கிடையாது. அப்படிப்பட்ட விஷயங்களாகச் சில இருந்துகொண்டு தானிருக்கும். நூறு ஆண்டுகளுக்கு முன்னர் எங்கள் பிரதேசத்தில் ஒரு ஞானியால் இதுபற்றித் தெளிவாகச் சொல்லமுடிந்திருக்கிறது. சமீபத்தில் ருஷ்யக்கவிஞன் ஒருவனும் இதுபற்றிக் கொஞ்சம் பாடிவிட்டுச் செத்துப்போனான். எப்போதாவது யாராவது எங்கோ அவ்வாறு ஆகிக்கொண்டுதான் இருக்கின்றனர். இதற்கெல்லாம் அந்த நாடு – இந்தப் பிரதேசம் என்று கிடையாது அல்லவா?"

மேற்படி விவரங்கள் எனக்கு மட்டுமே தெரியும். ஆனால், அலெக் கின்னஸ் என்ற பிரிட்டிஷ் நடிகர், “இந்தக் காரில் பயணம் செய்யாதீர்கள்” என்று ஜேம்ஸ்டீனிடம் சொன்னது மட்டும் பத்திரிகை மூலமாகப் பலருக்கும் தெரிந்திருக்கிறது.

கார் விபத்தில் ஜேம்ஸ்டீன் காலமாகிவிட்டார். இதை முத்துக்கறுப்பனிடம் தெரிவித்தபோது, அவர் என்னிடம் சொன்னதுதான் நான் இந்தக் கடிதத்தைத் தங்களுக்கு எழுத மூலகாரணம். அவர் கூறியது:

“நான் எங்க ஊர் ஆண்டிப்பிள்ளையிடம் ஆறு ரூபாய் கடன் வாங்கிக்கொண்டு பாண்டிச்சேரி புறப்பட்டுச் சென்றேன். இதுநாள் வரை அதைப் பற்றிய நினைவு இல்லாமலேயே இருந்துவிட்டேன். என்ன காரணமென்று தெரியவில்லை. இப்போது ஜேம்ஸ்டீன் பற்றி நீங்கள் சொன்னது அதை நினைவூட்டுகிறது. நான் பெற்ற கடனைத் திருப்பிச் செலுத்தவேண்டும். அதற்குரிய நாள் இது” என்று கூறி அவரது டைரியை என்னிடம் தந்து, “நான் வெளியே போகிறேன்” என்று சொல்லிவிட்டுச் சென்றவர்தாம், விபத்தில் காலமானது பின்னர் தெரிந்தது.

ஐயா – முத்துக்கறுப்பன் அவர்கள் தமது டைரியில் குறிப்பிட்ட முகவரிக்கு இதை நான் எழுதுகிறேன். இக்கடிதம் கிடைத்தவுடன் பதில் எழுதுங்கள். இங்கே ஒரு ஜோடி ஆடை உள்ளது. தவிர, வேட்டி என்று முத்துக்கறுப்பன் அவர்களால் அழைக்கப்பட்ட இரு ஆடைகளும் உள்ளன. அந்த வேட்டியை இடுப்பில் சுற்றிக்கொண்டு ஒஹாய் கிராமத்தில் நடந்துவந்ததை, என் பிள்ளைகள் முதலில் அதிசயத்துடன் பார்த்து, பின்னர் பழகிவிட்டனர். அவற்றை எல்லாம் தங்களுக்கு அனுப்பிவிடலாமா என்பதை அருள்கூர்ந்து தெரிவியுங்கள்.

வேறு எதையும் எழுத எனக்குத் தெரியவில்லை.”

❍

“அட நம்ம சிவசங்கர அண்ணாச்சி மகனா!” என்று ஒரு கணம் நினைவில் ஆழ்ந்தார் ஆண்டிப்பிள்ளை. கடிதத்தில் கூறப்பட்ட பழைய கால விஷயங்கள் ஞாபகத்தில் இல்லாது போகவும், ஒரு கணம் கடுங்கோபம் ஏற்பட்டது. “இருந்திருந்து எழவெடுப்பான் கிழிஞ் சவேட்டியைத்தானா இங்க அனுப்பணும். பூசை செய்யவா?”

முனகிக் கொண்டபோது, “என்ன அண்ணாச்சி – கடிதத்துக்கு பதில் அனுப்பணு மில்லையா?” என்று நண்பர் விசாரித்தார். ஆனால், அதற்கான அஞ்சல் தலையின் விலையைக் கணக்கிட்டுப்பார்த்தால் கதி கலங்கிற்று.

எனவே, கடிதத்தைச் சுருட்டி மடக்கியவாறே நண்பரிடம் விடைபெற்று செண்பகராமன் புதூர் சாலையில் மெதுவாக நடக்க ஆரம்பித்தார். கிட்டத்தட்ட ஊர் எல்லையில் அதைக் கிழித்து வீசி எறிந்தார்.

- தமிழரசு மலர், 1996

59. அமையாது உலகு

வந்த உடனேயே மனைவி அவசரத்துடன் சொன்னாள்.

"எழுத்து வந்திருக்கு. நாளைக்கு ஏழு மணிக்கெல்லாம் இங்க வந்துடுவாங்களாம். தாம்பரம் ஸ்டேஷனுக்கு யாராவது வந்து நிக்கணுமாம்."

"ஏழு மணிக்கா?"

"ஆமா... ஆறு மணிக்கு ரயில் தாம்பரத்துக்கு வந்திடும்."

"ஆறு மணிக்கு எப்படி...? எனக்கு இங்க போகாண்டாமா... எப்படி முடியும்?"

"எழுத்து வந்திருக்கே... எப்படி போகாம இருக்க முடியும்."

"அது சரிடி... இப்ப யாரு போறது... எனக்கு இங்க போயாகணும்."

"வேற என்ன செய்ய... பயலை அனுப்பிரவா... அவனுக்கு பரிச்சை வேற இருக்கு."

"ஆமா. இல்லாட்டா கிழிப்பான். சவம்... திண்ணி மாடா வந்து சேர்ந்திருக்கு... ஒரு துப்பில்லே."

"அவனைச் சொல்லி என்ன இப்ப... அந்த ஆளுங்கள அவன் பார்த்ததுகூட இல்லே."

"ஆமாமா... தெரிஞ்சா மட்டும் பறந்துடுவான்... ஒரு தோசைக்கு மூணு தடவை மொளகாப் பொடி வச்சு திங்கத் தெரியும்... வாச்சிருக்கே நமக்குன்னு."

"நடக்க வேண்டியதைப் பாருங்க... இவனையே அனுப்பிடலாம்... தாம்பரத்துக்குத்தானே. நம்ம ஊரு ஆளுங்களத்தான் பாத்த

உடனே கண்டுபிடிச்சுடலாம். அவங்க கிட்ட நம்ம அட்ரசும் இருக்கு. நாலு ஸ்டேஷன்தானே... வரதுக்கு என்ன கஷ்டம்?"

"அது சரி... மாப்ளே வீட்டுக்காரங்க மொத மொதல்லே வரச் சமயம் ஸ்டேஷனுக்கு யாரும் வரல்லேன்னு குத்தம் சொல்லப்படாதே."

"சரி... பயலையே அனுப்பிவைக்கலாம்... நீங்க இப்ப சாப்பிடுதேளா?"

"ஆகட்டும்... ஆகட்டும் போடு... இந்தப் பிள்ளையை எங்கே... எதுத்த வீட்டுக்குப் போயிருக்கா?"

"ஆமா... அங்க கேபிள் டி.வி. போட்டிருக்காளாம்... பாக்கப் போயிருக்குது."

"அதுக்குக் குறைச்சலில்லே... அதுகிட்டே சொல்லி வை. காலையிலே குளிச்சிடச் சொல்லு... வந்தவங்க கேட்டதுக்கு மட்டும் கொஞ்சமா பேசச் சொல்லு."

"பின்னே, வந்தவங்க கிட்டே வளவளன்னா பேசுவா."

"ஏன் – போன தடவை அந்தப் பொம்பளை என்ன படிச்சிருக்கே அப்படின்னு கேட்டதுக்கு இது பையன் படிப்பைப் பத்திக் கேக்கலே."

"சரி... சரி... நீங்க சாப்பிடுங்க. காலையிலே போயிட்டு ஏழரைக்குள்ள வந்துடுங்க."

"வந்திடலாம்... பிள்ளைக்கு ஏதாவது நல்ல புடவையாப் பார்த்துக் கட்டிக்கச் சொல்லு. முன் வீட்டு நாயுடம்மாவை கூட வந்திருக்கச் சொல்லிடு."

"அவங்கிட்ட நான் அப்பவே சொல்லிட்டேன்."

"சரி... சோத்தைப் போடு. அஞ்சரைக்கே எழுந்திருக்கணும். ஆமா, ஏழரை மணிக்கு அவங்க எல்லாம் இங்க இருக்கணும் அப்படின்னு என்ன கணக்கு?"

"திங்கக்கிழமைல்லா... ராகுகாலம்."

"ஓகோ... அதுக்கு ஒரு கணக்கு... நாளைக்கு சூரியன் ஆறு நாப்பதுக்கு உதிச்சாலும் அதே கணக்குத்தானா?"

"நான் என்ன கண்டேன்... எல்லாரும் சொல்றா... அதைப் பாக்கணுமில்லா."

"அது சரி– நச்சத்திரம் கேட்டா என்ன சொல்லுவே?"

"போன தடவை அந்த ஆளுங்க கிட்டே பூராடம் முடிஞ்சு உத்ராடம்னு சொன்னம்லா."

"அது வேறே... உத்ராடம் அப்படின்னு சொன்னா போதாதாக்கும்... அதென்னது... பூராடம் முடிஞ்சு... பாம்புப் பஞ்சாங்கத்திலே அப்படித்தான் போட்டிருப்பான். நீ அது இதுன்னு உளறிவைக்காதே... நம்மூரு ஆளுங்களுக்கு பாம்புப் பஞ்சாங்கம்தான் தெரியும். புதன்கிழமை உத்ராட நச்சத்திரம் அப்படின்னு மட்டும் சொல்லு."

"பையன் நச்சத்திரம் மூலமாமே... கேட்டேளா... மாமனாருக்கு ஆகாதில்லே?"

"ஆமாமா... எல்லா நச்சத்திரக்காரங்களுக்கு மாமனாரும் போய்த்தான் ஆகணும்... சோத்தைப் போடு... கொஞ்சம் வேலையிருக்கு... காலையிலே வேற சீக்கிரமா எழுந்திருக்கணும். பயகிட்டே சொல்லிவை... ஸ்டேஷன்லே பாத்த உடனே கும்பிடு போடச் சொல்லு... வளவளான்னு ஏதும் பேசாம இங்க கூட்டிக்கிட்டு வரட்டும்."

○

அவ்வாறே முத்துக்கறுப்பன் அடுத்த நாள் ஐந்தரை மணிக்கு எழுந்து, சைக்கிளில் அடுத்த பாரதியார் தெரு சென்று, வரிசையில் நின்று இரண்டு குடங்களிலும் குடிநீர் பிடித்துக்கொண்டு ஏழரைக்குள் வீடு சேர்ந்தான். ●

- ஆறாம் திணை, 1996

60. திருநீர்மலை

அந்த இடத்திற்குப் போய் வருவது சிரமம்தான். ரயில் ஏறி இறங்கிப் பேருந்துப் பயணம் செய்தாகவேண்டும். அப்படிப் போனாலும் ஆற அமர சுற்றிப் பார்த்துவிட்டு, ஒரு காப்பி சாப்பிடலாமென்றால் முடியாது. நகரவாசிகளுக்கு அவ்வளவு ஒத்துவராது. ஆண்டிற்கொரு முறை போய் வருகிறேன் – நாற்பது ஆண்டுகளாக. இப்போது பரவாயில்லை – போக வர சௌகர்யம்.

மலை இருக்கிறது. படிக்கட்டுகளில் ஏறி, கோவிலுக்குப் போகலாம். எல்லா மலைகளிலும் முருகன் என்றால் இங்கே பெருமாள். போகட்டும், பெருமாள் என்ன அன்னியமானவரா – நம்முடைய கறுப்பண்ணசாமிதான். கோட்டு சூட்டு போட்டால்தான் நாகரிகம் என்று நினைத்ததுபோல இந்தக் கறுப்பண்ணனை, காசியப கோத்திரக்காரராக ஆக்கிவிட்டார்கள். பெயர் மாற்றம் எப்போதும் நடந்துதான் வந்திருக்கிறது.

என் பெயரும் கறுப்பன்தான். பெயரை மாற்றிக்கொள்ளவில்லை. புவனேசுவரி கேட்டாள்.

“உங்க முருகன் என்ன கறுப்பா?”

இப்போது கேட்டால், “வள்ளி கறுப்பு – முருகன் சிவப்பு – அவன் வெள்ளையன் அல்ல” என்று கவிதையைக் கூறி நிமிரலாம். காசியபனைப் பற்றி இப்படிச் சொல்ல முடியுமா வென்று தெரியவில்லை.

இதே படிக்கட்டுகளில் புவனேசுவரியும் நானும் நாற்பது ஆண்டுகீட்கு முன்பு ஏறியிருக்கிறோம். பேச்சு அப்போதும் இப்படித்தானிருக்கும்.

அப்போது ஏறிவந்த காரணம் நாங்கள் கணவன்–மனைவி ஆவதற்காக. ஆட்டோவில் வந்துசேர்ந்தோம். எட்டு ரூபாய்

பத்தணா ஆயிற்று. பத்து ரூபாய் நோட்டைக் கொடுத்த என்னை மீதிப்பணத்தை வாங்கிக்கொள்ளச் செய்தாள். "பஸ்ஸிலேயே நாம வந்திருக்கலாம் – அம்மாடி – எட்டு ரூபாய்" என்றாள்.

இருவரது பெற்றோரும் வரவில்லை. அலுவலக நண்பர்கள் முன்னரே வந்து அர்ச்சகரிடம் பேசிக்கொண்டிருந்தனர். மொத்த நபர்களே அவ்வளவுதான். "அந்த ஆட்டோ டிரைவரையும் மேலே வரச் சொல்லலாமே" என்ற யோசனையை அவள் நிராகரித்து, "பேசாமலிருங்கோ" என்று லேசாக அதட்டினாள். அப்படி நடந்துமுடிந்த கல்யாணம், ஆயிற்று நாற்பது ஆண்டுகள். ஒன்றும் குறைந்துபோய்விடவில்லை. வராமலிருந்த பெற்றோரையும் சுற்றத்தாரையும் பற்றிக் கவலைப்படாது குடித்தனம் நடத்தி, குழந்தைகளையும் பெற்றாயிற்று.

யாருமே வராமல் இருந்தது இரண்டு ஆண்டுகளாகத்தான். முதலில் வந்தது அவள் அப்பா. வராமலிருந்ததற்கு எந்த வைராக்கியமும் காரணமில்லை என்று தெரிந்தது. 'எனது சம்பளத்தில் எப்படிக் குடும்பம் நடத்த முடியும் – நாடி வந்துவிடக் கூடாதே' என்ற சாக்கிரதை உணர்வுதான். விவரம் தெரிந்த பிறகு தாராளமான வருகை. அந்தக் காலத்தில் பத்தும் பத்தும் இருபது மைல் நடந்தாவது இலவச உணவு எங்கு கிடைக்கிறதோ அங்கு சென்று, அந்த போஜனம் பற்றிய பிரதாபத்தை மற்றவர்களிடம் பகிர்ந்துகொண்ட சீவன். வரத்தொடங்கிய சில நாட்களிலேயே எந்த சங்கோசமுமில்லாது பொடி வாங்க என்னிடம் காசு வாங்கிக்கொள்ள ஆரம்பித்தவர். புவனேசுவரிக்கும் அவரிடம் அத்தனை ஈடுபாடு கிடையாது. தன் தங்கைகளைப் பற்றிய கவலை அவளுக்குச் சிறிது உண்டு.

என் அப்பா விஷயம் வேறு. இளைய பையன் – என் தம்பி – தன்னைக் காப்பாற்றுவான் என்ற நம்பிக்கை பொய்த்துப்போயிற்று. ஆனாலும், பேச்சளவில் ஒப்புக்கொள்ளத் தயாராகவில்லை. "அவன் நல்ல பையன் – அந்தப் பெண் நம்ம சொந்தமாச்சே – வயதான காலத்தில் நமக்கு ஏந்தலாக இருக்குமே என்று பார்த்தேன்– இப்படியாப் போச்சு" என்று மட்டும் நண்பர்களிடையே சொல்லிக் கொள்வார். என்னை நிமிர்ந்து பார்க்கவில்லை. புவனேசுவரியிடம் ஏதோ பேசிக்கொண்டார். எங்களது கல்யாணத்திற்குப் பின்னர் என்றல்ல – ஆரம்பத்திலிருந்தே அப்பா இளையவனிடம்தான் நம்பிக்கை வைத்திருந்தார். வெளிப்படையாகச் சொல்லவும் செய்வார். தம்பியும் என்னைவிட அதிகம் படித்தவன் – அதாவது படிக்கவைக்கப்பட்டவன். சொந்தத்தில் கல்யாணம் முடிந்து எல்லோரும் சந்தோஷமாகத்தான் இருந்திருக்கவேண்டும். சிறு வயதிலேயே அம்மா போய்விட்டாள். விசேடமாக ஒன்றும் நடந்துவிடவில்லை. மருமகள் ஒரே போடாகப் போட்டுவிட்டாள். மிகவும் தெளிவாக, "உங்க அப்பாவோடு இந்த வீட்டில் நான் இருக்க முடியாது" என்று சொல்லிச் சென்றுவிட்டாள். ஊர் முழுவதும் உறவுக்காரர்கள்தாம். மிகவும் மகிழ்ச்சியோடு ஒன்றுகூடினார்கள். கம்பு ஊன்றி வந்த பெரியவர் அப்பாவிடம், "நீதான் கொஞ்சம் விட்டுப் பிடியேன். ரெண்டு பேரும் தனியா இருக்கட்டும்" என்று விவகாரத்தை முடித்து வைத்தாராம். எங்கே போவார் என்று யாரும் நினைத்துப் பார்த்ததாகத் தெரியவில்லை. உண்மையில், என்னிடம் வந்து தங்க அவருக்கு இஷ்டம் கிடையாது. ஆனால் வருவதைத் தவிர்க்க வேறு வழியில்லை. பஸ் பிடித்து இங்கே எனது அலுவலகம் வந்துதான் முதலில் என்னைப் பார்த்தார். பின்னர், சில மாதங்கள்தாம். வீட்டிற்கு வந்துபோய்க் கொண்டிருந் தாலும் அவர் தங்கியிருந்தது ஒரு விதவையம்மாளோடு. கிட்டத்தட்ட ஒரு குடிசையில்.

இப்போது யாருமில்லை. இருவரது பெற்றோரும் இல்லை. வேறு உறவினர் இருந்திருக்கலாமென்றால் அவர்கள் யார் எங்கிருக்கிறார்கள் என்று தெரியாது.

இரண்டு பேர் கல்யாணம் செய்துகொண்டு சந்தோசமாக வாழ்க்கை நடத்த அந்த இரண்டு பேர் மட்டுமே முடிவு செய்துகொண்டால், உறவுகளை எதற்காக மற்றவர்கள் துண்டிக்கவேண்டும் – தெரியவில்லை. ஒருவேளை தங்களுடைய பாதுகாப்பு சீர்குலைந்து போய்விடும் என்றிருக்கலாம். இதுவரை இருந்த முக்கியத்துவம் இனி இருக்காது என்று பயமாயிருக்கும். புத்திமதி சொல்லித் தலைவராக முடியாது. சண்டை நடந்தால் அதைத் தீர்த்துவைத்துப் பெருமை பெற முடியாது. 'மேற்படியான் நான் சொன்னால்தான் கேட்பான்' என்று மார்தட்டிக்கொள்ள முடியாது. உறவினருக்கும் ஊர்ப் பெரியவர்கட்கும் இவையெல்லாம் தேவைப்படுகின்றன. காதல் கல்யாணமோ, சாதி விட்டு சாதி கல்யாணமோ அவர்களால் விரும்பப்படாததற்கு இதுதான் காரணமாயிருக்கும்.

சரி – உறவினர்கள் இல்லாமலே இருந்துவிட முடிகிறதா? எங்கள் கல்யாணத்தின் பின்னர் உறவு என்றாலே அலுவலக நண்பர்கள் – குடியிருக்கும் தெருவில் தெரிந்த சிலர் – அந்தச் சிலருக்கு வேண்டிய சிலர் – அவ்வளவுதான். இவர்களோடு பொதுவாகத்தான் பேசமுடியும். உரிமைகொண்டாடிவிட முடியாது. எல்லாரும் காதல் கல்யாணம் செய்துகொண்டவர்களல்ல, நமது நட்புக்கும் உறவிற்கும் ஏங்கிக்கொண்டிருப்பதற்கு. அவர்களைப்போல நாமும் பண்டிகை விசேடங்களைக் கொண்டாடவேண்டும். ஊர் சங்கதிகளில் அவர்கள் கருத்திற்கு முக்கியத்துவம் தரவேண்டும். ஒரு வீட்டில் மகாத்மா காந்தியின் புகழ் பாடினால் இன்னொரு இடத்தில் நாதுராம் கோட்சேயை இகழ்ந்து பேசாது நடந்துகொள்ளவேண்டும். முழுமுதற் கடவுள் யாரென்ற விவாதம் எழுந்தால் அந்தந்த வீட்டுச் சுவர் ஓவியங்களைக் கண்டு ஊகித்துப் பேசவேண்டும். உயர்வுதாழ்வுகளை மதிக்கத் தெரியவேண்டும்.

காதல் கல்யாணத்தில் உறவுகள் பெருகுவது அரிது. நன்றாகத் தெரிகிறது. இன்னொன்றும் தெரிகிறது. பணம் மட்டும் இருந்துவிட்டால் நெருங்கிய உறவு தானாய் ஏற்பட்டும்விடுகிறது.

இந்த விஷயத்தில் புவனேசுவரிக்கும் இதே அபிப்ராயம்தான். சிக்கனத்தை வாழ்க்கையின் முதல் லட்சியமாகக் கொண்டு நடந்துவந்திருக்கிறாள். சரி – உறவுகளைக் கைவிட்டு, பணத்தைச் சேமித்துவருவது குடும்பத்தைப் பராமரிக்க மட்டுந்தானா – உறவுகளை ஏற்படுத்திக்கொள்ளத்தான். முதல் பிரசவத்தன்று ஆறே அணா கொடுத்து கை ரிக்ஷாவில் மருத்துவமனை சென்றவள்தான் அவள். இப்போது கஷ்டமில்லை. பணத்தைச் சேமித்தது மட்டுமல்ல. பெருக்கவும் அவள் துணிந்து நின்றாள். ஐம்பது – நூறு என்று தெரிந்தவர்கட்குக் கொடுத்த கடன் பின்னாட்களில் 'வட்டி' என்ற பெருக்கத்தைப் பற்றியே அவளுக்கு அறிவுறுத்தியிருக்கவேண்டும். தெருவில் நன்கு தெரிந்தவரிடையே சீட்டுப்பணம் வசூலிக்க ஆரம்பித்து இப்போது நன்றாகவே நடக்கிறது. சீட்டுப் பணம் கட்டாதவர்கள் வட்டி கட்டுகிறார்கள். வசூலிப்பதில் மட்டும் எனது உதவி தேவை.

ஆனாலும், அவள் ஏங்குவது தெரிகிறது. உறவுக்காரர் இல்லையே என்ற ஏக்கம். யாராவது தெரிந்தவர் எப்போதாவது ஊரிலிருந்து வந்து சிறிது நேரம் பேசிக்கொண்டிருந்து

சென்றால் அதைப் பெரிதாக்கி, “எங்க சொந்தக்காரர் – ஊருக்கு ஏன் வரலேன்னு கோவிச்சுக்கிட்டுப் போறார்” என்று கற்பித்துச்சொல்ல ஆசைப்படுகிறாள். எப்போதாவது வரும் விருந்தாளிக்கும் அரை கப் தேநீர்தான்.

வாகீசனுக்கு அதுகூடக் கிடைக்காது. அவன் பக்கத்துத் தெருவில் இருக்கும் அலுவலக நண்பன். என்னைவிடச் சின்னவன். இரண்டொரு மாதத்தில் ஓய்வுபெறப்போகிறான். ஓய்வு பெறுவதிலும் சிக்கல் உண்டு. சில குற்றச்சாட்டுகள் முடிவடையாது நிற்கின்றன. ஓய்வுக் கால நிதி பெறுவதிலும் கஷ்டங்கள் வரலாம். அது கிடைத்தாலும் தேறப்போவதில்லை. எங்கும் கடன். சீட்டுப்பணம் கட்டுவதில் தடங்கல் ஏற்பட்டுவிடக் கூடாதே என்று புவனேசுவரி பெருமாளிடம் வேண்டிக்கொள்கிறாள்.

வாகீசனுக்கு மூன்றும் பெண்கள். மூத்தவள் மாத்திரம் தனியார் பள்ளியில் எண்ணூறு ரூபாய் சம்பளத்தில் வேலை பார்க்கிறாள். மனைவி நோயாளி.

வாகீசன் காதல் கல்யாணம் செய்துகொண்டவனல்ல என்றாலும் உறவு என்று சொல்லிக்கொள்ள யாருமில்லை. காரணம் தெரிகிறது; இவனது பணமுடை. சொந்தங்கள் இருந்தாலும் இவனது சங்கடங்களையும், மனைவியின் விம்மல்களையும் கேட்க எத்தனை நாள் வர முடியும்? அட்டவணை போட்டுவைத்தாற்போல் காலையில் நண்பர்கள் வீடுகளுக்குச் சென்றால் தேநீர் கிடைக்கலாம். அவனது வீட்டுக் கஷ்டம் எல்லாருக்கும் பழகிவிட்டது. புவனேசுவரி தேநீர் தருவதை நிறுத்திவிட்டாள். வந்து உட்கார்ந்தால் எங்கோ கவனம். தலை மட்டும் ஆடிக்கொண்டிருக்கும். தூக்கத்தில்கூட தலை அப்படித்தான் ஆடும் போலிருக்கிறது. அலுவலக நேரத்தில் தூக்கத்தில் இருந்தான் என்று ஒரு குற்றச்சாட்டு அவனுக்குத் தரப்பட்டிருக்கிற குறிப்பாணையில் உண்டு.

வாகீசன் கஷ்டங்கள் எனக்கு இல்லை. இதற்கெல்லாம் புவனேசுவரிதான் காரணம். உறவுகள் தாமதமாகவே ஏற்பட்டுவிடுகின்றன. “யாரையோ இந்த முத்துக்கறுப்பன் கட்டிக்கிட்டான்” என்று தூக்கி எறிந்து பேசுவோர் இப்போதில்லை. ஊர்க்காரர் பலர் இப்போது வரத் தொடங்குகிறார்கள். “என்ன இருந்தாலும் அவன் கெட்டிக்காரன் – நான் அப்பவே சொன்னேனே” என்று சொல்ல ஆரம்பித்தாயிற்று. “நம்ம பையன்” என்று ஊரிலுள்ள முதியவர்கள் ஏற்றுக்கொண்டதற்கு இப்போது காரணம் புரிகிறது. அவர்களுக்கும் பிள்ளைகளும் பேரப் பிள்ளைகளும் இருக்கிறார்கள். அவர்களுக்கு வேலை தேடவேண்டும். இங்கே ஓரளவு வசதி பெற்றிருக்கிற ஒருவனைத் தள்ளிவிட முடியாது.

சரி – புவனேசுவரி மாதிரி எல்லாருக்கும் வாய்க்காது. அவள் இப்போது சந்தோஷமாயிருக்கிறாள். உறவுகள் துளிர்விடுகின்றன என்பது அந்த சந்தோஷத்திற்குக் காரணமாயிருக்கும். நெற்றியை விட பெரிய நாமத்தைப் போட்டுக் காட்சி தரும் அன்பர் வீட்டிற்குச் சென்றால் “டேய் அம்பி, மாமாவுக்கு காப்பி கொண்டுவந்து கொடு” என்று உபசாரம் செய்தவாறே வட்டிப்பணத்தை ஒழுங்காகத் தருகிறார். அவரது மனைவி “மாமி சௌக்யமா?” என்று விசாரிக்கிறாள். எதிர்வீட்டுக்காரர் “என்ன முத்துக்கறுப்பன் – பாக்கவே முடியலையே – ரிட்டயர்ட்தான் ஆயிட்டீங்களே – அப்படி சிதம்பரம் வைதீசுவரன் கோவில் போயிட்டு வரலாமே – ஒரு ப்ரோகிராம் இருக்கு– வரீங்களா?” என்று என்னையும் சேர்க்கிறார்.

நல்லதுதான். வாகீசன் நிலை பிடிபடுகிறது. மாமன் மகளைத்தான் கல்யாணம் செய்துகொண்டான். பெண்களைப் படிக்க வைத்ததிலே கடன். கடனைத் தீர்க்க மேலும் கடன். வட்டிக்காகவே சம்பளம். கடைசிக்காலத்தில் உறவும் இல்லை.

இதிலே, மூத்த பெண்ணின் கல்யாணப் பேச்சும் அடிபடுகிறது. "பெண்ணை எப்படியாவது உறவுப் பையனுக்குக் கட்டிவைத்துவிடு– உனக்கு நல்லது – அடுத்துள்ள பெண்கள் விஷயமும் ஒரு வழியாக நடக்கும் – இல்லையென்றால் உனக்குத்தான் கஷ்டம்" என்று படித்துப் படித்துச் சொன்னேன். அதில் இஷ்டம் இருப்பதாகத் தெரியவில்லை. பையன் படிக்காதவனாம். அதனாலென்ன கேடு– விவசாயிக்கு விவசாயம்தான் படிப்பு. ஒரு ஏக்கர் இருபோக விளைச்சல் நிலம் என்றால் சும்மாவா – வாகீசன் மந்தன். இவன் எப்படி கடைத்தேறப் போகிறான்.

அப்படித்தான் ஆயிற்று. நான் நினைத்தது சரி. போன வெள்ளிக்கிழமை கேள்விப்பட்டேன். எதிர்வீட்டுக்காரர் அவசரமாக என்னை வீட்டிற்கு வெளியே அழைத்து சற்றேறக்குறைய என் காதில் உதடுகளை வைத்து விஷயத்தைச் சொன்னார். வாகீசன் பெண் வீட்டை விட்டுப் போய்விட்டாளாம். காலையில் போனவள் இன்னும் திரும்பவில்லையாம்.

நான் சொன்னேன் அல்லவா? அவன் பேரில்தான் குற்றம். அவனைப் பார்க்கவேண்டும். பார்த்தால் எப்படிக் கேட்கமுடியும்? – நன்றாக இருக்காதே – அவனாகச் சொல்லும் விஷயமும் அல்லவே.

வாகீசனை ஈசன்தான் காப்பாற்றவேண்டும். இல்லையென்றால், இந்தப் பெருமாள் காப்பாற்றட்டும்.

இதோ – படிக்கட்டுகள் முடிந்து பெருமாள் பிரசன்னமாகிறார்.

❍

முத்துக்கறுப்பன் அடுத்த நாள் பல்லாவரத்தில் அந்த வாகீசனின் மூத்த மகளை எதேச்சையாகப் பார்த்தான். ஒன்றும் தெரியாதவன் போல், சாதாரணமாகப் பேச முயன்று, "என்னம்மா, போன வெள்ளிக்கிழமை உங்க வீட்டுக்கு வந்து உங்க அப்பாகிட்டே பேசிட்டிருந்தேன். உன்னை நான் பார்க்கலியே – அன்றைக்கு லீவுதானே – எங்கம்மா போயிருந்தே?" என்று ஆரம்பிக்கவும், அந்தப் பெண் எந்தத் தயக்கமுமில்லாது, "திருநீர்மலைக்குத்தான் மாமா" என்று பதில் சொன்னாள்.

- கனவு, 1996

61. கண்ணோட்டம்

இந்தத் தெரு மிகவும் அமைதியாக இருக்கிறது. கிட்டத்தட்ட நடுத்தெருவில் அவள் பேச்சு மூச்சற்று நின்றுகொண்டிருக்கிறாள். தனது கழுத்துச் சங்கிலியை இழந்து நிற்கிறாள். சற்று முன்பு அவள் நடந்து வந்துகொண்டிருக்கும் போது, வேகமாக மிதிவண்டியில் வந்தவன், அந்தச் சங்கிலியை லாகவமாகப் பிடுங்கிச் சென்றிருக்கிறான். அவ்வாறு கழற்றிச் செல்ல அவன் மிகுந்த பயிற்சி பெற்றிருக்க வேண்டும். தெருவில் யாரும் நடமாடிக்கொண்டிருக்கவில்லை. இத்தனைக்கும் ரயில் நிலையப் பக்கமுள்ள தெருதான் இது. அந்தப் பெண் சப்தமிடக்கூடத் தெரியாமல் வியப்போடு, போன சைக்கிள் திசையைப் பார்த்துக்கொண்டிருக்கிறாள். தூரத்தில் அந்த சைக்கிள் சிறு புள்ளியாகச் சிறுத்து ஒரு திருப்பத்தில் மறைகிறது.

இடப்புறமான வீட்டிலிருந்து வெளியே வந்தவர், சாப்பிட்ட இலையைத் தொட்டியில் போட்டவாறே இந்தப் பெண்ணைப் பார்க்கிறார். சிறிது வியப்புக்குறி கண்களில் தெரிகிறது. பெண்ணின் உருவம் அவர் ஏற்கத் தகுந்ததாய் இல்லை. கறுப்பு நிறம் இருக்கட்டும். அந்தத் தெருவில் வசிக்கவோ நடமாடவோ அருகதை உள்ளவளாகத் தெரியவில்லை. எனவே, வாய் திறந்து கேட்காமல் கழுத்தை உயர்த்திக் கொக்கு போல வெட்டுகிறார். அந்தப் பெண் உடனடியாக எதுவும் பேசிவிடும் நிலைக்கு வரவில்லை. அதுவும் ஒருவகையில் நல்லதாகப் போயிற்று. அவர் உள்ளே செல்கிறார். விஷயம் தெரிந்தாலுங்கூட 'போலீசிலே சொல் – போ' என்ற அறிவுரையோடுதான் முடிந்திருக்கும். அந்தப் பெண் நின்றுகொண்டுதானிருக்கிறாள். சைக்கிள்காரன் சென்ற திசையை நோக்கித்தான் பார்வை இருக்கிறது.

அந்த வீட்டுக்காரர் வீட்டிற்குள் சென்றவர் அங்கே பெண்டுகளிடம் சொல்லியிருக்கவேண்டும். உள்ளேயிருந்து ஒரு

மூதாட்டியும், கல்லூரி மாணவி போன்ற சிறு பெண்ணும் வாசலுக்கு வருகின்றனர். இதை எதிர்பார்த்திருந்தது போலவே தெருவின் வலப்புற வீட்டினுள்ளேயிருந்து மூன்று பெண்கள் வரத்தொடங்குகிறார்கள். மேலும் எத்தனை பேர் வருவார்கள் என்று சொல்ல முடியாது. நபருக்கு ஒரு தடவை என்று ஒவ்வொருவருக்கும் நடந்ததைச் சொல்ல வேண்டிவரும். ஒரே கேள்வியைப் பலரும் கேட்டு பதில் பெற்று ஒரே அறிவுரையைத் தருவார்கள். மாநகரின் பல தெருக்களிலும் தாங்கள் கண்டு, கேட்டு, உய்த்து, உணர்ந்த சங்கதிகள் எச்சில் ஊற விவரிக்கப்படும். அதிலும், எதிர் வீட்டிலிருந்து வாசலுக்கு வந்த பெண்மணிகளில் ஒருத்தி விருந்தாளியாக இருந்தபடியால் அந்த அம்மாளின் மூத்த பெண்ணின் திருமண விஷயம் என்னாயிற்று என்பதையறிய இப்பக்கத்து வீட்டு மூதாட்டி ஆசைப்படுகிறாள். மோசமான வானிலை பற்றியும் பேச்சு சிறிது செல்கிறது.

அந்தப் பெண் நின்றுகொண்டுதான் இருக்கிறாள். வெயில் ஏறிக் கொண்டிருக்கிறது. அப்போது தெருமுனைத் திருப்பத்தில் வேகமாக சைக்கிளில் வந்து இவ்வீட்டுப் பக்கம் இறங்குகிறான் ஒரு பையன். மூதாட்டிவீட்டுப் பையனாகவிருக்கவேண்டும். படபடப்புடன் ‘அம்மா’ என்றழைத்து வாசலில் நின்றவாறே பேசுகிறான். கிட்டத்தட்ட எல்லாப் பெண்மணிகளும் அவனைக் கவனிக்கும்படியாக அவனது குரல் இருக்கிறது. ஆனால் கேள்வி கேட்டு பதிலைப் பெறுவதில்தான் தாயாருக்குத் திருப்தி. “என்னடா – விழுந்தடிச்சு வாரே?” பதில் “அம்மா – திருப்பத்திலே ஒரு ஆக்ஸிடெண்ட். லாரி மோதி ஒரு ஆள் காலி. இடுப்புக்குக் கீழே எதுவுமே இல்லே. இந்தத் தெருவில் சைக்கிளில் வந்திருக்கிறான். வேகமா திரும்பிவந்ததும் லாரி மோதினதும் சரியா இருந்தது. வயறும் தலையும் தனியா கிடக்குது. கை வேறு தனியா. அதுலே பாத்தியாம்மா – ஒரு சங்கிலி விரலோடு சேர்ந்திருக்கு. அங்கே ஒரே கூட்டம்” பையன் சொன்னபோது அந்தப் பெண் கழுத்தைத் தடவிக்கொள்கிறாள். முகத்திலிருந்த வியப்புக்குறி அதிகமாகிறது.

வேகமாக சைக்கிளில் வந்த பையன் தாயாரால் கண்டிக்கப்படுகிறான். பின்னர் தொடரப்பட்ட பேச்சில், கடந்துசென்றுகொண்டிருக்கும் நூற்றாண்டின் மத்திமக் காலத்தில் நடந்துமுடிந்த இதுபோன்ற விபத்து அங்கு மேற்கோள் காட்டி விவரிக்கப்படுகிறது. தனக்குத் திருமணமான பத்தாவது நாளில் நேரில் கண்ட விபத்தொன்று பற்றி எதிர் வீட்டம்மாள் விவரிக்கத் தொடங்குகிறாள். அது ஏற்கனவே பல தடவை சொல்லப்பட்டிருக்கவேண்டும். எனவே விருந்தாளி அம்மாள் “நேரமாச்சே” என்று விடைபெற்றுக்கொள்கிறாள்.

அந்தப் பெண் இப்போது நின்றுகொண்டிருந்த இடத்தை விட்டு நகர ஆரம்பிக்கிறாள். இப்போது வியப்பு எதுவும் முகத்தில் இருப்பதாகச் சொல்ல முடியாது. மெல்ல அந்த இடத்தை விட்டு நடக்கும்போது ஒரு முணுமுணுப்பு மட்டும் அவளிடமிருந்து பிறக்கிறது. அது ‘ஐயோ பாவம்’ என்ற சொற்களாக இருக்கிறது.

- ஆறாம் திணை, 1997

62. ஆற்றோடு போயிற்று

சிறுகதைகள்

விளம்பி வருடம் ஆடி மாதம் சுக்லபட்ச நோன்பு நாள் ஒன்றில், திருவரங்கம் வதியும் பெருமாள்தாசர், கீமூர் வந்தடைந்தார். அத்தனை தூரமும் நடந்துதான் வந்தார் என்பது சேதி. அனந்தபுரம் சென்று அரசரின் முடிசூட்டு விழாவிலும் கலந்துகொண்டுதான் அன்னார் இவ்விடம் வந்துள்ளார் என்றும் பேச்சு உண்டு. கீமூர் அக்ரகாரத்தில் சீனிவாசன் போற்றி என்ற நாமத்தையுடையவரும் 'கடுவாய்' என்ற பெயரால் பரவலாகத் தெரியப்பட்டவருமான நண்பர் இல்லிலே தங்கி, தாம் கொண்டுவந்த ஏட்டுச்சுவடிகளை ஊர் பசனை மடத்தில் சேர்ப்பித்தார். அவற்றை பத்திரமாக வைத்துக் காப்பாற்றி எல்லார்க்கும் பயன்படச் செய்யுமாறு கேட்டுக்கொண்டார். திவ்ய தேசங்கள் பற்றிய பாடல்கள் அவை. பிரபன்ன வித்வானாகிய அவர், 'இந்தப்பக்கம் முழுவதுமே நம்மாழ்வாரின் பிரதேசம்' என்று சொன்னார். அந்தப் பேச்சில் ஊரார் மயங்கினர். பாடல்களை பசனை வரும்போது பாடுவதில் எந்த வேறுபாட்டையும் காட்டவில்லை. "பத்மநாபன் பாதம் மேவி" என்ற பாடல் தாசராலேயே செய்யப்பட்டது என்பதையும் அவர்கள் அறிந்திருந்தனர். நெற்றி நிறைய திருநீறுடன் அந்தப் பாடலையும் பாடினர். நிலவுடைமைக்காரர்களான மூத்த பிள்ளைமார்களை தாசர் கவர்ந்துவிட்டார் என்றே சொல்ல வேண்டும். அவர் திருவரங்கம் செல்ல சில காலம் ஆகுமெனத் தெரிந்தது.

நம்மாழ்வாரின் பிரதேசமாகவிருந்தபோதிலுங்கூட அது அம்மன், சிவன், சேயோன் கோவில்களாலேயே நிறைவு பெற்றிருந்தது. ஆழ்வார் பாடிய பெருமாள் கோவிலிலும்கூட அங்குள்ள நடராசர் சன்னதி முன்பே நீண்டநேரம் நின்று கும்பிட்டனர். அர்ச்சகர் தரும் பெருமாளின் சந்தனப் பிரசாதத்தைக்கூட திருநீறு போல நெற்றியில் பூசிக்கொண்டனர். ஊர்வாசிகள் சூட்டிக்கொள்ளும் பெயர்களும் சிவம் சம்பந்தப்

பட்டவையாகவே இருந்தன. சீனிவாசன் போற்றி இதை நேரடியாகச் சொல்லாமல் சொன்னார்.

“செல்வத்திற்கு அதிபதி திருமகள். அவளின் பதியை வணங்கிப் பேறு பெறவேண்டும்.”

பொதுவாகச் சொல்லிக்கொண்டார். ஊர் செல்வந்தர்கள் எந்தக் கோபமும் கொள்ளவில்லை. இரவு பசனையில்,

“வரதா உந்தன் அருள் தாதா
வாடினேன் - நானுனை நாடினேன்”

என்ற பெருமாள்தாசர் பாடலைப் பாடவும் தயங்கவில்லை.

❍

‘கரிவலம் வந்த நல்லூரு’க்கு அடிக்கடி வந்து போகும் தாசர் முதன் முறையாக இப்போதுதான் இங்கே வருகிறார். அந்த ஊர் பழைய நூல்களின் ஓலைச்சுவடிகள் நிறைந்தது என்பதை எல்லாரும் அறிவர்.

கரிவலம் வந்த நல்லூர் மட்டுமல்ல, கீழூரும் ஓலைச்சுவடிகள் விஷயத்தில் புகழ்கொள்ளத் தகுந்ததுதான். எழுத்தாணிகொண்டு பனையோலையில் எழுதுவதில் அங்குள்ள சிறுவர்கூட தேர்ச்சி பெற்றிருந்தனர். ஏடுகளைத் தங்குதடையின்றிப் படிக்கமுடியும். இறையனார் அகப்பொருளிலிருந்து காளமேகம் வரை, அங்கே பெரும்பாலும் தெரிந்திருந்தது.

அதை அதிசயம் என்றுதான் சொல்லவேண்டும். சுற்றுப்புற ஊர்கள் உழவுத்தொழில் தவிர எந்தக் கல்வியறிவும் பெற்றிராதபோது, தனித்து இந்தக் கீழூர் இந்நிலை பெற்றது அதிசயம்தான்.

அது மன்னராட்சி பெற்ற சமஸ்தானம். ஆங்கிலமொழி பரவவில்லை. மன்னரையும் ஆண்டுகொண்டிருப்பது ஆங்கிலேயர் என்பதும் பரவலாகத் தெரியாத விஷயம். இவ்வூர் ஏடுகள் பஞ்சாங்க விவரங்களைக் கொண்டதல்ல. பல்வேறு விஷயங்களைக் கொண்டிருந்தபடியால் கல்வியறிவு ஏடுகள் மூலம் நடைபெறுவதில் தடையிருக்கவில்லை. ஆரம்பப் படிப்பே ‘ஏடு தொடங்கல்’ என்றுதான் அழைக்கப்பட்டது. கல்விமான்கள் அதிகமாகவே, ஊரின் கணக்குவழக்குகள்கூட ஓலையில் எழுதி வழங்கலாயின.

இந்த ஏடு விஷயத்தில் இவ்வூர் இவ்வாறு இருந்ததிற்கு அதன் கோடியில் வாழ்ந்த முத்து என்ற முத்துக்கறுப்ப நாடாரைக் காரணமாகச் சொல்லவேண்டும். ஊர்த் திண்ணைப்பள்ளிக்கூடத்தில் இடம் மறுக்கப்பட, சிறு வயதில் அவர் தூரத்திலுள்ள சாமித்தோப்பு என்ற ஊருக்கு நடந்துசென்று, அங்கே ‘சித்தர் சாமி’ என்றழைக்கப் படுபவரால் நடத்தப்படும் ஆற்றங்கரைப் பள்ளியில் பாடங்கற்றவர் என்பது தெரிந்திருந்தது. மணலில் எழுதிப் படிப்பது எளிது – அதுவே நன்று என்று பின்னாளில் கூறுவதுண்டு.

இந்த முத்துக்கறுப்ப நாடாருக்குப் படிப்பின்மீது இத்தனை ஆர்வம் ஏற்பட அவர் வீட்டில் காலங்காலமாக இருந்துவரும் கணக்கற்ற ஓலைச்சுவடிகளே காரணம். ஏடுகள்

அவர்தம் பாட்டனார் காலத்திலிருந்தே சிதிலமடையத் தொடங்கியிருந்த நிலையில், மஞ்சள் பொடியிட்டுத் தேய்த்துப் பளபளப்பாக்கிக் காட்டினார் என்று சொல்வார்கள். சில முறைகளை அவர் சாமித்தோப்புச் சித்தரிடம் கேட்டு அறிந்திருக்கலாம் என்றும் ஊரார் நம்பினர். அவர் மீது ஒரு மதிப்பும் புதிதாக ஏற்பட்டு வளர்ந்திருந்தது.

அப்படித்தான் இருக்கவேண்டும். எப்படியிருந்தாலும் அந்த ஏடுகளைச் சுத்தப்படுத்தி மீண்டும் பரணில் போட்டுவிடவில்லை. சிலருக்குச் சொல்லிக்கொடுத்து, படிக்கவைத்தார். ஒன்றைப் படித்தவர்கள் வேறு ஏடுகளையும் படிக்க ஆசைப்பட்டனர். பிள்ளைகளுக்கு – எப்படியோ தெரியவில்லை – மிகவும் எளிதாக ஆகிவிட்டது. அந்த ஊர் சிறுவர்கள் “ஓடி, ஓடி, ஓடி, ஓடி உட்கலந்த சோதியை” என்ற சித்தர் பாடலை, சரளமாகச் சொல்லிக்கொள்ளுவார்கள் – எளிதாக ஆகிவிட்டது.

சீனிவாசன் போற்றி இவற்றையெல்லாம் கூர்மையாகக் கவனித்து வந்திருக்கவேண்டும். ஒரு தடவை முத்துக்கறுப்ப நாடாரைச் சந்தித்துப் பேசவும் செய்திருக்கிறார். வேண்டாமா – உள்ளூர்க்காரர் வேறு – சில யோசனைகளையும் தெரிவித்திருக்கிறார்.

செயங்கொண்டாரின் “இசையாயிரம்” என்ற நூலின் பிரதி ஏடு, முத்துக்கறுப்பரிடம் இருப்பதாகக் கேள்விப்பட்டு, சென்னைப்பட்டணத்தில் இருந்து ஒருவர் வந்து பார்த்துச்சென்றார்.

❍

பெருமாள் தாசர் முத்துக்கறுப்ப நாடாரைச் சந்திக்கவில்லை. சந்திக்க விருப்பம் இருந்ததாகவும் சொல்லமுடியாது. ஆனால் தேவை இருந்தது. அதுவும் ஏடுகள் சம்பந்தப்பட்ட விஷயம்தான்.

கரிவலம் வந்த நல்லூரிலும் கிடைக்காத இரண்டு அபூர்வ ஏடுகள் இங்கே முத்துக் கறுப்பரிடம் இருப்பதாகக் கேள்விப்பட்டுத்தான் இங்கே வந்ததாக தாசர் போற்றியிடம் தெரிவித்தார்.

‘ஆபஸ்தம்ப தர்ம சூத்ரம்’ – ‘கவுதம தர்ம சூத்ரம்’ ஆகிய வடமொழி ஏடுகளை வைத்திருப்போர் பெரும் பேறு பெற்றவர் ஆவர் என்றும் கூறினார். குறைந்தது பிரதி ஒன்று எடுத்துக்கொள்ள முடிந்தாலும் போதுமென்றார்.

நியாயமான கோரிக்கையைப் போற்றியே நிறைவேற்றித் தரவேண்டும். இல்லையென்றால், செல்வந்தரான ஊர்க்காரர் யாரையாவது பிடிக்கவேண்டும். ஏதோ நினைவுகளில் ஆழ்ந்திருந்த சீனிவாசன் போற்றி, “நானே கேட்டு வாங்கித் தருகிறேன்” என்று உறுதிகூறினார்.

❍

முத்துக்கறுப்ப நாடார் சொன்னதாவது:

“ஐயா – நீங்க மறந்திட்டேளா – போன ஆடிப்பெருக்கு சமயம் சொன்னேளே – ஞானசம்பந்தர் மாதிரி ஏட்டை ஆத்திலே போட்டா கல்வி வளரும், ஊர் செழிக்கும், சுபம் உண்டாகும் – சொன்னேளே மறந்திட்டேளா – இந்த விஷயத்திலே பெரியவங்க

சொல்றதைத் தட்டக் கூடாதுன்னு இந்த ஆடிப்பெருக்கிலேதான் அந்த இரண்டு சுவடியையும் ஆத்திலே போட்டேன். மற்ற ஏடு எல்லாம் இருக்குது – ஊரு செழிக்கட்டும் அப்படின்னுதான் – நீங்க இப்ப வந்து கேக்கறீகளே."

○

முத்துக்கறுப்ப நாடார் எறிந்த ஏடுகள் ஆற்றில் எதிர்நீச்சல் போடவில்லை. அவை ஆற்றோடு போய்விட்டன.

- 1997

63. தாங்கல்

இது நமக்குச் சரிப்பட்டுவராது போலிருக்கிறதே என்பதுதான் முதலில் தோன்றிய எண்ணம். ஒருவகையில், இந்த இடம் பட்டணத்திலிருந்து வெகுதொலைவில் உள்ளதல்ல. சீக்கிரமாகவே பட்டண நாகரிகம் தொற்றிக்கொள்ளலாம். சொல்ல முடியாது. போக்குவரத்து இரைச்சல் குறைவு. பக்கத்தில் கடல். இங்கே யுள்ள தென்னை மரங்கள் சிறிது வித்யாசத்துடன் தெரிந்தன – காய்கள் அதிகப் பச்சைநிறமுடன். பொதுவாக மரங்கள் நன்கு கவனிக்கப்பட்டிருக்கவேண்டும். இங்கேயே வீடு வாங்கிக் கொள்ளலாம். அப்படித்தான் எண்ணம்.

பட்டணத்தில் வீடு வாங்குமளவிற்கு இந்த ஓய்வூதியம் இருப்பதில்லை. ஆனால் இது சரிப்பட்டு வருமா என்ற சந்தேகமும் உண்டு. பட்டண நண்பர் மிகவும் சிலாகித்துக் கூறியிருந்தார். தெரிந்தவர் என்று இங்கு யாருமில்லை. பார்த்தால் ஏதோ சீர்குலைந்துபோன ஐரோப்பிய நாடு ஒன்றின் காலனியாகவிருந்து மீண்டது தெரிந்தாலும் அதற்கு முன்பு எப்போதோ ஒரு சித்தர் பூமியாகவும் இருந்திருக்கவேண்டும். பாதிக்கு மேல் பழைய மண்வாசனை. புதிய கட்டடங்களுக்கும் நாகரிகப் போக்கிற்கும் குறைவில்லை. பட்டணமாகவே சீக்கிரம் மாறிவிடும். பார்க்கவேண்டும். தனியாக வந்து பார்த்தால்தான் லட்சணம் தெரியும். இந்த இடத்திற்கும் பட்டணத்திற்கும் வித்யாசம் அதிகமில்லையென்றால் எங்கிருந்தால் என்ன? ஒன்றும் தோன்றவில்லை. ஏதாவது தோன்றவேண்டும் என்றால் எதுவும் இல்லாமலிருக்கவேண்டும். யார் சொன்னது – சரி – இரண்டு நாள் தங்கிப்பார்க்கலாம். ஏதாவது தோன்றும்.

மருத்துவர் ஒன்று சொல்லியிருந்தார். இருந்துகொண்டிருக்கிற விசித்திரமான சில நோய்கள் இடமாற்றத்தாலும் குணமடையலாம் என்று. அது முக்கியம். ரயில் நிலையத்திலிருந்து பஸ் ஸ்டாண்ட் வருகிற வழியிலேயே இருக்கும் ஒரு விடுதியையும் நண்பர் சிபார்சு செய்திருந்தார். ஆட்டோ எதுவும் கிடைக்கவில்லை.

சைக்கிள்ரிக்ஷாக்காரன் ஒருவனிடம் பேசிப்பார்த்தால் அவன் அதிகமாக எதுவும் கேட்கவில்லை. அந்த விடுதி மிகவும் சமீபமாகத்தான் இருக்கிறது என்பதையும் ஏற்றுக்கொண்டான். மிகவும் மரியாதையாக – பட்டணவாசிகட்கு வியப்பளிக்கும் வகையில் அவன் பேச்சிருந்தது. ரிக்ஷாவில் ஏறும்போது, கால் வைக்கிற இடத்தில், தாறுமாறான எழுத்துகளில் மாணிக்கவாசகன் என்று வார்னிஷில் எழுதியிருந்தது. பட்டிமன்றத்தில் மணிவாசகர் பற்றிப் பேசிவிட்டுத்தான் கிளம்பியிருந்தேன். சூழல் எப்படி அமைகிறது பாருங்கள். ரிக்ஷாவில் மணிவாசகன் பேர். நான் பார்க்கவேண்டும் என்றிருக்கிறது திருவருள். நன்றாக இருக்கட்டும்.

தட்பவெப்பம் இதமாகவிருந்தது. போய் இறங்கிய உடனேயே இடம் பிடித்திருக்கிறது. மோசம் என்றெல்லாம் சொல்லிவிடக் கூடாது. அறுபது ஆண்டுக்கால பட்டண வாழ்க்கைக்குப் பின்னர் எந்த இடமும் நன்றாகத்தானிருக்கவேண்டும். பட்டண நாகரிகம் பரவாத இடம் எது? மருத்துவர் வேறு சொல்லியிருக்கிறார். பிள்ளைகளுக்குத் திருமணம் செய்துவைத்தாயிற்று. இனி அவர்களுடன் இருந்து எதுவும் ஆகப்போவதில்லை. ஓய்வூதியத்தைக் கொண்டு எங்கும் தங்கலாம். சிறு வீடு ஒன்றையும் வாங்கலாம். இதெல்லாம் ஓடிக்கொண்டிருக்கிற சைக்கிள் ரிக்ஷாவில் உட்கார்ந்துகொண்டு எடுக்க வேண்டிய முடிவுகளல்ல. ஊரைச் சுற்றவேண்டும். தரகரையும் வீடுகளையும் பார்க்க வேண்டும். அலசிப்பார்த்தால் தெரியும். மாணிக்கவாசகர் குதிரை வாங்கச்சென்ற விஷயமா இது?

ரிக்ஷாக்காரன் எதுவுமே பேசவில்லை. “இங்கே கோவில் ஏதாவது இருக்கிறதா?” என்று கேட்டதற்கு, “ஈசன் கோவில் உண்டு. பிள்ளையார் கோவிலும்” என்ற பதில். ஈசன் கோவில் பற்றி இந்த வாசகனே சொன்னதில் ஒரு திருப்தி. வந்த விஷயத்தை விட்டு வேறெங்கோ மனம் செல்கிறது. சென்றால்தான் என்ன, இனி எப்படியிருந்தாலும் குடிமுழுகிவிடாது. எல்லாவற்றையும் கவனித்தாகிவிட்டது. மிச்சம் எதுவுமில்லை. இருந்தால் அந்த மிச்சம்தான் உண்மையாக இருக்குமோ – போகட்டும் – பட்டிமன்ற புத்தி. மணிவாசகனுக்கு எல்லாமே காட்சி ரூபத்தில்தான். உபதேசம் கிடையாது. கடவுள் அவதாரமாகப் பிறந்து ஆட்கொள்ள வருவது கிடையாது என்பது சித்தாந்தம். தோன்றியது அது – அவ்வளவுதான்.

மணிவாசகனுக்கு அது “பேச்சிறந்த மாசில்மணியின் மணி வார்த்தை” என்றெல்லாம் நான் பேசித் திறமையைக் காட்டியபோது மன்றத்தில் கைதட்டல். இந்த ஊரில் பட்டிமன்றப் பேச்சுக்கள் இருக்கிறதோ இல்லையோ – இங்கே ரிக்ஷாவண்டியில் உட்கார்ந்துகொண்டு பேசிவிட முடியுமா? ரிக்ஷாக்காரன், ‘திருவிளையாடற் புராணமோ’, ‘அன்று இரவோ’ படித்திருக்க முடியாது. ஆனாலும், பார்ப்பதைப்போல பேசுவதும் எனக்காகத்தான் என்றும் தோன்றுகிறது. சரி, இப்போது வரவேண்டிய இடம் வந்தாயிற்று. மாணிக்கவாசகன் என்ற எழுத்துகளில் கால் படாதவாறு இறங்கினேன்.

ரிக்ஷாக்காரனை வியப்புக்குள்ளாக்க நினைத்து, “என்ன மாணிக்கவாசகன், கோவிலைப் பற்றியெல்லாம் சரியா சொல்லமாட்டேன்கிறாயே” என்று அவன் பெயரைச் சொல்லி, ஒரு கொக்கி போட்டால் அதற்குச் சுற்றி வளைக்காது பதில் சொன்னான்.

“இல்லீங்க. இது என் பேரில்லை. இவருதான் இந்த வண்டியை ஓட்டிக்கிட்டிருந்தாரு. அதுக்கு முன்னாலே குதிரை வண்டி வைச்சிருந்தாரு. கடைசிலே எல்லாம் போய் இந்த சைக்கிள் ரிக்ஷாவை எங்கப்பா கையிலே குடுத்துட்டுப் போய்ச்சேந்தாராம். சொல்லுவாங்க. என் பேரு முத்துக்கறுப்பனுங்க.”

மணிவாசகனை இந்தக் குதிரை மட்டும் விடவே விடாது போலிருக்கிறது. மணிவாசகனும் குதிரை வண்டியும் – அருமையான தலைப்பு. அவனுக்குக் கூலி தரவேண்டும். பட்டணமானால் கூசாது ஐம்பது ரூபாய் வாங்கிவிடுவார்கள். இங்கே அப்படி இல்லை. மனதிற்கு ஏதோ இதம். விடுதி உரிமையாளரை இங்குள்ள வசதிகள் பற்றி வீடுகள் பற்றிக் கேட்டுப் பார்க்கலாம். எப்படியும் இரண்டு நாள்கள் ஆகிவிடும்.

படிக்கட்டுகளில் ஏறி உள்ளே நுழையு முன்னர் ‘ஐயா’ என்று குரல் கேட்டுத் திரும்பினால், அவன் இன்னும் போகவில்லை. கூலி பற்றி ஏதாவதிருக்குமோ என்று ஒரு கணம் தோன்றிமறைந்தது. அது பற்றி எதுவும் இல்லை. கையில் ஒரு பாழடைந்த அழுக்கான புத்தகம். அதைத் துடைத்தவாறே, “ஒண்ணும் இல்லீங்க. அந்த சட்கா வண்டிக்கார மாணிக்கவாசகம் இந்தப் பொஸ்தகத்தை எப்பவும் கையிலே வைச்சுக்கிட்டிருப்பாராம். இந்த ரிக்ஷாப் பெட்டியறைக்குள்ளேயே கிடக்குது. நீங்க கோவில் பத்திக் கேட்டப்போ ஞாபகம் வந்ததுங்க. நான் கோவில் போனதில்லே. ஏதோ உங்ககிட்ட இதைக் கொடுக்கணும்னு தோணிச்சு. வேற ஒண்ணுமில்லை” என்று அதை நீட்ட, நான் தெரிந்துகொண்டேன். அந்த முன்னட்டை கிழிந்த மிகப் பழைய புத்தகம் மணிவாசகனின் வாசகம்தான். எங்கே பயணம் புறப்பட்டாலும் பெட்டியில் இடம்பெறும். இந்தத் தடவை மறந்துவிட்டேன். வாங்கிச் சிறிது புரட்டிவிட்டு “இதுக்கு நான் ஏதாவது தந்தாகணுமே, சும்மா வாங்கிக்கப்படாதே” என்றால், அவன் தலையாட்டியவாறே கிளம்பத் தயாராகிக்கொண்டே கூறினான். “ஏதோ இதிலே கிடந்து பாழாப்போய்ட்டிருக்கிற ஒண்ணை உங்ககிட்டே தரணும்னு தோணிச்சு. நீங்க வாங்கிக்கிட்டீங்களே அது போரும். வேற ஒண்ணுமில்லே. நான் இந்தப் பக்கம்தான் இருக்கேன். எங்காவது போகணும்னா சொல்லுங்க. அதோ அந்த ஸ்டாண்டு பக்கம் நிப்பேன்.”

நான் ‘சரி’ என்று சொல்லிவிட்டு, படியேறி விடுதிக்குள் செல்லும்போது, இந்த ஊர் – இங்கே தங்குதல் – வீடு வாங்குதல் ஆகியவற்றிற்கு ஒரு முடிவு ஏற்பட்டுவிட்டதாகத் தோன்றியது.

– ஆறாம் திணை, 1997

64. சிராப்பள்ளி

அங்கே போவதில் ஒரு அச்சம். நகரின் மிகப் பெரிய மருத்துவமனை. அயல்நாடுகளிலிருந்தும் பலர் வந்து பண்டுவம் பார்த்துச் செல்கின்றனர். பல தலைவர்கள் அங்கே காலஞ் சென்றிருக்கின்றனர். நாள்தோறும் அந்தக் கட்டடத்தின் வெளியே குமுறி நிற்பவர் ஆயிரக்கணக்கானோர். வேட்டி கட்டிக்கொண்டு அவன் ஒருவனே அங்கு நின்றான். நாட்டின் சிறந்த மருத்துவர் ஒருவர் அங்கே அவனை எதிர்பார்த்துக் கொண்டிருந்தார். அப்படித்தான் சொல்லப்பட்டிருந்தது.

அந்த மருத்துவர் ஓர் உளவியல் வல்லுநர். அந்தத் துறையில் தலைசிறந்தவராகப் பேசப்படுபவர். அப்படிப்பட்டவருக்கு பதினைந்து ஆண்டுகள் தொழிலாளியாகப் பணிபுரிந்து பின்னர் கீழ்நிலை எழுத்தராகப் பதவி உயர்வு பெற்றிருக்கும் ஒருவன் எப்படி வேண்டப்பட்டவனாக ஆனானோ?

அவனது அலுவலகத்திற்கு வந்துபோன அந்த மருத்துவருக்கு அவன் செய்த உதவி கிட்டத்தட்ட எடுபிடி வேலைதான். ஆனால் தனது நிலையை அவரிடம் விளக்கிச் சொன்னவிதம் மருத்துவரின் மனதில் நன்கு பட்டிருக்கும்.

"நீங்க அடுத்த வெள்ளிக்கிழமை எங்க ஆஸ்பிட்டல் வாங்க – பேசுவோம். இது பெரிய விஷயம் இல்லே. கொஞ்சம் கவனம் செலுத்தினா போதும்."

அந்த டாக்டருக்கும் – பெயர் குமாரசாமி – இவன் முக்கிய மானவனாகத் தெரிந்ததற்குக் காரணம் உண்டு. அடுத்த வெள்ளிக்கிழமை என்பது அவரைப் பொறுத்தவரை அவர் தாயாரின் நினைவு நாள். யாராவது ஒருவருக்கு ஒவ்வொரு ஆண்டும் மருத்துவ உதவி காசு எதுவும் வாங்காமல் செய்து தருவது வழக்கம். தாயார் மீது மிகுந்த பக்தி இருக்கவேண்டும். இன்னொரு காரணம். இவனது நோய் அல்லது மன நோய்கூட தாயார் சம்பந்தப்பட்டதுதான்.

அவன் எட்டாவது வகுப்புடன் படிப்பை நிறுத்திக்கொண்டதற்குக் கணக்குப் பாடத்தைத்தான் காரணமாகச் சொல்லவேண்டும். கணக்கு ஆசிரியர் அவனைத் தீண்டத்தகாத ஒரு பொருளாகப் பார்த்தார். சீக்கிரமே மற்ற பாடங்களும் அந்த நிலையை அடைய, பள்ளிக்கூடம் "போ" என்று விரட்டியது. தூரத்து உறவினர், "நீ மாடுகள் மேய்க்கலாமே" என்று ஆலோசனை கூறினார். மாடுகளும் விரட்டத்தான் செய்தன. தகப்பனார் போய்விட்டார். சாப்பாடு என்ற நிர்ப்பந்தம் எழ ஆரம்பித்தாயிற்று. தாயார் இவனை நம்பியிருந்தார்.

பதினொன்றாம் பிரிவின் கீழ் மராமத்துப் பணித்துறையில் தினக்கூலியாகச் சேர்ந்த அவன், பொறுப்புள்ளவனாகி, நூல் நிலையங்களில் ஏறி இறங்கி, குறைந்தபட்ச சான்றிதழ் வாங்கி, சில ஆண்டுகளில் கீழ்நிலை எழுத்தர் என்ற பதவி உயர்வு பெற்றபோது அவன் தாயார் இல்லை.

இல்லையென்று சொன்னால், காலமாகிவிட்டாள் என்று அல்ல. காணவில்லை என்ற செய்தி வந்து, அலறியடித்துக்கொண்டு ஊருக்குப் போனால், உதவும்படியாக யாருக்கும் எதுவும் தெரியவில்லை. எல்லாருக்குமே அது வியப்பாகத்தானிருந்தது. அந்த ஊரில் உள்ள முப்பது வீடுகளிலும் அது பேசப்பட்டது. அவனால் செய்யமுடிந்ததெல்லாம் பக்கத்து ஊர்களிலுள்ள தெரிந்தவர்கள் வீடுகளுக்குச் சென்று விசாரித்ததுதான். அவர்கள் தங்கள் பங்கிற்கு இவனிடம் விசாரிக்க ஆரம்பித்தனர். "இப்படி இருக்கலாமோ – இப்படியும் இருக்கலாமோ" என்று யோசனை சொன்னார்கள். நாற்பதுகளில் வள்ளியூர் பக்கம் ஒருவர் வீட்டில் நடந்த இதுபோன்ற சம்பவம் பேசப்பட்டது. அவன் வீட்டைப் பூட்டிப் பக்கத்துவீட்டில் சாவியைக் கொடுத்தான். அடுத்த நாளே பட்டணம் வந்து வேலைக்குத் திரும்பிவிட்டான்.

"இப்ப அந்த சங்கடம் கொஞ்சம் கொஞ்சமாகக் குறைகிற சமயம், புதுசா இது. காதுலே அம்மா கூப்பிடற சத்தம் கேக்குது. அந்தக் குரல்தான். எனக்கு சந்தேகமேயில்லை – முத்து, முத்துக்கறுப்பா அப்படின்னு எப்படிக் கூப்பிடுவாளோ, அதே மாதிரி கேக்குது – காதிலே ஐயா."

"காதிலே இல்லே – இங்க" என்று சுட்டுவிரலால் தலையைச் சுட்டிக் காட்டினார் டாக்டர் குமாரசாமி.

"இப்ப நான் என்ன செய்யணும் – மருந்து சாப்பிடணுமா?"

"மருந்து எதுவுமில்லே, அப்படித் தந்தாலும் அது தூக்கத்திற்கான மருந்தாகத்தான் இருக்கும். இது மனசு சம்பந்தப்பட்ட விஷயம்."

"நல்ல மனசோடதானே நான் இருந்தேன். எனக்கு ஏன் இப்படி?"

"மனசே இல்லாம இருக்கணும் தம்பி – அதுக்கு என்ன வழின்னு சொல்லமுடியாது. காது, மூக்கு மாதிரி உறுப்பு இல்லே, அந்த மனசு. இப்ப, என்னையே எடுத்துக்கோ – எங்க அம்மா அகால மரணம். உன் விஷயத்திலே அம்மா காணாமப்போயிட்டாங்க. இதை மத்தவங்க விஷயத்தோட இணைச்சுப்பார்த்துக் கிடைக்கிற ஒண்ணுதான் வருத்தம். எல்லாருக்கும் இப்படி எதுவும் ஆகல்லே – நமக்கு மட்டும் இப்படி ஆய்ப்போச்சேன்னு

நினைக்கிறபோது, கோபம், வெறுப்பு எல்லாம் நிறைஞ்சு வேறு எதையும் சேராதபடி ஆக்கிப்போடுது பாரு, அதுக்குப் பேருதான் மனசு.

“அது குண்டுச்சட்டிக்குள்ளேயே எல்லாம் பண்ணும் – கடவுள்னுகூட ஒண்ணைக் காட்டும். இப்ப அது இல்லாம தெளிவு ஏற்படணும்னா, புதுசா ஏதாம் வரணும். புதுசா வருதுங்கறது கடவுள் சமாச்சாரம். ஆமா – அது தானாகத்தான் தோன்றும். படிச்சுத் தெரிஞ்சுக்கவும் முடியாது. எப்படியோ அப்படித் தோன்றினா, மனசு இல்லாம ஆயிடும். அப்ப நாம அனுபவிக்கிறதை என்ன சொல்லலாம் தெரியுமா – அருள். கடவுளுக்குக்கூட ‘அருளாளா’ன்னு பேரு உண்டு. இல்லையா?”

முத்துக்கறுப்பன் பேசாதிருந்தான். டாக்டர் தொடர்ந்து கூறினார்.

“இந்த விஷயத்தைத்தான் வெவ்வேறுவிதமாக எல்லா இடத்துப் பெரியவங்களும் சொல்லி இருக்காங்க. அல்லது, சொல்லப் பாத்திருக்காங்க. நம்ம இடத்திலே, இங்கே மலை, காட்டுப் பகுதியிலேயும், ஆறு, கடல்புரத்திலும் இருந்தவங்களும் இதைத்தான் எழுதி வைச்சிருக்காங்க...

அவன் ஏதோ குறுக்கிட முயற்சி செய்கிறான் என்று தெரிந்த டாக்டர், கொஞ்சங்கொஞ்சமாக விஷயத்திற்கு வந்தார். ஒரு தாளில் முகவரி ஒன்றை எழுதிக்கொடுத்தார்.

“இந்த ஊர் போய் வா – ஆறு மணி நேரப் பயணம்தானே. நான் அடிக்கடி போய்வந்துகொண்டிருந்தேன். இவரைப் பார்ப்பதற்காக அல்ல. அம்மாவாகவும் ஆன ஒரு கடவுளின் கோவில் இருக்கிறது அங்கே. உன் விஷயம் போல் என் சமாச்சாரமும் அதுதானே. அங்கே எதேச்சையாக இந்தப் பெரியவரைப் பார்த்தேன் – ஒரு ஐந்து நிமிடப் பேச்சுதான். எனக்கு நிம்மதி கிடைத்தது.”

முத்துக்கறுப்பன் முகவரியை வாங்கிக்கொண்டான். “கட்டாயம் போகிறேன்” என்றான்.

நகரின் மிகப் பெரிய மருத்துவமனையின் டாக்டர் தன்னைப் பார்க்க வந்த அவனுக்கு காப்பிவேறு வரவழைத்துக் கொடுத்தார். அவன் நன்றி சொல்லி விடைபெறுகையில் கூறினார்:

“அவரைப் பார்ப்பதில் கஷ்டமில்லை. வீட்டின் திண்ணையிலேயே உட்கார்ந்திருப்பார். போகும்போது இரண்டு முறுக்கு வாங்கிக் கொண்டு போ – வேறு எதுவும் வேண்டாம்.”

பிரயாணிகள் ரயில்வண்டியில்தான் ஏறிச் சென்றான். இரவே அங்கு சென்றுவிடலாம். காலையில் பார்த்துவிட்டு, உடனே புறப்பட்டால் அடுத்த நாளே திரும்பிவிடலாம்.

அந்தப் பெட்டியில் ஏறிய உடனேயே மீன் வாடை தூக்கி அடித்தது. அது சகிக்கமுடியாதவாறு இருந்தது. பட்டணத்தில் அங்காடிப் பக்கம் செல்கையில் அவன் அதை தூரத்திலிருந்து அனுபவித்திருக்கிறான். இது அப்படியில்லை. குடல் வெளியே வந்துவிடும்போல விரட்டியது. ரயில் நகர ஆரம்பித்துவிட்டபடியால் வேறு வழியில்லை.

மேலே பலகையில் ஒருவர் படுத்துக்கொண்டிருந்தார். கீழே பெஞ்சில் ஒரு கிழவியும் ஒரு பெண்ணும். கிழவி கண்ணை மூடிக்கொண்டிருந்தாள். பெஞ்சின் கீழே பனையோலைக் கூடையொன்றிருந்தது. அதிலிருந்துதான் கிளம்பிக்கொண்டிருந்தது.

மேலே படுத்துக்கொண்டிருப்பவர் இதில் எந்த அசௌகரியமும் இருப்பதாகக் காட்டிக்கொள்ளவில்லை. எதிர் இருக்கையில் அமர்ந்திருந்த ஒருவர் மட்டும் முகத்தைச் சுளித்துக்கொண்டிருந்தார். அவர்தம் ஒத்துழைப்பு கிடைக்கும் என்ற தைரியத்தில் முத்துக் கறுப்பன் பேசினான்.

"ஏம்மா – நாலு பேரு உக்கார இடத்திலே இந்த மாதிரி அசிங்கத்தைக் கொண்டாரலாமா? – மத்தவங்களுக்குத் தொந்தரவா இருக்கும்னு தெரியாது?"

கிழவி கண்ணை மூடிக்கொண்டுதானிருந்தாள். அந்தப் பெண் – மகளாக இருக்கவேண்டும் – பதில் மிகவும் மரியாதையாகச் சொன்னாள். "இல்லீங்க ஐயா – சல்லிசா கிடைச்சது. எங்க அம்மாவுக்கு வவுத்து நோவுங்க. கருவாடு கட்டாயமாக வேணும். அது மட்டும்தான் ஒத்துவருது. எனக்குக்கூட அதெல்லாம் வேண்டியதில்லே. அடுத்த டேசன்தான். இறங்கிருவோம். பொறுத்துக்கிடுங்க ஐயா."

இதற்குமேல் கோபமாகப் பேசி தர்க்கம் செய்ய முடியாது. அடுத்த ஸ்டேஷனில் இறங்கியும்விட்டனர். வாசனை மட்டும் சிறிது நேரம் இருந்தது.

இன்னும் கிட்டத்தட்ட நான்கு மணி நேரம் பயணம் செய்தாகவேண்டும். பக்கத்தில் உட்கார்ந்திருப்பவரும் ஓர் அரசுப் பணியாளர் என்று தெரியவர, இருவரும் தாராளமாகப் பேசுவதற்கு வாய்ப்பு இருந்தது. கருவாடு கொண்டுவந்த பயணிகளின் அநாகரிகத்தில் ஆரம்பித்து, புதிய சம்பள விகிதங்கள் பற்றியும் அலசல் செய்தனர். ஆரம்பத்திலேயே இந்த வாடை சமாச்சாரம் மட்டும் இல்லையென்றால் ஒரு நல்ல தூக்கம் போட்டிருக்கலாம். சுகமான பிரயாணமாக இருந்திருக்கும் என்று நினைத்தான்.

ஸ்டேஷன் பக்கத்திலேயே குறைந்த வாடகையில் விடுதியொன்றில் அறை எடுத்துக்கொண்டான். காலையில் அலுப்பு தீரக் குளித்தான். எதுவும் சாப்பிடாமலேயே அவரைப்போய்ப் பார்க்கவேண்டுமென்று தீர்மானித்தபடியால், அப்படியே வெளியேவந்து, பலகாரக் கடையில் இரண்டு கைமுறுக்கு வாங்கிக்கொண்டான்.

"மரத்துச் சாமியாருக்குத்தானே?" கடைக்காரர்தான், முறுக்கைக் கட்டிக் கொடுத்தவாறு கேட்டார். "முறுக்குச் சாமியார்" என்றுகூட அவருக்கு ஒரு பெயரிருக்கலாம். உள்ளூரில் கொஞ்சம் பிரபலமாகத்தானிருக்கவேண்டும் என்று அவன் நினைத்தான்.

அப்படியும் சொல்லமுடியாது. ஆட்டோக்காரருக்கு இந்தச் சாமியார் பற்றித் தெரியவில்லை. கடைக்காரர்தான் சொன்னார். "ஆட்டோவில் போங்க – இடம் ரொம்ப தூரம் இல்லே. தெருமுனையிலே நின்று பார்த்தாலே தெரியும். ஓட்டு வீடு – வெளித் திண்ணையிலே உக்காந்திருப்பாரு – எதிராகவே ஒரு மரம் இருக்கிற வீடு."

அவன் அப்படித்தான் ஆட்டோ பேசி அதில் சென்றான். அதிக தூரமில்லைதான். தெருமுனையிலேயே இறங்கிக்கொண்டான். மேடும் பள்ளமுமான தெரு. பத்து வீடுகள்தான் தேறும். தெருமுனையில் இறங்கிய உடனேயே ஓட்டு வீடு கண்ணில் பட்டது.

அந்த வீட்டின் எதிரே ஒரு மரம். அதன் அடிமரத்திலே புடவையோ, பாவாடையோ தெரியவில்லை – சுற்றிக் கட்டப்பட்டிருந்தது. நிச்சயமாக அது வேட்டி இல்லை.

அந்த வீட்டுத் திண்ணையில் அவர் தென்பட்டார். முதுபெருங்கிழவர் என்று சொல்ல முடியாது. தூரத்தில் அவன் நடந்துவரும்போதே பார்த்திருக்கவேண்டும்.

"என்ன – குமாரசாமி அனுப்பிச்சானா..."

வாய் நிறையச் சிரிப்பு. அவருடைய சிரிப்பு அவனை ஏதோ நினைவில் தள்ளியது. அந்தச் சிரிப்புடன்தான் பலகாலம் பழகியதாய்த் தெரிந்தது. அந்தச் சிரிப்பிற்காகத்தான் தான் இத்தனை காலமும் அலைந்து திரிந்ததாகவும் எண்ணம் தோன்றியது.

அவரது கால்களைத் தொட்டு வணங்குவது மரபு என்று நினைத்தான். ஆனால், அந்த உட்கார்ந்த நிலை அதற்குச் சாதகமாக இல்லை. அவர்தான் பேசினார்:

"குமாரசாமி எப்படி இருக்கான்? எங்கோ மேக்கத்தி நாடு போய் இன்னும் படிக்கணும்னு சொன்னானே – சுத்துவட்டாரத்திலே கண்ணுக்கெட்டற திசை வரைக்கும் பார்த்துப் படிக்காததையா அங்க போய்ப் படிக்கப்போறான் – நல்ல பிள்ளைக – கையிலே என்ன முறுக்கா – அதையும் சொல்லிட்டானா? – கொண்டா – இப்படி உக்காரு."

அவன் கையிலிருந்த பொட்டலத்தை வாங்கிப் பிரித்து, முறுக்கைப் பிட்டு, ஒரு துண்டை வாயில் போட்டு மென்றார். பிறகு– "நல்லாயிருக்கு – ஆனா, கொஞ்சம் மீன் வாடை அடிக்குது – இப்படி உக்காரு" என்றார்.

- தமிழரசு மலர், 2003

65. ஒரு வழிப் பாதை

சிறுகதைகள்

அண்ணாசாலை விபத்து ஒன்றில் தாயார் இறந்துபடவும், மகன் அடுத்தாற்போல் செஞ்சிக்கோட்டை உச்சியில் நின்று கைகளை உயர்த்திப் பாடுவதாக வருகிறது காட்சி. அந்தப் பயல் தாம்பரம் வரை சீசன் டிக்கட் எடுக்கக்கூட வக்கற்றவன் என வர்ணிக்கப்பட்டவன்.

இயக்குநர் அதை விவரித்துக் கூறிக்கொண்டிருக்கிறார். உதவி இயக்குநர்களில் ஒருவனாகப் பணியில் சேர்ந்திருப்பவன் அவன். சில சமயங்களில் இயக்குநருக்குக் காப்பி கொண்டுவந்து கொடுத்தும் பணியாற்றுவதுண்டு. ஆனாலும் அந்தத் துணை இயக்குநர் கூட்டத்தில் அவனே அதிகம் படித்துப் பட்டங்கள் வாங்கியவனாக அறியப்பட்டிருந்தான். எப்போதும் எதிலோ ஆழ்ந்து சிந்தித்துக்கொண்டிருப்பவனாகவும் சொல்கிறார்கள். கறுப்பன் என்ற இயற்பெயரை மாற்றிக்கொள்ளும்படி அறிவுறுத்தப்பட்டுள்ளான்.

மேற்படி உதவி இயக்குநரான அவன் பின்வருமாறு எண்ணிக் கொண்டிருக்கிறான்:

செஞ்சிக்கோட்டையில் உச்சியில் சாவு பற்றிய தத்துவக் கருத்துகளை உதிர்த்துவிட்டுக் கீழே இறங்கிவருவதற்குள் தாயார் இறந்த துக்கம் போய்விட, அங்கே ஆற்றங்கரையில், பெண்ணிடம் வம்பு செய்ய முயன்ற மூன்று பேரை கொரிய நாட்டு அகிஹிடோ பாணி சண்டையிட்டு வெற்றிகொள்கிறான். அநேகமாக அந்த இடத்திலும் ஒரு பாட்டு இருக்கும். இந்தப் படத்தில் பணியாற்ற நான் இத்தனை மைல் கடந்து இங்கே வந்திருக்கிறேன் – ஆகா – முருகா.

இவ்வாறெல்லாம் எண்ணிக்கொண்டிருந்தவன், அன்று மாலை தன்னுடன் அறையில் வசிப்பவரும் தன்னைவிட மூத்தவருமான முத்து என்ற நண்பரிடம் இதைப்பற்றியெல்லாம்

கூறுகிறான். அவர் ஆதுரத்துடன் கேட்டுக்கொள்கிறார். இவன் எம்.ஏ. ஆங்கிலம் என்றால் அவர் எம்.ஏ. தமிழ். அத்துடன், சோதிடம் வரை எல்லாப் புத்தகங்களையும் ஒரு கை பார்த்தவர். திருமணங்கள் பலவற்றை சாதகம் பார்த்துப் பரிந்துரைத்தவர். சில திருமணங்கள் பெற்றோரால் வாழ்த்தப்பட்டன. பல தம்பதிகள் பிரிந்துவிட்டனர். சோதிடம் பற்றி எளிய முறையில் நூல் எழுதலாமா என்ற யோசனை உண்டு. 'எம்.ஏ.' தமிழ் சோறுபோடவில்லை – சோதிடம் உதவிற்று.

அன்றிரவு உணவு உட்கொள்ளும் முன்னரே அந்த விவாதம் தொடங்கியிருந்தது. அன்றிரவே முற்றுப்பெற்றும்விட்டது. ஒரு பயணத்தின் தோற்றுவாய் அது.

பின்னர், அதிகம் பேசிக்கொள்ளவில்லை. உடுத்தியிருந்த துணி தவிர வேட்டி ஒன்றைக் கூடுதலாக எடுத்துக்கொண்டனர். அறைக் கதவைப் பூட்டாது சென்றனர். அண்ணாசாலையில் ஒரு பிச்சைக்காரனிடம் கைவசமிருந்த ஒன்றிரண்டு நோட்டுகளையும், சில்லறைகளையும் கொடுத்தனர். அங்கிருந்து நடந்தது திருவான்மியூர் நோக்கி.

அன்றிரவு

வான்மீகிநாதர் கோவில் அருகில் சாலை செல்கிறது. மறுபுறம் ஒரு வெளியிடம். கல் ஒன்றில் இருவரும் உட்கார்ந்திருக்க, பின்வருமாறு உரையாடல் இருந்தது:

"இந்தச் சாலை எங்கே சென்று முடிகிறது."

"எங்கே செல்லும் என்று தெரிந்துவிட்டால் அது பயணமாகாது."

"ஆமாம்... இந்த நட்சத்திரங்களைக் கொண்டே வருட, மாத, நாளைக் கணித்துவிட முடியுமா?"

"பொதுவா இந்தப் பக்கத்திலே அதாவது, தென் பகுதியிலே – கையாண்ட சோதிடத்திலே ஒரு விசேஷம் – பூசம், அனுஷம், உத்ரட்டாதி நட்சத்திரங்களை மாத்திரம் கையாண்டே எல்லாவற்றையும் – நேரம் உட்பட – சொல்லிவிடலாம். அதிசயம்தான். இது எந்த சோதிட சாத்திரங்களிலும் உலக அளவில் இல்லை."

"பசிகூட ஒரு நினைவுதானோ?"

முத்து தலையசைத்தார். கையிலிருந்த ஒரு பத்து ரூபாய் நோட்டைக் காண்பித்தார். "பசி ஒரு நிகழ்காலம்" என்றார்.

"உனக்குத் தெரியுமா, இந்தப் பத்து ரூபாயைத் தந்தது பூச நட்சத்திரம். அந்தப் புத்தகக்கடையிலே பேசிக்கிட்டிருந்தான் பாரு – அவனுக்குப் பலன் சொன்னேன். காலில் விழாத குறைதான். பலன் சொன்னால் ஏதாவது தட்சிணை தந்துதான் ஆகணுமாம். தந்தான். இதுபோதும் – ராத்திரி ஆளுக்கு அஞ்சு இட்லி."

"நாளைக்கு?"

"திட்டம் நாளைக்கும் சேர்த்துப் போட்டால், அது பயணமாகாது. தெரிந்தவற்றைப் பரிமாறிக்கொள்ளலாம். மாமல்லபுரத்திற்கு நாளை மாலை போயிடுவோம் என்று

சிறுகதைகள் 357

வைத்துக்கொள். நான் அங்கே மூட்டை தூக்குவேன். சோதிடமும் – வெளிநாட்டவர்க்கும் சேர்த்துச் சொல்லலாம். வெளிநாட்டவர்க்கு என்றால் நீ மொழிபெயர்ப்பு வேலை – சரி – வா."

சாப்பிடுதல் என்ற செய்கை நிறைவேற்றப்பட வேண்டுமானால் அது அந்தச் செய்கை மட்டுமே முழுதாக நின்று நிலவவேண்டும். நான் நினைக்கிறேன் என்பதுகூடத் தவறாம். நான் நினைக்கப்படுகிறேன் என்பதுதான் சரியாம்.

கறுப்பன் ஏதோ பேச முற்பட்டபோது, முத்து சொன்னது இது:

"தனக்குள்ளே தான் நிற்க இடமும் வேணும்" என்பது வான்மீகச் சித்தர் வாக்கு. அவர் பெயரில் இந்த ஊரா என்று தெரியவில்லை. "அவர் நிச்சயமா ராமாயண வால்மீகி இல்லை."

திருவான்மியூர் எல்லையைக் கடந்தபோது அவர்களது பேச்சு ஊரைப் பற்றியிருந்தது.

மாமல்லபுரம் சேர்வதற்கு முன்னரே, தலையிலே ஒரு கட்டுச் சுள்ளி விறகு, இடுப்பிலே கைக் குழந்தை, மீதமிருந்த ஒரு கையில் சாமான்கள் அடங்கிய பை, வேகத்தோடு லாகவமாகவும் அந்தச் சாலையைக் கடந்து கடையருகே வந்து நின்றாள் அந்தப் பெண். கைகளின் உதவியில்லாமலேயே கழுத்தைப் பின்னால் லேசாகச் சாய்த்து, தலைச் சுமையைக் கீழே தள்ளினாள்.

கடை என்று சொல்லப்பட்டாலும், அந்தப் பிரதேசம் இருபது குடில்களையும், இரண்டு ஓட்டுவீடுகளையும் கொண்ட இடமே. சாலையின் பக்கமாகவே கட்டப்பட்டிருந்தது குடிசை. சில பேருந்துகள் அங்கே நிற்கும் போலும். பக்கத்திலே கடல். இரவில் அலைகளின் சப்தம்.

பூட்டப்பட வேண்டிய அவசியமே இல்லாத கடை. உள்ளே மண் அடுப்பு ஒன்றுதான். ஆனாலும் திறந்திருந்தால் இதோ இப்போது உட்கார்ந்திருக்கானே, இவனைப்போன்ற வழிப்போக்கர்கள் உள்ளே வந்து ஆக்ரமித்துக்கொள்ளக்கூடும்.

கடையைத் திறந்தவள் குழந்தையை முதலில் கீழே படுக்கவைத்தாள். ஏற்கனவே தூக்கக்கலக்கத்திலிருந்தது அது. துடைப்பம் எடுத்துக் கொண்டு வெளியே வந்தாள்.

"யாரு? – தள்ளிக் குந்து."

அவன் தள்ளி உட்கார, அவள், "பாண்டி பஸ்ஸு போயாச்சா?" என்று கேட்டவாறே பெருக்கத் தொடங்கினாள்.

கறுப்பன் பதில் சொல்லவில்லை. அந்தக் குடிசையின் பின்புறம் சிறிது தூரத்தில் தெரிந்த கடலைக் கவனித்துக்கொண்டிருந்தான். அந்தப் பக்கமாகச் சென்ற முத்து இன்னும் திரும்பவில்லை.

"டீ ஏதாச்சியும் வேணுமா?"

"டீயும் வேணும் – ஏதாவது வேலையும் வேணும்."

“என்னா வேலை? – இதுதான் இருக்குது” என்று துடைப்பத்தைக் காட்டினாள் அந்தப் பெண். சிரிப்பும் வந்தது.

“எதுவாயிருந்தாலும் சரி” என்று எழுந்தான் கறுப்பன்.

கடற்கரைப் பக்கமிருந்து முத்துவும் வர, அந்தப் பெண் அதிசயித்தாள். ‘ஒரு துடைப்பம்தான் இருக்கிறது’ என்றாள். மீதமுள்ள வேலைகளைச் செய்தால் டீயும், மசால்வடையும் தர முடியும் என்று உறுதிகூறினாள். பக்கத்து ஓட்டுவீட்டிற்குச் சென்று தண்ணீர் மொண்டுவரச் செய்தாள். பேருந்துகள் நின்றால் ‘டிப்பன் – காப்பி’ என்று கூவவேண்டும், டீ என்று சொல்லக் கூடாது என்று அறிவுறுத்தினாள். தன் தாத்தாவிற்கு உடல்நிலை சரியில்லையென்றும், இதெல்லாம் அவர் பார்த்துக்கொள்வார் என்றும், அவர் வரும்வரை இம்மாதிரி பிறர் உதவி தேவை என்றும் விளக்கமளித்தாள்.

இரண்டு திசைகளிலும் இருந்து வந்துபோய்க்கொண்டிருந்த பேருந்துகளில் மூன்று அங்கே நின்று சென்றன. அது ஒரு நல்ல மாலை நேரம் என்று சொல்லவேண்டும். கிட்டத்தட்ட ஐம்பது ரூபாய்க்கு மேல் வியாபாரம். அந்தப் பெண்ணிற்கு மிக மகிழ்ச்சி. கை முறுக்கும் கூடுதலாக இருக்குமானால் இன்னும் இருபது ரூபாய் அதிகம் விற்றிருக்கும் என்று முத்து சொன்னது அவளை யோசிக்கவைத்தது.

இடையே குழந்தை விழித்துக்கொண்டு அழுதபோது, முத்து அதைத் தூக்கிக்கொண்டு உலாவினார். கறுப்பன் திரும்பவும் அந்தக் கடை முன்பக்கம் முழுவதும் பெருக்கித் தள்ளினான். அந்தப் பெண்ணிற்குக் கூடுதல் மகிழ்ச்சி. மீதமிருந்த பலகாரம் தேநீர் ஆகியவை பகிர்ந்தளிக்கப்பட்டன. சாமான்கள் அனைத்தையும் பையில் திணித்துக்கொண்டு அவள் புறப்படத் தயாரானாள். அடுத்த நாள் காலை பத்து மணிக்குதான் திரும்பவும் கடைதிறக்கவேண்டுமாம். தாத்தாவின் உடல்நிலை காரணமாயிருக்கும்.

புறப்பட்டவள் சிறிது நின்று கையிலிருந்த ஓர் ஐந்து ரூபாய் நோட்டை அவர்களிடம் தந்தாள். “ஒங்களாலேதான் இவ்வளவு முடிஞ்சது – நான் வரேன்.”

சாலையைக் கடந்து அவள் நடந்தாள்.

இருட்டுவதற்குள் மகாபலிபுரம் போய்விட முடியும் என்றார் முத்து. வேட்டியை மடித்துக்கட்டிக்கொண்டு தயாரானார். சாலை நன்றாகவே இருக்கிறது. நடப்பது சௌகரியம். குரலெடுத்துப் பாடிக்கொண்டே நடக்கலாம் என்றும் சொன்னார். ஆனால் அங்கிருந்து புறப்பட்டுச் சென்றது அவர் மட்டுமே. கறுப்பன் அவருடன் செல்லவில்லை. அப்போது நடந்த உரையாடல் வருமாறு:

கறுப்பன் சொன்னது:

“சாயந்திரம் நீங்க குழந்தையைத் தூக்கிவைத்துக்கொண்டு விளையாட்டு காட்டிட்டிருந்தீங்க இல்லையா – அப்போது நான் அந்தக் கடையைச் சுத்திப் பெருக்கிக்கொண்டிருந்தேன். பாருங்க திரும்பத் திரும்ப அலையோட சப்தம் – தெளிவாகக் கேட்டது. நிம்மதியாயிருந்தது. அதைப் பற்றிக் கொஞ்சம் அந்தப் பெண்ணிடம் சொன்னேன். ஏனோ சொல்லணும்னு தோணிச்சு. அதுக்கு அவ சொன்ன பதில் – “ஆமா, சத்தம் ரொம்ப நல்லாயிருக்கும் – ஒரு சத்தம் மாதிரி இன்னொண்ணு இருக்காது – அலையைப் பார்த்தாலும்

அப்படித்தான் – ஒவ்வொண்ணும் ஒவ்வொரு தினுசு” – பரமார்த்தமா இதைச் சொன்னா – அப்ப தோணிச்சு எனக்கு – இந்தக் கடலும் அலையும் இந்த மண்ணும் மரமும் ஏற்பட்ட காரணமும் பயணத்திற்காகத்தானே – இல்லே, நமக்காகவா இதெல்லாம் இந்தப் பிரபஞ் சத்திலே பயணத்தை ஆரம்பிச்சிருக்கு – நிச்சயமாக இல்லே – அந்தப் பயணத்தைப் பார்க்க முடியாத வரை – எல்லாவற்றின் பயணத்தையும் பார்க்க முடியாதவரை – நாம் பயணிகளாகிவிட முடியுமா? – சொல்லிக்கொள்ளத்தான் முடியுமா? – யாரோ சொன்னதை நீங்க அடிக்கடி குறிப்பிடுவீங்க – “சென்று அடைவதற்காகப் பயணம் இல்லை – அது பயணத்திற்காகவே” அது உண்மை – சரியாகத்தான் சொல்லியிருக்கு – யாரு சொன்னது அது– ஆனாலும் அந்தப் பயணம் நம்ம காலாலோ அல்லது உடம்பாலோதான் நடத்தி ஆகணும் அப்படின்னு யாராவது சொல்ல முடியுமா? – அம்மாதிரிப்பட்ட பயணம்கூட ஓர் இறந்த காலம்தான். வேறு எப்படி இதைக் கொண்டு செல்லவேண்டும்? – எனக்குத் தெரியவில்லை. ஸோ – நான் இங்கேயே இருக்கிறேன். ஒருவேளை ஸ்டூடியோவிற்கே திரும்பிப்போகவும் தோன்றலாம் – ஒவ்வொண்ணும் ஒவ்வொரு தினுசு.”

முத்து சொன்னது:

தம்பி – உனக்கு இப்படித் தோன்றியதில் சந்தோஷம். தானாகத் தோன்றுவதில் ஒரு சௌகர்யம். அதிலே பொய் எதுவும் இருக்காது. எனக்கும் தோன்றலாம். நான் அதுவரை பயணிக்கிறேன். உனது முடிவைச் சரியென்றோ தவறு என்றோ எண்ணாது போகிறேன். நாம எப்பாவது சந்திக்கலாம்.

முத்து ஏக, கறுப்பன் நிலைகொள்கிறான்.

- தீராநதி, 2003

66. தீவட்டி

ஐந்தாம் திருவிழாவும் ஏழாம் திருவிழாவும் அங்கு விமரிசை. காளை வாகனத்தில் – கைலாச பர்வதத்தில் – சாமி பவனி வருவதும் விமரிசை. இதில் விசேடம் என்னவென்றால், அது பெருமாள் கோவில். ஆழ்வார்களால் பாடப்பெற்றது. தலைமையான ஆழ்வார் அங்கேதான் பிறந்தார் என்ற விசேடமும் உண்டு. இருந்தாலும் சிவன்தான் அங்கு கோலோச்சினார் – அந்தப் பிரதேசம் முழுவதிலும்.

மேலே சொன்ன இரண்டு உற்சவ நாள்களும் திருவிழாவில் முக்கிய தினங்களாகும். வாகனங்கள் நாலு தெருவையும் சுற்றி இறங்குவதற்குள் விடிந்துவிடும். பிரபல வித்வான்கள் வரவழைக்கப்படுவர். குண்டலக் கம்பர், சுடலையாண்டிக் கம்பர் போன்றோரெல்லாம் அந்த வட்டார வாசிகளாதலால், வெளி மாவட்டங்களிலிருந்தும் வருகை உண்டு. ராசரத்தினம் பிள்ளை வரும் அளவிற்கு இன்னும் பிரபலமாகவில்லையே என்ற குறையும் ஊர்வாசிகளுக்கு இருந்தது.

முதல் மூன்று நாள் விழாவும் சாதாரணமாக நடந்து பின்னர் சிறு கடைகள் தோன்ற ஆரம்பிக்கும். ரிப்பன் – பஞ்சு மிட்டாய் வியாபாரிகள் வந்துபோவார்கள். உள்ளூர்வாசிகள் இரண்டொரு பேர் “வை – ராசா – வை” போட்டியைத் துவக்குவார்கள். கம்பராமாயணச் சொற்பொழிவு, திருவிழா முடிந்தபின்னருங்கூட கோவில் அருகே தொடர்ந்து நடக்கும். ஏழாம் திருவிழாவின் போது சர்க்கஸ். எட்டாம் நாள் நடராசர் தில்லையம்பல வாகனத்தில் வருகை. அன்று ஊர் முழுவதும் எலுமிச்சம் பழமும் வெல்லமும் கலந்த பானகத்தில் மிதக்கும். அடுத்த நாள் தேரோட்டம்.

நாட்டிற்கு சுதந்திரம் கிடைத்த சமயமெல்லாம் ‘பெட்ரோமாக்ஸ்’ விளக்கு அந்தக் கிராமத்திற்கு வந்துவிட்டது. ஆனாலும் வாகனம் நாலு தெருக்களிலும் ஊர்வலம் வரும்போது

பெரும்பாலும் தீவட்டிதான். இந்தத் தீவட்டி விஷயத்தில் ஒரு சிறு சங்கடம் உண்டு. வாகனம் தூக்குவதற்கு ஆட்கள் உள்ளூரிலேயே கிடைப்பார்கள். அதில் கஷ்டமில்லை. இந்தத் தீவட்டி அப்படியல்ல. நாலு தெருக்களிலும் சுற்றிவருகிற வாகனத்திற்குத் தீவட்டிகளைத் தூக்கிப்பிடிக்க உள்ளூர் ஆட்கள் கிடைப்பதரிது. காரணம் வெளிப்படை. இரவெல்லாம் தீவட்டி தூக்கிவிட்டு, காலையில் பல்தேய்க்கக் குளத்திற்குச் சென்றால், தெருவில் விளையாடும் குழந்தைகள் "ஏய் – தீவட்டி" என்று கூப்பிடும். ஒன்றும் சொல்லா விட்டாலும் பெண்களும் சிரிப்பதுண்டு. எனவே உள்ளூர்ப் பையன்கள் தீவட்டி உத்யோகத்திற்கு முழுக்குப் போட்டுவிட, பெரும்பாலும் வெளியூர்ப் பையன்கள் அந்த வேலையை மேற்கொண்டனர். கிட்டத்தட்ட எல்லா ஊர்களிலும் அப்படித்தானிருந்தது.

பொன்னையா பிள்ளை உள்ளூர்வாசி. கோவில் வேலை, வாகனங்கள், பாத்திரங்கள் ஆகியவற்றைப் பராமரிக்கும் பொறுப்பு. திருவிழாக் காலத்தில் தீவட்டி – எண்ணெய் சம்பந்தப்பட்ட விஷயங்கள் யாவும் அவர் கையில்தான். தீவட்டிக்கு எண்ணெய் ஊற்றவேண்டும். அத்துடன் வாகனம் புறப்பட்டுவிட்டால் கூடவே சென்று அவற்றை எண்ணெயுடன் கண்காணிக்கவும்வேண்டும். தேவைப்படும் போதெல்லாம் ஊற்றிக் கொண்டிருப்பது அவசியம். அவருக்கு வயிற்று வலி நிரந்தரமாக உண்டு. வைத்தியர் தருகிற லேகியத்தை எப்போதும் மடியிலேயே வைத்திருப்பார். மருத்துவத்திற்குக் காசு செலவழிக்கிற அளவு சம்பளம் கிடையாது. பிள்ளைகள் ஆறு. ஒரு நாளைக்கு இரண்டு கட்டிச் சோறு கோவிலில் தருவார்கள். பெரும்பாலும் அதைச் சாப்பிட்டுத்தான் குடும்பம் நடந்தது. இந்த நிலையில் மருத்துவச் செலவுக்கு ஒரு வகையில் தீவட்டி உதவிற்று.

அது ஒரு விசேடமான கதை. கீழத்தெருக் குளத்தங்கரைப் பக்கம் தெரு பரந்து கிடக்கும். ஐந்து, ஏழு திருவிழா வாகனங்கள் வந்துநின்றால், கிட்டத்தட்ட இரண்டுமணிநேரம் ஆகிவிடும். நாதசுர வித்வான்களின் திறமை வெளிப்படவேண்டிய இடம். ஊரின் இளைஞர்கள் சிலர் நேரடியாகச் சொல்லிவிடுவார்கள். "அண்ணன் வாசிப்பை இந்தத் தெருவில்தான் பார்க்கணும்" அப்படின்னு. பொன்னையா பிள்ளையின் திறமையையும் அந்த நிமிடத்தில்தான் பார்க்கவேண்டும்.

கீழத்தெருவில் முடுக்குகள் அதிகம். பொன்னையா பிள்ளையின் வீடும், நடுமுடுக்கில்தான் இருக்கிறது. அங்குள்ளவர்கள் குறிப்பாக பெண்கள், சாமி தரிசனத்திற்காக, கீழத்தெரு சந்திக்கும் இடத்தில் கூடி நிற்பார்கள். அந்த இடத்தில் தீவட்டி அவசியம் என்று ஒருவனை எப்போதும் நிறுத்திவைப்பார். புதிய ராக ஆலாபனை ஒன்றை நாதசுரக்காரர் ஆரம்பிக்க, வாகனம் அதிக நேரம் நிற்க வேண்டியிருப்பதால், நிறைய தடவை தீவட்டிக்கு எண்ணெய் ஊற்றவேண்டியது அவசியம். அப்படி ஊற்றும்போது, தீவட்டிக்குப் பக்கத்தில் நின்றுகொண்டிருக்கும் பெண்மணிகளை 'பேத்தி' என்றோ, 'மருமகளே' என்றோ, 'அக்கா' என்றோ அழைத்து அவர்கள் கொண்டுவந்திருக்கும் பாத்திரத்தில் இரண்டு மூன்று கரண்டி 'தேவஸ்தான' எண்ணெயை ஊற்றுவார். அப்போதே அந்தப் பெண்களில் சிலர் சில்லறையை அவர் கையில் தந்துவிடுவதுண்டு. இல்லையென்றால் அடுத்த நாள் காலை முதல் வேலையாக அவர்கள் வீடுசென்று அதைப்பெற்று, ஒரு செம்புக் கருப்பட்டிக் காப்பியையும் பருகி வருவார். இதையெல்லாம் தவறாக எடுத்துக்கொள்ளும் மனோபாவத்தில் ஊர்மக்கள் இருக்கவில்லை.

அந்த ஆண்டுத் திருவிழாவிலும் கீழத் தெருவில் கைலாச பர்வத வாகனம் வந்து நிற்கிறது. நாதசுரக்காரர்கள் திறமையைக் காட்ட முனைகின்றனர். நடுமுடுக்கின் பகுதிக்குப் பெண்கள் வரத்தொடங்கவே, பிள்ளைவாள் அந்தப் பக்கம் நிறுத்தப்பட்டிருக்கிற தீவட்டி யாரெனப் பார்க்கிறார்.

அடையாளம் தெரியாத பையனாக அவன் இருந்தான். அருகில் சென்று பார்த்தால், புதுப்பையன்.

"யார்லே நீ?"

"எனக்கு வெள்ளமடம் அண்ணாச்சி – பேரு முத்துக்கறுப்பன்."

"எங்கலே அந்தப் பய வேலப்பன்?"

"சீக்கிரமா சோத்தைத் தின்னுகிட்டு வந்துருதேன் அப்படின்னு போயிருக்கான் அண்ணாச்சி. வாகனம் இன்றைக்கு இறங்க நேரமாகும். தீவட்டியைக் கொஞ்சம் பிடிச்சுக்கோ வந்துருதேன் அப்படின்னு இப்பத்தான் போனான்" தெளிவாக பதில் சொன்னான் அந்தப் பையன்.

"அதுதானே பாத்தேன். சரி, இறக்கிப்பிடி" என்று எண்ணெய் ஊற்றத் தயாரானார் பிள்ளை.

"இல்லை அண்ணாச்சி – இப்பத்தான் அவரு வந்து எண்ணெய் ஊத்திப் போனாரு."

பிள்ளைவாளின் உதவியாளன் ஏற்கெனவே ஒரு சுற்று வந்து எண்ணெய் ஊற்றிவிட்டுப் போய்விட்டதைக் கூறினான் பையன்.

நாதசுர ராக ஆலாபனை ஒரு நிசப்தத்தை ஏற்படுத்தியிருந்தது. இந்தப் பையனுடன் சப்தமிட்டுப் பேசினால், அது நல்லதல்ல. அவர் பேசாது வேறொரு பக்கம் சென்றார். நடுமுடுக்குவாசிகளும் அன்று நாதசுர இசையை மட்டுமே கேட்டுச் சென்றனர் – காலிப் பாத்திரங்களோடு.

பொன்னையா பிள்ளை ஓய்வுபெற்றபோது, கீழூருக்கு மின்சாரம் வந்துவிட்டது. இப்போது எதிலும் ஒரு அசிரத்தை. வீட்டு விஷயங்கள் எப்படியெல்லாமோ ஆகிவிட்டது. மூத்த மகள் அறுத்துக்கொண்டு அப்பா வீட்டிற்கு வந்துவிட்டாள். அடுத்த இரண்டு பெண்களும் உள்ளூரிலேயே கட்டிக்கொடுக்கப்பட்டாலும், கிட்டத்தட்ட அப்பா வீட்டிலேயே இருந்தனர். அதில் ஒருத்திக்கு புருஷன் முகமே மறந்து விட்டது. பையன்களில் ஒருவனுக்கு சுசீயந்திரம் கோவிலில் வேலை. இன்னொருவன் உழவுக்குப் போய்வருகிறான். கடைசிப்பையன் இங்கிலீஷ் பள்ளிக்கூடத்தில் படிக்கப் போகிறேன் என்று சோறு கட்டிக் கொண்டு, அதை ஆற்றங்கரையில் சாப்பிட்டு மாலையில் திரும்பி வந்துகொண்டு இருந்தான். விஷயம் வெளியாகி அப்பாவிடம் வாங்கிய அடியில் ஊரைவிட்டுப் போனவன்தான். மனைவிக்கு இடைவிடாத இருமல். சற்றேறக்குறைய எல்லா நோய்களும் உண்டு. மனிதர் மிகவும் நொந்துபோயிருந்தார்.

"யத்தான்" என்று அழைத்தபடி வந்தார் மாடசாமி – எதிர் வீட்டுக்காரர்.

"யாரோ வெள்ளைக்கார தொரை அத்தான் – ஒங்களைப் பாக்கணுமாம்."

“என்னைப் பாக்கணுமா? மாடசாமி கொஞ்சம் விவரமா சொல்லுடே – எனக்கு ஒடம்பெல்லாம் படபடக்குது பாத்துக்கோ.”

“கூட வந்திருக்கது தேரூர் மூத்த பிள்ளை மகளைக் கட்டியிருக்கிறவன். அவனும் வெளிநாட்டிலே வேலையிலே இருக்கிறானாம். திருவிழா பத்தி ஏதோ கேக்கணுமாம்.”

பொன்னையா பிள்ளையின் மனைவி இருமலுடன், “ஏட்டி இந்தப் பிள்ளையைக் கொஞ்சம் உள்ளே எடுத்துக்கிட்டுப் போ – மூக்கைச் சிந்து” என்று மகளைக் கூப்பிட்டாள்.

வந்தவர்களில் வெளிநாட்டுக்காரர் உயரமாக இருந்தார். போலந்து நாட்டுக்காரர். தெளிவான உச்சரிப்புடன் வணக்கம் சொன்னார். உடன் வந்த உள்நாட்டுக்காரர் அறிமுகம் செய்துவைத்தார்.

“அண்ணாச்சி, இருபத்தஞ்சு வருசம் முன்னே இங்கு வந்திருக்கேன். அடிக்கடி கோவிலுக்கும் வருவேன்.”

“அப்படியா – இருங்கோ. ஏட்டி, ஒரு பாய் எடுத்து இப்படிப் போடு.”

வெளிநாட்டுக்காரர் தூய தமிழில் பேச, உள்நாடு அதை நாஞ்சில் நாட்டு வழக்கில் மொழிபெயர்த்தது.

“அண்ணாச்சி, இவாள் வந்து நம்ம தமிழ்நாட்டுத் திருவிழா பத்தி புத்தகம் எழுதறாரு. அதுக்குச் சில விவரமெல்லாம் வேணும். நான் இப்ப இவாள்கூட அங்கே காலேஜ்லேதான் வேலை பாக்கறேன். மாடசாமி மாமாகிட்டே கேட்டேன்; ஓங்களைப் பத்திச் சொன்னாரு. அதுலே இந்தத் தீவட்டி இருக்குது பாருங்க, அது சம்பந்தமா ஓங்ககிட்ட கேக்கணுமாம்.”

பொன்னையா பிள்ளை முதலில் வெலவெலத்துப்போனார். அப்போது போலந்தின் குரல் ஒலித்தது.

“ஐயா, தாங்கள் தீவர்த்தியைப் பயன்படுத்தும் முன்னர் அவற்றிற்குப் பூசனை செய்வதுண்டா? தீவர்த்தி திரிசூல அடையாளம். தீபம் சிவலிங்கம் அல்லவா?”

பொன்னையா பிள்ளை சமாதானமடைந்தார். தீவட்டியில் இவ்வளவு விஷயம் உள்ளதா என்று ஒரு பெருமிதம் கொண்டார். பிறகு, தைரியமாகப் பேசினார்.

“ஆமாமா. கும்பிடு போட்டுவிட்டுத்தான் வேலையை ஆரம்பிப்போம். ஒரு வாரத்துக்கு முன்னாலேயே பழந்துணி எல்லாத்தையும் வாங்கி வைச்சுடுவோம். அது நாலு தெரு வீடுகள்லேயே கிடைக்கும். போதாதுன்னா காசு குடுத்து வாங்குவோம். மீதி வந்தா, அப்படியே கட்டி வைச்சுடுவோம். அடுத்த வருசம் உதவும் – வீணாக்கப்படாது.”

மொழிபெயர்ப்பு எதுவும் தேவைப்படவில்லை.

“எண்ணெய்” என்று ஆரம்பித்தார் போலந்து. “அது நிறைய வீணாகும் அல்லவா?” என்றும் கேட்டார்.

“சேச்சே. பேசப்படாது. ஒரு சொட்டுக்கூட வீணாப் போகாது. தீவட்டிக்கு எண்ணெய் ஊத்தற சமயம் நீங்க பாருங்களேன். சட்டியைக் கீழே கவனமா வைச்சு ஊத்துவோம்.

தரையிலே ஒரு சொட்டுக்கூட சிந்தாம கவனிக்கணும். கோவில்லே எந்தப் பொருளும் வீணாகாது; வீணாக்கக் கூடாது."

"நன்றாகச் சொன்னீர்கள். 'சிவன் சொத்து குல நாசம்' என்று பழமொழியே இருக்கிறதல்லவா?"

"ஆமாம்" என்றார் பொன்னையா பிள்ளை. உள்நாட்டுக்காரரை ஏறிட்டுப் பார்த்தார்.

"தேரூர் மூத்தபிள்ளை மருமகனா நீ... நீங்க?" என்று கேட்டார். "எந்த ஊரு?" என்றும் விசாரித்தார்.

"எனக்கு வெள்ளமடம் அண்ணாச்சி. ஒரு தடவை இங்க தீவட்டி கூடப் பிடிச்சிருக்கேன்."

போலந்துக்காரர் மேற்கொண்டு கேள்விகளைக் கேட்க ஆரம்பித்தார்.

- தீராநதி, 2003

67. ஒரு வாக்குமூலம்

முத்துக்கறுப்பனுக்கு முதலில் பெருத்த வியப்பு. கால் நூற்றாண்டிற்கு முன் ஊரிலே தன்னோடு படித்த கிருஷ்ணனை இந்தப் பட்டணத்தில் இந்தத் தெருவில் சந்தித்தது நம்ப முடியாததாக இருந்தது. அடையாளம் கண்டுகொண்டதும், இத்தனை காலம் பட்டணத்தில்தான் இருந்தான் என்ற செய்தியும் அதிசயம்தான்.

காரணப்பெயர் கொண்டவன் கிருஷ்ணன் என்று ஊரிலே சொல்வதைக் கேட்டிருக்கிறான். அவன் பெற்றோர் இருவரும் சிறைச்சாலையில் இருந்தபோது பிறந்தவன் என்பதால், கிருஷ்ணன் என்பது பொருத்தமான பெயர். சிறைச்சாலை சென்றது விடுதலைப் போராட்டத்தில் அல்ல. திருவிழா நடைபெற்ற ஊரில் ஒரு குழந்தையின் கழுத்துச் சங்கிலி சம்பந்தப்பட்ட தண்டனைதான்.

கிருஷ்ணன் வளர்ந்ததும் முதல் காரியமாக தகப்பனாரிடம் சண்டையிட்டு எங்கோ போய்விட்டதாகச் சொல்வார்கள். பெற்றோர் பற்றிய செய்தியை மட்டும் விட்டுவிட்டால் முத்துக் கறுப்பனுக்கும் கிருஷ்ணனுக்கும் அதிக வேறுபாடு இல்லை என்று சொல்லவேண்டும். ஏழாவது படிக்கும் போது ஆசிரியர் சிவனணைஞ்ச பெருமாள், முத்துக்கறுப்பனைக் கையெடுத்துக் கும்பிட்டார். "ராசா நீ நூறாண்டு வாழ்வாய். தயவு பண்ணி நாளையிலிருந்து பள்ளிக்கூடம் வராதே" என்று வேண்டினார்.

அவன் தகப்பனாரும் அதை வரவேற்றார். ஒண்டிக்கட்டையாக அம்மன் கோவில் பூசையை மேற்கொண்டிருப்பவர். குளத்திலிருந்து தண்ணீர் கொண்டுவருவதில் ஆரம்பித்த வேலைகள் அம்மையப்ப பூசை செய்யும் அளவிற்கு வந்துவிட்டது என்று சொல்லலாம்.

இடையிலே ஒரு திருப்பம். "திருக்காளத்தி போய் சாமி கும்பிட்டுவிட்டு வரும்போது மதுரையில் இறங்கி அம்மனையும் பார்த்துவிட்டு வா" என்று கணக்காகப் பணம் கொடுத்து அனுப்பினார்.

அப்படியே நடந்து திரும்பும்போது தூக்கக்கலக்கம் – பேருந்து ஓரிடத்தில் நிற்க, வெளியே பார்த்தால் 'மதுர விலாஸ்' என்ற கடைப் பலகை. இரவு நேரம். மடமடவென மதுரையில் இறங்கவும் பேருந்து போய்விட்டது. அது மதுரை அல்ல மவுண்ட் ரோடு என்று பின்னர் புரிந்துகொண்டான்.

அது சைதாப்பேட்டை அருகிலுள்ளது என்பதையும் தெரிந்துகொண்ட பின்னர் முத்துக்கறுப்பன் ஒரு மகத்தான முடிவிற்கு வந்தான். அதாவது திரும்பவும் ஊருக்குப் போக வேண்டாம் – இங்கே சைதாப்பேட்டையிலேயே நடராசன், சுந்தரமூர்த்தி ஆகியோரைப் பார்த்து வேலைக்கு இருந்துவிடலாம் என்ற அவன் முடிவு பலித்தது.

டீக்கடை வேலையென்றாலும் நடராசன் இவனை நல்லபடியாகப் பார்த்துக்கொண்டார். ஒரு மாதம் சென்ற பின்னர் நடராசனுக்கு வந்த பதில் கடிதத்தில், 'சவம் அங்கேயே இருக்கட்டும். இங்க இப்ப வரவேண்டாம். அவனைப் பற்றி நினைச்சாலே எனக்கு எரியுது' என்று முத்துக்கறுப்பனின் தகப்பனார் எழுதியிருந்தார். கிட்டத்தட்ட ஊர் உறவு முத்துக்கறுப்பனுக்கு முறிந்துவிட்டது என்று சொல்லவேண்டும்.

அடையாளம் தெரியாத அளவுக்கு இருவரும் வளர்ந்திருந்த போதிலும் சேர்ந்துபடித்த நெருக்கம் இருந்தபடியால் நலம் விசாரித்துக்கொண்டனர். என்ன வேலை, வருமானம் எப்படி, என்பது போன்ற கேள்விகளையெல்லாம் தவிர்த்து, ஒரேயடியாக கிருஷ்ணன் விஷயத்திற்கு வந்தான்.

"நான் இப்போ திருவொற்றியூரிலே கடை வைச்சிருக்கேன். வியாபாரம் ஏதோ போயிட்டிருக்கு. நேத்தைக்கு நம்ம ஊர் நடராசனைப் பார்த்தேன். உன்னைப்பத்திச் சொன்னான். எனக்கு முதல்லே ஞாபகம் வரல்லே. பொறகுதான் தெரிஞ்சுது. அப்புறம் எல்லா விவரமும் கேட்டுக்கிட்டேன். நீ ஊருக்குப் போகவே இல்லையாமே. ம்... நம்ம சாதகம் அப்படி இருக்குன்னு இருந்துட வேண்டியதுதான் – என்ன சொல்லுதே?"

முத்துக்கறுப்பன் பேசாதிருந்தான். ஊர் ஞாபகம் கொஞ்சம் கொஞ்சமாகப் பற்ற ஆரம்பித்தது. அதற்கு இடம்கொடுக்காமல் கிருஷ்ணன் தொடர்ந்து பேசினான்.

"வியாபாரம் இப்ப படுத்துக்கிட்டு வருது பாத்துக்கோ. என்ன செய்யறதுன்னு தெரியலே. நம்ம ஊரு அம்மனுக்கு நேந்திருக்கேன். அதுக்கிடையில் நீ ஒரு காரியம் எனக்குப் பண்ணித்தரணும். அம்மனுக்கு நம்ம வீட்டிலேயே ஒரு பூசனை போடணும். அந்த வீடு என்னவோ தெரியலே. போன நாளிலிருந்தே – நட்டம்தான். குடம் எல்லாம் வைச்சு நீ ஏதோ ஒரு பூசனை செய்வியே அது மாதிரி ஒண்ணு நீ பண்ணித் தா, முத்துக்கறுப்பன். ஒரே ஊர்க்காரங்க நாம இதுகூட ஒருத்தருக்கொருத்தர் செய்யலேன்னா எப்படி?"

வழக்கம்போல் முத்துவிற்கு மெதுவாகத்தான் புரிந்தது. இன்னமும் சரியாகப் புரியவில்லை என்றுதான் சொல்லவேண்டும். இருந்தாலும், தன்னைப் பற்றிய விஷயங்களைக் கிருஷ்ணன் சொல்லிய விதம் குறித்து மகிழ்ந்தான்.

முத்துக்கறுப்பனின் தந்தையார் அம்மன் கோவில் பூசனையில் ஆடி முடித்து ஆவேசம் அடங்குவதற்கு முன்பே, சுண்டல், பிட்டமுது, வடை ஆகியவற்றை முத்து கட்ட ஆரம்பித்துவிடுவான். இப்படிச் சில்லறை வேலைகளுடன் சில சமயங்களில் வீடுகளுக்குச் சென்று திருவாசகமும் படிப்பதுண்டு. வீடுகளிலும் எப்போதாவது பூசனை நடக்கும். 'காட்டில் நாய் கழு குன்றிலே' என்று சிங்கி அடித்தவாறே ஒரு வீட்டில் பாட, அந்த வீட்டுக்காரர் அடிக்கவே வந்துவிட்டார். அவர் அடிக்கடி திருக்கழுக்குன்றம் சென்று வருபவர்.

'சரி' என்றான் முத்துக்கறுப்பன். கிருஷ்ணன் கேட்பது ஒன்றும் பெரிய விஷயமல்ல. தன் தகப்பனாருடன் போய்ச் செய்துவந்த பூசனையை வீட்டில் நடத்தச் சொல்கிறான். என்ன வியாபாரம் என்பதெல்லாம் தெரியவில்லை. இருக்கட்டும் என்றிருந்து விட்டான்.

அந்தப் பூசனை ஒன்றும் பெரிதல்ல. இரண்டு குடம், இரண்டு செப்புக் காசுகள், பூ, அம்மன் படம் அவ்வளவுதான். குடங்களில் நீர் ஊற்றி, செப்புக்காசுகளை அவற்றில் போட்டுவிடவேண்டும். வாயைத் துணியால் மூடிக்கொண்டு வணங்கவேண்டும். குடமிரண்டும் அம்மையப்பனுக்குச் சொந்தம். போடப்பட்ட காசுகள் பன்மடங்காகி வியாபாரம் செழிக்கும் என்பது நம்பிக்கை.

சைதாப்பேட்டையிலிருந்து திருவொற்றியூருக்குப் பேருந்து இருந்தது. இடம் கண்டுபிடிப்பதில் கஷ்டமில்லை. காம்பவுண்டு உள்ள வீடு அது. வாசலிலேயே கிருஷ்ணன் நின்றுகொண்டிருந்தான். கையைப் பிடித்துக்கொண்டான். "வா – நீ வரதுவரை மனசே சரியில்லை பாத்துக்கோ – உள்ளே வா" என்று அழைத்துச் சென்றான்.

வீடு சுத்தமாகவிருந்தது. சுத்தம் என்றால் அப்படியொரு சுத்தம். வீட்டில் சாமான்கள் எதுவும் தென்படவில்லை. கொடிகளில் துணிகள் இருக்கிறதாவென்றால் கொடிகளே இல்லை. சொல்லப்போனால், காலிவீடு போன்ற தோற்றம். பூசனைக்கு அவன் கேட்டிருந்த சாமான்கள் மட்டும் வெகு நேர்த்தியாக நடு அறையில் வைக்கப்பட்டிருந்தன.

கொண்டுவந்திருந்த துண்டை, வேட்டியின் மேல் இடுப்பில் சுற்றிக் கொண்டு பூசையை ஆரம்பித்தான் முத்து. வேறு எதையும் கேட்டுக்கொள்ளவில்லை.

"கொஞ்சம் இரு முத்து" என்றான் கிருஷ்ணன். "நம்ம பக்கத்துக் கடைக்காரரு வராரு – அவருதான் இங்க குடிவரதுக்கு முன்னாலே பூசை செய்யச் சொன்னாரு – கொஞ்சம் இரு."

அந்த நபர் வந்து அவசர நிலையில் ஒரு பொட்டலத்தை கிருஷ்ணனிடம் கொடுத்துவிட்டு, பூசாரி என்று தெரிந்தும் முத்துக்கறுப்பனுக்கு ஒரு வணக்கம்கூடத் தெரிவிக்காமல் வெளியே போய்விட்டார்.

'இதையும் பூசையிலே வைச்சிரு' என்று கூறி வெளியே வந்தான் கிருஷ்ணன். முத்து மடமடவென்று வேலைகளைக் கவனித்தான்.

பூசை முடிந்ததும் அந்தக் குடத்துநீரை வீடு பூராவும் தெளிக்க வேண்டும். 'கிருஷ்ணன்' என்று கூப்பிட்டவாறு நடு அறையிலிருந்து முத்து வர, கிருஷ்ணன் அவசரமாக வெளிப்பக்கமிருந்து வந்து, "முத்து – எல்லாம் முடிச்சாச்சு இல்லையா? எனக்கு அவசர

வேலை ஒண்ணு வந்திருக்கு" என்று ஓர் ஐம்பது ரூபாய் நோட்டைத் தந்தான். மீதி வேலைகளைக் கவனித்துமுடித்துவிட்டுப் புறப்பட்டான் முத்துக்கறுப்பன்.

இவ்வளவுதான் உண்மையில் நடந்து முடிந்த விஷயம். இந்த விஷயம் முக்கியத்துவம் பெறப்போகிறதென்று யாரும் எண்ணிப் பார்த்திருக்க முடியாது. முத்துக்கறுப்பன் மறந்தேபோயிருப்பான். முக்கியமென்றால் அப்படியிப்படி என்றில்லை. செய்தித்தாள்களிலும் வந்துவிட்டது.

இரவு பத்து மணியளவில் கதவு தட்டப்பட்டது. வந்து திறந்தால் மூன்று போலீஸ்காரரும் ஜீப் வண்டியும். போலீஸ் ஸ்டேஷனில் கூட பூசனைக்குக் கூப்பிட்டு அனுப்பியிருக்கலாம் என்று தோன்றிய எண்ணம் அவர்கள் முகத்திலிருந்த கடுமையால் மங்கிவிட்டது. "என்னது?" என்று மிகவும் மெல்லிய ஓசையில் வெளிவந்த அவனது கேள்வியை ஒரு முரட்டுக்குரல் அடக்கிற்று.

"இங்க முத்துக்கறுப்பன் யாரு?"

வெலவெலத்துப்போய் அவன் உதடுகள் துடித்தன. "நான்தான்" என்றான்.

"யோவ், இறங்கி வா" என்று ஒரு போலீஸ்காரர் குரல் கொடுக்க, ஜீப்பிலிருந்து இறங்கிய ஆளைக் காட்டி, 'இவனைப் பாத்திருக்கியா?' என்று கேட்க, மிகவும் கூர்மையாக அந்த உருவத்தைப் பார்த்தான் முத்துக்கறுப்பன். அன்று பூசனை நடந்த நாளில் கிருஷ்ணனின் பக்கத்துக் கடைக்காரராக வந்து பொட்டலத்தை அளித்தவர்.

"பாத்திருக்கியா?"

"ஆமா – அன்னிக்கு பூசை ஒண்ணு போடச் சொன்னான் கிருஷ்ணன். அப்போ இவரு..."

"அதானே கேட்டேன். வா – வண்டியிலே ஏறு."

"ஐயையோ – நான்..."

"பிச்சுப்புடுவேன் பிச்சு – ஏறுன்னா... பேசக்கூடாது."

அது அப்படி நடந்து முடிந்தது.

காவல் நிலையத்தில் கிருஷ்ணன் தந்த வாக்குமூலம் வருமாறு:

"ஐயாமார்களே, எனக்கு ஒண்ணுமே தெரியாதுன்னு சொல்லப் போறதில்லே. எல்லாத்தையும் சொல்லிவிடவும் முடியாது. ஒண்ணை மட்டும் முதல்லயே சொல்றேன். இந்த முத்துக்கறுப்பனும் சரி – அதோ அந்த சாமிநாதனும் சரி – வெவரம் தெரியாதவனுக.

"முத்துக்கறுப்பனுக்கு பூசை செய்யத் தெரியும். இவனுக்கு பூசையிலே நம்பிக்கை. பணத்தாசை வேறே. ரெண்டையும் முடிச்சுப் போட்டா – என்ன கிடைக்கும்னு கணக்குப் போட்டா பெருந்தொகை.

"சாமிநாதன்கிட்டே சொன்னேன் – எனக்குத் தெரிஞ்ச பூசாரி குடம் வைச்சு பூசை பண்ணினா பணம் அப்படியே ரெட்டிப்பாகும் அப்படின்னு. முத்துக்கறுப்பன் கிட்டே வசியமாப் பேசி திருவொற்றியூர் வரச்செய்தேன்.

"பணத்தோடு இவன் பொட்டலம் கொண்டுவந்தான். ஒரு கட்டு. ஐம்பதினாயிரம் ரூபாய். அந்தப் பொட்டலத்தை நான் எடுத்துக்கிட்டு வேறொரு பெரிய கட்டைக் கொண்டுவந்து வைச்சேன். பூசை முடிச்ச முத்துக்கறுப்பனை அனுப்பிவிட்டு பெரிய பொட்டலத்தைச் சாமிநாதன் கிட்ட கொடுத்தேன்.

"ஐம்பதாயிரம் லட்சமாக மாறியது. விழுந்து கும்பிட்டு அதை எடுத்துக்கிட்டுப் போனான். பொறகுதான் பாங்க் மூலமா விஷயம் உங்ககிட்ட வந்திருக்குது. அது காலியாக இருந்த வீடு. 'வீட்டைப் பார்த்துக் குடிவருகிறேன்' என்று நங்கநல்லூர் வீட்டுக்காரர் கிட்டே சாவி வாங்கி வந்து ஏற்பாடு செய்து எல்லாம் நடந்ததுன்னு வைங்க.

"எனக்கு வேறொண்ணும் தெரியாதுன்னு சொல்ல மாட்டேன். ஆனா, இவ்வளவு சொன்னாலே இந்த அப்பாவி முத்துக்கறுப்பன் மேல் எந்தத் தப்பும் இல்லேன்னு தெரிஞ்சுரும் – அவ்வளவுதான்.

"அன்னிக்கு ராத்திரி நினைச்சுப்பார்த்தேன். எத்தனையோ பேருக்கு பகடைக்காயா இருந்தாச்சு. இப்படித்தான் இது முடியும் அப்படின்னு தெரிஞ்சுவிட்ட விசயம். வேறு விதமாத்தான் இந்தக் கதை முடியட்டுமேன்னு தோணிச்சு.

"முத்துக்கறுப்பன் மட்டுமல்ல, அந்த சாமிநாதனும் பேராசைக்காரனே ஒழிய வேறு எதுவும் தெரியாதவன். பூசையில் நோட்டு ரெட்டிப்பாதான் ஆச்சு. ஆனா, பைத்தியக்காரன் அப்படியே பாங்கில் கொண்டு போய்க் கட்டுவான்னு யாருக்குத் தெரியும்?"

இப்படி அவன் கூறிவிட்டு, சைகை மூலம் தண்ணீர் வேண்டுமென்று கேட்டுத் தரையிலே உட்கார்ந்துகொண்டான். ●

- அமுத சுரபி, 2005

68. விடுதலைப் போரில் அப்பரின் பங்கு

ஆரல்வாய் மொழி செல்லும் சாலையில் மெதுவாக நடந்து கொண்டிருந்தார் பூதலிங்கம். அறுபதிற்கு மேல் உடம்பைக் கொஞ்சம் நிமிர்ந்திருக்கச்செய்கிற பயிற்சியாக அந்த நடை இல்லை. தளர்ச்சி தெரிந்தது. கல்லிலும் முள்ளிலும் அநாயாசமாக நடந்து சென்று, செய்ய வேண்டிய காரியங்களை நடத்திக் காட்டியவர்தாம் அவர். வயலறுப்புக் காலங்களில் பார்க்கவேண்டும், அவரது உழைப்பை. பத்து விதமான வேலைகளை பதினைந்து பேரிடம் ஒப்படைத்து அவற்றை கனகச்சிதமாக முடிப்பவர். அண்ணன் தம்பி சண்டை என்று எதுவும் கிடையாது. ஊரில் யாரும் அவரிடம் தகராறு வைத்துக்கொண்டதும் கிடையாது. நல்ல நிம்மதியான வாழ்க்கைதான். ஒரே பையன் - சென்னையில் வேலை பார்த்து தகப்பனாருக்குச் சிறிது பணமும் அனுப்புகிறான். அனுப்பாவிட்டாலும் ஒன்றும் குறைவு இல்லை. இரண்டு ஆண்டுகட்கு முன்பு நடந்த அவரது அறுபது ஆண்டுக் கல்யாணத்தில் எல்லா உறவினர்களும் நண்பர்களும் கலந்து கொண்டனர். மகன் வேலாயுதமும் சென்னையிலிருந்து இரண்டு நண்பர்களுடன் வந்து தங்கிவிட்டுச் சென்றான். மகன் பிரச்சினை ஒன்றுதான் இப்போது. ஒருவகையில் பெரிய பிரச்சினைதான் - உணவு சம்பந்தப்பட்ட பிரச்சினை.

வேலாயுதம் பட்டணத்தில் வேலை கிடைத்து அங்கு சென்று ஆறு மாதம் வரை தானே பொங்கிச் சாப்பிட்டுவந்தான். பின்னர், கொஞ்ச நாள்களாகக் கடைகளில் சாப்பிடுவதாக அவர் கேள்விப்பட்டார். கடையில் சாப்பிடுவது அப்படி ஒன்றும் பாபகரமான விஷயம் இல்லையென்றாலும் அந்தக் கடைகளில் ஒன்று தேர்ந்த மாமிச பட்சிணிகளின் சொர்க்கம் என்று கூறத்தக்கது என்பதும் அவர் காதுகளுக்கு எட்டியிருந்தது. அவரது ஜன்மத்தைப் பொறுத்தவரை இந்த விசயம் முடிவுகட்டப்பட்ட வொன்று. அதிலே சந்தேகமில்லை. மகன் வேலாயுதமும்

அப்படித்தான் என்றிருந்த நிலை இப்போது அவர் காதுகளுக்கெட்டிய விஷயத்தால் பதற்றத்திற்குள்ளாகிவிட்டது.

இதிலே வேறொரு காரணமும் முக்கியத்துவம் பெற்றிருந்தது. வேலாயுதத்திற்குப் பெண்தர முனைந்திருப்பவர் ஒரு தீவிர காய்கறி உணவுவாதி. பட்டை லவங்கம் போன்ற எந்த சூதுவாதும் அறியாத பொருட்களையும் அவர் தொடுவதும் கிடையாது. அவையும் மாமிசத்திற்கு சமம் என்றெண்ணுபவர். அப்பர் பெருமானின் தேவாரத்தைப் படிப்பதில் எல்லையற்ற மகிழ்ச்சியடைபவர். வேறெதுவும் வேண்டாம் என்பார்.

எனவே பூதலிங்கம் தவித்துப்போனதில் தவறில்லை. குறைந்தது இரண்டு மாதம் இந்த விஷயமாக யாரிடமும் வெளிப்படையாகப் பேசமுடியாது, தன்னோடு மட்டும் போராடி வழி எதுவும் காணாது மயங்கி நின்றார். இந்த விஷயத்திற்கு முடிவு தெரியாமல் கல்யாணப் பேச்சை எப்படித் தொடர்வது என்றும் அவரால் நினைத்துப்பார்க்க முடியவில்லை. ஆடிமாதம் அப்படி இப்படி என்று கொஞ்ச காலத்தை மட்டுமே கடத்த முடிந்தது. நடந்து நடந்து மெலிவது தவிர வேறு வழி எதுவும் தோன்றாது, ஒரு தடவை பொய் சொல்லலாமா என்றுகூட யோசித்தார். அந்த யோசனையும் சரியாகப்படவில்லையாதலால், முத்துக்கறுப்பனைப் போய்ப் பார்த்து வந்தார்.

முத்துக்கறுப்பன் அவரது ரொம்பவும் தூரத்து உறவினன். அவன் மணஞ் செய்துகொண்ட பெண் அவனைப் போலல்லாது, மாமிச உணவைப் பிரியத்துடன் உண்பவள். இதுபற்றி அவனிடம் இதுகாறும் பேசியதில்லை. முன்பே பேசி விஷயங்களைக் கேட்டறிந்திருந்தால் ஒருவித விளக்கம் கிடைத்திருக்கும். எதற்கும் நேரம் வரவேண்டும்.

முத்துக்கறுப்பனின் வீடு பத்து மைல் தள்ளியுள்ள நகரத்திலிருந்தது. பார்த்துத்தான் ஆகவேண்டியிருந்ததால் காலத்தைக் கடத்துவானேன் – வேறு வேலையுமில்லை.

பூதலிங்கம் முத்துக்கறுப்பனுக்கு மாமன் முறை. அவன் மனைவி அவரைக் கண்டதும், 'பெரியப்பா வாருங்கோ – இப்படி சேர்லே இருங்கோ' என்று உபசரித்தாள். முத்துக்கறுப்பன் குளித்துக் கொண்டிருந்தான். குளியலறையிலிருந்தவாறே 'ஏட்டி – மாமாவுக்கு காப்பி குடு' என்று அறிவுறுத்தினான். பூதலிங்கம் காப்பி சாப்பிடவில்லை. சாதாரணமாக அவர் வெளியில் சாப்பிடுவது அபூர்வம். வந்த விஷயம்தான் சாப்பாடு சம்பந்தப்பட்ட விஷயம்.

முத்துக்கறுப்பனிடம் இந்தக் குறிப்பிட்ட விஷயம் குறித்துப் பேசவில்லையே தவிர, பொதுவாக மாமிச உணவு, அதை உண்பவர் பற்றி சாதாரணமாகவும், கோபத்துடனும் வாக்குவாதம் நடத்தியிருக்கிறார். ஒருவேளை முத்துக்கறுப்பன் அதையெல்லாம் மறந்திருக்கக்கூடும். ஒரு தடவை ஏதோ பேராசிரியர் போல விளக்கம் கூறினான். இந்தவுலகில் விவசாயத்தை மனிதன் தெரிந்துகொண்ட பிறகுதான் சிலர் மாமிசத்தைக் கைவிட முடிந்ததே தவிர, அதன் முன்னர், அதாவது சுமார் எட்டாயிரம் ஆண்டுகளுக்கு முன் எல்லாரும் ஊன் உணவுதான் உட்கொண்டனர் என்ற அவனது கூற்று எரிச்சலை உண்டுபண்ணிற்று. இங்கே தென்பகுதியில் நம் முன்னோர் மாமிசமும் ஒரு காலத்தில் உண்டுவந்தனர் என்று சொல்ல ஒருத்தனுக்கு எத்தனை துணிவு இருக்கவேண்டும் என்று அவர் கோபப்பட்டும் நொந்துகொண்டும் இருந்துவிட்டார். தம் குலத்து மூதாதையரையும்,

பெரியோரையும் மதிக்காதவனிடம் என்ன பேச்சு வேண்டிக்கிடக்கிறது என்றும் அதற்கு முடிவு கட்டி, பேசாமலிருந்துவிடுவார்.

உண்மைதானே! திருநாவுக்கரசு நாயனார் போன்ற பெரியோரை எல்லாம் அல்லவா இப்படிப்பட்ட பேச்சு சந்திக்கு இழுக்கும். அதிலும், பூதலிங்கம் அப்பர் பெருமான் படத்தை தினமும் வணங்குபவர்.

இப்படியெல்லாம் இருந்தபோதிலும் அவர் முத்துக்கறுப்பனை வெறுத்தது கிடையாது. புரியாவிட்டாலுங்கூட அவனது பேச்சில் ஏதோ ஓர் உண்மை இருக்கிறது என்று ஏதோ ஒன்று அவரை நம்ப வைத்திருக்கிறது. இல்லையென்றால், இப்படிப்பட்ட விஷயத்திற்கு இவனிடமா வந்து ஆலோசனை கேட்கப்போகிறார்!

ஆயிற்று. அவன் குளித்துவிட்டு வந்ததுமே பூதலிங்கம் பக்கத்தில் வந்து உட்கார்ந்துகொண்டான். அவன் மனைவி அப்போது காப்பி கொண்டுவந்து வைக்கவே, முத்துக்கறுப்பன் ஏறிட்டு அவளைப் பார்த்தான். அவள் சொன்னாள்.

“வந்தவுடனேயே காப்பி சாப்பிடச் சொன்னேன். வேண்டாம்னு சொல்லிட்டா – இப்ப நீங்க சொல்லுங்க.”

‘ஓஹோ – மாமா காப்பி சாப்பிடலேன்னா ஏதோ பெரிய விஷயமிருக்கும். என்ன மாமா?”

பூதலிங்கம் பக்கத்திலிருந்து மேசையிலுள்ள புத்தகங்களைப் பார்த்தவாறே, “என்ன முத்து, இன்னைக்கு ஆபீஸ் இருக்குதா?” என்று கேட்டார்.

‘ஆமாம்’ என்று பதில் சொல்லிக்கொண்டிருக்கும்போது வெளியே கதவருகே ஆள் அரவம்... அவன் மனைவி பார்த்துவிட்டு வந்து ‘உங்க ஆபீஸ் ஆள்’ என்று சொல்லி அடுக்களைக்குள் சென்றாள். முத்துக்கறுப்பன் யாரெனப் பார்த்துவர வெளி நடையருகே போனான்.

பலவாறான புத்தகங்கள் இருப்பினும் திருமுறைகள் அவர் கவனத்தை ஈர்த்ததில் வியப்பில்லை. சிறுவயதிலிருந்தே சில தேவாரப் பதிகங்களைத் தன் தகப்பனார் பாடக் கேட்டறிந்தவர். வெகுகாலம் அவற்றை மறக்கவில்லை. பிற்காலத்தில் முத்துக்கறுப்பன் சொல்லித்தான் அவை தேவாரமல்ல – திருவாசகப் பதிகங்கள் என்பதை அறிந்துகொண்டார். மூவரில் அப்பர் பெருமானுக்கு பூதலிங்கம் அளித்த பெருமை அந்தப் பெருமானின் உழவாரப் படையால்தான். உழவு, உழவர், விவசாயம் போன்ற சொற்களிலே ஒரு பாதுகாப்பை உணர்ந்தவர். அப்பர் பெருமானைத் தன் மூதாதையராக ஏற்றுக்கொள்வதில் என்ன தயக்கமிருக்க முடியும். இன்னொன்று அறுபது வயது மனிதரான அவர் குறைந்தது நாற்பத்தைந்து ஆண்டுகள் வயல் வரப்புகளின் ஊடே கலப்பையைச் சுமந்து சென்றுவந்த அனுபவமும் உண்டு. எனவே உழவாரப்படை போன்ற சொற்கள் அவருக்கு பலத்தை அளித்ததில் வியப்பில்லை.

ஒரு பருமனான புத்தகத்தைப் புரட்டினால் அது அவர் மனம் போல அப்பர் தேவாரமாக இருந்தது. எப்போதோ பார்த்தது. அப்படி இப்படி கூட்டிக் கழித்தால் ஒரு

இருபது பாடல்கள் நினைவிலிருந்தது. இவ்வளவு பதிகங்களா என்று ஒரு கணம் வியப்பு. புரட்டிக்கொண்டிருப்பதிலேயும் ஒரு சுகம் – அப்பரை நேரில் பார்த்துப் பேசுவது போல.

ஒரு பக்கத்தில் அவர் புரட்டுவது நின்றது. கங்கை கன்யாகுமரி என்ற பெயரெல்லாம் உள்ள பகுதி. முத்துக்கறுப்பன் ஒரு தடவை சத்தமாகச் சொன்னான்.

"மாமா – நீங்க என்ன சொல்லுதியோ – கங்கையோ, கன்யாகுமரியோ, கரிய மாணிக்கபுரமோ, அதெல்லாம் முக்கியமில்லே – கரியமாணிக்கபுரம் முத்துக்கறுப்பன் மனைவி ஊர் – சிவம்னா புதுசா வர வெளிச்சம் மாமா – அது தானா வரதால அது எப்படியிருக்கும்னு சொல்ல முடியாது. சொல்ல முடிஞ்சா அது புதுசு ஆகாது. இந்தச் சடங்கு சமாச்சாரம் எல்லாம் கதை எழுதற ஆளுக, படம் வரையறவங்க எல்லாரும் சேர்ந்து செய்ததுதான். கைலாசம் – காளை – சந்திரன் எல்லாத்தையும் சேர்த்துத்தான் சொல்றேன்."

அப்போது அது சாதாரணப் பேச்சாகவே இருந்தது. பூதலிங்கம் பிரித்த புத்தகத்தின் பக்கங்களில் முத்துக்கறுப்பன் கூறியதன் சாரம் இருந்ததைக் கண்டார். வேறு சிலவும் இருந்தன. அதைப் படித்துமுடித்தார். பதிகங்களின் விளக்கவுரையாகக் குறிப்பிட்டு இருந்ததையும் அவர் படித்தார்:

'கங்கை, காவிரி, குமரி போன்ற தீர்த்தங்களால் பயன் கிட்டிவிடாது. வெறுஞ்சடங்கு வீண் பயனே. பட்டர் ஆதல், சாத்திரம் கேட்டல், இடுதல், அட்டுதல், மறைகளை ஓதுதல், வேள்விகள் செய்தல், நீதி நூல் பல கற்றல், காட்டகத்தே திரிதல், மாமிச உணவை ஒழித்தல், நோன்பு எடுத்தல், பட்டினி கிடத்தல், மலையேறித் தனித்தவம் புரிதல், கோடி தீர்த்தங்களில் குளித்தல் எல்லாம் இறைவனை உண்மையாக உள்ளுதற்குப் பதிலாக எல்லோரையும் மருட்டவும், வீண் பெருமை காட்டவுமே பயன்படும். சமூகத்தில் இறைவனின் கருணை இன வேறுபாடின்றி, மொழி வேறுபாடின்றிக் கிட்டுகிறது.'

பூதலிங்கம் பாபநாசக் குறுந்தொகையை முடித்தபோது முத்துக்கறுப்பன் உள்ளே வந்தான். "என்ன மாமா, விசேடமொண்ணுமில்லையே" என்று கேட்டவாறே பக்கத்தில் உட்கார்ந்தான்.

"இல்லே முத்து. நாளை பட்டணம் போயிட்டு வரலாம்னு இருக்கேன். நீயும் வந்தா நல்லாயிருக்கும் – பய கல்யாணம் நிச்சயம் ஆன மாதிரிதான்."

தெளிவான குரலில் சொல்லிவிட்டு, முத்துக்கறுப்பன் மனைவி கொண்டுவந்து வைத்த காப்பியைக் குடிக்கலானார்.

- அமுத சுரபி, 2006

❖

69. தேட்டை

மூன்றாவது குறுக்குத் தெருவில் நின்று அந்த அம்மாள் விசாரித்துக்கொண்டிருந்தாள். "பேரு நாகம்மா. மதுரைக்காரங்க – இந்த விலாசம்தான் கொடுத்திருக்காங்க. ஒண்ணும் புரியலை. இப்ப எங்கேபோய் நான் தேடுவேன்" என்று கிட்டத்தட்ட புலம்பிக் கொண்டிருந்தபோது தெருக்கோடியிலிருந்த கடைக்காரர் வெளியிறங்கி அந்தப்பக்கமாக வந்தார். "பேரு என்ன சொன்னது?" என்றும் கேட்டார்.

"நாகம்மா"

"இங்க எவ்வளவு நாளா இருக்காங்க தெரியுமா?"

"ஐயா, ஒரு ஆறு மாசம்தான்."

அவர் கொஞ்சநேரம் யோசித்துவிட்டு, "நீங்க என்ன வேணும்?" என்று கேட்டார்.

அந்த அம்மாள் பேசவில்லை. பேசி எந்தப் பிரயோசனமும் இல்லை என்ற முடிவில் இருந்திருப்பாள். பிறகு, ஏதோ கடைசித் தடவையாகக் கூறுவது போலச் சொன்னாள்.

"ம்... வேறு என்ன செய்யறது. விதி விட்ட வழி."

சொல்லிவிட்டுப் புறப்பட எத்தனிக்கையில் கடைக்காரர் சொன்னார்.

"ஏதோ இங்கிருந்து நாலாம் தெருவுக்குப் போனாங்க. ஒரு அம்மா– சமையல் வேலை பாத்துக்கிட்டிருந்தாங்க" என்று சொல்லி முடிப்பதற்குள், "ஆமாங்க ஐயா. சமையல்தான் – நான் திண்டிவனத்துலேயிருந்து வாரேன். ரொம்ப வேண்டியவங்க" என்று விவரம் கொடுக்கவே மேற்கொண்டு பேச்சு தொடர்ந்தது.

"பக்கத்து நாலாம் தெரு. இங்க வேலை பார்த்தாங்க – அங்க இப்ப– வேப்பமரம் சேர்ந்த வீடு. தெருவிலே நடுப்பற இருக்கும். போய்ப் பாருங்க – அவங்களாத்தான் இருக்கும்" என்று சொல்லிப் போனார்.

அந்த அம்மாள் முகத்தைத் துடைத்துக்கொண்டாள். திண்டிவனத்திலிருந்து இந்தப் பாண்டிச்சேரி அதிக தூரமில்லை என்றபோதிலும், பேருந்து நிலையத்திலிருந்து வந்த களைப்பு. சற்று நிதானமடைந்து நாலாம் குறுக்குத் தெருவிற்குச் சென்றாள். சற்று விசாலமான தெருதான். மரங்களைப் பார்ப்பதே அரிதாகிவரும் இந்த நாளில் இங்கே தெருவிலும் வீட்டிலும் மரங்கள் இருந்தது அதிசயம். ஆனாலும் ஊரின் எல்லா இடங்களிலும் இப்படி இருக்குமோ என்னவோ.

பின்னால் சைக்கிளில் வந்த ஒருவன் மணியடித்துச் சென்றான். ஒரு வீட்டின் பக்கம் நின்றான். கொரியர் கடிதம் கொண்டுவந்தவன் போலும். வீட்டின் காம்பவுண்ட் பக்கம் மரம் – வேம்பு.

சைக்கிள் மணிச் சத்தம் கேட்டுக் கதவைத் திறந்த ஒரு பெண்மணி, சைக்கிள்காரனின் பக்கத்தில் நின்றுகொண்டிருந்த அம்மாவைப் பார்த்ததும் 'ஓ' என்று அழுத வண்ணம் ஓடிவந்து "யத்தே நீங்க எப்படி?" என்று கேட்டு விம்மினாள்.

இடையே வீட்டின் உட்புறமிருந்து ஒரு வயதான பெண்மணி வெளியே எட்டிப் பார்த்துவிட்டு தலையை அசைத்தவாறே உள்ளே சென்றாள். உடனேயே ஒரு பையன் ஓடோடி வெளிவந்து சைக்கிள்காரனிடமிருந்து கடிதத்தைப் பெற்றுக்கொண்டு உள்ளே போய்விட்டான். வெளியே இரு பெண்களும் அழுகையை முடித்துக்கொண்டு பேசத் தொடங்கினர். 'தடக்' என்ற சப்தத்துடன் ஒரு லாரி அந்தத் தெருவில் சென்றது. இரு பெண்களும் உள்ளே காம்பவுண்ட் பக்கம் நுழைந்தனர். வீட்டின் உட்புறம் செல்லவில்லை. யாரும் வெளிவந்து அழைக்கவுமில்லை.

கொண்டுவந்த துணிப்பையிலிருந்து ஒரு காகித உறையை அந்த அத்தை எடுத்து நாகம்மாளிடம் கொடுக்க, அவள் விக்கித்துப் போய்விடுகிறாள். சிறிது நேரம் யாரும் யாரையும் சமாதானப்படுத்த முடியாதபடி அப்படியே இருந்தனர் – தலைகுனிந்து நின்றனர்.

வெயில் திணற அடித்தது. எங்கும் அப்படித்தான் என்றாலும் இந்த இடத்தில் மழையும் காலாகாலத்தில் பெய்துகொண்டிருந்தபடியால் சிலவற்றைச் சகிக்கலாம்.

"சுப்ரமணி எப்படியிருக்கான்?" என்று விக்கிக்கொண்டே கேட்டாள். நாகம்மா தலையசைப்பின் மூலம் பதில் வந்தது.

"இருக்கான் – சரியா படிக்க மாட்டான் – எப்பவும் சண்டைதான்."

உண்மையைச் சொல்வதுதான் நல்லது என்று முடிவு செய்து சொன்னது போலிருந்தது. நாகம்மாள் மெலிந்துபோயிருப்பதாகச் சொன்னாள் அத்தை. அது பெரிதுபடுத்தப்படவில்லை.

அந்த வீட்டிலிருந்து ஒரு பெண்மணி – இளையவள்தான் – புறப்பட்டு அலுவலகம் போவது போல் சென்றாள். "வீட்டுக்கார அம்மா மக – கம்பெனியிலே வேலை" அத்தை அதைக் கேட்டுக்கொண்டே பெருமூச்செறிந்தாள்.

"நான் படிச்சுப் படிச்சுச் சொன்னேனே – ஏதாவது வேலை பாத்துக்கிட்டு அங்கேயே இருன்னு. சிவனேன்னு காலத்தை ஓட்டியிருக்கலாமே – படிச்சு என்ன புண்ணியம் – இங்க வந்து என்ன புண்ணியம்."

நாகம்மா தலை குனிந்திருந்தாள். அத்தை கால்களைத் தடவிக்கொடுப்பதற்காக காம்பவுண்ட் தரையிலே உட்கார்ந்துகொண்டாள். நாகம்மா அத்தையிடம், "கொஞ்ச நேரம்" என்று கையைக் காட்டி வீட்டினுள்ளே சென்று திரும்பினாள்.

அந்தத் தெரு மிகவும் அமைதியாகவிருந்தது. அதைக் கொஞ்சம் மோசமான முறையில் சொல்வது என்றால், மிகவும் படித்த – நாகரிகம் மிக்கவர் வீடுகளில் சாவு நிகழ்ந்துவிட்டால் இருப்பது போன்றிருந்தது என்று சொல்லலாம். அத்தை தனது கால்களைத் தடவி விட்டுக்கொண்டு ஒரு நிராதரவான பாவத்துடன் தலையை நிமிர்த்திப் பார்த்தாள். தெருவில் அந்தக் கடைக்காரர் – பக்கத்துத் தெருவில் பார்த்தவர் – போய்க்கொண்டிருந்தார் – இவர்கள் இருவரையும் பார்த்திருப்பார்.

"அத்தே – கொஞ்சம் வெளியே போயிட்டு வரலாம் – உங்களுக்கு நடக்க கஷ்டம்..."

அத்தை நிமிர்ந்தாள். கைகளைத் தரையில் ஊன்றிக்கொண்டே எழுந்தாள்.

நடப்பதில் அத்தனை சிரமம் இல்லை. ஜன நெருக்கடி இல்லை. தெருக்களெல்லாம் காலியாக இருப்பதுபோன்ற அமைப்பு. பட்டண வாழ்க்கை அப்படி ஆகிவிட்டது. மூடிய கதவுகள் – பக்கத்து வீட்டில் யார் இருக்கிறார்கள் என்பது தெரியாத நிலை. உலகைப் பற்றி ஏதோ பேப்பரில் பார்த்தால் போதும் என்று ஆகிவிட்டது. அக்காலகட்டத்தில் பூம்புகாரும் – ரோமும் – பாடலிபுத்திரமும் இப்படித்தான் இருந்திருக்குமோ – அவையும் நகரங்கள்தாமே – இப்படி இருந்திருக்க முடியாது.

"ஒரு வேலை கிடைச்சிருக்கும்னு நினைச்சேன் – உன் கதி இப்படியிருக்கும்னு யாரு கண்டது?"

அத்தை கவனமாகப் பேசினாள். தனது கஷ்டம் பற்றி – தனது உடல்நிலை பற்றி – எதுவும் அவள் பேச்சில் இல்லை.

ஒரு பெரிய பள்ளிக்கூடத்தின் பக்கத்தில் தேநீர்க்கடை. இரண்டொரு பேர் வெளியில் நின்று அருந்திக்கொண்டிருந்தனர். நாகம்மா சொன்னாள்: "அந்த வீட்டுக்காரம்மா பொதுவா யாராவது வந்தா, வீட்டுக்கு அழைச்சு வந்து சாப்பிட வாணாம். வெளியே பாத்துக்கோ – துட்டு தந்திருறேன்' அப்படின்னு சொல்லியிருக்கிறா."

அத்தைக்கும் அது தெரிந்திருக்கிறது. இரவு நாகம்மாவின் துணை வீட்டம்மாவிற்குத் தேவைப்படுகிறது. கணவர் ஆறு மாதம் முன்புதான் காலமானார். கல்யாணமாகாத பெண்ணும், சிறு பையனும். வேலை பார்க்கும் பெண். நாகம்மாவின் துணை வேண்டியிருக்கிறது. சமைத்துக் கொடுத்து அங்கேயே தங்கவைத்திருந்தது பெரிய அளவில் வரவேற்கப்பட்டது.

"ஏதாவது சாப்பிடுங்க அத்தே. எப்போது திரும்பணும்? நாளைக்குப் போனால் போதும். அப்படின்னா, வீட்டுக்காரம்மாக்கு இப்பவே சொல்லிடணும்."

"இல்லே, இல்லே – ஒன்னைப் பாத்தாச்சில்லே. வேறென்ன?"

"சுப்ரமணி..." என்று சொல்லி, சிறிது நேரம் சும்மா இருந்தாள். "என்னைத் தேடறானா?" என்று கேட்பதுபோல் வாயசைந்தது.

இரண்டு டம்ளர்களில் தேநீர் வந்தது. நின்றபடியே அருந்தத் தொடங்கினர்.

"கேப்பான் – எப்பவாவது – விளையாட்டுப் புத்தி!"

சிறிது நேரம் பேசப்பட்ட விஷயத்தின் கூர்மையால் அவர்கள் அமைதியுடன் இருக்கமுடிந்தது.

"எப்படியோ இருக்கவேண்டியது எப்படியோ ஆய்ப்போச்சு நாகம்மா – உன் முடிவை யார் கேட்டாலும் அதிசயமாத்தான் நினைப்பா. பெத்த பிள்ளையைக்கூட விட்டுக்கிட்டுப் போயிட்டாளேன்னுதான் சொல்லுவா."

அத்தை இப்படிச் சொன்ன விஷயமும் விதமும் பலமுறை பரிமாறப்பட்டிருக்கவேண்டும். எனவே, நாகம்மாள் எந்தப் பதிலும் சொல்ல முயற்சிக்கவில்லை. தம்ளர்களைக் கடையினுள்ளே சென்று கொடுத்தாள். துட்டை எண்ணிப்பார்த்து எவ்வளவு என்று கேட்டறிந்து கொடுத்தாள். சமையல் வேலைக்குப் புதிதாகச் சேர்ந்த வீட்டைப் பற்றிக் கூறினாள்.

"அந்தம்மா வீட்டுக்காரரு வண்டி மோதிப் போயிட்டார். பொண்ணுக்கு அப்பா பாத்த வேலை. நிறைய பணமும் கொடுத்திருக்காங்க. இனி இங்கதான் ராத்திரி தங்கணும் அப்படின்னு சொல்லவே சரின்னுட்டேன். மூணாம் தெரு வீட்டிலே சாப்பாடு மட்டுந்தான். தங்க முடியாது. வசதியாத்தான் இருக்கு. ஒரு வாரம் ஆச்சு அத்தே. உங்களுக்கு எழுதிப் போடணும்னுதான் நினைச்சுக்கிட்டிருந்தேன். இன்னைக்கு ஒங்களையே பாத்துட்டேன்."

அத்தை எங்கோ பார்த்துக்கொண்டிருந்தாலும் பார்த்துக்கொண்டிருக்கும் காட்சி அவள் கண்ணில் படவில்லை. அப்படியே பார்த்துக்கொண்டிருந்துவிட்டுக் கூறுகிறாள்:

"என்னமோ. எனக்கு இன்னமும் பிடிபடலே. ஏன் இப்படி ஆச்சு! பத்து பன்னிரண்டு வயசுப் பிள்ளை எப்படி அம்மா வேண்டாம்னு சொல்லும் – உனக்குத்தான் கெட்ட பேரு நாகம்மா."

அத்தை பேசிக்கொண்டே இருந்தாள். புறப்படும் வரை பேசியாகவேண்டும்.

மதுரையிலிருந்து வந்த பெண் திண்டிவனத்து ஆளைக் கல்யாணம் பண்ணிப் பத்தாண்டுகள் கழித்து, திடீரென ஒரு நாள் "நான் இவரோடு வாழ மாட்டேன் – எனக்கு ஒத்துவராது" என்று போலீஸ் நிலையம் வரை சென்று எழுதிக்கொடுத்து, இங்கே பாண்டி வந்து சமையல் வேலை செய்து காலந்தள்ளுகிற பெண் என்றால் யாருக்குப் புரியும். அதுவும், அத்தை போன்று நெருங்கிப் பழகியவர்களாலேயே புரிந்துகொள்ள முடியவில்லை. இன்னும் வியப்பான சங்கதி – பெத்த பிள்ளை "நான் அப்பா கூடவே இருப்பேன்" என்று சொன்னபோது "சரி, இருக்கட்டும்" என்று வந்ததும் புரியவில்லை.

புரியவில்லை என்ற காரணத்தால் பேசிப் பார்க்கிறார்கள். நினைத்துப் பார்க்கிறார்கள். எழுதியும் பார்க்கிறார்கள்.

மதுரையில் மட்டுமல்ல, திண்டிவனத்திலும் வேறு யாரும் இல்லை. அத்தை என்றழைக்கப்படும் அந்த மூதாட்டி வேறு எந்த உதவியும் செய்துவிட முடியாது.

ஆனால், நாகம்மா எந்த உதவியை நாடி நிற்கிறாள்?

ஒரு கணத்தில் நிகழ்ந்த ஒன்று. அப்படித்தான் அதைச் சொல்ல முடியும். 'ஒன்னைக் கட்டிக்கிட்டதாலே எனக்கு இந்த நிலை' என்று கட்டிய கணவன் சொன்ன சொல் நாளாவட்டத்தில் பொருட்படுத்தப்படாமல் இருக்கக்கூடியதுதான். ஆனாலும் அந்தக் கணம்தான் வெற்றிபெற்றது. சொன்னால் சொன்னதுதான் என்று இருவருமே இருந்த நிலையைப் பார்க்கும்போது, இனிச் சேரப்போவதில்லை என்று தெரியும்.

அத்தை சொல்வது சரி, நாகம்மாவுக்குத்தான் கெட்ட பெயர். பையன் வளர்ந்தால்கூட அதைத்தான் நினைத்துக்கொள்வான். ஆனால் அத்தை எண்ணிப் பார்ப்பது நாகம்மாளின் கதி. மதுரையை நினைத்துப் பார்க்கமுடியாது. இது புதிய ஊர். இங்கே யாரை நம்பி இருக்க முடியும்?

அவர்கள் பேசாது நடக்கின்றனர். இன்றே அத்தை புறப்பட்டு விடுவாள். இந்தப் பெண்ணிற்கு என்று ஏதாவது ஒரு நல்ல வேலையோ, தங்குமிடமோ கிடைப்பது அரிது. இவளைப் பற்றி யார் கவலைப்படப் போகிறார்கள்?

"நான் எத்தனை நாள் இருக்கப்போறேன் – நாகம்மா" என்று வழக்கம்போல் பேச்சு ஒரு நிராதரவான சூழ்நிலையை ஏற்படுத்தும். இந்த அத்தை சொந்தம்கூட அல்ல.

யாருமில்லை – ஒன்றுமில்லை என்ற நிலை ஏற்பட்டுவிட்டால், அவ்வாறு உணரப்பட்டுவிட்டால் – இன்னொன்று வருவதற்கு வழிவகை ஏற்படும் என்பதையும் சொல்லவேண்டும். அவர்கள் நடந்து அந்த மூணாம் குறுக்குத் தெரு வழியாக வருகையில் காலையில் அவள் பார்த்த கடையில் அவளுக்கு வழி சொன்ன கடைக்காரர் – வயதானவர் என்றாலும் சுறுசுறுப்பானவர்– இருந்தார்.

முகப்பில் பலசரக்குக் கடை என்ற பலகையில் முத்துக்கறுப்பன் மளிகை ஸ்டோர்ஸ் என்ற வாசகங்கள்.

அவர்களைப் பார்த்ததும் கடைக்காரர் எழுந்து வெளியே வந்து, "என்ன கண்டு பிடிச்சிட்டீங்களா – நான் சொன்னது சரிதானே – நீங்க சரியாப் போய்ச் சேர்ந்தேளோ இல்லையோன்னு நாலாம் தெரு வந்து பார்த்தேன். சரியாத்தான் போயிருக்கறீங்க. இவங்க நம்ம கடையிலே இந்தத் தெருவிலே இருக்கறப்ப சாமான் எல்லாம் வாங்கறதுண்டு."

கடைக்காரர் பேசிக்கொண்டிருந்தார். அத்தைக்கு ஏதோ பொறி தட்டியது.

மற்றவரைப் பற்றிக் கவலைப்படுபவர் இல்லை என்று சொல்லிவிட முடியாது. சரியான வீட்டிற்குப் போய்ச் சேர்ந்தேனா இல்லையா என்று கவலைப்பட்டு அந்தத் தெருவிற்கே வந்து பார்த்துவிட்டுத் திரும்ப வேண்டுமானால் நிராதரவும் சக்தி படைத்த ஒன்றுதான்.

அத்தையிடமிருந்து ஒரு பெருமூச்சு நிம்மதிபெற்று வந்தது போலிருந்தது.

- **தீராநதி, 2007**

70. துக்கிரி

சிறுகதைகள்

கிரகரி பெக் – வில்லியம் ஹோல்டன் போன்ற நடிகர்கள்கூட இப்போது இந்தப் பேய்ப் படங்களில் நடிக்க ஆரம்பித்துவிட்டனர் என்று தெரியவந்தபோது முத்துக்கறுப்பன் வியப்பும் சலிப்பும் அடைந்தான். இருவரும் அவன் அபிமான நடிகர்கள். இந்தப் பேய் சம்பந்தப்பட்ட படங்கள் எல்லாம் சாதாரண நடிகர் களுக்கான விஷயம் என்ற அவனது நம்பிக்கை காரணம். அவன் படித்தறிந்த சோதிட சாத்திரங்கள் பேய்களைப் பற்றி எதுவும் சொல்லவில்லை. எனவே, முதலில் இந்த விஷயங்கள் மீது அவநம்பிக்கையே.

ஆனாலும், சமீபத்தில் இங்கேயுள்ள விற்பன்னர்கள் அழுத்த மாகக் கட்டுரை எழுதிவந்தார்கள். குறிப்பாக, எண்சோதிடக் கலைஞர்கள் இதுகுறித்துப் பேசவும், எழுதவும் செய்து வந்தனர். 'ஒன்று என்றால் சூரியன் – எட்டு என்றால் சனி – இது உலகம் முழுவதற்கும் பொது' என்றெல்லாம். எனவே, அந்த விஷயங் களையும் அறிந்துவிடுவது நல்லது என முத்துக்கறுப்பன் இறங்கினான்.

இப்படி ஏனோதானோவென்று அவன் இறங்கிய பின்தான் சூடுபிடித்தது. அதுதான் கதை. அவனுக்குத் தெரிந்த இரண்டு பேர் விஷயத்தில் அது அவனை ஓர் ஆராய்ச்சியாளனாகவே மாற்றியது என்று சொல்லவேண்டும்.

நாராயணன் ஒரு சமையற்காரரின் மகன். அவன் பிறப்பதற்கு முன்பே காலமாகிவிட்டார் அந்தச் சமையற்காரர். படிப்பில் நல்ல கெட்டிக்காரன் நாராயணன். எட்டாவது படிக்கும்போது எதற்கோ ஹெட்மாஸ்டர் அறைக்குப் போனபோது, அவனை திடீரெனப் பார்த்த அவர் 'ஓ' என்று அலறிக்கொண்டே எழுந்து சத்தம் போட்டதோடு துணிகளை – அதாவது அவரது கோட், அழுக்கடைந்த வேட்டி – அவிழ்த்தெறியத் தொடங்கினார்.

இவ்வாறு அவர் எழுப்பிய குரல் அந்த வட்டாரம் முழுவதும் ஒரு பரபரப்பை ஏற்படுத்தி, அது தேர்தல் நேரமாகையால், கடைக்காரர்கள் கடைகளைச் சாத்தி, எதற்கும் தேவைப்பட்டால் இருக்கட்டுமெனக் கையில் சில கம்பு - தடிகளையும் எடுத்துத் தங்களைத் தயார்ப்படுத்தி நின்றனர். குரல் நின்றுவிடவே, பயம் தெளிந்த அவர்கள் இதை விடக்கூடாதென அதே தடிக் கம்புகளுடன் பள்ளிக்கூடம் விரைந்து ஹெட்மாஸ்டர் அறையைச் சூழ்ந்துவிட, நிலைமையை உணர்ந்த அவர், வேறு வழியில்லாமல் மாணவர்களின் தயவை நாடினார்.

நாராயணன் உட்பட எல்லா மாணவர்களும் முன்னின்று அந்தக் கடைக்காரர்களிடம் நல்லவிதமாகப் பேசி, அவர்களது சந்தேகத்தையும் கோபத்தையும் மாற்றினர் என்று வையுங்கள். ஆனால், அந்தத் தலைமை ஆசிரியர் மேல் எந்தத் தவறும் இல்லையென்றுதான் சொல்லவேண்டும் - அதுதான் வியப்பான சங்கதி.

இதற்கெல்லாம் மூலகாரணமாகவிருந்த நாராயணன் தலைமை ஆசிரியரின் அறையில் நுழைந்தவுடன் ஜப்பானிய முறையில் தலைதாழ்த்தி வணங்கியிருக்கிறான். இது மிகவும் சாதாரண நிகழ்ச்சிதான். மாணவன் ஆசிரியரை - அதுவும் தலைமை ஆசிரியரை - வணங்குதில் தவறு எதுவும் இருக்க முடியாது. ஆனால், அவன் வணங்கியபோது குனிந்த அவனது தலைப்பகுதியில் தென்பட்ட காட்சிக்கும் சோதிடத்திற்கும் சம்பந்தம் உண்டு. அதுதான் அந்தத் தலைமை ஆசிரியரை நிலைகுலையச் செய்து மேற்படி நாடகம் நடந்தேற ஏதுவாயிற்று.

ஆறு என்ற எண் கிட்டத்தட்ட அவன் தலையுச்சிக்கும் பின்தலைக்குமான இடத்தில் தென்பட்டதாகத் தெரிவிக்கப்பட்டது. அந்த எண் ஒரு பிசாசு உருவத்தில் தோற்றமளித்த தாகவும் குறிப்பிட்டார்.

பிசாசு எப்படியிருக்கும் என்று கேட்க முடியாது. எனவே விஷயம் கேள்விப்பட்ட முத்துக்கறுப்பன் எண் சோதிடம் என்ற கலையைக் கற்றுக்கொள்ள முடிவுசெய்தான். ஆறு எண் வீனஸ் என்ற சுக்கிரனைக் குறிக்கும் என்று தெரிந்தாலும் அந்தச் சுக்கிரனுக்கும் பேய்க்கும் உள்ள சம்பந்தம் நிறையவிருந்தன. எப்படியோ, அந்த மேநாட்டு எண் சோதிடக் கலை நன்கு அறியப்பட்டது.

இந்த எண்கணிதத்தை நமது சோதிடத்தோடு சம்பந்தப்படுத்திப் பார்க்கும்போது பிரமாதமான முறையில் பலன் சொல்லமுடியும் என்பது அவன் ஆய்வில் தெரிந்தது. அந்த அடிப்படையில் நாராயணனின் ஜாதகத்தைப் பார்த்து, சில அம்சங்களைக் கணிக்க வேண்டுமென்று அவன் விரும்பினான். ஜாதகம் கிடைப்பதில் கஷ்டமெதுவும் இருக்கவில்லை. அவனது கணிப்புகள் வருமாறு:

1. இந்த ஜாதகன் யாருடன் சேருகிறானோ, அவன் நாசமடைவான்.
2. இவன் விரோதிகள் யாவரும் நாசமடைவர்.
3. இவன் தகப்பனார் நெருப்புடன் சம்பந்தமுடையவர்.
4. இவனது கடைசிக் காலம் யார் உதவியும் இல்லாது இருக்கும்.
5. மோசமான செயல்களில் இவன் வெற்றி காண்பான்.

இதன் பிறகு நடந்தவை யாவும் முத்துக்கறுப்பனின் தலையை நிமிரச் செய்தன. அவன் கணிப்புகள் சரியாக இருந்ததோடு மட்டுமல்ல, அவனை இகழ்ச்சிக் கண்ணோட்டத்தில் பார்த்தவர்கள், இவ்விஷயத்தில் திடீர் மாற்றத்தைக் காட்டினார்கள்.

முத்துக்கறுப்பனின் அந்தக் கணிப்புகளைப் பார்ப்போம்.

நாராயணன் மிகவும் விரும்பி நட்புகொண்டது பெருமாள் என்ற நபருடன். பெருமாள் ஒரு செல்வந்தன். பலதடவை வெளிநாடு சென்று வந்தவன். குடிப் பழக்கம் அதிகம்.

மேற்படி பெருமாளுடன் நாராயணனின் நட்பு வேர்விட்டுச் சில காலம் சென்றதுமே திடீரென பெருமாள் இதயநோய்க்கு ஆளாகி பெருஞ்செலவுடன் சிகிச்சை மேற்கொண்டான்.

அவனுக்கு ஒரே மகன். ஒரு விபத்தில் பரிதாபகரமாக மாண்டான். வியாபாரத்தில் நட்டம். படுத்த படுக்கையாகிவிட்ட பின்னருங்கூட இந்த நாராயணனது சிநேகிதத்தை விடவில்லை – பூரணமாக நம்பினான். வியாபாரத்தைச் சரியாகக் கவனிக்காதபடியால் படுத்துவிட்டது. அவனது இரண்டு கடைகளையும் நாராயணனே சொந்தமாக்கிக்கொண்டான். ஏற்கனவே கடையில் இருந்த வயதானவர் மீது பெரும்பழி சுமத்தி வேலையை விட்டு விலகச் சொன்னான். அவன் நினைத்தபடி எல்லாம் நடந்தது.

நாராயணனின் பெரிய எதிரிகள் உறவினர்கள்தாம். அக்காமார்கள் அதிகம். இரண்டொரு பேர் கணவரோடு வாழ்ந்தார்கள். மற்ற கணவன்மார்கள் இவன் அக்காமார்களுடன் இவனது வீட்டில் வாழ்ந்தார்கள். அவர்களிலும் சமையல்காரர்கள் உண்டு.

முத்துக்கறுப்பனின் கணிப்பு சரியாகவே இருந்தது. கணக்கானது சரியாக இருந்து விட்டால் மாத்திரம் சனங்களுக்குப் போதுமா – பரிகாரம் வேண்டும். ஏதாவது செய்து நல்லதை முன்னிறுத்த வேண்டும். முத்துக்கறுப்பன் ஆலோசித்துக்கொண்டிருந்தான். இந்தப் பெருமாளின் தகப்பனாரைக் கண்டு அவரிடம் நிலைமை பற்றிக் கூறலாமென்றால், அவர் காணாமல் போய்விட்ட கேஸ். இன்னொரு நண்பன் விஷங்குடித்துச் செத்தான். சகோதரர்கள் யாருமில்லை. மனைவி சித்தப்பிரமைக்குள்ளானாள். விதி என்றுதான் சொல்ல முடிந்தது.

சூன்யம், செய்வினை போன்றவற்றில் எல்லாம் நம்பிக்கையற்ற மேல்நாட்டினர் தயாரிக்கும் படங்களில், எழுதும் கதைகளில் அவை பற்றிக் குறிப்பிடுவதாக இருந்தால், நாம் ஏன் நம்முடைய பரிகார முறைகளைப் பின்பற்றக்கூடாது என்ற கேள்வி. அப்படி யானால், விதி என்ற ஒன்று வெறும் பேச்சுக்காகத்தானா – அதாவது, நமது கையாலாகாத ஒன்றை மறைப்பதற்கு வசதியாக நாம் மேற்கொண்டதுதானா?

முத்துக்கறுப்பன் இதற்குச் சரியான பதிலைக் கண்டுபிடித்தான்.

பரிகாரம் தேவை. அதனால் விதி மாறிவிடாது. ஆனால் பலன் உண்டு. இது எப்படி – அதற்கு அவன் ஓர் எடுத்துக்காட்டைக் கூறுகிறான் பாருங்கள்:

"சிறுவனாகவிருந்தபோது ஒரு தடவை டைபாய்ட் நோயால் அவதிப்பட்டேன். மூன்று வாரம் கஷ்டப்பட்டுத்தான் ஆகவேண்டும் என்று பேசிக்கொண்டார்கள். அப்போது

என் அம்மா, அக்காவைப் பார்க்கப் போயிருந்தாள். நோய் தாங்கமுடியாது இருந்தது. ஆனால் அடுத்தநாள் அம்மா வந்தவுடன் அந்த நோய் போய்விட்ட மாதிரி ஆகிவிட்டேன். உண்மையில் நோய் விடவில்லை – என் மனது நிதானமடைந்த காரணம்தான்."

சில கதைகளில் சிலுவையைக் காட்டி, பேயை ஓடச்செய்கிறார்கள்.

இங்கே என்ன செய்யலாம் – நமது கடவுளரே பேய்ச்சி என ஒரு பெயரையும் பெற்றுள்ளனர். நல்ல பேய்களும் உண்டு. உயர்த்தப்பட்ட – தாழ்த்தப்பட்ட பேய்களும்கூட இருக்கின்றன. பிரம்ம ராட்சஸம் உயர்ந்தது – ரத்தக் காட்டேரி தாழ்த்தப்பட்ட இனம். எல்லாம் மனிதர்களைப் போலத்தான்.

இப்போது இதற்கு என்ன செய்யவேண்டும்? பரிகாரம் என்றெல்லாம் மற்றவர்க்குப் புரியும்படி சொல்லவேண்டும். ஜாதகம் பார்க்க வருபவர்களெல்லாம் சித்தாந்தம் படித்தவர்கள் அல்ல. படித்திருந்துதான் என்ன பயன். கவலைப்பட்டுத்தான் ஆகவேண்டும் என்றிருந்தால் ஆகத்தான் செய்யும். பரிகாரம் என்று கேட்டால் தட்சிணாமூர்த்திதான். ஆமாம். தட்சிணாமூர்த்தி என்ன உயர்த்தப்பட்ட கடவுளா? அது தென்னாடுடைய சிவன். தட்சிணாமூர்த்தி தவறான மொழிபெயர்ப்பு. தென் என்றால் தெற்கு அல்ல. ஏதோ கொஞ்சம் படித்ததையும் கேட்டதையும் கொண்டு ஒப்பேற்றியாகவேண்டும்.

நன்கு படிக்கவில்லையே என்ற ஆற்றாமை முத்துக்கறுப்பனுக்கு உண்டு.

நேற்றைக்கு பெருமாளைப் பார்த்துப் பேசிய பின்னர் பரிகாரமாக ஒன்றைச் சொல்வதுதான் முறை. அவனும் அதைத்தான் எதிர்பார்த்துக்கொண்டிருப்பான் – பாவம் – ரொம்பவும் கஷ்டப்பட்டுவிட்டான்.

பெருமாளை சிவன் கோவிலுக்கே போகச் சொல்லவேண்டும். போய் வரட்டும். எந்தக் கோவிலைச் சொல்லலாம் – இங்கேதான் எத்தனை சிவன் கோவில்கள். முத்துக்கறுப்பன் ஒரு பட்டியலைத் தயார் செய்தான் – காளத்தியிலிருந்து ராமேசுவரம் வரை.

அப்போதுதான் அவனுக்கு அப்பா சொன்ன ஒரு விஷயம் ஞாபகத்திற்கு வந்தது.

'காளத்தியில் பார்த்த ஈசனைத்தான் அண்ணாமலையிலும் பார்த்தேன். எல்லாமே ஒண்ணுதான் என்று அப்பரே சொன்னாரு. ஆகையாலே, சிவன் கோவில்னா நீ எங்கேயும் போக வேணாம். நேரா திருவண்ணாமலை – மொட்டை போட்டுக்கோ – மலையைச் சுத்து – மலையே ஈசன்தான். போய்ட்டு வா' என்று ஒருவருக்கு உபதேசம் செய்து அனுப்பியது ஞாபகத்திற்கு வந்தது – நல்லவேளை, இந்தச் சமயத்தில் ஞாபகத்திற்கு வந்தது.

அதென்ன – பழனி, திருத்தணி என்றில்லாமல் திருவண்ணாமலை போய் மொட்டை போட்டுக்கொள்வது.

ஏதாவது காரணமிருக்கும் என்று சமாதானம் செய்துகொண்டு முத்துக்கறுப்பன் பரிகாரமாக பெருமாளை திருவண்ணாமலை போகச் சொல்லலாம் என முடிவு செய்தான்.

அப்போதுதான் அந்த யோசனை ஏற்பட்டது. பேயை விரட்ட முயற்சி செய்யும் நபரும் மொட்டை போட்டுக்கொண்டால் என்ன என்பதுதான். திருவண்ணாமலை செல்ல அவன் உடனே முடிவெடுத்தான்.

முதலும் முடிவும் அற்ற ஒளி அது. அதைச் சுற்றுவது அவனுக்கு மகிழ்ச்சியாகவே இருந்தது.

எதிர்பார்த்தது போலவே எல்லாமே எளிதாக இருந்தன. திருவண்ணாமலை பழக்கப் பட்ட ஊர். ஆனால் மொட்டையடித்தது கிடையாது. மலையைச் சுற்றிவிட்டு மொட்டையா, மொட்டையடித்துக்கொண்ட பிறகு மலையைச் சுற்றுவதா – எதை முதலில் நடத்துவது என்பது பற்றி யோசனை.

கோயிலின் பக்கத்தில் நின்றுகொண்டிருந்த ஒருவர் மொட்டை. எனவே, அவரிடம் தன் ஐயத்தைத் தீர்க்க முனைந்தான்.

அந்த நபருக்கு இவனது கேள்வியே புரியவில்லை. ஆனால் ஒருவருக்கு வழிகாட்டும் சந்தர்ப்பத்தை இழக்காது, "முதல்லே மொட்டை – அப்பால்தான் எல்லாம்" என்றார். தூரத்தில் தெரிந்த ஒரு கடையையும் காட்டினார்.

தலை மழிக்கப்படும்போது அவன் பெருமாளை நினைத்துக்கொண்டான். மகனை இழந்து தவிக்கும் பெருமாள். எத்தனை சீராய் இருக்கவேண்டியவன் – கடவுளாகப் பார்த்து தண்டனை வழங்கும் போது என்ன செய்ய முடியும் – ஒரு துக்கிரி அதற்கென்றே அவதரித்து அவனை ஒட்டிக்கொண்டதே.

தலை மழிக்கப்பட்டவுடன் அதைத் தடவிக்கொடுத்தான். முடிவெட்டியவரும் பக்குவமாக ஒரு பெரிய கண்ணாடியை எடுத்து அவன் பின்தலைப்பக்கமாகக் காட்ட, இவன் முன்னே அது பிரதிபலித்தது. அசுவாரசியமாக, "என்ன சார் – இது தடிப்பு – பாருங்க" என்றார் முடிவெட்டியவர்.

முத்துக்கறுப்பன் பார்த்தான். பின்பக்கத் தலையில் தோலோடு ஒரு தடிப்பு – அது 'ஆறு' என்ற எண்ணாகத் தெரிந்தது.

– அமுத சுரபி, 2007

71. வேடம்

சென்னை ராஜதானி என்ற பெயருடன் இந்த இடம் இயங்கிக் கொண்டிருந்த நாளில், அந்த அரசில் குமாஸ்தா உத்தியோகம் பார்த்து ஓய்வு பெற்றவரும், பூதப்பாண்டி மாசிலாமணியின் புதல்வனுமான முத்துக்கறுப்பன், வாக்குச்சாவடி ஒன்றின் வரிசையில் நின்றுகொண்டிருந்தார். ஆனால் வாக்களிக்க முடியவில்லை.

நாட்டில் நடந்த முதல் வாக்கெடுப்பு அது. அதன்பிறகு எப்போதுமே அவர் வாக்களிக்க முடியாமல் போய்விட்டது.

முத்துக்கறுப்பனால் ஏன் வாக்களிக்க முடியாமல் போய் விட்டது என்பதைச் சொல்லும்முன், இன்னும் சிலரை உங்களுக்கு அறிமுகம் செய்யவேண்டும்.

ராட்டு என்கிற ராதாகிருஷ்ணன். இவன் வாக்குச்சாவடியில் வாக்களித்துவிட்டு வரும்போது, காலில் அடிபட்டு, வீடு வந்து சேர்வதற்குள் ரத்தம் அதிகமாகக் கசிந்து, மயக்கநிலைக்கு உள்ளானான். வழக்கமாக தேர்தல் சமயத்தில் குடும்பத்தைத் தனது சொந்த ஊருக்கு அனுப்பிவிடுவது வழக்கம். எனவே, வீட்டில் யாரும் கிடையாது. வாக்கெடுப்பு நாள் காரணமாக தினமும் அவனை வந்துபார்க்கும் நபர்களும் யாரும் வரவில்லை. எனவே, அடுத்த நாள்தான் மருத்துவமனையில் சேர முடிந்தது.

மருத்துவமனையில் அந்த வீங்கின காலில் அறுவை சிகிச்சை செய்ய வேண்டுமென்று சொல்லி, அது முடிந்து வீடு திரும்ப, பத்துநாளாகிவிட்டது. அதற்குள் தேர்தல் முடிவுகள் வெளியாகி ராதாகிருஷ்ணன் வாக்களித்து மகிழ்ந்த நபர் வெற்றிபெற்றுவிட்டார். மருத்துவமனையில் அவர் வந்து பார்த்து ஆறுதல் கூறினார். வைத்தியச் செலவையும் ஏற்றுக்கொண்டார். இதற்கிடையே, இந்தப் பத்து நாளில் ஊர்சென்ற அவனது மனைவி, அங்கே ஒரு லாட்டரிச் சீட்டு வாங்கியதில் அதற்கு ஒரு பெரிய தொகை

பரிசாக விழுந்தது. ராட்டு என்கிற ராதாகிருஷ்ணன் பின்னாளில் பெரிய அரசியல்கட்சிப் பிரமுகராக ஆனான்(ர்).

சலீம் என்கிற சதுருதீன். தமிழில் சிறுகதைகள் எழுதிவருபவர். தேர்தலில் வாக்களித்து விட்டு வீடு திரும்பும் வழியிலேயே மயக்கம் ஏற்பட்டு, உண்டு இல்லை என்று ஆகிவிட்டது. நாகூர் மீரான் என்ற நண்பர் உதவியுடன் பத்திரமாக வீடுவந்துசேர்ந்தாலும் அடுத்த நாளே பேட்டையில் ஏற்பட்ட ஒரு பெரும் கலவரத்தில் சிக்கி மீண்டும் மயக்கமுற்றார். என்ன இப்படி அடிக்கடி மயக்கம் வருகிறதே என்று டாக்டரைக் கலந்து ஆலோசித்தால் அவர் ஈ.சி.ஜி. எடுக்கச் சொன்னார். எடுத்துப் பார்க்க, அது இதய நோயைக் காட்டிற்று. சிகிச்சைக்கான செலவு மிக அதிகமாகத் தெரிந்தது.

நல்லவேளையாக, சலீம் வாக்களித்து ஜெயித்த எம்.எல்.ஏ. எல்லாச் செலவையும் ஏற்றுக்கொண்டார்.

ஆதியப்ப நாயக்கன் தெருவில் தினக்கூலியாக வேலை பார்த்துவந்த நாகபூஷணம் என்னும் தொழிலாளி, தேர்தல் நாளன்று வேலைக்கு வரவில்லை. “ஏன் வரலே? இது உன் அப்பன் ஆபீஸாய்யா? என்ன நினைச்சுட்டிருக்கே?” என்று கடை முதலாளி சத்தம் போட்டதற்கு, தன் சட்டைப் பையிலிருந்து ஒரு நூறு ரூபாய் நோட்டை எடுத்துக் காட்டி, “யோவ், நீ தர இம்மாம் துட்டுக்கு அதிகம்யா! சூடு... நூறு ரூபா... நூ ஏமய்யா இஸ்தாவு?” என்று நாகபூஷணன் கத்த, கடை முதலாளி மௌனமானார்.

நாகபூஷணம் இப்போது நன்கு பரவிவருகிற ஓர் அரசியல் கட்சியின் தொழிலாளர் தரப்புப் பிரமுகர்.

மணி ஐயர் அந்த வட்டத்தில் பிரபலமானதற்கு அவருடைய ஓட்டல் வேலையைத்தான் சொல்லவேண்டும். அந்த வேலையின் அத்தனை நுணுக்கங்களையும் அறிந்தவர். பணியாளர், மேஸ்திரி எல்லாம் அவரே! வாடிக்கையாளரிடம் பேசுவதற்கு அவரிடம் பாடம் கற்கவேண்டும். ஆனால் வேலை செய்யும் ஒன்றிரண்டு பணியாளர்களிடம் எவ்வித விட்டுக்கொடுத்தலும் இல்லாது நடப்பது அவரது முறை. ஓட்டல் தவிர, வேறு எதிலும் நாட்டம் இல்லாதிருந்த அவரை மாற்றியவன் கிஷோர் என்ற வட இந்திய இளைஞன்.

முனிசிபல் தேர்தலில் அந்த கிஷோர் நிற்க அவ்வட்டாரத்தில் கணிசமான அளவு குடியேறியிருந்த வட இந்தியர்கள் காரணம். மணி ஐயரை மிகவும் நாடினான் அவன். அப்படி நடந்த தேர்தலில் அவன் ஜெயித்தது ஒருபுறம் இருக்க, வட இந்தியாவில் ஒரு மாகாணத்தில் மட்டுமே தெரிந்த ஓர் அரசியல்கட்சியின் கிளை தெற்கே தோன்ற, அதன் முக்கிய அங்கத்தினராக மணி ஐயர் ஆனார். எல்லோரிடமும் மரியாதையுடன் பேசினார். மகாத்மா காந்தியைச் சுட்டுக் கொன்றவனையும் மரியாதையுடன் பேசலானார்.

வடசென்னையில் மையப்பகுதியில் வாக்காளர் மிகுதி. ஓட்டுவேட்டையில் ஈடுபட்டிருந்த அந்த வேட்பாளரின் பார்வையில் எதிராஜன் அகப்பட்டார். அவர் வேலையில் இருந்துகொண்டே நாடகத்திலும் நடித்துப் பணம் பண்ணும் விற்பன்னர். ஒரு நாடகத்துக்குத் தலைமை வகித்தவர் பொறுக்கமுடியாமல் ஒரு சமயம், “யோவ் வக்கீல் வேஷமாய்யா உனக்கு” என்று மேடையிலேயே கேட்டுவிட்ட படியால், நாடகத்துறையைக் கைவிட்டார். வெற்றிலை பாக்குக் கடைகள், வாடகைக்கு இடம்பிடித்துக் கொடுத்தல்

போன்றவை அவருக்குக் கைவந்தன. இரண்டாவது சொன்ன வேலை இருக்கிறதே, அதற்காகத்தான் வேட்பாளர் தனக்கு வேண்டிய ஒருவரை எதிராஜிடம் அனுப்பி வரவழைத்தார்.

வந்ததும் மிகவும் தெளிவாகக் கூறினார்... "நான் சொல்றதை அப்படியே செய்து வரணும். உன்னைப் பத்தி நல்லாத் தெரியும். நீயும் உன் குடும்பமும் கவலை இல்லாம இருக்க நான் செய்யறேன். சம்மதம்னா சொல்லு... இல்லே - இடக்குமடக்கா யார்கிட்டேயாவது எதையாவது சொன்னே, வெட்டிப்புடுவானுக பார்த்துக்க!"

சொன்னது தெளிவாக இருந்தபடியால் எதிராஜன் புரிந்துகொண்டு அவருக்காக உழைத்தார். இப்போது நல்லபெயருடன் நாலு பேருக்கு வேலை வாங்கிக்கொடுக்கும் அளவுக்கு உரிய பொறுப்பான இடத்தில் வேலை!

சிவம் என்னும் இளைஞன் பார்த்துவந்த வேலை சாதாரணமானதுதான். ஓவர்சியர், இன்ஸ்பெக்டர், சூப்பர்வைசர் என்பதான பதங்களைப் பிரயோகித்து அம்மாதிரிப் பதவியில் தான் இருப்பதாக ஊரில் பறைசாற்றினாலும், பட்டணத்தில் அம்மாதிரி பம்மாத்துக் காட்டுவது கஷ்டம். துறைமுகப் பகுதியில் மேஸ்திரி வேலை என்று சொல்வது அவனைப் பொறுத்தவரை எண்ணிப்பார்க்க முடியாது. மேஸ்திரி வேலையானாலும், தொழிலாளருடன் பழகும் வேலை. அதுதான் வேலை செய்தது. ஆட்சியிலுள்ள அரசியல் கட்சித் தலைவர் அந்த வட்டத்துக்கு வர, தனது படைகளுடன் ராஜோபசாரம் செய்து, அவருடைய கருணையைப் பெற்றான். இன்னொரு சமயம் எதிர்க்கட்சித் தலைவர் வருகை தர, அதே வரவேற்பு பெற்றான். எப்படியோ... அந்தப் பகுதியில் தான் தவிர்க்கப்பட முடியாதவன் என்று நிரூபித்து, கடந்த தேர்தலில் அந்த வட்டத்தில் வாக்களித்தான். இப்போது அவர் ஒரு கௌரவ மாஜிஸ்ட்ரேட்! இருபத்தைந்து ஆண்டுகளுக்கு முன்னர் ஒரு கள்ளச்சாராய கேஸில் சம்பந்தப்பட்டுள்ளான் என்று அவனைப் பற்றிச் சொந்த ஊரில் சொல்லிக்கொண்டு இருந்தார்கள்.

கந்துவட்டி காந்தி என்றும் கள்ளக் கையெழுத்து மன்னன் என்றும் தெரியப்பட்ட அரசியல்வாதி ஆரம்பத்தில் நடைபாதை வியாபாரிகளிடையே பிரபலமானவர். காலையில் வந்து அவர்களுக்குத் தேவையான பணம் கொடுத்து உதவி, மாலையில் தகுந்தமுறையில் அதைப் பெற குறைந்தபட்ச உதவியாளரையும் தேவைப்பட்ட அடியாட்களையும் அழைத்துச் சென்றவர். இன்று கிட்டத்தட்ட ஒரு எம்.எல்.ஏ. செல்வாக்கு. அடியாட்கள் எல்லாரும் உதவியாளர்களாக மாறிவிட்டனர்.

இன்று நடைபாதைக் காய்கறிக்கடைக்காரன் உள்பட அனைவரையும் கைகூப்பி வணங்குகிறார். இளைஞர்கள் அவரது சேவை, பணிவு இவற்றைக் கண்டு வியக்கின்றனர். கடைக்காரர்களில் வயதானவர்களுக்கு மட்டுமே கந்துவட்டி காந்தி என்ற பெயர் தெரியும்.

சரி, முதலில் கூறிய முத்துக்கறுப்பன் என்பவருக்கும் இவர்களுக்கும் என்ன தொடர்பு என்று நீங்கள் கேட்கலாம்.

இவர்கள் எல்லாரும் தேர்தல்களில் முத்துக்கறுப்பன் பெயரில் கள்ள ஓட்டுப் போட்டவர்கள். மற்றபடி வேறு எந்தத் தொடர்பும் இல்லை. ●

- விகடன், 2007

72. பட்டினத்து சாமி

எழுபது வயது ஆகிவிட்டாலே, கொஞ்சம் சுயபுராணம் பாடத்தான் தோன்றும். நான் என்னைப் பற்றிச் சொல்கிறேன். அதுவும், சொல்லும் விஷயம் நல்லதாக இருப்பதால் தப்பில்லை.

சுதந்திரம் கிடைப்பதற்குச் சில ஆண்டுகள் முன்பு, எங்கள் ஊர் ஆற்றங்கரையில் குடிசை போட்டுக்கொண்டு அங்கேயே தங்க ஆரம்பித்தார் ஒருவர். ரொம்பவும் வசதியானவர் என்று சொல்லவேண்டும். அவருடைய தம்பி மகன் கல்லூரியில் ஆங்கிலப் பேராசிரியராக வேலை பார்ப்பது மட்டுமல்ல, சமீபத்தில் லண்டன் வரை சென்று திரும்பியவர். அந்தப் பக்கத்திலேயே மேலைநாடு சென்றவர் எவருமில்லை. தன் பெரியப்பாவைப் பார்க்க அவர் சில சமயம் வருவதுண்டு. வேலை பக்கத்து டவுனில்தான். நான் ஆற்றங்கரைப் பெரியவருக்குச் சில புத்தகங்களில் உள்ள கவிதைகளை எழுதித்தருவதுண்டு. அதற்காகவே நூல் நிலையத்திலிருந்து புத்தகங்களை எடுத்துச் செல்வேன். அவற்றை அவர் படிக்கவேண்டிய அவசியம் அநேகமாக இருக்காது. எல்லா கவிஞர்களையும் அவர் அறிந்துதான் வைத்திருந்தார் – புதிதாக வந்துள்ள கவிஞர்களைத் தவிர.

பெரியப்பாவைப் பார்க்க வரும் தம்பி பையன் அடிக்கடி லண்டன் பற்றிப் பேசுவார். சிறுவனான எனக்கே அது அதிகப்படியாகத் தோன்றும். எந்த விஷயத்தைப்பற்றிப் பேசினாலும் அதில் லண்டன் வரும்படி பார்த்துக்கொள்வார். ஒரு தடவை நான் நோட்டுப் புத்தகத்தில் எழுதிக்கொண்டிருக்கிறேன். பையன் பெரியப்பாவிடம் கூறுகிறார் – அது நான் எழுதிக் கொண்டிருந்த விஷயமாகையால் நன்கு ஞாபகமிருக்கிறது.

"பெரியப்பா... அங்க எல்லாம்..." என்று ஒரு கையை ஆகாயத்தை நோக்கி உயர்த்திக்காட்டிவிட்டுத் தொடர்கிறார். அங்கே என்பது லண்டனைக் குறிக்கும் என்று சொல்லவேண்டியதில்லை.

“கவிதையை எல்லாம் ஒரே ஒரு கீட்ஸ் வரியைச் சொல்லிப் புரிய வைச்சுடுவானுக. இங்க மாதிரி பன்னீராயிரம் பாடிய கம்பனைப் பத்தி எல்லாம் சொல்லி வளவள கொழ கொழன்னு ஆக்க மாட்டா. படிப்புல ஒரு ஆர்வத்தை ஏற்படுத்தித் தந்துடுவா. அதுதானே வேணும்?”

பெரியப்பா இதைக் கேட்டுச் சிறிது பதற்றமடைந்ததாக எனக்குத் தோன்றியது. சாதாரணமாக, அவர் கோபப்பட்டு நான் பார்த்ததில்லை. பட்டினத்து சாமி என்று ஊரில் அழைக்கப்பட்டதுகூட, பட்டினத்தார் பாடல்கள் அனைத்தும் தெரிந்தவர் என்பது மட்டு மல்ல, யாரிடமும் கோபமில்லாது மனைவியைப் பிரிந்து ஊருக்கு வெளியே ஒரு சித்தர்சாமி யாக வாழ்ந்ததால்தான். அந்தப் பிரதேச வட்டார வழக்கில் அவர் சொன்னது வருமாறு:

“லேய்... அப்ப ஒனக்கு ஏழு வயசிருக்கும். ஒன்னைத் தூக்கிக்கிட்டு பாளையங்கோட்டை போயிருந்தேன். நம்ம பக்கம் ரயில் கிடையாதா... அங்கதான் நீ முதல்முதலா ரயிலைப் பாக்கறே. பார்த்தவன் ஒரு வாரம் வரைக்கும் ஊர்ல இருக்கிற எல்லார்கிட்டயும் ‘நான் ரயிலைப் பார்த்தேன், ரயிலைப் பார்த்தேன்’ அப்படின்னு சொல்லிக்கிட்டுத் திரிஞ்சே. அப்படி என்ன கண்டுட்டான் இந்தப் பய. ஆனா கண்டவனுக்குத்தானே விஷயம் தெரியும். அதுதான். திருவையாத்திலே ஒரு கிழவன் ரெண்டு யானையைப் பார்த்து, ‘கண்டறியாதன கண்டேன்’ அப்படின்னு சொன்னா அதுக்கு என்ன அர்த்தம்? யானையைப் பார்க்காதவரா அவரு – இல்லே, நாமதான் பாக்கலியா, இவரு சொல்லித் தெரியறதுக்கு. ஆனா, ஒண்ணு மட்டும் நல்லாத் தெரியுது. யானையைப் பார்த்த மனுஷரைப் பாத்தாதான் தெரிஞ்சுக்க முடியும். அவரு பாத்த மாதிரி யாரும் பாக்க முடியாது. அதுசரி, நீ பாத்த ரயிலை நீ பாத்த மாதிரி யாரும் பாக்க முடியாது. எல்லாருக்கும் தெரிஞ்ச விஷயத்தைத்தான் கவி எழுதறவனும் சொல்றான். எனக்கு இங்கிலீஷ் வராது. ஆனா, திருவையாத்துல யானையைப் பார்த்தவரு சொன்னதைவிட எவனும் சொல்லி அதிகமா நீயும் நானும் தெரிஞ்சுக்க முடியாது. ஏம்னா இது பாஷையைவிடப் பெரிய விஷயம்” என்றவர், பிறகு ஏதோ அதிகமாய்ப் பேசிவிட்டதைப் போல, “சரி... விடு” என்று மகனின் தலையை வருடினார்.

ஐம்பது ஆண்டுகளுக்கும் மேலாகிவிட்டது. கதைகள் எழுதி வந்த நான் கதைத் தொகுதி வருவதன் முன்பே கவிதை பற்றி ஒரு நூல் எழுதிவிட வேண்டுமென்று விரும்பினேன். நான் கவிதை எழுதியதில்லை, எழுத விருப்பமும் இல்லை என்று சொல்லலாம். எழுத முடியாது என்று செசான்னாலும் தப்பில்லை. ஆனால் எப்போதோ நான் கேட்ட அந்தச் சொற்கள், பட்டினத்து சாமியின் ஒரு விளக்கம், கவிதை பற்றி எழுதுவதற்கு வேறு எதுவும் தேவையில்லை என்று சொல்லவேண்டும். அது யானையைப்போல பெரிய அளவிலான விளக்கமாகவும் அமைந்திருந்தது. இதை நான் இப்போது சொல்ல முன்வருவதுதான் சுயபுராணம்.

❍

முத்துக்கறுப்பனின் சுயபுராணம் முடியவில்லை. சுயபுராணம் சொல்லப்படுவதிலேனும் ஒரு நியாயமிருக்கிறது. அவன் கிராமத்திலிருந்து பட்டணம் வந்து நீண்டகாலமாகிவிட்டது. ஊருடன் தொடர்பு அவ்வளவாக இல்லாதபடியால் பல விஷயங்கள் அவனை வந்தடைய நீண்டநாட்களாகும். அவ்வாறுதான் அவன் அந்தப் பட்டினத்துசாமி காலமானதை

அறிந்தான். அப்பொழுதும்கூட அது பற்றிய முழு விவரங்களும் அவனுக்குக் கிடைக்கவில்லை.

இக்கால இடைவெளியில் தனது அலுவலக நண்பர்களது உதவியோடு அவன் அந்தக் கவிதை பற்றிய புத்தகத்தை எழுதி வெளியிட்டிருந்தான். அதை அந்தப் பட்டினத்து சாமிக்கே சமர்ப்பணம் செய்து ஒரு முன்னுரையும் எழுதியிருந்தான். அதன் பின்னரே அவன் மனம் ஒருவித நிம்மதி அடைந்திருந்தது.

லண்டன் சென்று திரும்பிய அந்தப் பேராசிரியரையும் முத்துக்கறுப்பன் பட்டணத்தில் சந்திக்கும் வாய்ப்பு கிடைத்தது. அவர் இப்போது இங்குள்ள கல்லூரியில் பேராசிரியராகப் பணிமாற்றம் பெற்று வந்துள்ளார் என்று ஊர் நண்பர் தெரிவித்தார்.

பண்டிதர்கள் அடங்கிய அவையொன்றில் பேராசிரியர் பேச அழைக்கப்பட்டிருந்தார். பொருள் – 'கவிதை என்றால் என்ன?'

லண்டன் பேராசிரியர் பேசியது கிட்டத்தட்ட வருமாறு: "நான் சிறுவயது முதற் கொண்டே பிரதேச வழக்கிலுள்ள நாட்டுப் பாடல்களை ஒப்பாரி வகைகள் உட்பட, கற்றுக்கொண்டேன். ஆங்கில மொழி கற்று இப்போது பேராசிரியராக இருப்பினும் நமது பழைய கவிதைகளுக்கு ஈடாக எதையும் சொல்ல முடியாது. இதை நான் இங்கு மட்டுமல்ல, லண்டனில் இருந்தபோதுகூட அவ்வாறே சொல்லிச் செயல்பட்டேன். அங்குள்ளோர் கீட்ஸ், ஷெல்லி போன்ற கவிஞர்களின் வரிகளைக் கூறும்போது, நான் நம்முடைய அப்பர் பெருமானின் 'கண்டறியாதன கண்டேன்' என்ற கவிதை வரியைக் கூறி அவர்களைத் திகைக்கவைத்திருக்கிறேன். எனக்கு ஞாபகமிருக்கிறது. நான் லண்டனிலிருந்து ஊர் திரும்புகையில் அங்குள்ள விரிவுரையாளர் ஒருவர், தனக்கு அப்பர் பெருமான் கவிதைகளின் மொழிபெயர்ப்பு கிடைக்கும்படி செய்ய என்னைக் கேட்டுக்கொண்டார். நான் அவரது வேண்டுகோளைப் பூர்த்தி செய்தது தனிக்கதை."

கைதட்டல்கள் ஓங்க இதைக் கூறி முடித்ததும், மன்றச் செயலாளர் முகம் மலர்ந்திருந்தது. எல்லோருக்குமே ஒரு திருப்தி. கூட்டம் முடிந்தது. செயலாளர் முத்துக்கறுப்பனை பேராசிரியருக்கு அறிமுகம் செய்துவைத்தார். உங்கள் ஊர்க்காரர் என்று வகையாகச் சொல்லவும் மறக்கவில்லை.

பேராசிரியருக்கு அவனை அடையாளம் தெரியவில்லை. அவனும் தெரிவிக்க முயலவில்லை. செயலாளர், பேராசிரியரின் உறவினர் ஒருவர் காலமானவுடன் அந்த ஊரில் ஒரு மண்டபம் கட்டி மாதந்தோறும் அங்கே அன்னதானம் செய்யப்படுவதாகவும், அதேநாளில் பேராசிரியர் அங்கு சென்று தேவாரம், திருவாசகம் பற்றி உரை நிகழ்த்துவதாகவும் குறிப்பிட்டிருந்தார். உறவினர் ஒருவரின் மரணத்தில்கூட அவர் காட்டும் தமிழ் உணர்வு வியக்கத்தக்கது என்றார். அங்கே அன்னதானம் வழங்க தமிழ்ப் பற்றுள்ளவர்கள் ஏதாவது நன்கொடை அளிப்பது கடமை என்றும் அறிவுறுத்தினார். இயன்றவர்கள் முடிந்ததை அளித்தனர்.

தனது கவிதைபற்றிய புத்தகப் பிரதி ஒன்றை அவன் கொண்டுவந்திருந்தான். அதைப் பேராசிரியருக்குத் தர வேண்டுமென்று அவனுக்குத் தோன்றவில்லை. ●

- சண்டே இந்தியன், 2007

73. தெருவடைச்சான் சந்து

நடுமுடுக்கு முத்துக்கறுப்பனின் மனைவி சொல்லிக் கொண்டிருந்தாள். "இருந்திருந்து இத்தனை வீடு தாண்டியா நம்ம வீடு இருக்கணும். ஒங்க அப்பாவுக்கு அதிக மூளை – அதுக்கு ஏத்தாப்போலேதான் நமக்கு இது அமைஞ்சிருக்கு" என்று ஆறுவயதுக் குழந்தையிடம் மனம்விட்டுப் பேசிக் கொண்டாள்.

ஆறு வயதுக் குழந்தையானாலும் திரவியத்துக்குப் பல விஷயங்கள் புரிந்திருந்தன. பள்ளிக்கூடம் போக ஆரம்பித்தாயிற்று. அதிலே கஷ்டமில்லை. தாயார் இரண்டொரு நாள் அவனுடைய கை பற்றி பள்ளிவரை நடந்து கொண்டு விட்டுவிட்டு வந்தாள். ஆனால், பெரிய பையன் போல திரவியம் சொன்னான்:

"நீ எதுக்கு – நம்ம முடுக்கிலிருந்து வர மத்த பையன்களோட நான் வந்துருவேன் – நீ வேண்டாம்" என்பது அவன் அறிவுரை. பள்ளிக்கூடமும் வெகு தூரமில்லை.

முத்துக்கறுப்பன் வேறு ஒரு கிராமத்தைச் சேர்ந்தவன். இங்கே நெடுஞ்சாலைப் பக்கம் புதிதாக ஆரம்பித்த தொழிற்சாலை ஒன்றில் வேலை கிடைத்து இந்தக் கிராமத்தில் தங்கும்படியாயிற்று. செங்கல் ஓடு தயாரிக்கும் தொழிற்சாலை. ஒரு ஐம்பது பேரே வேலை செய்தனர். வாரந்தோறும் கூலி கிடைத்துவிடும். அவனது சொந்தக் கிராமத்திலிருந்து வந்துபோவது சிரமம். இங்கே வந்து ஒரு வீடு வாடகைக்கு எடுத்து வசிக்க வேண்டிய காரணம் இதுதான்.

அந்த வீடு முடுக்கில் இருந்தது. நடுமுடுக்கு என்று பெயர். ஊரில் பல முடுக்குகள் இருந்தாலும் தெற்குத் தெருவின் நடுவில் இருந்த இந்த முடுக்கின் விசேடம் என்னவென்றால், ஓர் இருபது வீடுகளைக் கொண்டிருந்தும் ஒரு குறிப்பிட்ட பகுதிவரை சென்றுவரலாமே தவிர மேற்கொண்டு செல்ல முடியாது.

அதோடு முடிந்து, வந்த வழியே திரும்பவும் தெற்குத் தெரு வரவேண்டியதுதான். பனை ஓலை – தென்னை ஓலை – ஓடு என்று பலவிதமாக வீடுகளைக் கொண்டிருந்தும் மற்ற முடுக்குகளில் இல்லாத ஓர் அசௌகரியம் அல்லது விசேடம்.

காலையில் பல் தேய்க்க, குளிக்க என்று குளத்திற்குப் போகவும், பிறகு பள்ளிக்கூடம், கடை என்று வெளியே தெருவிற்கு வந்து திரும்புவதைக் கணக்கிட்டால் தினமும் இரண்டு மைல் அந்த முடுக்கைக் கடந்து வெளியே வருவதற்காகவே நடக்கவேண்டியிருப்பது தெரியும். இதிலே முத்துக்கறுப்பன் தங்கியிருப்பது முடுக்கின் கடைசி வீடு. திருவிழாவின் போது வாகனங்கள் தெருவைச் சுற்றி வரும்போது பார்க்கவேண்டுமென்றால்கூட பெண்கள் நடந்து தெருவிற்கு வரவேண்டும்.

முடுக்கிலே வேலப்பன் வீட்டிலும் சங்கரலிங்கம் வீட்டிலும் மாடுகள் உண்டு. தெருமுனையிலிருந்தது வேலப்பனின் வீடு. எனவே எருமை தானாக தெருவிற்கு வந்து அசைபோடும். சங்கரலிங்கத்தின் வீடு உள்ளே தள்ளி, முத்துக்கறுப்பன் வீட்டின் எதிரிலிருப்பதால் மாடு முடுக்கின் நடுவே நின்று வழிமறிப்பது நடக்கும்.

ஆனால் குழந்தை திரவியத்திற்கு இதெல்லாம் கஷ்டமில்லை. கோலி விளையாட தெருவிற்கு வந்துதான் ஆகவேண்டும். முடுக்கிலே குழி தோண்டி கோலி விளையாட முடியாது. அது ஒன்றுதான் அவனது குறை.

முத்துக்கறுப்பனின் தொழிற்சாலையில் – அதை ஓட்டாபீஸ் என்றுதான் சொல்வது வழக்கம் – சனிக்கிழமை மாலை வாரக் கூலி கிடைத்துவிடும். ஞாயிறுதோறும் அவன் திரவியத்தை அழைத்துக்கொண்டு டவுன் செல்லவேண்டும். அல்லது நெடுஞ்சாலைக்கு வந்து நிற்கவேண்டும். அங்கே தூரத்தில் மின் விளக்கு எரிவதைப் பார்க்கலாம். திரவியத்திற்கு அதைப் பார்ப்பதில் ஓர் உற்சாகம். டவுனில் மிக்சர் என்ற தின்பண்டம் வாங்க முடியும்.

பள்ளிக்கூடம் நாலாவது வகுப்பு வரைதான். கொஞ்ச தூரம்தான்– அதுவும் அதே ஊருக்குள்தான் இருக்கிறது – என்றாலும், குழந்தைகள் ஏன் அந்தக் குறைந்த தூரம் நடக்கவேண்டும் என்ற கேள்வி ஊரில் உள்ள ஒன்றிரண்டு பேரிடம் எழுந்து அடங்கியிருந்தது. ஊரின் நாலு தெருக்களில் அதற்கான இடம் இல்லை என்றில்லை. அதுவும், மூன்று நான்கு வகுப்புப் பிள்ளைகளுக்கு வேண்டியதில்லை. ஆரம்பத்தில் முதல்முதல் பள்ளி செல்கிற குழந்தைக்கு ஊர் பஞ்சாயத்திற்குச் சொந்தமான இடத்தின் ஒரு பகுதியைக் கொஞ்ச நேரம் கொடுத்தாலே போதும்.

முத்துக்கறுப்பன் அந்த ஊரைச் சேர்ந்தவன் இல்லையென்பதால் இவ்விஷயம் பற்றி உரிமையோடு பேச வழியில்லை. ஆனாலும், ஓட்டாபீஸ் தொழிலாளர் சிலரோடு பேசிப் பார்த்ததில் இவ்விஷயம் நன்கு வரவேற்கப்பட்டது. அநேகமாக முத்துக்கறுப்பனைத் தவிர மற்ற தொழிலாளர் எல்லாருமே அவ்வூர்வாசிகள்தாம்.

ஊரில் ஒரு பிள்ளையார் கோவில் உண்டு. சிறிய கோவில்தான் என்றாலும் முன்பக்கம் பெரிய அளவில் ஊர்மக்கள் கூடிப் பேசுவதற்கு இடம் இருந்தது. சாதாரணமாக சீட்டு விளையாடத்தான் பெரும்பாலும் பயன்பட்டது. கோவில் மேலத்தெருவும் தெற்குத்

தெருவும் சந்திக்கும் இடத்தில் இருந்தபடியால் எல்லாருக்கும் வந்துபோக வசதி. வேறு வகையில் டவுன் செல்ல வயல்வரப்பு வழியாகக் குறுக்குப்பாதையும் அதன் பக்கம்தான்.

பிள்ளையாரைப் பக்கத்து ஊரிலுள்ள ஒரு நபர் தினமும் வந்து குளிப்பாட்டி ஒரு தட்டில் சோறு வைத்துக்காட்டிப் போவார். அந்தச் சிறு கோவிலின் முன்பக்கமிருந்த வசதியான இடம் வேறு எதற்கும் பயன்படாமல்தான் இருந்தது. சீட்டுக்கச்சேரி நடக்கும்.

அந்தப் பிரதேசத்தில் ரயில் போக்குவரத்து கிடையாது. ரயில் வண்டியைப் பார்த்தவர்கள் அங்கே இல்லை. ஆனால், அந்த ஊரின் கீழத்தெரு ராமையா பிள்ளையின் மகன் பாஸ்கரன் நாற்பது மைல் தள்ளியிருந்த நெல்லைச் சீமையில் ரயில்வே ஸ்டேஷன் சிப்பந்தி. அதுமட்டுமல்ல – ரயில் நிலையம் பக்கத்திலேயே உத்யோகத்திற்குத் தகுந்தாற்போல் வீடு எடுத்து அங்கேயே இருந்து லீவு நாள்களில் சொந்த ஊர் வந்து போகும் நபர். அப்பா ஊரின் முக்கியப்புள்ளி – மகன் அசலூரில் வேலை.

சொந்த ஊர் வந்துபோவது என்றாலே பாஸ்கரனுக்கு ஒரு வெறுப்பு. ‘இங்க என்ன இருக்கு’ என்று கேட்பான். சென்னைப்பட்டணம் வரை சென்று வந்தவன் என்ற பெருமையும் அந்த வட்டாரத்தில் அவனுக்கு உண்டு. அவனது உத்யோகம் என்னவென்று தெரியாத அளவிற்குப் பெயர் இருந்தாலும் தென் இந்திய ரயில்வே கம்பெனியை நடத்திச் செல்கிற முக்கிய நபரின் பேச்சாக அவன் ஊர்மக்களிடம் விளக்கமளிப்பான். நாட்டிற்குச் சுதந்திரம் கிடைக்குமா என்ற கேள்விகளை எல்லாம் கண்டுகொள்வதில்லை. பெரும்பாலானவர்க்கு அது பற்றிய எண்ணமே இருந்ததாகத் தெரியவில்லை.

எதிர்வீட்டு சங்கரலிங்கத்திடம் முத்துக்கறுப்பன் கேட்டுக் கொண்டான்.

“அண்ணாச்சி – நீங்க மனசு வைச்சா நடக்கும். நம்ப பிள்ளையார் கோவில் முன்பக்கத்து இடம் சும்மாத்தான் கிடக்கு. ஒண்ணாம் கிளாஸ் பிள்ளைகளுக்கு மட்டும் அங்கே பாடம் நடத்தலாமே – நம்ம பள்ளிக்கூடம் பக்கத்திலேதான் – இருந்தாலும், இது தெருவிலே ரொம்பப் பக்கத்திலே இருக்கு. நீங்க நம்ம மூத்தபிள்ளை மகன் கிட்டே கொஞ்சம் சொல்லிப்பாருங்களேன். லீவுலே வந்திருக்காராம்.”

சங்கரலிங்கத்திடம் ஏதோ ஒருவித ஆர்வத்தை இந்த விஷயத்தில் ஏற்படுத்திவிட முடிந்தது. மாடு மேய்க்க ஒரு குழந்தையைத் தயார்ப்படுத்தினாலும், மேலும் மூன்று குழந்தைகள் சங்கரலிங்கத்திற்கு உண்டு. எனவே, கிட்டத்தட்ட முக்கால் மணி நேரம் முத்துக்கறுப்பன் பேசுவதைக் கேட்டுக்கொண்டிருந்துவிட்டு, உதவத் தயாரானான். ராமையாப் பிள்ளை வீட்டிற்குப் பால் – தயிர் வழங்கல் எல்லாம் அவன்தான். பாஸ்கரன் ஊர் வந்திருப்பதும் தெரியும். மூத்த பிள்ளையிடம் பேசுவது சங்கரலிங்கத்தைப் பொறுத்தவரை – சாதாரண விஷயம்தான். முத்துக்கறுப்பனுக்கு சந்தோஷம். பாஸ்கரன் இரண்டு நாள் லீவில் வந்திருப்பதாகத் தெரிந்தது.

“அண்ணாச்சி – நீங்க முதலாவது போங்க – நானும் வேலப்பனும் பின்னாலே நிக்கோம். ஏம்னா, ஏதோ கூட்டமா வந்து பணங்காசு கேக்க வந்துட்டானுக அப்படின்னு நினைச்சுடப்படாது பாத்தேளா. நீங்க இங்ஙனே இருங்க – நான் வேலப்பன்கிட்ட விஷயத்தைச் சொல்லிக் கூட்டிக்கிட்டு வாரேன்” என்று முத்துக்கறுப்பன் புறப்பட்டுப் போனான்.

போனவன் முடுக்கின் முனையில் நின்று திரும்பவும் "அண்ணாச்சி" என்று சங்கரலிங்கத்தைக் கூப்பிட்டான். வேலப்பன் வீட்டில் இருக்கிறானாம். அதைச் சொல்ல இந்தப் பக்கம் வரை வருவதாகவிருந்தால் திரும்பவும் நடந்து முடுக்கின் முனை வரை சென்று தெருவில் நடக்கவேண்டும். எனவே, அங்கிருந்தே கூப்பிட்டான்.

கீழத் தெரு ராமையாப் பிள்ளையும் அவர் மகனும் வீட்டிலேயே இருந்தனர். பாஸ்கரன் ஆங்கிலச் செய்தித் தாள் ஒன்றைப் புரட்டிக் கொண்டே அப்பாவிடம் பேசிக்கொண்டிருந்தான். நல்ல சகுனம் என்று சங்கரலிங்கம் சொன்னார்.

"என்னடே – சங்கரலிங்கம்?" என்று அன்னியோன்னியமாகவே விசாரித்தார் பிள்ளை.

சங்கரலிங்கம் திக்குமுக்காடினான். "அண்ணாச்சி" என்று கூறிவிட்டு மேலே பேச வகையறியாது பல்லிளித்து நின்றான்.

பாஸ்கரன் அசுவாரஸ்யமாக இருவரையும் பார்த்தான். சங்கரலிங்கத்தைத் தெரியும். முத்துக்கறுப்பனைப் பார்த்ததில்லை. சங்கரலிங்கம் பொதுவாகச் சொன்னார்.

"அண்ணாச்சியைப் பாத்துப் போகலாம்னு வந்தோம். நம்ம ஊரு ஒண்ணாம் கிளாஸ் பிள்ளைகளுக்கு நம்ம பள்ளிக்கூடம் கொஞ்ச தூரமா இருக்கு. அதுக்குத்தான் ஒங்களப் பாக்கலாம்னு வந்தோம்."

"முத்துக்கறுப்பன்னு பேரு, இவரு ஒரு யோசனை சொன்னாரு. நம்ம பிள்ளையார் கோவில் முன்புறம் இருக்கிற இடத்தை அதுக்கு – அந்த ஒண்ணம் கிளாசுக்கு மட்டும் வைச்சுக்கிடலாமேன்னு ஒரு யோசனை" என்று நிறுத்தினான். முத்துக்கறுப்பனை அறிமுகம் செய்துவைத்தது மாதிரியும் ஆயிற்று.

ராமையாப் பிள்ளைக்கு இதைப் புரிந்துகொள்வதற்கு இன்னொரு தடவை வெற்றிலை போடவேண்டும் போல் தோன்றியது. பாஸ்கரனுக்கு விளங்கியது. அவன் சற்று உரத்துக் கூறினான். அவன் முத்துக்கறுப்பனைப் பார்த்துப் பேசினான்:

"ஓட்டாபீசு புத்தி – வேற எப்படி இருக்கும் – வேய், ஒலகம் எங்கே போயிட்டிருக்குன்னு தெரியுமா – ரயிலுக்குள்ளேயே ரெண்டு மேசை போட்டு கொஞ்ச நேரம் சீட்டுக்கட்டோ ஏதோ விளையாடி மனசைத் தெம்பா வைச்சுக்கிட்டிருக்கிற காலம் – கோவில் இடத்திலே என்னமோ சீட்டு விளையாடறாளாம் – இவரு அதை மாத்திப் போட வந்திருக்காரு – வேய் ஊரு உலகத்தை மாதிரி பட்டிக்காடும் மாறணும் தெரிஞ்சுதா – எங்கே தெரியப்போகுது– இருக்கறது தெருவடைச்சான் சந்து – ஒரு அளவுக்கு மேலே போக மாட்டேளே – ஒங்களைச் சொல்லி என்ன பிரயோசனம் – வெள்ளைக்காரன் அப்படி இருக்கான் – ஏரோப்ளேனைக் கண்டுபிடிச்சாம்னு பேசி என்னவேய் ஆகப்போகுது – நீரு குண்டுச்சட்டியிலும் தெருவடைச்சான் சந்துக்குள்ளே இருந்தும் வெளியே வாரும் முதல்லே" என்று கூறினான்.

ராமையா பிள்ளை வெற்றிலை போட்டு முடித்து, சங்கரலிங்கத்தின் பால் வியாபாரத்தைப் பற்றி விசாரித்தார்.

- 2007

74. அஞ்சலி

முத்துக்கறுப்பன் என்னும் விமர்சன எழுத்தாளரைப் பற்றி ஒரு மாதப் பத்திரிகையில் வந்த இரண்டு கட்டுரைகள் பின்வருமாறு:

முதல் கட்டுரை:

நமது மொழியிலே முதலில் விமர்சனமே இல்லை. இது எல்லாருக்கும் தெரிந்த விஷயம். ஒன்றிரண்டு பேர் சென்ற நூற்றாண்டில் செய்துவந்த விமர்சனங்களும் அத்தகையனதாம். இப்போது ஒருவர் தோன்றியிருக்கிறார். ஆமாம் - தோன்றித் தானிருக்கிறார். இவரது படிப்பு ஊரறிந்த விஷயம். படிக்காமலே எழுத முடியும் - உண்மை - கவிகள் பலர் அவ்வாறு இருந்திருக் கின்றனர். ஆனால், விமர்சனம் எப்படி நடக்கும்? அப்படியும் பத்தாம்பசலித்தனமாக இந்த முத்துக்கறுப்பன் என்ற நபர் எழுதத் துணிந்துள்ளார். ஒரு விஷயம் பார்ப்போம்.

அன்பு என்ற விஷயம் குறித்து புத்தருக்கு முன் யாருமே சொன்னதில்லை என்பது இவரது பலமான கொள்கை. வேதங் களிலோ, இதிகாசங்களிலோ அன்பு குறித்துச் சொல்லப்படவில்லை என்கிறார். அவற்றில் சொல்லப்பட்டதெல்லாம் ஆரவாரத் தன்மை கொண்டவைதாம் என்றும் கூறுகிறார். அதாவது "இவன் உன் தமையன் - இவனிடம் நீ அன்பு காட்டவேண்டும். இது உன் கடவுள், நீ நேசிக்கவேண்டும். இது உன் நாடு, நீ இதை அன்போடு பேணவேண்டும்" என்றெல்லாம் சொல்வது அன்பு ஆகாது. அவை ஒரு காரணத்தைச் சொல்கின்றன. இவ்வாறு காரண காரியங்களோடு சொல்லப்படுவது அன்பு ஆகாது" என்பதும் இவர் கட்சி. இவர் ஒன்று கூறி அதன்படி இவர் தம் மகனை நடக்கச்செய்வது இவர் அவன்மீது காட்டும் அன்பு ஆகாதா - இல்லையென்று ஏற்றுக்கொள்வாரா?

வேதங்கள், இதிகாசங்கள் பற்றி இவர் கூறுகிறார். அவை இவரால் முதலில் ஏற்றுக்கொள்ளப்பட்டனவா? இவர் ஏற்றுக்

கொள்ள வேண்டும் என்பது அவசியமில்லாத ஒன்று. முதலில். இவர் படித்திருக்கிறாரா? படித்தவர்களைக் கிண்டல் செய்தால் இவர் படித்தவர் என்று ஆகிவிடுமா? வேதங்கள் ரிஷிகளின் மூக்கால் இழுக்கப்பட்டு வாயால் வெளியிடப்பட்ட கரியமில வாயு என்கிறார். காற்றிலிருந்து இழுக்கப்பட்டது என்று சொல்வது ஒரு கவிதை நியாயம் என்பதைக்கூட அறியாத இவர் ஒரு எழுத்தாளர்! கரியமில வாயுவும் உபயோகமான ஒன்றுதான் – சோடா குடித்தது கிடையாதா?

சரி – மதம், போர் என்று இருப்பதெல்லாம் படைப்பிலக்கியத்திற்கு ஏற்புடையது ஆகாது என்கிறார். சரி – இவர் என்ன மதம் – இவர்தம் மதத்தின் வேதம் எது – சிவனைப் பற்றி எழுதும் இவர் அந்தக் கடவுளின் மதத்தை ஒப்புக்கொண்டிருக்கவேண்டும். இவருடைய ஒப்புதல் கடவுளுக்கு ரொம்பவும் தேவை. முதலில் எல்லா மதத்தையும் மதிக்கக் கற்றுக்கொள்ளட்டும். மதம் மக்களது அபின் என்று சொன்னவன் கருத்தும் ஒரு மதம் ஆகிவிடும் நிலை ஏற்படலாம்.

போர் – இது மனித ஆரம்பத்திலிருந்தே நம்மை ஆட்டிவருகிறது என்பது மட்டுமல்ல, உயிர் என்ற அசைவு தோன்றியதிலிருந்தே ஆரம்பமாகிவிட்ட ஒன்று என்பதை இவரே ஒப்புக்கொள்ளுகிறார். அப்படியானால், இவர் சொல்ல வருவதுதான் என்ன – புரிய வில்லை – போர் நமக்கு எதிரி என்று சொல்வதுகூட அந்தப் போரைப் பற்றியதுதானே.

இந்த முத்துக்கறுப்பன் என்ற எழுத்தாளர் எழுதிய புத்தகங்களிலே போர் சம்பந்தப் பட்டவை வந்ததில்லையா – கரிகாலனைப் பற்றி இவர் எழுதியிருக்கிறாரே.

விடுதலை உணர்வு படைப்பிலக்கியத்தின் இன்றியமையாத தன்மை என்கிறார். அப்படியென்றால் விடுதலையைப் பற்றி இவர் எழுதியவை எல்லாவற்றையும் படித்து எதிலாவது விடுதலை அடைந்துவிட்டோம் என்று வைத்துக்கொள்ளுவோம். அதன்பிறகு படைப்பிலக்கியம் என ஒன்று இருக்காதா – சிறுபிள்ளைத்தனமாக இல்லை? முத்துக்கறுப்பன் என்ற இவர்தம் பெயரே தவறு. முத்து என்றால் வெள்ளை – கறுப்பு என்பதே தவறு. அது கருப்பு என்று இருந்திருக்கவேண்டும்.

திருத்த முடியாத கேஸ்.

இரண்டாவது கட்டுரை:

முத்துக்கறுப்பனின் விமர்சனப் பாங்கே தனித்துவம் உடையது என்பதற்கு அவர் சிலப்பதிகாரம் பற்றிய கட்டுரைகளே சான்று. நவரசத்தில் சாந்தம் என்ற சுவையைக் குறித்த அவர்தம் அபிப்ராயமும் அவருடைய விமர்சன முறையை மேலோங்கச் செய்கிறது.

ஒரு படைப்பை விமர்சனம் பண்ணுவது என்பது அந்தப் படைப்பு நம்மை என்ன பண்ணிற்று என்று நம்மையே கேட்டுக்கொள்வதுதான். இந்தப் படைப்பால் இவ்வாறு ஆனேன் என்று சொல்லிவிட்டாலே போதும் – அதுவே சிறந்த விமர்சனம் என்று இவர் சொல்வதைப் பல இலக்கியவாதிகள் ஏற்றுக்கொண்டுள்ளனர். ஏதோ ஒன்று ஒருவனை எழுதத் தூண்டியிருக்கிறது. அந்தத் தூண்டுதல் மூலம் வந்த வெளிப்பாடு உங்களை எப்படித் தூண்டிற்று என்று கேட்டு அதற்கான பதிலைச் சொல்வதுதான் சிறந்த மதிப்பீடு. கால – தேச – வர்த்தமானத்தில் எத்தனையோ வந்துபோகின்றன. ஒரு குறிப்பிட்ட

காலத்தில் ஒருவனிடம் ஏற்பட்ட உணர்வு சரியானபடி சித்தரிக்கப்பட்டுவிட்டால் அது எக்காலத்திலும் அதே குணத்தைக் கொண்டிருக்கும். இதை ஒப்புக்கொள்வது சிரமம். ஆனால், உண்மை இதுதான்.

கம்பராமாயணத்தை ரசிப்பது போலவே புதுமைப்பித்தனையும் ரசிக்க முடிகிறது என்றால் அதன் காரணம் மேற்சொன்னதுதான்.

முத்துக்கறுப்பன் அதிகமாக எழுதவில்லை. ஆனால், கிட்டத்தட்ட எல்லா முன்னணி எழுத்தாளர்களுக்கும் "என் கதை பற்றி அவர் என்ன சொல்கிறார்" என்று ஆவலுடன் கேட்டுப்பார்க்கும்படி ஆக்கிவிட்டிருக்கிறார். ஒரு நல்ல விமர்சகரின் மாண்பும் அதுவே.

பழைய குப்பைகள் என அவர் கூறுவது இலக்கியத்தன்மை அற்றவற்றைத்தான். காலத்தைக் கடந்த படைப்பிலக்கியம் என்று அவர் கொண்டாடும் நூல்களை மக்கள் எப்போதும் ஏற்றுக்கொள்வார்கள். அவருடைய பெயர் பற்றியும் கூறவேண்டும். முத்துக்கறுப்பன் என்பது தவறு. கருப்பன் என்றுதான் இருக்கவேண்டும் என்பதற்கும் அவர் பதில் கூறியிருக்கிறார்: "கருப்பு என்பதுதான் நிறத்தைக் குறிக்கும். அச்சொல்லை எடுத்துக்கொள்ளவில்லை. கறுப்பு என்றால் கோபம் என்றும் பொருளுண்டு. கோபக்காரன் என்ற ரீதியில்தான் அதைப் பயன்படுத்துகிறேன்" என்கிறார்.

முடிவுரை:

இவ்விரண்டு கட்டுரைகளும் மார்ச் – ஏப்ரல் மாத இதழ்களில் வந்தவை. இடைப்பட்ட காலத்தில் முத்துக்கறுப்பன் காலமாகியிருந்தார்.

- 2007

75. பூங்குன்றனே சரணம்

பணம் ஒரு பொருட்டல்ல என்று எண்ணிக்கொண்டிருந்த காலமெல்லாம் போய், மனிதரோடு வாழவேண்டியிருந்தால் அதுதான் தேவை என்ற அறிவுச்சூடு பெற்றிருந்தான். அப்போது அவனுக்கு – அதாவது, புதிதாக வேலை கிடைத்து, தான் சாப்பிடுவது, தான் சம்பாதித்த பணத்திலிருந்துதான் என்ற உணர்வுடன் வாழ ஆரம்பித்த காலை – ஒரு இருபது வயதுதான் இருக்கும். அதன் முன்பெல்லாம் பணம் ஒரு பொருட்டான விஷயம் என்று எண்ணியதில்லை. ஒரு பத்து வயதிருக்கும் – தகப்பனார் தூங்கிக்கொண்டிருக்கும்போது அவரது மடியிலிருந்து எட்டணா நாணயத்தைத் திருடியிருக்கிறான். அவர் மடியில் எப்போதும் காசு இருக்கும். வேட்டியின் சுற்றுவட்டார மடிப்பு எந்த இடத்தில் சென்று முடியும் என்பதை நன்கு கணித்துச் செய்யப்பட்ட திருட்டு. அதுகூட காசிற்கு ஆசைப்பட்டு நடந்ததல்ல. செல்லப்பன் அவசரப்படுத்தினான். எப்படியும் அன்று 'ஆர்யமாலா' சினிமா பார்த்துவிடவேண்டுமென்றும், அடுத்த நாள் அவன் ஊருக்குப் புறப்படுவதால், வருவதாக இருந்தால் பகல் காட்சிக்கு இன்றே வரவேண்டும் என்றும் கட்டாயப்படுத்திய காரணத்தால்தான். எனவே துணிந்து செயல்பட்டு அதை முடித்தான். எட்டணாக்கூட தேவையில்லை. இரண்டணாவே போதும். ஆனால் அந்த நாணயம் ஒன்றுதான் இருந்தது. இரண்டணாப் போக மீதியை மடியில் திரும்பவும் வைப்பது நடக்காத காரியமாகையால் அப்படி முடிந்தது. தகப்பனார் பின்னர் எழுந்து, வேட்டி – துண்டு – பாய் போன்றவற்றை உதறியதோடு அந்த இடத்தைப் பெருக்கவும் சொன்னார். நாணயம் கிடைக்கவில்லை. பகல் காட்சி முடிந்து வீடு திரும்பியவனை "ஏம்லே – வெயில்லே சுத்தறே?" என்றுதான் கேட்டாரேயொழிய, காசு பற்றி எதுவும் கேட்கவில்லை.

அவன் வேலையில் சேர்ந்து வாங்கிய முதல் சம்பளம் – எண்பது ரூபாய் – பெருந்தொகையாகத் தெரிந்தது. பதினாறு

ரூபாய் வாடகை, சாப்பாட்டுச் செலவு முப்பது, வீட்டிற்குப் பத்து ரூபாய் மணியார்டர், மீதியில் சினிமா, பத்திரிகை எல்லாம் என்று கஷ்டமில்லாமல்தான் இருந்தது. எனவே, அப்போதும்கூட பணம் என்பது சாதாரண விஷயமாகவே தெரிந்ததில் வியப்பில்லை.

இது இப்படியிருக்க, அவன் உறவினர்கள்வேறு அவனது பணம் சம்பந்தப்பட்ட இந்தக் கொள்கையைப் பாராட்டிவரத் தொடங்கினர். அதாவது, அவனிடம் பேசும்போது, "பணம் வரும் போகும். அதுவா நம்மகூட வரப்போகுது? இன்னைக்கு 'முத்துக்கறுப்பன் பட்டணத்திலே நல்ல வேலையிலே இருக்கான். சம்பாதிக்கான் – நாம அவனைப் பாக்கப் போனா விடமாட்டான். என்ன வேணுமோ செய்துதருவானே' – அப்படின்னு உன்னைத் தானே நாங்க பெருமையாப் பேசிக்கறோம் – வேற இருக்கானா யாராவது."

பட்டணம் வந்து ஊர் திரும்பியவர்களிடமிருந்து முகவரி பெற்று அடுத்து வருகைதரும் மற்றவர்கள் – வந்ததும் வராததுமாக எல்லோரும் ஒரே மாதிரி அவனைப் புகழ்ந்தனர். அவனுக்கு அந்தப் புகழ்ச்சியும் தேவைப்பட்டது.

எல்லாரது கூற்றுகளும் நன்றாக இருந்தனவே – உறவுமுறை வரை சரியாக உச்சரித்து உரிமை கொண்டாடி மகிழ்ந்தனரே – அந்த நாய்களெல்லாம் இப்போது எங்கே போயின?

முத்துக்கறுப்பனின் 'நாய்' என்ற பதம் மோசமாகவிருந்தாலும் அதில் நியாயம் இருந்தது. பிற்காலத்தில் அவன் பெருமதிப்பு கொண்டிருந்த மூத்த எழுத்தாளர் ஒருவரும் அவ்வாறே பயன்படுத்தியிருக்கிறார்.

நெருங்கிய 'பந்து' என்று உறவுகொண்டாடிவந்தவர் தம் பையனை அவனது அறையில் தங்க வைத்துவிட்டுச் சொன்னது:

"மருமகனே – உன் மச்சினனைப் பாத்துக்க வேண்டியது ஒம் பொறுப்பு. அக்காகிட்டே சொன்னேன் – நீ போய் முத்துகிட்டே கொண்டு விடு அப்படின்னு சொன்னா. நேரா டேசனிலே இருந்து இங்கதாம் வாரோம். பாத்துக்க."

அக்கா என்று குறிப்பிட்டது முத்துக்கறுப்பன் தாயாரை. இந்த உறவுக்காரர் பட்டணம் வருவதே அவன் அம்மாவுக்குத் தெரியாது.

அந்த விஷயம் அப்படியிருக்க, வந்த பையன் ஒரு வாரம் கழித்து முத்துக்கறுப்பன் குளியலறைக்குச் சென்ற சமயம் இவனது ட்ரங்க் பெட்டியைத் தொழில் லாகவத்துடன் திறந்து அதிலுள்ள இருபத்திரண்டு ரூபாய் பத்தணாவை எடுத்து வேறொரு இடத்தில் பத்திரப்படுத்திவிட்டு வழக்கம்போல வேலை தேடக் கிளம்பிவிட்டிருக்கிறான்.

குளித்துவிட்டு வந்த முத்துக்கறுப்பன் பெட்டியைத் திறக்கும் போதே தெருவோரக் கடை ஆப்ப வாசனை தூக்கி அடிக்க, வியப்புடன் சோதனை போட்டு, பணம் காணாமல் போனதை அறிகிறான். காலையில் ஒரு வாரமாக அந்தப் பையன் நடைபாதையில் ஆப்பக்காரியிடம் வாங்கிவந்து உட்கொள்ளும் சிற்றுண்டியும் கவனத்திற்கு வருகிறது. வழக்கமாக அவன் போகும் வடபழநிக் கோவிலுக்குப் போவதை இந்த வாரம் தவிர்க்க வேண்டியதாகிறது.

திருட்டு என்பது மனிதகுல வரலாற்றில் மிகப் பெரிய நாகரிகமாகச் சித்தரிக்கப்பட்டுப் பேணப்பட்டது என்று சொல்லவேண்டும். ஆனால் பெயர் மட்டும் வேறாக இருக்கும். சேர மன்னன் பாண்டிய நாட்டை வென்றான் என்றுதான் சொல்வோம். பாண்டிய நாட்டை சேரன் கொள்ளையடித்தான் என்று சொல்வதில்லை. தமிழர் – ஆரியர் – ரோமர் – கிரேக்கர் எல்லாரது செயல்களும் அவ்வாறுதாம்.

மிகவும் அழகாகப் போய்க்கொண்டிருந்த முத்துக்கறுப்பனின் சிந்தனை மார்பின் கீழுள்ள உடற்பகுதியொன்று எழுப்பிய சலனத்தால் 'நாயே' என்று திட்டி, தனது கோபத்தைத் தணித்தான்! அலுவலகத்தில் கடன் வாங்குவது கடினம் – வேலையில் சேர்ந்து அதிக நாள் ஆகாத காலம் அது.

சொந்த ஊர்க்காரன் அப்படிப் பண்ணிவிட்டான் என்று மனிதனின் குணத்தை ஊருக்குச் சூட்டிவிட முடியாது. பட்டணத்தில் அவனது அலுவலகத்தில் அவனைப் போல் புதிதாக வேலையில் சேர்ந்த நபர் நாமதேவன். தெலுங்கா, கன்னடமா, தமிழா என்று எளிதில் கண்டுபிடிக்க முடியாத அளவு பேச்சும், தோற்றமும் கொண்டவன். முத்துக்கறுப்பனுக்கும் அவனுக்கும் உள்ள ஒரே ஒற்றுமை இருவரும் அதிக அளவில் ஆங்கிலப் படங்கள் பார்ப்பதாகும். நாமதேவன் ஆங்கில நடிகர்களின் பெயர்களை தாராளமாகச் சொல்வதைக் கேட்டு முத்துக்கறுப்பன் வியந்தான். பிறகுதான் தெரிந்தது அது மட்டுந்தான் பேச்சில் வெளிவருமே தவிர, கதையைக் கேட்டால் 'அது டயலாக் படம்' என்று கூறி 'முதற்பகுதி பரவாயில்லை. பிற்பகுதி மோசம்' என்பான். சில பட்ங்களை மாற்றிச் சொல்வதுண்டு. ரொம்ப நாள் கழித்துத்தான் தெரிய வந்தது. சினிமா செல்லும்முன் 'காப்பி' சாப்பிட்டு இடைவெளியிலும் காப்பி சாப்பிட வாய்ப்பு கிடைத்தால் படம் நன்று – இல்லையென்றால் இடைவேளை வரை நன்று என்று கூறும் வழக்கத்தைக் கொண்டவன்.

சரி, பரவாயில்லை. பட்டணத்தில் சொந்த வீடு உண்டு. ஆனாலும் எல்லா வசதிகளையும் 'ஓசி'யில் பெற ஆசை. அப்படிப்பட்ட வாயப்பு கிடைப்பதே ஒருவனின் சாமர்த்தியம் என்று கருதும் குணமுடையவன். பிற்காலத்தில் இதயநோய் ஏற்பட்டு மூன்று லட்ச ரூபாய் செலவில் சிகிச்சை பெற்றபோது கணக்கு சரியாகப் போயிற்று என்று சொல்லிக்கொண்டார்கள். இந்த மனிதன் ஏன் கஞ்சனாக இருந்துகொண்டு மற்றவரைக் கஞ்சனாக மாற வழிகாட்டாது – ஆக விடாமல் – தடுக்கிற புத்தியோடு இருக்கிறான் என்று முத்துக்கறுப்பனுக்கு ஒவ்வொரு தடவையும் சந்தேகம் வரும். ஆனால் அந்த எண்ணம் பணத்தைப் பற்றிய அவனது கருத்தையும் மாற்றியது.

சிரட்டையைத் தெரியும் அல்லவா – தேங்காய் ஓடு – பட்டணத்தில் அதன் பயன் அவ்வளவாகத் தெரியாது. தேங்காயைத் துருவிவிட்டு அதன் மூடியை எரிப்பதற்குப் பயன்படுத்தலாம் – அவ்வளவுதான். ஆனால் ஊரிலிருந்து வந்த மூத்த பிள்ளை ஒருவர் காட்டிய விதம் ஆயுளில் மறக்க இயலாதது.

'மக்கா' என்றழைத்தவாறே உள்ளே வந்தவுடனேயே அவர் கொண்டு வந்த துணி மூட்டையில் சிரட்டையொன்று தென்பட்டது.

அதை ஏன் கொண்டு வந்திருக்கிறார். இவர் ஒன்றும் தாவர இயல் ஆய்வாளர் அல்லவே என்றெல்லாம் எண்ணி மண்டையை உடைத்துக்கொண்டான். இரண்டு நாள் தங்கியிருந்தார்.

ஊரில் மூத்த பிள்ளை என்றாலே வயல் – தோட்டம் என்று பணம் படைத்தவரையே குறிக்கும். எங்கு சென்றாலும் முதல் ஸ்தானம் ஊர் சார்பில் அளிக்கப்பட வேண்டியவர். ஊர் அம்பலத்தில் உட்கார்ந்திருப்போர் எல்லாம் மூத்த பிள்ளை எதேச்சையாக அந்தப் பக்கமாக வந்துவிட்டால்கூட எழுந்து நிற்கக் கடமைப்பட்டவர் ஆவர். அதையே அவரும் விரும்புவார். கல்யாணங்களில் சாப்பாட்டுப் பந்திகளிலும் முதல் ஸ்தானம் அளிக்கப்படவேண்டும். ரசம் பரிமாறும் போது சாதாரணமாக அரிசி வைப்பு ஆள் வந்து விசிறுவான். ஒரு கல்யாணத்தில் அப்படி விசிறாமல் போய்விட்ட சமையற்காரனை அடிக்கவே எழுந்துவிட்டார். எழுந்தாலும் மறுபடியும் உட்கார்ந்து சாப்பிட்டுவிட்டே கிளம்பினார்.

உயர் நீதிமன்றத்தில் ஒரு கேஸ். ஐயா வந்திருப்பது அதற்காகத்தான் என்று தெரிந்துகொண்டான். ஆனால் சிரட்டை எதற்கு? அந்த விஷயம் புறப்பட்டுப் போகும்போதுதான் தெரிந்தது.

"மக்கா – அதை எங்கே" என்று கேட்டார் மூத்த பிள்ளை.

"என்ன பெரியப்பா?"

"அதுதாண்டே – அதே சிரட்டை – அதைக் காணலியே – அதிலே பாத்துக்கோ – இந்த ரயில்லே எம்டனுகளாக்கும். கையிலே கிடைச்சா தூக்கிட்டு ஓடிடுவானுங்க – நான் டம்ளரே கொண்டாரமாட்டனே – இதுன்னா போனா போட்டும்னு இருந்துடலாம் – என்ன சொல்லுகே?"

முத்துக்கறுப்பன் தெளிவு பெற்றான். இந்தப் பெரியப்பா தம்முடைய மூத்த மருமகளை முதன்முறையாக வீட்டில் காலடி எடுத்துவைத்த அன்றே அவள் கொண்டு வந்த பண்ட பாத்திர சீர்வரிசை குறித்து வர்ணனை செய்தது ஊர்க்காரர்களால் நினைவுகூரப் பெற்றது.

"பாத்திரம் கொண்டு வந்த சீரைப் பாரு – ஒரு வெள்ளிக் கிண்ணத்துக்கு வக்கில்லே – பேசறது மட்டும் பண்ணையாரு மாதிரிதான்" என்று அவள் அப்பனையும் சேர்த்து வாரிக்கட்டினார்.

இந்தச் சிரட்டைப் பெரியப்பா காலமானபோது அவர் மூத்த பையன் செலவழித்த தொகை அவர் வாழ்நாள் பூராவும் செய்த செலவுக்கு ஈடு ஆகும் என்று பேசிக் கொண்டார்கள்.

சிரட்டையும் பாத்திரம்தானே என்று நினைத்துக்கொண்டான் முத்துக்கறுப்பன். கஞ் சர்களின் பிள்ளைகள் அவ்வாறு இருப்பதில்லை போலும்.

பணத்தைப் படைத்தோரும் உடையோரும் இருக்கும் விதம் ஒரு விதம் – இந்த 'ஓசி' மனிதர்கள் காட்டும் நுணுக்கங்களை முத்துக்கறுப்பன் வெகு நாள்கள் கழித்தே அறிந்துள்ளான். அவன் மூளை வேலை செய்வது அப்படித்தான்.

சிறுகதைகள் | 401

பொதுவாக இந்த 'ஓசி' மனிதர்கள் 'லச்சாதிபதி ஆனாலும் பிச்சைக்காரப் புத்தி போகாது' என்றவாறு எண்ணப்பட வேண்டியவர்களே. ஏனெனில் அநேகமாக எல்லா இவ்வகை மனிதர்களும் பணக்காரராகவே இருந்திருக்கிறார்கள். முத்துக்கறுப்பன் தன் நண்பன் நாமதேவனை நினைத்துக்கொள்வான். தான் புத்திசாலி என்ற ஒரு தன்னம்பிக்கையைத் தனக்குத்தானே ஏற்படுத்திக்கொள்ள முனைபவரையும் இதில் சேர்க்க முடியும். கஞ்சர்களைச் சொல்ல முடியாது. மற்றவர்களும் தங்களைப் போல பணத்தை அவசியமில்லாது செலவழிக்கக் கூடாது என்று சொல்பவர்களை இதில் சேர்க்க முடியாது. அவ்வாறு இல்லாதவர்கள் ஆபத்தானவர்கள்.

இப்படிப்பட்ட ஒருவனாக முத்துக்கறுப்பனிடம் வந்து உதவி கேட்டவன்தான் அந்த நாமதேவன். பொதுவாக எல்லா நண்பர் வீடுகளுக்கும் விசேட நாள்களில் ஒரு பை சகிதம் புறப்பட்டுச் சென்று அந்த விசேட பண்டிகைக்குரிய பலகார வகைகளைப் பெற்று வருவான். எந்தப் பண்டிகையையும் அவன் கொண்டாடியதாகவோ அன்று நண்பர்களை வீட்டிற்கு அழைத்ததாகவோ தெரியவில்லை. இம்மாதிரி கஞ்சர்கள் செலவினங்கள் தக்காரிடம் போய்ச் சேராதது மட்டுமல்ல, பெயர் கெடுவதற்கும் அது ஏதுவாகும் என்று உணர்ந்தான்.

முத்துக்கறுப்பனின் இந்த முடிவும் அதற்கேற்ப அவன் மாற்றி அமைத்துக்கொண்ட நிலைப்பாடும் பின்னர் அவனது வாழ்க்கையில் தக்க மாற்றத்தை ஏற்படுத்திற்று என்றே சொல்லவேண்டும். ஊருடன் ஒத்து வாழ் – சுற்றந் தழேல் போன்ற பழமொழிகளும் முதியோர் வாக்கும் எவ்வாறு கடைப்பிடித்து எழுதப்படவேண்டும் என்பதிலே ஒரு புது வியாக்கியானம் தோன்றிற்று. பல ஐயப்பாடுகள் நீங்கின. உறவு என்றாலே தன் பக்கத்திலுள்ள மக்களும் தனது எண்ணங்களுக்கு மதிப்பு கொடுப்போருமே ஆவர். ஊர் பூராவும் கஞ்சர்களாவோ, திருடர்களாகவோ இருந்துவிட்டால் நாம் எப்படி ஒத்துப்போகமுடியும்? புனித ஜெனேகூட இந்தக் கேள்வியை எழுப்பியுள்ளாரே.

"நல்ல கேள்விதான். கேள்வி எழுவதுதான் சிறப்பு. பதில் அத்தனை முக்கியமில்லை. வேறு வாழ்க்கை முறைகள்தாம் தேவை. வந்த வழியைத் திரும்பிப் பார்த்துக்கொண்டே யிருப்பதில் பொருளில்லை" என்று சொல்லிக்கொண்டான்.

அன்று அவன் கண்ட முடிவு எக்கச்சக்கமான வெற்றியைத் தந்தது என்று சொல்லவேண்டும். நண்பர்கள் அல்லது அவர்களின் பிள்ளைகள் ஊரிலிருந்து இங்கே வருவதாகவிருந்தால் உடனே சொல்லிவிடுகிறான். "தங்குவதற்குத் திருவல்லிக்கேணியில் ஒரு அறை ஏற்பாடு செய்து தருகிறேன். வீட்டில் வசதிப்படாது" என்று.

உறவினரே வருவதாகத் தெரியவந்தால் அந்தக் குறிப்பிட்ட நாளில், ரயில் வரும் நேரம் எல்லாம் கவனித்து தாம்பரம் தாண்டிய ஒரு பிரதேசத்தில் அலுவலக நண்பன் ஒருவன் வீட்டிற்குச் சென்றுவிடுகிறான். அந்த உறவினர் வரும்போது, "அவர் ஊரிலே இல்லை– எப்போ வருவார்னு தெரியாது" என்ற செய்தி அவருக்குக் கிடைக்கும்படி செய்துவிடுவான்.

இவ்வகை யுக்திகள் சில வெகுவாகப் பலித்தன என்றுதான் சொல்லவேண்டும். ஒரு வகையில் வேறு பல தடங்கல்களும் அவற்றில் ஏற்பட்டன. கல்லுள்ளிமங்க உறவினர் சிலர் அவனது அலுவலக முகவரியைப் பெற, அங்கேயே வந்துவிடுவதுண்டு. அல்லது

இரண்டு நாள் வேறொரு இடத்தில் தங்கிவிட்டு, பின்னர் இவன் இருப்பிடம் வந்து சந்தித்துத் தங்கள் கதையைச் சொல்ல ஆரம்பிப்பார்கள். அது பின்னுமோர் துன்பியல் காவியம். இம்மாதிரிப்பட்டவர்கள் பட்டணம் வந்து தங்கள் அலுவல் முடிந்து புறப்படும்வரை நண்பர் வீட்டில் தங்குவது முடியாது. ஒரு தடவை இம்மாதிரி இக்கட்டான நிலையில் நண்பர் வீட்டிற்குச் சென்ற சமயம், “அவர் வெளியூர் போயிருக்கிறார். எப்ப வருவார்னு தெரியாது” என்று பக்கத்து வீட்டுக்காரர் இவனிடம் தெரிவித்தார். யார் வல்லவனுக்கு வல்லவனோ?

நல்லது – இம்மாதிரிப்பட்ட அனுபவங்கள் ஒரு தீவிர முடிவை அவனுக்குத் தந்தன என்பதுதான் முக்கியம்.

அதாவது, உறவினருக்கோ, நண்பருக்கோ பணம் செலவழித்து அவர்கள் தயவைப் பெறவேண்டிய அவசியமில்லை. அது வெறும் பொருள் நஷ்டத்தை மட்டுமே ஈட்டித்தரும். பணம் செலவழித்து ஒருவரின் நல்ல அபிப்ராயத்தைப் பெறுவது நமக்குத் தேவையில்லை என்ற அவனது முடிவு மிகவும் நன்றாக வேலை செய்தது. ஒரு பத்து – பதினைந்து ஆண்டுகளில் அதனால் ஏற்பட்ட வரவு அதிசயிக்கத்தக்கது.

அலுவலகத்திலும் இதே முறையைக் கையாண்டது ஒருபுறம் இருக்க – பின்னாளில் அவன் ஆர்வத்துடன் நுழைந்த பத்திரிகை உலகும் அவ்வாறிருப்பதாகவே தோன்றியது. அது வேறுவகையான வருத்தத்தையும் அளித்தது.

பத்திரிகைத் துறை சார்ந்த நண்பர் ஒருவர் தனது குடும்பத்துடன் இவன் வீட்டிற்கு வருகை தருவார். பண்டிகை நாட்களில் “எங்களுக்கு இந்த வருஷம் தீபாவளி இல்லை. தூரத்து உறவினர் காலமானார்” என்று கூறிப் பண்டிகையை அவன் வீட்டிலேயே கொண்டாடிவிட்டுச் சென்றார். இத்தனைக்கும் ஒரு தடவைகூட அவர் வீட்டிற்கு இவனை அழைத்ததில்லை. தீபாவளி போய் அடுத்து பொங்கலுக்கும் இப்படி உறவினர் ஒருவர் காலமாகி இங்கே வந்துவிடக் கூடாதேயென்று முன்தினமே அவர் வீடு சென்று தனது உறவினர் காலமாகிவிட்டதாகவும், ஊர் போக இருப்பதாகவும் தெரிவித்து, தன் வீட்டில் பொங்கல் கிடையாது என்று அறிவுறுத்திவிட்டு வந்தான்.

இதையெல்லாம் யாரிடம் வெளிப்படையாகச் சொல்ல முடியும்? மனதிற்குள் பதுக்கி வைக்கும் விஷயங்கள் யாவும் பின்விளைவுகளை ஏற்படுத்துகின்றன.

பணக்கார எழுத்தாளர் ஒருவர் வசதி காரணத்தால் விருந்து கொடுத்தே பிரபலமானார். பிரபலமானதும் விருந்து கொடுப்பதை – கடன் கொடுப்பதை – வேலை வாங்கிக் கொடுப்பதை எல்லாம் தள்ளிவைத்துவிட்டு இப்போது முத்துக்கறுப்பன் முடிவிற்கு வந்து கையாண்டுவருகிற போக்கை அனுசரிக்கலானார். இதுப்பற்றிக் கட்டுரைகளையும் பத்திரிகையில் எழுதலானார்.

குடும்பத்தாரிடையே – பக்கத்து வீட்டுக்காரர்களிடையே – அலுவலக நண்பர்களிடையே இருந்துகொண்டிருக்கும் இடையறாத பிரச்சினைகள்தாம் பத்திரிகையுலகிலும் இருக்கிறது என்பதைக் காண்பதில் ஒரு வருத்தம் இருந்தது. ஏனெனில், முத்துக்கறுப்பன் கடைசியாக வந்தடைந்த துறை பத்திரிகை.

சலிப்படைந்தான் அவன். இவ்வாறான சலிப்புகள் பலதரப்பட்ட மனிதரோடு பழகும் போது தெளிவாகத் தெரிவதால், பேசாமலிருந்து விடுவது நல்லதென உணர்ந்துகொண்டான்.

ஒவ்வொரு முறையும் ஒவ்வொன்று தெரியவர வயது ஏறிக்கொண்டே போகும்போது வேறொரு எண்ணம் வந்தது. இதெல்லாம் முன்பே தெரிந்திருந்தால் எவ்வளவு நன்றாக இருந்திருக்கும். எத்தனை முறை அறிவுச் சூடு பெற்றாலும் ஒவ்வொன்றும் புதிய வெப்ப அலையைக் கொண்டிருப்பதால் அனுபவம் கொண்டு சமாளிக்க இயலாதவொன்றாகிறது.

எப்படியோ, உறவுகள் அதிகமில்லாத காரணத்தால் பணத்திற்குக் குறைவில்லை. அதிலும் பிரச்சினை ஏற்படுகிறது. வயதான காலத்தில் பணத்தைக்கொண்டு என்ன செய்ய முடிகிறது? பிள்ளைகளுக்குத் தரலாம். சொத்து வாங்கி, பேரப்பிள்ளைகளுக்கு எழுதி வைக்கலாம். இல்லையென்றால் சும்மா இருக்கலாம்.

முத்துக்கறுப்பன் முப்பது வயதில்தான் திருமணம் செய்து கொண்டான். குழந்தை இல்லை என்ற கவலை நாற்பது வயதிற்கு மேல்தான் ஏற்பட்டது. பிள்ளைகள் இல்லாதபடியால் நமக்குச் செலவு செய்யட்டுமே என்று ஓடோடி வந்த உறவினர்கள் இப்போது இல்லை. யார் நல்லவர் என்ற ஐயப்பாடு எப்போதும் இருந்துகொண்டிருக்கிறபடியால் யார் கெட்டவர் என்ற கேள்வி நீங்கியபாடில்லை. எனவே அறிவு – அறிவின்மை என்பனகூட இப்படித்தான் எடுத்துக்கொள்ளப்பட வேண்டுமென்று ஒரு பொறி தோன்றியது.

அப்படித்தான் – அனுபவம் அறிவுச் சூடு என்பனவற்றிற்கெல்லாம் ஒரு முடிவு இருக்கிறது – ஒரு தடை இருக்கிறது. அது நம்முடைய இறப்பு சம்பந்தப்பட்ட ஒன்றாகவே இருக்கும். எனவே அனுபவம் – அறிவு – மேல் – கீழ் – பெரியோர் – சிறியோர் எல்லாமற்று போய்க்கொண்டேயிருந்துவிட்டால்...

கணியன் பூங்குன்றனே சரணம். ●

- 2007

76. தில்லைவாழ் அந்தணன்

அத்தனை பெரிய இடமாக அந்த மருத்துவமனை இருக்குமென அவர் நினைத்திருக்கவில்லை. ஏதோ ஒரு ராணுவப் பாசறைக்குள் நுழைவதுபோல காவல்காரர்களின் சோதனை, நோயாளியை அடையாளப்படுத்திக்கொள்ளுதல், வண்டியின் எண்ணைக் குறித்தல், இவை நடந்தேறி உள்ளே மருத்துவரின் அறையை அடைந்தபோது சோர்ந்துபோயிருந்தார். வரும் முன்னரே தகவல் தெரிவித்திருந்தபடியால் நோயாளியின் அறை சுத்தம் செய்யப்பட்டு ஆயத்தமாக இருந்தது. மெத்தென்று இருந்த கட்டிலில் உட்கார, உடன் வந்தவர் படுத்துக்கொள்ள உதவினார்.

படுத்துக்கொண்டாயிற்று, போர்த்த வேண்டாம் என்று சொல்லிவிட்டார். நல்ல வேனற்காலம். அப்போதுதான், அந்த நாளில்தான் அங்கே வரவேண்டும் என்று எண்ணியிருந்தார். அது நடந்துவிட்டது.

“நடராசா” என்று கூப்பிட்டார். உடன் வந்தவர் பக்கத்தில் வர “இன்னைக்கு என்ன கிழமை?”, “கிழமை வேண்டாம் – என்ன நட்சத்திரம்?” என்று கேட்கவும், அவர் “பூசம்” என்றார்.

முத்துக்கறுப்பன் தலையசைத்தார். “அது முடிஞ்சி போய் ஆயில்யம் ஆரம்பிச்சிருக்கும்.”

நடராசன் பேசாமல் இருந்தார். “அது என்ன எழவோ” என்று சொல்லியிருப்பார் வேறு சமயங்களில். கிட்டத்தட்ட ஒரு வயது தான் வித்தியாசம்.

“நீங்க சொல்லறதுதான் சரியாக இருக்கும், ஆயில்யம்தான்.”

இருவருக்கும் சோதிடம் பற்றிய ஞானமும், அது பற்றிய வாக்குவாதங்களும் முன்பெல்லாம் இருந்ததுண்டு, பின்னாளில் நடராசன் அதில் ஆர்வம் காட்டவில்லை. நம்பிக்கையையும் இழந்துவிட்டார். ஆனால் முத்துக்கறுப்பன் அதில் அதிக சிரத்தை எடுத்து, பலரிடம் விவாதித்தார். சரியான நேரம் என்று

அறிந்துகொண்ட ஒரு குழந்தையின் சாதகத்தைச் சில ஆண்டுகளுக்கு முன்பு, தானே கணித்து பலன்களை இத்தனை காலமாக கவனித்து, தனது கணிப்பு பற்றி திருப்திப்பட்டுக்கொண்டார். அவர் பிறந்த நேரம் குறித்து அவ்வாறு சொல்லமுடியாது. அவரது ஜனன கால நேரத்திற்கு அவரது ஊர்க்கோழிதான் மூலாதாரம். "அது கூவுதற்குச் சற்று முன்னால்தான் நீ பிறந்த" என்று தாயார் சொல்லியிருந்தாள். பிறந்தநாள் மட்டும் நல்லவேளை, குறிப்பில் இருந்தது. அதுவும் பனை ஓலையில்.

இத்தனை தடைகளையும் மீறிக் கணித்து பலன் பார்த்ததில் இப்போது புதன் தசை. அவன் இருமாரகன் அல்ல. அதாவது, சாவைத் தவிர்ப்பவன் அல்ல. ஆயில்யம் புதனுடைய நட்சத்திரம். ஒருகணம் மேலே விட்டத்தைப் பார்த்துப் பெருமூச்சு விட்டார்.

"சுந்தரம் எங்கே இருப்பான்; என்ன ஆயிருப்பான்? இந்த நிலையில் எப்படி என் முன்னே வருவான்?"

இவை கிட்டத்தட்ட முப்பது ஆண்டுகளாகக் கேட்கப்பட்டு பதிலளிக்கப் பெறாது பெருமூச்சுடன் முடிகின்றன. சுந்தரத்தைப் பற்றி ஆரம்பிக்கவேண்டுமென்றால் அது கோவிந்தசாமி நாயுடுவிடமிருந்து தொடரும்.

❍

அந்த கோவிந்தசாமி நாயுடு சினிமாப் பத்திரிகை ஒன்று ஆரம்பிக்கவேண்டும் என்ற முடிவிற்கு வரக் காரணம், தான் பார்த்த 'கானவனே காண் காண்ட தீவம்' படமே என்று தெரிவித்தார். வேறொன்றுமில்லை. விஜயவாடாவில் பல காலம் வாழ்ந்து சென்னைப்பட்டணம் வந்த அவர் ஆங்கில விளம்பரத்தில், 'கணவனே கண்கண்ட தெய்வம்' சினிமாப் படத்தை அறிந்து பரவசமாகி இருந்ததே காரணம். வசதியுடன் ஒரு அச்சாபீஸ் வைத்து லாபகரமாக நடத்திக்கொண்டிருந்தபடியால் இந்தப் பத்திரிகை விஷயம் சாத்தியமாக எந்தக் கஷ்டமும் இல்லை. அச்சாபீஸில் அச்சுக் கோக்கும் பணியில் இருந்த முத்துக்கறுப்பனுக்கு இரட்டிப்பு வேலை. எழுதுவதிலும் அவனுக்குத் திறமை உண்டு என்று கோவிந்தசாமி நாயுடு அறிந்திருந்தார். அதில் எந்த ஏமாற்றமும் இல்லை. நாயுடுவுக்கு சென்னைத் தமிழ் மட்டுமே வரும் என்றாலும் வியாபார நுணுக்கங்கள் எல்லாம் அத்துப்படி.

முத்துக்கறுப்பனின் சம்பளம் அறுபது ரூபாய். பத்திரிகை ஆரம்பித்தவுடன் ஓட்டேரியில் தனது வீட்டின் மேல்மாடியில் இருந்த ஓர் அறையை அதற்காகத் தயார் செய்து முத்துக்கறுப்பனையும் அங்கு தங்க ஏற்பாடு செய்தார். அச்சாபீஸில் வேலை பார்த்த சுந்தரமூர்த்தி என்பவனும் அவனுடன் தங்கினான். பின்னர், அச்சு இயந்திரம் சம்பந்தமான பணிகளைக் கவனிப்பவனாக நடராசனும் அங்கு வந்துசேர்ந்தான்.

அந்த சினிமாப் பத்திரிகை வெளிவந்த முதல் மாதமே சூடுபிடித்தது. பட உலக சம்பந்தப்பட்ட நபர்கள் நாயுடுவை வந்து பார்த்துப் பேசிவிட்டுச் சென்றனர். எதிர்பார்த்ததற்கு அதிகமாகவே வரவேற்பு இருந்தபடியால் நாயுடு மிகவும் மகிழ்ச்சியுடன் மூவரின் சம்பளத்தையும் பத்து ரூபாய் உயர்த்தினார். இரண்டாம் இதழில் சினிமா சம்பந்தப்பட்ட கட்டுரை ஒன்றை முத்துக்கறுப்பன் எழுத அவர் வியந்து, இந்தப் பொறுப்பிற்கு இவன் லாயக்கானவன் என்று உறுதிபூண்டார்.

மூன்றாம் இதழ் வெளிவந்த சமயம் நாயுடுவுக்கு விஜயவாடா போகவேண்டிய`அவசர வேலை ஒன்று வந்தது. “கவனமா பாத்துக்கோ” என்று முத்துக்கறுப்பனிடம் விளம்பர சமாச்சாரங்களை எல்லாம் தந்துவிட்டு அவர் புறப்பட்டுச் சென்றார். அந்த மூன்றாம் இதழும் வந்தது. முத்துக்கறுப்பனின் ஒரு விமர்சனக் கட்டுரையுடன். அந்தக் கட்டுரையைப் பலரும் பாராட்டினர். பாராட்டவேண்டிய கட்டுரைதான். அந்த நாள்களில் பத்திரிகை உலகில் விமர்சனங்கள் அப்படியெல்லாம் யாரும் எழுதுவதில்லை. அச்சாபீஸ் பணி முத்துக்கறுப்பனுக்கு நிறைய புத்தக அறிவைத் தந்திருக்கவேண்டும். அப்போது வெளிவந்து ஓடிக்கொண்டிருந்த ஒரு சினிமாப் படம் பற்றிய விமர்சனக் கட்டுரை அது.

‘அரசன் முன்பாக அவையில் நடன மங்கை தனது அபார நாட்டியத் திறனைக் காட்டிக்கொண்டிருக்கிறாள். அற்புதமான முகபாவங்களும் அபிநயங்களும் ஆரம்பம் முதல் நடனம் முடிகிற வரை, நமக்குக் காட்டப்பெறுகின்றன. அதேசமயம், தூரத்தில் அரசன் நடனத்தைப் பார்த்து ரசித்துக்கொண்டிருப்பதும் நமக்குத் தெரிகிறது. எனவே, கடைசிவரை நடனமங்கை தனது பின்பக்கத்தையே அரசனுக்குக் காட்டி நடனமாடி முடிக்கிறாள் என்று தெளிவாகிறது.’

சாதாரணமாக அபிப்பிராயங்கள் மட்டுமே கூறி விமர்சனங்களை ஒப்பேற்றுகிற காலகட்டத்தில் இப்படி ஒரு கட்டுரை.

பலர் பாராட்டியிருந்தாலும், மூன்றாவது நாள்தான் அந்த இடி விழுந்தது. விஜயவாடாவிலிருந்து சென்னை திரும்பிய நாயுடு, வீட்டிற்குக்கூடப் போகாமல் நேராக அச்சகம் வந்து உடம்பின் எல்லாப் பாகங்களும் துடிதுடிக்க ‘கொடுக்கு’ என்று முடியும் ஒரு தெலுங்கு வசவு வார்த்தையுடன் ஆரம்பித்துக் கொட்டித் தீர்த்தார்.

“இந்தப் பத்திரிகை வரதே அந்த டைரக்டராலதான். இப்ப எல்லாத்தையும் கெடுத்திட்டியே. நீ நல்லா இருப்பியா” என்று முதலில் தெலுங்கில் சொன்னதை, அவரே மொழிபெயர்த்துத் திட்டினார்.

அந்த சினிமாப் பத்திரிகை மேற்படி சினிமா டைரக்டரின் உபயம் என்பது யாருக்கும் தெரியாது. அதற்குக் கொள்ளி வைத்துவிட்டான் என்ற குற்றச்சாட்டுடன் முத்துக்கறுப்பன் அச்சாபீஸிலிருந்தும் அவர் வீட்டு மாடி அறையிலிருந்தும் வெளியேற்றப்பட்டான்.

வேலை போன இக்கட்டுடன் வேறொன்றும் தலையில் விழுந்தது. தன் சாமான்களை எடுத்துப்போக அறைக்கு வந்த முத்துக்கறுப்பன், தான் அரும்பாடுபட்டு இரண்டாண்டுக் காலமாகச் சேமித்து வைத்திருந்த ஆயிரம் ரூபாயைப் பெட்டியில் காணாமல் தவித்தான். உடன் இருந்தவர்கள் சுந்தரமும் நடராசனும். சுந்தரத்தைக் காணவில்லை – எங்கும் தென்படவும் இல்லை. நடராசன் அச்சாபீஸில் இருந்து இதைக் கேள்விப்பட்டு வந்து ‘என்ன செய்யலாம்’ என்று கேட்டார். அந்த சுந்தரம் அன்றிலிருந்து அறைக்குத் திரும்பவே இல்லை. இரண்டு சட்டைகளையும் காணவில்லை. நடராசன் முண்டா பனியனோடு நின்றார்.

சம்பளம் தர மறுத்துவிட்டார் நாயுடு. அடுத்த மூன்று நாட்களும் கிட்டத்தட்ட பட்டினியாகவே கழிக்கவேண்டிவந்தது. நடராசன் வெளியேற்றப்படவில்லை. ஆனாலும், தங்கும் அறை கிடையாது என்றாகிவிட்டது. இயந்திரங்களை ஓட்டுபவன் அவன்; அந்தப்

பணி நாயுடுவுக்கு அவசியம். மேலும், கட்டுரை எழுதப்பட்டதற்கும் நடராசனுக்கும் எந்தச் சம்பந்தமுமில்லை.

நடராசன், முத்துக்கறுப்பனுக்கு உதவினான். பத்து ரூபாயில் அறை ஒன்று எடுத்துக் கொண்டு இருவரும் தங்கினார்கள். அச்சுக் கோக்கும் வேலை தெரிந்து, அதிலும் தேர்ந்த முத்துக்கறுப்பனுக்கு வேலை கிடைக்க கஷ்டம் இருக்கவில்லை. ஆனால், புதிதாகச் சேர்ந்த அச்சாபீஸ் பஞ்சாங்கமும் ஜோதிட புத்தகங்களும் அச்சிடும் அலுவலகம். அசிரத்தையாகப் படித்துப் பார்த்த அந்த விஷயங்கள் அவனுக்கு பிரமிப்பை ஏற்படுத்தி விட்டிருந்தன. இந்தப் படிப்பினால் வேறொரு பலனும் ஏற்பட்டது. எந்தச் செலவும் செய்யாது படித்துக்கொண்டே இருந்தபடியால் மாதந்தோறும் சேமிக்க முடிந்தது.

முத்துக்கறுப்பன் திருமணம் செய்துகொள்ளாது இருந்துவிட்டான். நடராசன் கல்யாணமாகியும் கிட்டத்தட்ட அந்த நிலையில்தான் இருந்துகொண்டிருந்தான். விவாகரத்து நடக்காத நிரந்தரப் பிரிவு. இக்கால இடைவெளியில் முத்துக்கறுப்பன் அந்த அச்சகத்தையே சொந்தமாக்கிக்கொள்ளும் நிலைக்கு உயர்ந்துநின்றதில் வியப்பில்லை. சேமிப்பு என்றால் அப்படி ஒரு சேமிப்பு. பத்தாண்டுகள் இம்மாதிரிப்பட்ட நிலையை அவனுக்கு அளித்தது நடராசனுக்கே வியப்பு.

'அந்த ஆயிரம் ரூபா மட்டும் திருடு போகாமல் இருந்திருந்தால் இப்போது எத்தனை சேமித்திருக்கலாம்?' இதுதான் முத்துக்கறுப்பன் மனதில் எழும் கேள்வி. 'பாவி சுந்தரம்' என்ற சொல் அடிக்கடி வாயில் வருகிறது. அதுவும், வைத்தீஸ்வரன் கோவில் சென்று, ஒரு வீட்டில் நாடி சோதிடம் பார்த்துவந்த பின்னர், இந்த மானசீகத் திட்டுதல் அதிகமாயிற்று. இத்தனை ஆண்டுகளிலும் நடராசன் அப்படியேதான் இருந்தார். இப்போது முத்துக்கறுப்பனின் அச்சாபீஸில் அதே வேலை.

❍

சோதிடத்தைப் பெரிதாக நம்பிக்கொண்டிருந்த நடராசன் இப்போது நம்பிக்கை இழந்ததற்கு அவரது திருமணம் ஒரு காரணமாக இருக்கும். அந்தத் திருமணப் பொருத்தத்தை ஆராய்ந்து பார்த்துச் சொன்ன முத்துக்கறுப்பன் வேறு எதையும் சொல்ல வில்லை. பொருத்தம் இருக்கிறது என்று மட்டுமே தெரிவித்தார். அந்தத் திருமணம் ஏடாகூடமாக ஆன பின்னரும் அவர் கூறியது அப்படித்தான் இருந்தது. "சாதகம் என்பது கணக்கு. அதுக்கு சரியான நேரம் முக்கியம். ஓவியத்தை வரைஞ்சி பாக்கணும், புத்தகத்தைப் படிக்கணும், சாதகத்தைக் கணிச்சிப் பாக்கணும். அது உண்மைதான். பிறந்த நேரத்திற்குக் கோழியின் சான்றிதழ் போதாது."

நடராசன் பேசாதிருந்தார். "ஆனால், நம்பிக்கை இழப்பது போல வேறு வகையில் நம்பிக்கையொன்று திரும்பவும் ஏற்படும். எனக்கும் அப்படித்தான்" என்றும் சொன்னார் முத்துக்கறுப்பன்.

❍

தமிழ் ஆண்டுகள் அறுபது போல அவர்கள் வயதும் மாற்றமடைந்தும் மாற்றமடை யாமலும் இருந்தன. முத்துக்கறுப்பன் எதிலும் கவலையற்றிருந்தார். நடராசன் எதிலும்

அசிரத்தையுடன் இருந்தார். மிகுந்த கவனத்துடன் முத்துக்கறுப்பனின் உடல்நிலையைக் கவனித்துக்கொண்டது நடராசன் என்று சொல்லலாம்.

சில விஷயங்கள் நடராசனுக்கு மருத்துவமனையில் சொல்லப்பட்டன. நோயாளிக்குத் தெரியக் கூடாது என்ற அறிவுரையுடன். ஆனால், அந்த விசயங்கள் முத்துக்கறுப்பனாலும் சொல்லப்பட்டன. அது அவரது ஆயுள் பற்றி. வெகு சகஜமாக நடராசனிடம் சொன்னார்: "நான் கணக்குப்போட்டுப் பார்த்ததும் சரி; ஒன்றே ஒன்றுதான். ஆனால், ஒரே ஒரு விசயம் மட்டும் தடுக்கிறது. அந்த சுந்தரம், திருட்டுப் பயல், நான் போறதுக்குள்ள என் முன்னாலே வரணும். அது எப்படி நடக்கும்?" நடராசன் பேசாமல் இருந்தார்.

மாலையில் அச்சக ஊழியர்கள் அனைவரும் வந்துபார்த்துச் சென்றனர். அவர்களுக்கும் விசயம் தெரிந்திருந்தது. கல்யாணச் சாவு என்பது அது. முத்துக்கறுப்பன் அந்த ஆயில்ய நட்சத்திரம் முடிவுறும்வரை நினைவுடன் இருந்தார். நடராசனைப் பெயர் சொல்லி அழைத்தார்.

மருத்துவமனைப் படுக்கை சுருட்டப்பட்டபோது ஒரு நோட்டுப் புத்தகம் இருந்ததென்று நர்சு கொண்டுவந்து நடராசனிடம் கொடுத்தாள். எல்லாரும் புறப்பட்டுக்கொண்டிருந்தனர் – எல்லாம் முடிந்து.

சிறிய நோட்டுப் புத்தகம்தான் அது. நாடி சோதிடப் புத்தகம் என்று நடராசன் தெரிந்துகொண்டார். அசிரத்தையாகப் பிரித்தார். ஏற்கெனவே, அதிலுள்ள விசயங்களை முத்துக்கறுப்பன் கூறியிருந்தார். அப்போதெல்லாம் நடராசனுக்கு சோதிட நம்பிக்கை போய்விட்ட காலம். பாட்டாகவும் உரைநடையாகவுமிருந்த அதை அடிக்கடி படித்துவிட்டுத்தான், 'அந்த சுந்தரம் திரும்பி வருவான்; கட்டாயம் வருவான்' என்று சொல்லிக்கொண்டிருந்தார் போலும். அப்படித்தான் அந்த நோட்டுப் புத்தகத்திலும் இருந்தது. நடராசன் தொடர்ந்து படித்தார்:

'சேதாரம் செய்துவிட்ட கள்வன் திருந்தி சாதகன் முன்பு நிற்பான். சாதகனின் கடைசி நாளில் அவனும் கூட இருப்பான்.'

இப்படி எழுதப்பட்டிருந்தால் எப்படி நம்பாதிருக்க முடியும்? நடராசன் கடைசிப் பக்கத்தைப் பார்த்தார். அது கடைசிப் பாராவாக இருந்தது.

'அந்தக் கள்வனைப் பெயர் சொல்லி அழைக்க, சாதகன் ஆயுள் நீங்கும். அந்தப் பெயர் தில்லைவாழ் அந்தணனின் இயற்பெயராக இருக்கும்.'

- அம்ருதா, 2009

77. மனோரதம்

அங்குள்ள அம்மன் கோயில் ஊரைவிடப் பெரிதென்று சொல்லவேண்டும். சிறிய ஊர் ஆனபடியால் கோயில் பெரிதாகத் தெரிந்தது.

இயக்கி அம்மன் என்பதுதான் இயற்பெயர். அத்துடன், சிவகாமி அம்மன் என்றும் வழங்க ஆரம்பித்தது, பத்திரிகை ஒன்றில் அப்போது தொடர்கதையாக வந்துகொண்டிருந்த 'சபதம் செய்த' பெண்மணியின் உபயம். அந்தப் பெயரையும் அம்மனோடு சேர்த்துச்சொல்லிப் பிரபலப்படுத்தியதில் துரையின் பங்கு பெரிது. இரண்டு பெயர்களுமே அம்மனுடையவைதாம். எனவே, ஊராருக்கு ஆட்சேபனை இல்லை.

துரையின் மனைவி காலமானபோது, அவளை அடித்துக் கொன்றதே அவன்தான் என்று அவனது சொந்த ஊரில் பேசிக்கொண்டார்கள். அந்த அவப்பெயரைத் துடைக்கவோ, எதற்கோ, அவன் அடிக்கடி அம்மன் கோயில்களுக்குச் செல்ல ஆரம்பித்தான். அந்த ஊர்க் கோயிலுக்கு அவன் அடிக்கடி வந்துபோவதற்கு வேறு காரணங்களும் உண்டு.

அப்போதெல்லாம் அவன் சினிமா சம்பந்தப்பட்ட பிரமுகர்களுடன் பட்டணத்தில் தொடர்புகொண்டு அவர்களுக்கு வேண்டியவற்றைக் கவனித்துக்கொள்ள ஆரம்பித்திருந்தான். கையில் காசு தங்கியது. ஆங்கிலம் பேசத் தெரியும் அவனது வாயைவிட கை அசைவுகள் அதிகம் பேசும். தமிழ்நாட்டில் வந்து படமெடுக்கும் வேறு மொழிக்காரர்களுக்கு அது போதுமானதாக இருந்தது.

சினிமா சம்பந்தப்பட்ட வேலைகளில் அவன் வந்துசேர்ந்ததற்கும் காரணம் உண்டு. பொறுப்பான காவல்துறையில் ஒரு பொறுப்பான பணியில் இருந்தபோது நடந்த விஷயம் அது, அவன் வாழ்க்கையையே மாற்றியது.

குடித்துவிட்டு கலாட்டா பண்ணி போலீஸிடம் பிடிபட்ட ஒருவன் மீது அவன் காட்டிய கருணையால் அது நேர்ந்தது. சந்தையில் ரகளை பண்ணிக்கொண்டிருந்த ஒருவனைப் பிடித்துவந்து காவல்நிலையத்தில் சேர்த்தபோது, துரை அவனிடம் கனிவாகப் பேசிப்பார்த்தான்.

"உன் கூட்டாளி யார் – சொந்த ஊர் எது – இந்தப் பழக்கம் எப்படி ஏற்பட்டது" என்பதான சாதாரணக் கேள்விகள்தாம்.

ஆனால், அந்த ஆள் ஒரு குறிப்பிட்ட நேரம்வரை துரையையே பார்த்துக்கொண்டிருந்துவிட்டு, திடீரென, "அண்ணாச்சி – என்னைத் தெரியலையா?" என்று கூவினான். காவல் நிலையத்தில் இம்மாதிரி நிகழ்ச்சி நன்கு கவனிக்கப்பட்டிருக்கவேண்டும். துரையின் எழுத்தர் பணி மங்களம் பாடப்பட்டதற்கு அதுதான் காரணம் என்று சொல்லலாம்.

பின்னர், அவன் எத்தனையோ ஊர்களில் பலதரப்பட்ட அனுபவங்களைப் பெற்றாலும், இந்த அம்மன் ஊரில் அவன் பெற்ற நற்கதி விசேடம்.

சிவகாமி அம்மன் குடிகொண்ட அந்த ஊரை நாடி பம்பாய் பட முதலாளிகள் உட்பட பல மொழிக்காரர்கள் வந்துபோனது அதிசயமில்லை. அதற்கு முன்னதாகவே பட முதலாளிகளிடம் அம்மனின் கீர்த்தி சொல்லிப் பிரபலமாக்கியது எல்லாம் துரையின் வாய்சாலம்தான். அப்படித் தயாரிக்கப்பட்ட சினிமா ஒரு பெண்ணைப் பற்றியதாகவும் இருந்துவிட்டால், சிவகாமி அம்மனே சரணம். படம் வெற்றியும் அடைந்துவிட்டால், துரையைச் சந்தித்துப் பேசுவது அவ்வளவு சுலபமில்லை. சில சமயங்களில் பட முதலாளிகள் யாராவது கம்பெனி ஆளை அனுப்பி அவனைக் கவனிக்கவேண்டும்.

அப்போது மழைக்காலம். திருக்கார்த்திகையன்று அம்மன் கோயிலில் விசேடம். அத்துடன், முருகன் சந்நிதியில் அதிக கூட்டமிருக்கும். துரைக்கு அது ஞாபகமில்லாதபடியால் அன்று படமுதலாளியுடன் வந்து மாட்டிக்கொண்டான், எந்த வேலையும் நடக்கவில்லை. ஊரைச் சுற்றி வந்தான். கம்பெனி ஆட்களை பக்கத்து நகர விடுதியில் தங்கவைத்திருந்தான்.

அவனுக்கு நல்ல தசை நடக்கிறது என்று சோதிடர் கூறியிருந்தார். எந்த திசை என்று இவன் திருப்பிக் கேட்க, சோதிடர் கொஞ்சம் குழப்பமடைந்திருந்தாலும் "திசை – உனக்குத் தெற்கேதான். அதுவே யோகத்தைத் தரும்" என்று கூறித் தப்பினார். துரையின் பிறந்த ஊருக்கு சிவகாமி அம்மன் ஊர் தெற்குத்திசையில்தான்.

நாற்கால் சீவன்கள் நிறைய நடமாடிக்கொண்டிருந்தன. கோயில்பக்கம் கூட்டம். அங்குள்ள கடையொன்றில் புதிதாக வந்துள்ள சினிமாவின் வசன ஒலிபரப்பு நடந்துகொண்டிருந்தது. தூரத்தில் எங்கோ கதாகாலட்சேபம் பண்ணிக்கொண்டிருக்கிற ஒலி.

ஒரு நடுத்தர வயதுப் பெண்மணி, அம்மன் கோயிலிலிருந்து கூடையுடன் வந்தது அவன் கவனத்தை ஈர்த்தது. அதிலே பூசனை சாமான்களுடன் ஒரு பட்டுத்துணியுமிருந்தது. சிவகாமி அம்மனுக்குப் பட்டுத்துணி காணிக்கையாக்குவது வழக்கம் என்றும் அவன் அறிந்திருந்தான்.

"என்னம்மா – கோயில்லே வேலையா?"

கேட்ட கேள்விக்கு அந்த அம்மாள் பவ்யமாக பதில் சொன்னாள்.

“ஆமாம் ஐயா – அம்மன் கோயில் சம்பளத்திலேதான் சீவிக்கிறேன்.”

அவன் அப்படிக் கேட்டதற்கு காரணமுண்டு. தெரியாமல் கேட்கவில்லை. காலையில் கோயிலுக்கு அழைத்துவந்த பட்டணத்துப் பட முதலாளி வாங்கிக்கொண்டுவந்து அம்மனுக்குச் சார்த்திய துணிதான் இந்த சிவகாமி அம்மாள் கையில் வைத்திருப்பது என்பதைக் கண்டுபிடித்துவிட்டான். இதுபோன்ற கண்டுபிடிப்புகள் அவனுக்குச் சாதாரணம். அந்த சிவகாமி அம்மாளும் சாதாரணமில்லை. இவன் கண்டுபிடித்துவிட்டான் என்பதை அவளும் தெரிந்துகொண்டுவிட்டாள். அப்படித்தான் அங்கு புதியதொரு உறவு ஆரம்பித்தது.

கதாகாலட்சேபம் என்பது அந்தப் பிரதேசத்திலே பிரசித்திபெறவில்லை. வாரியார் சுவாமிகள் பெயர் பிரபலமாகாத நேரம். ஆனால், உரைநடையில் கதைகள் சொல்வதை ஒரு மனிதர் அந்தச் சுற்றுவட்டாரக் கிராமங்களில் செய்துவந்தார். அவர் பேச்சைக் கதாகாலட்சேபம் என்று யாரும் ஒத்துக்கொள்ளமாட்டார்கள். ஆனாலும், அவர் விடாது கதை சொல்லிக்கொண்டுதானிருந்தார். பெரும்பாலும் அவை பெரிய புராணக்கதைகளாகவே இருந்தன. திருவிழா நடக்கும் ஊர்கள் எல்லாவற்றிற்கும் போய்வந்தார். பெரிய புராணக் கதைகள் அந்தக் கிராமங்களின் மண்ணோடு சம்பந்தப்பட்டவை – மிகவும் எளிதில் புரியும் என்றார். வேறுவகையில் சோதிடம் தெரியும். ஆனால் பலன் சொல்லும் வேலையெல்லாம் வைத்துக்கொண்டதில்லை.

வாரியார் சுவாமிகளோடு ஒப்பிடுவதற்கில்லைதான். இவரது பெயர் முத்துக்கறுப்ப சுவாமிகள்.

சுந்தரமூர்த்தி நாயனார் கதையைக்கூட ஏதோ நேற்று நடந்ததைப்போல விவரித்துச் சொல்லுவார். ராமாயணத்தையோ பாரதத்தையோ இப்படிச் சொல்லமுடியாது என்பார்.

தனி மனிதர்தான். கற்றது எல்லாம் தானாக முயன்று பெற்றுக்கொண்டதுதான். ஒரே ஒரு தடவைதான் துரை அவரது உரையைக் கேட்டிருக்கிறான். அது சுந்தரரின் ஒரு பகுதிக் கதை. ஏதோ பக்கத்துத் தெரு கிழவர் தனக்குத் தெரிந்த ஒரு விஷயத்தை வயதில் குறைந்தோருக்கு விளக்கிச் சொன்னதுபோல் இருக்கும்.

“இந்த ஆள் சுந்தரரு இருக்காரே, அவரு கடவுளுக்கு சிநேகிதன் மாதிரி. ஒரு சமயம் காட்டுவழியிலே வரும்போது, ஒரு திருடன் இவர்கிட்டேயிருந்து பணத்தைப் பிடுங்கிக்கிட்டு ஓட, இவரு கடவுளைப் பாத்துக் கேக்காரு...

“ஏன்யா... இதைக்கூட ஒன்னாலே தடுக்க முடியலையானா நீ ஏன்யா இங்கு இருக்கே?” அப்படின்னு. அவ்வளவு தூரம் இரண்டு பேரும் நெருக்கம்.

“இதிலே சுந்தரரு ஒரு பெண்ணைப் பாத்து ஆசைப்படறாரு. மெட்ராஸ் பக்கத்திலே இருக்கிற திருவொற்றியூர்லே. ஆனா, அந்தப் பொண்ணுக்கோ இவர் கல்யாணம் ஆனவர்தான் என்பது தெரியும். கடவுள்கிட்டே போய் என்ன செய்யலாம்னு யோசனை கேக்கறாரு. சிநேகிதன் ஆச்சே – அவரும் சொல்லிக்கொடுக்காரு – “ஈசன் பேர்லே சத்தியம் செய்து தரேன்னு சொல்லு. அவ சம்மதிப்பா” அப்படின்னு ஆலோசனை. இவருக்கு

அது சம்மதமில்லே, “அது எப்படி ஈசன் பேர்லே சத்தியம் செய்துட்டு எப்படி மீறமுடியும் – பாவம் ஆச்சே” அப்படின்னு விவாதம் பண்ண, அதுக்கும் அந்தக் கடவுள் வழி சொல்லித்தராரு. எப்படி – நாளைக்கு நீ சத்தியம் பண்றேன்னு வைச்சுக்க. அந்தச் சமயத்திலே சரியாக நான் அதோ அந்த மகிழ மரத்திலே குடிகொண்டிருப்பேன்– இது வெறும் கல்லாயிருக்கும் – நீ தாராளமா சத்தியம் செய்யலாம்” என்று தனது தந்திரத்தை விளக்க, சுந்தரருக்குச் சம்மதம். ஆனா, இவருட்ட இப்படிப் பேசிவிட்டு, அந்தக் கடவுள் நேரா அந்த அம்மாகிட்டே போய் “ஏம்மா – நாளைக்கு சுந்தரன் ஒனக்கு சத்தியம் செய்து தருவான் – நீ என்ன செய்றே – இப்படிச் சொல்லு– ‘ஐயா, சாமி சன்னதியிலே வேண்டாம் – மகிழ மரம் அதோ இருக்கு பாருங்கள். அங்க சத்தியம் பண்ணித் தந்தா போதும்’ அப்படின்னு ஒரேயடியா சொல்லு” என்று வழியும் சொல்லிக் கொடுத்தாரு பாருங்க.

அந்தப் பொண்ணு அப்படியே சொல்ல, இந்த ஆளுக்கு வேற வழியில்லாமப் போச்சு – இது எப்படியிருக்குன்னா...” இப்படி கதை சொன்னால் எந்த ஊர்க்காரருக்குப் பிடிக்காது போகும்.

முத்துக்கறுப்ப சுவாமிகளை ஒரே ஒரு முறைதான் துரை பார்த்திருக்கிறான். அவருடைய சொந்த ஊரே அம்மன் ஊர்தான் என்பதும், வெளியூர்களில்தான் அதிகம் வாசம் என்பதும் பிறகுதான் அவனுக்குத் தெரியவந்தது. அதுவும், அந்த சிவகாமி சொல்லித்தான்.

இக்காலகட்டத்தில் அவன் சிவகாமியுடன் அதிகமாகவே பழகியிருந்தான். அங்கே வரும்போதெல்லாம் அவளைச் சந்திப்பதும், அவள் வீட்டில், அதாவது, சுமாரான குடிசையொன்றில் வந்து பேசுவதும் தவிர்க்கமுடியாததாகிவிட்டது.

பட முதலாளிகள் இப்போதெல்லாம் அவன் உதவியை நாடுவதும் குறைந்திருந்தது. அவனுக்கும் அந்தத் தொழிலில் சலிப்பு. வயது வேறு ஏறிக்கொண்டிருப்பதை அவனே அறிகிறான். ஏதோ பிற்காலத்திற்கு ஏற்றவகையில் வாழ்க்கையை நிலைநிறுத்திக்கொள்ள வேண்டும் என்ற அறிவுச் சூடு பிறந்திருக்கிறது. அப்போது இருக்கிற சூழ்நிலையில், அது ஒன்றுதான் நல்லது என்றும் முடிவுகட்டியிருந்தான். நிரந்தரமாக ஓர் இடத்தில் தங்கியிருக்க வேண்டுமானால், வியாபாரம் போன்றவற்றில் ஈடுபட்டு, சிறிதளவு நிரந்தர வருமானம் கிடைக்க வழிசெய்தாலொழிய வருங்காலம் மிகவும் மோசமாக இருக்கும் என்பது நன்கு தெரிந்திருந்தது. அதற்குத் தூண்டுகோல் அந்த சிவகாமி அம்மாளாகவும் இருக்கும். அந்த அம்மாளும் அதே நிலையில்தான் இருந்தாள். அவர்கள் சேர்ந்து வாழ்ந்தால் என்ன என்ற எண்ணம் தோன்றியதற்கு மூலகாரணம் இதுவே என்று சொல்லலாம்.

ஆனாலும். ஒரு பயம் இருந்தது. நம்பலாமா என்ற கேள்வி இருவருக்கும்.

அம்மன் குடிகொண்ட ஊரில் துரை நிரந்தரமாகத் தங்க ஆரம்பித்த சமயமும் மழைக்காலம்தான். கதாகாலட்சேபங்கள் அதிகமாக இல்லாத மாதங்களில் முத்துக்கறுப்ப சுவாமிகளும் தொடர்ந்து அங்கே தங்குவதுண்டு. துரை சுவாமிகளைச் சந்தித்துப் பேசுவது சுலபமாயிற்று. இம்மாதிரி, சென்ற ஆண்டு மழைக்காலத்தில்தான் அவன் சிவகாமியை முதன்முதலில் சந்தித்தான். ஒருமுறைதான் அவரைப் பார்த்துப் பேசினான். பேசுவதற்கு முக்கியமான விஷயமும் கிடைத்தது நல்லதாகப்போயிற்று.

துரை மட்டுமல்ல – சுவாமிகளும் அவனைப் பற்றி நன்கு கேள்விப்பட்டிருந்தார் என்று தெரியவந்தது. பல விஷயங்கள் தெளிவாக்கப்பெற்றன. வார்த்தைகளைவிட பேச்சின் தொனி பலவற்றை வெளிக்கொணர்ந்தது. வெளிப்படையாகவே துரை சிவகாமியைக் கல்யாணம் பண்ணிக்கப்போவதாகக் கூறினான். சுவாமிகள் சிவகாமியின் தூரத்து உறவினர் என்பதை சிவகாமி கூறினாள் என்றும் சொன்னான்.

சுவாமிகளும் வெளிப்படையாகவே பேசினார்:

"உண்மைதான் – நான் ஒரு காலகட்டத்தில் அவளைத் திருமணம் செய்துகொள்ளவும் உத்தேசித்திருந்தேன். என் தகப்பனாரால் அது நடக்காது போயிற்று. அவளும் இன்னொருவரைக் கட்டிக்கொண்டாள். கட்டியவனும் போய்விட அவள் இப்போது நிர்க்கதி. எல்லாவற்றிற்கும் சிவனருள்வேண்டும். ஆமா, ஒண்ணு கேட்கணும், இவ்வளவு தூரம் நாம் வெளிப்படையா பேசுகிறோம் – இதையும் கேட்கலாம் – பதில் சொல்லப் பிடிக்கலைன்னா வேண்டாம். ஒன் முதல் மனைவி மரணத்திற்கு நீதான் காரணம் அப்படின்னு ஒங்க ஊர்லே ஒரு பேச்சு இருக்குதாமே. உண்மைதானா... இதுவும் சிவகாமி சொன்னதுதான். எல்லாவற்றையும் சொல்லிவிடுவது ஒருவகையில் நல்லது."

தயக்கமில்லாது துரை பதில் சொன்னான்:

"அப்படி ஊரிலே பேசிக்கறாங்கன்னு நீங்க சொன்னது உண்மை. அதே போல, வதந்தி இந்த ஊரிலும் உண்டு அப்படிங்கறதும் உண்மைன்னு உங்களுக்குத் தெரியும். புருசன் தூங்கற சமயம் இந்த சிவகாமி கல்லைத் தூக்கிப்போட்டுக் கொன்னுட்டா அப்படின்னு இந்த ஊர் வந்த அடுத்த மாதமே தெரியும். யாரைப் பத்தி வதந்தி இல்லை? சுவாமிகளுக்குத் தெரியாததில்லே. இந்த ரெண்டு வதந்தியும் உண்மையா பொய்யான்னு கேட்டு வாதம் எதுவும் இப்பப் பண்ணப்போறதில்லே. அதுக்குக் காரணம் உங்க கதாகாலட்சேபம்தான்."

சுவாமிகள் சிறிது வியப்போடு அவனைப் பார்த்தார்.

"தோஷத்துக்கு இன்னொரு தோஷம்தான் மருந்து அப்படின்னு செவ்வாய்தோஷம் பத்தி சொன்னீங்க. 'கெட்டவன் கெட்டிடில் ராஜயோகம் கிட்டும்' அப்படின்னும் சொன்னீங்க. நான் நிறைய எண்ணிப் பார்த்தேன். நீங்க கும்பிடற சிவன்கிட்டகூட இந்த மாதிரி சங்கதி இருக்குது அப்படின்னு தெரியுது. அதனாலதான் இந்த முடிவு. இதிலே மாத்தமில்லே. அடுத்த வாரம் அம்மன் கோயில்லே எங்க கல்யாணம். நீங்க நடத்தித் தரணும்" என்று சொல்லிக் கும்பிடுபோட்டு நடந்தான்.

முத்துக்கறுப்ப சுவாமிகள் அந்த ஊரில்தான் பிறகும் இருந்தார். ஆனால் கதாகாலட்சேபங்கள் செய்வதில்லை.

- **தீராநதி, 2010**

78. ஒற்றுமை

மேடையில் ஒன்பது பேர் உட்கார்ந்திருக்க, ஒருவர் பேசிக் கொண்டிருக்கிறார். அரங்கில் எட்டுப் பேர். இரண்டு பெண்கள், குழந்தைகளுடன். ஒருவன் மட்டும் பின்வரிசையில் தனியாக உட்கார்ந்திருக்கிறான்.

பேச்சாளர்: மகா ஜனங்களே, இந்தக்கூட்டத்தின் நோக்கம் நீங்கள் அறிந்ததே. நமது நாடு எத்தனை மேன்மையானது என்பதை அறிவீர்கள். புனிதமான வேதத்தை அடிப்படையாகக் கொண்டது நமது சமயம். அந்த வேதத்திற்கும் சமயத்திற்கும் எதிராக இருப்பவர் பற்றியும் நீங்கள் அறிவீர்கள். இந்தப் பரிதாப நிலையை நாம் எவ்வளவு காலமாகத் தாங்கிவருகிறோம் என்பதையும் அறிவீர்கள். வேதம் அநாதியானது; அது போலவே வேத மொழியும். அது உலக மொழிகளின் தாய்.

பின்வரிசைக்குரல்: தந்தை யாரோ எப்பவோ வள்ளலார் பதில் சொல்லிவிட்டாரே.

அந்தக் குரல் யாருக்கும் கேட்டதாகத் தெரியவில்லை.

பேச்சாளர்: அப்படிப்பட்ட சமயத்திற்கும் மொழிக்கும் வந்துள்ள இன்னலை நம்மால் சமாளிக்க முடியுமா என்றும் நம்மில் சிலர் கேட்கிறார்கள்; புனித கங்கைக்கரையில் தோன்றிய புனித சமயம் இது. இதை அழிக்க யாரால் முடியும்? நமது வேத கால ரிஷிகள் இங்கிருந்து ஐரோப்பா சென்று, வேதப் பண்புகளை அங்கே பரப்பிவிட்டு, திரும்பவும் இங்கு வந்து பணிகளைத் தொடர்ந்தார்கள். அப்படிப்பட்ட சமயம் அந்நியரால் அழிந்து விடாது; அழிந்துவிடக் கூடாது.

குரல்: பொய்த்தேவு என்று வேதக் கடவுளரை திருவாசகம் கண்டிக்கிறதே.

பேச்சாளர்: அந்நியர்களாலேயே அழித்துவிடமுடியாத சமயம் இது.

குரல்: அந்நியர் என்றால்...

பேச்சாளர்: அப்படிப்பட்ட நம் சமயத்தை இங்கேயுள்ள ஷேக் தம்பிகளும் ஆபிரகாம்களுமா வீழ்த்திவிடுவார்கள்?

குரல்: இங்குள்ளவரின் முன்னோர்கள் எல்லாம், அந்த வேத கால ரிஷிகள் எல்லாரும் இங்கே வருவதற்கு முன்பேயே இந்த மண்ணில் பிறந்தவர்கள். இசை பற்றியும் சித்தாந்தம் பற்றியும் சந்தேகம் கேட்டுத் தெளிய ஆபிரகாம்களிடமும் செய்குதம்பிகளிடமும்தான் நாங்கள் செல்வது.

பேச்சாளர்: அத்தனை மேன்மைகளைக் கொண்ட இந்த சமயம் எதனால் கீழ்மட்டத்திற்குச் சென்றுவிட்டது? அடிப்படையில் ஏதாவது குறையுண்டா என்றால், இல்லை. உட்பூசல்தான்; சாதிச் சண்டைதான். நமது சாத்திரங்கள் சொல்வது என்னவென்றால், பகவானை வழிபடுபவன் தாழ்ந்த குலத்தில் பிறந்திருந்தாலும் உயர்ந்தவனாக மாறிவிடுகிறான். நந்தனார் சரித்திரத்தைப் பாருங்கள். இப்போதுள்ள சாதிச் சண்டையில் அந்நியரே பலம் பெறுவர்.

குரல்: அந்நியர் என்றால்...

பேச்சாளர்: எனவே, சாதிச் சண்டையை நாம் ஒழிக்கவேண்டியது கட்டாயம். உட்சாதிப் பகையை மறப்போம். ஒற்றுமையாக இருக்கவேண்டியது மிகவும் அவசியம். காலத்தின் கட்டாயம்.

குரல்: யாருக்கு எதிராக இந்த ஒற்றுமை?

பேச்சாளர்: ஒற்றுமையாக இல்லாதவரை கதிமோட்சமில்லை. பழைய சேர சோழ பாண்டியரைப் போலச் சண்டையிடுதல் அல்ல இப்போதைய தேவை, ஒற்றுமை. பாண்டவரைப் போன்று ஒற்றுமையுடன் செயல்படவேண்டும்.

குரல்: கௌரவ பாண்டவரைப் போல...

பேச்சாளர்: அப்படி ஒற்றுமையுடன் எல்லாருமாகச் சேர்ந்து பிற சமயத்தாரை விரட்டாத வரை கதிமோட்சமில்லை.

அதுவரை உட்கார்ந்தவாறே சொல்லிக்கொண்டுவந்தவன் அந்தப் பேச்சாளரின் கடைசி வார்த்தையைக் கேட்டு எழுகிறான். யாரும் அவனைக் கவனித்ததாகத் தெரியவில்லை. உரத்த குரலில், நின்றவாறே, ‘அடச் சீ’ என்று கூறி வேறொரு மோசமான சொல்லையும் கூறி நகர்கிறான். ஒரு விநாடி அரங்கில் மௌனம். எல்லாரும் பின்வரிசையைத் திரும்பிப் பார்க்கிறார்கள். அவன் வாயிலை நோக்கி நகர்கிறான். ஒரு விநாடி அரங்கில் மௌனம். மேடையிலிருந்த எட்டுப் பேரும் குபீரென்று எழுந்து “வாச்மேன், அவனைப் பிடி” என்று சப்தமிடுகிறார்கள்.

வெளியேறிக்கொண்டிருந்த அவன் திரும்பவும் பின்வரிசைப் பக்கம் வந்து ஒருமையில் தான் சொன்ன மோசமான வார்த்தையைப் பன்மையில் சொல்லி நகர்கிறான்.

- அம்ருதா, 2010

79. மனத்துக்கண்

அந்தப் பூங்காவில் நடைபயின்றுகொண்டிருந்தவர்கள் ஏறக்குறைய அனைவருமே ஊளைச் சதைப்பற்று உள்ளவர்கள்தாம். சர்க்கரை நோய் ஆதிக்கம் – பெற்ற அறிவுரைகள் – அவர்களின் இந்த நடைப்பயிற்சிக்குக் காரணமாயிருக்கும். பூங்காவும் அதற்கேற்ப நன்கு பராமரிக்கப்பட்டு, சுற்றிலும் நடைபாதை அமைப்புடன் திகழ்ந்தது.

அவன் சதைப்பற்று எல்லாம் அவ்வளவு இல்லாதவன். நடப்பதற்காக அங்கு வரவும் இல்லை. வர எந்தக் காரணமும் குறிப்பாக இல்லை. உட்கார வசதியாக கல்லிருக்கைகள்; ஒரு செய்தித்தாளுடன் காலையில் சிறிது நேரம் அங்கே கழிக்க உகந்த இடமென்று எண்ணியிருக்கவேண்டும். ஊரும் அந்நியமாகத் தெரியாதது. அடிக்கடி வந்துபோகிற இடம்தான்.

செய்திகளைவிட மரத்தின் உயரே தென்பட்ட கூடு அவன் பார்வையை அதிகமாக இழுத்தது. இரண்டு பறவைகள் கூட்டைக் கட்டிக்கொண்டிருந்தன.

நடந்து சென்றவர்களில் சில பெண்களும் இருந்தனர். சந்தை போடுவதில் பாலின பேதம் இருக்காது. ஆனால், குறைந்த அளவில்தான் பெண்கள். உடற்பயிற்சியில் ஆர்வம் சிலருக்கே இருக்கிறது. பெண்கள் வேலைக்கே போகக்கூடாது என்று சொல்லக்கூடியவனும் இங்கே இருக்க முடிகிறது பாருங்கள். சகித்துக் கொள்ளத்தான்வேண்டும். வேறு வழியில்லை.

தலையை உயர்த்திப் பார்த்துக்கொண்டிருந்தபடியால் அந்த பெஞ்சில் இன்னொரு நபரும் வந்து அமருவதைக் கண்டிருக்க முடியாது. குரல் கேட்டுத் திரும்பிப் பார்த்தான்.

ஒரு பெண்மணி. முப்பதிலிருந்து நாற்பது வயது வரை சொல்லலாம். உட்கார்ந்த பின்னர், “பேப்பர் தர முடியுமா?” என்று கேட்டாள். அது ஆங்கிலச் செய்தித்தாளாதலால் அவள்

ஆங்கிலத்திலேயே கேட்டாள். பேப்பரைத் தந்துவிட்டு, அவன், திரும்பவும் உயரே பார்க்கத் தொடங்கினான்.

சுள்ளிக்கட்டைகளைச் சேகரித்துக்கொண்டு வர ஒரு பறவை வெளியே சென்றது என்றால், மற்றது கட்டுமான வேலைகளில் மூழ்கியிருந்தது. கொண்டுவந்த சுள்ளிகள் தரமானவை அல்ல என அது கோபித்துக்கொண்டதுபோல் தெரிந்தது. அந்தப் பெண்மணி பேப்பரை முடித்து நன்றி கூறி அவனைப் பார்த்தாள்.

"செய்திகளைப் படிப்பதைவிட இங்கே நடக்கலாம்" என்று அவள் ஆங்கிலத்தில் மெதுவாகக் கூறவும், அவர்கள் சம்பாஷணை பின்னர் ஆங்கிலத்திலேயே தொடர்ந்தது.

அவள் நன்கு படித்தவளாக இருக்கவேண்டும் என்று அவன் நினைத்தான். சிறிதுநேரம் பேசாமல் இருந்துவிட்டு அவள் சொன்னாள்:

"நானும் முன்பெல்லாம் காலையில் நடப்பதுண்டு. இங்கே அல்ல. பக்கத்து ஊர். அங்கே பூங்கா கிடையாது. ஆனால், ஆற்றங்கரை நன்று. இப்போது சோம்பல். நடப்பதை விட்டாயிற்று. சும்மா உட்கார்ந்துகொண்டிருப்பது ஒன்றுதான் பயிற்சி" என்று கூறி லேசாகச் சிரித்தாள். அவளது முன்வரிசைப் பற்களில் ஒன்று புதிதாகக் கட்டப்பட்டிருக்கவேண்டும் என்று அவன் கணித்தான்.

"உட்கார்ந்து பார்த்துக்கொண்டிருப்பது ஒரு பயிற்சியாக இருக்க முடியுமா?" என்றும் அவள் கேட்டாள். "அது முடியாது" என்றான் அவன். "பார்ப்பது கண்ணாக இருந்தாலும் அதில் தோன்றும் எண்ணம் மனதைச் சார்ந்தது. எண்ணம் தோன்றிவிட்டால்தான் மனசு. அப்படி மனசு உண்டாவது நல்லதா – 'மனத்துக்கண் மாசிலன்' என்று இங்கே ஒரு கிழவன் சொன்னானே" என்றும் தொடர்ந்தான்.

"ஆமாம்" என்றாள் அவள்.

"எனக்கு எதுவும் தெரியாது என்பதுதான் எனக்குத் தெரியும்' என்று இன்னொரு கிழவனும் சொன்னான். 'கிரேக்க நாட்டுக் கிழவன்" என்றும் அவள் கூற, "ஆமாம் உண்மைதான். கிரேக்க நாட்டில் பிறந்தோரெல்லாம் சாக்ரடீசாகிவிட முடியாது. இங்கே பிறந்தவரெல்லாம் வள்ளுவராகிவிடவும் முடியாது. ஆனால், மனித சிந்தனை என்பதே ஒரு கூட்டு முயற்சிதான். அப்படிப்பார்த்தால் நம்மைவிடப் பெரியவனும் இல்லை. நம்மைவிடச் சின்னவனும் இல்லை, இல்லையா" என்றான் அவன்.

அவள் மகிழ்ச்சி பொங்க அவனை நேராகப் பார்த்து, "ஆமாம்" என்றாள். அவனைப் பற்றிய எண்ணத்தை அவள் மாற்றிக்கொண்டிருக்கிறாள் என்று தோன்றிற்று.

காலை வெளிச்சம் பரவப் பரவ, பூங்காவில் கூட்டம் குறைந்து சாலையில் போக்குவரத்து அதிகமாயிற்று. அதை மாநகரம் என்று சொல்ல முடியாவிட்டாலும் அந்த இடம் நல்ல ஒரு நகரம்தான்.

"உங்களுக்கு இந்த ஊர்தானா?" என்று கேட்டதற்கு அவன், "இல்லை" என்றான்.

"இல்லை, இங்கே அடிக்கடி வரவேண்டியது அவசியம். மாதத்திற்கு இரண்டு தடவை. நேற்று வந்தேன். இரண்டு மூன்று நாள் இன்னுமிருக்கவேண்டியிருக்கும்."

“எனக்கு பக்கத்து ஊர். இங்கே வேலை கிடைத்த நாள் முதல் இங்கே வாசம். ஹாஸ்டலில் இருக்கிறேன்.”

என்ன வேலை என்றெல்லாம் இருவரும் சொல்லிக்கொள்ளவில்லை. வள்ளுவரும் சாக்ரடீசும் மறக்கப்பட்டாயிற்று.

‘இவள் நல்ல நிறம்’ என்று நினைக்க ஆரம்பித்தான். அந்த மங்கை அப்படி நினைத்திருக்க முடியாது.

சிறிது நேரம் பேசாதிருந்துவிட்டு “இங்கே எங்கு தங்கியிருக்கிறீர்கள்?” என்று கேட்கவும், அவன் தான் தங்கியிருக்கும் ஹோட்டல் பெயரை உடனே சொன்னான். சிறிது நேரம் அங்குமிங்கும பார்க்க ஆரம்பித்தார்கள்.

பூங்கா இப்போது கிட்டத்தட்ட காலியாக இருந்தது. இரண்டொருவர் புல்தரையில் துண்டுவிரித்துப் படுத்துமிருந்தனர். இன்னும் சிறிது நேரத்தில் காவலாளி வந்து எல்லாரையும் அனுப்பி பூங்காவைப் பூட்டவும் செய்யலாம். அவர்கள் உட்கார்ந்துகொண்டுதானிருந்தனர்.

“வந்த வேலை இங்கே முடிந்துவிட்டதா?” என்று கேட்க, அவன், “இல்லை, நான் சந்திக்க வேண்டிய நபர் நாளைதான் வருகிறார். இன்றும் நாளையும் தங்கியாகவேண்டும். இடையிலே வேறு வேலையும் இல்லை” என்று தனது சுவாரஸ்யமில்லாத நிலையை விளக்கினான்.

அவள் கைக்கடிகாரத்தைப் பார்த்துக்கொண்டாள். “தங்கியிருக்கிறீர்களே, அந்த ஹோட்டலில்தான் சாப்பாடா?” என்றும் கேட்டாள்.

“இல்லை. காலையில் எங்காவது நடந்துவரும்போது தென்படும் ஏதாவது நல்ல ஹோட்டல். பக்கத்திலே ஒன்று நன்றாக இருந்தது. நேற்று போயிருந்தேன். பரவாயில்லை. நீங்க அந்த ஹாஸ்டலிலே தான் சாப்பாடு எல்லாம் இல்லையா?”

“அப்படிக் கட்டாயம் இல்லை. எங்கேயும்தான்” என்று கூற, “வாங்களேன். பக்கத்து ஹோட்டல்” என்று அவன் கூறவும், அவள் “சரி, எட்டு மணிக்குப் போகலாம்” என்று சொல்லிவிட்டுக் கேட்கிறாள்.

“நீங்கள் ஒன்று சொன்னீர்களே... எப்படி... என்னைவிடப் பெரியவனுமில்லை, என்னைவிடச் சின்னவனுமில்லை; சொன்னது யார், மார்க்ஸா?”

“இல்லை. இரண்டாயிரம் வருடம் முன்பு இங்கே உள்ளவர்தான்.”

“இரண்டாயிரம் வருடம் முன்பு ஒரு மார்க்ஸ்!”

“உங்களுக்கு காரல் மார்க்ஸ் ரொம்பவும் பிடிக்கும். அப்படித்தான் இருக்கவேண்டும்.”

“பிடிக்கும். குறிப்பாக ஒரு ஆண், ஒரு பெண் அவர்கள் இருவருக்குமான தனிப்பட்ட விஷயம்தான் செக்ஸ் என்றும் சொல்லியிருக்கிறார் பாருங்கள்.”

சொல்லிவிட்டு அவனை நிமிர்ந்து பார்த்தாள் அவள்.

“ஆமாம், இதை ஜே. கிருஷ்ணமூர்த்தி வேறுவிதமாகச் சொல்லியிருக்கிறார்; இரண்டும் ஒன்றுதான்.”

“நீங்கள் ஜே.கே.யைப் பார்த்ததுண்டா?”

“நிறைய தடவை. காலையில் நடக்கும் நிகழ்ச்சியில் கேள்விகூட கேட்டிருக்கிறேன். நீங்கள் சொன்னது பற்றி ஜே.கே.யின் நேருக்கு நேர் பகுதியில் படித்திருக்கிறேன். நேற்று இங்கே புறப்பட்டு வரும்போது படித்துக்கொண்டிருந்தேன். அப்படியே வரும்போது அந்தப் புத்தகத்தையும் கொண்டுவந்துவிட்டேன். கிட்டத்தட்ட அப்படித்தான் சொல்கிறார். பத்திரிகை நிருபரைப் பார்த்து பதில் சொல்கிறார்; ‘நீங்கள் என்னைப் பற்றி பலவற்றைத் தெரிந்திருக்கலாம். அவை இருவரின் அந்தரங்கமானது.’ இப்போது என்ன சொல்கிறீர்கள்?”

“அதோ அந்தக் காவலாளி வந்துகொண்டிருக்கிறார், பாருங்கள். எல்லாரும் போயாக வேண்டும்.”

“ஆமாம்” என்று அவனும் கூற, இருவரும் எழுகிறார்கள்.

❍

நகரம் இப்போது முழுமையாக இயங்கத்தொடங்கியிருந்தது. சாலைகளில் யாருமே இல்லையென்றால், அருமையாக இருந்திருக்கும். இப்போது கூட்டம் சேர ஆரம்பித்தாயிற்று. கடைத்தெருப் பகுதியில் இன்னும் அதிகம்.

“மதியம் எங்கே சாப்பாடு?” என்று கேட்டதற்கு, “வெளியில்தான்” என்று பதிலளித்தாள்.

மணி எட்டாகிவிட்டது. “வாருங்கள் இந்த இடம்தான்” என்று அந்த ஹோட்டலைக் காட்டினான்.

“நான் வரும்போதெல்லாம் காலைச் சிற்றுண்டி இங்கேதான். முடிந்தால் மதியமும்.”

“அப்படியா, சரி – மதியமும் சாப்பிட எனக்கு ஆட்சேபனையில்லை.”

அவ்வளவு கூட்டம் இல்லை. பண்டங்களின் விலை சற்று அதிகம்தான். இட்டிலி மிகவும் நன்றாகவுள்ளது என்று அவன் கருதினான்.

“நீங்கள் காய்கறி உணவுதானே சாப்பிடுவது?”

எதிர்பார்த்து அவன் கேட்ட கேள்விக்கு அவள் வேறுவிதமாக பதில் சொன்னாள்.

“அப்படியெல்லாம் இல்லை. எல்லாம் சாப்பிடுவேன்.”

அவன் சிறிது வியப்புடன் சொன்னான். “எங்கள் வீட்டில் எல்லாரும் அசைவ உணவுதான் சாப்பிடுவார்கள். நான் எப்படியோ தெரியவில்லை. சிறுவயதிலிருந்தே அவ்வுணவைத் தவிர்க்கத் தொடங்கிவிட்டேன். காரணம் சொல்ல முடியாது. ஏதோ தோன்றியது அப்படி.”

சொல்லியவாறு இட்டிலியும் பூரியும் வரவழைத்தான். அந்த உணவு நன்கு அமைந்திருந்தது. உருளைக் கிழங்கை விரும்பி உண்பவள் போல் அவள் தெரிந்தாள்.

“ஆபீஸ், எப்போது செல்லவேண்டும்?”

அவள் சிறிது நேரம் பேசாதிருந்துவிட்டுச் சொன்னாள்: “எனக்கு ஆபீசில் சிறிது சிக்கல். இன்னும் ஒரு வாரம் ஆகும், திரும்பவும் செல்ல” என்று சொல்லிவிட்டு அந்தச் சிற்றுண்டியை ரசித்து உண்டு முடித்தாள்.

வேலை நிறுத்தம் – தற்காலிக வேலைநீக்கம் போன்ற எல்லாமே காரணங்களாகத் தோன்றின. அந்தப் பேச்சை எடுத்திருக்கலாகாது என அவன் எண்ண ஆரம்பித்தான். அப்படி எதுவும் அவள் நினைத்ததாகத் தெரியவில்லை. சாதாரணமாகவே பேசினாள்.

வெளியே அலுவலகநேரக் கூட்டம். ஒரு கடையில் ஓர் ஆங்கில வார இதழும் தமிழில் ஒன்றும் வாங்கிக்கொண்டான். ஒரே ஒரு சிகரெட்டும்.

“இந்த வயதில் புகைத்தலைக் குறைத்துக்கொள்ளவேண்டும்” என்று அறிவுரை போல் அல்லாது சாதாரணமாகச் சொன்னாள் அவள்.

“சிறு வயதில் புகைப்பழக்கமே கிடையாது. இது இப்போது சில ஆண்டுகளாகத்தான். அதுவும், வெளியூர்ப் பயணங்களிலும் சில விசேடமான நேரங்களிலும் தேவைப்படுகிறது.”

“இப்போது என்ன விசேஷமான சமயம் என்று தெரிந்துகொள்ளலாமா?”

இருவருக்கும் சிறிது சிரிப்பு ஏற்படுகிறது.

“அதோ அந்தச் சிலை பக்கம் ஆட்டோக்கள் கிடைக்கும் வாருங்கள், நடக்கலாம்.”

“அதுவரைக்குமா நடக்கவேண்டும்?”

“ஆமாம், ஆனால், அதுவரைக்கும் போக எந்த ஆட்டோவும் கிடைக்காது.”

அந்தப் பக்கம் சுவரில் பெரிய அளவில் ஒரு சுவரொட்டி. சினிமாவின் பெயர் என்னவென்றுகூடத் தெரியாத அளவில் விநோதமான நிறத்தில் எழுத்துகள்.

“நீங்கள் சினிமா பார்ப்பதுண்டா” என்ற அவளது கேள்விக்கு அவன் கூறுகிறான்: “இப்போது நிறுத்திவிட்டேன். ‘பெர்க்மென்’ படங்கள் வந்தால்கூட என்னால் பார்க்க முடியாது. தியேட்டரில் கூட்டத்தோடு உட்கார்ந்து ரசிகர்களின் குரலையும் விமர்சனங் களையும் கேட்டு சலித்துப் போய்விட்டேன். பார்ப்பதை நிறுத்திப் பல ஆண்டுகளாகிவிட்டது. இப்போது காசட்டுகள் கிடைத்தாலும் அந்த ஆர்வம் திரும்பவில்லை.”

“நானும் சமீபகாலமாகப் பார்ப்பதில்லை. ஆனால், காரணம் நீங்கள் சொல்வது போல் சகிப்புத்தன்மைக் குறைவால் அல்ல. இப்போதெல்லாம் பணத் தட்டுப்பாடு. சரியாகிவிடும்.”

அவன் பேசவில்லை. ஒரு ஆட்டோ ஓட்டுநர் சுவாதீனமாக அவனிடம் வந்து, “வாங்க சார், நேற்றைக்குப் போன ஹோட்டல்தானே? ஏறுங்க” என்கிறான்.

அவன், “நீங்களும் ஏறிக்கொள்ளலாம். உங்களை ஹாஸ்டலில் விட்டுவிட்டு நான் போகிறேன்” என்று சொல்ல, அவள் மறுப்பு எதுவும் சொல்லாமல் ஏறிக்கொள்கிறாள்.

ஒரு கட்டடத்தைக் கடந்து செல்கையில், அவள் அதைச் சுட்டிக்காட்டி, “இதன் மூன்றாம் மாடியில்தான் எங்களது அலுவலகம்” என்கிறாள். அது ஓர் சாதாரண நிறுவன அலுவலகம் என்பதை அவன் அறிந்துகொள்கிறான். ஒரு பத்து நிமிடங்களில் அவளது ஹாஸ்டல் வந்துவிடுகிறது. அங்கு வருவதற்கு முன்பே அவர்கள் பேசிக் கொண்டுவந்த விஷயம் தொடர்கிறது. பயணம் செய்கையில், அதாவது வேறு ஊர் செல்லும்போது, புத்தகம் ஏதாவது எடுத்துக்கொண்டு வருவதுண்டா என்பது அவளது கேள்வி. “ஆமாம். இப்போதும். அது ஒரு ஜே.கே. புத்தகம். சிறிய புத்தகம்தான். கேள்வி பதில்கள். நல்ல கேள்வி பதிலையும்

உள்ளடக்கி நிற்கும் என்கிறார் ஜே.கே. அதைப் படித்துக்கொண்டிருக்கும்போது, புறப்படவேண்டி இருந்தபடியால் அதையும் கொண்டு வந்துவிட்டேன். நாளை பூங்கா வருவேன். சந்திக்க முடிந்தால் தருகிறேன். நீங்கள் படிக்கவேண்டும்" என்று அவன் சொல்லவும் அவள் உடனடியாக, "நாளை எதற்கு, இப்போதே வண்டியை அங்கேயே போகச் சொல்லுங்கள்" என்றதும் அதே ஆட்டோவிலேயே அந்த ஹோட்டலுக்கு வருகிறார்கள்.

அந்தச் சிறிய நகரத்திலே அது ஒரு நல்ல வசதியான ஹோட்டல் என்று சொல்லலாம்.

"இந்த அறை மிகவும் நன்று. வரும்போதெல்லாம் இங்குதான் தங்குவீர்களா? ஒன்று கவனித்தீர்களா, இங்கே ஆங்கிலம் அவ்வளவாகப் பேசுவதில்லை. தெரிந்தவர்களும் அப்படித்தான். வரவேற்பாளர் கீழே பேசியதைக் கேட்டீர்கள் அல்லவா; அவசியமும் இங்கே இல்லை."

"ஆமாம், நானும் கவனித்திருக்கிறேன். ஒருவகையில் அது நல்லது தானே" என்று அவன் பதில் கூற, அவள், "எங்கே அந்தப் புத்தகம்?" என்று கேட்டாள்.

புத்தகத்தை எடுத்துக் கொடுத்தான். சிறிய புத்தகம்; கேள்வி பதில்கள்தாம். கொஞ்ச நேரத்தில் படித்துவிடலாம்.

"உட்காரலாமே" என்று அவன் சொன்னபோது சட்டைப்பையிலிருந்த 'செல்' ஒலித்தது. அதை எடுத்துப் பேசிவிட்டு அவளிடம் சொன்னான்.

"எங்கள் நிறுவனம் சம்பந்தப்பட்ட நண்பர் கீழே வந்திருக்கிறார். நான் போய்ப் பேசி அவரை அனுப்பிவிட்டு வருகிறேன். உங்களுக்கு காப்பி ஏதாவது கொண்டுவரச் சொல்லட்டுமா" என்று கேட்க, அவள், "வேண்டாம். சீக்கிரமாக வந்துவிடுங்கள்" என்று கூறிப் புத்தகத்தைப் பிரிக்கிறாள்.

❍

சொல்லியபடியே அவன் சீக்கிரமாக வந்துவிடுகிறான். "மதியம் சாப்பாட்டிற்குச் சொல்லிவிட்டேன்" என்றும் சொல்கிறான்.

அவன் கீழே போகும்போது எந்த இடத்தில் நின்றுகொண்டிருந்தாளோ அந்த நிலையிலேயே நின்றுகொண்டிருக்கிறாள். கையில் அந்த ஜே.கே. புத்தகமில்லை. அவளது கைப்பை இருக்கிறது. அவனைக் கண்டவுடன் சிறிது நேரம் பார்த்துக்கொண்டே இருக்கிறாள். முகத்தில் வியப்பு, கோபம், அதிர்ச்சி எதுவுமில்லை. எதுவும் புரியாத நிலையில் எப்படி இருக்க முடியுமோ அப்படி ஆனான் அவன்.

சில வினாடிகளின் பின்னர், வலிய வரவழைத்த சிறு சிரிப்புடன் அவள் கூறுகிறாள். முதன்முறையாக 'நண்பரே' என்றழைத்துக் கூறுகிறாள்:

"நீங்கள் திரும்பி வந்தவுடன் உங்களது கைகளைப் பற்றிக்கொண்டு, 'டியர், டேக் மீ டு பெட்' என்றுதான் சொல்லியிருப்பேன். இந்தப் புத்தகம் – புத்தகத்தைச் சொல்லவில்லை – அதைப் பிரித்தால் அதில் இந்தப் பேப்பர் துண்டு. பழைய பேப்பர். அதிலுள்ள படம், உங்கள் தகப்பனார் இல்லையா. எதுவும் அந்தப் பேப்பரில் எழுதாமலிருந்தால் நன்றாக இருந்திருக்கும். கொட்டை எழுத்தில் அச்சிட்டிருக்கிறார்கள்."

“ஆமாம், அரிஜன சங்கத் தலைவர் என்று. என் அப்பாதான். பல ஆண்டுகளுக்கு முன்பு பேப்பரில் வந்த படம்; பிறகு என்ன சொன்னார் என்றால், அந்தப் பெயரால் அறியப்படுவது இன்னமும் அவமானமாகும் என்று. எங்களை அப்படி அழைக்கும் உரிமை யாருக்கும் கிடையாது என்றார். கடைசிவரைக்கும் அப்படித்தான் இருந்தார்.”

‘இப்போது அதற்கென்ன’ என்று கேட்பது போல நிறுத்தினான்.

“ஒன்றுமில்லை. ஆனால், அந்தப் பெயர் என்னிடம் மிச்சமிருக்கிற மாசு நீங்கவில்லை என்பதை இப்போது நிரூபித்துள்ளது. உங்களை யார் என்ன சொல்ல முடியும்? தருமமும் கடவுளும் சிலரது வயிற்றுக்காகவே ஆனது இந்த நாட்டில்தான் ஆரம்பமாகியிருக்கவேண்டும்.

“நான் ஜே.கே., மார்க்ஸ் படிக்கத் தகுதியற்ற ஒருத்தி என்று எனக்கே புரிகிறது. நான் இருட்டிலிருந்து விடுபடவேண்டும். நண்பரே என்னைக் கீழே அழைத்துச் செல்லுங்கள்.”

அவன் எந்த ‘பாவ’மும் மில்லாமல் அவளை அந்த ஹோட்டலின் கீழ்த் தளத்திற்கு அழைத்து வந்தான்.

“ஹாஸ்டலுக்குத்தானே, ஆட்டோ வரச் சொல்லட்டுமா?”

“வேண்டாம்” என்றாள். பிறகு, படபடப்பு ஏதுமில்லாது, “நான் பரிகாரம் செய்யவேண்டும். ஆற்றிலே குளித்து அல்ல. நடக்கவேண்டும். மரங்களையும் மலையையும் பார்க்கவேண்டும். மாசற்று, எந்த முன்முடிவுடனும் இல்லை என்றவாறு எல்லாவற்றையும் பார்க்கும் நிலையில் நான் நாளையோ அல்லது எப்போதாவது உங்களைச் சந்திப்பேன். இது எனது கார்ட், எண். எனக்கு விடை கொடுங்கள்” என்று சொல்லி அவள் நடந்தாள்.

- அம்ருதா, 2011

40. ஒரு நூற்றாண்டு விழா

கவிமாமணி விநாயகமூர்த்தியின் நூற்றாண்டு விழா, அவர் பிறந்த கிராமத்தில் நடைபெறாமல் தூரத்துப் பட்டணத்தில் நடத்தப்படுவதற்குக் காரணங்கள் உண்டு. விழாவை நடத்துவோர் வசதி பெற்றுவிட்ட பட்டணவாசிகள். சாதிச் சங்கம் ஒன்றும் அங்கே உருவாகி சொந்தக் கட்டடத்தில் இயங்கத் தொடங்கியிருந்தது.

எனவே, விழா பட்டணத்திலேயே நடந்தேறியது. பலர் பேச இருந்தாலும் குறித்த நேரத்தில் வரவில்லை. "யாராக இருந்தாலும் கவிமாமணி பற்றி அறிந்தோர் தயங்காது பேசலாம்" என்று தலைவர் சிவலிங்கம் தமது முன்னுரையிலேயே கூறிவிட்டார். முதற் பேச்சாளராக ஆறுமுகப் பெருமாள் பேசினார். பேச்சாளரின் சாராம்சமும் பேச்சின் சாராம்சமும் வருமாறு –

'அவரு எங்க சித்தப்பா வீட்டுக்குப் பக்கத்து வீடு, நான் போற சமயத்திலே எல்லாம் போய்ப் பாப்பேன். என்கிட்டே ரொம்ப பிரியமா பேசுவாரு, சின்னப் பையனா நான் இருந்தபோதே எனக்குத் தெரியும். வீட்டுக்குப் போனா 'தோசை திங்காமப் போகப்படாது' அப்படின்னு விடமாட்டாரு. தங்கமான மனசு. அவரு போயிட்டாருன்னு தெரிஞ்ச உடனே ஊருக்குப் போயிட்டேன். ஆச்சியைப் பாத்து அழுதேன். ஆனா, இப்பப் பாருங்க, அவரு பேரைச் சொல்லிட்டு எத்தனை பேரு துட்டு கைமாத்தறானுக, காலம் அப்படி ஆய்ப்போச்சு, என்ன செய்ய, கள்ளநோட்டு கேஸ்லே அடிபட்டவன் வரை அவரு பேரைக் கெடுக்கறானுகளே!!'

தலைவர்

ஆறுமுகப் பெருமாள் சொல்றது சரி. ஆனா, நாம அதுக்கு என்ன செய்ய முடியும். அப்புறம், நம்ம பரமார்த்தலிங்கம் பேசட்டும் – வாருங்கோ!!

பரமார்த்தலிங்கம்

“எங்க மாமாவுக்கு நேர் சொந்தம்தான் கவிமாமணி. மாமாகூட நான் அவரு வீட்டுக்குப் போயிருக்கேன். ஒரு தடவை நான் – அப்ப சின்னப் பையன்லா – ‘போயி வெத்திலை பாக்கு வாங்கிட்டு வா’ன்னு அனுப்பி வைச்சாரு. கவிமாமணி நல்ல வெத்திலை போடக்கூடியவராக்கும். நான் என்ன பண்ணினேன் – நேரா கடைக்குப் போயி வெத்திலை, பாக்கு, கருப்பட்டிப் போயிலை எல்லாம் வாங்கி அதோடு ஒரு கட்டு சொக்கலால் பீடியும் வாங்கிட்டு வந்துட்டேன். எங்க மாமா வாங்கிட்டு வரச்சொன்னா அப்படித்தான் வாங்கி வருவேன். கவிஞருக்கும் அதே மாதிரி வாங்கி வந்து அன்னைக்கு நான் பட்ட பாடு சொல்லிமாளாது.”

தலைவரும் சிரித்துக்கொண்டே அடுத்து பரமசிவத்தைப் பேச அழைக்கிறார்.

பரமசிவம்

“நான் கவிமாமணியை நேரில் சந்தித்ததில்லை. ஆனாலும், என் தகப்பனாரும் அவரும் ஒன்றாகப் படித்தவர்கள். நாங்கள் பட்டணத்தில் குடிபெயர்ந்துவிட்டபடியால், அடிக்கடி ஊர் செல்லும் வாய்ப்பு இல்லை. திருக்குறளை என் அப்பா தலைகீழாகச் சொல்லுவார். கவிமாமணி அதை ரசிப்பாராம். எனக்கு அம்மாதிரி திறமையெல்லாம் இல்லை. கவிமாமணியின் ஊர்தான் என் மனைவி ஊரும். அவள் தாய்மாமனுக்கு கவிமாமணி சொந்தம் என்று எங்கள் திருமணத்திற்குப் பின்னர்தான் தெரியும். கல்யாணம் பட்டணத்திலேயே நடந்து இங்கேயே தங்கியிருந்தபடியால் அவரைச் சந்திக்கமுடியாது போயிற்று.”

இந்தச் சமயத்தில் காப்பியும் வடையும் கொண்டுவந்து உடுப்பிக்கார போற்றி பரிமாறவும், எல்லாரது கவனமும் அதில். சிலர் ‘திக்’ காப்பி வேண்டுமென்று கேட்டனர்.

தலைவர்

“எல்லாரும் காப்பி குடிச்சாச்சா. இப்போ இங்க இந்த வடையைப் பார்த்ததும் எனக்கு எப்பவோ கவிமாமணி வீட்டிலே வடை தின்னதுதான் ஞாபகம் வருது.”

“ஆமவடைன்னா அது வடை. உளுந்தவடை மாதிரி அவ்வளவு மிருதுவாயிருக்குனா பாத்துக்குங்களேன். அதே சமயம் மொறமொறப்பாட்டும் இருக்கும். அது மாதிரி வடை நான் இன்னைக்கு வரை சாப்பிட்டதில்லே.”

இந்தச் சமயத்தில் எல்லாரும் எதிர்பார்த்துக்கொண்டிருந்த நபர் உள்ளே நுழைகிறார். தலைவர் முகம் மலர்கிறது.

“நம்ம செந்தில் பெருமாள் வருவாரோ மாட்டாரோ அப்படின்னு எண்ணிக்கிட்டிருந்தேன். அவரே வந்திட்டாரு. உங்க சார்பில் அவரைப் பேச அழைக்கிறேன்” என்று கூற, செந்தில் துண்டால் முகத்தைத் துடைத்தவாறே தலைவர் பக்கம் வருகிறார். பிறகு, எந்த முகவுரையுமில்லாது பேசுகிறார்.

செந்தில் பெருமாள்

“அமெரிக்கா போறதுக்கு இரண்டு நாள் முந்தி ஊருக்குப் போய் ஆச்சியைப் பார்த்தேன். ‘கேள்விப்பட்டேன் – சாக்கிரதையா போயிட்டு வா – பயலையும் கவனமாக இருக்கச் சொல்லு’ அப்படின்னு வழக்கமா சொல்ற மாதிரி சொன்னா. நியூயார்க் பட்டணத்திலேதான் பையனுக்கு வேலை. வீடும் பக்கத்திலேதான். புதுசாட்டே எனக்குத் தெரியல்லே. நம்ம ஆளுங்க நிறைய பேரு அங்க இருக்கா. பெரிய கட்டடம் ஒண்ணு மேலே பிளேன் மோதி அழிஞ்சு போச்சு பாருங்க, அங்ககூட நம்ம பயலுக ரெண்டு மூணு பேரு வேலை பாத்தானுக, ஒரு சங்கம்கூட இருக்குது. என்னையும் பேசச்சொல்லி ஒரு கூட்டம். சொல்லப்போனா, இங்க இருக்கிற மாதிரிதான். ஏதோ சாப்பாடு மட்டும் அப்படி இப்படின்னு இருக்கும். அதுவும், பழகினா எல்லாம் சரியாப் போயிடும்.”

தலைவர் *(மிருதுவான குரலில்)*

நம்ம பயலுக எங்க இருந்தாலும் சரிதான். சேட்டை பண்ணாம இருக்கணும்.

செந்தில் பெருமாள்

இப்ப இங்க திரும்பிவந்து ஊர் போகலாம்னு நினைச்சா அங்க ஆச்சியே போயிட்டாளாம். நேத்தைக்குத்தான் கேள்விப்பட்டேன். சொன்னா ரொம்ப வருத்தப்படுவேன்னு நான் அங்க இருக்கும் போது சொல்லலையாம். எனக்கு இனி ஊர் போகவே மனசு வராது.

தலைவர்

“நமக்கு இப்ப காப்பி வடை சப்ளை செய்த போற்றியும் இன்னொரு பையனும் பேச விரும்புகிறார்கள். பேசட்டுமே. கவிமாமணி விழா. எல்லாரும் பொதுவாகக் கலந்துகொள்ள வேண்டிய விழா.”

வாசல்பக்கம் நின்றுகொண்டிருந்த போற்றியைப் பேச வருமாறு அழைக்க, அவர் அங்கேயே நின்றுகொண்டு பேசினார்.

போற்றி

“சொல்றேன்னு தப்பா நினைச்சுக்கப்படாது. வடை பத்தி அவாள் சொன்னது சரின்னோ தப்புன்னோ நான் சொல்ல வரல்லே. இந்தப் பருப்பு இருக்கு பாருங்கோ, அது எல்லா இடத்திலும் ஒரே மாதிரியா இருக்கும். அந்த ஊர்வாசி அப்படி. இங்க இப்படி – இதுக்கு வடையைக் குத்தம் சொன்னா எப்படி. ஏதோ நேக்குத் தோணித்து சொல்றேன். கோவிச்சுக்காதேயுங்கோ.”

தலைவர்

“சரி அப்படியே இருக்கட்டும். அவருக்கு சரின்னு பட்டா அப்படியே இருக்கட்டும். இப்ப இங்க உள்ள பையன் பேசணுமாம். பேசட்டுமே. தம்பி இந்தப் பக்கமா வா. ஒன் பேரைச் சொல்லிட்டுப் பேசு.”

பையன்

“இந்தத் தெருவிலே ஒரு வெற்றிலை பாக்குக் கடை வைச்சிருக்கேன். போகும்போது வாசல்லே போர்டு பார்த்தேன். கவிமாமணி விழா. நான் அவருடைய கவிதைகளைப் படிச்சிருக்கேன்.

நேற்றைக்கு எனக்கு வேண்டிய பெரியவர் காலமாகிவிட்டார் என்ற சேதி கேட்டு, துக்கம் விசாரிக்க அவர் வீட்டிற்குப் போய்க் கொண்டிருந்தேன். அப்போது திடீரென கவிமாமணியின் கவிதை ஒன்று மனதில் வந்தது.

துக்கம் கேட்கப் போனேன்
ஆனால் செத்தவரோ
என்னைத் தேடி வந்தார்.

இந்த வரிகளின் ஞாபகத்தில் என்னையுமறியாது சுற்றுமுற்றும் பார்த்தேன். பிறகு, நினைத்துப்பார்த்தால் கவிதை மனிதனை என்னவெல்லாமோ செய்யக்கூடும் என்று புரிந்துகொண்டேன். ஆனாலும், நான் கவிதையைப் புரிந்துகொண்டேன் என்று சொல்ல முடியாது. நமக்குப் புரிவதற்காகவா கவிதை எழுதப்படுகிறது என்ற கேள்வியும் எழுகிறது.

“எனக்கு அப்படி ஒரு பாதிப்பை ஏற்படுத்திய ஒரு கவிஞரின் விழாவில் பேச சந்தர்ப்பம் கிடைத்தது எனது வாய்ப்பு.”

❍

செந்தில் பெருமாள் உடனே புறப்பட்டுச் சென்றுவிட்டார். ஆறுமுகப் பெருமாள் தலைவரிடம் வந்து “அவரு போயிட்டாரா? நீங்க சொல்லப்படாதா. அவரு மகன் சாதகம் வேணுமே. நல்ல தரம் ஒண்ணு இருக்கு பாத்துக்கிடுங்கோ” என்று ஞாபகப் படுத்தினார்.

“யாரு, அந்தப் பையன் கடைசியிலே பேசச் சொன்னேளே யாரு – யாரு எங்க பேசணுங்கற விவஸ்தையே இல்லாமல் போச்சு. பேச வேற ஆளா இல்லே?” என்று சிறிது கோபத்துடன் கேட்டவாறே தலைவரிடம் பொடிமட்டையை வாங்கிக்கொண்டார்.

மைக் செட் எடுத்துப்போக வந்தவன் சொன்னான். “எதிரே வெத்திலைபாக்குக் கடை வைச்சிருக்கான், அந்தப் பையன். நிறைய பொஸ்தகமெல்லாம் படிப்பான். பேரு முத்துக்கறுப்பனுங்க.”

“அடுத்த கூட்டம் எப்போ?” என்று கேட்டவாறே கலைகிறார்கள்.

- சிற்றேடு, 2011

81. கேணி

பேருந்து கொண்டுவந்து சேர்த்த இடத்திலிருந்து கிட்டத்தட்ட மூன்று மைல் நடக்கவேண்டும். தூரத்தே கண்ணுக்கெட்டியவரை வெட்டவெளிதான். புல் பூண்டுகூட இருப்பதாகத் தெரியவில்லை. ஆனாலும், அதுமட்டும் கண்ணில் பட்டது. அது மட்டும்தான் நன்றாகத் தெரிந்தது.

இரண்டொருவர் என் கூடவே பேருந்தில் வந்து இறங்கியிருந்தனர். அவர்களுடன் நடக்கத்தொடங்கினேன். ஆனால், அவர்கள் வேகமாக நடந்தனர். அந்த வேகம் நம்மால் முடியாது.

பரந்துபட்ட வெளியில் தூரத்தின் அளவு தெரியவில்லை. அந்த இடம் கண்ணிற்குத் தெரிந்தாலும், நடக்க நடக்க அதுவும் பின் சென்றுகொண்டிருப்பது போல் தெரிந்தது. முன்னால் நடக்கத் தொடங்கியவர்கள் சீக்கிரமாகவே அதை அடைந்து வரிசையில் இடம் பிடித்துக்கொண்டார்கள்.

வரிசை – அது ஒன்றும் பெரியதாக இருக்கவில்லை. ஒரு பத்துப் பேர்தான் இருந்தனர். ஆனாலும் எல்லாம் முடிந்து பழையபடி பேருந்து, ரயில் எல்லாம் ஏறி ஊர் வந்து சேர இரவு ஆகிவிடும்.

வெயில் தகித்தது. பரவாயில்லை. தண்ணீர்தான் தலையில் விழப்போகிறதே – சுகமாகத்தான் இருக்கும். ஆனாலும் இங்குள்ள தண்ணீர் நம் தலைக்கு ஒத்துக்கொள்ளுமோ என்னமோ – எப்படிச் சொல்ல முடியும் – எல்லாம் இந்த ஏழரைநாட்டுச் சனி செய்கிற வேலை. சிவபாலன் ஏற்கனவே சொல்லியிருக்கிறார்.

அதை முதலில் சொல்லவேண்டும் – எங்கிருந்தோ ஆரம்பித்து விட்டேன்.

சிவபாலன் என் பக்கத்து வீட்டுக்காரர். அரசுப்பணி – சொந்தத்தில் கார் எல்லாம் உண்டு. ஏறக்குறைய எல்லாக் கோவில்களுக்கும் சென்று வந்தவர். வடநாட்டுக் கோவில்களையும் விடவில்லை.

"முத்துக்கறுப்பன், நீ மகாலட்சுமி கோவில் பார்க்கணும். அடுத்த தடவை வடக்கே போகும் போது நீயும் வா."

"சார் – கோவில் எல்லாம் தென்னாட்டில்தான். அங்கே தலம்தான் முக்கியம். பக்தி இயக்கம் இங்கேதானே தோன்றியது?" என்றெல்லாம் சொன்னால் காது கொடுத்துக் கேட்கமாட்டார். அவரென்ன – பொதுவாக எல்லாருமே அப்படித்தான். தென்னாட்டில் முதலில் தோன்றியது என்று சொல்லிவிட்டாலே ஏதோ தேசபக்திக்கு முரண் என்பதுபோல நினைக்கிறார்கள். அதென்ன – தேசபக்திக்கும் இந்த வரலாற்று உண்மைகளுக்கும் என்ன சம்பந்தம் – அப்படி எல்லாம் கேட்க முடியாது. சகித்துக்கொள்ளத்தான்வேண்டும் – வேறு வழியில்லை."

சிவபாலனைப் பொறுத்தவரை வேறு ஒரு விஷயம். அவருக்கு சோதிடம் நன்கு தெரியும் – முறையாகப் படித்தவர்.

'முத்துக்கறுப்பன் உனக்கு ஏழரைச் சனி நடக்கிறது. இரண்டரை வருஷம் என்று மூன்று தடவை. மூன்றிலே கடைசி போர்ஷன் – உனக்கு முடிக்கிற சமயம் எனக்கு ஆரம்பிக்கும்.'

"திருநள்ளாறு போகலாமே – வடநாடு எல்லாம் அப்புறம் பாத்துக்கலாமே."

"அதைச் சொல்லலை. திருநள்ளாறு போகலாம். நீ ஒரு முறை இங்கே போய் வா. போனால் தலையிலே தண்ணி ஊத்திக்கலாம். பிறகுதான் கோவில் எல்லாம்."

வழியும் சொல்லித்தந்தார். போக வேண்டிய இடம் பக்கத்தில்தான். ஒரு நாற்பது மைல்தான் இருக்கும். அதுதான் முதலில் போன கிணறு. வேறொன்றும் சொன்னார்.

"மூணு போர்ஷன் உண்டுன்னு சொன்னேனே – அது ஒன்பது – பதினெட்டு இருபத்தேழு அப்படின்னு ஊத்திக்கணும் – அதாவது நீ இப்ப பதினெட்டு வாளி தண்ணி ஊத்திக்கோ. சனி முடிகிற சமயம் இருபத்தேழு. கடைசியா ஊத்திக்கிற கிணறு இங்கே இல்லை. அதைப் பிறகு பாத்துக்கலாம்."

வழியும் சொன்னார். இடம் பக்கத்து மாவட்டம்தான். ஒரு மணி நேரப் பயணம்.

அந்த இடம் கடற்கரைப் பிரதேசமாகவிருந்தது. மனிதவாடையற்றுக் காணப்பட்டது. கிட்டத்தட்ட கைப்பிடிச் சுவரே இல்லாத கிணறு. மணற்கேணியாக இருந்திருக்கவேண்டும். காத்துக்கொண்டிருப்போர் ஒரு நாலைந்து பேர்தாம்.

லுங்கி கட்டிக்கொண்டிருந்த ஒருவன் கிணற்றிலே தண்ணீர் இறைத்துக்கொண்டிருந்தான். கைகளால் மிகவும் லாகவமாக வாளியில் தண்ணீர் எடுத்து, தரையில் உட்கார்ந்து கொண்டிருந்தவரின் தலையில் ஊற்றிக்கொண்டிருந்தான். அவன் ஒரு கையாலேயே தண்ணீரை இறைத்துவிடுபவன் போல இருந்தான். அந்தக் கையைக் கூர்மையாகப் பார்த்தால் அதில் ஆறு விரல்கள் இருந்தன.

கிணற்றின் பக்கத்திலே கூரை போட்டு நீண்ட தாடியுடன், துண்டால் மார்பைப் போர்த்தியவாறு ஒருவர் – அப்படிப் போர்த்தியிருந்தாலும் முப்புரி நூல் வெளியே தெரியும்படியாக.

எனது வரிசை வந்ததும் நீர் இறைப்பவன் "எத்தினி?" என்று கேட்க, பதினெட்டு என்றதும் அவன் மடமடவென வேலையைக் கவனித்தான். இடையிலே பேசவும் செய்தான்.

'நீங்க சாமிகிட்டே பதினெட்டு ரூபாயோ அல்லது உங்க இஷ்டப்படியோ கொடுத்துடுங்க. அவரு கைநீட்டி வாங்க மாட்டாரு. கால் பக்கத்திலே வைச்சிடுங்க. குறையைச் சொல்லுங்க – பதில் சொல்ல மாட்டாரு. ஆசீர்வாதம் வாங்கிட்டு வந்துடுங்க' என்று கூறி வரிசையில் நின்ற அடுத்தவரைக் கவனிக்க ஆரம்பித்தான்.

சாமி பக்கம் சென்றேன். உட்கார் என்று சைகை காட்டினார். உட்கார்ந்து பணத்தை அவரது காலடியில் தரையில் வைத்தேன். என்னை உற்றுப்பார்க்கவே, கஷ்டங்களைச் சொல்ல ஆரம்பித்தேன். அலுவலகத்தில் இடமாற்றம், பொருளாதார நெருக்கடி, பிள்ளை களுக்குக் கல்லூரியில் இடங்கிடைத்தல் போன்றவைதாம்.

அவர் தலையசைத்துக்கொண்டார். எங்கேயோ பார்த்தவாறு சிறிது நேரம் இருந்துவிட்டு திரும்பவும் என்னைப் பார்த்தார். அந்தப் பார்வையில் சாந்தம் தெரிந்தது. எனக்கு சிறிது நிம்மதி ஏற்பட்டது.

திரும்பவும் தலையசைத்தார். அது எனக்கான உத்தரவு என்று தெரிந்தது. நான் எழுமுன்னர் தனது கைகளை அகலமாக விரித்து எனது தலைமீது வைத்து ஆசீர்வதித்தார். கண்களை மூடிக்கொண்டிருந்தார்.

நான் எழுந்து கிணற்றுப் பக்கம் வந்து தண்ணீர் இறைப்பவனிடம் ஓர் ஐந்து ரூபாய் நோட்டைத் தர அவன் ஆறுவிரல் கையால் வாங்கிக்கொண்டான்.

அவ்வளவுதான் அங்கு நடந்தது.

கிட்டத்தட்ட இதெல்லாம் மறந்துவருகிற காலத்தில், ஒரு நாள் சிவபாலன் என்னைக் கூப்பிட்டுச் சொன்னார்.

'முத்துக்கறுப்பன், இப்ப உனக்கு சனி முடிகிற சமயம். எனக்கு ஆரம்பிக்கப்போகிறது. இந்த வாட்டி நீ இருபத்தேழு வாளி தண்ணீர் ஊத்திக்கலாம். ஆனா, ஒரு கஷ்டம். இந்தக் கிணறு கர்னாடகாவிலே இருக்கு. ரயில்லே போய் பஸ் ஏறி அந்த இடம் போகணும். நான் அட்ரஸ் தரேன். கேட்டுக் கேட்டுப் போயிடலாம். கர்னாடகா ஆனாலும் இது இருக்குமிடம் பக்கத்திலேதான். ஒண்ணு மட்டும் கட்டாயம். சனிக்கிழமை மட்டும்தான் அங்கே சாமியார் இருப்பாராம். தண்ணியும் அன்னைக்கு மட்டும்தான் ஊத்துவாங்களாம். அப்படியிப்படி யோசிக்காம போயிட்டு வா – நானும் இனி அலையவேண்டியதுதான்'.

அவர் தந்த விவரம் இவ்வளவுதான். நான் அதன்படி ரயில் ஏறி கர்னாடகா வந்து, பஸ் ஏறி இந்த இடத்துக் கிணற்றுப்பக்கம் வரிசையில் நிற்கிறேன்.

❍

வரிசையில் நின்ற அனைவருமே இருபத்தேழு தடவை ஊற்ற வேண்டியவர்களானபடியால் நேரம் சென்றது. நிற்பது கஷ்டமாக இருந்தது.

எனது முறை வந்த போதுதான் நீர் இறைப்பவனை நெருக்கத்தில் பார்க்க முடிந்தது. லுங்கி கட்டி அரைக்கைச் சட்டை அணிந்து கொண்டிருந்த அவன் ஏற்கனவே நான் பார்த்த ஆள் அல்ல என்று தெரிந்தது. ஆறுவிரல் அடையாளம், அந்தக் கிணற்றில் பார்த்தவனின் தனி அடையாளம். ஏற்கனவே வரிசையில் நின்றவர்களிடம் கன்னடத்தில் சரளமாகப் பேசிக்கொண்டிருந்ததைக் கேட்டேன். அந்த விவரங்கள் தெரியுமாதலால் அவன் பேசும் மொழியும் புரிந்தது.

எனது முறை வந்ததும் நான் ஆங்கிலத்தில் இருபத்தேழு என்று கூறினேன். சொல்வதற்கு முன்பே அறிந்துகொண்டவன் போல் அவன் இறைக்க ஆரம்பித்துவிட்டான். சிறிது சீக்கிரமாகவே முடிந்து விட்டது. கையைச் சாமியார் பக்கம் காட்டினான் – பேசவில்லை.

சாமியார் பக்கம் நான் உட்கார்ந்து இருபத்தேழு ரூபாயைக் காலடியில் வைத்தேன். அவர் உடனேயே "என்ன நச்சத்ரம்?" என்று கேட்கவே எனக்கு வியப்பு. சொன்னேன். கஷ்டங்களையும் சொன்னேன். நீண்ட தாடியை உருவிய வண்ணம் அண்ணாந்து பார்த்து கண்களைச் சிறிது நேரம் மூடிக்கொண்டிருந்தார். பின்னர், சாந்தத்துடன் என்னைப் பார்த்துத் தலையசைத்தார். தனது கைகளை அகல விரித்து எனது உச்சந்தலையில் வைத்து ஆசீர்வதித்தார். எழுந்து கைகூப்பினேன்.

அவர் கைகளை விரித்து, தலையில் அழுத்தி என்னை ஆசீர்வதித்த போது அதில் ஏதோ ஒரு வித்யாசம் இருந்ததாக எனக்குத் தோன்றியதால், திரும்பவும் அவரைப் பார்த்தேன். அவரது கையில் ஆறுவிரல்கள் இருந்தன.

திரும்புகையில் தண்ணீர் இறைத்துக்கொண்டிருந்தவனிடம் ஐந்து ரூபாய் என்று எதுவும் தரவில்லை. ஊர் திரும்பியதும் சிவபாலனிடமும் எதுவும் சொல்லவில்லை.

- காவ்யா, 2012

82. முறுக்கு

அங்கே என்ன நடந்தது என்றால் அந்தக் கடையில் முறுக்கு தயாரித்துக் கொடுக்கும் முதிய பெண்மணி பெரும் சப்தத்துடன் கடைக்காரனிடம் சண்டையிட்டு திடீரென தனது கையிலிருந்த கரண்டியால் அந்தக் கடைக்காரனை அடித்துவிட்டாள். எனவே அங்கே கூட்டம் கூடியது. வருவோர், போவோர் உட்பட பலரும் கிட்டத்தட்ட ஒரு மணிநேரம் என்ன நடந்திருக்கும் என்பது பற்றிப் பேசிக்கொண்டார்கள். கொஞ்சம் தூரமாக நின்று தங்கள் யூகங்களையும் வெளிப்படுத்தினார்கள். ஆனால் வெகுநேரம், அந்தக் கடைக்காரன் பேசவில்லை. அந்தக் கிழவி போன திசையையே பார்த்துக் கொண்டிருந்தான். இடையே பேசிக்கொண்டிருந்தவர்களின் பேச்சும் அவன் காதில் விழவில்லை.

பிறகு, மெதுவாகச் சில கிழவர்கள் "என்னடே முத்து – என்ன இப்படி சவம் கரண்டியாலா அடிப்பா?" என்று ரொம்பவும் வெளிப்படையாகக் கேட்டனர். அந்த முத்து அதற்கும் பதிலளிக்காமல் வலிந்து வரவழைத்த சிறு சிரிப்புடன், "ஆங் – ஏதோ சடக்குன்னு பின்னிட்டுப் போயிட்டா" என்று சாதாரணமாகச் சொல்லிவிட்டு வெந்நீர்ப் பானையை இறக்கி வைத்து வேலையைக் கவனிக்க ஆரம்பித்தான். கூட்டம் சிறிது அதிகமாகவே இருந்தபடியால் டீயும் அதிகம் செலவாகியது.

அந்தக் கடை ஊரின் கோடியிலிருந்தது. ஐந்தாறு மைல் தள்ளியிருந்த நகருக்குச் செல்லும் பாதை பல ஊர்களைக் கடந்து இந்த ஊர் வழி பெரிய சாலையில் போய்ச்சேரும். முத்துவின் கடையைக் கடந்துதான் போவோரும் வருவோரும் செல்லவேண்டும். வியாபாரத்திற்குத் தகுந்த இடம்.

கடை என்றால் அது ஓர் ஓலைக் குடிசைதான். அதன் பின்னால் ஒரு பெரிய தென்னந்தோப்பு – செல்லமுத்துப் பாட்டாவின் தோப்பு. அவர்தான் பெரியமனசு பண்ணி அங்கே

இடம்கொடுத்திருந்தார். முத்துவின் தங்கலும் அங்கேதான். பக்கத்துக் கிராமம்தான் சொந்த ஊர். இதைவிட சின்னக் கிராமம். அங்கிருந்து தினமும் இங்கு வந்து போவது சுலபம். ஆனால் அங்கும் வீடில்லை. யாரும் உறவு என்று சொல்லிக்கொள்ள ஆளில்லை. பின், எங்கிருந்தால் என்ன? செல்லமுத்துப் பாட்டா தான் இந்த ஏற்பாடு செய்துகொடுத்து முத்துக்கறுப்பன் இங்கே தங்க ஆரம்பித்திருந்தான்.

காலையில் குடிசையின் பின்புறவழியாக தென்னந்தோப்பிற்குள் சென்றால் இரவு கீழே விழுந்துகிடக்கும் தென்னை மடல்களை எடுத்து வரலாம். விறகுச் செலவை அவ்வாறு சமாளித்தான்.

இசக்கி அம்மான் அவனது வீட்டிலேயே கை முறுக்கு தயாரித்து எடுத்து வருவாள். டீ போடுவது ஒன்றுதான் அவனது வேலை. இசக்கி அம்மாளின் பேத்தி காமாட்சியின் உழைப்பு அந்தக் கைமுறுக்கு. சும்மா சொல்லக்கூடாது. ருசி அப்படி. டவுன் போகும் நபர்கள்கூட இரண்டு வாங்கிக் கடித்துக்கொண்டே போவதுண்டு.

அப்படி ஒழுங்காகப் போய்க்கொண்டிருந்த நிலைக்கு ஏன் இப்படி ஒரு தடங்கல் – கரண்டி அடியில் முடிய. அதைக் கொஞ்சம் விவரமாகச் சொல்லவேண்டும்.

இசக்கி அம்மாளின் பேத்தி பள்ளியிறுதி வரை படித்துள்ளாள். தட்டெழுத்துப் பயிற்சி பெறலாமா என்று யோசித்துவருகிறாள். வீட்டில் முறுக்கு மாவு பிசைந்து அதை முறத்திலே சுற்றிப் போட்டுவைப்பாள். எண்ணெயில் சுடுவதை எல்லாம் ஆச்சி பார்த்துக்கொள்வாள். அது ஓர் அரும்பெரும் கலை. இட்டிலியைப் பற்றி ஆங்கிலத்தில் எல்லாம் எழுதிப் புகழ்பெறச் செய்தவர்கள் இந்த முறுக்கை ஏன் விட்டுவிட்டார்கள் என்று தெரியவில்லை. எப்போதாவது சுட்ட முறுக்கை எடுத்துக்கொண்டுபோய் முத்துக்கறுப்பன் கடையில் காமாட்சி கொடுத்துவிட்டு வருவதுண்டு.

பெற்றோர் இல்லை. ஆச்சிதான் எல்லாம் . ஆச்சிக்கும் அப்படித்தான் – பேத்திதான் எல்லாம். அப்படி எத்தனை காலத்திற்கு இருக்க முடியும் – இதையெல்லாம் ஆலோசித்துப் பார்த்து ஏதாவது ஒரு வேலை தேடிக்கொள்வது நல்லது என்ற முடிவிற்கு காமாட்சி வந்திருக்கவேண்டும். செல்லமுத்துப் பாட்டா போன்ற பெரியவர்களிடம் சொல்லி யிருக்கலாம். ஆனால், ஆச்சி இதற்கு ஒருபோதும் சம்மதம் தரமாட்டாள் என்பதை அவள் அறிவாள். இதிலே, பெண்கள் வேலைக்கே போகக்கூடாது என்று ஒரு சாமியார் வேறு சொல்லியிருக்கிறாராம். அந்தச் சாமியார் இந்த ஊருக்கு வந்து இங்குள்ள அம்மன் கோவிலுக்கும் போயிருக்கிறார். இந்த ஊர்க் கோவிலுக்கும் அவரது மடத்திற்கும் ஏதாவது சம்பந்தம் இருக்கக்கூடும். அவரது பக்தர் ஒருவரும் அந்தக் கிராமத்தில் இருந்தார். சாமியாரின் உபதேசம் அடங்கிய பொன்மொழிகள் ஒரு காலண்டரில் அச்சடிக்கப்பட்டு, ஊரில் விநியோகமும் செய்யப்பட்டுள்ளன. டீக்கடையிலும் ஆச்சி வீட்டிலும் அந்தக் காலண்டர்கள் தொங்கின.

இது இப்படியிருக்க, காமாட்சி வேலைக்குப் போவது நல்லது என்பதை மறைமுகமாக ஆதரித்தவர்கள் இரண்டு பேர்தாம் – அந்தச் செல்லமுத்துப் பாட்டாவும் டீக்கடை முத்துக்கறுப்பனும். ஆனால் யார் என்று பார்க்காது திட்ட ஆரம்பித்துவிடும் ஆச்சியின் குணத்தையும் அறிந்தவர்கள்தாம்.

வேலைக்குப் போனால் தன்னை யார் பார்த்துக்கொள்வார்கள் என்பதுதான் முதற்கேள்வி. 'பள்ளிக்கூடம் போய்வந்தது வேறு விஷயம். அது குற்றமில்லை. இது அப்படியா?' என்று கேட்பாள்.

இந்த நிலையில்தான் அன்றைக்கு வந்திருந்த செய்தித்தாள் விளம்பரத்தைப் பாட்டாவிடம் காட்டினான் முத்துக்கறுப்பன்.

அங்கிருந்து இருநூறு மைல் தள்ளியிருந்த நகரத்தில் புதிதாக ஆரம்பித்திருந்த சூப்பர் மார்க்கெட்டிற்குப் படித்த பெண்கள் தேவை – பள்ளியிறுதி வகுப்பு – ஆங்கிலம் தெரிந்திருக்கவேண்டும். உடனே விண்ணப்பிக்கலாம். நேர்முகத் தேர்விற்கு வரவேண்டும்– அந்தக் கட்டடத்து மாடியிலேயே தங்குவதற்கு இடவசதியும் செய்து தருவார்கள் – இதுதான் விஷயம்.

அந்த விளம்பரத்தைச் செல்லமுத்துப் பாட்டாவிடம் காட்டியதும், அவரும் சொன்னார். டவுனில் அவருக்குத் தெரிந்தவரின் பேத்தியும் இதற்கு விண்ணப்பிக்கப் போறாளாம். "காமாச்சி எழுதிப் போடட்டும், ஆச்சியிடம் பிறகு சொல்லிக்கொள்ளலாம்" என்றார்.

விஷயம் இவ்வாறு ஆரம்பித்தது – அடுத்த பத்துநாளில் அவளுக்கு ஒரு கடிதம் – "நேர்முகத் தேர்விற்கு வரலாம். தேர்வானால் ஒரு வார காலத்தில் வேலையில் சேரவேண்டும்" என்று.

எனவே, சிக்கல் ஆரம்பித்தது. ஆச்சியிடம் சொல்லி முடிக்கிற காரியமல்ல. முதலில் தேர்வு செய்யப்படவேண்டும். அதற்கு, போவது அவசியம். பாட்டா அதற்கும் வழிசொல்லிக்கொடுத்தார்.

"படிச்ச பள்ளியில் மாணவிகளை அழைத்துக்கொண்டு சிறிய சுற்றுலாச் செல்கிறார்கள் – ஒருநாள்தான், பள்ளியின் காரில்தான் செல்கிறார்கள் – கஷ்டமில்லை."

இது பலித்தது. அதிகாலையில் புறப்பட்டு டவுன் பஸ் ஏற்றி அனுப்பிவிட்டவர் பாட்டாதான். அடுத்தநாள் மாலையே திரும்பிவிட்டாள். எல்லாம் நல்லபடியாகவே முடிந்தது.

நேர்முகத்திற்கு ஐம்பதுபேர் வந்திருந்தனர். இருபதுதான் தேவை. இரண்டு பேர் கேள்வி கேட்டனர். மிகவும் சாதாரணமான கேள்விகள்தாம். "வீட்டில் என்ன வேலை செய்வீர்கள்" என்று கேட்டதற்கு, காமாட்சி "அடுக்களை வேலைதான்" என்று சொன்னாள். கேட்டவர் ஒரு பண்டிதரும்கூட. அட்டல், அடுதல், அடிசில் எல்லாம் என்னவென்று தெரிந்தவர். ஆனால் 'அடுக்களை' தெரியவில்லை. கூட இருந்து கேள்விகேட்டவர் அதை விளக்கினார். அவர் நாஞ்சில் நாடனின் கதைகளைப் படித்தவர். எனவே தெரிந்து சொன்னார். "என்ன பலகாரம் எல்லாம் பண்ண முடியும்?" என்ற கேள்விக்கு "முறுக்கு சுற்றுவேன் – முந்திரிக்கொத்து செய்வேன்" என்றாள்.

காமாட்சியிடம் கேள்விகள் சற்று அதிகம்தான். "முறுக்குமாவைப் பிசைந்து முறுக்காக முறத்தில் சுற்றிப் போடும்போது, கையில் எண்ணெய் தடவிக்கொள்வேன்" என்று சொன்னதும் 'அது ஏன்!' என்ற கேள்வி. "அப்போதுதான் 'பொரு பொரு' என்று முறுக்கு இருக்கும்" என்றாள்.

அந்தப் பண்டிதரின் மகிழ்ச்சி வெளிப்படையாகத் தெரிந்தது. அவருடன் இருந்தவரும் பண்டிதராக இருக்கவேண்டும். பேசிக்கொண்டனர். இந்தப் 'பொரு பொரு' என்ற வார்த்தை இந்த மண்ணிலிருந்து வந்தது – விண்ணிலிருந்து அல்ல" என்று சொல்ல, மற்றவர் "இந்த வார்த்தை என்ற சொல்லும் அப்படித்தானே வாய் என்பதிலிருந்து தோன்றியது. அந்த விண்ணின் மொழியில் வாய் என்பதற்குச் சொல்லே கிடையாதாம்" என்றெல்லாம் பேசிக்கொள்ள, நேரம் போனது தெரியவில்லை.

காமாட்சிக்கு ஒரு வார காலத்திற்குள்ளாகவே கடிதம் வந்துவிட்டது.

தேர்ந்தெடுக்கப்பட்ட விவரம் – வேலையில் உடனே சேரலாம் – ஊதிய விபரம் – கட்டட மாடியிலேயே தங்குமிடம் உண்டு – இரண்டு மாதத்திற்கொருமுறை இரண்டுநாள் விடுப்பு என்றெல்லாம்.

அத்துடன், அந்த சூப்பர் மார்க்கெட் அருமைபெருமைகள் பற்றி பொதுவாக ஒரு நோட்டீசும் இணைக்கப்பட்டிருந்தது. அதில் அங்கு கிடைக்கும் சாமான்கள் – விலை எல்லாம் குறிப்பிட்டு அதோடு 'வீட்டுப் பலகாரங்களான கைமுறுக்கு, முந்திரிக்கொத்து போன்றவையும் கிடைக்கும்' என்ற தகவல்.

தபால்காரர் டீ சாப்பிட்டுவிட்டு முத்துக்கறுப்பனிடம் கடிதத்தைக் கொடுத்தார். வழக்கமாக அந்த ஊருக்கு வரும் ஓரிரு கடிதங்களைக் கடையில் கொடுத்துவிட்டு அப்படியே பக்கத்து ஊருக்கு நடப்பவர்.

கடிதம் காமாட்சியிடம் சேர்ப்பிக்கப்பட்டுவிட்டது. முத்துக்கறுப்பன் ஏதாவது ஒரு கலாட்டாவை எதிர்பார்த்துக்கொண்டிருந்தான். அது இப்படி கரண்டி அடியாக இருக்கும் என்று நினைக்கவில்லை.

"பொழைக்க வந்த பயலே – என் குடியைக் கெடுக்கவா பாத்தே"

என்ற திட்டு வேறு. செல்லமுத்துப் பாட்டாவை எதுவும் கேட்கமுடியாது. அவர் தாமே முன்வந்து அன்று வெளிப்படையாக எல்லாவற்றையும் சொன்னார்.

"ஏக்கியம்மா – நீ என்ன நினைச்சுக்கிட்டிருக்கே. நீ போன பொறகு அதுக்கு என்ன கதி – நம்ம காலம் இப்படி ஆச்சுன்னா, இதுகளுமா அப்படி இருக்கும் – சாமியாரு சொல்லுறாரு, அப்படி இப்படின்னு புலம்பறயே – இந்த காலண்டர் படத்தைக் குடுத்தவன் மக டவுன்லே டைப்பு, கணக்குப் போடற எந்திரம் எல்லாம் படிச்சு, இப்போ லண்டனுக்குப் போகப் போறாளாம் – நீ கிங்கிணி காட்டிகிட்டு இருன்னு சொல்றே. அந்தச் சாமியாரு சொந்தக்காரங்க எல்லாரும் அப்படித்தான் – பாதிப்பேரும் படிச்சுகிட்டு வேறநாட்டுக்குத்தான் போய் இருக்கிறானுக.

"இதிலே நீ இந்த முத்துப்பயலை 'பொழைக்க வந்தவனே' அப்படிங்கறே. இங்கிருந்து சத்தம் போட்டா அவன் ஊருக்குக் கேக்கும். அந்தச் சாமியாருதான் பொழைக்க வந்த ஆளு."

இசக்கி அம்மாள் "அதில்லே அண்ணாச்சி நான் வந்து" என்று இடைமறிக்க, அவர் அவளைப் பேசவிடாது விளக்கினார்.

“கேளு ஏக்கியம்மா, நான் டவுன்லே விசாரிச்சுப் பாத்தேன். நம்ம செந்திப்பெருமா பேத்தியும் காமாச்சி மாதிரி போயிட்டுவந்திருக்கா– அவ பி.ஏ. படிச்சவா.”

“இதிலே இன்னொண்ணு பாத்துக்கோ – அந்தக் கம்பனி வந்து இத மாதிரி மத்த இடங்களிலேயும் வியாபாரம் ஆரம்பிக்கப் போறாளாம் – நம்ம பக்கத்து டவுன்லேயும் ஆரம்பிச்சா காமாச்சியை இங்கேயே போட்டுருவா – பாப்போம் – நீ ஒண்ணும் நினைக்காம அவளை அனுப்பி வை – ஒன் காலத்துக்குப் பொறகும் அவ நல்லா இருப்பா.”

செல்லமுத்துப் பாட்டா சொல்லிவிட்டு டீக்கடைப் பக்கமாகச் சென்றபோது, கடைப் பக்கத்துக் குப்பைத்தொட்டியில் ஒரு காலண்டர் வீசப்பட்டிருந்ததைப் பார்த்தார்.

அவர் திரும்பிச் செல்லும்போது இசக்கியம்மாள் வீட்டு முன்பாகவும் ஒரு காலண்டர் வீசப்பட்டிருப்பதைக் காணக்கூடும்.

- சிற்றேடு, 2012

83. கைக்குட்டை

அவசரமாகப் புறப்பட்டுக்கொண்டிருக்கும்போது தேடினால் அந்தக் கைக்குட்டை கிடைக்கவில்லை. அதிக நேரம் இந்த மாதிரி சின்ன விஷயங்களில் நேரத்தைச் செலவழிக்க முடியாது. உயிர்போகிற சமாச்சாரம் அல்ல இது. வந்த சேதிதான் உயிர்போன சமாச்சாரம்– ஒரு சாவு.

செய்தி சொல்ல வந்தவர் போய்விட்டார். இனி எல்லாம் நம் பாடு.

சாவு எப்போதும் புரியாத புதிராகவே இருந்துகொண்டிருக்கிறது, கணக்கற்ற காலமாக – அறிவு தெரிந்த காலத்திற்கு முன்பாகவும் – சாவு நம்மைப் புரியாத ஓர் உலகில் கொண்டுசேர்க்கிறது.

தத்துவவாதிகளும் சரி – ஆத்திகரோ, நாத்திகரோ – பசனை பாடுபவராக இருந்தாலும், பெரியார் கட்சியாக இருந்தாலும் இந்த விஷயத்தைப் பொறுத்தவரை இது ஒற்றுமை.

“ஐயா – அவர் போயிட்டாராமே” என்று எப்படிப்பட்டவரிடம் கூறினாலும், ‘ஐயோ அப்படியா’ என்று ஒரு கணம் பழைய நினைவுகளில் ஆழாமல் இருக்கமாட்டார்கள். இராவணனைப் பற்றி இராமாயண கால இலங்கை மாந்தரும், ஹிட்லர் பற்றி சென்ற நூற்றாண்டு ஜெர்மானியரும்கூட அப்படித்தான் எண்ணியிருக்கமுடியும்.

போனவர் என்னைவிட நான்கைந்து வயது பெரியவர். கொஞ்சம் வசதியானவர்தாம். சிலருக்கு உதவி புரிந்திருக்கிறார். ஆனாலும், சிறுவயதில் மற்றவர் எவரிடமிருந்தும் உதவிபெற முடியவில்லையே என்ற குறை அவர்க்கு இருந்திருக்கவேண்டும்.

“முத்துக்கறுப்பன் – நீ கைக்காசை விட்டுவிடாதே. எத்தனை மிச்சம் பிடிக்கிறாயோ அத்தனை நல்லது. உனக்கு வசதி கிடைக்கும்” என்று அடிக்கடி சொல்வார். “சின்னப் பொருளாக இருந்தாலும் அதைப் பாதுகாத்து வைத்திருந்தால் எப்போதாவது

உதவும் – உதாசீனமாக நினைக்கக் கூடாது. எதுவுமே உபயோகமில்லாத பொருள் அல்ல" என்று கூறுவார்.

உண்மைதானே – இந்தக் கைக்குட்டையை – எத்தனை பேர் அற்பமாக நினைக்கிறார்கள். லாண்டரியில் துணி வெளுக்கப்போடும் நாளில்கூட கைக்குட்டைக்குக் காசு இல்லை. ஆனாலும், அலுவலகம் செல்லும்போது பஸ்ஸோ மின்சார ரயிலோ ஏறினால் அது இல்லாமல் சரியாக மூச்சுவிட முடியாது. நமது நாட்டின் சுற்றுப்புறத் தூய்மை. வேறு நாடுகளில் எப்படியோ. போய் வந்தவர்கள் ஒரேயடியாகப் புகழ்ந்து சொல்கிறார்களே என்று நம்பிவிடக்கூடாது. ஏதோ, நமது நாடு சுத்தமாக இருந்தால் போதும்.

தெருவில் இறங்கி நடந்தேன். "பஸ்ஸில் போனால் இப்போதெல்லாம் ரூபாய்க் கணக்கில் செலவாகிறது. அந்தக் காலத்தில் டிராம் இருந்தது பாருங்கள் – நீங்கள் எத்தனை பேர் பார்த்திருக்கப் போகிறீர்கள் – அதிலே அரையணா, ஓரணாவுக்கு மேல் ஆகாது." "அதுசரி அப்ப உங்க சம்பளம் எழுபத்தைந்து ரூபாய்தானே" என்று யாராவது கேட்டுவிட்டால் இந்த சுயபுராணம் தடைபடும்.

மின்சார இடுகாட்டுக்குத்தான் எடுத்துக்கொண்டு போகிறார்களாம். இப்போது அதிலும் ஒரு முன்னேற்றம். கொஞ்சநேரத்தில் எல்லாம் முடிந்துவிடும். எப்படியோ வாழ்ந்துவிட்ட மனிதர். பிள்ளைகளுக்குச் செய்ய வேண்டியதை எல்லாம் செய்தாகிவிட்டது. ஒரு தடவை ரொம்பவும் வருத்தப்படுவதுபோல் தோன்றியபடியால் விஷயத்தை மெதுவாக விசாரித்தேன். அவருக்கு வரவேண்டிய பணம் – சொத்து பூராவற்றையும் உறவினர்கள் இவருக்குக் கிடைக்க முடியாதபடி செய்துவிட்ட விவரம் தெரிந்தது. நான் சொன்னேன் "உங்களுக்கு என்ன குறை – கடவுள் நல்ல உத்தியோகத்தையும் அதிலே பலவகைப்பட்ட உயர்வுகளையும் மற்றவர்களைவிட அதிகமாகத் தந்திருக்கிறாரே – வருத்தமே படாதீங்க – நீங்க மூத்தவர் – நான் சொல்லித் தெரியவேண்டியதில்லை" என்று என்னால் முடிந்தவரை தேற்றிப் பார்த்தேன். ஆனால் கடைசிவரை அவர் அந்த வஞ்சத்தை மறந்ததாகவே தெரியவில்லை. அந்த உறவினர்களும் இப்போது அப்படி அபகரிக்கப்பட்ட சொத்துகளையும் பணத்தையும் இழந்து அல்லாடுகிறார்களாம். இது எனக்கு வேறொரு அலுவலக நண்பர் மூலம் தெரியவந்தது. அப்படித்தான் ஆவார்கள். எல்லா கதைகளும் அப்படித்தானே முடிகின்றன.

இப்படிப்பட்ட மனிதரின் பிரிவு நண்பர்களுக்கு அதிக துன்பத்தைத் தரத்தானே செய்யும்.

மனசு நிலைகொள்ளாமல் தவித்தது. தகனத்திற்குப் பெண்கள் வருவதில்லை. வீட்டிலிருந்து காரில் கொண்டுசெல்வதால் நேராக அங்கேயே போய்விடலாம். வீட்டிற்குச் சென்றால் கடைசிமுறையாக அவர் முகத்தைப் பார்க்கலாம். முகத்தைப் பார்த்தாலும் நம்முடைய வருத்தம் அதிகமாகுமேயொழிய குறையாது. யாரிடமிருந்தும் எதையும் எதிர்பாராது முடிந்த வரை பிறருக்கு இயன்ற உதவியை, தாமாகவே செய்துவிட்டுப் போய்விடுவதென்பது எல்லாராலும் முடியாத ஒன்று.

எந்தவிதமான சோதனை சமயங்களிலும் – அலுவலகமோ வீடோ – அவர் பங்கேற்றுத் தகுந்தவாறு உதவியிருக்கிறார். பணம் காசு உதவியல்ல – மனத்தளவில் ஒரு தைரியம் கிட்டும். அதுதானே எல்லாவற்றையும்விட முக்கியம். ஒரு தடவை டைபாய்ட் நோயில் என் பையன் அவதிப்பட்டுக்கொண்டிருந்த சமயம் நான் ஊரில் இல்லை. இங்கே வீட்டிற்கு வந்து பையனை ஆஸ்பத்திரியில் சேர்த்து, நான் திரும்பி வரும்போது அவனும் ஆஸ்பத்திரியிலிருந்து

குணமாகித் திரும்புகிறான். இப்படித்தான். எனக்கென்று இல்லை – எல்லார் வாழ்விலும் அவர்தம் செய்கைகளுக்கு இடமுண்டு. காசு பணம்தான் உதவிக்கு அடையாளம் என்ற எண்ணம் மறைந்தது என்னைப் பொறுத்தவரை அவரால்தான். முடிந்ததைப் பிறருக்குச் செய்துவிட்டு, எதையும் எதிர்பாராது – நல்லவன் கெட்டவன் என்று யாருக்கும் பட்டம் கொடுக்காது, நாம் புரியப்படக்கூடியவர் – என்று இருந்துவிட்டுப் போய்விட வேண்டியதுதான். ஆயிரக்கணக்கான ஆண்டுகளுக்கு முன்பு ஒருவன் சொல்லிவிட்டுச் சென்ற விஷயமும் இதுதான் என்று சொல்கிறார்கள்.

இப்போது இடுகாடு சென்றுகொண்டிருக்கும் வேளை. எனக்கு உடம்பில் சிறிது வியர்வையும் குளிரும் ஏற்பட்டது போன்று உணர்ந்தேன். மின்சார இடுகாட்டிற்கு வேண்டிய ஒருவரின் தகனத்திற்குப் போவது இதுவே முதல்தடவை.

சிவநேசன் – அதுதான் அவரது பெயர் – இதுபோன்றே இந்தச் சுடுகாட்டிற்குத்தான் எனது உடம்பும் வருமோ அல்லது வேறுவழியோ – நிச்சயமாக நான் செய்ய வேண்டிய தீர்மானம் அல்ல.

மனது தவித்தது. உடம்பில் நடுக்கம், விரல்களின் படபடப்பு. கொஞ்சம் நின்று நடந்தால் நன்றாகவிருக்கும். பின்னால் ஒருவர் நடந்து வருகிறார். நிதானித்துப்பார்த்தால் ஆபிஸ் நண்பர் ஆதிசேஷன் என்று தெரிகிறது. என்னைப்போல அவரும் நடந்தே வருகிறார் மயானத்திற்கு.

வியர்வை ஒழுகியது. கைகள் தாமாக சட்டையின் பக்கவாட்டுப் பாக்கெட்களில் நுழைந்து மூச்சை இழுத்துநிற்க உதவின.

இதென்ன – ஏதோ சட்டைப்பையில் – கைகள் துழாவின – அது வேறொன்றுமில்லை. கைக்குட்டைதான். எப்போதும் இருக்குமிடத்தில்தான் இருக்கும். அந்த இடத்தில் மட்டும் தேடவில்லை.

வியர்வையைத் துடைத்துக்கொண்டேன். “என்ன ஆதிசேஷன் எப்படி சௌக்கியம்?” என்று நெருங்கிவந்த நண்பரிடம் கேட்க, அவர் “வா சீக்கிரம் திரும்பவேண்டும் – இன்னிக்கு கமிஷ்னர் இன்ஸ்பெக்ஷன்– மறந்துட்டியா?” என்று அவரசப்படுத்த, இருவரும் வேகமாக நடக்கத் தொடங்கினோம்.

- மந்திரச்சிமிழ், 2013

84. திடம்

அது இரண்டு அறைகளைக் கொண்ட வாசஸ்தலம் என்றாலும், வீட்டின் மாடியில் ஒன்றும், கீழே ஒன்றுமாக இருந்தன. ஒருவகையில் அப்படியிருந்தது அவனுக்கு வசதி என்றே சொல்லவேண்டும். புகைப்படம் எடுத்து வாழ்பவனுக்கு அந்தக் கருவிகள் முக்கியம். அவை மேலேயுள்ள அறையில் பத்திரமாயிருந்தன. கீழறைதான் வாசஸ்தலம். அவனும் அவன் உதவியாளனும்தான். வீட்டின் சொந்தக்காரர் இரண்டு தெருக்கள் தள்ளியிருந்தது ஓர் அனுகூலம். சின்னஞ்சிறு விஷயங்களில் குடித்தனக்காரருக்கும் அவருக்கும் அடிக்கடி தகராறுகள் ஏற்பட வழியில்லை.

அன்று மாடியறையிலிருக்கையில் கீழே தொலைபேசி ஒலிக்க, அவன் கீழிறங்கி வந்தான். உதவியாளன் வெளியே போயிருந்தான். ஏதாவது சாப்பிட்டுவிட்டு இவனுக்கும் நாலு இட்டிலி ஹோட்டலிலிருந்து வாங்கி வருவான்.

தொலைபேசி வழக்கம்போல்தான் – தொழில் விஷயமாகப் பார்க்க வருகிறார். உடனேயே வரச்சொல்லிவிட்டான். இட்டிலி வாங்கச் சென்றிருந்தவனும் வந்துசேர, மாலையில் செல்ல வேண்டிய காரியங்கள் பற்றி அறிவுறுத்தினான்.

வந்தவர் கல்யாண மாப்பிள்ளையின் அப்பா. சாதாரணமாக பெண் வீட்டார்தான் வீடியோப் படமெடுக்க ஏற்பாடு செய்வார்கள். ஏனோ தெரியவில்லை – 'மாலை வரவேற்பை மட்டும் படமெடுத்தால் போதும் – காலையில் சடங்கு மட்டுமே' என்றெல்லாம் கூறி இரண்டாயிரம் ரூபாய் பணத்தையும் கொடுத்தார். அவன் நாலாயிரம் கேட்டிருந்தான். அந்த மாத வாடகை தந்தாகவேண்டும். வீட்டுக்காரர் வரும் நேரம். பணம் மிகவும் தேவை. இந்தத் தொலைபேசிகூட பணம் கட்டாவிட்டால் வேலை செய்யாது.

மாலையில் செல்ல எல்லாம் தயார்தான். வீட்டுக்காரர் சொன்னபடியே சரியான நேரத்தில் வந்து கையை நீட்டினார். என்னமோ இங்கே உள்ளவர்கள் யாருமே நேரம் தவறாமை போன்ற பழக்கத்தையெல்லாம் வைத்துக்கொள்வதில்லை என்று சொல்பவர்கள் உண்டு. அவர்கள் எல்லாம் இந்த வீட்டுக்காரரைப் பார்த்துவிட்டு அதைச் சொல்லவேண்டும்.

அவன் விஷயத்தைப் பணிவோடு சொன்னான். நாளை அவர் கையில் மீதி இரண்டாயிரம் இருக்கும் என்று உறுதிபடக் கூறினான். அவர் சென்றதும் அவன் இட்டிலி சாப்பிட்டு மீண்டும் மாடியறைக்குச் செல்ல, பையன் கீழறையை சுத்தப்படுத்தினான்.

நண்பகல் உணவிற்குக் கையில் காசு இருந்தது. பையன் மாலை செல்ல வேண்டிய விசேடத்திற்கு வேண்டியதைத் தயார்ப்படுத்தினான். படிப்பு இல்லையென்றாலும் தானாக முயன்று ஆங்கிலம் கற்றுக் கொண்ட பையன். அதற்கு மூல காரணம் புத்தகங்களைவிட அவன் கண்டு களித்த மேநாட்டுப் படங்கள்தாம். காட்சிரூபமாகக் காட்டுவதன் வழி கதையைப் புரிந்துகொண்டு, அதைப் பற்றிப் பேசி மேலும் தெரிந்துகொண்டதன் மூலம்தான் ‘முத்துக்கறுப்பன் ஆர்ட்ஸ்’ என்று பலகை தொங்கும் இந்த இரண்டு அறை வாசஸ்தலம் வந்து இங்கே ஐக்கியமானான். வீடியோ பற்றி சில மாதங்கள் அறிந்து அந்தப் பணியில் மகிழ்ச்சியுடன் தொடர்கிறான்.

நண்பகலில் ஒருவர் கீழே வந்து காத்துக்கொண்டிருப்பதாகச் சொல்ல அவன் கீழே இறங்கி வந்தான்.

வந்தவர் கல்யாணக் கேசாக இருக்கமுடியாது. சற்றேறக்குறைய தொண்டு கிழம். கையில் ஒரு பார்சல். நின்றுகொண்டுதானிருந்தார்.

அவன் வணக்கம் சொல்லி “உட்காருங்கள்” என்று சொல்லவும், அவர் நின்றுகொண்டே, “ஒண்ணுமில்லே – இந்தச் சிலை – இதுக்கு ஒரு புகைப்படம் வேணும் – சாதாரண போட்டோக்கடையில் எடுத்தால் சரியா இருக்காது – உங்களாலதான் முடியும் – இன்றைக்கே வேணும்” என்று சொல்ல, அவன் “இன்னிக்கு முடியாதே” என்பது போல் ஆரம்பிக்க, அவர் மூடப்பட்டு கையில் வைத்திருந்ததைத் திறந்தார்.

அந்தக் கணத்தில் – அந்தச் சிலையைக் கண்ணுற்ற நொடியில் – அந்த இடம் – எதிரே நின்றவர் – மதிய உணவை எதிர்பார்க்கும் உதவியாளன் – யாரும் அவன் முன்னர் இல்லை. அவன் எங்கோ இருந்தான்.

வயலில் உழுதுகொண்டிருந்த ஒருவரைப் புகைப்படமெடுத்துக் கொண்டிருக்கிறான். படமெடுப்பதை அப்போதுதான் கற்றுக்கொண்டவன் போல் நடந்துகொள்கிறான்.

வயலில் உழுதுகொண்டிருந்தவர் இப்போது இல்லை. அவர் அப்போதே அந்த வயலிலேயே சுடப்பட்டு விழுந்தார். ஊருக்குள் அவர் மனைவி ஏற்கனவே சுடப் பட்டிருந்தாள். படமெடுத்துக்கொண்டிருந்தவன் எப்படித் தப்பினான்?

அவன் அப்போது ஒரு மரக்கிளையில் அமர்ந்து கோணம் பார்த்துக்கொண்டிருந்தான். உழுதுகொண்டிருந்தவர் அவன் அப்பா.

பிறிதொரு நாளில் வீட்டிற்குத் திரும்பினால் – அந்த வீடு, தெரு எதுவுமே அடையாளமற்றுப்போயிருக்கிறது. ஓரிடத்தில் அவன் அக்கா நிலைகுலைந்து கிடந்தாள். பல தடவை சுடப்பட்டிருக்கவேண்டும். அது வன்னி மண்.

நிலைகுலைந்திருந்தாலும் அவன் அக்காள் முகத்தில் ஒரு திடச்சித்தம் தெரிந்தது. அவள் உயிர்போகாது எப்படித் தப்பும்?

தன் தம்பிக்காகத் தனது நகைகளைக்கூட விற்று புகைப்படக் கருவி வாங்க உதவியவள். அவனுக்கு என்று இப்போது யாரும் இல்லை. அப்படி இல்லாது போய்விட்டவர்கள் அங்கே ஆயிரக் கணக்கில்– இனி வரும் நாள்களில் அது நூற்றுக்கணக்காகி யாருமே இல்லாத மண் ஆகிவிடலாம்.

அவனும் வேறு சிலரும் தப்பி வந்து சேர்ந்த இடம் ஞானசம்பந்தர் திரிகோணமலை ஈசுவரனைப் பாடி நின்ற இடமாம். ஒருவேளை இப்போது போயிருந்தால் அந்தச் சம்பந்தர்கூட திரும்பி வேதாரண்யம் வருவது சந்தேகம். மரைக்காடு என்பது அந்த இடத்தின் பெயர் – வேதாரண்யம் தவறான மொழிபெயர்ப்பு என்பார் அவன் தாத்தா. யாழ்ப்பாணத்தார் வீதி என்ற ஒரு தெருவும் அங்கிருந்தது.

இந்த மண்ணில் நிலைபெற்றுக் கழிக்கிற நாள்களில் எல்லாம் அவன் நிலைகுலைந்து மாண்ட அக்காளையும், அந்த நிலையிலும் அந்த முகத்தில் கண்ட திடச்சித்தத்தையும் அம்மாதிரி திடம் நமக்குக் கிட்டவில்லையே என்றெண்ணி எண்ணி மாய்ந்துவரும் நாளில் இந்த முதுபெரும் கிழவர் கொண்டுவந்துநின்றார் ஒரு சிற்பத்தை.

அன்று மாலை மேலே உள்ள அறையில் சன்னல் வழி வெயில் அந்தச் சிற்பத்தின் மீது பரந்து நின்றபோது, அவன் திரும்பவும் தன்னை இழந்தான்.

எவ்வாறு அவன் அந்தப் புகைப்படத்தை எடுக்க முடிந்தது – அதுவும் அந்தச் சிற்பம் போல எப்படி அழகு வடிவம் பெற்றது என்பதெல்லாம் காலங்காலமாக எண்ணி எண்ணி அவன் கண்டுகொண்ட ஒன்றுதான்.

மாலையில் அந்தப் பையன் கருவிகளோடு கல்யாண வீடு செல்ல, இவன் அந்தச் சிற்பத்தையும் போட்டோவையும் எடுத்துக்கொண்டு அந்தக் கிழவர் தந்த முகவரிக்குச் சென்றான்.

முந்நூறு ரூபாய் தந்தார் கிழவர் – நன்றியும் சொன்னார். அவனும் நன்றி சொன்னான். பணத்தை வாங்கிக்கொள்ளவில்லை. அவர் வற்புறுத்தியும் “வேண்டாம்” என்று மீண்டும் நன்றிசொல்லி அங்கிருந்து நடந்தான்.

அவனது நடை வழக்கத்திற்கு மாறாக இருந்தது. பையன் போன வேலை முடிந்திருக்கும். ஆனால் பணம் கொடுத்திருக்கமாட்டார்கள். இரவு உணவு பற்றிய சிந்தனை சிறிது வந்துபோயிற்று.

என்றாலும் அவன் ஒருவித திடச்சித்தத்துடன் நடந்தான். அதில் ஒருவித திருப்தி இருந்ததாகத் தெரிந்தது.

- தீராநதி, 2013

85. சம்மந்தம்

"வடக்குப்பட்டுக் கிராமத்தில் கீரைப் பாத்திக்குத் தண்ணீர் இறைக்கும் ஒருவனும், வட துருவத்தில் பனிப்பிரதேச நாயைத் தடவிக்கொடுத்து உணவளிக்கும் ஒருவனும் ஒன்றுதான்."

வயதான காலத்தில் ஆங்கிலம் படிக்க முயற்சி எடுத்து 'நாயே' என்று திட்டுவதைக்கூட 'டாகே' என்று ஆரம்பித்தால் என்ன ஆகும்?

ஆனால் ஒன்றும் ஆகிவிடவில்லை. எதிர்வினை எதுவுமில்லை. முதலாளி சொன்னால் கேட்டுக்கொள்ளும் பையன்தான். அது போன்ற ஓர் அமைதியான போக்கு அந்தப் பையனிடம் இருந்தது. சாதாரணமாகக் காணப்படாத ஒரு குணம்.

"அப்படியே இருக்கட்டும் அண்ணாச்சி – இப்ப என்ன – அதைச் சொல்லுங்கோ."

அப்படித்தான் பதில் சொன்னான். நான் முதலாளியின் நண்பன். ஆனாலும், அவனிடம்தான் கேட்டேன் – பொதுவாகக் கேட்பது போல.

"அப்படின்னா நீ நாயா?"

அவன் சிரித்துக்கொண்டான், மெதுவாகவே சொன்னான்.

"அதை நான் மட்டும் சம்மதிச்சா போதுமா – நாயும் ஏத்துக்கணுமே– என்ன சொல்றீங்கோ?"

எனக்கு என்ன சொல்வதென்று தெரியாதுபோயிற்று. முதலாளி திட்டினாலும் கேட்டுக்கொள்ளக்கூடிய பையன்தான். முதலாளியோ அப்படியெல்லாம் அனாவசியமாகத் திட்டுகிற ஆளும் இல்லை. அது ஒரு விசித்திரமான கடையென்று சொல்லவேண்டும். கிட்டத்தட்ட உலகில் உள்ள எல்லாவகை சோப்புகளும் அங்கே கிடைக்கும். சோப்பு மட்டும்தான் – சீப்பு கிடைக்காது.

எதிரே உள்ள மருத்துவமனை நகரின் பெரியவற்றில் ஒன்று. இருக்கும் இடமும் நல்ல வணிகத் தெரு. மக்கள் நெருக்கடியும் நோய்களும் அதிகம்தான்.

மருத்துவமனையென்றால் குறைத்து மதிப்பிட்டுச் சொல்ல முடியாதபடி, உள்ளே சென்று பண்டுவம் பார்த்து வெளியே வர குறைந்தது ஐம்பதாயிரம் எடுத்துக்கொண்டு செல்லவேண்டும்.

மருத்துவமனைக்கு எதிரே, அதென்ன சோப்புக் கடை – மருந்துக் கடையல்லவா இருக்கவேண்டும். அதுபற்றியெல்லாம் கடைக் காரரிடம் பேசிவிட முடியாது.

"இந்த ஆஸ்பத்திரி கட்டுவதுக்கு முன்பே என் கடை இருக்கு" என்பார். அது உண்மைதான்.

கடைக்காரர் மார்க்கபந்து என் நண்பர். இருவரும் ஒரே வீட்டில் பல காலம் ஒண்டுக் குடித்தனமாக இருந்துவிட்டு, இப்போதுதான் வேறு இடம். பல ஆண்டுப் பழக்கம். நான் ஓய்வுபெறுவதன் முன்பே கடையை ஆரம்பித்துவிட்டார். அதற்கு முன்பு அவர் ஈடுபட்டு வெற்றி தோல்வி கண்ட வியாபார வகைகள் பல.

நூறு நூற்றைம்பது ரூபாய் சோப்பிலிருந்து அந்தக் காலத்தில் ஒன்றரை அணாவிற்கு ஒரு நீலக்கட்டி சோப்பு கிடைக்குமே – அதுவும் கடையில் கிடைக்கும் என்றால் பார்த்துக்கொள்ளுங்கள். சோப்பின் தற்காலப் பெயர்களை அறியவேண்டுமானால், ஒரு மொழி விற்பன்னரால்தான் முடியும். ஆனால், மார்க்கபந்துவும் சரி – வேலைபார்க்கும் பையனும் சரி – பெயர் முத்துக்கறுப்பன்– அதை சரிவரச் செய்தார்கள். வியாபார நுணுக்கம் இருந்தது.

அதுவும், இந்த மாதிரி, சோப்பு ஒன்றையே முதலாகக் கொண்ட வியாபார ஆர்வம் அதிசயம்தான்.

மார்க்கபந்துவிற்கும் முத்துக்கறுப்பனுக்குமுள்ள தொடர்பும் புரியாதவொன்று. நாங்கள் ஒரே வீட்டில் இருந்த சமயம் முத்துவைப் பார்த்ததில்லை. பையன் தெற்கே என்றால் இவர் வடக்கு. இவர் தெலுங்கு என்றால் அவன் தெற்கத்தித் தமிழ். எல்லா வேறுபாடுகளும் உண்டு. இருந்தாலும் அவன் இல்லாது இவர் இல்லை என்ற அளவிற்கு எப்படியானது என்பது புரியாதவொன்று.

முத்துக்கறுப்பனுக்கு வேறு உறவு இருப்பதாகத் தெரியவில்லை. அதாவது இந்த நகரத்திலே – நானூறு மைல் தூரத்தில் இருக்கும் அவனது ஊருக்கு அவன் அடிக்கடி போகக்கூடியவனாகவும் இல்லை.

மாறாக மார்க்கபந்து நிறைய உறவுகளைக் கொண்டவர். உறவினர்கள் நமக்குத் தொந்தரவு அளிப்பதற்காகவே இருக்கின்றனர் என்று அடிக்கடி தத்துவம் பேசுவார். மூன்று பெண்கள். யாருக்கும் கல்யாணம் ஆகவில்லை. இரண்டாவது பெண் மட்டும் ஒரு தொழிற்சாலையில் வேலை பார்க்கிறாள்.

தெலுங்குமொழி பேசும் அளவிற்கு எனக்கு ஞானம் ஏற்பட்டதற்கு மார்க்கபந்துவின் வீட்டிலுள்ளோரே காரணம். அவர்களது கேள்விகளுக்குத் தமிழில் பதில் சொல்வதை சாதாரணமாக எடுத்துக்கொண்டு தங்களுக்குள் தெலுங்கில் அதன் சாராம்சத்தைச்

சொல்லிக்கொள்வதைக் கேட்டுக் கேட்டே எனக்கு அந்த மொழி பரிச்சயமாகியது. மார்க்கபந்து அடிக்கடி சொல்லாவிட்டாலும் அவரது வீட்டாரின் குறை மூன்று பெண்களின் பிரச்சினைதான். அந்த அளவு எனது வீட்டில் எதுவும் இல்லை. இரண்டாவது பெண்ணாவது ஏதோ வேலை பார்க்கிறாள். மூத்தவள் பாடுதான் அவர்களுக்குப் பெரிது என்பது புரிந்தது. இதிலே, மார்க்கபந்துவின் மனைவி ஒரு யோசனையை வெளியிட்டாள் – என்னிடத்தில் மட்டும்தான். அதை மார்க்கபந்துவிடம் பக்குவமாக எடுத்துச்சொல்லி அவரது சம்மதத்தைப் பெறவேண்டியது எனது பொறுப்பு என்றும் கேட்டுக்கொண்டாள்.

அதாவது, மூத்த மகளை இந்த முத்துக்கறுப்பனுக்குத் திருமணம் செய்து வைத்துவிடலாம் என்பதுதான் அது. கஷ்டமான விஷயம் தான். முதலில் மார்க்கபந்துவிடம் சொல்வதே கஷ்டம்.

பத்து மைல் தள்ளியிருந்த புறநகர்ப் பகுதியிலிருந்து வந்து கொண்டிருந்தான் முத்துக்கறுப்பன். சில சமயம் நடந்தே வருவதுண்டாம். எப்படியோ இந்த வேலைதான் அவனுக்கும் பிடித்திருக்கிறது.

❍

"சோப்புக் கடைக்கு எதிரே உள்ள ஆஸ்பத்திரியில் என்றுதான் சொல்லவேண்டும் என்பார் மார்க்கபந்து. அந்த ஆஸ்பத்திரியைச் சேர்ந்த ஒரு டாக்டர் ஒரு நாள் கடைக்கு வெளியே வந்து நின்று முத்துக்கறுப்பனைப் பார்த்துக் கைகளை அசைக்க, இவன் வெளியே வந்து அவரிடம் பேசிவிட்டுச் சென்றதைக் கவனித்திருக்கிறேன்.

அன்று சாப்பிட்டுவிட்டு வேறு வேலை இல்லாதபடியால் கடைக்குச் சென்றால் அங்கே முத்துக்கறுப்பனும் இல்லை, மார்க்கபந்துவும் இல்லை. அவருடைய இரண்டாவது மகள் உட்கார்ந்துகொண்டிருக்க, நான் என்ன சுபத்ரா நீ எங்கே இப்படி, அப்பா எங்கே என்று கேட்டேன்.

"அங்கிள் – எங்க பாக்டரியில் என்னோட வேலை பாக்கற ஒருத்தருக்கு ஒரு சின்ன ஆக்ஸிடன்ட் – நான்தான் அவரை இங்க கொண்டு வந்தேன். இந்த ஆஸ்பத்ரி டாக்டர் ஒருத்தரை முத்துவுக்குத் தெரியும். அவன்தான் அழைத்துப் போயிருக்கிறான் என்று அவள் கூறி முடிக்கவும் முத்து வந்து சேர்ந்தான்.

"இன்னும் கொஞ்ச நேரம் ஆகுமாம். ஒரு டெஸ்ட் எடுத்து அனுப்பிடுவாங்க" என்று முதலில் முக்கியமாகச் சொல்லவேண்டியதை சுபத்ராவிடம் சொன்னான்.

எனக்கு வேண்டியதையும் சொன்னான். அந்த டாக்டர் அவன் ஊர்க்காரர்தானாம். இந்த நகரத்திலேயே அவர் இஷ்டப்படி கல்யாணம் பண்ணிக்கொண்டபடியால் ஊர் உறவு முறிந்துபோயிற்றாம். என்றாலும், ஊர் சங்கதிகளை முடிந்தவரை முத்துவிடம் கேட்டுத் தெரிந்துகொள்ளும் ஆவல் அதிகம்.

❍

இரண்டு நாள்களில் பல விஷயங்கள் தெளிவுபெற்று முடிந்தன.

“வடக்குப்பட்டுக் கிராமத்தில் கீரைப்பாத்திக்குத் தண்ணீர் பாய்ச்சும் ஒருவனும், வட துருவத்தில் பனிப்பிரதேசத் துணையான நாயைத் தடவிக் கொடுத்து, உணவளிக்கும் ஒருவனும் சம்பந்தம் உள்ளவர்கள் தான்.”

மேநாடுகள் எல்லாம் சுற்றிவந்துள்ள எங்க ஊர்க்காரர் அடிக்கடி இந்த மாதிரி சொல்வது வழக்கம். எனக்குச் சரியாகப் புரிந்ததில்லை. ஆனால் சம்பந்தம் உள்ளதுபோல் ஒரு தோற்றம்.

மருத்துவமனையில் சிகிச்சை பெற்ற பையன் வெளியே வந்துவிட்டான். அவளை அழைத்துக்கொண்டு சுபத்ரா சென்ற பின்னர், முத்துக்கறுப்பன் என்னிடம் கொஞ்சம் தாழ்வான குரலில் கூறியதாவது:

“அண்ணாச்சி, இப்போ இந்தக் காயம் சாதாரணம். நம்ம டாக்டர் சொன்னதைப் பார்த்தால், இது பெரிய விஷயம். இரண்டு பேருக்கு பிடிச்சுப்போயிருக்கு. கல்யாணம் வரை போகத் தயாராக இருக்கிறாங்க.”

“ஆமா – ஏதோ, அப்படியாவது முடியட்டும். மார்க்கபந்துவுக்கு ஒரு கஷ்டம் குறையும்.”

முத்துக்கறுப்பன் என்னை ஒரு விதமாகப் பார்த்துக்கொண்டே கூறினான்.

“அதில்லை அண்ணாச்சி – அது காயம் மட்டும் இல்லை. அந்தப் பையனுக்கு குணப்படுத்த முடியாத நோய் இருக்காம். இன்னும் ஆறு மாசத்துக்கு மேல் தாக்குப் பிடிக்க முடியாதாம். என்னாலே இதை சுபத்ராகிட்டே சொல்ல முடியலே.”

இப்படி விஷயம் எங்கோ சென்றது. என் மனக்குறளி எப்படி எப்படியெல்லாம் கணக்குப்போடுகிறது.

“அண்ணாச்சி – நீங்க சொல்லிடுங்க. சொல்லாமலும் இருக்கக் கூடாது இல்லியா – பாருங்க.”

உண்மைதான்.

இது வாழ்வுப்பிரச்சினை. சுபத்ராவிடம் கட்டாயம் சொல்வதாகக் கூறினேன். மெதுவாக, மேலும் சொன்னேன்.

“முத்து அந்தப் பெண் சுபத்ரா விஷயம் பரவாயில்லை. ஏதோ வேலை பார்க்கிறாள். இது இல்லாவிட்டாலும் வேறு ஒன்று அமையும். வேலை பார்க்கும் பெண்தான்வேண்டும் என்று இப்போது எல்லாப் பையன்களும் சொல்ல ஆரம்பிச்சாச்சு. அதிலும் சிக்கல் உண்டு.”

முத்துக்கறுப்பன் பேசாமல் இருந்தான். ரொம்பவும் பயங்கரமான விஷயத்திலிருந்து பொருளாதார ரீதியான விஷயத்திற்கு வந்தாகி விட்டதே.

அவன் பேசாமல்தானிருந்தான். தொடர்ந்து நான் சொன்னேன்.

“இப்ப நான் வெளிப்படையாச் சொல்றேன் முத்து – சுபத்ராவின் அக்கா ஒருத்தி இருக்கா தெரியுமில்ல. அவளுக்கு ஆகித்தான் இவளுக்கு ஆகணும். அவ படிக்காதவ –

ஆனா குடும்பத்தை நல்லபடியா பார்த்துக்கிற பெண்தான். மார்க்கபந்துவுக்கு அவ கவலைதான் – எனக்கு ஒண்ணு தோணுது முத்து – தோணுது என்ன – நல்லா ஆலோசித்துத்தான் சொல்றேன். ஒனக்கு ஆட்சேபனை இல்லைன்னா அவளை ஒனக்குக் கட்டி வைக்கலாம்னு ஒரு யோசனை. பெண்ணைப் பெத்தவங்க சம்மதிச்சாச்சு. இது எனக்கு நல்லதாப்படுது – நீ சொல்லு முத்து– தெலுங்கு தமிழ் அப்படின்னு ஏதாம் பார்க்கிறாயா? வெளிப்படையாச் சொல்லலாம் முத்து – நான் ஒனக்கும் வேண்டியவன் தானே.”

“அண்ணாச்சி” என்று ஆரம்பித்து சிறிது பேசாமலிருந்தான்.

எதிரே மருத்துவமனை டாக்டர் வெளியே வந்து முத்துவைப் பார்த்துக் கைகளை அசைத்துவிட்டு காரில் ஏறிச்சென்றார்.

முத்து பின்னர் சொன்னான். “அது நடக்க முடியாது அண்ணாச்சி– நீங்க கேட்டதாலே சொல்றேன்.”

“என்ன அப்படி – முத்து, நாம வெளிப்படையாகத்தானே பேசுறோம்.”

“ஆமா, அதனாலதான் சொல்றேன்.”

“என்ன, பாஷை வித்யாசம்தானே – மார்க்கபந்து பிள்ளைகள் எல்லாம் தெலுங்கைவிட தமிழ்தான் பேசும் – உனக்குத் தெரிஞ்சிருக்குமே.”

“ஆமா அண்ணாச்சி. சுபத்ரா விஷயம் பேசினோம் – இல்லையா.”

“அது டாக்டர் சொன்ன விஷயமாச்சே – மேற்கொண்டு நாம பேச முடியாதே.”

“அதுதான் அண்ணாச்சி எனக்கும் – டாக்டர் எப்பவோ சொல்லிட்டாரு – அதே குணப்படுத்த முடியாத நோய்தான்.”

அமைதியாகச் சொன்னான். நான் அந்த நிலையிலும் சோப்புக்கும் முத்துக்கறுப்பனுக்கும் உள்ள சம்மந்தம் பற்றி நினைக்க ஆரம்பித்திருந்தேன்.

- மந்திரச்சிமிழ், 2015

86. என்ன பெயர் வைக்கலாம்?

சிறுகதைகள்

பள்ளியிலிருந்து அந்தப் பெண் புறப்பட்டு வருகிறாள். இமயமலைச் சாரலின் அடிவாரத்தில் நடக்கிறாள். பாட்டுப் பாடிக்கொண்டே நடந்து வருகிறாள். அடுத்து சகாராப் பாலைவனம் வழியாகவும் பாட்டுத் தொடர நடக்கிறாள். பாட்டு முடியும் வேளையில் காட்சியின் பின்புலம் மெரினா கடற்கரையாக மாறி பாட்டும் முடிந்து அந்தப் பெண் சாந்தோம் பள்ளியிலிருந்து மயிலாப்பூர் வீடு வந்து சேருகிறாள்.

❍

வடசேரிச் சந்தையில் தரகராகச் செழித்து வளர்ந்த ஒருவர் திடீரென மூச்சை நிறுத்திவிட, அந்திமக் கடன்களை முடித்த அவரது பையன் தொலைவிலுணர்தல் முதற்கொண்டு எல்லா வகையான சோதிட சாத்திரங்களையும் கற்றுணர்ந்த பெரியவரிடம் வந்து, தன் தகப்பனார் மரணச் செய்தியைக் கூறி குடும்பச் சொத்து விசயமாகத் தகராறு இருக்கிறது, தன்னுடைய பங்கு குத்து மதிப்பாக எவ்வளவு கிடைக்கும் என்று கேட்க, அந்த ஞானி சுவரிலே பெருக்கல்குறி ஒன்று போட்டுக் கண்ணை மூடி தியானித்து பின்னர் திறந்து ஒரு தடவை அவனைப் பார்த்து மறுபடியும் சிறிது நேரம் கண்ணை மூடிப் பிறகு சொன்னார்:

"தம்பி உன் தகப்பனார் மாமல்லபுரத்தில் ரொட்டிக் கடை வைத்து நடத்திக்கொண்டிருக்கிறார்."

பையன் சிறிது ஏளனத்துடன் "போன வாரந்தான் அவர் செத்துப் போயிட்டாரே ஐயா" என்று சொல்லவும், அவர் "தெரியாது தம்பி, உன் தகப்பனார் மாமல்லபுரத்தில் ரொட்டிக் கடை வைத்திருக்கிறார். இப்போதும் இருக்கிறார். அது தெரிகிறது" என்றார்.

❍

ஓர் இரங்கற் கூட்டத்தில் பேசும்படி எழுத்தாளர் ஒருவரைக் கேட்டுக்கொள்ள, அவர் மறைந்துபோனவரைப் பற்றிக் கட்டுரை

ஒன்று எழுதிப் புறப்படும் நேரத்தில் ஓர் தொலைபேசி அழைப்பு. கூப்பிட்டவர், காலம் சென்றதாகச் சொல்லப்பட்ட அந்த மனிதர்.

❍

அந்த நாற்சந்து சாலை நாட்டிலேயே இல்லாத அளவு போக்குவரத்து நெரிசல் கொண்டது. அவதிப்படுபவர் ஏராளம். இந்த விசயத்தில் ஞானம் உள்ள எழுத்தாளர் ஒருவர் கதை ஒன்று எழுதி அதிலே போக்குவரத்து சம்பந்தமாக சீர்திருத்தங்களைச் செய்தால் போக்குவரத்தும் போக்குவரவும் சிறப்பாகவும் ஆபத்தில்லாததாகவும் மாறும் என்று ஒரு கதாபாத்திரத்தைச் சொல்லவைத்து எழுத அவர் சொன்ன அந்தச் சீர்திருத்தங்களை காவல்துறை ஏற்று நடத்த வேண்டும் என்று ரசிகர் ஒருவர் அந்தக் கதையைப் பற்றிக் கடிதம் ஒன்று எழுதி "எத்தனை அளவு சமூகச் சிந்தனை உள்ள படைப்பாளி என்று பாருங்கள் – ஏதோ அவன் வந்தான் போனான் என்று எழுதிக்கொண்டிருக்கும் நபர்கள் மத்தியில் இப்படி சமூகப் பிரக்ஞை உள்ள ஒரு படைப்பாளி அபூர்வமாகத் தோன்றியுள்ளார்" என்று விமர்சனம் செய்திருந்தார்.

கோயில் மடப்பள்ளியில் நண்பகலுக்கும் முன்னரே இலவச உணவை முடித்துக்கொண்ட அம்மனிதர் அந்தக் கைங்கரியத்திற்கு காரணகர்த்தாவாக அரிசி காய்கறி கொடுத்து உதவும் பக்கத்து ஊர் அன்பரை, "அவன்" என்றே சொல்வார். மடப்பள்ளியில் உணவு தயாரிக்கும் கோயில் பரிசாரகனை "அவர்" என்றே சொல்வார்.

❍

"நாரை ஏன் ஒற்றைக் காலில் நிற்கிறது" என்று கேட்ட பையனை "கணக்கிலே அம்பதுக்கு பதினேழு மார்க்கு வாங்கிக்கிட்டு வந்து நிக்கே உனக்கு இந்தக் கேள்வி வேற – போய்ப் படி" என்று அதட்டிய தகப்பனாருக்கு அந்தப் பையன் பிற்காலத்தில் ஓர் உழவரைப் பற்றி நாவல் ஒன்று எழுதி அது நான்கு மொழிகளில் மொழிபெயர்க்கப்பட்டு அயல்நாடுகளிலும் பரவிற்று என்று அறிய வாய்ப்பில்லை.

❍

"என்னைவிடப் பெரியவனும் இல்லை – என்னைவிடச் சின்னவனும் இல்லை" என்று எழுதிய உலகத்துச் சிந்தனையாளன் வாழ்ந்த மண்ணைப் பற்றி ஏன் அதிகமாக அறிந்துகொள்ள முன்வரவில்லை இந்த விமர்சகர்கள்?

❍

நாகராசன் நாகசாமி நாகம்மாள் நாகப்பன் நாகநாதன் நாகசயனன் நாகரத்தினம் நாகபூஷணம் நாகரம்மன் என்றெல்லாம் பாம்பை தெய்வீகமாக கௌரவித்தது சரியா தவறா என்று நோக்காது அது நம் முன்னோரது நம்பிக்கையும் பழக்கமும் ஆகும் என்றறிந்து கொண்டால் இந்த மண்ணின் தனித்துவம் தெரியவரும். சமஸ்கிருத வேதங்களிலோ பைபிளிலோ பாம்பு கொடிய ஜந்துவாகச் சொல்லப்பட்டிருக்கிறதேயொழிய, தெய்வத்தோடு சம்பந்தப்படுத்தப்படவில்லை. இந்த நாட்டுக் கவிஞர்கள் சிவன் கழுத்தில் நாகத்தைச் சுற்ற விட்டும் நாராயணனைப் பாம்புப் படுக்கையில் சேர்த்தும் அழகு பார்த்ததைப் போலச் செய்யவில்லை. இதுவும் இந்த மண்ணின் தனித்துவம்.

❍

கடலூரைச் சார்ந்த ஒருவர் சென்னைக்குத் திடீரெனப் பணி மாற்றம் செய்யப்பட, அதற்காக மிகவும் வருந்தினார். கடலூரை விட்டுச் செல்ல அவருக்கு மனசேயில்லை. சென்னை வந்து ஒரு ஞாயிற்றுக்கிழமை முடிவெட்ட மயிலாப்பூரில் இடம் தெரியாமல் அலைந்து அந்த அலுப்பில் எதிரே வந்த சிதம்பரம் பேருந்து ஒன்றில் ஏறி, கடலூரில் இறங்கி வழக்கமாகச் செல்லும் கடைக்குச் சென்று முடிவெட்டிக்கொண்டு உடனேயே பஸ் பிடித்து சென்னை திரும்பினார்.

○

பத்துப் பதினைந்து வெள்ளை உடை அணிந்த நாரிமணிகள் நடனமாட, அவர்களுடன் காதலன் உடலில் சாய்ந்து அத்தனை பேர் முன்னிலையில் ஆட்டம் போட்ட அந்தப் பெண் அந்தக் காதலனைக் கைப்பிடித்து, திருமணம் முடிந்தவுடன் முதலிரவில் அவனைப் பார்க்க நாணமுற்றுத் தலைகுனிந்து நிற்பதாக ஒரு காட்சி.

○

கடவுளுக்கு உருவம் கொடுப்பதில் அபிப்ராய பேதம் எல்லா மதத்தினருக்கும் இருந்தாலும், ஆண் உருவத்திலேயே இறைவனைக் குறிப்பிட்டுப் பேசுதல், தவிர்க்க முடியாத ஒன்று. 'பிறவா யாக்கைப் பெரியோன்' என்று இளங்கோ அடிகள் சிவனைக் குறிப்பிட்டாலும் அதுவும் ஓர் உருவத்தைக் குறிக்கிறது. திருமூலர் சொன்ன 'சிவம்' வேறு. கடவுள் என்ற சொல்லைப் பயன்படுத்த நேரும்போது அந்தச் சொல் பெண்பால், ஆண்பால் என்று குறிக்காவிட்டாலும் தொடர்ந்து அது குறித்துப் பேசும்போது சொல்லவேண்டித்தான் வரும். ஆனாலும் சிவன் நாராயணன் போன்ற கடவுளர் கைலாயத்திலும் பாற்கடலிலும் இருப்பிடம் பெற்றிருப்பதாகக் குறிப்பிடுவது கவிஞர்களின் அருமையான கற்பனைதான். கொஞ்சம் இதை யோசித்துப் பார்த்தால், அவ்வாறு கற்பனை செய்வதைத் தவிர வேறு வழியில்லை என்று தெரியும். "ஒன்றே குலம் ஒருவனே தேவன்" என்ற திருமூலர் வாக்கிலேகூட ஒருவன் என்று ஆண்பாலைப் பயன்படுத்த வேண்டியதாயிற்று.

○

இராமனது தம்பி கும்பகர்ணன் என்று எழுதப்பட்ட சொற்றொடரை பண்டிதர் ஒருவர் ஆழ்ந்து விமர்சித்தார்.

"இராமன் எழுவாய் உயர்திணை – தம்பி என்ற சொல்லும் அப்படியே. எனவே இராமனது என்று சொல்லாமல் இராமனின் தம்பி என்று இருக்க வேண்டும் – மற்றபடி ஒன்றுமில்லை."

○

எழுத்தாளர் முத்துக்கறுப்பன் மேற்கண்ட பகுதிகளை எழுதி அவற்றைக் கதைகளாகவோ கட்டுரைகளாகவோ எழுதலாம் என்ற உத்தேசத்துடன் தூங்க ஆரம்பித்தார். காலையில் எழவேயில்லை. தூக்கத்திலேயே காலமாகியிருக்க வேண்டும். ●

- தீராநதி, 2015

87. ஓர்மை

"புலிக்குப் பிறந்தது பூனையாகுமா."

"வாத்தியார் மகன் மக்கு."

பழமொழி எதையாவது சொல்லி சம்பாஷணையைத் தனக்குச் சாதகமாக முடித்து வெற்றி காண முயல்வதை, அவன் உடனடியாகவே அதற்கு எதிரிடையான பழமொழிகளைக் கூறி "இதற்கு பதில் சொல்லும்" என்று மடக்குவான்.

அவனது ஞாபக சக்தியை வியந்தோர் இருந்தாலும், அவனைப் பாராட்டத் தயங்கினர். பழமொழிகள் குறிப்பிட்ட தருணங்களில் ஒருவர் சொல்லுவதை வலுப்படுத்துவதற்காக உதவலாம் – அதற்குமேல் எந்த மதிப்பும் அளிக்கக்கூடாது என்பான். எனவே அவன் பாராட்டப்படவில்லை.

ஐந்து வயதில் தகப்பனார் பள்ளிக்கு அவனை அழைத்துச் செல்லும்போது, என்ன நிறத்தில் கால்சட்டை அணிந்திருந்தான் என்பதை அவன் கூறுகையில் அதிசயத்தோடு கேட்டாலும் யாரும் பாராட்டவில்லை.

சரி – மற்றவர்கள் பாராட்டுவது இருக்கட்டும் – இந்த மாதிரி இவனுக்கு சக்தி உண்டு என்று பெற்றோர், உறவினர் பாராட்டினரா என்றால் இல்லை. இவ்விசயத்தை சாதாரண மாகவே மதித்திருக்க வேண்டும்.

ஒருவேளை யாருக்கும் எந்த எண்ணமும் ஏற்படுத்தியிராத காரணத்தினால்தான் இந்தமாதிரி ஒரு திறன் ஏற்பட்டு அவனிடம் தங்கியிருக்குமோ?

முத்துக்கறுப்பனின் அக்கா திருமணமாகிச் சென்னையில் இருந்தபடியால் அவனுக்கு வேலை கிடைத்துப் பட்டணம் வந்தபோது அக்கா வீட்டிலேயே தங்கும் வசதி கிடைத்தது. அவனது அத்தான் திருச்சிக்காரர். இரயில்வேயில் வேலை

இருப்பதால் அடிக்கடி ஊர் போய்வர வசதி. ஒருதடவை அவனையும் வற்புறுத்தி அழைத்துச் சென்றார். அப்போது வேனற்காலம்.

திருச்சியில் வீட்டை அடைந்தபோது பக்கத்து வீட்டுக்காரர் "உங்களுக்குச் சொல்லலையா – எல்லாரும் ராமேசுவரம் போயிருக்காளே – காலையிலதான் புறப்பட்டது" என்று சாவியை நீட்டினார்.

"அதனால் என்ன" என்று கூறி வீட்டிற்குள் சென்று குளியல் எல்லாவற்றையும் முடித்துக்கொண்டனர். "ஒருவகையில் நல்லதாகிப் போச்சு. ரெண்டு முறுகல் தோசை சாப்பிடணும்போல இருக்கு– வா – இங்கே ஒரு நல்ல ஓட்டல் இருக்கு" என்று அத்தான் அவனை அழைத்துச் சென்றார். அவருக்குப் புதிதாக ஒரு யோசனையும் தோன்றி இருக்க வேண்டும்.

"முத்து – எனக்கு ஒண்ணு தோணுது. நானும் இப்பவே ராமேசுவரம் போய் அவாளை அழைச்சிக்கிட்டு நாளைக்கே திரும்பிவிட்டா என்ன."

முத்துக்கறுப்பனுக்கு அதில் எந்த ஆட்சேபனையும் இருக்கவில்லை. அத்தானோ அந்த ஓட்டலில் இருந்தே புறப்பட்டு ரயில் நிலையத்திற்குப் போய்விடத் துடித்தார்.

இருவரும் திரும்பி வந்தபோது பக்கத்து வீட்டுக்காரர் கோபித்துக் கொண்டார்.

"காலையிலே பலகாரம் நம்ம வீட்டிலே சாப்பிட்டா என்ன – ஓட்டலுக்கா போகணும்."

○

இரவிலும் அவன் வெளியே சென்று சிற்றுண்டி முடித்து வந்தான். போகும்போதே கவனித்தான் – இரண்டு வீடு தள்ளியுள்ள எதிர்வீட்டுப் பெண் நடையில் ஒரு பெரியவரிடம் பேசிக்கொண்டிருப்பதை. அந்தப் பெண்ணைப் பார்ப்பது இது இரண்டாவது முறை என்று அவன் ஓர்மையில் வந்தது. முதல் தடவை சென்னையில் நேர்முகத் தேர்வு ஒன்றிற்காக அந்த அலுவலகம் சென்றிருக்கையில் ஒரு பத்துப் பேர் அடங்கிய வரிசையில் அவளும் இருந்தாள். நன்கு படித்தவளாகத் தெரிந்தாள். ஆங்கிலப் பயிற்சி அற்புதமாக அவளிடம் அமைந்திருந்ததையும் தெரிந்துகொள்ள முடிந்தது. அவள் பெயர் பூங்கோதை என்பதும், தகப்பனார் பெயர் ராமலிங்கம் என்பதும் அந்த நேர்முகத் தேர்வு சம்பந்தப்பட்ட அறிவிப்பில் இருந்ததும் அவனது ஓர்மையில் வந்தன.

எதிரே அந்த வீட்டுப் பெண்ணும் இவனைப் பார்த்தாள். இவனை ஞாபகப்படுத்திக் கொண்டவள்போல அந்தப் பார்வை இல்லை. எல்லாருக்குமா இவனது இந்த ஓர்மை இருக்கும்.

நேர்முகத் தேர்வில் அவள் தேர்ந்தெடுக்கப்படவில்லை என்பதும், தேர்ந்தெடுக்கப்பட்ட அவனுக்குத் தெரியும். அவனைவிட அந்தப் பெண் புத்திசாலி என்பதும் அவன் கணிப்பு.

○

பக்கத்து வீட்டுக்காரர் வந்து சிறிது நேரம் பேசிக்கொண்டிருந்தார்.

உயிரினத்தின் மிகப்பெரிய கம்ப்யூட்டரான மனித மூளையின் செல்கள் அவனுக்குச் செய்த உதவிகள் என்ன – அம்மாதிரி சக்தி இல்லாதவர்கள் அடைந்த நஷ்டம் ஏதாவது இருக்கின்றதா என்பது பற்றி எல்லாம் சொல்வது அனாவசியம். அவனும் அவை பற்றி எண்ண சக்தி அற்றவனாக இருந்தான்.

பக்கத்து வீட்டுக்காரர் வந்து பேசிக்கொண்டிருந்தபோது ஒன்றை மட்டும் கேட்டு உறுதி செய்தான்.

“சார் – அந்த வீட்டுக்காரர் பெயர் ராமலிங்கம்தானே” எதிர் வீட்டைச் சுட்டிக் கேட்டான்.

அது சரிதான். ராமலிங்கம்தான் அவரது பெயர். அவனது ஓர்மை உறுதி செய்யப்பட்டது. அந்த ராமலிங்கமும் ராமேசுவரம் போயிருக்கிறார் என்ற விவரத்தையும் கேட்டுத் தெரிந்துகொண்டான்.

❍

எல்லாரும் வந்துசேர ரெண்டு நாள்கள் ஆயிற்று. சென்னையில் இருந்த அவன் அக்காவும் அவர்களுடன் சேர்ந்து வந்தது அவனுக்கு ஆச்சரியமாக இருந்தது. அத்தான் தன்னுடன் வர அக்கா எப்படி ராமேசுவரம் – புரியவில்லை.

அக்கா விவரமாகச் சொன்ன பின்னர் அவனுக்கு அவர்களது ராமேசுவரப் பயணத்தின் அவசியம் தெரிய வந்தது – எல்லாமும் புரிந்தது.

“அந்தப் பொண்ணு பூங்கோதை இருக்காளே – ரொம்பவும் நல்ல பொண்ணு – கெட்டிக்காரி. எனக்கென்னவோ அவளை உனக்குப் பாத்தா நல்லா இருக்குமே அப்பிடின்னு தோணுச்சு. அவ சொந்த ஊரு ராமேசுவரம் இல்லியா, அங்க போய் கேக்க வேண்டியதை எல்லாம் கேக்க வேண்டியவங்க கிட்ட கேட்டாச்சு. நீயும் அவள பாத்தாச்சு. என்ன சொல்ற – நல்ல சம்மந்தம்னு எனக்குத் தோணுது – என்ன சொல்ற – அந்தப் பொண்ணுகிட்டேயும் கேக்கணும். அப்பா அம்மா சம்மதிச்சாச்சு” அக்கா நெருக்கடி கொடுத்தாள்.

முத்துக்கறுப்பன் வியப்படைந்தானே ஒழிய, சங்கடத்தில் ஆழ்ந்து போய்விடவில்லை. அந்தப் பெண்ணை அவனுக்குப் பிடித்திருந்தது.

ஆனால் வேறு ஒன்று அவன் ஓர்மையில் வந்து உறுத்திற்று. அது அந்த நேர்முகத் தேர்வின்போது நடந்த ஒரு விசயம்.

❍

சாதாரண மனிதரைவிட ஏதாவது ஒரு குறிப்பிட்ட விசேடத் தன்மை இருப்பதால் மட்டும் ஒருவன் பெரிய மனிதனாகிவிட முடிவதில்லை. எல்லாரும் ஏதாவது குறிப்பிட்ட ஒரு விசயத்தில் சக்தி உடையவர்கள்தாம்.

நேர்முகத் தேர்வில் அவன் தேர்ந்தெடுக்கப்பட்டபோது, ஒரு பிரச்சினை இருந்தது. தேர்வை நடத்தும் அந்த நிறுவன அலுவலர் ஆங்கில மொழியில் அபார பற்றுள்ளவர்

– அந்த மொழித்திறன் கொண்ட நபர் என்றால் கூடுதல் அனுகூலம் உண்டு என்று சொல்லப்பட்டது. அந்த அலுவலரின் அந்தரங்கச் செயலாளர் முத்துக்கறுப்பனுக்குத் தெரிந்தவராக இருந்தபடியால் அவன் வரைக்கும் ஓர் அனுகூலம் – அது வேறுவிதமாகச் செயல்படுத்தப்பட்டது. முத்துக்கறுப்பனுடன் பூங்கோதை போன்ற இருவர் காத்துக் கொண்டிருக்க, எல்லாம் முடிந்துவிட்டது என்பது போன்ற வதந்தி. அங்கிருந்த இரண்டு பெண்களும் சென்றுவிட முத்துக்கறுப்பன் தேர்வு செய்யப்பட்டான். அந்தரங்கச் செயலாளர் கிளப்பிய வதந்தி இதன் மூலகாரணம். தேர்வு நடந்திருந்தால் பூங்கோதையின் ஆங்கில ஞானத்தின் முன் இவனது ஓர் அற்பம்.

இரண்டு ஆண்டுகளுக்குப் பின்னரும் இதுபற்றிய ஓர்மை அவனை அழுத்திக்கொண்டிருக்க திருச்சியில் ஏற்பட்டது இந்தத் திருமணத் திருப்பம்.

❍

“கோதை – அந்த இண்டர்வியூ ஞாபகம் இருக்கா – அங்கேதான் உன்னை முதல்ல பார்த்தேன்.”

இருவரும் திருமணத்திற்குப் பின்னர் முதல்முறையாக ராமேசுவரம் சென்றிருந்தனர்.

“இல்லையே” என்றாள் அவள்.

முத்துக்கறுப்பன் பிரகாரத்தைச் சுற்றுவதையே பெரிதாக நினைக்கிறவன். அப்படிச் சுற்றுகையில் தன் மூதாதையரும் தன்னுடன் சேர்ந்து வருவதைப் போல தோற்றம் கிடைக்கிறது என்பான்.

கும்பிட்டுவிட்டு பிரகாரம் வந்தனர்.

“கோதை – அந்த இண்டர்வியூவில ஒன்ன வேணுமுன்னே திருப்பி அனுப்பிச்சுட்டா – நீ இருந்திருந்தா அந்த வேல எனக்குக் கிடைச்சிருக்காது. அந்த ஆபீசரின் பெர்சனல் அசிஸ்டெண்ட் எனக்கு வேண்டியவர்.”

“எனக்கு ஓர்மையே இல்லையே” என்று சொன்ன பூங்கோதை “கொஞ்சம் திருநீறு பேப்பர்ல எடுத்துக்கிடுங்க. அப்பா கேப்பாரு” என்று யாளி சிலையோடு உள்ள தூண்களின் இடையே போடப்பட்டிருந்த திருநீற்றை விரல்களால் அள்ளி அந்தக் காரியத்தை முடித்துக்கொண்டு பிரகாரத்தைச் சுற்ற ஆரம்பித்தனர்.

- **உயிர் எழுத்து, 2015**

88. இரண்டரை இட்டிலி

சாதுவான இட்டிலி உணவையே உண்டு வாழ்ந்து வருகிறான். நேற்றைக்குப் படித்த கட்டுரை ஒன்று அதைப் பெரிதும் சிலாகித்து எழுதியிருந்தது. உணவு விடுதிகளில்கூட அது கிடைப்பதில் சிரமம் இல்லை. நண்பகல் உணவு பெரும்பாலும் வீட்டில்தான் என்பதால் எந்த இடையூறும் இல்லை. அப்போது மட்டும் இட்டிலியுடன் கூட்டு அல்லது குழம்பு சேர்த்துக்கொள்வான் – மிளகாய்ப் பொடி கிடையாது.

அன்று ஒரு கருத்தரங்கில் கலந்துகொள்ள வேண்டியிருந்தது. அதன் நேரம் காலை பத்து மணியிலிருந்து மாலை ஆறுவரை. இட்டிலி சாப்பிட்டுவிட்டுக் கிளம்பியவன் ஓர் அமர்வு முடிந்து இடைவேளையில் அங்கே பேருண்டி அளிக்கப்பட்டதால் வெளியே வந்து ஓர் உணவு விடுதிக்குள் நுழைந்து பார்த்தால் அங்கே தோசை மட்டுமே. முதல் முறையாக ஒரு சோதனை. வீட்டிற்குச் சென்று திரும்பலாமா என்றால் தூரம். இரண்டாவது அமர்வில் முதலிலேயே இவன் கட்டுரை.

வெகுநேரம் ஆலோசித்துவிட்டு, கடைசியில் பூவன் பழம் மட்டும் வாங்கித் தின்றுவிட்டு அரங்கினுள் நுழைந்தான். அங்கே எல்லாரும் இன்னமும் சாப்பிட்டுக்கொண்டிருந்தனர். அவர்களின் எக்களிப்புடன் கூடிய உண்ணும் முறை அவனது இறந்த காலத்தைக் கொண்டு வந்தது. அதை ரசிக்க முடிய வில்லை.

குறிஞ்சி நிலத்து முருகனும் சிவனும் இட்டிலியை உண்டிருக்க முடியுமோ – நிலந்தரு திருவிற் பாண்டியன் காலத்தில் இட்டிலி இருந்திருக்குமோ – அதன் உண்மைப் பெயரென்ன – இட்டு அவித்தலா?

அவன் இவற்றையெல்லாம் எப்போதோ எண்ணிப் பார்த்துக் கைவிட்டிருப்பதைப் பார்த்துவிட்டு வெளியே வராந்தாவில்

சிறிது நின்று பின்னர் அங்குள்ள இருக்கையில் அமர்ந்துகொண்டான். அவன் எதுவும் சாப்பிட்டிருக்க மாட்டான். இட்டிலி எதுவும் கிடைத்திருக்காது. எனக்குத் தெரியும்.

முத்துக்கறுப்பனும் நானும் ஒரே அலுவலகத்தில் இருந்தாலும் என்னைவிட மிகவும் இளையவன். எனக்கு அவன் தகப்பனாரையும் தெரியும். இவன் வேலையில் சேர்ந்த முதல் நாளில் இவனை அழைத்துக்கொண்டு வந்தவர். இவனிடம் மிகவும் பிரியம் உள்ளவர். தாயார் இல்லை.

நான் ஓய்வு பெற்றுவிட்ட பின்னரும் எங்களுக்குள் நெருக்கம் அதிகமாகவே இருந்தது என்று சொல்லவேண்டும். காரணம், இவனுடைய மொழி ஆர்வம்தான். இலக்கியக் கூட்டங்களில் ஆர்வமுடன் கலந்துகொள்வான். எனக்குத் தெரிந்த எழுத்தாளர், பண்டிதர் ஆகியோரை அறிமுகம் செய்து வைத்தேன். அவர்கள் என்னைவிட இவனிடம் அதிகமாகப் பேசிப் பழக ஆரம்பித்த உண்மையையும் சொல்ல வேண்டும். எல்லாருக்கும் ஒரே ஒரு அதிசயம் எப்படி பழமையும் நவீனத்துவமும் இவனிடம் ஒருசேர இணைப்புப் பெறுகிறது என்பதுதான். வெளிப்படையாக அதைச் சொல்லாவிட்டாலும் எனக்கும் அது சம்மந்தப்பட்டதில் மகிழ்ச்சிதான். இன்னொன்றையும் சொல்லலாம். அவனைப் போல நவீன இலக்கியத்தில் என்னால் கவனம் செலுத்த முடியவில்லை. எனது ஆங்கில ஞானம் – அதையும் சொல்ல வேண்டும்.

எங்கள் இலக்கிய சர்ச்சைகள் நான் ஓய்வு பெற்ற பின்னரும் தொய்வில்லாமல் தொடர்ந்தன. அவன் வீடு சென்றும் பேசுவதுண்டு. அவன் தகப்பனாரையும் பார்த்துப் பேசி வருவேன்.

முத்துக்கறுப்பனின் தகப்பனார் மிகுந்த கஷ்டப்பட்டுத்தான் அவனைப் படிக்க வைத்தார் என்பது தெரியும். எத்தனை கஷ்டப்பட்டார் என்ற விவரம் பின்னரே – அவர் மரணத்தின் பின்னரே – தெரிந்தது.

❍

அன்று எனது ஓய்வூதியக் கணக்கில் ஏற்பட்ட மாற்றம் பற்றித் தெரிந்துவர அலுவலகம் சென்றிருந்தேன். சிறிது நேரம் முத்துக்கறுப்பனுடன் பேசிக்கொண்டிருந்தேன். அப்போதுதான் அந்தத் தொலைபேசி அழைப்பு அவனுக்கு வந்தது – அவன் குடியிருக்கும் வீட்டின் மாடியில் இருப்பவரிடமிருந்து. “என்னவோ தெரியவில்லை அப்பா பற்றி ஏதோ சொல்கிறார்கள்” என்று படபடப்புடன் சொல்ல, சங்கதி முக்கியமானது என்று தெரிந்து ஒரு ஆட்டோ ஏற்பாடு செய்து விரைவாக வீடு வந்து சேர்ந்தோம்.

தரையிலே மூலையில் ஒரு பாய் அதில் சாய்ந்து விழுந்தவரை மாடியில் இருப்பவர்தான் கொஞ்சம் நிலைப்படுத்திப் படுக்க வைத்திருக்க வேண்டும். பக்கத்தில் ஒரு தட்டில் இரண்டு இட்டிலியும் மீதமும். சாப்பிட்டுக்கொண்டிருக்கும்போது ஏற்பட்ட மரணம்.

உறவு என்று சொல்ல அப்படி யாருமில்லை. இருப்பதாகத் தெரியவில்லை. அவன் அப்பாவின் ஒன்றுவிட்ட சகோதரி அதே தெருவில் குடியிருந்தபடியால் உடனடியாகச் சொல்லியனுப்பப்பட்டது. அந்த அம்மாள்தான் தினசரி சாப்பாடு – இட்டிலி ஏதாவது

செய்து அனுப்பிக்கொண்டிருந்தாள். மேற்கொண்டு நடக்க வேண்டிய காரியங்களை நானே நின்று கவனித்தேன். அலுவலகத்திற்கும் விசயத்தைத் தெரிவித்தேன்.

○

எல்லாம் முடிந்தன. மாடியில் இருப்பவர் மிகவும் உதவியாக இருந்தார். ரொம்ப காலமாக இருவரையும் அறிந்தவராகவும் இருந்தார். இவனைப் பற்றி மிகவும் நல்ல அபிப்பிராயம். தகப்பனாரைத் தியாகி என்றார். அதாவது இவன் விசயத்தில். எல்லாம் சொன்னார்.

முத்துக்கறுப்பனுக்கு வேலை கிடைப்பது வரை அவன் தகப்பனார் பட்ட கஷ்டம் நான் அறிந்ததைவிடப் பல மடங்கு அதிகம் எனத் தெரிந்தது. மகன் அறிவானோ என்னவோ, அவர் இவனுக்கு மட்டுமே சாப்பாடு ஏற்பாடு செய்துவிட்டு இட்டிலியை மட்டுமே உண்டு வந்திருக்கிறார். அப்படியில்லை என்றால் அவன் படிப்பை முடிக்கும் வரை தாக்குப் பிடிக்க முடியாது என்று அறிந்திருப்பார்.

அவர் மரணம் சில விசயங்களைச் சொல்லிற்று என்றால் அங்கே குடியிருப்போர் எல்லாவற்றையும் சொன்னார்கள்.

இன்னொன்றையும் அன்றுதான் தெரிந்துகொள்ள முடிந்தது – முத்துக்கறுப்பன் சொல்லாமலேயே. அதாவது, அப்பா காலமான நாளிலிருந்து அவனது வைராக்கிய உணவு முறைக்கு அவன் கடைசியாகக் கண்ட – அப்பா சாப்பிடாமல் சென்ற – அந்த இரண்டரை இட்டிலித் துண்டுகளே காரணம் என்பது. ●

- காவ்யா, 2015

89. ஐயன்மீர் - சற்றுப் பொறுங்கள்

"ஐயன்மீர் – தவறாக நினைத்துவிடாதீர் – உள்ளம் கடந்த விஷயம் தான் கடவுள் என்னும்போது, கடவுள் என்றால் ஒன்றுமில்லை என்றுதான் பொருள் கொள்ளப்படும். நாஸ்தி என்ற வடசொல்லிற்கும் இல்லை என்பதுதான் பொருள். ஆஸ்தி என்று சொல்லும்போதுதான் சேர்த்து அடைத்து வைத்திருப்பதால் இடம் வேறு இல்லை – புதிதாக எதுவும் வர முடியாது என்ற பொருளைத் தரும். எனவே நாஸ்திதான் உண்மையில் கடவுள் பற்றிக் கூறுவது ஆகும் – என்ன சொல்கிறீர்கள் – இதையும் படியுங்கள்.

முடிவு என்ற ஒன்று இருந்தால் ஆரம்பம் என்ற ஒன்று இருந்திருக்க வேண்டும் – அது எது – சொல்ல முடியுமா – பேச்சி அம்மனும், சுடலைமாடனும் கருப்பண்ணசாமியும் தோன்றிய காரண காரியங்களும் அப்படித்தான்."

○

புதிதாக எழுதியதைப் படித்துக் காட்டினான் முத்துக்கறுப்பன். முருகேசன் கேட்டுக்கொண்டிருந்தான்.

"இங்கே – தென்னாட்டில் – ஒரு கோட்பாடு – சித்தாந்தம் – உண்டு. தென்னாடு என்பதிலுள்ள 'தென்' என்ற சொல் தெற்கு என்னும் திசையைக் குறிப்பதல்ல. அது தோன்றும் தென்படும் என்னும் பொருளைத் தருகிறது. தென்னாடு, தென்னன், தென்மொழி, தென்னவன், தென்பாண்டி என்பதெல்லாம் அப்பொருளையே கொண்டு நிற்கும். இந்தச் சித்தாந்தம் தமிழ்மொழிக்கே உரியதாகும். வேறுவகையில் சொன்னால் தோன்றக்கூடிய ஒன்றைப் பற்றி உலகில் உள்ள எல்லா சமயக் குரவரும் அறிஞரும் தத்துவவாதிகளும் நிறையவே சொல்லியிருக்கின்றனர். தோன்றும் என்றுதான் சொல்கிறார்களே யொழிய எது என்று சொல்ல முன்வரவில்லை. தோன்ற

வேண்டுமென்றால் அதற்கு முதலில் எதுவுமே இல்லாத இடம் வேண்டும். அது மட்டும்தான் தெரிந்த விஷயம். எதுவும் மனத்துக்கண் இல்லை என்னும் நிலை. மனமே இல்லை என்னும் நெறி. இல்லை இல்லை என்பதால் ஏற்படும் நெறி – கோட்பாடு – தத்துவம் காலங்காலமாக இங்கே வழங்கி வந்த – வருகிற – கடவுள் என்னும் சொல்லின் பொருளும் இதுதான் என்று தெரிந்துகொள்ளலாம். இந்தக் கோட்பாடு பூங்குன்றனிலும் வள்ளுவத்திலும் திருமூலரிலும் நம்மாழ்வாரிடமும் உண்டு."

இந்த இடத்தில் மேலே சொன்ன விவரங்கள்தாம் பொருத்தமாக இருக்கும். எப்பவோ படிச்சது. ஆனால் எழுதியது யாருன்னு தெரியலை. நாம எழுதியது மாதிரி காட்டினா அது நல்லாவா இருக்கும்?

கேட்டுக்கொண்டிருந்த முருகேசன் சொன்னான்.

"நானும் படிச்சிருக்கேன். அதை எழுதியது வேற யாருமில்ல. நீதான்.

ஒன் கட்டுரைதான். பத்து வருஷம் முன்னாடி இருக்கும். நீ எழுதியது உனக்கே ஞாபகம் இல்ல. எழுதி என்ன கிழிக்கே. அந்தக் கட்டுரைத் தலைப்புகூட எனக்கு ஞாபகம் இருக்கு. 'ஐயன்மீர் – சற்றுப் பொறுங்கள்' – நீ செக் பண்ணிப் பாரு."

கேட்டுக்கொண்டிருந்த முத்துக்கறுப்பன் மௌனி ஆனான்.

- காவ்யா, 2015

90. எறும்பு

சிறுகதைகள்

எறும்பைப் பற்றி அடிக்கடி நினைத்துக்கொள்ள வேண்டி யிருக்கிறது. அதைப் பார்க்காத நாள் இல்லை. நடக்கும் போதும் – வீட்டில் இருக்கும்போதும் – நம்மோடு வந்துவிடுகிறது. ஈயும் எறும்பும் எங்கும் உண்டு – சரி – பழமொழிகள் சிறு வயதிலேயே பிடிபட்டு விடுகின்றன. ஆனாலும் பழமொழி பலவற்றில் சொல்லப்படும் வாசகங்களின் பொருள் தெரியாமலேயே நாம் காலங்காலமாகப் பயன்படுத்தி வருகிறோம்.

களவும் கற்று மற என்பதை களவையும் கற்றுத் தேர்ந்து பின்னர் மறந்துவிட வேண்டும் என்று சொல்லித் தந்திருக்கிறார்கள். அது சரியான பொருள்தானா என்ற சந்தேகம் சிறு வயதிலேயே எல்லோருக்கும் ஏற்படும். இருந்திருந்து களவைத்தானா கற்றுக் கொள்ள வேண்டும்? இப்படி எல்லா தவறுகளையும் கற்றறிந்து கொள்ள வேண்டுமா? அப்படிப்பட்ட பொருள் கொண்டது அல்ல என்று பின்பு அறிவுறுத்தப்படுகிறோம். களவு – இது திருடுவது என்ற பொருளைக் கொண்டது. கத்து – இது புறங்கூறுதல். களவையும் புறங்கூறுதலையும் விட்டுவிட வேண்டும் என்ற பொருளில் சொல்லப்பட்டது எனத் தெரிய வருகிறது. கிருபானந்த வாரியார் போன்றவர்கள் நிறைய எடுத்துக்காட்டுகளைக் கூறி மக்களைக் கவர்ந்திருக்கிறார்கள். வாரியார் சொல்வது நல்ல சுவையுள்ளதாகவும் இரட்டை அர்த்தம் விளங்கும் விதத்தில் இருந்தாலும் அப்படியே எடுத்துக் கொள்ள முடியாது.

"ஏழிரண்டு ஆண்டில் வாவென இயம்பினன் அரசன் என்றாள்" என்ற கம்ப இராமாயண வரிகள், கைகேயி இராமனிடம் "நீ காடு சென்று பதினாலு ஆண்டுகள் கழித்து வா என்று அரசன் (ரசனை இல்லாதவர்) சொன்னார்" என்று கூறினாள் என்பது அவர்தம் விளக்கம்.

இது வாரியாருடைய உரைதான். மிகவும் புத்திசாலித்தனமான பாமரர்களைக் கவரக்கூடிய உரை. கம்பனுக்கே இது புதிது. இப்படி வாய்ஜாலம் பண்ணி அந்த உலக மகா கவிஞன் பெயரெடுக்க வேண்டியதில்லை.

பழமொழிகள் மட்டுந்தானா – இல்லை, திருக்குறளே பலராலும் எப்படி எல்லாமோ பொருள் தரப்பட்டிருக்கிறது. கற்க கசடற – இது வள்ளுவனின் பிரசித்தி பெற்ற வாக்கு. ஐயப்பாடு இல்லாமல் படி என்று உரை – பரிமேலழகர் உபயம். கசடு என்றால் ஐயம், குற்றம் என்ற பொருளை எல்லாம் கொண்டுள்ளது. இந்த இடத்தில் ஐயம் என்ற பொருள் பொருந்துமா? எடுத்த உடனேயே கல்வி என்றால் என்னவென்று சொல்லாமல் சந்தேகம் இல்லாமல் படி என்றா சொல்லியிருப்பார். எல்லா சாத்திரங்களையும் மனுதர்ம சாத்திரம் உட்பட படித்து அதன்படி நடந்துகொள் என்றா வள்ளுவர் சொல்லியிருப்பார்? பிறப்பொக்கும் எல்லா உயிர்க்கும் என்று சொன்னவரா மனுதர்ம சாத்திரப்படி நிற்க என்று சொல்லுவார். வேடிக்கைதான். இது பரிமேலழகர் அருளிச் செய்த உரை. அவர் ஸ்ரீரங்கம் கோவில் அர்ச்சகர். நிற்க.

இந்த எறும்பு சமாச்சாரம். பழமொழிக்காக இதை ஆரம்பிக்கவில்லை. ஒருதடவை வீட்டிலிருந்து புறப்படும்போது கவனித்தேன். ஒரு எறும்பு தரையிலிருந்து எனது வேட்டியில் ஒட்டிக்கொண்டு என்னுடன் வெளிவந்து பிரயாணத்தைத் தொடங்குகிறது. நான் பேருந்து பிடித்து ஒரு பத்து மைல் தள்ளியுள்ள இடம் சென்று இறங்கும்போது அது வேட்டியிலிருந்து கீழே விழுந்து அங்கே தரையில் நகர்ந்துகொண்டிருந்த எறும்புக் கூட்டத்து வரிசையில் சேர்ந்து வேலையைக் கவனிக்கத் தொடங்கிற்று. எறும்பிற்கு எலும்பு கிடையாது – சரி கண்ணும் கிடையாது போலிருக்கிறது. இல்லையென்றால் இத்தனை தூரம் வந்து முன்பின் தெரியாத கூட்டத்தில் ஏதோ சொல்லிவிட்டு வந்ததுபோல் திரும்பவும் கலந்து கொள்ளுமா? கலந்துகொண்டதுகூடப் பெரிதல்ல – எந்தவிதத் தயக்கமும் இல்லாமல் அந்தக் காரியம் நடந்தேறிவிட்டதே.

❍

இரயில் பயணம் நெல்லையில்தான் தொடங்க வேண்டும். அங்கே வந்தால்தான் இரயிலையே பார்க்க முடியும். ஊரிலிருந்து இருபது மைல். அப்படிப்பட்ட ஊரிலிருந்து புறப்பட்டவன் இரயில் ஏறி ஒன்றரை நாள் பயணம் செய்து தயிர்ச்சோறும் நிலக்கடலை மிட்டாயும் வாங்கி இரவு தூங்காமல் கொண்டு வந்த துணிப்பையை (அது மூன்று வேட்டிகளும் இரண்டு சட்டைகளும் அடங்கியது) பாதுகாத்து காலையில் பட்டணம் சேர்ந்து வண்டியிலிருந்து இறங்கினால், ரிக்ஷா இழுப்பவன்கூட கரிசனையுடன் அணுக வில்லை. அங்கிருந்து சூளை, பட்டாளம், புளியந்தோப்பு, ஓட்டேரி என்று அலைந்து உறவினர் வீட்டைக் கண்டுபிடிக்கக் கிட்டத்தட்ட மதியம் ஆகிவிட்டது. உறவினர் வீடு மில் ஒன்றின் பக்கம் என்று தெரிந்து வைத்திருந்தது பயன்பட்டது. வழி கேட்பதில் இன்னொரு சங்கடம் மொழி. குறிஞ்சி நிலம் ஏற்பட்டு விவசாயம் மலராத காலத்திலேயே தோன்றிய அந்த மொழியில் அவன் பேசி பதிலையும் பெற்றாலும் புரியாத நிலை. அப்போதே தோன்றி மறைந்தது அந்த வெறுப்பு.

அந்தப் பட்டணத்தில் முத்துக்கறுப்பனால் அதிக நாள் இருக்க முடியவில்லை. உறவினர் சகாயம் சிறிது இருந்த போதிலும் ஏதோ அந்நிய நாட்டிற்கு வந்துவிட்டாற் போன்ற

நிலை. காலையில் பல் தேய்ப்பதில் இருந்து ட்ராம் வண்டி ஏறி வேலை பார்க்கும் இடம் சென்று மாலை திரும்பும் வரை செய்ய வேண்டியவற்றைத் தயங்கித் தயங்கியே செய்ய வேண்டிய நிலை.

ஒருநாள் தனது முடிவை உறவினரிடம் தயக்கத்தோடு சொல்லி ஊர் திரும்பத் தயாரானான்.

அவன் வேட்டி வழி தரையிலிருந்து ஓர் எறும்பு அப்போது ஏறி இருந்தது.

- காவ்யா, 2015

நாவல்கள்

பறளியாற்று மாந்தர்

முப்பதுகளின் முன்னர்

ஆரல்வாய்மொழிக்குக் குறுக்குப் பாதை வழியே ஒரு குழந்தைகூட போய் வந்துவிட முடியும். அறுத்துப் போட்டிருக்கும் வயற்காடு தானாகத் தோற்றுவித்திருக்கும் தடங்கள் அதிகம். உழவுப் பருவம் தொடங்கவில்லையென்றால் நடந்து செல்வது மிகவும் எளிது. பூவரச மரங்கள் இலைகளை இழக்காது ஓடைக் கரையில் பச்சையை நெடுகத் தோற்றுவித்துக்கொண்டிருப்பது உழவு வரைதான் – இலைகள் உரமாகிவிடும். அந்தச் சிறு கிளைகள்கூட துண்டுகளாகச் சிதைக்கப்பட்டு இலைகளுடன் கலந்துவிடும். வயலின் நடுவே ஊன்றப்பட்டிருக்கும் பெரிய மரத்துண்டின் மேல் தழையுரம் தயாராகும். கூடவே மரமடிப்பது நடக்கும். கண்ணிற்கெட்டிய தூரம் வரை வயற்காட்டில் உழவும் அதன்பின் மரமடித்து சமன் செய்யும் வேலையும் நடைபெறும்.

கண்ணிற்கெட்டிய தூரம் வரை அப்படித்தான் தெரிந்து கொண்டிருந்தது. நடப்பது எளிதாகவிருந்தது.

சோழபுரத்தின் நாற்பது குடியிருப்புகளைத் தாண்டிவிட்டாலே ஆரல்வாய்மொழிச் சாலை தெரிந்துவிடும். இடையிலே தவழ்ந்திருக்கும் வயற்காடும், அப்பால் தூரத்தே தெரியும் ஏரியும் ஊர்களை வேற்றுமைப்படுத்தாது. நடை சுகமாகவிருக்கும். நடப்பது பயிற்சியாகவும் படிப்பினையாகவும் அமையும்.

இரண்டிற்கும் நடுவிலே ஓடிக்கொண்டிருக்கும் வாய்க்கால் நெடுந்தூரம் செல்லும். ஆனால், சோழபுரத்து வாய்க்காலின் தண்ணீர் ருசி அது ஓடும் வேறு ஊர்களுக்கு இருந்ததில்லை.

சாலையில் முதலில் இருப்பது தபால் வண்டியும் கச்சேரியும். தாண்டி நடந்தால் இரண்டு மூன்று ஓட்டு வீடுகளும் கூரை போட்ட ஒரு மடமும். இது தெற்கூர் பகுதி. தபால் வண்டி

இங்கிருந்து புறப்படுவது இப்பகுதியின் மகிமை. மடத்தையும் அதைச் சார்ந்த தோப்பையும் விட்டுவிட்டால் தெற்கூரில் ஆள் நடமாட்டம் குறைவு. வண்டி நிற்கும் சில இடங்கள் தவிர மற்றவை இன்னும் பூவரச மரங்களாலேயே கவரப் பெற்றிருந்தன. அங்கிருந்து நேராக அரை மைல் தூரத்திலிருந்தது 'டோல்கேட்.' அதையும் தாண்டிச் செல்வது நெல்லைச் சீமைக்குப் போகும் பாதை.

ஆனால் தெற்கூருக்குத் தபால் வண்டியும், மடமும், டோல்கேட்டும் தரும் பெருமையே போதும். மீதியுள்ள குணநலன்கள் ஆரல்வாய் மொழியின் வடக்கூரையே சாரும்.

அதன் வடகோடியில் அமைந்த அம்மன் கோவிலும் நாலு வீதிகளும் ஊரை விமரிசையாகக் காட்டும். கோவில் பழையது. பெரிய மதில்களையும் சிறிய கோபுரத்தையும் கொண்டது. கோவிலை அடுத்தாற் போலுள்ள மூன்று கள்ளிப்பெட்டி போன்ற வீடுகள் குருக்கள்மார்களுக்கென ஒதுக்கி வைக்கப்பெற்றிருந்தன. நான்குநேரியிலிருந்து வந்த மூன்று ஓதுவார்கள் அந்தத் தெருவில் இருந்தனர். அவர்களில் ஒருவருக்கு சோழபுரத்தில் பூசனை.

கோவிலின் வடபக்கம் கண்ணிற்கெட்டிய தூரம்வரை மலைதான். மேற்குத்தொடர்ச்சியின் கடைசிப் பகுதி அது. மலைத்தொடர் வெகு சமீபமாகவிருப்பதால் இவ்வூரில் விறகுப் பஞ்சம் கிடையாது. பத்துக் குடும்பங்கள் அதில் பிழைத்தன.

நான்கு தெருக்களிலும் விவசாயம் பேசப்பட்டது. அதன் சார்புடைய பேச்சைத் தவிர புரிந்துகொள்ளப்படும் விஷயம் வேறு எதுவுமில்லை. தபால் வண்டி வேலை – மடத்து வேலை – இவைதவிர, மீதியுள்ளோருக்கு வயற்காடுதான்.

ஓட்டு வீடுகள் அதிகமில்லை. காலங்காலமாக தாங்கள் குடியிருந்த இடங்களை அழித்துக்கட்டுவதில் அவர்கட்கு நம்பிக்கையிருந்ததாகச் சொல்ல முடியாது. பல தூரம் போய்வந்ததாகச் சொல்பவர்கள் தாங்கள் பார்த்து வந்த சங்கதிகளைச் சொல்லும்போது கேட்பவர்கள் தங்கள் ஊரின் பெருமையை மறக்கக்கூடும் – மலைகளையும் வயற்காடுகளையும் ஒரு கணம் இகழ்ச்சிக் கண்ணோடு பார்த்துக் கொள்வார்கள்.

மேலத்தெரு பண்ணையார்கள் வாழ்ந்த இடம். தட்டு எனப்படும் மாடிப்பகுதி அங்குள்ள இரண்டு வீடுகளிலே காணப்படும். மடத்தில் வேலை செய்யும் நால்வர் இங்குள்ளவர்கள் – தேவாரப் பாடசாலை ஆசிரியர்கள். ஊரின் கல்வி இவர்கள் கையில். சுற்றுப்புறச் சிற்றூர்களிலிருந்து வரும் நாற்பது பையன்களை அவர்கள்தாம் மேய்த்தார்கள். ஏடு தொடங்குவதிலிருந்து மடத்திலே பொங்கல் தயாரிப்பது வரை அவர்கள்தாம்.

சுற்றியிருந்த கிராமங்களைப் போலல்லாது ஆரல்வாய்மொழியின் அதிக நிலங்கள் நெற்பயிருக்காகவுள்ளன என்று சொல்ல முடியாது. சொல்லப்போனால், நிலக்கடலையும் கீரையும்தாம் முக்கியம் பெற்றன. வேறு சந்தைகளுக்கு அங்கிருந்து கீரை செல்லும் – கடலைக்காகப் பலர் அங்கு வருவார்கள்.

ஆனால், சுற்றுவட்டார ஊர்களின் அநேக வயற்காடுகள் ஆரல் வாழ் மக்களுக்கே சொந்தம். பக்கத்து சோழபுரத்தின் பலர் ஆரல் மண்ணை நம்பி வாழ்ந்ததுண்டு. இரண்டு ஊர்களுக்கும் நடுவில் கிடக்கும் ஏரிக்கரை பூவரச மரங்கள்கூட பண்ணைக்கே சொந்தம். என்றாலும் அந்த வேற்றுமைகள் உணரப்பட்டதாகத் தெரியவில்லை. இந்த ஊர்களெல்லாம்

– சோழபுரம் – கண்ணன்புதூர் – செண்பகராமன்புதூர் – எல்லாமே ஒன்றாக இருந்திருக்கவேண்டும் என்பது போல நடந்துகொண்டனர். இயற்கையிலேயே அப்படி யொரு தன்மை நிலவுமென்றால் அது உண்மையாகவே இருக்கும் போலும்.

சோழபுரத்தில் புறப்பட்ட அரை மணி நேர நடையில் ஆரலின் தெற்கூர் வந்துவிடலாம். மாலைநேர தேவாரப் பாட்டுகள் மடத்தில் அசிரத்தையாகப் பாடப்பட்டுக்கொண்டிருக்க, அப்போது வந்து சேர்ந்த தபால் வண்டியருகே பத்துப் பதினைந்து பேர் சூழ்ந்து நிற்கவும், அவர்களை விரட்டலானார் வண்டிக்காரர். சேரன்மாதேவியும் – களக்காடும் – நெல்லைச் சீமையும் அவருக்கு சாதாரணம். அவர் புகைத்துக்கொண்டு ஓடும் ரயில் வண்டியையே பார்த்திருப்பவர். மதுரை வரை சென்று வந்துள்ளதாகச் சொல்லுவார்.

விளக்கு வைத்த சில நாழிகைக்குள் மடத்து வெளிவாசல் மூடப்பட்டுவிடும். இனி அதிகாலை தபால்வண்டி புறப்படும் நேரமே ஏறக்குறைய மடம் திறக்கும் நேரம்.

நேராகச் சென்றுவிட்டாலே வடக்கூரின் மேலைத் தெருவில் சேர்ந்துவிடலாம். பண்ணையார்களின் தட்டு வீடுகளின் முன்னராகவே அவைகளைவிடப் பெரிய – ஆனால் சிறிது சிதிலமடைந்த – வீடு.

கையிலிருந்த தடிக்கம்பால் கதவைத் தட்டி ‘மீனாட்சி’ என்று குரல் கொடுத்தார்.

‘வந்திட்டேன்’ என்று கதவைத் திறந்தாள்.

‘பயலுக்கு எப்படியிருக்கு’ என்று கேட்டவாறே உள்ளே வந்தார் சிவசங்கரன்.

ஆரல் வாழ் மக்களை எந்தக் கவிஞனும் பாடியதில்லை. ஆனால், அந்த ஊர் சார்ந்த பல இடங்களைச் சுற்றி வளைத்துக்கொண்டு ஓடும் ஆற்றை அப்படிச் சொல்ல முடியாது. மடத்து சோமசுந்தர தம்பிரான் பல்துளியாறு என்று முழுதாக உச்சரிப்பார். அங்கு பாய்ந்த எல்லா ஆறுகளுமே பஃறுளிதாம்.

அது ஆரல்வாய்மொழியைத் தொட்டு ஓடவில்லை. ஆற்றின் வெட்டாறுகளும், கால்வாய்களும் ஓடாத அந்தப் பூமியில் இடமும் இல்லை. அதனிடமிருந்து பிரிந்து வந்த கால்வாய்கள் அதனிடமே சேரும். நாட்டை மறந்தது போல் ஆற்றையும் மறந்தவர்கள் அதிகம்.

ஏதோ வரி மலையிலிருந்து பொங்கிவருவதாகச் சொல்வார்கள். கோட்டாறு வரும் போது பெரியதொரு ஆறாக மாறிவிடுகிறது. அதற்கு முன்னர் அது படுத்தும் விந்தைகள்தாம் எத்தனை? குளங்களும் ஏரிகளும் வாய்க்கால்களும்தாம் எத்தனை? அந்த நீர் நிலையங்களின் பக்கமுள்ள வயல்களுக்குத்தான் எத்தனை மகத்துவம்? ஊற்றாங்கால் என்ற பெயருண்டு அந்த நிலங்களுக்கு. சோழபுரம் வயற்காட்டின் பல பகுதிகள் சிவசங்கரனுக்குச் சொந்தம்.

ஆரலின் கிழக்கே பறளியாற்றின் ஆதிக்கம் கிடையாது. அதனால்தான் அது வேறு நாடு போல் தோற்றமளித்தது போலும். மடத்துத் தம்பிரான் – வைகாசி விசாகம் போன்ற பல நாட்களில்– பேச்சோடு ருசிகரமாகச் சொல்வார். இதை விட்டு கிழக்கே சென்றால் பாலைநிலம் போலுள்ளது என்பார். ஆரலின் கிழக்கே நெல்லை ஆரம்பமாகிறது.

இத்தனைக்கும் நெல்லைச் சீமையின் விக்கிரமசிங்கபுரத்து மெய்கண்ட தேவனின் பாதமலர் வழுத்திப் பேசும் ஒரு பிறவிதான் அவர். சற்றேறக்குறைய அவர் பேச்சு பின்வருமாறு அமையும்:

"சைவமும் தமிழும் எது வரைக்கும் சென்றிருந்தன எனச் சொல்வது அரிது. இந்த ஆரல் மண் போல் சேர ஆட்சிக்கு உட்பட்டிருந்ததுதான் தமிழ் முனிவனின் பொதிகை மலை வரையுள்ள பகுதி. களக்காடும், சேரன்மாதேவியும், ராதாபுரமும் இதோடு இணைந்தவையே. முன்பு தென்பாண்டியனும் இவை எல்லாவற்றையும் ஆண்டான். விரிசடையானுக்கும் குன்றம் எறிந்தவனுக்கும் நிலந்தரு திருவிற் பாண்டியற்கும் பின்னர் எல்லாரும் எல்லாவற்றையும் ஆண்டனர்."

ஆனால், களக்காட்டையும், சேரன்மாதேவியையும் பற்றி தம்பிரான் சொல்வதைவிட சிவசங்கரன் அதிகம் அறிந்திருந்தார் என்று சொல்லவேண்டும். அவரும் அவரது மூதாதையரும் களக்காட்டுப் பக்கத்தைச் சேர்ந்தவர்களே. அது ஏன்? இன்று பறளியாற்றை அண்டிக் கிடக்கும் அத்தனை பேரும் ஏதோ ஒரு சமயம் ஏதோ ஒரு காரணங்காட்டி இந்த மகத்தான பூமிக்கு எங்கிருந்தோ வந்துவிட்டவர்கள் என்று சொல்லிவிடலாம். அதற்கும் முன்னர் ஆரல் மண்ணிலிருந்துதான் மக்கள் எங்கும் சென்றனர் என்று சொல்லிவிடுவதால் வரலாற்றின் குடி முழுகிவிடாது. பறளி ஆறு ஓடின நிலத்தில் மழை தாராளமாகப் பெய்தது – நஞ்சை கொழித்தது.

அவரும் அவரது பண்ணையாரும் ஒரே சமயத்தில் இந்த ஆரல் மண்ணிற்கு வந்துசேர்ந்திருக்கவேண்டும். வந்தாக வேண்டிய கட்டாயம் நேர்ந்திருக்கிறது. ஒரே நாளில் மூட்டைகளைக் கட்டிக்கொண்டு நகைகளைப் பத்திரப்படுத்தி – நடந்தோ ஓடியோ வந்திருக்கவேண்டும். வெகுகாலமாக நடந்து வந்த சங்கதிதான் நடந்துகொண்டிருந்தது.

சிவசங்கரன் பண்ணையாரிடம் கணக்காளராகவும் வேலையாளாகவும் இருந்தார் என்று சொல்ல முடியாது. அவர் பண்ணையார் குடும்பத்தில் ஒன்றாகிவிட்டவர். களக்காட்டிலும் ராதாபுரத்திலும் தீவட்டிக் கொள்ளையரைத் தனியாளாக நின்று வென்றவர் என்ற பெயருண்டு. தலைமுறைகளில் அது கண்கள் விரிய வைக்கும் பல கதைகளாக மாறினாலும் கொள்ளைக்காரரை ஒரு விதத்தில் வென்றவர்தாம் அவர்.

பண்ணையாரின் மூத்த மகளின் திருமண நாள் நிச்சயிக்கப்பட்டு வீட்டில் முறுக்கு முதல் முந்திரிக்கொத்து என்று பலகாரங்கள் தயாராகி, உறவினர்கள் வந்துசேர்ந்து கொண்டிருந்தனர். சிவசங்கரன் அலுத்துப்போய்விட்டார். அவருடைய மனைவி உண்டாகியிருந்த சமயம் அது.

கல்யாண நாளுக்கு இரண்டு நாள் முன்பாகவே மழை வரும் அறிகுறி தெரிந்தது. எதிர்பாரா மழை. எதிர்பாராதவை பல விதத்திலும் வந்தன.

மடையைத் திறந்து விட்டு வந்துவிடலாமென வயலுக்குச் சென்றவர் தலைப்பாகையோடு வரப்பிலே நின்றுகொண்டிருந்த வாட்டசாட்டமான ஆளைக் கண்டு திகைத்துப்போனார். ஏதோ இவரை எதிர்பார்த்து நின்றவன்போல பேசவாரம்பித்தான் அவன். களக்காட்டிலே யாரும் தலைப்பாகை அணிவதில்லை.

“பிள்ளைவாளை இங்க பார்க்கலாம்னுதான் நிக்கேன்.”

என்ன சொல்கிறான் – சொல்லவாரம்பிக்கிறான் என்பது சிவசங்கரனுக்கு உறைக்கவாரம்பித்தது. ஆனாலும் இது காலமல்லாத காலம். இந்த நேரத்தில் இதுவாவென்று அஞ்சியது மனம்.

நின்றவன் நெடுநேரம் பேசினான். வயற்காட்டில் ஆளரவமில்லை. சிறிதாகத் தூற்றல் இருந்தது. நிறைந்த நீருடன் பயிர்கள் அசைந்து கொண்டிருந்தன.

சிவசங்கரன் மடையைத் திறந்துவிட்டார். கட்டிகளாக புற்கள் அரும்பியிருந்த மண்ணை விலக்கி மடையை ஒழுங்குபடுத்தினார். காலங்காலமாகச் செய்துவந்த வேலை – வேலை தானாகவே முடிந்துவிடும் பக்குவம்.

அவர் பண்ணை வீட்டிற்கு வந்தபோது காரியங்கள் நடந்துகொண்டிருந்தன. பண்ணையார் ஊஞ்சலாடிக்கொண்டிருந்தார். சற்று நேரம் முன்திண்ணையில் நின்றுகொண்டிருந்துவிட்டு, “நான் சேர்மாதேவி போயிட்டு வரட்டுமா” என்று கேட்டார்.

அவசரத்துடன் ஊஞ்சலை நிறுத்தி ஏறிட்டுப் பார்த்தார் பண்ணையார். ‘என்ன பைத்தியக்காரன் மாதிரி இப்ப வந்து’ என்ற எண்ணத்துடன்.

ஆனால், சிவசங்கரன் மறைத்துப் பேசவில்லை. இப்போது சேர்மாதேவி போய்விட்டு வர முடியாது என்று தெரியும். களக்காட்டு எல்லையிலே அவர்கள் நின்றுகொண்டிருப்பார்கள். அவர்களைத் தாண்டி வண்டி போய்விடுவது நடக்கிற காரியமில்லை. ஒரு நாழிகையும் தாமதிக்க முடியாது. அவர்கள் சொன்ன சொல் தவறாதவர்கள். நேரமும் தவற மாட்டார்கள். பகலில்தான் வருவார்கள். கையிலே தீவட்டி இருக்காது.

அது பிற்பகல் நேரம். மாப்பிள்ளை வீட்டுக்காரர் வந்து, அவர்கள் தங்க மூன்று வீடுகளை ஏற்பாடு செய்தாயிற்று. வில்வண்டிகளைக் களத்தில் நிறுத்தியாயிற்று. சேர்மாதேவி போய் ஆட்களைக் கூட்டிவர முடியாது என்று தெரிந்தது சிவசங்கரனுக்கு.

‘கையெழுத்து மறைவதற்கு முன்னால்’ என்று சொல்லியிருந்தான் தலைப்பாகைக்காரன். அது சரியாகவே இருந்தது.

வந்தவர்களில் மூத்தவன் அவர்களின் முன்னர் நடந்து உள்ளே வந்தான். ஊஞ்சல் பக்கத்தில் சிவசங்கரன் மட்டுமே நின்றிருந்தார். வெளியே களத்தில் வண்டிக்காரர் சிலரின் முனகல் கேட்டது. பண்ணையார் உள்ளே எங்கேயோ இருந்திருக்கவேண்டும்.

“என்ன வேய் பண்ணையாரே.”

“நான் பண்ணையாரில்லே” – சிவசங்கரன் பதில் சொன்னார். தலைவன் தலையைப் பின்னால் திருப்பி ‘ஏய் முத்துக்கறுப்பா’ என்று கையை நீட்டினான். நீட்டிய கையில் ஒரு வெட்டரிவாள் தரப்பட்டது.

சிவசங்கரன் அசையாமல் “நீங்க எல்லாரும் இருக்கணும்” என்றார்.

“பண்ணையார் எங்கே – ம்.”

"இருக்காரு – உள்ளே. வலி மாதிரி வந்து படுத்திருக்காரு. பாயிலே இருங்க. நாளைக்கு இங்க கல்யாணம். நீங்க இருந்து நடத்திக் கொடுத்துட்டுப் போகணும்."

உள்ளறைக் கதவைத் திறந்தார். பண்ணையார் படுத்திருப்பதையும்– அவர் பெண் காலடியில் இருப்பதையும் அவர்கள் பார்த்துக்கொண்டனர்.

"அவதான் பொண்ணு. நாகம்மா – இங்கே வா."

அந்தப் பெண் தன் தகப்பனார் நிலையை அடையும் நிலையிலிருந்தாள். பூரணமான அலங்காரத்துடன் – ஒரு நகையும் விடாது அணிந்திருந்தாள். எடுத்து வைத்த ஒவ்வொரு காலடியிலும் பூமி உள்ளே போயிற்று. சிவசங்கரன் பின்னால் வந்து நின்றாள்.

"இவதான் – நாகம்மா – இவுகளையெல்லாம் கும்பிடு – இவதான். எல்லா நகையும் போட்டிருக்கா – நீங்க இருக்கணும்."

மூத்தவன் அமர எல்லாரும் பாயில் உட்கார்ந்தனர்.

"ஏய் சுப்பையா" என்று குரல் கொடுத்தார் சிவசங்கரன்.

கொஞ்ச நேரத்தில் முறுக்கும் முந்திரிக் கொத்தும் பலகாரங்களும் நல்ல வாழையிலையில் பரிமாறப்பட்டன. தண்ணீர் ஊற்றிக்கொடுத்தார் சிவசங்கரன் – பானகமும் சுக்கு நீரும் கடைசியாக.

அவர்கள் சாப்பிட்டு முடித்தனர். ஒரு பகுதி எழுந்தபோது, வெளியே நின்றிருந்த மீதிப் பேர் வந்தனர். பானகத்திற்காக எலுமிச்சம் பழங்களைத் தேடினார் சமையற்காரர். வெற்றிலை பாக்கு கொடுத்தார் சிவசங்கரன். 'உம்ம பேரு என்ன?' என்று கேட்டறிந்தான் அந்த மூத்த மனிதன்.

நாகம்மா நின்றுகொண்டிருந்தாள்.

"இந்தப் பெண்ணுக்குத் தாயார் இல்லே. இதுக்குக் கல்யாணம் ஆகணும். வேறே ஒண்ணும் எங்களுக்கு வேண்டாம் – எல்லா நகையும் போட்டிருக்கா. பத்தயத்திலே நெல்லிருக்கு. களத்திலே வண்டியும் மாடும். எங்களுக்கு எதுவும் வேண்டாம். என்ன வேணுமானாலும் எடுத்துக்குங்க."

மூத்தவன் புலி போல அவரைப் பார்த்தான். 'வேய் பிள்ளை' என்று அழைத்தான்.

"நீரு பொய் சொல்லல்லே. எனக்குத் தெரியுது. உம்மை எனக்குப் பிடிச்சிருக்கு. இந்தாரும் – அந்தப் பொண்ணை வாங்கிக்கிடச் சொல்லும்."

நாகம்மாள் கை நீட்டி அந்த நாணயங்களைப் பெற்றுக்கொண்டாள்.

'உனக்கு நான் திருநீறு பூசாண்டாமா' என்று பெண்ணிடம் கேட்டுவிட்டு சிவசங்கரனைப் பார்த்தான். அவர் உள்ளே போய் தாம்பாளத்தைக் கொண்டுவந்து நீட்டினார். அதிலிருந்ததை எடுத்து அவளது நெற்றியிலே பூசி விட்டு லேசான சிரிப்புடன் நிமிர்ந்தான்.

அவர்கள் புறப்பட்டுச்சென்று வெகுநேரம் கழித்தே அங்கே ஆண் குரல்கள் வெளிப்பட்டன. களத்திலிருந்து வண்டிக்காரர்களின் சத்தமும் கேட்டது.

சேர்மாதேவியில் எரிச்சாவுடையார் சந்நிதியில் வேண்டுதல் ஒன்றை நேர்ந்திருந்தார் சிவசங்கரன். இந்த இக்கட்டிலிருந்து தப்பினால் எல்லாருமாக வந்து கும்பிடுகிறோம் என்று. அந்த சந்நிதியில் யாரும் பொய் சொல்வதற்கில்லை. ஆனால், இதெல்லாம் நடந்துமுடிந்த பிற்பாடும் அவரால் போகமுடியாதுபோயிற்று. பண்ணையார் மகள் கல்யாணம் முடிந்த இரண்டு நாள்களிலேயே அவருக்கு வேறு வேலைகள் ஏற்பட்டுவிட்டன. அதுவும் பல குடும்பங்களைப் பற்றியது. பதினைந்து நாட்களுக்குள் பண்ணையார் குடும்பம் அங்கிருந்து புறப்பட்டுவிட்டது. களக்காட்டுப் பக்கம் பல சிற்றூர்கள் காலியாகிவிட்டன என்று சொல்வதில் தவறில்லை. அத்தனை பேர்களுக்கும் எதிரில் இருந்த ஒரே ஒரு காரியம் பயம்தான். அது நடவடிக்கைகளை எடுக்கத் தூண்டிற்று. அதன் முன்னர் காரண காரியங்கள் எதுவுமில்லை. ஒரு சகாப்தத்தின் – இருபதாம் நூற்றாண்டின் – தொடக்கம் அது என்பதைக்கூட அறியா மாந்தர்.

எரிச்சாவுடையார் வேண்டுதலை சிவசங்கரன் நிறைவேற்றவில்லைதான். ஆனால், ஆரல் வந்த பின்னர் அந்தப் பறளியாறே ஓர் ஆவுடையார் சந்நிதியாகியிருந்ததை அவர் கண்டுகொண்டிருப்பார். மாதங்கள்தோறும் ஆவுடையாருக்குப் பூசனை எடுக்கும் ஓர் உலகை அவர் தெரிந்துகொண்டார். ஆரல் அவருக்குப் புதிய ஊரல்லதான். அவருடைய தாயார் சோழபுரத்தைச் சேர்ந்தவர்தாம். பிறிதுள்ள காலத்தை அவர் செல்வராகவும், புதியவைகளைக் கண்டவராகவும் கழித்தார் என்று சொல்லவேண்டும்.

பொய் சொன்னால் பொறுத்துக்கொள்ளாத எரிச்சாவுடையார் சிவசங்கரனை மட்டும் கவர்ந்து நிற்கவில்லை. பறளியாற்றின் செல்வச் செழிப்பிலே அவர் மிதந்த காலத்தில் ஒரு தடவை சேர்மாதேவி சென்றிருந்தால், தனது பொய்யின்மையைப் புகழ்ந்துரைத்த ஒரு தீவட்டிக் கொள்ளைக்காரனையும் அந்தச் சந்நிதியில் கண்டு மௌனமடைந்திருக்கக்கூடும்.

ஆரல் மண் வந்தபின்னர் பண்ணையார் நெடுங்காலம் வாழவில்லை. எங்கும் சென்றதுமில்லை. பண்ணைக் காரியங்கள் பற்றிக் கவலையில்லை. தனது வயலைவிட அதிக நிறைவை சிவசங்கரன் பண்ணை நிலங்களில் காண்பிக்க முடிந்தது. அம்பாரமாகக் குவிக்கப் பெற்றிருக்கும் நெற்குவியல் அளந்துமுடிக்கப்படாதவை. 'லாபம்' என்று தொடங்கப் பெற்றால் முடிப்பதற்குள் மரக்காலின் ஒரு கால் உடையும். மலைபோல் குவிக்கப்பட்டிருக்கும் வைக்கோல் படப்பைகள் – தொழுவங்களிலும் தெருக்களிலும் சுற்றித் திரியும் மாடுகள் – தொழிற் பயிர் செய்யும்போதுமட்டும் வருகை தரும் விநோதமான பறவையினங்கள் – ஆரல் மண் மனிதர்களுக்காக மட்டும் படைக்கப்பட்டது அல்ல போலும்.

அங்கு வந்த ஐந்து ஆண்டுகளில் மூன்று ஊற்றங்கால் வயல்களை வாங்க முடிந்தது சிவசங்கரனுக்கு. சோழபுரத்தில் வீடு கட்டிக்கொண்டார். ஆரல் வந்தால் தங்குவதற்கென மேலத் தெருவில் ஒரு வீடுமிருந்தது. அறுப்பு சமயம் நாட்கணக்கில் தங்கவேண்டிய அவசியமிருந்தது.

பண்ணையாரின் மூத்த மகள் நாகம்மாளுக்குக் குழந்தை இல்லை. அவள் கணவன் பிச்சைப்பிள்ளையால் அந்த மண்ணை அவ்வளவு நேசிக்க முடியவில்லை போலும். மேலத் தெருவிலேயே தனி வீடு அவள் பெயருக்குத் தரப்பட்டிருந்தது. அங்கே தங்குவது

அவரைப் பொறுத்தவரை அபூர்வம். அவரது பிரயாணத்தில் அனந்தபுரம் பெரும்பங்கு வகித்தது. வஞ்சி பூமி என்றும் சேரநாடு என்றும் பெயர்கொண்ட அந்த நாட்டுத் தலைநகர் அவரைக் கவர்ந்து நின்றது. ஆரல் மண்ணிலிருந்து மேற்காகப் புறப்பட்டுச்செல்லும் அஞ்சல் வண்டியை நேசித்த அளவுகூட அந்த ஊரை அவர் விரும்பியதில்லை. பின்னாளில் அனந்தபுரத்தில் வியாபாரம் செய்ய முற்பட்டபோது அதற்குத் தோதாக பண்ணையார் காலமாகியிருந்தார்.

பண்ணையார் காலமாகியது எதிர்பாராதவொன்று. காலமாகிக் கொண்டேயிருந்து கொண்டிருந்தார் என்று அதைச் சொல்லவேண்டும். ஆரல் வந்த அடுத்த ஆண்டே இளைய மகள் மீனாட்சிக்கு நல்ல ஒரு தரம் தேர்ந்தெடுக்கப் பார்த்தார் – நல்ல தரம்தான். பூதப்பாண்டி மூத்த பிள்ளையின் இளைய மகனென்றால் அது சாதாரண விஷயமல்ல. எட்டுக் கிராமங்களில் நூறு கோட்டை விதைப்பாடு வயல்களைக் கொண்ட மனிதரோடு சம்பந்தம் – நன்றாகத்தானிருக்கும்.

ஆனால், பண்ணையார் வீட்டுக் கல்யாணங்கள் ராசியில்லாதவை போலும். மூத்த பெண் கல்யாணத்தில் ஏற்பட்ட தடங்கல் அவரை உறுத்திக்கொண்டேயிருந்திருக்கவேண்டும். சுற்றியுள்ள நபர்கள் “அதையெல்லாமா நினைச்சுக்கிட்டே இருக்கது – ஏதோ அவ கல்யாணம் அந்தக் கண்டத்திலேயும் நல்லா நடந்தது பாத்தேளா– அதைச் சொல்லுங்கோ” என்று அளந்தாலும் மனதின் குறுகுறுப்பு அவருக்கு விடவில்லை. ஒன்றுமில்லாது போய்விட்டாலும் மூத்த பெண்ணிற்கு தான் நினைத்த அளவு கல்யாணச் செலவு பண்ண முடியாது போயிற்றே என்ற குறை தெரிந்தது. இதை இளையவள் மீனாட்சியின் கல்யாணத்தில் செய்துகாட்டினார். ஆரல் மண்ணே அறிந்திராத கல்யாணம் அது. ஆனாலும் ராசியில்லாத கல்யாணம்.

பூதப்பாண்டியிலிருந்து வந்த வண்டிகள் மட்டும் இருபது இருக்கும். ஆரலின் வடக்கூர் முழுவதும் நிறைந்துபோயிற்று. அந்த இரு ஊர்களிலும் யாரும் அடுப்பு மூட்டவில்லை யென்பது உண்மைதான். தேவாரப் பாடசாலையிலும் பொங்கல் செய்யவில்லை.

உளுந்து சுப்பையாதான் சமையல். சின்ன வயதுதான். கோபம் எதற்கெடுத்தாலும் வரும். ஆனால், அதெல்லாம் பந்தி முடிவது வரைதான். சாப்பிட்டவர்கள் “சுப்பையன் தானே அரிசி வைப்பு” என்று கேட்பது வரைதான். அவன் கோபம் குளிர்ந்துவிடும்.

பந்தி முடிவது வரை அவன் எதுவும் சாப்பிடுவதில்லை. ஒரு பானை நிறைய சுக்கு நீர் போட்டுவைத்துவிட்டானென்றால் அதுவே போதும். ‘சிறு பயற்றுப் பாயசம்’ அவன் தரத்தை நிர்ணயிக்கும். தானே முன்னின்று கிண்டிக்கொடுத்து பக்குவமாக இறக்குவான். இறக்கி வைக்கும்போது சேர்க்கும் தேங்காய்ப்பால் தான் அத்தனை ருசிக்கும் காரணமென்று எல்லாரும் சொன்னாலும் அந்தத் தரம் யாருக்கும் வந்துவிடவில்லை.

“தங்கப்பா – பாலை ஊத்தி கொஞ்ச நேரம் கிண்டு” என்று சொல்லிவிட்டு சுப்பையன் மூங்கில் தண்டை எடுத்துக்கொண்டு சோறு வடிக்கச் சென்றான். அந்தப் பையன் தங்கப்பன் பாலை ஊற்றிப் பாயசத்தைப் பக்குவப்படுத்தவாரம்பித்தான்.

சுப்பையன் திரும்பிவந்து பார்க்கையில் பால் இருந்த இடத்திலேயே இருந்தது. மோரைக் காணவில்லை. விஷயம் பிடிபட சிறிது நேரம் ஆயிற்று. அடுத்த கணம் விறகுக்

கட்டையைத் தூக்கிக் கொண்டு சாடிய அவனைப் பிடிக்க நாலைந்து பேர் தேவைப் பட்டனர். அந்தத் தங்கப்பன் காணாமல் போனான். சிவசங்கரன் அங்கு வந்து சற்று கோபத்துடனும் கெஞ்சலுடனும் சமாதானம் செய்யவாரம்பித்தபோதுதான் அது நடந்தது.

முதுகிலே தட்டப்பட்டுத் திரும்பிப் பார்த்தார் சிவசங்கரன். பூதப்பாண்டி பலவேசம் பிள்ளை நின்றிருந்தார். அவர் வந்தது மாப்பிள்ளை வீட்டாருக்குப் பழக்குலையொன்று வேண்டி. சிவசங்கரன் "கொஞ்சம் இருங்கோ" என்று கூறி உளுந்து சுப்பையனை நிலைக்குக் கொண்டு வருகிற வழியைத் தொடர்ந்து முயன்றுகொண்டிருந்தார். இந்த அலட்சியம்தான் காரணமாயிற்று– தாலி கட்டல் முடிந்த ஒரு நாழிகைப் பொழுதுக்குள்ளாக.

அது விசுவரூபம் எடுத்து மணமக்களின் பெற்றோர் இருவரும் நேருக்கு நேராகப் பேசவேண்டி வந்தது, சாப்பாட்டு நேரத்தில்.

"ஒம்மகிட்ட இருக்கிற வேலைக்காரனுக்கு அவ்வளவு அகம்பாவமா" என்றார் பூதப்பாண்டி.

"அவரு வேலைக்காரனில்லே – என் பொண்ணுக்கு நான் தரப் போற வயல் மாதிரி அவருக்கும் இருக்கு" இது பண்ணையார்.

மாப்பிள்ளை வீட்டார் இதற்குப் புது உரையொன்று சொன்னார்கள். பூதப்பாண்டியின் தன்மானப் பிரச்சினையென்று சிலர் கொடி தூக்கினார்கள். களக்காட்டிலிருந்து பண்ணையார் ஓடிவந்த விவரத்தைக் காளமேகப் புலவர் போல ஒருவர் வர்ணிக்க "அந்தத் தீவட்டிக் கொள்ளைக்காரன் உங்களைவிட எவ்வளவோ மேல்" என்றார் பெண்ணைப் பெற்றவர். எனவே இது தாழ்ந்துவிடப் போகிற விஷயமில்லையென்று தெரிந்துபோயிற்று. தலையிட்டு நடுவே நின்று பேச ஊர்க்காரர் அஞ்சினர். ஆனால், "இதை விட்டுவிடக் கூடாது" என்று பூதப்பாண்டி தரப்பில் ஓதப்பட்டது. "நாளைக்கு மதிப்பானா" என்ற முன்னெச்சரிக்கை. பூதப்பாண்டி மூத்த பிள்ளை நாக்கில் நரம்பில்லாமல் பேசக் கூடியவர்தாம். ஆனால் வயதாகிவிட்டதால் இப்போதெல்லாம் பெரும்பாலும் ஓர் அலுப்பு – அத்தகைய புலியை இடறி விடுகிறோம் என்பது இரண்டு ஊராருக்கும் தெரியாதுபோயிற்று.

பிறகு பேச்சும் சண்டையும் நின்றுபோய்விட்டன. உண்மைதான். மூத்த பிள்ளையும் பண்ணையாரும் கடைசியாக வாய் திறந்து பேசிக்கொண்ட சொற்கள் நெடுங்காலம் பலராலும் சுமக்கப்பெற்றன.

"இந்தக் கல்யாணமே நடக்கலேன்னு நினைச்சிட்டுப் போறோம்."

இது மூத்த பிள்ளை.

"எம் மவ அறுத்துக்கிட்டான்னு நினைச்சுக்கிடறேன் வேய்."

இது பண்ணையாரின் பதில்.

எனவே, அங்கு அமைதி தவழ்ந்தது. கொஞ்ச நேரத்தில் அங்கு நடந்தவை பலர் காதில் விழுவதற்கும் முன்னர், அங்கிருந்து வண்டிகள் பூதப்பாண்டிக்குத் திரும்பிப் போயின. தாலி கட்டிய மாப்பிள்ளைதான் முன் வண்டியை ஓட்டிச்சென்றதாகச் சொன்னார்கள். சிவசங்கரன் நின்றவிடத்திலேயே நின்றுகொண்டிருந்தார். நேரமாக கூட்டம் சொல்லாமலேயே கலையத்

தொடங்கிற்று. தேவாரப் பாடசாலைப் பணியாளரும் மடத்திற்குத் திரும்பிவிட்டனர். உளுந்து சுப்பையன் சமையலை அன்று நாய்கள் தின்றன.

இது நடந்துமுடிந்த மூன்று மாதங்களில் பண்ணையார் காலமானார். பிச்சைப்பிள்ளை அதற்கு முன் ஒரு தடவை பூதப்பாண்டி சென்று மீனாட்சி விஷயமாகப் பேசிவந்ததாகத் தகவல். ஆனால், அந்தப் பெண் மீனாட்சி என்ன சொன்னாளென்று தெரியவில்லை. மேற்கொண்டு பிச்சைப்பிள்ளையோ மற்றவரோ இதில் கடைசி வரை தலையிடவில்லை.

பண்ணை வீட்டில்தான் மீனாட்சி இருந்தாள். துணைக்குக் குறைவில்லை. சித்திவழி பாட்டியொருத்தி அந்தக் காலம் முதற்கொண்டு இக்குடும்பத்திடமே இருப்பவள். நெல் குத்தும் பெண்கள் சதா வீட்டிலிருப்பர்.

பண்ணையார் காலமானதற்கு பூதப்பாண்டியிலிருந்து யாரும் வரவில்லை. சொல்லவேண்டுமாவென்று கேட்டதற்கு 'கூடாது' என்று மீனாட்சியிடமிருந்து பதில் வந்தது. பிச்சைப்பிள்ளை அலுத்துக்கொண்டார். "இது நல்லதில்லை பாத்துக்கிடுங்கோ" என்று சிவசங்கரனிடம் சொன்னார். பிச்சைப்பிள்ளைதான் கொள்ளிவைத்தார்.

பண்ணையார் போய்விட்டதால் வயல் வேலைகளோ மற்றவைகளோ குறைந்துவிட வில்லை. சிவசங்கரன் சென்று பிச்சைப்பிள்ளையிடம் "கத்தரி போட்டு விடலாமா" என்று கேட்டால் அவர் மறு பேச்சில்லாமல், "அப்படியே செய்யுங்கோ" என்பார். கொஞ்ச நாட்களாக அவரிடம் கேட்பதுதான் முறையென்று சிவசங்கரன் நடந்துகொள்வார்.

இந்தத் தடவையும் அனந்தபுரம் புறப்பட்டுக்கொண்டிருந்தார். அவசரத்திலிருந்தார். சிவசங்கரன் கேட்பதற்கு முன்பு அவரே சொன்னார்.

"கத்தரி போட்டுடலாமே. உங்களுக்குத் தெரியாதா – நான் போயிட்டு வர பத்து நாளாகும் – நீங்க பாத்துக்கிடுங்கோ" என்று கூறிவிட்டு "முனை வீட்டுச் சாவி யாருகிட்டே இருக்கு – அங்கே இருக்கிற பதவல்களைக் கொஞ்சம் துப்புரவாக்கச் சொல்லுங்கோ" என்று கூறிச் சென்றார்.

அனந்தபுரத்திற்கு இரண்டு நாளைக்கொரு முறை அஞ்சல் வண்டி புறப்படும்.

பிச்சைப்பிள்ளை திரும்பி வர பத்து நாள் ஆகவில்லை. எட்டு நாளிலேயே திரும்பிவிட்டார்.

மாலை நேரத்தில் வண்டியிலிருந்து அவர் மட்டும் இறங்கவில்லை. ஒரு பெண்ணும் இறங்கி அவருடன் நடந்து வந்தாள். சந்தன நிறத்துடன் சர்வாலங்காரத்துடன் ஆரலில் நுழைந்தாள் அந்தப் பெண்.

சிவசங்கரன் உழைப்பிற்கு ஓர் ஊற்றங்கால் வயல் ஏற்கனவே தரப்பட்டிருந்தது. சோழபுரம் வயற்காட்டிலும் அவரது திறனுக்கு அந்த மண் இசைந்துகொடுத்தது.

ஆரலுக்கும் சோழபுரத்திற்கும் இடையே அங்குமிங்குமாக நின்றிருந்த சேரிக் குடிசைகள் சிவசங்கரன் மனமுவந்து உதவியதென அம்மக்கள் சொல்லுவார்கள். பத்தாண்டுகளில்

ஐந்து வயல்களை ஈட்டிக்கொண்ட அவருக்கு பத்துக் குடில்களைத் தருவதில் நஷ்டமெதுவுமில்லை. வயற்காட்டிலிருந்து "ஏ – கந்தா" என்று குரல் கொடுத்தால் அந்தக் கந்தன் குடிசையிலிருந்து ஓடிவருவான்.

சிவசங்கரனின் மனைவி பெற்றெடுத்தது பெண் குழந்தை – வடிவு. அதற்கு ஆறு மாதங்களில் அவள் போய்விட்டாள். சோழபுரம் ஊரே அவர்தம் ஆட்களாக இருந்தபடியாலும் ஒவ்வொரு கணமும் அவர் உழைப்பு ஊருக்குத் தேவைப்பட்டதாலும், அவர் எந்தக் கலக்கமும் அடைந்துவிடவில்லை என்று சொல்லவேண்டும். வயலறுப்பு முடிந்த அன்றே அடுத்த பயிருக்கான ஈடுபாடுகள் அவரிடம் ஏற்பட்டுவிடும். சிறிதாக மழை பெய்த அடுத்த நாளே ஏர் இறக்கிவிடலாமா என்று அவர் ஆவலோடு கேட்பதை கந்தன் மற்றவர்களிடம் சொல்வதுண்டு. உழவு – மரமடித்தல் – விதைப்பு முடியும்வரை எந்த ஞாபகமும் பயிர்மீதே சாரும்படி நடப்பார்.

சிவசங்கரனுக்கிருந்த ஒரே அக்காள் சேரன்மாதேவியில் வாழ்க்கைப்பட்டு இப்போது மதுரையில் இருப்பதாகக் கேள்வி. அவள் கணவருக்கும் இவருக்கும் ஒத்துப்போகாதபடியால் போக்குவரத்து இல்லை. ஆனால், ஐந்து வயதில் சுற்றிய இடங்களே நம்மை விட்டு மறைய முடியாதபோது மனிதர்களை என்ன செய்ய முடியும். சிவசங்கரன் இயல்பாகவே சிந்தனை எதிலும் ஆழாதவர். அறிந்துகொள்ளும் தன்மை முடிந்தவரை பயிர் சம்பந்தப்பட்டதாகவே இருந்துவந்திருக்கிறது. ஆனாலும் அவ்வப்போது காட்சிகளே சிந்தனைகளாகின்றன. மடத்துத் தம்பிரான் கூறும் "நயன தீட்சை" இதுவாகவிருக்கும்.

மனைவி போன மூன்று ஆண்டுகளில் அவர் பெற்ற செல்வம் அளவற்றது. சோழபுரத்தின் ஏகப்பட்ட "துண்டங்கள்" எனப்படும் சிறு வயல்கள் அவருடையவையாயின. 'பாட்டம்' என்று எடுத்துக்கொள்ளப்படும் குத்தகையை வெறுத்தார். அதைவிட மலைப்பக்கம் சென்று விறகொடிக்கலாம் – அதுவும் உழவுதான் – என்பார்.

வீட்டுக் கவலையில்லை. குழந்தையைப் பார்த்துக்கொள்ள ஆச்சியொருத்தி வீட்டிலிருந்தாள் – தாய்வழி உறவு.

சிவசங்கரன் இதுவரை யாரையும் குற்றஞ்சொன்னதாகத் தெரியவில்லை. தனது வாழ்வு இவரால்தான் குந்தகம் அடைந்துவிட்டது என்று யாரையும் சுட்டிக் காட்டியதில்லை. எனவே பிச்சைப்பிள்ளையின் செயலுக்கு அவர் எந்த விமரிசனமும் செய்திருக்கமுடியாது. அவ்வாறுள்ள மனோபாவம் இருந்தது தெரிந்ததால்தான் பிச்சைப்பிள்ளை மனம்விட்டு இவரிடம் பேசியிருக்க முடிந்தது. தீவட்டிக் கொள்ளைக்காரர் சங்கதி போல் இதை ஒரு கதையென்று கூறிவிட முடியாது. பிச்சைப்பிள்ளை கேள்வி கேட்டுப் பேசினார். "எத்தனை நாள் இப்படியிருக்க முடியும் சொல்லுங்கோ" என்றார். "எனக்கு நாகம்மா கிட்டே எந்தக் குறையுமில்லே. ஆனா எத்தனை நாள் இப்படித் தள்ள முடியும்" என்று ஒரு விளக்கமாகச் சொன்னார். பண்ணையார் உயிருடனிருந்த காலத்தில் எப்போதாவது மனம்விட்டு நாகம்மாள் வயிறு திறக்காததைப் பற்றிக் கூறியிருக்கலாம். அதுபோன்றே பிச்சைப்பிள்ளையின் பேச்சு இருந்ததாகத் தோன்றியது. சிவசங்கரனைத் தவிர வேறு யாரிடத்தும் அவர் பேசியதாகத் தெரியவில்லை – இதைப் பற்றி.

அவர் சம்பந்தம் செய்து அழைத்துவந்த பெண் அம்மு – மிகவும் இளைய வயது. அனந்தபுரத்திலிருந்து தபால் வண்டியில் வரும்போது திருவட்டாறில் இறங்கி பலகாரம்

சாப்பிட்டது எல்லாவற்றையும் போலித்தனமில்லாது அவளால் கூற முடிந்தது. மேலத் தெருவின் முனைவீடு யாராலும் ஒதுக்கப்படவில்லை. தெற்கூருக்குச் செல்லுவோர் அதைக் கடந்துதான் செல்லவேண்டும். தெருக் குழந்தைகள் 'அக்கா'வெனக் கூப்பிட ஆரம்பித்த பின்னர் அவளது ஸ்தானம் ஆரலில் நிலைத்துவிட்டபோது தன் மலையாளம் மறந்துபோய் 'அண்ணாச்சி' என்று சிவசங்கரனை அழைத்துப்பேச ஆரம்பித்திருந்தாள்.

பிச்சைப்பிள்ளையின் அரிசி வியாபாரம் முதலில் மிகவும் சூடு பிடித்திருந்ததென்று சொல்லவேண்டும். பார வண்டிகள் வாரத்திற்கொரு முறை ஆரலை விட்டு மேற்காகக் கிளம்பும். அதற்கு முன்பே அவர் அனந்தபுரம் சென்றிருப்பார். மாதத்தில் நான்கு நாட்கள் ஆரலில் தங்கினால் அதிகம்.

பண்ணையாரின் வயல்களில் மூத்தவளுக்கு அளித்தது போக பெரிய வீடும், களமும் வயல்களில் மீதியும் கல்யாணத்திற்கெனச் செய்த ஏராள நகை பாத்திரங்களுடன் மீனாட்சி இருந்தாள். தகப்பனாரிருந்த போதே அண்ணாவி வந்து சில தமிழ்ப் பாடங்கள் சொல்லுவார். எண் சுவடிக் கணக்கும் நட்சத்திரங்கள் பெயரும் சொல்லிக்கொடுப்பார். திண்ணைப் பள்ளிக்கூடம் முடித்துவிட்டுத் திரும்புகையில், இங்கே வருவார். அவரது மாணாக்கரில் மீனாட்சியைத் தவிர வேறு பெண் இல்லை. பெண்ணிற்குப் படிப்பு வேண்டாம் என்ற பொதுமையான கருத்து ஒருபுறம் இருக்க, இவரது அடிக்கு பயந்து வரமறுத்த குழந்தைகளே அதிகம். குனிந்துநிற்கச் சொல்லி முதுகில் பிரம்பால் அடிப்பார். ஒரு பையன் பள்ளிக்கூடம் போக மறுத்து நெல் பத்தயத்தில் போய் ஒளிந்துகொண்டதாகச் சொன்னது உண்மையாகவே இருக்கவேண்டும்.

அண்ணாவி எப்படியோ சாப்பிட்டு வாழ்ந்தார். மூத்த பயலுக்கு மூன்று தேவாரப் பாடல்களும் சில உயிரெழுத்துகளும் தெரியும். மாணவர்களைப் போலவே அவன் தகப்பனாரை வெறுத்தான். ஆசிரியரை வெறுப்பதென்பது ஒரு சர்வ சாதாரணமான விஷயம். இதிலே தனது பையனை கோட்டாறு பள்ளிக்கூடத்திற்கனுப்பி மேற்படிப்பு படிக்கச் செய்ய வேண்டுமென்பது அண்ணாவியின் ஆசை.

தனது வீட்டில் மீனாட்சி நன்றாகவே படித்தாள். அண்ணாவியிடம் கேள்விக்கு மேல் கேள்வி கேட்டுப் படித்தாள். அவர் வைத்திருந்த 'பிரதாப முதலியார்' சரித்திரத்தைப் படிக்கும் அளவிற்கு அவளது ஆர்வம் வளர்ந்திருந்தது. தரப்படும் அரைக்கோட்டை நெல் அவருக்கு மனமுவந்தே அளிக்கப்பட்டது. ஆனால் அவளது நெடுநோக்கான கேள்விகளுக்கு, படிப்பு சம்பந்தப்பட்ட சிலவற்றிற்கு, அவரால் பதில் கூறும்படியாகவில்லை. திண்ணைப் பள்ளியாகவிருந்தால் பிரம்பை எடுத்திருக்க முடியும். அரைக்கோட்டை நெல் என்பது சாதாரணமானதல்ல. எனவே தன்னால் முடிந்த புத்தகங்களை மட்டும் சேகரித்துக் கொடுத்தார். ஆரலில் வாழ்ந்தாலும் தூரத்தில் வாணந்திட்டு சாந்தலிங்கத் தம்பிரான் மடத்தில் கல்வி பயின்றவர்தாம் அவர். அப்படிப் பெற்ற கல்வியின் பெருமை குலைவது பற்றி அங்கலாய்ப்பதும் உண்டு.

அது உண்மை. வாணந்திட்டு மடத்தில் கல்வி பயிலுதல் அத்தனை எளிதல்ல. இயல்பாகவே செய்யுள் மனனமும் அதை இயற்றுவதுமே பெருஞ்சாதனை என்று கருதப்பட்டுவந்தது – அப்படியொரு நிலையை மாணவர் கொண்டிருக்கவேண்டுமென அந்த மடம் நிபந்தனையும் தரும். அங்கே பயின்றோர் கவிஞர்களாக மாற முடிந்தது.

உண்மைக் கவிகளும் அங்கே உண்டு. அண்ணாவிக்கு அந்தப் பாக்கியம் கிடைக்கவில்லை. இரு ஆண்டுகளுக்குள் முடித்துக்கொண்டு ஆரல் திரும்பிவிட்டார். அது குற்றமில்லை. தபால்வண்டியோட்டும் நமச்சிவாயமும் அண்ணாவியுடன் படித்தவர்தான். அந்த மனிதர் ஒரு மாத காலத்திற்குள்ளாகவே அந்த மடத்தை விட்டு ஓடிவந்துவிட்டார். அண்ணாவியின் திண்ணைப் பள்ளிக்கூடம் ஆரல் மடத்திற்கெதிரானது என்று ஓர் எண்ணமும் பலருக்கு இருந்தது. அப்படியிருக்க முடியாது. மடத்து சோமசுந்தரத் தம்பிரான் நன்றாக அண்ணாவியிடம் பேசுவார். ஊர் விஷயங்களை அறிந்துகொள்ள அவரையே தம்பிரான் நம்பி வந்ததும் உண்மை. சில புத்தகங்களை மடத்திலிருந்து கொண்டுவந்து மீனாட்சிக்குத் தர அண்ணாவியால் முடிந்தது.

அவரது இயற்பெயர் தெரியவில்லை. ஆசிரியத் தொழிலால் அவர் அண்ணாவி என்று அழைக்கப்பட்டிருக்கக் கூடும். ஆனால், அவர் தகப்பனார் பெயர் ஊரார் அறிந்திருந்தவொன்று. அவர் இருந்த வீட்டை 'குருக்களையா வீடு' என்றே அழைத்தார்கள். முன் சுவரில் சிவ – பார்வதி திருமணக் கோலத்துடனான ஓவியம் தாறுமாறாகத் தெரியும். பெரும்பான்மை ஆரல் மக்கள்போல, அப்பன் கட்டிய வீட்டிற்கு வெள்ளையடிக்கக்கூட சக்தியற்றிருந்தார். அப்படியும் சொல்ல முடியாது. அந்த வீடு ஊர்க்காரரால் குருக்களுக்கு அளிக்கப்பட்டதுதான். பிள்ளையைத் தவிர ஒரு பெண்ணும் உண்டு. பதினைந்து வீடுகளிலிருந்து நெல் தவறாது வந்துவிடும். பண்ணையார் வீட்டில் விசேடம் வந்தால் தேவாரம் சொல்ல வேறு வழியில் நெல் கிடைக்கும். அவ்வப்போது கத்தரி வயல் படைப்புகளும் வரும்.

மீனாட்சிக்கு அண்ணாவியின் பாடம் பிடித்திருந்தது என்று சொல்லவேண்டும். அதன் முக்கியக் காரணம் அவரின் கதை சொல்லும் திறனாக இருக்கக்கூடும் – அல்லது கதை கேட்பதில் அவள் அடையும் ஆனந்தமாகவிருக்கும். நாலடியாரும் தாயுமானவரும் மீனாட்சிக்கு நன்றாக வந்தன. பரவலாக திருவிழாக் காலங்களில் சொற்பொழிவுகள் மூலம் கம்பராமாயணம் பரவி வருகையில் அதுவும் தெரிந்தது. திருமுறைகளைப் பாடமாகப் படிக்கத்தொடங்கியிருந்தாள். ஆனால், அவளுக்குப் பாடத் தெரியாது போயிற்று.

ஒரு சமயம் – அது அப்பர் பாடலாக இருக்கும் – மீனாட்சி அதிசயித்தாள். அண்ணாவி தேம்பித் தேம்பி அழ ஆரம்பித்தார். அவர் தனது அழுகையை மறைக்க முயலாதது அவளது வியப்பை அதிகமாக்கியிருக்கும். பேசாமல் ஏதோ பாடம் தங்கு தடையில்லாமல் சென்றுகொண்டிருப்பதுபோல் கவனித்துக்கொண்டிருந்தாள். அண்ணாவி துண்டால் முகத்தைத் துடைத்துக்கொண்டு 'ம்' என்று கேட்டார். கண்ணைத் திறந்து பார்த்தால், மீனாட்சி ஏதோ யோசனையிலிருந்தாள். அவரது நிலை குறித்து விளக்கமேதும் தேவைப்படவில்லை.

வயலறுப்பு முடிந்தால் ஒருவகையில் அவளுக்குக் கொண்டாட்டம். நடு வயலில் தோல் நாடகம் நடக்கும். பகலில் கறுத்த ஒரு துண்டைக் கட்டிக்கொண்டு தெரு வழியே இருவரோ, மூவரோ வந்து அன்றிரவு தோல் நாடகம் என்று அறிவிப்புச் செய்வார்கள். இரவில் அம்மன் கோவில் பூசனை முடிந்து சிறிது நேரத்திற்கெல்லாம் மேலத் தெருவைத் தாண்டி தெற்கூருக்குச் சமீபமாகவுள்ள வயல்வெளிக்கு ஒரு கூட்டம் புறப்படும். பெண்கள் அதிகமாகவிருக்கும், நாகம்மாள் இப்போதெல்லாம் வருவதில்லை. ஓலைப் பாயைத்

தூக்கிக்கொண்டு ஆச்சி சட்டாம்பிள்ளையாக நடந்தால் பின்னால் வரும் பெண்கள் ஆச்சியைச் சீண்டிப் பேசுவதும் அவள் முறைப்பதும் மீனாட்சிக்கு உற்சாகமாக இருக்கும். மரமடித்த வயலில்தான் தோல் நாடகம். பாய் விரிக்க வேண்டிய அவசியமிருக்காது. ஆச்சியின் பக்கத்தில் பாயில் மீனாட்சி உட்கார்ந்துகொண்டால், நாடகம் முடியும்வரை கண்கள் திரும்பாது. கோவலனோ, அரிச்சந்திரனோ அல்லது இராமனோ கதைக்கு நாயகனாயிருப்பார்கள். எவ்வளவு தூரத்திலிருந்து பார்த்தாலும் நன்கு தெரியும். பாட்டுச் சத்தமும் கேட்கும். வெள்ளைத் துணியின் மேல் தெரியும் விளக்கொளியில் உருவங்கள் கதைப்படி நடக்கும். அரிச்சந்திரனை "லேய்" என்று வீரபாகு கூப்பிடுவான். "என்னைப் பெத்த மக்கா" என்று சந்திரமதி ஒப்பாரி வைத்தழுவாள்.

இராவண வதத்திலே மண்டோதரியின் பாகமே மீனாட்சியைக் கவர்ந்தது. சில சமயம் அது அண்ணாவி அன்றொரு நாள் தேம்பியழுதது போன்ற உணர்வைத் தரும். அவள் அழுவது கிடையாது என்றாலும் நிலவொளியில் வீடு திரும்பும்போது கனத்த யோசனையிலிருப்பாள்.

அறுப்பு முடிந்து வைகாசி பதினைந்து வருவதன் முன்னர் திருவிழாவும் பொழுதுபோக்குகளும் வந்துபோகும். தூரத்தில் சுசீயந்திரம் திருவிழாவிற்குப் பலர் போவதுண்டு. ஊர் சார்பில் ஒருவர் கட்டாயம் போயாகவேண்டியது அவசியம்.

உழவு தொடங்குவதற்குள் இராப்பாடி வருவான். அவனைப் பெண்கள் பார்க்கலாகாது என ஆச்சி கண்டிப்பாக இருப்பாள். கதவுப் பக்கம் மீனாட்சி வந்துவிட்டால் விரட்டுவாள். சுளகில் நாழி நெல்லும் உப்பும் வைத்து, கதவைச் சிறிதாகத் திறந்து தெரு நடையில் வைத்துவிட்டால் இராப்பாடி எடுத்துக்கொள்வான்.

இராப்பாடியை நாகம்மாள் பார்க்க முடியும். பின்னிரவில் நிலவு மங்கலாகும்போது, நாய்கள் குரைக்க அவன் ஊரில் நுழைவான். பாடிக்கொண்டிருக்கும்போது, "ராப்பாடிக்குப் படி போடுங்கோ" என்று அவன் உதவியாளன் ஒவ்வொரு வீடாகச் சென்று கூவுவான். வயதானவர்களுக்குக் குறியும் சொல்லுவான். படியைப் பெற்றுக்கொண்டு படியளந்தவர்க்கு வாழ்த்துச் சொல்லுவான்.

"எனக்குப் படி
கொடுத்த
எங்க நாச்சியாரு
வாழும் அரமனை
பால் போல் பொங்கி
அவுக
மாங்கலியம் பெருகி..."

"நான் கையைக் காட்டட்டுமாடி" என்று ஆச்சி கேட்டாள். மீனாட்சி பேசாதிருந்தாள். ஆச்சி படி கொடுத்துவிட்டு கதவைச் சாத்தினாள். எதிர் வீட்டில் நாகம்மாவும் முறத்தை எடுத்துக்கொண்டு மீண்டாள். இராப்பாடி மேலத் தெருவைத் தாண்டியிருப்பான். மீண்டும் நிசப்தம். இராப் பூச்சிகளின் சிறு இரைச்சல் தொடர்ந்தது. அதுதான் நிசப்தத்தை உண்டுபண்ணுகிறதோ என எண்ண வைக்கும் ஒரு மாயமான ஒலி. இராப்பாடி தெற்கூர் போயிருப்பான். அவனை சில குறிப்பிட்ட சாதியினர் பார்த்தால் விரட்டுவார்களாம்.

ஆச்சி பாயில் தலை சாய்க்கும்போது விளக்கொளியில் தெரிந்த காட்சி – மங்கலானாலும் அவளைப் பதறியெழச் செய்தது. 'ஏட்டி' என்று கூப்பிட்டுக்கொண்டே நெருங்கினாள்.

"என்னட்டி இது – எனக்கு படபடக்குதே."

மீனாட்சி தன் கழுத்திலிருந்து இரு கைகளையும் எடுத்தாள். கையில் அவளது கழுத்துச் சங்கிலி இருந்தது.

"ஆச்சி – இதை அந்த நெல்லோடு ராப்பாடிகிட்டே போட்டுடு."

அவள் இதைச் சாதாரணமாகச் சொல்லி மீண்டும் படுத்துக்கொண்டாள்.

அஞ்சல் வண்டி அதிகாலையில் புறப்படும். மடத்தில் முதல் தேவாரப் பதிகம் பாடப்படுவதன் முன்னரேயே எல்லாம் ஆயத்தப்பட்டுவிடும். வண்டியை எடுத்துச்செல்வதும் முறைநாள் வைத்துத்தான். முன்தினமே நமச்சிவாயம் தயாராகிவிடுவார் – கச்சேரியிலேயே படுத்துக்கொள்வார். சோழபுரம் பக்கத்திலிருந்தாலும் முறைநாளில் இரவுத் தங்கல் இங்குதான். மாலைக்குள் வீட்டுவேலைகள் முடிந்துவிடும். முன்நிலாக் காலமாகவிருந்தால் நேரங்கழித்தே புறப்படுவார். இரவில் வந்து மாடுகளுக்குத் தீனி காட்டிவிட்டுப் படுத்துக்கொண்டால் வெள்ளி எழுவதற்கு முன் எழுந்துவிடலாம்.

பனிக்காலந் தவிர மீதி நாட்களில் வாய்க்காலில்தான் குளியல். அதுவும் கொஞ்ச நாட்களாக நின்றிருந்தது. வைத்தியன் தடுத்துவிட்டான். "வேய் – உம்ம உடம்பு இரும்புதான் – அதுக்காக இரும்பை உடைக்க வேண்டாம் – அவ்வளவுதான் சொல்லுவேன்" என்று சொல்லி பயமுறுத்தப்பட்டிருந்தார்.

குளித்துவிட்டோ, முகங்கழுவிவிட்டோ வந்து மடத்துப் பின்கதவு வழி சென்றால், சாமிக்கண்ணு ஆயத்தமாக நீராகாரம் வைத்திருப்பார். யாருக்குமே கிடைக்காத மடத்து உணவு அது. தாவர உணவின் எல்லா நிறைவுகளையும் அறிந்துகொண்டிருப்பவர் சாமிக்கண்ணு. மடத்தைத் தவிர எங்கும் அவர் கைவண்ணத்தைக் காட்ட முடியாத ஒரு கட்டுமான முறைக்கு அடங்கியவர். "இல்லையென்றால் உளுந்து சுப்பையன் இப்படி பேர் வாங்கியிருக்க முடியாது" என்ற ஓர் அபிப்ராயமும் உண்டு. மடத்து தம்பிரான் – அடியவர் – மாணாக்கர் என்றே அவர் கைப்பாகம் மங்கிக்கிடந்தது. வீட்டிற்கு – சோழபுரத்திற்கு – எப்போதாவது செல்வார். நமச்சிவாயம் போன்றோர்க்கு அவர் அளிக்க முயன்ற நயமிக்க உணவு வகைகள் மூலம், அவர் தனது திறமையைப் பிறர் வாய்வழி கேட்க ஆசைப்படுவது நியாயம். "மருமகனே – இதைக் கொஞ்சங் குடிச்சுப்பாரு" என்று இரந்து கேட்பார். நமச்சிவாயம் அவரது மருமகன் அல்லன்தான். ஆனால், அந்த பூமியில் யார் யாருக்கு உறவில்லை? தனியாக நின்றிருந்தவன் எவன் – மடத்தின் நான்கு சுவர்களுக்குள்ளே ஒற்றைக் காலைத் தூக்கி நடனமாடி நிற்கும் ஒருவனைத் தவிர.

நமச்சிவாயம் மேல் துண்டால் வாயைத் துடைத்துக்கொண்டார். கிழக்கு வெள்ளைமயமாகவில்லை.

"சிவசங்கரன் சேர்மாதேவி போறாப்பிலே இருக்கே" என்று விசாரித்தார் சாமிக்கண்ணு.

"ஆமா – சொன்னாரு."

"வர நாளாகுமா?"

"என்கிட்டே சொல்லலையே மாமா."

சாமிக்கண்ணு பேசாதிருந்தார். விவரங்கள் போதாது என்ற 'பாவம்' தெரிந்தது. ஆனால் மருமகன் கொடாக்கண்டன்.

"ஏதாம் வாங்கியாரணுமா மாமா... வள்ளியூரிலே வண்டி நிறுத்தம்."

'ம்' என்று தலையை ஆட்டிக்கொண்டே எழுந்தார் சாமிக்கண்ணு. "நீ போயிட்டு வா நமச்சிவாயம் – அடுத்த தடவை பாத்துக்கலாம்– நேரமாச்சே" என்று அனுப்பிவைத்தார். தம்பிரான் எழுந்தாகிவிட்டது என்பதும் அவருக்குத் தெரிந்திருந்தது.

நமச்சிவாயம் வெளியே வந்து கச்சேரிப்புறத்தில் நின்றுகொண்டிருந்த காளைகளை அவிழ்த்து வந்தார். பனிக்காற்று வீசியது. தன்னுடைய பெயரை உச்சரித்துக்கொண்டார்.

இனி வள்ளியூர் வரை அவர் பேச மாட்டார். 'டோல்கேட்' என்னும் எல்லையைக் கடந்து நெல்லைச்சீமைக்குச் செல்லும் சாலையில் சென்றதுமே வண்டியின் வேகம் குறைந்துவிடும். சாலை அப்படி. இரு பக்கத்து ஆலமரங்களும் நெடுக ஒரு கற்பனை உலகைத் தோற்றுவிக்கும். பிரயாணம் செய்யும் பதினைந்து பேர்களும் வண்டிக்காரரை மறந்துவிடுவர். அவர்கள் பேசவாரம்பிப்பார்கள். பேசுவதற்குக் காரணம் ஏற்படும். கண்ணிற்படும் பயிர் நிலை ஊன்றி கவனிக்கப்படும். பிரம்புகள் வரிந்த அந்த வண்டி ஒரு சிறு வெளியையும் கொண்டிருந்தது ரசனைக்குக் குந்தகமில்லாமல் இருந்தது. ஆனால் பிள்ளைகள் – பெரியவர்கள் பேச்சு, பணகுடி வந்ததும் நின்றுவிடும். சிலர் அங்கே இறங்கிக்கொள்வார்கள். மாடுகளுக்குத் தண்ணீர் காட்டுவது தடங்கலில்லாது நடக்கும். மனிதர்கள் கட்டுச்சோறு உண்பார்கள்.

மீண்டும் புறப்படும்போது அது வேறு ஒரு பயணம் போலத் தெரியும். வண்டியுள்ளே திடீரென மௌனம் குடிகொள்ளும். பேச்சைத் தொடர்ந்துகொண்டிருப்பவர்கூட – அநேகமாக அவர் வண்டிப்படியருகே அமர்ந்திருப்பவர் – ஏதோ நினைவு திரும்பியவராக வண்டியுள்ளே திரும்பிப்பார்த்தால் எல்லாரும் உறக்கத்திலிருப்பார்கள். அதன் பின்னர் பேச முடியாது.

வள்ளியூரோடு அவரது பணி முடிந்துவிடும். காளைகள் மாற்றப்பட்டு வேறு ஆள் ஓட்டிச் செல்வான். மறுநாள் அதிகாலை திரும்பவேண்டியதுதான். இரவில் கச்சேரியில் படுத்துக்கொள்வார்.

ஐம்பது வயதில் வண்டியோட்டுவது குறித்து அவர் ஆயாசப்பட்டது கிடையாது. உடம்பு தாங்கிக்கொள்கிறது. பரம்பரை விவசாயம் தங்காமல் போயிற்று. ஒரே பையன் – ஆரல் மடத்தில் படித்தாலும் படித்தான் – பாட்டு மட்டும் வருகிறது. இதிலே கண்ணம்புதூர் சோதிடன் பையன் சாதகம் பார்த்து "இவன் பெரிய நடிகனாக வருவான்" என்று சொன்னது நமச்சிவாயத்திற்கு மறக்கவில்லை.

நினைவுகள் – அது எதுவாயினும் – ஒருவகை சுகத்தைத் தருகின்றன. நமச்சிவாயம் எதிலும் ஆழ்ந்த நம்பிக்கை கொண்டிருக்கவில்லை – எதையும் வெறுக்கவுமில்லை – ஒரு

வில்வண்டியிலேயே இளவயதில் வாணந்திட்டு மடத்தில் சென்று பாடம் படித்தவர்தான். எல்லாம் தகப்பனாரால் போச்சு. இந்த அண்ணாவி படித்த அளவுகூடப் படிக்கமுடியாது போயிற்று. செல்வம் இழந்ததற்கு வேண்டுமானால் தகப்பனாரைக் குற்றம் சொல்லமுடியும். படிப்பை என்ன சொல்வது – போக மாட்டேன் என்று அடம்பிடித்தவர்தான் இந்தப் பிள்ளை. கட்டிப் போட்டு வண்டியில் கொண்டு சென்றால், வெள்ளமடம் விலக்கிலேயே குதித்து வீட்டிற்கு வந்தவர்தான் இவர் – தகப்பனாரைக் குற்றஞ் சொல்வது ஒரு சௌகர்யம்.

வள்ளியூரில் மலைப்பழம் வாங்கிக்கொண்டார். அவ்வகைப் பழம் ஆரலில் கிடைப்பதில்லை. அங்கிருந்து சிவசங்கரன் வேறு மாற்று வண்டியில் சென்றாகிவிட்டது. நாளை மடத்திற்குப் போனால் சாமிக்கண்ணு மாமாவின் விடாப்பிடியான கேள்விகளுக்கு உண்மையிலேயே பதில் தெரியாதுதான்.

அடுத்த வெள்ளிக்கிழமையன்றுதான் தெரிந்தது. சிவசங்கரனுடன் ஓர் ஐம்பது வயது மூதாட்டியும் ஓர் ஏழு வயதுப் பையனும் வந்தனர். வள்ளியூரில் நமச்சிவாயம் எதுவும் பேசிக்கொள்ளவில்லை.

நமச்சிவாயத்தின் முன்னோர் அனுபவித்த வயலும் களமும் இப்போது சிவசங்கரனிடம்தான் உள்ளது. அது காரணமாக இருவருக்கும் எந்த மனத் தாங்கலும் கிடையாது. மரியாதையுடன் பேசுவார் சிவசங்கரன்.

சேரன்மாதேவியிலிருந்து மதுரை சென்ற தன் அக்காவின் மகன்தான் அந்தப் பையன் – அக்கா காலமாகிவிட்டது – அவளைக் கொன்றதே தன் அத்தான்தான் என்ற வதந்தி – உடன் வந்த மூதாட்டிதான் பையனை இத்தனை நாள் பராமரித்து வந்தது – எல்லாம் வெளிப்படையாகச் சொல்லப்பட்டது.

நேராகத் திரும்பிவிட்டதாகச் சொன்னார். திருச்செந்தூர் வரை போக எண்ணியும் முடியவில்லையாம் –போகாவிட்டால் என்ன– ஒரு குமரனே அவருடன் வந்துள்ளானே என்று நினைத்தார் நமச்சிவாயம். பையன் பயந்த சுபாவம் உள்ளவன் போலும். அதனால் ஒன்றும் குடிமுழுகிவிடாது. ஆரல் திண்மையைச் சேர்க்கும். அந்தப் பிள்ளை நிமிருவான் – பறளியாற்றின் வெள்ளப்பெருக்கை எதிர்பார்த்து மண்வெட்டி தூக்கமுடியும் – இரவோடு இரவு வரப்பிற்குச் சென்று மடையைத் திறக்கமுடியும்– சித்திரை மாதம் காய்ந்துகிடக்கும் மண்ணிலே நிர்மாணிக்கப்பட்ட மேடையிலே தோல் நாடகம் பார்ப்பான்.

நமச்சிவாயம் நினைத்ததுபோல பையன் பெயர் செந்தில்தான். தாயை இந்த வயதிலே இழந்தவன் எப்படி உலகைப் புரிந்துகொள்ளப் போகிறான் என்று வெதும்பினார்.

எட்டு வயதிலே அவர் பெற்ற இழப்பு பெரிது. சோழபுரம் தாண்டி ஏரிக்கரைத் தோப்பில் அவளை எரியூட்டியது – தன்னைச் சூழ்ந்துகொண்டு பெண்கள் அழுதது – அப்போதுங்கூட களையெடுப்புப் பற்றி நினைத்துக்கொண்டிருந்த தன் தகப்பனார்.

ஆரல் வந்து சேர்ந்தபோது மழை ஆரம்பித்திருந்தது. “பய வந்த நேரம் நல்லதுதான் – என்ன சொல்லுகியோ” என்றார் நமச்சிவாயம். சிவசங்கரனைவிட சிறிது மூத்தவர். சற்றேறக்குறைய அத்தான் மைத்துனர் முறையில் இருவரும் பேசிக்கொள்வார்கள்.

ஆரலில் ஆச்சிகள் நிறைய இருந்தார்கள். ஒவ்வொரு வீட்டிலும் இருந்தனர். மீனாட்சியுடன் இருந்தவள் பண்ணையாரின் சித்தி முறையாகவேண்டும். சிறு வயதிலேயே அறுத்துக்கொண்டுவந்துசேர்ந்தவள். வெள்ளைப்புடவை கட்டினாலும் காதில் பாம்படம் தொங்கும். “ஏன் – அதை விட்டுவிட மனதில்லையா” என்று நாகம்மா கேட்பாள். “உன் வயத்துப் பேரனுக்குக் குடுக்கிறதுக்குப் போட்டிருக்கம்ட்டி” என்பாள்.

அம்மா வழி வந்த முதியவர்களை ஆச்சி என்றும், தகப்பன் வழி வந்தோரை ‘பாட்டி’ என்றும் சொல்வார்கள். ஆத்தாள் என்ற வழக்கும் உண்டு. பேரன் பேத்தியின் பெயர்கள் – அதிலும், குடும்பத்து மூத்த குழந்தையின் பெயர் தாத்தாவின் பெயரைக்கொண்டிருக்கும் – அப்பா வழி தாத்தா. பெண்ணானால் பாட்டியின் பெயர். அடுத்த குழந்தைக்குத்தான் அம்மா வழி தாத்தா – பாட்டி பெயர்கள். இதற்குப் பெயர்ப்படி தரவேண்டும். தன் பெயர் கொண்ட பேரனுக்கு ஐந்து மரக்கால் விதைப்பாடு நிலமாவது கொடுக்கவேண்டும். பெயர்ப்படி தரவில்லையென்று அப்பாமார்களிடம் கோபித்துக்கொண்டு, “உன் சாவிற்கு வரமாட்டேன்” என்று சொன்ன பெண்கள் உண்டு. தத்தம் பெயர்களைக் கொண்ட பேரன் பேத்திகளிடம் அந்தந்தத் தாத்தா– பாட்டிகளுக்கு வாஞ்சை. பேரனார் என்ற சிறப்புப் பெயரை தாத்தா கொண்டிருப்பது அங்கே விசேடமாகவிருந்தது.

ஆனால், இப்போதெல்லாம் பாம்படத்தைப் பற்றி ஆச்சி அவ்வாறு சொல்லமுடிவதில்லை. பாம்படத்தின் வாரிசு பற்றிய பேச்சைத் தவிர்க்கவேண்டும் நாகம்மாளுக்கில்லை யென்றாகிவிட்ட பிறகு, மீனாட்சிக்கு இல்லவேயில்லையென்று தெரிந்த பிறகு, அம்முவின் நினைவு வந்துவிட்டால், அந்தக் கிழவியால் தாள முடியாது. ஊர்ப் பெண்களிடம் வம்பு பேசுவதைத் தவிர்க்கவேண்டும் – அண்ணாவியின் மனைவியிடம் வேண்டுமானால் மனம்விட்டுப் பேசலாம்.

பேசியும் ஆகவேண்டும். காட்ட முடியாத பிள்ளைப்பாசத்தை அண்ணாவி அப்பர் தேவாரத்தில் கொட்டி வெளிப்படுத்தினால் ஆச்சி நெல் குத்துகிற இசக்கியம்மாளிடமாவது பேசித்தான் தீர்க்க முடியும். ஆனால், அத்தனை வயதிலும் ஆச்சி பயப்படவேண்டி யிருக்கிறது. பழசுகள் பலவந்தமாகக் கட்டிக்காக்கப்படுவதால் புதியவை பயத்தைத் தருகின்றன.

வெள்ளிக்கிழமை ஆச்சி காலையிலேயே குளித்துவிடுவாள். மற்ற நாட்களில் மதியம்தான். உதடுகள் முணுமுணுக்கும். வாய்க்குள் நுழையும்படியான சில வார்த்தைகள் கொண்ட பதிகமொன்றைச் சொல்லிக்கொண்டே திருநீற்றைக் குடுவையிலிருந்து எடுத்து நெற்றியில் படபடவெனப் பூசிக்கொள்வாள். மெதுவாக தெருவில் இறங்கி வடக்கு நோக்கி நடந்தால் ஒரு நாழிகைப் பொழுதில் கோவில் சென்று திரும்பிவிடலாம்.

மீனாட்சி கவனித்தாள். ஆச்சி இன்று அம்மன் கோவில் செல்லவில்லை. நாகம்மாவைப் பார்க்கத்தான் நடை ஏறுகிறாள்– தெரிந்தது – லேசாகச் சிரிப்பும் வந்தது.

இரண்டு விஷயங்கள் கட்டாயமாகப் பேசிவிடவேண்டிய அவசியமுண்டு ஆச்சிக்கு. தாழாக்குடி கல்யாணத்திற்கு பிச்சைப்பிள்ளை அம்முவை அழைத்துக்கொண்டு சென்றது நாகம்மாளுக்குத் தெரியும். ஆச்சி அதைப்பற்றிப் பேச இஷ்டப்படவில்லை. அம்மு இப்போது உண்டாகியிருக்கிறாள் என்பதும், இரண்டு நாட்களாக அனந்தபுரத்திலிருந்து

அவள் தாயார் வந்து இங்கே தங்கியிருக்கிறாள் என்பதும் ஆச்சிக்கு முக்கியமாக இருந்தன. முந்தைய இரவு இராப்பாடி வந்த போது மீனாட்சி செய்த காரியம் இன்னும் ஆச்சிக்குப் பிடிபடவில்லை. அதைப் பற்றி மீனாட்சியிடம் பேசுவதையே தவிர்த்தாள். சேரன்மாதேவி சென்று அழைத்துவந்த பிள்ளையைப் பற்றியும் பேசவேண்டும். சிவசங்கரன் இப்படி யாருக்கும் தெரியாமலா போய்வரவேண்டும் என்று அதை அதிசயப்படலாம். அந்தப் பையன் இனி இங்கேதான் இருப்பான் என்று அபிப்ராயம் கூறலாம். ஏதாவது ஒரு மனநிலையில் எல்லாவற்றையும் கரித்தும்கொட்டலாம்.

ஆனால், அம்மு என்கிற பெண்ணைப் பற்றி என்ன பேச முடியும் இனிமேல், என்பது யாருக்கும் புரியவில்லை. அவள் ஒரு நிலையான ஸ்தானத்தையடைந்தாகிவிட்டது. ஊரின் இறப்பு–பிறப்பிலே அவள் கலந்துகொண்டாயிற்று. ஆரலின் மிகச் சிறந்த ஒப்பாரி வரிசைப் பாடல்களையும் அவள் ‘இழவு’ வீட்டில் பாடியழத் தொடங்கியாயிற்று. சிவசங்கரன் மகள் வடிவுகூட ஆரல் வந்தால் ‘அக்கா’ என்றும், பின்னர் ‘அத்தை’ என்றும் மழலையில் கூப்பிட்டாயிற்று. இத்தனைக்கும் மேலே, பிள்ளை பெறுவதென்பது சாதாரண விஷயம்.

சிவசங்கரன் தன் மருமகனை அழைத்துவந்த விஷயம் தங்கு தடையில்லாது பேசப்பட்டது. சோழபுரத்திலும் ஆரலிலும் ஒருவரும் முந்தைய தினம் வரை அறிந்திராத விஷயம் அது. ஐந்து வயது மகளுக்கு இப்போதே தரம் பார்த்துவிட்டார் என்பது சுலபமானதும் மகிழ்ச்சியானதும் ஆன பேச்சாக முடியும். ஆனால், சிவசங்கரன் போன்றோர் மனிதர்க்காக மட்டும் வாழ்வு நடத்துகிறவர் அல்ல போலும். ஏரிக்கரையிலிருந்த இரண்டு குடிசைகள் சூறைக்காற்றால் இல்லாமலானபோது இரண்டு குடும்பங்களை தென்னந்தோப்பிலேயே குடிசை போட்டுக் கொடுத்து உதவியபோதும், வண்ணார் குடியிருப்பில் தீ வந்து முப்பது குடும்பங்கள் வாய்க்கால் வரப்பில் உட்கார்ந்தபோதும், அவர் எதனால் உதவி செய்ய முன்வருகிறார் என்பது விளக்கிச்சொல்ல முடியாத போதும்– அதுதான் சிவசங்கரன் என்று சொல்லிவிட்டால் போதும்.

தெற்கூரில் மடத்தின் சிறு தூரத்தில் இடம் பார்த்து செந்திலும் அவன் பெரியம்மா என்றழைக்கும் சேரன்மாதேவிக்காரியும் குடியேறினர். மடத்துப் பாடசாலையில் அவன் சேர்ந்தாயிற்று. ‘சுக்குநீர்க் கடை வைத்துக்கொள்’ என்று அந்த அம்மாளுக்கு சிவசங்கரன் அறிவுரை – ஆறு மாதத்திற்கு நெல் கொடுத்துவிட்டார்.

மடம் பக்கத்திலிருந்தது பெரிய வசதி. செந்தில் அதிகாலையிலேயே அங்கு சென்றுவிட முடியும். தம்பிரான் எழுந்தவுடன் வெளியே செல்ல இவனை அழைத்துச் செல்வார். வாணந்திட்டு சாந்தலிங்கத் தம்பிரான் மடம் மாதிரி இங்கு கட்டுப்பாடுகள் அதிகம் கிடையாது. காலையில் ஏரிக்கரை வரை வயல் வரப்புகளில் தம்பிரான் நடப்பதுண்டு. செந்தில் முன்னால் ஓடுவான். சிறிய வரப்புகளும் கால்களுக்குப் பணியும். வயலும் உயிரினங்களும் அவனுக்கு தேவதைகள் போல உயிரூட்டின. பயிரின் மீது படியும் பச்சைப்பூச்சிகள் செல்லக்குழந்தைகளாக அவன் ஆதரவு பெற்றன. ஏரி பெரியதென்று சொல்லமுடியாது. ஆனால், வயலுக்கும் கால்வாய்க்கும் நீர் வெளியிடும் அதை எப்படிக் குறைத்து மதிப்பிட முடியும். அதுவும் பறளியாற்றின் நீர்தான். ஏரிக்கரையிலிருந்த வயற்கரை முழுவதையும் பார்க்கும் ஒரே காரணத்திற்காகவே, அந்த ஏரி அங்கே குடிகொண்டிருக்கிறதென அவன் நினைத்திருக்க முடியும். அவன் எண்ணியதை தம்பிரான்

எப்போதோ பெற்றிருக்கவுங்கூடும். ஆமாம் – வயலின் பச்சைப் பயிரின் அசைவிற்கும் சிவஞானத்திற்கும் சம்பந்தம் இல்லையென அற்பர்தாமே கூற முடியும்.

வஞ்சிநாட்டின் அரசுரிமையின் கீழ் வந்துவிட்ட இந்த பூமி அதன் தன்மையை இழந்துவிடும் என்ற எண்ணம் அவருக்கில்லை. 'இந்த ஆரல் மண் என்ன – இந்த வஞ்சி நாட்டின் தலைநகரமே இந்த மண்ணால்தான் வாழ்கிறது என்பார். சேர மன்னன் தேவி பக்கத்து சேரன்மாதேவியிலிருந்துதான் என்றும், இப்போதும் அங்குள்ள கோவிலில் சேர மன்னன் சிலையுண்டு என்பார். சைவமும் தமிழும் தழைக்காத பகுதியேயில்லை என்றும் கூறிக்கொள்வார்.

பிச்சைப்பிள்ளையின் செயலையும் தம்பிரான் ஒரு வேளை நியாயப்படுத்தியிருக்கக் கூடும். ஆனால், அது போன்ற விஷயங்களில் அவர் நுழைந்துசெல்லல் அரிது. வைகாசி விசாகத்தன்று, பிச்சைப்பிள்ளையே மடத்துப் பூசனைக்கு வந்திருந்தார். நேரமாகியும் தம்பிரானிடம் பேசிக்கொண்டிருந்தார். வீடு திரும்ப வெகுநேரமாகிவிட்டது. முனைவீடுதான் சென்றார்.

அம்மு பெற்ற குழந்தையை நாகம்மாள் சென்று பார்க்கவேண்டுமென்று அறிவுறுத்தியது அண்ணாவியின் மனைவி ஆவுடையம்மாள்.

"நீ பாக்கணும் நாகம்மா – அதுதான் முறை."

நாகம்மாளே போய் அந்த வீடு சென்று பார்க்கவேண்டும் என்று கூறவில்லை, குணம் தெரிந்து பேசுபவள். "வீடு தேடி வந்து குழந்தையைக் காட்டினால் பிச்சைப்பிள்ளையின் குழந்தையை நீ தள்ளிவிட முடியுமா" என்றும் கேட்டாள்.

பழமும் சீனியும் கொண்டு நாகம்மாளும் ஆச்சியும் அந்த வீடு சென்றபோது பிச்சைப்பிள்ளை ஊரிலில்லை.

"பெரியம்மையைப் பாருலே" என்று அம்மு குழந்தையைக் கொஞ்சினாள். சிலநாள் கழித்து மீனாட்சியும் போய்ப் பார்த்தாள்.

சோம சுந்தரத் தம்பிரான் சொல்வது சரிதான். அவரது சைவமும் தமிழும் தழைக்க எங்கிருந்து எது வந்தாலும் நல்லதாகவே இருக்கும். அந்த அம்முவின் மகன் வயற்காடுகளிலும் மலைச்சாரலிலும் அலைந்து 'தீக்கை' பெற முடியும். தம்பிரான் கண்ணிற்குப் படாத ஒன்று – ஒரு திருவிளையாடல் கதை – ஏற்பட்டுவிட்டதென்றால் வஞ்சி நாட்டிலிருந்து வந்த அம்முவிற்கா பெருமை – ஆரலும் அந்த மடமும் தம்பிரானும்தானே நினைவில் நிற்பார்கள். ஆரலின் காற்றையும் நீரையும் உண்டு வளரப்போகும் உயிர் அந்த ஊரின் கதிரவனுக்கும் நிலவுக்கும் நிறைவு சேர்க்கும் ஓர் அர்த்தமொன்று கொடுக்கலாம். அங்கே நிலவும் சப்தத்திற்கு ஓர் ஒத்திசைவு சேர்க்கலாம் – யாரறிவார் இந்த மண்ணின் பெருமை!

பண்ணையார் மகள் மீனாட்சி லேசாக சிரித்துக்கொண்டதற்கும் ஓர் ஒத்திசைவு இருந்தது போலும்.

பூதப்பாண்டி பலவேசம் பிள்ளை நெல் வியாபாரம் செய்வதில் சாமர்த்தியசாலி என்றில்லை – அவருக்குப் பேசத் தெரியும். கோட்டாறிலும் தூரத்தில் அனந்தபுரத்திலும்

வணிக நண்பர்கள் இருந்தனர். பாட்டத்திற்கு ஏதாவது நிலம் எடுத்து பயிரைக் கவனிக்கலாமே என்ற யோசனையை அவர் ஏற்றுக்கொள்ளாதது வணிக ஆர்வம் காரணத்தால் அல்ல. வயலில் வேலை செய்ய அவர் என்றும் விரும்பியதில்லை. கோட்டாற்று வணிகர்கள் பணம் சம்பாதிப்பதைக் கண்டிருக்கின்றார். அவர்கள் பேச்சு உற்சாகத்தை அளித்திருக்கும். நெல்லையும் வாணிபத்தையும் கைக்கொண்டார். அவர் பிச்சைப்பிள்ளையைச் சந்திக்க நேர்ந்தது, அனந்தபுரம் செல்கையில்.

நிறைய பேசுபவர். சில விஷயங்கள் சில பேருக்காகவே ஏற்பட்டுள்ளன. அவர்கள் தூக்கு மேடையிலும் பேசத்தான் செய்வார்கள். ஒரு நிமிடப் பெருமிதம் – தான் கூர்ந்து கவனிக்கப்படுகிறோம் என்ற கண நேர மகிழ்ச்சி – அவர்களை வாயை மூடிக்கொண்டிருக்க விடாது.

மீனாட்சிக்குத் தாலி கட்டியவன் வேறு கல்யாணம் செய்துகொண்டது, அவர் சொல்லித்தான் பிச்சைப்பிள்ளைக்குத் தெரியும். ஆனால், ஆரலில் யாரும் அதனைப் பெரிதாக நினைத்துவிடவில்லை. கிழங்கள்கூட அதை எதிர்பார்த்த நிகழ்வாகவே கருதினார்கள். பல விஷயங்களில் எதிரும்புதிருமாக நின்றவர்கள்கூட ஒன்றுகூடி "அவன் ஒரு மனுசனா" என்று இகழ்ந்து கூறியாகிவிட்டது. யாராவது பேசவாரம்பித்தால்கூட "அட உங்களுக்கு வேறே வேலை இல்லையா – அந்தக் கூறுகெட்ட பய பேச்சு இங்கே எதுக்கு?" என்று அதட்டி அந்தப் பேச்சை சில கிழங்கள் அடக்கின. ஆனால், பெண்களும் அவ்வாறே நடந்துகொண்டது அதிசயம். மலிவான சொற்களை – பெண்கள் பெண்களுக்குள்ளே பயன்படுத்தும் சொற்களைக்கொண்டு தாக்கிய விதம் அவர்களில் யாருக்கும் வருத்தமில்லை – இகழ்ச்சிதான் என்று காட்டியது. நாகம்மாள் மட்டும் பேசாதிருந்தாள்.

ஆரலில் மழை அடித்துப்பெய்யும். காலம் தப்புவதில்லை – கோள் நிலை பொய்த்ததில்லை. வைகாசி பதினைந்தாம் நாள் மழை வரும் என்று முன்தினமே கலப்பையை நல்லதாக்கி வைத்துக்கொள்ள முடியும். பங்குனி, சித்திரையில் காய்ந்த வயல்கள், முதல் மழை பெய்த ஈரத்தில் மெத்து மெத்தாகி அடுத்து வரும் பெருமழையால் நீர்க்காடாகி, அது வடிந்ததும் உழவு தொடங்கும் வரை ஊர்த் திருவிழாக்கள் நடந்து முடிவடையும். ஆரலின் வடபுறம் தன்னந்தனியாக நின்றுகொண்டிருக்கும் சுடலை மாடனுக்கும் பூசனை நடக்கும். இந்தச் சுடலை மாடன் சிலை பண்ணையார் களக்காட்டிலிருந்து கொண்டுவந்தது. அங்கே தவறாது பூசை நடத்தியவர், அங்கிருந்து புறப்படுகையில் அதையும் எடுத்துக்கொண்டுவர சிவசங்கரனிடம் சொன்னாராம்.

ஓர் ஓட்டுக் கூரை – தூரத்தே உடைமரம் – அந்த இடத்தைச் சுற்றி நாலைந்து அரளிச் செடிகள் – இவற்றுடன் சுடலைமாடன் ஸ்தாபிதமானார். நேராக வளர்ந்த ஆவுடையார்போல் காட்சி. எந்த தெய்வம்தான் ஆவுடையார்போல் இல்லை என்பார் தம்பிரான். உலகில் சிலை வணக்கமே ஆவுடையாரில் தோன்றி இந்த மண்ணில் அதுவாகவே அடங்கும் என்பார்.

மலைக்குப் போவோர் சிறிது நேரம் காலாற அவ்விடத்தில் அமர்ந்தும் தூங்கியும் செல்லலாம். மழைக்கு ஒதுங்கிநிற்கவும் முடியும்.

எது நடந்தாலும் சிவசங்கரன் வைகாசியில் உழவு தொடங்குவதன் முன் சுடலை மாடனிடமும் ஆணை பெறுவார். இந்தத் தடவை பூசைக்குத் தேர்ந்தெடுத்த வெள்ளிக்கிழமை பண்ணையாரின் இறந்த நாளாகவும் அமைந்திருந்தது. அந்தப் பூசனைக்குப் பண்ணையார் குடும்பம் உட்பட எல்லாரும் வரவேண்டும். மீனாட்சியும் வந்தாள். பூதப்பாண்டி விஷயம் வெளிவந்த பிறகு அதன் காரணமாக அவள் வராமல் இருந்துவிடுவாள் என்று யாரும் நினைத்துவிடவில்லை. ஆனால், இத்தனை கவலையற்றுப் போய் உற்சாகத்துடன் அவள் இருப்பாள் என்று தோன்றியிருக்காது. காதும் காதும் வைத்தாற்போல் பேச வேண்டிய அவசியமில்லை போலாயிற்று. அண்ணாவியே சொன்னார். "மீனாட்சிக்கு ஒரு தொல்லை விட்டது" என்று. அவர்தான் பூசை செய்தார்.

மஞ்சள் சார்த்தி, தீபவொளி காட்டி தட்டைக் கொண்டு வந்தபோது பிச்சைப்பிள்ளையிடம் நீட்டச்செய்தார் சிவசங்கரன். "அவரிடமே காட்டுங்கோ" என்றார் பிச்சைப்பிள்ளை. வேண்டுமென்றே அலுத்துக்கொண்டவர் போல் மீனாட்சியிடம் தட்டை நீட்டினார் அண்ணாவி. அவள் தயக்கத்துடன் சிவசங்கரன் பக்கம் வந்து தொட்டு கண்ணில் ஒற்றிக்கொண்டாள்.

"அவ்வையாரம்மனுக்கும் பூசனை நடத்திடணும்" என்று பொதுவாகச் சொல்லிக் கொண்டார் சிவசங்கரன்.

ஆரலின் வடக்கே தூரத்தில் இருந்தது அந்தக் கோவில். வண்டியில் எல்லை வரை சென்றுவிடமுடியாது. கொய்யா மரங்கள் அடர்ந்த கரடுமுரடான தடம் வழி நடக்கவேண்டும். ஒற்றையடிப் பாதையாகவும் மாறும். ஆனாலும் அந்த ஆற்றங்கரையிலே அடுப்பு மூட்டி கொழுக்கட்டை அவித்து அம்மனுக்குப் படைப்பது தவறாது நடந்தது. பண்ணையார் அதில் கருத்தாயிருந்தார். அதற்கு ஊக்கம் அளித்தது தம்பிரானாகவிருக்கும். அந்தக் கிழவிக்கு இங்கேதான் கோவிலிருக்கவேண்டும் என்பார். கிழக்கே கொஞ்ச தூரத்தில் முப்பந்தல் – மூன்று மன்னர்களுக்காக இட்ட பந்தல்– அங்கவை சங்கவை திருமண விழாவிற்கு. அவருடைய கவலையெல்லாம் கபிலனுக்கு ஒரு கோவில் இல்லாமற்போனது பற்றியே.

இந்தத் தடவை மிகவும் கடினமாகப் போயிற்று. மழை துவந்து பெய்து நின்ற மறுநாள். அதிகாலையிலேயே புறப்பட்டாலும் மதியம் ஆகிவிட்டது. அண்ணாவி குடும்பத்தினர் தவறாது வந்தனர். துணைக்கு கந்தன் நடந்தே வந்தான் – கையில் கம்புடன்.

ஆச்சி கலங்காது அடுப்பு மூட்டிவிட்டாள் – ஆற்றங்கரை மேட்டியிலேயே மீனாட்சியையும் நாகம்மாளையும் எட்டியிருக்கச்சொன்னாள். பிச்சைப்பிள்ளை உற்சாகமாகவில்லை. சிவசங்கரனின் கையைப் பிடித்துக்கொண்டு வடிவு உலவினாள்.

கோவில் சார்ந்த ஊரும் அவ்வையாரம்மன் கோவில் என்ற பெயரிலேயே வழங்கப்பட்டது. ஆனாலும் ஆளரவமில்லை. வேனில் முடிந்துவிட்டதென்றாலும் காற்று குளிரவில்லை. மதகு ஒன்றில் தூரத்தில் உட்கார்ந்தவாறு பிச்சைப்பிள்ளையும் அண்ணாவியும் ஏதோ ஆழ்ந்து பேசிக்கொண்டிருந்தனர். கொழுக்கட்டைகள் தயாரானதும் எல்லாம் முடித்துக்கொண்டு கிளம்பவேண்டியதுதான். வீடு திரும்ப இருட்டிவிடும்.

ஆச்சி கண்டிப்பாகச் சொல்லியிருந்தாள். படையல் கொழுக்கட்டைகளை தொடக்கூடாது என்று. அது மீனாட்சியின் கவனக்குறைவு. அப்பாவின் கையைப் பிடித்துக்கொண்டிருந்த குழந்தை வடிவு ஓடி வந்து தட்டில் வைக்கப்பட்டிருந்த கொழுக்கட்டையொன்றை எடுத்து முடிந்தவரை இரண்டு கைகளாலும் பிட்டு வாயில் போட்டு, கீழே மீதியைத் தவறவிட்டாள். அப்புறம்தான் "ஏட்டி" என்று ஓடி வந்து தூக்கினாள் மீனாட்சி. ஆச்சி கவனித்திருப்பாளாவென அந்தப் பக்கம் திரும்பினாள் – இன்னமும் பார்க்கவில்லை. வேலை மும்முரத்தில் இருந்தாள். ஆனாலும் தரையில் விழுந்த கொழுக்கட்டையின் மீதி கண்ணிற்படாமல் போகாது. குழந்தையின் வாயில் துருத்திக்கொண்டிருக்கும் பகுதி வேறு – எல்லாவற்றிற்கும் மேலாக அதுவே ஒரு கூப்பாடு போட்டு "யாச்சி இது நல்லாயிருக்கு" என்று சொன்னாலும் சொல்லலாம். மீனாட்சி குறுகுறுப்போடு நின்றுகொண்டிருப்பதை சிவசங்கரன் பாராததுபோல் கண்டுகொண்டு தள்ளி நடந்தார். தூரத்தில் அண்ணாவி பேச்சு முடியவில்லை.

ஆச்சியின் கண்பார்வை மீது மீனாட்சிக்கு நம்பிக்கையுண்டு. தரையில் விழுந்த கொழுக்கட்டை மீதத்தைக் காலால் தள்ளி விடலாகாது. வந்தது வரட்டுமென குழந்தையைக் கீழே இறக்கினாள். தூரத்தில் மறுகரையிலிருந்த இரண்டு பெரிய பறவைகளைக் காட்டினாள். அது பலித்தது. கொழுக்கட்டை பற்றிய விமரிசனத்தில் இறங்கிவிடாமல் குழந்தை மெதுவாக நடந்தது. "ஓடக் கூடாது" என்று கட்டளையிட்டாள் மீனாட்சி.

குழந்தை ஓடவில்லை. நடக்கும் காலின் அடுத்த அடியே தண்ணீரின் சமீபமாகவிருந்த படியால் மறுகணம் அது நழுவியது. மழைக்கால நீரின் கதி ஆற்றிலே விசேடம் – நொடியில் அதிகரிக்கும் வேகம். குழந்தை சப்தமிட்டு விழவில்லை. அது 'படக்'கென்று விழுந்த சப்தம் கேட்டிருக்கும்.

ஒரு மின்வெட்டுப் போல்தான் அது நடந்துவிட்டது.

"ஐயோ – பிள்ளை" என்று மீனாட்சி ஓடி வந்து தண்ணீரிலிருந்த குழந்தையின் கையைப் பற்றினாள். ஆனால் சேறும் புது நீரின் வேகமும் திக்குமுக்காடச்செய்து அவளையும் கீழே தள்ளின. குழந்தையை உயர்த்த முயன்று அவளே நீரில் தாழ்ந்து – கால் நீரடியில் பாவவில்லையாதலால் வேகத்தைச் சமாளிக்கும் திறனற்று, கரையை விட்டுத் தள்ளிப் போகும் நிலை – அக்கரையிலிருந்து உயர்ந்த சில பறவைகள் கூக்குரலிட்டு சடசடவென மேலே கிளம்பின. இருவரும் நீரில் அடித்துக்கொண்டு போகப்பட்டிருக்க முடியும். அவ்வைக்கிழவியின் சந்நிதியிலிருந்து பெரும் குரல்கள் இப்போது ஒலித்தன.

அவ்வையாரம்மன்தான் காப்பாற்றினாள் என்பார் அண்ணாவி. மீனாட்சியின் தலைமுடியைப் பற்றியிழுத்தது ஒரு வயதான பெண். புல் வெட்ட வந்தவளாயிருக்கும். ஆரவாரமற்ற அந்த இடத்தில் அத்தனை நேரம் எங்கிருந்தாளோ? நீரில் இழுக்கப்பட்ட இருவரையும் பிடித்திழுப்பது அந்தக் கிழவிக்குப் பெருஞ்செயலாகவிருக்கவில்லை. மீனாட்சியும் நினைவு தப்பியிருக்கவில்லை. மேலாக குழந்தை அவள் கைகளில் பத்திரமாக இருந்தது – பயத்தால் அழ முடியாது தவித்தது.

ஆண்களும் பெண்களும் குலை தெறிக்க அந்த இடத்திற்கு ஓடி வருகையில், அந்தக் கிழவி மெதுவாக அந்த இடத்தை விட்டு நகர ஆரம்பித்திருந்தாள். குழந்தையை ஒருவர் தூக்கிக்கொள்ள மீனாட்சியின் முகம் துடைத்து எப்படித் திட்டலாம் என ஆச்சி யோசித்திருக்கையில், அந்தக் கிழவி போயேவிட்டிருந்தாள்.

"அது அவ்வையாரம்மன்தான்" என்றார் அண்ணாவி. கந்தன் சொன்னான்:

"நயினாரே – அது பேச்சி – வீராணமங்கலம் –புல்லறுக்க வருவா– பாம்புக்கடி வைத்தியம் பாக்கத் தெரியும் – ஒரு காசு வாங்க மாட்டா."

"அவ்வையாரம்மன்தான்" என்றார் அண்ணாவி.

நமச்சிவாயத்தின் மூத்த மகன் கிருஷ்ணனை வந்து பார்க்கும்படி சொல்லியிருந்தார் சிவசங்கரன். பையன் உருப்படியான நிலைக்கு வருவது "உங்க கையிலதான்" என்று ஏற்கனவே சொல்லப்பட்டிருந்தது. சோழபுரம் களத்தைப் பார்த்துக்கொள்ள அவனை ஏற்பாடு செய்யலாமென நினைத்திருந்தார். ஏர் பிடிக்கத் தெரியாதவன். சில தினங்களாக அங்கு தேங்காய்கள் களவுபோவதாக நாலைந்து பேர் சொன்னார்கள். அவர்கள் வேண்டுமென்றே இந்தப் பையன் பெயரை இழுக்கவேண்டிவரும் – அதற்கு இடங்கொடுக்காது தென்னந்தோப்பிற்கு அவனையே காவல்போட முடிவுசெய்துவிட்டார்.

அன்றும் மழை – வெள்ளமடம் தாண்டிவிட்டால் ஒரே வெள்ளக்காடு என்றார்கள். அன்று வேலை வயலில் இருக்காது. மடம் வழி செல்கையில் கச்சேரியில் நமச்சிவாயத்தைப் பார்த்துக் கேட்டார் சிவசங்கரன்.

"பயலுக்கு உடம்பு முடியலே – வீட்டிலே படுத்துக்கிட்டிருக்கான்" என்று பதில் சொன்னார் – பொய்தான். தம்பிரானிடம் இதைப் பற்றிப் பேசலாமாவென யோசித்தார். முன்பு கிருஷ்ணன் பிறந்ததும் தம்பிரானிடம் அதைச் சொல்லிக் கும்பிட்டார். அவர் போன காரணம் வேறொன்று. வீட்டிலே மனைவி அந்தக் குழந்தைக்கு கிருஷ்ணன் என்று பெயர்வைக்கவேண்டுமென்று ஒற்றைக்காலில் நிற்கிறாள். ஏதோ கிருஷ்ணன் கோவிலில் நேர்ந்துகொண்டாளாம். இதையும் குறிப்பிட்டுச் சொன்னார்.

"அப்படியே இருக்கட்டும் நமச்சிவாயம் – அதுல என்ன இப்போ" என்றார் சோமசுந்தரத் தம்பிரான்.

"இல்லே – தம்பிரான் பேரை வைக்கணும்னு எண்ணம். அப்பா பேரும் அதுதானே."

"அதனாலென்ன – அந்தக் கிருஷ்ணன் அவர் பிள்ளைக்கு என்ன பேர் வைச்சாரு – சோம சுந்தரக் கடவுள் பெயரைத்தான் – ஒண்ணுமில்லே – உங்க அண்ணாச்சி பையனுக்கு உங்க அப்பா பேரைச் சூட்டியாச்சே – அது போதும் நமச்சிவாயம்" என்றார் தம்பிரான்.

சிவசங்கரன் கிளம்பியதும் நமச்சிவாயம் மடத்தில் நுழைந்து சாமிக்கண்ணுவிடம் போய்ச் சொன்னார்.

"உன் பையன் அதுக்கெல்லாம் சரிப்பட்டு வரமாட்டான் நமச்சிவாயம் – நீ ஒரு காரியம் செய்யேன். சிவசங்கரனிடம் சொல்லி நெல்லு வியாபாரத்திலே கூடமாட இருக்க

ஏதாவது செய்யச் சொல்லு. அவரு சொன்னா பிச்சைப்பிள்ளை கேப்பாரு. இதுக்கு தம்பிரான் சொல்ல வேண்டியதில்லை. நானே போதும்" என்றார் சாமிக்கண்ணு.

ஆனால், நமச்சிவாயத்தின் பையன் ஆரலுக்கு ஈடுகொடுக்கவில்லை. வியாபாரமும் சரியாகவில்லை. உடம்பு சரியில்லையெனப் படுத்திருந்தவன் அடுத்த வாரம் வீட்டிலும் ஊரிலும் இல்லாதவனாகி விட்டான். வெகு நாட்கள் கழித்துக் கிடைத்த தகவலின்படி சென்னைப் பட்டணம் சென்றுவிட்டதாகத் தெரிந்தது.

பொடி உழவு ஆரம்பித்தாகிவிட்டது. மழை நின்றிருந்தது, ஒரு வெயில் அடித்து விட்டதென்றால் வைக்கோற் படப்பையைப் பிரித்துக் காயப் போட முடியும். களம் முழுவதும் போதாது. இரண்டு தெருக்கள் முழுவதும் அது பிரித்து அலசப்பட்டுக்கிடக்கும். சூரிய ஒளியில் மஞ்சளாக ஒரு சீலை விரித்தாற்போல மின்னும். தெருவில் வண்டி போகத் தடையில்லை. காளைகள் வண்டியிழுத்துக்கொண்டே வைக்கோலைத் தின்னுவதை மகிழ்ச்சியோடு எடுத்துக்கொள்ள முடியும். அடிஅடியாக நடையெடுத்துவைத்து மண்ணென்ற நினைப்பே இல்லாது தெருவிலே உருண்டு விளையாட குழந்தைகளால் முடியும்.

களத்திலே கந்தன் முன்னால் நின்று நாலு பேரை வேலை வாங்கிக் கொண்டிருந்தான். மேலத் தெரு வீட்டு நடையில் சிறிது நேரம் நின்றுவிட்டு களத்துப்பக்கமாகப் போனார் சிவசங்கரன். வீட்டின் பின் பக்கமாக வந்த ஆச்சி கந்தனிடம் ஏதோ கேட்டுக் கொண்டிருந்தாள். மீனாட்சி ஆச்சியின் பின்னால் நின்றாள்.

"பிள்ளையைக் கூட்டிக்கிட்டு வரக்கூடாதா?"

ஆச்சி சிவசங்கரனைப் பார்த்தவுடன் கேட்டாள். அதற்கு கந்தன் உடனடியாகக் குறுக்கி' டுச் சொன்னான்.

"அவ்வையாரம்மன் கோவிலுக்கு இன்னும் போகணுமாம் – சின்ன நாச்சியாரு சொல்லுகாக."

சிவசங்கரன் இலேசாகச் சிரித்துக்கொண்டார். குழந்தை தான் ஆற்றில் விழுந்ததை எண்ணி இப்போது பயப்படவில்லை என்பதை தாமே கேட்டுப் பார்த்துத் தெரிந்துகொண்டிருந்தார்.

ஆச்சி கந்தனுக்கு "நீத்தண்ணி" கொண்டுவர உள்ளே சென்றாள். தண்ணீர் என்றுதான் பெயர். சோறாகவிருந்தது. பழைய சோற்றுப் பருக்கையுருள குளிர்ந்த அந்த உணவை ஊறுகாய்த் துண்டுகளுடன் ஒரு கலயத்தில் கொண்டுவந்தாள். கந்தனும் அவன் ஆட்களும் பரந்த களத்துமேட்டு மூலையில் உட்கார்ந்துகொண்டனர். அவர்கள் சாப்பிடுவதைப் பார்ப்பதில் ஆச்சிக்கு எப்போதுமே ஒரு பரவசம் உண்டு.

கந்தனின் சின்ன மகள் மட்டும் களத்து வேப்பமரத்தடியில் பழம் பொறுக்கிக் கொண்டிருந்தாள்.

அந்தக் குழந்தை பக்கமாக மீனாட்சி சென்றாள்.

வீசிய காற்று தெரிந்தது. திடீரென நிலவிய நிசப்தத்தில் ஆச்சி தன்னை வேற்றாளாக நினைவுபடுத்தியிருக்கவேண்டும்.

இருப்புக்கொள்ளாமல் படபடப்புடன் அடுக்களையினுள் சென்றாள். இரண்டு பானைகளை மாற்றிவைத்தாள். எதையோ மூடினாள். வெளியே வைக்கோற்போரில் குழந்தைகள் கும்மாளமிட்டுக்கொண்டிருந்தன.

அந்தக் கணம் முடிவடைய வேண்டுமா – வேண்டியதில்லையாவென ஆச்சியால் தீர்மானிக்க முடியாது. மேற்கொண்ட எதுவும் எண்ண வேண்டாம் – இப்படியே கொஞ்சநேரமிருந்துவிடுவோம் என்பது போல அடுக்களையின் பக்கத்தில் உட்கார்ந்தாள். காலையிலே பத்தயத்திலிருந்து எடுத்துவைத்த மீதி நெல் வெளியே கிடந்தது. அந்த நெல் பக்கமே இமைக்காது பார்த்துக்கொண்டிருந்தாள். அவள் கண்களில் நெல் படவே இல்லை.

ஆரலிலிருந்து வண்டிகள் விரைகின்றன. வண்டி ஓட்டுபவன் மாப்பிள்ளை – அவன் காப்பு இன்னும் களையப்படவில்லை. நாகம்மா சிலையாகிறாள். ஆண்பிள்ளையாக பிச்சைப்பிள்ளை மாமனாரிடம் ஏதோ கோபமாகப் பேசுகிறார். இராப்பாடி வருகிறான்.

ஆச்சியின் தாயார் சோழபுரத்தைச் சார்ந்தவள்தாம். அப்பாவும் அம்மாவும் முறைத்துக்கொண்டு பேசிக்கொள்வதை சிறு வயதில் கண்டிருக்கிறாள்.

“மலை நாட்டிலேயிருந்து எனக்குன்னு வந்து சேந்தியே” என்று சத்தமிடுவார் அப்பா – பாதிக் கோபத்துடன்.

“ஆமா – கிழக்கத்தியானுக்கு வாக்குப்படணும்னு இருக்கே – அதுதான்” என்பாள் அம்மா.

சிவசங்கரன் பேசாமல்தான் நின்றிருக்கிறார். மீனாட்சி சொன்னது காதில் விழுந்தது. சர்வசாதாரணமாகச் சொல்கிறாள்.

“அதை அவ்வையாரம்மன் கோவில்லேயே முடிவுசெய்திட்டேன்– வடிவு என் மகதான்.”

ஆச்சி புடவையால் முகத்தைத் துடைத்துக்கொண்டாள். பின்வாசலில் கந்தன் கலயத்தைக் கழுவிவைக்கும் சப்தம் – மீனாட்சி உள்ளே வந்தாள்.

ஆனந்த வருடம் ஆடி மாதம் தெற்கூரில் தடதடவென ஒரு கூட்டம் சேர்ந்துவிட்டது. மடத்திலிருந்த மாணவரும் வெளிவந்து நின்றனர். நெல்லைச் சீமை செல்லும் சாலையிலிருந்து சுங்கச்சாவடியைக் கடந்து ஆரலுக்குள் நுழைந்து வந்த ஒரு மஞ்சள் உருவத்தைப் பார்த்து நின்றனர். அது அசைந்து வந்தது. மடத்து முன்பிருந்த ஆலமரத்துப் பக்கம் நின்றது. குகைக்குள்ளிருந்து வருவது போல ஒரு மனிதன் அதிலிருந்து வெளிவந்தான். கச்சேரியிலிருந்த ஆட்களிடம் ஏதோ கேட்டுவிட்டு மீண்டும் அதனுள் ஏறிக்கொள்ள, அது நகர்ந்து கோட்டாறு செல்லும் வழியில் முன்னேறியது.

நமச்சிவாயம் அவருக்குத் தெரிய வந்த அந்தப் பெயரைச் சொன்னார். ‘ஆட்ட மயில்’ என்ற பெயர் நெடுநாள் ஆரலில் நிலைத்தது – மோட்டார் என்றும் பிறகு சொன்னார்கள்.

மோட்டாரில் வந்தது கோட்டாற்று குமாரசாமியாம். பட்டணம் போய் ஆட்டோ மொபைல் படித்து வந்தவராம். நமச்சிவாயத்திற்கு விஷயம் தெரிந்திருந்தது. ஆனால், தன் பிழைப்பிலேயே கை வைக்கும் யந்திரம் என்பதைப் பற்றி பேச முடியவில்லை. அது எவ்வாறு இந்த அஞ்சல் வண்டியும் தானும் இல்லாமலாகிவிட முடியும் என்று எண்ணவே விரும்பினார்.

அன்றிரவு மீனாட்சியின் தலையைக் கோதியவாறு ஆச்சி சொன்னாள்,

"மக்கா – உனக்கு ஒரு குறையும் வராது – நல்லாயிருப்பே நீ – அப்படியே ஆகட்டும் – எனக்கு முன்னாலே இந்த அரங்கிலே வைச்சு ஒரு தாலியை அவன் ஒன் கழுத்திலே கட்டிடட்டும் – நல்லதுதான் நடக்கும்."

முதன்முறையாக மீனாட்சிக்குக் கண்ணீர் வரவிருந்தது.

அடுத்த வருடம் பண்டாரம் பிறந்தான்.

ஆரல்வாய்மொழி ஒரு கணவாயாக இருந்ததுண்டு. டச்சு தளபதி 'டிலனாய்' பீரங்கி கொண்டு வஞ்சிநாட்டு மன்னனோடு சண்டையிட்டுத் தோற்றானாம். எப்போதாவது மகாராசாக்கள் அந்த இடத்தை வந்து பார்ப்பதுண்டு.

அந்த இடம் பார்க்க மகாராசா விஜயம் செய்த நாள் அது. ராசா அந்த வழி போவதைப் பார்க்க ஒரு கூட்டம் நின்றது.

ஆனால் ஆச்சி கூறினாள்.

"அந்த ராசா வந்து போனாரு – இங்கே ஒரு ராசா பிறந்துட்டாரு."

அதை ஆவுடையம்மாள் ஆமோதித்தாள்.

"எப்படியிருக்கு?"

"இப்பத்தான் கண் அசந்தான். காய்ச்சல் விட்டாச்சு – அப்பா வந்தாச்சான்னு கேட்டான்."

"அம்மன் போட்டிருக்கோன்னு நினைச்சேன் – இல்லே – வெறும் காய்ச்சல்தான் – நாளைக்கு சுடுகஞ்சி கொடுத்திடலாம்."

"பசிக்கான்னு கேட்டேன் – ஒண்ணும் வேண்டாம்னுட்டான்."

"நாளைக்கு எழுந்திருச்சுடுவான் – கொஞ்சம் வெந்நி கொண்டா."

மீனாட்சி உள்ளே சென்று வந்தாள். சிவசங்கரன் குடிக்கும்போது சொன்னாள்.

"கன்யாரி போயிட்டு வந்துடணும் – அம்மனுக்கு நேந்திருந்தேன்."

சிவசங்கரன் பேசாதிருந்தார். பௌர்ணமிக்கு இன்னும் நாளிருந்தது. இங்கே காளியூட்டு நடத்தியாகவேண்டுமென்று அம்பலத்தில் முடிவு எடுத்தாகிவிட்டது. ஆரல்வாசிக்காரர் கூட்டத்தில் சிவசங்கரன் சில காலமாகவே அழைக்கப்படுகிறார்.

அப்படி காளியூட்டு நடத்தப்படுமென்றால் கன்யாகுமரி போய்வருவது கடினம். பதினைந்து நாட்களாவது ஆரலில் வேலையிருக்கும். கடந்த ஒரு மாத காலமாக அம்மை நோய் கண்டுள்ளபடியால், அண்ணாவி சொல்லிவிட்டார். "பன்னிரண்டு வருசம் ஆச்சு. இந்த இடையிலாவது ஊட்டு நடத்திடணும். தவறிப்போச்சுன்னு பேர் கூடாது."

பத்துப் பதினைந்து வயதுச் சிறுவர்கள் அம்மை போட்டுத் துடிக்கையில் அண்ணாவியின் பேச்சு எடுபட்டது. ஒவ்வொரு வரிக்காரரும் இத்தனை மரக்கால் நெல் தரவேண்டுமென்று முடிவாகிவிட்டது. ஓலை ஒப்பிட்டு எழுதியாகிவிட்டது. திக்கு – திசை தெய்வ சந்நிதிகள் சுத்தப்படுத்தப்பட்டன. வெள்ளையடித்தாகிவிட்டது.

காளியூட்டு நேரத்தில் பண்டாரம் எழுந்து நடமாடமுடியாத நிலையாகிவிடுமோ என்ற கவலை விட்டது. நாலு நாட்களில் சரியாகி, அடுத்த நாள் வாய்க்காலில் குளிப்பேன் என்று அடம்பிடித்தான்.

வெயில் கொளுத்திற்று. இந்த வருடம் மழை பொய்த்ததுதான் போலும். ஆற்றில் நீர் குறைய ஆரம்பித்து வெகுநாட்களாகிவிட்டது. அவ்வையாரம்மன் கோவில் சென்றவர்கள் அங்கே ஆறு ஓர் ஓடை போலாகிவிட்டது – அங்கும் தண்ணீர் அவ்வளவுதான் என்றார்கள்.

இரண்டொரு பேர் கோட்டாற்றிலிருந்து கொழும்புக் குடை பிடித்துக்கொண்டு வந்து நிலக்கடலை வாங்கிச் சென்றார்கள்.

பத்தாண்டுகளில் எத்தனையோ மாற்றங்கள்போல் தோன்றிற்று. கோட்டாறு என்ற நகரை அடுத்து வளர்ந்த நாகரம்மன் கோவில் பெரிதுபட்டது. அஞ்சல் வண்டிகள் கூட்டு வண்டிகளாகப் பரிணாமம் பெற்றன. நமச்சிவாயத்தின் மகன் மதுரையில் நாடகக் கூட்டத்தில் சேர்ந்திருக்கிறான். ஒரு தடவை அப்பாவை வந்து பார்த்து பணம் கொடுத்துவிட்டுச் சென்றான். திரும்பவும் பட்டணம் போய்விடுவானாம். நமச்சிவாயம் வில் வண்டி வாங்கியது அந்தப் பணத்தில்தான். சோழபுரம் வீட்டின் மீதான கடன் முந்நூறு பணம் திருப்பியளித்தாகிவிட்டது. இன்னமும் சிறிது பண உதவி கிடைத்தால் வேறு ஏதாவது தொழில் தொடங்கலாம். இனிமேல் வயலில் இறங்கி உழ முடியாது. வண்டியோட்டும் சுகம் விடவில்லை. நமச்சிவாயம் காத்திருந்தார். கண்ணம்புதூர் சோசியனை வெகுவாக நம்பவேண்டிய அவசியம் வந்தாயிற்று.

பயணங்கள் சிறிய மாற்றத்தையடைந்தன. கன்யாகுமரி வரை மோட்டார் சென்றது. கிழக்கே திருச்செந்தூர் வரை சௌகர்யமாகச் செல்லும் வசதி ஏற்பட்டுவிட்டது.

ஆரம்பப்பள்ளி ஏற்பட்டுவிட்டதென்றாலும் தேவாரப் பாடசாலை ஊரில் நடந்தது. கோட்டாறில் பெரிய பள்ளிகள் இயங்கத்தொடங்கின. சாந்தலிங்கத் தம்பிரான் மடத்து மாணவர்கள் அங்கே தமிழாசிரியராகும் வாய்ப்புப் பெற முடிந்தது.

நாகரம்மன் கோவிலில் ஞாயிறு விசேடத்திற்குச் சென்றவர் 'படம்' பார்த்ததுபற்றிக் கூறினார்கள். ஆரல் சுற்றுப்புறத்தைச் சார்ந்த இரண்டொருவர் கடல் கடந்த நாடுகள் சென்றுவிட்டிருந்தனர். சென்ற நாட்டின் பெயர் உள்ளூர்வாசிகளுக்குத் தெரிய இன்னுமோர் பத்தாண்டுகள் ஆகலாம். இத்தனை காரியங்களிலும் இந்தப் பத்தாண்டுகளில் எதுவுமே மாறவில்லையென்றும் தோன்றிற்று.

மழை பொய்த்துப்போனது. இங்கிருந்து வடக்கே பூதப்பாண்டி வரைக்கும் தெற்கே கன்யாகுமரி வரையிலும் பயிர்கள் கரிந்தன. ஈர்க்குச்சி போல் நைந்துபோய் படுத்துக்கொள்ளும் நிலையில் பயிர்கள் வரப்புவழிச் சென்றோரைக் குமுறவைத்தன. காளியூட்டு மட்டும் மிகச் சிறப்பாக நடந்தது.

பூசனைக்கு பழவர்க்கத்தைத் தயாரித்துப் பக்குவப்படுத்தும் வேலையுடன் ஆரம்பமாகும். சதுரமான பள்ளம் வெட்டி, குழியிலே ஓலைகளை எரித்துச் சூடு பண்ணி, வாழைக்குலைகளை அடுக்கி மண் போட்டு மூடுவார்கள். உளுந்து சுப்பையன் மேற்பார்வை பார்ப்பான். நாலாம் நாள் பழக்குலைகள் எடுக்கப்பட்டு கீழத் தெரு அம்மன் கோவில் விட்டத்தில் வரிசையாகத் தொங்கவிடப்படும்.

பண்டாரம் நின்று வேடிக்கை பார்த்தான்.

“வேய் பண்டாரம் பிள்ளை” என்று பையன் முதுகைத் தட்டினார் நமச்சிவாயம். அவன் திரும்பவில்லை. விளி வேற்றுமையிலிருந்தே யாரென்பதை அறிவான் போலும்.

“சும்மாயிருங்க மாமா” என்று நெளிந்தான்.

பழக்குலைகள் அடுக்கப்பட்டுவிட்டன. வில்லுப்பாட்டு சுந்தரம் பிள்ளை அச்சாரம் வாங்கின அன்றே வெள்ள மடத்திலிருந்து புறப்பட்டுவிடக் கூடியவர். காளியூட்டிற்கு இரண்டு நாள் இருக்கிறதென்றாலும், போகும் இடம் புது இடமில்லை. ஆரலில் எந்தத் தெருவில் நடந்தாலும், “என்ன அம்மாச்சா – எப்ப வந்தீக” என்று கேட்க ஆள் இல்லாதவரில்லை. சிறப்பு நடக்கும் நான்கு நாட்களும் “நம்ம வீட்டில்தான் சாப்பிடணும்” என்று கையைப் பிடிக்காத குறையில்லை.

பூசனை நடக்குமுன்னர் ஊர்ப் பிள்ளைகள் தூக்கிக்கொண்டு ஆட வேண்டிய ‘சூடு’ ஒரு பக்கம் குவிந்திருந்தது. மூங்கிற் புற்களாக நீண்டிருக்கும் அந்தக் கட்டுகளைக் கொளுத்திச் சிறுவர்கள் தெருக்களைச் சுற்றி ஆட, அந்த நோய் அகலும்.

கோமரத்தாடிகள் ஆவேசம் வந்தாட – சந்தனக் கும்பாவைத் தள்ளி வைப்பார் அண்ணாவி. ஆடுபவரில் ஒருவருக்கு அப்படி ஒரு ஆசை, சந்தனம் குடிப்பதில். ஆவேசத்திற்கு பயப்படுகிற புள்ளியல்ல அண்ணாவி. சந்நிதியை விட்டு வெளியே எரி மூட்டி வைத்திருக்கும் அண்டாவிலிருந்து கொதிக்கக் கொதிக்க மஞ்சள் நீரைக் கையால் எடுத்து நீராடுவார்கள். முகத்தில் தேய்த்துக்கொள்வதுமுண்டு. ஆடி முடிக்கும் படலம் முடிந்திருக்கும் சமயம் ‘வல்லரக்கன்’ கதை வில்லுப்பாட்டில் மங்களமாகி தீபாராதனை நடக்க வாழ்த்துப் பாடி முடிப்பார் சுந்தரம்பிள்ளை.

பிள்ளைகளுக்குத் திருநீறு பூசப்படும். ஒவ்வொரு வீட்டிற்கும் மஞ்சள் வழங்கி சுவரிலும் சார்த்தப்பட்டுவிட்டதென்றால் பூசனை முடிந்துவிட்டதாகும்.

பிறகு கணக்குப் பார்க்கும் வேலை. நாணயங்களையும் நெல்லையும் இரு பக்கமாகக் குவித்துப்போட்டுக்கொண்டு சம்பந்தப்பட்டவர்க்குத் தருவது நடக்கும்.

சிவசங்கரன் தலைநிமிர்ந்தார். கந்தன் நின்றிருந்தான். அவன் ஏற்பாடு செய்திருந்த மேளத்திற்கு கடைசியாகத்தான் படி தரப்படும்.

கந்தன் உறவு ஆட்கள் வெள்ளமடம் அருகேயிருந்தவர்கள் மாறி விட்டார்களாம். அந்தக் குடியிருப்பிற்குப் பக்கத்தில் வெள்ளைக் கட்டடம் ஒன்று முளைத்திருந்தது. "இரட்சண்ய சேனை" என்று மிகவும் கஷ்டப்பட்டுப் படிக்கவேண்டிய வாசகத்துடன். அது பற்றி தனக்கு எதுவும் தெரியாதென்றான் கந்தன்.

"ஆனால் மாற்றங்கள் இல்லாமலிருந்த காலம் எது – நீ கவனிக்காமல் இருந்திருக்கலாம்" என்று சொன்னார் தம்பிரான், சிவசங்கரனிடம்.

'அம்பலத்தாடுவான் சிலை' முன்னர் ஒரு பலகையில் உட்கார்ந்திருந்தார். எதிரே தரையில் இருந்தார் சிவசங்கரன். சற்றுத் தள்ளி செந்தில் நின்றான். அவன் வளர்ந்திருந்தான். நெற்றியிலும் வலுவுடைய தோள்களிலும் நீறு பூசி நின்றான்.

"தம்பிரானுக்குத் தெரியாததில்லை. நம்மால்தானே வரணும் – அந்த மாற்றம்."

சொற்களை கேள்வியாக மாற்றிக் கேட்டார் சிவசங்கரன்.

"மாறுவதற்குப் பெயர்தான் உயிர். அதுதான் ஞானம் – அது எனக்கும் உனக்கும் செந்திலுக்கும் பொருந்தும்."

சிவசங்கரன் தலை தானாகக் குனிந்தது.

செந்தில் என்ற பையன் வளர்ந்துநின்றது குறித்து தம்பிரானுடன் பேசவே எண்ணினார். நடக்காதுபோலிருந்தது – அது சம்பந்தமான பேச்சை இந்தப் பிரதேசத்தில் தம்பிரானைத் தவிர யாரிடமும் பேச முடியாதென அவர் நினைத்தார்.

"நீ பார்க்காதிருக்கலாம் சிவசங்கரன்" என்று திரும்பவும் சொன்னார் தம்பிரான்.

கண்ணிற்கும் தலையுச்சிக்கும் நடுவிலுள்ள பாகத்தை ஏனோ விரலால் தொட்டுக்கொண்டார்.

"அது தென்படக்கூடிய ஒன்று. அதுவாகத் தென்படும். தெரிந்து கொள்வதல்ல – அது ஞானம் – சிவஞானம். இந்த மண்ணிற்கேஉரியது. தென்னன் – தென்னாடு – தென்புலம் எல்லாம் அதுதான். திசை சம்பந்தப்பட்டதல்ல. அது அருகிவருகிறதல்லவா."

ஆனால், மாறுதல் என்பது பற்றி தம்பிரான் கூறியது எதில்தான் இல்லை என்பதை சிவசங்கரன் அறிந்துகொண்டிருக்கக்கூடும்.

ஏழு நாட்களுக்கு முன்னர் ஆரலுக்கு வந்த ஒருவரைப் பற்றியும் தம்பிரான் சொன்னது சிவசங்கரனுக்குத் தெரியவந்திருந்தது.

வந்தவர் சிவந்த மேனியராய் உடலெங்கும் திருமண் குறி அணிந்து கைகளில் சக்கர அடையாளங்கொண்டு நின்றார். வானமாமலையில் கையைச் சுட்டுச் செய்துகொண்ட அடையாளம். அவர் தன்னை சோழ தேசம் திருவரங்கம் பெருமாள் தாசர் என்று சொல்லிக்கொண்டார். வண்பரிசாரம் போக வழி கேட்டார் – வண்டி கிடைக்குமா என்றும் விசாரித்தார். நமச்சிவாயம் தயாராகவிருந்தார். ஆனால், தம்பிரான் தேரூர் போக வேண்டுமென்று ஏற்கனவே சொல்லியிருந்ததால் தயக்கம். வண்பரிசாரத்தில் என்ன விசேடமென்பதில் நமச்சிவாயத்திற்கு அக்கறையில்லை – தெரிந்திருக்கவும் முடியாது.

அது பற்றி தம்பிரான் சாந்தமான குரலில்தான் சொன்னார். அதில் இகழ்ச்சி தொனித்ததாக சிவசங்கரனுக்குத் தோன்றியது.

"அது நம்மாழ்வார் பிறந்த இடம். அவருடைய தாயார் உடைய நங்கையம்மாளின் ஊர். ஏற்கனவே ஒரு பெருமாள்தாசர் அங்கே போயிருக்கிறார். இந்த வஞ்சி நாட்டரசன் ஏராளம் கொடுத்தாயிற்று. இந்தப் பக்கத்து நிலங்கள் எல்லாம் தாசர்களின் நிலங்கள் ஆகிவிடும். இவர்களைப் பணிந்துதான் ஆட்சி நடக்கும். இவர்களுக்கு வரி கிடையாது. இந்த இடம் பற்றி எந்தக் கவலையும் இல்லாதவர்கள். கோட்டாறு பற்றி எதுவுமே தெரிந்துகொள்ள மாட்டார்கள். பறளியாற்றைத் தெரியாது. அதிலே என்ன விசேடம் என்பார்கள். ஆனால், சப்த ரிஷிகளைப் பற்றி நேரில் பார்த்தாற்போல் அளக்க முடியும். பசனை மடம் ஒன்று ஏற்படுத்திவிட்டால், ஊர்ப் பிள்ளைகள் பெயர் எல்லாமே மாறிவிடும். இந்தப் பக்கத்தின் சிவசம்பந்தமேயற்றுவிடும். பசனை பாடுபவன் பசனை பாடுபவனாகவே இருக்கவேண்டும் – அதுதான் தர்மம் என்பார்கள். இந்தப் பக்கத்து அரசர்களும் அதையே விரும்புவார்கள். "வருவார்– செல்வார் வண்பரிசாரத்தில்" என்று நம்மாழ்வார் பாடினார் – திருவாழ் மார்ப பிள்ளையின் மகன் பாடியது. உடைய நங்கையின் மகன் பாடியது – நம்மாழ்வார் இதை எதிர்பார்த்திருக்க மாட்டார்."

தம்பிரானிடம் கசப்பு பூரணமாக வெளிவந்ததாகத் தெரியவில்லை. நமச்சிவாயத்திடம் "வண்டியை எடுத்துக்கொண்டு போ – மத்தியானம் வந்து விடு" என்று சொல்லிவிட்டார். நம்மாழ்வார் சந்நிதியைப் பார்க்க வந்தவரிடம் கடைசியில் பாசம் வந்திருக்கும். அதற்கும் காரணம் இருந்திருக்கும். திருவண்பரிசாரம் உடைய நங்கை அம்மையாரும் இந்தத் தம்பிரானும் ஒரே வழித் தோன்றல்தான் என்பது அவருக்கு மட்டும் தெரிந்தால் போதும்போலும்.

தாசரை வண்டியில் விட்டுவிட்டு வந்த நமச்சிவாயம் அவர் வண்டியில் போய்க் கொண்டிருக்கையில் பாடிய பாடலைச் சொல்லிக் காட்டினார் – பாடியும் காட்டினார்.

பத்ம
நாபனே!
பணி
சயனனே!
சித்தம்
வைத்
தென்னைக்
காரும்
சீனி
வாசனே!

துள்ளலுடன் ஒவ்வொரு வரியும் நியதியுடன் வெளிவருவதன் நயம்தான் ஆரலுக்குக் கிடைத்த மாற்றமோ?

மண்ணும் நீரும் இந்த ஐம்பது வயதில் சிவசங்கரனுக்குக் கற்றுத் தந்தவை ஏராளம் – மௌனம் என்ற மொழி மூலம். தெரிந்துவைத்திருத்தல் என்ற ஒரு காரியத்தை மேற்கொண்ட ஒரு காரணத்திற்காக – அற்பமான காரணத்திற்காக – மண்ணையும்

நீரையும் அலைக்கழிக்கிற சாதனமாக்கிக்கொண்டுவிட்டார்கள் – நிலத்தையும் நீரையும் ஒருவரிடமிருந்து பிரித்தபோது, இதையெல்லாம் எதிர்பார்த்திருக்கவேண்டுமென சிவசங்கரனுக்குத் தோன்றியது.

தம்பிரானே சொல்லியிருக்கிறார். "இந்த சிவசங்கரன் மண்ணையும் நீரையும் தேவாரப் பதிகத்தையும் ஒன்றாக மதிப்பவர்" என்று.

அதே நீரும் நிலமும் ஒருவனிடமிருந்து பிரிக்கப்படுகையில் எந்த வகை மாற்றத்தையும் எதிர்பார்க்காமல் இருப்பதா – இவையெல்லாம் அற்பமான காரணம் என்றும் சாதாரணமாக நம்மை அலைக்கழிக்கிற விஷயம்தான் என்றும் நினைத்திருந்தால் வேறு விளைவு பற்றி நினைப்பானேன்.

களக்காட்டுப் பக்கம் வயல்வெளிகளில் எலிகள் அதிகமாக இருப்பதைக் கண்டிருக்கிறார் சிவசங்கரன். ஒரு மூன்று ஆண்டுகள் அவற்றோடு பழகியிருக்கக்கூடும். பொடி உழவில் அவை பண்ணுகிற அட்டூழியத்தைப் பற்றி மற்றவர் சொல்வதைக் கூர்ந்து கேட்டதுண்டு. நெல்லைத் திருடிய எலி அடைந்த தண்டனையைப் பற்றிய நீதிக் கதையை அவரது அப்பா பண்டாரம் பிள்ளையிடமே கற்றார். ஆரல் வந்து சோழபுரத்தின் தங்கமான வயல்களை அடைந்தபோது, எலி வளைகளைக் கொத்தித் திருத்திய போது அப்பாவின் எலிக் கதையை நினைத்துச் சிரித்திருக்கிறார். எலி திருடிய நெல் – அதனிடமிருந்து நிலத்தைத் திருடிக்கொண்ட மனிதன் – காட்டை அழித்து வாழத் தொடங்கிய நாளிலிருந்து விடை காண விருப்பமில்லாத கேள்வி.

ஆரலிலும் சோழபுரத்திலும் நட்டநடுத் தெருக்களில் நின்று கொண்டிருக்கும் – எதையுமே சட்டை பண்ணாதிருக்கும் மாடு – எப்படியாவது கத்தரி வயலில் புகுந்துவிடும் ஆடு – இவை சிவசங்கரனுக்குக் கற்றுத்தந்தவை ஏராளமிருக்கும்.

குமரியில் சத்திரத்தில் தங்கவேண்டும். காலையில் எழுந்து கடற்புறம் செல்லவேண்டுமென்றால் இரவு அங்கு தங்கியாகவேண்டும். உள்ளறையிலிருந்து பார்த்தால் கடல் இரவில் தென்படாது. 'கறுப்பாயிருக்கே – இதுவா கடல்' என்று கேட்டுத் துளைத்தான் பண்டாரம். காலையில்தான் அது நீல நிறமாயிற்று.

கோவிலைச் சுற்றியுள்ள பாதையில் நடந்து நீராடும் கட்டம் நெருங்குகையில் நன்கு வெளுத்துவிட்டது. பண்டாரத்தை நடுவில் நிறுத்தி அவன் இரு கைகளையும் பெற்றோர் பிடித்துக்கொண்டு மும்முறை மூழ்கி எழுந்தனர். அவன் நடுங்கினான்.

கோவில் சுற்றுப்புறம் வருகையில் சூரியன் எழத்தொடங்கிற்று. இத்தனை நேரம் அந்தப் பையன் அனுபவிக்காத ஒரு காட்சி – கடல் மறந்துபோயிற்று – கோவில் – அந்த இடம் – பெற்றோர் எல்லாவற்றையும் விட்டு தன்னந்தனியனாக அவனால் பார்க்க முடிந்தது.

பின்னர் அம்மனைக் கும்பிட்டு பிரகாரத்தைச் சுற்றினர். மீனாட்சி உற்சாகமாக இருந்தாள். பேசிக்கொண்டுவந்தாள்.

"இவன் என்ன சொல்லுகாம்னு கேட்டேளா – அக்காவை ஏன் கூட்டிக்கிட்டு வரலேன்னு."

சொல்லிவிட்டு பண்டாரத்தைப் பார்த்தாள். அவன் அப்பாவின் கையைப் பற்றிக்கொண்டு முன்னால் நடக்கவாரம்பித்தான்.

சிவசங்கரன் ஒரு கணம் தயங்கி மேலே நடந்தார். நடையை மெதுவாக்கிக்கொண்டது போல் தோன்றிற்று. "வாப்பா - சீக்கிரம்" என்று பையன் அவசரப்படுத்தினான். மீனாட்சியும் அவரை ஏறிட்டுப் பார்த்தாள். பிறகு அவர் பார்த்த திசையைப் பார்த்தாள்.

அவர்களை மீனாட்சிக்குத் தெரிந்திருக்க நியாயமில்லை. ஆண் - பெண் கூட்டம்தான். இவர்களுக்கு முன்னால் பிரகாரத்தில் போய்க்கொண்டிருந்தார்கள். ஒருவர் மட்டும் கழுத்தைத் திருப்பி இவர்களைப் பார்த்தார். அப்போது தெரிந்தது - அது பூதப்பாண்டி பலவேசம் பிள்ளை.

அவர்கள் மாலையில் வீடு சேருகையில், எதிர்வீட்டு வாசலில் நின்றுகொண்டிருந்த நாகம்மாள் காறித் துப்பினாள்.

பணத்திற்கு மதிப்புத் தர வேண்டுமென்ற ஒரு கட்டுப்பாட்டிற்காக ஊர் மக்கள் மீனாட்சி கல்யாணத்தை நினைத்துப்பார்த்திருக்க மாட்டார்கள். அதைவிடவும் இன்னொன்று இருந்திருக்கிறது. முன்னேறுவதும் பணக்காரனாவதும் நடந்துவிடக்கூடிய வொன்றுதான் என்று அவர்கள் கருதியிருக்கலாம். யாரும் முன்னேறிவிட முடியும் என்ற நம்பிக்கையுமிருக்கலாம்.

"உங்களுக்கு சேர்மாதேவி போகணும் போல எப்பவாவது எண்ணம் வந்திருக்கா" என்று ஒரு தடவை கேட்டாள் மீனாட்சி.

"உண்டு" என்பதுபோல தலையசைத்தார் சிவசங்கரன்.

"நாம் அங்கேயே போயிடலாம்னு."

"இல்லை" என்று முழுதாக வாய்விட்டுச் சொன்னார்.

மீனாட்சி ஒரு பெருமூச்சுடன் பேசாதிருந்தாள். இதே கேள்வியை சிவசங்கரனும் அவளிடம் கேட்டது ஞாபகமிருந்தது. மணஞ்செய்து கொண்ட சில நாட்களில் – அத்தனை உரம் படைத்த ஒரு பெண்ணும் சிலவற்றைக் கண்டு தாங்கிக்கொள்ள முடியாது அஞ்சவேண்டி வரும் என அவர் எண்ணியிருப்பார். மீனாட்சி பற்றி அப்படி எண்ண ஒரே ஒரு காரணம் இருந்ததை அவர் அறிவார் - நாகம்மாள் உருவில்.

புரியாத விஷயங்களாக எப்போதுமே சில இருந்துகொண்டிருக்கின்றன– இருந்துகொண்டிருக்கவேண்டும் என்பார் தம்பிரான். இத்தனை அன்புடன் கூடிய ஒரு "கூடப் பிறப்பு" இம்மாதிரி வெறுப்புணர்வைக் காட்டிய செய்கைகள் காலங்காலமாகப் புரியாமலேயிருந்து பழக்கப்பட்டுவிட்டன. எதிர்பார்ப்புகள் நடந்து நிறைவேறும்போது, பரபரப்புடன் வேறொன்றை எண்ணிக் காத்திருப்பது இப்படிப்பட்ட புதிர்களைச் சந்திக்கவேண்டியதிலேயே முடிகிறது. நாகம்மாளின் மாற்றம் மீனாட்சிக்கு வியப்பையளித்ததென்றால் சிவசங்கரன் அதை எதிர்பார்த்தவர்போலிருந்தார்.

அம்மு என்ற பெண்ணின் வாழ்க்கை விசாலமடைந்த பின்னர், நாகம்மாளிடம் உடல்நிலை மோசமடைந்ததை எல்லாரும் நன்கு தெரிந்திருந்தனர். அந்தப் பெண்ணின்

பையன் வளர்ந்து தெருவில் ஓடியாடித் திரிவது சகஜமாகவே எடுத்துக்கொள்ளமுடிந்தது. தன்னிச்சையாக ஒரு குழந்தை ஓடியாடிப் பெரிதுபடுவதை யார்தாம் பார்த்துப் பூரிப்படையாதிருக்க முடியும். நாகம்மாள் முகம் கோணவில்லையென்றால், அது காலங்காலமாகக் கட்டிவந்த ஒரு மண்ணின் குணம் மாத்திரமே அல்ல – அவளாலும் வெறுத்தொதுக்க முடியவில்லை. நேசம் என்ற ஒன்றைத்தான் உயிரானது அடையாளம் இல்லாமலேயே உணர்ந்துகொள்கிறது போலும்.

அம்முவின் பையன் விஷயமோ – மீனாட்சியின் காரியமோ சோமசுந்தரத் தம்பிரான் பார்வையில் நின்றவிதம் தன்னோடு எல்லாவற்றையும் சேர்த்துக்கொள்ளும் ஆறாகவிருந்தது. நாவுக்கரசரையும் திலகவதியையும் கன்னியின் கையறு நிலையையும் பற்றி அவர்தாம் கூறவேண்டும். ஆரல் ஒரு மகத்தான ஊர்தான். அம்பலத்தாடுவான் நடனமாடியிருக்கவேண்டிய ஊர். அவனைக் கூப்பிடவேண்டும். கூப்பிடுவதுதான் தலையாய காரியம். ஆடும் இடத்தை மாற்றிக்கொள்வது அவனுக்குப் பெரிய விஷயமாகாது.

மோட்டார் வண்டி வந்துவிட்ட பிறகும் திருச்செந்தூர் செல்வது கூண்டு வண்டியிலும் நோன்பிற்காக நடந்துசெல்வதுமாகவே இருந்தது. வைகாசி விசாகத் தொடக்கத்திற்கு மூன்று தினங்கள் முன்பாகவே ஒரு கூட்டம் புறப்படும். இந்தத் தடவை சிவசங்கரன் செல்லவில்லை. மடத்து ஆசிரியர் சிலரும் அண்ணாவியும் சென்றதால், செந்திலையும் அனுப்ப ஏற்பாடு செய்தார்.

பயணிகள் கண்ட கண்ட இடத்தில் – சாலை நடுவேயுங்கூட படுத்துக்கொள்வதுண்டு. கட்டுச்சோறு இரண்டு நாட்கள் தாங்கும். பொரிவிளங்காய் கட்டாயமிருக்கும். வள்ளியூர்ப் பக்கம் குறுக்குப் பாதையில் திரும்பிவிட்டால், நெல்லைச் சீமை செல்ல வேண்டாம் – சீக்கிரமாகவே போய் வந்துவிடலாம். ஆனால், நெல்லையப்பரை வணங்காது திரும்புதல் தம்பிரான் பொறுத்துக் கொள்ளும் விஷயமாகாது.

செந்திலோடு சென்ற அண்ணாவி நெல்லைக்குச் செல்லவில்லையாதலால் அவனுக்கு அந்தப் பேறு கிட்டவில்லை. திருச்செந்தூரில் ஒரு நாள் முழுவதும் தங்கிவிடுவது எளிது. அங்குள்ள தேவாரப் பாடசாலை வழி செய்திருந்தது. அங்கே அவனைப் பாடச் சொன்னார்கள். அவன் குரல்வளமற்றவன். பாடல் தெரிந்தும் கூச்சப்பட்டான். மீசைக்காரர் ஒருவர் அவனை உற்சாகப்படுத்தினார். தேவாரப் பதிகம் யார் பாடினாலும் அவர் கண்ணீர் வடிப்பார் போலும். கோவிலுக்குக் கூடவே வந்து அந்த நாளை அவனுடன் கழித்தார். அங்கிருந்து புறப்படுகையில் சிறிது பணம் தர முயன்றார். செந்தில் வாங்கவில்லை.

திருச்சீரலைவாயின் கடல் செந்திலைக் கொள்ளை கொண்டது. அந்தப் பக்கம் கோவில் அமைத்தது கடல் செய்த தவம் என்றெண்ணினான். அந்த ஊரின் தெருக்கள் முழுவதும் சுற்றியலைந்தான். நீர்மோர் குடித்து அங்கிருந்த இரண்டு பாடசாலைகளில் அவன் பெற்ற அனுபவத்தில் கூடவேயிருந்த மீசைக்காரருக்கும் பங்கிருந்தாக அவன் எண்ணியிருக்க முடியாது.

அவன் பங்கில் – எண்ணங்களில் – பங்கேற்கும் ஒரு நபரை ஊரார் சுட்டிக்காட்டி விட்டிருந்தனர். வளரும்போது, குறும்பாகவும் சுட்டித்தனமாகவும் சோழபுரம் செல்லும்

போதெல்லாம் கேள்வி கேட்கும் வடிவும், 'அத்தான் முறை' கொண்டாடி மடத்திற்கே வந்துவிடும் பண்டாரமும் வேறு பல சிந்தனைகளைத் தோற்றுவித்திருந்தனர். எனவே அவன் தான் சந்திக்கிற ஒவ்வொன்றிலும் வடிவு பங்கு என்ன என்று கேட்கும் நிலையில்தான் இருக்கமுடியும். அவன் கேட்கவில்லையென்றாலும் இந்தப் பண்டாரம் கேட்பானே– கேட்பான் – கூசாமல் பேசுவான். "என்ன செந்தில் பெருமாள் பிள்ளைவாள்" என்று இழுத்துக் கூப்பிடுவான். "எலேய் – அவன் உனக்கு அத்தானில்லையா – நீ பேர் சொல்லிக் கூப்பிடுகே" என்று நமச்சிவாயம் கேட்டால், "சரி – பிள்ளைவாள்னு மட்டும் கூப்பிடட்டுமா மாமா" என்று பதிலுக்குக் கேட்பான். "விளைஞ்ச பய" என்பார் நமச்சிவாயம்.

பாடத் தெரியாது என்பதோடு செந்திலுக்குப் பேசவும் தெரியவில்லை. எந்தவொருவர் பேசினாலும் பதிலைக் கூச்சமுடன் வெளியிடுவான். கேள்வி ஞானமும் கூரிய பார்வையும் கொண்டிருந்தது ஒன்றே அவனை வேறுபடுத்திக் காட்டும். முறை நூல்களை வரிசையாகக் கற்றுக்கொண்டான். சித்தர் பாடலும் வைத்திய நூல்களும் பாடமாகவுண்டு. தம்பிரானின் உரையாடல் அவனைக் கவர்ந்திருந்தது. சித்தர்களைப் பற்றி அவர் கூறியவை சிந்திக்கவைத்திருக்கும். சமயம் குறித்து அவரது கருத்தை அவன் வருங்காலத்தில் எப்போதாவது எண்ணிப்பார்க்கலாம் – உலகில் சைவ சமயத்திற்கு ஈடில்லை என்ற வாதமல்ல – மானிட விளக்கம் போன்ற சொற்றொடர்களை அவன் எப்பொழுதாவது புரிந்துகொள்ளக்கூடும். ஒரே மனிதன் வாழும் பூமியிலே பெயரென்ன வேண்டிக்கிடக்கிறது என்ற வகையில் தம்பிரான் கூற்று அவனைத் தெளிவடையாமல்செய்துமிருக்கும்.

தம்பிரான் கூற்றுக்களை அவன் சிவசங்கரனிடம் சொல்வதுண்டு. அம்மாதிரி சங்கதிகளைக் கேட்க சிவசங்கரன் தயங்கியதில்லை. இனம் – சமயம் இவை பற்றி தம்பிரான் பேச்சைக் கேட்டுக் குழப்பமடைந்திருக்கிறார். அந்தக் குழப்பம் எப்போதாவது ஒரு தெளிவையும் கொடுத்திருக்கிறது.

தெளிவு – அவருக்கு ஏற்கனவேயிருக்கிறது. கேள்வி கேட்கவும் ஒரு தெளிவு இருக்கவேண்டும். நல்ல கேள்வியிலே தெளிவும் கூடவே இருக்கிறது. 'இரட்சண்ய சேனை' பற்றி தம்பிரான் பேசவில்லைதான். ஆனால், மாற்றத்தைப் பற்றி தம்பிரான் எப்போதுமே சொல்லி வந்துள்ளார் என்று தோன்றுகிறது. மாற்றத்தை விரும்பாத ஒருவர் அம்பலவாணனின் நடனத்தை வியந்திருக்க முடியாது என்று சொல்லவேண்டும். மடத்தின் முன்னறையில் நின்ற நடராசர் சிலை பலருக்கும் பலவிதமாகத் தோன்றும், ஆட்டத்தின் அசைவு பற்றிப் பேச முடிகிறது. ஆட்டத்தின் காரணம் பற்றித்தான் பேச்சு எழாது.

"வயல் வரப்புகளில் கலந்துவிட்ட சாதிகளைப் பற்றி தனித்து எண்ணுவது அறிவுடைமையே அல்ல. இந்தப் பக்கத்திலுள்ள சாதிகள்போல வேற்றுமை கொண்ட இனம் வேறெங்குமில்லை என்பது உண்மை – ஆனால், அது தமிழ்ச் சாதிக்கு மட்டுமே சொந்தமான வேற்றுமை."

"மண்ணிலும் நீரிலும் தங்களை ஈர்த்துக்கொண்டவர் வேளாளர் என்றால், சேர்ந்துகொண்ட வேள்கோவர் பானை செய்து கொடுத்தனர் – கலப்பை செய்து கொடுத்தனர். அவர்களிடையே வேற்றுமை கற்பிப்பது பேதமை. நிலமற்றுவிட்ட காரணத்தால் ஒருவன் இனம் மாறிவிட முடியாது."

தம்பிரான் பேச்சில் சிவசங்கரன் புருவம் ஏறும். கவனித்தே கூறுவார் – 'மண்ணில் உயிரைக் காண்பதுவே ஞானம்.'

ஆனால் வேளாண் மக்களுக்கு உதவுவதால் எல்லாரும் அவ்வினம் என்றால், ஆரல் மக்களை நிலமுள்ள வேள்கோவர் என்று சொல்லலாமா என்ற கேள்வி சிவசங்கரனைத் தைக்கும்.

சோமசுந்தரத் தம்பிரான் பேசுவதைத் தவிர வேறு ஒன்றும் செய்திருக்க முடியாது என்று தோன்றுகிறது. அவருக்குப் பதில்சொல்லக் கூடியவர்களும் பேசாமல்தான் இருந்திருக்கிறார்கள். உண்மைதான் – தன்னைப்பற்றியும் தான் அறிந்தவற்றைப்பற்றியும் சிவசங்கரன் எப்போதுதான் பேசியிருக்கிறார்.

ஊர் கூடி காளியூட்டு நடத்திய இரு மாதங்களின் பின்னரும் மழை பெய்யவில்லை. தூற்றல் மட்டும் விழுந்தது. ஆரல் பகுதியில் பெரு மழையே தூற்றலுக்கு சமம். ஆறு வற்றி, படுகைகள் மணலாக மாறி, மாலை வேளைகளில் பிள்ளைகள் விளையாட்டிற்கு இடம் கொடுத்தன – குளத்து நீர் வாடையடிக்கத் தொடங்கிற்று.

ஆரலின் கிழக்குப் பகுதியிலுள்ள மருந்துவாழ் மலையின் பக்கமுள்ள சிற்றூர்களுக்கு ஒரு விசேடமுண்டு. அது மூலிகையடங்கிய மலையாதலால் அந்தப் பகுதியில் மேய்ச்சல் காணும் கால்நடைக்கும் விசேடமுண்டு. இரண்டு மாதம் அங்கே தங்கி பசும்பாலோ, ஆட்டுப்பாலோ அருந்திவந்தால், காச நோய் தணியும் என்று நம்பிக்கை. அண்ணாவி அங்கே போயிருந்தார். ஒரு தடவை சென்று பார்த்துவர நமச்சிவாயத்திடம் சொல்லியிருந்தார் சிவசங்கரன். அந்த ஊர் மூத்த பிள்ளையிடம் தகவலனுப்பி வேண்டிய உதவி செய்யக் கேட்டுக்கொண்டாயிற்று. தானும் மீனாட்சியும் போய்ப் பார்த்து வரலாம் என்று யோசித்துக் கொண்டிருந்தார்.

பெய்த சிறு மழையில் ஓர் உழவு மட்டுமே நடந்தது. அடுத்து ஆற்று நீர் வரவேண்டும் அல்லது மழை பெய்யவேண்டும்.

வயல் வேலைகள் குறைந்திருந்தபடியால், அம்பலத்தில் ஆள் நடமாட்டம் அதிகம். கம்பராமாயணம் படிக்க ஏற்பாடு நடந்தது. முதல் நாள் தம்பிரான் வந்திருந்தார். செந்தில் தவறாது வந்தான்– பத்து நாளும் வந்தான்.

வடிவும் வருவாள் – இரண்டொரு தடவைதான். பெண்கள் கூட்டத்தில் – தரையில் – அவள் தேர்ந்தெடுத்த இடம், அவன் பார்வைக்கேற்றவாறுதான் என்று செந்தில் நினைத்தான்.

அத்தனை பேரும் ஒரு தடவையாவது வந்துபோன அந்த இடத்திற்கு அண்ணாவி மட்டும் வரவில்லை – ஆரலுக்கு அவர் திரும்பவே இல்லை.

பின்னர் ஆரலில் மழை பெய்தது. காலம் தப்பி வந்த மழை. அடித்துப் பெய்தது. மண்கட்டிகள் நீரில் கரைந்துருகிச் சேறாக, இரண்டொரு நாட்களில் கலப்பை தூக்கிக்கொண்டு தெருவழியே நடப்போர் எண்ணிக்கை பெருகிற்று.

வாய்க்கால் நீர் வர ஆரம்பித்துவிட்டது. ஓர் உடைப்பு ஏற்பட்டு சிறிது சேதம் என்றார்கள். ஆனால், பறளியாறு ஈடுகட்டித் தந்துவிடும். உடைப்பு நடந்த இடத்தில் பூசனை நடத்தியிருப்பார்கள். கூடவே அவ்வையாரம்மனுக்கும் பூசனை நடக்கும்.

சில இடங்களில் – கிழக்கே – சாலைப் பகுதியை நீர் அடித்துச் சென்று வண்டிகள் போக்குவரத்து நின்றிருந்தது. இரண்டு தடவை ஓடும் மோட்டார் வண்டி வரவில்லை. நிலக்கடலை மூட்டைகளைச் சுமந்து சில குறிப்பிட்ட மேடான பகுதி வழியாக நடந்து கோட்டாறு போக முடிந்தது என்றாலும், சில காலமாக நடந்து செல்வது – மோட்டார் வந்த பிறகு – ஒரு கடினமான காரியமாகத் தெரிய ஆரம்பித்திருந்தது. அந்த மோட்டாரைப் பயன்படுத்துவோர் அதிகமாகிவிட்டனர். தம்பிரான்கூட ஒரு தடவை வண்டியை விடுத்து அதில் சென்றார்.

மழை முடிந்து வானம் வெளிவிட்ட ஒரு மாலையில் மோட்டார் விட்டிறங்கி மடம் இருக்குமிடம் கேட்டு நின்றவரை யாருமே அதுவரை பார்த்ததில்லை. வந்தவருக்கும் ஆரல் பழக்கப்பட்டதாகத் தெரியவில்லை. நமச்சிவாயம்தான் முதலில் கவனித்தார். ஆள் அந்த வயதிலும் வாட்டசாட்டமாகத் தோன்றினார். கொடு மீசை வைத்துக் கொண்டிருந்தார்.

வாட்டசாட்டத்தைப் பற்றிப் பேசுவதென்றால் நமச்சிவாயத்திற்கு மிக ஆர்வம். சிவசங்கரனின் தந்தை பண்டாரம் பிள்ளை மிகவும் பலசாலி. பேரன் பண்டாரத்திடம் அதைப் பற்றிக் கூறிக் கொண்டார்.

“ஒரு முழுத் தேங்காயை வெட்டுக்கத்தியில்லாம கையால உரிச்சி அப்படியே உடைப்பாரு.”

நடித்துக் காட்டிப் பேசினார்.

“அதெப்படி மாமா – வேணும்னா உடைச்சிடலாம் – மேல் தோட்டை எப்படி எடுக்கிறது.”

“நகத்தாலே – அப்படியே உரிச்சுப்புடுவாரு – பொறகு தேங்காயை மட்டும் எடுத்தார்னா கால் மணிக்கட்டிலே அப்படியே ஒரு அடி– படார்னு உடையும். அப்படியாக்கும் – நீயும் இருக்கியே.”

நமச்சிவாயமும் உடல்பலம் மிகுந்தவர்தாம். ஆனால், குன்றத் தொடங்கும்போதுதான் எப்போதுமே சக்தியின் அருமை தெரிய ஆரம்பிக்கிறது. பையன்களின் கிளித்தட்டு விளையாட்டை ஆவலோடு கவனிப்பார். அது ஒன்றுதான் விளையாட்டு என்பார். ஏதோ பக்கத்து நாட்டுடன் போருக்கு ஆயத்தம் செய்வது போல சின்னப் பையன்களின் உடற்பயிற்சியை ஆதரிப்பார்.

“அது யாரு மாமா?” என்றான் பண்டாரம் – சுட்டிக்காட்டிக் கேட்டான்.

அந்தச் சமயத்தில் மீசைக்காரர் மடத்துப் பக்கம் போய்ச் சேர்ந்திருந்தார். மடத்தின் முகப்பும், கேட்கும் தேவாரப்பாட்டும் வழி சொல்லியிருக்கும்.

“உங்க அத்தானை இன்னைக்குப் பாத்தியா” என்று கேட்டார் நமச்சிவாயம்.

“இல்லே மாமா – மடத்திலே சிறப்பாம்.”

நமச்சிவாயம் யோசித்தார். மடத்தில் சிறப்பு என்றால் புது ஆட்கள்– மடத்திற்கு நிலமெழுதி வைத்தவர்கள் – வருவதுண்டு. இரண்டு பேர் நேற்று வந்திருந்தனர். அவர்கள் தாழாக்குடி பக்கம். இன்றைக்கென்ன வந்தது?

சோழபுரம் வரப்பிலிருந்து ஏறி வந்து கச்சேரியைக் கடந்து மடத்திற்குள் நுழைந்தது சிவசங்கரன்தான். நமச்சிவாயம் சிறிது நேரங்கழித்துக் கேட்டார்.

“பெரியம்மாவைப் பாக்கப் போவியா?”

‘ம்’ என்றான் பண்டாரம்.

நாகம்மா பண்டாரத்தை ஒதுக்கித் தள்ளியதில்லையென்று நமச்சிவாயம் நினைத்தார். தங்கையோடு சில ஆண்டுகளாக மனத்தாங்கல் நீடித்திருந்தது தெரியும். அது பற்றி இந்த ‘அண்ணாச்சி’ நமச்சிவாயத்தையே அழைத்து மாலை மாலையாக நீர் வடித்து அழுது சொன்னது அவருக்கு ஞாபகம் இருந்தது. புதியதாக வம்பொன்றை இழுத்துப் போட்டுக்கொண்டிருக்கிறாள் என்று அப்போது தோன்றிற்று.

நாகம்மாள் பேச்சில் உண்மையிருந்ததை அவர் பின்னர் தெரிந்து கொள்ள முடிந்தது.

வெற்றியடைந்துவிட்ட மனிதர்கள் நல்லவர்களாக வாழ்ந்துவிட முடியும் – எல்லாராலும் அது முடியாது – என்பதாக அவள் பேச்சு இருந்தது. நமச்சிவாயம் வெற்றியடைந்த வாழ்க்கையை ஒரு வகையில் வாழ்கிறவர்தாம். தகப்பனார் காலத்திலிருந்து தன்வசம் விட்டுப் போய்விட்ட வயலை மீட்டுக்கொண்டுவிட்டார். வீடு கிடைத்துவிட்டது. மகன் கிருஷ்ணனின் நிலை மிகவும் நன்றாக இனி அமையும் என்ற நம்பிக்கை, வேண்டிய உற்சாகத்தையும் அளித்துள்ளது. பொது நலத்திலும் நன்னெறிகளிலும் மனம் தானாக ஈடுபடுவதைத் தெரிந்துகொள்ள முடிகிறது. சில விஷயங்கள் குறித்த பொதுவானவற்றைச் சொல்லவே அவர் விரும்பினார்.

“ஒங்களுக்கென்ன அண்ணாச்சி–தூரமா ஒதுங்கி நிண்ணு பாக்கியோ– என்னைப் போலவா – நான் நொந்துபோய்க் கிடக்கிறவா.”

இம்மாதிரிப் பேசி வரும் நாகம்மாள் அன்று சொன்ன விஷயம் புதிராகவிருந்தது. அவள் செந்திலைப் பற்றி அதிகம் பேசினாள். அவளது நொந்துபோன பேச்சிற்கு அவன் ஒருவனே காரணம் என்பதாக அந்தப் பேச்சு இருந்தது. நமச்சிவாயத்திற்கு என்றோ ஏற்பட்டு மறைந்துபோயிருந்த விஷயமாகவும் அது இருந்தது.

இந்த ‘செந்தில் யார்’ என்ற கேள்விக்கு, நமச்சிவாயத்திற்குத் தெரிந்ததுதான் எல்லாருக்கும் தெரியும். அப்படித்தான் இருக்க முடியும். வேறொரு வகையில் ஒரு பதில் தானாகவே தம்மிடம் வந்து சேருவதை நமச்சிவாயம் ஒதுக்கித் தள்ளிவிட முடியவில்லை.

செந்திலுடன் வந்து பெரியம்மா என்றழைக்கப்பட்ட அந்த சேர்மாதேவிக்காரி, சுக்குநீர்க் கடை வைத்துக் காலந்தள்ள சிவசங்கரன் வழி செய்து கொடுத்து, தெற்கூரில் மடத்துக்குச் சொந்தமான இடத்தில் தங்க வைத்த போதிலும், செந்தில் தம்பிரானுடன்தான் இருந்துவந்தான்.

பெரியம்மா என்று சொல்லப்படுபவளையே அவன் மறந்திருக்கக்கூடும். அந்த அம்மாளுக்கு சிவசங்கரன் நேரடியாக உதவி செய்ய முடியாது. நாட்கணக்கில் செந்திலைப் பற்றி ஒரு வதந்தி கிளம்ப அந்த அம்மாளே காரணமாயிருக்க முடியும்.

நாகம்மாள் சொல்லும் விதத்தில் ஏதோ உண்மை இருக்கும் என்று நினைத்தார் நமச்சிவாயம். சிவசங்கரன் பேரிலிருந்த மதிப்பால், அவரைப்பற்றி யாரும் பேசாதிருக்கக் கூடும். நாகம்மாவால் பேச முடிந்தது – செந்தில் என்ற பையனைச் சாக்கிட்டு. எனவே காலம் வந்தால் யாரையும் வெறுத்து ஒதுக்குவது என்பது நடக்கக்கூடிய காரியம்தான் – செந்திலைக்கூட.

இதற்குக் காரணம் சேர்மாதேவிக்காரி என்று நமச்சிவாயத்திற்குத் தெரிந்தாலும் அதன் பின்னணியில் இப்படியொரு பூதம் இருக்குமென அவர் எதிர்பார்க்கவில்லை.

பூதமாக வேண்டுமானால் இருக்கலாம் – ஆனால், அதைத்தான் அவர் எதிர்பார்த்துக் கொண்டிருந்தாகத் தோன்றியது. நமச்சிவாயம் கற்பனை வளத்தையோ தொலைவிலுணரும் சக்தியையோ பெற்றிருக்கக்கூடும். எதைக் கண்டாலும் அதை ஒரு படமாக மாற்றி மூக்கு வரைந்து, அது பூரணம் அடையாதது கண்டு, மனம் நொந்து பின்பொரு நாள் முழுதாக – புத்தம் புதியதாக தன்முன் அது காட்சி தரும்போது, தனது அடிப்படை எண்ணங்கள் வீண் போகவில்லை என்ற திருப்தி எழத்தான் செய்கிறது. இப்போதெல்லாம் வேறு வேலையும் அத்தனை இல்லை அவருக்கு. ஆனால், நமச்சிவாயம் இதுபற்றி வாயே திறக்கவில்லை.

ஊரும் அவ்வாறிருந்தது அதிசயம்தான். கோட்டாறு போன்ற இடமாக இருந்தால் இப்படியிருந்திருக்கும் என்று சொல்ல முடியாது. பெண்கள் சூழும் இடங்களில் எந்த வம்பும் எழவில்லை. அம்பலத்தில் எங்கோ யுத்தம் நடப்பதைப் பற்றி எப்போதாவது பேச்சு வரும். ஊரில் எந்தப் பெண்ணும் இதைப் பற்றிப் பேசவில்லை என்று சொன்னது சரிதான் – சேர்மாதேவிக்காரி தவிர. ஆனால், அவள் ஆரலைச் சார்ந்தவள் அல்லவே.

அந்த அம்மாள் பேச்சு வக்கிரமாக இருந்ததை நமச்சிவாயம் தவிர சில பெண்களும் கேட்டிருக்கக்கூடும். பேச்சு எண்ணத்தையும் காட்டிவிடுவதால் காதைவிட கண்ணை நம்பித்தான் அந்த விஷயத்தை எட்டினார்கள், எழும்பும் சில வினாக்கள் சிறு பிள்ளைகளையும் எட்டும். அவர்கள் எல்லாவற்றிலும் கேள்வி கேட்கக் கூடியவர்கள். கிளித்தட்டு விளையாடுபவர்கள் ஒரு கணம் விளையாட்டை நிறுத்தினால், அவ்வழியே செந்தில் போய்க் கொண்டிருப்பான். அவன் மடம் சென்றடைவது வரை விளையாட்டு சூடு பிடிக்காது. கூட்டத்தில் பண்டாரமும் இருந்து விட்டால், மௌனம் ஏற்படும்.

பண்டாரம் பேச்சில் மட்டுமன்றி எல்லாவற்றிலும் சூட்டிகையானவன். துறுதுறுவென அலைபவன். எல்லாவித சனங்களிடமும் அவன் பேசுவான். இவ்வாறெல்லாம் நடப்பது தனது கடமையென்பது போல் செய்கை வெளிப்படும்.

மோட்டாரும் சினிமாவும் நாகரம்மன் கோவிலை மாற்றியிருந்தால், ஆரல் போன்ற ஊர்களில் சிறுவர் மட்டும் தங்களைச் சுற்றி கண்களை அகல விரித்துப் பார்க்கத்தொடங்கினர். இருந்தாலும் ஆரல் மாற்றமடையவில்லை என்று சொல்லவேண்டும்.

சித்திரை மாதம்தான் செந்தில் – வடிவு திருமணம் என்று நிச்சயிக்கப்பட்டது.

ஆனால், பண்ணையார் வீட்டுக் கல்யாணங்கள் மட்டுமல்ல – அவரைச் சார்ந்தோருக்கும் அந்த ராசிதான் போலும்.

மாசி மாதம் – பனி படர்ந்த ஒரு நாள் காலை வடக்கூரின் வடக்கே வெகு தூரம் தாண்டி ஓர் உடைமரம் அருகே அந்த சேர்மாதேவிக்காரி செத்துக் கிடந்தாள். தலையிலே வெட்டு. உயிர் போய் ஒரு நாளுக்கு மேலிருக்கும் என்று சொன்னார்கள்.

அதன் பின்னர்தான் இரண்டு நாள்களாகவே பண்டாரம் அந்த ஊரிலில்லை என்பதை ஆரல் தெரிந்துகொண்டது. பண்டாரம் என்ற அந்தப் பையனை ஆரல் மக்கள் அதன் பின்னர் பார்க்கவேயில்லை என்று சொல்வதே உண்மை.

சோமசுந்தரத் தம்பிரான் வேகமாக நடப்பவர். அவ்வாறு நடக்க வேண்டிய அவசியம் ஏற்படுவதில்லையாதலால், வரப்புகளில் காலை நடையின்போது மட்டுமே வேகம் தெரியும். ஏரிக்கரை வரை அவர் தனியாகச் செல்ல விரும்புவார். அந்தத் தனிமை கிடைத்தல் அரிது. கோடை மாதங்களில் யாரும் வயல்வெளிகளில் இருக்கப்போவதில்லை. மற்ற நாட்களில் மேல்த் துண்டை இடுப்பில் கட்டிக்கொண்டு, தூரத்தில் அவரைக் கண்டவுடன் கை கூப்பி நிற்பவர்களே அதிகம். பனி பெய்யும் காலத்திலும் அவர் அந்த நடையைத் தவற விடுவதில்லை.

தம்பிரான் ஆதீன மடத்தைச் சார்ந்தவரல்ல. சிவதீக்கை வாங்கிக் கொண்டவர். ஆரல் தேவாரப் பாடசாலைக்கு வருமுன் அவர் எங்கிருந்தார் என்பதை சிலர் மட்டுமே அறிவர். அவர் மணஞ்செய்துகொண்ட பெண்மணி இன்னும் உயிரோடிருப்பதாகச் சொல்வதுமுண்டு. குருக்களாயிருந்த அண்ணாவியின் தந்தைதான் சிவதீக்கை அளித்தார்.

தம்பிரான் இரண்டொருவர் தவிர யாரிடமும் 'சித்தாந்தம்' பேசியதில்லை. பயிரைப் பற்றி அளவற்ற சங்கதிகளை அவர் கூற முடியும். ஆனால், சித்தாந்தம் பற்றியோ பயிர் பற்றியோ கேட்கும் நிலையில் இப்போது ஆரல் இல்லையெனத் தெரிந்தது.

நடுத்தர வயதினருக்குத் தெரியும் – தங்களுக்குத் தெரிந்து இவ்வூரில் யாரும் இதுவரை சாகடிக்கப்பட்டதில்லை என்று. ஆரலைத் தாண்டி நாகரம்மன் கோவில் வரை அறியப்பட்டு, கோட்டாறு கடைத் தெருவிலும் பேசப்பட்ட விஷயம் அவ்வூரில் மௌனமாய்த் திகழ்ந்தது.

சுங்கச் சாவடிப் பக்கமிருந்து இரண்டு பேர் வந்து கேட்டுப் போனார்கள். கச்சேரியிலிருந்து எழுத்து மூலம் போன சேதி என்னவென்று பெரியவர்களுக்குத் தெரிந்திருந்தது.

ஆனால், எதுவும் நடக்கவில்லை. தம்பிரான் மட்டும் ஒரு தடவை சொன்னார்: "வடிவு கல்யாணம் எதனாலும் நிற்க வேண்டாம் – அது நடந்துவிடவேண்டும்."

வடக்கூரின் வடக்கே எல்லையில் சுடலைமாடன் கோவிலைத் தாண்டியிருந்த வெட்டவெளியில் சிவசங்கரனின் கைகளைப் பற்றிக் கொண்டு, தேம்பியவாறு சில சொற்களைச் சொல்லிக்கொண்டிருந்தார் நமச்சிவாயம்.

சிவசங்கரன் பார்த்துக்கொண்டிருந்தது அவ்வையாரம்மன் கோவிலிருந்த திசையை.

பல மாதங்களுக்கு முன்னர் ஒரு தடவை தம்பிரான் நமச்சிவாயத்திடம் கூறியிருந்தார்.

"நீ நினைக்கிற மாதிரி அப்படியில்லே, நமச்சிவாயம் – சிவசங்கரன் அங்கே தோப்பு வாங்கியது வேறு எதற்காகவும் இல்லை – அது அவருக்காகவே – ஆரலில் ரொம்ப நாள் இருக்க மாட்டார்னு நினைக்கிறேன்."

நமச்சிவாயம் இரு கைகளையும் நெஞ்சின் மீது வைத்து நின்றார்.

"அது அவர் ஆசையாக இருக்கும் நமச்சிவாயம் – அது மீனாட்சி ஆசையாகவுமிருக்கும். அந்தப் பெண்ணுடன் எதுவும் கைவசமில்லாமல் வாழ்க்கை நடத்த முடியும் என்று சொல்ல நினைக்கிற சிவசங்கரனின் ஆசை அது. எதுவானால் என்ன – சிவசங்கரன் உழைப்பு மண்ணிற்குக் கிட்டுவது புதிதல்ல – ஆரலுக்கு மட்டுமா– அவ்வையாரம்மன் கோவிலுக்குந்தான் கிடைக்கட்டுமே."

தம்பிரான் தூரத்தே நோக்கினார். அங்கே எதுவுமில்லாமலிருந்தது. உழைப்பு என்னும் அசைவு போல – சிதம்பர ரகசியமாக.

தம்பிரானும் ஒரு தடவை தமது ஆசையை வெளியிட்டது பற்றி நமச்சிவாயம் எண்ணிப்பார்த்தார். கொழும்பு செல்லும் ஆட்கள் அதிகமாக இருந்தனர். அங்கிருந்து திரும்ப வந்துபோவோரும் அதிகம்தாம். அங்குள்ள கோவில்களைப் பற்றிச் சொன்ன ஒருவர் தம்பிரானிடம் தான் கண்ட சிவனொளி பாதம் பற்றிக் கூறியிருந்தார்.

தம்பிரான் திரும்பவும் தூரத்தே நோக்கினார். நெடுநேரம் அவ்வாறிருந்தார். தலையை அசைத்துக்கொண்டார். நல்ல 'ஆசை' என்றெண்ணியிருக்கக் கூடும். சம்பந்தன் காணாத சிவனொளி பாதம் – யானைகளின் களியாட்டங் கண்டுவிட்டு கடவுளை அறிந்துகொண்டதாகச் சொல்லித் திரும்பிய நாவுக்கரசன் – நடராசனை எங்கு தேடுகிறாய் என்று நையாண்டி பண்ணப்பட்டவராக, கலக்கத்துடன் தலையை அசைத்துக்கொண்டார்.

தம்பிரான்கள் அழக் கூடாது.

அவ்வையாரம்மன் கோவிலில் தோப்பு வாங்கியது பற்றியும் அதன் காரணத்தையும் தம்பிரான் கூறியது உண்மையாகப்போயிற்று.

சித்திரையில் வடிவு – செந்தில் திருமணம் முடிந்த மறுமாதமே சிவசங்கரன் ஆரலில் இருக்கவில்லை. அவரும் மீனாட்சியும் கடைசிவரை அந்தத் தோப்பில் போட்ட குடிசையில்தான் வாழ்ந்ததாகத் தெரிகிறது.

சோழபுரம் வீட்டை இட்டதானமாக வடிவிற்கு எழுதிவைத்தார். வயல்களில் இரண்டு போக மீதியை தேவாரப் பாடசாலைக்கு.

மீனாட்சிக்குச் சொந்தமான ஆரல் வீடு அம்முவின் பையனுக்குச் சேர்ந்தது.

அவர்களிருவரும் கடைசியாக ஆரல் வந்தது வடிவின் முதல் குழந்தையைப் பார்த்துப்போக. திரும்புகையில் செந்திலிடம் ஒன்றை ஞாபகமாகச் சொன்னார்.

பாட்டனார் பெயரைத்தான் பேரனுக்கு இடுவார்கள் என்றாலும், செந்திலின் பிள்ளைக்கு அவ்வாறு நேரவில்லை. முத்துக்கறுப்பன் என்று பெயர் சூட்டியது சிவசங்கரன் சொல்லித்தான். அப்படித்தான் சொல்லிக்கொள்கிறார்கள்.

அந்தக் குழந்தை நிகழும் ஸ்ரீமுக ஆண்டு, ஆனி மாதம் ஏழாம் நாள்– செவ்வாய்க்கிழமை அதிகாலை ஐம்பத்தேழே கால் நாழிகைக்குப் பிறந்ததாக சாதக ஏட்டுக் குறிப்பு.

தான் வாழ்ந்த தோப்பையும் பக்கத்து வயலையும் பொன்னாக்கிக் காட்டி நின்ற சிவசங்கரன் பிற்காலத்தில் ஆரலுக்கோ – சோழபுரத்திற்கோ வந்ததாகத் தெரியவில்லை.

கடைசி முறை அவரும் மீனாட்சியும் ஆரல் வந்து திரும்புகையில் மோட்டார் வண்டி நிற்குமிடத்தில், சிறுவர்கள் பாடிக்கொண்டே ஓடிப் பிடித்தனர். அது ஆரலில் முதன்முறையாக ஒலித்தது போலும்.

ஐ
பை
அரைக்கா
பக்கா
நெய்
வெள்ளைக்
காரன்
கப்ப
லிலே
தீயைக்
கொளுத்தி
வை.

ஐம்பதுகளின் பின்னர்

அச்சகம் இருந்தது இராயப்பேட்டையில். நீண்ட ஒரு தெருவின் நடுப்பகுதி. எந்த வழி சென்றாலும் முக்கால் மைல் கடக்கவேண்டும். இடமும் சாதாரணம் - பழைய கட்டடம். சாக்கடை தாண்டியே உள்ளே நுழைய முடியும்.

சென்னை வெயில் அவனுக்கு இன்னும் பழகவில்லை. வியர்த்துக் கொட்டுவது காலையிலேயே ஆரம்பமாகிவிடும். ஆனாலும் நடப்பதில் ஒரு சுகம் தெரிந்தது. பெயர் பெற்ற இம்மாதிரித் தெருக்களில் நடந்து செல்லும்போது, தென்கோடியிலிருந்து ஊர்க்காரர் யாராவது பார்த்துக்கொண்டிருப்பது போலத் தோன்றும். அவ்வாறே நடந்துகொள்வான். பார்க்கப்படுகையில் வேலையில் கவனம் குறைகிறது.

ஊர் என்றால் இம்மாதிரி எங்கும் அலைய வேண்டாம். அடுத்த ஊர் என்றாலும் வயல் வரப்பிலிருந்து கூப்பாடு போட்டுப் பேசி விடலாம் - இப்போதுங்கூட. இங்கே அடுத்த தெருவிற்குச் சென்றாலும் செருப்பு மாட்டவேண்டும். ஆனால், வேலை தரும் தனித்தன்மை ஒரு சுகமான சூழ்நிலையை ஏற்படுத்துவதாகப்பட்டது.

முன்பொரு தடவை அவன் பட்டணம் வந்தபோது, டிராம் வண்டி ஓடிக்கொண்டிருந்தது. அரையணா கொடுத்து ஏறி இறங்கினான். ஓராண்டில் நல்ல வித்யாசம் – சின்னத் தெருக்களில்கூட பஸ் போகிறது. ஆனால் டிராம் போல அல்ல – இது தொல்லை – நடப்பதே நல்லது.

'மார்ச்' மாதம் அனுப்பியாகவேண்டிய ஆண்டறிக்கையை இன்னும் அச்சகத்திற்கே அனுப்பவில்லை. அலுவலர் கோபித்துக்கொண்டார். சிறிய அறிவுறுத்தலும் செய்தார். "உங்களுக்கெல்லாம் 'காமன்சென்ஸ்' கிடையாதா?" என்று பக்குவமாகக் கேட்டார். எல்லாரையும் பார்த்துத்தான் கேட்டாரென்றாலும், அவர் பார்வை அவன் மீதே இருந்தது. மேலதிகாரி கோபப்படுவது நியாயம். வேலைகள் நகருவதில்லை. தன்னந்தனியாக ஒருவன் செய்யவேண்டிய வேலைக்கு நான்கு பேர்கள் தகவல் வைத்துக்கொண்டு இழுத்தடிப்பது அரசு அலுவலகங்களின் நாட்கள் ஓட்டும் தந்திரம்.

முகத்தைக் கடுமையாக வைத்துக்கொண்டார்.

"நான் இனிமே எதுவும் சொல்லப்போறதில்லை. பதினைஞ்சு நாளுக்குள்ளே அறிக்கை போயாகணும் – என்ன செய்வீங்களோ தெரியாது."

பொதுவாக மேலாளரிடம்தான் பேசினர். வயதில் மூத்த அந்த மனிதரை நம்பித்தான் எல்லாரும் ஆபீசர் முன்னால் நின்றுகொண்டிருந்தார்கள்.

மானேஜர் மெதுவான குரலில் பேசி முடித்தவுடன், ஆபீசர் அவனைப் பார்த்தார். 'இவனா' என்ற கேள்விக் குறி அவர் பார்வையில் இருந்தது. ஆனால், முத்துக்கறுப்பனுக்குத் தெரிந்துவிட்டது. இந்த 'ஆண்டறிக்கை' விவகாரம் அவன் தலை மேல் விழுந்தாகிவிட்டது – அச்சகம் செல்ல வேண்டியதுதான்.

பின்னர், சீக்கிரமாகவே முடிவுகள் நடந்தேறின. மார்ச் முடிய முத்துக்கறுப்பன் அச்சகத்தில் இருக்கவேண்டும். 'புரூப்' பார்த்து அறிக்கையை அரசுக்கு அனுப்புவது வரை அவனுக்கு அங்கேதான் 'ட்யூட்டி'. மனதிற்கு நிம்மதியான – ஆனால் உடம்பை அலுக்க வைக்கிற வேலை.

விஷயம் முடிந்து வெளியே வந்ததும், அவனிடம் கூடுதல் அறிவுரை தந்தார் மானேஜர்.

"நீ என்ன பண்றே – பிரஸ்ஸை விட்டு எங்கேயும் போகாதே. 'லன்ச்' யாரையாவது விட்டு வாங்கிவரச் சொல்லு. சட்டுபுட்டுன்னு காரியத்தை முடி. தகராறு ஏதும்னா எனக்குச் சொல்லு. இதிலே என்ன கஷ்டம்?"

கஷ்டம் ஒன்றுமில்லை. முத்துக்கறுப்பனுக்குத் தொண்ணூற்றாறு ரூபாய் சம்பளம். அச்சகம் தூரம்தான் – அதைச் சமாளிப்பான். ஆனால், ஆகாரம் என்று ஒன்று தேவைப்படுகிறது. புதிதாக ஓர் அச்சகத்தில் போய் கடன் கேட்க முடியாது.

அலுவலகத்தில் முத்துக்கறுப்பன் என்றால் தாராளமாக கடன் தருவார்கள். அதிக வரும்படியுள்ளவர்கள் அவனை நல்லவனாக மதித்தார்கள். கண்டிப்பு மிக்கவர்கள் அவனை வெறுத்தது கிடையாது. சில ஆங்கில – தமிழ் மொழிபெயர்ப்பு வேலை – சிலருக்கு விடுப்பிற்கான ஆங்கிலக் கடிதம் எழுதி உதவுவது போன்றவற்றால் அவன் மொழியறிவு பெற்றவனாகக் கருதப்பட்டுவிட்டான்.

நாவல்கள்

மானேஜர் வேறொன்றும் சொன்னார். "இந்த பிரஸ் முதலாளி இருக்கிறாரே – அவரு உங்க ஊர்ப் பக்கம்தான் – அதனாலே பாரு – வேலையைச் சீக்கிரம் முடிக்கலாம்" என்று அவனை மாட்டிவிட்டதை நியாயப்படுத்தினார். முத்துக்கறுப்பனை நன்றாகக் கவனித்திருப்பவர். எந்த வேலையையும் அவனை சந்தோஷமாகச் செய்யவைப்பதில் கஷ்டமில்லை.

வேட்டியை மடித்துக்கட்டியவாறு சாக்கடையைத் தாண்டி, கதவருகே எட்டிப்பார்த்தான். ஒரே ஒருவர் மட்டுமே வேலை செய்துகொண்டிருந்தார். இயந்திரம் ஓடிக்கொண்டிருந்தது. இம்மாதிரி இடத்திற்கு எப்படி 'ஆர்டர்' கிடைத்தது?

வேலை செய்துகொண்டிருந்தவர் எடுத்த எடுப்பிலேயே அவனை ஒருமையில் அழைத்துப் பேசினார். முத்துக்கறுப்பன் அப்படியொன்றும் மோசமாக இருக்க மாட்டான். தமிழ் தெற்குப் பக்கத்து வாடையடிக்கும். ஆங்கிலத்தில் யாரும் அவனிடம் பேசுவதில்லை. அதுவும்தான் ஏதாவது ஒரு வாடை அடித்திருக்கும்.

அச்சக முதலாளி இன்னும் வரவில்லை என்று தெரிந்தது. மத்தியானம் வந்தால் போதும் என்றார் வேலையாள். அங்கே மூன்று பேர்தாம் முழுமையாக உட்காரலாம். வெறுமனே நிற்பானேன் என்று அவன் வெளியே வந்தான். நன்கு பசித்தது.

காப்பி சாப்பிடவேண்டும் என்றால் பஸ் ஸ்டாண்ட் வரை போகவேண்டும். வடையும் காப்பியும் சாப்பிடலாம். தோசை முடியாது. இதற்கே மூன்றரையணா ஆகிவிடும்.

ஹோட்டல் வாசலில் ஏறுகையில் பக்கத்தில் ஒரு கார் வந்து நின்றது. அதிலிருந்து ஒரு கை நீண்டது. நின்று பார்த்தால்... அது அவனை அழைக்கிற கை. கார் உள்ளே ராமநாதன். அவருடன் இன்னொருவர்.

ராமநாதன் ஆரலைச் சார்ந்தவர். நிறைய பேசுவார். படிப்பும் லோகாயதமும் அவருக்குக் கைவந்த கலை. எல்லாருக்கும் இப்படி வாய்க்காது.

"என்ன – இங்க என்ன பண்ற?" என்று கேட்டுவிட்டு இறங்கினார். அவருடன் வந்தவருக்கு எந்த வயதையும் சொல்லலாம். நரைத்த தலை.

"நாங்களும் காப்பி சாப்பிடத்தான் வந்தோம் – வா" என்று அவன் தோளில் கை போட்டவாறே உள்ளே நுழைந்தார். உட்கார்ந்து "என்ன சாப்பிடறே" என்று அவனிடமும், "நீங்க" என்று அவரிடமும் விசாரித்தார். முத்துக்கறுப்பன் படபடவென "எனக்கு காப்பி போதும்" என்றான்.

"வெறுங்காப்பி சாப்பிடாதே – வயத்தப் பொரட்டும்" என்று தோசை கொண்டுவரச் செய்தார். 'வயத்தப் பொரட்டும்' என்று அவர் சொன்னது ரொம்ப நாள் முத்துக் கறுப்பனுக்கு நினைவில் இருந்தது.

"என்ன – இப்ப என்ன பண்றே?"

அவன் அலுவலக வேலை பற்றிச் சொன்னான்.

“அப்படியா – அங்கதானா – நல்லதாப் போச்சு. சார் யாருன்னு தெரியுதா – நீ போகவேண்டிய அந்த அச்சாபீஸ் முதலாளிதான்” என்று அவனருகே குனிந்து மெதுவாகக் கூறினார். பிறகு சப்தமாகச் சொன்னார்.

“இது முத்துக்கறுப்பன் – ஆராமொழிதான் – தெரியுமா” என்று நண்பரிடம் கேட்டார். ‘இல்லை’ என்று தலையசைத்தார் அவர். தோசைகள் வந்தன.

சாப்பிட்டு முடிந்து வெளிவந்ததும், “முத்துக்கறுப்பன்” என்று அட்சரச் சுத்தமாகக் கூப்பிட்டு, “நீயும் வா – நான் அச்சாபீசில் விட்டுட்டுப் போறேன்” என்று வற்புறுத்தி அழைத்தார்.

அவர் சென்ற பிறகுங்கூட அவனுக்கு அச்சகத்தில் வேலை இருக்கவில்லை. “நாளை வந்தால் போதும்” என்று சொல்லப்பட்டது.

இரண்டு நாள் சென்ற பிறகுதான் நல்லசிவத்திடம் – அதுதான் அவர் பெயர் – பேச முடிந்தது. அதற்குள் இரண்டு பட்டியல்கள் பார்த்து முடித்துவிட்டிருந்தான். வேலை நிறைய பாக்கியிருந்தது. அவரைத் தேடி வேறு ஆட்கள் வரும்போது, அவன் வெளியே போய்விடுவான். இட நெருக்கடி. ஊர் விஷயமாகவோ, அவனைப் பற்றியோ பொதுவாகக்கூட கேட்டுக்கொள்ளவில்லை. பிறகு சிந்தாதிரிப்பேட்டையிலிருந்து வந்த நபர் தெரிந்தவராகவிருந்தபடியால், பேச்சிலே அவனும் கலந்துகொள்ளும்படியாயிற்று. பிறகுதான் நல்லசிவம் அவனைக் கூர்மையாகப் பார்த்தார். ஆபீஸ் மானேஜரைப்பற்றிக் கேட்பார் என்று எதிர்பார்த்தான்.

“எப்படி வேலை கிடைச்சது?”

அவன் விளக்கினான். தமிழ்ச் சுருக்கெழுத்துப் படித்து மவுண்ட்ரோட் தினசரியொன்றில் இருந்த விவரம் – அங்கிருந்த சமயம் நடந்த களையெடுப்புகள் – பின்னர் கிடைத்த அரசுப் பணி எல்லாவற்றையும் அவர் அசுவாரஸ்யமாகக் கேட்டுக்கொண்டார். தகப்பனார் பெயர் விவரங்கள் கேட்டதும், ‘அட – தெரியுமே – அப்படியா’ என்று சாய்ந்து உட்கார்ந்து அதிசயப்பட்டார். அவர் எதிர்பாராதவை போலும் – அவர் ஊர் போய் பல்லாண்டுகள் ஆகியிருக்கவேண்டும்.

“அய்யலு – இது நம்ம ஊர்ப் பையன்” என்று தமது மெக்கானிக்கிடம் அறிமுகம் செய்து வைத்தார்.

“எங்க தங்கியிருக்கே?”

மதுரைப் பையன் ஒருவனுடன் தான் தங்கியிருக்கும் விவரத்தைச் சொன்னான். நல்லசிவம் எழுந்துகொண்டார். நேரமும் ஆகிவிட்டது. “வாயேன். இன்னைக்கு எங்க வீட்டிலே சாப்பிடலாம்” என்று அழுத்தமில்லாது சொன்னார்.

“எதுக்கு – நான் ராத்திரி அந்தப் பையனோடு எடுப்புச் சாப்பாடுதான் சாப்பிடுவேன். அவன் கிட்டே சொல்லலை.”

“சரி – நாளைக்கு வாயேன்.”

முத்துக்கறுப்பன் தலையை அசைத்தான். அவர் எழுந்து வெளியே வந்து வெளிக் கதவுப் பலகைகளை ஒவ்வொன்றாய் எடுத்துப் போட அவனும் உதவினான். பூட்டை ஒரு முறை இழுத்துப் பார்த்தவாறே, “போலாமா” என்று கேட்டுக்கொண்டார்.

தெருவில் நடக்கவாரம்பித்தனர். முத்துக்கறுப்பன் புதுப்பேட்டைக்கு பஸ் பிடிக்க வேண்டும் அல்லது நடக்கலாம். அவர் திருவல்லிக்கேணி செல்லுபவர்.

“விளக்கை அணைச்சேனோ என்னவோ?”

“அணைச்சாச்சு – நான் பாத்தேன்.”

இருவரும் நடந்தனர்.

“மறந்துபோச்சு, சொல்ல – நாளை நீ மத்யானம் வந்தால் போதும். காலைல்லே பிரஸ்ஸிலே கொஞ்சம் வேலையிருக்கு.”

“சரி – நாளைக்கு எனக்கும் சம்பளம். மூணு மணிக்கு வாரேன்.”

பஸ் நிறுத்தத்தில் சிறிது நேரம் நின்றார்கள்.

“ஊரிலே மழை உண்டா?”

“தெரியிலே – நான் போய் வருசம் ஒண்ணாச்சு.”

“உங்க வயல் சோழபுரம் பக்கத்தில்தானே.”

“ஆமா” என்றான் முத்துக்கறுப்பன்.

“சிவனணைஞ்ச பெருமாள் பிள்ளை வயலுக்குப் பக்கத்திலே இல்லையா?”

“ஆமா.”

“நல்ல மேனி காணுதா?”

வண்டி வந்திருக்காவிட்டாலும் முத்துக்கறுப்பன் பதில் சொல்லியிருக்க முடியாது. அவர் ஏறிக்கொள்ள, அவன் நடக்கவாரம்பித்தான்.

மனிதர் இம்மாதிரி ஊர் ஞாபகத்தை ஏற்படுத்திவிடப்போகிறார் என்று அவன் எண்ணவே இல்லை. ஆங்காரமாக இருந்தது. ஊர் ஞாபகம் இப்போதெல்லாம் அப்படித்தான் ஏற்படுகிறது.

யாராகவிருக்கும் – எல்லாம் தெரிந்திருக்கிறது – செந்திலின் பிள்ளையா என்று உடனடியாகக் கேட்டுவிட்டார். உனக்கு ஒரு தங்கச்சி உண்டுமே என்றும் கேட்டார் – ஆள் பிடிபடவில்லை. ஆரலில் பார்த்தது கிடையாது. இனி அங்கே போய்க் கேட்டுத் தெரிந்துகொள்ளப் போவதில்லை – இருந்தாலும், ஆர்வம்.

மவுண்ட்ரோட் ஹிக்கின்பாதம்ஸ் எதிரில் புதுக் கட்டடத்திற்காக வேலை நடந்து கொண்டிருக்கிறது. அங்கிருந்து நேராக நடந்து அறை வந்து சேர்ந்தான்.

இந்த நல்லசிவம் யார் என்று அவன் குழம்பிக்கொண்டிருந்தான். இம்மாதிரி நிலையை எதிர்கொள்ளக்கூடாது என்று கடந்த இரண்டு ஆண்டுகளாக வேண்டிக்கொண்டு வந்திருக்கிறான். ஊர் ஆட்களின் சந்திப்பு மகிழ்ச்சியைத் தரவில்லை. தெரிந்தவர்களைச் சந்திப்பதைத் தவிர்த்துவந்திருக்கிறான். அதற்கு இந்தப் பட்டணம் மிகுந்த அளவு உதவி செய்துள்ளது.

நல்லசிவத்தின் வயது அறுபதுக்கு மேலிருக்கும். "உன் அப்பா வயதுதான் எனக்கும்" என்று சொன்னார். அப்பாவிற்கும் அதே வயதுதானிருக்கும். சிறு வயதில் அப்பாவைப் பார்த்தது சன்னமாக ஞாபகத்தில் வருகிறது. அப்பாவைப் பற்றி எல்லோருமே தவிர்த்து வந்திருக்கிறார்கள். நல்லசிவம் போல தயக்கமில்லாது, 'உன் அப்பாவும் நானும் நண்பர்கள்' என்று சொன்னவர்களில்லை. தம்பிரான் என்று சொல்லப்பட்ட ஆளைப்பற்றி – பழையாறைப் பற்றி – நாகரம்மன் கோவில் பற்றி – எல்லாவற்றையும் கிண்டிக் கிண்டிக் கேட்கிறார். ஆரல் பக்கம் மின்சார விளக்கு வந்துவிட்ட செய்தியை வியப்புடன் அனுபவிக்கிறார். இனி அந்தப் பக்கம் ரயில் ஓடினால் நாமும்தான் வியந்துபேசவேண்டியிருக்கும்.

'தேவாரப் பாடசாலையைத் தெரியுமா' என்று கேட்ட இவர் அதிலேயே அப்பா போல் படித்திருக்க முடியும். அரசுப் பள்ளிக்கூடம் இப்போது அந்த இடத்தில்தான் நடக்கிறதாம். அங்கு அவன் எட்டாவது வரை படித்துவிட்டு பிறகு மேலே படிக்க எத்தனை பாடுபட வேண்டி வந்தது – அந்தப் படிப்பும் ஏறவில்லை.

நாகரம்மன் கோவில் முன்னேற்றம் பற்றி நிறைய கேட்டார். முன்னேறித்தானிருக்கிறது. கோட்டாற்றுக் கம்பளத்தில் நெரிசல் தாளவில்லை. முதன்முதல் அந்த 'சிமெண்ட்' சாலையில் நடந்து படத்திற்குச் சென்றது முத்துக்கறுப்பனுக்கு ஞாபகம் இருக்கிறது. ஊரின் முதிய பெண்களோடு. அவர்களுக்குத் துணையாகப் போனபோது வயது பத்து. பிரகலாதனுக்கு இரக்கம் காட்டி சாமி தூணிலிருந்து வெளிப்பட்டால் சினிமா பார்க்கும் அந்தப் பெண்கள் எழுந்து கும்பிட்டார்கள்.

அப்பாவைப் பற்றித்தான் கேட்கிறார். அம்மாவைப் பற்றிக் கேட்கவில்லை. சிவசங்கரன் என்ற தாத்தாவைப் பற்றி இத்தனை அறிந்தவர், மற்றுள்ளோரைப் பற்றி ஏன் கேட்கவில்லை.

அப்பா கடைசிக் காலத்தில் சேரன்மாதேவியில் ஒரு கோவிலுக்குப் போய்ச் செத்துப்போனாராம். இவன் அவரைக் கடைசிக்காலத்தில் பார்க்கவில்லை. கடைசிக் காலமென்ன – அதற்கு முன்பே போய் விட்டார் – போய்விட்டாரோ அல்லது விரட்டிவிட்டார்களோ – இருக்கும் – அம்மா செய்யக்கூடியவள்தான்.

இந்த நல்லசிவம் இத்தனை வயதிலும் நுணுக்கமாக விஷயங்களைக் கேட்டுத் தெரிகிறார். அவர் நிறைய படித்தவராகத் தெரியவில்லை – அதாவது பேச்சில் தெரியவில்லை.

முத்துக்கறுப்பனுக்கு ஆரலின் பக்கமான பூதப்பாண்டியைச் சார்ந்த பெரும் சிந்தனையாளன் ஒருவரது பேச்சுகள் ஞாபகம் வந்தன – நல்ல தமிழறிஞர் – கம்யூனிஸ்ட் இயக்கம் – சென்னையில்தான் இருக்கிறார். அவர் பயன்படுத்தும் வாசகங்கள் நல்லசிவம் பேச்சில் இருப்பதாகப்பட்டது. கிட்டத்தட்ட நாற்பது ஆண்டுகள் – நாற்பது ஆண்டும் ஊர் ஞாபகமாகவே இருந்து இவர் கழித்திருக்கவேண்டும்.

அது முத்துக்கறுப்பனுக்கு இகழ்ச்சியாகத் தோன்றியது.

மறுநாள் அலுவலகத்தில் மேலாளரிடம் வேலை முன்னேற்றம் பற்றிச் சொன்னான். டைப்பிஸ்டிடம் ஒரு ரெவன்யூ ஸ்டாம்ப் வாங்கி, சம்பளப் புத்தகத்தில் ஒட்டிக் கவரைப் பெற்றுக்கொண்டான். பதினாறு ரூபாய் சில்லறைக் கடன்கள் தீர்த்துவிட்டுப் பத்து ரூபாய் ஊருக்கு அனுப்பினான்.

அன்று பகலிலும் வேலை அச்சகத்தில் தொடர்ந்து நடக்கவில்லை. அவன் பணி தடைபட்டுக்கொண்டிருந்தது. வெறுமனே உட்கார்ந்து கொண்டிருப்பதுபோல் தண்டனை வேறு இல்லை.

மாலை ஆறு மணியளவில் நல்லசிவம் அவனைத் தன் வீட்டிற்கு அழைத்துச் சென்றார். திருவல்லிக்கேணி முத்துக்கறுப்பனுக்குப் பழக்கமான இடம்தான். அப்படியும் அவர் குடியிருந்த தெரு அவனுக்குப் புதியதாகவிருந்தது. வேனிற்காலம் ஆட்களை வெளியே தள்ளி கயிற்றுக் கட்டில்களைப் போடவைத்திருந்தது – தெருக்கோடி வீடு.

அவருக்கு ஒரே பெண் – பெரியவள். சுருக்கமாக மனைவிக்கு அறிமுகம் செய்துவைத்து விட்டு, “இதுதான் சரசுவதி” என்று பெண்ணைச் சுட்டிக்காட்டினார். தாயார் வெகு அமைதியாகப் பேசினாள். முத்துக்கறுப்பன் பெஞ்சு ஒன்றில் அமர்ந்திருந்தான்.

“உனக்கு ராமநாத ஐயரை எப்படிப் பழக்கம்?”

அவன் சொன்னான் – அர்த்தமில்லாத விவரங்கள் – அவனுக்குச் சொல்லவும் தெரியவில்லை.

“இருங்கோ – இதைக் கொஞ்சம் குடிச்சுக்கிட்டு, பேசிக்கிட்டிருங்கோ” என்று கொஞ்சம் காப்பியை இருவருக்கும் தந்தாள். வாங்கி அருந்தும்போது முத்துக்கறுப்பனிடம் சொன்னாள்.

“ஊர்க்காரங்கன்னா எல்லாம் மறந்துபோகும் – பேப்பர்லே ஆராமொழின்னு ஏதாம் வந்தாச்சுன்னா அவ்வளவுதான் – இவுகளுக்கு கையும் ஓடாது, காலும் ஓடாது.”

அம்மா இப்படிச் சொன்னதும் மகள் சிரித்தாள்.

அவர் ராமநாத ஐயரைப் பற்றி மீண்டும் கேட்டார். அவரைப் பற்றி என்ன சொல்லவேண்டும் என்று முத்துக்கறுப்பனுக்குத் தெரியவில்லை. ராமநாதன் வயதில் பெரியவர். அவரது தகப்பனார் நெடுங்காலம் பிள்ளையார் கோவில் பூசையைக் கவனித்துக்கொண்டிருந்தார். ஊர்க் கோவிலுக்கு – அது தெரு முனையில் இருந்தது – அவரை நியமித்து ஆண்டிற்கு நெல் கொடுத்துவந்தார்கள். அவருக்கு முன்னால் அது எப்படிப் பரிபாலிக்கப்பட்டதோ தெரியவில்லை. இந்த ராமநாதன் தகப்பனார் ஒரு தடவை பழைய சாதத்தைக் கொண்டுவந்து ‘நைவேத்யம்’ காட்டிவிட்டுப் போனது தெரிந்தது. ஊரில் அவரது பெயரே மாறிப்போயிற்று. ராமநாதன் மின்சாரப் பணி சம்பந்தமாகப் படித்து இப்போது கடை வைத்துக்கொண்டிருக்கிறார். இந்த நிகழ்ச்சியைச் சொல்வதைத் தவிர வேறு ஒன்றும் தெரியவில்லையாதலால் பேசாதிருந்தான்.

ஆனால், நல்லசிவத்திற்கு ராமநாதனை நன்கு பழக்கம் போலும். மின்சார விளக்கு சம்பந்தப்பட்டவைகளுக்கு பட்டணம் வந்துபோவது தெரியும். எல்லாம்தான் நல்லசிவத்திற்குத் தெரிந்திருக்கிறது.

“உன் ரூம் நண்பர்கிட்டே சொல்லிட்டியா – சாப்பாடு இன்னைக்கு இங்கேன்னு.”

முத்துக்கறுப்பன் தலையை ஆட்டினான். தள்ளிப்போக விரும்பிய இடங்களுக்குத் தானாகப் போய்ச்சேர்வது மங்கலாகத் தெரிந்தது. ஆனால், அவரது பேச்சில் ஓர் உண்மை ஆடிக்கொண்டிருந்தது.

ஒன்பது மணியளவில்தான் பசி தெரிந்தது. வெகு காலங்கழித்து, முத்துக்கறுப்பனுக்கு எளிய நல்ல சாப்பாடு. கொத்தமல்லிக் குழம்பு– சிறு பயறுத் துகையல் வகையோடு முடித்துக்கொண்டு கிளம்புகையில் “அடிக்கடி வந்து போ” என்று தாயார் சொன்னாள்.

அறிக்கை வேலை நல்லபடியாக நான்கு நாட்கள் நடந்தது. புரூப் பார்ப்பது அவனுக்கு எளிதாகிவிட்டது. நல்லசிவம் வரவில்லை. ஊர் போயிருப்பதாக அந்த மெக்கானிக் – அய்யலு – தெரிவித்தான். மேற்கொண்டு எதுவும் கேட்டுக்கொள்ளவில்லை. அறை நண்பன் ரவிக்குப் புதிய வேலைக்கு ‘இன்டர்வ்யூ’ கார்ட் வந்திருந்தது – தனியார் மின்சார நிறுவனமொன்றிலிருந்து. எப்போது போகவேண்டும் என்பதைக்கூட மறந்துவிடுவான். நாட்களை எல்லாம் புத்தகம் படித்துக் கழித்துவிட்டு, வேறு எதிலும் ஆர்வம் இல்லாதவனாகிவிட்டான். இரவு எடுப்புச் சாப்பாடு எடுத்து இருவர் சாப்பிடுவதால் கொஞ்சம் சௌகர்யம். எல்லாவிதமான கதைகளையும் பேசிக்கொண்டே சாப்பிடுவார்கள். மெதுவாகச் சாப்பிட்டு அந்த நேரத்தை நீடிப்பதால் நிறைய சாப்பிட்டது போன்ற திருப்தி ஏற்படும்.

‘பஸ்’ஸில் செல்வது கஷ்டமாக இருக்கிறது. ஒவ்வொரு நேரம் இரண்டு முறை செல்லவேண்டியிருந்தாலும் நடந்தே சென்றான். எல்லாரும் ஏதோ ஒரு விதத்தில் கஷ்டப்படுகிறார்கள் என்று அவன் நினைத்தான். நல்லவர்கள்தாம் எல்லாரும் – எதையோ அடைய ஓடுவதும், அது தொலைவில் பாச்சா காட்டிவிட்டு முன்னால் ஓடுவதுமாகவும் தெரிந்தது. முந்தைய நாளைக் குறித்தும் எதிர்காலம் குறித்தும் உள்ள எண்ணங்கள் அழகாகவே தோன்றுகின்றன.

காலையில் பலகாரம் எதும் எடுத்துக்கொள்ளவில்லை. பசி நன்கு தெரிந்தது. அலுவலக அறிக்கை முடிவதுவரை இனி இராயப்பேட்டை ஹோட்டலிலேயே சாப்பிட்டுவிட வேண்டுமென்று நினைத்துக்கொண்டான்.

இந்தமாதம் அத்தனை சிரமம் இல்லை. ரவிக்குக் கொடுத்திருந்த பத்து ரூபாயும் வந்துவிட்டால் நன்றாகவிருக்கும் – வராது. எப்பாடுபட்டோ கிடைத்த மெக்கானிக் வேலையை கம்பெனியில் நடந்த சண்டையில் தூக்கி வீசியெறிந்துவிட்டு வந்தவன். ஒரு மாதச் சம்பளத்தை வைத்துக்கொண்டு தாக்குப்பிடித்து வருகிறான். இப்போது அவனுக்கு ஒரு வேலைவேண்டும், ஒரு வேளை எடுப்புச் சாப்பாட்டிற்காவது ஒரு வேலைவேண்டும். வேலை கிடைக்கவில்லையென்றால் ஆரலுக்கோ, மதுரைக்கோ, செல்லவேண்டியது தான். ரவியின் அம்மா ஆரலைச் சேர்ந்தவர்.

இன்று நல்லசிவம் வருவதாய்ச் சொல்லப்பட்டது. அதாவது மேசை சிறிது சுத்தமாய்த் தெரிந்தது. “நான் கொஞ்சம் வெளியே போய்ட்டு வந்திடறேன்” என்று அந்த மெக்கானிக் சென்றுவிட, முத்துக்கறுப்பன் வேலையின்றி உட்கார்ந்திருந்தான்.

சிறிது நேரத்திலேயே நல்லசிவம் வந்து சேர்ந்தார். அலைச்சல் களைப்பு முகத்தில் தெரிந்தது. நல்ல அலைச்சலாகத்தானிருக்கும். அவரே அதைச் சொல்லட்டுமென மரியாதையாகவிருந்தான்.

அவர் எந்த விஷயத்தையும் பேசவில்லை. வேலையின் அளவைப் பார்த்துக்கொண்டார். அய்யலு வந்தவுடன் அலுவலக வேலையைச் சீக்கிரமாக முடிக்கவேண்டுமென்று சொல்லிவிட்டு, தான் கொண்டு வந்திருந்த ஒரு சிறு பார்சலை எடுத்து அவனிடம் தந்தார்.

முறுக்கு – அவனது ஊரில் மட்டுமே கிடைக்கும் அத்தனை ருசியுள்ள பண்டம் – அலாவுதீனின் பூதம் வந்தாலும் கேட்டுப்பெறவேண்டிய முறுக்கு. நல்லசிவத்தின் கண்களில் பெருமிதம் தெரிந்ததாக அவன் நினைத்தான்.

“காலை வண்டியைத்தான் பிடிக்க முடிஞ்சது – வர நேரமாய்ப் போச்சு” என்று சொன்னபோதுதான் ‘ஊர்’ என்று தான் நினைத்துக்கொண்டிருந்தது ‘ஆரல்’ அல்ல வேறு எங்கோ என்று அவனுக்குப் புரிந்தது. ஆனால் ‘முறுக்கு’ கொண்டுவந்திருக்கிறார்.

சிந்தாதிரிப்பேட்டையிலிருந்து சிலர் அச்சகப் பொருட்கள் பற்றிக் கேட்டறிந்து சென்றனர். அச்சகத்தை விரிவாக்க ஏதோ ஏற்பாடுகள் நடந்துகொண்டிருக்கின்றன என்று நினைத்தான். எப்படியும் இன்னும் ஒரு வாரத்திற்குள் தன் வேலை முடிந்துவிடும் என்று நம்பினான்.

“திருவிழாவுக்கு ஊர் போகலையா?” என்று சாதாரணமாகக் கேட்டார் நல்லசிவம். அவர் இனிமேல் வீடு போய்க் குளித்துச் சாப்பிட்டுவிட்டு வரவேண்டும். இரண்டு மூன்று தாள்கள் சரிபார்க்க அய்யலு கொண்டு வந்து கொடுத்தான்.

அது பங்குனி மாதமென்பது அப்போதுதான் ஞாபகம் வந்தது. ஆரல் பகுதிகளில் சித்திரைத் திருவிழாக்கள் பங்குனியிலேயே சூடு பிடிக்க ஆரம்பித்துவிடும். இரண்டு வருடம் முன்பு பார்த்தது. அதுதான் கடைசி – அது கதை.

தந்தி வந்துதான் அங்கே சென்றான். போய்ச் சேர்ந்தவுடனேயே ஆரம்பித்துவிட்டது அந்தச் சண்டை – அம்மாவுக்கும் பிள்ளைக்கும். “என்னை யாரு பாப்பான்னு கேக்கறேன் – வயசு காலத்திலே கும்பி களுவ ஊர் ஊராட்டா நான் போகணும்” என்ற நேரடிக் கேள்வி முன்வைக்கப்பட்டது. வயதான காலத்தில் ஒரு பெண்மணிக்கு ஏற்படும் பய உணர்வுதானென்றாலும் எல்லாரும் அது நியாயந்தான் என்று சொன்னார்கள்.

மணியாச்சியில் ரயில் மாறி, நெல்லையில் இறங்கி வண்டி பிடித்து மரங்களையும் மலையையும் பார்த்துக்கொண்டு வந்த பையனுக்கு, இது பதில் சொல்லும்படியான கேள்வி அல்ல. தான் வரவழைக்கப்பட்ட காரணம் வயல் சம்பந்தப்பட்ட ஒன்றாகத்தான் இருக்க வேண்டுமென்று தெரிந்தாலும், அந்த வயலைப் பார்க்கும் சமயம்தான், அது எத்தனை விசுவரூபம் எடுத்துள்ளது என்பதையும் வயல் தன்னை விட்டுப் போய்க்கொண்டிருக்கிறது என்பதையும் அறியலானான்.

வயலைக் குத்தகைக்குக் கொடுத்திருப்பது தங்கையின் கணவனிடம். மைத்துனர் தற்சமயம் ஆரலில்தான் வாசம் – அதிக நாள் வாசம். இப்போது வயலும் வீடும் வேண்டுமென்ற நிபந்தனை. மாமியாரைக் கடைசிக்காலத்தில் காப்பாற்றப்போவது மருமகன்தான் என்பது உறுதியாக்கப்பட்டிருந்தது.

இரவு வெளியே படிக்கட்டில் வந்து உட்கார்ந்தான். எதிரே தெருவைத் தாண்டி நின்ற பூவரச மரங்களும் உயரே தோன்றிய புது நட்சத்திரங்களும், திருவிழா மாதமாகையால் ஊர் அடங்கவில்லை. கொஞ்ச நேரத்தில் வீடு, தெரு, வயல் எல்லாம் ஒழிந்துபோயின. நட்சத்திரமும் மலையும் மிக அருகில் அவனிடம் வந்தன.

மனம் ஏனோ துல்லியமாக இருந்தது. அவனுக்காகவே பிறந்த பொருட்கள். அந்த நட்சத்திரம் இருக்கும் வரை சொத்துக்குக் குறைவில்லை என்பது போலிருந்தான்.

திருவிழாவில் ஊராரின் பக்தியை அம்பலத்தில் சாமிக்கண்ணு தாத்தா வேடிக்கை பார்த்துக்கொண்டே சில கதைகளைச் சொல்ல ஆரம்பிப்பார். அவர் அறியாத இந்த ஊர் அசைவுகள் என்ன இருக்கின்றன.

ஊர்த் திருவிழாவையும், காளியூட்டையும், அம்மன் படைப்பையும் அவர் நோக்குகிற விதமே அவனுக்குப் புதிராகவிருக்கும். அவரே ஒரு புதிர் – ஆனாலும், அருமையான புதிர். ஊரின் மூத்த பிள்ளையோடு பேசும்போதுள்ள கரிசனம், நாச்சியார் புகழ்பாடி படி வாங்கும் இராப்பாடியோடு பேசும்போதும் இருக்கும்.

சாமிக்கண்ணு தாத்தா கம்பு ஊன்றி வரப்புகளில் காலை நடை பயில்கையில் முத்துக்கறுப்பன் உடன்செல்வதுண்டு.

ஊற்றங்கால் வயலை அடுத்து மெதுவாக நின்று பளபளவென விடிந்துவிட்ட சூழ்நிலையை அனுபவித்துக்கொண்டிருக்கையில் அவரிடம் கேட்டான்:

"பாட்டா – இந்த வயலாலே ஏதாவது சண்டைவரும் போலிருக்கே."

உடனடியாக அவர் எதுவும் சொல்லவில்லை. வாய்க்காலில் இறங்கி முகங்கழுவிக்கொண்டார். வாயைக் கொப்பளித்துவிட்டு நிமிர்ந்தார். தூரத்துச் சாலையில் திருநெல்வேலி பஸ் பறந்து கொண்டிருந்தது.

"வயல்லே நீ பயிர் வைக்கப்போறியா?"

ஆகாயத்தைப் பார்த்தவாறு கேட்டார். "இல்லை" என்றான்.

"வயலைவிட வேறு ஏதோ பெரிசாத் தெரியுது."

தாத்தா சொன்னது அவனுக்குப் பிடிபடவில்லை. இவர் என்ன அக்டோபர் புரட்சிபற்றிப் பேசுகிறாரா – இருக்காது – அக்டோபர் என்றொரு மாதம் இருப்பதே இவருக்குத் தெரியாதே.

நடந்தது புரட்சி இல்லையெனில் அது ஒரு விவசாய அற்புதம். போன வருட அறுவடையோடு வயலின் குத்தகைப் பாத்தியதையை மைத்துனரிடமிருந்து மாற்றவிருந்தான் முத்துக்கறுப்பன். திருவிழாவிற்கு அவன் வரும்போது ஒரு வாரம்தானிருக்கும் வயல் அறுப்பு

முடிந்து. அவனது உத்தேசம் தெரியும் போலும். ஒரு நந்தனரே தோன்றினார். ஒரு நாள் இரவிலேயே அது நடந்தது. அறுப்பு நடந்த சூட்டிலேயே, தண்ணீர் பாய்ச்சி உழுதடித்து நாற்றையும் நட்டுமுடித்துவிட்டிருந்தார் மைத்துனர். லாரியில் வந்து ஆட்கள் வேலை செய்தனராம். பௌர்ணமி நிலவு துணை செய்ததாம். முத்துக்கறுப்பன் வந்து பார்க்கையில் வயல் கம்பீரம் குறையாது நாற்றங்கால்களோடு நின்றது. பயிர் வைத்த பின் பாத்தியதையை மாற்றுவது ஊர் மெச்சுகிற செய்தி அல்ல – மேற்கொண்டு தாயார் சொல்லுகிற லோகாயத விஷயங்கள்– பிரலாபம்.

இதுபற்றி அவனால் ஏனோ சாமிக்கண்ணு தாத்தாவிடம் வெளிப்படையாகக் கூற முடியாது போயிற்று. ஆனால் அவருக்குத் தெரிந்திருக்கும். தெரிந்தாலும், 'சும்மா இருப்பதே சுகம்' என்பார். அவனால் வெறுத்தொதுக்க முடியாத மனிதன் அவர்தான் என்று தோன்றிற்று. தேவாரப் பாடசாலையிலும் ஒரு சாமிக்கண்ணு இருந்தாராம் – அவருடைய மருமகன் இவர்.

அவன் புறப்பட்டுவிட்டான். லீவு முடிவதற்குள் அது முடிந்துவிட்டது. நாதியற்றுக் கிடந்தாற்போல் கிடந்த நிலத்தைப் பூக்க வைத்தவன் கையில் ஒப்படைத்தாயிற்று. தாயார் பட்ட கடனுக்குப் பிள்ளை தலை கொடுப்பது என்று பேசிக்கொள்வது சுலபம். பதிவு செய்தல் முடிந்த மறுநாளே புறப்பட்டுவிட்டான். பச்சைக் கம்பளமாக ஊற்றங்கால் வயல் தூரத்தில் தென்பட்டது. நல்லவையெல்லாம் பாழாய்ப் போய்விடக்கூடாது.

அப்பாவி என்று ஆகிவிட்டால் பெற்ற தாயும் ஒருவனைப் பயன்படுத்திக்கொள்ள முனைந்துவிடுவாள் என்று தோன்றியது.

சென்னை அவனை நன்றாகவே பிடித்திருந்தது. முதல் தடவை வந்தபோது மூன்று நாட்கள் தூங்காது அவதிப்பட்டான். இப்போது ஒரு நிம்மதியிருந்தது. பஸ் பிடித்து ஒரு வாரம் மறந்திருந்த மவுண்ட் ரோட்டைக் காண்கையில் கண்கள் விரிந்து கொடுத்தன. துணிக்கடை விளம்பரச் சின்னங்களில் சில மாற்றங்கள் தெரிந்தன. ஹிக்கின்பாதம்ஸ் எதிரில் கட்டடம் வளர்ந்திருந்தது.

அய்யலு சொன்ன பிறகுதான் தெரியும் – நல்லசிவம் சென்றுவந்தது கடலூர். அதுதான் ஊர் அய்யலுவைப் பொறுத்தவரை. அவர் அடிக்கடி அங்கு செல்வாராம். அதுதான் சொந்த ஊர் என்று ரொம்ப நாளாக நினைத்துக்கொண்டிருந்தானாம்.

முத்துக்கறுப்பனின் அச்சக வேலை முடிவடையும் தறுவாயிலும் நல்லசிவம் கடலூர் போயிருந்ததாகச் சொல்லப்பட்டது. அவரிடம் சொல்லிவிட்டுப் போவதற்காகக் காத்திருந்து பயனில்லை. வீட்டிற்குச் சென்றாவது சொல்லிவிட்டு வரலாமென்று தோன்றியது. "அவரிடம் சொல்லிவிடுங்கள்" என்று வீட்டிலே தெரிவித்துவிடுவது நல்லது.

நல்ல வெயில் – தாயார் அப்போதுதான் வேலைகளை முடித்துக் கொண்டிருக்கவேண்டும். கேள்விக்குறி எதுவும் அவனைக் கண்டதும் எழவில்லை. முகத்திலிருந்த அமைதி சாதாரணமாக எப்போதுமே இருக்கும் என்று தோன்றியது. பல தடவை பேசியாகிவிட்டது போன்ற உணர்வு முத்துக்கறுப்பனுக்கு ஏற்பட்டிருந்தது.

"இப்பதான் வாரயா – நேரே ஆபீசிலேயிருந்தா?"

ஊர்ப் பேச்சு போலவேயிருந்தது.

"வேலை முடிஞ்சுபோச்சு – அவருகிட்டே சொல்லிட்டுப் போலாம்னா இல்லை" என்றான்.

"ஆமா – கடலூர் போயிருக்கா – நீ சாப்பிட்டியா?"

"ஆச்சு – காலையிலேயே சாப்பிட்டுருவேன்."

"சரி – காப்பி மட்டும் குடி."

உள்ளே சென்றவள் சீக்கிரமாகவே வந்துவிட்டாள். காப்பியைக் குடித்துவிட்டு என்ன சொல்லலாம் என்று ஆலோசித்திருந்தான்.

"வயசு என்னாச்சு?"

'கேள்வி தன்னைப் பற்றியதுதானா' என்று எண்ணிக்கொண்டே பேசாமலிருந்தான்.

"இருபது ஆச்சில்லா."

தன்னைப்பற்றித்தான் இருக்கவேண்டும்.

"ஆச்சு – இருபத்திரண்டு."

"இருபத்திரண்டாச்சா – நம்ம சரசுவைவிட ஒண்ணு குறைவு."

சரசுவதி வீட்டில் இல்லை.

"இந்த ஊரு பிடிக்கல்லே – அப்படித்தானே."

வேகமாக மறுத்துச் சொன்னான். சென்னையைப் பிடிக்கவில்லை என்ற ஒரு பேச்சுக்கே வழியில்லை என்பதைப் போல் தலையாட்டினான்.

"இங்க எண்ணெய் தேச்சுத் தவறாமக் குளிக்கணும் – அதும் உங்க ஊர் பிள்ளைகளுக்கு அது ரொம்ப அவசியம்."

"அந்தப் பழக்கம் ரெண்டு வருசமா இல்லை."

"தெரியுதே – இந்த வயசுக்கு அது ரொம்ப முக்கியம். அப்படி இப்படின்னு யாராவது சொன்னா அப்படின்னு இருக்காதே – வாரம் ஒரு தடவையாவது குளிக்கணும்."

சுற்றுப்புறம் ஒரு தடவை அவனுக்கு மறந்தது. வெகு சகஜமாகப் பார்த்தான்.

"இவ அப்பாவும் கடலூர்லே இருக்கையிலே இப்படித்தான். எண்ணெய் தேய்ச்சுக்கிறதுன்னா, கொல்லக் கொண்டுபோறாப்பிலேதான். கேட்டா டாக்டரே சொல்லிட்டாரு வேண்டாம் அப்படின்னு – ஆனா எண்ணெய் தேய்ச்சுக் குளிக்கறது இந்த மண்ணுக்கு ரொம்பவும் நல்லது."

"முன்னேயெல்லாம் குளத்திலே குளிப்பேன் – இப்ப எண்ணெய் தேய்க்கிறதே மறந்துபோச்சு."

தாயார் கேட்டுக்கொண்டாள். பிறகு சொன்னாள்.

"உங்க அப்பாவை இவருக்கு நல்லாத் தெரியுமாமே. ரொம்பப் படிச்சவராம் – சொன்னா."

பேசாதிருந்தான் அவன்.

"ஊருக்குப் போறதில்லையா?"

"இல்லை" என்று தலையசைத்தான். ஆனால், எதைப்பற்றியோ ஆழ்ந்த நினைவில் இருப்பதுபோல் இருந்தான். எது என்று அவனுக்கும் தெரிந்திருக்காது.

அந்தத் 'தமிழ் – ஆங்கில' அறிக்கை நன்கு அமைந்துவிட்டதாகச் சொன்னார்கள். சிறிது தாமதமானாலும் ஆபீசருக்குத் திருப்தியே. முத்துக்கறுப்பன் ஒரு நாள் விடுப்பு எடுத்துக்கொண்டான்.

காஞ்சிபுரம் போய்வர வேண்டுமென்று எண்ணமிருந்தது. சென்னை வந்தும் அந்த ஊரை இன்னும் பார்க்கவில்லை. அறை நண்பன் ரவி வந்தால் போய்வரலாமென்றிருந்தான், அவன் ஏற்கனவே போயிருக்கிறான் – பேசிக்கொண்டே வருவான் – நன்றாகவிருக்கும். ஆனால் போகவில்லை. ரவி வர மறுத்துவிட்டான்.

இரண்டு நாள் கழித்து அலுவலகத்தில் அவன் சாப்பிடப் போயிருக்கையில் தொலைபேசியில் நல்லசிவம் கூப்பிட்டதாகச் சொல்லப்பட்டது. அடுத்தநாள்தான் போனான்.

அன்று ரவி அதிசயமாக நோக்க முத்துக்கறுப்பன் எண்ணெய் தேய்த்துக் குளித்தான். அத்தனை நாள் தள்ளி வைத்ததாலோ என்னவோ, ஒரு தேகப் பயிற்சி செய்த அலுப்பு ஏற்பட்டது. பொடியும் சோப்பும் செலவாயின. எண்ணெய் மாத்திரம் தனிக் கணக்காக வைத்துக்கொள்ளத் தீர்மானித்தான்.

வாசல் நடையில் நுழைகையில் காலில் வேட்டி தடுக்கி இடறி விழ இருந்தான் முத்துக்கறுப்பன். சமாளித்து நிமிர்ந்துபார்த்தபோது சிரிப்புச் சப்தம். சரசுவதியாக இருக்கவேண்டும். தாயார் உண்மையான கோபத்தோடு அடக்கினாள். அவன் தலையீடு செய்து அதை சாதாரணமாக்குகிற வகையில் கோபமான வார்த்தைகள் வந்தன.

"பாசாகிவிட்டதாலே சந்தோஷம்" என்றான்.

"ஆமா – படிச்சா போதுமாக்கும். குத்துக்கல்லு மாதிரி வயசாகுதே– சின்னப் பிள்ளையா?"

சரசுவதி சிரித்துக்கொண்டுதானிருந்தாள்.

"என்ன நீ, எண்ணெய் தேச்சுக் குளிச்சே போலிருக்கு."

"ஆமா" என்று ஒப்புக்கொண்டான். சரசுவதி இதற்கும் சிரித்தாள். தாயார் கவனியாது பேசினாள்.

"குளிச்சா ஏதாவது மிளகு ரசம் வச்சு சாப்டணும் – இன்னைக்கு இங்கே சாப்பிடேன்."

குளியலறையிலிருந்து வந்தார் நல்லசிவம். முக்கியமான விஷயம் எதுவும் இல்லை போல் தெரிந்தது. சாதாரணமாகப் பேசவாரம்பித்து “உனக்குப் பெருமாளைத் தெரியும் – இல்லையா?” என்று கேட்டார்.

“எந்தப் பெருமாள்?” என்றான் பிடிபடாமல்.

“உனக்குத் தெரியுமோ – என்னமோ – வெள்ளமடம் உமையொரு பாகம் பிள்ளைன்னு கேள்விப்பட்டிருக்கியா – அவரு மகன் – இளைய மகன். மூத்தவன் இப்ப பங்களூர்லே – இவன் இரண்டாம் தாரத்து மகன்.”

“தெரியும் – அவன் என்னோடே படிச்சவன்.”

“அவனைப் பாக்கணும் – உனக்கு வர சௌகர்யப்படுமான்னுதான் கேட்டேன்.”

முத்துக்கறுப்பன் புரியாமல் விழித்தாலும் “சரி” என்று சொல்லிவிட்டான். பெருமாள் பட்டணத்தில் இருப்பது தெரியும். ‘தகப்பனார் குணத்தையொத்த மகன். அந்தப் பையனுக்கும் இவருக்குமென்ன’ என்று நினைத்தவாறிருந்தான்.

பெருமாள் தங்கியிருந்தது திருவல்லிக்கேணி விடுதியொன்றில். மிக வசதியானதெனப் பெயரெடுத்தது. ஒரு தடவை அலுவலகத்தில் முத்துக்கறுப்பனை எதிர்பாராது சந்தித்தான். இன்னொரு தடவை மவுண்ட் ரோடில் – தன்னுடைய அறைக்கு வருமாறும் அழைத் திருந்தான்.

அதிகமான பட்டங்களைக் கொண்டவன் பெருமாள். பாடங்களில் உள்ள ஐயப்பாடுகள் அப்படியேயிருந்தன. தான் எந்தப் பட்டத்தையும் பெற்றுவிட முடியும் என்பான். பெண்கள் பற்றி அவன் பேசும் பேச்சு யாரையும் திகைக்க வைக்கும். ஆரோக்கியமான தகப்பனாரும் அண்ணன்மாரும் எப்போதும் தன்னைச் சுற்றி இருப்பது போன்று நடந்துகொள்வான்.

தகப்பனார் உமையொருபாகன் பிள்ளை தன் பிள்ளைகள் சம்பாதிக்க ஆரம்பித்த பின்னரும் தனது வெற்றிலை பாக்கு வியாபாரத்தை விட்டுவிடவில்லை. ஆரோக்கியமான அந்தத் தகப்பனார் பல யோசனைகளைச் சொல்வதுண்டு. ‘நல்ல மது ஒரு நல்ல மருந்து’ என்று சுவைபடச் சொல்வார். பிள்ளைகளுக்கு சிறு வயதிலிருந்தே லேகியங்களையும் அரிஷ்டங்களையும் கொடுத்து அதன் மகிமையை அறிந்துகொள்ளச் செய்தவர். முதல் பையன் படித்து மேல்நாடு சென்று திரும்பி நல்ல உத்யோகம் பெற்றான். உடனடியாகவே கல்யாணம் பண்ணியாக வேண்டுமென்றான் – அதாவது சகோதரிக்கு ஆகுமுன்பேயே. தகப்பனார் இம்மாதிரி விஷயங்களில் தீவிரவாதி அல்ல. மேலும் மீறிப் பேச்சு வந்தால் ‘வள்ளியம்மாள்’ பற்றிய பேச்சு வெளிவரும் என்பதை அறிந்தவர்.

பெருமாள் பட்டம் பெற்றவுடன் அவனை மேல்நாடு அனுப்ப தகப்பனாரும் தீர்மானிக்கவில்லை – அவனுக்கும் அந்த எண்ணம் கிடையாது. மத்திய அரசு வேலையொன்று இடையில் கிடைத்தது. அது பிடித்திருக்கவில்லை.

வியாபார இனங்களில் அவனுக்குக் கைவந்துசேர்ந்தது அச்சகத் தொழில்தான். கடற்கரைச் சாலையிலிருந்த அச்சகமொன்றை விலை பேசி முடித்தான். தன்னைப்பற்றி அவன் கொண்டிருந்த நம்பிக்கைகள் எதுவும் வீண்போகவில்லை. வடிவம் வடிவமாக

அவன் கட்டிக் காத்த ஆசைகள் பல நிறைவேற வியாபாரத்தில் கிடைக்கும் பணம் உதவிற்று. பட்டணத்தில் இங்குமங்கும் சென்ற பலரையும் சந்தித்து அளவளாவும் நிலைமையையும் அவனுக்கு ஏற்படுத்திவிட்டது. சில மாதங்களில் அவன் அரசுப்பணியை விட்டுவிட்டான். நெடுஞ்சாலை விடுதி தங்குமிடமாகவும், அச்சகம் தொழிலிடமாகவும் நின்று நிரம்பின.

நல்லசிவம் வீட்டிலிருந்து அவன் மட்டுந்தான் புறப்பட்டுச் சென்றான். அடுத்த வாரம் காஞ்சிபுரம் போகப்போவதாகத் தாயாரிடம் சொன்னான். பட்டுப்புடவை மலிவாகக் கிடைக்கும்– போகும்போது ஒன்று வாங்கவேண்டும் என்று கூறிக்கொண்டாள்.

நல்லசிவத்தின் அச்சகத்தை இந்தப் பெருமாள் விலைக்குக் கேட்கிறான் என்ற செய்தி அவனுக்கு வியப்பளிக்கவில்லை – கேட்கக் கூடியவன்தான். ஆனால், விற்கவேண்டிய நிலையென்ன வந்தது என்று எண்ணவாரம்பித்தான்.

அந்த விடுதியை ஓர் ஆரல் வளாகம் என்று சொல்லமுடியும். முக்கால்வாசி ஆட்களும் ஆரல் சார்ந்தவரே. தெற்கூர் சிதம்பரம் பிள்ளையும் அங்கே இருந்தார். இந்த சிதம்பரம் பிள்ளை என்ற ஒரு நபர் இருப்பதே ஒரு மாவட்டம் முழுவதற்குச் சமம். முத்துக்கறுப்பன் சென்னையில் அவரை இதுவரை சந்தித்ததில்லை.

பெருமாளைச் சந்திக்குமுன்னர் அந்த விடுதியில் சிதம்பரம் பிள்ளைதான் கண்ணில் பட்டார். சிறிது அவர் சிரித்ததாகத் தெரிந்தது. ஆனால் நன்றாகப் பேசினார். "மக்கா – இப்பத்தான் வழி தெரியுதா – வா" என்று அவன் தோளைப் பற்றிக்கொண்டு படிக்கட்டிலேயே வரவேற்றார். அத்தகைய அன்பு அவனுக்குக் கூச்சமளித்திருக்கவேண்டும்.

"நான் வந்து பாக்கணும்னுதான் இருந்தேன் – நீங்க இருக்கற இடம் தெரியாது – இப்பத்தான் பாக்க முடிஞ்சு" என்று சொல்லிப்பார்த்தான்.

சிதம்பரம் பிள்ளை போன்ற விற்பன்னரிடம் இம்மாதிரி உரைகள் எடுபடாது என்பது தெரிந்த விஷயம்.

இருவருமாக படிக்கட்டுகளில் சேர்ந்தே ஏறினர். சிறிது நேரத்தில் அவர் பேசியது என்னவென்றே அவன் காதுகளில் ஏறவில்லை.

சிதம்பரம் பிள்ளை எல்லா மாவட்டங்களிலும் பணியாற்றியவர். அரசுப் பணியில் அதிக மாற்றங்களைக் கண்டறிந்தவர். ஆரல் பகுதி சார்ந்தவை தமிழ் நாட்டுடன் இணைக்கப்பட்டு, தனி மாவட்டமாக ஆன போது, அம்மாவட்டத் தலைநகருக்கு மாற்றல் வாங்கிச் சொந்த ஊர் செல்ல அவர் தலைப்படவில்லை. இன்னும் ஓராண்டில் ஓய்வு பெறும் நிலை – ஆண்டில் இரு தடவை ஊர் செல்வதுண்டு.

எப்பொழுதாவது அருமையாகச் சந்திக்கும்போது "என்ன – முத்துக்கறுப்ப பிள்ளை" என்று அழுத்தமாகக் கூப்பிடுவார். ஒரு தடவை அவர் கேட்டது வெகுகாலம் அவன் நினைவில் இருந்தது.

"என்ன இது – உங்க வீட்டிலே யாருக்குமே இந்தப் பேரு கிடையாதே– உங்க பாட்டா பேரு சிவசங்கரன்தானே – ஏது இந்தப் பேரு – இருந்தாலும் நல்லாயிருக்கு."

வாழ்வின் பல கேள்விகள் போல முத்துக்கறுப்பனுக்கு இதற்கும் பதில் தெரியவில்லை. ஆனாலும் கேள்விகள் உறைத்தன.

அட்டகாசமாக “ஓ – மிஸ்டர் கறுப்பன்” என்று வரவேற்றான் பெருமாள்.

ஐந்நூறு ரூபாய் அச்சாரம் வாங்கிய மூன்றாம் நாளில் ஒப்பந்தம் கையெழுத்தாகி முழுத் தொகையையும் நல்லசிவம் பெற்றுக் கொண்டார்.

அடுத்த வாரம் முத்துக்கறுப்பன் காஞ்சிபுரம் சென்ற போது அறை நண்பன் ஊரில் இல்லை. மதுரை சென்றிருந்தான். தாயார் நூற்று இருபது ரூபாய் கொடுத்திருந்தாள் – பட்டுப் புடவைக்கு. விலையைக் குறைக்கத் தன்னால் ஆன மட்டும் முயன்று நூற்றுப் பத்தில் முடித்து, ஒரு வெளிர் நீலப் பட்டை எடுத்துக்கொண்டான். அந்த அருமையான புடவைதான் அவனை எப்படி எப்படி ஆக்கிவிட்டது!

அந்தப் பட்டுப் புடவையை அவன் அநேக தடவை பார்த்து விட்டான். தட்டெழுத்துப் பயிற்சிப் பள்ளியின் வராந்தாவில் ஒரு தடவை – மவுண்ட்ரோடில் மற்றொரு முறை – அதன் அருகே இருந்தது பெருமாள்.

மாலக் கொண்டையா தன் வேலைத் தகுதியுடன் முத்துக்கறுப்பனை அணுகவில்லை. பேசுவதில் ஓர் ஆசை. முக்காலும் ஒருவர் தமிழ் மற்றவர்க்குப் புரிய சிறிது நேரமாகும். இருந்தாலும் கொண்டையா தங்கு தடையின்றிப் பேசுவான்.

காக்கிச் சட்டையும் அதிலே கண்டெடுத்த உலோகத் தகடுகளை எல்லாம் பொருத்திக்கொண்டு புதுப்பேட்டை ‘மார்க்கெட்’ வாசலில் நிற்கும் அவனுக்கும் இந்த முத்துக்கறுப்பனுக்கும் என்ன சொந்தமென்று யாருக்கும் தெரியாது. ஆறு ஏழு பேர்களை தன் கூச்சலாலேயே பின்வாங்கச் செய்பவன் கொண்டையா. ஆனால், தனக்குக் கிடைத்த வேலை முத்துக்கறுப்பன் எழுதித் தந்த மனுவால்தான் என்பது அவன் கட்சி. அப்படி எதுவுமில்லை. விடுப்புக் கடிதங்கள் எழுதிக் கொடுப்பான். இருவர் நெருக்கத்தின் காரணம் இதுதான். ‘மார்க்கெட்’ சமீபமாகவே இவனது அறையிருந்த காரணத்தையும் சொல்லவேண்டும்.

கொண்டையாவின் சரியான நிலையைச் சந்தையில்தான் பார்க்கவேண்டும். தன் எல்லைக்குள் எல்லாருக்கும் கல்யாண வரவேற்பு அளிப்பான். குடித்துவிட்டுவரும் ஆண்களைக் கண்டால் அவன் தனி இன்பமடைவான். எப்படியும் பணம் வசூலாகிவிடும். அந்தச் சந்தையின் சில காலி இடங்களின் தோற்றத்தை அவை சிறுநீர் கழிப்பதற்கென்றே யுள்ளது என்று தோன்றுமாறு செய்துவிட்டு, அந்த இடத்தில் தாபத்தைத் தணிக்கும் நபர்களைக் கழுத்தில் கைபோட்டும், கூச்சல் போட்டும் பிடித்துக் கறந்தவைகளின் வரவு அவனது தன்னம்பிக்கையைப் பெருக்கியதோடு, பக்கத்து நடைபாதைக் கடைகளிடம் தினசரி வசூலையும் அதிகமாக்கிக் காட்டியது. குடித்துவிட்டு வந்தவர்களை அடித்து மேலும் மயக்கமுறச்செய்து அவர்கள் கையில் கடையிலுள்ள திராட்சைக்குலைகளைத் திணித்து, அடுத்த கணமே போலீசைக் கூப்பிட்டு “திராட்சைப் பழத் திருடன்” என்று நிரூபணம் செய்த சாகசங்களெல்லாம் சாதுவான சில்லறை வியாபாரிகள் கொண்டையாவிற்கு ஊதிய உயர்வளிக்கக் காரணமாயிற்று.

"நீ – சீக்ரம் கல்யாணம் பண்ணிக்க சார் – உன் வீட்லே கொண்டாந்து கொட்றேன்" என்பான்.

கொண்டையாவிடம் ஏன் இதைச் சொல்லக்கூடாது என்று தோன்றிற்று.

அது அன்றே தோன்றிவிட்டது. ஒரு வாரம் நல்லசிவத்தின் வீடு போகாது தவிர்த்து வந்தான். ஆனால், தொலைபேசி மூலம் பேசாது ஒரு தடவை அவர் அவனது அலுவலகத்திற்கே வந்து விட்டார். கீழேயிருந்து தகவல் சொல்லியனுப்ப அவன் வந்தான்.

"என்னா – உன்னைக் காணவேயில்லியே."

கொஞ்சம் வேலை அதிகம் என்றான். ஒன்றிரண்டு பேரைப் பார்க்க வேண்டுமென்று சொல்லி, "சரி – நீ நாளைக்கோ மறுநாளோ வாயேன் – வீட்டிலேகூட உன்னைப் பாக்கணுமின்னா" என்றார்.

கல்ப கோடி ஆண்டுகளாக இருந்த மனித பயம் அவனிடம் ஏதோ ஓர் உருவத்தில் தங்கியிருந்தது. மறுநாள் செல்கையில் தெருமுனையிலேயே நல்லசிவம் வெளியே போய்க்கொண்டிருந்ததைக் கண்டான். மாடு ஒன்று நடுச் சந்திலேயே குறுக்காக நின்றது. எப்பக்கமும் போக இடமளிக்காது அது அசை போட்டு நின்ற விதம் – அவனை ஒரு காசுக்கும் மதிக்காத அதன் பண்பு – ஒரு கணம் அது ஓர் அற்புதமான சீவனாகக் காட்சியளித்தது. ஏதோ தெருக்களெல்லாம் மனிதன் மட்டும் நடப்பதற்காகவே இருக்கிறது என்று நினைத்துக்கொண்டுவிட்டோம். எல்லாமே மட்டுப்படுத்தப்பட்டுவிட்டன. சின்ன வட்டம் – பெரிய வட்டம் – ஆனாலும் வட்டம்தான் – சோதிடத்திற்கு சதுரம். மனிதனையே சுற்றிச் சுற்றி வருகிற ஒரே மாதிரிச் சிந்தனைகள். காட்டை அழிக்கத்தொடங்கிய காலத்திலிருந்தே மட்டுப்படுத்தப்பட்டுவிட்ட உணர்வுகள். அவனுக்கு சாமிக்கண்ணு தாத்தா அழகாக அப்போது தெரிந்திருக்கவேண்டும்.

நடையில் உட்கார்ந்துகொண்டு கைகளை நீட்டிக்கொண்டு தானே பேசிக்கொண்டிருந்த குழந்தையொன்று 'போ – போ' என்றது. தென்னங்குச்சியால் பயமுறுத்திற்று. அவன் ஒதுங்கியது கண்டு சிரித்து வழிவிட்டது.

வேகமாகத் தாயார், அவன் உள்ளே நுழைவதற்கு முன்பே வந்து, "சரசு குளிச்சுக்கிட்டிருக்கா – நீ அவ சொல்றதை பேசாம கேட்டுக்கோ – பிறகு நான் சொல்றேன்" என்றாள்.

"என்ன விஷயம்?" என்று மெதுவாகக் கேட்டான்.

"சொல்றேன் – வந்து உக்காரு."

கூடத்தில் ஈசி சேர் காலியாக இருந்தது. அதில் உட்கார்ந்தான். வள்ளலார் படம் மேசை மீதிருந்தது. பொருட்கள் சுத்தமாகத் தெரிந்தன. அவன் லேசாக ஆகியிருந்தான்.

அந்த வீடு – தெரு – இடம் எதுவும் புதியதாகத் தெரியவில்லை.

தாயார் சமையலறையில் இருக்க சரசு வந்தாள். வாடகையை வாங்க வந்த வீட்டுக்காரன் குரலில் தங்கு தடையில்லாமல் பேசினாள்.

“அவனைக் கொல்லணும்.”

முத்துக்கறுப்பன் ஏறிட்டுக்கூட பார்க்காதிருந்தான். அவள் தொடர்ந்து கேட்டாள்.

“இந்தப் பெருமாளின் அப்பாவைத் தெரியுமில்லே உனக்கு?”

“ஆமா” என்றான்.

“அவரை எனக்குப் பாக்கணும்.”

திரும்பவும் பேசாதிருந்தான்.

“ரெண்டு மூணு தடவை ஆய்ப்போச்சு. சத்தாய்ப்பு சகிக்கல்லே. ‘இன்ஸ்டிட்யூட்’லே வந்து கலாட்டா பண்றான். அங்க வச்சே அவனை அடிச்சிருப்பேன்.”

சரசுவதி மேலுதடு துடிக்க பெருமாளை மானசீகச் செருப்பால் அடித்தாள். நிமிர்ந்து உட்கார்ந்தான்.

“நானும் பாத்தேன்.”

“எல்லாரும்தான் பாத்தாங்க – இப்ப அவன் அப்பா இங்க வந்திருக்காராமே – அவர்கிட்டே சொல்லணும்.”

தாயார் இட்லி கொண்டுவந்து வைத்தாள். சாப்பிட்டுவிட்டுப் பேசலாமே என்ற நப்பாசையும் ஏற்பட்டது. பிறகு “வேண்டாம் நானே பாத்துக்கறேன்” என்ற சொற்கள் அவனிடமிருந்து வெளிவந்துவிட்டன.

கொண்டையாவின் பிரவேசம் இருந்திருக்கவேண்டியதில்லை. இதுவரை கண்டறியாத துறை சம்பந்தமாக முத்துக்கறுப்பன் சொல்லிக்கொண்டிருந்தபோது, இடைமறித்து கொண்டையா நாசிகளும் கண்களும் விரியக் கூறுகிறான்.

“நீ என்னா சார் – இம்மாம் சமாச்சாரம் வைச்சுக்கிணு இப்படியா ‘கம்’னு இருப்பே.”

“இல்லே கொண்டையா – ரெண்டு பேரும் நல்லவங்கதான்.”

“அப்படி கொண்டாராதே சார் – அவனெ மென்னியைப் புடிச்சு உலுக்க வாணாம்.”

கொண்டையா தானாக எடுத்துக்கொண்ட முடிவு முத்துக்கறுப்பனுக்கு ஒருவித பயத்தை அளித்தது. ஆனால், இப்படியும் சுலபமாக இம்மாதிரிக் காரியங்கள் நடந்துவிட முடியும் என்று நினைத்துக்கொள்ள மனம் ஆசைப்பட்டது. அவன் கொண்டையாவின் சீடனாகக் கேட்டுக்கொண்டிருந்தான்.

அடுத்த நாள் மாலை ஐந்து மணியளவில் அது நடந்தது. தினமும் அந்நேரத்தில் அறைக்கு வந்துவிட்டுத்தான் பெருமாள் அச்சகம் போவான் என்பது தெரியும்.

அந்த விடுதியின் வராந்தா மூலையில் சாதாரணமாக இவர்கள் இருவரையும் பார்த்துவிட்டுப் படுத்துக்கொண்டுவிட்ட ‘வாச்மேன்’ திடீரென எழுந்து உட்கார்ந்து கொண்டையாவை திரும்பவும் கவனித்தான் – துரிதகாலச்செயலாக அது இருந்தது.

கொண்டையா – பின்னால் வந்தவன் – முத்துக்கறுப்பனின் கையைத் தட்டி 'நீ பேசிக்கிணு இருக்காதே – விவரமா நான் கேக்றேன்' என்று கடைசி நிமிட அறிவுரை தந்தான்.

மாடியறையில் பெருமாள் இருந்தான். இரண்டு கட்டில்களில் ஒன்றில் ஒருவர் – அவன் அப்பா வயதிருக்கும் – ஆனால் அவரில்லை – தூங்கிக்கொண்டிருக்க, உட்கார்ந்திருந்தவன், இவர்களைப் பார்த்து எழுந்தான்.

முத்து முதலில் அறைக்குள் நுழைய, கொண்டையா பின்னால் நின்றான்.

"யாரு?" என்றான் பெருமாள்.

"நான்தான்."

"அது யாரு?"

"புதுப்பேட்டை – என் கூட வந்தாரு."

பதில் தயக்கமில்லாது வந்ததால், அவன் விழித்துப் பார்த்தான். அவனுக்கு ஏதோ பொறி தட்டியிருக்கவேண்டும். இன்னமும் தீர்மானத்திற்கு வரவில்லை முத்துக்கறுப்பன். நண்பன் என்ற முறையில் ஆரம்பித்தால் நன்றாகவிருக்குமே என்ற நப்பாசையும் இருந்தது. ஆனால், கொண்டையாவின் 'டெக்னிக்' வேறு. "நீ சும்மா இரு சார்" என்று அவனை லேசாகப் பிடித்திழுத்தான். அடுத்த விநாடி முத்துக்கறுப்பன் அவன் பின்னால் இருந்தான்.

"என்ன சார் நீ – படிச்சவன் செய்யறதா இது?"

மார்க்கெட்டில் ஒன்றுக்குப் போனவனைப் பிடித்துக்கேட்கும் பழக்கத்தில்தான் ஆரம்பித்தான்.

பெருமாளின் வியப்பு இன்னும் அடங்கவில்லை. அதுவும் ஒரு வகையில் நல்லது என்று முத்துக்கறுப்பனுக்குத் தோன்றிற்று. கட்டிலில் படுத்திருந்த பெரியவரின் குறட்டை ஒலி இந்த நாடகத்தின் பின்னணி போல் இருந்தது. பெருமாள் திடீரென சுதாரித்துக்கொண்டான்.

"யாரையா நீ?"

"அலட்டிக்காதே சார் – சொல்றதைக் கேளு."

"ஏய் – வெளியே போடா."

மூன்று தடவை இடைவெளியில்லாது மாறி மாறி ஒலித்த உரையாடல் தற்காலிகமாக நின்றுவிட, அசாதாரணமான மௌனம் சில விநாடிகள் நீடித்தது. கொண்டையா கடைப்பிடித்த மரியாதை அவன் மூக்கிலிருந்து வெளியான உறுமலுடன் விடைபெற்றது.

பின்னால் நடந்ததை நினைவுகூர்வதில் முத்துக்கறுப்பனுக்கு சில தயக்கங்கள் உண்டு. "டேய் – கறுப்பா" என்று பெருமாள் தாவியது ஒரு புறம் – இருவருக்குமிடையே நீட்டப்பட்ட கொண்டையாவின் வலது கை – கையின் முன்பின் அசைவுகளால் ஏற்பட்ட சில சங்கடங்கள் ஆகியவை குறிப்பானவை. பின்புற அசைவால் முத்துக்கறுப்பன்

கொண்டையாவின் காலடியிலும் முன்புற அசைவால் பெருமாள் அப்பால் கட்டிலில் ஒருக்களித்து சயனித்திருந்த பெரியவர் முதுகிலும் விழ, அவரது குறட்டை ஒலி தடங்கல் பெற்று மீண்டும் எழ, மேற்படி நிகழ்ச்சியில் முதலடி பெற்றவனாக முத்துக்கறுப்பன் விளங்கினான்.

பெருமாள் திரும்பவும் பாய்ந்திருப்பான். ஆனால், ஏதோ தப்புக் கணக்குப் போட்டவன் போல் திக்பிரமை அடைந்திருக்கக்கூடும்.

“டேய் – கறுப்பா” என்ற விளி திரும்பவும் கேட்டது. அதற்கு எந்த அவசியமும் இல்லை. இத்தனை நேரம் நடந்தேறியவற்றுக்கிடையே கொண்டையா குரல் கொடுத்துக்கொண்டுதான் இருந்திருக்கிறான். முத்துக்கறுப்பன் நன்கு நினைவிற்கு வருகையில் எச்சரிக்கைகள் பறந்துகொண்டிருந்தன.

“ரெண்டு நாள் டயம் – பாரு – அதுக்குள்ளார முடிவு சொல்லல்லே பிச்சு கடாசிப்புடுவேன் – பீ கேர்புல்.”

தன் பங்கிற்கு முத்து ஒன்றைச் சொல்ல விரும்பினான்.

“இதுக்கு ஒரு பதில் சொல்லியாகணும் – நல்லசிவம்கிட்டே சொல்லணும் – போய்ச் சொல்லணும்.”

“யாருடா அது நல்லசிவம்?”

“நல்லசிவன் பிள்ளைடா – அந்தப் பொண்ணு அப்பா.”

‘நல்லசிவன் பிள்ளை’ என்று பெருமாள் நக்கல் காட்டினான். ‘பிள்ளை’ என்ற சொல்லை இன்னும் அர்த்தமாக்கி, கொண்டையாவோ முத்துக்கறுப்பனோ வேறு எதுவும் பேசிவிட முடியாத விதத்தில் சொன்னான்.

“எங்களுக்குள்ளே எவ்வளவோ இருக்கும் – நீ யாருடா – நீ என்ன பிள்ளைமாரா – தீவட்டிக் கொள்ளைக்காரன் பேரன்டா நீ – கள்ளப்பய பேரன் – வெளிலே போடா.”

மறுநாள் யுத்தகளமாகக் கிடந்த மார்க்கெட் பகுதியில் முத்துக்கறுப்பனிடம் கொண்டையா பேசினான்.

“வாணாம் சார் – ரொம்ப பேஜாராப் போகும் – இப்போ விசயம் வேறே மாதிரி தெரியுது – நான் அந்த வாச்மேன் கோவிந்தனாண்டே கேட்டுப் பாத்தேன். அந்தப் பையன் நம்ம ஊர் ஆச்சேன்னு ஏதோ பேச்சுக் குடுத்தானாம் – என்னாங்கறே – இந்தப் பொண்ணுதான் சரித்தான் போடான்னு சொல்லிக்கினு பூட்டதாம் – இதெல்லாம் கண்டுக்காம விட்டுடணும் – என்னங்கறே.”

பின்னர் பெருமாளுக்குக் கல்யாணம் நடந்தது. சென்னையில்தான் நடந்து முடிந்தது. அப்பா பார்த்த நாலு கோட்டை விதைப் பாட்டுடன் வந்த பெண்ணை ‘மாட்டேன்’ என்று சொல்லிவிட்டு பின்னர் பண்ணிக்கொண்ட கல்யாணத்திற்கு முத்துக்கறுப்பனுக்கு அழைப்பிதழ்கூட அனுப்பியிருந்தான். நெடுஞ்சாலை விடுதி சம்பவங்கள் எதுவும் யாரையும் பாதித்துவிடவில்லை. எந்த வன்மமும் இருக்கவில்லை. ஒருவித நிகழ்ச்சிப் பார்வையைத் தவிர வேறு எந்த நிலையையும் ஏற்படுத்திவிடாமல், அங்கு நடந்த

'ஸ்டண்ட்' பெருமாளின் கோணத்தில் சரியானதாகக்கூட பிற்பாடு தோன்றியிருக்கும். பின்னர் அவனை முத்துக்கறுப்பன் எதேச்சையாகக்கூட பார்த்தல் அரிதாயிற்று.

நெடுஞ்சாலை இருட்டடிப்பில் சூழ்ந்து கிடந்தது. நகரம் இருளில் மூழ்குவது அதன் வாசிகளுக்குப் புதிது. மைல்களுக்கு அப்பால் எல்லைகளில் வெடிக்கும் பீரங்கிகளை அவர்கள் அந்த இருட்டு மூலம் கண்டனர். கண்மூடிக் கண்திறப்பதற்குள் எத்தனையோ உயிர்கள் வீழ்வதை அவர்கள் எண்ணிப் பரபரப்படைய முடிந்தது– வெற்றி தோல்வி பற்றி உரையாட முடிந்தது – உடனேயே நெடுஞ்சாலைவாசிகளாக மாறிவிடவும் முடிந்தது.

மவுண்ட் ரோடு பகுதியில் நடக்கும்போதும் இருட்டுத்தான். எல்.ஐ.சி. கட்டடம் முளைத்தெழுந்து கம்பீரமாக நின்றது. போர் இந்த நகரத்தையும் பாதித்திருக்கிறது என்று தோன்றியது. எல்லைகளில் விழும் குண்டுகள் நகரங்களில் விழுந்தால் என்ன – வியத்நாமில் விழும் குண்டுகள் நம் தலை மீது விழுந்தால் என்ன?

போர் இன்னமும் நடந்துகொண்டுதானிருந்தது. வரலாறு சம்பந்தப்பட்ட போர்கள் – மதத்திற்கான போர்கள் – எல்லாமே உண்மை சம்பந்தப்பட்டவைதானாம். போரை வரவேற்ற சுறுசுறுப்பான சில வியாபாரிகள் – நடுங்கிய குடித்தனக்காரர்கள்– நமக்கும் இதற்கும் என்ன சம்பந்தமென்பது போல் திரியும் பேர்வழிகள் – பொறுப்பில்லாதவர் யாரோ, அந்தப் போர்களுக்கு.

காலை வேளையில் திருவெம்பாவை படித்து, பதிகங்களின் நயங்கண்டு அவைகளைப் பற்றிப் பேசுவதற்கும் போரை நினைத்துப்பார்ப்பதற்கும் அத்தனை வித்யாசம் இருப்பதாகத் தெரியவில்லை.

ஆனால், அந்தப் போர் போல தமிழ்நாட்டில் நடந்த இன்னொரு போர் அவனைக் கதிகலங்க அடித்திருக்கிறது.

மிகவும் பருமனான உடம்போடு முத்துக்கறுப்பனைச் சந்திக்கக் காத்திருந்தார் அவர். விசாரித்ததில் ரவியை மதுரையில் பார்த்துவிட்டு வருகிறாராம் – ஆரல்தான் சொந்த ஊராம் – ஆனால் கொழும்பிலிருந்து வந்திருக்கிறார். அப்பாத்துரை என்பது பெயர்.

ரவியைப் பற்றி அவர் சொல்லித்தான் விஷயங்கள் தெரிந்தன. நாடு முழுவதும் மொழிப் போராட்டம் நடந்த நாட்களில் ரவி மதுரையிலிருந்து திண்டுக்கல் வந்திருக்கிறான். அங்கே ரயில் நிலையத்திலிருந்து கூட்டத்தோடு கலந்துகொண்டிருக்கிறான் – கூட்டமோ கூட்டம். அந்த நிலையத்தைச் சற்று தூரத்திலிருந்து பார்த்தால் தெரியாது – கூட்டம்தான் தெரிந்தது. காவல்துறை வேண்டிய அளவு. அந்த நிலைய எழுத்துகளை அழிக்க முன் சென்ற இளைஞனுக்கு உயரம் போதவில்லை. இருவர் தூக்கிக் கொண்டனர். அப்போது ஒரு தடியடி நடந்திருக்கவேண்டும். அந்த இளைஞன் முகத்தில் செம்மை. அவன் தாள்கள் முழுவதும் சிவப்பு. தன் முகத்தைத் துடைத்தவாறு அவன் எழுத்துகளை அழித்ததும், தலை தொங்கிவிட்டது. அழிக்கப்பட்ட எழுத்துகளிலும் சிவப்பு தெரிந்தது. பின்னர் நடந்தது தெரியவில்லை. அந்தக் கூட்டத்தோடு கூட்டமாக ரவி வெளியே வந்தான். பையனைத் தூக்கிக் கொண்டிருப்போரில் ஒருவனாக வெளியே வந்திருக்கிறான். அவன் சட்டை முழுவதும் ரத்தம். அவன் கைது செய்யப்பட்டான். பிறகு மருத்துவ விடுதிக்கு அனுப்பப்பட்டிருக்கிறான். திரும்பவும் சென்னை வருவது இப்போது நடவாத காரியம்.

வந்த மனிதர் – அப்பாத்துரை – கொழும்பில் பல ஆண்டுகள் வசித்தவர். பிறந்த ஆரலைவிட அதிக காலம் அங்கே வாழ்ந்தாகி விட்டது. அவரது பிள்ளைகள் அங்கேயே பிறந்து வளர்ந்தனர். அந்த நாட்டில் பிறக்காதவராதலால், அவர் திருப்பியனுப்பப்பட்டார். மனைவி காலமாகிவிட்டாள். இல்லையென்றால் அவளும் திரும்பி வர வேண்டியிருந்திருக்கும்.

நாற்பது வருட வாழ்வை அந்தத் தீவில் கழித்துவிட்டவருக்கு தம்பியை இங்கே அடையாளங்காணச் சிரமமாக இருந்திருக்கவேண்டும். அப்படி இல்லை. கொழும்பிலிருக்கும் போது, அந்தோணிசாமி பூசனைக்கு கச்சத்தீவிற்கு ஆண்டுதோறும் வந்து போவதுண்டு – எல்லா மதத்தினரும். முன்கூட்டியே தெரிவித்து தம்பியை வரச் சொல்லுவார். முதல் கச்சத்தீவு விஜயம் பத்தாண்டுகளுக்கு முன்பு. அந்தச் சமயங்களில் அப்பாத்துரை நல்ல வசதியை எட்டிக்கொண்டிருந்தார். பிள்ளைகள் வளர்ந்துவிட்டனர். இந்தப் பையன் மிகுந்த பொறுப்புணர்வுடன் குடும்பத்தைப் பார்த்துக்கொண்டான். ஒரு பெண்ணிற்கு அங்கேயே திருமணம் நடந்தது. இன்னொரு பெண்ணை முன்பே தம்பியிடம் இருக்க ஆரல் அனுப்பிவிட்டார். பணம் அனுப்பிக்கொண்டிருந்தார்.

மண்டபத்தில் இறங்கி ஆரல் சென்ற பின்புதான் தெரிந்தது – இனி பொன்னுசாமி என்கிற தம்பியைப் பார்க்க முடியாது – இனி அவன் மரியதாசாகத்தான் தன்னிடம் பேச முடியும் என்று. தம்பி தோத்திரம் சொன்னான். கச்சத் தீவில் போன தடவை சந்தித்தபோதே சொல்லியிருக்கலாம். இவையெல்லாம் அவருக்கிருந்த சுமைகளில் சின்ன விஷயங்களாகத் தெரிந்தன. பிறகுதான் சொல்லப்பட்டது – மகள் இப்போது சென்னைக்கருகே பரங்கிமலையில் 'கான்வெண்ட்' பள்ளியில் படிக்கிறாள் – படித்து முடித்ததும் வேலையும் அங்கேதான் என்று.

அப்பாத்துரையிடம் மொத்தமாக ஐநூறுதான் இருந்தது. இன்னும் கொஞ்ச நாள் ஆரலிலிருந்தால் சென்னை போய்ச் சேர பணமிருக்காது. தம்பியிடம் எதையும் கேட்டுக்கொள்ளவில்லை. அவருக்கிருந்த ஒரே பிடி மதுரையிலிருந்த ரவி. அவன் உறவினர் கொழும்பு செட்டித் தெருவில் நல்ல வியாபாரி. சுக்குத் தண்ணீர்க் கடை என்று ஆரம்பித்து பின்னர் வியாபித்து நல்ல சம்பாத்தியத்தைக் கொடுத்தது. அப்பாத்துரையிடம் ஊர் போனால் லுங்கி வாங்கிவரச் சொல்லுவார். சில சமயம் கச்சத் தீவிலேயே துணிகள் பரிமாறிக்கொள்வதுண்டு.

மதுரை சென்று ரவியின் நிலைமை தெரிந்ததும் கொஞ்ச நேரம் நடுக்காட்டில் அகப்பட்டது போலானார். அவனை ஆஸ்பத்திரியில் தான் சந்திக்க முடிந்தது. போலீஸ் வழக்கு இருந்ததாகச் சொன்னார்கள். அவன் பேசினான். "நீங்க மெட்ராஸ் போங்க – எப்படியும் போய்த்தானே ஆகணும் – அங்கே இந்த இடத்தில் வேணும்னா தங்கலாம்" என்று முத்துக்கறுப்பனின் முகவரியைக் கொடுத்தான்.

மகள் சௌந்தரமும் மரியாளாக மாறியிருந்தது பற்றி அப்பாத்துரை எதையும் நினைத்துக்கொண்டிருக்கவில்லை. மகள் தைரியமாகவிருந்தாள். "புதுப்பேட்டை பலசரக்குக் கடையொன்றுதான் இங்கே சாமான் எல்லாம் போடுது – நீங்க அந்தக் கடைக்காரரையும் பாருங்கோ" என்றாள். ஒரு மணி நேரத்தில் அப்பாத்துரை ஒரு மாபெரும் முடிவைக் கைக்கொண்டார் – எப்படியிருந்தாலும் மகள் இருக்கிற

சென்னையிலேயே இருந்தாகவேண்டுமென்று. அந்தப் பலசரக்குக் கடை கிறித்தவரும் அதையே சொன்னார்.

“இடம் மட்டும் பாத்துக்கிடுங்கோ – இங்க வந்து கணக்கெழுதினா அறுபது ரூவா தாரேன் – வேற இப்ப ஏதும் செய்றதுக்கில்லை” என்றார். அது போதும் என்று நினைத்தார் அப்பாத்துரை. பையன் எப்படியும் கொஞ்சம் அனுப்புகிறேன் என்றிருக்கிறான் – ஒரு ஆள்தானே – சமாளித்துக்கொள்ளலாம்.

“இப்ப நீங்க இங்கயே இருக்கலாம் – வீட்டுக்காரர் கேட்டா நான் சொல்லிக்கறேன்” என்றான் முத்துக்கறுப்பன். அந்த அறையில் ரவி படுத்திருந்த இடத்தில் அவர் தனது பெட்டியை வைத்தார். அப்படியே கொஞ்ச நேரமிருந்தார். பிறகு பெட்டியைத் திறந்து ஒரு பொட்டலத்தை எடுத்து அவனிடம் தந்து “ரொம்ப நல்ல டீ” என்றார். பெட்டியிலிருந்து ஒரு படத்தை எடுத்து அதன் மீது வைத்தார் – அவரது குடும்பப் படம்.

அந்தத் தேயிலைப் பொட்டலத்தை அவன் திருவல்லிக்கேணி சென்றபோது தாயாரிடம் கொடுத்தான். கொழும்புவிலிருந்து வந்திருக்கிற நபர் என்று விவரித்துச்சொன்னதை சாவதானமாகக் கேட்டுக்கொண்டிருந்துவிட்டு, கடைசியில் அமைதியாக “அப்பாத் துரைதானே” என்றார் நல்லசிவம். முத்துக்கறுப்பன் ஆச்சரியமடைந்தான். இவர் சென்னையில் இருக்கிறாரா – இன்னமும் ஆரல் வாசியா. பிறகு அவர் சென்னார்.

“இந்த பொன்னுசாமி – அதான் அப்பாத்துரையின் தம்பி நல்ல மனுசன்தான். அவனை இந்தக் கதிக்குக் கொண்டாந்தவர் ஒன் ப்ரண்டுக்கு அப்பா – அதான் பெருமாளின் அப்பா – உமையொரு பாகன் பிள்ளைதான் – யாரும் குத்தம் சொல்லாதபடி செய்து முடிச்சுட்டாரு. பொன்னுச்சாமி கெட்டிக்காரன்னாலும் குடி உண்டு. பெருமாள் அப்பாகிட்டே கடன் கொஞ்சம் வாங்கியிருந்தான் – கொஞ்சம்தான் – ரொம்ப நல்ல மாதிரியா மாட்டி விட்டாரு. நாக்கா மடத்திலே வைச்சு வேண்டியமட்டும் கள்ளை வாங்கிக் குடுத்து கையெழுத்தை வாங்கிக்கிட்டாரு. பொன்னுசாமி கடன் வாங்கியிருக்கான்னா யார்தான் நம்ப மாட்டா – அப்படியாச்சு அவன் கதை – என்ன செய்வான்? அவனுக்கு மட்டுமே ஆறு பிள்ளைக. அப்பாத்துரை பொண்ணு வேறே. நேரா கோட்டாத்துக்குப் போய் விழுந்தான் – இப்ப பரவாயில்லை. அந்தப் பொண்ணு மவுண்ட்லே படிப்பு முடிச்சா வேலை உடனே தருவா. எப்படியோ ஆச்சு.”

பிறகு நினைவு வந்தவர் போல் “பொன்னுசாமி பையன் ஒருத்தன் இங்கதான் இருக்கான் போலிருக்கு – போன மாசம் புரசவாக்கத்தில் பார்த்தேன்” என்று கூறி சிறிது ஆலோசித்துவிட்டு “நீ அவருகிட்டே எதுவும் கேக்காண்டாம். எப்பவாவது நானே வந்து பாக்கறேன். நொந்து போன மனுசன்” என்றும் சொன்னார்.

இலங்கைத் தேயிலை நன்றாகவே இருந்தது. தாயார் அதற்கு முன் கலந்து கொண்டுவந்துவிட்டாள்.

“இன்னைக்கு உனக்குப் பிறந்த நாள் ஆச்சே – முத்துக்கறுப்பன்– கோயிலுக்குப் போனியா?”

ஏதோ கலைந்தவனாக அவன் தாயாரை ஏறிட்டுப்பார்த்தான். சொல்லியிருந்தான் எப்போதோ – ஆனி மாதம் கார்த்திகை நட்சத்திரத்தில் பிறந்ததாக – இன்று கிருத்திகை.

"முத்து கோவிலுக்கெல்லாம்கூடப் போவானா?" என்று பொதுவாகக் கேட்டார் நல்லசிவம்.

"போகாம – உங்களை மாதிரி எதுவும் வேணாம்னுட்டா இருப்பா?"

முத்துக்கறுப்பன் பேசாதிருந்தான். பிறந்த நாளின் போது, திருப்போரூர் செல்ல ரவியை அழைத்தான். அதுதான் முதன்முதலில் சென்றது.

"நான் வாரேன் – ஆனா கோவிலுக்கெல்லாம் வரல்லே."

'அவன் வருகிறேன் என்று சொன்னதே பெரிய விஷயம்' என்று நினைத்தான் முத்துக்கறுப்பன். சீண்டிப் பார்த்தால் நிறைய பேசுவான் – தெரிந்ததுதான்.

"இந்தப் பக்கத்துக் கோவில்லே நமக்குத் தெரியாத ஒரு மொழியிலே– அதுவும் நம்மளதை நீச மொழின்னு சொல்றவங்களை வைச்சுப் பண்ற பூசனை எனக்கு ஒத்து வரல்லே" என்பான். காலங்காலமாக பூசனை இந்த மாதிரி இல்லை என்று அடித்துச்சொல்வான்.

"நாம இப்ப இங்கிலீஷ்லே எழுதறோம். ஜனவரி ஒண்ணாம் தேதி கோவில்லே அர்ச்சனை. பிறந்த நாள் கேக் வெட்டறாங்க. ஆட்சிக்காரன் ஒருத்தனைப் பின்பத்தித்தான் எல்லாம் செய்வாங்க. அது சட்டமாயிடும். இங்கிலீஷ் வந்ததும் அந்தப் பழக்கம் வந்ததும், சமஸ்கிருதம் வந்ததும் அந்தப் பழக்கம் வந்ததும் அப்படித்தான் – ஒரு ராசா கொண்டு வந்ததாலே அந்தப் பழக்கம் வந்தது – அந்த ராசா யாரு?"

தமிழக வரலாற்றறிவு முத்துக்கறுப்பனுக்குக் கிடையாது. ரவியைப் பற்றி நல்லசிவத்திடம் சொன்னபோதுதான் தெரிந்தது – அவரும் ரவியின் கட்சி என்று. ஆனால், கட்சி என்றெல்லாம் சொல்லிவிட முடியாது. ரவியை "திராவிடக் கட்சி" என்றால் "நீ என்ன ஆரியக் கட்சியா?" என்று கேட்பான். நல்லசிவத்திடம் குறுக்குக் கேள்வி கேட்பது சாத்தியமில்லை. பேசாதவர் அன்று ஏனோ பேசினார்.

"இங்கிலீஷின் இடத்தில் சமஸ்கிருதத்தை ஏற்றிவைக்கும் முயற்சிதான் இப்போ நடக்குது. எந்த அம்சத்திலும் சமஸ்கிருத சாயலைக் கொண்டு வரணும்னுதான் இந்தப் போக்கு. ஆனா சமஸ்கிருதத்துக்கும் இங்கிலீஷுக்கும்தான் என்ன வித்தியாசம். ரெண்டுமே ஒரு வகையில் ஐரோப்பிய மொழிங்கதானே" என்றார். நாட்டுப்பற்று என்பதற்கும் இந்த விஷயத்திற்கும் சம்பந்தமில்லை என்றார். அப்படிச் சொல்லித்தான் பயமுறுத்தப்பார்க்கிறார்கள் – இந்திதான் பொது மொழி, ஆட்சி மொழி என்று சொல்லி வைப்பதும் இந்த அடிப்படையில்தான். அரசு ஆணைக்குப் பயந்து அல்லது அரசின் ஒப்புதலை வேண்டி ஒருவன் தமிழில் நினைத்ததை அந்தக்காலத்தில் சமஸ்கிருதத்தில் எழுதினால், அது எப்படி இந்தோ – ஐரோப்பியக் கலாச்சாரமாகிவிடும் – இப்போதும் அதைத்தான் செய்யவேண்டும் என்கிறார்கள். இல்லையென்றால் சமஸ்கிருதத்தை யார் பேசியிருக்கிறார்கள் – இங்கே மட்டுமல்ல – வட இந்தியாவிலும் யாரும் எந்தக் காலத்திலும் பேசியதில்லை. கோவில்லே மந்திரத்தைக்கூட இங்கிலீஷில் சொல்ல இவர்கள் தயார் – ஆனால் தமிழில் மாட்டார்கள். ஏன், யாகம் செய்வதற்கு சமஸ்கிருதம் தெரிந்த ஜெர்மன்காரன் வரலாம் – அது தெரிந்த தமிழன் வரக்கூடாது. அதாவது, பிறப்பால்தான் அந்த உரிமை கிடைக்கிறது. பிராம்மணனாகப் பிறக்கத்தான் முடியும் – ஆக முடியாது."

“ஏன் – ஆங்கிலோ இந்தியனாகவும் பிறக்கத்தானே முடியும் – யாரும் ஆக முடியாதே.”

வரலாறுகள் புரியாவிட்டாலும் தான் பட்ட அடி புரிகிறது. முத்துக்கறுப்பன் அதைத்தான் எண்ணிக்கொண்டிருந்தான்.

டெல்லியிலிருந்து நலத்துறை சம்பந்தமாகப் புள்ளிவிவரம் சேகரிக்க வந்துள்ள ஒருவர் – அவர் ஓர் அலுவலக எழுத்தராக இருக்கவேண்டும் – இவனிடம் துறை பற்றிய தகவல்களைக் கேட்க வந்தவுடனேயே இந்தியில் பேசினார். “என்ன கேட்கறீங்க” என்ற இவன் பதிலுக்குக் கேட்ட தமிழைப் பொருட்படுத்தாது திரும்பவும் புரியாத மொழியில் பேச. அங்கிருந்த ஒருவன் “என்ன வேய் புலம்பறீரு” என்றான். பக்கத்தில் சிரிப்பையும் அவனது தொனியையும் கண்டு கொண்ட அந்த நபர் தயங்கித் தயங்கி ஆங்கிலத்தைப் பயன்படுத்தவும், அதுவும் அவரது தாய்மொழியாகவே முத்துக்கறுப்பனுக்குக் கேட்டது.

அவர் அவரது மொழியில் பேசியது சரி. ஆனால், அவன் அந்த மொழியைக் கட்டாயம் தெரிந்துவைத்திருக்கவேண்டும் என்ற அவரது எதிர்பார்ப்பு கோபத்தைக் கிளப்பியது என்பதாகச் சொன்னான்.

“அந்தப் பாதிப்பு கலாச்சார இழிவின் ஓர் அடையாளம்” என்றார் நல்லசிவம். அதில் மூன்று சொற்கள் அவனுக்குப் புரியவில்லை. தொடர்ந்து அவர் பேசிக்கொண்டேயிருந்தார்.

“நான் சிறுவயதில் இந்த விடுதலைப் போராட்டம் பற்றி சுதேசமித்ரனில் படிப்பதுண்டு. மகாத்மா காந்தி பற்றியும் நேரு பற்றியும் பேசிக்கொள்வோம். அவங்க எல்லாம் நமக்காக இருக்காங்க என்னும் போது எவ்வளவோ சந்தோஷமா இருக்கும். கொடி பிடித்துக்கொண்டு தொண்டர்கள் வரும்போது ரொம்ப உற்சாகமாயிருக்கும். எங்களுக்கு அப்போது பல விஷயங்கள் தெரியாது. காந்தியும் நேருவும் நம்மைப் போல் இட்லி – தோசை சாப்பிடுவார்கள் – நாம் பேசற மாதிரி தான் தமிழ் பேசுவாங்க அப்படின்னு நினைப்போம். கேட்டுத் தெரியற அளவுக்கு அப்ப இதெல்லாம் பெரிய விஷயமாகத் தெரியல்லே. ஏதோ ஒரு இக்கட்டு நீங்கட்டும் என்பது போல எல்லாரும் இருந்திருக்கவேண்டும். ஆனா ஒண்ணு போய் இன்னொண்ணு வந்ததைப் பாத்தா சுதந்திரம் வாங்கினது உங்க ஊருக்கோ உங்க மொழிக்கோ அல்ல – எங்களுக்காகத்தான் இத்தனை அக்கறை, கஷ்டம் எல்லாம் – எங்களுடையதுதான் இந்தியக் கலாச்சாரம் – நாங்கதான் எல்லாம் அப்படின்னு சொல்ற மாதிரி இப்ப ‘இங்லீஷ்’ இடத்திலே இது வந்து குந்திக்கிட்டு இருக்கு – இப்ப என்ன செய்யணும். தமிழ் நாட்டிலே புயல் அபாயம் வருதுன்னு இன்னும் கொஞ்ச நாளிலே இந்தியிலே மட்டும்தான் வானொலி சொல்லும் – சுதந்திரத்தின் அளவு எப்படிச் சுருங்கிப் போச்சு பாரு.”

முத்துக்கறுப்பன் அன்றிரவு திருமணம் – கலப்புத் திருமணம் – தேவாரம் சொல்லி நடத்தப்படும் திருமணம் பற்றி யோசித்தான். சுய சமையலில் ஈடுபட்டு, சாப்பிட்டு முடித்துவிட்டுப் படுத்துக்கொண்ட அப்பாத்துரையும் யோசித்துக்கொண்டிருந்தார்.

அடுத்த ‘மார்ச்’ மாதம் ஆண்டறிக்கை தயாரிப்பிற்கு அவன் அனுப்பப்பட்ட போது அது ராயப்பேட்டைக்கு அல்ல. இந்த முறை ‘பிராட்வே’யில் உள்ள அச்சகம் ‘ஆர்டர்’ பெற்றிருந்தது. பெரிய அச்சகம். ஓர் அலுவலகம் போலக் காட்சியளித்தது. அலுவலக முறைகள் பின்பற்றப்பட்டன. வருகைப் பதிவேட்டிலிருந்த எதிலும் ஒரு கச்சிதம் தெரிந்தது. அச்சகத்திற்கென மேலாளரும் எழுத்தர்களும் இருந்தனர் – நிர்வாகி வருவதில்லை.

அந்த மேலாளரிடம் அறிமுகம் செய்துகொண்டு வேலைகளைப் பற்றிக் கேட்டான். அந்த மனிதர் சிரித்த முகத்துடன் அவன் பார்க்க வேண்டிய படிவங்களைக் கொடுத்தார்.

மின் விசிறிகள் நெருப்பைத் தெளிக்க வெயிலின் கொடுமை தாங்க முடியாதிருந்தது. வரும்போதே வியர்வையில் குளித்திருந்தான். மாலை அறை சென்றதும், இரண்டாவது குளியல் இப்போதெல்லாம் தவறாது வேண்டியிருக்கிறது.

அச்சகத்தில் குளிர்ந்த நீர் தாராளமாகக் கொடுத்தார்கள். ஹோட்டலில் இந்த நீருக்கு மட்டும் ஐந்து காசு தனியாக வாங்கிவிடுவார்கள். மூன்று 'பட்டியல்கள்' பார்த்து முடித்தபின்னர், வெளியே சென்று எஸ்ப்ளனேட் வரை நடந்து சாப்பாட்டை முடித்தான்.

காலையில் கடிதம் ஒன்று ஊரிலிருந்து வந்தது. அவன் அம்மா எழுதியிருந்தாள் – ரொம்ப நாளைக்குப் பிறகு வந்த கடிதம்.

ஊர் சம்பந்தப்பட்ட கடிதங்கள் – விவகாரங்கள் இப்போது எந்த விழிப்பையும் தருவதில்லை. 'எங்காவது சௌகர்யமாக இரு' என்று வந்த கடிதம் உட்பட. இம்மாதிரிக் கடிதம் தாமதமாகவே வந்துள்ளது என்று தோன்றியது. கிடைத்த வேலைப் பளு ஒரு மாமருந்தாக இருந்தது.

ஒரு தடவை நல்லசிவத்திடம் இது பற்றிய பேச்சுவந்தது. நல்ல வேளையாக அவரே அந்தப் பேச்சை ஆரம்பித்தார். சென்னையிலும் கடலூரிலும் சொந்த ஊரைவிட அதிக காலம் வாழ்ந்துவிட்டபோதும், ஆரல் பற்றிய விவரங்கள் தனக்கு உற்சாகமளிக்கிறது என்கிறார்.

சரசுவதி உற்சாகம் குறையாது காணப்பட்டாள். தட்டெழுத்து நிலையத்தில் வேலை. அது அவளை வெகுவாகக் கவர்ந்திருந்தது. பெண்கள் அதிகமாகப் படிக்கும் அந்த நிலையம் அதிக தூரமில்லாமல் வசதியாக இருந்தது. படிப்பிற்கு உகந்த வேலை.

அவளுக்கு எதைப் பற்றியும் கவலையிருப்பதாகத் தெரியவில்லை. வேலை எதுவும் இல்லையென்றால்தான் சோர்வடைந்துவிடுவாள் போலும். பெருமாள் என்பவன் பண்ணிய சிறு தகராறுகூட அவளை எந்த விதத்திலும் பாதித்திருக்க முடியாது. அவன் திருமணம் நடந்தது பற்றித் தெரிவித்தபோதுகூட, அதைச் சிரிப்போடு கேட்டுக்கொண்டாள்.

ஒரு வேளை மன்னிப்பது என்பது கடவுள் நிலையாக இருக்கலாம். ஆனால் இந்த 'மறத்தல்' எத்தனை வசதியாக எளிதாகவுள்ளது – எந்தக் குணத்தையும் வெளிக்காட்டாதவாறு.

நல்லசிவம் வீட்டிற்கு இப்போதெல்லாம் ராமநாதன் அடிக்கடி வருவதில்லை. அன்று அதிசயமாக வந்திருந்தார். முகத்தை ஆர்வமில்லாது வைத்திருந்தாலும், நல்லசிவம் ஆரல் செய்திகளை ஆவலோடு கேட்க ஆரம்பித்தார். அப்போதுதான் ரவி பற்றிய விஷயம் தெரிந்தது.

"என்ன முத்துக்கறுப்பன் – எப்படியிருக்கே?"

அவன் பதில் சொன்னான்.

"உனக்கு ரவி விஷயம் தெரியுமோ?"

“என்ன” என்று படபடத்தான். அதற்குள் நல்லசிவம் கேட்ட இன்னொரு கேள்விக்குப் பதில் கூற ஆரம்பித்தார்.

ஆரல் பக்கம் சமீப நாட்களில் ஏற்பட்டுள்ள இந்து – கிறித்தவ மோதல் பற்றி நீண்டநேரம் பேசிக்கொண்டிருந்தார். கிறித்தவர் கல்வி நிலையங்கள் பற்றிக் கூறினார். நல்லசிவம் சாவதானமாகக் கேட்டுக்கொண்டிருந்தார். கடைசியிலே ஏனோதானோவென்று முகத்தை வைத்துக்கொண்டு கூறினார்.

“இந்த முருகன் குறவர் கடவுள். நாங்க அவனுக்கு வேள் பட்டத்தைக் கொடுத்து எங்க ஆளாக்கிட்டோம். அப்புறம் நீங்க அவனுக்கு ‘பூணூல்’ போட்டீங்க. மலைவாழ் சனங்க எல்லாம் முருகனை விட்டுட்டு குறி சொல்லுதுக” என்று கூறிப் பெரிதாகச் சிரித்தார். ராமநாதனின் முகம் சிவக்கவில்லை. சாதி – சமயம் குறித்து இருவரும் சரளமாகப் பேசிக்கொள்பவர்கள். ‘காப்பி’ குடிக்கும்போது, வேண்டுமென்றே நல்லசிவம் “சூத்ராளோடு சாப்பிடலாமோ” என்று கேட்டால், ராமநாதன் சரளமாக, “மிலேச்சரோடு நீங்க சாப்பிடலாமோ” என்பாராம். ஒரு தடவை நல்லசிவத்தின் பேச்சுக்குக் கோபமெதுவும் இல்லாது சொன்னாராம்.

“இதப் பாருங்கோ – நான் இப்பவே இந்த யக்ஞோபியத்தைக் கழற்றி எறியறேன். நீங்க இந்த பிராம்மண துவேஷத்தை விட்டுடுவேளா.”

“வேய் – இந்த நாடகமெல்லாம் வேண்டாம் – துவேஷம் எதுவும் எங்கிட்ட இல்லே. உங்க தர்மத்தைச் சொன்னேன். பிராம்மணியத்தைப் பொறுத்தவரை தர்மம் என்றாலே வர்ணாசிரம தர்மம் மட்டுந்தான் – இல்லேன்னு சொல்லும்.”

நல்லசிவம் எப்படிப் பேசினாலும் ராமநாதனின் உணர்வு அவரையும் தொட்டிருக்கும். ஒருவரையொருவர் நன்கு புரிந்துகொண்டிருக்கவேண்டும்.

மேலும் நல்லசிவம் அளவிற்கு மதச் சம்பந்தமான விஷயங்களை ராமநாதன் அறிந்திருக்கவும் முடியாது. “ஆனாலும் அர்ச்சகராகும் தகுதி உமக்குத்தான்” என்பார்.

“கடவுள் இல்லேன்னு சொல்றதுகூட உங்க கையிலேதானிருக்கும். அதுதான் தருமம். சார்வாகன் சொன்னால் வேறு விஷயமாகி விடும். அதாவது தேவ பாஷை சமாச்சாரம். இப்போ பெரியார் சொன்னா வேறு. யாரு வேணுமானாலும் எப்படி வேணுமானாலும் நடந்தாலும் தப்பில்லே – ஆனா இந்த பிராம்மணீயத்தை மதித்துத்தான் மாற்றத்தைக் கொண்டுவரணும். அப்படித்தான் அந்த சூட்சுமமான அளவுகோல் இருக்கும். இதிலே நிறவெறி – இனவெறி பத்தி வேறே – அமெரிக்காவிலே அப்படி – தென்னாப்பிரிக்காவிலே இப்படின்னு. இங்க நம்ம ஊரிலே தெப்பக்குளம் எப்படி இருக்கு – அதிலே ஆண் – பெண் – அக்கிரகாரத் துறைகள்தான் இப்பவும். அதை நியாயப்படுத்தாமலா வேய் இந்த பிராம்மணீயம் இருக்கு.”

வெகுநேரம் கழித்து, திரும்பவும் அவனிடம் கேட்டார் ராமநாதன்.

“ரவி விஷயம் தெரியுமோ?”

“சொல்லுங்களேன்.”

"போன வாரம் பத்து மணிக்கு ராத்திரி மண்டையைப் போட்டுட்டான். பாவம் ரொம்ப கஷ்டப்பட்டுட்டான்."

அட்சர சுத்தமாகச் சொன்னார். நிதானமாகச் சொன்னார். அவரால் மட்டுமே அவ்வாறு சொல்ல முடியும்.

"இரண்டு தடவை ஆபரேஷன் நடந்து ஒண்ணும் சரியாகல்லே."

ரவியின் தகப்பனார் மதுரையில் மின்சாரம் சம்பந்தப்பட்ட நிறுவனத்திலிருந்தபடியால் ராமநாதனுக்கு அவரைத் தெரியும். ரவி மதுரையிலிருக்கையில் இவர் அவர்கள் வீட்டிற்குப் போவதுண்டு.

ரவியின் முடிவு எதிர்பார்க்கப்பட்டவொன்றுபோலத் தோன்றிற்று. புதுப்பேட்டைச் சந்தில் எடுப்புச் சாப்பாடு பகிர்ந்துகொள்ளும் நாட்களில் கடைசி இரண்டு சாப்பாடு முத்துக்கறுப்பனின் கணக்கு. ரவிதான் பணம் கொடுத்திருக்கிறான்.

"பாவிப் பய – என்னைக் கடங்காரனாக்கிவிட்டுப் போயிட்டான்" என்று மட்டும் நினைத்துக்கொள்ள முடிந்தது.

ஊரிலிருந்து அடுத்தாற்போல் வந்த கடிதம் இன்னொரு புரட்சி. "நீ வந்து என்னைப் பார்க்கவேண்டும் என்ற கட்டாயம் இல்லை– என் நிம்மதியைக் குலைக்கவும் வேண்டாம்" என்ற ரீதியில் அம்மாவால் எழுதப்பட்டிருந்த கடிதம். ஏன் – எதற்காக என்ற காரண காரியங்களை மிஞ்சித் தன்னிலை விளக்கம் பெற்றிருந்ததாக அவனுக்குத் தோன்றியது. ஊர் போவதாகவிருந்தால் வயலைப் போல் வீடு சம்பந்தமாக எழும் சண்டையைப் பற்றி அறிவிப்பதாகத் தெரிந்தது. அவன் எந்தக் கணக்கும் போட முடியவில்லை.

ஆனால், அவன் ஊர் வந்துதான் ஆகவேண்டும் என்று நம்பும் பலரை அவன் சந்திக்கவேண்டி வருகிறது. பெரியவர்களுக்கு சிறியவர்களின் தேவைகளைப் பற்றி நன்கு தெரிந்திருக்கும். உடல் தேவைகளில் நெருக்குண்டு உதவிக்குத் தங்களை நாடவேண்டும்– ஊருக்கு ஒப்பவாவது வந்தாகவேண்டும் – என்பது பெரியவர்கள் ஆசையாக இருக்கும். அவர்களின் தேவையாகவும் அது இருக்கலாம்.

அந்தத் தேவைகளில் அவன் சிக்க இருந்தது பற்றி, தாயாரிடம் சூசகமாகத் தெரிவித்தான். சரசுவதி முன்பாகவே அப்பேச்சு நடந்தது. அது அவன் அலுவலகத்திற்கும் புதுப்பேட்டை வாசத்திற்கும் இடைப்பட்ட ஒரு காரியம். தாயார் புரிந்துகொண்டு கேட்டாள்.

"நீயாகவே இங்க கல்யாணம் பண்ணிக்கொள்வே போல் இருக்கே."

"ஆமான்னுதான் சொல்லணும் – அதுலே என்ன தப்பு?"

"தப்பில்லே – பொண்ணு வேலை செய்றவளாயிருந்தா, உன் குணத்திற்கு சரிப்பட்டு வராதே."

சரசுவதி விழுந்து விழுந்து சிரித்துக்கொண்டிருந்தாள்.

அது ஒரு மோசமான கதை. புதுப்பேட்டையில் ரவியோடு நடந்து கொண்டிருக்கையில் அவன் ஒரு வீட்டைக் காட்டினான். "இவங்க ஆராமொழி பக்கத்து ஊராம் – நாலு

பேர் – எல்லாரும் அம்மா உட்பட வேலை பாக்கறாங்க – பொண்ணு ரயில்வேலே வேலை– பி.ஏ.” என்றான். இரண்டொரு தரம் குடும்பத்தலைவரைப் பார்த்திருக்கிறான். இளைய பையனும் பிறகு பரிச்சயமானான். ஊரிலே ஏராளமான நிலபுலன் இருப்பதாகவும், சென்னைக்குக் குடிபெயர்ந்தது ஏதோ பட்டணம் செய்த தவப் பயன் என்பது போலவும் பேசினான். அவர்கள் வீட்டு நடைமுன் நின்று பேசிக்கொண்டிருப்பதுமுண்டு.

மழை நாள் ஒன்றில் அந்தப் பெண் பேருந்துநிலையத்தில் நின்று கொண்டிருப்பதைப் பார்த்தான். அவனுக்கு முன்பே அவள் அவனைக் கண்டுவிட்டாள் என்பதும், ஏதோ வேண்டியிருக்கிறது போலவும் தெரிந்தது. அவன் நேராக அவளைப் பார்த்தான்.

தயக்கத்தோடு தனது விடுப்புக் கடிதத்தை அவள் அலுவலகத்தில் சேர்த்துவிட முடியுமா என்று கேட்டாள். தயக்கம்தான் தெரிந்தது– வேறு வகையில் பெருமிதம் எதுவும் குறைந்து தென்படவில்லை. அவளது அலுவலகம் பக்கம்தான் அவனுடையது என்பதைத் தெரிந்து வைத்திருக்கவேண்டும். அவள் எந்தப் பிரிவில் வேலை செய்கிறாள் என்பதைக் கேட்டுத் தெரிந்துகொண்டதும், நன்றி சொல்லி, மென்சிரிப்போடு குடையை விரித்துப் பிடித்துக்கொண்டு போய்விட்டாள். இதை ரவியிடம் கூறியபோது அவன் மௌனமாக இருந்தான்.

அலுவலகத்திற்குச் செல்லும் விடுப்புக் கடிதங்கள் இம்மாதிரியே செல்ல ஆரம்பித்திருக் கின்றன. ஆனால், ஒவ்வொரு தடவையும் ‘பஸ் ஸ்டாப்’ பக்கம் வந்து ஏன் தர வேண்டுமென்று புரியவில்லை. ஒரு நாளின் சில மணி நேரங்களை யோசனையில் கழிக்க முற்பட்டான். இதற்கிடையே இரண்டொரு தடவை பஸ் நிறுத்தத்தில் அந்தப் பெண் பொதுப்படையாகப் பேச்சிலும் ஈடுபட்டாள்.

எத்தனை நாள் விடுப்பு இருந்திருக்குமோ – ஒருமுறை அவள் தந்த கடிதத்தை அலுவலகப் பியூன் மூலமாகச் சேர்ப்பித்தான். அடுத்த முறை அதைப்பற்றியும் கேட்டாள். கொஞ்சம் அதிகமாகவே பேசினார்கள்.

மோசமான கதையாகத்தான் அது முடிந்தது. ஒரு நாள் காலை அவள் தம்பி வந்து திருமணப் பத்திரிகையை நீட்டினான். மாப்பிள்ளை அவளது அலுவலகத்திலேயே வேலை பார்க்கிறானாம். அவனும் அடிக்கடி விடுப்பு எடுப்பவனாக இருக்கவேண்டும்.

அப்போது உடைந்தான் அவன். ஒரு வகை வெறுப்பு தன் மீது ஏற்பட்டது. சட்டையை மாட்டிக்கொண்டு வெளியே வேகமாக நடந்தான். அலுவலக நேரத்தில் அதிகப் போக்கு வரத்துள்ள சாலையில் வந்த ஏதோ பேருந்தில் ஏறினான். அது திருப்போரூர் செல்லும் வண்டி என்பதும் கையில் ஒரே ஒரு ரூபாய்தான் இருக்கிறதென்பதும் பிறகே தெரிந்தது.

மோசமான கதையைப் பல தடவை தாயாரிடம் சொல்லி சரசுவதியின் சிரிப்பிற்கு ஆளாகியிருக்கிறான். வீட்டுவாசலில் ஏறும்போதே அவனைப் பார்த்து ‘குபுக்’கென வரும் சிரிப்பை அடக்கமுடியாமல் தாயாரின் வசவிற்கு ஆளாகியிருக்கிறாள்.

ஆனால், இப்போதெல்லாம் சரசுவதியின் சப்தம் அதிகம் கேட்கவில்லையென்றால் வேலைப்பளுவாக இருக்க முடியும் அல்லது தாயாரின் பலவித உடல்நலக்குறைவாக இருக்கும்.

தட்டெழுத்து நிலைய வேலையில் மிகுந்த சிரமத்தையடுத்து உழைத்துக்கொண்டிருந்த போது அவளுக்கு ஆசிரியைப் பயிற்சிக்கு ஒரு கடிதம் வந்தது. 'கட்டாயம் சேரவேண்டும்' என்றார் நல்லசிவம். தாயாரின் உடல்நிலையும் அலுப்பும் கொஞ்ச நாள்களாவே நன்கு தெரிந்தது. ஒரு சமயம் அவளே சொன்னாள்: அது "சீக்கிரமாகப் போய்விடணும் – என்றைக்குக் கடவுள் கொண்டுபோகிறானோ" என்ற மாதிரியெல்லாம் இல்லாமல் பொறுப்பு கலந்த அமைதியுடன் பேச்சுக்கள் இருந்தன. ஒரு நாள் அப்பாவும் அம்மாவும் டாக்டரிடம் போயிருப்பதாக சரசுவதியே கூறினாள். ஆனால், யாரிடமும் பேச்சுக்குக் குறைவில்லை.

ஒரு தடவை தாயாரிடம் முத்துக்கறுப்பன் சொன்னான்: "இங்க நம்ம ஊர் ஆளுக ரெண்டு மூணு வருசம் இருந்துட்டா, நம்ம ஊரு மறந்து இங்குள்ளவா மாதிரி பேச்சு வந்துருது. எனக்கு வரல்லியெ."

"எனக்கும் இங்குள்ள பேச்சு வரலேங்கறயா" என்று கேட்டாள் தாயார்.

"ஆமா."

"நான் உங்க ஊரில்லே முத்து – எனக்குக் கடலூர் – வளர்ந்ததெல்லாம் அங்கதான் – இவ அப்பாவுக்கு ஒரு தங்கச்சி இருந்தா– அவங்கதான் எனக்குத் துணை. என் பேச்சுக்குக் காரணம் அதுதான்."

நல்லசிவம் இளம் வயதில் மிகவும் கஷ்டப்பட்டிருக்கவேண்டும். தன்னை ஆரல்வாய் மொழி அண்ணாவியின் மகன் என்று சொல்லிக்கொள்ள எந்தச் சந்தர்ப்பமும் வரவில்லை. பாண்டிச்சேரியிலும் கடலூரிலும் சிறு வேலைகளில் பொழுதைக் கழித்து விட்டபிறகுதான், படிப்பு என்பது எத்தனை தேவையானது என்பது தெரிந்ததாம். படிப்பிற்கும் விடுதலைப் போராட்டத்திற்கும் சம்பந்தமிருக்கிறது போலும். கடலூரில் சுதந்தரப் போராட்ட சம்பந்தமாக இசகுபிசகான சங்கதிகள். நடந்தால், இவர்தான் முதலில் கைது செய்யப் படுவாராம். அவர் தங்கியிருந்த வீட்டின் சொந்தக்காரரும் போராட்டத்தில் குதித்தவர் தானாம். நல்லசிவம் அறை வாடகை கொடுக்க முடியாத நிலைமையில் அவருடன் சண்டை ஏற்படுவதுண்டாம். இரவு ஒரு நாள் சாமான்களைத் தூக்கி வெளியே எறிந்து இவரையும் வெளியே தள்ள, அமளியில் அந்தக் கோபக்கார வீட்டுக்காரரின் மணிபர்சும் தெருவில் விழ, நல்லசிவம் அதை எடுத்துத் திருப்பிக்கொடுத்தாராம். அப்போது ஏற்பட்ட நெருக்கம் அது – இரண்டுபேரும் சேர்ந்தே ஜெயிலுக்குப் போயிருக்கிறார்கள். அந்த வீட்டுக்காரர் தன் மகளையும் இவருக்குக் கல்யாணம் பண்ணிவைத்தார். சரசுவதி பிறந்த பிறகும் இவர் ஜெயிலுக்குப் போவது நிற்கவில்லை. ஜெயிலில் நிறைய படித்திருக்கவேண்டும் – படிப்பதற்காகவே அங்கு போக ஆசைப்பட்டிருக்கலாம். ஆரலில் அப்பா காச நோயில் இறந்ததே ரொம்ப காலம் கழித்துதான் தெரியும். ஒரே தங்கை சோழபுரத்தில் வாழ்க்கைப்பட்டு தள்ளி வைக்கப்பட்டுவிட்டது தெரிந்து ஊர் போய் அழைத்துக்கொண்டு வந்துவிட்டார். அவரது அம்மா காலத்தோடு ஆரல் வீடும் போயிற்று. அங்கே அடிக்கடி போய்வந்திருந்தபோதும் சென்னை வந்தபின் அது நின்றுபோயிற்று.

ஆனால் ஆரலோ – சோழபுரமோ நல்லசிவத்தை விடவில்லை என்று சொல்லவேண்டும். சென்னையில் சில குறிப்பிட்ட இடங்களில் அவருக்கு செல்வாக்கு மிகுதியானபடியால்

– வேலை வேண்டி வந்த ஊர்க்காரர் பலரும் உறவு கொண்டாட, அது திரும்பவும் வேர் விட்டது.

நல்லசிவத்தின் தங்கை பற்றி நிறைய கூறப்பட்டது. அண்ணன் படித்தவைகளை அந்த அம்மாளும் படித்திருக்கக்கூடும். எந்த இடத்திலிருந்துகொண்டும் உலகம் பூராவையும் பார்க்க முடியும்.

"அவுக எனக்கு சிநேகிதி மாதிரி. நிறைய பேசுவோம்" என்றாள் தாயார். நல்லசிவம் சென்னையில் வந்து தங்கிவிட்டதற்கு அவர் தங்கையின் இறப்பு காரணமாயிருக்கவேண்டும்.

அடுத்த மாதமே ராமநாதனைப் பார்க்கும் நிலை ஏற்படுமென்றோ, ஒரு செய்தியை அவர் கொண்டுவருவாரென்றோ அவன் நினைத்துப் பார்க்கவில்லை. மிகவும் முக்கியமானதென்று அவர் எண்ணி அவனிடம் சொல்லிய விஷயம் முத்துக்கறுப்பனின் வீடு சம்பந்தப்பட்டது. இட்டதானமாகக் கிடைத்த வீட்டை, அவன் தாயார் வடிவாம்பாள் தன் இளைய மகளின் அனுபவ பாத்தியதைக்கு முழுவதுமாக மனமுவந்து எழுதிவைத்துவிட்டது பற்றியது. முத்துக்கறுப்பனுக்கு இனி அதில் எந்த உரிமையும் கிடையாதாம்.

அவர் சொன்னது முழுவதும் உண்மையென்று பின்னர் தெரிந்தது.

ஆசிரியை பயிற்சிக்குச் செல்ல மாட்டேன் என்று முரண்டு பிடித்துக்கொண்டு சரசுவதி வாக்குவாதம் செய்வதன் காரணம் முத்துக்கறுப்பனுக்குத் தெரிந்தது. பயிற்சிக்கான இடம் கடலூர். வேண்டுமென்றே நல்லசிவம் அவ்வாறு பண்ணியிருக்கலாம். சென்னையில் கிடைக்கச் செய்திருக்க முடியும். ஆனால், சென்னையை விட்டுச் செல்லும் எண்ணத்தால் அப்படி அவர் செய்திருப்பார். எப்படியிருந்தாலும் இந்தப் பெண் மாட்டேன் என்பது யாருக்கு நல்லது?

முத்துக்கறுப்பன் உற்சாகத்துடன் இருந்ததாகத் தெரிந்தது. ஊரிலே தனக்கிருந்த ஒரே ஒரு வீட்டின் உரிமை தன்னை விட்டுச் செல்வதென்றால் ஏதோ ஒரு சுமையும் அதோடு அகல்கிறது என்பது போலத் தென்பட்டான். ஒன்று போய்விட்ட பின்னரே அடுத்தது என்ன என்ற கேள்வியே எழுகிறது – எதிர்பார்ப்புகள் நிகழ்கின்றன. அந்த எதிர்பார்ப்புத்தான் உற்சாகத்திற்குக் காரணமாயிருக்கும்.

அன்று ஒரு தொலைபேசி அவனுக்கு வந்தது. பேசியவர் யாரென்று கூறவில்லை. அப்பாத்துரை உங்க அறையில்தானே இருக்கிறார் என்று கேள்வி கேட்டுவிட்டு, அவன் பதில் சொல்லு முன்னரேயே பேசவாரம்பித்துவிட்டார்.

அப்பாத்துரை கடையில் வேலை செய்துகொண்டிருந்தபோது, 'ஓ' என்ற சப்தத்துடன் மயங்கி வீழ்ந்துவிட்டதாகவும், கூச்சலுடன் கை கால்கள் இழுத்துக்கொள்ள, அங்கிருந்தவர்கள் பயந்துபோய் பொது மருத்துவமனைக்குக் கொண்டுசென்று சேர்த்திருக்கிறார்கள் என்றும் சொல்லப்பட்டது. கண்விழித்துவிட்டாராம். மருத்துவமனையில் தற்சமயம் பார்த்துக்கொள்வார்களென்றாலும், வேறு துணைக்கு என்ன என்பது கேள்வி.

முத்துக்கறுப்பன் தனக்குத் தெரிந்தவரையில் யோசித்துப்பார்த்தான். ஆரலில் இருக்கும் அவருடைய தம்பியை அவனுக்குத் தெரியாது. இங்கிருக்கும் மகளுக்குக் கடைக்காரர்

மூலம் தகவல் தெரிவிக்கலாம். புதுப்பேட்டைக் கடையில் இருக்கும் சமயம் இப்படி நடந்திருப்பதால், இதற்குள் அவர்களே பரங்கிமலைக்குத் தகவல் தெரிவித்திருப்பார்கள். அவருக்கு வேறுவகை உதவி செய்ய முடியுமானாலும் துணைக்கு என்ன செய்வது? கடைக்காரரிடம் கேட்கலாம் – மாலையில் மருத்துவமனை சென்று பார்க்கலாம்.

இம்மாதிரி நிகழ்ச்சிகள் ஏற்பாடு நடந்துகொண்டிருக்கும்போதே, இவையெல்லாம் தனது ஞாபகத்திலிருந்த பழைய சங்கதிகள்தாம்– எதிர்பார்த்தபடியே நடந்துவருகின்றன என்று தோன்றியது. சிலருடன் பேசிக்கொண்டிருக்கும்போது – முக்கியமாக தாயாருடன்– காட்டும் சில அசைவுகள், பேச்சின் சுருக்கங்கள், வியப்புக் கலந்த பார்வை, பெரியனவற்றைச் சிறிதாக எடுத்துக்கொள்ளும் இயல்பு அல்லது அற்பமானவற்றைப் பெரிதாக நினைக்கும் மனப்பான்மை, இவையெல்லாம் தன் ஞாபகத்திலிருந்து கிளம்பி வந்தவையாக அவன் கருதினான். அதற்காகவே அவன் எல்லாவற்றையும் எதிர்பார்த்துக்கொண்டு இருக்கவேண்டும்.

அவன் நினைத்தது மிகவும் சரியாகப் போயிற்று. அப்பாத்துரைக்கு அநேகமாக வாதநோய்தான். ஒரு பக்கம் செயலிழந்த நிலை. இப்படிப்பட்டவர்களைப் பொது மருத்துவமனையில் நிரந்தரமாக வைத்திருக்க மாட்டார்கள். எனவே, முத்துக்கறுப்பன் இரண்டாவது முறை அவரைப் பார்க்கச் சென்றபோது, மருத்துவமனை ஊழியர்கள் அவனை நெருக்கி 'இவரை இன்றே அழைத்துச் சென்றுவிடவேண்டும்' என்று ஒருவிதக் கடுமையுடன் வற்புறுத்தி, வண்டி ஏற்பாடு செய்யச் சொல்லி, ஏற்றியனுப்பிவிட்டார்கள்.

அங்கிருந்து வந்தது பெரிதில்லை. தெருநடையில் வண்டியிலிருந்து அவரை இறக்கி உள்ளறைக்குக் கொண்டு வர நான்கு பேர் தேவைப்பட்டனர். சாய்த்து உட்காரவைக்கப் பட்டது. தானாகப் படுத்துக்கொள்ள முடியாது. சரிந்து விழ நேரிடும். படுக்கையிலேயே கிடக்கவேண்டும். கொழ கொழ என்றுதான் பேச்சு.

எல்லாவற்றிற்கும் மேலாக அவர் கழிப்பறைக்குச் செல்ல இயலாது. இன்றிரவே தேவைப்படலாம். அதை எதிர்பார்த்தான். மருத்துவமனையிலேயே அவர் படும்பாடு தெரிந்தது.

அப்பாத்துரை கண்விழித்துக்கொண்டிருந்தார். அவனை இப்போது பார்க்கும் பார்வையில் ஒரு வெறுமை தெரிந்தது. எல்லாமே தலைக்கு மேல் வந்தாகிவிட்டது என்ற பெரும் நிம்மதியான ஒரு வெறிச்சோட்டம். கடவுளாக ஏதாவது வழி புரிந்தாலொழிய எதுவுமில்லை என்ற நிலைமைக்குப் போய் விட்ட நிம்மதி. அவர் கொழும்பு சென்றதற்கும் அவரது குடித்தனம் நன்றாக அமைந்ததற்கும் கடவுளைக் காரணம் காட்டுவதுண்டு. பெரும்பாடுபட்டு கதிர்காமம் வரை குடும்பத்தோடு சென்றுவந்தார். இங்கும் ஒரு படம் இருக்கிறது. மயில் மீது ஏறி நின்ற ஓர் அழகான கடவுளின் படம். முத்துக்கறுப்பனைப் பார்ப்பதைத் தவிர்த்துக் கொஞ்ச நேரம் அதையே பார்த்துக்கொண்டிருந்தார். புது வகையான ஒலி நாவிலிருந்து வெளிப்பட்டுக்கொண்டிருப்பதால், அவர் தன்னோடு பேச விரும்பியிருக்க மாட்டார் என்று அவன் எண்ணினான்.

பக்கத்தில் வந்து சைகை மூலம் கேட்டான். கையில் பழைய தினசரித்தாள் இரண்டை வைத்துக்கொண்டிருந்தான். சாய்ந்திருந்த பக்கமாகவே அவரை இன்னும் சிறிது நகர்த்தி,

அவர் உட்கார்ந்த பாயின் நடுப் பாகத்தில் அவற்றை விரித்தான். ஒரு கையோடு அவரும் உதவினார். "பரங்கி மலைக்குச் சொல்லியாகிவிட்டது" என்று உரத்துச் சொன்னான் – தலையாட்டிக்கொண்டார். பிறகு வெளியே வந்தான்.

இரண்டு நாள் கழித்து பகலில் ஒரு கூட்டம் வந்தது. ஏழெட்டுப் பேரில் அப்பாத்துரையின் மகளும் இருந்தாள். அவர்கள் பரங்கி மலையிலிருந்து வந்திருந்தனர் – அங்குள்ள கிறித்துவ தேவாலயத்தைச் சார்ந்தவர்கள். முத்துக்கறுப்பனிடம் அங்கியணிந்திருந்த அந்தப் பெண் நன்றி தெரிவித்தாள். அங்கேயுள்ள அவளது தேவாலயத்தைச் சேர்ந்த இடத்தில் அப்பாத்துரை தங்க ஏற்பாடு செய்தாயிற்று என்றும் நாட்டு வைத்தியம் பார்க்கவேண்டிய இந்த நோய்க்கு அவர்கள் உதவி செய்யப் போவதாகவும் சொல்லப்பட்டது. அடுத்த நாள் அவரை அழைத்துக்கொண்டு போய்விடுவார்களாம்.

வந்திருந்தவர்கள் முன்பு அப்பாத்துரை தனக்கு முன்பின் தெரியாதவராக திடீர் மாற்றம் அடைந்ததுபோல் தோன்றியது. முத்துக்கறுப்பனுக்கு. அரிசிச் சோற்றைத்தான் இருவரும் ஏழு நாட்களுக்கு முன்பு வரை சேர்ந்து உண்டார்கள். இனிப்புப் பண்டங்களில் அவருக்குள்ள தீராத ஆவலைக் கண்டு – எண்ணெய் மிகவும் அதிகமாகச் சேர்த்துக்கொண்டது பற்றி – தன் தங்கையும் இப்படித்தான் நிறைய ஊற்றி இட்லி தோசை தின்பாள் என்று சொல்லிக்கொண்டிருந்தவன் அவன். பரங்கிமலை ஆட்கள் பேசுகையில் அவன் அவருக்குச் சொந்தமானவன் இல்லையென்ற தோரணையில் அவர்கள் பேசிக்கொண்டிருந்ததைப் பார்த்துக்கொண்டிருந்தான். "என்ன கிறித்தவர் நீங்க" என்ற கண்டனக் குரலையும் சேர்த்து அவர்கள் ஒருவருக்கொருவர் நடக்கவேண்டிய காரியங்களை ஆழ்ந்து விவாதித்துக்கொண்டனர்.

நல்லசிவத்திடம் அப்பாத்துரை விஷயம் முழுவதும் தெரிவித்தபோது, "ஆமா – அவ்வளவுதான் செய்ய முடியும் – விடு – காரியத்தைப் பாரு" என்று எளிதாகச் சொல்லிச் சென்றார்.

அப்பாத்துரை மதமாற்றம் செய்யப்பட்டுவிட்ட பின்னர் தற்போதைய கஷ்டங்களை அவர் மறக்க வழிகிடைக்கும் என்று நல்லசிவம் ஏற்கனவே சொல்லியிருந்தார். "ஆனால் மதமாற்றம் எல்லாத்துக்கும் பணக் கஷ்டம் மட்டும் காரணமில்லை" என்றும் சொன்னார்.

முத்துக்கறுப்பன் அதைப்பற்றியெல்லாம் யோசித்தவன் இல்லையென்றாலும், சில அவன் கண் முன்னேயே நடந்துள்ளன. ஆரலில் பண விஷயத்தில் தரம் இழந்துவிட்ட குடும்பங்களைச் சிலர் ஆட்டிப் படைப்பதைக் காணமுடிந்திருக்கிறது. சந்திரசேகரன் என்ற அம்மன் கோவில் பூசாரி மூன்று பெண்களுக்குக் கல்யாணம் பண்ணிக்கொடுத்துவிட்டு அடுத்த பெண்ணைப் படிக்க அனுப்பியபோது, கேலி செய்த ஆட்களை அவன் அறிவான். கோவில் பூசாரி வேலையும் போயிற்று. ஆண்டுதோறும் நடக்கிற "கொடை" விழாவில் அவரை அழைப்பதே அபூர்வம். "அவன் இரப்பாளி ஆயிற்றே – முறைவரி கட்ட நாதியிருக்கா" என்று கேட்டவரில் பலர், முன்பு அவர் கையால் திருநீறு வாங்கிக் கொண்டவர்கள்தாம். நாகரம்மன் கோவில் சென்று பின்னர் அவர் நெய்யுந் தொழிலில் ஈடுபட்டபோது, உடம்பு தளர்ந்திருந்தது. ஊரில் ஒரு நாய் மதிக்கவில்லை. "பொண்ணு சம்பாதிச்சு சாப்பிடப் போறயா" என்று பின்புறக் கேலிக் குரல் ஒலிக்கும். ஊரை வெறுத்து அவர் செய்ததை நியாயப்படுத்தினார் நல்லசிவம்.

அவ்வாறு இல்லாத ஒன்றையும் முத்துக்கறுப்பன் அறிவான். அவனுடன் படித்த ஆதி திராவிடப் பையனொருவனை எதேச்சையாக இங்கே சென்னையில் சந்தித்தபோது அவன் கழுத்தில் சிலுவைச் சங்கிலி தொங்கியது. அவன் தமிழில் உயர் படிப்புப் படித்தான். தெளிவாகச் சொன்னான். ஊரில் எந்த வயது ஆட்களோடு, எதைப் பேசினாலும் சாதிமுறை சம்பந்தப்பட்ட ஒரு கேலிப் பேச்சாக மாற்றி சாதிப் பெயர் சொல்லி அழைத்தது மன வருத்தத்தை மட்டும் அளிக்கவில்லை – தப்பியோட ஒரு வழியையும் காணத் தூண்டிற்று. "சென்னையில் இதைக் கழுத்தில் அணிந்தால் சாதிப் பிரச்சினை எனக்கில்லை" என்றான். அவன் சொன்னது பணம் சம்பந்தப்பட்டதல்ல. இத்தனைக்கும் அவன் தமிழ்ச் சமயம் என்று ஒன்று இருந்ததாக நம்பும் பையன். பறளியாற்றுச் சார்புடைய மண்ணில் எந்தச் சமயத்தைச் சார்ந்தவர்தாம் தமிழை மறந்தவர் – சைவத்தைப் பற்றியும் தமிழையும் அறிய 'ஷேக் தம்பி' என்னும் செய்குதம்பிப் பாவலரைத்தானே நாடிச் சென்றார்கள்– அந்த மண்ணில் யார் உணர்வு இதற்கெல்லாம் எதிராக இருந்திருக்க முடியும் – அறிவர் என்றும் ஆதிசைவர் என்றும் நிலவிய அந்த நிலஞ்சார்ந்த பூசனை வழக்குகளை, அந்த ஆதிதிராவிட நண்பனிடமிருந்துதான் முத்துக்கறுப்பன் கேள்விப்பட்டிருந்தான்.

அது அப்படியில்லை என்றார் நல்லசிவம். ஆட்சிசெய்யும் ராசாவே உயர்ந்த சாதி இது என்று நிர்ணயித்துவிட்ட பிறகு – அதுவும் ஹிரண்ய கர்ப்பம் செய்து திருவிதாங்கூர் மன்னர்கள் உய்ந்த பிறகு– ஆரல் அம்மன் கோவில் பூசாரி எங்ஙனம் உய்தல்பெறமுடியும் என்று கேட்டார்.

அப்பாத்துரை விஷயத்தில் "உன் கைக்காசைச் செலவு செய்யாதே– காரியத்தைப் பாரு" என்று நல்லசிவம் சொன்னது முத்துக்கறுப்பனுக்குப் புரிந்திருக்கும். அதிலும் கைக்காசு விஷயம் நல்லசிவத்தைப் பொறுத்தவரை மிகவும் உண்மையென்று நினைத்தான். நகரிலேயே அதிக 'வட்டி' தருகிற புரசவாக்கம் சகாய நிதியொன்றில் அச்சாபீஸ் விற்ற பணத்தைப் போட்டிருந்தார் – நல்ல ஏற்பாடுதான். சுமாரான வாழ்க்கைக்கு இதுபோதும். பெண்ணிற்கு மாப்பிள்ளை தேடுவது என்ற ஒரு கவலைதான் அவருக்கிருக்க முடியும். அதுவும் ஆரல் பக்கத்தில் நடக்கவேண்டும் என்று தீர்மானிப்பதாகஇருந்தாலொழிய கஷ்டமில்லைதான்.

முத்துக்கறுப்பனைப் பொறுத்தவரையில் கைச்செலவுகள் குறைந்து விட்டன. சாப்பாடு, புத்தகத்தின் விலை அதிகமானதைத் தவிர வேறு கூடுதல் செலவென்று எதுவுமில்லை. சினிமா கிடையாது. எண்ணெய்க் குளியல் தவறாது நடைபெற்றதென்றாலும், அதை அதிகச் செலவென்று சொல்லமுடியாது.

குளிர்காலம் நகரை அழகுபடுத்தியிருந்தது கடற்கரையைத் தவிர எல்லா இடங்களிலும் கூட்டம். புதிது புதிதான வித்தைக்காரர்கள் பட்டணத்தில் கொடிகட்டிப் பறந்தனர். சர்க்கஸ் கூடாரம் போட்டாயிற்று. அப்புறம் பொருட்காட்சி. வெளியூர்களிலிருந்து குறிப்பாக தெலுங்கு நாட்டிலிருந்து வரும் பயணிகளைக் கண்காணித்து உணவளிக்க அவர்கள் வண்டியை விட்டு இறங்கும் பகுதியிலேயே வழிகாட்டிகள் ஏற்பட்டார்கள். புதுவிதமான அரிசியைப் பயன்படுத்தி மிளகாயை மட்டும் அரைத்து 'சாம்பார்' செய்தார்கள்.

ஊர் மறந்துவருகிறது. மறந்த இடங்களில் புது ஊரும் தோன்றி விடுகிறது. மலைகளும் குளமும் நீண்ட சாலைகளும் வெட்ட வெளிகளும் உள்ள ஊர் – பண்டைக்கால

இடிபாடுகளைக் கோவில்களாகப் பக்கத்தில் கொண்டிருக்கும் இந்த ஊர் – பெயர்கூட வேண்டியதில்லை என்று தோன்றும். பார்க்க விரும்பும் பறவைகளையும் நாய்களையும் தன்னகத்தே கொண்ட ஊர் எதுவென இப்போது அவன் விசாரிப்பதில்லை – விசாரிப்பது ஊரில் வாழ்வதற்காக அல்ல. வெட்டவெளிகளில் உள்ள பறவைகளோ நெடுஞ் சாலைகளில் உலவும் பன்றிகளோ தன்னைப் போலத்தான் என்று தோற்றுவிக்கும் இதுதான் ஊர் – தாயும் தந்தையும் நண்பரும் உறவினரும் எங்கேயும்தாம் உண்டு.

அப்புறம் இங்கேயுள்ள பல்லாவரம் மலை. அது ஏதோ இன்றியமையாத அம்சத்தைக் கொண்டிருந்தது. திருப்போரூரும் குறைந்து விடவில்லை. திருச்செந்தூரைவிட இந்தத் திருப்போரூர் அழகாகத் தெரியும்.

மாலை திருவல்லிக்கேணி சென்றபோது, தாயார் ஒரு ரிக்ஷாவிலிருந்து இறங்கிக் கொண்டிருந்தாள் – சரசுவதியோடு. இருவரும் போய் வருவதாகவிருந்தால் டாக்டரிடம்தான் இருக்கவேண்டும். நல்லசிவமும் சிறிது நேரத்தில் வந்தார்.

"வாங்கணுமா மருந்து ஏதாவது?" என்று கேட்டான்.

"வேண்டாம். டாக்டரே கொடுத்திருக்காரு" என்றாள் தாயார். சரசுவதிதான் அன்று சமைத்தாள். "இரு சாப்பிட்டுப் போலாம்" என்ற சரசுவதியிடம் ஏதோ கூறினாள். அவள் வாயை மூடிக் கொண்டு சிரித்தாள்.

"என்னது?" என்றார் நல்லசிவம்.

அவள் சிரிப்பை நிறுத்தவில்லை.

"என்னது?" என்றார் உரக்க.

"முத்து மீன் சாப்பிட மாட்டான்னு அம்மா சொல்றா."

"ஆமா" என்று குரலைத் தழைய விட்டார். "நானும்தான் சாப்பிட மாட்டேன் – அதுக்கென்ன – உங்கம்மாவும் நீயும் சாப்பிட்டா போதும்" என்றார்.

முத்துக்கறுப்பனைப் பொறுத்தவரையில் மீன் சாப்பிடும் சங்கதியை அருவருப்பு இல்லாமல் கேட்டுப் பேச்சில் கலந்துகொண்ட முதல் தடவை அது.

அவனது தூரத்து உறவினர்... ஊரிலேயே பேசியறியாதவர்... ஒரு கடிதம் அவனுக்கு எழுதியிருந்தார். "உன் அம்மாவுக்கு உடம்பு சுகமில்லை – நீ வந்து பார்க்க இஷ்டப்பட்டால் வரவும். சொல்ல வேண்டியது எங்க கடமை" என்று மிக நாகரிகமாக எழுதியிருந்தது. அரை மணி நேர யோசனையின் பின்னர்தான் எழுதியவர் யாரென அவன் கண்டுபிடித்தான்.

சென்னை வந்த பின்னர் ஊர் போய்த் திரும்பும் போதெல்லாம், தான் சிலரால் அப்பட்டமாக ஒதுக்கப்பட்டுவருவது தெரிந்து, அது புதிராகவிருந்தாலும் அவன் அதுபற்றி எந்த எண்ணத்திலும் தன்னை மூழ்கடித்துக்கொள்ளவில்லை. ஒருவகையில் அவனே சிலவற்றைக் காதுபடக் கேட்டிருக்கிறான். திருவல்லிக்கேணியில் பெருமாள் சொன்ன சொல் சாதாரணம். கொள்ளைக்காரனின் பேரனாகவேயிருந்திருக்கலாம். அவன் தாத்தா சிவசங்கரனை யாரும் இதுகுறித்து நிந்தித்ததாகத் தெரியவில்லை. ஒரு கொள்ளைக்காரன் தன் பையனை அவரிடம் கொடுத்திருக்க முடியும். சிவசங்கரன் காப்பாற்றுவார் – அவர்

பொய் சொல்லாதவர் என்ற நம்பிக்கை யாருக்கும் இருந்திருக்கும் – கொள்ளையருக்குக்கூட. ஊருக்குப் பொய் சொல்லியே அவர் அந்தப் பையனை வளர்த்திருப்பார். ஆனால், சிவசங்கரனைப் பொய்யர் என்று யார் சொல்ல முடியும்?

ஊர் இப்போது நிறைய பேசிற்று. சிவசங்கரன் இல்லை. தம்பிரான் இல்லை. தேவாரப் பாடசாலையும் இல்லை. ஊரில் இன்னமும் வாழும் முதியவர்களின் மனமும் சிறியவர்களின் நாக்கும் இருந்தன. செந்திலைத் துரத்தியடித்தவள் அவன் பெண்சாதிதான் என்று மட்டுமா சொல்லப்பட்டது? அவன் தங்கை பிறந்த விதம் பற்றியும்தான். இரக்கமற்ற பேச்சுகளிலும் உண்மை இருக்கலாம்.

“உண்மை என்றால்தான் என்ன?” என்று ஒரு தடவை கேட்டார் நல்லசிவம். அவருக்கு இதுபற்றி அதிகம் தெரிந்திருக்கும். ஆனால், இதுபற்றிப் பேசவில்லை.

நல்லசிவம் தற்போதெல்லாம் அடையாறு க்ரீன்வேஸ் சாலை செல்கிறார். ஜே.கே. சொற்பொழிவுகளைத் தவறாது கேட்கிறார். இரண்டொரு தடவை அவனையும் அழைத்தார்.

முதல் தடவை அவர் அங்கு சென்றது இராமநாத ஐயருடன்தானாம். செல்வதற்கு முன்னர் இருவரும் கார்ப்பரேஷன் ஆபீஸ் சென்றிருக்கிறார்கள். அங்குள்ள ஆபீசர் ஒருவர் இராமநாதனின் நண்பர். அவர் தனது மேசை மீதிருந்த சென்னை நகராட்சியின் அலுவலகச் சின்னத்தைக் காட்டி சகஜமாக விளக்கியிருக்கிறார். அது பழைய கால சென்னையின் அடையாளத்தையும், சேர சோழ பாண்டியர் கொடியையும் கொண்டது.

“இது பழைய மீன் பிடிக்கும் கிராமம் – சுற்றியிருக்கிறதைப் பார்த்தீரா – அவா என்ன சொல்றான்னா – வில், மீன், புலி – இதெல்லாம் அவாளொட சின்னமாம் – எப்படி?”

நல்லசிவம் இருப்பதைக் கவனிக்கவில்லை போலும். பொங்கி எழுந்து கூறியிருக்கிறார்.

“அது என்னது – அவாளோடே சின்னமா – உம்ம சின்னம் இல்லேங்கிறேரா – ஏன் – வேய் – உம்ம சித்தப்பன் பெரியப்பன் எல்லாம் பாரசீகம் பக்கமோ?”

இராமநாதனுக்கு இது பழக்கமான விஷயம். அந்த ஆபீசர் வெலவெலத்திருக்கிறார். ஒரு நண்பரின் நண்பர் இவ்வாறு தன்னிடம் பேசக்கூடும் என்று எதிர்பார்க்கவில்லை.

“வேய் – காசியபனும் வசிட்டனும் உம்மையெல்லாம் சீண்டறதில்லே– இங்க நர்மதை நதிக்குத் தெக்கே உள்ள பிராமணங்களைச் சேக்கறதில்லே – ஐதரேய பிரமாணம் தெரியுமா உமக்கு – மாமிசம் சாப்பிடாத ஆளை தாழ்ந்த சாதின்னு அவா சொல்றவா தெரியுமா?”

பொரிந்து தள்ளிவிட்டு வெளியே வந்திருக்கிறார் நல்லசிவம்.

“கொக்க கோலா – கொக்க கோலா என்று பத்தாயிரம் தடவை சொல்வதும் நீரு சொல்ற மந்தரமும் ஒண்ணுதான் – ஜே.கே. சொன்னாரே, எப்படி வேய்” என்று இராமநாதனைச் சீண்டி வெகு நேரம் சிரித்தால், அதில் மற்றவரும் கலந்துகொள்வார்.

வேலைக்காரி யாரையாவது ஏற்பாடு செய்ய வேண்டுமென்று நல்லசிவம் சொன்னதை கொண்டையாவிடம் சொன்னான் முத்துக்கறுப்பன். சாப்பாடு போட்டுப் பதினைந்து ரூபாய் சம்பளம் கொடுக்க வேண்டுமென்றான். நல்லசிவம் சரி என்று சொல்லிவிட்டார்.

கனகம்மா என்ற நடுத்தர வயதுப் பெண்மணியை கொண்டையா அழைத்துச் சென்றான். தெற்கத்திச் சமையலும் வருமென்றும் திருட்டு புரட்டு எதுவும் கிடையாது என்றும் சொன்னான். அந்த அம்மாள் வேலையும் சமையலும் நன்றாகவேயிருந்தன.

அலுவலக வேலை முறைகளில் சில பாதிப்புகள் ஏற்பட்டன. அவசரமாகச் செய்யப்பட்ட மாறுதல்களில் முத்துக்கறுப்பனும் இருந்தான். அவனது அலுவலகம் பெரம்பூரில் ஆயிற்று. அங்கே போய் வரவே எண்பது காசு ஆகிவிடும். மேலாளரிடம் வேண்டுகோளைத் தவிர எதுவும் செய்ய முடியவில்லை. அவரும் ஒருவகையில் இந்த மாற்றல் உத்தரவால் பாதிக்கப்பட்டிருந்தார்.

முதல் நாள் பெரம்பூர் சென்று 'சார்ஜ்' எடுத்துக்கொண்ட பின்னர், அவனுக்குத் தெரியவந்த இன்னொரு கஷ்டம் சாப்பாடு பற்றியது. காலையில் சீக்கிரமாகவே கிளம்பவேண்டுமாதலால், காலைச் சாப்பாட்டை முடிக்க முடியாது. பகலில் பெரம்பூரில் எந்த வசதியும் இல்லை. இரண்டொரு நாள் பலகாரமே சாப்பிட்டான். மாலை வருவதற்கும் நேரமாகியது. புரசவாக்கம் போன்ற இடங்களுக்கு மாற்றமிருந்தால் கொஞ்சம் வசதியாகவிருக்கும் என்று தோன்றியது.

ஐப்பசி மாதம் மழை பொய்க்காது பெய்தது. தாழ்ந்த பகுதிகள் முழுவதும் வெள்ளக்காடு. அடுத்த கார்த்திகையிலும் தொடர்ந்து மழை பெய்தது.

அப்பாத்துரையின் பாணியில் இப்போது சோறு பொங்க ஆரம்பித்திருந்தான். வேறு வழியில்லை. இரவு மட்டுமே அவ்வாறு செய்ய முடிந்தது. பொங்கி ஒரு குழம்பு பண்ணுவது கஷ்டமில்லை. மிளகாய்ப் பொடி பைகளில் கிடைத்ததும் ஊறுகாயும் பக்க பலம்.

அப்பாத்துரையை ஒரு தடவை மட்டுமே சென்று பார்க்க முடிந்தது. கை காலை ஆட்டிக் காண்பித்தார். இப்போது நல்ல குணம் உண்டு என்றார்.

சாப்பாட்டை முடித்துக்கொண்டு சிறிது நேரம் உட்கார்ந்து கொண்டிருந்தான். மழை நிற்கவில்லை. சன்னல் கதவுகளைத் திறந்து வைத்துக்கொண்டு லேசாக மழைத் துளிகள் மேலே விழ சிறிது நேரம் நின்றான். மழைக் காற்று பலமாக வீசிற்று.

நாள்களும் கணங்களும் பெரிதாகிவருவதுபோல் தோன்றிற்று. நன்றாகத் தூங்கி, பல நாட்கள் ஆகிவிட்டன. கவர்ந்திருந்த பல விஷயங்கள் ஆகர்ஷண சக்தியை இழந்துவிட்டன. அலுவலக வேலை மட்டும் எல்லாவற்றையும் ஈடு செய்தது. மற்றவர்களின் வேலையையும் இழுத்துப்போட்டுக்கொள்ளச் செய்யும் சுபாவம் போகவில்லை. கல்யாணத்தைப்பற்றி சிலர் கொச்சையாக அவனிடம் கேட்க ஆரம்பித்திருந்தனர்.

சப்தங்கள் எதுவுமில்லாத நேரங்களில் – ஏற்படும் விருப்பு வெறுப்பற்ற நிலை சில சமயம் சாமிக்கண்ணு தாத்தாவின் ஞாபகத்தோடு முடிவு பெறும். அறிவு எல்லாவற்றையும் தடுக்கிறது – சாவைக் கூட ஒழுங்காக வர விடுவதில்லை.

திரும்பவும் தலைமை அலுவலகத்திற்கு வர ஏதாவது முயற்சி செய்ய வேண்டுமென்றால் சென்னையில் யாரிடம் செல்லவேண்டும் என்று யோசித்தவாறே காலையில் சீக்கிரமாகவே

புறப்பட்டால், பக்கத்து அறைவாசி தலையை நீட்டி "வெளிலே காத்திருக்காங்க– பாரு சார்" என்று சொல்லிவிட்டுச் சென்றார். சில முக்கியமான நபர்களைப் பற்றிக் கூறுகையில் அவர் எழுவாய் பயன்படுத்துவதில்லை. யாராகவிருக்கும் என்று வந்து பார்த்தால் அங்கே சாட்சாத் சரசுவதியே நின்றுகொண்டிருந்தாள். புதுப்பேட்டை விடுதி மண் அவள் காலில் பட்டது.

சரசுவதி முதலில் சொன்ன விஷயம் அத்தனை பிடிபடவில்லை. கனகம்மா என்ற வேலைக்கார அம்மாள் இனி அங்கே இருக்கக் கூடாதாம். அதற்கு வேண்டிய ஏற்பாடு செய்யவேண்டும் என்ற அவளது செய்தி, பத்து மணி சமயத்தில் கழுகுக்கூட்டமாகச் சென்றுகொண்டிருக்கும், இந்தத் தெருவில் நின்று கூறப்பட்டதின் முக்கியத்துவம் அவன் மூளையில் ஏறவில்லை. எதிரே நின்றவளை வருமாறு கூறி, பேருந்து நிறுத்தம் நோக்கி நடந்தான். நடக்கும்போது 'என்ன சொல்றே' என்று விசாரித்தான்.

அவள் குரல் ஆங்காரத்துடனிருந்தது. கனகம்மாள் என்ற பெண்மணி அங்கிருப்பது நல்லதில்லையாம். அதைத்தான் அவள் சொல்லிக்கொண்டே வருகிறாள். அந்த அம்மாள் எதற்காக அங்கு வந்து சேர்ந்தாள் என்பது புரிந்துவிட்டதாம். அவனுக்குப் புரியவில்லை. சரசுவதியிடம் சில விஷயங்களைத் திரும்பத் திரும்பக் கேட்கக் கூடாது, "அடச் சீ போ" என்று சொல்லிவிடுவாள். ஆனால், அவனது ஆராயும் திறனுக்கு அளவுண்டு.

தாயார் எப்போதாவது சரசுவதியை மட்டும் அழைத்துக்கொண்டு டாக்டரிடம் செல்வதுண்டு. திரும்பிவரும்போது, வீட்டில் அந்தக் கனகம்மாளும் நல்லசிவமும் மட்டுமே இருப்பார்கள். சில சமயம் சமையற்கட்டிலிருந்து அவர் வெளிப்பட, அந்த அம்மாள் உள்ளே சமையலில் ஈடுபட்டிருக்கலாம். இதைத்தான் சரசுவதி பெரிதுபடுத்தியிருக்கவேண்டும்.

தான்தோன்றித்தனமாகக் கிடந்த புள்ளிகள் மீது ஒரு கோலம் ஏற்பட்டுவிட, சரசுவதி சொல்வதில் ஏதோ இருப்பது புரிந்தது. சொல்லப்போனால் அவள் இன்னும் அதிகமாகவே கண்டிருக்கக்கூடும்.

சரசுவதியின் பதற்றம் அதிகமாக இருந்தது. அவளது வருகைக்குக் காரணம் இதுமாத்திரமல்ல என்று தோன்றியது. கடலூர் செல்ல வேண்டியிருப்பதால் இம்மாதிரி படபடப்பு ஏற்பட்டிருக்குமோ – தெரியவில்லை. அதற்கு இன்னும் சில நாட்கள் இருக்கிறதே – முதலில் அங்கே செல்லவே அவள் ஒப்புக்கொள்ளவில்லையே.

கனகம்மாள் பற்றி உடனடியாகவே சொன்னான்.

"வேண்டாம்னா நிறுத்திட்டா போச்சு" என்று சாதாரணமாகக் கூறிவிட்டு, "கடலூர் எப்போ போகணும்" என்று விசாரித்தான். மேலும் சாலையில் நின்றுகொண்டு பேசுவதற்கு கடலூர் போவது போன்ற விஷயம்தான் ஏற்றது.

'சே' என்பது போல அவனைப் பார்த்தாள் சரசுவதி. இதுவரை அவன் பார்த்தறியாத பெண்ணாகத் தோன்றிநின்றாள். திரும்பவும் கேட்டான். அவள் அவனைப் பார்க்கவில்லை. எங்கோ இருந்துகொண்டிருந்தாள். பஸ் வரும் திக்கைப் பார்த்திருந்தாள்.

"நீ ஏதாவது சொல்லணும்னா சொல்லு – நான் ஏதாவது செய்யணும்னா சொல்லு."

புலி மாதிரி அவள் நிமிர்ந்தாள். கண்கள் சிறிது கலங்கியிருப்பது கோபத்தாலா, அழுகையாலா என்று அறிய முடியாது. இருந்தாலும் சொன்னான்.

"நீ என்னைவிட ஒரு வயசு பெரியவ – எனக்குத்தான் ஒண்ணும் தெரியாதுன்னு உங்கப்பா சொல்லுவாரு – உன்னைப்பத்தி அப்படியில்லை."

"ஆமா" என்றாள் இளக்காரமாக.

"என்ன – ஆமா?"

"நான் பெரியவதானே – அதுதான் ஆகுதே முப்பது வயது."

"நீ என்ன சொல்லுகே?"

அவள் சிறிதாகத் தேம்ப ஆரம்பித்திருப்பதை அவன் காண முடிந்தது. தர்மசங்கடமாக நின்றான். "நான் இப்ப ஏதாவது உங்க அப்பாகிட்டே சொல்லணும்னா சொல்லு – இல்லே, வேறே ஏதாவது செய்யலாம்னு இருந்தா சொல்லு."

"நான் யாரிட்டே கேக்கணும். நான் யாருக்கும் பிரயோசனப்படாதவளாயிட்டேன் – உனக்குங்கூட நான் பிரயோசனமில்லை."

இது என்ன பேச்சு எனச் சிறிது நடுக்கம் ஏற்பட்டது அவனுக்கு. தூரத்தில் திருவல்லிக்கேணி வண்டி வருவது தெரிந்தது. அவள் அதையே பார்த்துக்கொண்டிருந்தாள். நிறுத்தத்தில் நின்றதும் எதுவும் பேசாமல் வண்டியில் ஏறிக்கொண்டாள்.

ஆரலில் பத்துப் பதினோரு நபர்கள் – அவர்களில் சிலர் இரண்டு மனைவிமாரோடு சேர்ந்து வாழ்ந்து பழக்கப்பட்ட குடும்பத்தில், அவன் ஏற்கனவே பார்த்த காட்சிகள் தெளிவை உண்டு பண்ணியிருக்கும். உரிமையைக் கொண்டும் உறவைக் கொண்டும் பெண்களும் ஆண்களும் பேசிக்கொள்ளும் கோபதாப முறைகள்– உரிய தருணத்தில் வெளிப்படும் நிலைகள் – புரிந்திருக்கும்.

சரசுவதியின் பேச்சு, கல்யாணமாகாத ஒரு பெண்ணின் அவலப் பேச்சு – பெண்களின் பயமே கல்யாணம் பற்றித்தானோ – அப்படித்தான் இருக்கவேண்டும். அப்பா ஆரலில் மாப்பிள்ளை தேடுகிறார். இவள் கடலூருக்கே போகமாட்டேன் என்கிறாள்.

முத்துக்கறுப்பன் தொலைபேசி இருந்த கடை நோக்கி நடந்தான். செல்லும்போது இதுவரை இல்லாத வேகமொன்று தன்னிடம் சேர்ந்ததாக அவனுக்குத் தோன்றியது.

தாமதமாகச் சென்றாலுங்கூட அன்றைக்கு நிறைய வேலை முடிந்தது. மாலையில் பெரம்பூர் ஆபீஸ் மானேஜரின் மகள் திருமண வரவேற்பிற்கு எல்லாரும் செல்லவிருக்கிறார்கள். பணம் வசூல் செய்தாகி விட்டது. போகாமலிருக்க முடியாது. தலைமை அலுவலகத்தில் இருந்துகூட பலர் வரலாம் – நண்பர்களைப் பார்க்க முடியும்.

அறைக்கு வர மணி பத்து ஆகிவிட்டது. அன்று குறிப்பிட்ட சில வேலைகள் முடிந்தது குறித்து திருப்தி.

"மிஸ்டர்" என்று கூப்பிட்டுக்கொண்டே முதலறைவாசி வெளியே வந்து சுருக்கமாகப் பேசினார்.

எட்டு மணிக்கு ஓர் அம்மாள் வந்து தகவல் சொன்னாளாம். மிஸஸ் நல்லசிவம் ஆஸ்பத்திரியில் சேர்க்கப்பட்டுள்ளாராம் – அவசரம் – பெரிய ஆஸ்பத்திரியில். வந்தது கனகம்மாளாக இருக்கவேண்டும்.

அப்படியே திரும்பி நடக்க வேண்டியதுதான். பஸ் இனிக் கிடைக்காது. ஆனால் தூரமில்லை. என்ன இப்படி ஆஸ்பத்திரியில் சேர்க்குமளவிற்கு என்று நினைத்தவாறே படிகளில் இறங்கினான். விவரம் சொன்ன அறைக்காரர் ஒரு தபால் கார்டையும் கொண்டு வந்தார் – மாலையில் வந்ததென்று. அதை மடித்துச் சட்டைப் பையில் திணித்துவிட்டு நடந்தான்.

மணி ஆகிவிட்டது. வேகமாக நடந்ததால் சீக்கிரமாகப் போய்ச் சேர முடிந்தது. ஆஸ்பத்திரியில் தகவல் தருபவர் இடம் சொன்னார். அந்தப் பகுதிக்கு நடந்தால், அங்கு கனகம்மா நின்றுகொண்டிருந்தாள்.

ஆனால், முத்துக்கறுப்பன் நினைத்தது பொய்த்திருந்தது. எப்போதும் வரக்கூடிய நெஞ்சுவலியல்ல. மாலையில் மின்சாரவிளக்கின் ஸ்விட்சைப் போட்டுவிடலாமெனக் கையை உயர்த்தியிருக்கிறாள். அடுத்த கணம் அப்படியே விழுந்துவிட்டாள். மின்சார அதிர்ச்சி எதுவும் ஆகிவிடவில்லை. உடனடியாக இங்கே கொண்டுவந்துவிட்டபோது சிறிது நினைவு இருந்ததாகச் சொன்னார்கள். ஒரு ஊசி போட்டார்கள். ஏதோ பண்ணுகிறார்கள்.

இரவின் அமைதி பரவிக்கொண்டிருந்தது. மருத்துவமனை மரங்களில் சின்னச் சின்னச் சலசலப்புகள். ரயில்வண்டிச் சத்தம் இடைவெளி விட்டுக் கேட்டது. வெளியே ஒரு பெஞ்சில் நல்லசிவம் உட்கார்ந்திருந்தார். சிறு குழந்தை போன்றிருந்தார். சென்ட்ரல் ரயில்நிலையக் கடிகாரம் மணியடித்துக்கொண்டிருந்தது. ஒரு தடவை உள்ளே போய் வந்தார்.

இரவு இரண்டு மணிக்கு சிப்பந்தியொருவர் வந்து உள்ளே கூப்பிடுவதாக அழைத்தார். சில சமயங்களில் மருத்துவமனை மரியாதை நிரம்பி வழியும்.

ஆனால், தாயார் போய்விட்டிருந்தாள். கண்கள் மூடியிருந்தன. ஏதோ சைகை காட்டுவதுபோல் முகம் சொல்லித்தந்தது. அவன் யாரையும் பார்க்க முடியவில்லை. எல்லாரும் எங்கு நிற்கிறார்கள் என்றே தெரியாது போயிற்று.

மெல்லிய குரலில் பேச்சு கேட்டது. அதுவல்ல இதுவல்ல என்று முதிய டாக்டர்கள் நல்லசிவத்திடம் பணிவுடன் கூறிக்கொண்டிருந்தனர். எதுவாகவும் இல்லாது தாயார் போய்விட்டாள்– அவன் எண்ணெய் தேய்த்துக் குளிக்காததுபற்றிக் கவலைப்பட்ட அந்த அம்மாள் – பெயரைக்கூட இன்னும் அவன் அறிந்துகொள்ளாத வகையில் – போயாகிவிட்டது.

பிறகுள்ள விஷயங்கள் சீக்கிரமாகவே நடந்தேறின. வார்டில் கனகம்மாள் மட்டுமே கத்தி அழுதாள். வண்டியில் வரும்போதும் அவள் அழுதுகொண்டுதானிருந்தாள். வீட்டு வாசலில் வண்டி நின்றது. வழக்கம் போல தாயாரைக் கைத்தாங்கலாக அழைத்துச் செல்ல சரசுவதி ஓடி வந்தாள்.

குடித்தனக்காரர்களில் இரு பெண்கள் உதவினர். டாக்சியை அனுப்ப சட்டைப் பையிலிருந்து பணமெடுத்தான். பேப்பர்களும் அறைக்காரர் தந்த கார்டும் வெளியே விழுந்து, அச்சிட்ட அந்த அட்டை வாசகங்கள் கண்ணில் பட்டன.

மூன்று நாட்கள் முன்பு ஊரில் அவன் அம்மா சிவபதம் அடைந்த விவரம் தெரிவித்த அச்சிட்ட வாசகங்கள் அவை.

அடுத்த மூன்று மாதங்களில் முத்துக்கறுப்பன் எந்த மாற்றத்தையும் அடைந்துவிடவில்லை. ஒன்றிரண்டு பேர் வந்து துக்கம் விசாரித்தனர். யாரைப்பற்றிக் கேட்கிறார்கள் என்று முதலில் சந்தேகப்பட்டான்.

ஆரலிலிருந்து ஒருவர் வந்திருந்தார். அலுவலகத்தில் அவன் பக்கம் உட்கார்ந்து நிறைய பேசினார். கடைசிக்காலத்தில் அவன் தாயார் தவித்தது பற்றிக் கூறினார். எல்லாரும் சொல்லியுங்கூட வீட்டை இப்படி 'தானம்' செய்துவிட்டு அலைக்கழிய வேண்டி நேரிட்டது கொடுமை என்றார். எல்லாரும் என்று அடிக்கடி பயன்படுத்தப்படுகிற அந்தச் சொல் பற்றி அவன் நினைத்துக்கொண்டான்.

தாயாரின் சாவிற்கு ஊர் போகவில்லை என்பது சில சமயம் அவன் ஞாபகத்தில் இருப்பதில்லை. 'இப்போதாவது நீ வந்து போவதுதான் சரி" என்றும் ஊர்க்காரர் சொன்னார்.

நல்லசிவம் சொல்லியதன்பேரில் மண்ணடியிலிருந்து சைவக் குருக்கள் ஒருவரை அழைத்துவந்தான். அந்த வீட்டுக் குடித்தனக்காரர்கள் ஆவலுடன் கவனிக்க, வீட்டின் நடுவே மூட்டிவிடப்பட்ட ஓமப் புகையிடையே 'மந்திரமாவது நீறு' சொல்லி முடித்து, அந்தச் சடங்கிலே அவனும் இருந்தான்.

"நீ எப்போ வரப் போறே" என்று திரும்பவும் கேட்டார் ஊர்க்காரர்.

காப்பி வாங்கிக் கொடுத்தான். கட்டாயம் வருவேன் என்று சொன்னான்.

தாயாரின் பதினாறாவது நாள் காரியங்கள் முடிந்து மறுநாள்தான் அவனால் சரசுவதியிடம் பேச முடிந்தது.

"நாளைக்குப் புறப்படணும்னு சொன்னாரே" என்றான். அவள் பேசும் விதத்தில் இருக்கவில்லையென்று தெரிந்தது. "என் உயிரையும் எடுத்துட்டா நல்லாயிருக்கும்" என்றாள்.

"அங்கே போறதிலே நல்லது இருக்கு – கவலை தெரியாது – படிப்பும் ரொம்ப நாள் இல்லே – கடலூரும் தூரமில்லே."

கனகம்மா வேலையாக இருந்தாள். சரசுவதி அவனை நிமிர்ந்து பார்த்தாள்.

"எல்லாருமா என்னை ஏன் கொல்றீங்க?"

"நான் சொல்றதுதான் நல்லது."

"அதைப் பத்திப் பேச வாணாம்."

நாற்காலியை விட்டு எழுந்துகொண்டான் முத்துக்கறுப்பன். அவனுக்குப் பேசத் தெரியவில்லை. வாழ்வின் பொருள் தெரியாது, அங்குமிங்குமாக அலைக்கழிக்கப்பட்ட பாட்டையெல்லாம் அவனால் சொல்ல முடியாது.

திரும்பவும் உட்கார்ந்தான். முத்துக்கறுப்பனிடம் இதுவரை இல்லாத ஒரு நிலையை சரசுவதி கண்டாள். தரையில் உட்கார்ந்தவள் 'படக்'கென எழுந்தாள். பதினாறு நாட்களாகக் கவ்வியிருந்த துயரம் அகன்று வேறொரு பயம் நெருக்கினாற்போல, யாரோ ஒருவனாகத் தோன்றுகிற, அவனது எதிலுமடங்காத நிலையை அனுபவித்தாள்.

"என்னை என்னதான் செய்யணுங்கறாளோ – தெரியல்லே" என்றாள்.

அந்த ஓசை கேட்டது. திரும்பி அவளையே சிறிது நேரம் பார்த்திருந்து விட்டு, "நாம ரெண்டு பேரும் இதைப் பத்திப் பேசியாச்சு – நீ அந்தப் படிப்புக்காகப் போறது நல்லது" என்றான். தொடர்ந்து அவள் கேட்கிறாளா இல்லையா என்று பார்க்காமலேயே சொன்னான்.

"நீ போய் மூணு மாசம் பாரு. பிறகு – அதுக்கப்புறம் – இப்ப நாம பேசினதுக்கெல்லாம் ஏதாவது அர்த்தம் உண்டுன்னு நம்பினா திரும்பி வந்துடு. வரக்கூடாதுன்னு யாரும் சொல்லலே."

சரசுவதி எங்கோ பார்த்துக்கொண்டிருந்தாள்.

"இனிமே இதைப் பத்தி நான் பேச மாட்டேன். உன் இஷ்டம்."

முத்துக்கறுப்பன் கிளம்பிவிடவில்லை. அப்படியே கையிலிருந்த மாலைப் பேப்பரை மேசை மீது வைத்துவிட்டு எழுந்தான். அவன் அதை வீசி எறிந்ததாக அவளுக்குத் தோன்றியது. அந்த நேரத்தில் சரசுவதியால் எதையெல்லாமோ எண்ணமுடிந்திருக்கும். முத்துக்கறுப்பன் என்ற சீவனும் ஒரு தீர்மானத்திற்கு வந்து பிடிவாதமாக இருக்க முடியும் என்று கண்டிருப்பாள். அவனது வெளிக்காட்டாத கோபத்திலும் பிடிவாதத்திலும் தோன்றிய அக்கறை ஒரு தெளிவை அளித்திருக்கக்கூடும். அவள் அவனைவிடச் சின்னவளானாள். மெதுவான குரலில் கேட்டாள்.

"மூணு மாசம் என்ன கணக்கு?"

இதுவரை இருந்த சூழ்நிலை மாறி சிறிது சிரிப்புகூட ஏற்பட்டிருந்தது.

"மூணு மாசத்திலே எனக்கும் வயது முப்பது ஆகிவிடும்னு வைச்சுக்கயேன்."

சனிக்கிழமை காலை வண்டி ஏறினார்கள். ஞாயிற்றுக்கிழமை ஓய்வு எடுத்துக்கொண்டு அடுத்த நாள் சேரலாம் என்ற எண்ணம். இன்னும் இரண்டு வாரத்தில் சென்னை வந்துபோவதாக நல்லசிவம் கூறினார். கனகம்மாவும் துணைக்குச் செல்கிறாள். கொண்டையா கூடவிருந்து வண்டியில் இடம்பார்த்துக் கொடுத்தான்.

"ஆரலில் ஒரு கல்லூரி திறந்தாகிவிட்டதாமே – உனக்குத் தெரியுமா?" என்று நல்லசிவம் கடைசியாகக் கேட்டார்.

அந்த பிராட்வே பேருந்து நிலையத்தில் வண்டி புறப்படுமுன் சரசுவதி சொன்னாள்.

"இப்படியும் கோபப்படத் தெரியும்னு எனக்குத் தெரியாது."

முத்துக்கறுப்பன் திரும்பி வருகையில் நடந்தான். ஓர் அழகான சீவன் இனி ஓட்டத்தில் கலந்துகொள்ளும் என்றும் சரசுவதி படிப்பை விட மாட்டாள் என்றும் நினைத்தான். அப்படி நிறுத்திவிட்டாலும் அது ஒரு பெரிய விஷயமாகிவிடாது என்றும் தோன்றியது.

ஆரலுக்கோ – பறளியாற்றங்கரைக்கோ முத்துக்கறுப்பன் பின்னர் போனதாகத் தெரியவில்லை. ஆனால், வெறுமை என்ற இசகுபிசகான சங்கதியில் முட்டிமோதிக்கொண்டு ஏதோ ஒன்றுடன் ஒத்துப்போவதற்காகத் தன்னை இழந்துவிடவில்லை. நிறைவு செய்கிற சீவன்களைத் தேடலாம் – அவைகளுக்குப் பெயரில்லை, ஊர்களும் இல்லை.

அந்தச் சாலையில் காலடிகளைப் பதிய வைத்து இப்போது ஆசையாக நடக்கிறான்.

மூன்று மாதங்களில் எந்த வகை மாற்றமும் தெரியவில்லை. எல்லாவித உழைப்பிலும் அவனது ஆர்வம் குறையாதிருந்தது.

பின்னர் மழை நாள் ஒன்றில் அறையில் உட்கார்ந்திருந்தவன், நீண்டதாக ஒன்றை எழுதவாரம்பித்தான். காலையில் வந்த சரசுவதியின் கடிதம் பக்கத்தில் கிடந்தது.

ஆனால், அவன் எழுதியது சரசுவதிக்கல்ல. நீண்டுசென்ற அது, என்றோ மறைந்த அவன் தாயாருக்கு எழுதிய கடிதம் போல அமைந்திருந்தது.

தொண்ணூறுகளில்

கண்விழித்தபோது, ஒரு நீண்ட துணியால் தலையுட்பட தான் போர்த்தப்பட்டிருப்பதை உணர்ந்தான். சுர வேகத்தில் தானே போர்த்திக்கொண்டிருக்கலாமோ என்று ஒரு கணம் தோன்றிற்று – இருக்க முடியாது. தான் அப்படி எதுவும் செய்யவில்லை என்று நல்ல ஞாபகம்.

துணியை விலக்கிப் பார்த்தால் அறையில் யாருமில்லை. ஓரிரு சட்டை வேட்டிகள் கொடியில் தொங்கின. அந்த ‘ட்ரங்க்’ பெட்டி இருந்தவிடத்தில்தான் இருந்தது. ஒரு கண்ணாடித் தம்ளர் – நேற்றைய மீதித் தேநீர் – ஈக்களோடு.

பொறிதட்டினாற்போல அசைந்தான். சுரம் விட்டிருந்தது. தலை, மார்பு முழுவதும் வியர்வைக்கசிவு. உடம்பு முழுவதும் போர்த்தப்பட்டிருந்ததால் அதிக நனைவு.

அசைந்து எழுந்து தலைமாட்டிலிருந்த பெட்டியைத் திறந்து சோதித்தான். அவன் எண்ணியது சரியாகப் போயிற்று. இருபத்தைந்து ரூபாய் பணம் – பெட்டியின் துணிகளுக்கிடையே வைக்கப்பட்டிருந்தது – காணாமல் போய்விட்டது.

இனி வரும் நான்கு நாட்களும் பட்டினி இருக்கவேண்டும். வேலைக்குப் போகாமல் இருக்க முடியாது. போனால் ஒரு வேளை அடுத்த வாரம் கிடைக்கவிருக்கும் பணத்தின் ஒரு பகுதியை முன்கூட்டியே பெற முடியும். குளிக்க முடியாது – காப்பி, டீ சாப்பிட

முடியாது. வரவிருக்கும் கஷ்டத்தை நினைத்துக்கொண்டிருப்பது வேறொரு சோதனையான நிலை.

அறையில் அவனோடிருந்த பையன் போய்விட்டான். வாடகையைப் பகிர்ந்து கொள்ளலாமென்ற நோக்கில் எங்கோ வேலை பார்த்துக்கொண்டிருந்தவனை அறையில் தங்க அனுமதித்திருந்தான். இரண்டு நாளில் பாதி வாடகையைத் தருவேன் என்று உறுதி யளித்திருந்தான். அதற்கு ஆசைப்பட்டதில் இப்போது முதலுக்கே மோசம். கிடைத்த பணத்தோடு ஓடிவிட்டான். சுரத்தோடு படுத்துக்கிடந்தவன் மீது முழுதாகப் போர்த்திவிட்டு, தன் காரியத்தை முடித்துக்கொண்டிருக்கிறான். நினைவே சூன்யமாக சிறிது நேரம் அப்படியே படுத்திருக்கும்போது ஞாபகமாக ஒன்று எழுந்தது. அவசியம் ஏற்படும்போது நினைவுகள் ஒத்துழைக்கின்றன– அப்படியும் சொல்வதற்கில்லை.

ஒரே ஒரு இடம் இருக்கிறது. உணவிற்காக உதவி கேட்கலாமென்ற வசதிக்கு. அதுவும் முடியும் என்று நம்புவதற்கில்லை. அவனுடைய அண்ணன் இங்கே சைதாப்பேட்டையில்தான் இருக்கிறான். வசதியான வாழ்க்கை என்று சொல்லப்படுகிறது – மனைவி வேறு சம்பாதிக்கிறாள். சொல்லப்போனால் மனைவியோடு இருக்கிறான் என்று சொல்லவேண்டும்.

கடலூரிலேயே இருந்திருக்கலாம். அம்மாவானவள் இந்த அண்ணன் அனுப்பும் நூறு ரூபாயையும் ஓர் எருமை மாட்டையும் கொண்டு வாழ்ந்து காட்டினாள். தகப்பனார் காலமாகிவிட்டார் – ஓய்வுபெறுவதற்கு முன்பே. ஓய்வுத் தொகை குடும்பத்தார்க்குக் கிடைக்குமென்றாலும், அது இழுத்தடித்துக்கொண்ட காலத்தில் அன்றாட வாழ்வு சின்னாபின்னமாகிக்கொண்டிருந்தது. அண்ணனுக்குக் கல்யாணம் ஆனபோது சில கஷ்டங்களுக்கு விடிவு கிடைக்குமென்று தாயார் நம்பியிருந்தாள். அது நடக்கவில்லை. தகப்பனார் எதையுமே நம்பாது போய்விட்டார். போவதற்கு முன்னர் அவர் கண்டது எல்லாம் உயர்ந்த உத்யோகம் ஒன்றை மூத்த பையன் அடைந்துவிட்டான் என்பது மட்டுந்தான்.

தகப்பனார் சாவிற்குச் சென்னையிலிருந்து வந்த அண்ணன் காரியங்கள் முடிந்ததும் கண்டிப்பாகச் சொல்லிவிட்டான். “அனுப்பிக்கொண்டிருக்கிற நூறு ரூபாயைத் தொடர்ந்து அனுப்பிக்கொண்டிருப்பேன் – அது தவறாது – வேண்டுமானால் அப்பா பென்ஷன் கிடைப்பது வரை ஒரு ஐம்பது ரூபாய் கூட அனுப்புகிறேன். இரண்டு பேரும் இங்கேயே இருந்துகொள்ளலாம். சென்னைக்கு யாரையும் அழைத்துக்கொண்டு போக முடியாது” என்றான் நேரடியாக.

தாயாரும் அதைத்தான் முதலில் விரும்பினாள். இந்த மகனைவிட எருமை மாட்டை மிகவும் நம்பியவள்தான் அவள். ஆனால், மரண பயம் இருந்தது. தன் வீட்டுக்காரரைப் போல் தனக்கும் அதுவே கடைசிக் காலம் என்றும் சாகும் சமயம் மூத்த பிள்ளையோடு இருக்க வேண்டுமென்றும் விரும்பியிருக்கலாம். நியாயந்தான் – எருமை மாடு கொள்ளி போடாது. ஆனால் மூத்தவன் வெட்டொன்று துண்டொன்றாகச் சொல்லிவிட்டான். “வருவதாகவிருந்தால் நீ வா – உன் மகன் வேறு இடத்தில்தான் தங்கவேண்டும்– எங்கேயாவது.”

இந்த இரு உடன்பிறப்புக்களின் ஆரம்ப கால நிலை விளக்கப்படுவதற்கு எதுவுமில்லை. அப்படி ஒரு நிலை – அவ்வளவுதான். இளையவன் பேரில் அப்படி ஒரு வெறுப்பு. வேறு எதுவும் சொல்ல முடியாது.

தாயார் ஒருவாறு சம்மதித்து எல்லாரும் சென்னை வந்ததும் இந்த இளையவன் சோடா உற்பத்தி நிறுவனமொன்றில் தினக்கூலியாகச் சேர்ந்துகொண்டான். அறையொன்றில் சுமாராகச் சாப்பிட்டு, தேநீர் குடித்துத் தங்கினாலும், வேலைப் பளு அதிகமாக இருந்தது. இதிலே ஒரு விஷயத்தைச் சொல்லவேண்டும். அண்ணனைவிட தம்பி நிறைய படித்தவன் – ஆனால் பட்டதாரியல்ல.

சென்னைக்கு அவன் வந்தாகவேண்டுமென்ற காரியத்திற்கு வேறு ஒரு காரணமும் உண்டு. செத்துப்போன அரசுப் பணியாளரின் பிள்ளை ஒருவனுக்கோ, ஒருத்திக்கோ அரசு அலுவலகத்தில் பணி கிடைக்கும். அதை அவன் பெற வழிசெய்யவேண்டும். அண்ணன்காரன் தாராளமாக "நான் போட்டியிட மாட்டேன்" என்று சொல்லிவிட்டான். "ஆனால், அப்பாவின் ஓய்வு கால நிதியில் என் பங்கும் அம்மா பங்கும் வந்துவிடவேண்டும் – அம்மாவைப் பார்த்துக்கொள்கிறேன்" என்றும் சொன்னான்.

வேலைக்கு எழுதிப்போட்டுவிட்டு சோடாக் கம்பனியில் தந்த இருபத்தைந்து ரூபாயை இழந்துவிட்ட நிலையில்தான், அண்ணன் வீடு செல்ல வேண்டி வந்துவிடுமோ என்ற ஓர் அச்சம் ஏற்பட்டது.

அவன் எங்கும் போகவில்லை. பெட்டியையும் பையையும் நன்கு குடைந்து பார்த்துக் கிடைத்த சில்லறையைச் சேகரித்துக்கொண்டான். தேநீர் சாப்பிட்டான். இன்னும் நாலைந்து தேநீர் சாப்பிட முடியும். பெட்டியில் ஒரு நாற்பது புத்தகங்கள் இருக்கலாம். நல்ல மதிப்புள்ள புத்தகங்கள்தாம். கூடிய வரை பசி பொறுத்து, முடியாவிட்டால் சிலவற்றை விற்கலாம் என்ற எண்ணமும் ஏற்பட்டது.

தாத்தாவை – அம்மாவின் அப்பாவை – அவன் பார்த்ததில்லை. அண்ணனுக்குத் தெரியும். நல்லசிவம் என்ற தாத்தா கடைசிக் காலத்தில் அரசியலில் இறங்கி பலமான தோல்வியைச் சந்தித்து இருந்த கைக்காசையும் இழந்தவர் என்பது தெரியும். தோல்வி யுற்றாலும் கடைசிவரை தலை நிமிர்ந்திருந்தாராம்.

சென்னையை விட்டு நிரந்தரமாகத் தங்க கடலூர் அவருக்கு வசதியாக இருந்தது. இரண்டு ஊர்களையும் நன்கு அறிந்தவர். ஆனாலும் ஆரலுக்கு ஈடாகாது என்று இருந்திருப்பார். ஊர் அரசியலில் தொட்டுந் தொடாமலும் இருப்பது – இனச் சீரழிவிற்கு என்ன காரணம் எனக் கேட்டுக்கொண்டேயிருப்பது போன்றவற்றில் அவர் காலம் சென்றிருக்கவேண்டும். எந்த முடிவையும் ஏற்றுச் சமாதானம் அடைந்தவரில்லை. பெரிய மனிதர்கள் அவரைப் பிறரறியாது நேசித்தனர் என்பது உண்மை. அவரது முடிவற்ற பேச்சுக்களையே தங்கள் கேள்விகளின் பதிலாகக் கண்டனர். அவரைத் தங்கள் வீடுகளுக்கு அழைத்து உபசரித்தாலும், அவரது வீட்டிற்குச் செல்வதில்லை. அரசியல் காரணத்தோடு, அந்த வீடு ஒரு சேரியின் பக்கம் இருந்ததும் ஒன்றாகவிருக்கும்.

நடுகல் வணக்கமும் அம்மன் கோவில் பூசனையும் நல்லடக்கத்தில் பங்குகொண்ட கல்லெடுப்புச் சடங்கும் கொஞ்சங் கொஞ்சமாக விலகிச்சென்றதே இந்தப் பகுதியின்

கலாச்சார சீரழிவிற்குக் காரணமென அவர் சொன்னதை அந்தப் பெரிய மனிதர்கள் புரிய முயன்றாலும், கடவுள் நம்பிக்கையில்லாத இவருக்கு இதைப் பற்றியெல்லாம் என்ன கவலை என்று நினைத்தார்கள்.

அரிசியை விளைவித்தவன்தான் முதன்முதலில் மாமிசத்தைத் தள்ளியிருக்க முடியும் – அதற்கும் இப்போது சொல்லப்படும் வேத நெறிக்கும் சம்பந்தமில்லை என்று சொல்லும்போது, அவர்கள் மறுப்புத் தெரிவிக்காவிட்டாலும் தங்களைச் சுற்றி ஒரு முறை பார்த்துக்கொள்வார்கள்.

அண்ணன் கல்யாணம்தான் அவனால் மறக்க முடியாத சங்கதி. அப்பா அடுத்த ஆண்டு காலமானார். தாத்தாவைப் போல அல்ல அப்பா. கடைசிக் காலத்தில் சென்னையில் அண்ணன் வீட்டில் தங்கி சனிக்கிழமை புறப்பட்டுக் கடலூர் வந்துவிட்டால், ஞாயிறு இரவோ மறுநாள் காலையிலோ புறப்பட்டால் போதும். இன்னும் ஒரு வருடமே ஓய்வு பெற இருக்கிறது என்பதால் இந்த ஏற்பாடு.

சென்னையில் அண்ணன் வீட்டில் தங்கிய இலட்சணத்தை அப்பா வெளியே சொன்னதில்லை. பிறகுதான் தெரிந்தது. சில சமயம் அவரே எல்லாருக்கும் சமைப்பாராம். ஒரு தடவை சமைத்துக்கொண்டிருக்கும்போது சம்பந்தியே வந்துவிட, மருமகள் காப்பி கொண்டு வரச் சொன்னாளாம் – மாமனாரிடம்.

தகப்பனார் மறைவிற்குப் பின்னர் தாயாரும் அவனும் கடலூரில்தான் தங்கியிருந்தனர். மாடு ஒன்று வாங்கி விட்டிருந்தது, சிறிது கஷ்டத்தைக் குறைத்தது. தாயார் தைரியசாலிதான். படிப்பும் இருந்தது. வேலை பார்த்திருக்க முடியும். அப்பாவும் மறுப்புச் சொன்னதாகத் தெரியவில்லை. ஆனால் எதனாலோ – வாழ்வின் ஏதோ ஒரு பெரும் லட்சியம் நிறைவேறிவிட்ட உணர்வோடு – காலந்தள்ளிவிட்டாள். கிடைக்க வேண்டிய தொகை வந்திருந்தால், இந்த மாதிரி பயம் அண்டத் தொடங்கியிராது.

செல்வந்தர் வீட்டுப் பிள்ளைகள் அவனிடம் நட்புக் கொண்டிருந்தமைக்கு அவனது படிப்பைக் காரணமாகச் சொல்லவேண்டும். கல்லூரிப் படிப்பு நிறுத்தப்பட்டாயிற்று. ஆனால், நண்பர்கள் அவனிடம் பல விஷயங்களைப் பேசச் சொல்லிக் கேட்டனர். விஞ்ஞானத்திலும் இலக்கியத்திலும் பலவற்றை அவன் எளிதாகச் சொல்ல முடியும். ஆனால், வீட்டில் மேலும் ஓர் அகப்பைச் சோற்றிற்காக ஏங்கினான்.

ஆரலிலிருந்து 'துட்டி' கேட்க வந்த ஒரே நபர் அம்மையப்ப பிள்ளை. எழுபது எழுபத்தைந்து வயதிருக்கும். தாயாரிடம் பேசும்போது அவரிடம் உண்மையான கலக்கம் தெரிந்ததை அவன் கண்டான்.

"மக்கா – நீ ஏன் பயப்படுகே – இங்கதான் இருக்கணும்னு இல்லே– உனக்கு இஷ்டம்னா ஆராமொழிக்கே வந்திரேன். நான் இப்பவா சொல்லுகேன் – நல்லசிவம் இருக்கப்பவே சொல்லிக்கிட்டுத்தான் இருக்கேன் – கேக்கல்லே – மூத்தவன் காரியக்காரன். அவன் வழி வேறே. அப்படித்தான் இருக்கும்" என்று அம்மாவிடம் சொல்லி விட்டு, அவனைப் பார்த்து, "ஏய் – பேரப் பிள்ளை – வந்துருகியா– உனக்கு ஒரு சோலி உண்டாக்கிக்கொடுக்க நாதியில்லாமலா நாங்க போயிட்டோம்" என்று மறுகிச் சொன்னார். வேறொன்றையும் அவர் மிகுந்த அனுபவிப்போடு கூறினார். அம்மாவிடம்தான் சொன்னார்.

“நல்லசிவம் குடும்பம் யாராயிருந்தாலும் வேளாளருங்கதான். என்ன ஏது அப்படின்னு எதையாம் நினைச்சுக்கிட்டு நிக்காண்டாம். நல்ல வேளாளன் உறவுமொறை சொல்லித்தான் எல்லாரையும் கூப்புடுவான். சாதி சனத்தைவிட நேசம் பெரிசு.”

“இதப் பாரும்மா – எனக்கு ஆராமொழியும் சிதம்பரமும்தான் தெரியும். அந்த அம்மனையும் இந்த நடராசனையும்தான் இவ்வளவு நாளும் கும்பிட்டு வாறேன். இத்தனை காலத்துக்குப் பொறகு, நான் சொல்லுகேன் – இந்த ரெண்டு கடவுளையும் கொண்டு வந்ததே உறவு மொறைக்காகத்தான்.”

அன்பு என்று சொல்லப்படுவதும் முலாம் பூசப்பட்டுவிடக்கூடிய ஒன்றுதான் என்று அவனுக்குத் தோன்றிற்று. கடுகளவு விகல்பமுமில்லாது அவர் பரிவோடு அவனது முதுகைத் தடவிக்கொடுத்தது பாரதி கீழ்ச் சாதிக்காரனுக்கு முப்புரி நூல் அணிவித்தது போல– வெள்ளைக்காரன் நமக்கெல்லாம் கோட்டு சூட்டு அணிவித்ததுபோலத் தெரிந்தது.

ஆனால், அண்ணன் அதை அவ்வாறு எடுத்துக்கொண்டிருக்க மாட்டான். ஊர் உலகத்தில் மகத்துவமாயிருக்க வேண்டுமானால் அப்படித்தான் ஆகவேண்டும். அவனாகவே இந்தத் தீர்மானத்திற்கு வந்திருக்கலாம். அல்லது நல்ல தீட்சை பெற்றிருப்பான். பேரவையிலே உறுப்பினர் – மீன் சாப்பிடுவதில்லை – திருவாசக விளக்கத்திற்கு ஆயுள் சந்தா. மனைவி வீட்டுக் கல்யாண அழைப்பிதழ்களில் இவன் பெயர் ‘பிள்ளை’ என்ற அடைமொழியோடு வந்ததை எல்லாரிடமும் காட்டியாயிற்று.

அம்மையப்ப பிள்ளை சொன்னது உண்மைதான். அண்ணனைத் தேடி வரும் மனைவி வீட்டு ஆட்கள் ‘மக்கா’ என்றும், ‘என்ன மருமகப் பிள்ளை’ என்றும் உறவு கொண்டாடிக் கொண்டுதான் இருக்கிறார்கள். விளி வேற்றுமையில்கூட ‘பிள்ளை’ சேருகிறது.

தகப்பனாரின் கடைசி நாட்களை அவன் நன்கறிவான். ஒரு வாரமாக சுரத்தில் பிதற்றிக்கொண்டிருந்தவர், கோவில் – கோவில் என்று சொல்ல ஆரம்பித்தார். குணமடைந்ததும் கோவில் போகவேண்டும் என்றார். அவனையும் அழைத்துச்சென்றார். அங்குள்ள மடத்திற்கும் சென்றார்கள். அதிகாலையில் சீர்காழி தாண்டி ஊர் வந்ததும், கோவிலுக்குப் போகுமுன்னர், மடத்திலிருந்த தாடிக்காரருடன் நெடுநேரம் பேசிக் கொண்டிருந்தார். ‘ஆராமொழி’ என்ற பெயரும் அந்தப் பேச்சில் அடிபட்டது.

இருவரும் கோவில் சென்று, முத்துக்குமரனையும் வணங்கி வெளிவந்ததும், கோபுரத்தை நோக்கிக் கைகளை உயர்த்தினார் அவர். பின்னர் பக்கத்தில் நின்றுகொண்டிருந்த அவன்மீது பட்டும் படாதவாறு தரையில் சாய்ந்து துவண்டு வீழ்ந்தார்.

பயத்துடன் அவரைத் தூக்க முயன்றபோது, மடத்திலிருந்த தாடிக்காரரும் வேறு சிலரும் ஓடிவருவதைக் கண்டான். நாடியைப் பிடித்துப் பார்த்த அந்த தாடிக்காரர் அவனை நோக்கினார். “ஆரலிலிருந்து வந்த முத்துக்கறுப்பன் இந்த வேளூர்லே வாழ்வை முடித்தான்” என்று பொதுவாகச் சொன்னார். அவனைத் தன்னோடு சேர்த்தணைத்துக் கொண்டார்.

வண்டி ஏற்பாடு செய்துகொடுத்தார்கள். மடத்து ஆட்களிடம் அப்பா ஏற்கனவே பணம் தந்துவிட்டிருந்தாராம்.

தகப்பனாரின் சிவபக்தி பேசப்பட்டது கொஞ்ச நாளாக. அவர் பூசனை செய்து அவன் பார்த்ததில்லை. அடிக்கடி கோவில் செல்பவருமல்ல. தெரிந்த எல்லாவற்றையும் உதற முருகனை ஒரு சொந்தமாகப் பாவித்திருக்கவேண்டும்.

ஆனால், ஆண்டுதோறும் அல்லது அடிக்கடி அந்த ஊர் சென்று தகப்பனார் சாய்ந்துவிழுந்த இடத்தின் பக்கமாக நின்றுகொண்டிருந்து விட்டு வர அவன் மிகவும் விரும்ப ஆரம்பித்தபோது, அப்பாவின் கோவில் ஆசை அவனுக்குத் தெளிவாகியது.

தலைமை அலுவலகக் கட்டடம் மிகப் பெரியதாகவிருந்தது. இதன் பெரம்பூர் வட்ட அலுவலகத்தில் பணிபுரிந்தபோதுதான் அவன் தகப்பனார் காலமானார். ஏறக்குறைய அங்கே கொடுக்கவேண்டிய எல்லாச் சான்றிதழ்களையும் அவன் கொடுத்தாகிவிட்டது.

மாடிப்படி ஏறி அலுவலர் அறைக்குள் சோகமெதுவும் காட்டாது நுழைந்தான். அவர் தொலைபேசியில் பேசிக்கொண்டிருந்தார்.

பிறகு பேசும்போது, ஒரு கருத்தை வெளியிட்டார்.

"எல்லாம் சரிதான் – இந்த தாசில்தார் சான்றிதழில் இரண்டு பிள்ளைகள் பேரு இருக்கே – உங்க அண்ணனுக்கு என்ன வேலை?"

இது ஒரு திருப்பம். அவனிடம் ஏற்கனவே சொல்லியிருந்தார்கள். செத்துப்போனவர் குடும்பத்தில் யாராவது ஏற்கனவே வேலை பார்த்துக்கொண்டிருந்தால், மற்ற யாருக்கும் – அதாவது வேறு எந்தக் குடும்ப உறுப்பினருக்கும் – வேலை கொடுக்க மாட்டார்கள்.

"அவன் கல்யாணம் ஆகித் தனியாகப் போயிட்டான்."

"அது சரி – நீயும் கல்யாணமானா தனியாத்தான் போவே – இல்லையா?"

"அவனுக்கு வயசாகிப்போச்சு."

"ஆனா குடும்பத்திலே ஒருத்தர் சம்பாதிக்கறப்போ வேறே யாருக்கும் கொடுக்கக் கூடாதே அப்பா."

அவன் பேசாமல் நின்றான்.

"சரி – முதலில் உங்க அண்ணன் சம்மதக் கடிதம் தரணுமே – தனக்கு ஆட்சேபனையில்லைன்னு – அது இருந்தால்தான் மற்ற நடவடிக்கை."

"அதை வாங்கி வந்துவிடுகிறேன் – எட்டு மைல் நடந்துபோய் இப்பவே வங்கி வாரேன்."

அலுவலர் அவனை வியப்போடு பார்த்தார். மேற்சொன்ன மூன்று சொற்றொடர்களையும் அவன் ஆங்கிலத்தில் பேசியிருந்தான். அது பெரிதாய்த் தெரியவில்லை. ஆனால், அது அவனே அறியாதவாறு அவனிடமிருந்து வெளிவந்தது போலத் தெரிந்தது. அந்த அலுவலருக்கு ஆங்கிலம் பிடிக்கும் – அவர்தம் உதவியாளர்கள் அம்மொழியில் வல்லவர்களல்ல.

"சரி – கொண்டு வா" என்றார்.

அவன் வெளியே வந்த போது, இன்னொரு தேநீர் குடிக்கவேண்டும் போல் தோன்றிற்று.

அவனுக்கு அந்த அரசு அலுவலகத்தில் இளநிலை உதவியாளர் வேலை கிடைத்தது – ஒரு மாதங்கழித்து. தாயார் எருமை மாடு விற்ற பணத்தில் நூறு ரூபாயைக் கொடுத்தாள். அண்ணனுடைய வீட்டின் வெளியிலிருந்து அதை வாங்கிக்கொண்டான். அந்த ஒரு மாதமும் – வேலை கிடைப்பது வரை – சோடாக் கம்பனி வேலைக்கும் போய்வந்தான். கிட்டத்தட்ட நூறு ரூபாய் கிடைத்தது. ஒரு செவ்வாய்க்கிழமை மருத்துவச் சான்றிதழ் பெற்று, அவன் வேலையில் சேர்ந்தான்.

"உனக்கு செவ்வாய் ஆட்சி – நீ எதையும் அந்தக் கிழமையிலேயே செய்" என்று அவனது சாதகத்தைக் கணித்த சோதிட நண்பன் கடலூரில் கூறியது, எதேச்சையாக ஞாபகம் வந்தது.

ஒரே ஒரு சட்டை புதிதாகத் தைத்துக்கொண்டான். வேட்டியிருந்தது. புதிதாக ஆரம்பிக்கப்பட்டிருந்த பிரிவில் வேலை. ஒரு மேலாளர்– மூன்று உதவியாளர்கள் – ஒரு பெண் தட்டச்சர். அவன் இப்போது குடியிருந்த இடம் அலுவலகத்திலிருந்து வெகுதூரம் என்று சொல்ல முடியாது – நடந்தே வரலாம்.

மாதாந்திர சாப்பாட்டுச் சீட்டு எடுத்துக்கொண்டான் – ஒரு சைவ சாப்பாடு ஹோட்டலில். சுற்று வட்டாரம் முழுவதிலும் அதைவிடக் குறைந்த செலவில் சாப்பாட்டை முடிக்கமுடியாது. சைதாப்பேட்டையிலிருக்கும் அம்மாவுக்கு ஒரு கடிதம் மட்டும் எழுதிப் போட்டான்.

முதல் சம்பளம் வாங்கிய பின்னர் நியாயமாக அவன் அந்த ஹோட்டலை விட்டு வேறு எங்காவது சாப்பிட ஆரம்பித்திருக்கவேண்டும் – இப்போது பணமிருந்தது. அதுவுமில்லாமல் அசைவ உணவின் பெருமையையும் சுவையையும் நன்றாக அறிந்தவன். அவன் உண்டு களிக்காத மிருகமோ பறவையோ இனமழிந்ததாகவிருக்கவேண்டும். முளைக்கீரையும் சுண்டைக்காய் குழம்பும் மற்றும் ஏதோ ஒருவகைக் காய் கொண்டு தரப்படும் சாப்பாடு அவனை பயமுறுத்தியிருந்தாலும், இப்போது தேறிவிட்டான். ஏதோ ஒரு தீவிர வெற்றி பெறச் செய்யும் தியாக நிலை போன்று திடமாகவிருந்தான். தியாகம் செய்வதாகவிருந்தால் அதற்கு ஒரு நல்ல இலட்சியம்வேண்டும் என்று ஒரு மாதாந்திர நாவலில் சொல்லப்பட்டிருந்தது. சிரித்துக்கொண்டான்.

நண்பகலில் சிற்றுண்டி எதுவும் சாப்பிடப் போகாமல் வெறுமனே தன் இருக்கையில் உட்கார்ந்து யோசித்துக்கொண்டிருந்தான்.

அநேகமாக எல்லாரும் இரைதேடப் போயிருந்தார்கள். தட்டெழுத்தர் – அவள் பெயர் காந்திமதி – சாதாரணமாக அதிகம் பேசுவதில்லை. மேலாளர் அரைத் தூக்கத்திலிருந்தார்.

ஆனால், அந்தப் பெண்தான் முதலில் பேசினாள்.

"என்ன சார் – மத்தியானம் ஏதும் சாப்பிடறது கிடையாதா?" என்று திடீரெனக் கேட்கப்பட்டதும் அவன் திரும்பிப்பார்த்துவிட்டு பதில் சொன்னான்.

"இல்லே – சாயந்திரம் ஒரு கப் டீ – பிறகு ராத்திரிதான்."

"சைவச் சாப்பாடுதானே – அப்ப மத்தியானம் ஏதாவது சாப்பிடணுமே" என்று சிற்றுண்டிப் பொட்டலத்தைப் பிரித்தாள்.

அவன் பேசாதிருந்தான். “சுத்த சைவமா சார்” என்று திரும்பவும் கேட்டாள்.

“ஏன் அப்படிக் கேக்கறீங்க?”

“இல்லே – உங்க பேச்சு கொஞ்சம் தெக்கத்திப் பேச்சு மாதிரியிருக்கு.”

“ஆமா – எங்கப்பா ஊர் அங்கதான்.”

“பேருகூட அந்தப் பக்கத்துப் பேர்தான் – இல்லையா.”

“என் பேரா?”

“இல்லே சார்–உங்கப்பா பேரு–இதோ இந்த ஆர்டர்லே இருக்கே– முத்துக்கறுப்பன்னா அந்தப் பக்கத்துப் பேர்தான் – எங்க பெரியப்பா பேருகூட அதுதான் – அங்கே எல்லா சாதி ஆளுங்களும் அந்தப் பேரை வைச்சுப்பாங்களாம் – சேரி சனங்ககூட.”

“உங்க பெரியப்பா பேரு என்ன?” என்று அவன் கேட்டான் – ஏதோ நினைவாக.

“அதான் சொல்றேனே – உங்கப்பா பேருதான்”

சிறிது நேரங்கழித்து “அங்க எது சார் உங்க ஊரு?” என்று கேட்டாள்.

“ஆராமொழி – உங்களுக்கு?”

“கண்ணன்புதூர் – ஆராமொழி பக்கத்தது. ஆனா வளந்தது எல்லாம் இங்கதான். இப்ப அங்க யாருமில்லே.”

“ஓகோ” என்று கேட்டுக்கொண்டான்.

அவன் ஏதாவது ஊர் பற்றிக் கேட்பான் என்றிருந்துவிட்டு, திரும்பவும் “எப்ப சார் ஊருக்குப் போவீங்க?” என்று கேட்டாள். உடனே பதில் சொல்லிவிட்டான்.

“நான் அங்க போனதேயில்லை. பிறந்து வளந்தது எல்லாம் இங்கதான்.”

அவன் பட்டதாரியல்ல என்றறிந்த பிறகு அவள் வியப்புத் தெரிவித்தாள். அந்தப் பிரிவில் மூத்தவர்களாகவுள்ள மற்ற எழுத்தர்களின் குறிப்புகளை பகிரங்கமாகவும் தரக்குறைவாகவும் விமரிசனம் செய்யும் மேலாளர் அவனுடைய எழுத்தைப் பற்றி எதுவும் சொல்லவில்லை, “அதுவே நல்ல அபிப்ராயம்தான்” என்றாள் காந்திமதி

பட்டதாரி அல்லாதவர் எப்படி இந்த மாதிரி ஆங்கிலம் பேச முடியும் – எழுத முடியும் என்ற கேள்வியையும் அந்தப் பெண் கேட்டு வைத்தாள்.

‘சைவச் சாப்பாடு’ என்று முணுமுணுத்துக்கொண்டே அன்றிரவு சாப்பிடக் கிளம்பினான். பல மாதங்களுக்குப் பிறகு அவனுக்கு இலேசாகச் சிரிப்பு ஏற்பட்டது.

நியாயந்தான். சின்ன வயதில் வேட்டையாடப் போவோர் சிலருடன் அவனும் ஆசையோடு போய் அங்கே அணிலையும் சில பறவையையும் பச்சையாகவே உண்டதுண்டு. அவற்றை மறந்துவிட முடியவில்லை.

இப்போது தானாக ஒரு காரணம் கொண்டு ஏற்றுவிட்ட நிலை ஓரிரு நாட்களில் ‘சே’ என்றாகிவிட்டாலும் ‘சோதனை’ செய்து பார்ப்பது போல மேற்கொண்டாயிற்று. அதுவும்

அந்தப் பெண் காந்திமதி இதைப் பற்றியெல்லாம் ஏதோ பேசிவிட்ட பிற்பாடு, தனக்கு ஏற்பட்டிருந்தது ஒரு வகை உற்சாகம் என்று உணர்ந்தான்.

நேற்று முடித்துவிட்ட புத்தகத்தை ஒரு முறை நினைத்துக்கொண்டான். புத்தகப் படிப்பு சிறிது காலம் நின்றுவிட்டிருந்தது. வாடகைப் புத்தக நிலையத்தில் சேர்ந்திருந்தான். தொடர்ச்சியாக ஓர் ஐம்பது புத்தகங்களாவது படித்துமுடித்தால்தான் விட்ட இடைவெளி சீராகும். Quantum Mechanics படிக்க இன்பமாகவிருந்தது – ஏதோ சித்தர் பாடல் படிப்பதுபோல. அவ்வகைப் புத்தகங்களிலும்கூட கையாளப்படும் எழுதுமுறை, புத்தகங்கள்மேல் அதிக நேசத்தை ஏற்படுத்திற்று.

சொன்னதைச்
சொல்லும் –
அது சரி.
கிளிப்பிள்ளைக்கு
தெரியுமா
நினைத்ததைச்
சொல்ல.

இம்மாதிரியிருந்தால் அது Quantum Mechanics புத்தகமா – ஏதாவது புத்தம் புதுக் கவிதையா?

குழம்பில் சிறு துண்டுகளாகத் தென்பட்டது என்ன காய் என்று தெரியவில்லை. 'துண்டு போடு' என்றுதான் அப்பா கேட்பார். அந்த வழக்கு இங்கே பரிமாறுகிற உடுப்பிக்காரனுக்குப் புரியாது. அவன் திரும்பவும் காந்திமதியோடு பேசிக்கொண்டிருந்ததைப் பற்றி எண்ணினான் – அவளிடம் புத்தகங்கள் பற்றிப் பேச விரும்பினான்.

அந்த ஆரல்வாய்மொழி பெண் காந்திமதியிடம் புத்தகம் பற்றிப் பேச முடியும் என்று தோன்றவில்லை. பேச்சை வேண்டுமானால் பொறுமையோடு கேட்டுக்கொள்ளும் சாதி.

அவன் கையில் வைத்திருந்த புத்தகத்தின் அட்டையை தன் இருக்கையில் இருந்தவாறே கழுத்தைச் சாய்த்துப் படித்தாள்.

"ஐயோ, இந்தப் புத்தகம் மாதிரி எங்கேயோ பாத்திருக்கனே – ஞாபகம் வரலே" என்றாள்.

"அந்த 'ஞாபகம்' பத்தியெல்லாம் கவலைப்பட வேண்டாம்னு சொல்ற புத்தகம்தான் இது" என்று அவளிடம் நீட்டினான். 'சித்தர் பாடல்' என்று அதை வாய்விட்டுப் படித்தாள்.

"ஞான சூன்யம் – என்கிட்டே போய் இதையெல்லாம் படிக்கத் தந்தா – எனக்கென்ன தெரியும்?"

"அது தெரிந்திருக்குதே – அது போதும்னு இந்தப் புத்தகம் சொல்லுது" என்றான். "சூன்யமாக இருப்பது அத்தனை எளிதல்ல அம்மா" என்றும் முனகிக்கொண்டான்.

“மெட்ராஸ் வந்து ரொம்ப நாளாகுதா?” என்று புத்தக சம்பந்தமான பேச்சை மாற்றினாள்.

அவன் தலையசைத்தான். தனியாக அறையில் வசிப்பதாகவும் அம்மா, அண்ணனோடு இருக்கிறாள் என்றும், ஹோட்டல் சாப்பாடு சரியில்லையென்றும், இனி தானே சமைக்கப் போவதாகவும் தெரிவித்தான்.

அப்படியும் ஓர் எண்ணமிருந்தது. அது சுலபமென்றும் நினைத்தான். சைவச் சாப்பாடு தயாரிப்பது கஷ்டமில்லை. சோறும் தயிர் அல்லது மோரே போதும். ஊறுகாய் தனியாகக் கிடைக்கிறது. காலையில் சோறு வடித்து அதில் தயிர் ஊற்றிச் சாப்பிட்டால் இரவில் உருளைக் கிழங்குக் கறி செய்துகொள்ளலாம் – கஷ்டமில்லை.

“அது நல்லதுதான் – செலவும் குறைவு” என்றாள் காந்திமதி. செத்துப்போன அவள் அண்ணன் பம்பாய் சென்று வேலை பார்த்தபோது, அப்படித்தான் சமைத்துக்கொண்டான் என்று சொல்லி, சிறிது நேரம் பேசாதிருந்தாள்.

பேச்சை மீண்டும் சமையலுக்குத் திருப்புவதா என்றிருந்திருக்கவேண்டும். யோசித்துக்கொண்டிருந்தார்கள். அவள் திடீரென்று கேட்டாள்.

“புளிக்குழம்பு செய்யத் தெரியுமா?”

“நாசமாப் போச்சு – நான் அம்மி தேடணும் – அரைக்கணும்.”

“சேச்சே” என்று கண்களை அகல விரித்தவாறே சொன்னாள். தன் தாயாரிடமிருந்து கேள்விப்பட்ட விவரங்களைச் சொன்னாள். பின்னர் தாயார் சமையலில் வல்லவர் என்று வெகுநேரம் யாருக்கும் வராத அந்தத் திறமையை விவரித்துவிட்டு, “நீங்க அரைக்கிற வேலை ஒண்ணும் செய்யவேண்டியிருக்காது – இப்பத்தான் அரைச்ச மிளகா எல்லாம் கிடைக்குதே” என்று கூறி, “நான் நாளைக்கே கொண்டுவருகிறேன்” என்று உறுதி சொன்னாள். அவன் “வேண்டாம்” என்றான்.

மறுநாள் அவள் சுரத்தில்லாமல் வந்தாள். புளிக்குழம்பு இல்லை– சாம்பார்தான் வீட்டில் செய்தார்களாம். ஆடி வெள்ளிக்கிழமையாகி விட்டதாம்.

“நீங்க திருச்செந்தூர் கோவிலுக்கெல்லாம் போயிருக்கேளா – போகாமலா இருப்பீங்க” என்று அவனை விசாரித்தாள்.

“போயிருக்கேன் – ஒரு தடவை போயிருக்கேன்” என்றான். பிறகு “முருகன் தம்பி முத்துக்கறுப்பன்” என்ற பாடலைப் பற்றி அவளிடம் கூறி, “உங்களுக்குத் தெரியுமா” என்று கேட்டான் – தொடர்ந்து சொன்னான்.

“என் நண்பன் ஒருத்தன் அந்தப் பக்கம் வேட்டைக்குப் போனப்ப, ஒரு காலே போய் நொண்டியாயிட்டான். நான் அப்போ தவிச்சுப் போயிட்டேன். அப்ப அந்தக் கோவிலுக்குப் போனேன் – நடந்தே போனேன். முருகனைப் பாத்தா அவனும் நொண்டியாகத்தான் எனக்குத் தெரிஞ்சது – அப்புறம் போகல்லே.”

“பாவம்” என்றாள் காந்திமதி.

“நீங்க இங்க வந்து ரொம்ப வருசம் ஆகுதே – முட்டைகூட சாப்பிடறதில்லையா?”

“சே” என்று பழித்தாள் அவள். “அதுக்குப் பேரு சைவமா” என்று இகழ்ச்சியாகச் சொன்னாள்.

“இல்லே – நீங்க இப்ப ஊரை மறந்தாச்சு – சாப்பாடும் அப்படியே ஆகியிருக்கும்னு நினைச்சேன்.”

“அது இல்லே இந்த சன்மத்துக்கு” என்று முடித்தாள் அவள்.

காந்திமதியால் அவன் சொந்தமாக சமையலில் புளிக்குழம்பு செய்ய முயற்சி பண்ணியிருந்தால், இரவிலே புளித் தண்ணீர் மட்டுமே போதும் என்று அறிவுறுத்தியவர் புதிதாகப் பக்கத்து அறைக்கு வந்திருந்த ஐம்பத்தாறு வயதான நீலகண்டம் ஆவார். இரவு தயிர் வாங்குவது கடினம் – சாப்பிடுவதும் நல்லதல்ல. எனவே சமையல் சிறிது மாறுபட்டது. காலை இரண்டு ரூபாய் அளவில் எல்லாம் முடிந்துவிட்டதென்றால் மேற்கொண்டு ஐந்து ரூபாயளவில் ஒரு நாள் பாடு போய்விடும். ரவை வாங்கிக்கொள்வான். ரொட்டி அவனுக்கு ஒத்து வரவில்லை. துணிகளைத் துவைப்பதை உடல் வசதி காரணமாகச் சலவைக்குப் போட்டான். தானே துவைத்தாலும் அதைத் தேய்ப்பதற்குத் தனியாக அவன் வெளியே செல்லவேண்டும். அதைத் தவிர்த்தான். புத்தகச் செலவு குறைந்துவிட்டது. சினிமா சார்லி சாப்ளின் படம் வந்தால் மட்டுமே என்று முடிவுசெய்தான்.

நீலகண்டம் திருவனந்தபுரத்துத் தமிழர். தான் தமிழிலும் மலையாளத்திலும் நிறைய எழுதியுள்ளவர் என்பதை சாடைமாடையாகத் தெரிவித்திருந்தார். ஆரல் பக்கம் உறவுக்காரர் உள்ளவராம்.

எப்பாடு பட்டோ கிடைத்த ‘வெண்டல் வில்ஹி’யின் ‘ஒரே உலகம்’ புத்தகத்தைப் படித்துக்கொண்டிருக்கையில், உள்ளே வந்தவர் அதைப் புரட்டிவிட்டு, ‘இவனா – இவனொட நாலைஞ்சு புத்தகம் படிச்சிருக்கேன்’ என்று சொன்னதுமே நீலகண்டத்திடம் எக்காரணம் கொண்டும் புத்தகம் பற்றிப் பேசக்கூடாது என்று அவன் சபதம் மேற்கொண்டிருந்தான்.

ஆனால், அவர் விடுவதாக இல்லை. வயதானவர். இரவு சாப்பாடு முடிந்த பின்னர், அறைக்குள் வந்து பேசவாரம்பித்தார்.

நீலகண்டம் திருவனந்தபுரத்து அன்றாட வாழ்க்கைமுறையைக் கூறிக்கொண்டே வருகையில், பல குறிப்புகளை மறைமுகமாகக் கூறி, சிலவற்றைப் புலப்படுத்துவார். “சிறுவயதில் கவிமணி பாடல்களைச் சொல்லிக்கொண்டே குளிக்கப் போவேன்” என்பார். “சொல்லப் போனா எங்க பாட்டாதான் அவரு – தூரத்துச் சொந்தம்” என்று முடிப்பார். அதற்கு மேல் பாடல் பற்றி அப்பேச்சு தொடர்ந்து செல்லாது – சொல்ல வந்த ஏதோ ஒன்றைச் சொல்லிமுடித்துவிட்ட திருப்தி நிலவும்.

“பொன்னம்பலம் பிள்ளையைத் தெரியுமா தம்பி” என்று கேட்டு, ‘தெரியாது’ என்று இவன் சொன்னதும், நின்றுவிடாது “அதான் அவரோட அண்ணாச்சி பொண்ணு கலெக்டர்

ஆபீசிலே வேலை பாத்து, அங்கயே ஒரு பையனைக் கட்டிக்கிட்டுதே – இப்ப ரெண்டு பேரும் இங்கதானிருக்கா – நேத்தைக்குப் பாத்தேன்” என்பார்.

“பையன் பேரு என்ன?”

“இளங்கோ.”

“எனக்கு ஒரேயொரு இளங்கோவைத்தான் தெரியும் அண்ணாச்சி– அவரு இப்போ இல்லே.”

நீலகண்டம் அநேகமாக பட்டியலில் உள்ள எல்லா இனப் பெயர்களையும் கொண்டு வந்துவிட்டாரென்றாலும் அவன் பொறுமை இழந்துவிடவில்லை. அவர் கற்றுத்தந்த “புளித் தண்ணீர்” ஒரு நல்ல எளிய சமையல் வகை.

பிறகு ஒரு நாள் செட்டியப் பிள்ளைமார் ஒருவர் பற்றி ஆரம்பிக்கும் போது, அவன் முந்திக்கொண்டான்.

“அண்ணாச்சி – நந்தனார் தவிர எல்லாரைப் பத்தியும் கேட்டாச்சு நீங்க – அவரைப் பத்திச் சொன்னா எனக்கு சிதம்பரம் பக்கம் யாராவது தெரிஞ்சவா இருக்கலாம். அதிலேயும்கூட யாரையும் அதிகமாகத் தெரியாது” என்று சொல்லி, புத்தகம் படிக்க முற்பட்டான்.

இரண்டு மாதங்கழித்து பிரமாண்டமான உருவத்தோடும் கையில் தடிக் கம்போடும் அந்த வீட்டிற்கு வந்த பெரிய மனிதர், “இங்க நீலகண்டம்னு யாராவது இருக்காளா” என்று கேட்டபோது, வீட்டின் பின்கட்டிலிருந்த வீட்டுக்காரர்தான் முன்வந்து மரியாதையாகப் பதில் சொன்னார்.

“யாரு – நீலகண்டமா – போன மாசமே காலி பண்ணிட்டாங்களே.”

அதோடு வீட்டுக்காரர் நிறுத்தியிருக்கலாம். தமிழ்ப்பற்றுள்ள சென்னைவாசி அவர்.

“கவிமணி ஊர்க்காரர்தானே – அவரைத்தானே கேக்கறீங்க” என்று கேட்கவும், வந்தவர் உதடுகள் துடித்தன.

“முடிவான் – அது வேறையா – அவன் நாய்க்குப் பிறந்தவனாச்சே” என்று கம்பை உயர்த்தித் தரையில் அடித்தார். அவர் ஒரு வியாபாரியாகவிருக்கலாம் என ஊகிக்கப் பட்டது.

ஆனால், அதே நீலகண்டம், ஒரு தினம் காலை சீக்கிரமாகவே சென்றால், காந்திமதி இருக்கை சமீபமாக நின்று பேசிக்கொண்டிருக்கின்றார். மெலிந்திருந்தார். ரசீது போன்ற ஒன்றைக் கொடுத்து அவளிடமிருந்து ஐந்து ரூபாய் வாங்கிக்கொண்டார். அவனைக் கண்டவுடன் கண் சிமிட்டும் நேரம் படபடப்படைந்து பின்னர் முகமலர்ச்சியுடன் பேசினார்.

காந்திமதி பிறகு விளக்கினாள். வேளாளர் பேரவையில் பொறுப்புள்ளவர். நகரம் முழுவதுமுள்ள இனத்துக்காரர்களைச் சங்கத்தில் சேர்க்கும் முயற்சி – அவனது பெயரையும் கொடுத்திருக்கிறாளாம்.

தன்னால் பணமெதுவும் தர முடியாது என்று சொல்ல, அவள் சிரித்துக்கொண்டே "நான் கொடுத்துவிட்டேன்" என்று கூறி "இப்போ குழம்பெல்லாம் எப்படிச் செய்றீங்க" என்று பேச்சைத் திருப்பினாள்.

"ஏதோ ஒரு மாதிரியாப் போகுது – ஆனா ஹோட்டலைவிட நல்லாயிருக்கும்."

"நான் வந்து ஒரு தடவை சாப்பிட்டுப்பாக்கட்டுமா சார்."

"வேண்டாம்" என்றான் அவன்.

தட்டெழுத்தருக்குப் பதவி உயர்வு முதுநிலை எழுத்தராக வரும். அவன் இளநிலைதான். பணிக்காலம் சிறிது அதிகம் பெற்ற காந்திமதிக்குப் பதவி உயர்வு கிடைத்தபோது அந்தப் பிரிவிலுள்ள எல்லாருக்கும் 'சாக்லேட்' வழங்கப்பட்டது. அங்குள்ள எல்லாரிடமும் 'நல்ல பெண்' என்று பெயரெடுத்துவிட்ட அவளை அந்த மேலாளர்கூட சில சமயம் பாராட்டிப் பேசுவதுண்டு. "வேலை மிகவும் சுத்தம்" என்று அபூர்வமாகச் சொல்வார்.

பதவியுயர்வு பற்றிச் சிறிது நேரம் பேச்சு. நண்பகலில் 'சாக்லேட்' தவிர வீட்டிலிருந்து கொண்டுவந்த சிற்றுண்டியையும் அவனுடன் பகிர்ந்துகொண்டபோது, "இது நானே செய்தது" என்று கூறினாள். இடியாப்பம் நன்றாக பக்குவத்துடன் இருந்தது. நன்கு ருசித்துச் சாப்பிட்ட திருப்தி அவன் முகத்தில் தெரிந்தது. அன்று காந்திமதி மிகுந்த மகிழ்ச்சியுடன் காணப்பட்டாள். பதவி உயர்வு பெற்றதுதான் காரணம் என்று தோன்றவில்லை.

ஆனால், பதவியுயர்வு வேறொரு வகை தொந்தரவைக் கொடுக்கும்– இடமாற்றம். அந்தப் பிரிவில் வேலை செய்ய முடியாது. வேறு துறை – வேறு மேலாளர் – இடமும் பக்கத்திலுள்ள புதுக் கட்டடத்தில். கையில் ஆர்டரை வாங்குவது வரை அந்த ஞாபகமே இல்லாதது போல எல்லாரும் இப்போது அதுபற்றிப் பேசினர். "எந்த மக்கு வரப் போகுதோ – சார் – காந்திமதியை இங்கேயே 'ரீட்டெய்ன்' பண்ணுங்க" என்று அங்குள்ள எழுத்தர்கள் கேட்டனர்.

"எங்க அப்பன் ஆபீசாய்யா – இப்ப எங்க போயிடறா – அடுத்த பில்டிங்தானே – இன்னும் கொஞ்ச நாள் கழிச்சு 'நோட்' போட்டு வரவழைச்சிடலாம்" என்றார் மேலாளர். அவருக்கும் வருத்தமிருந்தது. இவளுக்கு முன்னால் இருந்த தட்டெழுத்தர், 'முழு உரிமையாளர்' என்ற ஆங்கிலச் சொல்லைச் சொன்ன போது, 'ஆவி உரிமையாளர்' என்று தட்டச்சு செய்து, அந்தக் கடிதம் இவரால் கையெழுத்திடப்பட்டு அரசுக்கும் போய், அது ஏற்படுத்திய விளைவுகள் பற்றிய நினைவு அகலாமலிருந்தது.

புதிய இடத்தில் காந்திமதி சேர்ந்துவிட்டாள். இந்தப் பிரிவிலுள்ளவர்கள் போய் ஒரு தடவை அவளைப் பார்த்து வந்தார்கள். எப்போதாவது அவள் நண்பகலில் – சாப்பாட்டு நேரத்தில் – இந்தக் கட்டடத்திற்கு வருவதுண்டு. வயதானவர்கள் அவளை மறந்துவிட்டார்கள். அரசாங்க அலுவலகங்களில் அம்மாதிரியான மறதி சாத்தியப்படுகிறது.

சைதாப்பேட்டையிலிருந்து அவன் தாயார் ஒரு கடிதம் போட்டிருந்தாள். அவனுடைய கல்யாணம் மட்டும் முடிந்துவிட்டதென்றால் நிம்மதியாகச் சாகலாம் என்ற ரீதியில்

இருந்த கடிதம். ஒரு வாரம் அதைப் பற்றியோ, பதில் போடுவது பற்றியோ எண்ணாமலிருந்தான். ஆனால், ஒரு நாள் வேலை முடிந்து வெளிவருகையில் வெளியே அம்மாவே நின்றுகொண்டிருப்பதைக் கண்டான். 'அண்ணனிடம் ஏதாவது சண்டையா'வென்று நினைத்தான். அப்படியெல்லாம் இல்லை. அண்ணன்காரன் மாறி விட்டானாம். தம்பிக்குக் கல்யாணம் பண்ணிவைத்துவிட்டால் பொறுப்பு முடிந்துவிடும் என்று இப்போது நினைக்கிறானாம். மேற்கொண்டு சில விஷயங்கள் தானாக வெளிப்பட்டதிலிருந்து இப்போது பெண் தருகிறேன் என்று வந்திருப்பவர் அண்ணன் வேலை பார்க்கிற நிறுவனத்தின் முக்கியப் புள்ளி என்றும் தெரிந்தது. தெளிவு பிறந்த நிலையில் சொன்னான்: "கல்யாணம் வேண்டாம் – அப்படிப் பண்ணிக்கொள்வதாகவிருந்தால், அதுக்கு நீ மட்டும் வந்தால் போதும் – அண்ணன் வரவேண்டாம்" என்று சொல்லி – "நீ அழத் தொடங்காதே – இன்னும் இரண்டு வருசத்துக்கு வேண்டாம்" என்று ஒரேயடியாகக் கூறி அவளை வண்டி ஏற்றி அனுப்பினான்.

அவன் ஆலோசித்துப்பார்த்தான். திக்குமுக்காட வைக்கும் நிலைகள் வந்துகொண்டு தானிருக்கும் – முடிவு எடுக்கத்தான்வேண்டும்.

காந்திமதி பற்றி எதுவும் தெரியவில்லை. அவளுக்குக் கல்யாணம் ஏதாவது ஏற்பாடாகியிருக்குமோ என்று நினைத்தான்–இருக்கலாம்– கல்யாணம் பண்ணிவைப்பதற்கு அம்மாக்களுக்கும் அண்ணன்மார்களுக்கும் ஏதாவது காரணம் இருக்கத்தான் செய்யும்.

காந்திமதியுடன் பேசுவதற்கு ஏதாவது அர்த்தமிருக்கிறதாவென அவன் எண்ணிப் பார்த்தான். ஊர் என்ற காரணமும் 'சைவம்' என்ற நினைப்பும் அவளுக்கு ஒரு காரணமாக அமையலாம். ஆனால், அவன் அவ்வாறு பேசுவது முடியாத காரியம் அல்லவா– உண்மையை மறைத்துவிட முடியும் – எப்படி துரத்திவிடுவது.

"நீங்க சிகரெட் பிடிப்பதுண்டா?" என்று முன்பு ஒரு தடவை காந்திமதி கேட்டபோது, 'ஆமாம்' என்று சொன்னான். அதைப்போல. இந்த சைவ சாப்பாட்டைப் பற்றியும் சொல்லியிருக்கலாம். சைவம் இல்லையென்று தெரிந்தால் அவள் என்னதான் நினைப்பாள்?

பொய்கள் மோசமானவை. மறைத்த உண்மைகளெல்லாம் ஏதோ ஒரு முடிவிற்காகச் செய்துகொண்ட மாற்றங்கள் என்று கூறிக் கொள்ள முடியும். ஆனால், பெண்ணிடம் பொய் சொல்வது கேவலம். அம்மாவிடம் சொல்லும் பொய்கள் வேறு விஷயம் – அம்மாவின் பொய்களும் வேறு விஷயம்தாம். மேலும் எந்த மகத்துவத்திற்காக இந்தப் பொய்?

அது நடந்து கொஞ்ச நாட்கள் ஆகியிருக்கும். காந்திமதிக்குப் பதவியுயர்வு கிடைத்த நாளில் அந்தப் பிரிவிலுள்ள எல்லாருமாக ஒரு திருமண வரவேற்பிற்குச் சென்றிருந்தனர். திருமணம் ஓர் அலுவலக உதவியாளருக்கு – அவர் முன்பெல்லாம் ப்யூன் என்றழைக்கப் படுபவர். பெரிய கல்யாணம்தான் என்று தெரிந்தது. சாப்பிட்டுவிட்டு எல்லாரும் பேருந்து நிறுத்தத்திற்கு வந்துநின்றனர். மணமகள் பட்டதாரி – நல்ல வேலையிலும் இருக்கிறாள். மணமகன் ப்யூன் என்றாலும் அண்ணா நகரில் வீடு – வசதி. பொருந்திவருமா என்று சாடைமாடையாகப் பேச்சு அடிபட்டது.

வரும்போது காந்திமதியும் இதே கேள்வியைக் கேட்டாள். கேட்டு விட்டு இந்தக் கேள்வியே தப்பு என்றும் சொன்னாள். அவன் 'அதெப்படி' என்று கேட்கவில்லை.

"நீங்க என்ன சொல்றீங்க?" என்று சீண்டினாள்.

கேள்வி தப்பானதுதான் என்று ஒத்துக்கொள்வது நல்லதாகப்பட்டது அவனுக்கு. காந்திமதி திரும்பவும் சொன்னாள்.

"எனக்கென்னவோ ஒருத்தரை ஒருத்தர் புரிஞ்சுக்கறது ரொம்பவும் முக்கியம்னு நினைக்கிறேன் – மேற்கொண்டு மற்றதெல்லாம் அப்படியிப்படித்தான்."

"இருக்கும்" என்றான் அவன். "இப்ப எனக்கு என்ன தோணுதுன்னா புரிஞ்சுக்காமலேகூட இருந்துடலாம் – ஆனா, பிறர் நோக எதுவும் செய்யாம நம்ம வழியிலே போய்க்கிட்டிருந்தா, கணவன் மனைவி என்ன – எல்லாமே ரொம்ப நல்லாயிருக்கும்."

"எனக்குச் சரின்னு தோணக் கூடியது எங்க அம்மாவுக்குத் தப்பாயிருந்துட்டா?"

"நிச்சயமா ஒன்றை நீங்க தப்பா எடுத்துக்கற வரைக்கும் அது தப்பில்லே – யாருக்கும் உங்க நிலையாலே தீங்கு வந்துவிடக்கூடாது அவ்வளவுதான்."

"ஏதோ தமிழ்ப் பாடத்திலே படிச்சது மாதிரியிருக்குது."

"இருக்கும் – ஒண்ணும் புதுசில்லே."

"நான் ஒரு முடிவு எடுத்து அது எங்க அம்மாவுக்குப் பிடிக்காம அவ வருத்தப்பட ஆரம்பிச்சுட்டா என்ன செய்ய – என் முடிவு தப்பா– சரியா. மனசு நொந்து போறதும் ஒரு தீங்குதான் இல்லையா?"

"ஆமா – இருக்கும் – பைத்தியக்காரத்தனமா நொந்துபோவது இருக்கே. ஆஸ்திகன் மனசு நோகும்படி பேசக் கூடாதுன்னு சொல்லலையா – அதுபோலத்தான் – என்னவோ நாஸ்திகன் மனம் மட்டும் நோவதுக்காகவே இருக்குது போல – காரணமில்லாத வருத்தம் – ஏற்கனவேயுள்ள பயம் – யார் நம்மைக் காப்பாத்தப் போறாங்க அப்படிங்கற ஒரு பயம் அது. அது வேற விஷயம் – எல்லா வருத்தமும் இடையே வந்து போற ஒரு விஷயம்."

காந்திமதி சிரித்தாள். "அந்த மாதிரி வருத்தம் வராது. அதாவது என் கல்யாணத்திலே – அந்த விஷயத்திலே என் அம்மாவுக்குப் பெரிய நிபந்தனை ஏதுமில்லே. ஒண்ணுதான் – அது கஷ்டமில்லே. மக கல்யாணம் ஒரு சைவச் சாப்பாட்டுக்காரரோடுதான். அது தானே அம்மாவின் நிபந்தனையும். எனவே பிரச்சினை ஒண்ணுமில்லே" என்று மகிழ்ச்சியோடு கூறினாள்.

அந்தவிதமான மகிழ்ச்சியும் அதற்குண்டான காரணமும் புரிந்தாற்போலிருந்தது. பலமுறை சந்திக்க முயன்றும் பின்னர் முடியாது போய்விட்டபடியால் மறுகி மறுகி தன்னை அழித்துக்கொண்டிருந்தான். அந்தக் கிளர்ச்சி தாங்கமுடியாதிருந்தது. இப்போது ஏதாவது செய்தாகவேண்டும். அவனுக்கு நீலகண்டத்தின் ஞாபகம் ஏனோ வந்தது.

சற்றேறக்குறைய பைத்தியம் பிடிக்கும் நிலையிலிருந்தாள் காந்திமதி. இதுவரை பேசாத பேச்சை அவள் அம்மா பேசிவிட்டாள்.

“ரொம்ப துள்ளிக்கிட்டுத்தான் இருக்கே – ஒனக்கு என்னட்டி வந்து போச்சு – என்னவோ ஆராமொழிப் பையன்னு சொன்னே – நீலகண்டம் சொன்ன பிறகில்லா தெரியி – என்ன நினைச்சுக்கிட்டிருக்கே மனசிலே – அவனுக்காக பணம் நீ ஏன் கொடுக்கணும்.”

காந்திமதி அதிர்ந்தாலும் விஷயத்தைத் தெரிந்துகொள்ள ஆவல். கொஞ்சமும் விட்டுவைக்காமல் நீலகண்டம் சொன்னதை அப்படியே நாலைந்து தடவை தாயார் ஒப்புவித்தாள்.

“அவருக்கு ரொம்பத் தெரியுமாக்கும்.”

“அந்த ஆளுக்கு என்னட்டி – எனக்கே தெரியுமே – நான் என்ன லண்டன்லேயிருந்தா வந்திருக்கேன். முத்துக்கறுப்பன் அப்படின்னா அங்கே எல்லாருக்கும் தெரியும் – இன்னும் சொல்லப்போனா, உங்கப்பாக்கு அவரு ரொம்ப வேணும் – அந்த முத்துக்கறுப்பன் பெண்டாட்டி வண்டி வண்டியா மீன் தின்பா.”

நீலகண்டம் நிறையத்தான் சொல்லியிருக்கவேண்டும். காந்திமதியின் முகத்தில் அப்போது அழகான புன்னகை ஒன்று தோன்றிற்று.

அந்த வீட்டின் பக்கத்துப் போர்ஷனில் இருக்கும் சந்தனத்தம்மாள் நாகரம்மன் கோவிலைச் சார்ந்தவள். அடிக்கடி ஊர் சென்று வருபவளாதலால், முப்பது ஆண்டுகளுக்கு முன் தனக்குத் தெரிந்த நபர்கள் பற்றி காந்திமதியின் தாயார் விசாரிப்பது அவளிடம்தான். நீலகண்டத்தைத் தெரிந்ததும் அவ்வாறுதான். அவர் சந்தனத்தம்மாள் வீட்டில்தான் தங்குவார். இந்தத் தடவை ஒரு கல்யாணப் பேச்சையும் கொண்டு வந்திருக்கிறார்.

அவரது தங்கை மகன் இங்கே வேலை பார்க்கிறான். முன்பு ஒரு தடவை அந்தப் பையனையும் அழைத்துவந்திருந்தார். அதுவரை அவனைப் பார்த்திராத அவர்கள் அதிசயப்பட்டுப் போயினர். அவன் யானைக்குட்டி போன்று உடலமைப்பு பெற்றிருந்ததில் தவறில்லை. ஆனால், எல்லாரும் சாதாரணமாக உட்கார்ந்து பேசிக்கொண்டிருக்கையில் எதற்காக அந்த மாதிரி அங்கிருந்தவர்களைப் பார்த்து ‘வெவ்வே’ என்று வலிப்புக்காட்டினான் என்பது முதலில் புரியவில்லை – திடீரென காந்திமதியைப் பார்த்து சிரித்துக்கொண்டே தலையை வெட்டினான். அவள் பயந்து போனாள்.

அவர்கள் சென்ற பிறகு சந்தனத்தம்மாள்தான் லேசாக விவரம் சொன்னாள். பையன் கொஞ்சம் மூளை சரியில்லாதவனாம். அதைத் தவிர வேறு தொல்லையில்லை – வேலைக்கு ஒழுங்காகப் போகிறான் என்றாள். ஏதோ மருத்துவமும் நடக்கிறது என்றும் சொல்லப்பட்டது. காந்திமதி பின்னர் அதை மறந்துவிட்டாள்.

இத்தனை நாள் ஆன பிறகு இப்போது கொண்டு வந்த திருமணப் பேச்சு காந்திமதியின் தாயாரை நிலைகுலையச் செய்துவிட்டது. “அவன் ஒரு மனிசனா” என்று நீலகண்டத்தைத் திட்டித் தீர்த்தாள். “இதைக் கொண்டு வந்து சொல்ல உனக்கு எப்படித்தான் மனசு வந்ததோ?” என்று சந்தனத்தையும் வைதாள். இதுவரை பேசாதிருந்த பல விஷயங்கள் வாயிலிருந்து வர நேர்ந்தன. அதில் ஒன்று அந்த நீலகண்ட பிள்ளைக்கும் இந்த சந்தனத்தம்மாளுக்கும் உள்ள தொடர்பு. காந்திமதிக்கு ஒரே வியப்பு. தன் அம்மாவும் இம்மாதிரி விஷயங்களைப் பேச முடியுமாவென்று. பேச்சைக் கேட்க ஆவலும் இருந்தது.

ஆனால், சந்தனத்தின் பதில் எல்லாவற்றையும் தூக்கியடித்தது. கட்டிக்காத்த பழக்கமும் உறவும் இத்தனை கிருமிகளோடு தாம் இதுவரை வளர்ந்துள்ளன என்று புரிந்தது.

“என்ன சொன்னே – வைச்சுக்கிட்டிருக்காரா – அது சரி – உன் தங்கச்சி ஓடிப்போய் கல்யாணம் நடத்திக்கிட்ட லெச்சணம் தெரியாது பாரு.”

இந்த பதில் தன் சித்தியைக் குறிக்கிறது என்பதையறிய காந்திமதிக்கு ஏறக்குறைய ஐந்தாறு நிமிடங்கள் பிடித்தன. ஆனால் அறிந்து கொள்ளப்படுகிறபோது எல்லாமே லேசாகிவிடுகின்றன – எல்லா முடிவுகளும்.

அவள் புத்திமாறாட்டம் கொண்டவள் போலிருந்தாள். ஒரு மாதம் விடுப்பு வேண்டி மறுநாளே விண்ணப்பித்தாள். அம்மாவுடனும் பேச்சில்லை. ஏதாவது கேட்டால், “சம்பளம் வரும் – உன் வேலையைப் பாரு” என்று பேசி அடக்கினாள்.

உறவு என்பதன் பொருளே ஒரு நானூறு மைல்களுக்கப்பாலிருக்கும் ஒன்று என நினைத்துக்கொண்டிருப்பவள் இந்த அம்மா. உறவு என்பது பணம்தான் என்று காந்திமதிக்குத் தோன்றியது. இந்தப் பட்டணத்தில் வீட்டு எதிரே ஒரு குழந்தை அடிபட்டு விழுந்தாலும், அந்த விபத்தை ஊரில் நடந்ததாக எண்ணிக்கொண்டு மயக்கத்திலிருப்பது நன்றாகத்தானிருக்கிறது. பணக்கார உறவிற்காக பணத்தையோ, உழைப்பையோ கொடுக்க அம்மாவுக்கு சம்மதம். உழைப்பும் பணம்தானே. வெறுத்தல் என்ற செய்கைகூட அம்மாவைப் பொறுத்தவரை ஊர்க்காரர் மீதுதான். வெறுக்கப்பட வேண்டியவர்களும் தன்னைப் பற்றி என்ன நினைக்கிறார்கள் என்றறிய அம்மா ஆசைப்படுபவள்.

அடுத்த சில தினங்களில் அவள் குடியிருந்த தங்கள் வீட்டை உடனடியாக மாற்றியாகவேண்டுமென்று ஒற்றைக் காலில் நின்றாள். பால்காரரிடம் – அவர் வீடு எல்லாம் பார்த்துக் கொடுப்பவர் – சொல்லியாகிவிட்டது. அவளது நிலை கண்டு தாயார் மலைத்தாலும் வீடு மாற்றிச் செல்வதில் எந்தவித மறுப்பும் காட்டவில்லை.

இரண்டொரு நாட்களில் அது முடிந்துவிடும் என்று தெரிந்தது. அலுவலகம் செல்ல இன்னும் நாளிருக்கிறது. வேறு எல்லாவற்றையும் கவனித்துவிட்டாயிற்று.

ஒரு வாரத்தில் அது நடந்துமுடிந்துவிட்டது. தற்போது பார்த்துள்ள வீடு இங்கிருந்து தூரமேயொழிய அலுவலகத்திற்குச் சிறிது பக்கம்தான். அது ஒரு கூடுதல் சௌகர்யம். நல்ல நாளை தாயாரே பார்த்துச் சொன்னாள். கொடுத்திருந்த அட்வான்ஸ் பணத்தைக் கழிக்கச் சொல்லி விட்டு, புதன்கிழமை காலை புது வீட்டிற்குச் சென்று பெருக்கித் தள்ளி ஒப்பிற்கு ஒரு பால் காய்ச்சி, பக்கத்துக் குடித்தனக்கார அம்மாளுக்கும் கொடுத்து பரிச்சயம் ஏற்படுத்திக்கொண்டாள். அந்தக் குடித்தனம் பயங்கரமான மாமிச பட்சிணி என்பது வெளிப்படையாகத் தெரிந்தது. ஆனால், அதுபற்றி எந்த எண்ணமும் இப்போது ஏற்படவில்லை. தாயாரும் ஒன்றும் சொல்லாதது விசேடம். அவர்கள் மிகுந்த பிரியத்தோடு பேசினதாகத் தெரிந்தது. காய்கறி எங்கு வாங்கலாம் என்று கேட்டுத் தெரிந்து கொண்டாள்.

அங்கேயிருந்த சந்தைக்குப் பொடி நடைதான். இரண்டு தெருக்கள் தள்ளி மோசமான ஒரு பகுதியில் அது இருந்தது.

காய்கறிகளை வாங்கிக்கொண்டு திரும்புகையில் – தூரத்தில் பையைத் தூக்கிக்கொண்டு நின்று கடைச் சாமான்கள் வாங்குவது யார் என்று தெரிந்து ஒரு கணம் மலைத்துப் போனாள். அவன் மிகவும் சிரத்தையுடன் ரவையும் சீனியும் வாங்கிப் பைக்குள் திணித்து எதிர்த் தெருவின் இடிபாடுகள் மிக்க ஒரு வீட்டிற்குள் நுழைந்ததைக் கண்டாள்.

அவளுக்குச் சிரிப்பு ஏற்பட்டது – மூன்று வாரங் கழித்து ஏற்பட்ட ஒரு சிரிப்பு.

ஒரு தடவை தினசரியொன்றில் புதிதாக வந்த ஆங்கிலப் படம் பற்றிய விளம்பரத்தை அவன் பார்த்துக்கொண்டிருந்தான் – சாப்பாட்டு நேரம்தான். காந்திமதி தலையை நிமிர்த்தி ‘இங்கிலீஷ் சினிமா பாப்பேளா?” என்று மெல்லிய குரலில் கேட்டாள்.

“பாப்பேன் – இது தெரிந்த கதை – போன மாசம்தான் படிச்சேன்” என்று அந்த விளம்பரத்தைச் சாதாரணமாகக் காட்டினான். ஆங்கிலப் பட நாயக நாயகிகள் நெருக்கமாகவிருந்தனர்.

“சே – இதைத்தான் எல்லாரும் பாக்கறாங்க – என்னதான் இருக்கோ– எந்த தேவலோகத்திலும் இப்படியில்லை” என்று அவள் பழித்துக் காட்டியபோது, இன்னும் மறந்துவிடாத அந்த வட்டார வழக்குச் சொல்லில் சிறிது நேரம் வீழ்ந்துவிட்டு, பரிதாபமாக அவளைப் பார்த்துச் சிரித்தான். அப்பா கூறிவந்த ஆரலின் ஆழ்ந்த வட்டார வழக்குச் சொற்கள் அவனுக்கு இன்னும் நினைவிலிருந்தன. பெற்றோர்களிடமிருந்து கிடைத்தது மறப்பதற்காக அல்ல.

வீட்டில் அம்மா தட்டுமுட்டுச் சாமான்களைச் சரிப்படுத்திக் கொண்டிருந்தாள். இதுவரை அதிகமாகத் திறந்து பார்க்காத பழைய ‘ட்ரங்க்’ பெட்டி சுத்தமாக்கி வைக்கப்பட்டிருந்தது. அதிலிருந்த இரண்டு புத்தகங்களும் பழைய கடிதங்களும் ஒரு புகைப்படமும் தூசி தட்டப் பெற்றிருந்தன – அவள் அப்பா பயன்படுத்திய பெட்டி.

காந்திமதி அந்தப் புத்தகத்தைக் கையிலெடுத்துப் பார்த்தாள். நொறுங்கிப் பொடிப்பொடியாகிவிடும் போலிருந்தது. கறுப்பு அட்டை போடப்பட்டிருந்தது. அது முகப்பில் பெயரில்லாமலிருந்தது. அட்டையை விலக்கினால் “சித்தர் பாடல்” என்ற பெயர்.

ஒரு கணம் அந்தப் பெண் காலவெளிக்குள் தள்ளப்பட்டாள். திரும்பவும் அப்புத்தகம் கண்ணில் பட்டபோது, தன் பேரில் ஒரு கழிவிரக்கமும் ஏற்பட்டது காந்திமதிக்கு.

அதுதான் தெரியவில்லை. ஏற்பட்டது எல்லாம் எவ்வாறு, ஏன் ஏற்பட்டதோ – கூச்சம் கொஞ்சங் கொஞ்சமாக நீங்கி உரையாடலில் சுவை கண்டது – குழம்பு செய்து கொண்டுவந்து தரவேண்டுமென்று ஏற்பட்ட எண்ணம் – பெண் சாதகத்தில் அம்மா சொல்லும் ஏழாம் வீட்டு அதிபனையும் மீறி ஏற்பட்ட நிலை.

“உனக்கு ஏழாம் வீடு தனுசு. அதுக்கு அதிபதி குரு – அவன் பிராம்மணன் – மீன் சாப்பிடும் மாப்பிள்ளை அதனாலே ஏற்படாது” என்பாள் தாயார் – குரு திராவிட பிராம்மணன் போலும்.

நீலகண்டமும் சந்தனத்தம்மாளும் சைவர்தாம். ஒருவர் தம் பரம்பரையை மற்றவர் அறிந்துகொண்ட நண்பர்கள்தாம். எத்தனையோ ஆயிரக்கணக்கான ஆண்டுகளுக்கு

முன்பு உயிர்க் கொலையைக் காணச் சகிக்காது நிறுத்திய இந்தப் பக்கத்து ஆட்களாக வித்து காரணமாகப் பிறந்தவர்தாம். காந்திமதி அறிவு ஜீவி அல்ல – ஆனால், அறியாதிருக்கும் ஒன்றுதான் அருள் போலும்.

வேண்டாதவர்களை மறந்துவிட அவள் விரும்பியதுண்டு. வீடு மாற்றலும் புதிய குடியிருப்பும் அதன் காரணமாயிருக்கக்கூடும். நீலகண்டம் போன்றோரும், ஊரும் ஊர் சார்ந்த இடங்களும் விட்டு விலக விலக அப்பால் தோன்றும் அழகு வெகு தெளிவாக இருந்திருக்கும்.

யோசித்துப் பார்த்தால் அதில் ஒன்றுமில்லை என்று தோன்றிற்று. அந்த யோசிக்கும் வேளையும் அவனை இந்த இடத்தில் பார்த்த பின்னர் சாத்தியமாயிற்று என்று சொல்லவேண்டும்.

சாதியைப் பற்றி அவன் எப்போது பேசியிருக்கிறான் – பேசியிருக்கிறான்தான் – புதிய ஆடிட்டர் ஒருவருடன்.

ஆயுத பூசை நடந்த சமயம் ஆடிட்டர் இருந்தார். பூசையை முன்னின்று நடத்தியவர், ப்யூன் சம்பந்தம். எழுந்த பேச்சு முன்னோர்களைப் பற்றியது.

எதற்காக இந்த வேதனை – ஏமாற்றப்பட்டுவிட்டோம் என்பதுபோலத் துடிப்பானேன் – குழப்பமெல்லாம் தான் கொண்டுவிட்ட தீர்மானத்தின் முன் ஏற்பட்ட ஒரு தலைகுனிவு பற்றித்தான்.

சாதி விட்டுக் கல்யாணம் பண்ணிக்கொண்ட ஒரு தம்பதியைக் காந்திமதி அறிவாள். அந்த வீட்டிற்குச் செல்வதுண்டு. இரண்டு குழந்தைகள் அவர்களுக்கு. வளர்ந்து படிக்கும் பிள்ளைகள். இரண்டு பேரும் நேராக அப்பா அம்மா சாதிகளின் பெயர் சொல்லி இருவரையும் கேலி செய்து அடிக்கும் கூத்தைப் பார்த்தால் யாருக்கும் சிரிக்காமலிருக்க முடியாது.

நமக்குள்ளேதான் எத்தனை நபர்களின் ஆட்சி – உச்சம் – நட்பு எல்லாம்.

இரண்டு வாரங்களாக புத்தகமெதுவும் படிக்கவில்லை. கடலூர் வரை ஒரு தடவை சென்றுவந்தால் நன்றாகவிருக்குமோ என்று யோசித்தான். ஆனால், அலுவலகத்தில் விடுப்பு கிடைக்காது.

ஞாயிறு மாலை சீக்கிரமாக ஏதாவது சமையல் செய்துவைத்துவிட்டு முடிந்தால் வெளியே சென்றுவரலாம் என்றிருந்தான் – படம் பார்க்கலாம்.

சந்தையில் காய்கறி வாங்கல் எளிதாகிவிட்டது – மற்ற சாமான் வகைகள் அறிவிற்கெட்டாதவை. இரண்டு சட்டைகளையும் சுருட்டிக்கொண்டான் – சலவையில் போடவேண்டும்.

சந்தைக்குள் சென்று காய் வாங்கிக்கொண்டான். அந்த நீண்ட உள் பாதையில் கடைசியில் அமைந்திருக்கும் அசைவ உணவுப் பகுதியை நோக்கினான் – ஏதோ பார்க்கவேண்டும் என்று தோன்றியது.

நாலைந்து கடைகளில் தோலுரிந்து தொங்கும் விலங்குகள் – அங்கு கூட்டமதிகம் – அதன் எதிர்ப்புறமிருந்து வருகிற உருவம் அவனுக்குப் புலனாயிற்று.

வியப்படைந்தது குறித்தோ அல்லது முகமன் கூறியோ எந்த நேரமும் வீணாக்கப்படாமல் தடதடவென அவளிடம் பேசவாரம்பித்தான். தான் பொய்சொல்லிவிட்டோமே என்று மிகவும் கஷ்டப்படுவதாகச் சொன்னான் – பொய் எதுவும் சொல்லாமலிருப்பதால்தான் இதுவரை பயமில்லாமலிருக்க முடிந்தது – இப்போது அதற்குக் குந்தகம் வந்துவிடுமோ என்று நினைப்பதாகச் சொன்னான்.

எல்லாம் சொன்னான். கௌரவமான சிரிப்புடன் அதைக் கேட்டுவிட்டு காந்திமதி பதில் பேசினாள்.

'நாளைக்கு லீவு முடிந்து ஆபீசுக்கு வரணும். பக்கத்துத் தெருவுக்கே நாங்க வந்துட்டோம் – இந்த இடம் ரொம்பவும் நல்லாயிருக்கு."

சொல்லிவிட்டு அவள் நகராமல் தான் கொண்டுவந்திருந்த சாப்பாட்டுப் பாத்திரத்தை அவனிடம் தந்தாள்.

"நேற்றைக்கே உங்களைப் பார்த்தேன். இது உங்களுக்குப் பிடிக்குமென்று எடுத்துவந்தேன். இரவுச் சாப்பாட்டுக்கு இது நல்லாயிருக்கும்– அப்படின்னு நினைக்கிறேன்."

சிரிப்புடன் தரப்பட்ட அதை வாங்கிக்கொண்டான். "எதற்கு" என்ற சிறு கேள்வியுடன் அதைத் திறந்தான்.

"நான் இதைச் சாப்பிடுவதை நிறுத்திட்டேனே."

"சாப்பிட்டால் என்ன இப்போ – ஆனா நான் இந்த சென்மத்திலே இதைச் சாப்பிடப்போறதில்லே."

நல்ல அடர்ந்த மஞ்சள் நிறச் சோற்றோடு நடுவில் ஓர் அவித்த முட்டையுமாக இருந்த ஒரு சாப்பாடு.

அவன் பேசாது நின்றான். முகத்தில் வெட்கம் தெரிந்தது. அவனைச் சீண்டிப் பார்க்க அவள் ஆசைப்பட்டாள்.

"உங்க முன்னோரெல்லாம் இதைச் சாப்பிட மாட்டாளா."

"சாப்பிடுவாங்களே."

"யாரது – அந்த முன்னோரெல்லாம்."

"ஓ அதுவா? எங்க அம்மா சாப்பிடுவா – அவங்க அம்மா ஓர் ஆதி திராவிடப் பெண்மணி – எங்கப்பா சாதி எனக்குத் தெரியாது. அவரு சாதியே இல்லாதவர்னு சொல்லணும்."

"அதெல்லாம் எனக்குத் தெரியும் சார் – நான் அதையா கேக்கறேன்."

"எப்படித் தெரியும்?"

“நீலகண்டம் எல்லாத்தையும் சொல்லிட்டாரு. நான் அதைக் கேக்கல்லே – யாரது உங்க முன்னோர்ன்னு கேட்டேன். ஒரு நா ஆபீசிலே வைச்சுச் சொன்னேளே.”

“அதுவா – அதை இப்படிச் சொல்லலாம். இங்க நம்மைப் பொறுத்தவரை மலைவாழ் மக்களும் மாடுகளைக் காத்து நின்றோரும், மீனவரும்தாம் நம் முன்னோர் – எல்லா இடத்திலும் அப்படித்தான்– கொஞ்சம் மாறி இருக்கும்.”

“அதுக்கும் முன்னாலே இருந்த முன்னோர்.”

“ஓ... அது ஒரு வாலில்லாக் குரங்கு” என்றான் நிதானமான குரலில். அதில் சிறிது பெருமிதமும் கலந்திருந்தது. திரும்பவும் ஒரு தயக்கத்தோடு சொன்னான்.

“என் சாதியைத் தெரிந்துகொள்ளலாம். முன்னோரையும் அறிந்து கொள்ள முடியும். ஆனாலும் – காந்திமதி – நான் யார் என்று எனக்குத் தெரியலையே.”

காந்திமதி அதைக் கேட்டுக்கொண்டிருக்கவில்லை. அவ்வாறு அவளை அவன் பெயர் சொல்லி அழைத்தது அதுவே முதல் தடவை என்று எண்ணிக்கொண்டிருந்தாள்.

பின்பொரு நாளில் ஒரு நண்பரின் திருமணத்திற்காக இருவரும் நாகரம்மன் கோவில் செல்கையில், பேருந்து ஆரல்வாய்மொழியைக் கடந்துகொண்டிருந்தது. அவனை எழுப்பி, “பாத்தேளா – ஆராமொழி எப்படி மாறிப்போச்சு – அந்தப் பக்கம்தான் சோழபுரமும் கண்ணன்புதூரும்” என்று சிலிர்ப்புடன் காந்திமதி கூற, அவன் கண் விழித்து, தலை நிமிர்த்தி முதன்முறையாக அந்த ஊரைப் பார்த்துவிட்டு, மீண்டும் தூங்கிப்போனான்.

❖

காளியூட்டு

1

அப்போது பொங்கல் கழிந்து இரண்டு மூன்று நாள்கள் ஆகியிருக்கும். அவன் பக்கத்தூருக்கு ஆற்றைக் கடந்து போய்க் கொண்டிருந்தான். அதைக் கடப்பதில் சிரமம் கிடையாது. வேட்டியை மடித்துக் கட்டிக்கொண்டால் போதும். பாதி ஆற்றில் காலில் ஏதோ தட்டுப்படுவதுபோல் இருக்கவே, ஒற்றைக்காலில் நின்றுகொண்டே மற்றொன்றால் வெளியே தூக்கிப் பார்த்தால், அது ஓர் அட்டிகை. தங்கமாகத்தான் தெரிந்தது. அதை அப்படியே கையிலெடுத்துக்கொண்டு வருவதைத் தவிர வேறு எதுவும் செய்திருக்க முடியாது.

தாத்தா காலத்திலிருந்தே தெரிந்த மாணிக்கம் ஆசாரியிடம் அதை எடுத்துக்கொண்டு மறுநாள் கீழூருக்குப் போனான். அவன் இருப்பது ஊரில் மேலப்பகுதி – மேலூர்.

ஆசாரி அதை மிகக் கூர்மையாகப் பரிசோதித்துப் பார்த்தார். தங்கம்தானா என்ற கேள்விக்கே இடங்கொடுக்காமல் குரலைச் சிறிதாக்கிக்கொண்டு “முத்து – இதை வைச்சுக்கிட்டு இருக்கது தப்பு – ரொம்ப கஷ்டத்துக்கு ஆளாகவேண்டிவரும். அதனாலே நீ என்ன செய்றே – எங்க பாத்தியோ அந்த இடத்திலே இதைப் போட்டுடு. அதுதான் நல்லது. இந்த ஊருக்கும் அதுதான் நல்லது– இதப் பாத்தியா” என்று அட்டிகையின் பின்பக்கம் செதுக்கப்பட்டிருந்த கிறுக்கல்களைக் காட்டினார். ஓர் எட்டுக்கால் பூச்சியின் படம் போலத்தான் அவனுக்கு அது தெரிந்தது. கூட்டெழுத்து என்று ஆசாரி விளக்கினார். பேய்ச்சி என அதைப் படித்துக்காட்டினார். பிறகு, மேற்கொண்டு எதுவும் பேசாது, சொன்னதை நினைவூட்டி அவனை அனுப்பிவைத்தார்.

அந்த நாள்களில் எல்லாம் இராப்பாடி வருவான். அறுவடை அநேகமாக முடிந்திருக்கவேண்டும். நாய்க் குரைப்பை

அலட்சியம் செய்து படி வாங்கிச் செல்வான். அவனிடம் அதுபற்றி, குறி கேட்கலாமா என்று வெளித் திண்ணையில் யோசித்துக்கொண்டிருந்தான். பாட்டுச் சத்தம் கீழத்தெருவில் கேட்டுக்கொண்டிருந்தது.

தெருப்பக்கம் வந்ததும் இராப்பாடி பாட்டை நிறுத்தி முத்துக்கறுப்பன் வீட்டருகே நின்றான். எதிர்வீட்டு மீனாட்சி அம்மாள் தெரு நடையில் உட்கார்ந்துகொண்டிருந்தாள். சாதாரணமாக படி எதுவும் இராப்பாடிக்குத் தரமாட்டாள்.

நடு இரவாகவிருந்தாலும் இராப்பாடி ஓரக்கண்ணால் தன்னையே பார்ப்பதாக முத்துக்கறுப்பன் நினைத்தான். இராப்பாடியைப் பார்த்து பயந்திருந்த நாள்களெல்லாம் போய்விட்டன. அடுத்த வயலறுப்பு முடிந்து இராப்பாடி வருகையில் குறிகேட்டவர்களில் பெரும்பாலோர் செத்துப்போயிருப்பார்கள். ஆனால், இராப்பாடி செத்துப்போவது குறித்து யாருமே பேசியதில்லை.

சாதாரணமாகப் பேசும் குரல் போலல்லாமல் இராப்பாடி மெதுவாகச் சொன்னான். ஆனால், முத்துக்கறுப்பனுக்கு மட்டுமே கேட்டது.

"பேச்சி கழுத்துக்குச் சொந்தமானது, வேறு யாரிட்டையும் இருக்கப்படாது – விளங்காமப் போயிருவா – நாச்சியாரு வீடு பால் பொங்கணும் – அழியக்கூடாது."

இடையே இராப்பாடியின் பின்பாட்டுக்காரன் "படி போடுங்க" என்று கூவிக் கொண்டிருந்தான். வழக்கமாக அவன் தாயார்தான் நெல் கொண்டுவந்து போடுவாள். அன்று அயர்ந்த தூக்கம். முத்துக்கறுப்பன் உள்ளே சென்று அரிசிப் பானையில் கைநுழைத்தான். எதுவோ அவன் கையைத் தடவுவது போலிருந்தது– அட்டிகைதான்.

நாழி நெல்லும் உப்பும் இராப்பாடிக்குத் தரவேண்டும். நெல் சாக்கை இரவில் அவிழ்க்க முடியாது. அரிசியும் இரண்டு சக்கரத்தையும் கொண்டுவந்து தந்தான். சிறிது நேரம் வாசற்படியிலேயே நின்றுகொண்டிருக்க – இதையெல்லாம் எதிர்வீட்டு மீனாட்சி அத்தை உறங்காது கவனித்துக்கொண்டிருந்தாள் என்பதை அறியவில்லை. இராப்பாடி போய்விட்டான் என்பதை உறுதி செய்துகொண்டு அந்த அத்தை அவனைப் பார்த்துச் சத்தம் போடத் தொடங்கினாள்.

"லேய் – நீ மாந்தையனா – இந்த வயசிலே குறி கேக்கணுமாக்கும்– கொஞ்சமாவது ஒனக்கு இது இருக்கா."

"யத்தே – இன்னைக்கு உறக்கம் வரல்லே – அவனும் வந்தான் – எப்பவுமா கேக்கப்போறோம் – சவம் ஏதாம் ஒரு தரம்."

"நல்ல சீருதான் – போய்ப் படு" என்று சலித்துக்கொண்டே தெருத் திண்ணையிலே எதுவும் விரித்துக்கொள்ளாமல் தலையைச் சாய்க்கலானாள்.

அன்றிரவு அவன் தூங்கவில்லை. சாதாரணமாகப் படுத்த உடனேயே தூங்குபவன். உடம்பெல்லாம் சுடுவது போல் இருந்தாலும் சுரம் மாதிரி இல்லை.

அதிகாலையில் அவன் மிதந்துகொண்டிருப்பது போன்ற தோற்றம். காலையில் கண்ட கனவு பலிக்குமாமே – அப்படித்தானிருந்தது. எழுந்த பின்னரும் மிதப்பது போன்றவாறே

இருந்தது. குளித்துவிட்டு வந்தால் எல்லாம் சரியாகிவிடும் என்று துண்டை எடுத்துக்கொண்டு கிளம்பியவன் கீழத்தெரு குளத்திற்குச் சென்றே குளித்திருக்கலாம். அவனுக்கு நடக்கவேண்டுமென்று தோன்றியிருந்தது. மெதுவாக யோசனை எதுவும் அதிகமில்லாது ஆற்றிற்கே போனான். ஒரு மைல் தூரமிருக்கும். கிராமத்திலிருந்து டவுன் பக்கம் போவதற்கு ஆற்றைக் கடந்து வரப்புவழி நடந்தால் போதும். ஊரிலுள்ள இரண்டு உத்யோகஸ்தர்கள் – ஒருவர் சினிமா தியேட்டரில் நோட்டீஸ் கொடுப்பவர் – இன்னொருவர் டவுன் பள்ளிக்கூடத்தில் மணியடிப்பவர் – போய்வருதல் இப்பாதையில்தான்.

ஆற்றையொட்டி அதன் படிக்கட்டுகளை ஒட்டியே இருப்பது சிவன் கோவில். ஐப்பசி, கார்த்திகை மாதங்களில் வெள்ளம் அடித்துப்புரட்டிக்கொண்டு வந்தால், யார் தயவுமில்லாமல் சிவலிங்கம் அபிஷேகம் முடித்துக்கொள்ளும். பகல் நேரத்திலேயும் இருள் அடையச் செய்துவிடுகிற கோவிலைச் சுற்றியுள்ள மரங்கள். அன்று அங்கே குளிக்க வரப்போகிறோம் என்று அவன் நினைக்கவில்லை.

வேட்டியை அவிழ்த்துப் படிக்கட்டில் சுருட்டிவைத்துவிட்டு கோவணத்தோடு இறங்கும்போது எதிர்க்கரையில் ஓர் உருவம் – சமுக்காளத்தைத் தலைமீது போட்டு அதனால் உடம்பு பூராவும் மூடிக்கொண்டிருந்த உருவம். தை மாதத்தில்கூட வேர்த்துவிடுகிறபடி உடம்பை மூடி ஒரு வடபுலத்து மனிதன் தோற்றத்தில் நின்றது.

சரி – நின்றால் நின்றுவிட்டுப் போகட்டும் என்று முத்துக்கறுப்பனால் இருக்க முடியவில்லை. காலையில் வந்துபோன சுரம் மாதிரி ஒரு வேகம். "யாரு" என்று உரத்த குரலில் கேட்டான். கேட்ட சப்தம் எதிர்கரைக்கு எட்டியிருக்கும். சமுக்காளம் இரண்டு கைகளையும் தூக்கி நின்றது. "நயினாரே" என்று பதிலுக்கு அழைத்தது.

அந்தக் காலை வேளையில் உடம்பு குளிர ஆற்றுத் தண்ணீர் பட்டு நிற்கையில் மரங்கள் எதிலும் பறவைகள் அமர்ந்து ஓசை எழுப்பவில்லை. காலளவு தண்ணீர் என்றாலும், ஓடும் தண்ணீர். அதன் சப்தம்கூடக் கேட்கவில்லை.

முத்துக்கறுப்பன் அந்தப் பதிலில் – நயினாரே என்ற கூப்பாட்டில் அந்த நிசப்தத்தை அறிந்தான்.

அது இராப்பாடி. அவனைப் பகலில் காண்பதரிது. அவன் முகத்தை யாரும் பார்த்ததில்லை – பார்க்கவும் கூடாது என்று சொல்கிறார்கள். இரவு முடிந்து அடுத்த நாள் காலையில் பெற்ற தரிசனம் வேறு எதையும் நினைக்கவிடாது தடுத்தது. படுத்துக் கிடந்தே குளித்துக்கொண்டிருந்தவன் ஒரே எழும்பலில் நிமிர்ந்து நீரோடும் பகுதியைக் கடந்து மேட்டில் ஏறி அக்கரையில் அந்த உருவம் பக்கம் போய்ச் சேர்ந்தான்.

சமுக்காளம் மறைந்த பகுதி தவிர உருவத்தின் வேறு உறுப்புகள் ஒளிவுமறைவாகத்தான் தெரிந்தன. தாடையில் தெரிந்த தாடி – கறுப்பாக – அந்த ஆளை அதிக வயதினனாகக் காட்டவில்லை. ஏதோ முன்னரே ஏற்பாடு செய்த சந்திப்பு போல முத்துக்கறுப்பன் அவன் முன்னால் போய் நின்றான்.

"நயினாரே – ராப்பாடில்லா."

"என்ன இப்ப, இந்தப் பக்கமா?"

தூரமாகவிருந்த மலைப் பகுதியைச் சுட்டிக்காட்டி "நாங்க அந்தப் பக்கம்தான் – நயினாரு நேத்தைக்கு உறங்கினேளோ?" என்று கேட்டான்.

முத்துக்கறுப்பன் பேசவில்லை.

"நயினாரு தப்பா நினைக்கக்கூடாது. பேச்சி கழுத்துக்குள்ளது வேற யாரிட்டையும் இருக்கப்படாது – சொன்னேனே கேட்டயளா."

இராப்பாடி சிறிது தள்ளி ஆற்றின் நடுவே ஒரு பகுதியைச் சுட்டிக்காட்டி, காட்டிய விரலை மட்டும் முத்துக்கறுப்பன் பார்த்துக்கொண்டிருக்க, நின்ற ஒரு கணத்தில் பெற்ற அதிர்வால் திரும்பி இராப்பாடியை உற்று நோக்கி, ஏதோ அவனுடன் ஓர் இரண்டாயிரம் ஆண்டுக் காலம் பழகுபவனாக நினைத்துக் கேட்கிறான்.

"அப்படியுமா நடக்கும் – நேத்து அம்மன் சொன்னதா சொப்பனம்."

"நயினாரே இங்கதான்."

கிட்டத்தட்ட முத்துக்கறுப்பன் அந்த அட்டிகையைக் கண்டெடுத்த ஆற்றுப்பகுதியைச் சுட்டிக்கொண்டிருந்தது விரல்.

சிறிது நேரம் எங்கோ இருந்த அவனை நோக்கி இராப்பாடி திரும்பவும் கேட்கிறான்.

"நயினாரே – ஓங்களுக்கும் தெரிஞ்சுபோச்சா."

அசைவுகூட இல்லாது நின்றிருந்தான். ஒரு பெருமூச்சை வெளியேற்றியவாறு "நானும் இப்படித்தான் இராப்பாடி ஆனேன் நயினாரே" என்கிறான்.

சொல்லிவிட்டு அவன் திரும்பிப் பாராது நடந்தான் – வடக்கே தூரத்தே மலையடிவார காட்டுப்புதூர் கிராமம் பக்கமாக.

காட்டுப்புதூர் அடிவாரப் பகுதியில் பாம்புகள் அதிகம் என்று முத்துக்கறுப்பன் அறிவான். ஆனால், அவை இராப்பாடியை ஒன்றும் செய்துவிடாது. மந்திரங்கள் தெரியும் அவனுக்கு.

> "உன் மேல் ஆணை
> என் மேல் ஆணை
> நீலகண்டன் மீதாணை"

என்று உச்சரித்து இரு கைகளையும் படரத் தூக்கினால் அவை தலைதாழ்த்திப் பின்வாங்கும்.

இராப்பாடி மலையேறிவிட்டான். இனி அடுத்த வயலறுப்பின் போதுதான் அவனைப் பார்க்க முடியும்.

முத்துக்கறுப்பன் வீடு திரும்பிய போது ஊர் மூத்தவர் பெத்தாச்சியா பிள்ளை உள்பட நாலைந்து பேர் வெளித் திண்ணையில் உட்கார்ந்து விவாதித்துக்கொண்டிருந்தனர்.

சுதேசமித்திரன் படிக்கப்பட்டுப் பொருளும் சொல்லப்படுகிறது. சுயராச்சியம் வருமா, வராதா என்ற தர்க்கம் நடக்கிறது. கூர்ந்து கவனித்தால் அது வேண்டுமா – வேண்டாமா என்ற திசைகளிலும் மாறிச் செல்லும்.

2

தெரு நடையை ஒட்டியுள்ள பகுதி அகலமாகவிருந்துவிட்டால், வந்து உட்காரும் ஆட்களுக்கு வசதி. வெளித் திண்ணையானது பொதுப்படையான பேச்சிற்கு மிகவும் நன்று. இங்கு பேசப்படும் விஷயத்திற்கும் முற்றத்தைத் தாண்டியிருக்கும் திண்ணையில் பேசப்படும் விஷயத்திற்கும் எந்த ஒற்றுமையும் கிடையாது. வெளித் திண்ணையானது புறம் என்றால், அகம் உள்ளே.

முத்துக்கறுப்பன் ஆற்றிலிருந்து திரும்பியபோது, நான்கு பேர்கள் சத்தமிட்டுப் பேசிக்கொண்டிருந்தனர்.

"மக்கா – குடிக்க கொஞ்சம் தண்ணி எடுத்தா."

பெத்தாச்சியா பிள்ளை முத்துக்கறுப்பன் படியேறியதுமே ஆணையிட்டார். சாதாரணமாக, தண்ணீர் என்றாலே பழைய சோற்று நீரும் ஏதாவது வெந்த கறிகாயாகவோ இருக்கவேண்டும். ஆனால், பிள்ளைவாளுக்கு மூச்சிரைப்பு உண்டு. அதனால், வெந்நீர்தான். கொண்டு வந்து கொடுத்துவிட்டு வெளிநடையருகே நின்றான். பேச்சை ஏதோ இன்று கேட்கவேண்டும் போல இருந்தது. சுரவேகம் எதுவுமில்லை.

"ஏ கணவதி – இந்த இட்லரு வந்து செய்ச்சிடுவானாடே?" என்று காலை ஆட்டிக்கொண்டே கேட்டு, செம்பு நீரைக் குடிக்க ஆரம்பித்தார். சுதேசமித்திரன் நாளேட்டை வைத்திருந்த கணபதியா பிள்ளை, கண்ணாடியைக் கழட்டிக்கொண்டார்.

"அண்ணாச்சி – ஒண்ணும் சொல்ல முடியாது பாத்துக்கிடுங்கோ. இவன் ரெண்டு குண்டு போட்டா, அவன் நாலுல்லா."

"ஆமா, இதிலே வெள்ளைக்காரன் சுயராச்சியம் எப்படித் தருவான்?"

"அப்படியும் சொல்ல முடியாது பாத்துக்கிடுங்கோ. நேத்து காந்தி பேசியிருக்காரு – படிக்கேன்."

கையமர்த்தினார் பிள்ளை. கணபதியா பிள்ளையைப் படிக்க விடுவது ஆபத்து. ஊரில் பத்திரிகை படிப்பவர் அவர் ஒருவர்தான். ஒவ்வொரு வரியாகப் படித்துப் பொருள் கூறுவார். இடையே தென்படும் விளம்பர வாசகங்களைச் சேர்த்தே படித்துவிடும் குணம் உண்டு. எட்டாம் வகுப்பு வரை படித்தவர்.

ஆனால், கணபதியா பிள்ளையை விட்டுவிட்டால் சுயராச்சியம் பற்றி யாரிடம் பேச முடியும். அவர் மாமனார், செல்லம் பிள்ளை பேசலாம். சொல்லப்போனால், கணபதியின் பேப்பர் மொழியை விட அவர் பேசுவது அவ்வூர் மக்களுக்கு நன்கு புரியும். தங்கை மகன் பேரில் அளவற்ற வாஞ்சை. அதற்காகவே சுயராச்சியம் பற்றி அறிந்துகொள்ள

விரும்பியவர். பெண்ணைவேறு கட்டிக்கொடுத்திருக்கிறார். மண்வெட்டியைத் தரையில் ஊன்றிக்கொண்டே இரு கைகளையும் அதன் பிடியில் வைத்து மிகவும் கவனத்துடன் கணபதியா பிள்ளை படிப்பதைக் கேட்டுத் தலையை ஆட்டுவார். தனக்குக் கொள்ளி போட மகன் இல்லையே என்று குறைபடாது கணபதியா பிள்ளையை வரித்துக்கொண்டவர்.

ஓர் ஆங்கில மாதத்தின் குறிப்பிட்ட நாளில் ஊருக்குள் கொடி ஏற்றிப் பேசப்போகிறேன் என்று கண்பதியா பிள்ளை சொன்னபோது, விவரம் எதுவும் புரியாது அந்த மாமனார் தலையாட்டிக்கொண்டார். கொடியேற்றினால் ஜெயிலுக்குப் போக வேண்டுமென்பதை அறிந்திருக்கவுமில்லை. காந்தி என்பவர் கோட்டாறு காந்திமதிநாத பிள்ளையாகத்தான் இருக்கும் என்று கணித்திருந்த மனிதர்.

ஆனால், அப்படிப்பட்டவர் மருமகனுக்குத் துணையாகப் பெருங்குரலை எழுப்பி சுயராச்சியம் – காங்கிரஸ் போன்ற வார்த்தைகளை உச்சரித்து "பிள்ளைகளே" என விளித்து லாந்தர் கம்பமருகே காலையில் கொடியேற்றிப் பேசினார். ஆரஞ்சு மிட்டாய் கிடைக்கும் என்ற நம்பிக்கை பொய்த்துப்போனபடியால் உட்காரவைக்கப்பட்ட குழந்தைகள் சீற்றமடைந்தாலும், அவர் பேசிய பேச்சு கணபதியா பிள்ளையைவிடத் தெளிவாகவே இருந்தது. பின்னர் ஊரினுள் புகுந்த போலீஸ் பின்சென்ற சமயத்தில் டவுன் குற்றாலிங்கம் பிள்ளை அவர்களுக்கு மாலை அணிவித்தார். ஆற்றங்கரைப் பக்கம் பட்டினத்தடிகளுக்குச் சிறு மண்டபம் கட்டி அங்கேயே தனது கடைசிக் காலத்தைக் கழிக்கத் துணிந்தவர் பப்புக் குட்டியா பிள்ளை. அவர் இருவருக்கும் திருநீறு பூசி அனுப்பிவைத்தார். செல்லம் பிள்ளையும் மருமகனும் சிறைவாசம் முடிந்து திரும்பியது சமீபத்தில்தான்.

இவற்றையெல்லாம் நேரில் கண்டவர்தாம் பெத்தாச்சியா பிள்ளை. பேப்பர் படிக்காத காரணத்தால் குறையொன்றுமில்லை. அவர் சுயராச்சியம் பற்றி சில கருத்துகளைக் கொண்டவர். அதை வெளியிட வார்த்தைகளைப் பிறரிடம் முக்கியமாக கணபதியா பிள்ளையிடம் எதிர்பார்க்கிறவர்.

முத்துக்கறுப்பன் நின்றுகொண்டிருந்தான். இப்போது பெத்தாச்சியா பிள்ளை சொன்னார்.

"எல்லாரும் ஒண்ணுதாம்னா அது என்னடே ஞாயம்?"

அந்த ஊரில் யாரும் பதில் சொல்லிவிட முடியாத கேள்வி. சொல்லக் கூடாதது. பேப்பர் படிக்கிறவரும் செயிலுக்குப் போய் வந்தவரும், அந்தக் கேள்விக்குள் நுழைந்து வெட்டொன்றாகப் பதில் சொல்ல மாட்டார்கள். எசமானனாக இருந்தே எல்லாரையும் சீர்திருத்தம் செய்ய நினைத்தார்கள். ஒருவேளை எசமானன் ஆவதற்காகவே சுயராச்சியம் பெறவேண்டும் என்று எண்ணினார்கள் போலும்.

இருக்கும் – பேச்சியம்மன் சந்நிதியில் யார் ஆட முடியும் என்பதை இந்த மேலூர் வாசிகள்தாம் தீர்மானிக்க முடியும். ஆற்றங்கரையைக் கடந்து அப்பாலுள்ள கீழூர் வாசிகள் எல்லாரும் அந்தக் கோவில் வாசலில் உட்கார்ந்து பேசிவிடமுடியுமென்று தோன்றவில்லை.

"நாளைக்கு ஒரு இராப்பாடியைக் கூப்பிட்டு அம்மன் கோவிலிலே ஆடச் சொல்லிடுவியா – நாலுந்தான் சொல்லுவான். நடைமுறைன்னு ஒண்ணு இருக்கில்லாடே."

இது பெத்தாச்சியா பிள்ளை கேட்பது. இது நியாயமில்லை என்றோ, நடைமுறையில்லை என்றோ சொல்ல யாரால் முடியும். இங்கே கணபதியா பிள்ளை காந்தி பேரை உச்சரிக்க மாட்டார்.

பேசிக்கொண்டிருந்தது அப்போதுதான் காதில் விழுந்தது போல விழித்தான் முத்துக்கறுப்பன். செம்பை நீட்டினார் பிள்ளை. அதை வாங்கிக்கொண்டு உள்ளே சென்றவன் அந்த அரங்கு அறையைக் கடந்து செல்கையில் அதைத் திரும்பிப் பார்த்தான்.

"சூரியன் உதிப்பது எப்படி நிச்சயமோ, அதுபோலவே சுயராச்சியம் வரப்போகிறது என்பதும் திண்ணம்" என்று பேப்பரைப் படித்துக்கொண்டிருந்தார் கணபதியா பிள்ளை.

சுதந்திரத்தைப் பற்றி நம் ராசதந்திரிகள் சொன்ன வாக்குகள் பலித்துவிட்டன என்று தாராளமாகச் சொல்லமுடியும். ஆனாலும் அந்தச் சின்னஞ்சிறு கிராமத்தில் முத்துக்கறுப்பன் என்ற படிக்காத அப்பாவியான வாலிபன் என்ன ஆனான் என்பதும், செயிலுக்குப் போய் வந்த கணபதியா பிள்ளை, செல்லம் பிள்ளை போன்றோர் அடைந்த மாற்றம் பற்றியும், செயிலுக்குப் போகாதவர் பெற்ற நிலை பற்றியும் எல்லாவற்றிற்கும் மேலாக, அந்த இராப்பாடி என்ன கண்டுவிட்டான் என்பனவெல்லாம்தான் அந்த ஊரைப் பொறுத்தவரை முக்கியமானவையாகப்படுகின்றன.

அவற்றை எல்லாம் நினைத்துப்பார்த்தால் தலை நிமிருமா?

முதலில் நினைத்துப்பார்த்தவர் யாராவது இருக்க முடியுமா? அந்தப் பிரதேசத்தின் தனித்தன்மையைக் கொஞ்சம் விலக்கி 'இதைப் பாருங்கள்' என்று வெளிச்சத்தைக் காட்டினால் அவனை அந்நியன் என்று முத்திரை குத்தித் தள்ளிவிடும் குணம்.

இந்தப் பிரதேசத்திலுள்ள ஊர்கள் யாவுமே எப்பொழுதோ நிலைபெற்றுவிட்டு வாழ்வைத் தொடர்ந்துகொண்டிருப்பவை. எல்லா நாட்டு அரசர்களும் இதை ஆண்டனர் என்றாலும் எந்தவித அடிப்படை மாற்றத்தையும் சந்திக்காது இருந்துவிட்ட மக்கள், தெருக்களோ – வீடுகளோ – கோவிலோ – விவசாயமோ எந்த வகையிலும் மாற்றத்தை ஏற்றுக்கொள்ளவில்லை.

காலுக்குச் செருப்பு அணிந்தால்கூட அதை வினோதமாகவும் வேற்றுமையாகவும் பார்க்கும் அந்த மக்கள் – அவர்களையெல்லாம் எப்படி நடந்துவிட்ட விஷயங்களுக்குப் பொறுப்பேற்கும்படி கேட்க முடியும். முதலில் என்ன நடந்தது – நடக்கிறது என்பதையே அறியா மாந்தர் அல்லவா அவர்கள்.

3

மேலூர் கீழூர் என்று பிரிந்து கிடந்தாலும், மேலூர் தான் ஊர் என்று சொல்லவேண்டும். பிரிக்கப்படா விட்டாலும் பிரிவுகள் மனதளவில் இருக்கத்தான் செய்தன. உழவர்களை அதிகமாகக் கொண்டு விட்டது மேலூர். அந்த உழவுத்தொழிலுக்கு உதவியாக இருப்பவர்கள் கீழூரில். சொந்த நிலத்தில் உழுதுண்டு பிழைப்பவர்கள் யாரையும் மதிப்பதில்லை. அதிலும் உழுவித்து உண்ணும் சக்தி படைத்தவர்கள் சமஸ்தான மன்னரைத் தவிர யாரையும் பொருட்படுத்துவதில்லை. சமஸ்தான மன்னர்களும் மேலூருக்கு விஜயம் செய்வதுண்டு.

மேலூரில் கச்சேரி உண்டு. நிலவரி வசூலிப்பு நடக்கும் காலங்களில் மூன்று தெருக்களிலும் இரண்டு மூன்று பேர் வந்து நின்று பெயர்களைப் படிக்க, வீடுகளிலிருந்து யாராவது வந்து 'நாளைக்குக் கச்சேரியிலே கட்டிடறேன்' என்று சொல்வார்கள். பிராமணக் குடியில் வரிவசூல் கிடையாது.

மேலூரின் அழகு தனிதான். சுற்றிலும் கண்ணிற்கெட்டிய தூரம் வயற்காடுகளே. மோட்டார் ஓடும் சாலையை அடைய வயல்வரப்பு வழி நடந்தால் மூன்று மைல். வயல்களுக்கு நடுவே நிமிர்ந்து நிற்கும் பனை மரங்கள், அவை எக்காரணங்கொண்டும் வெட்டப்பட மாட்டா. வெட்டப்படாதவை மட்டுமல்ல, சூறைக்காற்று அடித்துக் கீழே விழுந்தால்கூட அது துர்ச்சகுனமாகக் கருதப்படும். சகுனங்கள் நல்ல விஷயங்களையும் சொல்லித் தருகின்றன.

வடக்குத் தெருவில் இருக்கும் எட்டு வீடுகள் கொண்ட பகுதி பிராமணக்குடி என்றே அழைக்கப்பட்டது. அக்ரஹாரம் என்றால் சுதேசமித்திரன், பாரத தேவி படிக்கும் கணபதியா பிள்ளை போன்ற இரண்டொருவருக்கே பொருள் புரியும்.

கோவில் அருகே அமைந்த வீடு தேவஸ்தானத்திற்குச் சொந்தமானது. கிருஷ்ணன் போற்றிக்கு ஒதுக்கப்பட்டிருந்தது கோவிலின் மேல் சாந்தி பதவி அவருக்கு. கீழ் சாந்தி வேலை தண்ணீர் பிடித்து வரவும் அர்ச்சனை சமயம் உதவியாக இருப்பதுதான். ஊர் தெப்பக் குளத்தின் வடக்குப் பகுதியில் அமைந்துவிட்ட அந்த வீட்டின் பின்பக்கம் வழி குளத்தின் ஒரு துறைக்கு வந்துவிடலாம். மனைவியோடு ஏழெட்டு வருடமாக மேலூரில் இருப்பவர். குழந்தை இல்லை. மங்களூர் சொந்த ஊர். தாய்மொழி துளு தவிர கிட்டத்தட்ட எல்லா மொழிகளையும் சுமாராகப் பேசுவார். கால் சிறிது ஊனம். சில ஆண்டுகள் பட்டாளத்திலும் இருந்தவர். கால் ஊனம் ஏற்பட்டது அப்போதுதான் என்று சொல்லப்பட்டது. அவர் மனைவி மேலூருக்கு வந்த புதிதில் துளு தவிர மலையாளம் மட்டுமே பேசினாள். போற்றியைவிட மிகவும் இளையவளாகத் தெரிந்தாள்.

கோவில் சமஸ்தான ஆட்சியின் கட்டுப்பாட்டிலிருந்தது. தினமும் பத்து பிராமணர்களுக்குச் சாப்பாடு போடப்பட்டது. மேலூர் பிராமணக் குடியில் ஆறு ஆள்களே இருந்தபடியால், பக்கத்துப் புதூர் கிராமத்திலிருந்து நான்கு பிராமணர்கள் வந்து உணவு உட்கொண்டு தெப்பக் குளத்தில் கையலம்பிச் செல்வதை மேலூர் சிறுவர்கள் தினமும் வேடிக்கை பார்த்தனர். பெத்தாச்சியா பிள்ளை அறுப்பு ஒன்றிற்கு ஒரு சாக்கு நெல் சாப்பாட்டிற்கென தேவஸ்தானத்திற்கு நன்கொடை அளித்துவந்தார்.

ஆண்களுக்கு இலவச உணவு இருந்தது என்றால், கோவிலில் கிடைக்கும் பச்சரிசிக் கட்டிச் சோறு பிராமணக்குடி பெண்களுக்கோ சரியான வாய்ப்பாக இருந்தது. ஊராருக்கு வியப்பு. ஏதோ ஒரு நாள் விரதம் திருநாள் என்று பச்சரிசியைக் காணும் அவர்களுக்கு அதிசயம்தான். வயலறுத்து வந்ததும் நெல்லை அவித்து அதைப் புழுங்கலாக்கியே சாப்பிடுவார்கள்.

பிராமணக் குடியில் சங்கர ஐயர் மட்டும் கோவில் உணவை நம்பி இராதவர். ஒரு நல்ல வயல் அவர் பெயருக்கு இருந்தது. ஊற்றங்கால் விளைச்சல். அந்த வயல் எப்படி

இவருக்கு வந்து சேர்ந்தது என்பது இதுவரை ஊரார் அறியாதது. பெத்தாச்சியா பிள்ளைக்குத் தெரிந்திருக்கும். அவர்தான் சங்கர ஐயரின் வயலை 'பாட்டம்' எடுத்துக்கொண்டவர்.

சங்கரய்யருக்கு வயல் இருந்ததேயொழிய, அவர் வரப்பில் நடந்து யாரும் பார்த்ததில்லை. அவர் வரப்பில் நடந்தால், அது சீர்குலைந்து போகக்கூடும். அத்தனை உடல் பருமன். "நான் போய்விட்டால் தூக்கிச் செல்ல எட்டுப் பேர்வேண்டும் – அத்தனை பேர் பிராமணர்குடியில் கிடையாதே" என்று வேடிக்கையாக அவர் சொன்னாலும் அது உண்மை. மெலிந்திருந்த அவர் மனைவி அவர் பருமனை இன்னும் பெரிதாக்கிக் காட்டினாள். ஒரே பையன்.

சமஸ்தான மன்னரில் ஒருவர் இந்தப் பிரதேசத்தில் விஜயம் செய்து தங்கியிருந்தபோது, சங்கரய்யரின் மூதாதையர் ஒருவர் மன்னருக்கு அனுசரணையாக நடந்துகொண்டபடியால் மகிழ்ச்சியடைந்து, பல வயல்களை இஷ்ட தானமாக அளித்தார் என்று கூறுவார் பெத்தாச்சியா பிள்ளை. எல்லாம் போக, தற்போது மிஞ்சியுள்ளதுதான் இந்த ஊற்றங்கால் வயல்.

இன்னொருவர் வயலைப் பாட்டம் எடுத்துப் பயிர் செய்வது இரண்டாந்தர விவசாயி என்றிருக்கலாம். பெத்தாச்சியா பிள்ளை விஷயத்தில் அவ்வாறு அல்ல. அவ்வாறு சங்கரய்யர் வயலை எடுத்து ஆறு மாதத்திற்கு ஒரு முறை ஐந்து கோட்டை நெல்லை அவருக்குத் தருவது மூலம் ஊருக்குச் சில நன்மைகள் கிடைக்க வழிசெய்கிறார் என்றும் சொல்லவேண்டும்.

இன்னொன்றும் சொல்லலாம். மேலூர் பெத்தாச்சியா பிள்ளையைப் பொறுத்தவரை, ஒரு காகம் பறந்துசெல்ல முடியாத அளவிற்குப் பரப்பு கொண்ட வயல்களைச் சொந்தமாக்கிக்கொண்டவர் என்று ஒரு காவிய நயத்தோடு சொல்லப்பட வேண்டியவர். பெரிய அண்ணாச்சி என்று அழைக்கப்பெறுவதும் பெரிய விஷயம்தான். ஒரு சமயம் கணபதியா பிள்ளை ஒரு பந்தயம் போட்டார். வயல் அறுப்பு நடந்துமுடிந்துவிட்டதென்றால் வரப்பில்தான் நடக்கவேண்டும் என்பதில்லை. அதன் குறுக்காக எப்படி வேண்டுமானாலும் நடந்து டவுன் போகும் சாலையை அடையலாம். வேலை முடிந்து அடுத்த பயிருக்காக உரம் போட சில சமயம் வண்டிகள்கூட வயல்கள் நடுவே போய்வரும். அதனால் ஏற்படும் தடங்கள் நடப்பதற்கு வசதியாகவும் இருக்கும் – ஒன்று அல்லது இரண்டு மாதங்களுக்கு.

கணபதியா பிள்ளை முத்துக்கறுப்பனிடம் சொன்னார்.

"லேய் – நீ நம்ம, பெரியண்ணாச்சி வயலைத் தொடாம ரோட்டுக்குப் போயிருவாயா – பார்க்கலாம்."

முத்துக்கறுப்பன் கணக்குப் போட்டான். வாய்க்காலின் முன்னால் இருப்பது அவரது வயல். வரப்பின் மறுபுறம் அவர் பாட்டம் எடுத்திருக்கிற வயல். கணக்குப் போட்டால் கணபதியா பிள்ளை சொன்னது போல போகமுடியாது என்று தெரிந்தது.

அப்படிப்பட்ட பெத்தாச்சியா பிள்ளை சங்கரய்யர் வயலைப் பாட்டம் எடுத்துக்கொண்டதற்கு வேறு காரணம் இருக்கும் – காரணங்களும் இருக்கும்.

4

உறவுமுறைகள் ஊரில் கட்டாயமாக விதிக்கப்பட்டுவந்த காரணத்தால், எதிர்வீட்டு மீனாட்சி அம்மாளை முத்துக்கறுப்பனின் அத்தை இல்லை என்று சொல்லிவிட முடியாது. தம்பி மகன் என்று அவனைச் சீராட்டியிருக்கிறாள். முத்துக்கறுப்பனின் தாயாரை ஒரு நாத்தனார் ஸ்தானத்திலிருந்து கண்டிப்பு செய்வாள்.

“லேய் – ஒன்னை ஒரு மாசமா பாத்துக்கிட்டே வரேன் – ஏம்லே ஒரு மாதிரியா இருக்கே” என்று அவனை விசாரித்துவிட்டு, தன்னைப் பார்க்க வந்திருந்த மேலத் தெருக்காரியிடம் உரத்த குரலில் பேசினாள். அந்த மேலத் தெருக்காரியை முன்னிலைப் படுத்திப் பேசினாள் – செய்தி முத்துக்கறுப்பனின் தாயாருக்குக் கேட்கவேண்டும்.

“யாவுள்ளா – கன்னி கழியாம அந்தக் கடங்காரி போயிட்டா, நாளும் ஒரு சீலை எடுத்து வைச்சுக் கும்பிடாண்டமா – இப்படியா இருக்கது.”

தன் சித்தியைப் பற்றித்தான் சொல்கிறாள் என்பதை முத்துக்கறுப்பன் அறிவான். பேச்சியம்மாள் அவன் தாயாரின் தங்கை. கல்யாணமாகாமலே செத்துப்போனவள். தன்னைத் தீயாலே பொசுக்கிக் கொண்டவள். தெருவிலே பம்பரமாடிக்கொண்டிருந்தவன் தனது வீடு நோக்கி எல்லாரும் ஓடுவதைப் பார்த்து என்னவென்று ஓடி வந்து படியேறினால், அடுக்களைப் பக்கமிருந்து ஓர் உருவத்தை – தேகமெல்லாம் வெள்ளை வெளேரென எரிந்து சிவந்த ஒருத்தியை– தன் அம்மா கைத்தாங்கலாகக் கொண்டு வந்து உள்த் திண்ணையில் கிடத்தியதைக் கண்டு நின்றான். அன்று அவன் கண்டது இப்போதும் கண் முன்னே தோன்றும். அம்மா கூக்குரலிட்டுக்கொண்டிருக்க, தெருவிலுள்ள அத்தனை ஆண், பெண்களும் அங்கே. ஆண்கள் உச்சவரம்பில் சப்தமிட்டு பெண்களை அடக்கி, வண்டி ஏற்பாடு செய்து ‘டவுன்’ ஆஸ்பத்திரிக்கு எடுத்துச் சென்றதுதான் முத்துக்கறுப்பனுக்குத் தெரியும். சித்தி திரும்பவும் இங்கே வரவில்லை. ஆஸ்பத்திரியிலிருந்து நேரே இடுகாட்டிற்கு எடுத்துச்சென்றுவிட்டார்களாம். சித்தியைக் ‘கன்னி தெய்வமாக’ அடுத்த ஆண்டு வீட்டில் சேலை எடுத்துவைத்து வழிபாடு செய்ததைப் புரிந்துகொள்ளாது நின்றிருக்கிறான். பேச்சி இந்த வீட்டில் வளர்ந்தவள். முத்துக்கறுப்பன் பிறப்பதற்கு முன்பே இந்த வீட்டில் வளர்ந்தவள். அவன் தாயைவிட மிகவும் சிறியவள். தன் பேரில் எழுதிவைக்கப் பெற்ற சொத்துக்களோடு இங்கே வந்து விட்டவள். சாதாரணமாக கொண்டவன் – கொடுத்தவன் வீட்டில் இவ்வாறு வந்து சேருவதில்லை என்று இருந்தாலும் யாரும் பழித்துப் பேசியதில்லை. ஆனாலும் வேறு ஒரு பிரச்சினை இருந்தது. பேச்சி அம்மாளுக்கு மாப்பிள்ளை தேடவேண்டும். அப்படித் தேடவேண்டிய கடமை முத்துக்கறுப்பனின் அப்பாவிற்கு வந்துசேர்ந்தது. கடைசியில் வந்துபோன மாப்பிள்ளை வீட்டுக்காரர்கள் திரும்ப வந்து பேசவில்லை.

திருமணம் நடக்கவில்லை என்ற காரணத்திற்காக அவள் தீயிட்டுக் கொண்டாள் என யாரும் நினைக்கவில்லை. அதற்கு மூன்று நாள்கள் முன்பு ஆற்றங்கரை சுடலைமாடன் பூசனைக்கு அவன் வந்திருந்தான். முத்துக்கறுப்பனின் தகப்பனார் ஆவேசம் வந்து ஆடியதை அவள் பயத்தோடு பார்த்துக்கொண்டிருந்தாள். அந்தச் சுடலை மாடன் ஒரு மேட்டில் – ஆற்றங்கரைப் பக்கமாக – குடிகொண்டிருந்தார். முத்துக்கறுப்பன் வீட்டில்

யாரும் சுடலைமாடன் என்ற தெய்வப் பெயரைச் சொல்வது கிடையாது. அவன் அப்பா பெயரும் அதுதான். உழவு தொடங்கு முன்னர் பூசனை நடக்கும். பக்கத்தில் கத்தரி வயல். அது பெத்தாச்சியா பிள்ளையின் சொத்து. அதன் பக்கத்து வயலில் கீரைப் பாத்தி போடப்பட்டிருந்தது. அது பேச்சிக்கு அவள் தகப்பனார் எழுதி வைத்த நிலம். பொசுங்கிப்போவதற்கு முன்தினம் அங்கே வந்ததை பட்டினத்தார் மடத்து பப்புக்குட்டியா பிள்ளை பார்த்திருக்கிறார். வீட்டிற்கும் திரும்பியிருக்கிறாள். காளியூட்டு நடந்துகொண்டிருந்த நாள்.

சில விஷயங்கள் ஊகத்தோடு நின்றுபோய்விடும். இது அப்படியில்லை. மீனாட்சி அத்தைக்கு ஏதோ தெரிந்திருந்தது. ஆனால், அவளுக்கு ஏதாவது தெரியும் என்று யாரும் அறியமாட்டார்கள்.

ஆஸ்பத்திரிக்கு வந்து டாக்டரிடம் பேசிச் சடலத்தை எடுத்து வர ஏற்பாடு செய்தவர் எல்லாம் பெத்தாச்சியா பிள்ளைதான். இல்லையென்றால் சில கஷ்டங்கள் ஏற்பட்டிருக்கலாம். அவரோடு சங்கரய்யரும் ஆஸ்பத்திரிக்கு வந்திருந்தது விசேடம்.

அன்று பேச்சியம்மாளுக்குச் சேலை எடுத்துவைத்துக் கும்பிட்டபோது, முத்துக்கறுப்பன் இருந்தான். இரண்டு முதியவர்கள் அழுதனர். அந்தச் சப்தம் கேட்கவேண்டும். ஊரின் மூன்று தெருக்களிலும் அழுவதற்காக முதியவர்கள் இருந்தனர். திருமணத்தின்போது காய்கறி வெட்ட ஊரார் வந்து உதவுவது – திவசம் நாட்களில் அழுதுகொண்டாட பெண்மணிகள் கூடுவது – எல்லாம் கடமை உணர்வோடு செயல்படுத்தப்பட்டது. ஒப்பாரி இயல்பாக இருந்தது.

முத்துக்கறுப்பனை விழுந்து கும்பிடச் சொன்னாள், மீனாட்சி அத்தை. அம்மாதிரி நிகழ்ச்சிகளுக்கு ஊரில் முன்நிற்கவேண்டும். எல்லாரையும் திட்டிக்கொண்டே அவள் எல்லாருக்கும் உதவினாள்.

மீனாட்சி அத்தை காட்டுப்புதூரைச் சேர்ந்தவள் என்பதும் பப்புக்குட்டியா பிள்ளையின் தூரத்து உறவினர் என்பதும், சிறு வயதிலேயே அறுத்துக்கொண்டுவிட்டதால் கீழூர் வீட்டிலேயே தன் காலத்தைக் கழிக்கத் தீர்மானித்தவள் என்பதும் ஊர் அறிந்த விஷயம். குழந்தை இல்லை. அவளது வயது அவளை எல்லாருக்கும் அக்காள் ஆக்கிற்று. மீனாட்சி அம்மாளும் அதற்கேற்றாற்போல எல்லாரையும் பரிபாலித்துக்கொண்டாள். பெத்தாச்சியா பிள்ளை உட்பட எல்லாருக்குமே அவளிடம் ஒரு பயங்கலந்த மதிப்பு.

பேச்சி அம்மாளுக்குத் திவசம் நடந்த அடுத்த மாதம் முத்துக்கறுப்பனின் தகப்பனார் திடீரெனக் காலமானார்.

5

தெரு சாந்தமயமாகவிருந்தது. இறப்பு ஏதோ ஒரு நெறியைச் சொல்லிவிட்டுப் போவதுபோலத் தோன்றிற்று. அதைச் சிறிது உற்று நோக்கி, புரியாமல், புரிந்தவரை போதும் என்று மீண்டும் வந்துபோன பாதை பயன்படுத்தப்படுகிறது. வார்த்தைகள் அளவிற்கு மீறி வந்து விளக்கப்படுகையில் மேலும் புரியாத ஒன்றாகிவிடுகிறது. 'சத்தங்கள் ஏதுக்கடி' என்று ஒரு சித்தன் கேட்டுப் போனான்.

சுடலைமாடன் சந்நிதி முன்பு ஆடும்போது மட்டுமே அவர் – சுடலைமாடன் பிள்ளை – வாயைத் திறந்து ஆவேசம் வந்துவிட்டதைக் குரல் மூலம் காட்டுவார். வேறு விதத்தில் எல்லாரிடமும் பேசிக்கொண்டிருக்கும் பழக்கம் அவருக்கு இல்லை. யாரிடமும் சண்டை போட்டும் பழக்கமில்லை. மூதாதையர் ஊர் எல்லாம் பக்கத்து 'புதூர்' என்றாலும் அவரது அப்பா 'சுடலைமாட சாமி' இருக்கும் ஊரையே வரித்துக்கொண்டவர். பக்கத்து ஊர் என்று பெயரேயொழிய மேலூர் வரப்புகளில் நின்று உரத்த குரலில் பேசினால் புதூருக்கே கேட்கும். அதற்கும் வடக்கே தூரத்தில் இருந்தது காட்டுப்புதூர்.

சுடலைமாடன் பிள்ளைக்கு அக்காள் தங்கை என்று யாரும் இல்லை. அண்ணன் ஒருவன் இருந்து திடீரென வடபுலம் போய்விட்டதாகவும் வேறு விவரங்கள் தெரியாதென்றும் சொன்னார்கள். கடைசிக் காலத்தில் மனம்விட்டுப் பேச ஆளில்லை என்பது உண்மை. குழந்தை – முத்துக்கறுப்பன் – பிறந்ததும் தாமதம்தான். ஒரு வயது மூத்தவர் என்ற காரணத்தால் பெத்தாச்சியா பிள்ளை 'அண்ணாச்சி' என்று மரியாதை கொடுத்துப் பேசினார். சுடலைமாடன் பிள்ளையிடம் எல்லாருமே மரியாதையுடன்தான் பேசினர். அவர் அதிகமாகப் பேசாதது அதன் முக்கிய காரணமாக இருக்கக்கூடும்.

பதினாறாவது நாள் வரை நடக்கும் சடங்குகளில் ஊர் கலந்து கொள்ளும். கல்யாணத்தை விலக்கிவைத்தாலும் துட்டியை விலக்கக் கூடாத ஊர் மக்கள். சிலவகை விரோதங்கள் மறக்கப்படவும் செய்யும். பெண்கள் யாரிடமும் சொல்லமுடியாத தங்கள் மனக்குறையைக் கூடி அழுது ஒப்பாரி மூலம் சில சமயம் போக்கிக்கொள்ள முடிகிறது. இல்லையென்றால்,

கத்தரிக்காய் எங்களுக்கு
கைலாயம் உங்களுக்கு
வாழைக்காய் எங்களுக்கு
வைகுந்தம் உங்களுக்கு
சேந்தீகளா – போய்ச்
சேந்தீகளா

போன்ற ஒப்பாரி வகைகள் அந்தப் பிரதேசத்தில் தோன்றியிருக்க முடியாது. அங்கே பெண்கள் கல்வி அறிவு பெற்றவர்கள் அல்லர்தாம். ஆனால், கவிதை தோன்ற கல்வி எம்மாத்திரம்?

இரண்டாம் நாள் காடேற்று என்றால், மீதமுள்ள நாள்களில் கடைப்பிடிக்கப்படும் சடங்குகளும் விவசாய சம்பந்தமான பெயர்களைக் கொண்டிருக்கும். ஞாயிறு, வியாழன் ஆகிய கிழமைகளும்தாம் துட்டி விசாரிக்கச் செல்லும் நாள்கள் அவை கடலைக் கிழமை, பயற்றுக் கிழமை, தேங்காய்க் கிழமை என்றே அழைக்கப்பெற்றன. கடைசி நாள் கல்லெடுப்பு.

அன்று சிறு சடங்குடன் முத்துக்கறுப்பன் மீண்டும் ஒரு முறை தலை மழிக்கப்பட்டான். குறிப்பிட்ட அளவில் பக்கத்து ஊர்களிலிருந்து வேண்டியவர்கள் வந்திருந்தனர். டவுன் பக்கமிருந்து குற்றாலிங்கம் பிள்ளை. நடக்கிற சுதந்திரப் போராட்டம் பற்றி குற்றாலிங்கம் பிள்ளை சொல்வதைத்தான் ஊரில் எல்லாரும் நம்பிக்கொண்டிருந்தனர். ஜெயிலில் ஒரு

வருடம் வரை இருந்தவர். பல ஊர்களைத் தமது பிரச்சாரத்தால் அந்தப் போராட்டம் பற்றிச் சிறிதளவு புரியச்செய்தவர் – ஜெயிலில் சுபாஷ் சந்திர போஸ் போன்ற தலைவர்களையே சந்தித்த ஒரே ஆள் என்றெல்லாம் பெயரெடுத்திருந்தவர். எல்லாமே உண்மைதான்.

"சுபாஷ் போஸ் முன்னாலே ஜெயில் வெள்ளைக்கார ஆபிசர் வெலவெலத்துப்போயிடுவான். அப்புடியிருக்கும் போஸோட இங்கிலீசு" என்பது போன்ற விவரங்கள் புதியதாகவும் இருக்கும். துட்டி வீட்டில் இவற்றையெல்லாம் பேசமுடியாது. பொதுவான ஊர் விஷயங்களையும், துட்டி கேட்க வந்துள்ள ஊரார் நிலை பற்றியே பேச்சு இருக்கும்.

"சிவதாணு பத்தி விவரம் ஏதும் தெரியாமலே போயிட்டுது பாத்தியா" என்று பொதுவாகப் பேசினார்.

"யத்தான் – என்ன சொல்லுகியோ – செய்ய முடிஞ்சதையெல்லாம் செய்தாச்சு – வேறு என்னதான் வழின்னு தெரியல்லை" என்று பெத்தாச்சியா பிள்ளை மெதுவாகக் கூறினார். பக்கத்தில் உட்கார்ந்திருந்தார்.

சுடலைமாடன் பிள்ளையின் அண்ணன் சிவதாணு சிறு வயதிலேயே எங்கோ சென்றுவிட்டதைப்பற்றியும் மேற்கொண்டு எந்தத் தகவலும் கிடைக்கவில்லை என்பது குறித்தும் மேலூர்வாசிகள் அடிக்கடி நினைவுகூர்வார்கள்.

"உக்கார வைச்சாச்சா" என்று ஒரு முதியவர் முற்றத்தில் நின்று கொண்டே கேட்டார். உள்திண்ணையில் குத்துவிளக்கு முன்னர் முத்துக்கறுப்பன் மணையில் இருத்தப்பட்டு பெரியவர்கள் தலைக்கட்டு கட்டினார்கள். ஓர் ஈரிழைத்துண்டு, நாலு முழ வேட்டி, மல் துணி போன்றவை பயன்படுத்தப்படும். சிலர் ஒரு ரூபா வெள்ளி நாணயத்தை அவன் கையில் வைத்து அழுத்தி தலையைத் தடவிக்கொடுத்தனர். அவர்களது கால்களைத் தொட்டுக் கும்பிட்டுக்கொண்டான்.

முற்றத்தில் சிறுவர்களுக்கும் உள்ளே திண்ணையில் பெரியவர்களுக்கும் இலை போடப்பட்டது. அவர்கள் சாப்பிட்டதும் பெண்களுக்கு, மீனாட்சி அத்தை முன்னின்று நடத்தினாள்.

"போயிட்டு வாரேன்" என்று சாதாரணமாகச் சொல்வதை அன்று யாரும் சொல்ல மாட்டார்கள். சில பெண்கள் திரும்பவும் முகத்தை மூடி அழுதவாறு கிளம்பினர். வெளி நடைத் திண்ணையில் ஆண்கள் உட்கார்ந்து பேச்சைத் தொடர்ந்தனர். அந்த ஆண்டு மழை எப்படி இருக்கும் என்ற விதத்தில் பேச்சு திரும்பியது. புதூரைச் சேர்ந்த சிலர் முத்துக்கறுப்பனை அழைத்து, "மக்கா, நீ வீட்டுக்கெல்லாம் வா – தைரியமா இருக்கணும் பாத்துக்கோ" என்று சொல்லிவிட்டுப் புறப்பட்டனர். அவர்கள் யாரென்பதே அவனுக்குத் தெரியவில்லை.

காட்டுப்புதூரிலிருந்து வந்திருந்த ஒரு முதிய பெண்மணியும் அவளை அழைத்துவந்த இளைஞனும் புறப்பட்டுச்சென்றனர். அவர்கள் யாரென்று குறிப்பாக யாருக்கும் தெரியவில்லை. விளக்கு ஏற்றுகிற சமயம் வந்துபோன அவர்களுக்கு மீனாட்சி அம்மாள் மட்டுமே தெரிந்தவளாயிருந்தாள்.

6

மேலூரின் தெப்பக்குளத்தைப் பற்றிச் சொல்லாவிட்டால், ஊரின் பெருமை பூரணமாகாது. நான்கு தெருக்களைக் கொண்ட ஊரை விட அந்தக் குளம் பெரியது. நீந்தத் தெரியாதவரே அங்கு இல்லை. தண்ணீரில் தூக்கிப்போட்டுவிட்டால் போதும் – சிறுவர்கள் நீந்தக் கற்றுக்கொண்டுவிடுவார்கள். ஓடிப் பிடித்து விளையாடுவது தரையைவிட தண்ணீரில்தான் அங்கு அதிகம்.

சுற்றுப்புற ஊர்களிலிருந்தும் பக்கத்து டவுனிலிருந்தும் வந்து குளித்துவிட்டுச் செல்வோர் உண்டு. சில டவுன்வாசிகள் வாடகை சைக்கிள் எடுத்துக்கொண்டு இங்கு வந்து குளித்துச் செல்வதை வழக்கமாகக் கொண்டிருந்தனர். குளம் சுத்தமான நீரைக் கொண்டிருந்தது, அதிலுள்ள மீன் கூட்டங்களால்தான். அந்தக் குளத்தில் யாரும் மீன் பிடித்துவிட முடியாது.

துறைகள் விசேடம். தெருவின் ஆரம்பத்திலேயே ஆண்–பெண் துறைகள். வலப்புறமாகக் குருக்களையா துறையும் அதன் நேர் எதிர்ப்பக்கம் பிராமணத் துறையும். இரண்டு பக்கங்களிலும் மாமூட்டுத் துறை – அரசமூட்டுத் துறை என்று மரத்தின் பெயரைக் கொண்டு நிற்பவை. சமஸ்தான மன்னர் முன்பெல்லாம் விஜயம் செய்த இடமாதலால், அங்கே அரச கொட்டாரத்தின் பின்புறத்தில் ஒரு துறையும் தெப்பக் குளத்தைச் சார்ந்திருந்தது.

குருக்களையா வீடு அந்தத் துறையோடு சேர்ந்திருந்தது போல எதிர்ப் பக்கத்தில் மேல் சாந்தி போற்றியின் இருப்பிடத்திலும் துறை உண்டு. இவ்வீடுகளைச் சேர்ந்தோர் தெருவிற்குள் வராமலேயே அவரவர் துறைக்கு வந்து குளித்துப் போவார்கள். அதிலே குருக்களையா ஞானசம்பந்தம் அவர்கள் பத்து மைல் தள்ளியிருந்த சாந்தலிங்க தம்பிரான் மடத்தில் தீக்கை பெற்றவர். பக்கத்தூர்களுக்கு அடிக்கடி செல்வார். ஆனால், கிருஷ்ணன் போற்றி குறித்து அப்படியெல்லாம் சொல்ல முடியாது. கோவில் வேலை முடிந்துவிட்டால் வீடுதான். ஞாயிறு, வியாழன் நாள்களில் மதியம் ஒரு நாள் டவுன் சந்தை சென்று சாமான்கள் வாங்கிவருவார். வரப்பு வழி போய்வருவதைக் கூடிய மட்டும் தவிர்ப்பார்.

தெப்பக்குளத்தில் நீர் வற்றுவதில்லை. எல்லையில்லா அகண்ட கண்டம் ஒன்று ஊழ்வினையால் கடலில் மூழ்க, அங்கே ஓடிய ஆற்றின் ஒரு பகுதியை இந்தப் பிரதேசம் நல்வினைப் பயனாய்ப் பெற்றிருந்தபடியால், குளத்தில் நீர் எப்போதும் இருந்தது. கோடைக்காலத்தில் ஊற்று நீர் குறையும்போது மட்டும், குளத்தில் அதுவரை தெரியாத படிக்கட்டுகள் தோன்ற ஆரம்பிக்கும். எப்படி இருந்தபோதிலும் குளத்தில் குளிப்பதே சுகம். ஆற்றில் நீச்சல் அடிக்க முடியாது. கோடைக்காலங்களில் படுத்துக்கொண்டே குளிக்கவேண்டியும் இருக்கும். ஊரிலிருந்து சிறிது தூரம் நடக்கவும்வேண்டும்.

குளத்தின் மறுகோடிக்கு நீந்தி வருதல் என்பது குளத்துப் பரப்பளவைக் கொண்டு பார்த்தால் எத்தனை அரியது என்பது தெரியும். ஆனால், மேலூரில் அப்படி அல்ல. சாதாரணமாக நீந்திக் குளிப்பவர் அனைவருமே எப்போதாவது ஒரு தடவை அந்தக் கரை வரை சென்றுவந்தவர்தாம். இப்போது குளத்தில் அதிக நேரம் கழிக்காத முதியவர்களும் ஒரு காலத்தில் அப்படி நீந்திவந்தவர்களே. மூச்சுவாங்க குளத்தைச் சுற்றி வந்து தலை

துவட்டப் படியேறும்போது கிடைக்கிற பெருமிதம் பெரிது. இத்தனைக்கும் தெப்பக்குளத்தில் இதுவரை எந்த அசம்பாவிதமும் நடந்ததில்லை. எப்போதோ ஒரு முதிய பெண்மணி மனநிலை சரியில்லாமல் குளத்தில் விழுந்து தன்னை மாய்த்துக்கொள்ள, மூன்று நாள்கள் குளம் வெறிச்சோடிக்கிடந்ததாகக் கிழவர்கள் சொல்லிக் கேட்டதுண்டு.

படிக்கட்டுகளிலிருந்து இறங்காமல் ஒரே அடியாக நீரில் குதிக்கும் வழக்கம் சிறுவர் இளைஞர் எல்லோருக்குமே இருந்தது. இது தவிர தெப்பக்குள மதில் மேல் ஏறி நின்று ஒரே குதி. அதாவது பரவாயில்லை. அபூர்வமாகச் சிலர் இரண்டு துறைகளின் பக்கமாக இருக்கும் மாமரம் அரச மரம் கிளைகளில் ஏறித் தணணீர்ப் பக்கமாக இருக்கிற கிளைகளிலிருந்து குதிப்பதுண்டு. இது கொஞ்சம் அதிகப்படி ஆனபடியால் ஏற ஆரம்பித்தவுடனேயே பெரியவர்கள் யாராவது பார்த்துச் சத்தம் போட்டு, இறங்கவைத்து விடுவார்கள். தடைகள் உற்சாகத்தைக் கிளப்பும். இதில் அரசமரத்துறை குளிப்பதற்கும் குதிப்பதற்கும் மிக ஏற்றமுடையது என்று சொல்லவேண்டும்.

அன்று அந்தத் துறையில்தான் குளித்தான். கால் நூற்றாண்டிற்கு முன்னர் என்று எடுத்துக்கொண்டால் குளத்திலே குதித்தது – அதுவும் இந்த அரச மரத்துத் துறையில் நடந்த விஷயம் – ஒரு கீழ் சாந்தி போற்றி சம்பந்தப்பட்டதாகும். திருக்கார்த்திகை சமயம் சொக்கப்பனை விசேடம். இரவு வாகனம் நாலு தெருவையும் சுற்றி விட்டு குளத்துப் பக்கம் வரவும் சிறுவர்கள் உட்பட எல்லாருமே அந்த நிகழ்ச்சியைக் காணக் கூடிவிடுவர். சொக்கப்பனை முழு அளவில் ஓலைகளால் நிரப்பப்பெற்றுத் தயாராக அதன் உச்சியில் ஒரு கலசம் வைக்கப்பெற்று விளங்க, போற்றி ஓலைகளுக்குள் நுழைந்து பனைத் தடியில் துளையிட்டு சுற்றுவாக்கில் இணைக்கப்பட்டிருக்கும் கம்புகள் வழி ஏறி உச்சியை அடைந்து தீப ஒளி காட்டி இறங்குவார். துணையாக நாலைந்து ஊர் இளைஞர் அவர் பின்னால் ஏறி இறங்குவர். அந்தக் கணம்தான் மேள ஒலி எதுவுமில்லாது எல்லாரும் மௌனமாகவேயிருக்க முடியும். அந்தத் திருக்கார்த்திகையன்று போற்றி இறங்கினாரா என்று சரியாகத் தெரியாத நிலை. முதலில் ஏறுபவர், மற்றவர்கள் இறங்கிய பிறகு கடைசியாகத்தானே இறங்கி வெளிவர முடியும். அப்படி அவர் வெளிவந்தது தெரிவதற்கு முன்னரே மிகவும் அழகாக சொக்கப்பனைக்குத் தீ வைத்தனர். பற்றி எரிய ஆரம்பிக்கிறது – உச்சியில் போற்றி கையைக் காட்டுகிறார் – எப்படி நடந்தது என்று தெரிவதன் முன்னர் அவர் ஒரு சாதனையை நடத்தினார். எல்லாரும் பார்த்துக்கொண்டிருக்க உச்சியில் கால் ஊன்றி வெகு லாகவமாக தண்ணீரில் குதித்தார். “யார்லே தீவட்டியை சொக்கப்பனையிலே வைச்சது” என்று குரல்கள் ஓங்கி ஒலிக்கையில், அந்தப் போற்றி அரச மரத் துறைக்கு நீந்திவந்து சேருகிறார். நடந்துமுடிந்த விஷயம் பலரால் நம்பமுடியாததாக இருக்க, இந்த அவலத்தை வெளியே சொல்லாமலிருக்கவே ஊர் சனங்கள் தீர்மானித்தனர்.

இப்போது குதிப்பது எல்லாம் சாதாரண விஷயங்கள்தாம். குதிக்கலாமென்று ஓர் ஆர்வம். அவன் குதித்துக் குளித்து வெகு நாள்கள் ஆகிவிட்டன. அப்பா காலமானதற்கு முன்பு ஒரு தடவை இப்படிக் குதித்ததற்குக் கண்டிப்பு என்று எதுவும் செய்யவில்லை. ஏதோ ஒப்பிற்கு அதெல்லாம் வேண்டாம் என்று மட்டும் சொன்னார்.

எதிரே தூரத்தில் மாமரத் துறையில் குளித்துக்கொண்டிருந்தான் கீழூர் பையன். அது சிறிய துறை – கீழூர்க்காரர்களுக்கு அதுதான் பக்கம்.

வலப் பக்கத்து ஆண் - பெண் துறைகளில் யாரும் குளித்துக்கொண்டிருந்ததாகத் தெரியவில்லை. அரசமரக் கிளை மதிலைத் தாண்டி நீர் நிறைந்த பக்கம், சற்று தாழ்வாகவே நீண்டிருந்தது.

மரத்தில் எளிதாக ஏறிக் கிளையில் வந்து வலப்புறமும் இடப்புறமும் எதிராகவும் பார்த்துக்கொண்டான். வலது பக்கம் யாருமில்லை. எதிரேயுள்ள துறையில் தூரத்தே கீழூர் பையன்.

இடப்பக்கம் திரும்பினால் பிராமணக்குடி. குளத்தோடு சேர்ந்த தேவஸ்தான வீடுதான் கண்ணில் படும். வீட்டின் சன்னல் மூடியிருந்தது.

அவன் தண்ணீரில் குதிப்பதற்குள் காற்றில் அந்த சன்னலின் மேலிரண்டு பலகைகளும் திறந்துகொள்ள அரசமரத்திலிருந்து பார்த்தால், அந்த வீட்டின் உட்புற அறைக்கட்டில் - அதிலே இருவர். கிருஷ்ணன் போற்றியின் அகமுடையாள் உருவம் நன்கு தெரிகிறது - உடன் இருப்பவரும் அப்போதிருந்த நிலையும் குளத்தில் குதிக்கத் தயாராகவிருந்தவனுக்கு எந்த முக்கியத்துவத்தையும் தரவில்லை. அந்தச் சமயத்தில் சன்னலை மூட வந்தவர் அவனைப் பார்த்துவிட்டதையும் அவன் கண்டுகொள்ளவில்லை என்றுதான் சொல்லவேண்டும்.

மேலூரில் ஊழ்வினை போன்றவற்றையெல்லாம் யாரும் சொல்லிக் கொள்வது கிடையாது. தலையெழுத்து போன்ற சொற்கள் இளங்கோ அடிகள் சொல்வது போன்றதல்ல. தலையெழுத்தில் அழுத்தமில்லை.

முத்துக்கறுப்பன் குளித்துக் கீழத்தெருவில் நடந்து அம்பலம் அருகே வருகையில் டவுன் செல்லும் சாலையில் தூரத்தே வருவது யாரெனத் தெரிந்தும் அவன் அது முக்கியத்துவம்பெற்றது என்று அறியவில்லை.

தூரத்தில் கிருஷ்ணன் போற்றி டவுன் சென்று சந்தைச் சாமான்களுடன் வீட்டிற்கு வந்துகொண்டிருந்தார். அன்று வியாழக்கிழமை.

7

சேதிகள் மெதுவாகவே வந்து பரிமாறிக்கொள்ளப்பட்டன.

இட்லர் போயாகிவிட்டது - நேதாஜி மறைந்துவிட்டார் - எல்லாமே இவ்வாறுதான். நாடு சுதந்திரம் பெற்றுவிட்டது என்று தெரிந்த போதும்கூட, தாங்கள் இருந்துகொண்டிருக்கும் பிரதேசம் இப்போது எங்கிருக்கிறதென்று தெரிந்துகொள்ளாத மேலூர்வாசிகள். சுதந்திரப் போராட்டம் நடந்துகொண்டிருந்தபோதுங்கூட தாங்கள் யாருடைய பிரஜைகள் என்பதை ஐயந்திரிபறச் சொல்ல முடியாத மாந்தர்.

ஒன்றே ஒன்று மட்டும் அவர்களை அதிகமாக பாதித்தது என்று சொல்லவேண்டும். தெரு நாடகங்களிலும், வில்லுப்பாட்டிலும் இனி காந்தி பற்றிய இரங்கற் பாட்டுத்தான் பாட முடியும். "காந்தி என்னும் பூமான்" பாடலைப் பாட முடியாது. எம்.எஸ்.ஸின்

"சாந்தி நிலவவேண்டும்" என்ற பாடலையோ, தியாகராச பாகவதரின் "காந்தியைப் போலொரு சாந்த சொரூபனை" பாடலையோ தான் பாடலாம்.

சுயராச்சியப் போராட்டங்களையோ அவற்றின் உச்சக்கட்டங்களையோ நேரடியாக மேலூர் அறிந்துகொள்ளவில்லைதான். ஆனால், அந்தப் போராட்டம் போன்ற ஒன்றையோ, அதன் கஷ்ட நஷ்டங்களையோ அவ்வூர்வாசிகள் எதிர்கொள்ளத்தான் செய்திருந்தனர். அதற்கேற்ற விலையும் கொடுத்தனர்.

சமஸ்தானத்தில் வன்முறை கட்டவிழ்த்துவிடப்பட்டதாகச் சொன்னார்கள். மேலூர்ப் பக்கம் அதன் விளைவு அனுபவபூர்வமாக இல்லை என்று சொல்லவேண்டும். மத ரீதியிலான அடக்குமுறை, கிறித்தவர் – இந்து – ஈழவர் ஆகியோரிடையே பிரித்தாளும் முறை செயற்பட்டு வருவது குறித்து மகாத்மா காந்தி குறிப்பிட்டதைக் குற்றாலிங்கம் பிள்ளை சொன்னார்.

இந்து சாம்ராஜ்யம் ஸ்தாபிதமாவது கிறித்தவர்களால் தடுக்கப்படுகிறது – எனவே கிறித்தவர்கள் ஒடுக்கப்படவேண்டும் என்கிறார்கள். கிறித்தவர்கள் விடுதலைப் போராட்டத்தில் முக்கியப் பங்கு வகித்து வருகின்ற நிலையில் இந்து ராச்சியம் – முஸ்லீம் என்றெல்லாம் பேச வேண்டிய நேரம் இதுவல்ல.

ஒரு கிறித்தவ அரசர் இந்தியாவை ஆள்வதால், இது என்ன கிறித்தவ நாடாகி விடுமா – காஷ்மீர் ஓர் இந்து அரச குமாரனால் ஆளப்படுவதால், அது இந்து நாடா என்ன – இந்தியா இந்தியாவாக இருந்தால் யார் ஆள்வது என்பது பிரச்சினை அல்ல – சமஸ்தான விவகாரங்களும் அவ்வாறே.

ஒன்றுமே இல்லாதவர்களும் சுயராச்சியம் என்பதன் பொருளை அனுபவிக்கும் நிலையில் இருக்கவேண்டும். அப்படி இருக்கவேண்டுமானால் அது சாத்வீகத்தின் மூலமே கிடைக்கப்பெற வேண்டிய ஒன்று. அப்படி இல்லையென்றால் வலுவுள்ளவர் மட்டுமே பலனை அனுபவிப்பார்கள் – எளியோர் அல்லர்.

மேலூரில் மட்டுமல்ல, டவுனிலும் குற்றாலிங்கம் பிள்ளையால் காந்தியின் உரைகள் அப்படியெல்லாம் பரவிவிட்டதாகச் சொல்ல முடியவில்லை. அந்தப் பெயர் ஒரு சக்தியைத் தோற்றுவித்தது என்று சொல்வதுதான் சரியாக இருக்கும்.

கோட்டாறு காந்திமதிநாத பிள்ளையின் மருமகள் 'மகாத்மா' என்று மட்டுமே கூறினாள். மருமகள் தன் மாமனாரின் பெயரை உச்சரிக்கும் வழக்கம் அங்கில்லை.

மேலூரில் இரண்டு மூன்று பேரே காந்தி பேரையும் காங்கிரஸ் பேரையும் உச்சரித்தது போக, பெத்தாச்சியா பிள்ளை அப்போது சில கருத்துகளைச் சொல்லத்தொடங்கியிருந்தார். குளக்கரை மதிலில் சந்திப்பு இருக்குமானால் சங்கரய்யரும் அதில் கலந்துகொள்வார்.

சமஸ்தானத்தில் திவானும் இருப்பது – அதுவும் அதிக புத்திசாலித்தன திவானும் இருப்பது – மக்களை இரண்டும் கெட்ட நிலைக்குக் கொண்டு சேர்க்கிறது. ராஜாவுடையது மட்டுமல்லாது திவானது எண்ணங்களுக்கும் மதிப்புக்கொடுக்க வேண்டிவரும்.

"காந்தியே இப்படிச் சொல்லியிருக்காரு – அப்ப நிலைமை கொஞ்சம் இசைகேடாத்தான் போயிட்டிருக்கு. என்ன சொல்லுகியோ?"

கணபதியா பிள்ளை பேப்பரில் படிக்க வேண்டிய செய்தியைப் பெத்தாச்சியா பிள்ளை சாதாரணப் பேச்சிலேயே நுழைத்துவிட்டது வியப்பாகவிருந்தது.

"சாமிட்டே கேட்டுப் பாரேன்" என்று சங்கரய்யர் அந்தப் பக்கம் வருவதைச் சுட்டிக்காட்டினார்.

கணபதியா பிள்ளை திரும்பிப் பார்த்தார். சங்கரய்யர் லேசான சிரிப்போடு கணபதியுடன் பக்கத்தில் மதிலில் உட்கார்ந்தார்.

"என்ன கணபதி, எப்படியிருக்கு நிலைமை – ஓமக்குத் தெரிஞ்சிருக்கணுமே" என்று மிகவும் தெளிவாகப் பேசினார் ஐயர். சாதாரணமாக எல்லாரிடமும் அன்னியோன்னியமாகப் பேசுவது கிடையாது.

கணபதியா பிள்ளை பதில் சொல்லுமுன்னரே பெத்தாச்சி குறுக்கிட்டுச் சொன்னார்.

"அவாள் சொல்ல வரது என்னான்னு தெரியுதா கணபதி. அனந்தபுரம் போய் நேத்துத்தான் திரும்பி இருக்காரு" என்று கூறிவிட்டு சங்கரய்யரைப் பார்த்து "நீங்க விளக்கமாகச் சொல்லுங்கோ. கணபதிகிட்டே – முக்கியமா தெரிஞ்சுக்கணும்."

சங்கரய்யர் தெளிவாகவே பேசினார்:

"மூணு திவசம் அங்கே இருந்தேன் கணபதி – கடைசியா இங்க திரும்பறச்ச நான் திவானைப் பாக்க முடிஞ்சது – என்ன சங்கரன், வந்து நாளாச்சோ, நேக்கு தெரியாதேன்னு உக்காரச் சொன்னார். நான் நின்னுண்டேயிருந்தேன் – சொல்றார் – ஓங்க பக்கத்து மனுஷா எல்லாம் என்ன நினைச்சுண்டிருக்கா – இந்த சமஸ்தான ஜனங்கதான் என்ன நினைச்சுண்டிருக்கா. மகாராஜாவுக்கு நல்ல ஆலோசனை சொல்லணும் அப்படிங்கறார் காந்தி – எப்படியிருக்கு– காலத்தோட ஒத்துப் போணும் – சமுத்திரம் கொந்தளிச்சா குழந்தையோட விரலா தடுத்து நிறுத்தும் – அப்படிங்கறார் – எப்படி சங்கரன் – இந்த மாதிரி வெளிலேருந்து சமஸ்தான விஷயங்களிலே தலையிட்டா என்ன செய்யறது அப்படின்னு திவான் ரொம்ப வருத்தப்பட்டார் – நான் சொன்னேன் – 'நீங்க வருத்தமே படாண்டாம் – எங்க பக்கத்திலே எல்லாம் திவானை ஆசார்யாளாத்தான் நினைச்சுண்டிருக்கோம்' அப்படின்னதும் கொஞ்சம் சமாதானமானார்னு வையுங்க" என்று சங்கரய்யர் கூறிக் கணபதி, பெத்தாச்சி இருவர் முகத்தையும் பார்த்தார். "செல்லம் எங்கே காணோம்" என்றும் கேட்டார்.

"கொட்டாரம் விஷயம் ஏதோ சொன்னேளே" என்று ஞாபகப்படுத்தினார் பெத்தாச்சியா பிள்ளை.

"ஆமா அதை முக்கியமா சொல்லணும் – நான் கேக்கறதுக்கு முன்னாலே திவானே சொல்றார் பாருங்கோ."

மேலூர், மகாராஜாக்களால் விஜயம் செய்யப்படுவதுண்டு. அரச குடும்பத்தார் வந்தாலும் தங்குவதற்கென ஒரு கொட்டாரம் இருந்தது. பெரிய மாளிகைதான். அதைப் பராமரிக்கும் பொறுப்பு சங்கரய்யர் உறவினருடையது. புதூர்ப் பக்கமிருந்து வாரத்திற்கொரு முறை வந்து பார்த்துச் செல்வார். அந்த இடம் இப்போது அவ்வளவு மகாராஜாவால்

பயன்படுத்தப்படவில்லை. எனவே அதை ஊர்ப் பள்ளிக்கூடமாக மாற்றவோ அல்லது சிறிது இடங்கொடுக்கவோ செய்தால் நன்றாகவிருக்குமெனச் சிலர் கோரிக்கை விடுத்தனர். சங்கரய்யர் ஒரு விண்ணப்பத்துடன் 'திவானைப் பார்த்து வருகிறேன்' என்று புறப்பட்டார். திவானை நன்கு அறிந்தவர் என்று பெயரெடுத்தவர். இம்மாதிரிக் காரியங்களுக்கு யாரையாவது நம்பித்தான் ஆகவேண்டிய கட்டாயம் ஏற்பட்டால் அது ஐயராகத்தானிருக்க முடியும். இந்தப் பள்ளிக்கூட விவகாரம் குற்றாலிங்கம் பிள்ளை சொல்லித்தான் மற்றவர்களும் அவசரப்படுத்தினர்.

"சமஸ்தானத்திலே தெக்குப் பக்கத்திலே இருக்கிறவாளெல்லாம் என்னதான் நினைச்சுண்டிருக்காள்னு தெரியலே."

"இதைத்தான் திவான் ரெண்டு மூணு தடவை சொன்னார். தெக்குப் பக்கத்திலே உள்ளவாளெல்லாம் ஏப்பவும் உங்க பக்கம்தாம்னு சொல்லிட்டு வந்தேன்."

"இப்ப ஏதாவது இசைகேடா செய்யாம இருக்கணும். அதுதான் முக்கியம் – என்ன சொல்றேள்."

திரும்பவும் இருவரையும் பார்த்தார் சங்கரய்யர்.

சமஸ்தானத்தில் சில இடங்களில் துப்பாக்கிச் சூடு நடந்ததாகச் சொன்னார்கள். மேலூர் சார்ந்த பிரேதசம் சமஸ்தானத்தின் பிற இடங்களைப் போல் அல்லாது கலாச்சாரம், மொழி ஆகியவற்றில் வேறு ஆனபடியால் சில வகை விஷயங்கள் தாமதமாகத்தான் இங்கு தெரியவந்தன. ஆனாலும் சங்கரய்யர் சொல்வது மிகவும் முக்கியமானதென்பதில் கணபதி போன்றோருக்கு ஐயம் இல்லை. குற்றாலிங்கம் போன்றோர் அதிகமாகத் தெரிந்தவர்கள் என்றாலும் அவர்கள் டவுன் பக்கத்தைச் சார்ந்தே இருந்தனர்.

'நம்முடைய சுதந்திரம் – இந்தியாவின் சுதந்திரம் என்றெல்லாம் சொல்வது சமஸ்தானம் பூராவும் நடக்கிறது' என்று சங்கரய்யர் சொல்வதை மேலூர் மக்கள் ஒருவித பயத்துடன் கேட்டனர்.

அந்த பயம் காரணம் இல்லாமல் இல்லை என்று சொல்வது போல ஒன்று வந்து சேர்ந்தது.

சமஸ்தானத்தின் இந்தப் பிரதேசத்தைக் கவனிக்க ஒருவர் நியமிக்கப்பட்டார். மார்ஸ்டன் என்ற பெயர் கொண்ட ஆங்கில–இந்தியர் என்று சொன்னார்கள். பட்டாளத்தில் இருந்தவர் – மிகவும் கண்டிப்பானவர் – அவரது ஜீப் வண்டியின் முகப்பில் "நான் மகாராஜாவின் தொண்டன். அவர் சொல்லுக்குக் கட்டுப்பட்டவன். ராஜாவை எதிர்ப்போரின் எதிரி" என்ற வாசகங்களுடன் அந்த வண்டியில் ஓர் அறிவிப்பு தொங்கியது.

மேலூர்வாசிகள் 'ஜீப்' என்ற வாகனத்தைக் கண்டதில்லை. அந்த வாகனமே ஊருக்குள் வந்துநின்றால் எப்படி இருக்கும். மார்ஸ்டனின் ஆட்கள் என்று நான்கு பேர் வண்டியிலிருந்து இறங்கினார்கள்.

'ஒன்றுமில்லை' என்றுதான் தெரிவிக்கப்பட்டது. செல்லம் பிள்ளை, கணபதியா பிள்ளை பற்றி விசாரித்து அவர்களது வீடு சென்று இருவரையும் வண்டியில் ஏற்றினர்.

'சில விஷயங்கள் – ஊர் சம்பந்தப்பட்ட சிலவற்றை – கேட்டு சாயந்திரமாக அனுப்பி விடுவோம்' என்று சொல்லிச் சென்றனர்.

ஆனால், அங்கிருந்து டவுன் செல்லாமல் கோணம் என்ற காட்டுப் பகுதிக்கு அவர்கள் இருவரும் கொண்டுசெல்லப்பட்டனர் என்று தெரிந்தது.

ஏறக்குறைய இருபதாம் நூற்றாண்டின் மத்திய காலத்திற்கு நெருங்கிக்கொண்டிருக்கும் வேளையில் நடந்த இச்சம்பவத்தின் பின்னர் மேலூர்வாசிகள் கணபதி, செல்லம் ஆகிய இருவரையும் திரும்பவும் காணவில்லை என்று சொல்வதே உண்மை.

மார்ஸ்டனின் விசேட போலீஸ் பிரிவு செல்லம் பிள்ளையை அடித்துக் கொன்றுவிட்டதும், கணபதியா பிள்ளை காட்டுப்பகுதிக்குள் தப்பிச் சென்றுவிட்ட செய்தியும் அவரது மூக்குக்கண்ணாடி மட்டுமே கண்டெடுக்கப்பட்டதும் பின்னர் சொல்லப்பட்ட சங்கதிகள்.

மார்ஸ்டன் டவுன் பகுதியில் கிறித்தவர்கள் அதிகம் வாழ்ந்த இடத்தில் தங்கியிருந்தான். ஜீப் வண்டியில் சாலையில் செல்லும்போது பள்ளிச் சிறுவர்களைக் கண்டால், வண்டியை நிறுத்தி இரண்டொரு மாணவரைத் தன்னுடன் வண்டியில் அழைத்துச்சென்று பள்ளிவரை கொண்டு விட்டு வருவான் என்று சொன்னார்கள். ஆனாலும் டவுனில் கிறித்தவர் எவரும் அவனை ஆதரித்ததாகத் தெரியவில்லை. தேவாலயங்கட்கு அவன் சென்றபோதும் பேசுவோர் குறைவாகவேயிருந்தனர். அவன் சில காலமே அங்கிருந்தான்.

டவுன் பகுதியில் குற்றாலிங்கம் பிள்ளையையும் காணவில்லை. ஆனால், கவலைப்பட வேண்டாம் என்று சில தகவல்கள் நம்பிக்கையான ஆட்கள் மூலம் அவரது வீட்டிற்கு வந்துகொண்டிருந்தன.

மேலத் தெருவில் செல்லம் பிள்ளை வீடு சென்று "இப்படி ஆகிப் போச்சே சித்தி" என்று வாய்விட்டு அழுதார் பெத்தாச்சியா பிள்ளை.

"தலையெழுத்துன்னா – நம் கையிலே என்ன இருக்கு" என்று குளக்கரையில் சங்கரய்யர் கூறினார்.

ஆற்றங்கரை மடத்தில் பப்புக்குட்டியா பிள்ளை பட்டினத்தார் பாடல்களைப் படித்துக்கொண்டிருந்தார்.

8

வயலில் அறுப்பு முடிந்து ஊர் சாவதானமாக இருந்த ஒரு நாளில் முத்துக்கறுப்பனின் வீட்டிற்கு வந்தார் பெத்தாச்சி. அப்போது அவன் அங்கு இல்லை. சுடலைமாடன் பிள்ளை காலமான பின்னர் வருவது இதுவே முதல் தடவை. உடன் வந்தவர் மேலூர்வாசி அல்ல என்று மட்டுமே சொல்லலாம். சாதாரணமாக முற்றத்தில் நின்று சுருக்கமாகப் பேசிவிட்டுப் போய்விடுபவர் அன்று உட்கார்ந்தார். உடன் வந்தவரையும் உட்காரச் சொன்னார். உள்ளே முத்துக்கறுப்பன் தாயாருடன் பேசிக்கொண்டிருந்தது மீனாட்சி அத்தை என்றறிந்துகொண்டார்.

அரவம் கேட்டு வெளியே வந்தாள் மீனாட்சி அம்மாள். கதவு மறைவில் முத்துவின் தாயாரும் வந்துநின்றாள். வெள்ளைப் புடவையில் சாதாரணமாக வெளியே வர ஓராண்டு ஆகும். மீனாட்சி வந்ததும் பெத்தாச்சி எழுந்துகொண்டார்.

“யக்கா – நீயும் இருக்கது ரொம்ப நல்லாதாகிப் போச்சு. நான் எப்படி இங்கு வந்து மயினிகிட்டே இந்த விஷயத்தைச் சொல்லுகது அப்படின்னு தவிச்சுக்கிட்டாக்கும் இருக்கேன்.”

‘என்னது’ என்று கேட்பதுபோல இருவரும் அவரை நோக்கினர்.

சிறிது தடுமாற்றத்தோடு பேசுபவர் போல பெத்தாச்சியா பிள்ளை உடன் வந்தவரை ஒரு முறை பார்த்துக்கொண்டு ஆரம்பித்தார்.

“மயினி கிட்டே எப்படி இதைச் சொல்லுகதுன்னு மூணு நாளா தள்ளிப் போட்டுக்கிட்டிருக்கேன். எப்படியும் சொல்லித்தானே ஆகணும். இவாளும் வந்து அவசரப்படுத்துகா – அதுதான்.”

எதுவும் பிடிபடாமல் இரண்டு பேரும் ஒருவரை ஒருவர் பார்த்து விட்டு, திரும்பவும் பெத்தாச்சியா பிள்ளை சொல்வதை எதிர்பார்த்து நின்றனர்.

எப்படிச் சொல்வது என்று வகையறியாது நிற்கவேண்டிய விஷயம்தான். சிறிது நேரம் காலவெளியில் தள்ளவைத்துவிடுகிற விஷயம். பெத்தாச்சியா பிள்ளை போன்ற நெஞ்சுரம் மிக்கோரே அதை வகையாக எடுத்துரைக்க முடியும்.

தெரிந்த விஷயமாக இருந்தாலும் புது அவதாரமாகச் சில வெளிவரும். ஒவ்வொரு முறையும் வெளிப்படுகையில் அது பழைய கதைதானே என்று தள்ளப்பட்டுவிடுவதில்லை.

பெத்தாச்சியா பிள்ளை கொண்டுவந்தது சிவதாணு பற்றியது – சுடலைமாடனின் அண்ணன் பற்றியது – எப்போதோ காணாமல் போனவன் பற்றியது. மேலூரில் வயதானவர்கள் மட்டும் நன்கு ஞாபகம் வைத்திருக்கும் விஷயம்.

“மயினி – நான் போன வாரமே வந்து சொல்லணும்னு இருந்தேன். எதுக்கும் அண்ணாச்சி அடியந்தரம் முடியட்டும்னுதான் வரல்லே– என்ன சொல்ல இருக்கு – சிவதாணு அண்ணன் பத்தின விஷயம்னா ஒருவிதத்திலே நல்லதுதானே அப்படின்னு பாத்தா இப்படி வந்து சேரும்னு யாரு கண்டா?”

சுடலைமாடன் பிள்ளையை அண்ணன் முறை வைத்துப் பேசுவார் பெத்தாச்சியா பிள்ளை. முத்துக்கறுப்பன் தாயார் தாயம்மாளை ‘மதனி’ என்று மரியாதையுடன் அழைப்பார்.

மீனாட்சி அம்மாளும் கேட்டுக்கொண்டிருந்தாள்.

அந்தச் சொல்லொணா விஷயத்தையும் பெத்தாச்சியா பிள்ளையின் பரிந்துரையையும் பின்வருமாறு சொல்லலாம்.

சென்னைப் பட்டணத்தில் கூலக்காரன் பேட்டை என்று அழைக்கப்பட்ட பகுதியில் தேநீர்க் கடையும் வெற்றிலை வகையறாக்களுமாக வியாபாரம் நடத்திவந்த கோவிந்தன்

நாயர்தான் பெத்தாச்சியா பிள்ளையோடு வந்தவர். அவர் மகனுக்கு சமஸ்தானத்தின் மஹாராஜா கொட்டாரத்தில் வேலை. அனந்தபுரத்தைச் சார்ந்தவர்தான் கோவிந்தன் நாயர் என்றாலும் மகனுக்கு வேலைகிடைக்கச் செய்தது மேலூர் சங்கரய்யரே. நாயர் சென்னையிலிருந்தாலும் குடும்பம் அனந்தபுரத்தில் சௌகர்யமாகவே இருந்தது. சங்கரய்யரின் ஒரே மகன் திவான் கச்சேரியில் குமாஸ்தாவாக இருந்துகொண்டிருந்தபடியால், பல விஷயங்களில் மேலூர்க்காரர்களின் கொடி பறக்கத்தான் செய்தது.

கோவிந்தன் நாயரின் தேநீர் வியாபாரம் சென்னைப் பட்டணத்திலும் ஒரு மேலூர்வாசியைத் தொடர்பு கொள்ளச் செய்தது அதிசயம். அந்த மேலூர்வாசி வேறு யாருமல்லாது சிவதாணு என்னும் சுடலையாண்டியின் அண்ணனாகவும் இருந்ததும் விசேடம். அவனை நேரடியாகத் தெரியாவிட்டாலும், மேலூர் என்ற பெயரைச் சொன்னதுமே கோவிந்தன் நாயர் கேட்டது, பெத்தாச்சியா பிள்ளையைத் தெரியுமா என்றுதான்.

அப்படி ஆரம்பித்த பழக்கம். சிவதாணு அதிக நாள் சென்னைப் பட்டணத்தில் இருக்கவில்லை. 'நான் பாம்பே போகவேண்டும்' என்று சொன்னபோதுதான், அவன் இருந்துகொண்டிருந்தது பட்டாளத்தில் என்று தெரியவந்தது. பாம்பே மட்டுமல்ல – வெள்ளைக்கார தேசங்களுக்கும் போகவேண்டிவந்ததாம்.

சிவதாணுவைப் பற்றி இப்போது பேசவேண்டியது அவசியம் என்பது போல பெத்தாச்சியா பிள்ளை தெளிவாக எடுத்துரைத்தார்.

"சிவதாணு அண்ணன் யாரோ ஒருத்தியைக் கட்டிக்கிட்டான். ஒரு பிள்ளை. முத்துக்கறுப்பனைவிட நாலு அஞ்சு வயது அதிகமிருக்கும் போலிருக்கு. திடீர்னு அந்தப் பையன் இவாளை வந்து பாத்திருக்கான் – பட்டணத்தில் – அப்பா அம்மா போயிட்டா – எனக்கு மேலூர் வீடு வேணும். நான் அங்க வந்துதான் இருக்கப்போறேன் அப்படின்னு – இவாளுக்கு என்ன பண்றதுன்னு தெரியல்லே. இப்ப என்கிட்ட வந்து ஏதாவது செய்துதான்ஆகணும் அப்படின்னு சொல்லுகா. அந்தப் பையன் அனந்தபுரம் வரப் போறதா எழுத்துவேற இவாளுக்குப் போட்டிருக்கான். எப்படி ஆய்ப்போச்சுன்னு பாருங்க."

பெத்தாச்சியா பிள்ளை பேசிக்கொண்டிருந்தார். கோர்ட்டிலே 'கேஸ்' போட்டால் என்னவாகும் என்பது பற்றி எடுத்துரைத்தார். எப்படியும் முத்துக்கறுப்பனுக்கும் அவன் தாயாருக்கும் இந்த வீட்டில் அவகாசம் உண்டு என்று சாதகமாகவும் பேசினார். ஆரம்பிக்கப்பட்ட விஷயம் இவ்வாறு கோர்ட்டு, வழக்கு என்கிற ரீதியில் செல்லவும் அங்கே மேற்கொண்டு பேச வேறு விஷயம் இருப்பதாகத் தெரியவில்லை.

மீனாட்சி அத்தையும் தாயம்மாளும் கேட்டுக்கொண்டிருந்தனர்.

பெத்தாச்சியின் பரிந்துரை பற்றியும் சொல்லவேண்டும்.

"அந்தப் பய நிக்கிற நிலையைப் பாத்தா என்ன வேணுமானாலும் செய்வான் போல இருக்கு – இவாளும் அப்படித்தான் சொல்லுகா– காலங்கிடக்கிற கெடப்பிலே நாம வளைஞ்சுகொடுக்கது நல்லது – என்ன சொல்லுகியோ?"

தாயம்மாள் மீனாட்சியைப் பார்க்க அவள் மேற்கொண்டு என்ன என்பது போல பிள்ளை சொல்வதைக் கேட்டுக்கொண்டிருந்தாள்.

"எனக்கென்னவோ மயினி கொஞ்ச நாளைக்கு காட்டுப்புதூர் வீட்டிலே இருக்கது நல்லதுன்னு படுது. அந்தப் பய இங்க வர சமயம் இங்க இருக்கது நல்லதில்லேன்னு தோணுது. ரெண்டு பேரும் அங்க கொஞ்ச நாளைக்கிருந்தா சமாதானமா இவன்கிட்டே பேசிப்பாத்து ஏதாவது செய்யலாம் அப்படின்னு நினைக்கேன் – எதுக்கும் மயினி ஆலோசித்துப் பாத்துச் சொல்லட்டும். இவாள் வந்து நாளைக்கு அனந்தபுரம் போயி அப்புறமா பட்டணம் புறப்படுவா. ஒரு முடிவை நாம சொல்லிட்டா நல்லது பாத்துக் கிடுங்கோ. அக்காவும் யோசித்துப்பாத்துச் சொல்லட்டும் – எதுக்கும் நாளைக்கு இவாள் புறப்படறதுக்குள்ளே சொல்லிட்டா நல்லது."

பெத்தாச்சியா பிள்ளை பேசியது எதுவும் மீனாட்சியை வியப்படையச் செய்யவில்லை என்பது அவள் அடுத்து சொன்ன வார்த்தைகளில் தெரிந்தது.

"அதுக்கென்ன நாளைக்கே சொல்லிட்டாப் போச்சு – என்ன தாயம்மா?"

தாயம்மாள் எதுவும் புரியாது மீனாட்சியைப் பார்க்க, பெத்தாச்சி கோவிந்தன் நாயருடன் அம்மன் கோவில் பக்கமாக நடந்தார்.

9

கம்பனது காவியம் பிறந்து பரவிய காலத்தில், மேலூர் சார்ந்த பிரதேசம் அதில் நன்கு திளைத்திருக்கவேண்டும். கிழக்கே எல்லையாக நின்ற மருத்துவமலை என்னும் மருந்து வாழ் மலையே சான்று. வடக்கே தாடகை மலை. இடையே மேலூர் பக்கம் சடாயுபுரம். ஒரு புறம் அகஸ்தீசுவரம். அகத்தியர் சிலை மலை மீதிருக்க, பரமார்த்த லிங்கத்தை வழிபட்டுத்தான் மலை ஏறினர். சஞ்சீவி பர்வதம் சுமந்து சென்ற அனுமந்தன் விட்டுச் சென்ற மலைப் பகுதி என்று கதை கட்டினாலும் மருத்துவ மலையில் இல்லாத மூலிகைகள் இல்லை. சஞ்சீவி மூலிகையும் அங்கே இருந்திருக்கக் கூடும். அதன் எல்லையில் மதராஸ் மாகாணத்தின் ஜில்லா ஊர்கள். கருங்குளம் அவற்றில் ஒன்று. மேலூரில் கொள்வினை கொடுப்பினை செய்துகொண்டவர்கள் அங்கே இருந்தனர். மீனாட்சியின் தாய்வழி உறவினர் என்று சொன்னார்கள். மருத்துவ மலையின் பக்கத்திலிருந்ததுதான் கருங்குளத்தின் சிறப்பு. பூரணமைதோறும் குறி சொல்லும் சித்தர் சாமி மலை மீது இருக்கும் காரணத்தால் அந்த நாளில் கூட்டம் சேரும். அவர் கீழே வந்ததில்லை. கருங்குளத்திலிருக்கும் சிலர் மட்டும் அரிசி பருப்பு போன்றவற்றை மலை மீது கொண்டுசெல்வர்.

மலையேற எல்லா இடங்களிலும் படிக்கட்டுகள் கிடையாது. அடிவாரத்தில் சில சிற்பங்கள் காணப்படும். ஏற ஆரம்பித்த சிறிது நேரத்திலேயே உடை மரங்களைக் காணலாம். அகத்தியர் கொலுவீற்றிருக்கும் வெளி தென்படும். அங்கிருந்து பார்த்தால் அந்த சமஸ்தான பிரதேசமே பச்சைப் பசேலென இடையே ஆறு ஓடிக்கொண்டிருக்கும் காட்சியுடன் தெரியும்.

பாறையின் நடுவே அகத்தியர் உருப்பெற்று விளங்குகிறார். அந்த இடம் சிவனடி பதிந்த இடம் என்பர்.

மரம் ஒன்றும் பக்கத்தில் சிறு குகை போன்ற இடமிருந்ததால் அங்குதான் சித்தர் சாமி குறிசொல்லுவார். பூரணமை நாட்களில் மட்டுமே குறிசொல்லுதல் நடக்கும். அந்த நாட்களில் கருங்குளத்திலும் பக்கத்து ஊர்களிலும் காப்பிக் கடைகள் திடீரெனத் தோன்றும்.

கிழக்கே அப்பேர்ப்பட்ட மருத்துவமலை என்றால், வடக்கே காட்டுப்புதூரை அடுத்து தாடகை மலை. அதன் பக்கம் காடுகள் அதிகம். காடுகள் இருந்ததாலோ என்னவோ, விசுவரசின் மகன் இராவணனின் பாட்டி தாடகை இங்கேதான் வசித்தாள் என்று நம்புவது சுலபமாகிவிட்டது.

மருத்துவமலையில் ஒரு சித்தர் சாமி என்றால் தாடகை மலைப் பகுதியில் இருந்தவர் இராப்பாடிகள். ஒவ்வொரு திசைப் பக்கமாக– தூரமாக இருந்தவரிடையேயும் ஒற்றுமை இருந்ததைப் பார்க்கலாம். சித்தரும் இராப்பாடிகளும் குறிசொன்னார்கள். பாடல்கள் மூலம் இருவரும் அதைச் சொல்லிச்சென்றார்கள். அறுவடைக் காலங்களில் இராப் பாடியைப் பார்க்கலாமென்றால் பூரணமை நாளன்றே சித்தர் காணக் கிடைப்பார். தாடகை மலையைத் தாண்டிவிட்டாலும் பக்கத்து ராசதானிதான்.

கருங்குளத்திற்கும் காட்டுப்புதூருக்கும் இடையே உள்ள தூரம் அதிகம். இருந்தாலும் சிலவகைச் சொந்தங்கள் நெருங்கியிருந்தன. இரண்டு ஊர்களுக்குமிடையே இருந்தது மேலூர்.

மேலூரின் வடக்குப் புறமிருந்தது பேச்சியம்மன் கோவில். இந்தக் கோவிலுக்குக் காட்டுப்புதூர் கருங்குளம் குடும்பங்கள் சொந்தம் கொண்டாடின. பன்னிரண்டு ஆண்டுகளுக்கொருமுறை நடைபெறும் காளியூட்டிற்கு இரண்டு ஊர் மக்களும் இருக்கிற நெல்லை விற்றாவது நன்கொடை தந்தனர். பேச்சி அம்மன் மிகுந்த சக்தியுள்ள கடவுள் என்று பேசப்பட்டது.

“சக்தி இல்லாத கடவுள் எது?” என்று கேட்டுவிடுவார் குற்றாலிங்கம் பிள்ளை.

“அது பேய்ச்சி – நாமெல்லாம் பேயாகவும் கடவுளை அந்தக் காலத்திலிருந்தே கும்பிட்டு வாரோம். எல்லா நாட்டிலும் இப்படித்தான். நம்ம கனகசபை இதுபத்தி எல்லாம் எழுதியிருக்கான்– தெரியுமில்லா – இது வந்து ‘வாக்தேவி’யாக்கும் அப்படின்னு சங்கரய்யரு சொல்வாரு – அது தப்பு – அண்ணாச்சி – தங்கச்சி அப்படின்னு நாம சொல்றத போலத்தான் பேய் பேய்ச்சி ஆனது.”

காளியூட்டில் பலியிடுதலும் நடந்தது. அம்மனுக்கு நேர்ந்துகொண்டவர்கள் அதை அந்தத் திருவிழாக் காலத்தில்தான் பூர்த்தி செய்வார்கள். நெற்றிச்சுட்டியோ, அட்டிகையோ காணிக்கையாக இருக்கும். வளையல்களும் நேர்த்திக்கடனாக இருப்பதுண்டு. அது தங்கமாக இராது – கண்ணாடி வளையல்களே பச்சை, மஞ்சள், சிவப்பு நிறத்தில்.

குழந்தைகளுக்குப் பெயர் சூட்டுதலும் உண்டு. கருங்குளத்தைச் சேர்ந்தவர்கள் கட்டாயமாக மேலூரில்தான் குழந்தையைக் கொண்டு வருவார்கள். பன்னிரண்டு

ஆண்டுக் காலத்திற்கொரு முறை என்றாலும், ஊர் சிறு அளவில் மாற்றமடைந்திருந்தாலும் காளியூட்டு நடக்கிற மூன்று நாள்களும் பெரியவர்கள்தாம் கோலோச்சி வந்தார்கள். ஊரில் மூத்தவர் பப்புக்குட்டியா பிள்ளை. அவர் ஊருக்குள் வருவதே அபூர்வம். குற்றாலிங்கம் பிள்ளையோடு, சிறு விஷயமாக இருந்தால்கூட எல்லாரும் அறிய ஆலோசனை கேட்டு, அதன்படி காரியங்களை நடத்துவார் பெத்தாச்சி.

மேலூரில் ஒரே காப்பிக்கடை. முதியவர்கள் கூடினால் சுவாரஸ்யமான விஷயங்களுக்குப் பஞ்சமில்லாதிருக்கும். ஆளைத் துரத்தியடிக்கிற கேலிப் பேச்சு. காட்டுப்புதூரிலிருந்தும் கருங்குளத்திலிருந்தும் வந்திருப்போரை உள்ளூர்வாசிகள் மதிப்புடன் நடத்துவதைத் தவற விட்டதில்லை. பெரும்பாலானோரின் மூதாதையரைக் கணக்கில் எடுத்துக்கொண்டால் அவர்களுக்குள் உறவு இருப்பது தெரிய வரும். ஒரு வகை வேதனையும் ஆனந்தமும் ஒருசேரக் காணக் கிடைக்கும் காட்சிகள். வேறு எந்த விதத்தில் அந்த ஒரு கண நேர முழுமையை விளக்க இயலும்?

பன்னிரண்டு ஆண்டுகளுக்கு ஒரு தடவை என்பதால் கடந்த முறை நடந்த காளியூட்டு பற்றிப் பேச்சு எழும். கணிசமான அளவு முதியவர்கள் இடைப்பட்ட காலகட்டத்தில் போய்ச்சேர்ந்திருப்பார்கள். முக்கியமான பல விஷயங்கள் இளைஞர்களுக்கு மிகவும் சாதாரணமாகத் தோன்றும், சிறுவர்கள் எதைப் பற்றியும் கவலைப்படாதிருப்பார்கள். உலகப் போர் பற்றியும் சுயராச்சியம் பற்றியதுமான விநோதமான செய்திகளையும் அபிப்பிராயங்களையும் பரிமாறிக் கொள்வார்கள்.

அம்மன் கோவிலின் பின்புறம் செடி கொடிகளுடன் ஒரு சிறு மைதானமாகவும் – தொடர்ந்து ஒற்றையடிப் பாதையாக மாறி ஆற்றங்கரை வரைக்கும் செல்கிறது.

கருங்குளத்திலிருந்தும் காட்டுப்புதூரிலிருந்தும் வரும் சில குறிப்பிட்ட வகை மாந்தர் பூசனை முடிகிற வரை அந்த மைதானத்தில் இருப்பார்கள். கோவில் எல்லையில் உட்கார்ந்திருக்க அனுமதி உண்டு. அவர்களில் இராப்பாடிகளும் இருக்கவேண்டும். திடீரென அந்தக் கூட்டத்தின் ஒரு பகுதியிலிருந்து குரல் எழும்பும்.

"ஆராமொழிக் கோட்டை
அடுத்து வரும் முப்பந்தரம்"

இரவு பூசனையில் கடைசி நாள் காளியூட்டில் அம்மன் பவனி வரவேண்டும்.

கீழத்தெரு நோக்கி வாகனம் புறப்படுகையில் மைதானத்தில், அந்தக் குரல் மீண்டும் ஒலிக்கும்.

"பிச்சிச்சரம் எடுத்து
பேச்சி உன் தாள் வணங்கி
அல்லி மலரெடுத்து
அரனாரைத்தான் வணங்கி
கோட்டுக்கு அஞ்சனமும்
கோட்டாத்துக் குங்குமமும்"

மேற்படி கூட்டம் ஆரல்வாய்மொழியிலிருந்து வந்திருக்கக்கூடும். அதுவும் காட்டுப்புதூர் – கருங்குளம் பகுதிகளுக்கு இடைப்பட்ட ஊர்தான். அந்தக் கூட்டத்தில் மேலூர் சார்ந்த சேரிவாழ் மக்களும் இருப்பார்கள். இந்த 'பேய்' வணக்கமே அந்தச் சேரிவாழ் மக்களிட மிருந்துதான் வந்தது என்பதைக்கூட அறியா மாந்தர்.

ஒரு சினிமா நடிகை ஓய்வு பெற்று மேலூர் பக்கம் வயல் ஒன்றை வாங்கியதும் அந்த வயலைப் பாட்டம் எடுத்துப் பயிரிடப் போட்டி ஏற்பட்டு ஒரு குடும்பம் பிரிந்துபோயிற்று.

காளியூட்டு முடிந்து மருத்துவமலை சித்தர் சாமியைப் பார்க்கச் சந்தர்ப்பமும் கிடைத்துவிட்டால், அதை ஒரு பேறாகக் கருதவேண்டும். இப்போதுள்ள சித்தர் வயதில் சிறியவர். சமாதியடைந்த சித்தர் சாமியால் வளர்க்கப்பெற்றவர். அவருடன் மலையிலேயே வாசம். ஆசியும் பெற்றவர் என்று பப்புக்குட்டியா பிள்ளை கூறுவார். அவர்தாம் சொல்ல முடியும். மேலூரில் பல காளியூட்டுகளைக் கண்டவர் அவர். ஆனால், அவர் எப்போதாவது தான் பேசுவார். தாராளமாகப் பேசுபவராக இருந்தால் சென்ற காளியூட்டின்போது நடந்த சம்பவங்கள் பலருக்குத் தெரிந்திருக்கும்.

அவர் பேசவில்லை என்பதால், அவை பெரிய விஷயங்களாகத் தான் இருக்கவேண்டும்.

10

சென்ற காளியூட்டின் போது, செல்லம் பிள்ளை, கணபதி, குற்றாலிங்கம், பெத்தாச்சி ஆகிய பிள்ளைமார் எல்லாரும் இருந்தனர். உச்சி வேளை பூசனை முடிந்ததும் ஊர்க்காரர் அனைவரும் – பிராமணக்குடி நீங்கலாக – சாப்பிட உட்காருவார்கள். அம்மன் கோவில் சுற்றுப் பிராகாரம் வெறும் மைதானம்தான். அரளிச் செடிகளால் நிறைவு பெற்றிருந்த அந்த இடத்தில்தான் சாப்பாடு நடக்கும். பூசணிக்காய்க் கறி விசேடமாக இடம்பெற்றிருக்கும்.

சோறும் சாம்பாரும் பூசணிக்காய்க் கறியும் பனை ஓலைப் பட்டையில் போட்டு, தாழ்த்தப்பட்ட சனங்களுக்குத் தரப்படும். அதை அவர்கள் அங்கே உட்கார்ந்து சாப்பிட அனுமதி கிடையாது.

உணவிற்கு முன்னதாக வில்லுப்பாட்டில் வள்ளி திருமணமோ, வல்லரக்கன் கதையோ இடம்பெறும். சுந்தரம் பிள்ளை பாட ஆரம்பித்தால் சத்தம் ஊர் பூராவும் எதிரொலிக்கும்.

பக்கத்தூராக இருந்தாலும் அவருக்கு மேலூர் பூராவும் உறவுக்காரர்தாம். எதிரே தரையில் அமர்ந்திருக்கும் சிறுவர்கள் "என்ன பாட்டா – ஆச்சி வரலையா" என்று கேட்டுக் குறும்பு செய்தாலும் அதற்கும் பாட்டிலேயே பதில் அளிப்பார்.

சென்ற காளியூட்டின்போது, வில்லுப்பாட்டில் வள்ளி திருமணம் இடம்பெற்றது.

அழகான மலைக் குறத்தி தன்னிடம் நெருங்கிய வேடனை நீரிலே தள்ளுகிறாள். நீரில் மூழ்கி எழுந்த குமரன் பாடத்தொடங்குகிறான். இதைச் சொன்னதும், தரையிலே உட்கார்ந்திருந்த அனைவரும் சப்தம் போடுகிறார்கள் – பாட்டு – பாட்டு என்று. அந்த அழகான கடவுள் பாடுகிறார்.

"காந்தி என்னும் பூமான் -
சாந்த உருவெடுத்த
சத்யாவதார
கோமான் -
காந்தி என்னும் பூமான்."

சுந்தரம் பிள்ளை காலையில் திருநீறு பூசி "பித்தா – பிறைசூடி" பாடி வெளியே செல்ல ஆரம்பித்தார் என்றால், நாள் முழுவதும் ஏதாவது ஒரு பாடல் அவர்தம் தினசரி அலுவலோடு இணைந்திருக்கும். தம்பிரான் தோழரைப் போலவே இவருக்கும் இரண்டு மனைவிகள். மூன்று காளியூட்டுகள் வரை பார்த்துவிட்டார். குற்றாலம் பிள்ளையின் உறவினர்வேறு. இல்லாவிட்டாலும்கூட மேலூர் பிரதேசத்தில் வில்லுப்பாட்டு, தோல் நாடகம் ஆகியவற்றில் காந்தி வந்துநிற்பார்.

சென்ற காளியூட்டின்போது, வில்லுப்பாட்டு முடிவுறும் தறுவாயில், சந்நிதி முன்னர் குற்றாலிங்கம் உட்பட எல்லாரும் உட்கார்ந்திருந்தாலும் அங்கே பெத்தாச்சியா பிள்ளை காணப்படவில்லை. மதியம் உணவு நேரம். பெண்களும் பந்தியில் கலந்துகொள்வதுண்டு. மீனாட்சி அம்மாள் வில்லுப்பாட்டு முடிந்தவுடன் "வீடு வரை போயிட்டு வந்துருகேன்" என்று பெண்களிடம் சொல்லிவிட்டுக் கிளம்பிச் சென்றாள்.

பப்புக்குட்டியா பிள்ளை காளியூட்டு நடக்கும் மூன்று நாட்களில் ஏதாவது ஒரு நாள் வருவார். கடைசி நாள் சென்ற காளியூட்டில் வரவில்லை.

நண்பகல் ஊரிலிருந்து ஆற்றங்கரை செல்வது ஒற்றையடிப் பாதை போன்றதுதான். ஆற்றங்கரைப் பக்கம் பெத்தாச்சியா பிள்ளை வயலுக்கு அடுத்ததுதான் பேச்சியம்மாளின் வயல். கீரைப் பாத்தி தான் அப்போது போட்டிருந்தார்கள். தண்டுக் கீரை சிறிய மரம் போல வளர்ந்து நிற்கும் பாத்திகள் நிறைந்த இடம். பேச்சியம்மாள் அங்கே நின்றாலும், அவர் பார்த்துக்கொண்டிருந்தது ஆற்றின் எதிர்க்கரையை. ஆற்றில் வெள்ளம் அதிகமில்லை. பெரியவர்கள் எளிதாகக் கடந்துவிடும் வெள்ளம்தான்.

எதிர்க்கரையில் ஒரு பையனை அழைத்துக்கொண்டோ, இழுத்துக்கொண்டோ ஒருவன் – மேலூர் வாசி அல்ல – யாரெனத் தெரியா விட்டாலும் அவன் தூரத்தில் மரத்துப் பக்கம் நின்றவரிடம் செல்வது தெரிகிறது. அந்த மனிதர் யாரெனச் சொல்லிவிடுவது சுலபம். மேலூர் ஆள்தான். இன்னொரு நபருடன் நின்றுகொண்டிருந்தார். பெத்தாச்சியா பிள்ளைதான். இடையே அந்தப் பையன் திமிறிக்கொண்டு கையில் ஒரு பொருளுடன் ஓடுகிறான். பிள்ளையுடன் கூட நின்றவனும் இன்னொருவனுமாகத் துரத்திப் பிடிக்கின்றனர். பையனைப் பிடித்துவிடுவது அரிய செயல் அல்லதான். ஆனால், அவன் திடீரெனத் தனது கையிலிருந்த பொருளை ஆற்றில் வீசிவிடுகிறான். அது கிட்டத்தட்ட ஆற்றின் நடுப்பகுதியில் வீழ்கிறது. பெரியதொரு இக்கட்டு. ஒருவேளை இதற்காகத்தான் அந்தப் பையனை அழைத்துக்கொண்டு வந்தார்களோ – அதற்கு எதிரிடையாக நடந்துவிட்ட சம்பவத்தால் எல்லாமே சீர்குலைய, ஒருவன் மடமடவென ஆற்றில் இறங்குகிறான். எறியப்பட்ட ஒன்றைத் தேடவேண்டியிருக்கும்.

பேச்சியம்மாள் கூர்ந்து கவனித்துக்கொண்டிருக்க, பெத்தாச்சியா பிள்ளை இன்னொரு ஆளிடம் ஏதோ சொல்லிவிட்டு அந்த இடத்தைவிட்டு அவசரமாக மறைகிறார். இடையிலே ஆற்றில் இறங்கித் தேடியவன் 'இல்லை' என்று கையை உயர்த்திக்காட்டவும், அவனைக் கரைக்குத் திரும்பச் சொல்லி, பையனை அவனிடம் ஒப்படைத்துவிட்டு மற்ற ஆள் அநாயாசமாக ஆற்றைக் கடந்து மறுகரைக்கு வருகிறான்.

இக்கரையில் பெத்தாச்சியின் வயலுக்குப் பக்கத்தில் கீரைப் பாத்திகளுக்கிடையே தனது வயலில் பேச்சியம்மாள் மறைந்து நிற்குமிடம்.

நண்பகல் – இரவைவிட அதிக நிசப்தம் – ஆற்று நீரின் ஓசை மட்டும் கேட்கிறது.

சில விநாடிகளில் திடீரென எங்கிருந்தோ எப்படியோ வந்த அவன் பிடிக்குள் பேச்சியம்மாள் சிக்கி, அலறக்கூட வகையறியாது திமிறுகிறாள்.

ஆனால், வந்தவன் கைகள் உரம் கொண்டவை. இப்பொழுது உள்ளதைவிட, பன்னிரண்டு ஆண்டுகளுக்கு முன்பு அதிக வலிமைகொண்டிருந்த கோவிந்தன் நாயரின் கரங்கள் அவை.

11

அடுத்த நாள் பெத்தாச்சியா பிள்ளை வந்தவுடனேயே மீனாட்சி அம்மாள் கூறினாள்.

"அப்படியே செய்திடலாம். அதுதான் சரி – தாயம்மாளும் முத்துக்கறுப்பனும் காட்டுப்புதூர் வீட்டிலேயே கொஞ்ச நாள் இருக்கட்டும் – அவளும் அதைத்தான் சொல்லுகா."

பெத்தாச்சியின் முகம் பிரகாசமாகியது. ஆனால் வருத்தத்துடன் சொன்னார்.

"யக்கா – ரொம்ப வேதனையா இருக்கு – அக்காவுக்குத் தெரியாததில்லே – எப்பேர்ப் பட்ட குடும்பம் எப்படி ஆய்ப்போச்சு."

தலையைக் குனிந்துகொண்டு சொல்லியவர் "அப்ப நான் அந்த ஆள்கிட்டே சொல்லட்டுமா?" என்று கேட்டார்.

"எதுக்கும் காளியூட்டு முடியட்டும். அப்புறம் போலாம். அதுதான் நல்லது – அம்மன் கொடை காப்புக் கட்டியாச்சில்லையா?"

மீனாட்சி சொல்லவும் பெத்தாச்சி அவசரமாகக் கூறினார்.

"ஆமாமா – எனக்கு மறந்தேபோச்சு – மயினிகிட்டே சொல்லிடணும்– காளியூட்டு முடியட்டும் – எல்லாம் நல்லபடி ஆகும் அக்கா – பாப்போம்."

பெத்தாச்சி போனவுடன் மீனாட்சியும், தாயம்மாளும் ஒருவரை ஒருவர் பார்த்துக் கொண்டனர்.

புதிய சமஸ்தானம் உருவெடுத்தாலும் மேலூர் பிரதேசத்தில் மாற்றமில்லை. திவான் ஆட்சி முறியடிக்கப்பட்டது மட்டுமே குறிப்பிட்ட நிகழ்ச்சியாகப் பேசப்பட்டது. குற்றாலிங்கம் போன்றோர் இனி ஊர் திரும்ப எந்தத் தடையும் இல்லை என்ற நம்பிக்கை ஏற்பட்டது. மார்ஸ்டன் தொல்லையும் இல்லை.

சமஸ்தானத்து ராஜா அரசப் பிரமுகர் ஆனார்.

"இது பதுமநாபன் பூமி – நான் அவரின் தாசன் – எனது கனவில் வந்து நீயே இந்த சமஸ்தானத்தை சுயேச்சையாக நடத்து என்று சொன்னார். நான் என்ன செய்வேன்?"

"நல்லது ராஜ பிரமுகரே – எனது கனவிலும் பத்மநாபன் வந்தார் – நாட்டின் எல்லா சமஸ்தானங்களையும் ஒன்றாக இணைத்து நடத்து என்று சொல்லியிருக்கிறார் – அவர் ஆணையைத் தட்டலாமோ?"

மன்னருக்கும் இந்திய அமைச்சருக்கும் இவ்வாறு சம்பாஷணை நடந்ததாகச் சொல்லிக்கொண்டனர்.

காளியூட்டிற்குக் குற்றாலிங்கம் அவசியம் வந்தாகவேண்டும். அம்மன் கோவில் பராமரிப்பில் அவரது குடும்பத்தாருக்குப் பங்கு உண்டு. அவரைவிட்டால் வேறு யாரிடம் பெத்தாச்சியா பிள்ளை போன்றோர் ஆலோசனை கேட்க முடியும். அம்மன் கோவில் விஷயத்தில் சங்கரய்யரோ, கிருஷ்ணன் போற்றியோ எட்ட இருப்பவர்கள். புரட்டாசி சனிக்கிழமை என்றால் வேறு விஷயம். பிராமணக்குடியே பெத்தாச்சியா பிள்ளை வீடு வந்து நிற்கும். இது காளியூட்டு.

பப்புக்குட்டியா பிள்ளை வருவார். யோசனைகள் எதுவும் சொல்வதில்லை. இது சாதாரண கொடையோ மாதந்தோறும் நடக்கும் சிறப்போ அல்ல – பன்னிரண்டு ஆண்டுகளுக்கு ஒரு முறை நடத்தப்பெறும் விழா. பெத்தாச்சி மலைத்துத்தான் நின்றார்.

ஆனால், கருங்குளம் சென்று திரும்பிய மீனாட்சி அம்மாள் சொன்னாள்.

"அங்கே பாத்தேன் – காளியூட்டுக்கு வந்துவிடுவாராம்."

ஒரு கவலை விட்டது பெத்தாச்சிக்கு. வேறு வேலைகளைக் கவனிக்கலானார்.

மீனாட்சி அம்மாள் சொன்னது போல குற்றாலிங்கம் காளியூட்டிற்கு ஒரு வாரம் முன்னதாகவே மேலூர் வந்துவிட்டார். சுயராச்சியம் பற்றியும் காந்தி பற்றியும் பேசுவது தவிர வேறு எதுவும் தெரியாது என்றிருந்த அவர் இப்போது பல விஷயங்களை அலசிப் பேச முடிந்தது. நாடு விடுதலை அடைந்துவிட்டபடியால் அதைப் பற்றிப் பேசுவது தேவையில்லை என்பதாக அவர் பேச்சு இருக்கவில்லை – இன்னும் எதையோ அடையவில்லை என்பதாகவிருந்தது.

இந்தப் பிரதேசம் முழுவதும் வயலும் வயல் சார்ந்த தொழிலுடைய மாந்தரும் என்றால் அதற்கு ஒவ்வொருவரும் என்ன செய்கிறார்கள் என்பதாக அவர் பேச்சு இருந்தது. 'மலைவாழ் மக்களை ஒதுக்கிவைத்து விட்டு நீங்கள் என்ன சாதித்துவிட்டீர்கள்' என்று கேட்க ஆரம்பித் திருந்தார். ஒருவேளை மலைவாழ் மக்கள்தாம் ஒதுக்கி வைத்துவிட்டிருப்பார்கள் என்று பேசவும் செய்தார்.

நாவல்கள் 597

"உங்களது பாட்டனை ஒதுக்கிவைத்துவிட்டு நீங்கள் என்ன பெருமை பேசிக்கொள்கிறீர்கள்?"

இது அவர் கேள்வி. இங்கேயுள்ள எல்லாருமே மலைவாழ் மக்களின் சந்ததியினர் என்றும் சொன்னார்.

நேதாஜியைப் பற்றிப் பேசக்கூடியவர் என்பதுதான் பொதுவாக குற்றாலிங்கம் பிள்ளையைப் பற்றி மேலூர் அறிந்த விஷயம். விடுதலைப் போராட்டம் பற்றிப் பல்வேறு சங்கதிகளைச் சொன்னவர்தாம் அவர். இப்படி இவர் அடிப்படையிலேயே வேறு விஷயம் பேச வேண்டிய அவசியம் என்ன என்பது போல ஊர்க்காரர் பார்த்துக்கொண்டனர். மலைவாழ் மக்கள்தாம் மாடுகள் மேய்த்தனர்– கடலில் மீன்பிடித்தனர் – உழவைக் கண்டுபிடித்தனர் – சரிதான் – யார் இல்லை என்றார்கள் – ஒவ்வொரு இடத்திலும் கொஞ்சம் மாறி இருந்தாலும் அடிப்படை இதுதான் – மனித குல வளர்ச்சி சமாச்சாரம் அல்லவா இது – உண்மை – அதைப்பற்றி இப்போது என்ன வந்தது? இத்தனை காலமும் வராத ஒன்று. அதுதான் புரியாத ஒன்றாக இருந்தது.

நேரடியாக ஒரு பதிலைச் சொல்ல முடியாத கேள்விதான். சிருஷ்டிக்கப்பட்ட விஷயங்கள் பற்றியதாகவிருந்தால் கர்த்தா பதில் சொல்ல முடியும். இது தோன்றிய விஷயம். தானாகத் தென்பட்ட விஷயம். எப்படி இது தோன்றியது என்று தெரிந்தால், அது ஏற்கனவே தெரிந்த விஷயமாக ஆகிவிடும். கர்த்தாவும் அவனே.

எனவே குற்றாலிங்கம் பதில் கூற முடியாது. பதில் அளிக்க முடியாத ஒன்று – தானாகவே தோன்றிய ஒன்று அருள் சம்பந்தப்பட்ட விஷயமாகவே இருக்கும். தான் ஒரு அருளாளன் என்று யாரும் அறிந்திருக்க முடியாது. அருளாளன் என்று சொல்லப்பட்ட கடவுளையும் யாரும் அறிந்துவிடவில்லை.

ஆக குற்றாலிங்கம் ஒருவகை பிரமிப்பை ஏற்படுத்திவிட்டார் என்று மட்டுமே சொல்ல முடியும். நிதர்சனமாக அது தெரியவர, மேலூர் சார்ந்த பிரதேசம் மேலும் ஓர் ஒத்திசைவைத் தந்தது. அதன் நாலு புறமும் மலைகள் – இயற்கை தந்த கொடைகள். அவற்றின் அடிவார மக்கள் கிட்டத்தட்ட மலையில் வசிப்போர் போலத்தான். அந்தப் பிரதேசத்தின் ஏகபோக உரிமை கொண்டாடும் நிலச் சொந்தக்காரரோ உழுதுண்பவர்களோ அந்த மலைவாழ் மக்களின் குணநலன்கள் கொண்டவரல்லர் என்று எப்படிக் கூற முடியும்?

குற்றாலிங்கம் காளியூட்டு பற்றியும் பேசிக்கொண்டிருந்தார். இந்தப் பூசனை காலங்காலமாக நடந்துவந்ததென்றால், அதன் காரணம் அந்த ஊர் மக்கள் விவசாயத்தைப் பற்றியும், குடும்பங்கள் பற்றியும், வரவிருக்கிற மாதங்களின் காலநிலை பற்றியும் பேச ஒரு வாய்ப்பைத் தருவதற்காகத்தான் என்றார்.

அந்த வாய்ப்பு சரியானபடி நிறைவேற்றப்பட்டால், அது மேலான ஒரு நிலைக்கு நம்மை எடுத்துச்செல்லும் – அது தவிர மற்றவை நம்மை பாதாளத்திற்கு அனுப்புகிற வெறும் சடங்குகள்தாம் என்றார்.

கற்ற கல்வி மூலமாக வந்தடைந்தவை என்று அவரது கூற்றைச் சொல்ல முடியாது. சொல்ல முடியாத விஷயங்கள் பல இப்படித்தான் வெளிவரும் என்று சொல்லிக்கொள்ளலாம்.

முத்துக்கறுப்பனின் பெரியப்பா, சிவதாணுவின் மகன் இங்கு வருவது பற்றியுள்ள விஷயம் எல்லாருக்கும் தெரியாவிட்டாலும், குற்றாலிங்கத்திற்குத் தெரியாமலிருக்காது. ஆனாலும் பொதுவாகக் கூட அவர் இதுபற்றி யாரிடமும் பேசவில்லை. பெத்தாச்சியா பிள்ளையிடமும் இதுபற்றிக் கேட்கவில்லை. காளியூட்டு பற்றி அவரிடம் கேட்டறிந்தார். சுந்தரம் பிள்ளை இந்த முறை வில்லுப்பாட்டிற்கு வருவது சந்தேகம் என்று தெரிவித்தார்.

காளியூட்டு திருவாதிரை நட்சத்திரத்தன்று தொடங்கி பூச நட்சத்திரத்தில் முடிவுறும். அதற்கான காரணம் தெரியவில்லை. ஆதிரை சிவனுக்கு உகந்தது. பூசம் சேயோனுக்கு.

அந்த நாள்களை மேலூர் விசேடமாக எதிர்பார்த்துக்கொண்டிருப்பதாகத் தோன்றியது.

12

காளியூட்டிற்கு இரண்டு நாள்கள் முன்பு, சங்கரய்யர் மேலத் தெரு வந்து குற்றாலிங்கத்தைப் பார்த்தார். மேலத் தெருவில் குற்றாலிங்கத்தின் தங்கை வீடு உண்டு. அங்குதான் அவர் தங்குவார். சாதாரணமாக மேலூர் வந்தால் அன்றே டவுன் திரும்பிவிடுவார். வரப்பு வழி நடந்தால் சீக்கிரமாகவே போய்விடலாம். நாட்டு விடுதலை நடப்பிற்குப் பின்னர் இருவரும் சந்தித்துக்கொண்டதில்லை. சமஸ்தான திவான் அங்கிருந்து விலகிச் சென்ற பின்னர், சங்கரய்யரின் மகத்துவம் எதுவும் எடுபடவில்லையென்றாலும், அவரது வயல் அவரை நிமிர வைத்துக்கொண்டிருந்தது. அதைப் பாட்டம் எடுத்திருந்தவர் பெத்தாச்சி. சங்கரய்யர் வயல் பொன்னைத் தந்துகொண்டிருந்தது என்பது எல்லாருக்குமே தெரியும். நெல்லுக்கே 'பொலி' என்றுதான் மேலூர் வட்டாரத்தில் வழக்கு.

"பொலன் என்றால் தங்கம். எங்க நெல்லும் தங்கம்தான்" என்று ஊர் கச்சேரியில் வேலை பார்க்கும் திருநாவுக்கரசு சொல்லும்போது குற்றாலிங்கமும் சிரித்துக்கொள்வார்.

"ஒரு ஆழாக்கு நெல்லை எடுத்து, கயிற்றிலே கோத்து ஒம் பொஞ்சாதி கிட்டே கொடு" என்பார்.

ஆனால், சங்கரய்யர் வயலை அப்படித்தான் சொல்லவேண்டும். அவர்தம் தகப்பனாருக்கோ, மூதாதையருக்கோ, சொந்தமாகவிருந்தாலும் அதன் மகத்துவம் மேலூர் மண்ணால் வந்ததுதானே. அதுவும் அந்த மண்ணில் அந்த வயல் விசேடம்தான். அது வாய்க்கால் பக்கமிருந்தது. தண்ணீருக்குக் குறைவே இல்லை. மேலூர் பிரதேசம் முழுவதுமே தண்ணீர் விஷயத்திலே குறைவற்றதுதான்.

பொதுவாக சங்கரய்யருக்குக் குற்றாலிங்கத்திடம் ஈடுபாடு அத்தனை இல்லை. பேசிக்கொள்வதும் குறைவுதான். அப்படிப்பட்டவர், தானாக வந்து பார்த்தது காரணம் உள்ளதாகவிருக்கும்.

"என்ன குற்றாலிங்கம் பாத்து நாளாச்சே – எப்படி இருக்கேள்?"

இப்படித்தான் பேச்சு இருந்தது. விஷயம் பிடிபடச் சிறிது நேரம் ஆயிற்று. குற்றாலிங்கத்திற்கு முதலில் சிறிது வியப்பு.

தனது வயலை குற்றாலிங்கத்தின் தங்கை புருஷன் பாட்டத்திற்கு எடுத்துக்கொள்ள முடியுமா என்று கேட்பதற்காகத்தான் சங்கரய்யர் வந்திருக்கிறார்.

பெத்தாச்சி பார்த்துக்கொண்டிருக்கிற வயல் – குறைவு எதுவும் சொல்ல முடியாது – இருவரும் வேண்டியவர்கள்தாம் – திடீரென ஒரு மாற்றம், அதுவும், குற்றாலிங்கம் வழியாகச் செய்யவேண்டிய அவசியம்? ஆனால் சிறிது நேரத்திற்குப் பின்னர் குற்றாலிங்கம் எவ்விதக் குழப்பமுமில்லாமல் உடனடியாகப் பதில் சொல்லிவிட்டார்.

"நான் மச்சினப் பிள்ளையைக் கேட்டுச் சொல்றேன் – என்ன கஷ்டம் இதிலே?"

சங்கரய்யர் திரும்பவும் முகத்தை சிரத்தையுடன் மாற்றிக்கொண்டு கூறினார்.

"அதிலே பாரும் – நம்ம கிருஷ்ணன் போத்தி இப்ப கீழூர் பக்கமா ஒரு துண்டம் வாங்கிப்போட்டிருக்கான் – அழகா கத்திரி வயல் போடலாம். அதையும் வேலுப்பிள்ளையே பாத்துக்கிடட்டுமே" என்ற யோசனையையும் தெரிவித்தார். வேலுப்பிள்ளை, குற்றாலத்தின் தங்கை புருஷன்.

பாட்டத்திற்கு வயல் கிடைப்பது அரிதாகிவருகிற காலம். ஓய்வு பெற்ற சினிமா நடிகை மேலூர் பக்கம் வயல் ஒன்றை வாங்கியதும் அந்த வயலைப் பாட்டம் எடுத்துக்கொள்ள அண்ணன் தம்பி இருவருக்கும் போட்டி ஏற்பட்டு தரிசனமே இல்லாதுபோயிற்று. உழுவித்து உண்பவர்கள் ராசாவுக்கு நிகர். குற்றாலிங்கம் வேறு எதையோ யோசித்துக் கொண்டிருக்கக் கூடும்.

உள்ளேயிருந்து அவர் தங்கை எட்டிப்பார்த்துவிட்டுச் சென்றாள். வந்தவர் சங்கரய்யராக இல்லாமல் இருந்திருந்தால் செம்பிலே நீத்தண்ணியும் ஊறுகாயும் கொண்டு வந்து கொடுத்திருப்பாள்.

சற்று நேரம் பேசாமலிருந்துவிட்டு "கிருஷ்ணன் போத்தி இதுக்கு முன்னாலே எங்கிருந்தாராம் – ஒங்களுக்குத் தெரியுமா?" என்று கேட்டார்.

"தெரியாதே – ஏதோ வடக்கேயிருந்ததா கேள்வி – பட்டாளத்திலே கொஞ்ச நாள் – என்ன?"

"இல்லே கேட்டேன்" என்று சொல்லிவிட்டு "பாட்டம் மச்சினப் பிள்ளை கிட்டே கேட்டுச் சொல்லுகேன்" என்று சொன்னார் குற்றாலிங்கம்.

வயல் பாட்டம் பற்றிப் பேசவந்த சங்கரய்யர் அதன்பிறகு வரவேயில்லை. ஆனால், கிருஷ்ணன் போற்றி அன்று மாலை வந்து பார்த்துவிட்டுப் போனார். அதிசயம் – வயலைப் பாட்டம் எடுத்துக்கொள்ளச் சொல்ல வயல் சொந்தக்காரரே வந்து குத்தகைக் காரரைக் கேட்பது இதுவே முதல் தடவையாக மேலூரில் இருந்திருக்கும்.

கிருஷ்ணன் போற்றி வாட்டசாட்டமாகவே இருந்தார். அந்த வயதிற்குத் திடகாத்திரம் அதிகம்தான். ஒருவேளை, பட்டாளத்தில் இருந்த காரணத்தால் இருக்கலாம். அவர் மாமிசமும் சாப்பிட்டிருக்கிறார் என்று ஒரு பேச்சு ஊரில் உண்டு. அப்படி இருந்தாலும் அது ஒன்றும் பாபகரமான விஷயமல்ல என்பதுபோல அவரது பதில் இருந்தது என்றும் சொல்லிக்கொண்டார்கள்.

அன்று மத்தியானமே கிருஷ்ணன் போற்றியையும், சங்கரய்யரையும் சேர்ந்து பார்க்கும்படியாயிற்று. அது ஒரு மாடு சம்பந்தப்பட்ட விஷயம்.

அந்த மாடு பிராமணக்குடிக்கும் குளக்கரைக்கும் இடைப்பட்ட பாதையில் செத்துக் கிடந்ததைக் குளக்கரை வீட்டில் குடியிருக்கும் கிருஷ்ணன் போற்றிதான் முதலில் பார்த்திருக்கிறார். உடனடியாகக் கதவை மூடிக்கொண்டு உட்பக்கமிருந்து சன்னல் கதவைத் திறந்து சப்தமிட்டிருக்கிறார். நாலைந்து பேர்கள் வந்து பார்த்தாலும், மேற்படி விஷயத்தை எப்படிக் கையாள்வது என்று தெரியாமல் குழப்பம். சீனியரான சங்கரய்யரின் வாழ்விலேயே இப்படி ஒரு பிரச்சினையைச் சந்திக்கும் வாய்ப்புக் கிடைத்ததில்லை. அப்படி இப்படி என்று அம்மன் கோவில் பக்கம் உட்கார்ந்துகொண்டிருக்க ஊர்க்காரர் சிலரிடம் தெரிவிக்க, அவர்கள் பிராமணக்குடி பக்கம் வந்தனர். குற்றாலிங்கம் அந்தச் சமயம் குளத்திற்கு வர, விஷயம் சூடு பிடித்தது.

மாடு போன்றவை செத்துப்போய்விட்டால், ஊரைச் சுத்தம் செய்யும் சங்கன் போன்றவர்தாம் அதை அப்புறப்படுத்துவர். ஆடு போன்றவை என்றால் பரவாயில்லை. கைகளில் தூக்கியே சென்றுவிடுவான். இது முடியாத காரியமாததால் குப்பை வண்டியைப் பயன்படுத்தி, மாட்டை அதில் தூக்கிப்போட்டு அதன் சொந்தக்காரரும் அவர் பிள்ளைகளும் வீட்டு நடையில் வருத்தத்துடன் நிற்க – சில சமயம் பிள்ளைகள் குரலெழுப்பி அழவும்செய்ய, வண்டியை இழுத்துச் செல்வான். ஆனால் ஊருக்குப் புதிதாக வந்த சானிட்டரி இன்ஸ்பெக்டர் கண்டிப்பாக சங்கனிடம் சொல்லிவிட்டாராம்.

“சர்க்கார் வண்டியிலே ஊர்க்காரங்களுக்கான வேலை எதையும் செய்யக் கூடாது. குப்பை மட்டுந்தான் அள்ளிச்செல்லவேண்டும்– மீறினால் வேலை போய்விடும்.”

சங்கன் இதைச் சொல்லி அலறினான்.

“நயினாரே – கேட்டியளா – நா எப்படி மாட்டை எடுப்பேன் – எம் வேலை தொலைஞ் சிருமே.”

அது உண்மையென்பது எல்லாருக்கும் தெரிந்துதானிருந்தது. இருந்தாலும், வேலுப் பிள்ளை, அய்யாப்பிள்ளை, குமாரசாமிப்பிள்ளை எல்லாருமே ஒரே குரலில் சொன்னார்கள்.

“நீ எடுக்கல்லேன்னா வேற யார்லே எடுப்பா – நாங்க எல்லாம் இதுக்காகத்தான் ஒன்னை வைச்சிருக்கோம் – அந்த இன்ஸ்பெக்டர் வரட்டும் – நாங்க பேசிக்கறோம் – நீ எடுலே.”

குளிக்க வந்தவர் ஒரு கணம் சமைந்துநின்றார். “இதுக்காகத்தான் ஒன்னை வைச்சிருக்கோம்” என்ற வாக்கு எத்தனையோ விஷயங்களைத் தனக்கு அறிவுறுத்தியதாக பிறகு கூறினார்.

அது உண்மைதான். நிலமுள்ள விவசாயிகள் செய்த அபத்தமான – அசுரத்தனமான – ஆனால் அவசியம் என்று கருதப்பட்ட அநியாயம். நிலமற்றவன் நமது உறவினனாக இருந்தால்கூட வேறு வேலை செய்யட்டும். பரம்பரை பரம்பரையாக அவர்கள் அந்தந்த வேலையைச் செய்துகொண்டிருக்கட்டும் என்ற மனநிலை நிலமற்றவர்களை என்ன பாடுபடுத்தியிருக்கும் என்று கேட்டுக்கொண்டார்.

அந்தச் செத்த மாடு இழுக்கும் குழுவனும், இராப்பாடியும், பனையேறிப் பிழைப்போரும் நிலமுள்ளவராக இருந்துவிட்டால் – அப்படி இருந்தவர்கள்தாமே என்றும் கேட்டார் – ஏதோ திடீரென மாறிவிட்ட ஒரு பேராசிரியர் போல கேட்டார்.

நாடு விடுதலையடைந்த பின்னரே பயணம் உண்மையில் ஆரம்பிக்கிறது என்பதைத் தெரிந்துகொண்டார் போலும்.

இந்தப் பயணத்திற்குச் சாலைகள் கிடையாது. மண் போட்ட சாலைகளை உண்டுபண்ணுவதுதான் பயணம்.

“சானிட்டரி இன்ஸ்பெக்டரிடம் நாங்க சொல்லிக்கொள்கிறோம்– நீ மாட்டை எடு” என்று சொல்வதன் மூலம் சாலைகள் எதுவும் போடப்படவில்லை என்ற உண்மை அவரிடம் எழுந்திருக்கும்.

குளித்துவிட்டுக் கரையேறிய போது – அது அரச மரத்துறை – குளத்தோடு சேர்ந்த போற்றியின் தேவஸ்தான குடியிருப்பில் மூவர் இருந்து பேசிக்கொண்டிருப்பது தெரிந்தது. கிருஷ்ணன் போற்றியைத் தவிர மற்றவர் பெத்தாச்சி, சங்கரய்யர் ஆகியோர்.

சமஸ்தானத்தில் அராஜகம் ஓங்கியிருந்த காலத்தில் குற்றாலிங்கம் எங்கே தங்கியிருந்தார் என்பது இப்போதுதான் மேலூர்வாசிகளுக்குத் தெரியவந்தது. கருங்குளத்திலிருந்து ஒரு சிறு ட்ரங்க் பெட்டியையும் சில துணிகளையும் கொண்டுவந்தவரது வீட்டில்தான் குற்றாலிங்கம் தங்கியிருந்திருக்கிறார் என்பது தெரிந்தது.

கருங்குளத்துக்காரரின் பெயர் முத்தையா. குற்றாலிங்கம் கருங்குளத்தில் தங்கியிருக்கையில் தனக்குக் கிடைத்த அனுபவங்கள் மறக்கமுடியாதவை என்றார்.

நிறையவே பேசினார். மருத்துவமலை சித்தர் சாமி பற்றியும் சொன்னார். இந்தச் சித்தர் சாமி பற்றி அறிந்துகொள்ள ஆவலுடன் இருந்தவர்கள் மேலூரில் உண்டு. காளியூட்டு வரை இருந்துவிட்டுப் போகவேண்டும் என்று நாலைந்து பேர் கேட்டுக்கொண்டனர்.

காளியூட்டு வரை அவர் தங்கியிருந்ததும் பெரிய விஷயம்தான். மருத்துவமலையில் அவரறிந்த சித்தர் சாமியும் பெரிய விஷயம்தான். விடுதலை பெறவேண்டியவை எப்போதும் இருந்துகொண்டுதானிருக்கும் என்ற உண்மையை ஏதோ ஒரு மொழி நடையில் சொன்ன அவர் கூற்றுகளும் பெரிய விஷயம்தான்.

13

தொல்லுலகில் பன்னிரண்டாயிரம் ஆண்டுகளாகத்தான் பெண் தெய்வ வழிபாடு மாறி, கடவுள் ஆண்மகனாகத் தெரியவந்தார் என்று சொன்னார்கள். இந்த சமஸ்தான மண்ணில் அதை ஒப்புக்கொள்ள வேண்டிய அவசியமில்லை. தண்ணீரால் மட்டுமே ஆட்கொள்ளப்பட்ட இடந்தவிர மற்ற எல்லாப் பிரதேசங்களும் அன்னை வழிபாட்டில் ஒன்றை ஒன்று மிஞ்சின. தானாகத் தோன்றியதாகையால், அந்த இயற்கை வழிபாட்டிற்கு எந்த எதிர்ப்புமில்லை.

தாடகை மலைப்பக்கம் கணியக்காரர் உலவினர். காட்டுப்புதூர் பக்கம் மாடுகள் மேய்ந்தன. மேலூர் பக்கம் உழுதனர். எல்லாரையும் பாலித்த அருள் அந்த அம்மை. கணியக்காரர் மந்திரத்தில் வல்லுநர். அவர்களில் சிலர் சித்துகளில் இறங்கி நகரங்களுக்குச் சென்று அங்கே அவர்கள் பெயர் பத்திரிகைகளில் வரும் அளவிற்குப் பிரசித்திபெற்றனர். தன்னை ஆட்கொள்ளாத மந்திரம் வேறு யாரைச் சேரும்?

முடிவெட்டிய வறிய உழவர் அத்தொழிலை மேற்கொண்டு அவர்களாகவே மாறினர். மரமேறியவர் அவ்வாறே அழைக்கப்பட்டனர். சமஸ்தானவாசிகள் தாங்கள் எந்தப் பிரதேசத்தைச் சார்ந்த பிரஜைகள் என்பதை அறியாது மயங்கினர்.

பேய்ச்சியின் விழா களைகட்டி இருந்தது. வருவோர் போவோரும் அதிகம்தான். அதிக அளவு பரபரப்புடன் அரசியல் நிலவரம் அந்தப் பிரதேசத்தில் இப்போது இல்லை என்பதால் கூட்டம் அதிகமாகவே இருந்தது.

விழாவின் முந்தைய நாள் திரும்பவும் சங்கரய்யரும் கிருஷ்ணன் போற்றியும் ஒன்றாக வந்து குற்றாலிங்கத்தைச் சந்தித்தனர். ஆரல்வாய்மொழி பக்கத்தில் பசனை மடம் ஒன்றை ஆரம்பிக்க இருப்பதாகவும், ஊர் சார்பில் குற்றாலிங்கம் கட்டாயம் வரவேண்டும் என்றும், துணைக்கு முத்தையாவும் வரட்டும் என்றும் கேட்டுக்கொண்டார்கள். அந்த ஊர் பிராமணக் குடியில் எல்லாரும் விருப்பம் தெரிவித்தார்கள் என்றும் சொல்லப்பட்டது. காலையில் சிறு பூசனை முடிந்தவுடன் திரும்பிவிடலாம் – வில்வண்டி ஏற்பாடு செய்யலாம் – காளியூட்டு முதல் பூசனை இரவுதான். எனவே தடை சொல்லாமல் வரவேண்டும் என்று விண்ணப்பம்.

குற்றாலிங்கம் பதில் சொல்வதற்கு முன்பே முத்தையா தெளிவாகச் சொன்னார்.

“இல்லை ஐயரே – எங்கேயும் போக முடியாது – காளியூட்டுக்கு வந்துவிட்டு வேறு விழாவிற்குப் போவது பாவம்.”

இதற்கு மேல் யாரும் எதுவும் சொல்லமுடியாதபடியால் அவர்கள் இருவரும் போய்விட்டனர். குற்றாலிங்கமும் முத்தையாவும் பார்த்துக்கொண்டனர்.

புதியதொரு சமஸ்தானமாக உருப்பெற்றாலும் மேலூர் சார்ந்த பிரதேசம் பழைய சமஸ்தான அதிகாரத்தின் கீழ்தான் இருந்தது. அதன் தேர்தல்களிலும் கடுமையான எதிர்ப்புக்குரல்கள் ஒலித்தன. பக்கத்து மாகாணத்துடன் தங்கள் மொழிவழிப்படி இணைய வேண்டுமென்ற அந்தப் பிரதேச மக்களின் குரல் எல்லாரது ஆதரவையும் பெற்றிருந்தும் தாமதப்படுத்தப்பட்டது. சில கலவரங்கள்– திருவிழாக்கள் போன்றவற்றில் நிகழ்ந்தன. காளியூட்டிலும் நடக்கலாம் என்று நம்பியவர்கள் உண்டு. அப்படி எதுவும் நடக்கவில்லை. ஆனால், அசம்பாவிதங்கள் வேறு கோணத்தில் வந்தன. அது மேலூருக்கே சொந்தம்.

அப்படித்தான் பலருக்கு இருந்திருக்கவேண்டும். ஆனால், மீனாட்சி அம்மாளுக்கோ – குற்றாலிங்கம் பிள்ளைக்கோ கருங்குளத்திலிருந்து வந்திருக்கும் முத்தையாவிற்கோ அப்படித் தெரியவில்லை. நாடு விடுதலையை எதிர்பார்த்திருந்ததைப் போல அவர்கள் எதையோ நோக்கிக் காத்திருந்தனர். காளியூட்டில் தங்கள் முயற்சியின் முடிவை நம்பியிருக்கவேண்டும்.

எல்லாவற்றையும்பற்றிக் கருங்குளம் முத்தையா நிறையவே சொன்னார்.

“இந்தப் பக்கத்திலே சித்தர் சாமிகள் அதிகம். அவுக எல்லாருமே ஊருக்கு வெளிலேதான் இருக்கிறதா சொல்லமுடியாது. ஏதோ ஒண்ணிரண்டு பேர் மலை மேலே இருக்கலாம் – மலை கடவுளுக்குச் சமம். எல்லாரும் அப்படியில்லை – குளத்தங்கரையிலும் இருக்கிறது உண்டு.”

“மருத்துவமலை மேலே எல்லாருக்கும் தெரிஞ்ச ஒரு சித்தர் சாமியும் இருந்தாரு – இப்போ அப்படியில்லை. சின்ன சாமியும் இருக்காரு– இப்ப உள்ளவரு சின்ன வயசே தவிர, பேச்சு பெரியவங்களையும் கண்ணீர் வடிக்க வைக்குது.”

“காளியூட்டைப் பத்திக்கூட இப்ப உள்ள சாமி சொல்லியிருக்காரு. பழைய காலத்திலே எல்லாம் வேற பேரிலே இந்தக் காளியூட்டுதான் உலகம் பூரா இருந்தது. அந்தக் காலத்திலே கிருஷ்ணர் ருக்மணியைக் கல்யாணம் செய்துகிட்டது இந்தக் காளியம்மன் முன்னாலேதான். அப்ப வேற யாரையும் மனுஷன் கும்பிட்டிருக்க முடியாது.”

‘ஆடு, கோழி வெட்டற கொடையிலே சாமி கலந்துப்பாளா’ என்று கேட்டதற்கு அவர் கூறினாராம்.

“ஆட்டிறைச்சி மாட்டிறைச்சி அன்றும் இன்றும் தின்பவர்கள்தாம் ‘அந்தப் பூசனை ஒசத்தி – இது மோசம்’ அப்படின்னு சொல்ல ஆரம்பிச்சவா – முதல்லே பூசனைன்னா என்ன?” என்று கேட்டுவிட்டுப் பேசாமலிருந்தாராம் அந்தச் சித்தர் சாமி.”

“உலகம் ஒரு வெளி அப்படின்னு சொல்ற சாமி இப்படி காளியம்மனைப் பத்தி மட்டும் சொல்றது ரொம்பவும் அதிசயமாக இருக்குது – பெருமையாட்டும் இருக்கு – காரணம் சரியாப் பிடிபடலே.”

“காரணம் எதுவும் இல்லாம – பிடிபடாம – ஆனா, தானாத் தோணி ஒரு அமைதியைக் கொடுக்கிறதைத்தான் கடவுள்னு சொல்லிக்கிட்டு வாரோம் – எப்பவும் அப்படித்தான் இருக்கப்போறோம்.”

“கோமரத்தாடிக்காரங்களிலிருந்து இராப்பாடி வரை இந்த சாமி ஒரே மாதிரி பேசுவாரு.”

“இராப்பாடியே இந்தச் சாமியாகவும் இருக்கலாம்.”

14

பெத்தாச்சியா பிள்ளை அறுபது வயதை எட்டிவிடவில்லை. சிறுவயதிலேயே பெற்றோரை இழந்துவிட்டவர். பரம்பரைச் சொத்தாக இரண்டு பெரிய வயல்கள் – வீடு – களம் – தென்னந்தோப்பு. ஆற்றங்கரைப் பக்கம் கத்தரி வயல். நிறைவான வாழ்க்கை, செல்வத்தைப் பொறுத்தவரை. போதாக்குறைக்கு, பட்டாளத்திலிருந்து திடீரென ஊர் வந்தவன் ஏதோ மனக்கோளாறு காரணமாக – அப்படித்தான் பேச்சு – இருநூறு ரூபாய்

பணத்தை வாங்கிக்கொண்டு தனது ஒரு கோட்டை விதைப்பாடு வயலொன்றை இவருக்கு எழுதிக்கொடுத்துவிட்டுப் போய்விட்டான். ஒரு ஆண்டில் போயே விட்டான்.

பெத்தாச்சிக்குப் பிள்ளைகள் இல்லை. மனைவிக்குப் பலவித உடல் கோளாறுகள். ஆனாலும் அவர் மனநிறைவோடிருந்ததாகத் தெரிய வந்தது. பலவிதமான எண்ணங்களை நிறைவேற்றிக்கொண்ட காரணத்தால் ஏற்பட்ட மன நிறைவு. அப்படித்தான் அவரைப் பற்றித் தெரிந்தவர்கள் நினைத்துக்கொண்டிருந்தார்கள்.

பெத்தாச்சியா பிள்ளையின் தமக்கையொருத்தி "தலையெண்ணிப் பாகம்" வேண்டுமென்று தன் பெற்றோர் மீதே வழக்கொன்று தொடர்ந்து குடும்பச் சொத்தில் அதிக பாகத்தைப் பெற்றிருந்தாள்.

அந்தப் பிரதேசத்தில் வழக்கிலிருந்த ஒரு முறை விசித்திரமாவும் அதே சமயம் ஏதோ ஒரு வகை நியாயத்தைக் கொண்டிருப்பதாகவும் தெரிந்தது. ஒருவரது பிள்ளைகள் கல்யாணமாகிக் குழந்தை குட்டி என்று ஆகிவிட்ட பின்னர் குடும்பச் சொத்தைப் பங்கிடவேண்டும் என்ற நிலை வருகையில், அந்தப் பாகம் ஒவ்வொருவருக்கும் இருக்கிற குழந்தைகளின் எண்ணிக்கையைப் பொறுத்து அமையும். மூத்தவனுக்கு ஒரு குழந்தையிருந்து அவன் தம்பிக்கோ, தங்கைக்கோ நாலு குழந்தையிருந்தால், அதிக குழந்தை உள்ளவர்கள் அதிக பாகத்தைப் பெற்றுக்கொள்ள முடியும். இதை 'தலையெண்ணிப் பாகம்' என்றார்கள்.

அப்படி அதிக பாகம் பெற்ற சகோதரி வீடு ஆரல்வாய்மொழியில் இருக்க, இவர் போவதில்லை. வேறு எந்த வகையிலும் உறவினர்களுடனோ, உடன்பிறப்புகளுடனோ எந்தவித தொடர்பையும் வைத்துக்கொண்டிருக்கவில்லை. குடும்பத்தில் மூத்தவரான இவருக்கு அந்தக் குடும்பச் சொத்தில் வந்த பாகம் தவிர, இப்போது இருப்பவை இவர் உண்டுபண்ணிக்கொண்டதுதான்.

ஒருவேளை இம்மாதிரி இசைகேடான நிலை, உறவினர்களுடன் இருந்த காரணத்தால் சொத்துக்களை அதிகம் சேர்த்துக்கொள்ள வேண்டுமென்று ஆசை தானாக வலுப்பெற்றிருக்கும். உறவுகள் விட்டுப் போகப் போக அந்த இடைவெளியை வேறு ஒன்று நிரப்பிற்று. சுற்றம் அதிகம் இல்லாதவர்கள் பணம் அதிகம் சேர்த்துவிடுவார்கள் என்று சொல்லலாம்.

மேலத் தெருவிலும் தெற்குத் தெருவிலுமாக இரண்டு வீடுகளைச் சொந்தமாகக்கொண்ட அவர் மேலூரைவிட்டு அநேகமாக வெளியூர் சென்றதில்லை. ஆனாலும், சமஸ்தானத்தைத் தாண்டி திருச்செந்தூர் வரையுள்ள ஊர்களில் அவரைத் தெரிந்தவர்கள் அதிகம். அதற்கு மேலே சென்னைப் பட்டணத்திலும் சமஸ்தானத் தலைநகரம் அனந்தபுரத்திலும் அவரைத் தெரிந்தவர்கள் உண்டு என்றால் அதற்கு முதற்காரணம் 'நெல்' ஆகும்.

புதியதொரு சமஸ்தானமாக அவதாரங் கொண்டுவிட்ட பின்னர்– திவான் அங்கிருந்து நீங்கிய பின்னர் – சங்கரய்யரைவிட பெத்தாச்சியா பிள்ளையின் பெயர் தெரிய ஆரம்பித்ததின் உண்மையான காரணம், புதிதாக நடைமுறைக்கு வந்த 'ரேஷன்' என்ற பங்கீட்டு முறையாகும். மேலூர் பிரதேசத்திலிருந்த நெல் மூட்டைகள் தினசரி கடத்தப்பட்டனவென்றால் அதற்கு ரேஷனும் பெத்தாச்சியா பிள்ளையுமே பொறுப்பு. இரவு நேரங்களில் நெல் மூட்டைகள் கடத்தப்படுவதைத் தடுக்க தாசில்தார் போன்ற

அலுவலகங்களில் ஆட்கள் தடையாக இருந்தாலும் அவற்றை முறியடிக்க கோவிந்தன் நாயர் போன்ற நம்பகமானவர்கள் துணைநின்றனர்.

பெத்தாச்சியா பிள்ளைக்குக் குழந்தையில்லை என்று சொல்லப்பட்டதல்லவா – அப்படியில்லை – குழந்தையொன்றை அவர் மனைவி பெற்ற நாளே தாயும் சேயும் தொற்றுநோய்க்காளாகி, குழந்தை இறந்துவிட்டது. பிற்காலத்தில் அவர் மனைவியின் மனநிலைக்கும் நோய்க்கும் அதுவே காரணம் என்று சொல்லலாம். பட்டணம் சென்று அவளுக்கு நல்ல வைத்தியம் பார்க்கலாமென்றால் அவள் தீவிரமாக மறுத்துவிட்டாள். டவுன் பக்கமிருந்த மருத்துவர்– காட்டுப்புதூர் வைத்தியன் – வெள்ளமடம் சோசியன் ஆகியோரே அந்த அம்மாளின் மனதைச் சிறிது தேற்றமுடிந்திருக்கிறது.

போன காளியூட்டிற்கு அம்மனுக்குப் போடுவதற்காக ஓர் அட்டிகைக்குக் கீழூர் மாணிக்கம் ஆசாரியிடம் சொல்ல, அவர் செய்தும் கொடுத்துவிட்டார்.

பெத்தாச்சியா பிள்ளை ஊர்க்காரர்களோடு பழகிய விதம் யாராலும் மறந்துவிடக்கூடியதல்ல. உறவினர்கள் கிடையாது என்ற குறையே இல்லாதவாறு அவர் மேலூர்வாசிகளின் அண்ணனாக, தம்பியாக, பெரியப்பா சித்தப்பாவாக, மாமன் முறையாக வந்து நிற்பார். ஊரில் பல கல்யாணங்கள் அவர்தம் முயற்சியாலேயே நிறைவேறின என்று சொல்லவேண்டும். தன்னைவிட ஒரு வயது பெரியவராக இருந்தாலும் அம்பலத்தில் உட்கார்ந்திருக்கும்போது வந்தால், எழுந்து நிற்பார். வைகாசி விசாகம் போன்ற நாட்களில் ஊர்க் கோவிலில் நடக்க வேண்டியவற்றைத் தானே முன்னின்று நடத்துவார்.

நாற்பதுகளின் கடைசியில் ‘என்ன பெத்தாச்சியா பிள்ளை’ என்று பிராமணக்குடியில் யாரும் அவரைப் பெயர் சொல்லி அழைக்க முடியவில்லை. முன்பு வேறு விஷயம். பெயரைச் சொல்லிக் கூப்பிட்டு சம்பாஷணை நடத்தும் நபர்கள் இப்போது மரியாதை யுடன் பேசினார்கள். உள்ளூர் இளைஞர்களின் கைங்கர்யம் அது. “என்ன அம்மாச்சா – பேரைச் சொல்லிக் கூப்பிடற அளவுக்கு ஏன் விட்டுவைக்கணும் – அதுவும் ஒங்களைவிட வயசிலே சின்னவனுக” என்று சத்தம் போட்டால், “மக்கா – அப்படித்தான் இருக்கும் – அப்புறம் எல்லாம் மாறிடும் – காளியூட்டுக்கே தானா வந்து வரிகட்டுவான் பாரேன்” என்பார்.

பிராமணக்குடியிலும் சங்கரய்யர் உட்பட எல்லாரும் அவரிடம் நன்கு பேசினார்கள். கிருஷ்ணன் போற்றியும் பேசுவார் – மிகவும் வயதான ஒரு கிழவரைத் தவிர.

கீழூர் சென்றாலும் அவருக்கு அதே வரவேற்புத்தான். அநேகமாக கோனார்கள், ஆசாரிகள் நிறைந்த தெருக்களிலும் அவர் உறவு முறையாகத் திகழ முடிந்தது. பெத்தாச்சியா பிள்ளையைப் புரிந்து கொள்ளாமல் இருந்தவர்கள் – மேலூர் சேரிவாழ் மக்கள். அவர் அங்கே செல்வதில்லை. வயல் வேலைக்கு வரும் அவர்கள் எல்லாருக்கும் உழவு, அறுவடைக் காலங்களில் மட்டும் புது வேட்டி எடுத்துக் கொடுப்பார்.

நாட்டில் சாதி வெறியிலே அதிகம் ஊறியது இந்தப் பகுதி. ஒருவேளை சாதிகளே இல்லாமல் இருந்த சமுதாயமும் இப்பிரதேசத்திலேயே இருந்திருக்கும். இது நல்லது – இதுவே நல்லது என்று இருந்த காலத்தில் அசிரத்தை ஏற்பட்டு, எதிரிடையான ஒரு

சித்தாந்தம் தோன்றி இப்போது அந்த மாற்றம்தான் நல்லது என்ற மனநிலை தோன்றியதோ, என்ன எழவோ தெரியவில்லை. காந்தியின் இடத்தில் அவரை வீழ்த்திய கொலைகாரனும் வந்துநிற்பான் போலும்.

"ஒன்று மட்டும் சொல்லிக்கொள்ளலாம் – இங்க யாரையாவது புதுசா பாத்தா 'நீங்க என்ன பிள்ளைக' அப்படின்னு கேக்கறது வழக்கம் – குறைந்தபட்சம் எல்லாருக்கும் ஒரே சாதிப் பேரைக் கொடுக்கிற தாராள குணம் – பாண்டியிலே எல்லாம் முகத்தில் அடிச்சாப்பிலே 'நீங்க என்ன சாதி' என்றுதான் கேள்வி" என்று சொல்வோரும் உண்டு.

மேலூர் பிரதேசத்தில் வைகாசி பதினைந்து என்றால் மழை தொடங்கும். நம்பிக்கையோடு கலப்பையைத் தூக்கலாம். தெருக்களில் போவோர் வருவோரிடையே நடக்கும் பேச்சு உழவு சம்பந்தப்பட்டதாகவிருக்கும்.

"முன்னேரு கட்டி உழத் தெரியுமாலே ஒனக்கு – பேச வந்துட்டான்" என்று கேலிப் பேச்சு பேசுவதற்குக்கூட உழவுதான் கைகொடுக்கும்.

வெறுப்பு என்பதற்கும்கூட சாதிமத பேதம் கிடையாதென்று சொல்லலாம். "இதைக்கூட இந்த மேலூர் பிரதேசத்தில் வாழ்ந்த கிழவன் ரெண்டாயிரம் வருசம் முன்பு சொல்லிப்போனான் – மேலூர் பக்கம்தான் அந்தக் கிழவன் வாழ்ந்ததாக ஒரு படிப்பாளி ஆய்வுசெய்திருக்கிறார்" என்று குற்றாலிங்கம் சொல்லிக்கொண்டிருந்தார்.

அன்பற்றுப்போவதற்கும் அன்புதான் காரணம் என்பது பெத்தாச்சியைப் பொறுத்தவரை எப்படியோ – அவர் மனைவி காளியூட்டு வந்துவிட்டால் உரக்கச் சப்தமிட்டுக் கூறுவது வேறு வகை.

"எம்பிள்ளை இருந்திருந்தா இந்தக் காளியூட்டுக்கு எட்டு வயசாயிருக்கும்."

எந்த வயதுக் குழந்தையாகவிருந்தாலும் அதன் வயதைக் கண்டறிந்து தன் குழந்தை தவறியது எத்தனை ஆண்டுகளுக்கு முன்னர் என்றெல்லாம் கணக்கிட்டு "எல்லார் குழந்தைகளும் நடமாடுதே – நான் என்ன பாவம் செய்தேன்" என்று அந்த அம்மாள் குரலெழுப்பத் தவறுவதில்லை. அது சரியா – தவறா என்று சொல்லிக்கொண்டிருப்பதில் எந்தப் பிரயோசனமும் இல்லை. ஆனால், இப்படிப்பட்ட சூழ்நிலை பெத்தாச்சியாவை எப்படி பாதித்திருக்கிறது.

அது ஒரு பெரிய விஷயம்.

15

"எல்லா நச்சத்திரமும் நல்லதுதான் – எல்லா நச்சத்திரமும் கெட்டதுதான்" என்று வெள்ளமடம் சோசியர் சொல்வதுண்டு. "திருவாதிரை அத்தனை கொண்டாடப்படும் நச்சத்ரம் அல்ல – அதாவது கல்யாணம் போன்ற விஷயங்களுக்கு. ஆனால், சிவ பெருமானுக்கு உகந்த நாள். அதனால்தான் அந்த ஆதிரை நச்சத்ரம் 'திரு' என்ற அடைமொழியைச் சேர்த்துக்கொண்டிருக்கிறது. அம்மன் திருவிழா, காளியூட்டு எல்லாம் அந்த நாளில் தொடங்குவது நல்லது" என்பார்.

“பூச நட்சத்திரத்தில் அது முடிவு பெறும். ஒவ்வொரு இடத்திலும் ஒவ்வொரு மாதிரியாக இருக்கலாம். ஆனால் இங்க இப்படித்தான். பூசம், அனுஷம், உத்ரட்டாதி நச்சத்ரங்களைக்கொண்டே எல்லாவற்றையும் சொல்லிவிடலாம். இது இங்கே மட்டும் அனுசரிக்கப்படும் சோதிட முறை – இது சோதிடத்தைப் பேணும் எந்த இடத்திலும் இல்லாத சங்கதி” என்று சொற்பொழிவு ரீதியில் சொல்லுவார்.

காளியூட்டு நாளில் நடத்தப்படும் சூடு முக்கியமான சிறுவர் ஆட்டமாகும். மூங்கிற் புற்கள் கட்டுகளாக மீனாட்சி அம்மாள் வீட்டுப் பின்புறமுள்ள களத்தில் குவிக்கப்பட்டுவிட்டன. ஊர்ப் பிள்ளைகள் தெருக்களில் அவற்றைத் தூக்கிக்கொண்டு ஆடுவார்கள்.

காப்புக் கட்டிய பின்னர் காளியூட்டு முடியும்வரை ஊரை விட்டு யாரும் செல்லக்கூடாது என்பது கட்டுமானம். காளியூட்டில் பிராமணக்குடி கலந்துகொள்வதில்லையாதலால் அவர்களுக்கு அதுபற்றிக் கவலையில்லை. சங்கரய்யரும் கிருஷ்ணன் போற்றியும் சொன்னபடி ஆரல்வாய்மொழி புறப்பட்டிருக்கவேண்டும்.

ஆனால், வெள்ளமடம் வரை சென்றதும் நேராக ஆரல்வாய்மொழி செல்லாது வீராணமங்கலம் பாதையில் நடக்கத்தொடங்கினர். மேலூர் கிருஷ்ணன் கோவிலில் பூசனை செய்கிற ஐயர் – பெரும் பூதம் என்னும் சிறப்புப்பெயரைப் பெற்றவர் – வீராணமங்கலத்தை இருப்பிடமாகக் கொண்டிருந்தார்.

அவர்தம் வீட்டில் இருந்தவர்களில் ஒருவன் கோவிந்தன் நாயர். இன்னொருவன் ஓர் இளைஞன்.

சங்கரய்யரையும் போற்றியையும் கண்டதும் இருவரும் எழுந்து நின்றனர். அங்கே அவர்கள் நீண்ட நேரம் பேசிக்கொண்டிருந்து விட்டுப் புறப்பட்டனர். ஆரல்வாய்மொழி சேர நெடுநேரம் ஆகிவிட்டது.

காப்புக் கட்டுவதற்கு முன்பு மீனாட்சியும் வெளியூர் சென்று வந்தாள். வெளியூர் என்ன வெளியூர். அந்த அம்மாளைப் பொறுத்தவரை அது கருங்குளம் அல்லது காட்டுப்புதூர்.

காட்டுப்புதூராகவே இருக்கும். காளியூட்டு முடிந்ததுமே பெத்தாச்சி சொன்னபடி ஏதாவது ஏற்பாடு செய்தாகவேண்டும். அது மீனாட்சி அம்மாளின் பொறுப்பாகவும் அமைந்துவிட்டபடியால் காட்டுப்புதூரே சென்றிருக்கமுடியும்.

ஏற்பாடுகள் மனிதரால் செய்யப்பட்டவை – மீனாட்சி என்ற அன்னை – அந்தச் சிற்றூரில் எல்லாராலும் மதிக்கப்பெறுபவள் தனது நலன் என்று எக்காலத்திலும் செயல்படாத ஒரு பிறவி – அந்த ஏற்பாட்டைச் செய்ய முனைந்தாள்.

சில உதவிகளை முன்வந்து செய்பவராகப் பலர் இருக்கலாம். ஆனாலும் இந்த மாதிரி உதவிதான் தேவைப்படும் என அறிந்து அதை முன்வந்து செய்பவள் இந்த அம்மைதான். அம்மாதிரி விசேட குணத்தை எப்படிப் பெற்றாள்.

முப்பது வயதிலே காட்டுப்புதூரிலிருந்து மேலூர் வந்து ஒரு நிலைப்பாடான வாழ்க்கையைத் தொடங்கும் போதும் மீனாட்சி அம்மாள் இவ்வாறுதான் செயல்பட்டாள்.

தெருவில் விளையாடும் குழந்தைகளை அவள் அதட்டினால்கூட மேலூர் குழந்தைகள் அவள் திட்டுவதை ரசிக்கும்.

எதற்காகவோ, யாருக்காகவோ காத்திருந்ததுபோலச் செயல்படுவாள். வயதானவர்கள்கூட சில சமயம் அவளைப் பற்றி மதிப்புடன் பேசிக்கொள்வதுண்டு. பப்புக்குட்டியா பிள்ளையின் உறவு என்ற கூடுதல் செல்வாக்கையும் அவர்கள் தெரிந்துவைத்திருந்தனர். மேலூர் வந்த புதிதில் அடிக்கடி மருத்துவமலை சித்தர் சாமியைப் பார்த்துவிட்டு வருவதை வழக்கமாகக்கொண்டிருந்ததையும் பின்னர் நிறுத்திவிட்டிருந்தாள்.

மருத்துவமலை சித்தரைப் பற்றியும் பேசிக்கொள்வதுண்டு. முன்பு இருந்த சித்தர்களில் ஒருவர் இந்த மேலூர் பக்கமிருந்துதான் என்றும் அவர் சித்தர் ஆன விதங் குறித்து அறியவேண்டுமானால், பப்புக்குட்டியா பிள்ளையிடம் மட்டுமே கேட்டுத் தெரிந்துகொள்ள முடியும் என்றும் சொன்னார்கள். இம்மாதிரிப் பேச்சு சித்தர் பெருமையைக் குலைக்க வல்லது என்பதைக்கூட அறியா மாந்தர். அந்தப் பக்கத்து ஆள் சினிமாவில் நடித்துவிட்டால் எப்படிப் பேச ஆரம்பிப்பார்களோ, அதுபோலப் பேசினார்கள். அது பப்புக்குட்டியா பிள்ளையின் காதிற்கு எட்டி அவர் ஏதாவது கூறி அவர்களை அடக்குவது வரை அது தொடரும்.

காளியூட்டிற்குச் சித்தர் சாமி வருவாரா என்று கேட்டவர்கள் உண்டு.

மீனாட்சி அம்மாள் எப்படி பப்புக்குட்டியா பிள்ளையின் உறவினர் என்று அறியப்பட்டதோ, அதுபோலவே மருத்துவமலைச் சித்தரும் அறியப்பட்டதாகத் தெரிகிறது. இதற்கு முன்னிருந்த சாமிகள் சற்றேறக்குறைய கருங்குளத்திலோ அதன் சுற்றுப்புறங்களிலோ தெரிந்தவர்கள். இவர் அப்படியல்ல – இளைஞர். நாட்டு நடப்பை நன்கு உணர்ந்தவராகத் தெரிந்தவர். பெரிய சித்தர் சாமியோடு சேர்ந்து பார்த்தவர்கள் உண்டு. பெரியவர் சமாதியடைந்த பின்னர் இவர் அங்கேயே இருந்துவிட்டார்.

குற்றாலிங்கத்தின் மருமகன் ஒருவர் நிறைய படித்தவர். அவர் ஒரு முறை சொன்னார் – கட்டுரையாகவும் அதை எழுதியிருந்தார்:

“மண் – நீர் இரண்டையும் கொஞ்சம் வெற்றிகண்டு நிலவுடைமை பெற்றவர்களை எப்படி நடத்தினார்கள் என்று பார்த்தால் சில சமூக மர்மங்கள் தெரியவந்துவிடும் – அதுதான். இந்த மண்ணின் இன்றைய நிலைக்குக் காரணம் – அந்நிய ஆட்சி உட்பட.”

பன்னிரண்டாயிரம் ஆண்டுகள் என்று கால விவரணம் பெற்றது விவசாய நாகரிகம். அதில் வெற்றிகண்டவர்கள் எல்லாரும் நிலத்தைக் கைப்பற்றிக்கொண்டவர்கள் என்றுதான் பொருள்.

அமெரிக்கா கண்டுபிடிக்கப்பட்ட பின்னர், ஐரோப்பிய மக்கள் அங்கு குடியேறி நிலைபெற்ற சமயம் சிவப்பிந்தியரைக் கொன்று குவித்து மீதமிருந்த அந்த இன மக்களையும் தங்களுடன் சேர்த்துக்கொண்டு, புதிய குடியேற்றப்பகுதிகளைக் கண்டுகொள்ள ஒரு பந்தயத்தை நடத்துவார்களாம்.

ஒரு குறிப்பிட்ட இடத்திலிருந்து எல்லாருமாக வண்டியிலோ, குதிரையிலோ புறப்பட்டு நல்ல வளமான நிலப்பகுதி நோக்கிச் செல்லவேண்டும். அந்த இடத்தை அடைந்ததும்

தங்களது அடையாளமாக ஈட்டி ஒன்றையோ, கம்பு ஒன்றையோ அங்கே ஊன்றிவிட்டால், அதைச் சுற்றியுள்ள குறிப்பிட்ட அளவு பகுதி அவர்களுக்குச் சொந்தமாகிவிடும். வேகமாகச் செல்பவர்கள் நல்ல இடங்களைக் கைப்பற்றிக்கொள்ள முடியும். சிவப்பிந்தியர்களும், ஏதோ பெயருக்கு இப்பந்தயத்தில் அனுமதிக்கப்பட்டாலும் நல்ல பகுதிகளை அடைய முடியாமல் தடுக்கப்பட்டுவிடுவார்கள். அப்படி நல்ல நிலம் பெற்றவர்கள் கொழுத்த நிலச்சுவான்தார்களாகி மற்றவர்களை – நல்ல நிலமோ அல்லது நிலம் எதுவுமே கிடைக்கப்பெறாத நபர்களைக் குற்றேவல் புரிபவர்களாக மதித்து தாங்கள் முதலாளிகளாகவும் உயர்ந்தவர்களாகவும் மாற, ஒரு மாறுபட்ட நாகரிகம் தோன்றியது. இப்படி அமெரிக்காவில் நானூறு ஆண்டுகளுக்கு முன்பு நடந்ததென்றால், இந்தப் பிரதேசத்தில் அது பல நூறு ஆண்டுகளுக்கு முன்பு நிகழ்ந்துவிட்ட விபத்து.

அந்த ஆய்வாளரின் கருத்து உண்மையாக இருக்கும். ஆய்வாளர்கள் நாட்டுப் பற்று – மொழிப் பற்று பார்ப்பதில்லை. அவசியமும் இல்லை. மனித இனம் சம்பந்தப்பட்ட விஷயம்.

வட்டார மொழியில் குற்றாலிங்கம் பிள்ளை கதை போல இதைக் கூறினார். நெல் என்ற ஒரே ஒரு சாதனத்தை மட்டும் அடிப்படையாகக் கொண்ட இந்த இடம். இதை அறிந்துகொண்டதாகத் தெரியவில்லை. இங்கேதான் இம்மாதிரி விஷயங்கள் அறியப் பட்டிருக்கவேண்டும். எல்லாம் எனது ஊர் – எல்லாரும் என் சொந்தக்காரர் என்று தானாக எல்லாரிடமும் வரும் கடவுள் குணத்தைக் கொண்டிருக்கவேண்டிய ஒரு கூட்டம் – எப்படி ஆயிற்று – ஏன் ஆயிற்று – கேள்விகளை மட்டும் கேட்டிருந்தால்கூடப் போதுமானதாக இருந்திருக்கும். பதில் வேண்டாம். அதற்குக்கூட வக்கற்று விட்ட பாட்டன்மார் செய்தவை எப்படி எப்படி ஆட்கொண்டுவிட்டது – அந்நிய ஆட்சி – என்றெல்லாம் சொல்லத் தெரிகிறதல்லவா – இதைப்பற்றிக் கொஞ்ச நஞ்ச எண்ணமாவது ஏற்பட்டதுண்டா?

குற்றாலிங்கம் பிள்ளை நிறைய இடங்கள் சென்றிருந்து கேள்வி ஞானம் குறிப்பிட்ட காலம் வரை பெற்றிருக்கவேண்டும். அவருடைய வயதிற்கு திண்ணைப் பள்ளிக்கூடம் தவிர வேறு எங்கும் படித்திருக்க முடியாது. சிறைச்சாலையில் நல்ல பழுத்த அனுபவங்களைக் கண்டிருக்கக்கூடும். எல்லாவற்றிற்கும் மேலாக, சமஸ்தானத்தில் அராஜகம், மூடிக்கொண்டிருந்தபோது, அவர் மறைந்திருந்த இடம் காரணமாயிருக்கும். அது மருத்துவமலையாகவும் இருக்கும்.

மேலூரில் சிலரே பள்ளிப்படிப்பு முடிந்து கல்லூரி செல்லத் தொடங்கியிருந்தனர். ஒருவன் பம்பாய் சென்று டைப்பிஸ்டாக வேலை பார்த்து, லீவில் ஊர் வந்து இங்க்லீஷ் பேசிக்காட்டினான்.

16

பப்புக்குட்டியா பிள்ளை ஆற்றங்கரை மேட்டில் உட்கார்ந்திருந்தார். பக்கத்திலே அவரது குடில். உள்ளே ஒரு பட்டினத்தார் படம் – இரண்டொரு நோட்டுப் புத்தகங்கள் – ஒரு

மரவை. அச்சிட்ட புத்தகங்களை அவர் படிப்பது கிடையாது; எழுதித்தரச் சொல்லுவார். அநேகமாக, பட்டினத்தார் பாடல்கள் முழுவதும் மனப்பாடம். தாயுமானவர், வள்ளலார் பெயர்களை மரியாதையுடன் உச்சரிப்பார்.

அவருக்குப் பிள்ளைகள் இல்லை. மனைவி மாத்திரம் மேலத் தெரு வீட்டில். கஷ்டம் என்று எதுவும் இல்லை. என்ன காரணத்தால் ஆற்றங்கரைக் குடிலுக்கு மாறினார் என்று சொல்லமுடியாது. அப்படி நடப்பதற்கு முன்னர் பட்டினத்தார் பாடல்களை நிறைய கேட்டிருக்கிறார் என்று வேண்டுமானால் சொல்லலாம்.

இரண்டு மாடுகள். இந்த வயதிலும் அவர் மனைவி அவற்றைப் பராமரித்துக்கொண்டிருந்தாள். பெரிய வீடு. அதன் முற்றத்திலேயே மாடுகள் நின்றுகொண்டிருக்கும். பக்கத்து வீட்டிலுள்ள பெண்கள் அந்த அம்மாளைக் கவனித்துக்கொண்டனர். பௌர்ணமி – சித்திரை வருடப் பிறப்பு போன்ற நாள்களில் மட்டும் பப்புக்குட்டியா பிள்ளை ஆற்றங்கரையிலிருந்து வீட்டிற்கு வந்து சிறிதுநேரமிருந்துவிட்டுப் போவார். ஊர் விசேடங்களிலும் தலை காட்டிவிட்டுப் போவதோடு சரி. குற்றாலிங்கம் பிள்ளை தவிர, மாணிக்கம் ஆசாரி, சோமசுந்தரத் தேவர், சுப்பிரமணியக் கோனார் போன்ற கீழூர் வாசிகளும் அவரை வந்து பார்த்துவிட்டுப் போவதுண்டு. காளியூட்டு போன்ற விசேடங்களை அவரிடம் கேட்டுவிட்டுத்தான் ஊர்க்காரர் முனைவர். பள்ளியில் படிக்கும் மாணவர்கள் வந்தால், “கல்லார்க்கும் கற்றவர்க்கும்” பதிகத்தைப் பாடச் சொல்வார். தெரியாது என்று யாராவது சொன்னால் கொஞ்சம் திட்டுவார், ஆசிரியர்களையும் சேர்த்து.

எதிரே ஆற்றின் மறுகரை தூரத்தில் தெரிகிறது. ஆற்றைக் கடந்து அந்தப் பக்கம் உள்ள வயல் வரப்பு வழி நடந்தால் டவுனின் சில பகுதிகளுக்கு வெகு சீக்கிரத்தில் போய்விடலாம். அவரது குடிசையிலிருந்து ஊர் பக்கமாகச் செல்லும் ஓர் ஒற்றையடிப் பாதை இரண்டாகப் பிரிந்து ஒன்று மேலத் தெருவின் முனைக்கும் இன்னொன்று கிட்டத்தட்ட பேச்சியம்மன் கோவில் பின்பக்கத்தையும் அடையும். காளியூட்டின் போது நாலு பக்கத்து ஊர்களிலிருந்தும் ஆற்றைத் தாண்டி வந்தும் மக்கள் கூடுவார்கள்.

பப்புக்குட்டியா பிள்ளை உட்கார்ந்திருந்தார் – நாளைக்குக் காளியூட்டு.

இப்போதும் பெத்தாச்சி – குற்றாலிங்கம் – மீனாட்சிம்மாள் – முத்தையா ஆகியோர் பற்றிச் சொல்லவேண்டும். ஏனென்றால் நாளை காளியூட்டு.

இன்று மிருகசிரீடம். அது செவ்வாய் ஆதிக்கம் பெற்ற நட்சத்திரம். இரத்தம் – சிவப்பு – போர் – வீரம் – அதிகாரம் – கோபம் எல்லாவற்றையும் ஆள்கிற கோள் சம்பந்தப்பட்ட நாள். பப்புக்குட்டியா பிள்ளைக்கு சோதிடத்தில் நம்பிக்கையில்லை. குற்றாலிங்கத்திற்கும் கிடையாது. பெத்தாச்சி தன் மனைவிக்காக நம்பிக்கை உள்ளவர் போலக் காட்டிக்கொள்வார். மீனாட்சி அம்மாளுக்கு அதுபற்றி எல்லாம் தெரியாது. ஆனால், வழக்கத்திலிருப்பதை ஏற்றுக்கொள்பவள்.

ஒற்றையடிப் பாதை வழியாக வந்து, “பெரியப்பா” என்று கூப்பிடுகிறாள் மீனாட்சி அம்மாள். அக்கரையைப் பார்த்துக்கொண்டிருந்தவர் திரும்பி அவளைப் பார்த்து, பெருமூச்சு ஒன்றை வெளியேற்றியவாறு திரும்பவும் அக்கரையைப் பார்க்கிறார்.

சங்கரய்யர், கிருஷ்ணன் போற்றி இருவரும் திரும்பவில்லை. நாளைதான் வருவார்கள். ஒருவேளை, இன்றிரவு ஒரு மகத்தான சம்பவம் நடக்கவிருப்பதும் அச்சமயம் இங்கிருப்பது நல்லதல்ல என்பதும் அவர்கள் தெரிந்து முடிவுசெய்த விஷயமாக இருக்கும்.

பெத்தாச்சியா பிள்ளை தனக்குத் தலைவலி என்று காலையிலேயே சொல்லியிருந்தார். அரிசி வைப்பு சுப்பையன் காளியூட்டின் கடைசி நாள் சமையல் காரியத்தைக் கவனிப்பவன். பணம் வாங்கிக்கொண்டு போக வந்தவனைக்கூட அவர் பார்க்கவில்லை. வீட்டின் தட்டுப் பகுதியில் படுத்திருந்தார்.

குற்றாலிங்கம் டவுன் பக்கமிருந்து வந்த ஆளிடம் சிறிது நேரம் பேசிக்கொண்டிருந்துவிட்டு, கீழூர் பக்கமாக நடந்தார். அங்கே மாணிக்கம் ஆசாரி அவரை எதிர்பார்த்துக்கொண்டிருந்ததாகத் தோன்றியது.

சமஸ்தானத்தில் இப்போது அரசியல்கட்சிகள் வேறு நிலைகளில் செயல்பட்டன. மேலூர் பிரதேசம் அந்த சமஸ்தானத்து அதிகாரத்திற்குள் இருக்கக்கூடாது என்கிற வாதம் எல்லாக் கட்சியினரிடமும் பொதுவாக இருந்தது. அரசு தரப்பில் செயல்பட்ட சிலர் சிலவற்றை அனுபவித்துக்கொண்டு இதற்கு எதிரிடையாகக் கொஞ்ச காலம் அறிக்கை போன்றவற்றை விட்டு ஓய்ந்துவிட்டனர். இனி எப்போது இந்தப் பிரதேசத்தில் ஆட்சி மாறும் என்று வந்த சர்ச்சையால் இருந்தபோது வந்தது காளியூட்டு.

வடதிசை நோக்கிக்கொண்டிருந்தார். நண்பகல் வேளை. தாடகை மலை தூரத்தில் இளம் பச்சையும் கறுப்புமாகத் தெரிந்தது. எப்படியெல்லாமோ மலை தெரியும். கடவுளைப் பற்றி ஏதோ கொஞ்சம் தெரிந்துகொள்ள வேண்டுமானால் இந்த மலைகளை விட்டால் வேறு நல்ல வழி கிடையாது என்று சொல்லவேண்டும்.

இந்த ஆறும் அப்படித்தான் எங்கிருந்தோ தோன்றிவருவதுபோல சலசலத்துக் கொண்டிருக்கிறது.

பப்புக்குட்டியா பிள்ளை சோர்வடைந்திருந்தார் என்று சொல்ல முடியாது.

பன்னிரண்டு ஆண்டுகளாகக் கட்டிக்காத்துவந்த ஒன்றை இன்று வெளிப்படுத்த வேண்டி வரலாம். பன்னிரண்டு ஆண்டு மட்டுந்தானா - அதற்கு எத்தனையோ ஆண்டுகளுக்கு முன்பு நடந்த ஒன்றையும் வெளிப்படுத்த வேண்டிவரலாம். அது என்றாவது ஒரு நாள் வெளிவர வேண்டியதோ, வெளிப்படுத்தவேண்டிய ஒன்றோதான்.

அவர் திரும்பி எந்தப் பதற்றமுமில்லாமல் சொன்னார்.

"மக்கா - நீ போ - இப்ப முத்தையா வருவான் - எல்லாம் அவன் பாத்துப்பான்."

இது மீனாட்சி அம்மாளுக்கு எவ்வளவோ சக்தியை அளித்தது என்று சொல்லவேண்டும். அவள் திரும்பி நடந்தாள். ஒற்றையடிப் பாதை முடிவில் மேலத் தெரு திருப்பத்தில் முத்தையா வேகமாக நடந்து வருவதைக் கண்டாள். இருவரும் பேசிக்கொள்ளவில்லை.

இருவரும் பேசிக்கொள்ளாதது என்ன பெரிய விஷயமா - அதற்குக் கிட்டத்தட்ட ஐம்பது ஆண்டுகளுக்கு முன்பு செல்லவேண்டும்.

சூரியனைச் சுற்றிக்கொண்டிருக்கிற உலகம், ஏதோ ஒரு நூற்றாண்டின் மையத்தை எட்டி நிற்கிற நேரம். கோப்பர் நிச்சும், கலீலியோவும் சொல்வதற்கு முன்னரேயே சூரியனைச் சுற்றிக்கொண்டு தானிருக்கிற உலகம். ஒருவரின் பெயரால் ஏற்படுத்தப்பட்ட நூற்றாண்டின் மையம். கல்லார்க்கும் கற்றவர்க்கும் களிப்பருளுகிற அருளாளன் பெயர் எதுவாக இருந்தால் என்ன – அந்த ஆண்டு வந்து சேர்ந்தது.

முத்தையா என்பவர் பற்றி நிறையவே சொல்லவேண்டும். இந்த நூற்றாண்டின் ஆரம்பகாலகட்டத்தில், சமஸ்தான மன்னர்கள் கடவுளின் அருளைப் பெற செய்த வினைகளில் ஒன்று, இழிகுலம் சார்ந்த சிறுவர்களை தாங்கள் முடிசூடிக்கொள்ளும் திருநாளில், உயிருடன் புதைத்து சாஸ்திர விதிகளைப் பின்பற்றுவதாகும். திருவாதிரை நட்சத்திரத்தில் அதை நடத்த, அடுத்த புனர்பூச நாளில் முடிசூட்டிக்கொள்வார்களாம். அது அப்படியிருக்க, அப்போதைய திவானின் முக்கிய அதிகாரி ஒருவர், காட்டுப்புதூர் இராப்பாடிகளின் குழந்தைகளைத் தேடிவருவதாகச் சேதியறிந்த தகப்பன் ஒருவன் தனது இரண்டு குழந்தைகளுடன் எங்கோ ஓடிப்போனான்.

அந்தக் குழந்தைகள் பத்து பன்னிரண்டு வயதிருக்கும் – அந்த சமஸ்தான எல்லை தாண்டி கருங்குளம் பக்கத்தில் சேர்க்கப்பட்டன. சேர்க்கப்பட்ட இடம் பின்பொரு நாளில் இன்னொரு சித்திவளாகம் என அழைக்கப்பெற்றது. பப்புக்குட்டியா பிள்ளை அதன் தாளாளர். அப்போது அவர் துறந்த மனிதராக இல்லை.

கருங்குளம் சென்னை ராஜதானி. புதைக்கப்படவிருந்த இந்த இரண்டு குழந்தைகள் அங்கு வேறொரு சென்மம் எடுத்துவிட்டனர் போலும்.

இப்பேர்ப்பட்ட கொடூரம் பல காலமாகவே நடந்துவந்திருக்கவேண்டும். தாயுமானவரும், ஸ்வகுந்தசாமியும், வள்ளலாரும், நாராயண குருவும் கண்ட ‘அன்பெனும் உயிர்நிலை’ பப்புக்குட்டியா பிள்ளையிடமும் மிஞ்சியிருக்கிறது. கருங்குளம் பக்கத்தில் ஒரு வீட்டை ஏற்படுத்தியதோடு, அது மருத்துவமலை சித்தர்சாமியின் கண்டிப்பான நடைமுறைக் கட்டளைகளுடன் பராமரிக்கப்படுகிறது.

முத்தையாவும் மீனாட்சியும் அவ்வாறு வளர்ந்து, இருபது ஆண்டுகளுக்குப் பின்னர், முத்தையா அங்கேயே இருந்து விவசாயத்தைக் கவனித்துக்கொள்ள, மீனாட்சி மேலூர் வந்து சேர்ந்தாள்.

முத்தையாவின் கருங்குளம் பகுதி வாழ்க்கை செம்மையானதற்குப் பெரிய சித்தர் சாமியைக் காரணமாகச் சொல்லவேண்டும். வாய்மொழியாக அவர் படிப்புச் சொல்லித்தந்தது போக, அன்றாட வாழ்க்கைக்காகச் சில வகைகளையும் உண்டுபண்ணிக் கொடுத்தார். செம்மண் பூமியில் மட்டும் பயிரிடத்தகுந்த சிலவற்றைப் பற்றி முத்தையா அவரிடம் கற்றது வெகு தீவிரமாக மாறி விவசாயத்தில் ஆர்வத்தையும் பெருக்கிற்று. வெகு காலம் வரை – இன்னொரு பையன் சித்தர் சாமியிடம் வருவது வரை – முத்தையாவின் மருத்துவமலை தொடர்பு மிக அதிகம்.

அந்த இன்னொரு பையனும் அதிகமாகவே கற்றான். அது மட்டுமல்ல, அவன் சித்தர் சாமியிடம் தங்கிவிட்டான். மருத்துவமலைப் பகுதிகளில் சாதாரணமாகக் கிடைக்கிற நஞ்சறுத்தான் கொடி போன்ற மூலிகைகளைக் கருங்குளம் பகுதிக்குக் கொண்டு வந்து

தருவது போன்றவற்றைக் கவனித்துவந்தவன், பின்னொரு நாளில் தான் கற்றவற்றை மற்றவர்க்கும் சொல்லவேண்டி வந்த நிலையில் அவன் சித்தர் சாமியாவது தவிர்க்க முடியாததாகிவிட்டது.

ஓடிக்கொண்டிருக்கிற ஆற்றைப் பப்புக்குட்டியா பிள்ளை கவனித்துக்கொண்டிருப்பதில் ஏதோ ஓர் அர்த்தம் இருப்பது தெரிகிறது.

அந்த மேலூர் பிரதேசத்தில் காணக் கிடைக்காத ஆறுகளும் குளங்களுமா – தெற்கே கடல் தவிர மூன்று திசைகளும் மலைகள்தாம். ஆறுகள் மலைகளிலிருந்து வருவதாகச் சொன்னார்கள், மலைகளில் அருவி வீழ்வதை, அதன் வெள்ளை நிறம் கண்டே அனுபவிக்கலாம். அந்த நிறத்தின் ஆழம்கொண்டே பெய்துவரும் மழையின் அளவைக் கணிக்கலாம்.

மலையும் மரமும் ஆறும் யாருக்காகவும் இல்லை. அவர் பார்வைக்காகவும் நிலைத்திருக்கவில்லை. அவை அவையாகவே இருக்கின்றன. ஒருவேளை அவ்வாறான பார்வைதான் அவருக்கு எத்தனையோ சந்தர்ப்பங்களில் உதவியிருக்கும்.

17

காளியூட்டின் முந்தைய நாள் இரவு நடுநிசியில் திக்கு பலி – திசை பலி என்று ஒரு சடங்கு மூன்று தெருக்களின் சந்திகளிலும், ஊரின் கிழக்கே உள்ள 'வண்டி மறிச்சான்' கோவில் பக்கத்திலும் நடைபெறும். இரவில் திடீரென ஒற்றை மத்தளத்தின் பிளிறல் பீதியைக் கிளப்பும். யாரும் வெளியே வருவதில்லை.

திருவாதிரை நட்சத்திரம் தொடங்கிவிட்டது. காலையில் பார்த்தால் தெருச்சந்திகளில் பூவும் வெட்டுப்பட்ட பூசணிக்காயும் சிதறிக் கிடப்பதைக் காணலாம்.

பூக்கள் இல்லாமல் பூசனை ஏது – சடங்கு ஏது – கிடையாது.

"பைபிள்லே வர சாம்சன் டிலைலா கல்யாணம் காட்டில் நடப்பதாலே, அந்தச் சடங்கிலே எதைக் காட்டினால் – அந்தப் பழமையான காலத்திற்கு ஒத்துப்போகும் அப்படின்னு செசில் டிமில் டைரக்டர் இருக்காரே, அவரு நம்ம ஆளு ஒருத்தர்கிட்டேதான் கேட்டாராம் – கனகசபை சொல்லிச் சொல்லி மாஞ்சுபோனான்– ஆமா வேற என்ன சடங்கு இருக்கும் – பூதான் – மாலைதான் – அப்படித்தானே இருக்க முடியும் – தாலி கட்ட முடியுமா – மோதிரம் மாத்த முடியுமா?"

குற்றாலிங்கம் பிள்ளையின் விளக்கம் மேலூர்வாசிகளுக்கு எப்போதும் போல் புரிந்திருந்தது.

பூக்களும் பலியும் இல்லாத சடங்கு பழங்காலத்தில் உலகில் எங்கும் இருந்திருக்கமுடியாது. மேலூரில் பூக்களுக்குப் பஞ்சமில்லை. இங்குள்ள பூக்களின் வகைகளை வரிசைப்படுத்த ஒரு புத்தக அளவில்தான் முடியும்.

ஆனால், பூக்களோடு பலியும் இன்னும் நடைமுறையில் உள்ளதே.

இந்தக் காளியூட்டிற்கு எந்த விலங்கையும் பலியிடுதல் கூடாது என்று அம்பலத்தில் கூடி முடிவாகியிருந்தது.

ஆனாலும் ஒரு பலி தவிர்க்கமுடியாததாகிவிட்டது. நடந்துவிடும் என்று தெரிந்திருந்தால் தவிர்த்திருக்கலாம். நடுநிசியில் திக்குபலி, திசைபலி நடந்து முடிந்து ஊரின் நிசப்தம் உச்சமாக இருந்த போதும் அந்த ஆற்றங்கரை மேட்டில் பப்புக்குட்டியா பிள்ளை உட்கார்ந்து மறுகரையைப் பார்த்துக்கொண்டுதானிருந்தார்.

ஆற்றைக் கடந்துவிடுவது இம்மாதத்தில் கஷ்டமில்லை. வெள்ளப் பெருக்கு கிடையாது. தண்ணீருக்கும் குறைபாடில்லை. மேட்டில் ஏறி இக்கரைக்கு வரவேண்டும். அப்படித்தான் நடு ஆற்றில் இருவர் வந்துகொண்டிருந்தனர். ஆற்றில் அவர்கள் இறங்கிவரும் பக்கத்தைக் கொண்டு கணக்கிட்டால் அவர்கள் டவுன் பக்கமிருந்து புறப்பட்டிருக்கவேண்டும் என்று சொல்ல முடியும்.

பப்புக்குட்டியா பிள்ளை குடிலில் ஒரு சிம்னி விளக்கு இரவு எரிந்து கொண்டிருக்கும். வந்துகொண்டிருப்பவர்களுக்கும் அது தெரிந்திருக்கவேண்டும். ஆற்றின் படிக்கட்டுகளில் ஏறிவந்தால், அது குடிலின் பக்கத்திற்கே செல்லும். ஆற்றைக் கடந்து இருவரும் மெதுவாக மேட்டில் ஏறினர். கஷ்டம்தான். சில இடங்களில் மட்டும் பெரிய கற்களைப் போட்டிருந்தார்கள். அந்த வழியில் வந்து ஏறினால்தான் முடியும். ஏறிவிட்டனர்.

ஆனால், அது நிறைவேறவில்லை – வந்த காரியம் நிறைவேறவில்லை.

“என்ன கோவிந்தன் நாயர்” என்ற குரல் தெளிவாகக் கேட்டது. கேட்டவர் முத்தையா. அவர்தான் முன்னால் நின்றுகொண்டிருந்தார். பின்னாலே இருவர். அவர்களுக்கும் பின்னால் குற்றாலிங்கம் பிள்ளை. பின்னால் சற்று தூரத்தில் குடில் வாசலில் பப்புக்குட்டி நின்றார்.

முத்தையாவின் குரலில் கோவிந்தன் நாயர் தயங்கி நிற்க, உடன் வந்த இளைஞன் பின்வாங்கவும், தேவைப்பட்டால் ஓடுவதற்கும் தயாராக இருந்தவன் போல நின்றுகொண்டிருந்தான்.

கோவிந்தன் நாயர் அந்தக் குரலில், அதுவரை தன்னைக் காத்துநின்ற உடல் – மன வலிமையை இழந்துவிட்டவன் போலானான், “யாரு” என்று பதிலுக்குக் கேட்ட அவன் குரலே அதைக் காட்டிற்று.

“யாரு” என்று திரும்பவும் கேட்டான். இருட்டானபடியால் கேள்வியிலே நியாயமுண்டு. முத்தையா அதற்குப் பதில் சொல்லவில்லை.

“சிவ. முத்துக்கறுப்பனை நீ கூட்டிக்கிட்டு வந்திருக்கியா கோவிந்தன்.”

இனித் துணிந்துவிடுவது மேலென்று கோவிந்தன் தீர்மானித்திருக்கவேண்டும். நேரடியாகவே கேள்விக்குப் பதில் சொல்லவேண்டும்.

“ஆமா” என்று பதில் வந்தது.

தயாராகிவிட்டான் என்று தெரிந்துகொண்டவராய் முத்தையா திரும்பவும் நேரடியாகக் கேட்டார் – தன் பின்னால் நின்றுகொண்டிருந்தவர்களில் ஒருவனைத் தொட்டுக்காட்டி கோவிந்தனிடம் கேட்டார்.

“இது யாரு தெரியுதா?”

“இல்லே.”

“சிவ. முத்துக்கறுப்பன். பக்கத்திலே நிப்பவன் சு. முத்துக்கறுப்பன்– ஒன்னைப் பார்க்கத்தான் ரெண்டு பேரு வந்திருக்கானுக.”

கோவிந்தன் நாயர் சிறிது நேரம் எல்லாரையும் உற்றுப்பார்த்தான். சிறிது தூரத்தில் சிம்னி விளக்கு எரிகிற குடிலையும் பார்த்தான்.

“இவன் சிவதாணுவின் மகன் – இவன் சுடலைமாடனின் மகன்” என்று தன் பக்கமிருந்த இருவரையும் சுட்டிக்காட்டி “ஒருத்தனை ஒனக்குச் சின்ன வயசிலேயே தெரியும் – இன்னொருத்தனைத் தெரியாது.”

“எல்லாரையும் தெரியும் முத்தையா – ஒன்னாலே என்ன செய்ய முடியும் – இது கருங்குளம் இல்லை – எங்க சமஸ்தானம்.”

இதற்கு முத்தையா பதில் சொல்லவில்லை. கோவிந்தன் நாயர் கடைசியாகச் சொன்னவை யாரையும் ஆத்திரமடையச் செய்யும். முத்தையா பேசாமல் நிற்க, “என்னலே சொன்னே” என்று கேட்டவாறே குற்றாலிங்கம் அவர்கள் பக்கம் வந்தார்.

வெளியே வந்தாலும் இம்மாதிரி துணிந்தவனோடு பேசி வந்த வேலைக்கு முடிவு கட்டுவது நடவாத காரியம் என்று எல்லோருக்குமே தெரிந்திருந்தது. குடிசையிலிருந்து குற்றாலிங்கத்தின் பின்னால் வந்தவர், கீழூர் மாணிக்கம் ஆசாரி – அவர் கையிலிருந்தது ஓர் அட்டிகை.

அடுத்து என்ன நடந்தது என்பதுதான் இங்கே மிகவும் முக்கியமானது. அது எப்படி நடந்தது – எப்படி நடந்திருக்க முடியும் என்ற ஐயப்பாடு– அங்கு நின்றிருந்தவர்களுக்கும் சரியாகத் தெரியவில்லை.

ஆனால், கோவிந்தன் நாயர் என்பவன் தலைகீழாக உருண்டு அந்த மேட்டிலிருந்து சாய்ந்தான். அவன் நின்ற இடம் ஏறி வருவதற்கான பாறாங்கற்கள் நிறைந்துள்ள பள்ளம். அங்கே கேட்ட சப்தம் ஏதோ கனத்த பொருள் உடைந்தது போன்று இருந்ததேயொழிய, ஒரு மனிதன் கீழே வீழ்ந்தது மாதிரியல்ல. அந்த கனத்த பொருள் அந்த கோவிந்தனின் தலையென்றும் சொல்லவேண்டும்.

ஆற்றிலே தண்ணீர் நிறைய ஓடியதே தவிர, வெள்ளப்பெருக்கு ஏதுமில்லை. அந்த உடல் வெகுநேரம் அங்கேயே கிடந்தது. பின்னர் மெதுவாக இரண்டு பொருட்களாக நகர்ந்து சென்றது. திக்குபலி, திசைபலி இல்லாது ஒரு சடங்கு காளியூட்டின் போது நடுநிசியில் நடந்ததென்றால், அடுத்த ஒரு நாழிகைப் பொழுதில் இப்படி ஒரு பலி நடந்தேறி அங்கு நின்ற ஏழு பேரையும் திக்குமுக்காட வைத்திருந்தது.

முத்தையா திறந்த வாய் மூடாது நின்றார். குற்றாலிங்கம் அந்த இடத்திலேயே நின்றார். பப்புக்குட்டி எழுந்தும் எழாத நிலையில் நின்றார். குற்றாலிங்கத்தின் பின்னர் குடிசையிலிருந்து வெளிவந்த மாணிக்கம் ஆசாரி அங்கேயே நின்றார்.

கோவிந்தன் நாயரால் அழைத்து வரப்பட்ட பையன் அதிர்ந்து போய் மிரட்சியுடன் நிற்க, சிவ. முத்துக்கறுப்பன் சுற்றி நின்று கொண்டிருந்த எல்லாரையும் பார்த்து நிற்க, சு. முத்துக்கறுப்பன் தலைகுனிந்து நின்றான்.

பிறகு நடந்துள்ளவற்றைச் சொல்லுமுன்னர், வேறு சிலவற்றைப் பேசிப் பார்க்கலாம்.

நல்லது – எல்லா பிரதேசங்களிலும் மேலூர் கீழூர் என்றும், தெற்கூர் வடக்கூர் என்றும் இருக்கலாம். ஆனாலும் இந்த மேலூர் மனித குல வரலாற்றின் ஒரு பகுதியை விண்டுவைக்கும் மாண்பைப் பெற்றுக்கொண்டுவிட்டது என்று சொல்லவேண்டும். எல்லாக் காலகட்டத்திலும் மலையும் கடலும் வயலும் சார்ந்த இடங்கள் நம்மிடையே சிலவற்றைத் தோற்றுவித்து – தோல்வி கண்டாலும்– படைப்பு ஒன்றை நம்மிடையே ஏற்படுத்திப் புதிய பொருளைத் தரும் ஒரு வாழ்வை, உலகிற்கு அளித்ததென்றால், இந்தப் பிரதேசத்தில் நிகழ்ந்த ஒன்றின் மூலம் வன்முறை எத்தனை தூரம் மனித இனத்தைப் பாதாளத்திற்கு அனுப்பி வேடிக்கை பார்த்தது என்று தெரிந்துகொள்ள முடியும். கனவுகளும் விடுதலை உணர்வும் எத்தனை மகோன்னதமான விஷயங்கள் என்று புரிந்துகொள்ள முடியும். பப்புக்குட்டியும் குற்றாலிங்கமும் இந்த விஷயத்தில் பாக்கியவான்கள்.

அற்புதமோ, சிவனருளோ என்று மலைத்துநிற்கும் விஷயங்கள். எங்கும் எப்போதும் நடந்துதான்வந்திருக்கின்றன என்றாலும், இங்கு நடந்தவை மகோன்னதமானவை என்பதற்கு வேறு சில காரணங்கள் உண்டு. கடவுள் என்பது பற்றி முழுதாக அறிந்து மௌனமடைந்தோரும், அதுபற்றி மூடத்தனம் மிகுந்தோரும் இந்த மண்ணைவிட்டால் வேறெங்கு கணிசமாக இருந்திருக்கிறார்கள். அருள் என்ற சொல் இங்கே புதியதொரு பொருளைப் பெற்றுக்கொண்டது என்று சொல்லமுடியும்.

கோவிந்தன் நாயர் போய்விட்டான். நாராயண குரு என்ற வள்ளல் பிறந்த ஊரில்தான் அவனும் தோன்றினானாம். அருள் என்ற சொல்லைச் சொல்லிவிட்டுத்தான் அவனைப்பற்றிப் பேசவேண்டும்.

இந்த கோவிந்தன் நாயர் சென்னைப் பட்டணத்தில் சிவதாணுவைச் சந்தித்துப் பழகியது விபத்துப்போல ஏற்பட்ட ஒன்று. ஆனாலும் நீடித்த அந்தப் பழக்கம் வெகுநாள் கழித்து, பெத்தாச்சியா பிள்ளை வரை தெரியவந்தது. சிவதாணு பற்றிய எல்லாச் செய்திகளையும் பெத்தாச்சி அறிந்துகொண்டது கோவிந்தன் மூலம்தான். அத்துடன் நாயரின் குடும்பம் அனந்தபுரத்திலேயே இருந்தபடியால், சங்கரய்யர் அங்கு செல்லும் போதெல்லாம் நாயரின் வீடு சென்றோ அல்லது கொட்டாரத்தில் வேலை செய்யும் அவன் மகனைச் சந்தித்தோ நாளது வரை செய்திகளைப் பெற்றுத்தந்திருக்கிறார்.

சிவதாணு சென்னையிலேயே திருமணம் செய்துகொண்டதும், அவன் மனைவி ஒரு தாழ்த்தப்பட்ட வகுப்பைச் சார்ந்தவள் என்பதும், குழந்தையொன்று பிறந்து அவள் காலமாகிவிட்டதும் கோவிந்தன் நாயர் பின்னரே அறிந்துகொண்டான். பட்டாளத்தில்

இருந்த சிவதாணு பம்பாய்க்கும், பின்னர் வெளிநாட்டிற்கும் போகவேண்டிய சூழ்நிலை வந்தபோதுதான் அந்தக் குழந்தையை நேரில் பார்க்கும் சந்தர்ப்பம் வந்தது.

சிவதாணுவின் மகனுக்கு முத்துக்கறுப்பன் என்ற பெயர்தான். பாட்டனாரின் பெயரை இட்டு அழைப்பது – பேரை உடையவன் பேரன் என்பது மேலூர் பிரதேசத்தின் பெரும் வழக்கு. “தலையெண்ணிப் பாகம்” போல இப்படி பாட்டனின் பெயரைக் கொண்டோர் பாட்டனின் சொத்தைப் பெயர்க்கூலி என்று கேட்டுப் பெற்றுக்கொள்வதும் உண்டு.

சென்னையில் இருந்த காலம் வரை சிவதாணு கோவிந்தன் நாயரை நம்ப வேண்டிய அவசியம் ஏற்பட்டுவிட்டது. பம்பாய் செல்லும் போது, ஒரு நகையை – அட்டிகை ஒன்றை – அவன் கையில் கொடுத்து விளக்கமாகச் சொன்னான். பணமும் கொடுத்தான்.

“எனக்கு வெளிநாடு போகவேண்டியும் வரும்போல இருக்கு. அப்படிப் போனாலும் மாசந்தோறும் பணம் வரும். இனி நான் திரும்பி வந்தாலும் ஊர் போக மாட்டேன். இதை வைத்துக்கொள்ளணும். இது எங்க ஊர் பேச்சியம்மனுக்குப் போடணும்னு மாணிக்கம் ஆசாரிகிட்டே வாங்கியாந்தது. இதை அம்மனுக்குச் சேத்திடணும் – அதாவது, நான் திரும்பி வரலேண்ணா – செய்வேளா? நீங்க சரின்னு சொன்னாத்தான் நான் நிம்மதியாப் போகமுடியும்.”

சிவதாணு நிம்மதியாகவே போனான் என்று சொல்லவேண்டும். அவன் கோரிக்கையை ஏற்றுக்கொண்டதற்கு மாதந்தோறும் வரும் பணம் தவிர வேறு காரணமும் உண்டு. அவன் பட்டாளத்தில் இருப்பவன் – கையில் நீண்ட துப்பாக்கியுடன் சுற்றுகிறான் – பிறரைத் தண்டிக்கும் உரிமை ஏதாவது ஒரு வகையில் பட்டாளத்துக்காரனுக்கு இருக்கும் – அது நம்மீது பாய்ந்துவிடக்கூடாது என்ற பயம் ஒரு காரணமாக இருந்திருக்கக் கூடும்.

எப்படியோ, சிவதாணுவின் குழந்தை – தாயற்ற குழந்தை – அவனிடம்தான் வளர்ந்தது. பள்ளிக்கூடத்தில்கூடச் சேர்த்துவிட்டான். டீக்கடை வீட்டின் பக்கத்திலிருந்தது ஒரு சௌகர்யம்.

பிரிட்டிஷ் ராணுவம் வெளிநாடு சென்றதாகச் சொன்னார்கள். கோவிந்தன் நாயருக்குப் பணம் வந்தது. அது முக்கியம். அவனது மனைவியும் மகனும் அனந்தபுரத்தில்தான். கையில் ஒரு நல்ல தொகை இல்லாமல் அங்கே திரும்பிச்செல்லல் நடவாத காரியம். எனவே டீக்கடைப் பணியுடன் எந்த வேலையையும் செய்யச் சித்தமாயிருந்தான் என்று சொல்லவேண்டும். இந்தச் சமயத்தில் தான் பெத்தாச்சியா பிள்ளை பற்றி சங்கரய்யர் மகன் கூறினான். கொட்டாரப் பணி காரணமாக அவன் சென்னைப் பட்டணமும் வருவதுண்டு. அனந்தபுரத்தில் நாயர் குடும்பத்திற்குப் பணம் பெத்தாச்சியிடமிருந்து வர ஆரம்பித்ததும் இக்காலகட்டத்தில்தான். இது நெடுநாள் நீடித்திருக்கவேண்டும். அனந்தபுரத்திற்குச் சென்னைப் பட்டணத்திலிருந்து நாயர் வந்து போவதும் அதிகரித் திருந்தது. பெத்தாச்சியுடன் சந்திப்பும் அதிகம்தான் – மேலூரில் சந்தித்துக்கொள்வதில்லை.

அப்படி அதிகரித்திருந்த காலை ஒரு தினம் வந்து சேர்ந்தன ஒரு பார்சலும் கடிதமும். கடிதம் விஷயத்தைச் சொல்லிற்று – பார்சல் சிவதாணுவின் பட்டாளத்து உடைகளைக் கொண்டிருந்தது.

முடிசூட்டிக்கொள்வதற்கு முன் தாழ்த்தப்பட்ட குலஞ்சார்ந்த சிறுவர்களை உயிருடன் புதைத்து இறைவன் அருளைப் பெற்ற சமஸ்தான மன்னரைப் பற்றிப் பேசுகிற ஆய்வாளர் நிலவுடமை கொண்டோர் தங்களின் வறிய உறவினரைத் தாழ்த்தப்பட்டவராக மாற்றுவதில் வெற்றிபெற்றதைப் பற்றி எதுவும் சொல்வதில்லை. அந்தச் சிறுவரைச் சமஸ்தான மன்னர்கள் பரலோகத்திற்கு அனுப்பினால், இவர்கள் பள்ளத்திற்கு அனுப்பினர். அப்படிப்பட்ட மனநிலைகொண்டோர் மேலூர் பிரதேசத்திலும் காலங்காலமாக இருந்திருக்கவேண்டும். பெத்தாச்சியா பிள்ளையே இதற்குச் சான்று. இதற்கெல்லாம் என்ன காரணம் இருக்க முடியும் – பணத்தாசை மட்டுந்தான் என்று சொல்ல முடியுமா? ஆனால், பெத்தாச்சி இருந்தாரென்றால் இந்தப் பிரதேசத்தில் பப்புக்குட்டியும் இருந்தார். மலைவாழ் மக்களோ, தாழ்த்தப்பட்ட குலஞ்சார்ந்தோரோ அந்தச் சிறுவர்கள் வளர்ந்து அந்தப் பிரதேசத்தில் அத்தை என்றும், அண்ணாச்சி என்றும் அழைக்கப்படவும் உறவினராக ஆக்கவும் செய்துவிட்டாரே.

“யார்லே நீ?”

பெருங்குரலெடுத்து சிவதாணு கோவிந்தனுடன் வந்த பையனுடன் பேச முற்பட்டபோது, குற்றாலிங்கம் இடைமறித்தார்.

“இங்கு வேண்டாம் முத்தையா – முதல்லே யாராவது டவுனுக்குப் போய் போலீசிலே ஒரு பிராது கொடுக்கட்டும். இங்க எல்லாரும் காப்புக் கட்டியிருக்கா – முதல்லே ஊருக்குள்ளே போய்ப் பேசுவோம்” என்று குற்றாலிங்கம் சொல்லிக்கொண்டிருந்தபோது, சிவ. முத்துக்கறுப்பன் முன்வந்து கூறினான்.

“நான் காப்புக் கட்டல்லே – நானே டவுன் போய்ச் செய்யவேண்டியதைச் செய்றேன் – நீங்க வராண்டாம்.”

பப்புக்குட்டி அதுவே சரியென்றார். அப்போதுதான் முதன்முதலாக அந்த இடத்தில் வாய்திறந்து பேசினார்.

“ஊர்க்காவல் கிட்டேயும் சொல்லிடு – சாமியா பிள்ளை – அவனும் காப்புக் கட்டியிருப்பானே.”

பப்புக்குட்டியா பிள்ளை அவர்களுடன் கிளம்பினார். சாதாரணமாக இரவு அவர் ஆற்றங்கரைக் குடிலில்தான் தங்குவார்.

எட்டுப் பேர் நின்றுகொண்டிருந்த மண்ணிலிருந்து ஏழு பேர் கிளம்பி நடந்தனர்.

“யார்லே நீ – ஒன் பேரென்ன?”

18

முப்பதுகளில் கூலக்காரன் பேட்டையில் விநோதமான காற்சட்டை அணிந்துகொண்டு ஓடிய ஒருவனைக் கண்டு பூவாயி சிரித்துவிட்டாள். அவள் அப்போதுதான்

குடிசையிலிருந்து வெளியே வந்திருக்கிறாள். ஓட்டக்காரனின் காற்சட்டை தாறுமாறாகக் கிழிந்துவிட்டதே சிரிப்பதற்குக் காரணம். சிரித்த ஒலியைக் கேட்டவுடன் அந்தப் பக்கம் திரும்பிய சிவதாணு மறுகணம் கால் இடறிக் கீழே விழ, அந்தப் பெண் சிரித்துவிட்ட தனது தவறை உணர்ந்தவள் போல, ஓடோடி வந்து கீழே விழுந்த அவன் எழுந்து நிற்க உதவினாள்.

பட்டணத்தில் கூலக்காரன் பேட்டையில் சிவதாணு – பூவாயி சந்திப்பு இப்படித்தான் நடந்தேறியது.

கீழே விழுந்த அவனுக்கு உதவி செய்ததில் எந்த விசேடமும் இல்லை. சாதாரணமாகப் பேசி அவன் திரும்பவும் ஓட ஆரம்பிக்கும்போது அந்தப் பெண் "மெதுவா – பாத்து – ஓடணுங்க" என்று கூறினாள்.

சிவதாணுவிற்கு ஏனோ தாயார் ஞாபகம் வந்தது. ஏன் அப்படி என்று பல தடவை யோசித்திருக்கிறான். அவன் தாயார் முகம் அவனுக்கு நன்கு ஞாபகமில்லை. அவன் அப்பா, புதூரை விட்டு மேலூர் வந்து வசிக்கத் தொடங்கிய காலகட்டத்திற்கு முன்பே, காலமாகிவிட்டாள். தம்பி சுடலைமாடனுக்குத் தாயாரைப்பற்றித் தெரிந்திருக்கவில்லை.

மேலூர் வந்து வசிக்கத்தொடங்கிய காலகட்டத்திலேயே தகப்பனாருடன் சண்டை யிட்டுக்கொள்வது வழக்கமாகிவிட்டது. ஒரு தடவை நடந்து முடிந்த சண்டையின் பின்னர் அவன் திருச்செந்தூருக்கு நடந்தே சென்றான். அப்படிச் செய்வது வைகாசி மாதத்தில் பலரது வழக்கந்தான். ஆனால், சென்றவன் திரும்பவில்லை. அன்றைய ராசதானியின் முக்கிய ஊர்கள் அனைத்திற்கும் சென்றான் என்று சொல்ல முடியும். அநேகமாக எல்லா இடங்களிலும் உணவுக்கூடங்களிலேயே வேலை பார்த்துக்கொண்டபடியால், கவலை யில்லை. அனந்தப்பூரிலே அவனிருந்த சமயம் பழகியிருந்த ரெட்டிகாரு ஒருவரை பட்டணத்திலே சந்தித்தது அவனை வேறு திசையில் தள்ளிவிட்டது. அவர் கூறியது மிகவும் சரியாகவே அவனுக்குப் பட்டது. போக்கும் மாறியது. இந்த நிலையிலேயே எப்போதும் காலந்தள்ளிவிட முடியாது என்று உணரச் செய்தது. நல்ல உடற்கட்டுள்ள அவன் பட்டாளத்தில் சேருவது நல்லது என்று அனந்தப்பூர்க்காரர் யோசனை கூறினார். அவரே பட்டாளத்தில் ஓர் உத்யோகத்தில்தானிருந்தார்.

சிவதாணு பட்டாளத்தில் சேர்ந்த கதை இதுதான். தினமும் ஓடி தன்னைத் தயார்ப்படுத்தினான். பட்டாளத்தில் வேலை கிடைத்தால், ஒரு தடவை திருச்செந்தூர் வருவதாக முருகனிடம் வேண்டிக்கொண்டான். அங்கு எல்லாரது வழக்கமும் அதுதான்.

வேலை கிடைக்கு முன்னரும் கிடைத்த பின்னரும், அவன் தானிருந்த பகுதியிலிருந்து கூலக்காரன் பேட்டை வரை அதிகாலையில் ஓடிப் பழகினான்.

வெகுநாள் கழித்து அவன் யோசித்துப்பார்க்கையில், அந்தப் பெண் பூவாயி சொன்ன "பாத்து ஓடணுங்க" என்ற வார்த்தைகள் அவன் தாயின் நினைவு வந்ததற்கான காரணம் என்று தோன்றியது. அவன் தினமும் அந்தப் பெண்ணைச் சந்தித்துவந்தான். அந்தப் பெண் பேட்டையின் சேரிப் பகுதியைச் சார்ந்தவள் என்பது அவனிடம் எந்த மாற்றத்தையும் ஏற்படுத்தவில்லை. இரண்டொரு மாதங்களிலே அவன் தனது வேண்டுதலை

நிறைவேற்ற திருச்செந்தூர் செல்லவேண்டியதாயிற்று. அதற்கு முன்பே அவன் பூவாயியை அந்தப் பேட்டையின் முத்தாரம்மன் கோவிலில் மணந்துகொண்டான்.

திருச்செந்தூர் சென்றால் மேலூர் செல்லவேண்டும். அதிக தூரமில்லை. எதுவும் புரியாமலிருந்தான். தகப்பனாரைப் பார்க்கும் விருப்பம் இல்லை. முதல் மாதச் சம்பளம் கையில் கிடைத்ததும் அவன் புறப்பட்டான் – தனியாகவே. கோவிலுக்குச் சென்றுவிட்டு உடனடியாகவே திரும்பிவிடவிருந்தான். கடைத்தெரு வழி வரும்போது, "சிவதாணு – நீதானே?" என்ற அன்பான குரல் கேட்டுத் திரும்பினான். அது கீழூர் மாணிக்கம் ஆசாரி. இவனை விட இரண்டொரு வயது அதிகம். பழக்கமுள்ள குடும்பம்.

மாணிக்கத்தின் குரலில் வருத்தம் தொனித்தது. அதன் காரணம் சிவதாணுவின் தகப்பனாரது சமீபத்திய உடல்நலக்குறைவு.

இருவரும் சில விஷயங்களை மனம்விட்டுப் பேசிக்கொண்டனர். திருமணம் செய்துகொண்டது பற்றிச் சொல்லாமலே இருந்துவிட்டான்.

மாணிக்கம் கையில் இருந்த ஒரு நகையை சிவதாணு கவனித்து அதைப் பற்றிக் கேட்கையில் அது ஓர் அட்டிகை என்றும், பேச்சி அம்மனுக்கு நேர்ந்துகொண்டு திருச்செந்தூர்க்காரர் கேட்டதாகவும், அதைக் கொடுப்பதற்காக இங்கு வந்ததாகவும் தெரிந்தது.

ஓரிரு விநாடிகளிலேயே சிவதாணு ஒரு முடிவிற்கு வந்திருந்தான். தனது கையில் முப்பது ரூபாய் இருப்பதாகவும் நகையின் விலை அதற்குள் அடங்குவதாயிருந்தால் அதைத் தனக்கே தரவேண்டும் என்றும், என்றாவது ஒரு நாள் ஊர் வந்து அம்மனுக்குச் சார்த்தவேண்டும் என்றும் கூற, மாணிக்கம் உடனடியாகவே "உனக்கில்லாததா சிவதாணு – என் ஆள் ஒருத்தன் இங்கேயே இருக்கான் – அவன் கிட்டே இன்னொன்று இருக்கும் – நான் பாத்துக்கறேன்" என்று கூற, சிவதாணு அதை வாங்கிக்கொண்டான். விலை ரூபாய் இருபத்தைந்திற்குள் அடக்கம்.

அவன் வேறு எங்கும் செல்லவில்லை. உடனடியாகவே பட்டணம் திரும்பிவிட்டான். புதிதாக வேலையில் சேர்ந்திருப்பதால் லீவு எடுப்பது நன்றாக இருக்காது.

அவன் திரும்பியதும் பூவாயி அவனிடம் ஒரு செய்தியைக் கூறினாள்.

பூவாயியுடைய தாயார் ஒரு மில்லில் வேலை செய்து வந்தாள். தகப்பனார் இல்லை. சிவதாணுவின் வேலை ஸ்திரமடைந்து அவன் பம்பாய் சென்றுவிட வேண்டிய நிர்ப்பந்தம் ஏற்படுமெனத் தெரிந்தது. அப்போது பூவாயி ஓர் ஆண் குழந்தையைப் பெற்றிருந்தாள்.

இந்த நேரத்திலேதான் சிவதாணுவிற்கு கோவிந்தன் நாயர் பழக்கமானான்.

குழந்தை பிறந்த அடுத்த நாளே பூவாயி சன்னி கண்டு இறக்க நேரிட்டது. அது சிவதாணுவின் வாழ்வையே மாற்றியது என்று சொல்லவேண்டும்.

குழந்தையைச் சிறிது காலம் பூவாயியினுடைய தாயார் கவனித்துக்கொண்டாலும் கடைசியில் கோவிந்தன் நாயரிடம் வரவேண்டிய நிலை ஏற்பட்டது இப்படித்தான்.

19

பொழுது இன்னும் விடியவில்லை. பேரூர் காவல் நிலையத்தில் அவன் நுழைந்தபோது, நிலையத்துக் காவல் அதிகாரி நாற்காலியிலிருந்து எழுந்து நின்று "சாமி – நீங்க எங்க இப்படி?" என்று கைகூப்பிக் கேட்டார்.

அங்கே அவன் வாய்மொழியாகவும் எழுத்து மூலமாகவும் கொடுத்தவை வருமாறு:

"எனது பெயர் முத்துக்கறுப்பன். தகப்பனார் சிவதாணு – பிறந்தது சென்னை. எட்டு வயதில் இந்தப் பகுதிக்குக் கொண்டுவரப்பட்டேன். தகப்பனார் பட்டாளத்தில் இருந்து காலமாகிவிட்டார். கோவிந்தன் நாயர் என்பவர் வீட்டில் – வீடு அல்ல, ஓர் அறை – கொலைகாரன் பேட்டை என்ற சென்னைப் பகுதியில் – நான் இருந்தேன். காளியூட்டு நேரம் என்னை அவர் மேலூர் பக்கம் அழைத்துவந்தார். எதற்காக அழைத்து வந்தார் என்று எனக்குத் தெரியாது. அம்மன் திருவிழாவிற்கு இருக்கும் என்றிருந்தேன். அப்பா ஒரு தங்க நகையை அவரிடம் கொடுத்து ஊர் பேச்சியம்மனுக்குப் போட்டு விடவேண்டும் என்று சொன்னது சிறிது எனக்கு விளங்கியிருந்தது.

ஆனால், என்னை அழைத்து வந்த கோவிந்தன் ஊருக்குள் செல்லாமல் வேறு இரண்டு பேரிடம் என்னை ஒப்படைத்துவிட்டு நகையை மட்டும் எடுத்துக்கொண்டு செல்ல முயற்சி செய்கையில் நான் அதைப் பிடுங்கி ஆற்றில் வீசிவிட்டு ஓடப்பார்த்தேன். அவர் விடவில்லை. அந்த இரண்டு பேரிடம் என்னை விட்டுவிட்டுப் போய்விட்டார். தேடிப் பார்த்தும் நகை கிடைக்கவில்லை. காட்டுப்புதூர் மலைப்பக்கம் இராப்பாடி குடும்பத்தாரிடையே சிறிது காலம் இருந்த பின்னர் மருந்துவாழ் மலை சித்தர் சாமியிடம் நான் சேர்க்கப்பட்டேன். மலையிலே என்னால் நிறைய படிக்க முடிந்தது – இராப்பாடியாகவே நான் படித்தேன்.

இப்போது இங்கே நடந்த கூத்தால் ஒரு நிர்ப்பந்தம் ஏற்படுகிறது. எனது இடத்தில் வேறொரு பையனைக் கொண்டுவந்து நிறுத்தப்பார்க்கும் போது நான் எல்லாவற்றையும் சொல்லவேண்டி வந்துவிட்டது. அதுவும் நல்லதுதான்.

இன்றைக்கு இப்படித் தயார் செய்து ஒரு பையனை அழைத்துவந்து ஆற்றைத் தாண்டி வருகையில் தெரிந்துவிட்டது. என் சித்தப்பா பையன் முத்துக்கறுப்பனுக்கு வந்த ஆத்திரத்தைக் கண்ட கோவிந்தன் நாயர் பயந்துபோய் பின்வாங்கியபோது, தலைகுப்புற ஆற்றில் விழுந்துவிட்டார். கல்லில் தலைபட்டு அடி – போய்விட்டார் – ஆனால், யாரும் யாரையும் தாக்கவில்லை.

சிவ. முத்துக்கறுப்பன் சொல்லாத, ஒருவேளை, சொல்லத்தெரியாத விஷயங்களும் உண்டு.

சிவ. முத்துக்கறுப்பன், அவன் தகப்பனார் ஆகியோர் பிறப்பதற்கு முன்பே, குற்றாலிங்கம், பெத்தாச்சி ஆகியோர் பிறப்பதன் முன்பே, சமஸ்தான மன்னர்களின் முடிசூட்டலுக்கு

பயந்து ஓடிய குடும்பம் காட்டுப்புதூர் பிரதேசத்திலிருந்தது. கந்தன் என்பவனின் முன்னோர் கதை அது. அவன் பிள்ளைகள் முத்தையா, மீனாட்சி ஆகியோருக்குக் கருங்குளம் தஞ்சம் கொடுத்தது. பப்புக்குட்டியின் உபயம் அது. அந்தக் குழந்தைகளின் பெயர்கள்கூட அவர் கொடுத்தவைதாம்.

அந்த ஊரிலேயே பப்புக்குட்டியின் உறவுக்காரர் என்ற பெயரோடு வளர்ந்து திருமணம் நடந்து முத்தையா அங்கேயே தங்கிவிட மீனாட்சி மேலூர் வந்தாள். எல்லா இடங்களிலும் பப்புக்குட்டியின் உறவாகத்தான் சென்றுவந்தாள். காட்டுப்புதூருக்குப் போய்வருவதுண்டு. முத்தையா திருமணம் ஆனபின் மேலூர் வருவதில்லை. காட்டுப்புதூருக்கு மீனாட்சி ஒரு தடவை சென்றிருந்தபோது, தெரியவந்த விபரம்தான் சிவ. முத்துக்கறுப்பன் இராப்பாடி களிடம் ஒப்படைக்கப்பட்ட விஷயம். அன்றைய தினம் பேச்சியம்மாள் தான் கண்ட ஆற்றங்கரைக் காட்சியையும் அங்கே சம்பந்தப்பட்ட ஒருவனால் தான் நிர்மூலமாக்கப்பட்ட விஷயத்தையும் மீனாட்சி அத்தையிடம் மட்டுமே சொல்லிவிட்டுத் தன்னைப் பொசுக்கிக் கொண்டாள். காளியூட்டன்று பேச்சியம்மாள் நண்பகலில் ஆற்றங்கரையிலிருந்து திரும்பிச் செல்வதைக் கண்ட பப்புக்குட்டி மேற்கொண்டு மீனாட்சி அறிந்த விஷயத்தையும் தெரிந்துகொண்டு யாருமறியாது சிவ. முத்துக்கறுப்பனை மீட்டு, கருங்குளத்திற்கு அனுப்ப வகைசெய்தார். அம்மாதிரி வேலை இப்போது அவருக்குப் பழக்கப்பட்டுவிட்டது. மருத்துவமலை சித்தர் சாமியிடம் அவனைச் சேர்த்ததும் அவர் செய்ததுதான்.

பப்புக்குட்டி, குற்றாலிங்கம், மீனாட்சி, முத்தையா ஆகியோர் அறியாத விஷயங்களும் உண்டு.

கோவிந்தன் நாயருடன் வந்த பையன் கிருஷ்ணன் போற்றிக்கு வேண்டியவன். போற்றி பட்டாளத்தில் இருந்து உயிருடன் மீண்டு ஓய்வுபெற்றுத் திரும்பியவர். சென்னையில் சிவதாணுவுடன் ஒரே பிரிவில் இருந்தவர். நாயர் – சிவதாணு பழக்கத்திற்குப் போற்றியே காரணம். போற்றியின் இப்போதைய கோவில் வேலை பெத்தாச்சியா பிள்ளை சிபார்சில் நடந்ததுதான். நாயர் – பெத்தாச்சி கூட்டு ஏற்படப் போற்றியின் நன்றி உணர்வும் காரணம்.

மீனாட்சியும் பேச்சியம்மாளும் அறியாத விஷயங்களும் உண்டு.

பேச்சியம்மாள் கத்திரி வயலில் இருந்தவாறு எல்லாரையும் – எல்லாவற்றையும் பார்த்துவிட்டாள் என்று கண்டுபிடித்து, அதற்கான வழிமுறைகளை நாயரிடம் சொன்னவர் பெத்தாச்சியா பிள்ளைதான். சொல்லிவிட்டு ஆற்றின் மறுகரையிலிருந்து திரும்பிவந்து காளியூட்டில் கலந்துகொண்டார். பேச்சியம்மாள் அன்று பட்ட இம்சைக்குப் பெத்தாச்சியாவின் முன்னெச்சரிக்கை காரணம். இப்படிப்பட்ட அவமானம் அடைந்தவள் உயிரோடு இருக்க விரும்பமாட்டாள் என்று அவர் போட்ட கணக்கு சரியாகவே முடிந்தது. பேச்சியம்மாள் மீனாட்சியம்மாளிடம் சொன்னது பெத்தாச்சியாவை ஒன்றும் பாதித்துவிடவில்லை.

பெத்தாச்சியா பிள்ளையும் அறிந்திராத சங்கதி உண்டு.

ஊரிலே அத்தனை அன்புடன் எல்லாரிடமும் நடந்துகொள்ளும் அவர் – சாந்தமானவர் என்றும் பெயரெடுத்த அவர் ஏன் அப்படி என்று ஆழ்ந்து பார்த்தால்கூட இப்படி ஒரு குரூரம் ஏற்படக் காரணம் தெரியவில்லை. பெத்தாச்சியின் குழந்தை பிறந்தவுடனேயே

தவறிவிட்டதால் ஏற்பட்ட தாயிருக்கலாம். மனைவியின் மனக்கோளாறு காரணமாகவுமிருக்க முடியும். ஆனாலும் அம்மாதிரி விஷயங்கள் எப்படி பிறர் விஷயத்தில் குரூரமாக மாறிற்று என்பது விளங்காது. பணத்தாசையால் உந்தப்பட்டு தனக்கு வேண்டிய பையனை சிவதாணுவின் மகனாக ஆக்கிவிட்டால் என்றாவது ஒருநாள் அந்த வீடு தன் கைக்கு வந்துவிடும் என்ற நப்பாசையால் அல்ல. யாருக்கும் விளங்காத ஒன்று. பெத்தாச்சிக்கும் தெரிந்திருக்காது – மனித குல பலகீனம்.

கோவிந்தன் நாயர் அந்த கிருஷ்ணன் போற்றி சிபார்சு செய்த பையனை இங்கே அழைத்து வரும் முன்னர் தங்கியிருந்த இடம் வீராணமங்கலம். அவர்கள் இருவரையும் சங்கரய்யரும் போற்றியும் சேர்ந்து போய்ப் பார்த்து திருப்தியடைந்து அதைப் பெத்தாச்சிக்கும் தெரிவித்திருக்கலாம். ஆனால், வீராணமங்கலம் என்பது மேலூர் வாசிகளின் உறவினர்கள் அடங்கிய ஊர் என்பதையும், அங்கு நடக்கும் ஒவ்வொன்றும் குற்றாலிங்கம் – பப்புக்குட்டி ஆகியோருக்குத் தெரியாமல் போகாது என்பதையும் அறிந்திருக்கவில்லை. எல்லாவற்றிற்கும் மேலாக, அரச மரத்துத் துறையிலிருந்து முத்துக்கறுப்பன் தன்னை போற்றியின் வீட்டில் பார்த்துவிட்டானோ என்ற உறுத்தலும் இருக்கலாம் – சொல்ல முடியாது.

சுடலை முத்துக்கறுப்பனுக்குத் தெரியாத விஷயம் முக்கியமானது.

இராப்பாடியாக அவனிடம் அட்டிகை பற்றிச் சொன்னதும், ஆற்றங்கரையில் சந்தித்ததும் பப்புக்குட்டியா பிள்ளையின் அறிவுரையின் பேரிலும் எல்லாவற்றிற்கும் மேலாக மருந்துவாழ் மலை பெரிய சித்தர் சாமிக்கும் தெரிந்தே நடந்த விஷயம். அட்டிகை சம்பந்தப்பட்ட விஷயத்தில் கீழூர் மாணிக்கம் ஆசாரியின் உபயமும் அவன் அறியமாட்டான். தெரிந்தோ தெரியாமலோ நடந்த நிகழ்ச்சிகள் வாழ்நாளில் மறக்கமுடியாத காட்சிகளாக மாறின.

ஊருக்குத் தெரியாத விஷயம் – மார்ஸ்டன் என்பவனிடம் செல்லம், கணபதி ஆகியோரைப் பற்றிச் சொன்னது சங்கரய்யர்.

உங்களுக்கும் எனக்கும் மற்ற எல்லார்க்கும் தெரியாத விஷயங்கள் பல. அவை யாவும் பதிலை உள்ளடக்கிக்கொண்ட விஷயங்கள். அவை பிரித்துப்பார்க்க முடியாதவை. நல்லவை என்றோ, கெட்டவை என்றோ அறியப்பட முடியாதவை. இதுவே வாழ்க்கை என்று சுட்டிக் காட்ட ஒருபோதும் போதுமானவையாக இருக்காது. தெரிந்துகொள்ள முடியாது என்றிருந்தாலும் தேடுதல் இருக்கும். என்றும் இருக்கும் அது.

பேய்ச்சி என்ற அந்த மேலூரில் அறியப்பட்ட தெய்வமும் சாந்தம்– குரூரம் – உண்மை – பொய் என்றெல்லாம் அறியவொண்ணமாட்டாத ஒன்றுதான்.

20

ஒரு குழந்தை போல ஆறு ஓடிக்கொண்டிருக்கிறது. மலையிலிருந்து தோன்றிவிடுகிற ஆற்றிற்கு ஓர் அழகு. இந்த ஆறும் அப்படித்தான். வடக்கேயுள்ள மலையில் தோன்றி தெற்கே கடலில் சேர்கிறது. கிழக்கே மருந்துவாழ் மலை. அந்த மலையிலிருந்துகொண்டும் அந்த ஆற்றின் கதியைப் பார்க்க முடியும்.

சிவ. முத்துக்கறுப்பனுக்கு அந்த வாய்ப்பு இருக்கிறதென்றால் சுடலை முத்துக்கறுப்பனுக்கு ஆற்றங்கரையிலிருந்துகொண்டு மலைகளைப் பார்க்கும் வாய்ப்பு.

இருவரும் பப்புக்குட்டியின் குடிசையிலிருந்து வெளியே வந்து நடக்கின்றனர் – கரையை ஒட்டிய கரடுமுரடான தடத்தில் வடக்கு நோக்கி. நண்பகல் நேரம் நல்ல வெயில். ஒரு குறிப்பிட்ட இடத்திற்கு வந்ததும் தாமாகவே நிற்கின்றனர்.

ஆற்றின் வளைவுப் பகுதியில் நீரின் நடுவே ஒரு கல். அதன் முனை தண்ணீரின் வெளியே தென்படுகிறது. ஆற்றில் வெள்ளம் அதிகமில்லை. பெரியதொரு பாறாங்கல்லின் முனைப் பகுதி.

ஒருவன் எறிந்த அட்டிகை அந்தக் கல்லின் அடியில் சிக்கிக்கொண்டிருந்தது – மற்றவன் கையில் கிட்டியது – கிட்டத்தட்ட ஒரு பன்னிரண்டு ஆண்டுகள் கழித்து. இருவரும் நீண்ட நேரம் அந்தப் பகுதியைப் பார்த்துக்கொண்டிருக்கின்றனர். அம்மனுக்கு அட்டிகையைச் சார்த்த ஏற்பாடு செய்தாகிவிட்டது.

'சாமி' என்று அழைக்கலாமா – 'அண்ணாச்சி' என்பதா என்று தெரியாமலிருந்தான். சாமி என்று அழைத்தால் 'நயினாரே' என்று பதில் வந்தால் என்ன செய்வது என்று ஆலோசனை செய்து 'அண்ணாச்சி' என்றே கூப்பிட்டான்.

ஆனால், சிவ. முத்துக்கறுப்பன் ஆற்றின் நடைப் பகுதியில் தென்பட்ட கல்லையே பார்த்துக்கொண்டிருந்துவிட்டு கைவிரல்களால் நெற்றியைத் தேய்த்துக்கொள்கிறான்.

வேறு எதையும் இருவரும் பேசிக்கொள்ளவில்லை. சிவ. முத்துக்கறுப்பன் புறப்பட்டு விட்டான். அவன் இனிக் காட்டுப்புதூர் சென்று அங்கிருந்து கருங்குளம் செல்லலாம். அதற்குள் காளியூட்டு முடிந்துவிடும். இங்கே இராப்பாடியாகவும், மருந்துவாழ் மலையில் சித்தர் சாமியாராகவும் இருப்பது அவனுக்குக் கஷ்டமில்லை என்று தெரிகிறது. இந்த மேலூர் பிரதேசமே இன்னும் சிறிது காலத்திற்குள் கருங்குளம் சேர்ந்த மாகாணத்துடன் ஐக்கியமாகிவிடும் என்று பூடகமாக அரசியல் பேசினார் காவல் நிலைய அதிகாரி.

காளியூட்டு இன்று தொடங்குகிறது – தொடங்கியாகிவிட்டது. காலை வெகுநேரம் கழித்தே அவன் டவுனிலிருந்து திரும்பிவந்தான். மீனாட்சி அத்தையையும் தாயம்மாள் சித்தியையும் பார்த்தாகிவிட்டது. வேறு வேலை இங்கேயில்லை. மேலூர்த் தெருக்களும், ஆற்றங்கரையும் அவனுக்கு அதிகமாகவே பழக்கமாகி உள்ளன என்பது தெரிகிறது.

சொல்லப்போனால் இதெல்லாம் நமக்கு நாமே – சாதாரணமாகச் சொல்கிற சில முறைகளைப் பின்பற்றி – வெளிப்படுத்திக் கொள்ளும் மிகச் சாதாரணமான வழிகள்தாம்.

இப்போது சொல்லவேண்டியது என்னவென்றால், சிவ. முத்துக்கறுப்பன் செம்மண் தரைமீது நடந்துகொண்டிருந்தான். சில குறிப்பிட்ட செடிகள் அந்த மண்ணில் வளரும் என்பதை அவன் அறிவான். சோதனை செய்து பார்க்கும்படி பெரிய சித்தர் உயிரோடு இருந்தபோது கூறியிருந்தார் – இது ஏற்ற காலமும்கூட.

அவன் தன்னையே பார்த்துக்கொண்டு நடந்துகொண்டிருந்தான்.

ஒரு பின்னுரை

'**கா**லக்குறி' சிறு பத்திரிகையில் தொண்ணூற்றி எட்டாம் ஆண்டு இந்த நாவலின் முதல் அத்தியாயம் பிரசுரமான பின்னர், தொடர்ந்து எழுதமுடியாது போயிற்று. ஆனாலும் ஏதோ பிரபலமானவரிடம் கேட்பதுபோல "நாவல் எப்போது வெளிவரும்" என்றெல்லாம் சிலர் கேட்க ஆரம்பித்துவிட்டனர். 'கலைஞன்' மாசிலாமணி அவர்கள், 'காவ்யா' சண்முகசுந்தரம் அவர்கள் மற்றும் சிறு பத்திரிகை எழுத்தாளர் சிலரும் அடிக்கடி கேட்டு உற்சாகப்படுத்தினர். இத்தனை நாள் கிடந்தாலும், இது வெளிவரும் ரகசியம் இதுதான்.

கதை நடந்த இடம் என்று எந்த ஊரையும் குறிப்பிடவில்லை. ஆனாலும், வட்டார வழக்கையும் கதைமாந்தர் பெயர்களையும் கொண்டு கணித்துவிட முடியும். வேலூர், காஞ்சிபுரம் போன்ற இடங்களைச் சொல்வதாக இருக்கும் கதைகளின் மாந்தர் சாதாரணமாக இக்கதைகளில் வரும் பெயர்களைக் கொண்டிருக்க மாட்டார். இருந்தபோதிலும், கதையில் வரும் சம்பவங்களும், பெயர்களும் கற்பனையே – யாரையும் குறிப்பிடுவன அல்ல என்று தெரிவித்துக் கொள்கிறேன்.

அன்னிய ஆட்சிக்கு முன்னர் ஒரு குறிப்பிட்ட பிரதேசத்தில் குறிப்பிட்ட காலத்தில் அனுபவித்த மனதுருக்கும் நிகழ்ச்சிகள் உண்டு. சமீப காலத்தில் விடுதலைப் போராட்ட சமயம் நடந்தவையும் அப்படிப்பட்டவையே.

நாவலில் சொல்லப்பட்ட எல்லாவற்றிற்குமே வரலாற்றுச் சான்று உண்டு – அவை எந்தக் காலத்தைக் குறிப்பிட்டிருப்பினும் சரி.

வரலாற்றுச் சான்றுகளாக நான்கு நூல்களை முக்கியமாகக் கருதுகிறேன்.

அவை:

1. பேராசிரியர் கே.கே. பிள்ளையின் 'தென்னிந்திய வரலாறு.'
2. பேராசிரியர் சிவனடியின் 'இந்திய சரித்திரக் களஞ்சியம்'.
3. 'Mahatma' by D.G. Tendulkar.
4. 'Discovery of India' by Jawaharlal Nehru.

சாதியம் படைப்புகளில் வருதல் நல்லதுதானா என்று கேட்பவர்கள் உண்டு. உண்மை. எனது தற்போதைய கதைகளில் மட்டுமல்ல, 1952ஆம் ஆண்டில் எழுதிய முதற்கதையிலும் அதுதான் கோலோச்சியது. இன்று இலக்கியமும் வரலாறும் ஆன்மிகமும் அற்று சீரழிந்து தவிக்கும் உலகின் ஒரு பிரதேச மக்களின் கதிக்கு முதற்காரணம் மட்டுமல்ல, ஒரே காரணம் வைதிகம்தான் என்று நம்புகிறேன். அப்படிப்பட்ட ஒன்றை வெட்ட வெளிச்சமாக்காது வேறு ஒரு பெயர் கொடுத்து மாற்று உருவில் அதே வைதிகத்தைக் கொண்டு வரச் செய்யும் முயற்சிகளே இன்றைய படைப்புகளில் அதிகம்.

இதைத் தவிர்க்க இப்போது நாம் என்ன செய்யவேண்டும். நடவடிக்கைகள், திட்டங்கள் என்று எந்தக் கோணத்தில் வந்தாலும், அது வேறு ஒரு உருவத்தில் வந்து அந்த நடவடிக்கைகளை மாற்றி விடும் அல்லது அதுவே புதுமையான நடவடிக்கையாகக் கருதப்பட்டுவிடும்.

இது எல்லா நாட்டிலும் எல்லா மொழிகளிலும் இருந்துவரும் நிலை என்றாலும் இங்கே சில விசேடங்களைக் கொண்டுநின்றிருக்கின்றன. உலகின் இந்தப் பிரதேசத்தைப் பொறுத்தவரை வைதிகம் அதிகத் தீமையை ஏற்படுத்தியுள்ளது. மொழியும், மரபும், நாகரிகமும் சிதைக்கப்பட்ட இடங்களும் உண்டு.

இப்போது இதற்கு எதிரிடையாக ஓர் இலக்கியவாதி என்ன செய்யவேண்டும்.

எதையும் செய்ய வேண்டாம். இதுதான் என்று அதை அறிந்துகொள்வது மட்டுமே உண்மையான வைதிக எதிர்ப்பு ஆகும். ஜே. கிருஷ்ணமூர்த்தி சொல்வதும், கிட்டத்தட்ட இதுவேதான்.

ஒளி வருவதும், இருள் அகலுவதும், வேறு வேறல்ல – இதுதான் இருள் என்று அறிந்துகொள்வதுதான் ஒளி. அப்போதே இருள் அகன்றுவிடுகிறது. கோபம் என்ற ஒன்றாக நாம் மாறும்போது அல்லது கோபம் அடைகிறபோது கோபமடைந்த நம்மை, நாமே பார்த்துக்கொள்ள முடியுமானால் அது சாந்தம்.

இந்த நாவல் எழுத ஆரம்பித்த முகூர்த்தம், சிறுகதைகள் நிறைய எழுத வேண்டியதாயிற்று. சிறுகதைகள் தொகுப்பும், கட்டுரைகளின் தொகுப்பும் வெளிவந்தன. நாவல் வெளிவர காலம் கனிந்தது.

எனது இரண்டாவது நாவல் இது.

கட்டுரைகள்
கவிதை பற்றி

1. பொருளின் பொருள்

கட்டுரைகள்

கவிஞனும் கவிதையும்

கவிதை என்றால் என்னவென்ற கேள்விக்கு மிகவும் சுலபமாக "கவிதை அம்சம் உடையது கவிதை" என்று சொல்லிவிடத் தோன்றுகிறது.

"கவிதை அம்சம்" பற்றிய ஒரு புதுக் கேள்வியும் தானாக வந்துசேரும்.

கவிதை பற்றிப் பேசுவதற்கு இந்தக் "கவிதை அம்சம்" என்கிற சொல் மிகவும் வாய்ப்பாக உள்ளது.

ஒரு படைப்பில் எதைக் காண்பதால் அதை "கவிதை" என்று ஏற்றுக்கொள்கிறோமோ, அந்த இன்றியமையாத் தன்மையைக் "கவிதை அம்சம்" எனலாம்.

இந்தக் "கவிதை அம்சம்" ஒன்றுதான் கவிதையின் இலக்கணம். இளங்கோவும், கம்பனும் எந்த முறையைக் கையாண்டு படைப் பிலக்கியம் வகுத்திருந்தாலும் நமக்குக் கவலையில்லை. அவர்கள் கவிதைகளைத் தந்திருக்கின்றனர். அவற்றில் "கவிதை அம்சம்" உண்டு. அதை மீறிவிட்டிருந்தால் அவர்களும், அவர்களை மிஞ் சியவர்களும் கவிஞர்கள் ஆகிவிட மாட்டார்கள்.

வெண்பாவிற்கும் இலக்கணம் இருக்கிறது. அது தெரிந்த யாரும் வெண்பா எழுதிவிட முடியும். அது கவிதையா என்றால், அந்த வெண்பாவில் கவிதை அம்சம் இருக்கிறதா என்று தெரிந்த பின்னர்தான் முடிவுகட்ட முடியும். சொல்லப்போனால் வெண்பா தோன்றிய பிறகுதானே வெண்பாவின் இலக்கணம் எழுதப்பட்டிருக்க முடியும்.

ஒரு கவிஞனுக்கு இதுவரை தோன்றியுள்ள அல்லது வழக்கத்திலிருக்கிற முறைகள் அல்லது இலக்கணங்கள்தாம் தெரிந்திருக்கவேண்டுமென்ற அவசியமில்லை.

இலக்கணத்தைப் பற்றியது அல்ல "கவிதை மரபு" என்பதும் தெளிவாகத் தெரிகிறது.

"தமிழ்நாட்டின் தலைநகரம் சென்னை. அதில் முப்பது இலட்சம் மக்கள் வாழ்கிறார்கள்" என்ற பொருளைக் கொண்ட செய்யுள் இருக்கும் என்றால், அதற்கும் உரைநடைக்கும் எவ்வித வேறுபாடுமில்லை.

சொல்லக்கூடிய முறையால், சொல் அலங்காரத்தால் அது கவிதையாகிவிடுகிறது என்றால், அது மாபெரும் இலக்கியக் கொடுமை.

ஒரு நாவலை "நாவல்" என்று எடைபோடுவது உருவத்தைக் கொண்டு அல்ல. சிறுகதையைத் தீர்மானிப்பதும் அவ்வாறே. சில சிறுகதைகள் நாவலைவிடப் பெரிய அளவில் இருப்பதைக் காண்கிறோம்.

முந்நூறு பக்கங்களுக்கு மேலிருக்கும் தாகூரின் "குமுதினி" ஒரு சிறுகதையே.

நாடக உருவத்தில் பல சிறுகதைகள் இருப்பதைக் காண்கிறோம்.

செய்யுள் உருவத்தில் சரித்திரம் வந்தால் அது எப்படி "கவிதை"யாகி விடும் என்பது புரியவில்லை.

அப்படி என்றால் சரித்திர ஆசிரியர் எல்லாம் கவிஞர்களாகக் கருதப்படல்வேண்டும். அது முடியாத காரியம்.

சமூகச் சீர்திருத்தம் கதையில் வருவதைப் பார்க்கிறோம். கட்டுரைகளிலும் அது பேசப்படுகிறது. பாரதிதாசன் சமூகச் சீர்திருத்த மனப்பான்மை கொண்டதால்தான் "கவிஞர்" எனப் போற்றப்படுகிறாரா?

அது உண்மையானால், சமூகச் சீர்திருத்தம் பேசிவருகிற பல அரசியல்வாதிகளை நாம் கவிஞர்கள் என ஒப்புக்கொள்ளவேண்டும். சாதி பேதத்தை ஒழித்தவர்களை, தொழிலாளர்நலம் பேணியவர்களை எல்லாம் நாம் "கவிஞர்" எனப் போற்றியாகவேண்டும்.

காரல் மார்க்ஸை, காந்தியை, அண்ணாமலையாரை நாம் கவிஞர்கள் என ஒப்புக்கொண்டாகவேண்டும்.

அவர்களை எல்லாம் "கவிதை எழுதாத கவிஞர்கள்" என்றாவது ஏற்றுக்கொள்ளவேண்டும்.

ஆனால், நாம் அவ்வாறு மதிப்பிட்டுத் தவறு செய்வதில்லை.

மருத்துவத்தைச் செய்யுளில் தந்தவரை "மருத்துவர்" என்றே போற்றுவோம். தத்துவத்தைச் செய்யுளில் தந்தவரைத் "தத்துவவாதி" என்றே போற்றுவோம்.

அவர்கள் கவிஞர்களாக இருந்திருக்க முடியும். ஆனால், மருத்துவத்தையும் தத்துவத்தையும்தாம் மொழியில் தந்துள்ளனர். கவிதைகளை அல்ல.

சாதிபேதம் இருக்கக்கூடாது என்ற கருத்தும், மருத்துவமும் தத்துவமும் கவிஞனின் சொந்தத்தில் உருவானவையல்ல.

கதை அம்சம் உள்ள ஒன்றைத்தான் "கதை" என்று ஒப்புக்கொள்கிறோம், மற்றவற்றை ஒதுக்கிவிடுகிறோம்.

நாடகப் பண்புகள் அற்றவொன்றை நாடகமென ஏற்றுக்கொள்வதில்லை.

மேடையில் நடித்துக்காட்டப்பெறும் ஒன்றைக் கொண்டு அதை நாடக இலக்கியம் எனக் கூறுவதில்லை. பல நாவல்கள் மேடையேறி இருக்கின்றன. மேடையே இல்லாத ரேடியோ நாடகங்களையும் கேட்டிருக்கிறோம்.

சங்க இலக்கியங்களில் கவிதைகளைக் காண்கிறோம். சின்னஞ்சிறு கதைகளைக் காண்கிறோம். நாடகப் பண்புகளைக் காண்கிறோம். இப்படி பல சங்கதிகள்...

காப்பியங்களில் கவிதை உண்டு. கதை அம்சமும் தேறுகின்றது.

கம்பனில், வள்ளலாரிடத்தில், பாரதியில், பாரதிதாசனிடத்தில் கவிதைகளைக் காண்கிறோம். அவர்கள் இயற்றிய பல பகுதிகள் சிந்தனைக் கருவூலமாகவும் இருக்கின்றன.

அவர்கள் எழுதிய கவிதையைப் பொறுத்தவரை அவை இலக்கண மரபுடையனவா என்ற கேள்விக்கே இடம் இல்லை.

அறிவியல் துறை சம்பந்தப்பட்ட சிந்தனையானது என்றும் கவிதையானதில்லை என்பதைத் தொன்றுதொட்ட காலத்திலிருந்தே நாம் பார்க்கமுடிகிறது.

கவிஞன் சில உத்திகளைத் தன்னுடைய மொழிச் சூழ்நிலைகளை ஒத்துப் பயன்படுத்துகிறான். அந்த உத்திகள் கவிஞனின் படைப்பை அலங்கரிக்கலாம். அந்த வசதியைக் கண்ட பலரும் பின் அதே அலங்கார முறைகளைப் பின்பற்றியிருக்கிறார்கள்.

இது எல்லா மொழிகளிலும் தொன்றுதொட்ட காலத்திலிருந்தே காணப்பெறும் உண்மை.

ஆனால், பின்பற்றும் பலரில் எத்தனை பேர் உண்மையான கவிஞர்கள் என்பதை அவர்கள் படைப்பின் "கவிதை அம்சம்" கொண்டு தீர்மானிக்க வேண்டுமேயொழிய, பின்பற்றுகிற அலங்கார முறைகளால் அல்ல.

குறிப்பிட்ட அலங்கார முறையை ஒரு தனி மனிதனோ அல்லது தனிமனிதனை ஒப்புக்கொண்ட கூட்டமோதான் கையாண்டு வந்திருக்கவேண்டும். பின்னர் தோன்றிய இன்னொரு உண்மைக் கவிஞன் தன் முன்னோரைப் பின்பற்றாது தனது படைப்பிற்குத் தன் சூழ்நிலையில் மொழியை எப்படிப் பயன்படுத்திக்கொள்ள முடியுமோ, அவ்வாறு அலங்கரித்துக்கொண்டான். அதையும் பின்பற்றினர் பலர்.

அந்த அலங்காரங்கள் மொழியின் வரலாறாக – இலக்கணமாக – நின்று நிலவிக் கொண்டே இருக்கும் என்பதை நாம் அறிந்துகொள்கிறோம்.

'உதைபந்து விளையாட்டிற்குக்கூட இலக்கணம் இருக்கிறது. இந்தக் "கவிதைக்கு" இல்லையா' என்று சிலர் மனம் நொந்துகொள்கின்றனர்.

உதைபந்து விளையாட்டிற்கு இலக்கணம் இருக்கிறது. டென்னிஸ் விளையாட்டிற்கு இருக்கிறது. கிரிக்கெட் விளையாட்டிற்கும் இருக்கிறது. ஆனால் விளையாட்டிற்கு என்று ஏதாவது இலக்கணம் இருக்கிறதா?

மேற்கூறப்பட்ட விளையாட்டுகளிலும் இன்றிருக்கும் இலக்கணம் நாளை இருக்கப்போவதில்லை. ஐம்பது ஆண்டுகளுக்கு முன்னர் நீங்கள் கண்ட கிரிக்கெட்டையா இப்போது ஆடுகிறார்கள்?

நூறு ஆண்டுகளுக்கும் முன்பு...

அப்போது கிரிக்கெட் விளையாட்டே இல்லை.

உதைபந்து விளையாட்டு தந்த இன்பம்தான் அந்த விளையாட்டின் மூலம் அல்லது பயன். அதை அடிப்படையாகக் கொண்டுதான் மற்ற விதிமுறைகளைக் கண்காணிக்க முடியும் – ஏற்படுத்த முடியும்.

பல ஆண்டுகளுக்கு முன்னர் ஒரு தனி மனிதன் அனுபவித்துப் பெற்ற இன்பம்தான் பின்னர் அந்த விளையாட்டிற்கு விதிமுறைகளைச் செய்ய வைத்தது. வெவ்வேறு தனி மனிதர்கள் வெவ்வேறு விளையாட்டுகளை ஆடி இன்பம் பெறுகின்றனர். பின்பற்று பவனைப் பொறுத்து விதிமுறைகள் அமைகின்றன.

உலகில் வாழும் அனைவரும் தங்களுக்கென ஒரு விளையாட்டின்பம் கொண்டிருப்பது உண்மை. பின்பற்றுவதற்குத் தற்கால மனித சமுதாய அமைப்பு இடமளிப்பதில்லை போலும்.

இன்னும் தெளிவாகச் சொன்னால், நல்லதொரு அமைப்பில் அம்மாதிரிப் பின்பற்றுதல் தேவைப்படாதவொன்று.

மொழி வேறு – இலக்கண முறைகள் வேறு. இலக்கணம் மொழியின் வரலாற்று விளக்கம். அவ்வளவே. அந்த வரலாற்றில் "தற்காலம்" என்பதற்கு இடம் இல்லை என்று சொல்லுவது எத்தனை பேதமை.

எனவே, கவிஞன் கையாண்ட முறைகளுக்காக நாம் அவனைப் பாராட்டவில்லை.

அவன் சிறந்த அறிவியல்வாதி என்றோ, சிறந்த சீர்திருத்தவாதி என்றோ, கலை வல்லுநன் என்றோ, உலக இலக்கியங்கள் யாவற்றையும் கரைத்துக் குடித்தவன் என்றோ, அன்றாட வாழ்க்கை நடத்துவதற்கு அவன் ஆலோசனைகள் கூறும் தகுதி உள்ளவன் என்றோ, சிறந்த ஆராய்ச்சி நுட்பம் படைத்தவன் என்றோ நாம் அவனைப் பாராட்டவில்லை.

பின்னர், கவிஞனுக்கு என்ன அத்தனை மதிப்பு?

கவிதை பற்றிய பல விளக்கங்கள் நமக்குக் கிடைத்திருக்கின்றன – பிளாட்டோ முதற்கொண்டு. கவிதை விமர்சகன் டி.எஸ். எலியட் இதுகுறித்துக் கூறும் கருத்துகள் மனதைக் கவரும்.

வால்ட் விட்மென் எத்தகைய பாக்கியசாலி! "நான் மிருகங்களுடன் காட்டில் வாழ விரும்புகிறேன். கடமைபற்றி எனக்கு எடுத்துச்சொல்லி என் வாழ்வை அழிப்பவர்கள் அங்கே யாரும் இல்லை" என்கிறான்.

சார்வாகனை முதலாகக் கொண்டு ஓர் அறிவியல் துறை சார்ந்த கவியுள்ளங்களை இந்திய வேத காலத்தில் காண்கிறோம்.

பூங்குன்றன், இளங்கோ, கம்பன் இவர்களை நன்கு தெரிந்துகொள்கிறாம்.

ஒப்புயர்வற்ற சிந்தனையாளன் வள்ளுவன் குறளில் பல கவிதைகள் உள்ளன.

"நன்றென்று கொட்டு முரசே இந்த நாநில மாந்தருக்கெல்லாம்" என்ற பாரதியைக் காண்கிறோம். "எங்கெங்கு காணினும் சக்தியடா" என்று கவிதை பண்ணுகிறான் பாரதிதாசன்.

புதுக் கவிதை, புதுமைக் கவிதை என்றெல்லாம் சொல்கிறார்களே என மயங்க வேண்டாம். கவிதையை எந்தப் பெயரிட்டு அழைத்தால் என்ன?

உருவத்தை மட்டும் பெற்றுநிற்பது கவிதையாகிவிடாது என்று எப்போது தெரிந்து கொள்கிறோமோ அப்போதே எல்லா வகைக் கவிதைகளும் ஏற்றுக்கொள்ளப்பட்டுவிடுகின்றன.

தனக்குத் தெரிந்த மொழியில் ஒருவன் பேசுவது போல கவிஞன் தனக்கென உள்ள மொழியிலக்கணத்தை வகுத்துக்கொள்ள முடியும்.

இன்னும் தெளிவாகச் சொன்னால், கவிதைதான் கவிஞனின் பேச்சு. மொழிக்குள்ளேயே இருக்கும் கவிஞனின் மொழி அது.

வெண்பாவிலும் கவிதை இருக்கலாம். புதுக்கவிதையிலும் இருக்கும். இரண்டிலும் கவிதை இல்லை என்றால் வெண்பாவானது செய்யுள் இலக்கணத்தைக் கொண்டு சொல்லவந்த வசனமாக இருக்கும். புதுக் கவிதை பொருளற்ற வார்த்தைக்குவியல்களாக இருக்கும்.

"நாம் புரிந்துகொள்வதற்கு முன்னரேயே கவிதை நமக்கு உணர்த்தப்பட்டுவிடுகிறது" என்கிறான் எலியட்.

உரைநடையை யாப்பிலக்கணத்தில் அடக்கி செய்யுள் ஆக்கிவிட்டால் கவிதையாகிவிடாது என்பதை நாம் உறுதி செய்வோம்.

உரைநடை அல்லது வசனத்தை நாம் நன்கறிவோம்.

உரைநடை செய்தியாக இருக்கும் – விளக்கமாக இருக்கும். ஒன்றைப் பற்றியதாக இருக்கும். அந்த ஒன்று விளக்கப்படக்கூடியதாக இருக்கும்.

உரைநடையில் எத்தனையோ மாற்றங்களைப் பார்த்திருக்கிறோம். பிரதாப முதலியார் சரித்திரம், திரு.வி.க.வின் தெளிந்த தூய நடை, தமிழில் பாண்டித்யம் பெற்றுவிடாதவர்களின் நடை – தத்துவவாதிகளின் நடை என்று பலதரப்பட்ட நடையைக் கண்ட பின்னரும், உரைநடையை அதன் உள்ளிருப்புக் கொண்டே எடைபோடுகிறோம். மறைமலையடிகளின் தூய தமிழையும் போற்றுகிறோம். இந்நூற்றாண்டின் தலைசிறந்த சிறுகதை எழுத்தாளரான புதுமைப்பித்தனின் "நாசகாரக் கும்பல்" கதையையும் சுவைக்கிறோம்.

மார்ஜின் பகுதியிலிருந்து ஆரம்பித்து பேப்பரின் கடைசி வரை செல்வது – வசனம் அல்லாதது கவிதை என்று கூறுவதும், யாப்பு இருந்தால் அது கவிதை, இல்லையென்றால் வசனம் என்று கூறுவதும் ஒன்றுதான்.

சொல்லப்போனால், உரைநடைக்கும் கவிதைக்கும் உருவத்தில் வேற்றுமை இருக்கவேண்டும் என்று எந்த நியாயமும் கிடையாது. ஒரு கவிஞன் தன் சொற்களை எல்லாரும் அதிக கவனத்தோடு கேட்கவேண்டும் என்று விரும்பலாம். உரைநடை ஆசிரியனைவிட அதிகம் எதிர்பார்க்கலாம். சில கதாசிரியர்கள் தங்கள் உரைநடையை மக்கள் கவிதையைவிட அதிக கவனத்துடன் நோக்கவேண்டும் என்று விரும்பி இருக்கிறார்கள். இந்தவகையில் கவனத்தை இழுக்க "யாப்பு" கவிஞனுக்கு வசதி அளித்திருக்கிறது. ஆனால், அந்த வசதி ஓர் ஒழுங்கு என்றோ, சட்டம் என்றோ கூற முடியாது. ஒரு கவிஞன் அவை இல்லாமலேயே கவிதை தர முடியுமென்றால், அவன் அதை அவ்வாறே இயற்ற அதிகாரம் பெற்றுள்ளான். செய்யுள் இலக்கணத்தைத் துறந்த கவிஞனின் படைப்பு பார்க்க விநோதமாக இருக்கலாம். ஆனால் அது ஒரு காலப்பிரச்சினைதான். எப்போது ஒரு வழி ஏற்பட்டுவிடுகிறதோ அவ்வழி வசதியாகி விடுகிறது. வசதியின்மை காரணமாகவே புதுவழியொன்று பிறக்கிறது. எனவே வழி ஒன்று பிறந்ததை எண்ணிப் பார்த்தால், முன்னிருந்த நிலைமை இன்றைய கவிஞனுக்கு வசதியாக இருக்கவில்லை என்று கொள்வதுதான் நியாயமாக இருக்கும்.

இன்னும் சொல்லப்போனால், கவிஞனுக்கு இதுவரையில் சொல்லப்பட்ட நடைமுறையில் ஒரு சலிப்பு ஏற்படுகிறது. இன்று நாம் போற்றும் நம் பழங்காலக் கவிஞர்களிடமும் இச்சலிப்புகளால் ஏற்பட்ட பாதிப்பைக் காண முடியும்.

நல்லது. இப்போதும் "கவிதை என்பது என்ன என்ற கேள்வி" விடையளிக்கப் படாமலேயேயுள்ளது.

அழகு பொருந்தியது. இனிமையானது. உள்ளம் உருக்குவது என்று சொல்லிப்பார்க்கலாம்.

அவ்வாறு விளக்கப் புகுந்தால், அழகு, இனிமை, உள்ளம் உருக்குதல் இவையெல்லாம் என்ன? இவற்றின் உண்மையான பாகுபாடுகள் என்னென்ன என்ற கேள்விகள் எழுகின்றன.

"கவிதை என்பது விளக்கப்பட முடியாதது" என்று பெரிய பேச்சாக முடிக்கப்பார்க்கலாம்.

மிகவும் நல்லது. அப்படி என்றால் அந்த முடிவிற்கு வர என்ன நியாயமான காரணங்கள் என்ற கேள்வி வரும்.

எனவே, கவிதை என்றால் என்னவென்ற கேள்வியைத் தவிர்த்து "கவிஞன் என்றால் யார்?" என்று பார்க்கிறோம்.

ஆமாம். அதுவே சரியான கேள்வி. அப்படிப்பட்ட கேள்வியில் விடையே தொக்கிநிற்கிறது. தவறான கேள்வியால் வந்த சங்கடம்தான் இவ்வளவும்.

இந்தக் கவிஞன் என்பவன் யார்? அவன் ஏன் கவிதை எழுதவேண்டும்? எழுதவேண்டும் என்ற உணர்வு – எழுதித்தான் ஆகவேண்டும் என்ற கட்டாயம் எவ்வாறு ஏற்பட்டது என்பதை நோக்குவோம். இதற்கு நாம் அந்தக் கவிஞனை முழுதாகப் பார்த்துவிடல் அவசியம்.

○

பார்வை

இந்தப் "பார்வை" என்ற விஷயம் பெரியது. புதுமைப்பித்தனின் "மகா மசானம்" கதையில் குழந்தை, சாகப்போகிறவனுக்கு "பட்டாணி வாங்கிக் குடேன்" என்று சொல்லி, பின்னர் சிறிது நேரத்தில் எல்லாவற்றையும் மறந்து தந்தை வந்தவுடன் பழத்தை வாங்கி மூக்கில் தேய்த்துக்கொண்டு "வாசனையா இருக்கே" என்கிறதல்லவோ?

அந்தக் குழந்தை எத்தனை அழகான முறையில் ஒன்றைப் பார்த்திருக்கிறது. அது புதுமைப்பித்தனின் பார்வை என்பது வேறு விஷயம். குழந்தைதான் அங்கு 'பார்க்கும் நபராயிருக்கிறதேயொழிய' குழந்தையின் எண்ணங்கள் அங்கே பார்க்கும் வேலையைச் செய்யவில்லை. குழந்தை தன் எண்ணங்களுக்கு அடிமையல்ல.

கிப்ளிங் சொல்லவில்லையா, "சிந்திக்க வேண்டுமானால் சிந்தி. ஆனால் உன் எண்ணங்கள் மூலமாக சிந்திக்காதே" என்று.

கவிஞன் முழுமையாகப் பார்க்கிறான். அப்படிப் பார்க்கும்போது அவன் எந்தக் காலத்திலும் இல்லை. அங்கே வாழ்ந்துவிடுகிறான்.

இந்த உலகில் அழகில்லாதது எது? அற்புதமான இந்த உலகம் – அற்புதமான அதன் குழந்தைகள்.

சூரிய உதயமானாலும் சரி; நிலக்கரி வெட்டியெடுக்கும் தொழிலாளியும் சரி; கவிஞன் பார்வையில் இறந்துபோன அனுபவங்களின் உருவமாகத் தென்படுவதில்லை. அந்த அடிப்படையில் பார்த்திருந்தால் அவன் எந்த அழகையும் உணர்ந்திருக்க முடியாது.

எந்தவிதச் சிந்தனைக் கட்டுப்பாடுகளுமில்லாது பார்க்கும்போதுதான், அவன் அழகை உணர்கிறான். அவன் அனுபவத்தின் காலம் ஒரு விநாடிக்கும் குறைவாகக்கூட இருக்கலாம். அந்த நேரத்தில் அமைதியை அனுபவித்துவிடுகிறான் – தன் வாழ்வை வாழ்ந்துவிடுகிறான்.

வாழ்க்கை என்பதன் பொருள்குறித்து விவாதிக்க வேண்டாம். அப்படியென்று ஒன்று தனித்து நம் கண்ணிற்கு எட்டாத தூரத்தில் இருந்துகொண்டிருக்கவில்லை.

என்றோ எவரோ வசதி காரணத்திற்காகக் குறிப்பிட்ட நபர் குறிப்பிட்ட ரீதியில் இருக்க சௌகர்யம் செய்வதற்காக ஏற்படுத்திக்கொண்ட வழியின்படி நடந்து நாள்களைக் கழித்து, பின்னர் இறப்பதுதான் வாழ்க்கை என்றால் அது விளங்கவில்லை.

ஆனால், கவிஞனின் பார்வையில் இந்த வாழ்க்கை விளக்கங்கள் இருக்காது. விளக்கங்களுக்கு வேலை இல்லை. உங்கள் வாழ்க்கை பற்றிக்கூட அவனுக்குக் கவலையில்லை. அவனைப் பொறுத்தவரை அவன் பெற்ற அனுபவம்தான் வாழ்க்கைக்குப் பொருள் தருவதாக அமையும்.

வாழ்க்கைக்கு வேறு அர்த்தம் இருப்பதாகச் சொன்னால் அவன் சிரிப்பான்.

அவன் வாழ்க்கையை எவ்வாறு உணர்ந்துகொண்டானோ – எடுத்துக்கொள்கிறானோ – அதுதான் அவன் வாழ்க்கையின் பொருள்.

அதைத் தவிர வேறு எந்த மகாநுபாவனின் பொன்மொழியும் அவனிடம் செல்லாது.

அதுதான் உண்மை.

அந்தக் கவிஞனை நோக்குங்கள். அங்கே பார்வையால் ஒரு சங்கமம் ஏற்பட்டிருப்பதை அறியலாம்.

ஒரு விலங்கியல்வாதி நாய் ஒன்றைப் பார்க்கும் முறையில் கவிஞன் பார்ப்பதில்லை. ஒரு எஜமானன் தனது நாயைப் பார்ப்பது போன்று அவன் நோக்குவதில்லை.

ஒரு குழந்தை முதன்முறையாக நாயைப் பார்ப்பது போன்று அவன் பார்க்கிறான். சொல்லப்போனால், அவன் பார்க்கவில்லை. "பார்த்தல்" என்ற நிகழ்ச்சி அங்கு நடைபெறுகிறது.

அவன் அதற்கு முன்னால் நாயைப் பார்த்திருக்க மாட்டானோ என்று நாம் எண்ணும் வகையில் அவன் பார்வை இருக்கும்.

ஒரு நாயை உங்களால் விளக்கிச்சொல்ல முடியுமா? நாய் ஒரு மிருகம். அப்படியென்றால், மிருகம் என்பது?

நாம் குறியீடுகள்மூலம் எல்லாவற்றையும் ஆரம்பிக்கிறோம். பார்க்கிறோம். முடிவில், குறியீடுகள் நம்மை ஆக்கிரமித்துக்கொள்கின்றன.

தத்துவ இயலில் நாம் இவை குறித்த பல விளக்கங்களைப் பார்க்கலாம். "ரஸ்ஸல்", "சார்த்தர்" போன்ற தத்துவஞானிகள் சிறந்த முறையில் இதை விளக்கியுள்ளனர்.

நாய் என்பது பொதுவான ஒன்று என்றால், எல்லாரும் ஒரே மாதிரிதானே அதை உணரவேண்டும்.

நாய் என்ற குறியீடு எனக்கு என்ன உணர்வை ஏற்படுத்திவிட்டிருக்கிறதோ, அந்த உணர்வை உங்களுக்கு ஏற்படுத்தவில்லை. எனக்கு ஏற்பட்ட உணர்வுதான் என்னைப் பொறுத்தவரை "நாய்."

நாய் என்பது சில சமயங்களில் மூன்று ஆண்டுகளுக்கு முன் நாய்க் கடியால் காலமான என் நண்பனாகத் தோன்றலாம். ஒரு சமயம் நாயைப் பற்றிப் படித்தவை ஞாபகத்திற்கு வரலாம். சில சமயம் நாய் எதிரிலிருந்தும் எனக்கு எந்தப் பார்வையும் இல்லை. எனவே என்னைப் பொறுத்தவரை நாய் என்ற ஒன்று இல்லை.

இம்மாதிரி சமயங்களில் "மனம்" என்ற குறியீட்டின் பொருளை நாம் உணர்ந்துகொள்கிறோம் அல்லவா?

"நான் நினைக்கிறேன்" என்று சொல்வதுகூடத் தவறு. "நான் நினைக்கப்படுகிறேன்" என்று இருக்கவேண்டும் என்றெல்லாம் கூறும் அறிவுலகவாதிகளை நாம் அறிவோம்.

நாம் "காலம்" என்பதில் ஆழ்ந்துபோய்விட்டவர்கள். இந்தக் கணத்தை நாம் பார்க்க, ஏற்கனவேயுள்ள "மனம்" அழிந்தால் அல்லாமல் நம்மால் பார்க்க இயலாது.

அப்படிப்பட்ட உணர்வில்தான் நாம் இந்த உலகம் அனைத்தையும் குறுகுறுப்போடு பார்க்க முடியும். எல்லாவற்றையும் புதுமையோடு – உள்ளது உள்ளபடியே பார்க்க முடியும். எங்கெங்கு காணினும் சக்தியாக உணர முடியும்.

அப்போதுதான் சோகத்தை உணர முடிகிறது. குழந்தையின் சிரிப்பைக் காண முடிகிறது. "மைலாய்" கிராமத்தில் ஓடிய இரத்த ஆற்றையும், "டாக்கா" வில் நடந்த படுகொலைகளையும் அப்படியே இனங்கண்டுகொள்ள முடிகிறது.

அது கவிஞனின் பார்வை. அப்படிப்பட்ட பார்வையைப் பெற யாரும் கவிஞனுக்கு உதவி செய்திட முடியாது.

"பூரணத்திலிருந்து பூரணத்தை எடுத்தாலும் அது பூரணமாகவே இருக்கும்"

என்ற உபநிடத ஆசிரியன்,

"எனக்கு எதுவும் தெரியாது என்ற உண்மைதான் எனக்குத் தெரியும்"

என்ற சாக்ரடீஸ்,

"மெய்ப்பொருள் காண்பது அறிவு."

என்ற வள்ளுவன்,

"நான் சிந்திக்கிறேன். எனவே நான் உயிர் வாழ்கிறவன்."

என்ற டெகார்ட்டே,

"பொருள்களின் அசைவைப் பார்ப்பதைத்தான் நான் 'பார்க்கிறேன்' என்று குறிப்பிடுகிறேன்"

என்ற ஸ்பினோசோ,

"இந்தப் பிரபஞ்சத்தில் மனிதன் தனியானவன். வாழ்விற்கு அவன் அளித்துக்கொள்கிற பொருளைத் தவிர வேறு கிடையாது"

என்ற சார்த்தர்.

இவர்கள் யாரும் ஒரு கவிஞனுக்கு காரணகர்த்தாக்களாகவோ, ஆசிரியர்களாகவோ நின்று உதவியிருக்க மாட்டார்கள்.

அவர்கள் கூற்றுகளும் இன்னும் பலரது தத்துவங்களும் அருமையானவை என்பதில் ஐயப்பாடு இல்லை, எனினும், அவற்றைத் தெரிந்துகொள்வதால் ஒரு கவிஞன் பிறந்து விடப்போவதில்லை.

இவையெல்லாம் தத்துவம்.

தத்துவம் அறிவியலைச் சார்ந்தது. கவிஞன் அறிவியல்வாதி அல்ல.

புகைவண்டியைப் பார்த்தோ, கேட்டோ இல்லாத ஒருவன் தன் முன்பு புகைவண்டியே வந்துவிடும்போது எந்த நிலையை அடைவான்?

அந்தச் சமயத்தில் அவனால் எதையும் நினைக்க முடியாது. புகைவண்டி குறித்து எந்தவித எண்ணங்களும் அவனிடம் இருக்க நியாயமில்லை. எனவே அந்தக் கணத்தில் அவனது பார்வை "எண்ணங்கள் மூலமாக" இருக்காது. அவனிடம் எதுவுமில்லை. தொட்டாற்சிணுங்கி போல தன் மேல் எது படப்போகிறது என்று காத்திருக்கிறவன் அவன்.

கட்டுரைகள் 639

அந்தக் கணத்தில் அவன் சுதந்திரமானவன். அந்த எண்ணங்களுக்கும் அவன் அடிமையல்ல. அவன் அந்தக் கண வாழ்க்கையை ஏற்றுக் கொண்டவன்.

புகைவண்டியைப் பார்ப்பவன் சிலிர்த்துக்கொள்கிறான். அவன் புகைவண்டியைத்தானா அறிந்துகொள்கிறான்? அழகு, அமைதி, இன்பம் என்று நாம் பயன்படுத்தும் சொற்களின் பொருளை எல்லாம் அனுபவித்துவிடுகிறான்.

விளக்க முடியாதவையாக இவைதாமே இருக்கின்றன.

எண்ணங்கள் அவனை ஆக்கிரமிக்கும் வரை அவன் அந்த அழகு நிலையிலேயே இருக்கிறான்.

பின்னர், வேறுபாடான சூழ்நிலைகள் முற்றுகையிடுகின்றன. அவன் புகைவண்டியைப் பார்ப்பது நின்றுபோய்விடுகிறது. தான் பார்த்தது குறித்து எண்ணத் தொடங்குகிறான்.

கவிஞனின் பார்வையும் இதுதான். எண்ணங்கள் சூழும்வரை அமைதியில் இருந்துவிட்டு திரும்பவும் காலவெளிக்குள் வருகையில், அவன் அமைதிபற்றி எண்ணத் தொடங்குகிறான். ஆனால் இப்போது அவனிடம் இருப்பது வேதனை.

ஆமாம், மனிதன் அமைதியாக இருக்கும்போது எதையும் செய்ய விரும்புவதில்லை. அப்படியே இருந்துவிடுகிறான்.

இது வேதனை, "வாழ்வு" என்றால் என்னவென்று அனுபவித்துவிட்ட ஒருவன் படும் வேதனை.

இந்த வேதனையிலிருந்துதான் எல்லாப் படைப்புகளும் ஆரம்பிக்கின்றன. படைப்பாளியின் தேடல் அது.

கவிஞன், ஓவியன், சிற்பி, இசைக் கலைஞன், கலைகள் எதுவுமறியாது சும்மாவே இருந்துவிடும் மௌனி...

இவர்கள் யாவரின் சாதனைகளும் அந்த வேதனையிலிருந்து தோன்றியவையே.

❍

கவிதையை விளக்க முயலும்போது எடுத்துக்கொள்ளும் எல்லா வகை முறைகளும் "பார்வை" சம்பந்தப்பட்டனவாகவே இருக்கும்.

மேநாட்டு ஆசிரியர்கள் பலரும், நம்மவர் சிலரும் கையாளும் உத்திகளான கருத்து, உணர்வு, தொனி, உள்நோக்கம் என்பன போன்ற பாகுபாடுகள் "பார்வை" என்பதை விளக்கப் புகும்போது, முற்றுப்பெறாதவையாகிவிடுகின்றன.

ஏனெனில், இவை கதைகளுக்கும் நாடகத்திற்கும் பொருந்தும்.

உணர்வை அறிந்துகொள்வதை "பார்வை" எனக் கூறிவிடுதல் முடியாது. பார்வை பெற முயல்வதிலும் பொருளில்லை.

எனது பார்வையை ஒரு குருடன் எவ்வாறு பெற முடியாதோ, அதுபோன்று குருடனின் பார்வையையும் நான் அடைந்திட முடியாது. ❍

படைப்பு

"மாட்டிஸி"யின் ஓவியம் ஒன்றைக் கண்ணுற்ற ஒரு பெண்மணி கேட்டாள்:

"என்ன இது? இந்தப் படம் பெண்ணைப் போலவே இல்லை."

அதற்கு மாட்டிஸி அளித்த பதில் இதுதான்:

"அம்மா! இது பெண் அல்ல. பெயிண்டிங்."

உண்மைதானே! பெண்தான் பெண்ணைப்போல் இருக்க முடியும். பெண்ணைப் பார்க்கவேண்டியிருந்தால் ஏன் "பெயிண்டிங்" பார்க்க வரவேண்டும்? நாமெல்லாம் பெண்ணைப் பார்க்க ஓர் ஓவியனின் உதவியா தேவை? அப்படியென்றால், ஓர் ஓவியனைவிட ஒரு காமிரா வெகு கச்சிதமாகப் பெண்ணைப் படம்பிடித்துக் காட்டிவிடுமே.

பெண்ணைப் பார்த்த ஓவியனைப் பற்றித்தான் நாம் பேச முடியும் இல்லையா? ஓவியம்மூலம் நாம் அறியக்கூடியதெல்லாம் அதுவாகத்தான் இருக்கும். நாம் கண்ட பெண்ணை ஓவியத்தில் தேடிப்பிடிக்க முடியாது. நமக்குத் தெரிந்த காந்தியையோ, ரஸ்ஸலையோ புகைப்படம் மூலம் பார்த்துவிட முடியும். ஆனால் அந்த அஹிம்சையை எவ்வாறு ஓவியத்தில் கண்டுவிட முடியும்? அறியவொண்ணாத் தத்துவத்தை எப்படிக் காணமுடியும்?

ஓவியன் ஓர் உருவத்தில் அன்பு என்ற ஒன்றை மாத்திரம் பார்த்திருந்தால் – உணர்ந்திருந்தால் – தான் பார்த்ததைப் படைக்க முயல்வானே ஒழிய, நீங்கள் கண்டவற்றை அல்ல.

எனவே, அவன் சித்தரிக்கும் ஓவியத்தை நீங்கள் உங்கள் எண்ணங்கள் கொண்டு எடைபோடுதல் பொருந்தாது.

கவிஞனின் நிலையும் அவ்வாறுதான்.

எண்ணங்கள் எதுவும் இல்லாது கண்ட காட்சியில் அவன் ஈர்க்கப்பட்டிருக்கையில் அங்கே – அந்த நிலையில் – எதுவும் இல்லை. அந்த நிலையினைக் கவிஞனே விளக்க முடியாதபோது, நாம் அதை அறிந்துகொள்ள வழிகள் இருக்கமுடியாது. கவிஞனின் மற்ற நிலைகளிலிருந்து இது மிகமிக வேறுபட்டது என்பதை அறிந்துகொள்ளவேண்டும். இதனால் வந்த விளைவுதான் கவிதை.

அவன் திரும்பவும் பழைய நிலைக்கு வருகையில் – சுதந்திரத்தை இழக்கும் போது – என்ன நேரிடுகிறது?

இப்போது அவன் துடிக்கிறான். எல்லோரும் தேடிக்கொண்டிருக்கும் பொருள், அவன் கண்முன்னர் திடீரென்று தோன்றி மறைந்துவிட்டாற் போலிருக்கிறது.

இப்போது அவனிடம் இருப்பது அமைதி அல்ல; அமைதியைப் பற்றிய எண்ணம்.

அந்த இக்கட்டான நிலையில்தான் அவன் தனது அனுபவத்தைப் பிறரிடம் பகிர்ந்துகொள்கிறான்.

"பிறரிடம்" என்று கூறுகையில், அது காலவெளியில் குலைந்துவிட்ட அதே கவிஞனையும் சேர்த்தே குறிக்கும்.

ஆமாம். படைப்புகளில், கவிதை பற்றிய ஒரு துணிவான கருத்து உண்டு. கவிஞன் பிறக்கிறான் என்று ரொம்ப நாட்களாகச் சொல்லப்படும் கருத்திற்கு ஆதரவாகத்தான் அக்கருத்து நிற்கிறது.

இத்தாலி நாட்டுப் பெண்ணொருத்தி கவிதைகளை ஆங்கிலமொழியில் எழுதுவாளாம். ஏன் என்றால், வேறு யாரும் அதைப் படிப்பதை அவள் விரும்புவதில்லை. அங்கு கவிஞனுக்காகவே கவிதை எழுதப்படுகிறது.

அந்த அளப்பரிய நிம்மதியை, அமைதியை, சுதந்திரத்தை மொழி மூலம் உங்களிடையே சொல்கிறான். இன்னொருவன் ஓவியம் மூலம் வெளியிடுகிறான். ஒருவன் இசையில் ஆழ்கிறான். ஒருவன் பேசாதிருந்துவிடுகிறான். நாம் எல்லோரும் மறந்துவிடுகிறோம்.

மொழி மூலம் சொல்கிறான் என்றோம்; எதைச் சொல்கிறான்? அவன் பெற்ற அளப்பரிய நிம்மதியை அவ்வாறே கூறும் நிலை வர எந்த நியதி இருக்கிறது?

அது அவன் வாழ்ந்துவிட்ட ஒன்றே தவிர, சிந்தித்த ஒன்று அல்லவே.

என்றாலும், தன் அனுபவத்தின் முந்தைய நிலை வரை, ஏறக்குறைய கடைசிக் கட்டம் வரை உங்களை அழைத்துச்செல்வதன் மூலம், அமைதியை, வாழ்வை நீங்களும் பார்த்துவிடலாம் என்ற நப்பாசையுடன் அவன் முயல்கிறான்.

இந்த அவனது நப்பாசையைக் கவிதையாக நாம் இலக்கியத்தில் பார்க்கிறோம். நப்பாசை நிறைவேறியதும் உண்டு. அற்றுவிட்டதும் உண்டு.

அவன் இவ்வுலகத்தைப் பற்றிய உண்மைகளையோ, தன்னைப் பற்றிய உண்மைகளையோ தெளிவாகவும், கணக்கு ரீதியாகவும் உங்களிடம் எடுத்துச்சொல்ல முன்வரவில்லை.

அவன் மொழி மூலம் வெளியிடும் படைப்பின் நோக்கம் நிறைவேறி விட்டால், அது அவனுடைய உலக பந்தத்தைப் பற்றியதாக இருக்கும். அவனுக்கும், அவனது உலக வாழ்வுக்கும் இருக்கிற ஒரு பாதையாக இருக்கும். அந்தப் பாதையை அவன் மட்டுமே போட முடியும். அந்த வேலை மகத்தானது. ஏனெனில், நாம் எல்லோரும் நம்முடைய உலக பந்தத்தோடு மிகவும் தொடர்புகொண்டவர்களாக இருக்கிறோம். அவனுடைய உலகம் வெளிப்படுகையில்தான் நம்முடைய உலகம் துவங்குகிறது.

பின்னர்தான் அவன் கவிஞன் என்று அழைக்கப்படுகின்றான். அந்தக் கவிஞனின் அனுபவம் மனிதகுலச் சொத்து.

விட்டு விடுதலையாகி நிற்பாய் - இந்த
சிட்டுக் குருவியைப் போல

என்கிறான் கவிஞன்.

கவிஞர் சிட்டுக்குருவியைப் பார்த்தது இருக்கட்டும். நாம் கவிஞர் யார் என்று கண்டுவிட்டோம் அல்லவா? இன்னொன்று, நாம் அதில் சிட்டுக்குருவியைப் பற்றி ஏதாவது தெரிந்துகொள்கிறோமா?

வெற்றுவெளியில் நிர்மலமான அடிவானத்தில் புள்ளிகளாகத் தோன்றிய நாரைக்கூட்டங்களைக் கண்டு கண்ணீர்விட்ட கவிஞனை நீங்கள் கேள்விப்பட்டிருக்கிறீர்களா?

பறவைகளின் அசைவில் – உயிர்த் துடிப்பில் தன்னை அடையாளங் கண்ட கவிஞனிடமிருந்து நீங்கள் பறவையினத்துச் சங்கதிகளையா எதிர்பார்த்தீர்கள்?

பறவைகளுக்கும் கவிஞர்களின் உணர்வுக்கும் எந்தவிதச் சம்பந்தமுமில்லை. ஆனால் நடந்ததோ பெரிய விஷயம். அதை எந்தக் கவிஞனும் சொன்னதுமில்லை.

அப்படிச் சொல்ல வந்தாலும் அது ஒரு விளக்கமாகத்தான் நமக்குத் தெரிய வரும்.

உண்மையில் எதையும் கண்களால் காணவில்லை. கண்ட காட்சி மூலம் தங்கள் தனித்துவ நிலையை உணர்ந்துகொண்டவர்கள் என்பது தெரிகிறதல்லவா?

வேறு எதை நாம் கவிஞனிடமிருந்து தெரிந்துகொள்ள முடியும்?

சிட்டுக்குருவியைப் பற்றியும், நாரையைப் பற்றியும் தெரிந்துகொள்ளப் பல கலைக்களஞ்சியங்கள் இருக்கின்றன. கவிஞனின் படைப்புகள் அதற்குத் தேவை இல்லை.

அவன் ஏன் எழுதவேண்டும் என்று எண்ணிப்பாருங்கள்.

எம்மாதிரிப்பட்ட அனுபவ அறிவை அவன் பெற்றுவிட்டான்!

தான் பார்த்ததற்கும் உங்களுக்கும் இடையே தன்னை நிறுத்தி வைத்து 'இதுதான் நான் பார்த்த விஷயம்' என்று சுட்டிக்காட்டுகிறான் அல்லது காட்ட முயல்கிறான்.

இந்தப் பிரபஞ்சத்திலே, கவிஞனாகிய மனிதன் தன்னை ஒரு காட்சிப் பொருளாக வைக்க முன்வரவில்லை. அது அவனுடைய நோக்கமும் அல்ல. அதற்கு மாறாக, இந்த உலகம் பூராவையும் தனதாக்கிக்கொள்ள விரும்புகிறவன் அவன். ஆனால் அவனே ஒரு காட்சிப்பொருளாக மாறுவது தவிர்க்கமுடியாதவொன்று போலும்.

கவிஞனின் படைப்பைப் படித்த நாம் நம்முடைய விடுதலையைப் பற்றி நினைப்போம் அல்லது சிந்தித்துப் பார்த்து விலக்கிவிடுவோம்.

எப்படியிருந்தாலும் நம்முடைய நடவடிக்கை கவிஞனின் நோக்கத்தை ஈடேற்றிவிடுகிறது. தரமான படைப்பு ஒரு வாசகனை ஒதுங்கிய நிலையிலிருந்து வெளியே கொணர்கிறது. படைப்பாளியும் தனது விடுதலையை மறுபடி காணும் நிலையொன்று பிறக்கிறது.

எனவே, கவிதையால் – படைப்பால் பூரணமான நிலையொன்று ஏற்படுகிறது. கவிஞனின் நோக்கமும் அதுவே.

கவிஞனது நோக்கமும் (எந்தவித நோக்கமும் இல்லாத கவிஞனாயினும் சரி) உங்கள் நோக்கமும் வெவ்வேறு திசைகளில் இருந்தாலும் இருவரும் தங்கள் குறிக்கோளை நிறைவேற்றிக்கொண்டவராவீர்கள்.

'இலக்கியப் படைப்புகளில் கவிஞனின் படைப்பிற்கு என்ன தனித்துவம்' என்பது ரசமான கேள்வி.

கட்டுரைகள் 643

கவிதை நிரம்பிய முடிவாக இருக்கிறது. மற்ற படைப்புகள் மனிதர்களையும் அடையாளங்களையும் விளக்க ஆரம்பிக்கும்.

வார்த்தைகள் அற்ற மொழி – வண்ணங்கொண்டு தீட்ட முடியாத ஓவியம் – ஒலி உருவம் அற்ற இசை – வடிவம் காணா ஒரு படிமம் என்று எப்படியெல்லாமோ சொல்லலாம்.

இதுவே கவிதை. இதைக் காண நம்மை அழைத்துச்செல்பவன் பெயர் கவிஞன்.

❍

மொழியும் கவிதையும்

நாம் பேசுகையில் குறியீடுகளை இட்டு நமது கருத்தைத் தெரிவிக்க முயல்கிறோம், ஆனால் மொழியே ஒரு குறியீடுதான். நம்முடைய காலத்தில் இருந்தது நம்முடைய காலத்திலேயே மாற்றமுள்ள குறியீடுகளைக் கொண்டதாக உருக்கொண்டுவிடும்.

“அவன் அன்புடன் உபசரித்தான்” என்ற சொற்றொடர் நமக்கு எந்தவிதப் பொருளையும் தந்திருக்க நியாயமில்லை.

ஆனால் குறியீடற்ற அன்பு என்பதன் கூட “உபசாரம்” என்ற குறியீடு ஒன்றைச் சேர்த்து “உபசாரம்” என்பதற்கு பரவலாக இருக்கும் ஒரு நிகழ்ச்சியை ஞாபகத்திற்குக் கொண்டுவந்து “அன்பு” என்பதைப் புரிந்துகொண்ட மாதிரி என்று தலையாட்டிக்கொள்கிறோம்.

எனவே, நாம் அறிந்ததெல்லாம் ஏற்கனவே அறிந்த ஒன்றுதான்.

இலக்கியப் படைப்பாளி தான் சொல்லவந்த பொருளுக்குச் சாதகமாக எதையும் செய்ய நினைப்பவன்.

நாம் அகராதியில் காண முடியாத பொருளைத் தரும் சொற்களையும் அவன் பயன்படுத்த வேண்டிவரும்.

இதுகுறித்து தத்துவஞானி “சார்த்தர்” சொல்லியிருப்பதை நினைவுகூரலாம்.

நம்முடைய நண்பன் ஒருவன் சுவர் அருகே நின்றிருக்க, அவன் பின்னால் சன்னல் வழியே பாம்பு ஒன்று வருகிறது என்று வைத்துக்கொள்வோம். அவன் பார்ப்பதற்கு முன்னர் நாம் அதைப் பார்த்துவிடுகிறோம். கூச்சல் போடுகிறோம். அப்போது என்ன சொற்கள் வரும் தெரியுமா?

“ஐயோ – பாவி – பாரு.”

ஏறக்குறைய இம்மாதிரியாகத்தான் இருக்கும்.

மேலோட்டமாகப் பார்த்தால், குறிப்பிட்ட சம்பவத்தில் நாம் பயன்படுத்தும் சொற்கள் எந்தவிதப் பொருளையும் கொண்டிருக்கவில்லை. உள்ளதை உள்ளவாறே சொல்ல வேண்டியிருந்தால் “பாம்பு வருகிறது” என்றுதான் சொல்லியிருக்கவேண்டும்.

ஆனால் அவ்வாறு யாரும் சொல்வதில்லை. அப்படியென்றால் நமது சொற்களுக்குப் பொருள் எங்கிருந்து வருகின்றது? அவன் சன்னலை நோக்கித் திரும்பவேண்டும். மேற்கொண்டு எடுக்கும் அவன் செயல் மூலம் சொற்களுக்குப் பொருள் வந்துசேருகின்றது.

அவன் பாம்பைப் பார்த்தால்தான் சொற்களின் பொருள் அவனுக்குப் புரியும்.

அவனைச் சன்னலை நோக்கித் திருப்புவதுதான் இப்போது இந்த சம்பவ நேரத்தில் உங்கள் நோக்கம். எந்தக் காலத்தில் நாம் இருக்கிறோமோ, எந்தச் சூழ்நிலையில் உள்ளோமோ, யாரிடம் நாம் பேசுகிறோமோ அதைப் பொறுத்த விஷயம்தான் மொழி.

படைப்பாளி தேடுகிறவன், வேதனையிலிருந்து விடுதலை பெற அது ஒரு வழி எனக் கருதுகிறவன். உண்மையில் அவன் கூறவருவது வேதனை குறித்த அனுபவத்தைத்தான். அவ்வாறு உணர்வதில்தான் அவன் விடுதலையே இருக்கிறது என நம்புகிறான் அவன்.

ஆனால், நீங்களும் நானும் பாம்பைத் திரும்பிப்பார்த்திருந்தால் அல்லாமல் அவன் சொற்களுக்குப் பொருள் புரியப்போவதில்லை.

சார்த்தரின் இன்னொரு குறிப்பு. அதுவும் மிக எளிமையாக உள்ளது:

"நாஜித் துருப்புகள் பிரான்சு நாட்டை ஆக்கிரமித்த பின்னர் உள்ள நிலையைப் பற்றி அமெரிக்க மக்களுக்கு விளக்கவேண்டுமானால் எத்தனையோ பக்கங்களை எழுத வேண்டியிருக்கும். அடக்குமுறையைக் குறித்த எந்தெந்தக் குறியீடுகளை – படிமங்களைப் பயன்படுத்தவேண்டும், எப்படிச் சொன்னால் அமெரிக்கர்களுக்குப் புரியும் என்று யோசனை செய்து எழுதவேண்டியிருக்கும். ஆனால் அதே விஷயத்தைப் பிரான்சு நாட்டு மக்களுக்கு உணர்த்தவேண்டி வந்தால், பாரீஸ் நகரத்தில் ஒரு பொதுப் பூங்காவில் அப்போது நடந்துகொண்டிருக்கும் ஜெர்மன் நாட்டு இசைக் குழுவின் கச்சேரி பற்றிக் குறிப்பிட்டாலே போதும். உலகம் பற்றிய சிலவற்றை வாசகனுக்குத் தெரியாத ஒன்றை அவனுக்குத் தெரிந்த ஒன்றின் மூலம் கூற முற்படுகிறேன்."

கவிஞன் உணர்ந்ததற்கும் படைப்பாளி தெரிந்தவற்றிற்கும் பொதுவாக இருப்பது மொழி.

"மொழி இயல்" என்று தற்சமயம் ஒரு கல்வி நிலையை ஆதரித்துக்கொண்டு வருகிறோமே; அதை அளவுகோலாகக் கொண்டு ஒரு கவிஞனை எடை போட வேண்டாம்.

'கலைச்சொற்களின் பட்டியல் தயாரிக்கக்கூடியவனல்ல கவிஞன். இலக்கிய நெறிமுறைகளையும், தூய்மையானவை எனக் கருதப்படும் சொற்களையும் கைவிடுபவன்தான் கவிஞனாக இருப்பான் – அதுவே தலையாய குணம்' – என்று கூற யாரும் முன்வரவில்லை.

கவிஞனுக்கு அதுகுறித்த கவலை இல்லை என்கிறேன்.

எந்தச் சொல்லை நீங்கள் கையாளுகிறீர்களோ அதையே பரவலாகப் பயன்படுத்துவான்.

எந்தச் சொல்லைக் கையாளும் மக்கள் மத்தியில் அவன் இருக்கிறானோ அந்தச் சொற்களைத்தானே அவன் பயன்படுத்த முடியும்.

பொருளாதார ரீதியிலே மொழியியலை தயவுசெய்து கவனிக்க வேண்டாம்.

"இருக்கின்றது" என்ற தமிழ்ச் சொல் "இருக்குது" என்று மாறி வழங்கப்படலாம். வேறு பல குறுகல்களோடும் வழங்கப்படலாம்.

மாறுதல் அடைந்த ஒரே காரணத்திற்காக "இருக்குது" என்பது மட்ட ரகமாகப் போய்விடாது. இருக்கின்றது என்று சொல்லும் முறை உயர்தரமாகியும்விடாது.

"இருக்குது" என்பது வேறு எந்த மொழியும் அல்ல, இந்த நாட்டு மக்கள் பயன்படுத்தும் மொழியின் சொல். அது காலவட்டத்தில் மாறுபாடு அடைந்துவிட்டதென்றால், அது தமிழ்மொழியின் வரலாற்று நிலை. நம் மக்களின் தலைவிதி அது. தமிழ் வேறு – தமிழ்மக்கள் வேறா?

இன்னமும் வேறுவகையில் பார்த்தாலும் இப்படியே!

"இருக்கு" மட்ட ரகம் என்றால், "இருக்கின்றது" என்பதும் மட்ட ரகம்தான். தொல்காப்பியர் காலத்துத் தமிழும் கொச்சையானதுதான்.

ஏனெனில், தமிழின் தொன்மையை நாமறிவோம். அத்தனை மொழி ஆராய்ச்சிகளைத் தொல்காப்பியர் காலத்திலேயே பெற்ற "தமிழ்" எத்தனை பழமையுடையதாக இருக்கவேண்டும் என்பதை நினைவில் கொள்ளலாம். மேலும், பேசப்பட்டுவந்த மொழி தமிழ்.

ஆகவே, தொல்காப்பியர் காலத்திற்கும் ஆயிரக்கணக்கான ஆண்டுகளுக்கும் முன்பே பேசப்பட்டு வந்த தமிழில் "இருக்கின்றது" என்ற சொல், தொல்காப்பியர் காலத்தில் வழங்கப்பட்டது போன்று அப்படியே இருந்திருக்க முடியாது. பேசப்பட்டு வரும் எந்த மொழியும் சிறிது மாற்றத்தை அடைந்துதான் வரும். மாற்றமடையாமல் சில சொற்கள் இருக்கலாம். எல்லாச் சொற்களும் அப்படி அப்படியே உச்சரிக்கப்பட்டுவந்தன என்றால், அம்மொழி பேசப்பட்டு வரவில்லை என்றுதான் பொருள் – வடமொழி போல. எனவே, வாதத்திற்கு எடுத்துக்கொண்டோமானால் 'ஆதிகாலத் தமிழோடு ஒப்பிட்டுப் பார்த்தால் தொல்காப்பியர் காலத்துத் தமிழ் கொச்சைதான்' என்று கூறலாம் அல்லவா?

"மட்டம்" என்றும் "கொச்சை" என்றும் கூறி மடக்குவது எல்லாம் அம்மாதிரிச் சொற்களைப் புழக்கத்தில் கொண்டிருக்கும் மனிதர்களின் பொருளாதார நிலையையும் சமுதாய நிலையையும் கொண்டு கணித்துவிடுவதால்தான்.

லத்தீன் சொற்கள் சிதைக்கப்பட்டு கேலிக்கூத்தான நிலையில் அவை ஆங்கிலத்தில் பயன்படுத்தப்படும்போது அவை மதிப்பிழந்துவிடுகின்றனவா? இங்கே மாத்திரம் ஒரு சொல் மட்டரகம் ஆகவேண்டுமா? உபயோகத்தில் இல்லையென்றால் அது வேறு விஷயம்.

இந்நாட்டவர் ஆங்கிலேயர் போன்று வேறு தகுதி எதுவும் பெற்று விடவில்லை போலும்.

தொல்காப்பியர் அவர் காலம் வரைக்கும் வழக்கத்திலிருந்த தமிழுக்கு இலக்கணம் வகுத்தார். தமிழை யாரும் படைக்கவில்லை.

"போ" என்ற சொல்லின் அழகை அனுபவிக்கலாம். இந்தச் சொல் எப்படித் தோன்றியிருக்கவேண்டும்? இதற்கு மொழியியலையும் சிறிது உதவிக்கு அழைக்கலாம்.

மொழியே மனித இனம் கூட்டாக விவசாயம் செய்ய ஆரம்பித்த பின்னரே, ஒரு சீரான நிலையை அடைந்திருக்கவேண்டும். பின்னரே வளர்ச்சி. கூட்டு விவசாய மக்களுக்கு ஒரு தலைவன் இருந்து நடத்தியிருத்தல் அவசியம். அந்தத் தலைவனைச் சுற்றியுள்ள கூட்டமும் உண்டு.

அந்தத் தலைவனின் வரைமுறைகளும் அவனைச் சுற்றியுள்ள கூட்டத்தின் வரைமுறை களும்தாம், மொழியின் – குறிப்பாகத் தமிழின் முதல் வரைமுறைகளாக நின்று நிலவி இருந்திருக்கும்.

“போ” என்ற சொல்லிற்கு, அந்தக் கூட்டத்தின் தலைமகன் அந்தச் சொல்லைச் சொல்லுவதற்கும் முன் கொண்டிருந்த மனநிலைதான் உண்மையான பொருள்.

“போ” என்ற ஒலி அவனுடைய உணர்வைக் கொண்டு பிறந்தது. அவனது வெறுப்பு, அகந்தை, கோபம் இவைகளையும் மற்றும் அவனது உடற்கூறு நிலைமையையும் ஆதாரமாகக் கொண்டு வெளிவந்திருக்கவேண்டும். உச்சரிப்பு செய்யப்பட்டிருக்கவேண்டும்.

அந்த நிலையிலா நாம் இப்போது இருந்துகொண்டிருக்கிறோம்?

மேலும் “போ” என்ற சொல்லை அவ்வாறில்லாமல் சற்றேறக் குறைய அதற்குச் சமமான முறையில் சொல்லியிருக்கக் கூடும். இப்போது நாம் சொல்வதுபோல் அவன் கூறியிருக்க முடியாது. படிப்படியாகத் திரிந்து நமக்கு வரலாறு அறிவு தெரிந்த நாளாக அது “போ” என்ற நிலையிலேயே இருந்துகொண்டிருக்கிறது.

இவ்வாறு ஒரு சொல் மாற்றமடைந்து வந்திருப்பதால் அதைக் “கொச்சை” என்று கூறிவிடலாமா?

எனவே, சொற்களை வைத்துக்கொண்டு கவிதைகளை தராதரம் பார்த்தல் நல்லதல்ல.

சங்ககாலத்தில் பயன்படுத்தப்பட்ட சொற்கள் மிகவும் அருமையானவை என்பதில் எந்தவித ஐயமும் இல்லை.

சங்ககாலச் சொற்கள் எந்தக் காலச் சொற்கள்?

கண் முன்னே பேசும் ஒருவனின் தமிழை அறியாதார் சங்ககாலத் தமிழை எவ்வாறு உணர்ந்துகொள்ள முடியும்?

குறிப்பிட்ட சில பொருள்களைப் பிறருக்குப் புரியவைக்கும் நோக்கத்துடன் மனிதன் சிலவகை ஒலி இனங்களைப் பயன்படுத்திக் கொண்டான்.

வேட்டையாடுதல், மேய்த்தல் முதலிய தொழில்களை அவன் கையாண்டபோது “ஒலி” அவனிடமிருந்து தானாகக் கிளம்பியிருக்கும். அது அவனுடைய செய்கையால் அல்ல. ஆனால் ஏற்கெனவே பழகிவிட்ட பொருட்களைத் திரும்பவும் அடையாளம் காணவும் – காட்டுவதற்கும் அவன் ஏற்படுத்திக்கொண்ட ஒலி இனங்கள் அவனது சொந்த சிருஷ்டியே.

அவன் ஏற்படுத்திய ஒலி முறைகள்தாம் இலக்கணமாக நின்று பரிணமிக்கின்றன. நமக்கு அந்த இலக்கணம் பொருள் தருவதாக அமையும் சொற்களைப் பற்றியெல்லாம் விளக்குகிறது.

சட்டதிட்டங்களாக அமையாது, பொருள் புரிய இயலுமாறு மொழியில் ஒரு பாரம்பரியத்தை ஏற்படுத்துவதே இலக்கணத்தின் தலையாய குறிக்கோளாக இருக்கவேண்டும்.

ஆனால், பொருள் அல்லது அர்த்தம் சொற்களோடு நின்றுவிடுவதில்லை. இலக்கணம் முழுமையாகப் பயன்படவேண்டுமேயொழிய ஒரு பிரிவை ஏற்படுத்துவதற்கு அல்ல.

சட்டதிட்டங்களை வைத்துக்கொண்டு மொழிக்குள்ளே இருக்கும் இன்னொரு பொருளை – வெளிக்கொண்டுவந்துவிடலாம் என்று எண்ணுவது எந்தவித மொழியியலோ விஞ்ஞான நோக்கமோ அற்றதாகவே இருக்கும்.

ஒரு சொல்லின் பொருளும் இன்னொரு சொல் என்று கூறி விடுவதால் இரண்டையும் புரிந்துகொள்ளாமலிருந்துவிடுகிறோம்.

அகராதி கவிதைக்குத் துணைபுரிவதில்லை – அது ஒரு கருவியே.

.....பெற்ற
சுந்தரத்தைக் குந்த வைத்து
அழகு பார்ப்போம்...

என்கிறான் ஒரு கவிஞன். அதில் "குந்த வைத்து" என்ற சொல்லின் ஆட்சியைப் பாருங்கள்.

இச்சொல் நல்ல தமிழ்ச் சொல். ஆனால் நாகரிக வாழ்க்கையினர் பயன்படுத்தாத ஒன்று. "குந்த வைத்து" என்ற தொடர், வெறும் ஓசைக்காக வந்தது அல்ல. இந்த வரிகளிலிருந்தே கவிஞனின் மனோபாவம் தெரிந்துவிடுகிறது. அன்புடன் நன்றியுணர்வும் தெரிகிறது. "குந்த வைத்து அழகு பார்க்கும்" நிலையில் இருக்கும் நபராகக் கூறும் வரிகள் "என்னவெல்லாம் செய்திருக்கிறது இந்தக் குழந்தை" என்று மகிழ்ச்சியில் திளைக்கும் நபராக அடையாளம் காட்டுகிறது. குழந்தையும் பக்கத்து வீட்டுக்குச் சொந்தம். வசதிமிக்க குழந்தை. எனவே, பெருமையைவிட நன்றியுணர்வே மிகுதியாகவுள்ளது. தனது தகுதிக்குக் கிடைப்பதைவிட அதிகமாகவே கிடைத்துவிட்டது போன்ற பெருமையுடன் உணர்கிறான்.

இதில் "குந்த வைத்து" என்றுள்ள சொல் அல்லாது இதுபோன்று தற்போது சமுதாய நிலையில் தகுதி குறைந்தவரெனக் கருதப்படுபவர் பயன்படுத்தும் சொல் தவிர, மற்ற எதைக்கொண்டு அமைத்திருந்தாலும் அது கவிதையாக இருக்காது என்பதை ஒப்புக்கொள்கிறீர்களா?

இலக்கியங்களைக் கற்றுவிடுவதால் ஒருவன் கவிஞன் ஆகிவிடுவதில்லை. சொற்களுக்குப் பொருள் புரிந்துகொள்வதால் மட்டும் ஒருவன் இலக்கியத் தரத்தைப் புரிந்துகொண்டுவிட முடியாது.

புதுமைப்பித்தன் கதைகளில் பயன்படுத்தப்பட்ட சொற்களும், அதன் பொருளும் எல்லாருக்கும் புரிந்தவையே. ஆனால் அந்த ஒரு காரணத்திற்காக அவர்கள் எல்லாரும் புதுமைப்பித்தன் கதைகளைப் புரிந்துகொண்டுவிட்டார்கள் என்று சொல்லிவிட முடியுமா?

பாம்பு என்ற தலைப்பில் "சரோயனும்", "ஸ்டீன் பெக்கும்" எழுதிய கதைகளில் வரும் ஆங்கிலச் சொற்களின் பொருளும் ஆங்கிலம் படித்தவர்களுக்குப் புரிந்தவைதாம். ஆனால் அவர்கள் எல்லாரும் கதைகளைப் புரிந்துகொண்டவர் என்றாகிவிடாது.

இலக்கியத் தன்மையோ, கவிதை அம்சமோ மொழிக்குள்ளே இருக்கும் இன்னொரு மொழி. நாம் பயன்படுத்தும் சொற்கள் மூலம் அந்த இன்னொரு மொழி தெரிந்தவர்கள் மாத்திரமே அதைப் புரிந்துகொள்ள முடிகிறது.

"பொன்னகரம்" கதையைப் படித்துவிட்டு (புதுமைப்பித்தனுடையது) 'அந்தக் கதையின் கரு ஆசிரியரின் விரக்தியில் ஏற்பட்டது – கண்ணகி பிறந்த இந்நாட்டில் இப்படியும் ஒருத்தி உண்டுமா என்று புதுமைப்பித்தன் அலறுகிறார்' என்று சொன்ன இலக்கிய அன்பர்கள்கூட முன்பு இருந்தனர்.

கதையில் வரும் சொற்றொடர்களின் பொருள் தெரியாமலா இப்படி எண்ணியிருப்பார்கள்? அகராதிப்படி பொருள் தெரிந்த சொற்கள்தாம். கலைஞனின் உணர்வுக்குப் பொருள் தெரியாத குறைதான்.

எனவே, படைப்பாளியின் படைப்பில் நாம் நேரடியாகக் கண்டுகொள்கிற பல விஷயங்கள் அந்தப் படைப்பாளியை உணர்ந்துவிடுவதால் கிடைக்கும் பரிசே தவிர வேறு அல்ல.

○

தன்னுள்ளே கொண்டிருக்கும் விஷயத்தை அல்ல – அவ்விஷயம் சொல்லப்படுகிற விதத்தில்தான் கவிதையைக் காண முடியும் என்பது உண்மைதான்.

எடுத்துக்கொண்ட பொருளைப் பற்றிக் கவலை இல்லை. அதை கவிஞனைவிட நல்ல முறையில் நமக்கு அறிவுறுத்த அறிஞர்கள் பலர் இருக்கிறார்கள்.

சொல்லப்படுகிற விதம் என்றால் எதனுடன் சேர்த்துச் சொல்லப்பட்டுள்ளது? எதனுடன் சம்பந்தப்பட்டுள்ளது?

ஓசை நயத்துடன் இருப்பதால் அதை ஏற்றுக்கொள்கிறோமா? ஓசை முத்திரையில் சிறந்து விளங்கும் பாடல்கள் கவிதையென ஏற்றுக்கொள்ளப்படக் கூடியனவா?

ஓசை நயமில்லாமலும் நேரடிப் பொருள் தராதவாறும் இருக்கும் பல சாதாரணச் சொற்கள் கவிதையின் தலைவிதியை நிர்ணயித்துவிடுவதைப் பார்க்க முடிகிறதே!

> "வெய்யோன் ஒளி தன் மேனியின் விரி சோதியின் மறைய
> பொய்யோவெனும் இடையாளோடும் இளையானோடும் போனான்
> மையோ, மரகதமோ, மறிகடலோ, மழைமுகிலோ
> ஐயோ இவன் அழகு என்பதோர் அழியா அழகுடையான்."

மேற்படி கம்பன் கவிதை சிறந்த ஒன்று. இதில் வரும் "ஐயோ" என்னும் சொல்லைத் தனியே எடுத்துப் பொருள் பார்த்தால் எதைத் தந்துவிடும்? மிகவும் அற்பமான பொருள், அகராதிப்படி.

இந்த "ஐயோ" என்ற சொல் இல்லையென்றால் அதைக் கவிதையென ஏற்றுக்கொள்ள முடியுமா?

பாரதியின் "அக்கினிக் குஞ்சு" என்ற கவிதையை நோக்கினால் –

கட்டுரைகள் 649

> அக்கினிக் குஞ்சொன்று கண்டேன் - அதை
> ஆங்கோர் காட்டிலோர் பொந்திடை வைத்தேன்
> வெந்து தணிந்தது காடு - தழல்
> வீரத்தில் குஞ்சென்றும் மூப்பென்றும் உண்டோ
> தத்தரிகிடத் தத்தரிகிடத் தித்தோம்.

மிகவும் நன்றாகவுள்ளது. அதிலே கடைசியாக வரும் "தத்தரிகிட" என்ற வரிகள் தனிப்பட்ட முறையில் என்ன பொருளைத் தருகின்றன? அவ்வரிகள்தாமே ஒரு கவிதையையே உருவாக்கியுள்ளன!

பாம்பைத் திடீரெனக் கண்ட மனிதன் கூறும் சொல்போல, அப்போது அவன் தன்னையறியாது கூறும் சொற்களிலே – பிரித்துத் தனியாகப் பார்த்தால் பொருள் எதுவும் இல்லாத சொற்களிலே – கவிதை ஒளிந்து கிடக்கிறது (இது எல்லாப் படைப்பிலக்கியத்திற்கும் பொருந்தும் என்பது வேறு விஷயம்).

கடலையும் மலையையும் கண்டுவிட்டு அவற்றைப் பற்றி எழுதுவதற்குச் சொற்கள் உள்ளன. மொழி தாராளமாக உதவிசெய்கிறது. ஆனால் கவிஞன் பெற்ற மகிழ்ச்சியை வெளியிட மொழி எவ்வாறு உதவுகிறது? "நான் மகிழ்ச்சி அடைந்தேன்" என்றால் அது விளக்கமாகவும், உரைநடையாகவும் இருக்கும்.

கவிஞன் அடைந்த உணர்வை வெளியிட அவன் பயன்படுத்தும் சொற்களே, அவனது படைப்புத் திறனைக் காட்டி நிற்கும். கவிஞனையும் எடுத்துக்காட்டும். அந்தச் சொற்கள் அகராதியையும் மிஞ்சி, கவிஞனைக் கொடிகட்டிப் பறக்கவிடும். அவை புதியவையாக நின்று நிலவும், நம்மைப் புதியவர்களாக ஆக்கிவிடும். "சொல் புதிது" என்று பாரதி குறிப்பிட்டது இதுதானோ?

உணர்வு சிந்தனையல்ல. சிந்திக்க ஆரம்பித்தவுடனேயே உணர்வு விடைபெற்றுக்கொள்கிறது. உணர்வு கவிஞன் சொல்லாத ஒன்று.

எதுவுமே இல்லாத ஒன்றுதான் உணர்வு.

எது தோட்டம், எது காடு என்று தெரியாமல் நாம் அல்லாடிக் கொண்டிருக்கிறோம்.

கவிதையை உருவு செய்யும் மொழி, வெறும் தொடர்புசெய்யும் சாதனமாக இருந்தாலும்கூட, கவிதையானது மொழியைச் சார்ந்தே அமைந்திருக்கவேண்டிய ஒரே காரணத்திற்காக, அளவிற்கு மீறிய முக்கியத்துவத்தை அதற்கு அளித்திருக்கிறோம்.

அந்த மொழியோ, தன்னுடைய ஒரே வேலையான "தொடர்பு" செய்யும் தன்மையைக் கவிஞனின் உணர்வு காரணமாக இழந்து விடுகிறது.

தொடர்பு செய்வதால் முடிவில் ஏற்படும் விளக்கங்கள் கவிதையில் என்றும் ஏற்படுவதில்லை. மாறாக, அங்கே முடிவாக நின்று நிலவுவது அமைதி (Silence).

இதுவே இலக்கியத்தில் மற்ற பிரிவுகளுக்கும் கவிதைக்கும் உள்ள வேறுபாடு.

மொழியை அகராதிப்படி அப்படி அப்படியே எடுத்துக்கொள்கிற புற உலகத்தோடு மிக நெருங்கிய தொடர்புகொண்டவன் எழுத்தாளன். நாவலும் சரி, சிறுகதையும் சரி,

கதையைச் சொல்லும் பொருட்டாகச் சம்பவங்களை விவரிப்பதற்கு மொழியின் உதவி மிக மிகத் தேவை.

இந்த நிலையும் ஒரு 'காலப் பிரச்சினை'யே. கால வட்டத்தில் படைப்பாளியின் படைப்புகள் மொழியின் பயனை வேறு விதங்களிலெல்லாம் – அகராதிப்படி அல்லாது – மாற்றிவருகின்றன.

ஓவியப் படைப்பாளியின் நிலையும் இதுவே. கலைகளில் இவ்வகைப்பட்ட மாற்றங்கள் ஏற்படுவது இயற்கை என்பதை நாமெல்லோரும் அறிவோம்.

கவிதையோ மொழியை விட்டு விலகி – தொட்டும் தொடாமலும் விலகிப் பல நூற்றாண்டுகள் ஆகிவிட்டன.

"உவமை வேறு. கவிதை வேறு என்று நாம் எடுத்துக்கொள்ளக் கூடாது" என்ற முறையில் தொல்காப்பிய உரையாசிரியரான பேராசிரியர் கூறியுள்ளதை நினைத்தால் சிலிர்ப்பு ஏற்படுகிறது.

உண்மை அதுவே.

பிக்காசோவின் அற்புதமான "கோர்னிக்கா" ஓவியம் பற்றிய கருத்துகள் இங்கே கூறப்பட்டால் நல்லது.

"கோர்னிக்கா" என்ற கிராமம் ஸ்பெயின் நாட்டிலுள்ளது. இரண்டாம் உலகப் போரில் குண்டு வீசி அழிக்கப்பட்ட இடம். அங்கிருந்த மக்கள் அகோரமான முறையில் சின்னாபின்னமாக்கப்பட்டனர். குழந்தை எது, ஆடு மாடுகள் எவையெனத் தெரியாத முறையில் பிண்டங்களாக மாறித் தெரிந்த பயங்கரமான காட்சியைக் கண்ட – அல்லது உணர்ந்த ஒருவனின் சீறல்தான் அந்த ஓவியமாகப் படைக்கப்பட்டது.

குழந்தையையும், ஆட்டையும் மாட்டையும் வரைந்து காட்டுவதும், பேப்பரில் எழுதிக்காட்டுவதும் ஒன்று அல்லவா?

படைப்பாளி தனது அனுபவத்தைச் சொல்ல எடுத்துக்கொண்ட முறையை – அழிவு எது என்பதை ஆங்காரத்துடன் சொல்லும் முறையை – யாராலோ கொலை செய்யப்பட்ட குழந்தையின் சவத்தை ஒரு தாய் தனது கைகளில் சுமந்துகொண்டுவந்து தெருக்களில் நடந்து நமக்கெல்லாம் காட்டுவதுபோன்று ஒரு காட்சியைக் காண்கிறோம். பேசாத ஒரு போராட்டம்.

பிக்காசோவின் போராட்டம் அல்லது எதிர்ப்புதான் அந்தப் படைப்பு ஓவியம்.

"கொடுமை" உண்மைக்குள் அடங்காதது என்று எடுத்துக்கொள்ள வேண்டாம். எல்லாவற்றிலும் உண்மை இருக்கிறது. உண்மை நம்மிடமிருக்கிறது. எதுவும் இல்லாமல் இருக்கிறது. நாம் திரைகளால் மூடி வைத்திருக்கிறோம். திரைகளை அகற்றுவது வேறு, உண்மையைக் காண்பது வேறு அல்ல.

படைப்பாளி ஏன் படைக்கிறான் என்ற கேள்வி இந்த இடத்தில் எழுகிறது. எளிமையாகவே இதைப் பார்ப்போம்.

வீட்டிற்கு வந்துகொண்டிருக்கும் ஒருவன் திருடனோடு எதிர்ப்பட்டுப் பணத்தை இழந்தோ இழக்காமலோ எப்படியோ வீடு திரும்புகிறான்.

இது அவன் பெற்ற முதல் அனுபவம், இதை வெளியாரிடத்திலோ, வீட்டு நபர்களிடமோ சொல்லுகிறான்... கூறவேண்டிய காரணம் என்ன என்பதைப் பார்ப்போம்.

அவன் பெற்ற ஓர் அனுபவத்தைக் கூறுகையில் அங்கே பொதுநலமோ அது போன்றதோ அவன் குறிக்கோளாக இருப்பதில்லை.

அவ்வாறு அவன் கூறும் செய்தியால் எல்லோரும் அந்த வழியில் செல்லாமல் இருப்பது என்பதோ அல்லது போலீசுக்குத் தெரிவித்துத் திருட்டு ஒழிக்கப்படுகிறது என்பதோ வேறு விஷயம்.

ஆனால் சிந்தனைகள் எதுவுமில்லாது அவன் பெற்ற அனுபவம், பிறருக்கு அதை உணர்த்தும்படி செய்கிறது. தன்னுடைய அனுபவத்தைப் பிறர் உணரும் வகையில் அந்த நிகழ்ச்சியைக் கூறுகிறான். அந்த நிகழ்ச்சியில் தான் எவ்வாறு இருந்தான் என்பதை விவரிக்கிறான். அந்த அனுபவத்தின் கடைசிநிலை வரை செல்ல இப்போது அவன் முயல்கிறான்.

திருடனைச் சந்தித்த நிகழ்ச்சியை, அவனது நிலையை வார்த்தைகளால் விவரிக்கும்போது தனது கைகளை உயர்த்துவதன் மூலமோ, சம்பந்தமில்லாத சில குரல்களை எழுப்புவதன் மூலமாகவோதான் அவன் அதை உங்களிடம் கொண்டுவர முடிகிறது.

இது அவன் பெற்ற முதல் அனுபவம் ஆகையால், “அந்த வழியில் திருடன் வந்தான், நீங்கள் அவ்வழி போக வேண்டாம்” என்ற லோகாயத ரீதியில் – ஒரு போலீஸ் ரிப்போர்ட்டாக இருக்கும் விதத்தில் அவன் பேசமாட்டான்.

இவ்வாறெல்லாம் செய்வதன்மூலம் உங்களை அவன் தன் அனுபவத்தின்படி அழைத்துச்சென்று “இதுதான் நான் பெற்றது” என்று சொல்லாமல் சொல்லி, தன்னுடைய முயற்சியின் விளைவு பற்றி எண்ணாமல் உங்களிடையே திரும்பத் திரும்ப அதைக் கொண்டுவருகிறான்.

யாரைப் பற்றியும் கவலைப்படாமல் தன் அனுபவத்தை உங்களிடையே கொண்டு வர அவன் படும் பாடுதான் படைப்பு. அவன் கண்ட திருடனை நாம் யாருமே கண்டுபிடிக்க முடியாது நீங்கள் கண்டிருந்தாலும் அது பற்றி அவனுக்கு அக்கறை இல்லை. உலகிலே நடக்காதது நடந்துவிட்டது போல அவன் நடந்துகொள்கிறான்.

திருடனைவிட, திருடனைச் சந்தித்த அவன்தான் அங்கே மிக முக்கியமான அம்சம்.

நாம் கூறுவதைப் பிறர் கேட்கிறார்களா இல்லையா என்பதில்லாமல், இதனால் என்னென்ன ஏற்படும் என்ற நினைவில்லாமல், வாயடித்துக்கொண்டிருக்கும் அவன் பைத்தியக்காரப் பட்டத்தைப் பெறவேண்டியிருக்கும்.

ஆனால் படைப்பின் ரகசியமே இதில்தான் அடங்கியிருக்கிறது என்பது நமக்குத் தெரிகிறது. தனது எதிர்காலத்தைப் பற்றிய நினைவோ, தான் கூறுபவற்றிற்குக் கிடைக்கும்

மதிப்பு பற்றியோ கவலைப்படாமல் செயல்படும் ஒருவனின் (அவன் எழுத்தறிவு இல்லாதவனாகவும் இருக்கலாம்) படைப்பு முயற்சி என்று சொல்லலாம்.

இப்படியாகத்தான், அனுபவம் அல்லது பாதிப்பு வெளியிடப்படுகிறது – படைக்கப்படுகிறது. தன்னைத்தானே காணத் தொடங்கும் "தேடல்" முயற்சி தொடங்கப்படுகிறது.

அதிசயமான நிகழ்ச்சி ஒன்று நடந்தால் நாம் அதைப் பிறருக்குக் கூற முற்படுகிறோமல்லவா?

அதே காரணத்தோடுதான் கவிஞனும் படைக்க ஆரம்பிக்கிறான்.

தனக்காகத் தேடும் அவன் யாருக்காக அதைக் கூறுகிறான்.

"ஜெனே" என்ற பிரான்சு நாட்டு இலக்கியப் படைப்பாளியை – சிந்தனையாளனை அறிந்திருப்பீர்கள். சார்த்தரால் "புனித ஜெனே" என விளிக்கப்பட்டவன்.

"ஜெனே" ஆயுள் கைதியாகச் சிறைவாசம் செய்தவன். திருட்டு மற்றும் பல மோசமான குற்றங்களுக்காகத் தண்டிக்கப்பட்டவன். தனது சொந்த வாழ்க்கையை – தனது பால் உணர்வுச் சம்பவங்களை – நாம் எதை மிக மிக ஆபாசம் என்று எண்ணிக்கொண்டிருக்கிறோமோ அதையெல்லாம் எழுதினான். சிறையில் கிடைத்த காகிதங்களில் தலைசிறந்த படைப்புகளை வடித்தான்.

அவன், பின்னர் சிறைமீண்டதும் அவனது படைப்புகள் வெளியானதும் இருக்கட்டும். சிறையில் இருக்கையில் அவனைப் பொறுத்தவரை மீண்டும் வெளியே வரப்போவதாகத் தெரியாது. தனது எழுத்துகளைப் பலரும் படிப்பார்கள் என்பதும், அவை பிரசுரிக்கப்படும் என்பதும் தெரிந்திருக்க நியாயமில்லை. யாரிடமும் படித்துக்காட்டவுமில்லை.

பின்னர், ஏன் ஜெனே எழுதினான்?

ஜெனே என்ற படைப்பாளியின் செய்கை இரகசியம் அத்தகையது.

தன்னைப் பற்றிய நினைவோ, படைப்பின் கதி பற்றிய நினைவோ இல்லாமல் தோன்றுவதுதான் உண்மையான படைப்பிலக்கியம்.

நினைவுகள் சார்பாக இல்லாதபோதுதான் – சிந்தனைகள் மேல் படைக்கப்படாதபோதுதான் – ஆபாசங்கள் அற்ற புனிதம் ஏற்படுகிறது. சாக்கடைகளும் காவிரிகளும் ஏற்றுக்கொள்ளப்படுகின்றன. ஆதவனும் மதியும் அன்று வந்த அதிசயங்களாகத் தோன்றுகின்றன.

உலகம் சோதிமயமாகத் தெரிவதும், மங்கிக் கிடப்பதும், மனிதன் மாறிவிட்டான் என்பதும், மாறவில்லை என்று மறுப்பதும் படைப்பாளி பெற்ற உணர்வால்தான்.

◯

ஒத்திசைவு

கவிதைக்கும் உரையாடலுக்கும் உள்ள வேறுபாட்டை "ரிதம்" என்று திரைபோட்டு மறைப்போர் அநேகம்.

"உரையாடலிலும் ரிதம் இருக்கலாம். ஆனால் கவிதைக்கு இது இன்றியமையாதது."

இது அவர்கள் கூற்று. அப்படி என்ன இன்றியமையாத தன்மையை இந்த "ரிதம்" கொண்டிருக்கிறது?

கவிதை போன்றே இந்த "ரிதம்" விவகாரமும் விளக்கப்பட முடியாத நிலையில், உணர்வு சம்பந்தப்பட்டவொன்றுதான்.

ஓசை அல்லது இனிய ஓசை என்பதுதானா "ரிதம்" என்ற கேள்விக்கு எந்த விமர்சகரும் பதில் சொல்வாரில்லை.

"ரிதம்" எதில் இல்லை என்று கேட்டாலும் பதில் வராது.

நாம் காண்கிற எந்த அசைவில் அல்லது அசைவற்ற தன்மையில் ரிதம் இல்லை?

காங்கோ நாட்டு மக்கள் சில பெயர்களைக் கேட்டு, "ஆகா, இப்படியா பெயர்வைத்துக் கொள்வார்கள்" என்று அருவருப்புக் கொள்வார்கள்.

ஸ்டாலின், கென்னடி என்ற பெயர்கள் அப்படிப்பட்டவையாகக் கருதப்படும்.

லுலும்பா, மொபுடு போன்ற பெயர்கள் அவர்கள் நெஞ்சத்தில் கிளுகிளுப்பை உண்டுபண்ணும்.

பெயரில் ஏற்பட்ட இந்த வகை "ரிதம்" எந்த விதத்தில் நியாயமாகும்? எந்த விதத்தில் அநியாயமாகும்?

நாம் அமைதி அடைந்துவிடுகிறோம், அந்த அமைதியே "ரிதம்." அங்கே எதுவுமில்லை.

"ரிதம்" உடைய கவிஞனின் பார்வைதான் "கவிதை" என்று கவிதை அம்சத்தை விளக்குபவர்கள் உண்டு.

இசை, ஓசை, நயம் என்பவையெல்லாம் நம்மிடையே எவ்வாறு ஒட்ட ஆரம்பித்தன என்பது பற்றியெல்லாம் இதுவரை வந்துள்ள ஆராய்ச்சிகளை நாம் ஏற்றுக்கொள்கிறோம்.

மனித இனம் கூர்ந்து கேட்ட, அடிக்கடி கேட்ட பறவையின் குரல்கள், காற்றின் ஓசை, இலைகளின் சலசலப்பு, அவன் கண்ட மிருகங்களின் கூக்குரல்கள், சிரிப்பு ஆகிய ஒலிகள் ஏற்படுத்தியிருந்த கிளர்ச்சியே இசை வடிவு பெற்றது. பின்னர் ஏற்பட்ட பலவித நெறிமுறைகளும் மாற்றங்களும் இன்னும் ஏற்பட இருக்கிற விவகாரங்களாலும் நாம் ஆரம்ப கால உண்மையை மறந்துவிடுவதற்கில்லை.

இசை மட்டுமல்ல – எல்லாக் கலைகளுமே, மனிதன் பெற்ற கிளர்ச்சியால் ஏற்பட்டவைதாம்.

கலைகள் உள்ளக்கிளர்ச்சியில் ஏற்பட்டவையென்றால், அந்த உள்ளக் கிளர்ச்சிகளால் ஏற்படுபவை, ஏற்பட இருப்பவை எல்லாம் கலைகள்தாம் என்பதை ஒத்துக்கொள்ளவேண்டும்.

"உலகத் தொழிலாளரே – ஒன்றுபடுங்கள்."

என்ற சொற்றொடர் ஒரு பொதுவுடைமைவாதிக்கு "ரிதம்" உடையதாகத் தெரிவதில் என்ன அநியாயம் இருக்க முடியும்?

உரையாடல்களிலும் ரிதம் இருப்பதை நாமறிவோம். படைப்பாளி எடுத்துக்கொள்கிற சொற்கள் தொகுக்கப்பட்டிருக்கிற முறையைச் சார்ந்த விஷயம் அது.

எப்படியாயினும், இந்த "ரிதம்" அளிக்கும் "பயன்" என்ன? படைப்பாளி தனது படைப்பை அழுத்தமாகக் கூறுவதற்குப் பயன்படலாம்.

குறிப்பிட்ட படைப்பிற்கு ஏற்றதான "ரிதம்" எதுவென படைப்பாளிக்கு மட்டுமே தெரியும்.

எந்தக் காரணத்தால் படைப்பாளி தன் வேலையை ஆரம்பித்தான் என்ற கேள்வி மிக மிக முக்கியமானது.

அப்படி ஒரு கேள்வி எழுமானால், அதற்கான விடை இந்த "ரிதம்" என்பதோடு சம்பந்தப்பட்டதாக இருக்காது.

தான் பழகிய மிருகங்கள் நடந்துவருவதை எத்தனை அன்புடன் ஒருவன் நோக்குகிறான்.

அவன் கொண்ட அன்பு அவனுக்கு வேறு எதையும் காட்டுவதில்லை. அவற்றைத் திரும்பவும் பெற அவன் படும் கிளர்ச்சி நடனமாயிற்று என்பர்.

இவை எல்லாம் எண்ணங்கள்தாம் – சிந்தனைகள்தாம்... விருப்பு வெறுப்புகள்தாம்.

இவை எல்லாம் ஒன்றை அவனுக்கு அடையாளம் காட்டுகின்றன.

அவ்வாறு அடையாளம் காட்ட உதவுகிற சொல் எதுவானாலும் "ரிதம்" உடையதுதான்.

பழக்கப்பட்ட சொற்கள் இருக்கலாம். கவிஞன் பழக்கப்பட்ட வாழ்வை மாத்திரம் கொண்டிருக்கவில்லை.

கவிதையில் நாம் பெறும் "ரிதம்" மிகவும் வேறுபாட்டைக் கொண்டது. இது எந்தவிதத்திலும் இசைத் துறையில் உள்ள "ரிதம்" அல்ல.

இசைத்துறையின் "ரிதம்" கவிதைக்கு வழங்கியுள்ள உதவியை உதவியாகவே கொள்ளவேண்டும். கவிதைக்கு அது ஓர் இன்றியமையாத தன்மை அல்ல.

மேற்கூறப்பட்ட இசைத்துறையின் "ரிதம்" கொண்ட கவிதையையும் அது இல்லாத கவிதையையும் எடுத்துக்கொண்டால், இந்த இரண்டிற்குமுள்ள வேறுபாடு நாம் கவிதையிலும் உரைநடையிலும் காணும் வேறுபாடு அல்ல.

முன்னரே பார்த்ததுபோல், கவிஞன் தன் சொற்களை எல்லோரும் கூர்ந்து கவனிக்கவேண்டுமெனக் கருதுவான். மற்ற இலக்கியப் படைப்பாளிகளைவிட கவிஞனுக்குக் கிடைத்திருக்கும் வாய்ப்புகள் கொஞ்சமே. தனக்குக் கிடைத்திருக்கும் – அதுவும், ஒரு காலகட்டத்தில் கிடைத்த வாய்ப்பை நிறைய பயன்படுத்துகிறான். இன்னும் பயன்படுத்துவான் – பலவித முறைகளைக் கையாளுவான் – தேவை என்று அவன் கருதும்வரை.

காதுகளில் இனிமையாக விழுவதற்காக அவன் உங்களிடம் வரவில்லை – இசைத் துறையை மேம்படுத்துவதற்காக அவன் உங்களிடையே வந்து அவதாரம் செய்யவில்லை.

தாளக் கட்டுப்பாடு கொண்ட கவிதையில், அந்தக் கட்டுப்பாடுகளை அகற்றிவிட்டாலும் கவிதை இருக்கும்.

கவிதை அம்சம் அற்ற தாளக் கட்டுப்பாட்டுடன் கூடிய சொற்றொடர்கள் உரைநடையே.

குழந்தை எது – அணியும் பட்டாடை எது – என்று நாம் தெரிந்துகொள்வோம். ஆடை இல்லாவிட்டாலும் குழந்தை குழந்தைதான். ஆடை ஒரு காலப் பிரச்சினைதான் அல்லவா?

எது காடு – எது தோட்டம் – என்று உணர்ந்துகொள்ளல் அவசியம். புரிந்து கொள்ளவாவது தயாராக இருக்கவேண்டும்.

எனவே, இந்த "ரிதம்" சம்பந்தப்பட்டவையெல்லாம் வந்தவரை லாபம் என்று கவிஞன் எடுத்துக்கொள்வானேயொழிய அதைத் தலைக்கு மேல் தூக்கிவைத்துக்கொண்டு ஆடவேண்டிய அவசியம் அவனுக்கு ஒருபோதும் வந்ததில்லை.

அவ்வாறே, கவிதையை ஓர் இன்றியமையாத தன்மையாகக் கருத வேண்டிய அவசியமோ, கட்டாயமோ இசைத்துறைக்கு என்றும் ஏற்பட்டதில்லை.

○

நடை

கவிஞனின் பாதிப்பில் கவிதை இலக்கியமாகிறது என்பதைக் கண்டுகொண்டோம்.

படைப்பு எப்படியும் ஒன்றின் பாதிப்பாகத்தான் இருக்க முடியும். அப்பாதிப்பு ஏற்படுவதற்கு வாய்ப்புகள் என்னென்ன என்பதைக் கணக்கு ரீதியாகக் கணித்துக் காட்டிவிட முடியாது.

கவிஞன் பாதிக்கப்படுகிறான் என்பதுமட்டுமே நாம் அறிந்த உண்மை. ஏனெனில், பாதிப்பின் பிரதிபலிப்பு இலக்கியம் என்றால் அந்தப் பிரதிலிப்பு ஒரு மலையாகவோ, மலராகவோ இருந்து அவ்வகையான பொருட்கள்; அதாவது அந்த மலையும் மலரும் எதன் பிரதிபலிப்பாக அமைந்துள்ளது என்ற கேள்வி எழுந்தால் நாம் பதில் கூற முடியாது.

எடுத்துக்காட்டாக, மலரை எடுத்துக்கொள்வோம். இந்த மலரை வைத்துத்தான் கவிதையைப் படைத்தான் என்கிறோம்.

மலரைப் பார்த்த பின்னர் கவிஞன் உணர்வு பெற்றான் என்றால் அவன் உணர்ந்த அழகில் மலரினுடைய பிரதிபலிப்பு இருக்கிறது எனச் சொல்ல முடியும்.

ஆனால் இவ்விஷயத்தில் இக்கணிப்பு தவறே.

மலரைப் பார்த்தபின் கவிதை அழகை உணரவில்லை.

ஏற்கெனவே உணர்ந்த ஒன்று அவனுக்குக் 'காட்சி நிலை'யாக மலர் மூலம் வெளிப்படுகிறது.

அப்படி என்றால் மலர் எதனுடைய பிரதிபலிப்பு?

இக்கேள்விக்கு மனிதப் பிறவி விடை காணப்போவதில்லை. இன்னும் சொல்லப்போனால் விடை தேவை இல்லை.

கவிஞனின் உணர்விற்காக மலர் நிற்கவில்லை, மலர் மலருக்காகவே இருக்கிறது. மாலையாக மாற அது நின்றுநிலவவில்லை. மழை பெய்து விவசாயம் நடைபெறும் ஒரு காரணத்திற்காக, விவசாயத்திற்காக மழை இருக்கிறது என்று சொல்லவேண்டாம். மழை மழைக்காகவே பெய்கிறது. பெய்தல் என்னும் செயலைச் செய்யும் ஒன்றை நாம் மழை என்று அழைக்கிறோம். அவ்வளவுதான்.

ஆகவே, பார்க்கப்பட்ட பொருளால் கவிஞனுக்கு உணர்வு ஏற்படவில்லை. மலரோ, கடலோ, மலையோ, அத்தனை உயர்ந்த சக்தியைத் தம்மிடையே கொண்டிருக்கவில்லை.

ஆனால், நாம் வசதியான எளிய முறையால் கவிஞனின் காட்சிக்கு ஏதுவான பொருட்கள் மீது காரணம் கற்பித்து மலரைக் கண்டான்– கவிதை எழுந்தது என்று கூறி முடித்துக்கொள்கிறோம். அது நமக்கு மிகவும் சுலபமாக இருக்கிறது.

ஸ்விட்சர்லாந்தில் வாழ்ந்துகொண்டிருக்கும் நம் ராம்நாதபுரத்து ஆசாமி தனது பொட்டல்காட்டுச் சிற்றூரை எண்ணிவிட்டால் கண்கள் ஜொலிக்கும். அந்தக் கிராமத்தில் சாதாரண வசதிகூட இல்லாது அவன் கழித்த நாள்கள் அவனுக்கு அனுபவத்தை ஈட்டித்தந்தவை. அமைதியோடு வாழ்ந்த நாள்கள் – அவை அமைதியைப் (Silence) பெற்றுத் தந்த சில நாள்கள், அனுபவங்கள், இப்போதுள்ள நாள்களைவிட கிளர்ச்சியைத் தோற்றுவிப்பானேன்? அவனது கிராமம் எந்தவிதச் சக்தியையும் பெற்றிருக்கவில்லை. எந்தவித விசேடப் பெருமையும் அதற்குக் கிடையாது.

கவிஞன் காணும் மலரும் அத்தன்மை பெற்றதுதான். கவிஞனின் உணர்வுக்கு மலர் என்ன செய்யும்? “அவன்” அழகாக இருந்த காரணத்திற்காக அவனுக்கு மலர் அழகாகத் தெரிந்தது.

அழகு என்றால் கவிஞன் எல்லாவற்றையும் அழகாகப் பார்க்க முடிகிறவாறு அப்போதிருந்த அவன் நிலைதான்.

அதுதான் அழகு – அவனைப் பொறுத்தவரை.

இந்த நிலைமையில் மலரும் மலையும் ஏன்தான் எப்போதும் சுற்றி வளைத்துக் கொண்டிருக்கின்றன? உலகக் கவிஞர்களுக்காக இம்மாதிரி பார்வையிடப்பெற்ற பொருட்களின் பாதிப்பு அதிகம் இருக்கின்றனவே?

கவிஞனின் உணர்விற்கும் அவனது அடுத்த செயலுக்கும் இடையே இருப்பது ஒரு பொருள். மலரோ அல்லது கடலோ ஏதோ ஒன்று. பார்வையற்ற கவிஞனாக இருந்தால் அவன் கேட்ட, நுகர்ந்த அல்லது அறிந்த ஒன்று இடையில் நிற்கிற ஒரு நிலைமையை நாம் காண்கிறோம். நம்மைப்போல்தான் கவிஞனும் அந்தப் பொருளைப் பெரிதுபடுத்துகிறான். மலர்தான் தனக்கு உணர்வை அளித்தது என்று எண்ணிக் காரணம் கற்பித்து இருக்கலாம். ஆனால் அது தேவையான விஷயம் அல்ல.

அவன் செயற்பாட்டிற்கு வருகையில் மலரை எடுத்துக்கொண்டு வருகிறான். உணர்வுகட்கு உருவம் கொடுக்கிறான். அவன் பெற்றதை நமக்குத் தெரிந்த ஒன்றின்மூலம்

காட்டுகிறான். தான் பெற்ற அழகை – மலர் சம்பந்தப்பட்ட ஒன்றின்மூலமாக – ஏதாவது ஒன்று மூலமாக – இணைத்து உண்மையை உண்மையாகவே காண விழைகிறான்.

மலரின் தோற்றத்தில் ஆண்டவனைக் கண்ட தாயுமானவர் "பண்ணேன் உனக்கொரு பூசை" என்று சொல்லிவிடுகிறார். அவர் உணர்விற்குமுன் மலர் தோன்றியிருக்காவிட்டால் அச்சமயம் எதைப் பார்க்கிறாரோ அதன்மீது உணர்வை ஏற்றிக் கூறியிருப்பார். குறியீடுகளையும் படிமங்களையும் படைப்பதில் சிலபல அசௌகர்யங்கள் தோன்றலாம். தன்னோடு எந்தவிதத் தகராறையும் வைத்துக்கொள்ளாத காரணத்தால் மலையும் கடலும் மலரும் கவிஞனின் செல்லக் குழந்தைகளாக ஆகிவிடுதல் வியப்பில்லாத சங்கதி.

தான் உணர்ந்ததற்கும் கண்ட பொருளுக்கும் இடையே நின்று உங்களுக்குப் புரிந்த முறையில் அவன்மட்டுமே சொல்லக்கூடிய முறையில் சொல்லிவிடுகிறான்.

அந்த முறையை "நடை" எனலாம்.

நடை இயற்கையாக இருக்கவேண்டும் என்பது சாதாரணமாக நாம் சொல்லிச் சொல்லி அலுத்து வரும் செய்தி.

"இயற்கை" என்று கூறி, பின்னர் தனக்கே தெரியாத சொற்களைப் பயன்படுத்துதல் இயற்கையாகாது.

பசியோடு போராடும் ஒருவன் போடும் சத்தத்திற்கும், அவன் வழங்கும் சொற்களுக்கும், தன்னையறியாது அவன் இடும் சாபத்திற்கும் வள்ளுவரின் "பரந்து கெடுக" என்ற கவிதை அடிகட்கும் வேற்றுமை இல்லை.

அடுத்தவேளை உணவிற்கு என்ன செய்யவேண்டும் என்று நமக்கெல்லாம் அறிவுரை புகட்டாத அந்த அடிகள்தாம் நம் வள்ளுவரினுடையது. சந்தைக்கடைச் சண்டைக்குச் சரிசமமாக அவன் கூறிய சொற்கள்தாம் ஓர் அருமையான கவிதையாக மலர்ந்துள்ளது.

அநியாயத்தைக் கண்டுபிடித்துச் செய்வதறியாமல் உணர்வுகளை மட்டும் வெளியிடச்செய்த வெளிப்பாடு அது.

நீங்கள் கற்றுக்கொள்கிற நிலப் பங்கீட்டு முறையும் பொருளாதார சாத்திரமும் கவிஞன் அறிந்திருக்கவேண்டியதில்லை. அறிந்திருந்தாலும், கவிதையாக வெளிவர உதவியிராதவை.

கவிஞனின் குறிப்பிட்ட நடையை அந்தக் கவிஞன்மட்டுமே வெளிக்காட்ட முடியும்.

"நடை மனிதனே" என்று இலக்கணம் வகுக்கிறார்கள் இலக்கிய வல்லுநர்கள்.

இலக்கியம் வாழ்க்கையின் விமரிசனமாகத் திகழும் என்று எண்ணி வாழ்க்கையின் கசப்பை மறக்க அதைப் புகலிடமாகக் கொள்வோர் பலர்.

கவிஞனோ, மற்றைய படைப்பாளிகளோ வாழ்க்கையை விமர்சனம் செய்யவில்லை. நமது வாழ்க்கையை, நாட்டு நடப்பைப் பற்றியெல்லாம் அளக்க அத்தனை சக்தி கவிஞனுக்கில்லை. நிறைந்த நெஞ்சுடன் வாழ்வைக் கூர்ந்துநோக்குகிற உள்ளத்திற்கு வாழ்க்கையின் தனித்தன்மை தோன்றுகிறது. தான் தனியானவன் என்பதை உணர்ந்துகொள்கிறான். சாதாரணக் காட்சி என்று நாம் நினைப்பதிலும், பெரும்பொருளை

– அரிய ஒன்றை – உணரும்படி அப்பார்வை அவனைச் செய்துவிடுகிறது. இது நடக்கிற ஒன்றே தவிர, உணர்வதற்கு வழிகள் என்னென்ன என்று ஆராயப் புகுந்தால் விடை கிடைக்காது.

இது சாதாரணம் அல்லது அசாதாரணம், இது அரியது; சிறியது என்று நாம் கற்பித்துவைத்திருப்பது எல்லாம் உணர்வுபூர்வமான விஷயத்திற்கும் வராதவை. எனவே பலர் "பார்வை" என்பதை அறியமாட்டார்கள்.

உண்மைநிலையைக் கண்டும் அதை உணரத் தலைப்படாதவராகிறோம்.

எழுதாத கவிஞர்கள் உலகெங்கிலும் உள்ளனர். அறிவாளி – அறிவில்லாதார் என்ற பேதம், உணர்வு சம்பந்தப்பட்டதில் கிடையாது.

"கல்லார்க்கும் கற்றவர்க்கும்" என்று வள்ளலார் சொன்னது அதற்குத்தானோ?

எழுதாத கவிஞர்கள் என்று கூறப்பட்டதல்லவா? அவ்வகைப் படைப்பாளிகளுக்கு உணர்வு தவிர மொழி அறிவு என்பது தேவைப்படாதவொன்று. அவர்கள் வேறு வகையில் வெளிப்பாடுகளைக் கொணர முடியும். உணர்ந்தபின் நினைவில் மௌனமாக இருப்பதும் ஒரு வெளிப்பாடுதான்.

அறிவு – அதிலும் மொழி அறிவு தேவைப்படுகிறது என்றாலும் உணர்வுபூர்வமான படைப்பிற்கு, அது மிக அத்தியாவசியமானது எனக் கொள்ளல் வேண்டாம்.

எப்படிச் சொல்லவேண்டுமென்ற நிலை வரும்போது "நடை" என்பதும் "அறிவு" என்பதும் சேர்ந்தே எழுகின்றன.

மொழி மூலம் ஏற்படும் படைப்பு, அது கவிஞனுக்கு வெற்றி தரும் விதத்தில் இருக்கவேண்டுமே ஒழிய, படைப்பின் மூலம் மொழி வெற்றியடைந்துவிடும் அளவில் இருத்தல் கூடாது. மொழி வெற்றி பெற்றுவிட்டதென்றால் ஏற்கனவே இருந்த மொழியானது வெற்றி பெற்றுவிட்டது என்றும், கவிஞனின் உணர்வுபூர்வம் தளர்வு பெற்றது என்றும் பொருள். கவிஞனின் புதிய படைப்பின் நடையாலேயே மொழி புது வளம் பெறுகிறது. இன்னும் மொழியில் ஏற்கனவேயுள்ளதைப் பயன்படுத்துவதால் அவன் நிலை சரிவர உணரப்படுவதில்லை – மொழியும் சக்திபெற வாய்ப்பில்லை.

தான் உணர்ந்த உண்மையை, தனக்குக் கிடைத்த அனுபவத்தை உங்களுக்குச் சொல்ல அவன் எடுத்துக்கொண்ட நடையால் மொழி வளம் பெறுகிறது. நாமும் தூக்கிவாரிப் போட்ட நிலையில் அசைவற்று நின்றுவிடுகிறோம். தெளிவு என்பது அங்கே ஏற்பட்டு விடுகிறது.

எத்தனையோ பிரபலமான படைப்புகள், சிறந்த மொழி நூலறிவைத் துணையாகக் கொண்டு படைக்கப்பட்டதல்ல. அவை மொழி வளத்திற்குப் பக்கபலமாக நின்று நிலவியதை நாம் கண்டுகொள்ளலாம்.

படைப்பாளி கையாளும் முறை – நடை இவை யாவும் உணர்வுகளை வெளியிட, தான் எடுத்துக்கொண்ட பொருளோடு மிகவும் தொடர்பு உடையதாக இருக்கும். அது அவசியம். ஆனால், அவன் பெற்ற உணர்வுக்கும் அவன் கையாளும் பொருளுக்கும்

சம்பந்தம் உண்டென்று கருதவேண்டாம். பொருளை 'உள்ளது உள்ளவாறே' சொல்ல வந்தவனல்ல கவிஞன். அந்த வேலைக்கு மற்றவர்கள் இருக்கிறார்கள்.

○

கவிதையம்சமும் மரபும்

அண்மைக் காலத்தில் புதுக் கவிதைபற்றிப் பல கருத்துகளும் வந்து குவிந்துள்ளன. சீறுவோரும் அனுதாபத்துடன் நோக்குவோரும் உள்ளனர்.

இவை எல்லாமே "சோனிக் கவிதைகள்" என்று அனுபவபூர்வமாக விமர்சிப்பவர்களும் எஜமான ஸ்தானத்தில் இருந்துகொண்டு "வந்துவிட்டுப் போகட்டுமே" என்று சம்மதம் அளிப்பவர்களும் அதிகம்.

இந்த வகைக் கருத்தரங்குகளிலே "மரபு" மிகவும் அடிபடுகிறது. எத்தனையோ படைப்புகளுக்கு அனுசரணையான விளக்கம் தரும் வகையில் இருக்கும் இந்த "மரபு" என்ற சொல் "கவிதை" என்ற ஒன்றில் மட்டுமே மதிப்பிழந்துவிடுவதைக் காணலாம்.

எடுத்துக்காட்டாக, "மரபு காத்து மரபு மீறி மரபு காணவேண்டும்" என்று புத்திமதி அளிப்பவர்களைக் கேட்டுக்கொள்வதெல்லாம் இந்த "மரபு" என்பது கவிதை சம்பந்தப்பட்டமட்டில் என்னவென்று சொல்லமுடியுமா என்பதுதான்.

இவர்கள் குறிப்பிடும் "மரபு" இலக்கணமா என்பது முதலில் எழும் கேள்வி. அது இலக்கணத்தைத்தான் குறிக்கும் என்றால் அது மிகவும் சாதாரண விஷயம் படைப்பிலக்கிய ஆர்வத்துடன் சோதனையிலிறங்கிப் பங்கேற்கும் எவரும் அந்த வகை விளக்கத்தைப் பெரிதாக நினைக்க மாட்டார்கள்.

இல்லை – இலக்கணத்தைக் குறிப்பிடவில்லை – கவிதை அம்சத்தைத்தான் குறிப்பிடுகிறோம் என்றால், அங்கே அவர்கள் துணிவு தவறாகிவிடுகிறது. ஏனெனில், கவிதை அம்சத்தை மீறிய ஒன்று எந்த நாளிலும் கவிதையாகிவிட முடியாது. புதுக்கவிதை யாகவும் சேர்த்துக்கொள்ள முடியாது. ஒரு வேளை "புதுத் தமிழ்க் கவிதை" என்ற ஒன்றைப் பற்றிப் பேசுகிறார்களோ? அப்படிப்பட்ட கவிதையாக எதுவும் கிடையாது.

எது கவிதை – எது தமிழ்க் கவிதை என்று கேட்டு ஞானசூன்யத்தை ஏற்படுத்தும் அளவிற்கு யாரும் இருக்கமாட்டார்கள் என்று கருதலாம். தமிழ்க் கவிதையும் சரி, வேறு மொழியானதாயினும் சரி; அது கவிதையாக இருந்தாலொழிய கவிதை என்று பேர் பெற்று விட முடியாது. வள்ளுவனும் பூங்குன்றனும் கம்பனும் எந்த நெறிமுறைகளைக் கொண்டு கவிதை பொழிந்திருந்தாலும் நமக்குக் கவலை இல்லை. அவர்கள் படைப்பில் பல கவிதைகள் உண்டு.

நேராக விஷயத்தைச் சொல்வதானால், யாப்பிலக்கணத்தைச் சற்று மீறி அதாவது தனக்குத் தெரிந்த யாப்பிலக்கணம் பயன்படாது போய்விடக் கூடாது என்ற ரீதியில் கவிதை ஒன்றை எழுதி, வெண்பா என்றோ, அகவல் என்றோ போடாமல் அதே சமயம் தனக்குத் தெரிந்த இலக்கணத்தை மறக்காமல் அந்த சிருஷ்டியில் சேர்த்து வடித்த

ஒன்றுதான் "புதுக் கவிதை"யாக இருக்கவேண்டும் என்று சொல்லலாமா? அப்படியென்றால், யார் யாருக்காக எடுத்துக்கொண்ட உரிமை அது?

மரபுகாத்து மரபுமீறல் என்றால் என்னதான் பொருள்? உண்மையில் "வாசாலகம்" மிக்க வெற்று வார்த்தைகள் அவை.

கவிதையின் மரபு கவிதை அம்சம்தான். அதை மீறிவிட்டால் கம்பனும் கவிஞன் ஆகிவிடமாட்டான். கவிதை அம்சத்தை மீறி என்ன மரபைக் காண முடியும்?

கவிதைக்கு இந்தக் கவிதை அம்சம் ஒன்றைத்தான் இலக்கணமாகக் கூறவேண்டும். தமிழ்க் கவிதையின் மரபைக் காத்துப் பின்னர் அதன் மரபை மீறவேண்டுமென்று கூறினால் அதன் பொருள் எதனுடன் சேரும்?

மரபு காத்து மரபு மீறவேண்டும் என்பது கவிதையைப் பொறுத்தவரை பொருளற்ற ஒரு வாசகம். அது வேறுபலவற்றிற்குப் பொருந்தும். மொழி, நடை, இலக்கணம் இவைகளுக்குப் பொருந்தும். கவிதைக்கு ஆகாது. இன்னும், புதுக் கவிதை என்னும் கவிதைக்குப் பொருந்தவே செய்யாது.

கவிதை அம்சம் பற்றிய விஷயத்தில் கருத்து வேறுபாடு இருந்தாலும் கூட, கவிதை என்பதன் மரபு மீறல் என்பது நடக்காது, நடக்கக்கூடாத ஒன்று. இலக்கணத்தை; இன்னும் மொழியை மிஞ்சிய விஷயம் அது.

நினைவுகளுக்கோ அல்லது சிந்தனைகளுக்கோ அப்பாற்பட்ட ஒரு நிலையை மரபு எனக் குறிப்பிடுவது வளர்ச்சியைக் காட்டாது. எல்லா நாடுகளிலும் பழைமையைப் புதுப்பிக்க மறுமலர்ச்சி இயக்கங்கள் நடந்துகொண்டுதானிருக்கின்றன.

பழைய கொள்கைகளைப் புதுமையான முறையில் சொல்லி விடுவதால் ஒரு மறுமலர்ச்சி ஏற்பட்டுவிடாது. அந்தச் செயல் நமது ஞாபக சக்தியைக் காட்டுமேயொழிய படைப்புத் திறனைப் பறைசாற்றாது.

தத்துவங்களோ, அரசியல் கொள்கைகளோ, பொருளாதார நெறிமுறைகளோ இந்த வகையில் அடங்காதவை. ஒன்றின்மேல் வைத்துக் கட்டப்பட்டவை. அப்படிச் சொல்லமுடியாதென்றால் கட்டிய ஒன்றை அழித்து அதன்மூலம் கட்டப்பெற்றவை.

இந்த மரபு வேறு வகைகளுக்கு – இலக்கியத்திற்குப் புறப் புலன்களாக அமையும் எத்தனையோ வகைகளுக்குத் தேவையாகிறது. அவை எழுந்த வண்ணமாகவேயுள்ளன.

மற்ற நாடுகளையும் மொழிகளையும் போலத் தமிழும் இவைகளை ஏற்றுக்கொண்டுதான் உள்ளது. இன்றைய உலக இலக்கியங்களில் இப்போதெல்லாம் கண்ணால் கண்டதை பச்சையாகச் சொல்லுதல் போன்றவற்றை நாம் நமது சித்தர் பாடல்களிலேயே காணலாம்.

ஆனால், தத்துவவிசாரணைக்கும் சிந்தனைவளர்ச்சிக்கும் இடையே கவிதை அனுபவத்தை ஓர் இலக்காக வைத்தல் சரியல்ல.

நேற்றைய கவிதைமரபு எதனுடன் சேர்ந்தது? இப்போதுள்ள கவிதை மரபு எதைச் சார்ந்தது?

எதிர்காலக் கவிதைகுறித்துப் பேசவேண்டாம். நாளை எந்த விதத்தில் கவிதை உருப்பெறும் என்று தெரிந்திருந்தால் இன்றே அதை எழுதி முடித்திருப்பார்கள். அங்கே எதிர்காலம் நிகழ்காலமாகி விடுகிறது. பேசவோ, நினைக்கவோ முடிந்த ஒன்று எதிர்காலம் அல்ல.

எனவே, காலவெளிக்குள் அடங்கிய விஷயங்களே – அந்த முறைகளே – மரபிற்கும் அடக்கமாகிறது – அந்த முறைகளைப் பற்றி ஆராய்வதிலோ புது முறைகளை விமர்சிப்பதிலோ நாம் கையாளும் உத்திகள் அறிவுபூர்வமானவை. கவிதை அம்சத்துடன் சம்பந்தமில்லாதவை.

கவிதையம்சம் "மரபு" என்று பரவலாகக் கூறப்படுவதுடன் சம்பந்தமுடையது என்று கூறுவது மிகவும் தவறான கருத்து. இதன் முக்கியக் காரணம் படைப்பாளி சிந்தனை வயத்திலிருக்கும்போது கவிஞனாக இருக்க முடியாது.

கவிஞனாக அவன் இருக்கும்போது தன்னைப் பற்றிய உணர்வு இல்லை.

மனோதர்மப்படி எப்படி வேண்டுமானாலும் ராகங்கள் பாடலாம். ஆதார சுருதி மட்டும் அப்படியேதானிருக்கும்.

உலகம் முழுவதற்குமான பொதுத்தன்மையும் முக்கியத்துவமுமே மரபின் அடையாளமாக இருக்கும். கவிதை அப்பேர்ப்பட்ட மரபின் தொடர்ச்சியாக இருக்கும்.

ஏனெனில், மரபு என்பது முற்றுப்பெற்றதல்ல.

❍

பொருளின் பொருள்

மொழியைக் கருத்து வெளியிடும் ஒரு சாதனமாக நாம் பயன்படுத்தி வந்திருக்கிறோம். இது ஒரு காலகட்டத்திலிருந்து ஆரம்பமாகியிருக்கிறது. முகபாவம், சைகை, கைகளை அசைத்து உயர்த்தித் தாழ்த்துதல் முதலியவையும் கருத்து வெளியிடும் முறையே. இம் முறைகள் மேற்சொன்ன காலகட்டத்திற்கும் முன்பே இருந்திருக்கும். அங்க அசைவுகளிலும் நாம் நம்மை அறியாதவாறு செய்யும் உந்து விசை இருக்கிறது. ஒரு படத்தையோ போட்டோவையோ ரசிப்பவர் தம்முடைய அங்க அசைவுகள் மூலம் வெளிப்படுத்தும் கருத்து "இப்படம் நன்றாக இருந்தது – பாட்டு நன்றாக இல்லை" என்று மொழி மூலம் செய்யப்படும் திறனாய்வைவிடப் பொருள் பொதிந்ததாகவும் உண்மையுள்ளதாகவும் இருக்கும்.

ஆரம்ப காலகட்டத்திலிருந்து மொழி நம்முடைய கருத்தை – அது எதுவாக இருந்தாலும் சரி – பிறர் ஏற்றுக்கொள்வதற்காகவே பயன்பட்டு வந்தது. வெகுநாள் வரை அவ்வாறிருந்த ஒரு நிலை சில நூற்றாண்டுகட்கு முன்னரேயே அறிவு வளர்ச்சி காரணமாக மனித உணர்வு சம்பந்தமான ஒன்றோடு தொடர்பு கொள்ளவும் கூடுமென அறிந்துகொண்டோம். அதன்மூலம் கருத்திற்கு ஒரு பாதிப்பையும் செல்வாக்கையும் பிறரிடம் ஏற்படுத்த மொழி பயன்படக் காரணமாயிற்று.

கருத்து வெளிப்படுகையில் அதைப் பெறுபவன் என்று ஒருவன் ஏற்பட்டுவிடுகிறான். ஓவியம் பார்க்கப்படுகிறது. இசை கேட்கப்படுகிறது.

கருத்து வெளியிடுகிறவன் தனது கருத்து யாருக்காக வெளியிடப்பட்டதோ அந்த நபருக்கு அதை எட்டிப் பிடிக்கும் வாய்ப்பு உண்டா என்பதுபற்றி அறிய வாய்ப்பில்லாதவனாகவிருக்கிறான்.

கருத்து மொழியால் வெளியிடப்படுகிறது. சொற்களால் நிறைவு செய்யப்பெறுகிறது. ஆனால், "சொல்" எப்போதும் வெளியிடுபவன் சொல்ல வந்த எண்ணமாக இருக்காது – ஒருவகையில் ஒரு வரைபடம் – அதைப் பயன்படுத்திக்கொண்டவாறே கவிஞனின் எண்ணத்தை அடையலாம் என்று நாம் நம்புகிறோம்.

எண்ணம் ஏற்படுவதற்கு என்ன ஆதாரபூர்வமான தேவை?

இது உடலியல் விஞ்ஞானத்தாலும், தத்துவ இயலாலும் பதிலளிக்கப்பட வேண்டிய ஒன்று.

எண்ணம் ஏற்பட உருவ நிலைகள் தேவை. நாம் சிந்திப்பது எல்லாம் நாம் பார்த்த, கேட்ட, அறிந்த ஒன்றிலிருந்துதான் கிளம்புகின்றன.

"இருக்கின்றன" என்று மனிதன் அறிந்தவை எல்லாம் உருவங்கள் மூலமாகவே அவனால் அறியப்படுகின்றன.

நாம் அறியும் ஒவ்வொன்றையும் ஏற்கனவே தெரிந்த ஒன்றின் மூலம் காண முந்துகிறோம். புதிதாகக் கண்ட ஒருவரின் நடையை நமக்கு ஏற்கனவே தெரிந்த நடிகரின் நடையோடு ஒப்பிட்டு அறிந்துகொள்ள முயல்கிறோம். பெண்ணைச் சந்திரனுடன் ஒப்பிடுகிறோம். சந்திரனைப் 'பால் போல்' என்று சொல்லிக்கொள்கிறோம்.

தெரிந்த ஒன்றின் மூலம் சிந்தித்த எண்ணங்களைச் சொற்கள் மூலம் வெளியிடுகையில், கேட்பவன் தனக்குத் தெரிந்த உருவங்கள் மூலமாகத் தனக்கு ஏற்பட்ட எண்ணங்கள் வழியாக அந்தச் சொற்களை அறிந்துகொள்கிறான்.

மொழியின் பெருமை இவ்வளவுதான் – அது எந்த மொழியாக இருந்தாலும் சரி.

பார்க்கும் எல்லாவற்றையும், கேட்கும் எல்லாவற்றையும் கஷ்டமில்லாத வகையில் ஏற்கனவே தெரிந்த ஒன்றின் மூலமாக அறிந்து கொள்வது மிகவும் எளிதான காரியம் அல்லவா? எனவே மூளை அதை மிக விருப்பத்துடன் ஏற்றுக்கொள்கிறது. மனிதன் பழக்கத்தின் அடிமைதானே!

இந்தப் பழக்கம் நாம் ஒன்றை அறிந்துகொள்ள உதவாது. அறிந்து கொள்ளவே உதவாத போது உணர்ந்துவிடுவது என்பது நடக்காத காரியம். உணராவிட்டால், தன்னுடைய வெளிப்பாடு மூலம் தனது சூழ்நிலைச் சுற்றுப்புறத்தையும் தன்னையும், மற்றவர்களையும் பாதிப்பு ஏற்படப் படைப்பாளி செய்யும் முயற்சி நிராசையாகிவிடுகிறது.

அந்தப் படைப்பு மொழிமூலம் இருக்கலாம். ஓசையாக இருக்கலாம். படிமமாகவோ, நடனமாகவோ இருக்கலாம். அவை எல்லாம் தன்னை வெளிப்படுத்திக்காட்ட

கட்டுரைகள்

படைப்பாளி எடுத்துக்கொண்ட முயற்சிதான். சொல் புதிதாகவும் கலை புதிதாகவும் போய்ச் சேருவதில்தான் இருக்கிறது.

சொற்களின் பொருள் என்னவென்று கேட்டுத் தெரிந்துகொள்கிறோம். இசையின் அமைப்பு முறைகளைப் படித்தறியப் பார்க்கிறோம். வண்ணக் கலவைகளைக் கண்டு அதன் பொருளைப் புரிந்துகொள்ள முயல்கிறோம்.

பின்னர், இப்படைப்புகள் என்ன பொருளைத் தருகின்றன என்று கேட்கிறோம்.

பொருளின் பொருள் என்ன? நாம் கேட்டுத் தெரிந்துகொள்ள முடியுமா? படத்துடன் கூடிய அகராதியாவது அதற்கு உதவுமா?

பொருளின் பொருளை உள்ளது உள்ளபடியே அறிய படைப்பிற்கு எது காரணமாக இருந்ததோ அதுவே படைப்பாளிக்கும் கேட்பவனுக்கும் பொதுவாக இருக்கவேண்டும்.

அந்த நிலையில்தான் படைப்பாளியின் படைப்பின் பொருள் நமக்கு மிகச் சரியாகத் தெரியவரும்.

கருத்துகள் வழி படைப்பாளி சொல்லும் மொழி அப்போதுதான் பொருளுடையதாகிறது.

கருத்துகள் அங்கு ஒரு உருவமாகவே நிற்கின்றன. உருவங்களைப் புரிந்துகொள்வதால் நீங்கள் ஏற்கனவே புரிந்துகொண்டதை ஞாபகப்படுத்திக்கொள்வீர்கள். அவ்வளவுதான்.

இவ்வுருவங்களைப் படைப்பாளிகள் மொழியில் மட்டுமன்றி பலவிதக் கலைகளிலும் பயன்படுத்திவருகின்றனர்.

உருவங்களுக்கும் எண்ணங்கட்கும் முடிச்சுப் போட்டு ஆனந்தமாகப் புரிந்துகொள்ள நினைப்பது சொற்களில் அத்தனை தூரம் ஊறிப் போயிருக்கிற காரணத்தால்தான்.

"பன்றியை" பன்றி என்று ஏன் சொல்கிறார்கள் என்று கேட்டதற்கு 'அது அசிங்கமாக இருக்கிற காரணத்தால்தான்' என்று சொல்பவர்கள் உண்டு.

சொற்களை உருவத்தில் வைத்துப்பார்க்கும் நாம் 'மொழியே ஓர் உருவம்தான்' என்பதை நினைவுகூரவேண்டும்.

ஒவ்வொன்றிற்கும் – ஒவ்வொரு சொல்லிற்கும் ஒவ்வொரு எண்ணத்திற்கும் மனிதன் வடிவம் கொடுக்க முற்பட்டது அவனது மனநிலை சம்பந்தப்பட்ட விஷயம்.

இவ்வாறு கொடுப்பதால் அதுபற்றிய விஷயம் முடிந்துவிட்டது என்ற நிம்மதியை அவன் பெற்றுவிடுகிறான். பரபரப்பான சூழ்நிலை மறைந்து அமைதி ஏற்பட்டுவிடுகிறது என்ற நம்பிக்கை ஏனோ ஏற்படுகிறது. அப்படி அவன் நம்பினான். நாம் நம்பிக் கொண்டிருக்கிறோம்.

இந்த முறையால் மனிதன் பல வளர்ச்சியைப் பெற முடிந்தது (குறிப்பிட்ட ரீதியில்). ஆனால், அவ்வளர்ச்சிகளால் மொழியானது உணர்விலிருந்து நெடுந்தூரம் விலக்கப் பட்டுவிட்டது.

மொழியில் சட்டதிட்டங்களையும் கட்டுப்பாடுகளையும் உண்டுபண்ணிய அதே மனிதன் – சட்ட திட்டங்களால் பரபரப்பு அற்ற நிம்மதியைப் பெற்றுவிடலாம் என்ற

நம்பிக்கை கொண்ட அதே மனிதன்தான் கவிதைவரிகளில் எல்லாக் கட்டுப்பாட்டையும் மறந்து பரபரப்பு அடைந்து பின்னர் அமைதி அடைகிறான். என்ன விசித்திரம்! "முற்பகல் செய்யின் பிற்பகல் விளைகிறது" பாருங்கள்.

பொருள் எப்போதும் மொழியில் மறைந்துதான் கிடக்கிறது. பொருள்தான் வெளிப்பாட்டின் மையமாக அமையவேண்டும். பொருள் சொற்களில் இல்லை. சொல்லும் மனிதனாகவும் கேட்கும் மனிதனாகவும்தான் இருக்கும். எழுதும் சொற்கள் எல்லாம் எழுதப்பட்ட கிறுக்கல்கள்தாம். பேச்செல்லாம் காற்றிலே பரப்பப்பட்ட ஒலிதான். நீங்கள் அகராதியில் காணும் பொருள் படைப்பாளிகள் படைப்பு அல்ல. அப்படிப்பட்ட பொருளை உங்களிடம் தருவதற்காகப் படைப்பாளி சிருஷ்டிக்கவில்லை. அவன் நினைத்தாலும் கருத்து மூலம் அதை உங்களுக்குச் சொல்லியிருக்க முடியாது. அவன் அந்தப் பொருளாகவே இருக்கிறான். நீங்கள் உங்களுடைய பொருளாக இல்லாதவரை படைப்பின் ரசனை அகராதியோடு முடிந்துவிடும்.

உண்மையான பொருள் நம்மிடமிருக்கிறது. சொற்களில் உள்ள பொருளைத் தெரிந்துகொள்ள நாம் நாமாக இருப்பதைத் தவிர வேறு வழி இல்லை.

நாம் பிறந்தபோது எந்தச் சொற்களுக்கும் பொருள் புரியாத நிலையில் எவ்வாறிருந்தோமோ அந்த நிலையானது மிகவும் உயர்வானதாகும்.

ஒன்றின் பொருள் நம்மிடம்தான் இருக்கிறது. அது அவ்வாறே எப்போதும் அப்படியே இராது. அனுபவம் மாறும்போது சொற்களின் பொருளும் மாற்றமடையும். எப்பேர்ப்பட்ட அனுபவத்தை ஒரு சொல்லின்மூலம் கொண்டிருக்கிறோமோ அப்பேற்பட்ட பொருள்தான் நமக்குத் தெரியும். ஒரு சொல்லின் பொருளை ஒன்றிற்கு மேற்பட்ட நபர்கள் ஒரே மாதிரியாக உணர்ந்ததில்லை.

தத்துவ இயல் வளர்ச்சியாலும், விஞ்ஞான வளர்ச்சியாலும் இவ்வகைக் கருத்துகள் நம்மை வந்து அடைந்துகொண்டே இருக்கும்.

கவிதைப் படைப்பில் சொற்களின் உருவகம் கவிஞனின் உணர்வாகவே ஆகிவிடாது. உணர்வின் உருவகம் என்று வசதிக்காக வேண்டுமானால் சொல்லிக்கொள்ளலாம். உணர்வின் உருவகம் என்றால் "உணர்வு இல்லை" என்றுதான் பொருளாகும்.

சொற்களை இன்னொன்றின் பதிலாக நாம் வைத்துக்கொள்கிறோம்.

நாம் இளமையில் பலவற்றைப் படிக்கிறோம். வளர வளர அவற்றின் புதுவிதமான பொருட்களை அறிகிறோம். அதன் பொருளை மாற்றுகிறோம். சிலவற்றை விட்டுவிடுகிறோம். சிதைக்கிறோம். கருத்துகளைத் தெரிவிக்க நாம் மொழியைப் பயன்படுத்தும்போதெல்லாம் சொற்களில் புதிய பொருட்களை நாம் பெற்றுக்கொண்டே வருகிறோம்.

பெறுபவன் அதே கருத்தில் பொருளை உணர்ந்துகொள்ளும்போது தான் படைப்பாளியின் முயற்சி வெற்றியடைகிறது. அப்போதுதான் சொற்களின் பொருள் இருவருக்கும் ஒரே மாதிரியாக இருக்கும்.

குழந்தைப் பருவத்தில் நாம் சொற்களைக் கற்றுக்கொடுக்கும்போது "இது அம்மா"வென அம்மாவைக் காட்டுகிறோம். இது "ஓடுதல்" என ஓடுகிறோம். அவ்வாறு குழந்தைக்குச்

சொற்களோடு ஒரு உறவு ஏற்பட்டுவிடுகிறது. சொற்களின் பொருட்களோடு நமக்கும் குழந்தைக்கும் ஒரு உடன்படிக்கையும் ஏற்பட்டு நிலைக்கிறது.

மொழி விரிவடையவேண்டும் என்றால், தொடர்புச் சாதனமாக வளர்வது என்றால், அந்த மொழியைப் பயன்படுத்தி வருவோரெல்லாம் சொற்கள் – அதன் பொருள் இவற்றில் ஒரே மாதிரியான கருத்தைக் கொண்டிருப்பது அவசியம்.

பொருளின் பொருளை, அர்த்தத்தின் அர்த்தத்தை உணர்ந்துகொள்வதின் தலையாய நிலை சாதாரண நிலையிலிருந்து கவிஞனின் நிலைவரை ஒரே மாதிரிதான் இருக்கும்.

ஒரு நிகழ்ச்சியை விவரிக்க எண்ணும்போது, அதற்கு இதுவரை இல்லாத ஒரு சொல்லைப் பயன்படுத்த நாம் விரும்புகிறோம். ஏனெனில், நாம் அனுபவித்த அந்த நிகழ்ச்சி அதுவரை அனுபவித்த ஒன்றாக இருப்பது இல்லை. அனுபவத்தைச் சொற்களுக்குக் கொண்டு வருகையில் அந்தச் சொற்களுக்கும், அனுபவித்த நிகழ்ச்சிக்கும் இடையே ஓர் உறவு தோன்றும். இந்த உறவுதான் "பொருளின் பொருள்."

ஆனால் ஏற்ற சொற்கள் நம்மிடையே இல்லாமல் இருக்கும்போது (இருக்க நியாயமில்லை) தன் அனுபவத்தை வெளியிட வேறு சொற்களை இட்டுக் கட்ட ஆரம்பிக்கிறோம். அதுவரை சொற்களுக்குப் பொருள் இல்லை என்று கேட்பவர்கள் தீர்மானித்து விடுகிறார்கள். இதில் அகராதி எந்த உதவியையும் செய்துவிடாது.

மொழி பற்றியதில் இது ஒரு தப்ப முடியாத நோய்.

படைப்பாளிகளில் இவ்வகைப் போராட்டத்தில் வெற்றி காண்பவன் கவிஞன் ஒருவனே.

படைப்புகளில் நாம் காண்பதில் ஒரு பகுதிதான் நம்மை வந்தடைகிறது. நாம் யாரெனக் கண்டுகொள்வதுதான் மீதியுள்ள பகுதி.

பௌதிகத்தில் படைப்பை ஏற்படுத்திய "ஐன்ஸ்டீன்" ஒரு கவிஞனே. அவன் வெளிப்பாடு மட்டும் வேறு.

பூவுலகப் பொருட்களின் தன்மை உணரப்படுவதன் மூலமாக ஒரு பகுதியும், யாரால் உணரப்படுகிறதோ அவர் மூலமே மறு பகுதியும் நிர்ணயிக்கப்படுகிறது என்கிறான் ஐன்ஸ்டீன்.

ஒரு பொருளின் எல்லாத் தன்மையையும் உணர்ந்துவிட முடியாது. ஒரு குறிப்பிட்ட காலம், வெளி, மனநிலை இவைகளில் ஒருவனின் உணர்வை இன்னொருவன் பெறுதல் ஒருபோதும் நடவாத காரியம்.

படைப்பாளி தரும் பொருள் நல்லது–கெட்டது என்ற முறையிலோ சரியானது–தவறானது என்ற முறையிலோ உண்மையானது– பொய்யானது என்று தீர்மானிப்பதற்காகவோ அல்ல.

அம்மாதிரி தீர்மானிக்கும் முறையால் அகராதியில் வரும் பொருளை நிலைநாட்ட முடியுமே தவிர, பொருளின் இன்னொரு பகுதியைக் காணவியலாது.

சொற்களுக்குப் பொருள் இல்லை. பொருள் நம்மிடமிருந்துதான் ஆரம்பிக்கிறது. எனவே, ஒரே மாதிரியான பொருள்தான் சொல்லிற்கு உண்டு என்று தீர்மானிப்பது தவறு.

"அந்த நதியில் நீ இரண்டு முறை இறங்கிவிட முடியாது" என்ற "ஹீராகிளிட்ஸ்" தொடர் இங்கு நினைவுகூரத்தக்கது.

முழுதாகப் பார்த்ததின் மூலம் கவிஞன் சொற்களைப் பயன்படுத்தி உங்களைக் காணச்செய்ய முயல்கிறான்.

சொற்களில் பாதியைப் பொருளுடையதாகச் செய்தால் மீதியை நீங்கள்தான் கண்டுகொள்ளவேண்டும். அப்போதுதான் படைப்பு முழுமையாகிறது.

நல்ல பையன், அழகான மலர், சிறந்த ஓவியம், இனிமையான இசை.

மேற்கண்ட சொற்றொடர்கள் – பழகிய சொற்றொடர்கள் – நமக்கு எந்த வகைப் பொருளைத் தரும்?

நாம் ஏதாவது இத்தொடர்களிலிருந்து அறிந்துகொண்டால் அது நமது ஞாபக சக்தியைக் குறிக்கும். நேற்று இறங்கிய ஆற்றை நாம் நினைவுபடுத்திக்கொள்கிறோம். இன்று இப்போது இந்தக் கணத்தில் நாம் ஆற்றில் இறங்காது கரையில் நிற்கிறோம் என்பதைத் தெரிந்துகொள்ளவேண்டும்.

"இதுதான் புத்தரின் கொள்கைகள் என அறிந்துகொள்வதன் மூலம் புத்தரின் கொள்கைகளை அறியாதவராகிவிடுகிறார்கள்" என்று கூறுவது உண்டு.

"கடைசி லட்சியம் எதுவாக இருக்கிறது?" என்ற கேள்விக்கு "நீ அதைச் சென்றடைந்தாலொழிய, அறிந்துகொள்ளமுடியாது" என்ற பதிலைத் தந்த "ஸென்" துறவியை அறிந்திருப்பீர்கள்.

எனவே, கவிதையை உணர்ந்துகொள்வது என்றால், கவிஞனின் தேடலை உணர்ந்துகொள்வதாகும்.

அதாவது, நாம் நம்முடைய நிகழ்காலத்தில் வாழ்வதாகும். அங்கே "சிந்தனை" என்ற அறிவுபூர்வமான ஒன்றைத் தோற்றுவிக்கும் காரண காரியங்கள் எதும் இராது. ஒருவன் வாழ்ந்துவிடலாம் அல்லது சிந்திக்கலாம். இரண்டையும் ஒரே நேரத்தில் நடைமுறைப்படுத்துவது என்பது நடவாத காரியம்.

காப்காவின் சிறந்த படைப்புகளில் ஒரு குறிப்பு வருகிறது.

"அவன் அந்த இடத்தைவிட்டு வெளியேற முடிவு செய்கிறான்."

இன்னொருவன் கேட்கிறான்.

"உன் குறிக்கோள் என்ன?"

"வெளியேறுவது ஒன்றுதான் குறிக்கோள்."

கவிஞனின் தேடல் அது போன்றது. முடிவை எதிர்பார்த்து மங்களம் பாடாதீர்கள். முடிவு என்று ஒன்று கிடையாது. அப்படி ஒன்று இருந்தால் அதை நீங்களே கண்டுகொள்ள

கட்டுரைகள் 667

உரிமை படைத்தவராகிறீர்கள். ஏனெனில், அது உங்கள் முடிவு. இந்த உலகில் நீங்கள் ஏற்கனவே கண்ட பல சங்கதிகள் ஏதோ முதன்முறையாகத் தோன்றுவதுபோலக் காட்சியளிக்கும். அது ஒரு திடீர் நிகழ்ச்சி. சிந்தனைகள் எதுவுமற்ற நிகழ்ச்சி.

கப்பல் பிரயாணத்தின்போது தண்ணீரில் விழுந்து மூழ்க இருந்து பின் பிழைத்த ரஸ்ஸலை நிருபர்கள் "மூழ்கி இருக்கும் நிலையில் இருந்தீர்களே; அப்போது என்ன நினைத்துக்கொண்டீர்கள்?" என்று கேட்டபோது அவர் சொன்ன பதிலை நீங்கள் அறிந்திருப்பீர்கள்.

"தண்ணீர் ரொம்பவும் குளிர்ச்சியாக இருக்கிறதென நினைத்தேன்."

இது பல விளக்கங்களை அளிக்கக்கூடும்.

கவிதையைப் பொறுத்தமட்டில் சிந்தனை என்ற செயல்தான் நமது "தேடலை" மழுங்க அடித்துள்ளது. மொழி என்ற கருவியை நாட வைத்துள்ளது. ஒரு தப்ப முடியாத இனிமையான தலைவலி!

இனிமையான தலைவலியென நாம் சமீப காலத்தில்தான் முழுதாகத் தெரிந்துகொண்டோம். சிக்மண்ட் பிராய்டின் சில ஆராய்ச்சிகளும் இவ்வெளிச்சத்திற்குக் காரணமாக இருக்கும்.

மொழி பற்றிய கருத்தினைக் கவிதை சம்பந்தப்பட்டமட்டிலாவது நாம் மாற்றிக்கொள்ளத் தலைப்பட்டுள்ளோம். மொழி மட்டுமே இன்றியமையாத தன்மையுடைத்தது என்ற எண்ணத்திலிருந்து நாம் மாறுபட்டுக்கொண்டிருக்கிறோம்.

நாம் சன்னல் வழியாகப் பார்த்து வெளியே நடக்கும் சம்பவங்களுடன் தொடர்புகொள்வது போக – மொழியையும் படைப்பாளியின் தேடலையும் ஒப்பிட்டுப்பார்த்து மகிழ்ந்துகொண்டிருந்தது போக – அந்த சன்னலில் ஒரு கண்ணாடியும் உண்டு – அதன் வழியாகவும் பார்க்கிறோம் என்ற உண்மையைப் புரிந்துகொண்டோம்.

கவிதை ஒரு கருத்தைத் தொடர்புசெய்வதற்காக ஏற்பட்ட சாதாரண ஒன்று அல்ல. கருத்துகளை வெளியிட்ட வரிகள், நெறிமுறைகளைக் கோடிட்டுக் காட்டும் பொருளுடையவை எல்லாம் பிரச்சினைகளாகவே நின்று நிலவிக்கொண்டிருக்கும். எந்நாளிலும் நமது தேடலுக்கு விடையாக வருவதில்லை.

உரைநடை சம்பந்தப்பட்டமட்டில் மொழியின் உள்ளேயே தங்கிவிடுகிற நாம், கவிதையில் மொழியை விட்டு வேறு பாதையில் ஆர்வத்துடன் ஓடுகிறோம் அல்லது ஓட்டப்படுகிறோம்.

ஆமாம் – கவிதை என்றும் மொழிக்கு வெளியேதான் தங்கிநின்றுள்ளது.

கவிஞன் ஆற்றில் இறங்கியது மட்டுமின்றி, இன்னும் வேறு எதையோ தேடுகிறான். தேடுகின்ற அவனது செயலை உணர்ந்துகொள்வதிலேயே "தேடும் பொருள்" என்னவென்று தெரிந்துவிடும். நம்முடைய "தேடல்" எப்போதும் நம்முடன் இருந்துகொண்டிருக்கிறது.

தேடிக்கொண்டே இருப்பதுதான் நாம் தேடும் பொருள்.

கவிதையைப் பொறுத்தவரை பொருளின் பொருளும் அதுதான்.

❍

வெளிப்பாடு

புரிந்துகொள்ள முடியாதவாறு அனுபவித்துத்தான் தெரிந்துகொள்ள வேண்டியதாய் இருக்கும் “உணர்வு” என்ற ஒன்றில் நாம் அமிழ்ந்திருக்கையில் “மனம்” என்ற ஒன்று நம்மிடையே இருப்பதில்லை என்ற உண்மையை ஏற்றுக்கொள்கிறோம்.

“மனம்” என்பதன் செயல்முறைகுறித்து ஆதிகாலம் தொட்டே விளக்கிவந்த ஞானிகளும், அறிவாளிகளும் எத்தனையோ வகைகளில் அதை எடுத்துரைக்க முன்வந்தும், இன்னமும் அது புரியாத புதிராக நின்று நிலவிக்கொண்டிருக்கிறது. மனதிற்கும் உணர்விற்கும் சம்பந்தம் உண்டு என்றும், இரண்டுமே ஒன்றுதான் என்றும் விளக்கங்கள் வெளிவருவதைக் கண்கூடாகக் காண முடிகிறது. மிகவும் தெளிவாக முன்னோர்கள் இதைக் கூறவில்லை யென்றால், அதற்கு உலக மொழிகளின் இயலாமையையும், இவை தடையாக இருந்ததையும் காரணம் கற்பிக்க முடியும்.

“மனத்துக்கண் மாசிலன்” என்ற வள்ளுவனின் வரிகள், உண்மையை நேருக்கு நேராகச் சந்திக்கும் வகையில் இருக்கின்றன.

மனதின் சக்தி ஆரம்பமாவதெல்லாம் சிந்தனை தோன்றிய பின்னர்தான். சிந்தனை ஏற்பட்ட பிறகுள்ள நிலையைத்தான் ‘மனம்’ என்றும், ‘குறியீடு’ செய்து நாம் பேசிக்கொள்கிறோம். சிந்தனைக்கும் மனதிற்குமுள்ள தொடர்பை உணர்வோடு சேர்த்து விடல் ஆகாது.

சிந்தனை என்பது புதினம் அல்ல. இறந்த கால நினைவுகள் – தனது அறிவு – இவற்றால் தோன்றும் ஒரு நம்பிக்கை – இவற்றை சிந்தனை.

மேற்கூறிய எதுவும் நாமோ அல்லது கவிஞனோ இதுவரை அனுபவித்திராத ஒன்று ஆகிவிடாத காரணத்தால் இவைகளை “உணர்வு” என்று கூறிவிட முடியாது.

ஆனால், கவிஞனும் சிந்தனை செய்கிறான். அறிவாளிகளைப் போல் சிற்சில சமயங்களில் சிந்திக்கிறான். மனதின் அளவிடமுடியாத செயற்பாட்டுத் திறனுக்கு ஓர் எடுத்துக்காட்டு இது. சிந்தனை என்று இதுவரை வந்தவை எல்லாமே – மனித எண்ணங்கள் யாவுமே – அறிவின் பாற்பட்டு ஆசையின் பாற்பட்டு ஒருவனது நம்பிக்கை – கொள்கை, இன்னும் சொன்னால், ஒரு தனி மனிதனது “தான்” என்னும் அகந்தையைக்கொண்டு நிற்பனவே ஆகும். இவை உணர்வுடன் எந்தச் சம்பந்தமும் இல்லாதவை.

சிந்தனையின் வெளிப்பாட்டில் “அன்பு” வெளிப்பட்டுவிடாது.

மானிட இனத்தில் “அன்பு” வெளிப்படுவதற்காக மட்டுமே சிந்தனையைப் பயன்படுத்திக்கொண்ட இலக்கியவாதி கவிஞன் ஒருவனாகவே இருப்பான். அப்படிப்பட்ட சிந்தனையின் மொழி வடிவம்தான் கவிதையாக இருக்க முடியும். அறிவின் பாற்பட்டது போலத் தோன்றி அறிவை அடிப்படையாகக் கொள்ளாது திகழும் அந்த வெளிப்பாடுதான் உண்மையை நேரடித்தொடர்பு ஏற்படுத்தித்தரக்கூடிய சக்தியைப் பெறுகிறது.

பெற்ற உணர்வு கவிஞனைத் தன்னைப் பற்றியும் தனது உலகைப் பற்றியும் சொல்லவைக்கிறது. சொல்லி அழுகிறான் அவன். “வல்லமை தாராயோ” என்று

பராசக்தியிடம் முறையிடுகிறான். பராசக்தி பற்றிய அறிவு இல்லையென்றால் அவன் அறிந்துகொண்ட இன்னொன்றின் வாயிலாக அதைக் கூறுவான். பறவைகளிடம் நண்பனாக – ஆசானாக – மருத்துவனாக – தாயாக நின்று அவன் கதறி வெளியிடுகிறான்.

அழக்கூடிய ஒன்றைச் சிரித்துக்கொண்டும் சொல்லலாம். அது கவிஞனைப் பொறுத்த விஷயம்.

“வல்லமை தாராயோ” என்ற வேண்டுகோள்.

“உன்னைப் போல் யாருமே இல்லை. ஆமாம், உன்னைப் போல் யார் இருக்க முடியும்?”

என்று பறவையிடம் கேட்கும் கவிஞனின் தோழமை “இல்லாரும் இல்லை. உடையாரும் இல்லை மாதோ”

என்ற கவிஞனின் நம்பிக்கை.

இவைகளுக்கெல்லாம் பிறப்பிடம் கவிஞன் அடைந்த அமைதிதான் என்பதை நாம் அறிந்துகொள்ள முடிகிறது.

கவிஞனின் வெளிப்பாடு அந்தக் கவிஞனையும் உள்ளடக்கிய நமது அனுபவத்தின் காரணமாகத்தான் பூரணம் அடைகிறது. கவிஞன் சக்தியிடம் அழுவதற்கும் நாம் தாயிடமோ, மருத்துவரிடமோ மனந்திறந்து பேசுவதற்கும் அதிக வேறுபாடில்லை.

வேறுபாடு இல்லாத ஒரு தன்மையைத் தோற்றுவிப்பதுதான் சிறந்த வெளிப்பாடு

“கவிஞன் பிறக்கிறான்” என்பது மிகவும் உண்மையான சங்கதி. தாயின் வயிற்றிலிருந்து பிறப்பதைச் சொல்லவில்லை. உணர்வடையும் ஒவ்வொரு சமயமும் அவன் பிறக்கிறான். இருள் நீங்கி ஒளி உள்ளே புகும் ஒவ்வொரு சமயத்திலும் அவன் தோன்றுகிறான். அவனது வெளிப்பாடுகள் பலவிதமாக இருக்கலாம். எனினும், அவனது தோற்றம் அறிவால் பாதிக்கப்படவில்லை என்பதை எந்தவொரு ஐயப்பாட்டிற்கும் இடமின்றி ஒப்புக் கொண்டுவிடலாம்.

இருள் நீங்குகிறது என்றால் ஒளி வந்துவிட்டது என்றுதான் பொருள். இருப்பது இருள்தான். வருவதுதான் ஒளி (எப்போதும் இருப்பதால்தான் அதற்கு இருள் என்று பெயர் என மொழிவல்லுநர்கள் கூறுவது எத்தனை பொருள் பொதிந்தது). அந்த இருளை அகற்றுவது என்றால் நாம் சேர்த்துவைத்திருக்கும் எண்ணங்கள் அகலுவது என்றுதான் பொருள். எண்ணங்களை அகற்றுவது வேறு. உணர்வடைவது வேறு என்றல்ல. எண்ணங்களின் கட்டுப்பாட்டை அகற்ற குறிப்பிட்ட வழிகள் என்று எதுவும் கிடையாது. எண்ணங்கள் நீங்குகின்றன. அதை ஒளி பிறக்கிறது என்று கூறி விடுகிறோம். அந்தக் கணமே ஒருவன் படைப்பாளி ஆகிறான். அவன் பெற்ற ஒளி உங்கள் வாழ்க்கையில் என்ன சம்பந்தத்தை நேரடியாகக் கொண்டிருக்கிறது என்ற கேள்விக்குப் பதில் கூற முடியாது. ஏனெனில், அக்கேள்விக்கு பதில் கிடையாது. அப்பதிலை நீங்கள்தாம் – நாம்தான் – உணர்ந்து பெற்றுக்கொள்ளவேண்டும். மனிதர்கள் மட்டுமல்ல உணரும் சீவராசிகள் எத்தனை உண்டோ அத்தனை ஒளிமயமான அர்த்தமுள்ள உலகங்கள் உண்டு. அனுபவம் வாயிலாக நாம்தான் கண்டுகொள்ளவேண்டும். ஒன்றைக் குறிப்பிடலாம். உங்களை அறிந்துகொள்வதையும் சேர்த்துத்தான் கவிஞனின் உலகம் இருக்கிறது.

அப்பேர்ப்பட்ட உலகத்தையம் அனுபவத்தையும் சேர்த்துவைத்துக்கொண்டு, அதைப் போற்றிப் பாதுகாத்து பெருமைப்படுத்திப் பேசி வருதல் "அவா" ஆகிவிடுகிறது. தான் பெற்ற மகிழ்ச்சி போற்றப்படும்போது ஏற்படும் ஒன்று திரும்பவும் எண்ணக் கட்டுப்பாட்டை ஏற்படுத்துகிறது. எண்ணங்கள் மூலம் ஏற்படுவது மகிழ்ச்சியாக இருந்தாலும், அமைதி ஆகாது.

"இறைவனைக் கண்டேன்" என்பதும் "தெய்வம் இல்லை" என்பதும் அமைதி இல்லாத மகிழ்ச்சியில் தோன்றும் எதிர்விளைவுகளாக மாறிவிடுகின்றன. திரும்பவும் வேதாளம் மரமேறிய கதையாக முடிகிற விஷயம் இது.

லூயி போர்கே மிகவும் அற்புதமாகக் கூறும் விஷயம்:

"இலக்கியத்தில் மனதிற்கு அமைதியளிக்கும் தன்மை எது? தனி மனிதன் தன்னுடைய சுற்றுப்புறச் சூழல்களிலிருந்து விடுபட்டு விலகி இன்னொரு உலகிற்கு வழி கண்டு கொள்கிறான். அந்த 'இன்னொரு உலகம்' நமக்கு மிகவும் அற்புதமாக இருக்கிறது. இதன் காரணம், அந்த இன்னொரு உலகம் நமது சுற்றுப்புறங்களைவிட நமது உள் மனதிற்கு நெருங்கிய தோற்றம் தருகிறது என்பதால்தான்."

நாம் உயிர்வாழத் தொடங்கிய காலமும், அதன் முன்னிருந்த பன்னெடுங்காலமும் நமக்குப் பின்னர் வர இருக்கிற எல்லையற்ற எதிர்காலமும் நமக்கு அமைதியின்மையை ஊட்டிக்கொண்டேயிருக்கின்றன.

இடையில் நாம் அறியாது பெறும் ஒளியும், பின்னர் அந்த அனுபவத்தில் அந்த ஒளியையும் காலக்கணக்கில் கொண்டுவந்து அமைதியை இழப்பதும், அந்தத் துயரத்தில் வெளிப்படுவதாகிய படைப்புகளும் ஆற்றொழுக்காய் இங்கு தொடர்ந்துகொண்டே இருக்கும்.

வெளிப்பாடுகளில் மேலோட்டமாகத் தெரியும் வேறுபாடுகளைக் கொண்டு படைப்புகளைப் புரிந்துகொள்ள நினைக்கவேண்டாம்.

இசையை மீட்டி வரும் ஒரு பிச்சைக்காரனுக்கு ஒருவன் காசை விட்டெறிகிறான். இந்த நிகழ்ச்சியைக் காட்சியாக வடித்தால் நாடகம், வரைந்துகாட்டிவிட்டால் ஓவியம்.

ஆனால் போட்ட காசு "ணங்" என்ற ஒலி எழுப்புமே–அதைப் படிப்பதன்மூலம் கேட்கவும் வைத்துவிடலாம். நாம் கேட்பது உணர்வின் மூலம்தான். அந்த ஒலி படைப்பாளி பட்ட பாடுகளை எல்லாம் நமக்குத் தெரிவித்துவிடும்.

"ஒலி" என்றவுடனேயே கவிதையையும், சொற்களில் ஏற்படும் ஒலியையும் எண்ணி அதைச் சொல்லிலக்கணத்தோடு இணைத்து மகிழ வேண்டாம். இது அதை எல்லாம் மிஞ்சிய ஒலி.

இலக்கணத்தைத் துறந்து எழுதுபவர்கள்தாம் படைப்பாளிகள் என்றோ, கவிஞர்கள் என்றோ கூறவில்லை. படைப்பாளிகள் தம் இலக்கணத்தின் மூலம் புதுக்கவிதை என்றழைக்கப்படும் எத்தனையோ படைப்புகள் கருத்துகளை மட்டும் சேர்த்து வைத்துக்கொண்டு கவிதை அம்சத்தை இழந்துநிற்பதைக் காணலாம்.

> "ராமன் தொட்டு
> அணில் கோடு பெற்றதேல்
> சீதையை
> தொட்டதே இல்லையோ"

இவ்வரிகளைப் பாருங்கள். படித்தால் நகையுணர்வு ஏற்படலாம். சிந்திக்கவும் செய்யலாம். இதில் ஏற்படும் சிந்தனை ஒரு புத்திசாலியின் சிந்தனையாகவே இருக்கும். காரணகாரியங்கள் வசப்பட்டனவாக இருக்கும். அறிவுசார்ந்த ஒன்று கவிதையின் இடத்தை என்றும் பிடித்துவிட முடியாது.

நகைச்சுவை உணர்வு கவிதையில் இருக்க முடியும். அங்கத உணர்வு வேண்டியமட்டிலும் வரும். இவையெல்லாம் இருப்பதாலோ இல்லாமலிருப்பதாலோ கவிதையம்சம் மாற்றமடைந்துவிடாது.

> "பாரி ஒருவனுமல்லன்
> மாரியும் உண்டு
> ஈண்டு உலகு புரப்பது வே"

என்ற கபிலனின் வரிகள் ஒருவகை அறிவு சார்ந்துள்ள போதிலும் கவிதை அம்சத்தை இழந்துவிடவில்லை.

> மண் திணிந்த நிலனும்
> நிலன் ஏந்திய விசும்பும்
> விசும்பு தைவரு வளியும்
> வளித் தலைஇய தீயும்
> தீ முரணிய நீரும், என்றாங்கு
> ஐம்பெரும் பூதத்து இயற்கை போல

என்ற முடிநாகனின் புறநானூற்று வரிகள் அறிவுக்களஞ்சியம்தாம். கவிஞனுக்கு இவ்வகை அறிவும் தேவை இல்லை என்று கூறுவது எங்ஙனம் என்ற கேள்வி இங்கு எழ நியாயம் இல்லை. எத்தனையோ நூற்றாண்டுகட்குமுன்பு வானியல்பற்றிக் கூறப்பட்டுள்ள இவ் வரிகள் முடிநாகனின் கல்வியறிவைக் காட்டுவனவேயொழிய அந்தக் கவிஞனின் பார்வையைக் குறித்துப் பேசப் புகுந்தால் கல்வியறிவு மூலம் என்ன சொல்கிறான் என்பதைக்கொண்டுதான் நாம் தீர்மானிக்கவேண்டும். கலைகள் அறிந்த கவிஞனும் உண்டு. ஏதும் அறியாது தனது படைப்பால் கலைகளையே உண்டுபண்ணிவிடும் கவிஞனும் உண்டு.

அறிவு சார்ந்த ஒன்றை வெளிப்படுத்த கவிஞன் நினைத்திருப்பான் என்று எண்ணவே முடியவில்லை. நாம் பாடமாகப் படிக்கும் உயர்தரக் கணக்கோ, வரலாறோ, உளவியலோ கவிஞனுக்குத் தெரிந்திருக்க வேண்டிய அவசியமில்லை என்று கூறினோம். ஆனால், இவற்றிற்கெல்லாம் மேலானதோர் அறிவு கவிஞனின் உணர்வுமூலம் வெளிப்பட்டு புதுவகை உயர்தரக் கல்விக்கு வழிவகுக்கலாம். அது கவிஞன் அறியாது நிகழ்த்தும் ஓர் இடைப்பட்ட காரியம். அன்றாட வாழ்வில் நாம் கடைப்பிடிக்கும் முறைகளில் கவிஞன் படைப்புகளைக் கொண்டுவந்து இணைப்பதோ, அவற்றை ஏற்பதோ, மறுப்பதோ,

தற்சமயம் வழக்கத்திலிருக்கிற முறையான கல்வியோடு ஒப்புமை செய்வதோ, முடிவு கட்டுவதோ, தகாது. ஓவியம், இசை, கவிதை எல்லாவற்றிலும் நாம் நமக்கென்று பரவலாகச் சொல்லப்பட்ட, ஏற்கப்பட்ட ஓர் உருவத்தையோ, எண்ணத்தையோ கொண்டுவந்து ஒப்புமை செய்யத் தொடங்குகையில் படைப்பு பரிதவிக்கும்நிலையை அடையும். கணக்கைப் பற்றி கவிஞன் கூறும்போதோ காட்சியை ஓவியன் வரையும்போதோ நமது சௌகர்யம் அவனது பொறுப்பு அல்ல என்பதை நாம் நினைவுகூரவேண்டும். நாம் இதுவரை "தூய்மை" என்று அறிந்துகொண்டவைதான், உண்மையிலேயே "தூய்மை"யானவையாக எப்போதும் இருக்கும் என்ற நமது எண்ணமே இதற்குக் காரணமாக என்றும் இருக்கிறது.

எனவே, "அறிவு" என்று நாம் கருதிக்கொண்டிருப்பது அன்றாட வாழ்வோடு சம்பந்தமுடையவற்றைத்தான். கற்கால மனிதனின் வேட்டை அறிவு போல இன்றைய வேட்டைக்காரர்களின் திறனை "அறிவு" என்றும் மதிப்பிட்டுக்கொண்டிருக்கிறோம். இது முற்றுப் பெறாத விஷயம்.

நீங்களும் நானும் மதிக்கும் வரலாறும், கணக்கும், நெறிமுறைகளும் மற்றைய அறிவுசார்ந்த விஷயங்களும் அன்றாட வாழ்க்கைக்குப் பயன்படுபவை என்பதில் கருத்துவேறுபாடு கிடையாது. ஒரு விஷயத்தில் தீர்மானமான முடிவு எடுக்கவேண்டும் என்கிற அவசியம் ஏற்படும்போது மேற்கோள் காட்டப் பயன்படுவதற்காகக் கவிதை நின்றுநிலவவில்லை. அதற்காக நாம் கவிதை படிக்க வேண்டாம். வள்ளுவனின் "உழவு" படித்துப் பயிர்செய்ய வேண்டியதில்லை. அரசியல் நெறிமுறை பிழைத்தோரையும் அதற்கான முடிவையும் நீங்கள் அறிய இளங்கோவிடம் செல்லவேண்டாம். மலையின் தோற்றத்தையும், மலர்களின் வடிவ நிலையையும் பரிணாம முறையில் அறிய கம்பன் தேவை இல்லை.

இவற்றை – இம்மாதிரி அறிவார்ந்த விஷயங்களைச் சீரிய முறையிலே நமக்கு எடுத்துரைக்க அறிஞர்களின் நூல்களும், ஆசிரியர்களும் இருக்கிறார்கள்.

நாம் கவிஞர்களைப் பள்ளிக்கூட ஆசிரியர்களாக மாற்றாதிருந்தாலேயே அவர்களை ரசிக்கக் கற்றுக்கொண்டுவிடுவோம்.

கவிதைகுறித்து ஆங்காரத்துடன் கேட்கும் ஒரு படைப்பாளியின் கேள்வி.

"கீட்சின் எண்ட்மியான் என்ற காவியம் எந்த தர்ம சாத்திரத்தைத் தூக்கி வைத்துக் கொண்டிருக்கிறது? அதன் ஒரு வரி முன்பு உலகத்தையே தூக்கிநிறுத்துவதற்காகப் பாடுபடும் "ஷா" வின் நாடகங்கள் பூராவும் நிற்க முடியுமா?"

தூக்கி வீசியெறிந்த காசின் ஒலியை ஒரு படைப்பில் கேட்டு உணர்ந்துவிடுவதால் நீங்கள் ஊதிய உயர்வு பெற்றுக் குடும்பத்திற்குப் படியளக்கப்போவதில்லை. அதைவிட, உலகில் பிச்சை எடுப்பதை ஒழிப்பது எப்படி என்ற பொருளாதார அறிஞர்களின் கட்டுரைகள் நமக்குச் சிறந்த சேவை செய்யும்.

நாட்டிற்குப் பயனுள்ள காரியம் என்று நாம் எண்ணிக்கொண்டிருப்பதைச் செய்யாத கவிஞனின் படைப்பிற்கு என்ன பெருமை?

இக்கேள்வியின் பதில் 'கவிதை என்றால் என்ன' என்ற கேள்விக்கும் பதிலாக அமையும்.

அறிவார்ந்த விஷயங்களைக் கவிஞன் கூறுவதும், கூற முயல்வதும் தான் உணர்ந்த ஏதோ ஒன்றை அவற்றின் மூலம் சொல்லவேண்டியவனாக இருப்பதால்தான், வேறு வழி இல்லாத காரணத்தால்தான், அறிவார்ந்த விஷயங்கள் ஏற்கனவே தெரிந்தவை. அவற்றின் உருவத்தில் அவன் சொல்ல விழைபவை நமக்குத் தெரியலாம், தெரியாமலும் போய்விடலாம்.

கவிதையைப் பொறுத்தவரை அறிவார்ந்த விஷயங்கள் ஒரு கருவியே.

செய்யுள், கவிதை, பாடல் இவையெல்லாம் ஒன்றுதான் என்று ஒரு இக்கட்டான நிலைமை வந்தால் – நல்லது; கவிதையம்சம் உள்ள படைப்பிற்கு வேறு ஒரு பெயர் தந்துவிடுவதுதான் முறை.

“கருணைக்கிழங்கு தவிர வேறு கிழங்குகளை உண்ண வேண்டாம்” என்ற பொருளுடைய செய்யுளும், வள்ளுவர் காலத்தை நன்கு விளக்கிடும் செய்யுளும், ‘வியாழன் பன்னிரண்டில் இருந்தால் சோம்பல் ஏற்படும்’ என்ற கோட்சார விவர அறிக்கையைத் தரும் செய்யுளும், பாரதிதாசனின் தமிழ்ப் பற்றை விளக்கி ‘அவர் வாழ்க’ என்று முடிக்கும் செய்யுளும் கவிதை என ஏற்றுக்கொள்ளல் நடவாத காரியம்.

கவிதையில் உணர்வுதான் இன்றியமையாதது என்று பெயருக்குச் சொல்லிவிட்டு, கவிதையில் சொல்லப்பட்ட கருத்துகளை விளக்கிக்கொண்டிருப்பது எந்த வகை நியாயம்?

நாற்பது ஆண்டுகட்கு முன்பாகவே தமிழில் புதுமைப்பித்தன் மட்டுமே மிகத் தெளிவாகக் கவிதைபற்றித் தனது கருத்தைச் சொல்ல முடிந்திருக்கிறது:

“கவிதையிலும் அமைப்புதான் முக்கியம். அமைப்பு என்றால் வெறும் யாப்பிலக்கண விதி மட்டுமல்ல. பண்டிதர்களும் பாட்டு எழுதுகிறார்கள். கம்பனும் பாடுகிறான். இரண்டு பேரும் உபயோகிக்கும் யாப்பிலக்கணம் ஒன்றுதான். பண்டிதர் எழுதியது செய்யுள். பின்னது கவி. கலை, தர்ம சாத்திரத்தைக் கற்பிக்க வரவில்லை; ஒழுக்க நூலை இயற்ற வரவில்லை; உடற்கூறு நூலை எடுத்துக்காட்ட வரவில்லை.”

மேற்படி கூற்று தமிழ்நாட்டைப் பொறுத்தவரை புதுமைதான். இதைப் படித்துவிட்டு இப்போது வெளிவந்துள்ள கவிதைக் கலைத் திறனாய்வு ஒன்றைப் படியுங்கள்.

“கவிதை அறிவின் சுவையுடையது. நெறிமுறை அமைந்தது. அரிய பல உறுதி நலன்களை அருள்வது ஆகும். உலகக் காட்சியில் எளியவையாய்க் கிடப்பனவும் கவிதை வாயிலாக வெளிவருகின்றபோது உயர்ந்து விளங்குகின்றன. உரை சுருங்க உணர்வின் சுவைபெருகும் எனலாம் – கவிதையின் கரு கவிதைக்குள் அடங்கியிருக்கும் கருத்தேயாகும். இதை உள்ளடக்கம் என்றும் கூறலாம். கவிதையின் பொருள் என்று சொல்லலாம்.”

இவ்வாறு தற்சமயம் கூறப்படுவதும் தமிழ்நாட்டில்தான்.

இரண்டாயிரம் ஆண்டுகட்குமுன்பே கவிதை அம்சத்தைத் தன்னுள்ளே வளர்த்துக்கொண்ட மொழிக்கு இது வேண்டியதுதான்.

ஒன்றுமில்லாத ஒன்றிலிருந்து ஏதோ ஒன்றாகத் தோன்றுகிற கவிதைக்கும் இந்தத் தண்டனை வேண்டியதுதான்.

❍

கவிதையும் திறனாய்வும்

புராணங்களும், விவிலிய நூலும் மற்றும் பல மதச் சார்புடையவைகளும் படைப்புகள்தாம் என்பதில் எந்தவித ஐயப்பாடும் இல்லை. வரலாற்று உண்மைகள் அதில் இல்லையா என்ற கேள்விக்கும் இடம் இல்லை. எழுதப்பட்ட எல்லாவற்றிலும் வரலாற்று உண்மை உண்டு.

புராணங்களும் சரி, விவிலிய நூலும் சரி – எந்தவகைக் கோட்பாடுகளும் இல்லாத நிலையில்தான் படைப்பாளியின் உணர்வு அறியப்படக் கூடியவையாகவிருக்கும்.

தேவாரத்தைப் பாராயணம் செய்யும் ஒருவனோ, திவ்வியப் பிரபந்தத்தை மனனம் செய்யும் ஒருவனோ, விவிலிய நூலைச் சேவிக்கும் ஒருவனோ, ஒரு படைப்பாளியின் முயற்சியை அறிந்துவிட முடியாது. குறியீடுகள் மூலம் படைப்பாளி காட்ட விழைகிற உண்மை, தன்னிடம் எதுவும் இல்லாமல் அப்படியே ஏற்றுக்கொள்கிற ஒருவனுக்கே புலனாகிறது.

குறியீடுகள் அறிவு சார்ந்த ஒன்றாக இருக்கும் ஒரே காரணத்திற்காகப் படைப்பாளியைக் குறியீடு ஒன்றோடு சம்பந்தப்படுத்தி எடை போடுதல் கொடுமை.

மொழி என்பதில் குறியீடுகள் மனித சக்தியை மிஞ்சிவிட்ட இன்பமான தலைவலி. தள்ளுவோரும், கொள்ளுவோரும் அதைப் பயன்படுத்துவதைத் தவிர்க்க முடியாது. உருவ வணக்கத்தை ஏளனம் செய்யும் இனங்கள்கூடக் கடவுளை “ஆண்” உருவத்தில் நம்முன் படைத்தளித்திருப்பதைப் பார்க்கும்போது, மனித பலவீனத்தை அறிந்து நிதானத்தைக் கைக்கொள்ளவேண்டிவரும்.

சைவ சித்தாந்தத்தை மட்டும் நாவுக்கரசனும் மணிவாசகனும் அளித்திருந்தால் அவர்களைக் கவிஞரெனப் பாராட்ட முடிந்திருக்காது. வேதம் தமிழ் செய்ததால் நம்மாழ்வாரைக் கவிஞர் எனப் போற்றிவிட முடியாது. இராமாயணக் கதைக்காக கம்பரைக் கவியரசர் எனக் கூறிவிடுவதில்லை. இவர்களுக்கு முன்பே அவையெல்லாம் அறியப்பட்டுள்ளன.

நாம் படித்து இன்புறும் எந்தப் படைப்பும் கருத்துகளால் புகழ் அடைந்ததில்லை.

மார்க்ஸின் சித்தாந்தங்களுக்கு நீங்கள் அபிப்பிராயம் தரக்கூடும். அந்தச் சித்தாந்தத்தைப் பயின்ற ஒருவன் செய்த படைப்பில் அது பற்றிய செய்திகள் வரலாம். அவனுக்குத் தெரிந்த சங்கதிகள் வரலாம். ஆனால், பயன்படுத்தப்படுவதால் மட்டும் கருத்துகள் படைப்புகள் ஆகிவிடா.

கருத்துகள் – கொள்கைகள் எல்லாமே அறிவுலக விஞ்ஞானத்தோடு சம்பந்தமுடையவை. நாம் பாராட்டும் நெறிமுறைகளும் விஞ்ஞான அறிவில் விளைந்தவையே. “தந்தை தாய் பேண்” என்ற ஔவை கூற்றும் அறிவு சார்ந்த ஒன்றுதான். உலகவியல் எல்லாமே காலத்தால் மாறிவருபவை. இன்றைய அறிவு நாளைய முட்டாள்தனமாகக் கருதப்படலாம். நல்லவை கெடுதலாகலாம். இவை எல்லாமே நமக்கு நாமாக ஏற்படுத்திக்கொண்டவை என்பதை அறிய முடியும்.

ஒரு மிருகத்தை வேட்டையாடவேண்டிய திறமை பெற்றவனைப் "புத்திசாலி" எனக் கருதிய காலம் இருந்தது மட்டுமல்ல; அவ்வகைக் காலங்களில் வேட்டையாடி உணவைத் தருபவன் மட்டுமே "புத்திசாலி" எனவும் கருதியிருந்தனர் என்பதை மறந்துவிடுவதற்கில்லை.

நாம் ஒரு பொருளைப் புரிந்துகொள்வதால் அது நம்முடையதாகி விடுகிறது. நாம் விழுங்கும் உணவு நாமாகவே மாறிவிடுவது போன்று உணரப்பட்டுவிட்டால் அது நம்முடையதாகிவிடும். நாம் வேறு, உண்மை வேறு என்றில்லாத நிலை ஏற்பட்டுவிடுகிறது.

எல்லாவற்றையும் மறுத்துவிடுவதும், அவற்றை அப்படி அப்படியே ஏற்றுக்கொள்வதும் ஒன்றுதான். ஏற்றுக்கொள்வது என்பது "மறுத்தல்" என்ற செய்கையையும் உள்ளடக்கிய காரியமாகும்.

எனவே கொள்கை என்றும், கோட்பாடு என்றும் நாம் படைப்பாளியின் கருத்துகளை விமரிசிப்பது நம்மை நாமே ஏமாற்றிக்கொள்வதாகும்.

படைப்பிலக்கியங்களில் கவிதை இவ்வகை நிலைகளில் மற்ற பிரிவுகளைவிட மிகத் தொலைவில் நிற்கும். இளங்கோ, தாந்தே போன்றவர்கள் தங்களுக்குத் தெரிந்த ஒரு விஷயத்தை எடுத்துச் சொல்லியிருக்கலாமேயொழிய, அந்த விஷயத்தைச் சொல்வதற்காக ஒரு காவியத்தைப் படைக்கவில்லை. சமணத்தைக் கருவியாகக் கொண்டு இளங்கோ தன்னை வெளிப்படுத்திக்கொள்கிறான். இன்னும் கூறினால், கண்ணகி வரலாற்றைக் கொண்டு தன்னை வெளிப்படுத்திக்கொள்கிறான்.

தங்களுக்கு முன்னரேயே மக்களைக் கவர்ந்து, இன்னும் தங்களையும் கவர்ந்திருந்த சமணம், கிறித்தவம் போன்ற விஷயங்களை இளங்கோவும், தாந்தேயும் கையாண்ட ஆயிரக்கணக்கான வரிகளில் படைத்தனர். அந்தக் கவிஞர்களை நாம் ஒரு வரியிலே கண்டுகொள்ள முடியும். ஓராயிரம் வரிகள் நாம் கண்டுகொள்ள உதவியாக நிற்கும். ஒன்றிற்காக ஓராயிரத்தை கவிஞன் உதவிக்கு அழைக்கிறான். வெளிப்பட்டுவிட்டதென்றால் ஒரு வரியில் மட்டுமல்ல – எல்லாவற்றிலும் நீக்கமற நின்று நிலவுகின்றான். நாமும் எல்லாவற்றையும் ஏற்றுக்கொள்கிறோம்.

படைப்பாளி ஒன்றைப் படைக்க முற்படுவதற்குக் காரணம் என்னவென்ற கருத்துகளில் எத்தனையோ மாறுபாடுகள் இருக்கின்றன. 'கடவுள் ஏன் உலகைப் படைத்தார்' என்பது போன்ற இந்தக் கேள்விகள் ஏற்பட்டு எடுத்துக்கொள்ளப்பட்ட விஷயமே வாரிச் சுருட்டிக்கொண்டு ஓடிவிடும் நிலையும் ஏற்படும். படைப்பாளியின் வாழ்வுதான் படைப்பு. வாழ்வை அவன் எவ்வாறு எடுத்துக்கொண்டானோ அதைத்தான் நாம் முடிவாகக் காண முடியும். இம்மாதிரி முடிவுகளில் சரியா, தவறா என்ற கேள்விகளே எழ நியாயமில்லை. அதன் முழுமையான அர்த்தம் படைப்பாளிக்குச் சொந்தமானது.

இன்றும் மேநாட்டு விமர்சகர்களிடம் படைப்பாளிகளின் படைப்புகளுக்கு அவர்களின் சொந்த வாழ்க்கைதான் காரணமெனக் கொண்டு அந்த முறையில் படைப்புகளை விமர்சிக்கும் வழக்கத்தைக் காணலாம். எப்படியும் "காப்கா", "புதுமைப்பித்தன்", "ஜெனே" போன்ற படைப்பாளிகளைப் பற்றி இம்மாதிரி விமரிசன முறை சரி என்றே தோன்றுகிறது. பாரதி பற்றி இம்மாதிரி விமரிசன முறை அதிக அளவு பயனைத் தரலாம்.

எப்படியாயினும், இம்மாதிரி விமரிசன முடிவுகளால் குறிப்பிட்ட படைப்பாளியின் வாழ்க்கை பற்றிய கருத்துகள் தோன்றி இன்னின்ன காரணங்களால் அவனது வாழ்க்கை முறைகள் தவறுடையவை ஆகும் என்றெல்லாம் நாம் முடிவுக்கு வராமல் இருப்பதுதான் முக்கியம்.

கவிஞன் ஒருவனுக்கு "கவிதை" பற்றித் தெரிந்திருக்கவேண்டிய அவசியமில்லை.

கவிதை பற்றிய திறனாய்வு செய்ய யாரும் கவிஞர்களாக இருக்க வேண்டியதும் இல்லை.

திறனாய்வு கவிதையைப் பொறுத்தமட்டில் வெகு தாமதமாகத்தான் வெளிவந்துள்ளது. ஒட்டுமொத்தமாக இலக்கியத்தைத் தராதரம் பிரித்துப் பலவற்றை எழுதியவர்களும் தெரிந்தோ, தெரியாமலோ இதில் கை வைக்க அஞ்சியுள்ளார்கள் போலத் தெரிகிறது.

இளங்கோ, கம்பன் போன்றவர்களின் படைப்புகள்மீதே திறனாய்வு திருப்திகரமாகச் செய்யப்படவில்லை.

இதனால் புதிய முயற்சிகளை உலகம் அங்கீகரிக்கவில்லை என்பதில்லை. சில காலகட்டங்களில் குறிப்பிட்ட காரணங்களுக்காக (அது அரசியல் போன்றவற்றால் இருக்கலாம்) பழமையானவற்றிற்கு ஈடில்லை – இப்போதுள்ளவை கூளங்கள் என்று சொல்லும் மனோபாவம் கொண்டோர் எங்கும் உள்ளனர்.

"இந்தக் காலத்து இளைஞர்கள் மிகவும் கெட்டுவிட்டனர். ஒழுக்கக் கேடும் வஞ்சமும் நிலவிநிற்கின்றன. பழைய தலைமுறையாளர்களை மதிப்பதில்லை" என்று அங்கலாய்ப்புடன் கூறியது பெரிய மனிதர் "செனக்கா." அவர் இரண்டாயிரம் ஆண்டுகளுக்கு முன்னர் வாழ்ந்தவர்.

எங்கும் போலத்தான் அந்தப் போக்கு தமிழிலும் இருக்கிறது எனலாம். கொஞ்சம் அதிகமாகவே இருக்கிறது எனலாம். இதற்குத் தமிழின் தொன்மையும் தனித்தன்மையும் காரணமாக இருக்கலாம்.

தொன்மையின் ஊடேயும் ஒரு சிலப்பதிகாரம் நமக்குக் கிடைத்துள்ளது. ஒரு வகையில் இளங்கோ பழமையை இலக்கிய ரீதியாக வென்றுவிட்டவர் எனலாம். இப்படியாக, இம்முறையில்தான் இலக்கியம் எழுதப்படவேண்டும் என்ற நிலை அப்போதே மாற்றமடையத் தொடங்கியுள்ளது.

தொல்காப்பியரே இவ்வகை நிலையைச் சுட்டிக்காட்டியுள்ளார்.

அறக் கழிவு உடையன பொருட்
  பயம் படவரின்
வழங்கென வழங்கலும்
  பழித்தன் றென்ப

உலக இயலுக்கு அல்லது வழக்கத்திற்கு எதிரானவை பொருட்சிறப்புடன் இருந்தால் அவற்றை ஏற்றுக்கொள்ளவேண்டும் என்பது அவர் கருத்து. இதைவிடச் சிறந்தமுறையில் தொல்காப்பியர் காலத்தில் யாரும் சொல்லியிருக்க முடியாது.

“பொருட்பயன்” என்ற கூற்றில் பின்னர் விரிந்துவிட்ட பல தத்துவங்கள் இருக்கும்; அல்லது, மாறுபட்ட கருத்துகள் வளரலாம்.

இருப்பினும், சங்க இலக்கியத்திற்கு முன்னதே இத்தகைய தெளிவு நிலைபெற்றிருந்தது வியப்பாகவுள்ளது.

“விருந்தே தோறும்
புதுவது புனைந்த
யாப்பின் மேற்றே.”

மேற்சொன்ன, தத்துவ ரீதியாக மாறுபட்ட கருத்துகளைப் புதிய இலக்கிய நோக்குடன் தெரிவிக்கலாம் என மேலும் அவர் எண்ணுகிறார்.

இரண்டாயிரம் ஆண்டுகளுக்கு முன்பே ஆணி அடித்துவைத்தாற்போல் கெட்டியாக அமர்ந்துகொண்ட தமிழ் போன்ற முதுமொழிக்கு அக்கால கருத்தாசிரியனான ஒருவன் இவ்வாறு கூறியிருப்பது, கோடீஸ்வரன் பிள்ளை பொதுவுடைமைத் தத்துவம் எழுதி யிருப்பதுபோல நமக்கெல்லாம் வியப்பு தரும் சங்கதி.

உலக இலக்கிய நெடுங்கணக்கிலே கவிதைப் பாரம்பரியம் அவ்வப்போது மேற்சொன்ன புதுமைகளைச் சந்தித்து அவற்றைத் திரும்பவும் பழமைகளாகத் தோலுரித்துக் கொண்டேயிருக்கிறது.

ஒவ்வொரு காலகட்டத்திலும் அரசியல் காரண கட்டாயத்தாலோ – விஞ்ஞான வளர்ச்சியாலோ (இது மனித நாகரிக ஆரம்பத்தில் ஏற்பட்ட விஞ்ஞானக் காலகட்டம்) பாதிப்பை வென்று, கவிதை பெரும்பாலும் கடவுள் கொள்கைக்கும் நல்வாழ்வுக்கு வேண்டிய உபதேசங்களாகவும் இருந்ததை யாரும் தவிர்த்திருக்க முடியாது. இந்தக் கட்டாயத்திலும் கவிதை இத்தகைய பிரிவுகளிலும் தன் சுடரைக் காட்டத் தவறவில்லை. எனவே கவிதை அம்சமானது எந்த மாற்றத்தையும் கொள்ளவில்லை என்று கூறுவது பொருந்தும்.

கவிஞனுக்கே தெரியாத ஒன்றை அவனது படைப்பைச் சுவைத்துவிட்டு ஏன் இந்தக் கவிதையை ரசிக்கிறோம் என்று கேட்டு, பின்னர் அதற்கு விடைகண்டவனே திறனாய்வாளன் ஆகிறான். எக்காலத்திலும் திறனாய்வாளனின் பணி, படித்து ரசித்தவைகளை அவன் ஏன் ரசித்தான் என்று கூறுவதிலிருந்தே ஆரம்பமாகிறது.

மற்ற மொழிகளிலும் நெறிமுறை இலக்கியங்களிலிருந்து மாறுபட்டு வாழ்வைப் புதிய கோணங்களில் பார்க்கத்தொடங்கி தங்கள் அனுபவத்தை வெளிக்கொணரும் கவிஞர்கள் தோன்றியபோதும் திறனாய்வு நிலை மாறிவிடவில்லை. இதன்காரணம், அவை பரவலாகச் செய்யப்படவில்லை. கவிதையின் திறனாய்வுகள் பாடப் புத்தக ரீதியாக இருந்தன. கவிஞனின் பார்வைக்கு நெறிமுறைகளைக் காரணம் கற்பித்தார்கள்.

தமிழில் இந்த நிலை மிக அதிகம் என்றே கூறவேண்டும்.

கம்பரும் ஒட்டக்கூத்தரும் மோதிக்கொண்டதைத் திறனாய்வாகவே ஏற்றுக்கொண்டார்கள்.

"பெண் மயிலாக ஆடினாள்" என்று எழுதிவிட்டால் அது பொருட்குற்றம் – ஆண் மயிலுக்குத்தானே தோகை – அதுதானே ஆடும்" என்ற வகையில் விமர்சனம் அடிதடிச் சண்டையை ஏற்படுத்தும்.

ஆண் மயில்தான் ஆட முடியும் என்று தெரிந்துகொள்ள கவிஞன் பறவைசாத்திரமா படித்துவைத்திருக்கிறான்? அவனது அறிவு ஒன்றும் அத்தனை பெரியது கிடையாது என்றும் விளக்கம் தர யாரும் முன்வரவில்லை.

கம்பர் கவிதையும் இந்த வாக்குவாதங்களில்தான் அடங்கிக் கிடக்கின்றன. திண்ணைப் பேச்சுப் போல நன்கு ஊறிப் போய் விட்டது. ஆயினும் இவற்றில் காலங்கழிப்பவர்கள் கவிதை அம்சத்தையும் சுகத்தையும் உணரவில்லை என்று கூறிவிடுவதற்கில்லை. எது கவிதை அம்சம் எனச் சுட்டிக்காட்டத் தவறி விடுகிறார்கள். ஏதோ ஒரு முத்திரை குத்திவிடப்படுகிறது.

படைப்பின் ஊடே வரும் சில சிலேடைகளையும், சாதுர்யமான சில உரையாடல்களையும் படித்து மகிழ்ந்து தாங்கள் ஆனந்தப்படுவது கம்பனின் கவிதையால்தான் என்று அவலையும் உமியையும் சேர்க்க ஆரம்பித்துத் திறனாய்வை அலைக்கழித்துக்கொண்டு விட்டார்கள்.

கவிதை விஷயத்தில் மட்டுமல்ல, மற்ற இலக்கியப் படைப்புகளின் திறனாய்வுகளும் கேலிக்கூத்தாக அமைந்துவிடுவதும் மேற்படியானவர்களின் கைங்கரியத்தினால்தான்.

இதை எளிய முறையில் சொல்ல முடியும். ஒரு படைப்பின் பொருளைக் கூற முற்படும்போது (அது அநாவசியம்தான்) அந்தப் பொருளின் "பொருள்" என்னவென்று பார்த்துவிட்டால் உண்மை விளங்கும் வாய்ப்புண்டு. வேதாந்தமாக விரித்துப் பொருளுரைத்தல் தேவையில்லை.

கீழ்க்காணும் கவிதையைப் பாருங்கள்.

> எத்தனையோ தடவை நான்
> கண்டு விட்டேன்
> இலையுதிர் காலம் தனை,
> மதியினைப் பற்றியோ,
> நான் மலையளவு கூறிவிட்டேன்.
> இன்னும் என்ன சொல்ல?
> வேண்டாம் – கேட்காதீர்
>
> அங்கே
> தேவதாரு மரங்கள்
> எத்தனையோ உண்டு
> காற்றசையா வேளையிலே
> மரங்களின் ஓசைதனை
> கேட்க மட்டும் செய்திடுவீர்

இக்கவிதை மாயாவாத தத்துவத்தைக் கொண்டு எழுதப்பட்டுள்ளதாயிற்றே என்று கூறுவோரும் உளர். அவ்வாறு கையாண்டிருந்தாலும் அதில் என்ன தவறு? தெரிந்த ஒன்றைத்தானே எழுத முடியும்? ஒரு கவிஞன், தான் கற்ற கல்வியை, அறிந்ததை இதில் பயன்படுத்தியிருக்கலாம். தமிழ் தெரிந்தோர் தமிழையும், தெலுங்கு படித்தவர் அதையும் கையாள்வது போலத்தான்.

எந்த விஷயத்தையும் பின்பற்றிவிடச் சொல்லவில்லை அந்தப் படைப்பாளி. தான் தோல்வியுற்றதைக்கூட ஒப்புக்கொள்ளக்கூடும்.

ஆனால் பரிவு என்பது விஷயம் அல்ல.

பாரதியின் கண்ணன் பாடல் ஒன்று,

"ஏனடா நீ நேற்றைக்கிங்கு வரவில்லையென்றால்
பானையிலே தேளிருந்து பல்லால் கடித்த தென்பார்"

இவ்வரிகளில் கவிதை எங்கே ஒளிந்துநிற்கின்றது? வேலைக்காரனைப் பற்றிய குறிப்பு. அவன் சொல்லும் பொய்கள் குறித்த விவரம். அவ்வளவுதானே! நகைச்சுவை உணர்ச்சி இருக்கிறதெனச் சொல்வார்கள். இருக்கட்டுமே. உரையாடலில் இதைவிடத் தெளிவாக நகைச்சுவை உணர்ச்சியைக் கொண்டுவரலாம் என்ற காரணத்தால் இதை நகைச்சுவை உணர்ச்சிமிக்க உரையாடல் என்று சொல்லிவிடலாமா?

பெயர்கள் பற்றிய விவரம்தான். வேலையாளின் குணாதிசயங்கள்தாம். ஆனால் சொல்பவர் எத்தனை பெருமையுடன் சொல்கிறார்?

"குழந்தைக்கு அதை வாங்கிக்கொடுத்தேன். இதை வாங்கிக் கொடுத்தேன். எல்லாவற்றையும் தூக்கி எறிந்துவிட்டது. நான் என்ன செய்வது அதை வைத்துக்கொண்டு" என்று போலி அலுப்புடன் கூறும் தாயின் கூற்றை நாமெல்லாரும் அனுபவித்த வர்கள்தாமே! அந்த அனுபவம் எத்தனை பெரியது! நீங்கள் அதை அனுபவிக்கிறீர்கள் என்று சொல்லும்போது ஏன் எதற்காக என்ற சிந்தனையில்லாது அதுவரை நாம் தேடிக்கொண்டிருந்தது "இதுதானா" என்று அவ்வாறே ஆகிவிடுகிறோம்.

ஆமாம், கவிஞனின் தேடல் அது. காணாமல்போன ஒரு குழந்தையின் அடையாளங்களை நம்மிடம் சொல்வது போன்றது. கவிஞனின் குழந்தையை நாம் பார்த்ததில்லை. கவிஞன் காட்டும் அடையாளங்கள் நாம் தவற விட்ட நம்முடைய குழந்தையை எண்ணவைத்துவிடுகிறது. நமக்கு நம் குழந்தையின் அடையாளங்கள் தெரியும் அல்லவா?

நாமும் பாரதியும் வெவ்வேறான புள்ளிகள். நம்மிடையே கோடிக்கணக்கான வேற்றுமைகள் உண்டு. வேற்றுமைகள் மறைவதில்தான்– திரைகள் அகற்றப்படுவதில்தான் – அந்த அதிசயம் நிகழ்கிறது.

மேற்கொண்டு விளக்கங்கள் தேவைப்படாத நிலை – அந்த ஒரு நிலைக்கு ஆளாக்கும் பாரதி வரிகளை நோக்கினால் நாம் கவிஞனை உணர்ந்துவிடுகிறோம்.

"அல்லையாண்டு அமைந்த மேனி அழகனும்
அவளும் துஞ்ச"

என்ற கம்பனின் கவிதை வரிகளைச் சுவைத்தவர்கள் அது எதனால் கவிதை என மதிக்கப்படுகிறது என்பதற்குச் சொல்லும் காரணங்கள் எப்போதும் ஏற்றுக்கொள்ளப்பட முடியாதவை.

அழகான வரிகள்; ஓசை நயம் மிக்கவை என்று தொடங்கி, பொருளாழம் மிக்கது என்பதற்கு இதை யார் வாயிலாகக் கம்பர் கூறினாரோ அந்தக் குகனின் குணநலனை, நெறியைக் கொண்டு சப்பைக்கட்டு கட்டுவார்கள்.

ராமனின் நிறத்தை, அழகை "அல்லையாண்டு அமைந்த மேனியழகன்" என வர்ணித்த குகன் "அவள்" என்று மட்டுமே சீதையைக் குறிப்பிடுகிறான் – இதுதான் அதில் உள்ள சிறந்த அம்சம் என்று முடித்து அதை அனுபவிக்கத் தொடங்கிவிடுவார்கள்.

இருக்கட்டுமே! குகனை நல்லவன் என்று எடுத்துக்கொள்ளலாம். நமக்கு நன்றாகப் புரிந்துவிடுகிறது. அவன் பிற மாதரை ஏறெடுத்தும் பாராதவன். அப்பேர்ப்பட்ட குணம் கொண்டவன் என்பதையெல்லாம் கம்பர் தெளிவுபடுத்திவிடுகிறார் என்று அப்படியே ஒப்புக்கொள்ளலாம்.

குகன் நல்ல குணம் உள்ளவன் என்பது கவிதை ஆகிவிடுமா? அது ஒரு விளக்கம் – நல்ல விளக்கம். அதை எப்படிக் கூறினாலும் விளக்கத்தை மட்டும் கொண்டிருப்பதால் கவிதை ஆகிவிட முடியாது. குகனுடைய குணம் வெளியாவதில் என்ன அப்படிப்பட்ட கவிதை அம்சம் வெளிப்படுகிறது?

உண்மையில் அன்பர்கள் மனதில் தைத்தது அதுவல்ல. அவர்கள் தெரியாமல் உணர்ந்து அனுபவிக்கிறார்கள் (அவ்வாறு உணர்வதுதான் சிறந்தவொன்று என்பது வேறு விஷயம்).

அதைக் கவிதையோடு சம்பந்தப்படுத்திப் பேசும்போதுதான் தவறி விடுகிறார்கள்.

குகனது குணம் இருக்கட்டும். அது கம்பரின் பார்வை.

செல்வந்த நிலையிலிருந்து தாழ்ந்துவிட்ட ஒரு பையன் எங்கோ சென்று திரும்பி ஊருக்கு வந்து ஏதோ ஒரு தெருத் திண்ணையில் கையைத் தலையணையாகக் கொண்டு படுத்துறங்கும் காட்சியைக் காணும் ஒரு கிராமத்துக் கிழவியின் நிலை எப்படி இருக்கும் தெரியுமா?

அவனையே பார்த்துக்கொண்டிருந்துவிட்டு பெருமூச்செறிந்தவாறு என்ன சொல்வாள்?

"ஐயோ... இந்தப் பிள்ளை..."

வேறு பேச முடியாது. நின்று நெஞ்சைத் தடவிவிட்டுச் செல்வாள். ஒரு நிமிட நேரம் என்ன நிலையிலிருக்கிறோம் என்ற நினைவு இல்லாது எங்கோ சென்று மீண்ட அந்த அன்புடை நெஞ்சம்.

இந்த அன்புடை நெஞ்சங்களை நாம் அனுபவத்தில் கொண்டுள்ளோம். நாமும் தேடலில் ஈடுபட்டவர்கள்தாம் – அது பற்றித் தெரியாமலேயே!

இதையோ, இதுபோன்ற வேறு பல நிகழ்ச்சிகளால் பாதிக்கப்பட்டவர்கள்தாம் கம்பனும் நாமும். இந்தக் கவிதைகளைக் காட்சிகளாகக் கொண்டு அனுபவிக்கின்றோம்.

கட்டுரைகள்

இல்லையென்றால் இந்த வரிகளில் வேறு கவிதை அம்சம் இருப்பதனால் அதைக்கூற முடியுமா? நெறிமுறைகளைத்தான் பேசிக்கொண்டிருக்கவேண்டும் – நெறிமுறைகள் கம்பனின் கண்டுபிடிப்பல்ல.

திறனாய்வு சம்பந்தமாக இவ்வகை வழக்கமே பல நூற்றாண்டுகளாக இருந்துவந்திருக்கின்றது. அன்பு என்ற ஒன்று நெறிமுறையோடு சேர்த்தியில்லையா? அல்லது இலக்கண நெறிமுறைக்கு முன்பு "அன்பு" எம்மாத்திரம் என்று சொல்வதா?

பக்தி இலக்கியங்கள் எல்லா மொழிகளிலும் உண்டு. எந்த மொழியையும்விட அதிகமான அளவு தமிழில் இருக்கின்றன என்பதை நாம் அறிவோம். இவை ஒரு குறிப்பிட்ட பொருளையே அடிப்படையாகக் கொண்டு எழுதப்பட்டவை, வேறு எதுவும் இல்லையெனக் கொள்ளல் கூடாது. எழுத்து என்று வந்துவிட்டால் அது கவிஞன் கற்ற அல்லது தெரிந்த பொருளைச் சார்ந்தே அமையும். அவைகளில் உள்ள கவிதையம்சம் கொண்டே தராதரம் செய்ய முடியும்.

இங்குதான் பல சங்கடங்கள் எழுகின்றன. 'கவிஞனுக்கு பக்தியே கிடையாதா – இது என்ன அநியாயம்' என்பர்.

எடுத்துக்கொண்ட பொருளைமட்டும் இலக்கணம் பார்த்தால் கவிஞன் சொன்னதாக புதியது எதுவும் இருக்காது. அப்படி இருக்குமானால் ஏற்கெனவே நமக்குத் தெரிந்தவையே.

கம்ப இராமாயணத்தை அனுபவிப்பது ராமாயணக் கதைக்காக அல்ல என்பதை நாம் அறிவோம். மத சம்பந்தப்பட்டதோ அல்லது வேறு விஷயங்களுக்காகவோ இல்லை என்பதையும் அறிவோம்.

அப்பர் பெருமானின் ஒரு கவிதையை மிகச் சிறந்ததாகக் கருதலாம்.

"பத்தனாய்ப் பாடமாட்டேன் பரமனே பரமயோகீ
எத்தினாற்பத்தி செய்கேன் என்னை நீ இகழவேண்டாம்
முத்தனேமுதல்வா தில்லை அம்பலத் தாடுகின்ற
அத்தாவுன் ஆடல் காண்பான் அடியனேன் வந்தவாறே"

கடைசி வரியில் வரும் "நான் உனது நடனம் காண வந்தேன். எனக்கு வேறொன்றும் தெரியாது" என்ற முறையில் அமைந்த அப்பர் பெருமானின் கூற்றை மிகச் சிறந்த கவிதை அம்சம் கொண்டதெனக் கூறவேண்டும்.

மேற்படிப்பு படித்துமுடித்துவிட்டுத் திரும்பிய பேரப்பிள்ளையுடன், படிக்காத தாத்தா பேசும் வகை, பிள்ளையின் மகோன்னத வாழ்க்கையும் கல்வியும் செல்வமும் அவனிடம் நிரம்பி நிற்பதைக்கண்ட பெருமிதத்தை மறைத்து ஒரு சகஜ நிலைமையில் பேச்சை ஆரம்பிக்கும் நிலை, தாயொருத்தி தன் பிள்ளை கலெக்டர் உத்யோக வாழ்க்கை நடத்துவதைக் காணவேண்டி பொரியுருண்டையுடன் வருதல் போன்ற நிலை.

நாவுக்கரசர் பெருமான் நிலை உங்கட்குப் புரிகிறதா? அவர் உணர்வின் திசை தெரிகிறதா?

பெருமை தலைதூக்குகிறது. உள்ளத்து அன்பு வாரிக்கொட்டுகிறது. "எனக்கு ஒன்றும் தெரியாதப்பா, நான் சொல்லி நீ பெரியவன் என யாரும் தெரிந்துகொள்ள வேண்டியதில்லை" என்று கூறும் எளிய வகை அன்பு. ஒருவேளை, குழந்தைப் பேறு அடையாத அந்தப் பெரியவரின் அவ்வகை அன்பாகவும் அது இருக்கக்கூடும்.

"உன் நடனம் காண வந்தேன்" என்ற பிரயோகம், அந்த எளிய வகை அன்பைத்தான் நமக்குப் பின்னணியில் காட்டி, ராமநாதபுரத்து பொட்டல் காட்டுக் கிராமத்துக் கிழவி "ஏய் பேரா – வெற்றிலை வாங்கிக் குடேன்" என்ற காட்சியையும் – காட்சியால் நீங்கள் யாரென்பதையும் உங்களுக்கு அடையாளங்காட்டிவிடுகிறது.

அறிவுபூர்வமான சொந்தம் எதுவுமில்லை. கல்லாதானும் கற்றவனும் எப்போதேனும், ஒரு முறையேனும் எங்கிருந்தாவது பெறும் அனுபவம் அது.

சொன்னவனும் கேட்டவனும் "ஓகோ... அதுவா.." என்று விளக்கம் வேண்டிநிற்காத நிலையில் எங்கோ போய்விட்டு, திரும்பவும் தனி நிலைக்கு வரும் அனுபவம் அது.

நம்மை அடையாளங் கண்டுகொள்ளும்போது அங்கே எதுவும் இல்லை. மேற்கொண்டு சிந்திக்க எதுவும் இல்லை.

ஆமாம். மேற்கொண்டு சிந்திப்பதற்கு எதுவுமில்லாத – விவரிப்பதற்கு எதுவுமில்லாத – ஒன்றும் இல்லாத நிலைதான் அது.

அதுதான் அமைதி (Silence). அதுதான் கவிதை அம்சம். அது எதுவோ அதைக் கொண்டதுதான் கவிதை.

○

எது அல்ல கவிதை

கருத்திற்காக கவிஞனின் கவிதை பிறக்கவில்லை. கவிதையில் சொல்லப்படும் கருத்தும் உருவகமே.

○

சுருங்கச் சொல்லி விளங்க வைப்பதும் கவிதையல்ல. இரண்டு வரிகளில் சொல்லவேண்டியவற்றைக் கவிஞர்கள் ஆயிரக்கணக்கில் பாடியுள்ளனர்.

○

நுண்கலைகளை விளக்குவதும் கவிதையாகாது. அவை அறிவுக் களஞ்சியங்களாக மட்டுமே ஏற்றுக்கொள்ளப்பட முடியும்.

○

கவிஞனின் பார்வையற்ற வரிகள் கவிஞனையும் சுட்டிக் காட்டாது – கவிதையெனவும் பேர்பெற்றுவிடாது.

○

நெறிமுறைகள் சுட்டிக்காட்டப்படுவது கவிஞனின் உணர்வு வெளிப்பட உதவுவதற்காகவே. அவற்றைப் பறைசாற்றுவதற்காக அல்ல.

○

கல்வியறிவு ஏற்படுவது கவிதையின் குறிக்கோள் ஆகாது.

○

நிரம்பிய முடிவாக இல்லாமல் நமது சிந்தனைக்கு இடமளித்து பின்னர் ஒரு முடிவிற்கு வரச் செய்ய முயல்வது கவிதையாகாது.

○

ஓசை மற்றும் பொருளற்ற சொற்கள் ஆகியவற்றைப் பயன்படுத்துவது அவற்றால் உணர்வு வெளிப்படலாம் எனக் கவிஞன் கருதுவதால்தான்.

○

உவமைகள் இன்னொன்றைச் சொல்லப் பயன்படுமென்றால் அந்த இன்னொன்றும் வேறு ஒன்றைச் சொல்லப் பயன்படுவதற்காகவே.

○

உபமானங்களோடு உபமேயமும் கவிஞன் உணர்வை வெளிப்படுத்தவில்லையென்றால் அது கவிதையல்ல.

○

உபமானங்கள் எவ்வாறு கவிஞனின் குறிக்கோள் இல்லையோ, அதுபோலவே உபமேயங்களும் அவன் சொல்ல வந்தவையல்ல.

○

வெளிப்பாடின் ஒரு பகுதி மட்டுமே கவிதை.

○

உபநிடதக் கருத்துகளோ மற்ற தத்துவங்களோ, கொள்கைகளோ நிலைநாட்டப் பெறுதற்காகத் தோன்றியது கவிதையாகாது.

○

கவிதையைப் பொறுத்தவரை கருத்து ஒரு பக்கவாத்தியமே.

○

உரைநடையை யாப்பிலக்கணத்தின் உதவியால் மாற்றிவிட்டால் அது கவிதையெனப் பெயர் பெற்றுவிட முடியாது.

○

யாப்பும் இசையும் கவிதைக்கு உதவுவதுபோல இன்னும் பல முறைகள் இனி வரலாம்.

O

கவிதை அம்சம் என்பது சத்தியத்தின் நிழல். வேறு எந்த உபகரணங்களும் இல்லாமல் தானாக இயங்குவது.

O

நேருக்கு நேராகக் கவிதை அம்சத்தைப் பார்க்க நாம் பயப்படுவதால், பல கோணங்களில் பயன்படுத்தவேண்டியுள்ளது.

O

கவிதை நமக்கு இன்னொரு மொழி.

O

தான் சொல்வது இதுவரை யாருமே சொல்லாதது என்று கவிஞன் நம்புகிறான். திருக்குறளைப் படித்த பின்னரும், கவிஞனுக்கு நம்பிக்கை அப்படியேதான் இருக்கும்.

O

அறிவு ஒருவனைப் பண்டிதனாக ஆக்கலாம். கவிஞனாக்கிவிடாது.

O

என்ன சொன்னான் என்பது கவிஞனின் பார்வையைப் பொறுத்தவரை சாதாரண விஷயம்.

O

கவிஞன் என்ன சொன்னான் என்பதைவிட "ஏன் சொன்னான்" என்று கேட்பது கொஞ்சம் ஆழமானது.

O

"பொய் சொல்லக் கூடாது" என்று அமைகிற கவிதையைப் படைத்தவன் அந்த நன்னெறியைப் பரப்பும் வேலையைச் செய்யவா எழுதியிருப்பான்?

O

இளங்கோவும் கம்பனும், இன்னும் பலரும் 'கவிஞர்' என்ற முத்திரையில் மட்டுமே ஓர் ஒற்றுமை. ஆனால் அவர்கள் உலகங்கள் தனித்தனியானவை – பார்வைகள் வெவ்வேறானவை. இலக்கியத்தில், குறிப்பாகக் கவிதையில் இதுவே இன்றியமையாதது.

O

நாட்டுப் பற்றும் நன்னெறிகளும் கவிஞனைக் கவர்ந்த விஷயங்களாக இருக்கக்கூடும். அவை பரவலாகத் தெரிந்த காரணத்தாலேயே நாட்டுப்பற்றும் நன்னெறிகளும் கவிஞனுக்கு

முன்பேயே இருந்துள்ளன என்பது தெரிந்துவிடுகிறது. அவைகளை ஏற்படுத்துவதற்காகவோ பரப்புவதற்காகவோ கவிதை நின்று நிலவவில்லை.

❍

கவிதையில் வரும் சொற்களின் பொருளும் தெரிந்துவிடுவதால் மட்டும் அது உணரப்பட்டுவிடுவதில்லை.

❍

விளக்கங்களும் விரிவுரைகளும், கவிதையில் கையாளப்பட்ட விஷயத்திற்காகவே இருக்கின்றன – கவிதையம்சத்திற்கு அல்ல.

❍

எந்த விளக்கமும் விரிவுரையும் கவிதையம்சத்தை நம்முன் கொண்டுவந்து நிறுத்திவிடாது.

❍

குன்றக் கூறலும் கூறியது கூறலும் இலக்கியக் குற்றங்களாகலாம். கவிதையம்சத்தைப் பொறுத்தவரை அப்படியல்ல. சொன்னதையே திருப்பிச் சொல்லிக் கவிதையம்சத்தைத் தோற்றுவிக்கச் செய்ய முடியும் என்றால், அதைச் செய்ய கவிஞன் எல்லா அதிகாரமும் பெற்றிருக்கிறான்.

❍

அத்வைதம் பயின்ற ஒருவன் மொழி மூலம் தனது படைப்பை வெளியிடும்போதும், கம்யூனிசத் தத்துவத்தில் ஆழ்ந்த ஒருவன் படைப்பு வெளியாகும்போதும் அவற்றில் மிளிரும் தத்துவங்கள் இரண்டாம் நிலையையே அடையும். அவற்றை ஏன் சொன்னான் என்று பார்க்கும்போது உணர்வது படைப்பு. அத்வைதத்தையும் பொதுவுடைமைவாதத்தையும் மட்டுமே கொண்டிருந்தால், அவை கட்டுரைகளே.

❍

“கவிதையம்சம்” குறித்து விளக்கம் கேட்டால் “தெரியாது” என்று சொல்லும் முதல் ஆள் கவிஞன்தான்.

❍

விண்வெளிக் கலத்தைப் பற்றிய விளக்கம் தருகிற புதுமைக் கவிதையைவிட எந்த விளக்கத்தையும் தராது குறிஞ்சி மலரையும் அன்னப் பறவையையும் எண்ணங்கள் எதுவும் இல்லாது பார்த்துவிட்ட பழங்கால வெண்பாக்கள் மேல்.

❍

உரையாடலில் சொல்லவேண்டியவைகளை வரிந்துகட்டிச் செய்யும் வேடம் போட வைத்து மேடை ஏற்றும் இரவலர்கள் இலக்கிய உலகில் வராமல் இருப்பதற்காகவே பொற்கிழி அளிக்கப்படத் தக்கவர்கள்.

❍

கருத்துப் பரிமாற்றம் என்ற சாதாரண வேலையைச் செய்ய கவிதை தேவை இல்லை. அவ்விதம் பயன்படுவதும் கவிதையாகாது.

○

சொற்கள் கருத்தை வெளியிடத்தான் பயன்படுகின்றன என்பது உண்மையாக இருக்கலாம். ஆனால், கவிஞன் தனது உணர்வை வெளியிட சொற்களை நாடுவது வேறு வழியில்லாத காரணங்களால்தான். சில சமயங்களில் அவன் அதை வெறுப்போடும் செய்கிறான்.

○

கவிஞனின் பார்வை போலவே அவனது சொற்களுக்கும் தனியான பொருள் உண்டு.

○

கவிஞனின் பார்வையை உணர்ந்துகொள்வதிலும் ஒரு படைப்புண்டு.

○

எண்ணக்கட்டுப்பாடின்றி எவன் தனிமனிதனாக இருக்கிறானோ, அவன்தான் ஓர் இயக்கமாக இருக்க முடியும். கவிஞன் அப்படிப்பட்டவன்.

○

எந்தவகையான பொருளையும் தராமல் உணர்வை மட்டுமே தருவதும் கவிதையில் முடிகிறது.

○

ஒரு கவிதையில் குழந்தையின் அழுகையை மட்டும் கேட்டுவிட்டாலே போதும். அழுகையின் காரணம் – அழுகையை எவ்வாறு நிறுத்துவது, எவ்வாறு நிறுத்தப்பட்டது என்பனவெல்லாம் உரையாடல்தாம்.

○

கவிஞன் எதைச் சொல்கிறான் என்பதில்லாமல் எப்படிச் சொல்கிறான் என்பதிலேயே கவிதை இருக்கிறது என்பது உண்மை. எப்படிச் சொல்கிறான் என்ற விஷயம் அவன் எவ்வளவு ஏற்கனவே தெரிந்து வைத்திருக்கிறான் என்பதைப் பொறுத்தது. எத்தனை தெரிந்து வைத்திருக்கிறானோ அத்தனையளவு அவனது பார்வை மழுங்கல்.

○

தெரிந்த சொற்களைக் கவிஞன் பயன்படுத்துவதுபோல, தெரிந்த இலக்கணத்தை அவன் பயன்படுத்துவான்.

○

இரண்டு யானைகள் வருவதைக் கண்டு "கண்டறியாதன கண்டேன்" என்ற கவிஞன், எந்த இலக்கணத்தில் கவிதை தந்தால் என்ன? தந்தவன் கவிஞன்.

○

உண்மையோடு உறவுவைத்துக்கொள்ளாத எதுவும் படைப்பு ஆவதில்லை. கவிஞனின் படைப்பு உண்மையைத் தவிர வேறு எதையும் கொண்டதில்லை.

❍

எக்களிப்பு – விடுதலையுணர்வு என்பனவற்றை உணராத வரை “நாமார்க்கும் குடியல்லோம் – நமனை யஞ்சோம்” என்ற வரிகளில் எந்தக் கவிதையம்சத்தையும் நாம் பெற்றுவிட முடியாது. கவிதையம்சத்தைத் தவிர மற்றவையாகத்தான் நமன், மகேந்திர பல்லவன், சமணம், வரலாறு – ஆகியவை அமையும். அவை இரண்டாம் நிலை பெற்றுள்ள கருவிகளே.

❍

“இலக்குவர்க்கு முன் வந்த இராமனும் விலக்கினான் ஒரு வெங்கதிர் வாளியால்” என்பன கம்பர் வரிகளாக இருப்பினும் இவை செய்யுளில் வந்த வசனமே.

❍

கவிதை சம்பந்தப்பட்ட எல்லாவகை விளக்கங்களும் கவிஞனின் “பார்வை” சம்பந்தப்பட்டவையாகவே இருக்கும்.

❍

கருத்து, உணர்வு, தொனி, உள்நோக்கம் இவை யாவும் இலக்கியத்திற்கும் மொழிக்கும் பொதுவாக அமையுமேயன்றி கவிதையைச் சுட்டிக்காட்ட இவை போதா.

❍

“செஞ்சொற் கவியின்பம்” என்று சொல்வதால் பயன்படுத்தப்படும் சொற்களின் ஒலிநயத்தைப் பாராட்டி கவிதையம்சத்திற்கும் ஒலி நயத்திற்கும் ஓர் இன்றியமையாத ஒட்டுறவை ஏற்படுத்திவிட நினைப்போர் பலர். சொற்கள்மூலம் ஒரு நிலை உண்டாவது என்னவோ உண்மை. ஆனால் அந்நிலை நமது சுற்றுப்புறச் சூழ்நிலை சம்பந்தப்பட்டவொன்று. இன்று நம்மிடையே எந்தவித உணர்வையும் ஊட்ட வல்லமை பெற்றிராதுபோகும் பழங்காலச் சொற்களுக்கும், நம்முடைய காலத்திலேயே ஏற்பட்ட பல சொற்களுக்கும் இது பொருந்தும். கவிதை, செய்யுள், பாடல் – இவையெல்லாம் ஒன்றுதான் என்று நம்மவர் அடித்துச்சொல்வாரென்றால், கவிஞன் பார்வை கொண்ட படைப்பிற்கு வேறு பெயர் கொடுப்பதுதான் நியாயம்.

❍

பாடலும் கவிதையும் ஒன்று என்றால் “குறிஞ்சிப் பண்” வெளியாகும் இசைக் கருவியிலிருந்து வருவதைக் “கவிதை” என ஏற்றுக்கொள்வோமா என்பது அடிப்படையான கேள்வி.

❍

செய்யப்படுவது செய்யுள் என்றால் செய்யுள் அல்லாத மற்றவை செய்யப்படாதவையா என்பதும் நியாயமே.

❍

நாட்டை அகத்தில் கொண்டதால் "நாடகம்" என்கிறோம் என்பது உண்மையானால் சிறு கதைகளும் புதினங்களும் காட்டையா அகத்தில் கொண்டிருக்கின்றன?

◯

நாடகம் ஏற்பட்டபோது, வேறு எந்தவித இலக்கிய வகைகளும் இல்லாததால் அதற்கு அந்தப் பெயர் ஏற்பட்டது என்று கூறினால், அதை ஏற்று, அந்த உண்மை செய்யுளுக்கும் பொருந்தும் என்று கூறிவிடுவதுதான் நல்லது.

◯

காளிதாசனைவிட இளங்கோ உயர்ந்த கவிஞன் என்று தீர்மானிக்க வேண்டுமானால் அங்கே மொழியும் இலக்கணமும் போய்விடுகிறதல்லவா? அவ்விரு இலக்கியவாதிகளின் – கவிஞர்களின் – பார்வையைக்கொண்டுதானே பேசி முடிவுகட்ட இயலும்.

◯

கவிதையம்சமும் பார்வையும் தெரிந்தோ தெரியாமலோ எல்லாராலும் பயன்படுத்தப்பட்டு வந்திருக்கின்றன.

'ஆடுவோமே – பள்ளு பாடுவோமே' என்று பாடிய கவிஞனை 'ஒரு தீர்க்கதரிசி' என்று பாராட்டுவதைவிட வேறு அவமானம் இல்லை.

◯

பாரதிக்கும் நாட்டு விடுதலை பற்றி முன்பே தெரிந்துதான் கவிதை பண்ணியிருக்கிறார் என்றால் அது அவரது அரசியல் அறிவைக் குறிக்கும். அரசியலில் அவரைவிட முதியோரும் சிறந்தோரும் அப்போது இருந்தனர். அவர்களிடமிருந்து பெறமுடியாத அரசியல் தீர்க்கதரிசனத்தையா பாரதியிடம் நாடவேண்டும்? அவர்களை நாம் கவிஞர்கள் எனக் கூறுவது கிடையாது.

◯

பாரதி கவிதைகளில் நாம் பயன்படுத்திக்கொண்ட சீற்றத்தையும் எக்களிப்பையும் விளக்க முடியாமல்தான் அவரது அரசியல் அறிவையும் தீர்க்கதரிசனத்தையும் கூறி ஒதுங்கிவிடுகிறோம்.

◯

'அரவை இயந்திரம்' ஒன்றை நிலைநிறுத்த முடியாத காரணத்தால் பாரதிக்கு அந்நிய ஆட்சிமீது சீற்றம் ஏற்பட்டு அரசியலிலும் புகுந்தார் என நாம் அறிகிறோம். அப்படி எதுவும் நடந்திருக்கவில்லை என்றாலும், வேறு ஏதேனும் நியாயத்தைக் கண்டு சீற்றமுற்றுத் தன்னை வெளிக்கொணரத் தயங்கியிருக்க மாட்டார். பாரதியின் சீற்றமும் எக்களிப்பும் அவர் நாட்டுவிடுதலைக்குப் பின்னர் இருந்திருந்தாலும் அப்படியேதானிருக்கும்.

◯

கவிதையில் நோக்கம் எதுவும் இருப்பதில்லை.

◯

கவிதையில் நோக்கம் என்ற ஒன்று இருந்திருந்தால் அது நிறைவேறியவுடன் கவிதை அழிந்திருக்கும்.

❍

உலகில் பசிப் பிணியில்லாத நிலை ஏற்பட்டுவிட்டால் பொருளாதார சம்பந்தமான நூல்கள் அனைத்தும் வேண்டாதவை ஆகிவிடலாம். அந்நிலையிலும் "இரந்தும் உயிர் வாழ்தல் வேண்டின் பரந்து கெடுக" என்ற வள்ளுவனின் கவிதை ஒரு கண நேரம் நம்மை அயரவைத்துவிடும். இத்தனைக்கும் பசிப் பிணி அகலச் செய்ய வேண்டியவை குறித்து அக்கவிதை எதுவும் சொல்லவில்லை.

❍

காரண காரியங்களோடு இருக்கும் எந்தப் பொருளும் நிலைப்பதில்லை.

❍

"அன்பு" என்று நாம் உணர்வதிலே நோக்கமோ, எந்தவித காரண காரியங்களோ இல்லை.

❍

நோக்கமோ காரணங்களோ அற்ற நிலை – அன்பு என்றபடி நாம் பொதுவாகக் கூறிவரும் நிலை – இவற்றை "பார்வை" என்று குறிப்பிடலாம்.

❍

"கவிதை" என்று குறிப்பிடுவது ஓர் எழுத்திலும் இருக்கலாம். ஒரு சொல்லிலும் இருக்கலாம். சொற்றொடரிலோ, ஆயிரக்கணக்கான சொற்களிலோ நின்றும் நிலவலாம்.

❍

எந்தப் பொருளைப் பற்றிக் கவிஞன் கூறுகிறானோ, அதை நாம் பெரிதுபடுத்துவதில்லை.

❍

மொழி வல்லுநர்கள் பலர் – இலக்கணக் கடலிலே தோய்ந்த அறிஞர் பலர் "கவிஞர்" எனப் பெயர் எடுக்க முடியாதுபோய்விடுகிறது. இதன் முதல் காரணம் அவர்கள் விளக்கங்களிலேயே ஆழ்ந்துவிடுகிறார்கள்.

❍

கவிஞர்கள் மாத்திரமல்ல, இதர படைப்பாளிகளும் மொழியில் பாண்டித்தியம் பெறாத நிலையிலும் சிறந்த இலக்கியங்களைத் தந்துள்ளனர்.

❍

இலக்கணத்தில் ஆழ்ந்த அறிவுகொண்டவர்கள் "இலக்கணம் என்றால் என்ன" என்பது குறித்து நினைக்க மறுக்கிறார்கள்.

❍

உலகில் சிறந்த கவிஞன் ஒருவனது படைப்பு இன்னொரு மொழியில் வெளியாகி "நோபல்" பரிசிற்கும் உரியதாகிறது. அதைப் படித்த நாம், ஏற்றுக்கொள்வது அப்படைப்பாளியின் மொழியறிவைக் கொண்டுதான் என்று சொல்ல முடியுமா?

○

"தன்னையறிந்தின்பமுற" என்ற வள்ளலார் கவிதைக்குத் தத்துவக் கருத்தாலோ, வேதாந்த விரிவுரையாலோ அணைபோடத் தொடங்கிய உடனேயே கவிதையம்சம் ஓடிவிடும். வள்ளலார் எத்துணைத் தத்துவவாதியாகவோ இருக்கட்டும். இவ்வரிகள் ஓர் ஒப்பற்ற கவிஞனை அடையாளங்காட்டும்.

○

"ஊழ்வினை" எல்லாவற்றையும்விடப் பெரியது என்ற நோக்கத்தை உடையவராகப் பலர் இருந்திருக்கலாம். இளங்கோவைக் கவிஞன் என மதிப்பது அந்த நோக்கத்திற்காக அல்ல. அந்த நோக்கத்தின் வாயிலாக அவரது நூலில் கவிதையம்சம் வெளிப்படவும் இல்லை.

○

வாழ்த்துப் பாடல்களில்கூடக் கவிதை இருக்கலாம். அது கவிஞனின் பார்வையைப் பொறுத்த விஷயம்.

○

வருமான வரித் துறை சட்டதிட்டங்களை வெண்பாக்களால் எழுதி வைத்துவிட முடியும். ஞாபகத்தில் வைத்துக்கொள்ளவும் அது உதவும்.

○

ஒரு குறிப்பிட்ட நோக்கத்திற்காக எழுதப்பட்ட ஒன்று செய்யுளைவிட உரைநடையில் மிக நன்றாகப் பயன்படத்தக்க விதத்தில் எழுதப்படலாம். வேண்டுமென்றே அதைச் செய்யுளாக மாற்றித் தருவது ஒருவகை மொழிபெயர்ப்பு வேலையே.

○

கவிதையம்சம் உணரப்படும்போது சொற்களின் பொருள் நினைவிற்கு வராது.

○

இசையைக் கவிதையோடு சேர்த்துக்கொள்வது போல, பலவற்றை இணைத்து அழகுபடுத்தலாம். அவையெல்லாம் கவிதைக்கு இன்றியமையாதவை அல்ல.

○

கவிதையின் பயன் அல்லது கலைகளின் பயன் என்னவென்ற கேள்விக்கு வாழ்க்கையின் பயன் என்னவென்ற கேள்விதான் பதில்.

○

கவிஞர் ஒருவரின் நூல் வெளியீடு நடந்துகொண்டிருந்தது. கவிதை விமரிசனங்களுக்கிடையே அவசரமாக அவர் கூறினார்:

"யாராவது மின் விசிறியை நிறுத்திவிடுங்கள். அந்தக் குருவி மீது பட்டுவிடப்போகிறது."

அவர் எழுதிய சிறந்த கவிதை இதுதான்.

○

'கொலை வாளினை எடடா' என்ற கவிதையும் 'எல்லோரும் இன்புற்று இருக்க நினைப்பதுவே இல்லாமல் வேறு ஒன்றறியேன் பராபரமே' என்ற கவிதையும் கவிதையம்சத்தைப் பொறுத்தவரையில் ஒன்றுதான் – பொருள் இரண்டிலும் வேறுபட்டிருந்தாலும்கூட.

○

"உள்ளத்து உள்ளது கவிதை - இன்பம்

உருவெடுப்பது கவிதை" என்ற கவிஞரிடம், சிலர் கவிதைபற்றிக் கேட்ட போது, அவர் கூறியது:

"உள்ளத்து உள்ளதுதான் கவிதை. இன்பம் உருவெடுப்பதுதான் கவிதை. ஆமாம். இப்போது நீங்கள் சொல்லுங்கள். நான் கேட்டுக்கொள்கிறேன்."

○

அழகு பொருந்தியது கவிதை என்று சொல்லிக்கொண்டே "அழகு" என்றால் என்னவென்று மிக முக்கியமானதும் நுண்ணியதுமான விஷயத்தை நாம் கவிதை விமர்சனங்களில் கோட்டைவிட்டு விடுகிறோம்.

○

கவிதையம்சம் என்பதிலே காரணம் எதும் கிடையாது.

○

ஒரு குறிப்பிட்ட காலத்தில் மொழி எவ்வாறு இயங்கிவந்தது என்பதை விளக்குவதே இலக்கணம்.

○

ஒரு மொழியின் இலக்கணம் பிற மொழியினருக்கே நன்கு பயன்படும். இலக்கண நூல்களின் நோக்கமும் அதுவே.

○

இலக்கணக் குற்றமென்று கூறிவிடுவது ஒரு போலித்தனமான திறனாய்வு.

○

முதன்முதலில் வெண்பா எழுதிய படைப்பாளி இலக்கணத்தைப் பொறுத்தவரையில் அதுவரை இல்லாத ஒரு புதுமையைப் புகுத்தியபடியால் இலக்கணக் குற்றத்திற்கு ஆளாகிறான்.

○

எந்தவிதப் பழங்கால இலக்கியங்கள் இல்லாமலிருந்தாலும்கூட தமிழின் தொன்மையை நாம் அறிந்துகொள்ளலாம். அது வரலாறு சம்பந்தப்பட்ட விஷயம்.

○

கவிதையம்சம் என்பதிலே பழங்காலம் – தற்காலம் என்ற வாதம் எழ முடியாது.

○

புதுமையான விஷயம் என்று கூறுகிறோம். கவிதையம்சத்தைப் பொறுத்தவரை அப்படி ஒன்று இந்தப் பிரபஞ்சத்தில் இருக்கப்போவதில்லை.

○

பள்ளிக்கூடத்தில் கல்வி போதிக்கப்படுகிறது. எனவே 'கல்வி' என்றவுடன் பள்ளிக்கூடக் கட்டடமே நம் நினைவிற்கு வந்துசேருகிறது. மரத்தடியிலும் கல்வி பெறலாம். ஆசிரியன் இல்லாமலும் "ஞானம்" பெற்றவர்கள் உண்டு. கவிதைக்கும் இலக்கணத்திற்கும் உள்ள தொடர்பு கல்விக்கும் கட்டடத்திற்கும் உள்ள தொடர்பு போன்றதுதான்.

○

இளங்கோவும் கம்பனும் சில முறைகளைப் பின்பற்றிக் கவிதைகளைத் தந்துள்ளனரே என்றால் அவர்கள் வேறு எப்படித் தந்திருப்பார்கள்? அது அவர்கள் பயின்ற முறை. மேலும் அவ்வாறு தரக் கூடாது என்று சட்ட திட்டம் எதுவுமில்லையே?

○

ஒரு குறிப்பிட்ட இசைக் கருவியில் பயிற்சி பெற்ற ஒருவன் வேறொரு கருவியில் இசை மீட்ட முடியாதவனாகிறான். பண் என்னவோ ஒன்றுதான். மரபுக் கவிதையென்றும் புதுக் கவிதையென்றும் சொல்லப்படும் படைப்புகளுக்கும் இதே நிலைதான். இரண்டிலும் கவிதையம்சம் மாறுபடுவதில்லை.

○

கருத்து எப்போதும் கருத்தாகவே இருந்துவிடும். அதைக் கவிஞன் பயன்படுத்துவதால் அவனது வெளிப்பாடு கருத்தாகவே ஆகி விட்டது. சொற்கள் மூலம் கருத்தையும், கருத்தின் வெளிப்பாட்டால் வேறு எதையோ அவன் சொல்ல முயல்கிறான். அந்த வேறு "எதுவோ" தான் கவிஞன் பார்வை. பார்வையைத்தான் கவிதையம்சம் என்கிறோம்.

○

கருத்துகளை விளக்கி அதைச் செய்யுளில் தருவது ஒருவனது சாமர்த்தியத்தைக் காட்டலாம். அவனைக் கவிஞன் என்று போற்ற அது காரணமாகிவிடாது. அச்சுப் பிசகு

இல்லாது ஓர் இயற்கைக் காட்சியை வரையும் ஓவியனோ – தன்னுடைய ஆசிரியன் பாடிய பண் ஒன்றை அவ்வாறே இசைக்கும் கலைஞனோ – எவ்வித வெளிப்பாட்டையும் தரப்போவதில்லை. அவர்களைக் கலைஞர்கள் என்று கூறுவதில் பொருளில்லை. ஒரு கணக்கு இயந்திரமும், டேப் ரிக்கார்டரும், காமிராவும் செய்ய வேண்டிய வேலைகள் அவை. இதைப் போலித்தனமான கலை (Pseudo Art) என்று அடித்துக் கூறலாம்.

O

எத்தகைய காரணங்களால் ஒன்று கவிதை இல்லை என்று தெரிந்து கொள்கிறோமோ அத்தனை தூரம் நாம் கவிதையுடன் நெருங்கி விடுகிறோம்.

O

கருத்து, உணர்வு, தொனி, உள்நோக்கம் என்று விளக்கப் புகுதல் கவிதை சம்பந்தப்பட்டதில் ஓரளவு பயன்தருவதாகவமையும். இதன் முக்கியக் காரணம், மேற்சொன்ன பாகுபாடுகள் உரைநடைக்கும் அப்படியே பொருந்துகின்றன.

O

பொருள் இல்லாத இசையுடன் கவிதையை ஒன்றுசேர்த்துக் கவிதை அம்சத்தை ஏற்படுத்திவிட முடியும் என்றால், அதை வரவேற்பதில் யாருக்கும் தயக்கம் இருக்க முடியாது.

O

"பார்வை" கவிஞனைப் பொறுத்த விஷயம். அவனது கருத்தைச் சார்ந்தவொன்றல்ல.

O

கவிதையை உணர்ந்துகொள்வதும் வாழ்வின் பொருளை உணர்ந்துகொள்வதும் ஒன்றுதான். படைப்பின் ரகசியமும் அதுவே. என்றாலும், உணர்ந்துகொள்வது என்பது தனிப்பட்ட ஒவ்வொருவரையும் சார்ந்த விஷயம்.

O

சர்க்கரை இனிக்கிறது என்பது உணர்வைப் பொறுத்தவரை பொதுவான விஷயமல்ல.

O

"வந்தே மாதரம் என்போம்" என்ற வரிகளில் கவிதையம்சம் இல்லைதான். ஆனால், மாவட்ட ஆணையாளரை எதிர்த்து "நீ யார் கேட்பதற்கு? நான் சொல்லத்தான் செய்வேன்" என்றவாறு பொங்கியெழுந்த கவிஞனைக் கண்டால்தான் கவிதை தெரியும்.

O

சிந்தனை மூலம் ஏற்பட்டவொன்று கவிதை ஆகிவிடுவதில்லை.

O

சிந்தனையின் வெளிப்பாட்டில் அன்பு வெளிப்பட்டுவிடாது.

O

காரண காரியங்கள் வசப்பட்டு நிற்காமல் நிரம்பிய முடிவாக இருப்பதுதான் கவிதை. வேறு எவ்வகையாக அமைந்திருந்தாலும் அது சிந்தனைக்கு விருந்தாக இருக்குமே தவிர. கவிதை அம்சத்தை இழந்துவிடுகிறது.

○

ஒரு பொருளைப் பார்த்தவுடன் எழுந்த கற்பனைதான் கவிதை என்றால் – அதை உரைநடையிலும் கூற முடியும். அப்படிக் கூறுவது இன்னும் தெளிவாகவே இருக்கும். கவிதையில் கற்பனை இருக்கமுடியுமே தவிர அதுவே வரம்பு ஆகிவிடுவதில்லை.

○

பார்த்த ஒரு பொருளின் விளக்கத்தைக் கவிதையில் எதிர்பார்ப்பது வீண். அப்படி விளக்கம் தருபவர்கள் தங்களை ஏமாற்றிக்கொள்கிறார்கள்.

○

கவிதை ஒரு வரைபடம் அல்ல.

○

கவிதையில் வார்த்தை ஜாலங்கள் சில காலம் மக்களைக் கவரலாம். எனினும், நீடித்திருக்காது.

○

கற்பனை வளமென்றால் என்னவென்றே அறியாத ஒருவன் சாதாரண எழுத்துகளில் சொன்னது மாபெரும் இலக்கியமாகியிருக்கிறது – கவிதையாகியிருக்கிறது.

○

"யாண்டு பலவாக நரையில ஆகுதல்" என்ற பிசிராந்தையாரின் கவிதையை நரைக்கு வைத்தியமாகக் கொண்டுவிட்டால், பிறகு அதில் கவிதை எப்படி வாழும்?

○

ஒரு குறிப்பிட்ட காலத்தில் அமையக்கூடியவைதாம் நெறிமுறைகளாகவோ இலக்கணங்களாகவோ இருக்கவேண்டும் என்ற நியதி இல்லை.

○

நினைவுகளை சிந்தனைகளாகக் கருதிக்கொண்டிருப்போர் இருக்கும்போது, சிந்தனைகளை உணர்வாகக் கருதுவோர் இருப்பதில் வியப்பில்லை.

○

கொள்ளைக்காரராக இருந்தோர் பலர் கவிதை எழுதியிருக்கின்றனர். அரசராக இருந்தோரும் படைப்புகளைத் தந்துள்ளனர். கவிதையின் உருவத்திற்கு நாம் விளக்கம் தந்திருப்பது போலவே கவிஞர்களுக்கும் ஓர் உருவம் அளித்துவிட்டோம். அவன் ஏழையாக

இருப்பான். செல்வந்தரிடம் பரிசில் பெற்று வாழ்பவன் என்றெல்லாம் நாம் ஒரு சில நடைமுறை விளக்கத்தைத் தவறாகப் பயன்படுத்திவருவதைப் போலவே கவிதையிலும் 'கருத்து இருக்கவேண்டும் – நெறிமுறைகள் இருக்கவேண்டும் – சிந்திக்க ஒன்றை ஓசை நயத்தோடு கூறவேண்டும்' என்றெல்லாம் விளக்கமளித்துக்கொண்டே ஏமாறுகிறோம்.

○

இறைவனே நமது மொழியில் கவிதை இயற்றியுள்ளான் என மகிழ்கிறோம். இறைவனே வந்து கவிதை யாத்தான் என்ற எண்ணம் கவிதையம்சத்தின் தோற்றமாகும்.

○

விளக்கங்களின் அப்பாலுக்கப்பால் நிற்கும் "அருள்" என்ற சொல்லைக் கொண்டது தமிழ்மொழி. அச்சொல்லை நாம் இறைவனோடேயே அநேகமாகச் சேர்த்துச் சொல்லுகிறோம். கவிதைக்கும் அருளிற்கும் இறைனுக்கும் அதிக வேறுபாடு இருப்பதாகத் தெரியவில்லை.

○

அந்தி வந்தடைந்த தாயையும் கன்றையும் காட்டும் கம்பன் வரிகளிலிருந்து தாய் சேய் அன்பை நீங்கள் கண்டு கொண்டாலோ, அல்லது சீவராசிகளின் அன்பை உணர்ந்து கொண்டாலோ நாம் கம்பன் கண்ட காட்சியை – அமைதியை அடையத் தடையிராது. மேற்படி வரிகளை ஆராய்ந்து கம்பன் வாழ்ந்த இடத்திலா எருமை மாடுகள் இருந்தன என்ற வரலாற்று உண்மையைக் கண்டுபிடித்து அதுதான் அந்தக் கவிதையின் சிறப்பு என்று கவியரங்கம் நடத்தாமலிருந்தால் போதும்.

○

"யாதும் ஊரே" என்ற பூங்குன்றன் கவிதையானது, பண்பாட்டையும் வானவியல் சாத்திரத்தையும் தன்னுள்ளே கொண்டுள்ளது என்று அக்கவிதையின் பெருமைக்கே அதுதான் காரணம் என்போர் பூங்குன்றனையோ கவிதையையோ அறியார். சூழ்நிலைச் சுற்றுப்புறங்களின் செல்வாக்கையும் மிஞ்சி அமைதியை உணர்ந்த ஒரு கவிஞனின் படைப்பு அது. அதிலே பண்பாடும் வரலாம். வரலாறும் வரலாம். சோதிடம்கூட வர முடியும்.

○

"சாதிகள் இல்லையடி பாப்பா குலத் தாழ்ச்சி உயர்ச்சி சொல்லல் பாவம்" என்ற பாரதியின் வரிகள் அவரது பார்வையை முழு அளவில் வெளிக்கொணர்ந்திருக்கின்றனவா என்பது ஒரு கசப்பான கேள்வி. மேற்படி வரிகள் உபதேச மனப்பான்மையுடன் வெளிவந்தவை. "மோதி மிதித்துவிடு" என்றபடி பாப்பாவிற்குச் சொன்ன ஒரு கவிஞன் இழிந்த – தாழ்ந்த குலம் என்ற நாசமாய்ப் போகிற கட்டுப்பாட்டிற்குமுன் ஒரு இரக்க உணர்வையா கண்டிருக்க முடியும்? சாதி இருக்கிறது என்று சொல்வானும் இருக்கிறானே என்ற அங்கலாய்ப்பையோ வெறுப்பையோ காட்டவில்லை. பாரதி உபதேசம்தான் செய்ய முற்பட்டிருக்கிறார் மேற்படி வரிகளில் என்பது ஒரு கசப்பான உண்மை.

○

இதுவுமது

அரை நூற்றாண்டுக் காலமாகக் கவிதைக் கலைத் திறனாய்வு குறித்துத் தமிழில் வெளிவந்துள்ள கட்டுரைகளையும் நூல் வடிவங்களையும் கண்டு பொருமிச் சிலபல அங்கலாய்ப்புகளுடன் வெளிப்படுத்தப்பட்டவைதாம் இவை.

கவிதைக் கலை குறித்து "அவன் என்ன கண்டான் – இவனுக்கு என்ன தெரியும்" – என்றெல்லாம் கூறித் திரியும் புதுமைக் கவிஞர்கள் – இலக்கணத்தை விட்டால் வேறு கதியற்ற பண்டிதர்கள் – இவர்கள்தாம் இந்நூலுக்கு ஆதாரம்.

உண்மையில் இந்நூலை இவர்களுக்கே "சமர்ப்பணம்" செய்திருக்கவேண்டும். அந்த வேலையில் எல்லாம் ஏனோ நம்பிக்கை இல்லை.

எப்படி இருந்த போதிலும் இவர்கள் எல்லாருமே கவிதையை ஓர் உயர்ந்த இடத்தில் வைத்துப் போற்றுபவர்கள் என்பதில் கொள்ளை மகிழ்ச்சி.

அரை நூற்றாண்டுக் காலமாக – அதாவது திறனாய்வு வளர்ந்துவர ஏற்புடைத்தான காலத்தில் தமிழ் இதழ்களும் நூல்களும் என்ன செய்துவிட்டன என்ற கேள்வி அனுபவபூர்வமாகவே எல்லாருக்கும் உண்டு. கவிஞனாக இல்லாத காரணத்தால் எனக்கு இது பெரிதாகத் தோற்றமளிக்கிறது. இத்தனைக்கும் "கவிதை" ஒன்றையே பெரிதாகக் கொண்டது இந்த நாடும் மொழியும்.

விதிவிலக்குகள் இருக்கலாமேயொழிய, திறனாய்வு நம்மிடையே ஓர் அங்குலம்கூட வளரவில்லை. டி.கே.சி. என்ற விதிவிலக்கு நம்மவர் சிலர் கண்களை அகலத் திறந்து "ஓகோ" என்று வியப்படைய குறிப்பிட்ட அளவில் உதவியிருக்கிறது.

கவிதையாகட்டும்; மற்ற துறையாகட்டும் – சொற்களைப் புதியதாகப் போட்டுவிடுவதால் மட்டும் "படைப்பு" ஏற்பட்டுவிடுகிறது என்ற நிலையில்தான் இலக்கியம் சென்றுகொண்டிருந்து விட்டது.

தேக்கப்பட்ட சிந்தனைகளிடமிருந்து பெற்ற ஒன்று – Plagiarism என்பதற்குச் சமம்தான் என்பதை ஏனோ வசதியான முறையில் மறந்துவிடுகிறோம். தேக்கப்பட்ட சிந்தனைகளின் மூலம் ஒருவன் பெறும் பார்வை "பார்வை"யே அல்ல. அதை இன்னொரு சிந்தனை என்று வேண்டுமானால் ஒப்புக்கு ஏற்றுக்கொள்ளலாம். ஆனால் "இன்னொரு சிந்தனை" என்பது படைப்பு ஆகாது.

"பார்வை" என்பது ஒருவனைப் பொறுத்த விஷயமே தவிர, ஒன்றைப் பொறுத்தது அல்ல. பாரிசையும் ரோமையும் சுற்றிப் பார்த்தவர்கள் உணர்வைப் பொறுத்தவரை தங்கள் ஊரைவிட்டு ஓர் அங்குலம்கூட நகர்ந்தவர்களாயிருக்க மாட்டார்கள். ஊரின் தெப்பக்குளம் ஒன்றிலேயே உலகைக் கண்டவர்களும் உண்டு.

வழிமுறைகளைப் பின்பற்றல் என்ற ஒரே நோக்கு பல படைப்பாளிகளைச் சீரழித்திருக்கிறது. கருத்து எப்போதும் கருத்தாகவே இருந்து கொண்டிருக்கும். படைப்பாக மாறிவிடாது.

நம்மிடையே உலவிவரும் பேர்பெற்ற எழுத்தாளர் பலரின் படைப்புகளிலே புதுமைப்பித்தன் வண்ணங்கள் தோன்றி மிளிர்வது, அவர்கள் பின்பற்றும் முறைகேடான முறையால்தான். இவ்வகைப் படைப்புகளை ஏற்றுக்கொள்வதும், இருமல் நோய் கண்டவரை எல்லாம் புதுமைப்பித்தன் என்றழைப்பதும் ஒன்றுதான். “வக்கிரப் பார்வை” கூடப் “பார்வை”தான் – நல்ல வெளிப்பாடுதான். எழுதாமல் இருப்பதும் ஒருவகை வெளிப்பாடுதான். ஆனால் பேசாமலும் எழுதாமலும் இருப்பதால் மட்டும் ஒருவன் மௌனியாகிவிட முடியாது. அது முறையான தந்திரம். ஒருவகைப் பின்பற்றுதல். அவ்வளவுதான்.

அருமையான கவிதை அம்சம் கொண்ட படைப்புகள் எப்படியெல்லாமோ வெளிவருகின்றன.

“என்னடி உந்தன் மந்திரங்கள் – இந்த
சின்னஞ் சிறிய ரோஜா முன்”

இது ஒரு “செக்” நாட்டுப் பாடல். ஊடுருவி நின்ற எண்ணங்களை எல்லாம் வெற்றிகொண்டு, எந்தவிதச் சிந்தனையையும் தோற்றுவிக்காது ஒரு தெளிவை நொடிப்பொழுதில் தருகிற மேற்படி கவிதை சினிமாப் பாடலாகக்கூட இருக்க முடியும். ஆயினும் எத்தனை அருமையான கவிதை அம்சம்!

ஆமாம். கவிதையைப் பொறுத்தவரை “இது பெரியவர் எழுதியது – இது இமயமலை சென்றுவந்தவர் கைங்கர்யம்” என்றெல்லாம் நமக்குத் தெரிவதில்லை.

மேநாடு இருக்கட்டும். நமது கிளிக்கண்ணி ஒன்றைப் பாருங்கள்.

“மாடு மனை போனாலென்ன
மக்கட் செல்வம் போனாலென்ன
கோடிச் செம்பொன் போனாலென்ன – கிளியே
குறுநகை போதுமடி”

இன்று மார்தட்டிக்கொண்டிருக்கும் பலரது படைப்புகள் இந்தக் கண்ணிக்கு ஈடாகா.

படைப்பின் இரகசியமே கவிதையை உணர்ந்துகொள்வதில் அடங்கிவிடுகிறது. இலக்கிய உலகின் எல்லாவித ஐயப்பாடுகளும் கவிதையை அறிந்துகொள்வதில் இருக்கிறது. எந்த உண்மையையும் உணர்ந்துகொள்வதில் கவிதை இருக்கிறது. குழந்தைப் பருவத்தில் நாம் பெற்றோரிடமிருந்து தெரிந்துகொண்ட பாலர் கதைகள் – இளம் பருவத்தில் நாம் கண்டு கேட்டுத் தெரிந்தவை – இவை எல்லாமே கவிதை உணரப்படுவதற்கு உதவிசெய்யும். பிரபஞ்சத்தின் இரகசியமே அந்த உணர்வுதான்.

சிறந்த கவிதை ஆசிரியர்கள், நாடக ஆசிரியர்கள் யாவருமே கவிதையின் உன்னதத் தன்மையை உணர்ந்தவராக இருப்பார்கள்.

மூடநம்பிக்கையுள்ள – அரசியல் அறிவற்ற – வரலாறு தெரியாத – அறிவியல் என்றால் என்னவென்று அறியாத சிறந்த கவிஞர்கள் உலகமெங்கும் உண்டு. நாட்டு மக்களின் குறைகளைப் போக்கும் எண்ணத்துடன் அவன் பாடினான் என்றால், அந்தக் குறைகளைத்

தீர்க்கும் பணியில் அவனை மிஞ்சிச் செய்தித் தாள்களில் கடிதம் எழுதிப் பணிபுரிந்தவர்கள் இருக்கிறார்கள். சொல்லப்போனால், நாட்டின் குறைகளைப் பலர் கூறிச் செய்திகளில் படித்துத்தானே ஒரு கவிஞனும் தெரிந்திருப்பான்.

எதிர்காலத்தைப் பற்றி முன்னரேயே கூறிவிட்டான் – கவிஞன் ஒரு தீர்க்கதரிசி என்று கூறுவதெல்லாம் சிறுபிள்ளைத்தனம்.

இந்த நூல் யாருக்கும் "சமர்ப்பணம்" செய்யப்படவில்லை என்றேன். ஆனால் பலரது அன்பே ஒரு கவிதையாக மலர்ந்திருப்பதைக் காண முடிந்திருக்கிறது. இலக்கணத்தில் தேர்ந்த அறிவுகொண்ட கவிஞர்கள் இலக்கியவாதிகள் பலரது அன்பிற்கு நன்றி கூற வேண்டும். அவர்கள் மட்டுமல்ல, இதுவரை நான் கண்டவை, கேட்டவை, விரும்பியவை, வெறுத்தவை, எனது கோபதாபங்கள்– நம்பிக்கைகள் – விழைவுகள் – அனைத்தும் நன்றிக்குப் பாத்திரமானவையே.

❖

2. எண்பதுகளின் துவக்கத்தில் தமிழ்க் கவிதை

கவிதையின் பாடு எண்பதுகளில் மட்டுமல்ல, பல காலமாகவே பெரும்பாடாய் ஆகிவிட்டிருக்கிறது. இலக்கிய உலகின் தலைச்சன் குழந்தையாய்ப் பிறந்தும் அதற்கு இந்த கதி. நாம்தாம் போஷகர்கள் என்று பலர் நினைத்துவிட்டதால் வந்த வினை. சத்தற்ற பேருண்டி– இளைக்கவேண்டிய அவசியம்தான்.

நாவலந் தீவினிலே – தெற்குப் பக்கம் ஒரு மொழி – இயற்கை காரணமாய் கவிதையில் செறிந்துவிளங்கிற்று. அந்தச் செல்வத்தைக் குவித்துக்கொண்டே இருந்திருக்கின்றனர். கிரேக்க மொழியைவிட அது கவிதைப் படைப்பில் நிமிர்ந்துநிற்கிறதென ஒரு பாதிரியார் கூறினார். வடமொழியைவிட அதிக அளவு என ஒரு காஞ்சிப் பெரியவர் சொல்லுகிறார். அந்த மொழியின் சிறப்புபற்றி எண்பதுகளிலும் நமக்கு ஐயப்பாடில்லை.

பாட்டன் தந்த செல்வத்தைக் கொண்டோரெல்லாம் பொருளாதார சாத்திரம் படைத்துவிட முடியாது. "உன் விஷயம் இப்போது எப்படி?" என்று உலகம் கேட்டால் மென்று விழுங்க வேண்டிய நிலை – தமிழ்க் கவிதையின் பாடு பெரும்பாடாகி விட்டது.

தேக்கப்பட்ட சிந்தனை வடிவமைப்பின் வெளியீடாக வருபவை பார்வையெனப் பெயர்பெற்றுவிட முடியாது. அவற்றை "இன்னொரு சிந்தனை" என ஒப்பிற்காகச் சொல்லிக் கொள்ளலாம். ஆனால், இன்னொரு சிந்தனை என்பது படைப்பு ஆகி விடுவதில்லை – கவிதையாக ஏற்கப்பட்டுவிடுவது நடவாத காரியம்.

கவிதையென்றால் என்ன – கடவுள் என்றால் என்னவென்று தவறான கேள்விகளைத் தவிர்த்து நாம் 'கவிஞன் என்றால் யார்' என்று கேட்கையில் விஷயம் லேசாகிவிடுகிறது – விடை கிடைத்துவிடுகிறது.

பார்வை ஒருவனைப் பொறுத்த விஷயமே தவிர, ஒன்றைப் பொறுத்தது அல்ல. பூங்குன்றன் – முன்றிலார் இவர்கள் தொட்டுக்காட்டிய கவிதையம்ச உண்மையை விட்டு விலகி, கல்வி– சிந்தனை – கருத்து என்பவைகளைக் கொண்டே கடவுளைக் கண்டுவிடலாமென்று குப்பை கொட்டும் நபர்களால் வந்த வினை இன்னும் தொடர்கிறது.

இளங்கோவோ – கம்பனோ – சிதம்பரம் இராமலிங்கமோ, இவர்கள் யாரும் யாரைப் போலவும் இல்லை. 'களிப்பருளும் களிப்பே' என விளித்தது எதைப் போலவும் இல்லை. நாவுக்கரசனும், காரைக்காலம்மையாரும், சிவவாக்கியரும், சுப்ரமண்ய பாரதியாரும், கனக சுப்புரத்தினமும் கல்வியிலே சிறந்து கவிதைக் கலையை நமக்கு அளிக்கவில்லை. சிந்தனை வடிவு காரணமாக கவிதை தோற்றம் பெறவில்லை என்னும்போது – அதை ஏற்றுக்கொள்ளும் போது – கவிதை இயக்கம் குறித்து என்ன சர்ச்சை வேண்டிக்கிடக்கிறது? சுதந்திர உணர்வுதான் மனிதனை நிகழ்காலத்தில் வாழவைக்கிறது. அது கட்டுப்பாடற்ற சிந்தனை – அதை அடையாளங்கண்டுகொள்ள கவிஞன் ஏங்கித் தவிக்கையில், அவன் பெற்ற உத்திகளை வெறுக்க நாம் யார்? அவதூறு சொல்ல என்ன உரிமை இருக்கிறது?

சப்த ரூபமாக வெளிவருபவை ஒரு படைப்பைப் பரிமளிக்கச் செய்வதன் மூலம் ஒலி இலக்கணமும் – யாப்பும், கவிதைக்கு சேவை செய்துள்ளன – அதை மறுக்க முடியாது. ஆனால் ஒலிநயங்கள் – எதுகை மோனைகள் – குறுகிய வட்டத்திற்குள் அமைக்கப்பட்டு, கவிஞன் எதனால் ஒரு படைப்பைத் தர வந்தானோ அந்தக் காரணத்திற்கு முழுவதுமாக உதவ முடியாதபோது, படைப்பின் பொருளற்ற ஒரு பொருளாக – ஒலியற்ற ஓர் ஒலியாக நின்று நிலவ முடியாதபோது, படைப்பாளி வேறு பல உத்திகளைக் கொண்டுவந்து தன்னை நிலைநாட்டிக்கொள்ள முன்வந்தால் – அது நாம் வாழ்த்தி வரவேற்க வேண்டிய விஷய மல்லவா?

உத்திகள் சொற்கோவையால் ஏற்பட்டுவிடாது. கவிஞனின் சுதந்திர உணர்வு வடிவுபெறும் விதத்தைச் சார்ந்த மூன்றாந்தர வகையாகும். கவிதைக்கு மட்டுமல்ல – எந்த இலக்கிய வகைக்கும் பொருந்திவிடாது.

வசனத்தில் ஏற்றங்கொண்ட ஒரு கருத்தை ஒப்பனைசெய்து செய்யுளாக்குவதும், வாழ்த்துப்பா பாடுவதும் எண்பதுகளில் சோதனைகளாய்த் தொடர்கின்றன. வாழ்த்துப் பாவில்கூட கவிதையம்சம் இருக்க முடியும் – கவிஞனின் பார்வை சம்பந்தப்பட்டமட்டில் இருந்தால் சரிதான். அவனால் ஒரு பாவினம் பயன்படுத்தப்பட்டிருப்பதால் மட்டுமே கவிதை தோற்றுவிக்கப்படும் என்ற நம்பிக்கை இருக்கிறதே, அது மாபெரும் கொடுமை – இலக்கியக் கொடுமை. டைபாய்டு நோய்க்கு மருந்துகூட செய்யுளில் வந்து ஒரு கவிஞன் கிடைக்கலாம். பிசிராந்தையார் கவிதையில் நரைக்கு மருந்து தேடிய கதைதான்.

இப்படிப்பட்டவர்கள் எங்கே சென்றுகொண்டிருக்கிறார்கள்?

“மனை திரும்பும் எருமை மேலே
எவ்விடம் திரும்பும் காக்கை”

என்ற கவிஞன் ஞாபகத்திற்கு வருகிறான்.

கருத்துகளை விளக்கி அதைச் செய்யுளில் தருவது ஒருவனது சாமர்த்தியத்தைக் காட்டலாம். கவிஞன் எனப் போற்றப்பட அது காரணமாகிவிடாது. கவிதையில்

சொல்லப்படும் கருத்தும் ஓர் உருவகமே. அச்சுப் பிசகு இல்லாது இயற்கைக்காட்சியை வரையும் ஓர் ஓவியன் – தமிழ் ஆசிரியர் பாடிய பண் ஒன்றை அவ்வாறே இசைக்கும் கலைஞன் – இவர்கள் எவ்வித வெளிப்பாட்டையும் தரப்போவதில்லை. இவர்களைக் கலைஞர் என்று கூறுவதில் பொருளில்லை – போலித்தனமான கலைப் பகட்டுகள் – ஒரு டேப்ரிக்கார்டர் – ஒரு புகைப்படக் கருவி செய்ய வேண்டிய வேலைகள்.

பழைய தாடி போய்
புதிய தாடி
முளைத்தென்ன -
அதே தாடையும்
மயிருந்தான்

என்ற கவிஞனும் நினைவில் வருகிறான். இவர்கள் எல்லாம் இப்படித்தான் சிந்திக்கவேண்டும் என்று மூளையின் சௌகர்யத்திற்கு இணங்கி, அடிபணிந்துவிட்டவர்கள். திரை போட்ட பார்வையை விட கண்களை மூடியே பார்த்திருக்கலாம் – அது நன்றாக இருந்திருக்கும்.

எண்பதுகளின் முன்னர் – பாரதிதாசனின் பின்னர் – கவிஞர்களாகப் பேர் பெற்றிருந்த பலர் எழுதுவதை அநேகமாக நிறுத்திவிட்டனர். அல்லது மீண்டும் எழுதுவது குறித்து ஆலோசிக்கத் தொடங்கியிருந்தனர். ஒரு விதத்தில் அவர்கட்கு எதை எழுதுவது என்ற கேள்வி மனதில் தோன்றிவிட்டிருக்கும். இவ்வாறு எழுந்த கேள்வி கவிதையைவிட அற்புதமானது என்று சொல்லவேண்டும். கவிஞன் உபமானத்தைப் பயன்படுத்துவது போலவே கருத்தைப் பயன்படுத்துகிறான். உபமானம் எப்படி கவிஞனின் நோக்கம் இல்லையோ அவ்வாறே உபமேயமும் அவன் சொல்ல வந்த ஒன்றல்ல – பின் அவன் ஏன்தான் கவிதை எழுதுகிறான் என்றெல்லாம் மனதில் அரித்திருக்கவேண்டும்.

சுரதா – வாணிதாசன் – முடியரசன் போன்றவர் எழுதாமலிருப்பது பெரிய குறை. இவர்கள் எங்கெங்கும் கவிதையாகக் கண்டிருக்க வேண்டியவர்கள்.

கவியரங்குகள் நிறைய தோல்விகளைச் சுமந்து நிற்கின்றன. அரசியல் பொருளாதாரக் கருத்துகள் – கடைசியில் லோகாயதமாக நிற்பவை – ஆலோசனைகள் – இவையெல்லாம் செய்யுள் வடிவில் வழங்கப்படும் நிலைமை மட்டுமே அரங்குகளில் அதிகம். மேடைப் பேச்சிற்கும் ஒரு கட்டுரைக்கும் தரும் மதிப்பே இவ்வரங்குக் கவிதைகள் பெறும்.

சொற்சாதுர்யமிக்க வரிகள். சிலேடைகள். இவை செய்யுள் வடிவில் கவிதையாகும் அதிசயம் இங்கே நிகழும். இவர்களில் ஓர் உண்மைக் கவிஞன் இருந்துவிட்டால், அவன் வீணடிக்கப்படுகிறான் – ஓட்டப்படுகிறான்.

தமிழ்க் கவிதையின் பாடு பெரும்பாடு என்றோம் – தொன்மை மிக்க மொழிகள் முரண்டு பிடிக்கும் – மாறுவது கடினம் – ஆனால் தமிழ் தாக்குப்பிடிக்கிறது – அந்த மகிழ்ச்சி நமக்கு நிறைய உண்டு.

எண்பதுகளின் துவக்கத்தின் முன்பாகவே “புதுக் கவிதை” என்ற அவதூறான பெயர் ஒழிக்கப்பட்டு விட்டது.

ஏற்கனவே எழுதி வந்துள்ள கவிஞர் பலர் எண்பதுகளின் தொடக்கத்திலும் எழுதினர். ஞானக்கூத்தன் – தர்மு சிவராமு – சி. மணி – நகுலன் – தி.சொ. வேணுகோபாலன் ஆகியோர் தொடர்ந்தனர். ஆனால் வைதீஸ்வரன், சண்முக சுப்பையா போன்றவர் படைப்புகளைத் தொடர்ந்து பார்க்க முடியவில்லை.

கண்ணதாசன் பிறவிக்கவிஞன் என்பான் போல இருந்துவிட்டான். ஆனால் அந்தக் கவிஞனின் விமரிசனக் கருத்துகளை – கவிதை பற்றிய அபிப்பிராயங்களை நம்மால் ஏற்றுக்கொள்ளக்கூடவில்லை.

வியப்பாக இருக்கிறது – கவிதை ஓர் எழுத்திலும் தோன்றுகிறது – ஒரு சொற்றொடரிலும் வருகிறது – ஞானக்கூத்தன் கவிதையில் வருவது போல் ஓர் ஆச்சரியக்குறியிலும் அது நிலவுகிறது.

நாவலாசிரியர்கள் சிறுகதையாசிரியர்கள் சிலர் அவ்வப்போது எழுதிவிட்டுத் தங்கள் போக்கில் திரும்பிவிடுகின்றனர். இளங்கவிஞர் பலரின் படைப்புகள் பெரியவர்களைத் தோற்கடிக்கும் நிலையில் அமைந்து நமக்கு மகிழ்ச்சியளிக்கின்றது. குறிப்பிட்ட நிலைகளுக்கு மேற்செல்ல முடியாமல் சிலர் காணாமல் போய்விடுகின்றனர். தத்துவம், சிந்தனை என்ற வட்டாரங்களுக்குள் மட்டுமே சிக்கிவிடுகின்றனர்.

தீர்க்காயுள் பெற்ற கவிதைகளைத் தந்துள்ளான் ஆத்மாநாம். கல்யாண்ஜி, ஆனந்த், ஆர். ராசகோபால் இவர்கள் குறிப்பிடத் தகுந்த பலரில் சிலராவர்.

சிறு பத்திரிகைகளின் கணிசமான பங்கை, தமிழ்க் கவிதை ஓரளவு இந்த நிலையை எய்தியதற்குக் காரணமாகச் சொல்லவேண்டும். எழுத்து – இலக்கிய வட்டம், நடை – ழ போன்றவைகளைக் கட்டாயம் குறிப்பிட்டாகவேண்டும். கவிதைப் பக்கமே தலைவைத்துப் படுக்காத ஜனரஞ்சகப் பத்திரிகைகள் எந்த மாற்றத்தையும் அடையவில்லை – பேர்பெற்ற கவிஞர் என்ற முத்திரை தரப்பட்டவர்களின் படைப்புகளுக்குச் சில சமயம் இடம் தந்திருப்பதைத் தவிர. ஜப்பானிய ஹைக்கூ வடிவங்களுக்கு தமிழில் ஏற்பட்டிருக்கிற மவுசு ஒரு மயக்கந்தான். இன்றைய கவிஞர்கள் தமிழில் காவியங்களை – குறுங்காவியங்களையாவது – அதிகமாகப் படைக்க முன்வரவேண்டும். அது மிகவும் அவசியம். உற்பத்தி செய்துவிட முடியாத சாதியைச் சேர்ந்தவன் கவிஞன் என்பதை அவ்வாறுதான் உணரச்செய்ய முடியும்.

அறிவு சார்ந்த ஒன்றைக் கவிஞன் வெளிப்படுத்த நினைத்திருப்பான் என்று எண்ணுவதே கடினம். நாம் பாடமாகப் பயிலும் வரலாறோ, உளவியலோ, தத்துவமோ கவிஞன் அறிந்திருக்கவேண்டிய அவசியமில்லைதான். ஆனால் இவற்றிற்கெல்லாம் மேலானதோர் அறிவு அவனது உணர்வு மூலம் வெளிப்பட்டுப் புதுவகை உயர்தரக் கல்விக்கு வழிவகுக்கலாம். அது கவிஞன் அறியாது நடத்தும் ஓர் இடைப்பட்ட காரியம். அன்றாட வாழ்வில் நாம் கடைப்பிடிக்கும் முறைகளில் கவிஞன் படைப்புகளைக் கொண்டுவந்து இணைப்பதோ, ஏற்பதோ, மறுப்பதோ – தற்சமயம் வழக்கத்திலிருக்கிற முறையான கல்வியோடு ஒப்புமை செய்வதோ முடிவுகட்டுவதோ தகாது. தத்துவம் கவிஞன் படைப்பில் வரும்போதோ காட்சியை ஓவியன் வரையும்போதோ நமது சௌகரியம் அவனது பொறுப்பு அல்ல என்பதைத் தெரிந்துகொள்கிறோம். நாம் இதுவரை "தூய்மை" என்று அறிந்துகொண்டவைதாம்

எப்போதும் தூய்மையானவையாக இருக்கும் என்ற எண்ணமே பலரின் மறுப்புகளுக்குக் காரணமாக இருக்கும்.

அறிவு என்று நாம் கருதிக்கொண்டிருப்பதெல்லாம் அன்றாட வாழ்வோடு சம்பந்தமுடையவைகளைத்தான். கற்கால மனிதனின் வேட்டை அறிவிலிருந்து ஆரம்பமாகும் இதன் மதிப்பீடு முற்றுப்பெறாத விஷயம்.

நாம் மதிக்கும் வரலாறும் கணக்கும் நெறிமுறைகளும் மற்றும் அறிவுசார்ந்த விஷயங்களும் அன்றாட வாழ்க்கைக்குப் பயன்படுபவை என்பதில் கருத்து வேறுபாடில்லை. ஒரு விஷயத்தில் தீர்மானமான முடிவு எடுக்கவேண்டிய அவசியம் ஏற்படுகிறபோது, மேற்கோள் காட்டப் பயன்படுவதற்காகக் கவிதை நின்றுநிலவவில்லை. அதற்காகக் கவிதை படிக்கவேண்டியதில்லை. வள்ளுவனின் உழவு படித்துப் பயிர் செய்ய வேண்டாம். அரசியல் நெறிமுறை பிழைத்தோரையும் அதற்கான முடிவையும் காண இளங்கோவிடம் செல்லவேண்டியதில்லை. மலையின் தோற்றத்தையும் மலர்களின் வடிவ நிலையையும் பரிமாண முறையில் அறிய கம்பன் தேவை இல்லை.

அறிவார்ந்த விஷயங்களை சீரிய முறையில் எடுத்துரைக்க அறிஞர்களின் நூல்களும் ஆசிரியர்களும் உள்ளனர். கவிஞனை பள்ளிக்கூட ஆசிரியராக மாற்றாதிருந்து விட்டாலே, கவிதை ரசிக்கப்பட்டுவிடும். கவிதையைப் பொறுத்தவரை அறிவார்ந்த விஷயங்கள் ஒரு கருவியே. வேறு வழி இல்லாத காரணத்தால் கவிஞன் அதன் மூலம் முயற்சி செய்கிறான்.

“கருணைக்கிழங்கு தவிர வேறு கிழங்குகளை உண்ண வேண்டாம்’ என்ற செய்யுளோ “வியாழன் பன்னிரண்டாம் இடத்தில் இருந்தால் சோம்பல் ஏற்படும்” என்று கோட்சார விவர அறிக்கைச் செய்யுளோ எண்பதுகளிலும் எழுதப்பட்டிருக்காது என்று சொல்ல முடியாது. செய்யுள் – கவிதை – பாடல் இவையெல்லாம் ஒன்றுதான் என்ற இக்கட்டான நிலைமை வந்தால் – நல்லது – கவிதையம்சம் உள்ள ஒரு படைப்பை வேறு பெயர் இட்டு அழைத்துக் கொள்ளலாம் – ஒன்றும் குடிமுழுகிப்போய்விடாது.

கவிஞன் தேடுகிறவன் – தேடித் தேடி அலைந்தாலும், தான் தேடியதை நமக்குக் காட்டப்போவதில்லை. அவன் தேடுகிறான் என உணர்ந்துகொள்வதிலேயே, தேடுகிற பொருள் என்னவென்று நமக்குத் தெரிகிறது. நம்முடைய தேடல் நம்முடன் எப்போதும் உள்ளது. தேடிக்கொண்டே இருப்பதுதான் நாம் தேடும் பொருள் என்பதைத் தவிர வேறெதுவும் தெரியவேண்டியதில்லை.

மேற்கொண்டு சிந்திக்க எதுவும் இல்லாத – ஒன்றுமே இல்லாத – அமைதிதான் அது என்பதும் தெரிய வரும்.

கவிஞர்களுக்கு வேறு யோசனை கூறிட யாருக்கும் வாய்ப்பு இல்லை. கவிஞர் பிச்சமூர்த்தியின் கேள்விக்குப் புதுமைப்பித்தன் சொன்னதை இங்கே சொல்லவேண்டும்.

“நண்பர்கள் யாரும் – கு.ப.ரா. உட்பட – புது விளக்கங்கள் – பிரயோகங்கள் எல்லாம் சொல்லி கவிதை பற்றிப் பேசுகிறார்கள். அதையெல்லாம் தெரிந்துதான் ஆகவேண்டுமா” என்ற கேள்விக்கு, புதுமைப்பித்தன்,

"அப்படி இல்லை – படிக்கவேண்டுமென்றிருந்தால் கம்பன் போதும்" என்று பதிலளித்தாராம்.

உண்மைதான் – படிக்கவேண்டிய அவசியமில்லைதான் – கவிஞன் எப்படியும் வெளிப்பட்டுவிடுவான் – ஏதாவது ஒரு வகையில்.

அது ஒரு நம்பிக்கை – நல்ல நம்பிக்கை. ஒருவேளை, மூட நம்பிக்கையாக இருந்தாலும், அதுவே உண்மையாக இருக்கவேண்டுமென்ற விருப்பம்.

❖

3. ஓர் இலக்கியச் சிந்தனை

பள்ளிக்கூடத்தில் கணக்குப் பாடத்தோடு மன்றாடித் தோல்வி கண்டால் திருவிளையாடற் புராணக் கதைகள் மட்டும் நன்றாக ஏறும். கோபுரச் சிற்பங்கள் கதையினைப் படிக்கும் வகையினைச் சொல்லித் தரும். மலை – குளம் – சாலை – மரங்கள் இவை சார்பாக நடக்கும் சங்கதிகள்கூட நமக்குத் தெரிந்த கதை வழிப்படியே நடந்தாக வேண்டுமென மனம் விரும்பிக் கட்டாயப் படுத்தும். ஆனந்தபோதினி திருக்கணித பஞ்சாங்கத்தில் ஆரணி குப்புசாமி முதலியாரவர்களின் கதைச் சுருக்கங்கள் படித்து மூல நூல்களுக்காக அலைதல் – வார – மாத இதழ்களின் தொடர் கதைகள் – வரலாற்றுக் கதைகள். பின்னர், மனிதன் ஆபீஸ் போய் வீடு திரும்பிக் காப்பி சாப்பிட்டு மனைவியோடு கடற்கரை செல்லும் மத்தியதரக் குடும்பத்தைச் சார்ந்ததாய்ச் சொல்லப்படும் கதை படித்துத் தலையாட்டல் – இவையெல்லாமே வாழ்வோடு ஒட்டியவை என்ற நினைப்பு வந்துசேரும். பிறகு, கதைக்காகச் சினிமா– அது ஒரு பெரிய அம்சமாக விளங்கும். சுவரொட்டிகளுக்கு இலக்கிய அந்தஸ்து கிடைக்கும். படித்த கதைகள் – அதுவும் பாடமாக வந்த கதைகள் – படமாகிவிட்டால் துள்ளிக்குதித்துப் பார்க்கவைத்துவிடும்.

மதனகாமராசன் கதை படித்து கட்டிலை விட்டிறங்காத கதை விமரிசனம் செய்யப்படும். அடுத்தடுத்து மேல்நாட்டுக் கதைகளும் படங்களும் நமது மூன்றாந்தர நிலையைத் தெளிவுபடுத்தும். "ஓகோ– இதுவும் அல்ல – இன்னும் ஏதோ இருக்கிறது" என்று முடிவைத் தள்ளிப்போடச் செய்யும். பிறகு கண்விழித்துப் பார்த்தால், "துன்பக் கேணியும் – கல்யாணியும் – கடவுளும் கந்தசாமிப் பிள்ளையும்" என்ற அந்தவுலகு வியாபித்துக்கொள்ள, கம்பன்–இளங்கோ எல்லாம் எளிதாகும். காளமேகப் புலவரின் சிலேடை ஓர் உரைநடை யுத்தியென்று சாதாரணமாகத் தெரியும். கபிலன் எழுதிய சிறுகதையை – கோட்டை மீதேறி குழந்தைகள் குதிரைகளை எண்ணிப் பார்த்து

ஒரு படைப்பைச் சொன்னால்– ஒரு புலவனைச் சிறுமைப்படுத்துகிறாய் என்ற பண்டிதனின் குரல் ஓங்கும். பின்னர்தான் செகாவ் கதைகள் படிப்போம். யாருமில்லாத காரணத்தால் குதிரையிடம் பேசியழுதவன் புரிந்துவிடக்கூடியவனாயிருப்பான். வெறுமை என்ற இசகுபிசகான சங்கதியை மிகத் துல்லியமாக வடித்துக்காட்டிய அந்த அணிலாடு முன்றிலாரின் படைப்பு நம்மைக் கவர்ந்து நிற்கையில் பட்டிமன்றங்கள் – இலக்கிய நோக்கங்கள் – என்னைவிட நீ எப்படிப் பெரியவனாகிவிட முடியும் என்ற போராட்டங்கள் – எல்லாமே காதில் விழும். விளக்கமில்லாமலேயே ஒன்றை அடையாளங்காட்டிவிடுகிற கவிதை – ஐயோ அது பட்டபாடு – இலக்கியத்தின் தலைச்சன் குழந்தையென்று பெயர் மட்டும் பெற்று, பட்டினி கிடக்கும். ‘கொலை வாளினை எடடா’ என்றாலும் ‘எல்லோரும் இன்புற்றிருக்க நினைப்பதுவேயல்லாமல், வேறொன்றறியேன் பராபரமே’ என்றாலும் வெளிப்படுகிற கவிதை அம்சம் ஒன்றுதான் என்று சொன்னால் மண்ணை வாரித் தூற்றுவார்கள். அறிவுப்பெட்டகத்தினுள்ளே கவிதையை மூடி வெளியே வரவழைக்கும் பாங்கே கொடிகட்டிப் பறக்கும். ஓர் எழுத்திலும் அது இருக்கும் – ஓராயிரம் சொற்றொடரிலும் பஞ்சப் பாட்டுப் பாடும் என்றால், அது மறுக்கப்படும். கவிதை எழுத டியூஷன் ஏற்படும். நமது எட்டாம் வகுப்பு மாணவன் படித்துத் தொலைப்பான். இலக்கியம் ஓர் இலக்கைக் கொண்டது – நாட்டை அகத்தே உடையது நாடகம்– செய்யப்பட்டது செய்யுள் என்று. நம் அறுபது வயது மாணவரும் அதையே உரத்த குரலில் சொல்வார்கள். மின்சார விசிறி பழுதுபார்த்தல் எப்படியென்று நூல் எழுதினால் அதற்கும் ஓர் இலக்கு இருக்கிறது – செய்யுள் மட்டுமல்ல, உரைநடையும் செய்யப் பட்டதுதான் – நாடகமென்ன, சிறுகதையும் நாவலுங்கூட நாட்டைத்தான் அகத்தே கொண்டிருக்கின்றன என்ற சாதாரணப் பதில் எடுபடாது. படைப்பின் இரகசியந்தான் என்ன – வேண்டாம்– இரகசியத்தை அறிய வேண்டாம் – அது அதுவாகவே இருக்கட்டும் – செக்குமாடு போல வந்தவழியையே அறிவு காட்டும். நேற்றைய தினம்போல இன்றைய நாளும் போகப் போகிறவொன்றுதான். நாளை எப்படிக் கவிதை உருப்பெறும் – இலக்கியம் மாறும் – என்று தெரிந்திருந்தால் இன்றே அதை எழுதி முடித்திருப்பர். எந்த இரகசியத்தை யார் அறியவேண்டும் – இங்கே இருப்பது ஒருவனே அல்லவா?

வேண்டாம் என்றாகிவிட்ட போதிலும் விடுபட்டுவிடப்போவதில்லை. ஏன் வேண்டும் என்ற கேள்வி ஓர் உருவமாக வந்து சேரும். மொழியால் வெளிப்பாடு செய்யப்படுகிறது என்பதால், கொஞ்சம் அதிகமாகவே சிந்திக்கிறோம் – சிந்தனையைப் பற்றிய சிந்தனை வேறு. எண்ணம் ஏற்பட உருவ நிலைகள் தேவையென்பதையும், நாம் அறியும் ஒவ்வொன்றையும் ஏற்கனவே தெரிந்த ஒன்றின் மூலமாகக் காண்பது மிகவும் சிரமம் குறைந்த வேலையென்பதால், அதில்தான் ஒரு முனைப்பு ஏற்படுகிறது என்பதையும், நாம் அறிந்துகொள்ள முடிகிறது. இந்தப் பழக்கம் ஒன்றை அறிந்துகொள்ள உதவாது – அறிந்துகொள்ளவே உதவாதபோது, உணர்தல் என்ற சங்கதி நடவாத காரியமென்பதையும் அறிகிறோம்.

எந்தத் தத்துவமும் இலக்கியத்தைப் பொறுத்தவரை உணவாகி இரத்தமாகிவிடல் வேண்டும் – படைப்பாளியின் உணர்வு வெளிப்படும் முறையில் மட்டுமே அது சாத்தியப்படுகிறது. அந்த நிலைமையில்தான் அது நம்முடையதாகவிருக்கும். படிப்பவன் – படைப்பாளி என்ற பேதங்களுக்கப்பாலிருக்கும். சொல்லப் போனால் தத்துவமில்லாத

இலக்கியமும் இல்லை – தத்துவமே இலக்கியமாகிவிடும் என்ற பொய்யை நாம் நம்புவதும் இல்லை.

சுதந்திரவுணர்வும் கனவுகளும் மனிதனை விட்டு அகன்றதில்லை, போரும் மதமும் என்றும் தொலைந்ததில்லை. இந்த நிலையில் அகராதியில் அல்லது கலைக் களஞ்சியத்தில் கண்டுவிடும் பொருளைத் தருவதற்காகவா படைப்பாளி அக்கலையைப் பேணுவான்?

பாதிப்படையாமலிருத்தல் எங்ஙனம் சாத்தியம் என்ற கேள்வியை எழுப்பிக்கொண்டேயிருப்பவன் படைப்பாளி – அல்லது அவனிடம் எழுந்துகொண்டேயிருக்கும். தான் வாழ்கிற ஒவ்வொரு கணத்திலும் அவன் பாதிக்கப்பட முடியும். அதிலே பாதிப்படைய வேண்டுமென்ற தாரதம்மியக் கோட்பாடுகள் அவனிடமில்லை. பெற்ற பாதிப்பாகவே மாறிவிடுகிறவன் அவன். தன்னோடிணைந்த ஒவ்வோர் சங்கதியையும் நல்லது – கெட்டது என்றோ, சரியானது – தவறானது என்றோ அறிவுபூர்வமாகத் தீர்மானிக்காது அதனோடு செல்கிறான். ஜீரணித்த உணவுபோல அவற்றால் அவன் பாதை போடப்படுகிறது. நாமே போட்டுக்கொண்ட நமது சாலையில் நின்று பார்க்கும்போதுதான் படைப்பின் அற்புதம் தெரிகிறது.

படைப்பாளி தனது வாழ்வைத் தொடர்ந்து ஏற்றுக்கொள்கிறவன் என்றும், அதை நோன்பாக நோற்று வருபவன் என்றும் சொல்லவேண்டும். இந்த அவனது தனித்தன்மையே படைப்பில் ஒரு புனிதம் ஏற்படக் காரணமாகிறது.

ஏதாவது ஒரு வகையில் இந்நிலையை விளக்க மொழியிலக்கணம் உதவி செய்கிறதென்றால் இப்படிச் சொல்லமுடியும். தன்மை என்கிற இடப் பெயர் படைப்பிலக்கியத்தோடு ரொம்பவும் சேர்த்தியானது. அதுவும் நாவலோடு மிகவும் அதிகமாகச் சொந்தம் கொண்டிருக்கிறது. படைப்பாளி பிறந்தபோது எப்படி எந்தச் சொல்லிற்கும் பொருள் புரியாத நிலையில் இருந்தானோ, அந்த உயர்வான நிலையிலிருந்து தன்னை அடையாளங் கண்டுகொண்டுவிட்ட நிலை அது. புதிய பாதையென்று இடம்பெறுவதும் அடையாளங் கண்டுகொள்வதும் வெவ்வேறல்லவென்றும் தெரிகிறது. இதுவரை ஆபாசம் என்றும் ஆபத்தானது என்றும் கருதிக்கொண்டிருந்தவைகூட, தன்னை விட்டு அகல சுத்த சுயம்புவாக எங்கோ சென்றுகொண்டிருப்பதாக அவன் உணர்வான். வானமும் தரையும் சுற்றுப்புற ஜீவராசிகளும் தானும் வெவ்வேறல்ல என்று தெளிந்த வகையில் படைப்பாளியிருப்பான்.

அது படைப்பாளி வாழ்ந்த நேரடி வாழ்க்கையில்லாதிருக்கலாம் என்றாலும் அது அவன் நோற்ற நோன்பு. இப்போது நின்று கொண்டிருக்கிற இடம்தான் போய்ச் சேரவேண்டிய இடமென உணர்ந்துகொண்ட ஒருவனின் நோன்பு அது. 'உற்ற நோய் நோன்றல்' என்று வள்ளுவர் சொன்னது மனதிற்கு இதமாக இருக்கிறது.

- கணையாழி, 1988

❖

4. ஞானக்கூத்தனின் ஒரு கவிதை

பாரதி – பாரதிதாசனுக்குப் பின்னர் கிட்டத்தட்ட முழுவதுமாகப் படித்தது தருமு சிவராமு, ஞானக்கூத்தன் ஆகியோரின் கவிதைகளைத்தான். பல கவிதைகள் மறக்கமுடியாதவை. இதில் தருமு சிவராமு என்கிற பிரமிளுடன் அவரது கடைசிக்காலத்தில் மட்டுமே ஓராண்டு பேசியிருக்கிறேன். தமிழ்-சமஸ்கிருதப் பழமை குறித்த அவர்தம் கருத்துகளில், எந்த வேறுபாடும் கிடையாது. ஆனாலும் கொஞ்ச நாள் பழக்கத்திலேயே மனஸ்தாபம் கொண்டு மறைந்துவிட்டார். மிகவும் வருத்தமான சங்கதி. கவிஞர் ஞானக்கூத்தனுடன் பல வருடப் பழக்கம். அவர்தம் தமிழ் – சமஸ்கிருதப் பழமை குறித்த சில விஷயங்களில் எனக்குக் கருத்து வேறுபாடு உண்டு. ஆனாலும் இருக்கிறோம் – என்றும் மாறா நட்புடன்.

சில ஆண்டுகளுக்கு முன்னர் என் பேரனுக்குப் பெயர் சூட்டும் நிகழ்ச்சி நடந்தது. நான் பார்த்துக்கொண்டிருக்க, இம்மாதிரி நிகழ்ச்சிகளை நடத்தி எங்களுக்குப் பெருமை சேர்க்கும் குடும்ப நண்பரும் பெரியவருமானவர், குழந்தையை முறம் ஒன்றில் கிடத்தி, "சிதம்பரம்" என்று பெயரிடவும், எனது கண்முன் அந்த முறம் ஓங்கி நின்றது.

விவசாயத்தின், விவசாயக் குடும்பங்களின் குறியீடு "முறம்". தென் பகுதிகளில் "சுளகு" என்றும் குறிப்பிடுவார்கள். முறத்தோடு நெல், அரிசி, தவிடு ஆகியவை எப்போதும் சம்பந்தம் கொண்டிருக்கும். முறத்தில் "நெல்" கொண்டுபோய்க் கடையில் கொடுத்து பலசரக்குச் சாமான்களை சிறு பையனாக இருந்தபோது வாங்கி வருவேன். முறத்தால் சிறுவர்கள் அடியும் படுவதுண்டு. அவ்வளவாக வலிக்காது. விவசாய நாகரிகக் காலகட்டத்தில், நெல்தான் செல்வம். அது பொலி என்றழைக்கப்பட்டது. பொலன், பொலிவு, பொங்கல் இவை யாவும் அகம், புறம் இரண்டிற்குமாய்ப் பொருந்திநிற்கும்.

இப்படி எங்கெல்லாமோ சென்ற எண்ணம் என்னிடம் ஒரு கவிதையில் வந்து நின்றது. அந்தக் கவிதையின் ஒரு வரியிலும் ஒவ்வொரு வரியிலும். தானாகவே தோன்றியது அந்த எண்ணம்.

ஒருமுறத் தவிட்டுக்காக
வாங்கினேன் உன்னை என்றாய்
....
உன் பிள்ளை உன்னை விட்டால்
வேறெங்கு பெறுவான் பொய்கள்?

சிறு பத்திரிகை வாசகர்கள் நன்கறிந்த ஞானக்கூத்தனின் "அம்மாவின் பொய்கள்" என்ற கவிதை – எப்போதோ படித்த கவிதை.

பொய்கள் மகத்தானவை. இலக்கியம் கூறும் பொய்கள் – சொல்லி விளக்க முடியாதவாறு, நின்று நிலவுகிற உண்மை எனும் வெளியை நம்மிடையே தோன்றச் செய்கிற வலிமையுடைய பொய்கள். திரும்பத் திரும்ப உணர்ந்ததைச் சொல்லும்போதெல்லாம் தேவைப்படுகிற பொய்கள் – அவை உன்னதமானவை.

வாழ்வே மாயை என்று ஆனாலும்கூட, அந்த வாழ்வும் உன்னதமானதே. மனிதப் பிறவியும் வேண்டுவதுதான். (கிரேக்க கவி சோபக்ளிசும், நம் காரைக்காலம்மையாரும் வேறுவிதமாகச் சொல்கிறார்கள் – பிறவாமை வேண்டும் என்று).

இருக்கட்டும். இந்த ஞானம் சரணாகதியைத் தூண்ட அம்மையிடம் சரண் அடையும் கவிஞன். அதென்ன அம்மா இருக்கும்போதே அபசகுனம் பிடித்தாற்போல், நிராதரவுடன் கேட்பது? அம்மா உள்ளவரை ஒருவன் அனாதையாகிவிட முடியாது. "ஒரு முறத் தவிட்டுப் பொய்" இல்லையென்றால் ஓராயிரம் கம்ப்யூட்டர் பொய்களைக் கூறித் தன் மகனை, தான் இருக்கும்வரை, தேற்றுவாள் அந்தத் தாய்.

எனவே, இம்மாதிரி உன்னதமான பொய்களைப் பெற தன் அம்மாவிடம் சரணடைய வில்லை. அம்மைக்கும் அம்மையான அகிலாண்ட ஈசுவரியிடம் கேட்கிறான் – நியாயம்தான் – வேறு வழியில்லை.

இப்போது கவிதையை முழுவதாகப் படியுங்கள்.

அம்மாவின் பொய்கள்

பெண்ணுடன் சிநேகம் கொண்டால் –
காதறுந்து போகும் என்றாய்
தவறுகள் செய்தால் சாமி
கண்களைக் குத்தும் என்றாய்
தின்பதற் கேதும் கேட்டால்
வயிற்றுக்குக் கெடுதல் என்றாய்
ஒருமுறத் தவிட்டுக்காக
வாங்கினேன் உன்னை என்றாய்

எத்தனை பொய்கள் முன்பு
என்னிடம் சொன்னாய் அம்மா
அத்தனை பொய்கள் முன்பு
சொன்ன நீ எதனாலின்று
பொய்களை நிறுத்திக் கொண்டாய்
தவறு மேல் தவறு செய்யும்
ஆற்றல் போய் விட்டதென்றா?
எனக்கினி பொய்கள் தேவை
இல்லையென் றெண்ணினாயா?
அல்லது வயதானோர்க்குத்
தகுந்ததாய்ப் பொய்கள் சொல்லும்
பொறுப்பினி அரசாங்கத்தைச்
சார்ந்ததாய்க் கருதினாயா?
தாய்ப்பாலை நிறுத்தல் போலத்
தாய்ப் பொய்யை நிறுத்தலாமா
உன்பிள்ளை உன்னை விட்டால்
வேறெங்கு பெறுவான் பொய்கள்?

இன்னொன்று – இந்தக் கவிதையின் மரபுப்பலம். மண்வெட்டியைத் தோளில் போட்டுக்கொண்டு, வயல் வரப்பிற்குச் செல்லும் விவசாயியும் சரி; தாய்மொழியில் பேச மட்டுமே தெரிந்த கிராமத்துக் கிழவியும் சரி, இந்தக் கவிதை படித்துக்காட்டப் பெற்றால் புன்முறுவல் செய்யாதிருக்க மாட்டார்கள்.

மேலும் ஒன்று! "அம்மாவின் பொய்கள்" கவிதை பரவாயில்லை என்று கவிஞர் தருமு சிவராமுவும் சொல்லியிருக்கிறார்.

- நவீன விருட்சம், 2003

5. பிச்சை எடுக்கும் யானை

நானும் என் நண்பன் அழகிய நம்பியும் (எழுத்தாளர் கிருஷ்ணன் நம்பி என்று கூறினால் பலருக்குத் தெரியும்) இரண்டு மூன்று தேர்த் திருவிழாக்களுக்குப் போயிருக்கிறோம். சர்க்கஸ் போன்ற கேளிக்கைகளைவிட இத்திருவிழாக்கள் அர்த்தமுள்ளதாக இருந்தன. சுசீயந்திரம் என்னும் நாஞ்சில் நாட்டு ஊரில்தான் இத்திருவிழா அமோகமாகவிருக்கும். அது மாதிரிக் கோவில் அவ்வட்டாரத்தில் வேறு இல்லை. இந்திரன் சிவனைப் பூசித்த இடமாம். திருவிழாவிற்காகவே சேமித்து வைத்த ஓட்டைக் காலணாக்கள் எட்டு எடுத்துக்கொண்டு போனால் ஏதாவது சாப்பிட்டு, சுக்குக்காப்பியும் குடித்துவிட்டு நாலு தெருக்களையும் சுற்றலாம்.

சர்க்கஸில் யானையைப் பார்க்க விருப்பமில்லை என்றால், திருவிழா விஷயம் வேறு. கோவில் பக்கமோ, குளத்துப் பக்கமோ நின்று தென்னை – பனை ஓலைகளை மென்றுகொண்டிருக்கும் யானையைப் பார்ப்பதில் ஓர் அலாதிப் பிரியம். யானைக்கும் எனக்கும் அப்படி எதுவும் ஒற்றுமை கிடையாது – நிறத்தைத் தவிர. இருந்தாலும் இப்பேர்ப்பட்ட மாபெரும் விலங்கையும் இந்த மனிதன் பராமரித்துவரும் ஆதரவாளனாக இருக்கிறான் என்ற பெருமிதம் மேலோங்கும் – அந்த வயதில்.

நாள்கள் செல்கையில் தேர்த் திருவிழாக் காட்சிகளில் எல்லாம் யானை உற்சாகமாக இல்லை என்பது நிதர்சனமாகத் தெரிந்தது. சாப்பாடு கிடைத்தாலும், காலில் என்ன – சங்கிலி – அது ஒரு கேள்வி. கண்களில் கண்ணீர் இருந்திருக்குமோ என்று ஐயம். இப்படி எல்லாம் தோன்றியது. காட்டை அழித்து நாடாக்கித் தந்த மன்னர்களையும் மற்றவரையும் போற்றிய கவிதைகள் – நம் பாரதிதாசன்கூடக் குறிப்பிடுகிறாரே – இந்த யானைக்கு என்ன குறை?

ஆண்டுகள் செல்கையில் நீர் வற்றி, மழை பொய்த்து, வறண்ட நில மக்கள் குடியேற வேறு கண்டம் பார்த்து நிற்கையில் யானை தலையசைத்துச் சொல்லும்–

"எங்களுக்குக் காடு இல்லை – உங்களுக்குக் குமரிக்கண்டம் இல்லை."

இரும்புச் சங்கிலியுடன் உணவருந்திக்கொண்டிருப்பது பரவாயில்லை – கடைத் தெருவில் பிச்சையே எடுக்கவேண்டிவந்தால்...

ஆப்ரிக்க நாட்டில் – காடுகளில் – பூமி வறண்டுவிடும்போது நிலத்தடி நீர் இருக்குமிடத்தை நோக்கிச் சில யானைகள் நகரும். ஒரு குறிப்பிட்ட இடத்தை அடைந்தவுடன், கால்களாலும் துதிக்கையாலும் தோண்டி நீரை உறிஞ்சும். காட்டுவாசிகள் மறைவாகப் பின்தொடர்ந்து அந்த இடத்தைக் கண்டு பயன்பெறுவர்.

இங்கே தண்ணீருக்குத் துதிக்கை ஏந்தி நிற்கிறது.

கவிஞர் ரவிசுப்ரமணியன் ஒரு வகையில் அதிர்ஷ்டசாலி. திருவிழா பார்க்க நாலணா கிடைத்துவிடுகிறது. அவரோடு திருவிழாவைச் சேர்ந்து பாருங்கள்:

கொலுவுக்கு கொலு
கும்மாளம் தான்.
கும்பேஸ்வரன் கோவிலுக்கு
கூட்டிப் போகும் மாமா.
வழியெங்கும் கடைகள்
எல்லோர்க்கும் தேவைப்படும்.
ஏதேதோ பொருட்கள்,
கடைக்குக் கடை
ஈசலாய் மொய்த்துக் கிடக்கும் பெண்டுகள்,
ஜிலுஜிலுவான வர்ணலைட்டுகள்,
திபுதிபு வென ஜனங்கள்,
புழுதியும் இரைச்சலும்
காற்றில் திரியும்.
பிச்சையெடுக்கும் யானை.
தப்பி வந்த குழந்தைக்கு
அலறும் ஒலிபெருக்கி.
நாலு வயசு.
காசில்லா மனசு –
பொம்மைக்கு,
விளையாட்டுப் பொருளுக்கு,
சூடான பஜ்ஜிக்கும் ஏங்கி,
அதட்டலுக்குப் பயந்து,
காட்சிகள் மட்டுமே
கண்டு திரும்பும்.

நாலணா கொடுத்து
அனுப்புவார் அப்பா.
பத்து வயசில்
செருப்பு டோக்கன் காசுக்கும் பயந்து
வெறுங்காலோடு போவோம்.
கலர்கலர் மிட்டாய்கள்
காபிகலர் கமர்கெட்
வாங்கித் தின்போம் –
சந்தோஷம் வழிய வழிய.
பதினாறு வயசிலிருந்து
மார்பு நசுக்க,
பிருஷ்டம் அழுத்த,
உரசிப் பார்க்க,
ஜாடை காட்ட,
அதிக கூட்டம் வரும்.
வெள்ளிக் கிழமைகளில்
ஆஜர் ஆவோம்.

இப்போது முப்பதில்
நிஜமாய் சாமி பார்க்கப் போகிறேன்
பால்யத்தின் சட்டைகளைக்
கழற்ற முடியாமல்.
கண்ணில் தெரியும் சாமி
மனசில் இன்னும் வரவில்லை.
நாற்பதிலாவது வருகிறதா
பார்க்கலாம்.

தெரிந்தோ தெரியாமலோ அல்லது உள் மனசு என்று சொல்கிறார்களே; அதிலே ஒன்று தோன்றி பிச்சை எடுக்கும் யானைக்கு அடுத்த கவிதை வரியாக வந்து நிற்கிறது.

தப்பி வந்த குழந்தைக்கு
அலறும் ஒலிபெருக்கி

பிச்சை எடுக்கும் இந்த யானையும் தப்பி வந்த குழந்தைதான். அல்லது குழந்தை பிடிப்பவனால் கடத்தப்பட்டிருக்கலாம். கவிஞர் ரவிசுப்ரமணியன்தான் அந்த ஒலிபெருக்கி.

கவிதையில் ஒரு வரிக்காக ஓராயிரம் வரிகள் அழகு செய்யும்.

- 2003

6. ஒரு நல்ல நாவலாசிரியர்

நாவலுக்கும் கந்தசாமிக்கும் உள்ள உறவை உடனடியாகவே கண்டு கொள்வது எளிது என்று தோன்றுகிறது. கந்தசாமியின் 'சாயாவனம்' என்ற ஒரு நாவலும் 'அவன் ஆனது', 'தொலைந்து போனவர்கள்', 'சூரிய வம்சம்' ஆகியவையும் மற்ற அவரது குறுநாவல்களும் அதையே நமக்கு உணர்த்துகிறது.

நிலைபெற்று இருப்பதில் எதைக் கண்டும் வியப்படையாத ஒரு தன்மை – வாழ்வின் அர்த்தத்தைப் பட்டவர்த்தனமாகத் தெரிந்துகொள்வதில் எந்தவித நம்பிக்கையும் இல்லாத போக்கு – இவை இந்த நாவலாசிரியரின் சிறப்பு.

நசிகேதன் யமனை நாடிச்சென்ற கதை நமக்கெல்லாம் தெரியும். கந்தசாமியின் நசிகேதர்கள் யமனிடம் சென்றது கிடையாது. சத்தியத்தை நசிகேதன் தேடவாரம்பித்தவுடனேயே கடோபநிஷம் முடிந்து போய் விடுகிறது. யமன் தேவையான ஒரு பாத்திரமல்ல.

கந்தசாமியின் நாவல்களிலே பரிபூரணமான வேட்கை, ஜீவனாக தானாக இயங்கிக்கொண்டிருக்கிறது. வேறு அர்த்தங்களில்லை.

"பிரபஞ்சம் என்பது சூன்யம் அல்ல – அரூபமும் அல்ல" என்று அவரே ஒரு கட்டுரையில் நிறைய எழுதியிருக்கிறவர். உணர்வும் சூன்யமல்ல என்று சொல்லிவிட முடியும். காலின் வில்சனோ – அல்லது வேறு யாரோ – சார்த்தருக்கு மறுப்புரை கூறினார்களே, அதுபோன்று தத்துவ விவாதங்கள் ஏற்படுத்திக் கொள்ள முடியும். ஆனால் கந்தசாமியின் நாவல்களிலே பல தத்துவங்கள் சாதாரணமாகிவிடுகின்றன. அதுவே அவரது பலம் என்று நினைக்கவேண்டும்.

ஓரளவு பெயர்பெற்றுவிட்ட சாயாவனம் தவிர மற்றவை புத்தகச் சந்தையில் இருப்பதே பலருக்குத் தெரியாது.

இந்நாவல்களில் கந்தசாமி என்ற தனி மனிதனின் அபிலாஷை–வெறுப்பு–கோபம்–நம்பிக்கை எதுவுமே முற்றுப்புள்ளிகளாக நின்று விடவில்லை. படைப்பாளியின் உணர்விற்கு எது காரணமாக இருந்ததோ, அதுவே படிப்பவனுக்கும் பொதுவாக இருக்கிறது. அமைதிக் கெல்லாம் அமைதியாக – மையமாக இருப்பதை வெகு அழகாகக் கொண்டுவந்து சேர்க்கிறது. ஓர் எழுத்தாளனின் பார்வை என்றமட்டில் அதுவே “பூரணம்” என்று நம்பலாம்.

அகராதியில் அல்லது கலைக் களஞ்சியத்தில் கண்டுவிடும் பொருளைத் தருவதற்காக எந்தப் படைப்பாளியும் சிருஷ்டி செய்யவில்லை. படைப்பாளி தான் படைக்கின்ற பொருளாகவே இருக்கிறான். நாம், நம்முடைய பொருளாக இல்லாதவரை படைப்பின் ரசனை அகராதியோடு முடிந்துவிடுகிறது.

பிரபஞ்ச ரகசியம் ஒன்றும் அத்தனை பெரிய விஷயம் அல்ல என்று தோன்றுகிறது. கடவுளுக்கும் மனிதனுக்கும் உள்ள இடைவெளி எப்போதும் ஓர் அளவிலேயே வந்துகொண்டிருக்கும் – மாற்றம் அடையாதிருக்கும்போது – தான் தனியானவன் என்று தோன்றி அதுவே வாழ்க்கையின் தனித்தன்மை ஆகிவிடுகிறது. சாதாரணக் காட்சி என்று நினைப்பதிலும் பெரும்பொருளை, அரிய ஒன்றை உணருமாறு அந்தத் தனித்தன்மை படைப்பாளியைச் செய்துவிடுகிறது.

அந்தத் தனித்தன்மை சிந்தனை அல்ல. சிந்திக்க ஆரம்பித்தவுடனேயே அது விடைபெற்றுக்கொள்ளும். சிந்தனையின் வெளிப்பாட்டில் தனித்தன்மையோ அமைதியோ வெளிப்படுவதில்லை. சிந்தனை என்று நாம் அறிந்தவை யாவுமே அறிவின்பாற்பட்டு, ஆசையின்பாற்பட்டு ஒருவன் தனது நம்பிக்கை – கொள்கை இன்னுஞ் சொல்லப்போனால் தான் என்னும் அகந்தையைக் கொண்டு நிற்கும் தன்மையதே ஆகும். இவை உணர்வுடன் எந்தச் சம்பந்தமும் இல்லாதவை. அந்தவகையில் அறிவியல் சிந்தனை – தத்துவம் இவையெல்லாம் Technical Edcuationதான்.

சிந்தனை இவ்வாறு ஓர் அந்நியத் தன்மையைத் தோற்றுவிப்பதால்தான் பலவிதத்திலும் சோதனைகள் படைப்புலகில் எழுகின்றன. கந்தசாமியின் ‘அவன் ஆனது’ என்ற நாவல் ஓர் எடுத்துக்காட்டு. அது வெளியான சூட்டிலேயே ‘தொலைந்து போனவர்கள்’, ‘சூர்ய வம்சம்’ ஆகியவையும் வந்து தமிழ்வாசகனின் திகைப்பை அதிகப்படுத்தியுள்ளது.

இந்நிலை கொண்டு பார்த்தால், சில விமர்சகர்கள் கூறுவது போல சமுதாயத்தில் சிலவற்றை எதிர்த்துப் போராடவேண்டிய நிர்ப்பந்தத்தை உணர்த்துவதாகத் தோன்றியது ‘சாயாவனம்’ என்பதும், சமுதாயத்தின் புதிர்களை முறைப்படி அழிக்க முற்படுவதன் தாத்பர்யமும்தான் சாயாவனம் ஆசிரியரின் பார்வை என்பது சரி என்று படவில்லை. நல்ல புளி கிடைக்க ஏற்பாடு செய்யச் சொல்லி கிராமத்துப் பெண்மணி கேட்பது ஆசிரியரையும் மிஞ்சி கதையை முடிவற்றதாக்குகிறது. முடிவுரைக்காகக் காத்திருந்தோர் முடிவற்ற ஒன்றில் கலக்க நேரிடுகிறது.

தொலைந்து போனவர்கள் அற்புதமான விஷயம் – அற்புதமான நாவல். ஒருவகையில், அது புதிது அல்ல. கந்தசாமியின் நாவல்கள் எல்லாவற்றிலும் தொலைந்து போனவர்கள் உண்டு.

ஒரு குறுநாவலில் வருகிற ஒரு காட்சி – தனது ஊரின் ஏரிக் கரைக்குப் பல ஆண்டுகளுக்குப் பின் வருகிறவன், காய்ந்துகொண்டிருக்கிற சிகரெட் நெருப்பால் அங்கு நின்றுகொண்டிருக்கும் பிராணியைச் சுடுகிறான். அது கத்துகிறது. தொலைந்து போனதைத் தேடிய கதைதான். அதைக் கேட்க விருப்பப்பட்டது யாரெனத் தெரிந்த கதைதான்.

எப்போதுமே அக்கரை சேர்வதில் நமக்கெல்லாம் ஓர் அலாதி ஆசை உண்டு. இப்போது இருந்துகொண்டிருக்கும் கரைதான் நாம் போய்ச் சேர வேண்டிய கரை எனக் கருத இடமளிக்கமாட்டோம். அந்த வகையில் நாம் சுறுசுறுப்பானவர்கள். முடிவைக் கண்டு முற்றுப்புள்ளி வைப்பதிலும், மங்களம் பாடிவிடுவதிலும் ரொம்பவும் ஆர்வம் கொண்டுவிட்டோம்.

முடிவு என்று ஒன்றிருந்தால் அதை நாமே கண்டுகொள்ள உரிமை படைத்தவராகிறோம். ஏனெனில், அது நமது படைப்பு.

படைப்பாளி தேடுகிறான் என்று உணர்ந்துகொள்வதிலேயே எல்லாம் அடங்கிவிடுகிறது. அதை உணராதவரை 'பொருள் என்ன' என்ற கேள்வியும் அபத்தம். கிடைத்த பொருளும் அபத்தம்தான்.

தொலைந்து போனவர்கள் நாவலின் கதாபாத்திரம், நாள் பூராவும் எண்ணமிட்டு திட்டமிட்டு – பின்னர், காலையில் கீழே வந்து பேச முடியாத மனைவியைச் செடியருகே பார்த்து காரணமில்லாத மகிழ்ச்சி கொள்கிறான். அந்தக் கணத்தின் உன்னதத்தைப் பற்றிக் கூறவேண்டுமானால் கதை முடிந்துவிட்டது என்று சொல்லவேண்டும். காலவெளியின் அப்பாலுக்கப்பால் நம்மை நிறுத்திவைத்துவிடுகிற அந்த ஒரு கணம் தருகிற இந்தக் காட்சி கந்தசாமி நாவல்களிலே சிறந்த படைப்பு. சொல்லப் போனால் நாவலின் கடைசியில் வருகிற, 'போ' என்று தள்ளிவிடும் 'பாவம்' இக்காட்சியிலேயே அரும்பிவிடுகிறது. தானாக – சீவனுடன் இயங்கும் ஒன்றை – கோவைப்படுத்துகிற சங்கதி பின்னர் உதறித்தள்ளப்படுவது சிரிப்பும் அழுகையும் கலந்த விஷயம். தமிழ் நாவல்களில் இத்தனை அற்புதமாக ஒரு கவிதை அனுபவத்தைத் தந்த காட்சி நான் அறிந்தவரை குறைவு.

தொலைந்து போனவர்கள் என்ற அருமையான விஷயம் கந்தசாமியின் நாவல்கள் எல்லாவற்றிலும் உண்டு என்றாலும் 'சூர்யவம்சம்' என்ற விதிவிலக்கும் உண்டு.

சிறுவர் உலகு பற்றி நம்மிடையே ஒன்றிரண்டு படைப்புகள்கூட இல்லாத நிலையில் இத்தனை அளவு வெளிக்கொணரப்பட்டதே சூர்யவம்சத்தின் சிறப்பு.

கதையின் நாயகனான அந்தப் பையன் ஏற்றுக்கொண்ட நசுக்கல்களை நாம் கதையோட்டத்தில் மறந்துவிடுகிறோம் என்றால், அந்த மறதி நாம் அவனோடு பூரணமாக ஒன்றிவிட்டதின் விளைவு. தாயாரிடம் அடி வாங்கும் போது ஒரு பார்வையாளனாக அவன் நமக்குத் தெரிவது – அக்காளின் கல்யாணத்திற்கு கார் உண்டு என்ற சேதியை நிமிடத்தில் வீடு தேடி வந்து அதைச் சொன்ன பின்னர் வேலைக்குத் திரும்புவது – இவை மறக்கமுடியாதவை.

ஆச்சரியக் குறிகள் சில கதாசிரியர்களுக்கு நிறைய தேவைப்படும் என்பார்கள். இங்கு நேர்மாறான நிலை. எதைக் கண்டும் அதிசயப்படும் நிலை கதைமாந்தருக்கில்லை. கந்தசாமிக்கும் இருக்காது என்று தோன்றுகிறது.

"சினிமாப் பாட்டுப் புத்தகம் படித்து, படிப்பை விருத்தி பண்ணிக் கொண்டுவிட்டாள்."

எந்தவிதப் போலித்தனமும் இல்லாத ஒரு சொற்றொடர், எந்தவிதச் சார்புநிலையுமில்லாத வகையில் உணர்வைக் கொண்டு வரச் செய்யும் தரமான சங்கதி.

வீடு தீப்பற்றி எரியும்போது அதைத் தவிர வேறு சிந்தை இருக்க முடியாது. அறிவியல் – அரசியல் பொருளாதார சம்பந்தப்பட்ட மட்டில் எழுத்தாளன் பார்வை அவைகளுக்கு முக்கியத்துவம் அளிக்கிற விதத்திலோ, அடிபணியும் விதத்திலோ இருப்பதில்லை. தொழிற் சங்கங்களைப் பற்றியோ கொள்கைகள் பற்றியோ உள்ளவற்றிற்கெல்லாம் அவன் ஓர் வெளி ஆளாகவே இருக்கமுடியும் அல்லது எழுத்தாளன் என்று தேடுபவன் தன்னை அழைத்துக்கொள்ள முன்வருவதில்லை.

காந்தி மறைவு பற்றிக் கண்ணீர் விடும் ஒரு கதாபாத்திரம் நாட்டு விடுதலை பற்றியோ, அரசியல் பற்றியோ, அறிவார்ந்த விற்பன்னனாக இருக்கவேண்டியதில்லை. இந்த மகோன்னதத் தன்மையை சூர்ய வம்சத்தில் குறிப்பாக உணரமுடிகிறது. நனவோடை உத்தி அவருக்குக் கைவந்த கலையாக இருக்க முடியும். எளிமையாக எழுதும் திறன் பெற்றிருக்கலாம். இன்னும் பல கீர்த்திகளும் இருக்கலாம்.

ஆனாலும் தனது தனித்தன்மையை விட்டு – இன்னொரு பொய் முகத்தைப் பாவனைகாட்டும் நிலை இந்நாவல்களில் இல்லை. அவ்வாறு பம்மாத்து பண்ணாமலிருப்பது பெரிய விஷயம். அதற்கு ஒரு வகை தைரியம் அவசியம். இந்நாவலாசிரியரைப் பொறுத்தவரை அதற்குப் பஞ்சமில்லை என்பது என் துணிவு. திரு. சா. கந்தசாமியை நேரிடையாக அறிந்தோரும் அறியாதோரும் இதைத் தெரிந்து கொள்வது எளிது.

இரண்டு நல்ல நாவல்களை எழுதியவர்கள் யாருமில்லை என்று சொல்வதுண்டு. அது ஒரு கருத்துதான். கந்தசாமியைப் பொறுத்தவரை அது உண்மையல்ல. குறைந்தது பத்து நல்ல நாவல்களை எழுதிவிட முடியும் என்பது ஒரு கணிப்பு.

- தீபம், 1984

7. ஒரு கிழவியும் ஒரு தமிழ் நாவலும்

படித்து முடித்துள்ள தமிழ்நாவல் ஒன்றின் கதை மறந்து விட்டாலும், கனல் தொடர்ந்து தங்குகிறது. கிழவன் – கிழவி – ஊர் – மரங்கள் – காய்சினவழுதி முதல் கடுங்கோன் ஈறாகக் கண்டுகொண்ட நிலமும் – வானமும்.

சொல்லப்போனால் இந்தக் கிழவிகள் சாவதில்லை. அதிலும் கிராமத்துக் கிழவி முடிந்தவரையில் கண்களைப் பெரிதாக்கிப் பார்த்து பேச்சைக் குறைத்துக்கொண்டவள்.

கிழவிக்குப் பேச்சுக் குறைவு என்றால் குணம் இல்லை. காரணம் – சந்தர்ப்பம்தான். வேற்றூரில் வேலை பார்க்கிற பிள்ளை தன்னை வந்து பார்க்கவில்லையென்றால், இங்கே அவனுக்கு வந்துவிடுகிற கெட்ட பெயரைத் தடுக்க, மூட்டை கட்டிக்கொண்டு, முருங்கைக் கீரை வகை வகையாய்ப் பறித்து, ஏழு வயதில் மகன் ஆசையாய்த் தின்ற பொரிவிளங்காயை பையனின் பையனுக்குப் பதனப்படுத்திக் கொண்டு, கிழவி கிளம்பினால், கிடைக்கவிருக்கிற வரவேற்பை அறிந்திருந்தாலும் "பையன் லெட்டர் போட்டுத் தொந்தரவு செய்கிறான். அவனுக்கு லீவு கிடைக்காதாம். நாமதான் போய் வரணும்" என்று சொல்ல ஒரு சந்தர்ப்பத்தை ஏற்படுத்திவிடுவதுதான் முக்கியம். நினைக்கப்படுகிறோம் என்றெண்ணிக் கணக்குப் போட்டுப் பார்ப்பதில் கிழவி விதிவிலக்கல்ல. ஆனால் மரண அடியாக நெஞ்சைத் தடவிக்கொண்டு திரும்புவது வேறு விஷயம். பேசாமலிருந்து மற்றவர் வாயை அடைத்துவிடுவது பெரிய காரியமல்ல. துரத்தியடிக்கும் மருமகள் பற்றிப் பேசும் நாளும் இதுவல்ல– அதெல்லாம் கிழவிக்குச் சாதாரணமாகிவிட்ட சங்கதிகள்.

கிழவி அழுவது கிடையாது. தெற்குத் தெருப் பெண் குமரியாகவே போய்விட்டாளென்றால், அதற்கு ஒப்பாரி வைக்கக் கூடாது. குளத்தில் விழுந்து செத்ததை வகையாய்ச்

சொல்லி, போன மகராசியை வாழ்த்தத்தான் முடியும். மண்டை சிதறியது – குடல் சரிந்து தொங்கியது – ஆகியவற்றையெல்லாம் பதற்றமில்லாமல் அவளால் சொல்ல முடியும். சாவைப் பற்றி ரொம்பவும் ஆவலாய்– ருசியாய் – பொம்மையைத் தடவிப்பார்ப்பதுபோலச் சொல்லுவாள். குரலில் போலித்தனம் எதுவுமிருக்காது. ஆனாலும் போய்விட்ட அந்தக் குமரிப் பெண்ணின் அம்மாக்காரி கேட்டாளே ஒரு கேள்வி "உன்னை எவண்டி கட்டிக்குவான்?" என்று. அதைப் பற்றி கிழவி விமர்சனம் செய்யமாட்டாள். பலமாக மூச்சை இழுத்துப் பேச வசதியில்லாதது ஒரு காரணம். சுற்றுப்புறவாசிகள் பாம்பின்கால் அறிந்த புண்யவான்கள்தாமே என்பதாலும் இருக்கும்.

கிராமத்துக் கிழவி ஊரிலே சுற்றுவாள். எல்லார் வீட்டுத் தெருத் திண்ணையும் அவளது சொந்தம். இரண்டு தெருக்களில் உலகம் அடங்கிவிடும். ஊரின் தென்னைமரங்களைப் பற்றிச் சொல்லுவாள். மரங்களென்ன – குப்பைமேனிச் செடிகளும் அவளுக்குத் தெரியும். எந்தெந்த வீட்டுச் சுவர்கள் விரிசல் விட்டவை என்பதை அவள் அறிவாள். ஊரில் ஓடும் நாய்களையும் கணக்குப்போடுவாள். ஏதோ, தெருக்களெல்லாம் மனிதன் மட்டும் நடமாடுவதற்குத்தான் உள்ளதா என்பது போல அவள் பேச்சு இருக்கும்.

தெருத் திண்ணையிலே பனியில் உறங்குபவனை யார் என்று கேட்டால் பதில் கிடைக்காது. அசலூர் என்று தெரிந்து "யார் பெத்த பிள்ளையோ" என்று முனகுவாள். அந்த 'யார் பெத்த பிள்ளை'யும் இந்தக் கிழவியிடம்தான் தன் அம்மா செத்துப் போனதையும், இப்போது யாருமேயில்லையென்பதையும் ஒளிவுமறைவில்லாது கூறமுடியும். பேர் தெரியாத இந்தக் கிழவியின் பேச்சிலே அவன் தன் பிறந்த கிராமத்தையே கண்டுகொள்ளுவான்.

உலகம் தெரியாமலிருப்பது மடமையென்று ஒப்புக்கொண்டு விடலாம். ஒன்றும் குடிமுழுகிப்போய்விடாது. ஆனால் மடமையாகவிருப்பது என்பது அத்தனை உண்மையற்ற செயலா என்று கேட்பது போல கிழவியின் விசாரணை இருக்கும்.

சின்ன வட்டம் – பெரிய வட்டம் இவைகளைச் சேர்த்து இன்னொரு வட்டமாக நிற்கும் சிந்தனை – சுற்றிச் சுற்றி வருபவை – காட்டையழித்து வாழத் தொடங்கிய நாளிலிருந்து தொடங்கிய மட்டுப்படுத்தப்பட்ட சிந்தனைகள் – இந்த மாய்மாலப் புதுமைகளிடையே – இந்த ஊர்க் கிழவி – அழகாகத் தெரிகிறாள். ராசகுமாரி மாடு மேய்க்கிறவனைக் கட்டிக்கொண்ட கதையை அஞ்சு வயதிலேயே கேட்ட கிழவிக்கு, சாதிப் புரட்சிகளெல்லாம் எவ்வாறு ஒரு கண முழுமை கொண்டுவந்து சேர்க்கும்?

வேறு யாராகவுமில்லாது தானாகவே இருந்துவிடும் ஒரு கண முழுமையில் கிழவி தெய்வத்தைப் பற்றிப் பேசிக்கொண்டிருக்க மாட்டாள். தெய்வத்தை இல்லாமல் செய்துவிட்டாலும்கூட அதை முடமாக்குவதில்லை. அதற்கு சிரமம் கொடுப்பதுமில்லை.

கிழவி எதையும் வெறுத்தது கிடையாது. ஊர்ப் பிள்ளைகள் தன்னைப் போலிருக்க வேண்டுமென்று விரும்பியதில்லை. தான் அறியாததை அவர்கள் தெரிந்து சொன்னால், மனதில் சந்தோஷத்துடன் "என்ன சொல்றே – ஒரு எழவும் புரியல்லையே" என்று அலுப்புடன் சொல்வாள்.

ஊர் மணியக்காரன் தேங்காய் திருடுவதை அறுபது வருடங்களுக்கு முன்பே கண்டவள். இப்போது அவன் பொதுநலவாதி. அவன் கையிலே அம்மன் கோவில் சொத்து. சிலவற்றை

அவளால் பேச முடியாது. குளிரில் விறைத்ததுபோன்று போர்த்தி உமிழ்நீரை உறிஞ் சிக்கொள்வாள்.

ஒவ்வொன்றும் ஒவ்வொன்றாகவே இருந்து காற்றையும் நீரையும் பகிர்ந்துகொள்ள வேண்டியவர்களாக இருக்கிறோம் என்பது அவளது பேச்சுப் புரியும்படியாக இருந்தால் நமக்குத் தெரிந்திருக்கும்.

ஆனால் சோடாப் புட்டிகள் சிருஷ்டிக்கப்படுவதற்கு வேறு காரணம் உண்டென்பது எப்படிச் சொன்னாலும் அவளுக்குத் தெரியாது.

புரட்சி பண்ணுகிறவர்கள் அவளிடம் பேசவேண்டும். நீராகாரம் தந்து கேட்பாள். புரட்சி பண்ணுவதும் பிள்ளைகள்தாமே. கடைசிப் புரட்சி என்று எதும் கிடையாது என்பதைக் கிழவியிடம் சொன்னால் அதைப் புரிந்துகொள்ள மாட்டாள். ஆனால் சாவு என்கிற அற்புதமான உண்மையை எதிர்கொள்ளவேண்டிய நேரத்திலுங்கூட தன்னெதிரே குறுகுறுப்போடு நிற்கிற சிறுவனின் மூக்கில் வழிந்தோடுகிற சளியை அகற்றிவிடத் துடிப்பாள். புதிய வெளிச்சங்கள் அப்போது தலை தூக்கும். கிழவிக்கு அலுப்பில்லை. துழாவித் துழாவிப் பிரபஞ்சத்தின் மேற்கொண்டு உயர்ந்த எண் எதுவெனக் கண்டுபிடித்துக்கொண்டேயிருக்க முடியும்.

சில சமயம் கிழவி நாயை அடித்து விரட்டுவதுண்டு. முன்னங்கால்களையும் தலையையும் தாழ்த்தி மன்னிப்பு கேட்டு அது நடிக்கும். கிழவியின் கோபம் சிறுவர்களைச் சிரிக்கவைக்கும். பின்னர், ஊர் நாய்களைப் பற்றிச் சொல்லுவாள். சிறுவர்களுக்குப் புரியாத உச்சரிப்போடு.

இந்தக் கிழவிகள் சாவது அரிது – இல்லவேயில்லாமல் அவர்கள் போய்விடப்போவதில்லை. படைத்துவிடுகிற குணம் – கல்வியாக மாறிவிடுகிற அதிசயம் – கிழவிகளுக்கு உண்டு. ஆனால், மறக்கப்பட்டுவிடுகிறார்கள்.

தால்ஸ்தாயை மறந்தது போல.

கிழவிகளை மறந்து பின்னர் அந்தக் கனல் மட்டுந் தங்க, பொறிகள் தட்ட, ஓகோவென வியந்தவண்ணம் புரியவைத்தது நம்முடைய மனம்தான் என்று, நம்மை நாமே பாராட்டிச் சந்தோஷப்பட்டுக்கொள்வது இப்போதெல்லாம் சகஜமாகிவிட்டது.

கிழவிகளோ – கிழவர்களோ நாவல்களில் வருதல் இக்காலத்தில் அசாதாரணம். இந்த நாவலுங்கூட அவர்களைப் பற்றியது என்று சொல்லமுடியாது.

ஆனால், அந்தக் கிழத்தையும் தமிழில் வெளிவந்த “இன்று” என்ற நாவலையும் மறந்துவிடுவது சாத்தியமில்லையென்று எனக்குத் தோன்றுகிறது.

- ஞானரதம், 1986

❖

8. அசோகமித்திரனின் "இருவர்"

கட்டுரைகள்

தமிழ்ச் சிறுகதையுலகில் புதுமைப்பித்தன் சகாப்தத்தின் பின்னர், பல படைப்பாளிகள் – உண்மையிலேயே நல்ல படைப்பாளிகளாக இருக்க வேண்டியவர்கள் – தங்களைத் தாங்களே வீணடித்துக்கொண்டதைக் காண முடியும். மிகக் குறைந்த எண்ணிக்கையில் சிலர் மட்டுமே தனித்து நிற்க முடிந்திருக்கிறது.

அசோகமித்திரனின் இரு குறுநாவல்கள் – இரண்டும் ஏற்கனவே பிரசுரமானவைதாம்.

"இருவர்" என்ற கதையில் தனம் கேட்கிறாள் – விசு என்ற சிறுவனிடம்:

"எனக்குக் கொள்ளி போட வந்துடுவியா?"

அந்த விசு ஏழு வயதாகியும் அனா ஆவன்னா வரிசைக்கிரமம் தெரியாதவன். இன்னொரு கதையில் இரண்டுவயது வரைக்கும் தவழ்ந்துகொண்டேயிருந்து வளர்ந்தவரிடம், டல்பதாடோ என்ற அயல்நாட்டவன் கேட்கிறான்.

"எங்களை வேறு எங்குதான் போகச் சொல்கிறீர்கள்?"

கேட்கப்படும் இருவரும் பைத்தியங்கள் அல்ல. அப்படியும் சொல்ல முடியாது – பைத்தியமாகவும் இருக்கலாம். மர்மம்தான். ஆனாலும் கதையில் சொல்லப்படாத, விளங்கவைக்காத எத்தனையோ விஷயங்களின் தொனி, தானாக நம்மை வந்தடைகிறபோது மர்மங்கள்பற்றிய கவலை விடுகிறது. துப்பறிந்து சொல்ல கணேசனும் வசந்தனும் தேவையில்லை யெனவும் தெரிகிறது. அது மர்மமாகவே இருந்துவிட்டுப் போகட்டும் – ஒன்றும் குடி முழுகிப்போய்விடாது – போலி அறிவுத் தளங்கள் இல்லாமலேயே விளங்கிவிடும் ஒன்று என்பதும் மனதில் பின்னர் விளக்கமாகிறது.

அசோகமித்திரனின் எழுத்து – நகைச்சுவை உட்பட – சோகமென நகுலன் எங்கோ ஓரிடத்தில் எழுதியிருந்தார். ஆயிரத்துத் தொள்ளாயிரத்து முப்பத்திரண்டிலும் சோகம் – சமீப காலத்திலும் சோகம்– எந்த மாற்றமுமில்லை. பிரபஞ்சத்தின் தவறுகளுக்கு நாமும் காரண கர்த்தாக்கள் என்று எண்ணவைத்துவிடுவதென்பது ஒரு சிறப்பான நாகரிக நிலை – பக்குவ நிலை – பார்வை மூலம் நிலைபேறு அடைகிற தரிசனபூர்வமான சங்கதி. இதிலடங்கிய இரு குறு நாவல்களும் தேர்ந்த நடையில் விசாலமான பார்வையோடு விளங்குபவை.

நல்ல பதிப்பு. பதிப்பாளரின் உரையும் உண்டு. சாதாரணமாக, யாரும் படிக்காத ஒரு பகுதி அது. அப்படிச் சொல்லக்கூடாது. நர்மதா ராமலிங்கம் எழுதியுள்ள இப்பகுதி அவரைச் சிறந்த இலக்கியவாதியாகவும் அடையாளங்காட்டும்.

- முன்றில், 1988

9. நீல. பத்மநாபன்

எங்கோ நடந்திருக்கவேண்டிய காரியம் – இங்கே ஓர் எழுத்தாளனின் கை முறிக்கப்பட்டிருக்கிறது.

'என்னைப் பற்றி நீ எழுதியிருக்கிறாய்' என்று கதையைப் படித்துவிட்டு ஒருவன் துள்ளினால் யாரைப் பற்றியும் இல்லாமல் எப்படி எழுத முடியும் என்றுதான் கேட்க முடியும். தாந்தேகூட தனது இளமைக்காலக் காதல் நினைவில் எழுதியதாகச் சொல்வார்கள். "பொய்த்தேவு" சோமு தஞ்சாவூரில் க.நா.சு.வுக்குத் தெரிந்த ஒரு பலசரக்குக் கடைக்காரர்தாம். அந்தக் கடைக்காரர் புத்திசாலி. நாவலைப் படித்துவிட்டு "எல்லாம் சரிதான். ஆனால் நான் சோமுவைப் போல பண்டாரமாக ஆக மாட்டேன்" என்று சொன்னாரேயொழிய, க.நா.சு.வின் கையை ஒடிக்க வரவில்லை.

இந்தப் பாத்திரம் என்னைப் போலுள்ளது என்று கையொடிக்கக் கிளம்பினால், ஒரு கதைக்கு மேல் எந்த எழுத்தாளனும் எழுதிவிட முடியாது.

நீல. பத்மநாபனை அடிக்கத் துணிந்தவன் வேறொன்று செய்திருக்கலாம். நேராக அவரிடம் சென்று "நீங்கள் எழுதியது நன்றாக இல்லை. குணச்சித்திரமே தப்பு" என்று சொல்லி இதைவிடப் பெரிய வலியை ஏற்படுத்தியிருக்கலாம். ஆனால் அது அறிவுஜீவிகள் செய்யவேண்டிய காரியம்.

இந்நிகழ்ச்சியைக் கண்டித்து பலரும் எழுதியுள்ளனர். நண்பர்கள் வட்டம் என்ற பத்திரிகையில் தி.க.சி. எழுதியிருந்தார்.

கேரள அரசு இந்த வன்முறையாளன் மீது Departmental நடவடிக்கை எடுப்பதோடு, அவருக்கு இலக்கியச் சம்பந்தமான சில புத்தகங்களைக் கொடுத்துப் படிக்கச்சொல்லி வற்புறுத்தலாம்.

- முன்றில், 1989

❖

10. வாசவேசுவரமும் வட்டாரமும்

"விருட்சம்" சிற்றிதழில் பவுல் வேலரியைப் பற்றி திரு. ஐராவதம் ஒரு பத்தி எழுதியிருந்தார். நன்றாகவிருந்தது. அதை ஒரு பிராயச்சித்தம் என்றும் சொல்லவேண்டும். "ழ" கவிதைகள் புத்தக முன்னுரையில் இவர் எழுதிய வாசகங்கள் பல இந்த பவுல் வேலரியுடையவைதாம். எனவே மற்ற மேல்நாட்டுப் படைப்பாளிகள் பலருக்கும் இதுபோல இவர் நன்றிக்கடன் செலுத்துவார் என்று எதிர்பார்க்கலாம்.

கிருத்திகா எழுதிய வாசவேசுவரம் நாவலின் இரண்டாம் பதிப்பைப் படிக்க முடிந்ததில் மகிழ்ச்சி. நல்ல நாவல். 1966இல் வெளிவந்தது. அதற்கும் முன்பே வெளியான Peyton Place என்ற நாவலின் பாதிப்பால் விளைந்தது என்றும் சொல்லலாம். Grace Metallus என்னும் பெண்மணி எழுதிய அந்த அமெரிக்க நாவல் பாலியல் உணர்வுகளை மையமாகக் கொண்டது. வெகு சீக்கிரத்தில் பிரபலமாகி விட்டதும் Return to Peyton Place என்ற தொடர் நாவல் வெளியாகி, திரைப்படமாகவும் வந்தது. இதில் காணப் பெற்ற 'கதை சொல்லும் உத்தி' பலமொழி நாவல்களிலும் கொண்டுவரப் பட்டது. Peyton Place போன்று வாசவேசுவரமும் ஓர் இடத்தைச் சார்ந்து, மனிதரின் அவலங்களைக் கூறுவது; இதில் சொல்லப் பெறும் உபன்யாசக் கருத்தும் ஒரு வகையில் Peyton Place திரைப்படத்தில் உரையாகச் சொல்லப்பட்டதுதான். மற்றபடி, இது நாஞ்சில் நாட்டுக் கிராமம் என்பதெல்லாம் அலட்டல். நாஞ் சில் நாட்டு மக்களின் வளமை, அவலம் ஆகிய எதுவும் சிறிதளவுகூட இடம் பெற முடியாதபடி அமைந்த ஓர் அக்ரஹார வட்ட சாயல்கொண்ட நாவல். ஓர் இந்தியக் கிராமத்து நாவல் என்பது மேலும் ஓர் அலட்டல். நாஞ்சில் நாட்டில் நாற்பதுகளில் ஒரு குறிப்பிட்ட இடத்தில் சில ஆங்கிலோ – இந்தியர் வாழ்ந்தனர். அதாவது அந்த இடத்தின் பக்கத்திலிருந்த அக்கிரகாரத்தில் வசித்தவர்களைவிட எண்ணிக்கையில் அதிகமாக. அந்த ஆங்கிலோ– இந்தியச் சமூகத்தினர் பற்றிய ஒரு நாவலிருந்தால்,

அதை ஓர் இந்தியக் கிராம நாவல் என்று இந்த விமரிசகர் – அதுவும் மேற்படி ஐராவதம்தான் – கூறுவாரா? இந்தியா என்பதற்கும் அக்கிரகாரத்திற்கும் பிரத்யேக உறவு இருக்கிறது போலும். வெறும் அக்ரகார நாவல் என்றால் அப்படியே சொல்லிவிடுவதில் என்ன குடிமுழுகிவிடும்? ஆங்கிலோ – இந்திய மக்களுக்கும் வட்டாரம் கிடையாது. ‘மோகமுள்’ ‘அம்மா வந்தாள்’ ஆகியவை தஞ்சை வட்டார நாவல்கள் அல்ல – அக்ரகார வட்டம்தாம். நல்ல நாவலாக இருந்துவிட்டால் வேறு எதைப் பற்றியும் கவலையில்லை. இப்படி வலிந்து நின்று ‘இந்தியக் கிராம நாவல்’ என்று வலியுறுத்துவது எதற்கு ஆயத்தம்? தொலைக்காட்சி முதல் சானலுக்கா? புதுமைப்பித்தனின் நாசகாரக் ‘கும்பல்’ கதை அவரைப் பொறுத்தவரை வட்டாரம்தான். இந்தியக் கிராமம் அல்ல. கோவிலில் இலவச உணவுண்டு, கிராம மக்களின் சுக துக்கங்களில் எந்தவிதப் பங்கேற்பும் இல்லாது இருந்துவிட்டுப் போவதுதான் இவரது இந்தியக் கலாச்சாரம். வர்ணாசிரம தர்ம கீர்த்திக்கு ஏதோ தன்னாலான சேவை.

சனாதனம், வைதிக எதிர்ப்பு, நவீன அந்தணர் என்ற பதங்களெல்லாம் இவரால் பயன்படுத்தப்பட்டுவருவதன் மர்மம் வேறெதுவுமில்லை – வைதிக தர்மத்தின் அடிப்படையைத் தகர்க்காது (வைதிக தர்மம் என்றால் ஒன்றே ஒன்றுதான் – வர்ணாசிரம தர்மம்) சில சீர்திருத்தங்களைச் செய்து நவீன வைதிகமாக ஒன்றை உற்பத்தி செய்வதுதான். பிராம்மணியத்தை மறுமலர்ச்சியுறச் செய்யவேண்டும் என்பதுதான். அண்மையில் பிராமணர், பிராமணரல்லாதார் பற்றிய சர்ச்சையானது எவ்வாறு முடிக்கப் பெற்றது என்பது எல்லாருக்கும் தெரியும். பிராமணர்களை இழிவுசெய்வது என்பது இந்திய ஒற்றுமையை இழிவுபடுத்துவதாகும் என்று முடிவுரையாக ஒரு தினசரியில் பிரசுரமான சத்யாவின் கடிதத்திற்கும் இந்த விமரிசனத்திற்கும் வேறுபாடில்லை. பிராமணியம் இலக்கிய உலகில் எப்படி நுழைகிறது என்பதைக் கவனமாகப் பார்க்கவேண்டும்.

செம்மங்குடி என்ற தனது ஊரைப் பற்றி மௌனி பின்வருமாறு எழுதுகிறார்:

“வண்டிப் பாதையில் அரை மைல் கிழக்கே சென்றால் செம்மங்குடியை அடையலாம். அடையுமுன் மேலக் குடியானவத் தெருவையும் சமீபத்தில் ஊர்ச் செலவிலும் முயற்சியினாலும் ஏற்பட்ட செம்மங்குடி உயர்நிலைப் பள்ளியையும் தாண்டிச் செல்லவேண்டும்.”

ஆக, தாண்டிச்செல்லவேண்டிய குடியானவத் தெரு எந்த ஊர் என்ற ஐயப்பாடு வேண்டாம். அவர்கள் மௌனியின் ஊரோடு சேர்த்தியில்லாதவர்கள். ஊர் என்றாலே அக்ரகாரம்தான். ஒற்றையடிப் பாதையின் முடிவில் இரண்டு குட்டிச் சுவர்களுக்கிடையே ஊர் அழகாக ஆரம்பிக்கிறது என்பதாக எழுதிய புதுமைப்பித்தன் எங்கே? கேவலம் ஒரு பேச்சிற்காகக்கூட ஊரோடு சேராத மனநிலைகொண்ட மௌனி எங்கே? சிறுகதையின் ஒரு சில அம்சத்தைத் தொட்ட மௌனியின் மனநிலையே இப்படியென்றால், இந்த இந்திரனின் யானை எம்மாத்திரம்? அதுவும் பாரசீகத்து இந்திரனின் யானை!

- அரங்கேற்றம், 1993

❖

11. பா. விசாலத்தின் நாவல்

"**உ**ண்மை ஒளிர்கவென்று பாடவோ"

சேங்காலிபுரம் அனந்தராம தீட்சிதரின் கதாகாலட்சேபங்களே நாவல்களாக பரிணமித்துவருகிற இந்த நவீனத் தமிழுலகில், பா. விசாலம் அவர்களது இரண்டாவது நாவல் அளிப்பது ஒரு மனச்சாந்தி.

மனச்சாந்தி என்று சொல்வது ஓர் ஒப்புமைக்காகவே – ஏனோ தானோ என்றோ அல்ல. இந்த நாவலின் போக்கை அவ்வாறே குறிப்பிடவேண்டும். உணர்வுகள் கிளர்ந்தெழச் செய்யும் நாவல்கள் நூற்றுக்கணக்கில் – நல்ல நாவல்களும் சேர்ந்து – உலக இலக்கியத்தில் உண்டு. ஆனாலும் சில படைப்புகளே உணர்வுகள் அடக்கப்பெறும் செயற்பாட்டினை அகத்தே கொண்டுள்ளன.

அப்படிப்பட்டவை மேலை நாட்டிலும் குறைவுதான் என்று இலக்கிய வல்லுநர்கள் கணிக்கின்றனர். இந்த நாவல் அப்படிப் பட்ட போக்கில் செயற்பட்டிருப்பது ஒரு நல்ல திருப்பம்.

கொடுமைகள் – சீற்றங்கள் எப்போதும் இருந்திருக்கின்றன. அவை இந்த நாவலிலும் ஏராளம். அன்னம்மா-மீனா போன்றோர் அனுபவித்தது தனிப்பட்ட மனப் போராட்டங்கள் என்றால், 'சர்ச்' உள்ளே மதில் எழுப்பி, தாழ்த்தப்பட்டவருக்கென உயர்சாதி கிறித்தவர்கள் செய்தவை வேறு. இவ்வாறு கொடுமைகள் சித்தரிக்கப்பட்டிருப்பினும், அவை நாவலின் மையப்புள்ளியாக இல்லை. கதைசொல்லியின் வெளிப்பாடு வேறுவகையில் செல்கிறது. அப்படிப்பட்ட முறையால் கொடுமையின் பின்னணி தெரிகிறது – சீற்றம் பிறக்கிறது.

இத்தகைய நிலையில் வாழ்க்கைப்போராட்டத்தைவிட நாட்டின் விடுதலைப் போராட்டம் பெரிதாக இருந்திருக்க முடியுமா என்றும் தோன்றுகிறது. அத்தகைய நிலையிலும்

வாழ்க்கை நகர்ந்து செல்கிறது. வெறுப்பு மட்டுமே எல்லாவற்றையும் ஆக்கிரமித்துக் கொண்டுவிடவில்லை. உண்மை என்பது மிச்சம் மீதி என்றில்லாமல் இருப்பது என்றால், கொடுமையும் உள்ளடக்கமாகிவிடுகிறது. எல்லாவற்றையும்விட உண்மை அற்புதமானது என்ற தெளிவும் ஏற்படுகிறது.

இந்த நிலை ஏற்பட நாவலாசிரியர் ஒரு உத்தியைக் கையாளுகிறார். கதையிடையே, ஸ்பார்டக்கஸ், ஏசு, கலிலியோ, வீரமாமுனிவர் போன்றோரின் வாழ்வு பற்றிய மகோன்னதம் தோன்றும்படி நிகழ்ச்சிகளைச் சேர்த்திருக்கிறார். வைகுந்தசாமி பற்றிய நிகழ்வுகள் அதிகமாக இருந்திருக்கவேண்டும்.

விண்ணரசு விண்ணில் இல்லை. அது இங்கேதான் இருக்கிறது என்பதை வீரமாமுனிவர் சொன்னாரா என்பது தெரியாது. ஆனால் நாவலாசிரியரின் போக்கு தெளிவாக இருக்கிறபடியால் ‘சொல்லியிருக்கவேண்டும்’ என்று தோன்றுகிறது. வீரமாமுனிவர் சொல்வதாக நாவலாசிரியர் திருவள்ளுவர் பற்றிக் கூறியிருப்பது, எந்தப் பகட்டுமில்லாது விளங்குகிற அழகு. அவர் இயற்றிய திருக்காவலூர் புராணத்தில், குலசேகர ஆழ்வாரின் “படியாய்க் கிடந்து உன் பவளவாய் காண்பனோ” போன்ற பதிகங்கள் போல் அன்னை மேரியைப் பாடியிருக்கிறார். வைணவம்போல் கிறித்தவமும் பக்திக்கு முதலிடம் அளிக்கும் சமயம்தானே.

மார்த்தாண்ட வர்ம மகாராசா பற்றியும் நாவலாசிரியர் கூறுகிறார். இந்த மகாராஜா கிறித்தவராக மதம் மாறிய தேவசகாயம் பிள்ளைக்கு மட்டும் மரணதண்டனை அளிக்கவில்லை – பிராமண புரோகிதர் அறிவுரைப்படி, அனந்த பத்மநாப சாமிக்கு நடத்திய வேள்விக்கு, தாழ்ந்த குலத்தைச் சேர்ந்த, பதினைந்து குழந்தைகளை (நாடார், ஈழவர், பரதவர்) திருவனந்தபுரத்தில் பல இடங்களில் உயிருடன் புதைக்கச் செய்தவர். (பார்க்க, பேராசிரியர் சிவனடி அவர்களின் இந்திய சரித்திரக் களஞ்சியம்) (Vol.3) பிராமணருக்கு ஊட்டுப்புறைகள் திறந்தவர். கோசகஸ்ரம் செய்து புண்ணியம் பெற்றவர்.

எனினும் மார்த்தாண்ட வர்ம ராஜா பற்றியோ, அவருக்குத் தூபம் போட்ட ராமய்யன் பற்றியோ, நாவலாசிரியர் விமர்சனம் செய்யவில்லை.

ஆனால், “ஒரு நட்சத்திரம் போனால் என்ன – வானத்திற்கு என்ன நட்டம். இன்னும் எத்தனையோ கோடி நட்சத்திரங்கள்” என்று நாவலாசிரியர் சொல்லும் போது அந்தத் தோரணை ஏற்றுக்கொள்ளல் என்ற மனவிரிவைக் காட்டுகிறது.

மனவிரிவு என்பது பெரிய விஷயம். அப்படிச் சொல்வது “ஒன்றுமில்லாத ஒன்று” என்ற பொருளையும் தரும். எல்லாவற்றுக்கும் முடிவு உண்டு. முடிவிற்கு முடிவு இல்லை. சுதந்திர உணர்வுகள் – கனவுகள் இவற்றோடு இவற்றின் எதிராகப் போர்கள், மதங்கள் ஆகியவை விலகாது இருப்பதையே மனித குல வரலாறு என்று சொல்லிவிட முடியும்.

சற்றேறக்குறைய இருபதாம் நூற்றாண்டின் ஆரம்ப காலகட்டத்தில் நடக்கிற கதை. வடக்கன் குளமும், அதன் பக்கமுள்ள நாஞ்சில் நாடும் களனாக அமைந்த இந்த நாவலில், கிறித்துவ மதம் மாறியவர்கள் முக்கியப் பங்கேற்கின்றனர். வேளாளக் கிறித்தவரும், நாடார் கிறித்தவரும், தாழ்த்தப்பட்ட கிறித்தவரும், தங்கள் சாதியைக் கைவிட்டுவிடாது, வெறும் “சர்ச்” போய்வருகிற நெறி மட்டுமே போதுமென்று தங்கள் காரியங்களைப் பார்த்து

வருகின்றனர். அவர்களிடம் “சர்ச்” தவிர வேறு எந்த மாற்றமும் இல்லை. நாதசுரத்தோடு கல்யாணம், பலகார வகைகள், குடும்ப உறவுமுறைகள், நிகழ்ச்சிகள், நாள் நட்சத்திரம் பார்த்தல், எதிலும் மாற்றமில்லை. பேச்சு வழக்கு எப்போதும் மாறியதில்லை. கிறித்தவர்கள் மட்டுமல்ல; இந்த நாவலில் குறிப்பிடப்படாத மதம்மாறிய முஸ்லீம்களும் அப்படித்தான்; வேளாளன் முஸ்லீமாக மாறி விட்டால், பிள்ளைப் பட்டத்தைக்கூட சில சமயம் விட்டுக்கொடுக்க மாட்டான். மற்ற இடங்களில் எப்படியோ, தெற்கே அப்படித்தான் இருந்துவந்திருக்கிறது. ஆங்கிலேயர் வருவதற்கு முன்புள்ள காலகட்டத்திலிருந்து, குறைந்தபட்சம் வள்ளலார் காலம் வரை பார்த்தால், இதற்கான காரண காரியங்கள் எனச் சிலவற்றைச் சொல்ல முடியும்.

மொழியிலும், உணவு உடை விஷயத்திலும் மதத்திலும் ஒரேயடியான மாற்றத்தைப் பெற்றுக்கொண்ட ஆப்ரோ–அமெரிக்கர் போன்றோர் சங்கதி அல்ல இது. அமெரிக்காவில் கறுப்பினத்தவராகியோர் ஆங்கிலம் பேசி “சர்ச்” போய் வந்து, நிற வேற்றுமை வெறியை அனுபவித்துக்கொண்டே கிறித்தவராகவே அமெரிக்காவில் இருப்பது போன்றதல்ல நமது விஷயம். கறுப்பர்கள் பிஷப் ஆக முடியும் என்பதும் இங்கே சொல்லவேண்டிய ஒன்று. பூங்குன்றனில் இருந்து வள்ளலார் வரை எடுத்துக்கொண்டால் தாங்கள் வணங்கியது வேதகால இந்திர மித்ர கடவுள் அல்ல என்ற நினைவுடன்தான் செயல்பட்டிருக்கின்றனர். மூவேந்தர் காரியங்கள் முடிந்து பல்லவ ஆட்சியின் பின்னர் பாமர ஜனங்கள் என்ன செய்திருக்க முடியும்? அரசர்களைப் பின்பற்றுவதைத் தவிர வேறு எதையும் செய்திருக்க முடியாது; தங்களையும் வைதிக மதத்தின் ஓர் அங்கமாக நினைத்துக்கொள்ள ஆரம்பித்தனர். அவ்வளவுதான். சற்றேறக்குறைய இருபதாம் நூற்றாண்டின் ஆரம்பத்தில்தான் இந்து என்ற சொல் புழக்கத்தில் வந்தது. அதுவும் ஆங்கிலேயர் நிர்வாக வசதிக்காக ஏற்படுத்திக்கொண்ட சொல். இதையும் நாம் மறந்துவிட முடியாது. இப்படி வைதிக நெறி பரவுங்காலை தமிழ்நாட்டின் தென் பகுதியில் அது மிகத் தாமதமாகத்தான் தலையெடுத்திருக்கிறது. அதுவும் அரசர் மூலம்தான். அப்படிப்பட்ட நிலை வந்தபோது, தங்கள் சொந்த நெறியைத் தங்கள் சாதிகளில் மட்டுமே கண்டு தங்கள் சாதிகளையே மதமாக்கிக்கொண்டுவிட்டனர் போலும். மதமாற்றத்தால் தமிழன் என்ற அடையாளத்தை விட்டுவிட மறுத்தனர். மதமாற்றத்தால் தங்கள் தமிழ் அடையாளம் மாறிவிடாது என்று நம்பினர். வைதிகத்தில் அது நடவாத விஷயம்.

காலதேச வர்த்தமான நியதியில் எந்தவித உள்நோக்கமும் கற்பிக்காத வகையில், ராமானுஜர் பற்றி இந்த விஷயத்தில் சொல்வதென்றால், தீண்டத்தகாத சைவரை, தீண்டத்தகாத வைணவராக மட்டுமே மாற்றினார் என்று சொல்ல முடியும். சர்ச் எதைத் தந்துவிட்டது என்று கேட்டால், வெறும் நாராயண மந்திரம் எதைத் தந்து விட்டது என்றும் கேட்கலாம்.

மேலும் ராமானுஜர் தமது மானசீகக் குருவாகக் கொண்டது நம்மாழ்வாரை. நாஞ்சில் நாட்டைச் சார்ந்த உடையநங்கை அம்மையாரின் புதல்வர்தான் நம்மாழ்வார். அவர் வளர்ந்தது திருக்குருகூராக இருப்பினும், பிறந்தது திருவண்பரிசாரம் என்னும் பதியிலாகும். “வருவார் செல்வார் வண்பரிசாரத்தில்” என்பது அவரது பதிகம். ‘வேதம் தமிழ் செய்த மாறன் சடகோபன்’ என்று சிறப்பிக்கப்பட்ட இந்த நம்மாழ்வார் வேளாளர். அதாவது, வேதங்களைப் படிக்கவோ, கேட்கவோ கூடாது என்ற வைதிக நெறிக்குட்பட்ட சூத்திரர்.

இந்த திருவண்பரிசாரம் என்ற நாஞ்சில் நாட்டு ஊரில் இருந்தவர்களும் இப்போது இருப்பவர்களும் சைவ சமயச் சார்புடையவரே. ஒரு பெருமாள் தலமாக இருந்தபோதும், கோவில் பிரசாதத்தைக்கூட, திருநீறு போல நெற்றியில் அணிபவர்கள்தாம். இந்த உடைய நங்கையம்மையார் சைவ சமயத்திலிருந்து எப்படி வைணவத்திற்கு மாறினார் என்ற ஆய்விற்கு வேலை இல்லை. ஏனெனில், பக்தி இயக்கம் வேத நெறிக்குப் புறம்தான். பக்தி இயக்கத் தோற்றக் காரணம் வேதநெறி எதிர்ப்பே. தென்னாட்டில் தோன்றிய பக்தி இயக்கம் அன்பு என்ற சித்தாந்த அடிப்படையில் தோன்றிய ஒன்று. வேதத்திலோ இதிகாசங்களிலோ, பகவத் கீதையிலோ, பைபிளின் பழைய ஏற்பாட்டிலோ அது இல்லை. அந்த இயக்கம் காலங்காலமாக இங்கு நிலவிவந்த அறம் என்ற சித்தாந்த அடிப்படையில் அறியப்பட்ட ஒன்று. அறிவர் சித்தர் மூலம் அது தொடர்ந்தது. உலகில் புத்தருக்கு முன் அன்பு குறித்துச் சொன்னவர் யாரும் இல்லை என்பார்கள்.

சிவன், விஷ்ணு இருவருமே கடவுள் ஸ்தானத்தில் இருத்தி வணங்கப்பட்டதாக வேதங்களில் இல்லை. சிவலிங்கம் நிந்திக்கப்பட்டிருக்கிறது. விஷ்ணு உபேந்திரன் என இந்திரனின் வேலைக்காரனாகக் கருதப்படுபவர். இத்தனைக்கும், சிவன்–விஷ்ணு வேத காலத்திற்கும் முந்தைய கடவுள். சுடலைமாடன், கறுப்பண்ணசாமி என்று நாட்டுப்புறத் தெய்வங்களாக பிற்காலத்தில் கருதப்பட்டிருக்கும் இக்கடவுள்களைப் பெயர் மாற்றம் செய்து வைதிக நெறிகளுக்குட்படுத்திக்கொண்டதைத் தவிர வேறு எந்தச் சொந்தமும் வைதிக மதத்திற்கும் இக்கடவுள்களுக்கும் இல்லை. குறவர் கடவுளான வேலனையும், வைதிகம் விடவில்லை. கார்த்திகேயனாகவும், சுப்ரமணியனாகவும் மாற்றியது. பெயர் மாற்றம் செய்து, எதையும் தங்களுடையதாகச் செய்துகொள்வதில் வைதிக நெறியாளர் பிரசித்திபெற்றவர்கள். எந்த விஷயத்தையும் சமஸ்கிருதத்தில் எழுதிவைத்து, அது வைதிக நெறிக்குட்பட்டது என்ற ஒரு மாயத் தோற்றத்தை ஏற்படுத்திவிட்டார்கள்.

இந்த நாவலாசிரியர் எடுத்துக்கொண்ட நிலைக்களன் அப்படிப்பட்டது. வைதிகத்தையும், அவர் மையப்படுத்திக் குற்றஞ்சொல்லவில்லை.

‘தெய்வம் ஒருபோதும் பெண் வயிற்றில் மனிதனாகப் பிறந்து நம்மை உய்விக்க வருவதில்லை. அது தானாகவே தோன்றும்’ என்பது சைவ சித்தாந்தம். மாறாக அவதாரக் கொள்கையைத் தோற்றுவித்து, பின்னர் இராமன், கிருஷ்ணன் போன்றோரை அவதாரமாக ஆக்கியது வைணவம். வால்மீகி ராமாயணத்திலோ வியாச பாரதத்திலோ அவதாரம் குறிப்பிடப்படவில்லை. கிறித்துவம் அவதாரக் கொள்கையை ஏற்றுக்கொள்கிறது. இஸ்லாம் ஏற்பதில்லை. மத மாற்றம் எல்லாமே தத்துவ விசாரணை செய்த பின்னர்தான் நடந்தேறின என்று சொல்லவில்லை. ஆனால், பூர்வகுடியினராகிய தமிழரில் இஸ்லாமிற்கு மாறியோர் பெரும்பாலும் சைவச் சார்புடையோராக இருந்தவர்தாம்.

மதமாற்றத்திற்குச் செல்வாக்குப் பயன்படுத்தப்படவில்லையா என்றால், அந்தக் கேள்வி இராமானுஜர் அவர்கள் காலத்திற்கும் பொருந்தும். வைணவராக மதமாற்றம் செய்யப்பெற்றவர்களும் சரணாகதித் தத்துவத்தை ஆய்ந்து அந்த முடிவிற்கு வந்தவர்கள் அல்லர்.

எல்லாவற்றிற்கும் மேலாக ஒன்று சொல்லவேண்டும். பேகன் மனைவி கண்ணகி பற்றி பல விவரங்கள் சங்க இலக்கியங்களில் கிடைக்கவில்லை. இளங்கோ அடிகள் தோன்றி

அதைப் பெருமைப்படுத்த ஓர் அருமையான உத்தியைக் கையாண்டதை நாம் அறிய முடிகிறது. அவர் சமணராக இருந்தார். துறவியாக இருந்தார் என்ற சர்ச்சைகட்கு அப்பால், ஒரு படைப்பாளியாக நாம் அவரைக் காணும்போது இம்மாதிரிப் போக்கு புலனாகிறது.

கண்ணகியிடம் சீற்றம் ஏற்பட்டது. போராட்ட உணர்வு இருந்தது. ஆனாலும், கதை சொல்லி எந்த விதத்திலும் யாரையும் – பாண்டிய மன்னன் உட்பட – கீழ்மக்களாகச் சித்தரித்து மக்களிடையே பரப்பவில்லை. இந்தப் போக்கு தனித்துவமான சாந்த உணர்வால் மட்டுமே சாத்தியப்படுகிறது. அக்கால நியதியில், சிலப்பதிகார ஆசிரியருக்கு ஊழ் என்ற மக்கள் நம்பிக்கை கைகொடுத்திருக்கிறது. இந்த நாவலாசிரியருக்கு அந்த வழி கிடைக்கவில்லை. ஆனாலும் கட்டுப்பெட்டியாக வாழ்ந்துவரும் அன்னம்மாள்கூட, பெண்கள் எல்லாரும் இப்படி இருக்கத்தான் வேண்டுமா என்ற கேள்வியை எழுப்பிக்கொண்டால், அதுவே போதும் என்றாகிவிடுகிறது.

இளங்கோ அடிகளின் பாத்திரமான துறவி கவுந்தி அடிகளும்கூட ஒரு முறை கோபம் கொள்கிறார். ஒரே தடவைதான். படித்த பெண்ணான மீனா வருவதை ஏற்றுக்கொள்கிறாள். கதை அங்கு முடிகிறது. அதுதான் சிறப்பான அம்சம் என்று சொல்லவேண்டும். "அம்மாவுடன் பேசத் தொடங்குகிறாள்" என முடிகிற வரிகள் எதையும் சொல்லாமல் எல்லாவற்றையும் சொல்லிவிட்ட சித்தர் பண்புடன் திகழ்கின்றன.

மீனா எடுத்த முடிவு லட்சியவாதியின் முடிவா என்ற கேள்வி எழாது. லட்சியங்கள், நெறிமுறைகள் பன்முகத் தன்மை கொண்டு காலதேச வர்த்தமானத்திற்கு உட்பட்டவை.

திருடக்கூடாது என்ற நெறிமுறை 3000 ஆண்டுகளாக நம்மிடையே ஏற்கப்பட்டுவந்தாலும் திருட்டு என்பதன் விளக்கம் காலந்தோறும் மாறுபட்டே வருபவை. தான் கொண்ட முடிவு பிறருக்கு எந்தத் துன்பத்தையும் தராது. தனக்கும் மனச்சாந்தி அளிக்குமென்றால், எந்த முடிவும் நல்ல நெறியுடையதுதான். மீனா எடுத்துக்கொண்ட முடிவு அப்படிப்பட்டது. அப்படிப்பட்ட முடிவுதான் நல்ல நெறிமுறை ஆகிறது.

"பேச்சிறந்த மாசில்மணியின் மணி வார்த்தை" என்றான் மணிவாசகன் என்ற சித்தன். "பேசினோம் பேசாமலே" என்றது திருவெண்காட்டுச் சித்தன். "வெளியாகத் தோன்றிய அருள்" என்றது சிதம்பரம் ராமலிங்கம்.

இம்மாதிரிப் பண்புகளைக் கொண்டுநிற்கும் நாவலைத் தந்தவரையும் "தமிழ் நாவல் சித்தர்" என்று சொல்லலாம் எனத் தோன்றுகிறது.

- **கதை சொல்லி, 2001**

❖

12. ஜெயகாந்தனின் ‘புகை நடுவினிலே’

தொண்ணூறுகளில் ஜெயகாந்தன் எழுதிய ஏழு கதைகளின் தொகுப்பு. சொல்லப்போனால் நான்கு கதைகள் என்பதுதான் சரி. கஞ்சா என்னும் தாவரத்தை அழிக்கும் முயற்சியை எண்ணி வெதும்புவதை, முதல் கடைசிக் கதைகளில் ஒரு செடியை குழந்தையாக ஓர் உயிராகப் போற்றிப் பாதுகாக்கும் நிலை இலக்கியப் படைப்பாளியைப் பொறுத்தவரை புரிந்துகொள்ளக் கூடியது. தாவர இனத்தைச் சேர்ந்த உயிர் இந்தப் பிரபஞ் சத்தில் தோற்றம்பெறக் காரணம் ஏதாவது இருந்திருக்கவேண்டும். மனிதர்களையும் தாங்கிக்கொண்டிருக்கும் இந்நிலத்திற்கு ஏதாவது ஒரு வகையில் அந்தச் செடியின் “இருப்பு” அவசிய முள்ளதாகவும் அர்த்தமுள்ளதாகவும் இருக்கும். மனிதனுக்குத் தேவையில்லாவிட்டால்கூட, உயிரினங்களுக்கும் காற்றிற்கும் அது பயன்தந்து கொண்டிருக்கலாம். காட்டைத் திருத்தி நாடாக்கித் தந்தவன் இந்த மனிதன் என்று சொல்வதெல்லாம் பெருமை தந்துகொண்டிருந்த காலம் போய்விட்டது. நிலத்தில் – நம்மைப் போல – தோன்றிய ஓர் உயிரை அழிக்கக் காரணமெதுவும் இல்லை. காரணமெதுவும் இருந்துவிட்டால் மட்டும் அழித்தல் நியாயமாகிவிடுமா என்ன – இந்த வெதும்பல் பரிசுத்தமான குரலில் வெளியிடப்படுகிறது – இரண்டு கதைகளில். மதுவைப் பற்றியோ போதையைப் பற்றியோ பேசுபவர்கள், ஏதாவது வட்டத்திற்குள்ளிருந்துகொண்டு தற்காப்போடு, “நான் மது அருந்துவதில்லை” என்ற முகவுரை சொல்லித்தான் பிரச்சினையைக் கிளப்ப வேண்டியிருக்கிறது. இங்கு அப்படி எதுவும் பம்மாத்துப் பண்ணப்படவில்லை. வெளிப்படையாகவே கதை சொல்கிறது. கதையற்றுப் போய்விடும் நிலையும் சில இடங்களில் ஏற்படுகிறது. இயல்பான நடை.

ரிஷி பத்தினி கதை(கள்) வேறு விதம். சித்தர் குணம் தாங்கிய மனிதனின் கதை. யாருக்கோ பிறந்த குழந்தையைத் தனதாக

ஏற்றுக்கொள்கிறவன் கதை. ஏற்றுக்கொண்ட பின்னரும் சிக்கல் இல்லாது வண்டி ஓடிக்கொண்டிருக்கிறது. ஒரு நண்பரிடம் மட்டும் தானே உண்மையைச் சொல்கிறான். இது தாற்காலிகச் சலனமாகவும், தேவையில்லையே என்றும் எண்ண வைக்கிறது. ஆனால், அந்தச் சாமி பௌத்தத் துறவியல்ல – தென்புலத்துச் சித்தன். தொடரும் இது சார்புடைய கதைகள் இதை ஈடுகட்டுகின்றன.

இவை தவிர, மீதி இரண்டு கதைகள் சாதாரணமானவை என்று சொல்லவேண்டும். வழக்கமான ஆசிரியரின் நடையும் தொகுதியைச் சிறப்பாக்குகிறது.

– தினமணிச்சுடர், 1992

❖

13. சிறுகதையைப் பற்றி

அத்தனை எளிதில் சிறுகதையைக் கோடிட்டுக் காட்டிவிட முடியாது – கவிதையைப் போல. வேண்டுமானால், எது சிறுகதை இல்லையென்று நிறைய பேசிப்பார்க்கலாம்.

பேசித்தான் பார்க்க முடியும். பேச்சு முடிவதற்குள் அதன் இன்னொரு பரிமாணம் உலகில் எங்காவது தோன்றினாலும் தோன்றும் – அடுத்த தலைமுறையினர் பேசுவதற்காக.

என்ன எழுதப்போகிறோம் என்று தெரியாமலேயே மையை நிரப்பிக்கொண்டு ஆரம்பிப்பதும், எதையோ எழுதவேண்டித் தொடங்கிவிட்டு எங்கோ முடிப்பதும் உண்டு. ஒன்றை முடிவாக எண்ணி ஆரம்பித்து வேறொன்றில் முடிப்பதும் நடக்கும். சிறுகதை அவ்வளவு எளிதில் வசப்படுவதில்லை. நாவலைவிடக் கடினமாகவும் தெரிகிறது.

திருக்கோவையாரில் சொல்லாமல் சொல்லி ஒரு கணநேரம் நம்மை அமைதியுறச் செய்கிற பகுதியை சிறுகதை என்று சொல்லிவிடமுடியும். (மீண்டாளென உவந்தேன்). கபிலன் எழுதிய சிறுகதையைப் பற்றித் தெரிந்திருக்கும் (கலிமா எண்ணுவோரே).

இந்த அமைதியுறச் செய்யும் சில கணங்கள் விசாரிக்கப்படுகையில், அவை ஒரு குழந்தையானது தனது கையைக் காலை ஆட்டிக் கொண்டு சொல்லவருகிற விஷயங்கள்தாம். விஷயங்களைவிட, கையையும் கால்களையும் அசைப்பது முக்கியம். விஷயமே இல்லாத விஷயமாக அந்த விஷயம் இருப்பதால் ஏற்பட்ட சங்கடம்.

படித்த கதையொன்று மறந்துபோய்விட்டாலும், அந்தக் கனல் மட்டும் நம்மிடையே தங்கிவிடுவது சிறுகதைகளில்தான் என்று சொல்லவேண்டும். நாவலில் அவ்வாறு நேருவதில்லை. உருவ

கட்டுரைகள்

அமைப்பும் தொனியும் நல்ல ஒரு சிறுகதையை உருவாக்கும்போது அதை எளிதில் மறந்துவிட முடியாது. இதற்கு நல்ல உதாரணம் புதுமைப்பித்தன்.

சொற்களும் சொற்றொடர்களும் செய்யும் சாலவித்தை மறுபுறம், இவைதாம் உடனடி வேலையை ஆரம்பிக்கின்றன. சில சமயம் இவை தரமாக வெளிவருகின்றன – சில போது பம்மாத்துக் காட்டி ஓடுகின்றன. சிறுகதையில் உண்மையாகவே அழுகிறவன் சொல் அது எத்தனை மாத்திரை குறைவுள்ளதென்றாலும், வலுவுள்ளதாக இருக்கிறது. கதை முழுவதையுமே தன்னிடம் சேர்த்து வைத்துக்கொண்டு ஒரு சொல் கொடிபிடித்துக்கொண்டு நிற்கும். அதற்கு மாறாக வேறு சொல்லை அந்தக் கதாசிரியன்கூட போட்டுவிட முடியாது. சொல் மந்திர சக்தி கொண்டு விளங்குவதை சிறுகதைகளில் நிறைய பார்க்கமுடிகிறது. இதற்கும் உதாரணம் புதுமைப்பித்தன்தான்.

சிறுகதைக்கென்று உயிர்நாடி ஒன்றிருக்கிறது என்றும் சொல்லவேண்டும். எழுத்தே இல்லாத மொழிகளிலுங்கூட கதை பேசப்படுகிறது என்று தெரிந்துகொள்ளும்போது இது ஊர்ஜிதமடைகிறது. அந்த உயிர்நாடியைச் சிறிது தொட்டுவிடலாமேயொழிய, பிடித்துப் பார்க்க முடியாது. சொற்களையும் உருவங்களையும் கொண்டு செல்கிற – நமக்குத் தெரிந்த பாதையில் செல்கிற – கதை அந்தர்த்யானமடைவது இந்த உயிர்நாடியில் கலக்கும் போதுதான். இதிலே பெரிய சங்கடம் இந்த உயிர்நாடி இருக்குமிடமும் தெரிவதில்லை. இதைத் தொட்டுவிட்டு வந்தவை என்று சொல்லும்படியான கதைகள் சிலவாகவே இருக்க முடிகிறது. இதிலும் முழு வெற்றியடைந்தது புதுமைப்பித்தன்தான் என்று சொல்ல வேண்டியுள்ளது. சிறுகதை மாறக்கூடிய இலக்கணத்தை – எல்லா கலைகளையும் போல – கொண்டதுதான் என்றாலும், இந்த உயிர்நாடி மட்டும் அப்படியேதான் இருக்கிறது. அதற்குக் காரணம், மனித அறிவும் அதன் சக்தித் திறனும்தான் என்று சொல்லிக்கொள்ளலாம்.

பழந்தமிழ் இலக்கிய நெடுங்கணக்கிலே சிறுகதையை அடையாளம் கண்டுகொள்வது கடினமான காரியமல்ல. நவீனத் தமிழ் இலக்கியவாதிகளிடையேயும் உண்மையான படைப்பாளியைக் கண்டுகொள்ள முடிகிறது – ஒரு போலி அறிவுலகில் நாம் இருந்த போதிலுங்கூட.

இந்தக் கட்டுரை சிறுகதை பற்றியதா, புதுமைப்பித்தன் பற்றியதா என்று அங்கலாய்ப்பு ஏற்படலாம். இரண்டும் ஒன்றுதான்.

- லில்லி தேவசிகாமணிமலர், 1993

❖

14. வைதீஸ்வரனின் ‘கால் முளைத்த மனம்’

“கால் முளைத்த மனம்” வைதீஸ்வரனின் கதைத் தொகுதி. ஒரு கவிஞரின் கதைகள். அப்படிச் சொல்லியே அழகுபார்க்க வேண்டிய கதைகள். சிறுகதைகளுங்கூட அநாயாசமாகக் கைகொடுத்திருக்கின்றன. போய்க்கொண்டேயிருப்பதுதான் இது என்று நமது எண்ணத்திற்கெல்லாம் விடைகொடுத்துவிட்டு அதுவும் போய்விடுகிற பாங்கு. கேள்விகள்கூட அமுங்கிவிடுகிற நிலை. ஒரு சின்ன எடுத்துக்காட்டு. டில்லியிலே வழிகாட்டுவதில் சிறு உதவிபுரிகிறார் ஒரு வட இந்தியர். இருவரும் வேறு பாஷையில் பேசிக்கொள்கின்றனர். பிரியும்போது அவரிடம் ஒரு கார்டைக் கொடுத்து தபாலில் சேர்க்கச் சொல்கிறார். அதைப் பார்த்தால் அதில் ராமநாதன் என்று தமிழில் கையெழுத்து. இவருக்கு ஒரே திகைப்பு, ஆத்திரம். ஆனால், அந்த மனிதர் ராமநாதனாகத்தான் இருக்கவேண்டும் என்பதில்லை. வட இந்தியராகவே இருக்கக்கூடும். இவரைப் போன்ற யாரோ ஒரு தமிழருக்கு நண்பனாகவிருந்த அந்த யாரோ கொடுத்த தபால் கார்டை இவரிடம் கொடுத்திருக்கலாம். எப்படியிருந்தாலும், அதுவல்ல முக்கியம். ஒரு கணம் எப்படி எப்படியெல்லாம் ஆக்கிவிட்டுவிடுகிறது. அர்த்தம் – அர்த்தமில்லாததைத் தானாகத் தோற்றுவித்துக்கொள்கிறது என்பதை உணர்கையில் வேறு சிந்தனை எதுவும் இருக்காது நம்மிடம்.

இந்த மணியான கதைகளுக்கு எழுதப்பட்டுள்ள முன்னுரை பற்றியும் சொல்லவேண்டும். அதில் ஆன்டன் செகாவ், ஹெமிங்வே மற்றும் பாக்னர், வில்லா காதர் எல்லாரும் வந்து சேருகிறார்கள். அவர்கள் சொல்வது நன்றாக வந்திருக்கிறது. அவர்கள் சொல்வது மட்டுந்தான் நன்றாக வந்திருக்கிறது. மற்றபடி “வெங்கலப் பாத்திரக் கடையில் யானை புகுந்த மாதிரி” என்ற சொலவடை-தான் ஞாபகம் வருகிறது. அது தெற்கத்திச் சொலவடை. வேண்டுமானால், வைதீஸ்வரன் கதையில் சொன்னதையே சொல்லலாம். “போதையால் தவறான காட்சிக்குள் வந்து குதித்துத் தடுமாறும் பீமன் மாதிரி”யான முன்னுரை. ❖

- முன்றில், 1993

15. மீறல் மலர்

'மீறல்' சிறுபத்திரிகை பிரமிள் மலர் வெளியிட்டிருக்கிறது. பிரமிள் தமிழுக்குக் கிடைத்த ஒரு நல்ல கவிஞர். யாரோடும் நட்புடன் பழகாதவர், ஒட்டிப்போகாதவர் என்று பரவலாகப் பேசப்படும் சிலவற்றிற்கும் இதிலே பதில் உண்டு. முன்முடிவுகளைத் தன்னகத்தே கொண்டு பேசியும் எழுதியும் வருவோரிடையே இனிய பதில்கள் எந்த மாற்றத்தையும் ஏற்படுத்திவிடாது. ஷேக்ஸ்பியர் நாடகங்களில் 'பாங்கர்' கூட்டம் இருக்கிறது – எனவே திணைகள் அங்கிருந்துதான் தமிழுக்கு வந்தன – ஆங்கிலமொழியானது சமஸ்கிருதத்தைப் போலவே ஐரோப்பிய மொழி சார்ந்தது. காசியப முனிவர் வானத்தில் பறந்து செல்கையில் திண்டிவனம் பக்கத்தில் ஓர் ஆணும் பெண்ணும் தனித்துப் பேசிக்கொண்டிருப்பதைக் கண்டு மனமிரங்கி அவர்களின் தாய் தந்தையாரிடமும் பேசி அவர்களது வரைவிற்கு ஏற்பாடு செய்தார். இதுதான் "அறத்தோடு நிற்றல்." தண்டகாருண்ய ஸ்தலபுராணம் என்னும் நூல் அயோத்தி இடிபாடுகளுக்கிடையே சிக்கிக்கிடந்து தற்போது மீட்கப்பட்டுள்ளது என்று ஒரு சேதி கிளப்பப்பட்டால் அதைக் குத்தகைக்கு எடுத்துப் பேசும் நபர்களோடு அரசியல் பேசிக்கொண்டிருப்பது இலக்கியவாதி செய்யும் வேலை அல்ல. வைதிகம் இப்படித்தான் வேலை செய்யும்!

இவரது சிறு பத்திரிகைப் பிரவேசத்தின்போது மிகுந்த வரவேற்பை அளித்தவர்கள் இவரை இப்போது தூற்றுவதற்கும் அல்லது கண்டு கொள்ளாமல் இருந்துவிடுவதற்கும் மேற்படி வைதிகம்தான் காரணம். இவரை அபரிமிதமாகப் பாராட்ட ஆரம்பித்ததன் காரணம், தத்துவத்தில் அகம் சார்ந்த ஒருவர் பிராம்மணியத்தை இகழ்ந்துவிட மாட்டார் – அப்படி எதிர்த்தாலும் நவீன பிராம்மணியம் அல்லது வைதிகம் உருப்பெற உதவுவார் என்ற நம்பிக்கை அவர்களுக்கெல்லாம் இருந்திருக்கும். இன்று பிராம்மணியத்தைச் சாடுபவரில் பிரமிள் முதல்வர். அவரைக் கண்காணாமல் போக்கடிக்கவேண்டும் என்று கங்கணம் கட்டி அலைபவர் உண்டு. ஒரு எழுத்தாளன்

நாத்திகனாக இருக்கலாம். தமிழைப் போற்றிப் புகழ அனுமதிக்கலாம். ஆனால் கிஞ்சிற்றும் அவன் படைப்பில் பிராம்மண எதிர்ப்போ வடமொழி எதிர்ப்போ இருந்துவிட்டால் எல்லாம் போச்சு. இது ஒரு KU KLUX KHAN இயக்கக் கொள்கையாக இரகசியமாக இயங்கிவருகிறது. எழுதாத சட்டங்களாக அவர்கள் அவற்றைக் கடைப்பிடிக்கின்றனர். இந்த நிலையில் பிரமிள் என்ன செய்யவேண்டும்? நிறைய எழுதவும் பேசவும்வேண்டும்.

ராபர்ட் ம்யூசிலின் Man Without Quality புத்தகத்தில் அந்த ஆசிரியர் கையாண்டிருக்கிற 'ஐரனி' வகையை மௌனியின் "சாவிலே பிறந்த சிருஷ்டி" கதையிலும் காணலாம். மௌனியின் கசப்பு, அவர் ரசித்த ம்யூசிலின் படைப்புப் பற்றிய விவரங்களை பிரமிளைத் தவிர வேறு யாரும் சொல்லவில்லை.

இப்படிச் சொல்பவர் ஒவ்வொரு இந்தியனும் தமிழ், ஆங்கிலம், சமஸ்கிருதம் ஆகிய மூன்றையும் படிக்கவேண்டும் என்றும் சொல்கிறார். குமரி – குமரன் என்ற பெயரும் குமரிக்கண்டம் பற்றியும் எத்தியோப்பிய மொழியிலும் சொல்லப்பட்டிருக்கிறது. பாடல்களும் அம்மொழியில் உண்டு. அப்படிப்பட்ட எத்தியோப்பிய மொழியையும் பயில வேண்டுமா என்பது தெரியவில்லை. Cultural Plagiarist கள் தமிழ் மூலகங்களிலிருந்து எடுத்துக்கொண்டு சமஸ்கிருதமயமாக்கி கும்மியடிப்பது தெரிந்த பிறகுமா இதெல்லாம் தேவை?

மேற்படி மலர் அதீதத் தாக்குதல்களையும் கொண்டிருக்கிறது. கவிதையும் பேட்டியும் அவ்வாறே, அவரைப் போலவே மலரும் அமைந்துள்ளது. பல அபூர்வக் கருத்துகளை முன்வைப்பதைத் தவிர்க்கவில்லை. J.K. பற்றிய பிரமிள் கூற்று தனித்த பார்வை. இரண்டு கதைகளும் அருமை.

சுப்ரமணிய பாரதியும், கனக சுப்புரத்தினமும், சொ. விருத்தாச்சலமும் வீறுகொண்ட தொனியில்தான் இலக்கியத்தைக் கையாண்டார்கள். அதற்காக யாரும் அவர்களைக் குறைசொல்ல மாட்டார்கள். பிரமிளின் அதீதத் தாக்குதல்கூட அவ்வாறே தொனிக்கவேண்டு மானால் நிறையவே எழுதவேண்டும். இதுவே சரியான நேரம் என்றும் சொல்லவேண்டும்.

ஆனால், "போட்டாவுக்குப் போஸ் கொடுக்கிறார்" என்பது போன்ற தாக்குதலை யார் சட்டை செய்வார்கள்? பிரமிள் போற்றுகிற 'ஹென்றி மில்லரும்', 'நபுக்கோவும்'கூட போஸ் கொடுத்திருக்கிறார்கள்.

முன்றில் பற்றிய செய்திக்கும் விளக்கம் தரவேண்டும். "சந்தஸ்" பற்றிய சர்ச்சையில் பேட்டி தந்தவர் சொன்னதை ஆமோதிப்பதாகவிருந்தால், பிரச்சினையை முன்றில் கிளப்பவேண்டிய அவசியமேயில்லை. "இருக்கலாம்தான்" என்று சொன்னது பேட்டி தந்தவர், அவ்வாறு சொன்ன வார்த்தையைத் திருப்பிச்சொல்லிக்காட்டுவது ஆமோதிப்பதாகாது. இதுபற்றி நிறைய எழுதவேண்டும் என்று கேட்டுக்கொள்ளும்போது, இதுவரை சொன்னது சரியாகாது என்றுதான் அர்த்தமாகும். "சரி – அப்படியே இருக்கட்டும்; அப்படியானால் இதற்கு என்ன பதில்?" என்று கேட்பது போலத்தான் முன்றில் கேட்டது. இது சர்ச்சையில் ஒரு முறை.

"ஐவருக்கு ஒரே தாயிடம் பிறந்த பாண்டவர்கள்" என்பது போன்ற சிறு தவறுகளும் மலரில் உண்டு. ஆனால் அதற்காக பிரமிளை யாரும் திட்ட மாட்டார்கள். ❖

- முன்றில், 1994

16. மௌனி இலக்கியத் தடம்

ப. கிருஷ்ணசாமி அவர்களின் இலக்கியத் தடம் வரிசைகள் விருப்பு வெறுப்பற்ற நிலையில் வருபவை. க.நா.சு.விற்குப்பின் வந்துள்ள மௌனி இலக்கியத் தடமும் அவ்வாறே.

சிறுகதையில் உன்னதமான சில அம்சங்களைத் தொட்டவர் மௌனி என்பதில் ஐயமில்லை. திடீரென அவருக்கு ஆளுயரப் பூமாலை போட்டு அளவுக்கு மீறித் தோத்திரம் செய்ய தற்போது ஒரு காரணம் இருக்கிறது. அவை எல்லாவற்றையும் மீறி இந்நூல் சமச்சீரான நோக்குடன் அமைந்துள்ளது.

குறிப்பாக, வெங்கட்சாமிநாதன் கட்டுரையைப் படித்துப் பார்த்தால் தெரியும். இக்கட்டுரை கவனத்துடன் திருத்தப் பட்டிருப்பதாகத் தெரிகிறது. யாத்ரா இதழில் வந்தபோது இருந்த சில சொற்றொடர்கள் மாற்றப்பட்டிருப்பதாகவும் தோன்றுகிறது. எல்லாம் புதுமைப்பித்தன் விஷயம்தான். வெ.சா. கட்டுரையில் "புதுமைப்பித்தன் போன்றவர்கள் தோன்றித்தானே இருக்க முடியும்" – என்று சாதாரணமாகச் சொன்ன வார்த்தைகள் இருந்ததாக நினைவு. "அப்படியானால் எத்தனையோ புதுமைப் பித்தன்கள் தோன்றியிருக்க வேண்டுமே ஓய் – யார் அவர்கள் – காட்டும்" என்று சிலர் கேட்டதன் விளைவுதான் இந்தத் தடுமாற்றம் வெ.சா.விற்கு. இப்போதும் அதற்குப் பதில் இல்லை. மௌனிக்கு முன்மாதிரி இல்லை எனக் குறிப்பிடும் இவர், புதுமைப்பித்தனின் முன் மாதிரியைக் குறிப்பிட்டிருக்கவேண்டும். தமிழ் இலக்கியவுலகில் இன்றைக்குக் கோணங்கிக்கும் முன்மாதிரி இல்லை. தமிழ் மனதிற்குப் புரியப்படாத, பழக்கப்படாததுதான். வெ.சா. பாஷையில் "கல் தோன்றி மண் தோன்றாக் காலத்துத் தமிழுக்கு"ப் புரியாதவொன்றுதான். இதெல்லாம் புரியவேண்டு மானால் காற்றிலே தவழ்ந்து மூக்கால் இழுக்கப்பட்டு 'கார்பன்டை ஆக்சைடா'ன மொழி தெரிந்திருக்கவேண்டும். இதுதான் அவர் சொல்ல முயல்வது. அவரது சித்தப்பன் –

பெரியப்பன் மூதாதையர் எல்லாம் இன்னும் மத்திய ஆசியாவிலும் வட துருவத்திலும் வாழ்ந்துகொண்டிருப்பதாக எண்ணிப் புளகாங்கிதமடைவர். தமிழரெல்லாம் இமயவரம்பன் நெடுஞ்சேரலாதனை மாமன் – மச்சான் என்று சொல்லிக்கொள்வது எத்தனை கேவலமானது! குலம், கோத்திரம் தெரியாதவர்களல்லவா அவர்கள்! போகட்டும்.

வெ. சாமிநாதன் பற்றி முன்றிலில் எழுதி பக்கத்தை வீணாக்கவேண்டாம் என்று நண்பர்கள் கூறுகிறார்கள். என்ன செய்வது? நமக்கெல்லாம் ஏழரை நாட்டிற்குப் பதில் முப்பது வருடச் சனி போலும்.

கட்டுரையில் சிலரது, ஏற்கனவே சொல்லப்பட்ட கருத்துகளைப் புதிய வார்த்தைகள் கொண்டு சொல்லி வந்திருப்பவை. நுஃமான் கட்டுரை சிறந்தவொன்று. எந்த மாதிரியாகவும் இல்லாது, தனிச் சிறப்புடன் விளங்குகிறது. மௌனி பற்றி பிரமிள் கட்டுரையின் தொடர்ச்சியாக மீறல் மலரிலும் வெளியான கருத்துகளைக் கொள்ளலாம். ஞானி, கிருஷ்ணசாமி, தமிழவன் கட்டுரைகளும் நன்கு அமைந்துள்ளன.

இதில் இடம் பெற்றுள்ள பேட்டியைக் குறிப்பாகச் சொல்லவேண்டும். “ஐரனி” பற்றிய மௌனியின் கருத்து – நாள்தோறும் சிதம்பரம் கோவிலுக்குப் போகிறவர், அந்தக் கோவிலையே ஸ்தாபித்த திருமூலரைப் படித்ததில்லை என்று சொல்வதாகக் குறிப்பு – இவையெல்லாம் விசித்திரமாகவும் ஒரு பம்மாத்தாகவும் தோன்றுகிறது. ஆனால் நகுலன், நீல. பத்மநாபன் பேட்டி ஒரு நிறைவைக் கொடுக்கிறது. இன்னொரு பேட்டியில் But Cleverness Kills The Art என்று மௌனி முன்பு பத்திரிகையில் வெளிவந்தபோது சொன்னதாக வந்திருந்தது, இல்லாமல் போய்விடுகிறது.

என்றாலும், அபிப்பிராய பேதங்களுக்கிடையே எழுகிற நிறைவும் இந்நூலில் கிடைக்கிறது.

- முன்றில், 1994

❖

17. தேவபாரதியின் மாயை

ஓர் எழுபது ஆண்டு வரலாற்றுப் பின்னணியில் சிறுகதையானது ஏராளமான மாற்றங்களைக் கொண்டுவிட்டது என்றாலும், அந்த மாற்றங்கள் யாவுமே சிறுகதை இலக்கியத்தைச் செழுமைப்படுத்தின என்று சொல்ல முடியாது. படைப்பாளி சொல்ல வந்தது என்னவென்று கேள்வியைக் கேட்பதும் அதற்குப் பதில் சொல்வதும் சுலபம். அப்படியானால் சுலபமாகத் தெரிந்துகொள்ளக்கூடிய ஒன்றைச் சொல்வதற்குத் தானா கதைகள் பயன்படுகின்றன என்ற கேள்வி தானாக எழுகிறது. இலக்கிய உலகில் அப்பாவிகள் அதிகம்.

"சிந்திக்கவும் – சந்தோஷிக்கவும் – பிரியவும் – துயரமுறவும் – ஏங்கவும் – அழவும் ஆகிய வாழ்க்கைப்பயணத்தில்" என்று ஓர் கதையில் தேவபாரதி குறிப்பிடுகிறார். சிறுகதை உள்ளிட்ட எல்லாப் பிரிவிற்கும், ஒரு படைப்பைப் பொறுத்தவரை இதுவே காரணம் என்று சொல்லிவிடலாம்.

தேவபாரதியின் "மாயை" என்ற கதையைக் குறிப்பிட்டு சா. கந்தசாமி ஞானரதத்தில் எழுதியபோதுதான் அவரது கதைகள் பரிச்சயமாயின. "மாயை" போன்ற கதைகள் தமிழில் மிகக் குறைவு என்றுதான் இப்போதும் சொல்லவேண்டும்.

அந்தக் கதையைப் படித்துப்பார்க்கும்போது, சிலசமயம் திரும்பவும் படிக்கும்போது, சிறுகதைக்குரிய இலட்சணங்கள் யாவும் பொருந்தியுள்ளன என்பதோடு, எப்படிப்பட்ட லட்சணங்களைச் சிறுகதை கொண்டிருக்கும் என்பதும் ஒரு வகையில் தெளிவாகிறது.

"மாயை" கதையில் கதை சொல்லப்படவில்லை – வெளியேற்றப் படுகிறது. சிறுகதையைப் பற்றிய எத்தனை எத்தனையோ விளக்கங்களுக்கும் அப்பால், சிறுகதையில்தான் அந்த ஆசிரியன் பளிச்சென்று தெரிகிறான் – நாவலைவிட – என்று சொல்வது சரியாக இருக்கும்.

சரி – ஆசிரியன் தெரிகிறபோது கதை தெரிகிறதா என்றால் இல்லையென்று சொல்லிவிடலாம். கதையும் கதை மாந்தரும் ஆசிரியன் வெளிப்பாட்டில் மறைந்து விடுகிறார்கள். கதை மாந்தர் மறைகிற போது இப்படியாக ஆசிரியன் மட்டுமே நிலைக்கிறான்.

வாசகனும் நிலைக்கிறான். வாசகனின் அந்த நிலையை எப்படிச் சொல்வது – வழியில்லை. இன்னொரு கதைதான் பிறக்கவேண்டும்.

அவ்வாறு அத்தனை எளிதில் கோடிட்டுக்காட்டிவிட முடியாத நிலையில் எது சிறுகதை அல்ல என்று பேசிப்பார்க்கலாம்.

ஒரு சிந்தனை ஏற்பட்டுக்கொண்டிருக்கும்போதே உலகில் எங்காவது ஒரு புதிய பரிமாணம் தோன்றியிருக்கும்.

சிறுகதைக்கென்று ஓர் உயிர்நாடி உண்டு என்றும் சொல்லவேண்டும். எழுத்தேயில்லாத மொழியிலும்கூட கதை பேசப்படுகிறது என்னும்போது இந்த எண்ணம் உறுதிப்படுகிறது. இந்த உயிர் நாடியைச் சிறிது தொட்டுப்பார்த்துவிடலாமேயொழிய படம்பிடித்துக் காட்டி விட முடியாது. அவ்வளவு கிடைத்தாலே போதும் என்று சொல்லலாம். சொற்களையும் உருவங்களையும் கொண்டு நடந்து வரும் கதை அந்தர்த்தியானமடைவது இந்த உயிர்நாடியில் கலக்கும்போதுதான்.

"மாயை" கதையில் ஒரு நடுத்தர வர்க்கத்துப் பெண் – ஒரு விதவையம்மாள் – ஒரு புருஷன் – ஒரு கறுப்புப் பூனை – இத்தனை பேர் தாம். இந்தப் பூனைகூட தேவையற்றதா எனத் தோன்றும்.

இரு பெண்களின் பேச்சு பணக் கஷ்டத்தைப் பற்றி. விதவையம்மாள் தன்னைப்போல் பொருளாதார நிலையில் அவதிப்படுகிற அந்தப் பெண்ணிடம் மிக ஆதரவாகப் பேசுகிறாள். அப்படித்தான் தோன்றுகிறது. பொதுவாகப் பெண்கள் குடும்பத்தை நிர்வகிப்பதில் அடைந்து வரும் கஷ்டம் பற்றிய பேச்சாகத்தான் தெரிகிறது. கடைசி வரை அப்படித்தான் தெரிகிறது. ஆனால் அப்படியில்லை என்றும் தோன்றச் செய்கிறார் ஆசிரியர். விஷயம் வேறு வழியில் ஆரவாரமில்லாத முறையில் விதவையம்மாள் பேசும் தொனி மூலம் காட்டப் பெறுகிறது. அத்தனைக்கும், சம்பாஷணை வெகு இயற்கையாக – விகல்பமில்லாத முறையிலேயே செல்வதை ஒரு வித பயத்துடன் படிக்கிறோம். அந்தப் பெண் கறுப்புப் பூனையை வைவதின் மூலம்தான் சிறிது எரிச்சலைக் காட்ட முடிகிறது கதாசிரியனின் தொனி கதை முழுவதிலும் விரவி நிற்கையில் அதுகூட – அந்தக் கறுப்புப் பூனை சங்கதிகூட – அதிகப்படிதான். இதுதான் அது – இதற்காகத்தான் அதைச் சொல்கிறேன் என்று காட்டவேண்டிய அவசியமில்லை. அவசியமில்லைதான். என்றாலும் அதை அவ்வாறு காட்டிவிடுவதால் கதை அம்சம் எந்தச் சீர்குலைவையும் பெற்றுவிடவில்லை.

விதவையம்மாள் சென்றுவிட்ட பின்னர், கணவன் வீடு வந்து சேர்ந்ததும் அந்த சம்பாஷணையின் உயிர்நாடியானது அந்தப் பெண்ணை ஏங்கி அழச் செய்திருக்க முடியும். அவ்வாறு இல்லை. எந்தப் புகாரும் இல்லை. கணவனிடம் முகம் புதைத்து விம்ம ஆரம்பித்தவள் ஒன்றும் இல்லை என்கிறாள். கறுப்புப் பூனையை வைகிறாள் – அதோடு சரி.

கையறுநிலை என்ற சொல் வழக்கு நமது மரபிலே உண்டு. அந்தப் பெண் கையைப் பிசைந்துகொண்டு செய்வதறியாது நிற்பது போன்ற காரியங்களைச் செய்யாது, அந்த வாழ்வின் அசைவிற்கு ஈடு கொடுக்கிறாள். அவ்வாறு கணவனிடம் எதையும் சொல்லி அழாமல் இருந்ததன்மூலம் எத்தனையோ விஷயங்கள் சொல்லி முடிக்கப்படுகின்றன.

தேவபாரதியின் வேறு ஒன்றிரண்டு கதைகளிலும் இந்த மாயை என்ற அருமையான கதையின் கருவும் உருவ அமைதியும் வெளிப்பட்டிருக்கிறது என்று சொல்ல முடியும். குறிப்பாக "அனுமதியின் பேரில்" என்ற கதை. ஒருவேளை "மாயை" என்ற கதை ஆசிரியருக்கும்கூட மிகவும் பிடித்திருக்கலாம்.

சந்தோஷிக்கவும் – ஏங்கவும் – அழவும் ஆகிய வாழ்க்கைப் பயணந்தான் இது. மிக நேர்த்தியான வடிவில் தரப்பட்ட இது பலமுறை படிக்கப்பட வேண்டிய கதை. நான் பல தடவை படித்தனுபவித்த ஒன்று. தமிழில் வந்த சிறந்த சிறுகதைகளில் ஒன்று என்று சொல்வது உபசார வார்த்தையில்லை.

- மணிவிழா மலர், 1996

❖

18. க.நா.சு.வின் ஆங்கில நூல்

க.நா.சு.வின் ஆங்கில நூலொன்று 'திருவள்ளுவரும் அவரது திருக்குறளும்' என்ற தலைப்பில் வெளிவந்துள்ளது.

முதலிலேயே சொல்லிவிடுகிறார் – வள்ளுவரின் குறள் பரந்து கிடக்கும் அன்பு போன்றது – கடல் போன்ற ஆழமுடைத்து – வான் போன்று பெரியது என்று. பெரும்பாலும் சக்கரவர்த்தி நாயனாரவர்களின் கருத்தையும் மேற்கோள்களையும் ஒப்புக் கொள்ளும் க.நா.சு., குறளின் காமத்துப் பால் சம்பந்தப்பட்டவற்றில் வள்ளுவரின் கவிதை அம்சமே தலையாயது என்கிறார்.

வள்ளுவரின் கடவுளும் அவரது நாடும் அவரது சொல்லும் அன்பின் பால் எழுந்தவை. நீதிநெறிகள் மனிதனுக்குச் சுட்டிக்காட்டப்படுவதும் அறிவுறுத்தப்படுவதும் வழக்கம்தான். ஆனால் போதனை என்பது வள்ளுவரைப் பொறுத்தவரை சொல்பவன் – கேட்பவன் என்றில்லாது, கால ஓட்டத்தில் நம்மையும் கூடவே அழைத்துக்கொண்டு செல்லும் பாங்காக ஆகிவிடுகிறது. இதை வள்ளுவர்மட்டுமே செய்ய முடிந்திருக்கிறது. அவ்வாறு செய்ய முடிந்ததற்கு ஒரே ஒரு காரணம் மட்டுமே இருக்க முடியும். அதையும் வள்ளுவர்தாம் சொல்ல முடிந்திருக்கிறது – 'அன்பிற்குமுண்டோ அடைக்குந்தாழ்' என்று.

வள்ளுவர்பால் க.நா.சு.வின் ஈடுபாட்டிற்கும் அன்புதான் காரணம். "தாமஸ் வந்தார்" என்று இதன் பின்னர் வெளிவந்திருக்கும் நூலைப் படித்தாலும் இது தெரிகிறது – அப்பரும் மாணிக்கவாசகரும் சிவத்தின்மீது கொண்ட காதல்போல.

நல்ல நூல் ஒன்று கிடைக்குமானால் வாழ்நாள் முழுவதும் அதைப் படித்துக்கொண்டிருக்கலாம் – அதற்காக அடுத்த பிறவி என்று ஒன்றிருந்தால் அதையும் எடுத்துப் படிப்பைத் தொடரலாம் என்றெண்ணுபவர் க.நா.சு. அப்படிப்பட்ட ஒப்புயர்வற்ற நூலொன்று தகுதியான ஒருவரிடம்தான் போய்ச்சேர்ந் திருக்கிறது என்ற மனநிறைவு இந்தப் புத்தகத்தைப் படிக்கையில் ஏற்படுகிறது. ❖

- முன்றில், 1988

19. க.நா.சு.வின் வைதிக எதிர்ப்பு

தம்முடைய இறுதிக் காலச் சிந்தனைகளில் க.நா.சு. பெரும் பகுதியை இந்த வைதிக எதிர்ப்பு என்னும் சொற்றொடரைப் பயன்படுத்திக் கூறி வந்திருப்பதை இலக்கிய அன்பர்கள் அறிய முடியும். 'திருவள்ளுவரும் அவரது திருக்குறளும்' என்ற நூலில் பெரும் பகுதி இது பற்றியதுதான். இதைப் பற்றி – இந்த வார்த்தையைப் பற்றிக் கூட – பலர் பேசத் தயங்குவதும் தெரிகிறது.

க.நா.சு. போன்ற ஒருவருக்கு – பம்மாத்து எதுவும் காட்டத் தெரியாத ஓர் இலக்கியவாதிக்கு – இந்தத் தயக்கம் நியாயம் வழங்குவதாக ஆகாது.

தம்முடைய வாழ்நாளில் பண்டிதர்களின் கோபத்தை எவ்வளவு சம்பாதித்துக்கொண்டாரோ அதற்கு அதிக அளவு வைதிகர்களின் பகையையும் ஏற்றுக்கொண்டிருக்கிறார் க.நா.சு. வேதங்கள் என்று சொல்லப்பட்டிருப்பதை ஓர் இலக்கிய நியதியுடன் பார்த்திருக்கிறாரேயொழிய, வேறு எந்த அந்தஸ்தையோ உயர்வையோ அளித்ததாகத் தெரியவில்லை. சொல்லப்போனால் கால அளவில் ஹீப்ரு இலக்கியத்திற்குத் தந்திருக்கும் பெருமைகூட இந்த வேதங்களுக்கு அவர் தரவில்லை. சமஸ்கிருத மொழியானது ஹீப்ரு – கிரேக்க – லத்தீன் மொழி சார்ந்த இந்தோ – ஐரோப்பியக் குடும்ப ரீதியானது என்ற மொழியியல் முடிவையும் ஏற்றுக் கொண்டிருப்பவர். காலத்தைப் பொறுத்தவரையில் தமிழுக்கும் அத்தனை அளவு பெருமையைத் தரவில்லை. சங்க இலக்கியங் களும் சிலம்பும் வைதிக நெறி ஒத்துவராத சமணர்களின் தென்னாட்டு வருகைக்குப் பின்னர்தான் என்பது அவர் ஏற்றுக்கொண்ட கருத்து. எந்தக் காலம் என்பதை விட்டுவிட்டால் தமிழ்ப் பண்டிதர்களுக்கும் இதிலே பெரிய கருத்து வேற்றுமை யிருக்க முடியாது.

இன்னொன்றும் இதில் முக்கியம். இந்திய இலக்கியம் என்று அவர் குறிப்பிடும் ஒன்று – அப்படியொன்று இருந்ததோ –

இல்லையோ – அன்பு என்ற ஒன்றைப் பற்றி விசேஷமாகச் சொல்லவில்லை என்பது. திருவள்ளுவரின் குறள் அன்பின்பால் எழுந்துள்ள ஒன்று என்று பெருமிதத்துடன் குறிப்பிடும் க.நா.சு., வேத கால இலக்கியம் தொட்டு அன்பைப் பற்றி யாரும் சொன்ன தில்லை – புத்தர் என்ற ஒருவர் வரும்வரை – என்கிறார். சமணமும் புத்தமும் வைதிகர்களின் பிடியில் சிக்காமல் எதிர்த்து நின்றவை – எதிர்ப்பதற்காகவே தோன்றியவை – எதிர்த்து நிற்க முடியாத காரணத்தால் தென்னாடு போந்தன என்றும் கூறுகிறார். சமணம் இதிலே பௌத்தத்தை முந்திவிட்டது என்பது வரலாறு.

வேதங்கள், இதிகாசங்கள், புராணங்கள் இவற்றின் இலக்கியத் தன்மையைப் பற்றி க.நா.சு. கருத்து இதுவே. தந்திரங்களோ, புத்திசாலித்தனங்களோ க.நா.சு.வைப் பொறுத்தவரை போலி அறிவுதான். தன்னுடைய கூட்டத்தைச் சேர்ந்தவர்களின் நலனுக் காகவே ஒருவன் செய்வதோ அவர்கள் மீது செலுத்தும் அன்போ ஆரவாரத் தன்மை யுடையது – அது தனக்குத்தானே செய்து கொள்ளும் நலன்தான் என்பது இதன்மூலம் தெரிகிற க.நா.சு.வின் கருத்து. வேதங்களிலும், இதிகாசங்களிலும், புராணங்களிலும் இதைத் தவிர வேறு அன்பைக் காண முடியாது. ஆனால் புத்திசாலித்தனம் உண்டு. “இப்பொழுது என்ன செய்யவேண்டியிருக்கிறது என்று மட்டும் பார்” என்று சொன்ன பாத்திரத்தைக் கொண்டு நிற்கிறது மகாபாரதம். கீதையை எழுதியவன் ஓர் எக்ஸிஸ்டென்ஷியலிஸ்டாக இருக்கவேண்டும் என்பார் க.நா.சு. (இவ்வாறு முதலில் சொன்னவரே க.நா.சு.தான்)

சங்கக் கவிதைகளிலும் – ஒன்றிரண்டு நீங்கலாக – திருக்குறள் முழுவதும் நீங்கலாக – உண்மை அன்பைக் காண இயலவில்லை என்ற கருத்தும் அவருக்கு உண்டு.

இவ்வாறுள்ள ஒரு நிலையில் வைதிகத்திற்கு எதிரான கொள்கையைக் கொண்ட பத்ரபாகு என்ற சமணன் போக்கிடமில்லாமல் வடநாட்டிலிருந்து வெளியேற நினைத்து அங்கிருந்து தெற்கே வருவதாக உள்ள வரலாற்றுக் குறிப்பினையும் எழுதுகிறார். அப்போது வைதிகக் கருத்துகளுக்கு தென்னாட்டில் இடமில்லை என்பதையும் குறிப்பிடுகிறார்.

இங்கிருந்த வேளாளர்கள் நில உடைமைக்காரராகத் திகழ்ந்ததையும் விவசாயம் ஒன்றையே பெரிதெனக் கொண்டொழுகும் சமூக நிலையையும், உணவிற்காகக் கொல்லாத ஒரு தன்மை இங்கிருந்ததையும், அதன் காரணமாகவே பத்ரபாகு இந்தப் பக்கம் வர எண்ணியிருக்கவேண்டும் என்றும் கூறுகிறார்.

உணவிற்காகக் கொல்லாத ஒரு நிலை என்பது ஒரு மேன்மையான நெறியாக இங்கே இருந்துவந்தது என்று தெரியும்போது வேறொன்றும் தெளிவாகிறது. நெறி என்ற ஒன்று கட்டளையாக– சட்டமாக – ஏற்பட்டுவிட்ட ஒரு சமூக நியதி இப்பகுதியில் இருந்திருக்கு மென்றால் அக்காலத்திற்குப் பல நூற்றாண்டுகள் முன்பே ஒரு கொள்கை நிலவியிருந்திருக்க வேண்டும். ஊன் உண்ணும் தேவை இல்லாத ஒரு வசதியான நிலையில் அப்பகுதி மக்கள் இருந்திருக்கவேண்டும். அது விவசாயம் ஒன்றினால்தான் ஏற்பட்டிருக்க முடியும் என்பது தெரிகிறது. வேட்டையாட வேண்டிய அவசியமோ கன்று காலிகளைப் பேணித்தான் ஆகவேண்டும் என்ற நிர்ப்பந்தமோ இல்லாத மருத நில வாழ்க்கையாகத்தான் இருக்கவேண்டும். அந்த மக்கள் மழையைப் போற்றினர்– விவசாயம் தெரிந்துகொண்ட காரணத்தால். உழவுத் தொழிலை கீழானது என்று கூறும் வர்ணாசிரமக் கருத்து அவர் களுக்குத் தெரிந்தேயிருக்காது. தருமம் என்று சொல்வதே வர்ணாசிரமத்தைத்தான் வைதிக

மதம் குறிக்கிறது. உலகில் முதன்முதலில் அணைக்கட்டு இருந்த இடம் தென்னகமாகும் என்று சொல்லலாம். இதற்கு வேதங்களிலும் சான்று உண்டு.

மருதநில வாழ்க்கையிலும் ஊன் உண்ணல் இருந்திருக்கிறதென்பது நம் சங்க இலக்கியங்களால் காண முடிகிறது. அது பிற்காலத்தில் ஏற்பட்டவொன்று. பிற்காலத்திய சமூக நிலைகளும், ஏற்பட்ட சில மாற்றங்களும் காரணமாயிருக்கும். உணவிற்காகக் கொல்லாமை ஒரு மரபளவில் சங்க இலக்கியத்திற்கும் பல நூற்றாண்டுகட்கும் முன்பே இங்கிருந்தது என்பது வெளிப்படை.

எனவே இந்த மக்களிடம் பத்ரபாகு வர எண்ணியதில் வியப்பில்லை. சொல்லப்போனால், பத்ரபாகு போன்ற வடபுல மன்னனுக்கு பாரசீகமோ – சீனமோ தென் நாட்டைவிட அருகிலுள்ளவையாகும். அவைகளை விடுத்து இங்கே வந்தாரென்றால் அது கொல்லாமை என்னும் கொள்கையுடைய ஒரு இடத்திற்குச் செல்வது பாதுகாப்பாகவிருக்கும் என்ற எண்ணத்தாலேயாகும்.

'திருவள்ளுவர் சமணராக இருக்க முடியும். அவ்வாறு இல்லையென்றால் எந்த மதத்தையும் சேராதவர் என்று சொல்லிவிடலாம்' என்கிறார் க.நா.சு. சத்தாரி வணக்கம் என்ற சமண முறையில் கடவுள் வாழ்த்து கூறிய திருக்குறள் அதற்கு அடுத்ததாக மழையைப் போற்றுகிறது. இது சமணத்திற்கு உட்பட்டதல்ல (அவர்கள் மழையைப் போற்றிய போதிலும்கூட). எனவே வள்ளுவர் சமணத்திலும் முரண்பட்டிருக்கிறார். காமத்துப் பாலை எடுத்துக்கொண்டால் அது சமணத்திற்கு வெகு தூரத்திலுள்ளது.

'இன்னா செய்யாமை' – 'கொல்லாமை' என்பனவே திருவள்ளுவர் அழுத்தமாகச் சொல்லும் பண்புகள். புத்த மதக் கருத்தினையும் எள்ளல் செய்யும் வகையில் கொல்லாமையை வற்புறுத்திக் கூறியிருக்கிறார்.

க.நா.சு. மொழி அறிஞரென்றோ வரலாற்று ஆய்வாளரென்றோ தன்னைக் கூறிக் கொண்டதில்லை. ஆனால் மனிதனோடு சம்பந்தப்பட்ட எந்தத் துறைதான் இலக்கியத்தோடு சம்பந்தப்படாதிருக்க முடியும்? அந்த வகையில் உலக இலக்கியங்களை அளித்த ஒருவரது கூற்றை அலட்சியப்படுத்திவிட முடியாது. விருப்புவெறுப்பற்ற முறையில் – எந்தக் கொள்கைக்கும் சார்பில்லாத நிலையில் உண்மை காண வேண்டியது எல்லாரது – குறிப்பாக தமிழரின் – கடமையாகிறது.

- முன்றில், 1989

20. க.நா.சு.வின் கடைசி நாட்கள்

கட்டுரைகள்

கடைசி இரண்டாண்டுகளில்தான் அவருடன் பழக முடிந்தது. முன்பு அறுபதுகளில் அவர் தில்லி செல்லுமுன் ஓரிருமுறை பார்த்ததுண்டு. பள்ளி முடியும் தறுவாயிலேயே "பொய்த் தேவு", "ஒருநாள்" போன்ற நாவல்களைப் படித்துவிட்டபோதிலும் அவரைச் சந்திக்கவேண்டும் என்ற ஆர்வம் கிடையாது. எண்பத் தேழில் மேநாட்டு இலக்கியங்கள் குறித்துப் பேசவேண்டும் என்று அவரிடம் கேட்டுக்கொள்ளச் சென்ற வகையில் அடிக்கடி சந்திக்க முடிந்தது. ஏழெட்டுக் கூட்டங்கள் "முன்றில்" இலக்கிய இதழ் சார்பில் நடந்த பிரஞ்சு, ஸ்பானிஷ் நூல்கள் பற்றி நிறைய பேசினார். சிலப்பதிகாரம் பற்றி ஒரு கூட்டம். குறிப்பிட்ட சில பேர்தாம் வந்தார்கள். அதுவே போதும் என்பார். அந்தக் கூட்டங்களில் மேநாட்டு இலக்கியம் பற்றிப் பேசினாலும், வீட்டில் சந்திக்கும்போது, திருமூலர்– காரைக்காலம்மையார், குறுந்தொகைக் கவிஞர் பற்றியே அவர் மகிழ்ச்சியோடு உரையாடுவார். வள்ளுவர், இளங்கோ படைப்புகளில் காணப்படும் சில நுணுக்கங்களை மிகவும் வியந்து பாராட்டி யிருக்கிறார். மற்ற நண்பர்களிடம் வேறு பலவற்றையும் பற்றிப் பேசியிருக்கக் கூடும். காரைக்காலம்மையார் கவிதைகள் தவிர வேறு பக்தியிலக்கியத்தில் எவரையும் கடைசி இரண்டாண்டுக் காலத்தில் பேசியதாகத் தெரியவில்லை. காரைக்காலம்மையார் கவிதைகளைப் பக்திப் பாடல்களாக அவர் மதித்ததில்லை – சிறப்பு மிக்க இலக்கியமாக எடுத்துக் காட்டியுள்ளார். கடவுளை இகழ்ந்ததுமில்லை. யாரை இகழ்வது?

கூட்டம் முடிந்தால் "நானே வீடு போய்விடுகிறேன் – உங்களுக்கு எதற்குச் சிரமம்" என்பார். இரவில் அவருக்குப் பார்வை சரியாக இருக்கவில்லை. "அதெல்லாம் முடியாது – அம்மாவுக்கு யார் பதில் சொல்வது" என்று கூறி வண்டி ஏற்பாடு செய்வதுண்டு.

க.நா.சு. கடவுளைப் பற்றிப் பேசினால் நகைச்சுவையோடிருக்கும். அதிகமாகப் பேசிய தில்லை. கிட்டத்தட்ட கடவுளிடம் அந்தக் "கந்தசாமிப் பிள்ளை" பேசியது போலிருக்கும். ஒரு தடவை தெருவில் கோவில் வாகனமொன்று ஊர்வலம் வருவதைச் சன்னல் வழி பார்த்து, "இங்கே நம்ம பெரியார் இத்தனை கூறியும் எல்லாம் இருந்துகொண்டுதான் இருக்கு இல்லையா?" என்றார்.

தற்காலப் படைப்பாளிகளில் அசோகமித்திரன், நகுலன், சா.கந்தசாமி, பிரமிள், ஞானக்கூத்தன், விக்ரமாதித்யன் ஆகியோரின் எழுத்துபற்றி நிறைய பேசியிருக்கிறார். கடைசியில் தில்லி செல்லுமுன், அவர் வீட்டில் படித்துக்கொண்டிருந்தது "இருவர்" என்ற புத்தகம்.

அவர் எல்லா எழுத்துகளையும் படித்துவிடுவது தெரிந்த விஷயம். ஆனால், மாத நாவல்களையும் விடுவதில்லை என்பது செய்தியாக இருக்கும். யாரையும் தலைக்கு மேல் தூக்கி வைத்துப் பேசுவதில்லை. யாரையும் இகழ்ச்சிக் கண்ணோட்டத்தில் பார்த்ததுமில்லை. தன்னுடைய விமர்சனப் பாங்கில் எதிர்ப்பு தெரிவிக்கும் பலர் மீது மிகுந்த மதிப்பு கொண்டிருந்தார்.

'புதுமைப்பித்தன் முதல் பிரபஞ்சன் வரை' என்று கூறி இன்னும் நிறைய எழுத வேண்டுமென்று விரும்புவார். பெரியாரைப் பற்றிக் கழகக் கவிஞர் குடியரசிடம் மகிழ்ச்சியோடு உரையாடுவார். நீல. பத்மநாபனின் "தலைமுறைகள்" நாவல் குறித்தும், பூமணியின் நாவல் குறித்தும் பேசுவார். கடைசியாகக் குறிப்பிட்டுப் பேசியது தமிழவன் நாவல் பற்றி.

'வணிகப் பத்திரிகைகளும் சில பக்கங்கள் இலக்கியத் தேடலுக்காக ஒதுக்கினால் நல்லது – எழுதலாம்' என்பார் – எழுதியுமிருக்கிறார்.

நாவல், சிறுகதை என்பதெல்லாம் அவருடைய அபிமான விஷயமாகவிருந்தாலும், மிக முக்கியமாக உலகத் தத்துவங்கள் அவருடைய எழுத்துகளில் பரவலாக வெளிப்பட்டதை அறிய முடியும். எந்தக் கூண்டிலும் அவரில்லை என்று தெரிகிறது.

கடைசி ஆண்டுகளில் வைதிக எதிர்ப்பைப் பல கோணங்களில் வெளிப்படுத்தியிருக்கிறார். சங்க இலக்கியமும் வைதிக எதிர்ப்பால் தோன்றியதுதான் என்பது ஒன்று. 'திருவள்ளுவரும் அவரது திருக்குறளும்' என்ற ஆங்கில நூலில் குறளின் வைதிக எதிர்ப்புப் பற்றி விரிவான குறிப்புகள் உள்ளன. சங்க இலக்கியங்கள் பற்றி அவரது கருத்துகள் நிறைய வெளியாக வில்லையேயொழிய கையெழுத்துப்பிரதிகளாக வேண்டியவை இருக்கின்றன. 'இன்று மிகவும் கஷ்டத்துடன் கையாளப்படுகிற பல இலக்கிய உத்திகளைக் குறுந்தொகைக் கவிஞன் மிக எளிதாக எடுத்துக்கொண்டு வெற்றி பெற்றிருக்கிறான்' என்று சொல்லுவார்.

பிரசுரமாகாவிட்டாலும் பதிப்பிக்காவிட்டாலும் நாள்தோறும் சில பக்கங்கள் எழுதிக்கொண்டு வந்திருக்கிறார். அவை வெளிச்சத்திற்கு வரவேண்டும்.

புதுமைப்பித்தன் போல க.நா.சு.வும் ஒரு agnostic போலும். ஆயினும் சிவம் – சைவம் என்பதில் சில சமயம் ஆர்வம் இருந்திருக்கிறது.

க.நா.சு.விடம் வாக்குவாதம் செய்தல் எளிது. வாதிப்போர் போக்கிலேயே பேசச் செய்து அவர்களுக்கு வேண்டியதையே தானும் பேசி மேற்கொண்டு ஒன்றிரண்டு கூறுவார். பேசாமல் இருந்துவிடுவதும் உண்டு. ஒரு தடவை, "தென்னாடுடைய சிவனே போற்றி" என்று மணிவாசகர் சொல்லும்போது வடநாடு செல்ல முடியவில்லையே என்ற அவரது வருத்தமும் தெரிகிறது என்று எழுதியிருந்தார். "ஐயா – மணிவாசகரின் தென்னாடு 'திசை' சம்பந்தப்பட்டதல்லவே. அது 'தென்' என்ற தனிச் சொல்லோடு வந்தது" என்று சொன்னதும், "இருக்கும் – மொழி பற்றியும் இம்மாதிரி விஷயங்கள் தெரிய வேண்டியது அவசியம்" என்று கூறிக்கொண்டார். இதுபற்றி என்னை எழுதவும் சொன்னார். தினமணியில் கட்டுரையொன்று எழுதினேன்.

கடைசிக் காலத்தில் இன்றைய எழுத்தாளர் சிலரைப் பற்றிக் கவிதைகளும் எழுதி வைத்திருந்தார் – பிரசுரமாகவில்லை. அதில் "நகுலன்" பற்றிய கவிதை நன்றாக இருக்கிறது.

தில்லியில் இறுதி நாள்களிலும் இலக்கிய மாநாட்டில் கலந்து கொண்டிருக்கிறார். "இங்கே குளிர் மிகவும் அதிகமாக இருக்கிறது – ஆனால் ரசிக்கும்படி உள்ளது" என்று எழுதியிருந்தார். தனக்குப் பிடித்தமான சாப்பாட்டையும் மறக்கவில்லை. அன்றிரவு "ஹார்லிக்ஸ்" கேட்டிருக்கிறார். "நான் தூங்கிவிடக் கூடாது – தூங்கினால் போய் விடுவேன்" என்று கூறினாராம். தன் அம்மாவின் உருவம் தெரிகிறது என்று சொன்னதாகவும் தகவல்.

க.நா.சு.விற்கு அடுத்த பிறவி பேரில் நம்பிக்கை இல்லை. ஒருவேளை அவ்வாறு ஏற்பட்டால், தனது கடைசி நாள்களைப் பற்றி ஓர் அருமையான கட்டுரை நமக்குக் கிடைக்கும்படி செய்திருப்பார்.

- தினமணி, 1992

21. இந்தி என்னும் பிரிவினை சக்தி...

இலக்கிய மாநாடு ஒன்றில் நடந்த சம்பவம் பற்றி இந்த இதழின் பிற பக்கங்களில் சொல்லப்படுகிறது. கலாச்சார விபத்து ஒன்றை இந்த நாட்டில் ஏற்படுத்த முனைந்து நிற்கும் சில அரசியல் கட்சிகளால் இந்தி என்று சொல்லப்படுகிற மிகச் சாதாரணமான பாரசீகம், சமஸ்கிருதம் இன்னும் பலவற்றை ஒட்டுச் சட்டையாக மாட்டிக்கொண்டு நிற்கும் ஒரு மொழி தூக்கி நிறுத்தப்படுகிறது. இந்தியை அத்தனை விரும்பாத சிலருக்கும் இதில் ஆட்சேபம் இருப்பதில்லை – தங்களுக்குப் பிடித்தமான சமஸ்கிருதத்தின் குழந்தையை ஏற்றுக்கொள்வதில்.

ஆனால் இவ்வீம்பு எந்த வகைக் கலாச்சார விபத்தை ஏற்படுத்த இருக்கிறது என்று நினைத்துப் பார்த்தால்தான் அதன் பயங்கரம் புரியும். மொழி என்பது தகவல் தொடர்பு சாதனம்தானே என்று சொல்லிவிடலாம்தான். அந்த உண்மை சமஸ்கிருதத்திற்கு மட்டும் பொருந்தாதா என்று கேட்டால்தான் தெரியும் – தனக்கு வந்தால்தான் எல்லாம் தெரியும்.

அரசியல்வாதிகளைப் பற்றி நமக்கு வேண்டாம், எழுத்தாளர்கள் என்ன சொல்கிறார்கள்? ஆங்கிலம் இருந்த இடத்தில் இந்தி என்று சொல்லக்கூடிய வினோதம் வந்துவிடலாம்தானா? மேற்கத்திய மொழிகளோடும் அரபு - பாரசீக மொழிகளோடும் தொடர்புகொண்ட ஓர் இந்தோ–ஐரோப்பிய மொழியை நாம் ஏற்க முடியுமா? மொழி – இனம் என்பதெல்லாம் கவைக்குதவாதது. அவையெல்லாம் மனித நேயத்திற்கான வளர்ச்சியைத் தடுப்பவை என்றால் ஆங்கிலமே இருப்பதில் என்ன தடை? ஆங்கிலம் பாரத நாட்டைச் சார்ந்ததல்ல என்றால் நம்முடையது பாரத நாடாக இருந்தபோது பாரத நாட்டின் தலைநகரம் எது என்றாவது சொல்ல முடியுமா? இந்தி தெரிந்தவன், தெரியாதவன் என இரு வரிசைகளாகப் பிரித்துவைத்து டெல்லியில் நேர்முகத் தேர்வு நடக்கிறதாம் –

கூட்டங்களில் இந்தியில் பேசவேண்டும் அல்லது அதை ஆமோதித்துப் பேசாதிருக்கவேண்டும். இவ்வாறு நம்மை யாராவது ஆணையிட முடியுமா? தமிழ்நாட்டில் வாழ்பவர்கள் எல்லோருமே இந்தோ-ஐரோப்பியக் குழுவைச் சேர்ந்தவர்கள்தாம் என்று சொல்ல ஆரம்பித்தாலும் வியப்படைய வேண்டாம்.

சிக்கிம் மாநிலத்திலிருந்து நண்பர் ஒருவர் வந்திருந்தார். அவருடன் பேசிக் கொண்டிருக்கையில் ஓர் எண்ணம் வந்தது. சிக்கிம் மொழி திபெத்திய மொழியோடு உறவுகொண்டது. இந்தியாவோடு இணைந்த சிக்கிம் போல், சீனாவும், இந்தியாவும் இணைந்து 'East Asia' என்ற நாடாகி, அந்த நாட்டின் பொதுமொழியாக சீன மொழியை, சட்டமூலம் கொண்டு வந்தால் நாம் ஏற்றுக்கொள்வோமா? அப்படிப்பட்ட நாட்டில் சீன மொழிதான் பெரும்பான்மையாகவிருக்கும். அதுதான் சட்ட நியாயம். எங்கள் கலாச்சாரம் பாதிக்கப்பட்டுவிடும் என்கிறார் சிக்கிம் நண்பர். ஏறக்குறைய அவரே ஒரு சீனர்தாம். அவர் சொல்வது இப்படி.

இங்கே போகிற போக்கைப் பார்த்தால் இந்தி வேண்டாம் என்று சொன்னாலே பிரிவினைவாதி என்று சொல்லலாம். ஏன் – சந்தியாவந்தனம் செய்பவர்கள்தாம் இந்திய ஒற்றுமைக்காகப் பாடுபடுவார்கள் என்றும் சொல்லலாம்.

நம் எழுத்தாளர்கள் இதற்கு என்ன சொல்லப்போகிறார்கள்?

- முன்றில், 1993

22. கிருஷ்ணன் நம்பி

கிருஷ்ணன் நம்பி என்னும் அழகிய நம்பியின் கதைகள் மற்றும் கவிதைகள் குறித்து முதுகலைப் படிப்பிற்காக ஆய்வு செய்துவரும் அம்மையார் ஒருவர் "அவரைப் பற்றிய இளமைக் கால விஷயங்கள் தங்களுக்குத் தெரியுமாம் – சொல்லவேண்டும்" என்று கேட்டு வந்தார். "சொல்வதற்கு ஒன்றுமில்லை" என்றால், அதை வேறு விதச் செய்தியாக எடுத்துக்கொள்ளக்கூடும். உண்மையில் சொல்வதற்கு ஒன்றுமில்லைதான். பள்ளியில் கோலி விளையாட சண்டையிட்டுக்கொண்டதைச் சொல்ல முடியாது. Preparatory வகுப்பில் பேசிக்கொண்டிருந்துவிட்டு ஆங்கில ஆசிரியர் தாணுகிருஷ்ண ஐயரிடம் அடிபட்டது உண்டு. அவன் குறைவாகவே ஆங்கிலத்தில் மதிப்பெண் பெறுபவனாதலால் அதிக தண்டனை அடைவான். தமிழிலும் அப்படித்தான். கணக்கில் மாத்திரம் இருவரும் தோற்பதுண்டு. பார்த்திபன் கனவு, மகுடபதி என்று கல்கியில் வந்துகொண்டிருக்கும் தொடர் கதைகள் பற்றிய பேச்சுத்தான். இரண்டு மூன்று தேரோட்டம் சேர்ந்து பார்த்த ஞாபகம். அந்தத் தேர்த் திருவிழா பற்றி பின்னர் ஒரு கதை எழுதியிருந்தான் (மிகவும் சாதாரணக் கதை – சரசுவதியில் வந்தது) ஐந்தாம் பாரம் படிக்கும் போது வேறு பள்ளிக்கூடம் மாறினான். அங்கேயும் படிப்பு அப்படித் தான், சந்திப்பு மட்டும் அடிக்கடி நிகழும். கலைமகளில் புதுமைப்பித்தன் கதைகள் வந்த சமயம். அவன் அவற்றைப் படித்ததில்லை. அப்போது வெளிவரும் மாயாவியின் கதைகளை விரும்பிப் படிப்பான். படிப்பதைவிட எழுத்தாளர்களைப் பற்றித் தெரிந்துகொள்வதில் ஆர்வம். கலைமகளில் வந்த கொனஷ்டையின் நாடகம் பற்றிப் பேச ஆரம்பித்தால், அவர் குமுதினியின் உறவினர் என்ற விவரம் தருவான். கல்கி, எஸ்.வி.வி, நாடோடி ஆகியோர் அவனது அபிமான எழுத் தாளர்கள். பின்னர் மஞ்சரி வந்தது. அதிலே நல்ல ஆர்வங்காட்டிப் படித்திருக்கிறான். தன் தகப்பனாருக்குச் சொந்தமான உரக்

கடையைப் பார்த்துக்கொண்டான். அதற்குமுன் அவன் தகப்பனார் பங்குதாரராகவிருந்த சினிமாப் பட வினியோகக் கம்பெனி கலைந்துபோயிற்று. நம்பிக்கு சினிமா பார்க்கத் தெரியாது. சாதாரணப் படங்களை வெகுவாகப் புகழ்வான். நாற்பதுகளில் அவன் பார்த்த ஆங்கிலப் படங்கள் சொற்பம். பின்னாளில் அவனோடு பேசும்போதும் படங்கள் அவனைக் கவரவில்லை என்று தெரிந்தது. ஐம்பதுகளின் ஆரம்பத்தில் அவன் கண்ணன் பத்திரிகையில் பிள்ளையார் பற்றிய கவிதையொன்றை(?) மணிவண்ணன் என்ற பெயரில் எழுதினான். அவனது முதற் பிரசுரமான எழுத்து. தொடர்ந்து 'குருவிக்காரி' – 'வான்மதி' என்று பல. அந்தச் சமயத்தில் வந்தது ஒரு கடிதம். சாட்சாத் மணிவண்ணனிடமிருந்தே – இப்படி தனது புனைபெயரைப் பயன்படுத்துவது தகாது என்று. எனவே அந்தப் பெயரை விட்டுவிட்டு, வேறு பெயர் தேடினான். "குப்பைக் கூடை" என்று சிபார்சு செய்யப்பட்ட பெயரை நிராகரித்து சசிதேவன் என்று தேர்வு செய்தான். சசி என்பவள் இந்திரன் மனைவி என்பது அவனுக்குத் தெரியாது. விகடனில் "சசி தேவன்" என்ற பெயரில் வெளிவந்த போது அதில் "கறை கண்டன் நெற்றியிலே, கர்வமுடன் வீற்றிருக்கும் பிறைமதியே" என்ற வரியைக்காட்டி, "டேய் நெற்றியிலே ஏது சந்திரன் – சடையில் அல்லவா – உன் பாட்டியைக் கேட்டால் சொல்லியிருப்பாளே" என்று சொன்னால், "அடப்பாவி – இதற்கா மெட்ராசிலிருந்து இங்கே வந்தே" என்று திட்டினான். ஐம்பதுகளின் கடைசியில் கல்யாணம் முடிந்து, வேலை எதுவுமில்லாது, தகப்பனாரோடு சண்டையிட்டு சென்னை வந்து கஷ்டப்பட்டிருக்கிறான். சாந்தி–சரசுவதி போன்ற பத்திரிகைகளில் எழுதியது போலல்லாமல் மற்ற பத்திரிகைகளில் – கல்கி போன்றவற்றில் எழுதினான். "பாரத மாதா ஆனந்த பாஷ்யம் சொரிந்தாள்" என்றெல்லாம் எழுதப்பட்ட கதை கலைமகளில் வந்தது. தாமரையிலும் நிறைய வெளிவந்தன. சாந்தியில் எழுதிய "கள்ள நாணயம்" தான் அவனது முதற் கதை. அவனுக்கே அது பிடிக்கவில்லை போலும். தொ.மு.சி.யும் அவ்வாறே அபிப்பிராயப்பட்டார் என்று நம்பியே தெரிவித்தான். அந்தக் காலகட்ட வளர்ச்சியில் பங்கு பெற்றதல்ல அந்தக் கதை. பின்னாளில் நகுலனும் அப்படியே குறிப்பிட்டார். அறுபதுகளில் பூதப்பாண்டியில் அவன் தங்கியிருந்தபோது சந்தோஷமாகவிருந்தான். அவனது கதைத் தொகுதி "நீலக்கடல்" வந்திருந்தது. சாப்பாடு போட்டான். கைக் குழந்தையை "சீதா" என்று கொஞ்சினான். ஒரு கதை "எனக்கு ஒரு வேலைவேண்டும்" என்ற தலைப்பில் – அவனுக்கு மிகவும் பிடித்தது என்று தெரிவித்தான். அறுபதுகளின் கடைசியில் சென்னை வந்தது அவனது இரண்டாம் கதைத் தொகுப்பிற்காக. இரண்டு நாள்கள் தங்கியிருந்தான். அப்போதே அவனது காலில் ஏதோ நோய் தென்படு வதற்கான அறிகுறி இருந்தது என்று பேச்சில் தெரிந்தது. கவிதை பற்றி நிறைய பேச முடிந்தது. ஜே. கிருஷ்ணமூர்த்தி பற்றித் தெரிந்திருக்கவில்லை. க.நா.சு. தனது படைப்புகள் பற்றிக் கண்டுகொள்ளவில்லை என்பது அவனது மனக்குறை. சி.சு. செல்லப்பாவை மிகவும் பிடிக்கும். நம்பியின் கவிதைகள் குறித்து யாரும் குறிப்பாகச் சொல்லவில்லை. பிரமிள் மட்டும் "சின்னஞ்சிறு சொற்கள் நிறைந்தவை" என்று கூறுகிறார். விமர்சனக் கட்டுரைகளாக மிகவும் குறைந்த அளவிலேயே வந்திருந்தன. எழுத்துருவில் வெளிவந்த கு. அழகிரிசாமியின் கடிதத்திற்குப் பதிலாக எழுதப்பட்ட அவன் கட்டுரை வெறும் சொற்கோவை – முன்னுக்குப்பின் முரண். தீபத்தில் வந்த ஆலப்புழை இலக்கிய மாநாடு பற்றிய கட்டுரை ஏதோ தான் திடீரென ஒரு முதுபெரும் எழுத்தாளராக மாறிவிட்ட தோரணையிலிருந்தது. வேட்டி என்ற சிறுகதை பற்றிய விமரிசனக் கட்டுரையும்

அப்படித்தான். ஒரு சிறுகதை – "தங்க ஒரு" நன்றாக வந்திருந்தது. நம்பி படிப்பதையும் எழுதுவதையும்விட எழுத்தாளர்களைச் சந்தித்துப் பல விஷயங்களைப் பேசுவதில் இன்பங் கண்டான். அதையே பெரிதாக நினைத்தான். அறுபதுகளில் சந்தித்த பின்னர் அவனைப் பார்க்கவில்லை. "சார்க்கோமோ" நோய் ஏற்பட்டு, அவன் காலை ஆபரேஷன் பண்ணி எடுத்ததுகூட அவனுக்கு மயக்கம் தீர்ந்தபின்தான் தெரிந்ததாம். கண்விழித்துப் பார்த்தால் காலைக் காணவில்லை. வாழ்க்கையே பாழாகிவிட்டதுபோல நடந்துகொண்டானாம். சமாளித்தும் பார்த்திருக்கிறான்.

அப்போதும் எழுத்தாளர்களைச் சந்திப்பதை நிறுத்திவிடவில்லை. ஆனால் முடிவிற்கு வெகு காலம் ஆகவில்லை. அவன் காலமானது கூட "குவைத்" நாட்டிலிருந்து ஒரு நண்பனின் கடிதம் மூலம்தான் தெரியும். நம்பி நிறைய எழுதவில்லை; படிக்கவுமில்லை. அவன் பேசிக்கொண்டிருந்துவிட்டான். ஒருவேளை அதுவே போதும் எனலாம்.

○

இதை எழுதுபவனைவிட நம்பி சின்னவன். ஒரு தடவை சென்னையில் கடைசியாகச் சந்தித்தபோது, "உன்னோடு பேசும் போது மட்டுமே, சுதந்திரமாகப் பேச முடிகிறது – சந்தோஷமாக இருக்கிறது" என்றான் – பாவிப் பயல் தவிக்கவிட்டுப் போய்விட்டான்.

- முன்றில், - 1993

23. எம்.வி.வி.

படைப்பாளிகள் அடிக்கடி தலையிலே அடிவாங்கிக் கொள்கிறார்கள். அருமையான அடிகளாக இருக்கும். அடி வாங்கிக்கொள்வதற்கு எந்த அனுபவமும் தேவை இல்லை. வலி மட்டும் தெரிந்தால் போதும்.

நாவல்களும் சிறுகதைகளும் நிறைந்த அளவில் எழுதிய எம்.வி.வி., தான் போற்றிவரும் வியாசரால் மட்டுமல்ல, தோடுடைய செவியன் என்ற பிள்ளையாலும்கூடத் தாக்கப் பட்டிருக்கிறார். அவையெல்லாம் ஒரு குரலாக, திரும்பத் திரும்ப இவரிடமே வந்து படுத்துகிற பாடு பெரிது. அவரது படைப்புகளில் நன்கு தெரியும். திலோத்துமை – புலோமி – நித்யகன்னி என்று எழுதிவிட்ட பின்னரும் நிற்காதவை – நன்றி கெட்ட குரல்கள்.

எம்.வி.வி. மணிக்கொடி காலத்தவரா? பிந்தைய வர்க்கமா? என்பது பற்றியெல்லாம் இந்தத் தலைமுறையினருக்குக் கவலையுமில்லை. மணிக்கொடி என்றொரு பத்திரிகை இருந்தது. எல்லாவற்றையும் போல, அது போனது. சில எழுத்தாளரின் படைப்புகளால் மணிக்கொடி பெருமை பெற்றது – நல்ல எழுத்துகள் எப்போதும் தோன்றிக்கொண்டுதாம் இருக்கும் என்றும் சொல்வார்கள்.

எம்.வி.வி. அகாதமி பரிசு வாங்கியதில் எல்லோருக்கும் மகிழ்ச்சிதான். காலங்கடந்து தரப்பட்டது என்று சொல்லும் போதே, அது காதுகளுக்காக மட்டும் தரப்பட்டதல்ல என்றும் தெரிகிறது.

தனது படைப்புகளில் சௌராஷ்டிர மக்களின் அவலம், உழைப்பு இவற்றை அவர் போன்று எழுதியவர் யாருமில்லை என்றும் சொல்லலாம். இதில் முக்கியமாகச் சொல்லப்பட வேண்டியது “வேள்வித் தீ.”

ஆதிக்கத்திற்குப் பதில்சொல்ல முடியாது, காட்டிற்கு ஓடியோ, மானாக மாறியோ போய்விட்டவள் நித்யகன்னி. (இந்த நித்யகன்னி கடைசியில் தவம் செய்யக் காட்டிற்கு ஓடினாளா? அல்லது தான் மிகவும் நேசித்த கல்யாணி மானாக உருமாறிக்கொண்டாளா? என்ற கேள்வி தானாக எழும்படி அந்த நாவல் அமைந்திருக்கும். இரண்டு வகையிலும் அம்முடிவை எடுத்துக்கொள்ள முடியும். எம்.வி.வி.யின் எண்ணத்திற்கு மாறாக தானாகவேகூட அந்த முடிவு தோன்றியிருக்கலாம்). இப்படிப்பட்ட நித்திய கன்னியும் குளத்தில் வீழ்ந்து தன்னை மாய்த்துக்கொண்ட கவுசலையும் ஒன்றுதான். கடைசிநாளில் ஒரு முடிவைக் கைக்கொண்டு வெளிக்காட்டிக் கொள்ளாதவாறே கணவனிடம் சகஜமான சம்பாஷணை நடத்துவது அரிய காட்சி. நாவலின் மிக முக்கியமான கட்டம். நாம் சந்தித்திராத நிகழ்ச்சிகளும் 'ஓகோ – இப்படியும் நடந்திருக்கும்' என்று எண்ணவைத்துவிடுவது கலை.

வேள்வித் தீயில் தெரிந்த மனிதரைக் கண்டால் நித்ய கன்னியில் வேறு வகை மனிதரைக் காண்கிறோம் – ராமாயணக் கதையை கம்பன் சொல்வது போலச் சொல்கிறார்.

'காதுகள்' நாவலில் அவஸ்தைப்படும் மகாலிங்கத்தைவிட அவரது மனைவி நிலைதான் நம்மைத் தொடுகிறது. எழுந்துநிற்க முடியாத அவள், தரையில் ஊர்ந்து சென்று, பெற்ற பிள்ளைகளை அதிகாரம் பண்ணி வேலை வாங்கும் பாங்கு – எங்கு செல்கிறோம் என்ற நினைப்பு இல்லாமல் குழந்தைகளுக்கு உத்தரவு போட்டுவிட்டுச் செல்வது ஒரு தவநிலைக்குச் சமம். அதை ஒரு சகஜ நிலையாகக் காட்டுவது படைப்பாளியின் அனுபவ முத்திரை.

நல்லது. அப்படியானால், மகாலிங்கத்தின் அவஸ்தை? சூன்யம் என்று ஒரேயடியாகத் தள்ள முடியாது. மறுதலித்துவிட முடியாது. கெட்டியாகப் பிடித்துக்கொண்டு அதைத் தள்ளிவிடவும் விருப்பில்லாத ஒரு நிலை. அது இயலாமையாலும் இருக்கலாம். இதுதான் மகாலிங்கம்.

முருகன் என்று சொல்லிவிட்டால் தமிழர்கள் மகிழ்ச்சி அடைவார்கள் என்பது உண்மை. ஆனால், "காதுகள்" நாவலில் "அவனே கதி" என்ற சங்கதி தன்னைப் பார்த்துக்கொள்வது என்ற ரீதியிலேயே இருந்திருக்கவேண்டும். அது சிந்தனை என்னும் குழப்பநிலைக்கு இட்டுச்சென்று இருக்கலாம். ஆனால், இது ஒரு எண்ணம்தான்.

நாவல்கள் எழுதியவர் என்பது தவிர, எம்.வி.வி.யின் சிறுகதைகள் அத்தனை பேசப்படவில்லை. நாவல், சிறுகதை என்றெல்லாம் பேதம் பாராட்டாது எழுதியவர் அவர். அவரது சிறுகதையில் வித்தியாசமானவற்றைப் பார்க்க முடிகிறது. கு.ப.ரா.வைப் படிப்பது போல உள்ளன. எடுத்துக்காட்டாக, 'பூமத்திய ரேகை'.

நல்லவர் கெட்டவர் என்ற ரீதியிலோ, சரியானது தவறானது என்றோ, பிரித்துப்பார்ப்பது எந்த விதத்திலும் அந்தக் கதைக்கு நியாயம் வழங்குவது ஆகாது. விஷய அறிவை மட்டும் கொண்டு அலசுகிற விஷயமாக இராது. இலக்கியத்தின் இன்றியமையாத தன்மை அது. எம்.வி.வி. நாவல்களுக்கும் இது பொருந்தும்.

'மூக்குத்தி' என்ற அவரது சிறுகதை, பின்னாளில் இரண்டு வெவ்வேறு எழுத்தாளரால் பத்திரிகையில் எழுதப்பட்டுள்ளது என்பது ஒரு சுவாரஸ்யமான விஷயம் (ஆனால்

கட்டுரைகள்

அவருடைய "பைத்தியக்காரப் பிள்ளை" என்ற கதையை அவ்வாறெல்லாம் சொல்ல முடியாது).

எம்.வி.வி. அவர்களின் பாத்திரப் படைப்புகள், அவரது கலா பூர்வத்துக்கு சாட்சிகள். தன்னைச் சுற்றி இருக்கிற அவலத்தையும், வளமையையும் பாத்திரங்கள் மூலமாக வெளிக்கொணர்வது என்பது பெரிய விஷயம். அதை அவர் குறைவுபடாது செய்கிறார்.

- சாரதா, பிப்ரவரி 1994

24. திராவிட இயக்கமும் வேளாளரும்

இந்நூல் திராவிட இயக்கத்திற்கும் வேளாளர் அல்லது சைவருக்குமான உறவை ஆராயப்புகுந்ததாகச் சொல்லப்படுகிறது. அதன் முடிவாக, அந்த இயக்கத்தோடு முழுமையான அளவில் தங்களை இணைத்துக்கொண்ட சைவர் அல்லது வேளாளர் எவருமிலர் என்ற ஆய்வைப் பதிவுசெய்கிறது. உடனடியாகத் தோன்றுகிற கேள்வி, எந்தப் பிரிவு மக்கள்தாம் தங்களை ஓர் இயக்கத்தோடு முழுமையாக இணைத்துக்கொண்டிருக்கிறார்கள் என்பது.

இந்நூலில் அடிக்கடி குறிப்பிடும் வ.உ.சி. அவர்கள் தம்மை முழுமையாக "காங்கிரஸ்" இயக்கத்தோடு இணைத்துக்கொண்டவர் அல்லர். கட்டாயமாகச் சொல்லவேண்டிய இன்னொன்று தமிழக பிராமணர் ஆர்.எஸ்.எஸ். இயக்கத்தோடு முழுமையாகத் தங்களைச் சேர்த்துக்கொள்ளவில்லை. எனவே இப்படியொரு முடிவிற்கு வர நூலின் உதவி தேவையில்லை என்றாகிவிடுகிறது.

வெள்ளைக்காரர் போலவே இந்தியருக்கும் பதவிகள் தரப்பட வேண்டுமென்ற கொள்கையுடன் ஆரம்பிக்கப்பட்ட காங்கிரஸ் கட்சிக் கொள்கையுடன் இன்று எந்த காங்கிரஸ்காரர் இருக்க முடியும்?

"ஆங்கிலேயர் விதித்த சட்ட வரம்புகட்குட்பட்டே நாம் வாழ வேண்டும்." – பாரதியார், இந்தியா *6.2.1909*.

"ஆங்கில சாம்ராஜ்ஜியத்தை விட்டு விலக வேண்டுமென்ற யோசனை எங்களுக்கில்லை." – சுதேசமித்ரன், *26.12.1916*.

இவ்வாறு எழுதிய பாரதியைப் பலரும் கேள்விப்பட்டுக்கூட இருக்க மாட்டார்கள். இதுதான் காங்கிரஸ் அல்லது வேறு கட்சியின் கொள்கையாக இருந்திருந்தால், அந்த இயக்கத்தில் முழுமையாக தம்மை இணைத்துக்கொள்பவர் யாராக இருக்கமுடியும்?

இந்நூல் 1927 முதல் 1944 வரையிலான காலகட்டத்துக்குரியது என ஆசிரியர் கூறுகிறார். மேற்படி உறவை ஆராயப் புகுமுன் சைவர் – வேளாளர் யார் என்று வரையறுக்க முனைந்த இவ்விரண்டு பெயர்களுமே சமூக அடையாளங்களைச் சுட்டுவதற்குப் போதுமானவையல்ல என்றும் சொல்லிவிடுகிறார் (பக்கம் 15). ஆனாலும், நூலின் பெயர் மட்டும் வேளாளர் என்றுதான் இருக்குமாம். இருக்கட்டும்.

வேளாளர், முதலியார், செட்டியார் முதலான சாதிகள் என்று ஆசிரியர் கூறும் போது (பக்கம் 16) முதலியார் என்பது வேளாளரின் பட்டங்களில் ஒன்று என்பதை மறந்துவிடுகிறார். தொண்டை மண்டல வேளாளர் முதலியார் எனவும், சோழ பாண்டியப் பகுதி வேளாளர் பிள்ளை எனவும், கொங்கு நாட்டுப் பகுதி சார்ந்த வேளாளர் வேளாளக் கவுண்டர் எனவும் பட்டங்களைச் சூட்டிக்கொள்கின்றனர். எனவே முதலியார் என்பது பட்டப் பெயர்தானே தவிர சாதிப் பெயரல்ல. சாதிப் பட்டியலிலும் அம்மாதிரிப் பெயரை அரசு வெளியிடுவதில்லை. மேலும் இப்பட்டங்களை எல்லாப் பிரிவு மக்களும் பயன்படுத்துவதுண்டு. நாடார், ஆதிதிராவிடர், தேவர், இடையர், வன்னியர் ஆகியோரும் பிள்ளை என்ற பட்டத்தைப் போட்டுக்கொள்வதுண்டு. ஒருவேளை, பிள்ளை என்ற பட்டமே மற்ற பிரிவினரிடமிருந்து வேளாளருக்கு வந்திருக்கவும் கூடும். சென்னை நகரில் பல காலமாக வாழ்ந்துவரும் தெலுங்கைத் தாய்மொழியாகக் கொண்ட சிலரும் அவ்வாறே செய்துள்ளனர் என்பது பலருக்குச் செய்தியாகவிருக்கும். சட்டமன்றத் தலைவராக இருந்த திரு. சிவசண்முகம் பிள்ளை அவர்கள் ஆதிதிராவிடர் என்பது தெரிந்த விஷயம்.

இந்த நூலில் பல தடவை குறிப்பிடப்பட்டவரும், சைவ சித்தாந்த மகா சமாஜத்தின் தொடர்புடையவருமான திரு. ச. சச்சிதானந்தம் பிள்ளையவர்கள் குலாலர் பிரிவைச் சார்ந்தவராவார். இவர் சைவர் என்பதில் யாருக்கும் ஐயமில்லை. வேளாளர் என்று இவரை இந்நூலாசிரியர் கருதுகிறாரா?

ஒன்று சொல்ல முடியும். இந்தக் குலாலர் என்னும் குயவர் பிரிவு சங்க காலத்தில் வேள்கோவர் என்றிருந்ததாகும். உழவுத்தொழிலுக்கும் மருத நில வாழ்க்கைக்கும் வேண்டிய பாத்திரங்களை அவர்கள் தந்து உதவியவராவர் (பார்க்க: புறநானூற்றின் 'கலஞ்செய் கோவே' பாடல்). மருத நில வாழ்க்கை சம்பந்தப்பட்டவர் அனைவருமே ஏதாவது ஒரு வகையில் வேளாளர் என்று அழைக்கப்பட்டிருக்கவேண்டும். இது தனியான ஆய்வுக்குரியது.

கி.ஆ.பெ. விஸ்வநாதம், சொ. முருகப்பா, மணி திருநாவுக்கரசு போன்ற பெரியோரையெல்லாம் பற்றிக் கூறும்போது, வாழ்க்கை வரலாற்றோடு அவர்தம் இனப் பிரிவு வகையையும் சொல்லியிருக்கும் நூலாசிரியர் திரு. ச. சச்சிதானந்தம் பிள்ளை அவர்கள் பற்றி ஒன்றிற்கு மேற்பட்ட தடவை கூறியிருந்துங்கூட அவருடைய சாதிபற்றிக் கூறாது விடுகின்றார். இந்நூலின் தலைப்பிற்கும் ஆசிரியர் எடுத்துக்கொண்ட விஷயத்திற்கும் அது பாதகமாக இருக்குமோ என்று அவர் கருதியிருக்கலாம்.

நிலஞ் சார்ந்த வேளாளருக்கு எந்தவித உதவியையும் வேலையையும் செய்யக்கூடாதென்ற கட்டுமானத்துடன், எந்தக் காரணத்தாலோ மலைவாழ் மக்கள் இருந்தபோது மருத நில வேளாளர்கள் தங்கள் பிரிவைச் சார்ந்த சிலரையே மரமேறுதல், முடிவெட்டுதல், துணி துவைத்தல் போன்ற செயற்பாடுகளை மேற்கொள்ளுமாறு ஆக்க, அவ்வாறு அந்தத் தொழில்களைக் கையாண்ட மாந்தர் பின்னாளில் வேளாண் நாடார், வேளாண் வண்ணார்,

வேளாண் செட்டி, வேளாண் அம்பட்டர் போன்ற பெயர்களைப் பெற்றதுண்டு. இந்த நிலை கொங்கு நாட்டில் ஏற்பட்டதென்றாலும், தமிழகத்திலே பலவிடங்களில் அதுபோன்ற நிலையுண்டு என்பதை மறுப்பதற்கில்லை (பார்க்க கே.கே. பிள்ளையின் தென்னிந்திய வரலாறு). எனவே மருத நில மாந்தர் யாவருமே மண் சார்ந்த வேளாளர் என்று சொல்லமுடியும்.

'சுயமரியாதை இயக்கத்துடன் ஒவ்வோர் இனத்துக்குமுள்ள மோதல் என்பது தனி ஆய்வுக்குரியது' என்றும் ஆசிரியர் தெரிவிக்கிறார். சுயமரியாதை இயக்கமென்ன, எல்லாப் பிரிவினருக்கும் மோதல் உண்டு.

சைவர்கள் ஒன்றுகூடி 1939ஆம் ஆண்டு நடத்திய மாநாட்டில் தமிழ்த் திருமணம் வரையறுக்கப்பட்டது என்கிறார் (பக்கம் 56). அப்போது மறைமலையடிகளுக்கு வயது 56. வ.உ.சி. அவர்களோ காலமாகி விட்டார். மறைமலையடிகளுக்கு எப்போது திருமணம் நடந்தது, எப்படி நடந்தது என்பது அடிகளாலேயே கூறப்பட்டிருக்கிறது (ஆசிரியர் மறைமலை நூல்நிலையத்தில் பணிபுரிந்தவரெனத் தெரிகிறது). தமிழ்த் திருமணங்கள் இவ்வாறுதான் வரையறுக்கப்பட்டனவா? அதற்கு முன்னர் அவை அறியப்படாதனவா? குருக்கள் ஒருவர் ஊரில் இருப்பதும், அவருக்கு ஊர்மக்கள் வீடொன்று அளித்துப் போற்றுவதும், அந்தக் குருக்கள் அல்லது தேசிகர் காலங்காலமாக நடத்தி வைத்தது எல்லாம் வேறு என்ன திருமணம்?

"ஓ வைவஸ்துவே – இந்தப் பெண் என்னைக் கொல்லாதிருப்பாளாக."

மேற்படி 'மங்கள'கரமான மந்திரத்தைச் சொல்லித்தான் சைவர்கள் முன்பு கல்யாணம் நடத்திவைத்தார்களா? ஆசிரியர் வ.உ.சி. பற்றியும் நூல் எழுதியுள்ளார். அவரது திருமணம் எவ்வாறு எந்தச் சடங்கு மூலம் நடந்தேறியது என்பதை அறிந்திருக்கவேண்டும். அப்படி இதுவரை அறிந்திருக்கவில்லையென்றாலும் ஒன்றும் குடிமுழுகிவிடவில்லை. இப்போதுகூட விசாரித்து அறிந்துகொள்ள முடியும். வ.உ.சி., மாடசாமி போன்ற வரலாற்று மனிதர்களோடு பழகியவர்களின் பிள்ளைகளும் உறவினரும் இன்னும் இருக்கின்றனர். அவர்களுக்கெல்லாம் வயதாகிவிட்டதே என்று கவலைப்பட வேண்டியதில்லை. வயதாலும் மந்தமடையாதவர் உண்டு. சொல்லப்போனால், இந்நூலாசிரியர் தமது நூலில் தெரிவித்திருக்கும் நன்றிக்குரிய பலரும் அப்படியொன்றும் "குமரர்" அல்லர். நன்கு பயன்படுத்தி பல விஷயங்களைச் சேகரிக்க முடியும். "சுதேசமித்திரன்" நிருபர் தந்த அந்தக் காலச் செய்தி அறிக்கை மாத்திரமே வரலாற்று உண்மைக்கு அடிகோலிவிடாது.

'சோழர் காலத்திலிருந்த வேளாளர் – பார்ப்பனர் இடையே நிலவி வந்த கூட்டு, பிரித்தானிய காலனியாட்சியின்போது தளர்ந்து, இரு சக்திகளின் பங்காளிச் சண்டையே ஆரிய – திராவிடப் போராட்டம்' என்ற வாதம்பற்றி மேலோட்டமாகக் கூறிவிட்டு (பக்கம் 14) இந்நூற்றாண்டுச் சங்கதிகளுக்கு வந்துவிடுவதுதான் இந்நூலின் குழப்பத்திற்குக் காரணம் என்று சொல்லலாம். மேற்படி வாதம் மட்டுமல்ல, சோழர்காலத்தில் நிலவி வந்ததாகச் சொல்லப்படும் கூட்டுபற்றி விவரித்திருக்கவேண்டும். பார்ப்பனரும் வேளாளரும் கூட்டு ஏற்படுத்திக்கொண்டிருந்தால், யாருக்கெதிராக என்பது மிக முக்கியமான கேள்வி. அதன் அடிப்படைக்கே இந்நூலாசிரியர் செல்லவில்லை. இவர் எடுத்துக்கொண்ட விஷயத்திற்கும் மேற்படி "கூட்டு" சம்பந்தமான வாதத்திற்குமுள்ள தொடர்பு மிக முக்கியமானதென்று

சொல்லத்தேவையில்லை. தாழ்த்தப்பட்ட மக்கள் இவர்களுக்கெதிராக, ஏதாவது புரட்சி செய்தார்களா என்றும் கேள்வி எழும். சொல்லப்போனால் வேளாளரும் சூத்ரர்தாம் – பார்ப்பனரைப் பொறுத்தவரை. வேளாளரும் மற்ற பிரிவினரும் பார்ப்பனரை “மிலேச்சர்” என்று கருதியிருப்பர் என்பதையும் கருத்தில் கொள்ளாமலிருக்க முடியாது. இந்து மதம் என்ற குடையின்கீழ் அனைவரும் ஒன்றாகவிருந்தனர் என்பதும் அப்படித்தான். அப்படி எந்த மதமும் நூறாண்டுகளுக்கு முன்னர் இங்கே தெரிந்திருந்ததாகக் கூறுவதற்கில்லை. ஆதிசங்கரர் எல்லாரையும் ஒன்றிணைத்து விட்டதாகச் சொல்வது கதைதான். அவர் இணைத்தார் எனில் எல்லாருமா சேர்ந்துவிட்டார்கள்? அக்பர்கூட “தீன் இலாகி” என்றொரு மதத்தை ஏற்படுத்தினார். அது என்ன ஆயிற்று என்று தெரியவில்லை. சங்கரரின் சண்மதம் பார்ப்பனரை ஓரளவுக்கு ஒன்றுபடுத்தியது என்று சொல்லமுடியுமே தவிர, தென்னாட்டுச் சித்தாந்தத்திற்கும் அவருக்கும் என்ன இருக்க முடியும் – என்ன சம்பந்தம் இருந்திருக்கிறது?

யூஜின் இர்ஷிக் எழுதிய நூல்தான் தொ.மு.சி. ரகுநாதன், தமிழவனின் வாதத்திற்கு ஆதிகாரணம் என்று சொல்லும்போது அந்த நூல் பற்றிய ஆய்வு தவிர்க்கமுடியாததாகிவிடுகிறது. இந்நூலாசிரியரின் முடிவு சரியா, தவறா என்ற பிரச்சினைகூட அல்ல. இப்போது அந்த முடிவிற்கு வரும் அவர் வழிதான் முக்கியமான ஒன்றாகக் கருதப்படும். அந்தக் காலத்து அரசர் இந்த இரண்டு பிரிவினருக்கும், அதாவது வேளாளர், பார்ப்பனர் இருவருக்கும் எதிராக இருந்திருந்தால் ஒருவேளை அவர்கள் ஒன்றுசேரவேண்டிய அவசியம் இருந்திருக்கும். உட்பகை எதுவும் கிடையாது. அதனால் கூட்டு இருந்ததென்றால், அதற்கு வேறு காரணம் அவசியம்.

தமிழ்நாட்டில் பக்தி இலக்கியமே வைதிக எதிர்ப்பு சக்திகளில் ஒன்று என்பது மிகையல்ல. அவ்விலக்கியத்தில் எல்லாரும் பங்கு கொண்டனர். ஆண்டாள் கதை வடநாட்டில் மீரா கதையானதும் காரைக்கால் அம்மையார் கதை கன்னட நாட்டில் வேறொரு உருவில் தோன்றியதும் இலக்கிய வரலாறு. திருமுறைகள், திருவிளையாடற் புராணம் இவற்றிற்கெல்லாம் எதிர்ப்புத் தெரிவிக்கவில்லை அப்போதைய பார்ப்பனர்கள். (இப்போது இவ்விலக்கிய மாநாடுகள் நடந்தால், அவற்றில் எந்த ஒரு பார்ப்பனரையும் காண முடியாது என்பது வேறு விஷயம்). தமிழின் புகழ்பாடும் இவ்வகை இலக்கியங்களை வரவேற்றாகவேண்டிய அவசியம் இருந்திருக்கிறது. பிரமதேயம், அகரம் முதலிய பெயர்களில் இருப்பிடங்களைத் தானமாகப் பெற்ற அவர்கள் நிரந்தரமான ஒரு நிலைக்கு வந்தபோது, ஒருவகை தாழ்வு மனப்பான்மைக்கு உள்ளாகியிருந்தனர். அதன் முக்கிய காரணம் மச்ச புராணம் போன்ற நூல்களிலும் அவற்றின் முன்னரேயுள்ள பிரம்மாணங்களிலும் ‘நர்மதை நதிக்குத் தெற்கேயுள்ள பிராமணர் மூலம் சிரார்த்தம் போன்றவற்றைச் செய்யக்கூடாது. அவர்கள் பிராமணர் அல்லர்’ என்று சொல்லப்பட்டிருந்த பல விஷயங்களால்தான். பதினெண் புராணங்களின் காலம் ஏறக்குறைய கி.பி. பத்தாம் நூற்றாண்டு வரை என்று பேராசிரியர் வையாபுரிப் பிள்ளை கூறுகிறார். அவ்வாறு கூறியிருப்பது ஒரு முக்கிய தகவல். பதினெண் புராணங்களில் ஒன்றான ‘மச்ச புராணம்’ ஆந்திர வம்சத்தைக் குறிப்பிடுகிறது. காளிந்தர், புளிந்தர் போன்ற திராவிட மன்னர் ஆரியப் பெண்களை மணந்துகொண்ட விவரங்கள் மற்ற பிரம்மாணங்களிலிருந்து தெரியவரும். இவ்வாறு பிராமணர் இழிவுபடுத்தப்பட்ட விஷயம் கல்வியறிவுள்ள சூத்திரர் என்று அவர்கள் எண்ணிக்கொண்ட தமிழக வேளாளருக்கே தெரிய வந்திருந்தது. யஜுர் வேதத்தில் ‘கிருஷ்ண யஜுர்’ வேதம், திராவிட பிராமணருக்கும், ‘சுக்ல யஜுர்’ வட

நாட்டவருக்குமெனப் பாகுபாடு வந்தது இதனால் இருக்க முடியும். எனவே துணை வேண்டி, வடவரை நம்ப முடியாத நிலையில் சூத்ரர்களாக தாங்கள் கருதினாலும் அவர்களில் நிலவுடைமைக்காரராகிய வேளாளரையும், அவர்தம் மொழியாகிய தமிழையும் போற்றவேண்டிய கட்டாயம் ஏற்பட்டது.

"ஆரியம் நன்று தமிழ் தீதென உரைத்த ... ... செந்தமிழே தீர்க்க சுவேகா" என்பதுபோன்ற பாடலும் அக்காலத்தில் இயற்றப்பட்டிருக்கவேண்டும். மேற்படி பாடல் நக்கீர தேவ நாயனாரால் சொல்லப்பட்டதென்று கதையெழுந்தாலும், தமிழுக்கு வடமொழி போன்ற அந்தஸ்தைத் தர, பார்ப்பனர் ஓர் உள்நோக்கத்தோடு ஒத்துழைத்தனர் எனச் சொல்லலாம். இந்த உள்நோக்கத்தோடுகூடிய நடவடிக்கையை வேண்டுமானால் கூட்டு என்று ஏற்றுக்கொள்ள முடியும். பிரித்தானிய கால ஆதிக்கம்வரை இது தொடர்ந்தது. பின்னர் நடந்த விஷயம் தெரிந்ததே. அவர்கள் ஆங்கிலம் பயில ஆரம்பித்தது, இனித் தமிழரின் உதவியோ தமிழின் உதவியோ தங்களுக்குத் தேவையிருக்காது என்ற நம்பிக்கையால்தான்.

மேற்கண்டவை திரு. யூஜின் இர்ஷிக் எழுதிய ஆய்வு நூலில் இல்லாதிருக்கலாம். ஆனால், திரு. வேங்கடாசலபதி எடுத்துக்கொண்ட விஷயத்திற்கு நெருங்கிய சம்பந்தமுடையவை.

எதிர்ப்பு – மறைமுக எதிர்ப்பு – கூட்டு எல்லாவற்றையும் மீறித்தான் தமிழ் வாழ்ந்துகொண்டிருக்கிறது. உலகில் ஒருவேளை தமிழன் அழிந்துவிட்டால்கூட, தமிழ் என்னும் பூர்வகால மொழி தனது சொற்கள் மூலம் உலகில் வாழ்ந்துகொண்டிருக்கும் என்று சொல்வது தாய்மொழிப் பற்றால் அல்ல.

இது ஒரு செய்தித்தொகுப்பு நூலாகவே அமைந்துவிட்டது வருந்தத் தக்கது. ஆசிரியருக்குப் பல விஷயங்களைத் தெரிந்துகொள்ள வாய்ப்புகள் அதிகம் இருந்திருக்கின்றன. செய்திகளே சிந்தனை வரலாறாக மாறிவிடாது. அதற்கு ஒருவரோ பலரோ தேவை.

கடுஞ்சைவர், நடுத்தர சைவர், சீர்திருத்த சைவர் என்று சைவர்களை இவர் பிரித்தாற்போல எல்லாப் பிரிவு மக்களையும் எல்லா இயக்கங்களில் பங்குகொள்ளும் மாந்தரையும் பிரிக்கலாம். ஒரே குறிக்கோள் கொண்ட அன்பரிடையேகூட இப்பிரிவுகள் காலந்தோறும் கிடப்பது காட்சி.

"அரங்கின்றி வட்டாடல் முறையன்று" என்றெழுதிய ஓரன்பருக்கு "அரங்கை வகுப்பவர் யார்?" என்ற கேள்வியுடன் வ.உ.சி. அவர்கள் எழுதிய பதில் இன்றளவும் நம்மைப் பாதிப்படையச் செய்யும் அருமையான கட்டுரையாகத் திகழ்கிறது. அதை இந்நூலில் சேர்த்தமைக்கு இந்நூலாசிரியருக்கு நன்றி கூறவேண்டும்.

ஆனால், வ.உ.சி. அவர்களின் மேற்படி கேள்வி இந்நாவலாசிரியரைப் பார்த்துக் கேட்பதுபோலவும் தோன்றுகிறது.

- கவிதா சரண், 1994

❖

25. தாய்மொழியும் தந்தைமொழியும்

ஒரு தடவை சிதம்பரம் ராமலிங்க வள்ளலார் ஒரு சங்கராச்சாரியாரிடம் வாதம் நடத்தியபோது "சமஸ்கிருதம் எல்லா மொழிகளுக்கும் தாயாக இருக்கலாம், நீங்கள் சொல்வதுபடி. ஆனால், தமிழ் தந்தை" என்று சொல்லியிருக்கிறார்.

வள்ளலார் ஞானத்தால் சித்தர் பரம்பரையினர். தாய்மொழி தமிழ் மீது இயல்பாகவே இருந்த அன்பால் இப்படிச் சொல்லியிருக்க மாட்டார். ஒருவேளை சொல்ல வேண்டிய அவசியம் வந்தபோது சில கருத்துகளைச் சொல்லவேண்டியிருந்திருக்கும்.

ஆனால், ஜெயேந்திர சரசுவதி சுவாமிகள் சொல்கிறார்: "நம் தாய்மொழி தமிழ், தந்தைமொழி சமஸ்கிருதம்" என்று. இது வள்ளலார் தம் மனோபாவத்தில் சொல்லப்பட்ட ஒன்றல்ல. ஊன்றிக் கவனிக்கும்போது "இது யாருக்காகச் சொல்லப்பட்டது, எதற்காக?" என்ற சில விவரங்கள் தெரிகின்றன. அவரைப் பொறுத்தவரை இன்றைய சூழ்நிலையில் அவை பகிரங்கமாகப் பேச முடியாத அளவுக்கு இசகு பிசகானவை என்று தெரியவரும்.

Max Plank இந்நூற்றாண்டின் ஆரம்ப காலகட்டத்தில் நமக்கருளிய Quantum Theory-ஐத் தெரிந்துகொண்டு உலகில் இன்னமும் நாடு, இனம், மொழி என்று பேசிவருவது குறுகிய மனப்பான்மையென்று சொல்வது எளிது. ஆனாலும் சுதந்திர உணர்வு என்பது எல்லாராலும் போற்றப்படும் நிலையாதலால் எல்லாருக்கும் தேவைதான் – துறவிக்கும்கூட.

மேலும், சங்கராச்சாரியார் சொன்னதால் அதைப் பற்றிப் பேசுவது தவிர்க்கமுடியாததாகிவிடுகிறது. வள்ளலார் நிலையிலிருந்து வாதமிட இப்போது யாருமில்லை. உலக வரலாறு, தத்துவம் பற்றிய அறிவைத் துணையாகக்கொண்டு சிலவற்றை எண்ணிப்பார்க்க முடிகிறது.

இலத்தீனையோ கிரேக்கத்தையோ தந்தைமொழி என்று ஐரோப்பிய இன மக்கள் கூறிவருவது போன்று இதைக் கருத முடியாது. “ஆங்கிலம் எனது தாய்மொழி, இலத்தீன் தந்தைமொழி” என ஆங்கிலேயன் கூறினால், அது சரியாக இருக்கும். வரலாற்று ரீதியான தவறும் இல்லை. அதைப்போன்று “குஜராத்தி தாய்மொழி – தந்தைமொழி சமஸ்கிருதம்” என்று கூறுவதும் வட நாட்டவர்க்குச் சரியாக இருக்கலாம். ஆனால், தமிழ்நாட்டவருக்கு அது எவ்வாறு பாதிப்பை உண்டு பண்ணும் என்பது வேறு விஷயம்.

தமிழ்நாட்டிலுள்ள பார்ப்பனரைக் குறித்துதான் இவ்வாறு சொல்லப்பட்டது என்றால் அதுவும் வேறு விஷயம்தான். அப்படி இருந்தாலும் வரலாற்று ரீதியாகவும் இலக்கிய ரீதியாகவும் இன்னும் தெளிவாக்கப்படவேண்டும்.

தமிழைத் தாய்மொழியாகக் கொண்டவர் வடமொழியை, தந்தைமொழி என்று ஒரு நாளும் கூற மாட்டார். இது அதைப் பற்றியதல்ல. இன்று வடமொழியைப் பரிபாலித்து, நேசித்து, அது எங்கள் தந்தைமொழி என்று தமிழ்நாட்டில் ஒரு சாரார் கூறினால், அவர்கள் விருப்பம். இப்பொழுது வரலாற்று ரீதியாக அது சரிதானா என்று மட்டும் பார்ப்போம்.

நாட்டுப் பற்று என்றால்தான் என்ன? இனங்கள் ஒன்றிற்கு மேலுள்ள நாட்டில் எது நாட்டுப் பற்று? என்னுடைய கிராமத்தில் வசிக்கும் கிழவருக்கு “இந்தியா” என்கிற பெயரே தெரியாது. தூரத்தில் தென்படும் மலையும் ஓடுகிற ஆறும் ஊரைச் சுற்றி வளர்ந்திருக்கும் பயிர் வகைகளும்தாம் அவரது நாடு. அந்த இடத்தின் ஒவ்வோர் அசைவையும் ரசித்துக்கொண்டிருப்பவர். அவருக்குத் தெரிந்த ராமரும், கிருஷ்ணரும், காந்தியும், நேருவும் தமிழ்தான் பேசுவார்கள். புளிக்குழம்பு சாப்பிடும் ஆட்களாகத்தான் அவர்களைக் கருதிக் கொண்டிருக்கிறார். அந்தக் கிராமத்தைமட்டும் உயிராகக் கொண்டிருக்கும் கிழவர் நாட்டுப் பற்றுடையவராக மாட்டாரா?

நல்லது. வரலாறும் நில நூலும் படித்து, இந்த நாடு பல இனங்கள் கொண்ட நாடு; இந்தியா என்ற பெயரே மேல்நாட்டவர் கொடுத்தது. அது சிந்து நதி பாயும் பகுதியை மட்டுமே குறிக்கும்; இந்தியா என்ற சொல்லோ, இந்து என்ற சொல்லோ பூங்குன்றன் முதல் சமீப காலம் வரை யாரும் பயன்படுத்தவில்லை; அது 1902ஆம் ஆண்டு கொண்டுவரப்பட்ட இந்திய ரெகுலேட்டரி சட்டமூலம் வந்தவொன்று; பாரதம் என்ற சொல்லைக்கூட பாரதிக்குமுன் யாரும் கையாளவில்லை; பாரத நாட்டின் தலைநகரம் எதுவென்றால் தெரியாது; பாரத மன்னன் யார் என்பதே சந்தேகம்; ஆரிய வர்த்தத்தின் எல்லை நர்மதா நதியோடு முடிகிறது என்றெல்லாம் தெரிந்துகொள்கிறோம்.

தெரிந்துகொண்டு பின்னர் திடீரென, ஆரிய புத்திரன் – ஆரியன் என்றால்தான் அது மேம்பாடு; தமிழ் என்று சொல்லிவிட்டால் அது ஒருமைப்பாடு அல்ல என்று சொன்னால் எப்படி ஏற்றுக்கொள்ள முடியும்? தமிழ் என்று சொல்வதெல்லாம் பிரிவினைவாத அடிப்படை என்று கூற முன்வந்தால், ஆரிய – இந்தோ ஆரிய – இந்து என்று சொல்வதும் பிரிவினைவாத அடிப்படைதாம். இந்த நாட்டினரின் முன்னோர்கள் வேதகால ரிஷிகள்தாம் என்று கூறுவதும் பிரிவினை வாதம்தான்.

உண்மையைச் சொல்வதென்றால், “ஆரிய” என்றாலே “மிலேச்சர்” என்றல்லவா தமிழிலே பொருள். வடமொழியில் “உயர்ந்த” என்ற பொருளை வைத்துக்கொண்டிருக்கலாம்.

ஆனால் நாம் வடமொழியாளரல்லவே. திண்டிவனம் பகுதியிலுள்ளவரை ஆரியர் என்றால் எப்படிப் பொருந்தும்? எனவே, 'ஆரியர் என்று சொல்லுவோம்; தமிழர் என்று சொல்வது ஒருமைப்பாடாகா'தென்றால் அது ஒரு வகை பிரிவினைவாதம்.

இந்தப் பகுதி மக்களின் உணவு "அரிசி." உலகில் அரிசி பயிரிடுவதில் அதிக ஊக்கம் காட்டுவது இங்குதான். இந்த "அரிசி" என்ற சொல்தான் கிரேக்கத்தில் "ஓர்சி" என்றும் ஆங்கிலத்தில் 'ரைஸ்" என்றும் மருவியுள்ளது என்பர்.

ஒருமைப்பாடு பேசும் இந்த நாட்டில் இதை இனி எப்படி வழங்குவார்கள்? அரிசி சாப்பிடாத மக்கள் அதை எப்படிச் சொல்கிறார்களோ அந்தச் சொல்லைத்தான் பயன்படுத்தவேண்டும். அதுதான் ஒருமைப்பாடு என்று எடுத்துக்கொள்ளவேண்டும். இதெல்லாம் பழம் பெருங் குடிமக்களாகிய நமது கலாச்சாரத்தைப் பாதிப்பதாகாதா?

பின்னர், நமது சமயம். இந்து மதம் என்ற சொல்லை இப்பகுதியிலுள்ளோர் ஆங்கிலேயர் வரவுக்குப் பின்னரே அறிந்துள்ளனர். இங்குள்ள ஆகமங்கள் வேறு. வடக்கேயுள்ளவை வேறு. ஒரு சில பிற்கால அரசர் ஆணைக்கு ஏற்ப வடமொழி மந்திரங்கள் ஏற்பட்டனவேயொழிய (அந்த அரசர்களும் வடபுலத்துச் சொந்தம் கொண்டாடியவர்கள்தாம்) தமிழ் மொழியைத் தவிர சமயத்திற்கும் தெய்வத்திற்கும் வேறு எம்மொழியையும் நாடவில்லை. இந்திரனையும் மித்திரனையும் இந்த நாடு கடவுளாகக் கொண்டதில்லை. கடவுளரே தமிழில் பாடியிருக்கிறார்கள். வடமொழியைத் தலைமீது தூக்கி வைத்துக்கொண்டு ஆடுபவர்கள், ஒரு 'பிழைக்கும் வழி'க்காகவே இதற்குப் பெருமையை அளிக்கிறார்கள்.

இன்று இதுதான் சமயம் என்று நாம் சொல்லிக்கொண்டிருக்கிற தமிழ்நாட்டு சமயத்திற்கும் வடமொழிக்கும் எந்தத் தொடர்பும் கிடையாது. வடமொழி வளர்ந்தது இங்குதான் என்றாலும் அதன் அடிப்படை ஐரோப்பாதான். "இனம்" ஒன்றின் மூலமாகவே தன்னை நிலைநிறுத்திக்கொள்வது அது. ஜெர்மானியன் ஒருவன் "சமஸ்கிருதம்" தெரிந்திருந்தால் அவனைக் கொண்டு "யக்ஞும்" செய்விக்கலாம். ஆனால், அதே மொழிதெரிந்த தமிழன் ஒருவன் செய்யக் கூடாது என்கிற நியதியைக் கடைப்பிடிப்பது வைதிகம்.

நல்லது. சம்பிரதாயங்கள் தமிழிலும் உண்டு. வடமொழியில் சில குறிப்பிட்ட வேத சுலோகங்களைச் சொல்ல மாட்டேன் என்று தீயைக் கையில் வைத்து சத்தியம் செய்த பின்னரே தமிழ்நாட்டுக் கோவில்களில் சிலரைப் பூசை செய்ய அனுமதித்தார்கள். இம்மாதிரி பூசை செய்யும் பிராமணர்களை வடநாட்டினர் "திராவிட பிராமணர்" என்றே அழைத்தனர் (என்ன அது திராவிடர் – வேறொன்றுமில்லை– தமிழ் என்பது வடமொழியில் "த்ரவிட்" என்று உச்சரிக்கப்பட்டது அவ்வளவுதான். "ஒற்றைக் கல் மன்று" என்பது "ஒட்டக மண்ட்" என்று ஆங்கிலத்தில் மருவி, பின்னர் "உதகமண்டலம்" என்று தமிழுக்கே வந்தது போலத்தான்) வேத காலத்திலும் இந்த நிலை இருந்தது. விசுவாமித்திரரை "பிரம்ம ரிஷி" என்று கூறியதுண்டு. வசிட்டரை மறுத்துள்ளனர். வசிட்டர் பக்கம் சேர்ந்தவர்கள் அவரை பிரம்ம ரிஷி என்று பாட ஆரம்பித்தனர் என்பதெல்லாம் இந்தோ– ஆரியர்கள் வரலாற்றின் ஓர் அம்சமே தவிர, தென்னாடு சார்ந்தது அல்ல. "இந்திய வரலாறு" என்று இந்தோ – ஆரியர் சம்பந்தமுள்ளதை மட்டும் எடுத்துக்கொண்டுவிடுவதும் இங்கிருக்கும் எல்லாரும் இந்தோ– ஆரியர் என்று பாவிப்பதும்தான் ஒற்றுமைக்குப் பங்கம் விளைவிக்கும் முதல் படி. ஏன், நம் நாடு இரு

வேறு கலாச்சாரமுடையது, இந்தோ – ஆரியரும் தமிழரும் ஓர் இனமல்ல என்று வெளிப்படையாக ஓர் உண்மையாக எடுத்துக்கொள்ளக்கூடாது? இராமாயணத்தையும் பாரதத்தையும் படிப்பதற்கும் இதற்கும் சம்பந்தமில்லை. அந்தக் காலம் இருக்கட்டும் – இப்போதும் வட இந்தியா பெரும்பாலும் பெர்சிய, அரேபியக் கலாச்சாரத்தைத்தான் பின்பற்றியிருக்கிறது. முக்காடு போட்ட பெண் தமிழகத்தில் அபசகுனமாகக் கருதப்படுகிறாள். வெள்ளைப் புடவை இங்கே விதவைக்குரியது. வடநாட்டில் இதற்கு நேர்மாறு.

கோவில் என்ற விஷயத்தை எடுத்துக்கொண்டால், வட நாட்டில் அப்படி எதுவுமே கிடையாது என்று சொல்லிவிட முடியும். வேதங்களிலோ, இதிகாசங்களிலோ கோவில் சென்று வணங்கியோர் இல்லை. வேதங்களின் வணக்கம் இந்திரனுக்கும் மற்றுமுள்ள மித்ர, வருணனுக்கும் செல்கிறது. விஷ்ணு என்னும் தேவன் இந்திரனின் வேலைக்காரன் என்று கூறப்படுபவர்தான். சிவனைப் பற்றி இழிவாகப் பேசப்படுகிறது. இலிங்கத்தை வணங்கும் மக்கள் நீசர்களாகச் சித்தரிக்கப்படுகின்றனர். வேதத்தில் குறிப்பிடப்படும் ருத்ரன் சிவன் அல்ல என்பதும் கவனிக்கப்பட வேண்டியதாகும் (பார்க்க: ரிக் வேத சுலோகம் *7–12–5* மற்றும் *10–99–3*).

கோவில் என்று ஏற்பட்டதே தென்னகத்தில்தான். சங்க காலத்தில் கோவில் பற்றிய குறிப்புகள் இல்லை. சிலப்பதிகாரத்தில் பிறவா யாக்கைப் பெருமான் என்று சிவன் கோவில் சொல்லப்படுகிறது. அவனால் தமிழின் எல்லா இலக்கியங்களிலும் பூசனை குறிப்பிடப்படுகிறது – திருக்குறள் உட்பட.

கரிகாலன் கட்டிய கல்லணை இன்றைக்கு இருக்கும்போது அந்த மன்னன் வாழ்ந்த அரண்மனை எங்கே – என்னவாயிற்று – என்ற கேள்வி நியாயமாகவே எழும். அவை எங்கேயும் போய்விடவில்லை. இந்தப் பழங்காலக் கோவில்கள் யாவும்தாம் அரண்மனை என்ற முடிவைத் தரும். அது உண்மைதான். ஓர் அரண்மனையில் மன்னன் வணங்கி வந்த இடம்தான் கருவறை. மீதியுள்ள இடங்களாக நாம் இன்று காண்பவை ஓர் அரண்மனைக்குரிய சாயலில் அமைக்கப்பட்டது. கோபுரம், ஆயிரங்கால் மண்டபம், சுரங்க அறைகள், நகைகள் பாதுகாக்கப்படுமிடம், பிராகாரத்தில் இருக்கும் வாகன அறைகள், மடப்பள்ளி, பெரிய மதில் யாவும் அரண்மனைக்குரியவை.

இவையெல்லாம் ஆய்வாளர் மேற்கொண்டு பல சங்கதிகளை அளித்துள்ளனர். என்றாலும், கோவில் இல்லாத சமயத்தில் அதாவது சங்க காலம் என்று வைத்துக் கொள்வோம். அப்போது கருவறையில் இருந்து முன்னால் வணங்கப்பட்ட தெய்வம் எது?

தெய்வம் என்ற சொல்தான் எதைக் குறிக்கிறது? எம்மொழிச் சொல் அது? வடமொழியில் கூறப்படும் பிருத்வி, அப்பு, தேயு, வாயு, ஆகாயம் என்னும் பஞ்ச பூதப் பெயர்களிலே தேயு என்றால் நெருப்பு. அதற்குரிய சமஸ்கிருதச் சொல் “அக்னி” எதற்கு அதைத் “தேயு” என்று சொல்லவேண்டும்? அது இனக் கலப்பால் நேர்ந்த ஒரு விஷயம் – ஒரு தந்திரமான போக்கு. பூர்வகுடி மக்களின் மொழியை ஆரியரால் ஏற்றுக்கொள்ளாமல் இருக்கமுடியாதுபோயிற்று. “தீ” என்பதே தேயு ஆனது. அக்னி ஐரோப்பிய மொழி சார்ந்தது. ‘திவ்’ என்ற சொல் ஐரோப்பிய இனக்குழு மொழியில் உண்டு.

இருக்கட்டும் – இவ்வாறு கோவிலில், அதாவது அரண்மனையில் நெருப்பையோ, நெருப்பின் சாயலில் லிங்கத்தையோ, நடுகல்லையோ வணங்க, பின்னர், அவர்களுக்காகக் கட்டப்பட்டதுதான் கோவில். ஆரம்பத்தில் வணங்கிய இடம் அரண்மனைதான். கோவில் என்ற தமிழ்ச் சொல்லின் பொருளும் அதுவே.

கோவில் ஏற்பட்ட பின்னரும் இந்திரனுக்கும் அவனைப் போன்ற மற்றவர்க்கும் இந்த நாட்டு மக்களின் வணக்கம் கிடைக்கவில்லை. எனவேதான், இக்கடவுளரை ஆரியர் ஸ்வீகாரம் செய்தனர். பூர்வகுடி மக்களின் தெய்வங்கட்குத் தங்கள் தங்கள் வழக்கங்களை ஏற்படுத்திக் காட்டி பலரும் நூல்கள் செய்தனர் – சங்கரர் உட்பட. இல்லையென்றால், பிறவா யாக்கைப் பெருமானும் முருக வேளும் முப்புரி நூல் அணிவிக்கப்படுவார்களா? விஷ்ணு காசியப கோத்திரக்காரரானார். ஆனால், விஷ்ணு என்ற சொல்லே “விண்” என்ற சொல்லிலிருந்து பெற்றதாக சேஷ ஐயங்கார் முதல் இன்றைய இந்திரா பார்த்தசாரதி வரை சொல்லியாகிவிட்டது.

இவ்வாறான கோவில் எப்போது தோன்றியிருக்க முடியும்? ஊர் என்ற இடம் ஏற்பட்ட பின்னர், விவசாயத்தை உரிய தொழிலாக முதன்முதல் கொண்ட மக்களும் இடமும் எவையென விஞ்ஞானிகள் சொல்ல வேண்டுமேயொழிய, வேதம் சொல்கிறது, ‘புராணம் சொல்லிற்று’ என்று கூறும் கதாகாலட்சேப பம்மாத்துக்காரர்கள் அல்லர்.

நீரைத் தேக்கி விவசாயம் ஆரம்பிக்கப்பட்ட முதலிடங்களாக எகிப்து, தென்னிந்தியா, இலங்கை என்று என்சைக்ளோபீடியா பிரிட்டானிக்காவில் படிக்கலாம்.

வடமொழி இலக்கியங்களில் நர்மதை ஆற்றின் தெற்கேயுள்ள இடம் மனிதர்களே இல்லாத பிரதேசம் போல் ஒரு படம் காட்டப்படுகிறது. தெற்கே வேடர்தாம் இருந்தனர் – அதாவது, மலைவாழ் மனிதரேயன்றி வேறு நாகரிகம் கிடையாது என்று சொல்லப்படுகிறது. இதைப்போன்ற பைத்தியக்காரத்தனமான வாசகங்கள் எல்லா மொழிகளிலும் உண்டு. இலக்கியம் வரலாறல்ல. உலகைச் சுற்றி வந்தான் என்று அந்தக் காலத்தில் எழுதப்பட்டிருந்தால், எந்த இடங்களுக்கெல்லாம் என்ற கேள்விக்கு வரும் பதில் சைப்ரஸ், ஏதென்ஸ் என்பதுதான். கோசல நாட்டைச் சுற்றி வருவதுதான், உலகம் சுற்றி வருவது. அமெரிக்காவையும் சேர்த்து அல்ல என்று நமக்குத் தெரியும். தசரதனும் உலகை ஆண்டான். ஜனகனும் உலகை ஆண்டான். இருவரும் பக்கத்து நாட்டுக்காரர்கள். ஒரே காலத்தில் வாழ்ந்ததாகச் சொல்லப்படுபவர்கள்.

ஒரு நாட்டைச் சுற்றி காடு இருக்கலாம்.

அந்தக் காலத்தில் இங்கே தெலுங்கு நாட்டிற்குப் பக்கத்தில் இருந்த தமிழ்ப் பகுதி அரவா நாடு. எனவே தெலுங்கர் தமிழ்நாட்டுப் பகுதிகள் எல்லாவற்றையும் அரவாடு என்றழைத்தது தெரியும். நர்மதை ஆற்றின் தெற்கிலும் காடுகளும் மலைகளும் குரங்கும் புலியும் இருந்தால் ஒரு வடமொழி இலக்கியகர்த்தாவுக்கு விநோதமான நாடாகத் தோன்றும். தென்திசை எல்லாமே அவ்வாறுதான் தெரியும். இது ஒருவனது நாட்டுப் பற்றோடு கலந்த சங்கதியும்கூட.

தமிழிலக்கியத்தில் அவ்வாறுண்டு. “ஆரியர் கயறு ஆடு பறையின் கால் பொறக்கலங்கி” என்ற குறுந்தொகை வரிகள், நர்மதை ஆற்றின் வடக்கேயிருந்த ஆரியர் அல்லது புதிதாய்த்

தோன்றிய கலப்பினத்தார் யாவருமே கழைக்கூத்தாடிகள் என்ற பொருளைத் தரும். வேதத்திலும் ஸ்மிருதிகளிறும் சொல்லப்படுவது மாதிரிதான். வரலாறாக எடுத்துக்கொள்ள முடியாது. சமஸ்கிருதம் என்ற பாஷை காற்றிலிருந்து மூக்கால் இழுக்கப்பட்டு, அந்தக் காலத்து ரிஷிகளால் நாக்கால் வெளியிடப்பட்டது என்று கொண்டாடும் நபர்கள் "கல் தோன்றி மண் தோன்றா காலத்து" என்று தமிழ்ப் பெருமை பேசும் வரிகளைக் கேட்டுவிட்டால் முகம் சிவந்துபோவார்கள். இமயவரம்பன் நெடுஞ்சேரலாதன் பெயரைச் சொல்லிவிட்டால் விமர்சகர் வெங்கட் சாமிநாதன் எப்படிக் கொதிப்பார் என்று தமிழர்களுக்குத் தெரியும். சந்திரகுப்தன் போன்றவர் பெயர்கள் எல்லாம் அவர்களுக்குச் சாந்தியைத் தரும். தமிழ்நாட்டில் வேண்டுமானால் மகேந்திர பல்லவனைச் சொல்லுங்கள். இப்படி கரிகாலன், நெடுமுடிக் கிள்ளியின் பெயரெல்லாம் சொல்லிப் பெருமைப்பட்டுக்கொள்கிறீர்களே என்று அவர் வருத்தப்படுவது நியாயம். அதுதான் தந்தைமொழி தாய்மொழி விஷயம்.

ஓர் இனத்தோடு இன்னொரு இனம் கலந்து, புதியதோர் இனம் உண்டாவது எந்த வகையிலும் குறைபடவேண்டியது அல்ல. உலக நாகரிகங்கள் யாவும் அப்படித்தான் தோன்றியிருக்க முடியும். ஆரியர் என்பாரும் பல இடங்களுக்குப் பரவிச் சென்றவர்தாம். ஆனால், இங்கு மட்டுந்தான் புதிதாய் ஏற்பட்ட இனமானது, சாதி என்ற வேறுபாட்டைக் கொண்டு நிற்கிறது. உலகில் வேறு எங்கிலும் கலப்புத் திருமணங்கள் (ஆரியரால் ஏற்பட்ட) பிரிவை உண்டாக்கியதில்லை. இனக் கலப்பைப் பெருமையோடு பேசித் தம் தம் குலத்தை விளக்கிக் கூறுவது மேல்நாட்டில், குறிப்பாக ஐரோப்பிய இனத்தவரிடையே சகஜம். "என் தந்தை பிரஞ்சு – தாய் ஓர் ஆங்கில மாது" என்று ஒருவன் கூறுவது அங்கே சாதாரணம். இரண்டு மொழிக்காரரும் இலத்தீனையும் கிரேக்கத்தையும் பண்டைமொழிகளாக ஏற்றுக்கொண்டவர். அதேபோன்ற நிலை இங்கு எந்நாளும் இருந்ததில்லை.

"எழுதாக் கற்பின் நின் செல்லுள்ளும்" என்று வருகிற குறுந்தொகை வரிகள் பார்ப்பனப் பாங்கனை முன்னிறுத்திச் சொல்பவை. சங்க காலத்தில் பார்ப்பனர் இருந்தனர் என்பது மட்டுமல்ல, யவனரும் இருந்தனர். பார்ப்பனச் சேரி போல, யவனர் சேரியும் உண்டு. அவர்களுக்கும் மொழி இருந்திருக்கிறது. அந்த மொழியைச் சுட்டிக் காட்டிச் சொல்லும்போது ஒருவன் "நின் சொல்" என்றுதான் சொல்லுவான்.

சங்க காலத்தில் கோவில் இல்லை. சமஸ்கிருத மொழியைத் தங்களது தந்தைமொழியாகவோ தாய்மொழியாகவோ பேணிய பார்ப்பனர் இருந்தனர். பின், எந்த விஞ்ஞான உண்மையை அடிப்படையாகக் கொண்டு பார்ப்பனர் இங்கே கோவில்களைக் கொண்டுவந்தனர் என்று சொல்ல முடியும்? அப்படி எதுவும் நடக்கவில்லை. பார்ப்பனர் எவரும் இங்கே ஆரியராக வந்துசேரவில்லை. காளிந்தர் – புளிந்தர் போன்ற திராவிட இன மன்னர்கள் ஆரியப் பெண்களை மணந்ததால் தென்னகத்தில் முதலில் கொங்கணத்தில் ஓர் கலப்பு இனம் தோன்றியது. இந்தத் திராவிட இன மன்னர்களுக்கும் விசுவாமித்திரருக்கும் சம்பந்தம் உண்டு என்று கூறுவோரும் உளர். இந்தக் கலப்பினம் அரசர் மூலம் தோன்றியபடியால் செல்வாக்கும் பெற்றிருந்தது. அரசர்களுக்கு யோசனை சொல்லவும், அவர்கள் சிறிது காலம் பயன்படுத்தப்பட்டிருக்கலாம். அவர்கள் எந்தத் தொழிலையும் செய்யவில்லை. அரண்மனையிலேயே உணவு கிடைத்தது. அரண்மனையானது மக்கள் வணங்கும் கோவிலாக பிற்காலத்தில் மாற்றமடைந்தபோது, அவர்கள் அந்தக் கோவிலின் மடப்பள்ளியிலேயே வேலைசெய்தனர். கருவறையில் பூசனை செய்தது அறிவர் –

ஆதிசைவர் என்னும் மருத நில மக்கள். மன்னர்களிடமுள்ள செல்வாக்கைப் பயன்படுத்தி, பின்னர் பூசனை உரிமையைப் பெற்றனர் (பார்க்க: கே. கனகசபையின் தென்னிந்திய வரலாறு. டி.கே.சி. கடிதங்கள், ஐதரேய பிரமாணம்) நாற்பதுகளில் சென்னை அரசுப்பணியில் இருந்து இப்போது ஓய்வு பெற்றிருக்கும் பெரியவர்களுக்குத் தெரியும் – அவர்கள் காலத்தில் ஆங்கிலோ–இந்திய இனத்தைச் சேர்ந்த ஒருவர் தொலைபேசி இயக்குபவராகவோ, காவல்காரராகவோ பணியிலிருந்தால் அவர்களுக்கு 15 ரூபாய் சிறப்புச் சம்பளம் உண்டு. இது ஆங்கில அரசு ஆங்கிலோ – இந்தியர்களுக்கு அளித்து வந்த சலுகை, இனத்திற்காகவே அளிக்கப்பட்ட சலுகை. இப்போது இல்லை. அரசர்களும் அரசும் சலுகை அளித்தால் யார் கேட்க முடியும்?

சங்க காலத்திலே பூசனை இருந்தது.

“நடுகற் பீலி சூடி துடிப்படித்து” என்ற வரிகள் அக்கால முறையைக் காட்டும். நல்லது. நடுகல்லைத்தானா மன்னன் வணங்கினான்? வேறு விக்கிரக ஆராதனை இருந்ததா? மந்திரங்கள் இருந்தனவா? இப்போது இருக்கும் முறை – கோவிலில் சமஸ்கிருத மந்திரம் ஓதுதல் – எப்போதும் இருந்த ஒன்றா? இங்கே வணங்கப்பட்ட கடவுளர் ஆரியராலும், அதாவது இந்தோ – ஆரியராலும் மதிக்கப்பட்டனரா? ஆரியர்க்கு விக்கிரக ஆராதனை இருந்ததா? திருமணத்தில் சொல்லப்படும் மந்திரங்கள் தமிழ்நாடும் சம்பந்தப்பட்டதுதானா?

“இந்தப் பெண் என்னைக் கொல்லாதிருப்பாளாக – ஏ வைவஸ்வே” என்று மணமகன் தனது திருமணத்தில் சொல்ல வேண்டிய மந்திரத்திற்கு இங்கே ஏதாவது காரண காரியங்கள் உண்டா? எல்லாவற்றிற்கும் மேலாக தென்னாட்டைப் பற்றிய குறிப்புகள் வேதங்களில் இருக்கின்றனவா?

இக்கேள்விகளுக்கெல்லாம் “இல்லை” என்றே பதில் சொல்லி விடலாம். “சேர” என்ற ஒரு சொல் வேதத்தில் வருவதாகக் கூறி சொந்தம் கொண்டாட முனையும் நபர்கள் – ஆராய்ச்சியாளர்கள் கூட இச்சொல் “சாரை” என்றே ஒப்புக்கொள்கிறார்கள். சாரை என்றால் தமிழில் பாம்பு. நர்மதை நதியின் தெற்கேயுள்ளவர்கள் நாகர்கள். அவர்களோடு எந்தவிதச் சம்பந்தமும் வைத்துக்கொள்ளாதீர்கள் என்ற பிற்கால பிரமாணங்களுக்கு ஆதி இச்சொல்தான்.

ஆனால் தென்புலம், தென்னாடு ஆகிய சொற்கள் வழக்கத்தில் இருந்து வந்திருக்கின்றன. “தென்னாடுடைய சிவனே போற்றி” என்று மணிவாசகர் பாடுகிறார். ‘அப்படியானால் வடநாடு என்று இருந்திருக்க வேண்டுமல்லவா’ என்ற கேள்வி எழுகிறது. தென்னிந்தியா – தட்சிண பாரதம் போன்றதல்ல இது. தென்பாண்டி என்று இருப்பதால் வடபாண்டி இருக்கிறது என்று ஆகாது. பாண்டிய நாட்டின் பெயரே தென்பாண்டிதான். மேலும் இது இந்தியா – பாரதம் என்ற பெயர்கள் புழக்கத்திற்கு வருவதன் முன்னேயுள்ளது. இது திசையைக் குறிக்கும் சொல் அல்ல. ‘தென்னாடு முத்துடைத்து – தொண்டை மண்டல நன்னாடு சான்றோருடைத்து’ என்று பிற்காலத்து ஔவையார் பாட்டிலும் தென்னாடு பாண்டிய நாட்டையே குறிக்கிறது. அப்படியானால், தொண்டை மண்டலமும் சோழ நாடும் மலை நாடும் தென்னாடு இல்லையா என்றால் எதனுடைய தெற்கு என்ற எதிர்க் கேள்விதான் எழும். இலங்கை ஆஸ்திரேலியா எல்லாங்கூட தென்திசைதான். இந்தியா என்ற ஒரு நாடிருந்து அந்த நாட்டின் தென்னாடு என்றால் வேறு விஷயம். அப்படியில்லை. தென் என்பது திசையை மட்டும் குறிக்கும் பொருள் கொண்டதல்ல. “தென்” என்றால்

தோன்றும் ஒளி என்றும் பொருள். எடுத்துக்காட்டு: தென்படுவது, தென்பட்டான். தானாகத் தோன்றும் ஒன்று. நாமாக முயன்று கண்டதல்ல என்றெல்லாம் பொருள் உண்டு. “தென்புலம், தென்னன், தென்னாடு” எல்லாம் அந்தப் பொருளைக் கொண்டு நிற்பவைதாம்.

சாதி என்ற வழக்கு, தமிழில் இருந்ததாகத் தெரியவில்லை. வர்ணாசிரம தர்மம் இங்கு எந்நாளும் இல்லை. ஆயினும், பிரிவுகள் ஏராளமாக அன்றும் இன்றும் உள்ளன. பலவித அறிவியலாளரும் இதுபற்றிக் கூறியிருக்கின்றனர்.

தமிழிலுள்ள பிரிவுகளைப் பார்க்குமுன்னர் வர்ணாசிரம தர்மத்தைத் தெளிவுபடுத்திக் கொள்ளுதல் நலம். பிராமணன், சத்திரியன், வைசியன், சூத்திரன் என்ற பிரிவுகள் மனித குலம் அனைத்துக்கும் பொருந்தும். ‘பிராமணன் என்பவன் குலத்தால் வருபவன் அல்லன்– குணத்தால் மட்டுமே’ என்று சொல்லும் மனித நேயக்காரர்கள் ஒன்றை மறந்துவிடுகிறார்கள். உயர்ந்ததாகச் சொல்லப்படும் எந்த இனத்தையும் குலத்தையும் அப்படித்தான் வர்ணிப்பார்கள்! எடுத்துக்காட்டாக, யாரும் கிறித்தவராகப் பிறந்து விடுவதில்லை. ஏசுவை ஏற்றுக்கொண்ட பின்னரே கிறித்தவனாக முடியும். மற்றவர் அந்த மதத்தில் பிறந்தாலும் ஆக முடியாது. Unchristian என்ற சொல்லே அகராதியில் உண்டு. சைவர் – வைஷ்ணவர் களைப் பற்றியும் இப்படிச் சொல்வது வழக்கம்தான்.

அடுத்து, பூர்வகுடி மக்களும் பிராமணராகப் போற்றப்பட்டிருக்கிறார்கள் என்று சொல்லப்படும் கூற்று வெறும் பம்மாத்து. விசுவாமித்திரரை ‘பிரம்ம ரிஷி’ என்றழைக்கலாம். ஆனால், கஷ்டப்பட்டு வாங்கவேண்டிய அந்தப் பட்டத்தைப் பிறப்பால் பிராமணன் ஆன ஒருவனிடமிருந்துதான் பெற்றிருக்கிறார். பிரம்ம ரிஷி பட்டம் பெற்ற விசுவாமித்திரரின் குழந்தைகள் சத்திரியர்தாம். இது நம்மவர் Sir பட்டம், Right Honourable பட்டம் ஆகியவற்றை ஆங்கிலேயரிடமிருந்து பெற்றது போலத்தாம். அவ்வாறு வாங்கி விடுவதால் ஒருவன் ஆங்கிலேயன் ஆகிவிட முடியாது.

இந்த வகைப்பட்ட சாதிகள் தமிழர்களிடையே இல்லை. திணைகள் இருந்தன. மக்கள் ஒரு திணையில் வாழ்ந்திருந்து மற்ற திணைக்கு மாறிவந்திருக்கின்றனர். அவை எல்லாவற்றிலும் வாழ்ந்தவரே தமிழ் பேசும் மக்கள். ஒவ்வொரு திணையும் வெவ்வேறு குணநலன்களைக் கொண்டிருந்தாலும் ஒரு திணை விட்டு மற்றொன்றிற்குச் செல்லும்போது, வாழ்ந்திருந்த திணையின் பண்புகள் அவர்களிடமே நிலைத்திருந்தன.

ஒவ்வொரு திணையும் சமுதாய வாழ்வில் தனிப்பண்பு உடையதாயினும் சங்க காலத்தில் ஒன்றை விட்டு ஒன்று பிரிந்து தனியாக நிற்கவில்லை. அவர்தம் வாழ்க்கை நிலையின் மிகுந்த வேறுபாட்டை, அவர்களது உறைவிடங்களில் மட்டுமே பார்க்கமுடிந்தது. மருத நிலத்தின் ஆற்றுப் பள்ளத்தாக்குகளில் பெரிய வீடுகளிருந்தன. அரசர் கோவில்கள் பெரிய மதிலையும் கோபுரங்களையும் கொண்டிருந்தன.

மருத நிலம் என்று வரும்போது தமிழரிடையே பிரிவு பற்றி அதிகம் சொல்லலாம். விவசாய நாகரிகத்தின் தொடக்கத்தில் நடந்தேறிய கொடுமை அது. நிலத்தைக் கைப்பற்றிக்கொண்டோர் நிரந்தரமாகத் தங்குமிடம் ஊராகி, பின்னர் நிலமற்றவர்கள் நிலம் இல்லாத ஒரே காரணத்திற்காக உழவோடு சம்பந்தப்பட்ட வேறு தொழிலைச் செய்து மருத நிலத்தில் இணைந்தனர். உடையவர்கள் வேளாளர். நிலமற்றவர் கலப்பை

செய்துகொடுத்தும், பானை செய்துகொடுத்தும் "வேள் கோவர்" ஆயினர். எந்த நிலத்தைச் சார்ந்தவரும், எந்தத் தொழிலைச் செய்தவரும் "எங்களையும் தமிழர்களாய்ச் சேர்த்துக் கொள்ளுங்கள்" என்று யாரிடமும் சென்று கெஞ்சவில்லை. என்றாலும் இவ்வகைப் பிரிவுக்குக் காரணம் வேளாளர்தாம் என்று சொல்லுவதில் உண்மையில்லாமல் இல்லை. இவ்வகைப் பிரிவு வர்ணாசிரம தர்மம் இல்லை என்று சொல்வதும் உண்மை. இவ்வாறு ஏற்பட்ட பிரிவு ஒட்டுமொத்தமாக மனித இனங்கள் எல்லாவற்றிலும் உள்ளதுதான். எல்லாமே அதாவது அக்காலத்து, செல்வத்தைக் கைப்பற்றி, அதனால் புது வாழ்வு பெற்றுவிட்ட ஒரு சிலரின் புத்திசாலித்தனத்தை அடிப்படையாகக் கொண்டதுதான். இங்கே, அது அவர்களின் நாகரிகத்தைச் சுட்டிக்காட்டினாலும், அவர்கள் அந்தத் தனித்தன்மையை நீடிக்கவைக்கவும், பெற்ற செல்வத்தைப் பாதுகாக்கவும் அவர்கள் எடுத்துக்கொண்ட முறைகள், அவர்களை நிலமில்லாத மற்றோரிடமிருந்து பிரியச் செய்து, தற்பெருமையாக ஆயிற்று. குறவர் கடவுளைத் தங்களுடையதாக்கி அதை "முருக வேள்" என்று அழைத்த பாங்கு தேர்ந்த புத்திசாலித்தனமாக இருக்க முடியும். உணவுப் பொருட்களில் அவர்கள் கண்ட மாற்றங்கள் – புலாலை நீக்கியது. தட்ப வெப்பத்துக் கேற்றவாறு ஆடைகளை மாற்றியது போன்றவையெல்லாம் படிப்படியாக மருதநில மக்களுக்கும் அவர் சந்ததியினருக்கும் தாம் உயர்ந்தவர் என்ற எண்ணம் தோன்றக் காரணமாக இருந்திருக்கும்.

இருக்கலாம். இருந்தபோதிலும் அவற்றில் வர்ணாசிரம சாயல் இல்லை. நிலவுடைமைக் காரர்களின் முன்னோர் குறவரும் கானவரும் மீனவரும் என்பதில் கருத்து வேறுபாடில்லை. இனக் கலப்பால் ஏற்பட்ட பேதமல்ல இது.

வசிட்டன் ஒரு பூர்வகுடிப் பெண்ணை மணஞ்செய்து, அவர்களுக்குப் பிறந்த மகன் சக்தி என்றால் அந்த மகன் ஒரு பிராமணனாகக் கருதப்படுவான். தந்தைவழி சமுதாயத்தில் அது சரி. ஆனால், அவர்களுக்கு ஒரு பெண் குழந்தை பிறந்து, பின்னர் அந்தப் பெண் ஒரு பூர்வகுடி ஆணை மணஞ்செய்து அவர்களுக்குப் பிறக்கும் குழந்தை எந்தச் சாதியைக் கொண்டிருந்தது? இக்கேள்வி தந்தைவழி சமுதாயத்தில் பிரச்சினையான பின்னர் ஏற்பட்டது ஆரிய வர்ணாசிரம தர்மம். தமிழர்களிடையே அந்த நிலை இன்றுகூடக் கிடையாது. என்றும் இருந்ததில்லை. ஒன்று சொல்லலாம். கலப்பு ஏற்பட்ட ஆரியப் பெண்களைச் சில திராவிட மன்னர்கள் மணஞ்செய்துகொண்ட பின்னர் தோன்றிய தென்னாட்டுப் பிராமணர், தங்கள் அடையாளத்தைக் காட்டுவதற்காக இந்த வர்ணாசிரம தர்மத்தையும் சமஸ்கிருத மொழியையும் விடாது பிடித்துக்கொண்டிருக்கலாம். வேறுவகையில் தென்னாட்டுப் பிராமணரை வட இந்தியர் ஏற்பதில்லை. இந்நிலையில் தென்னாட்டுப் பிராமணருக்கு வடமொழி தவிர்க்கமுடியாத அடையாளமாக இன்றளவும் இருக்கிறது.

சங்க காலத்திலேயே இம்மாதிரி அடையாளந் தேடி, தமிழர் பழக்கங்களை ஆரியர் கடைப்பிடிக்கும் நிலையும் கட்டாயமும் ஏற்பட்டிருக்கிறது. குறிஞ்சி முருகனை கார்த்திகேயனாக நினைத்துப்பார்க்கும் வழக்கத்தையும் ஏற்படுத்திக்கொண்டிருந்தனர். அரசர்களின் ஆணை பலத்தைக் கொண்டு பெற்ற சலுகை அது. அரசன் எவ்வழி– அவ்வழி குடிகளாக இருந்த காலத்திலும் உண்மை புகைந்துகொண்டிருந்தது. சங்க காலப் பாடல்கள் பல இதற்குச் சான்று.

கற்காலத்திலிருந்து விவசாய நாகரிகம் வரை மனித குலத்திற்கு நேர்ந்த கொடுமைகள் அனைத்தையும், அவற்றின் சின்னங்கள் எல்லாவற்றையும் தமிழரிடையே காணலாம். விவசாய நாகரிகம் மெள்ள மெள்ள ஏற்பட்டவொன்று. அப்படி இங்கு ஏற்பட்ட ஒரு நாகரிகத்தின் காரண கர்த்தாக்கள் யார்? வேளாளர் நாகரிகம் இது என்று சொல்லிவிடுவது சரியான பதிலல்ல. அது எல்லாராலும் ஏற்பட்டவொன்று.

கள்ளர், மறவர், அகமுடையார் ஆகியோர் எல்லாம் மெள்ள மெள்ள வேளாளராயினரே என்ற பாடல்கூட வேளாளர்தம் பெருமையைக் கூறுவதாக எண்ணிப் பயனில்லை. உண்மையில், அவர்கள் விவசாய நாகரிகத்திற்கு மெள்ள மெள்ள வந்து, அதன் பின்னர் பெற்ற பெயர்தான் வேளாளர். அதாவது மலைக்குறவரும் மாடுகளைப் பாதுகாத்து நின்றோரும் மீனவரும் மெள்ள மெள்ள அந்த நிலையை அடைந்திருக்க முடியும். இதில் வர்ணாசிரம தருமத்திற்கு எங்கே இடம்?

இந்த வர்ணாசிரம தர்மமும் (இதை தர்மம் என்றால் உலகு சிரிக்கும்) தமிழினப் பிரிவுகளும் வெவ்வேறு என்பதைப் பல வகையிலும் சொல்ல முடியும். ஓர் இன மக்களின் உயர்வு தாழ்விற்கு அவர்களது செல்வ நிலை அல்லது வாழ்க்கை வசதி மட்டுமே காரணமாயிருக்கிறது என்று பார்த்தோம். செவ்விந்திய இன மக்களின் APACHE, SEMINOLE போன்ற பிரிவுகள் உண்டு. முதலில் குறிப்பிட்டது உயர்ந்தது எனக் கருதப்படுகிறது. அந்த APACHE மக்கள் விவசாயத்தில் நாட்டம் செலுத்தியது ஒரு காரணம். இதேபோல், ஆப்ரிக்க-நீக்ரோ இன மக்களில் Nigerian, Biafran பிரிவுகளில் இரண்டாவதாகக் குறிப்பிட்டது தாழ்ந்த வகையாகக் கருதப்படுகிறது.

இப்போது இங்கே வேளாளர் மற்ற திணை மக்களைவிட உயர்ந்தவர் என்று கருதிக்கொள்வதைப் போலவே பிராமணர் தங்களை அந்த வேளாளரை விட உயர்ந்தவர் என்று கருதுகிறார்கள்- இதில் என்ன தவறு என்று கேட்பது நியாயமாகாது. அப்படியானால், APACHE பிரிவினர் மற்ற செவ்விந்தியரைவிட தாங்கள் உயர்ந்தவர் என்பது போல வெள்ளை மனிதனும் தான் எல்லாச் சிவப்பிந்திய இனங்களைவிட உயர்ந்தவன் என்று நினைக்கிறான். அதையும் நியாயம் என்று ஏற்கவேண்டும். ஆனால், சிவப்பிந்தியரும் ஆப்ரிக்க இனத்தவரும் தங்களது கலாச்சாரம் வெள்ளையரைவிடத் தாழ்ந்தது என்று ஏற்றுக்கொண்டிருக்கிறார்களா? தங்களை ஆண்டவர்கள்- ஆண்டுகொண்டிருப்பவர்கள் என்ற ரீதியில் பணிந்துபோய்க்கொண்டிருக்கலாம். கலாச்சார ரீதியில் அல்ல. ஆண்டுகொண்டிருப்பவர்கள் யாராக இருந்தாலும் உயர்ந்த இனந்தான் என்பது மூட நம்பிக்கை.

மனித இனத்தில் பாதியே இனக் கலப்பால் ஏற்பட்டதாகும். மெக்சிகோ, கொலம்பியா நாடுகளின் பெரும் பகுதி மக்கள் சிவப்பிந்தியருக்கும் ஐரோப்பியருக்கும் பிறந்த கலப்பினந்தான்.

ஒன்றிற்கு மேற்பட்ட பெரிய இனங்கள் ஒரே காலத்தில் முழுமையாக இருந்திருக்கின்றன என்பதில் ஆய்வாளருக்கு ஐயமில்லை.

ஒரே மாதிரியான ஐரோப்பிய மொழிகளைத் தோற்றுவித்த ஒரு குறிப்பிட்ட ஆதிமொழியின் பல்வேறு அம்சங்களை சமஸ்கிருத மொழியாலும் காண்கின்றனர் ஆய்வாளர்கள். சில வட இந்திய மொழிகளும் பாரசீக மொழியும் ஐரோப்பிய மொழியின்

அம்சங்களைக் கொண்டுநிற்பதையும் காண்கின்றனர். இவ்வகைப்பட்டது இந்தோ-ஐரோப்பியக் குழுவைச் சார்ந்தனவாகும். பாரசீகத்தையும் இந்தியாவையும் வெற்றிகொண்டவர்கள், அந்நாட்டுப் பூர்வகுடி மக்கள் அடிமையாக்கப்பட்டதும், அவர்களைவிடத் தாங்கள் உயர்ந்தவர்கள் என்று பிரகடனம் செய்து, அந்தப் பொருளில் "ஆரியர்" என்று அழைத்துக்கொண்டார்களாம். வடக்கு என்று பொருள்படும் "நார்டு" என்ற ஜெர்மன் சொல்லடியாகப் பிறந்தது இச்சொல்.

இங்கே இருந்துகொண்டிருப்பதெல்லாம் எப்போதுமே வர்ணாசிரம தர்மம்தான் என்று எல்லாரையும் மூக்கறையான் கதைக்கு ஆட்படுத்த நினைப்பது பிராமணர்களின் ஒரு வகைத் தாழ்வுமனப்பான்மை. இந்தோ – ஆரியக் குழுவில் இவர்களால் பூரணமாக இடம்பெற முடியாத காரணத்தாலுமிருக்கும்.

நந்திவர்மன் மனைவியரில் ஒருத்தி கதம்ப குல பார்ப்பனப் பெண். மகத நாட்டிலிருந்து குடியேறியவருக்காக ஏற்படுத்தப்பட்டது பார்ப்பனச் சேரி. கி.பி. ஒன்பதாம் நூற்றாண்டிற்கு முன்பே தோன்றிய அவ்வூர்க் கோவில்களில் அறிவர் – ஆதிசைவர் பூசனை செய்துவந்ததும் பின்னர் அந்தப் பொறுப்பைப் பார்ப்பனரிடம் விட்டதும் தெரியவருகிறது. அறிவர் என்பவர் சித்தர் குணம் கொண்டோர். ஆதிசைவர் ஆரியர் அல்லர். பார்ப்பு என்றால் இளையது – குஞ்சு என்று பொருள். பின்னால் பொறுப்பேற்றுக்கொண்ட பார்ப்பனருக்கு அந்தப் பெயர் ஏற்பட்டது நியாயம். இன்றுங்கூட கேரளாவில் மேல் சாந்தி – கீழ் சாந்தி Senior, Junior என்ற வகை உண்டு. சம்பந்தர், சுந்தரமூர்த்தி, மாணிக்கவாசகர் ஆகியோர் சோமாசிமாற நாயனாரைப் போன்ற பார்ப்பனர் அல்லர். அவர்கள் ஆதி சைவரே. இம்மூவர் பெயரையும் பார்ப்பனர் இன்றும் தம் குழந்தைகளுக்குச் சூட்டுவதில்லை. பல்லவர் – பிற்காலச் சோழர் காலத்தில், பார்ப்பனர் தம் குலத்தினருக்கு மட்டும் கல்வி அறிவூட்ட அரசர் தயவு இருந்தது. சர்வமானியம், கோசகஸ்ரம், இரண்ய கர்ப்பம் போன்ற பரிசுகள் அரசன் தந்தாகவேண்டுமென்ற நிர்ப்பந்தங்கள் விதிமுறைகளாயின. வட புலத்திற்கென ஏற்பட்டிருந்த விதிமுறைகளும் அதில் இடம்பெற்றன.

இவ்வகை விதிகளை வடக்கிலிருந்து இறக்குமதி செய்த பார்ப்பனர் அக்காலத்திலும் சரி, இப்போதும் சரி, வட புலத்தவரைவிடத் தாழ்ந்தவராகவே மதிக்கப்பட்டனர். பின்னர் மச்ச புராணத்தில், ஒரிசா, ஆந்திரா, பஞ்சாப், த்ரவிட், கொங்கணம் முதலிய நாடுகள் தூய்மையற்றவை எனவும், அந்நாடுகளில் உள்ளவர்களோடு கலந்துவிட்டமையால், அங்குள்ள பிராமணர் இழிவுற்றனர் என்றும், அவர்களை சாவுச் சடங்குகளுக்கு அழைக்கக்கூடாது என்றும் கூறப்பட்டுள்ளது. தென்னிந்திய பிராமணரின் தாழ்வு மனப் பான்மைக்குக் காரணம் இருக்கிறது.

ஸ்மிருதிகள், பிரம்மாணங்கள், புராணங்கள் யாவும் எல்லா வகையிலும் பிராமண இனத்தை மையமாக நிறுத்திச் சொல்லப்பட்டதுதான்.

எல்லா இனங்களிலும் நல்ல சிந்தனையாளர் இருக்க முடியும். இயற்கை எந்த இனத்தையும் உயர்வாகவோ, தாழ்வானதாகவோ படைக்கவில்லை. உருவ அமைப்பும், நிற வேற்றுமையும் தந்தது – மண்ணும், கால நிலையும், வைட்டமின்களும். கடவுள் என்ற மனித சிந்தனை எல்லா இனங்களுக்கும் சொந்தமானது. அது பிராமணரின் குலச் சொத்து அல்ல.

இந்த முறையில்தான் வரலாற்று உண்மைகளை அறிந்துகொள்ள முடியுமே தவிர, ஒரு இனத்தை வேண்டுமென்றே ஆதாரமில்லாது உயர்த்திப்பேசுவதும் தாழ்த்துவதும், யூகங்களின் அடிப்படையில் சாதிப்பதும் 'குண்டுச்சட்டிக்குள் குதிரை ஓட்டம்'தான். வட இந்தியாவில் ஆரியர்கள் தோன்றி அங்கிருந்து வட துருவம் சென்று, பின்னர் ஐரோப்பிய நாகரிகத்துக்கு வித்திட்டு, மீண்டும் இங்கே திரும்பிவிட்டனர் என்ற உத்திரப்பிரதேசப் பாட நாடகம் தேச பக்தியைக் காட்டலாம். உலகம் ஏற்காது. நார்வே – ஸ்லோவக் மக்களுக்கும் தேச பக்தி உண்டு. அந்த மக்களெல்லாம் தங்களது நாட்டு வரலாற்று ஆய்வை உத்திரப்பிரதேசக்காரரிடம் விட்டுவிட்டு கொலுப் பொம்மை வைத்துக்கொண்டிருக்க மட்டார்கள்.

குற்றவாளிகளை எல்லாம் பள்ளமான இடத்திற்கு அனுப்பிவிட்டு அவர்களைப் “பள்ளர்” என்றழைத்தனர் என்று கதாகாலட்சேப ஆராய்ச்சி நடத்தினால், அப்போது பிராமணக் குற்றவாளிகளை எங்கு அனுப்பினர் என்ற கேள்வி எழும்.

நல்லது. தமிழ் அல்லது த்ரவிட் இன வரலாற்றை எந்த இலக்கியத்திலிருந்து எடுத்துக்கொள்வது என்றால் இலக்கியத்திற்குள் மட்டும் அடங்குவதல்ல என்றுதான் சொல்லவேண்டும். சொல்லப்போனால் உலகில் எந்த உயர்தனிச் செம்மொழிக்கும் அந்தக் குணம் உண்டு. சமஸ்கிருதத்திற்கு வரலாறு சொல்ல முடியும். ஒரு நார்டிக் ஆதி பாஷையைப் பேசிக்கொண்டு வந்த மக்கள் இன்னொரு பாஷையைப் பேசிய பூர்வகுடி மக்களோடு பேசவேண்டிவந்தபோது, இரு மொழிகளும் கலந்துண்டான ஒரு மொழி. எனவே அதற்கு ஒரு வகைப் புதுவகையான பேச்சு மட்டும் இருந்திருக்கும். சமஸ்கிருதம் என்று பின்னால் பெயர் பெற்ற அம்மொழி எழுத்தில்லாது ஒரு குறிப்பிட்ட வகை மக்கள் தங்களுக்குள் பேசிக்கொள்வதற்காக, அதுவும் சில சமயம் தனிப்பட்ட முறையில் இரகசியமாகப் பேசிக்கொள்வதற்காக ஏற்படுத்திக்கொள்ளப்பட்ட மொழி. காற்றிலே இருந்ததை மூக்கால் இழுத்து வெளியிட்ட ரிஷிகள் செய்த காரியம் இதுதான். எல்லாரும் செய்கிற காரியம்தான்.

குடும்பம் என்ற நிலை விவசாய நாகரிகத்தில் ஏற்படுவதற்கு முன்பே, மலைவாழ் மனிதனாக இருந்தபோதே பேசப்பட்ட மொழியை “கல் தோன்றி மண்தோன்றாக் காலத்து” என்று குறிப்பிட்டனர். மேலும் கல் என்பது மனித நாகரிகச் சின்னத்தின் ஆரம்ப நிலை. கல்லைத் துணையாகக் கொண்டுதான் வேட்டையாடிச் சாப்பிட்டனர். கல்லைத் தரையில் ஊன்றி இறைச்சி உணவைப் பதப்படுத்தியிருக்கிறான். கல்லின் பக்கத்திலேயே உறங்கி, அதைத் தங்குமிடமாக ஆக்கியிருக்கலாம். அந்தக் கல்லின் மீது இன்னொரு கல்லெறிய, அங்கு தோன்றிய தீப்பொறி அவனை இன்னொரு நாகரிகத்திற்கு இழுத்துச்சென்றிருக்கிறது. ஒருவேளை கல் உருண்டுசென்றதைக் கொண்டுதான் சக்கர நாகரிகம் வரத்தொடங்கியிருக்கும்.

கல்லை அவன் நேசித்திருக்க முடியும். அவனுக்குத் தெரிந்த, பிடித்தமான நிறமுள்ள மண்ணை அதன் மீது பூசியிருக்க முடியும். தனது அழகு நிலையை அவன் அதன் மூலம் வெளிப்படுத்தியிருப்பான். இறந்துபோனவர்களைப் புதைத்து, அந்த இடத்தில் நட்டுவைத்த கல்லை வணங்க ஒரு பயத்தோடு ஆரம்பித்திருக்கலாம். இன்றைக்கும் “கல் எடுப்பு” என்ற சடங்கு தமிழ்நாட்டவர் எல்லாருக்கும் உண்டு. பிராமணர்களுக்கு இல்லை.

இப்படிப்பட்ட நிலையில், கடவுள் சிந்தனை தோன்றியுள்ள ஒரு இனத்தில் “வேத முதல்வன் – வேத நாயகன்” என்றெல்லாம் சொல்லி, கடவுளைச் சுட்டவேண்டிய அவசியம் என்ன என்பதையும் பார்க்கவேண்டும்.

எழுபது ஆண்டுகளுக்கு முன்னர் முத்துகிருஷ்ண பிள்ளை என்பவர் கீர்த்தனை ஒன்று பாடியிருக்கிறார். "இனியொரு தாமதம் ஏன் என் துரையே" என்று அதிலே ஒரு வரி. நன்றாகவே இருக்கும். எந்தக் குற்றத்தையும் யாரும் சொல்லவில்லை. ஒரே ஒரு விஷயம். அதிலே அவர் "துரை" என்று குறிப்பிட்டது வெள்ளைக்காரனையல்ல – செந்தில் முருகனை. அது எப்படி அந்தக் குறிஞ்சிவேள் திடீரென இங்லண்ட்வாசியானான் என்று யாரும் கேட்கவில்லை – எல்லாருக்கும், படிப்பில்லாதாருக்கும்கூட அக்காலகட்டத்தில், அந்தச் சொல் ஓர் அர்த்தத்தைத் தந்திருந்தது. இன்றுங்கூட தந்து வருகிறது என்று சொல்ல முடியும். வெட்கமில்லாமல் நமது பெண்கள்கூட நமது குழந்தைகளைப் பற்றி அவ்வாறு குறிப்பிடு கின்றனர். "மாப்பிள்ளைப் பையன் துரைமாதிரி இருக்கிறான்" என்பதும், "பக்கத்துவீட்டுக் குழந்தைக்கு வெள்ளைக்காரக் குழந்தை தோற்றுப்போய்விடும்" என்று சொல்லிக்கொள்வதும் சாதாரணம். இதெல்லாம் எதனால் வந்த வினை? ஒருவேளை நம்மை சீனாக்காரன் ஆண்டிருந்தால் என்ன சொல்லியிருப்போம்? ஓர் ஆப்ரிக்கன் ஆட்சியில் நாம் இருந்திருந்தால் எப்படி நடந்துகொண்டிருப்போம்?

மேலும் இந்தத் தமிழ் நிலத்திலேயே வேடர் கடவுளை வேள் என்று பிற்காலத்தில் அழைக்கமுடியுமென்றால் "துரை" என்று சொல்வது எப்படித் தவறாகும்? வரலாற்று உண்மைகளுக்கெல்லாம் அப்பால் தோன்றுவதல்லவா அன்பு. எனவே, அந்தந்தக் காலங்களில் தங்களுக்குத் தெரிந்த அளவில் பல்வேறு சமயங்களில் அரசு ஆணைக்கேற்ப – அரசனின் விருப்பத்திற்கேற்ப சொல்லியிருக்கிறார்கள். சொன்னதுதான் உண்மையே தவிர, அது வரலாறு சொல்லும் உண்மையல்ல. ஆவதற்கு எந்த வழியுமில்லை.

பழக்கத்தின் காரணமாகச் சொல்பவை உண்டு என்பதையும் சொல்லவேண்டும். "என்னப் பெத்த ராசா" என்று தாய் குழந்தையைக் கூறினால் அது தவறு என்று யாரே சொல்ல வல்லார்?

இதெல்லாம் சின்ன விஷயங்கள்தாம். ஆனால், ஆளைப் பொறுத்து விஷயங்கள் பெரிதாகிவிடுகின்றன. வேதம் – வேதநாயகன் எல்லாம் அப்படிப்பட்டவைதாம்.

புதிதாகத் தோன்றிய இனமொன்று தனது இன மக்களை மட்டுமே பிறப்பு ரீதியாக அடையாளங்கண்டு, அரசர் ஆதரவு பெற்று, தெய்வக் குற்றம் என்ற பயமுறுத்தலோடு வந்திருந்தால், வெள்ளைக்காரனுக்கும் இதற்கும் என்ன வித்தியாசம்? "ராஜத் துரோகம் கூடாது. வெள்ளைக்காரனுக்கு அடிபணிதல் உன் கடமை" என்பதற்கும், "கடவுள் பாஷை எங்களுடையது; புரோகிதர் பேச்சிற்குத் தலையாட்டவேண்டும்" என்ற பல்லவர் கால ஆணைக்கும் என்ன வேற்றுமை? அரசாங்க மொழியைப் பயில்வதில் லாபகரமான விஷயங்கள் பல உண்டு என்பது இப்போதும் தெரிந்ததுதானே.

ஆனால் வேதம் என்ற சொல்லைப் பயன்படுத்துவதன்மூலம் யாரும் வேதக் கடவுளரை வணங்கவில்லை – போற்றவும் இல்லை. தங்கள் கடவுளரைப் பற்றிய பாடல்களில், போற்றிப் பாட – கிறிஸ்தவர் பிற்காலத்தில் வேதாகமம் என்று பயன்படுத்தியது போல – தேவன், கர்த்தர் என்பன போன்றே பயன்படுத்தப்பட்டது. 'வேதநாயகன்' என்றும் 'வேதம் தமிழ் செய் மாறன் சடகோபன்' என்றும், சொல்லப்பட்டிருப்பதிலேயே வினோதமாகத் தெரிகிறது. வைதிகத்தை மீறி நாவுக்கரசரும் நம்மாழ்வாரும் வேதங்களைப்

படித்திருக்க முடியுமா? அப்படிப் படித்து அறிந்திருந்தால் அவர்கள் வைதிகத்தை மதித்தவர்கள் ஆவார்களா?

மேற்படி இருவரும் தமிழ்நாட்டில் மருத நிலத்தில் வாழும் பிரிவைச் சேர்ந்திருந்தாலும் வைதிகத்தின்படி நாலாமவர் அல்லவா?

சரி, சமயம் என்று தெரிந்து, அதாவது இதுதான் நமது மதம் என்று கருதி, வேதம் – வேதநாயகன் என்றெல்லாம் சொல்லி மகிழ்ந்தார்கள் என்றால், சைவ சித்தாந்தமும் வீரசைவம் போன்ற சமயங்களும் வேதங்களை, அதாவது பிராமண மதக் கொள்கைகளை மையமாகக்கொண்டு நிற்பவற்றை ஏற்றுக்கொண்டிருக்கின்றனவா? இல்லவே இல்லை. வேதங்களையும் ஏற்றுக்கொள்ளவில்லை – அவதார ராமனையும் ஏற்றுக்கொள்ளவில்லை. சைவ சித்தாந்தக் கொள்கைப்படி கடவுள் அவதாரம் எடுப்பதில்லை. புறநானூற்றில் ராமன் பெயர் சாதாரணமாகத்தான் வந்துள்ளது. வரக்கூடாது என்றும் சொல்லமுடியாதே.

கோயில்கள் இல்லாத காலத்தில் கடவுளை வணங்கியது எப்படி என்று பார்த்தோமானால் இதுபற்றி அதிகம் தெரிந்துகொள்ள முடியும். பூர்வகுடி மக்கள் தீயை வணங்கியிருக்கிறார்கள். அந்த வழிபாடு அதற்குமுன்பாக அந்த மக்கள் இரவுநேரத்தில் தீ வளர்த்து அதைச் சுற்றி உட்கார்ந்து தங்கள் முன்னோர் பாடிய பாடல்களைப் பாடியதைப் பற்றி எழுந்த வழக்கமாகும். இவ்வழக்கம் உலகின் எல்லா இனத்து மக்களிடமும் காணப்படும் ஒன்றுதான்.

இந்த வணக்கத்தில் முதல் ஸ்தானம் கொண்ட "தீ"தான் பின்னர் மண்ணிலோ, கல்லிலோ ஆக்கப்பட்ட "இலிங்கம்'' என்பது ஒரு சைவ சித்தாந்தக் கொள்கை. தளி – கற்றளி என்றும் பிற்காலத்தில் கருவறையில் கடவுள் ஸ்தானம் பெற்றது என்றும் தெரியவருகிறோம். அப்படியானால், ஆரியர் சிவலிங்கத்தை இழிவுபடுத்தியதில் வியப்பில்லை. ஐரோப்பியர் இந்த நூற்றாண்டுகளில் இலிங்கத்தை Phallus God என்று பரிகசித்தமைக்கும் அன்று ஆரியர் பூர்வகுடியின் கடவுளை இகழ்ந்தமைக்கும் என்ன வேறுபாடு?

"தீ வணக்கம்'' வேறு முறையில் "யக்ஞம்" என்ற பெயரில் ஆரியர் நடத்த முன்வந்தது ஒரு தந்திரம். தங்கள் தலைவரான இந்திரன், மித்ரன், வருணனை மரியாதை செய்ய ஆரம்பித்தனர். இது இன்னுங்கூட நமது அம்மன் கோவில்களில் பூசனை நடத்தி முதல் மரியாதை பிரசாதம் குறிப்பிட்ட பிரமுகருக்குத் தருவது போன்றதுதான். முதல் மரியாதை பெறுபவரில் போட்டி உண்டாவதும் நமக்குத் தெரிந்ததுதான். ஆரியர் தங்கள் தலைவர்களுக்கு மரியாதை செய்துவந்தது வெகு காலம் நடக்கவில்லை. பூர்வகுடி மக்களின் தலைவரான சிவன் – நாராயணன் போன்றோருக்குத்தான் அந்த மரியாதை நடக்கவேண்டும் என்ற சண்டை ஆரம்பமானதன் விளைவுதான் யாகத்தில் இந்திரன் போன்றோர் பின்தள்ளப்பட்டு குடிமக்களின் விருப்பம் நடைமுறைக்கு வந்தது. அப்படியிருந்தும்கூட, வேத மக்களின் புத்திசாலித்தனமும் தந்திரமும் வென்றுவிட்டது. "யாரை வேண்டுமானாலும் கௌரவித்துக்கொள்ளலாம் – ஆனால் வேத சுலோகங்கள் சொல்லித்தான் அதைச் செய்யவேண்டும்" என்ற நிபந்தனையைப் பின்பற்றச் செய்தனர். அதன் விளைவுதான் இன்று சமஸ்கிருதம் பெற்றுள்ள போலி கவுரவம்.

“நீங்கள் உங்களது தாய்மொழியைப் படித்துக்கொள்ளலாம். ஆனால், அரசுப்பணிக்கு வரவேண்டுமானால் ஆங்கிலம் படித்திருக்கவேண்டும்” என்ற ஆங்கில ஆட்சி ஆணையும், மேற்படி சமஸ்கிருதம் பயன்படுத்தவேண்டும் என்ற நிபந்தனையும் ஒன்றுதான் என்று தெரிகிறதல்லவா?

மேலும், அந்த மொழி சமஸ்கிருதம் இருக்கிறதே; அதைப் பூர்வகுடி மக்கள் அந்தச் சமயத்தில் வெறுக்கவேண்டிய அவசியமும் ஏற்படவில்லை. தங்களுடைய மொழியின் சொற்கள் பலவும் கலந்து உண்டான மொழிதான் என்றும் அவர்கள் இருந்திருக்கக்கூடும். சிவன் – நாராயணன் என்ற தலைவர் பெயர்களே பூர்வகுடி மக்களின் மொழிதானே.

நம் காலத்தில் நடராசர் நடனத்தை Cosmic Dance என்று ஆனந்தகுமாரசாமி புத்தகம் எழுதினால், அது ஆங்கிலமாயிற்றே என்று தள்ளிவிடவா செய்கிறோம்? God Almighty என்று போப் அவர்கள் சிவனது முழுமுதல் தன்மையைக் கூறினால் மகிழ்ச்சிதானே.

வேதம் – வேதநாயகன் என்றதும் இதைப்போன்றதுதான்.

வர்ணாசிரம தர்மம்

‘ஆரியர் சென்ற பலவிடங்களில் சாதி என்ற அமைப்பு ஏற்படவில்லை – இங்கு மட்டும்தான் வர்ணாசிரமம் இருக்கிறது – இதிலிருந்து இந்த அமைப்பு முறை தமிழர்களிடம் ஏற்கனவே இருந்தவொன்று – ஆரியர்கள் நாடோடிகளானபடியால் இம்மாதிரி வேற்றுமை இருந்திருக்காது’ என்று சமத்கார ஆராய்ச்சி பண்ணும் வித்தகர்கள் ஒன்றைப் பற்றி மட்டும் மூச்சுவிடுவதில்லை. அவர்கள் சென்ற மற்ற இடங்களும் குளிர்ப் பிரதேசங்கள்தாம். அங்கிருந்த மக்களும் வேறுபாடுடையவர்கள் அல்லர். நிற வேற்றுமையும் கிடையாது. எனவே, இன ரீதியான பிரிவுகள் ஏற்பட வழிகள் அனேகமாக இல்லை. அங்கும் செல்வம், வசதி இவை குறித்தான பிரிவுகள் ஏற்பட்டு இன்னமும் நிலவுகின்றன.

இங்கே அப்படியல்ல. சூத்திரன் கறுப்பு, வைசியன் மஞ்சள், சத்ரியன் சிவப்பு, பிராமணன் வெள்ளை என்று ஸ்மிருதிகள் வரையறை செய்ய வேண்டிய அளவு இன ரீதியிலான வேற்றுமை. இங்கே என்றால், தமிழ்நாட்டில் அல்ல என்பதையும் சொல்லியாக வேண்டும்.

வடக்கிலிருந்து புறப்பட்ட கூட்டம் நேராக இங்கே அக்ரஹாரத்தில் வந்து குடியேறி விடவில்லை. ஒருவேளை, புறப்பட்ட மனிதனின் கொள்ளுப்பேரன்கூட இங்கே வந்திருக்க முடியாது. இடைப்பட்ட எல்லா இடங்களின் கலாச்சாரங்களையும் சுமந்துகொண்டுதான் வந்தனர். ஸ்விட்சர்லாந்தின் தலைநகரமே மழைக் கடவுள் “வருணன்” பெயர்தான். ‘நார்வே’, ‘ஈரான்’ என்பதெல்லாம் “ஆரிய” என்பதன் அடையாளம்தான். எல்லாவற்றிலும் மேலாக, “ஐரோப்பா” என்னும் ஆங்கில உச்சரிப்புக் கூட ‘ஆர்யோப்பியா என்னும் சொல்தான். இந்திரன், மித்திரன் எல்லாம் ஈரானியத் தலைமைக் கடவுளர். இக்கடவுளருக்குத்தான் வேதம் வணக்கம் சொல்கிறது. பூர்வகுடி மக்களுக்கும் கடவுளர் உண்டு. கடவுள் என்ற சிந்தனை மனித இனங்கள் எல்லாவற்றிலும் காலங்காலமாக இருந்துவந்துள்ளது.

இந்திரனை மேலான ஒரு கடவுளாகக் கொண்ட மக்களுக்கு, விஷ்ணு பிற்காலத்தில் துணைக் கடவுளாகவே தெரிகிறார். ஒருவிதத்தில், விஷ்ணு இந்திரனின் வேலைக்காரர்

என்று சொல்வது சரியாகவேயிருக்கும். சிவனைப் பற்றிச் சொல்லவேண்டியதில்லை. நந்தி, சிவன் போன்றவர் த்ரவிட் கடவுளர் ஆவர். இந்த நந்திதேவரை ஆதியாகக் கொண்டதுதான் பிற்காலத்தில் சமணம் என்று பெயர்பெற்ற மதம். சிந்துவெளி நாகரிகத்தில் சொல்லப்படும் "பணியர்" தானியங்களை விற்று வாணிபம் செய்து வந்த மக்கள். பிற்காலத்தில் பணியர் என்று வியாபாரிகளைக் குறிக்கும் பெயர் இதிலிருந்துதான் வந்திருக்கும்.

இந்தப் பணியர்களுடன் ஆரியர்கள் நடத்திய போர்கள் பற்றி ரிக் வேதம் நிறைய கூறுகிறது. பணியர்களை ஆரியர் வெறுத்தனர். பணியர்கள் வாணிபத்திற்காகக் கடல்கடந்து சென்று தங்கம் முதலியவற்றோடு புழங்கியவர்கள். ஆரியருக்குக் கால்நடை தவிர எதுவும் தெரியாது. ஆனால், தங்கம் கிடைத்தது.

நூறு கோட்டைகளைக் கொண்ட கறுப்பு நிறத்தோரை ஆரியர்கள் சுலபமாக வெற்றிகொள்ள முடியவில்லை என்று ரிக் வேதம் கூறும். இக்காலம் ஏறக்குறைய கி.மு. 1500. இதுவரை வர்ணாசிரம முறையொன்று ஆரியருக்கு ஏற்பட காரண காரியம் எதுவுமில்லை. பிராமணர் என்ற சாதியும் இல்லை.

வர்ணாசிரம முறை ஆரியர்க்கு இல்லை என்று ஆய்வுரை நடத்தும் பேர்வழிகள், இதன் பின்னர் நடந்த மாறுதலைத்தான் இருட்டடிப்பு செய்துவருகின்றனர். முதலில், அவற்றை எல்லாம் படிக்கக்கூடாது என்ற ஆணை – அதாவது அவர்களைத் தவிர. மற்றொன்று கலப்பு எங்கேயும் ஏற்பட்டுவிட்டது – ஆரியராவது, திராவிடராவது என்ற வேதாந்தம்.

வர்ணாசிரமம் ஏற்படுவதற்கு இந்தோ – ஆரியர் என்ற இனம் ஏற்பட்டதுதான் காரணம். ரிக் வேத கால மக்களிடையே தோன்றியிருக்கவேண்டும். அவசியம் ஏற்பட்டிருக்கிறது. நம் நாட்டில் ஆங்கிலேயர் வந்தபின் இங்கே தோன்றிய நம் ஆங்கிலோ–இந்திய மக்களை எண்ணிப் பார்த்தால், இது எளிதில் விளங்கிவிடும். ஆங்கிலேயரிடையே வர்ணாசிரமம் இல்லை. ஆனால், அவர்கள் இந்த ஆங்கிலோ – இந்திய மக்களை "ஆங்கிலேயன்" என்று ஏற்றுக்கொண்டிருக்கிறார்களா? ஆங்கிலம் மட்டுமே ஆங்கிலோ இந்திய மக்கள் பேசிவருகிறார்கள் என்று தெரிந்த பின்பும்.

வேத காலத்தின் பின்னர் ஆரியர் என்று யாரையும் சொல்வது சரியில்லைதான். அந்த மக்களை ஆரிய இனம் என்று அடால்ஃப் ஹிட்லர்கூட ஏற்றுக்கொள்ளவில்லை. கலப்பினத்தவரைத்தானே இந்தோ–ஆரியர் என அழைத்திருக்க முடியும். இந்தோ – ஆரியர் என்ற பெயர் பிற்காலத்தில் வரலாற்று ஆசிரியர்கள் கொடுத்ததுதான். இந்தியா என்ற பெயர்கூட இராமாயண காலத்தில் தசரதன் தன் தாயார் இந்துமதியின் நினைவாக நதியில் அணைகட்டியபோது ஏற்பட்டு, பின்னர் அப்பக்கம் முழுவதுமே – அதாவது சிந்து வெளிப் பிரதேசம் – அப்பெயர் பெற்றதென்று சொல்வதுண்டு.

ரிக் வேத காலத்தில் ஒரு முந்நூற்றைம்பது ரிஷிகள் இருந்திருக்கலாம். ரிஷிகள் என்று பிற்கால வழக்கப்படி சொல்லலாமேயொழிய அவர்கள் மிகவும் சாதாரண மனிதர்போன்று போர்செய்து வெற்றிகொள்ளும் ஆசையில் அப்பிரதேசம் பூராவும் அலைந்து திரிந்தவர்தாம். இவர்கள் வாழ்க்கைக்கும், மனித நேயத்திற்கும் சம்பந்தமில்லை. தங்கள் வாழ்வே

ஸ்திரப்படாத ஒரு நிலையில் அவர்கள் எங்கே உலகையும் வாழ்வையும் பற்றி எண்ணியிருக்கப் போகிறார்கள்.

மேற்படி ரிஷிகள்தம் மூதாதையரைப்பற்றி வரலாறு எதுவும் சரியாக இல்லாதபடியால் கோத்திரங்கள் என்று சொல்லப்படுபவை இவர்களுடன் ஆரம்பிக்கின்றன. இக்கோத்திரங்கள் ஐரோப்பிய இன மக்கள் எல்லோருக்கும் இருப்பவைதாம். ஆதாம், ஏப்ரகாம் என்று கோத்திரப் பெயர்களைக் கூறுவது போன்றவைதாம். இப்பெயர்கள் இன சம்பந்தப்பட்ட ஒன்றாகையால் தகப்பன் வழி சம்பிரதாயத்தை மட்டும் பின்பற்றி வந்தவை. ஆரியர் தந்தைவழிச் சமுதாயம். தகப்பனார் பெயர் ஐயத்திற்குரிய ஒன்றாக ஆகும்போது அது அக்னி, வருணன் என்ற தேவப் பெயராக ஆகிவிடும். எடுத்துக் காட்டாக, ரிக்வேத காலத்து ரிஷிகளான வசிட்டர், மரீச, பிருகு முதலியோரின் தந்தைமார்களை கடவுளராகவே எடுத்துக்கொள்ள வேண்டிவரும்.

கோத்திரங்கள் சத்திரியருக்கு இல்லை. சத்திரியருக்கு இல்லையெனும் போது வைசிய, சூத்திரருக்கு இருக்கிறதா என்ற கேள்விக்கு இடமேயில்லை. அப்படியானால், வர்ணாசிரமத்திற்குள் சத்திரிய, வைசிய, சூத்திரர் ஆரிய இன மக்களாக ஏற்றுக்கொள்ளப் பட்டார்களா? ஒரே இனமாக இருந்து மக்களைத் தொழில் ரீதியாகப் பிரித்த பின்னர் ஏற்பட்டதா? இக்கேள்விகள் எழவே இடங்கொடுக்காதபடி பார்த்துக்கொள்கிறார்கள் இன்றைய வைதிக அன்பர்களும் எழுத்தாளர்களும்.

இதற்குச் சில உண்மைகளை அப்பட்டமாகச் சொல்லவேண்டியது அவசியம். அரசர்கள் யாவரும் சத்திரியர்களல்லர். இராமாயணத்தில் சொல்லப்படும் குகன் சிருங்கிபேரம் என்ற இடத்திற்கு அரசன். அவன் வேடன் என்றே அறியப்படுகிறான். ஏகலைவன் என்று பாரதத்தில் வரும் வீரனும் அவ்வாறே. ‘கர்ணன் அர்ச்சுனனை நிகர்த்த வீரன் என்றாலும் சத்திரியன் அல்ல – எனவே அர்ச்சுனனோடு போட்டியிட முடியாது’ என்று முதலில் துரோணர் கூறியதை அறிவோம். எனவே வீரத்திற்கும் அரச பதவிக்கும் உரிய ஒன்றாக சத்திரியப் பிரிவு முதற்கண் பிரித்தறியப்பட்டதல்ல. ரிக் வேத காலத்திற்கு முன்னரே வாணிபம் செய்துவந்த பணியர்களை இந்த வர்ணாசிரமம் “வைசியர்” என்றும் சொல்லவில்லை.

சத்திரியரும் வைசியரும் பிறப்பால் ஏற்பட்டவராவர். வசிட்டரின் மனைவி அருந்ததி ஓர் அநார்யப் பெண் என்றாலும், அவர்களுக்குப் பிறந்த சக்தி என்ற மகன் பிராமணனாக ஆகிறான். ஆனால், அவர்களுக்கு ஒரு பெண் பிறந்து, அந்தப் பெண் அருந்ததியின் பூர்வகுடி இனத்தில் ஒருவனை மணந்து ஒரு குழந்தை பெற்றால், தகப்பன்வழி ஆரிய சமுதாயத்தில் அது பிராமணக் குழந்தை ஆகாது. இவ்வாறு, பிரச்சினைகள் தோன்றிய பின்னர் ஏற்பட்டது சத்திரியப் பிரிவு. அது வீரர்களைக் குறிப்பது என்பதெல்லாம் சும்மா ஒரு பேச்சுக்குத்தான்.

சத்திரியக் குழந்தையின் தந்தை பூர்வகுடி இனமாதலால் அவர்கள் அதிக எண்ணிக்கையிலிருந்தனர். பக்கபலமும் அதிகமாகவேயிருக்கும். இந்தக் குழந்தைகள் அரசு உரிமை பெற்றது அந்த பலத்தால்தான்.

விராட மன்னனின் புதல்வன் உத்தரன் ஒரு கோழை என விவரிக்கப்படுகிறான் என்றாலும் அவன் சத்திரியனே. சனகன் என்னும் அரசன் பெரிய ஞானி, ராஜரிஷி

என்று போற்றப்படுபவரே அல்லாது, அவரை பிராமணர் என்று கூற முடியாது. எல்லா மனித உயிர்களுக்கும் பிறப்பு ஒத்துவராது என்பது வர்ணாசிரமம்.

இவ்வாறு சத்திரியர்கள் இருக்கும்போது இவர்களுக்கு கோத்திரம் எப்படி வந்தது? இந்தக் கோத்திரம் பிராமணர் தந்த அனுமதி. தந்தை பிராமணராக இல்லாவிட்டாலும் ஒரு வகையில் பிராமண சம்பந்தம் இருப்பதால் ஒரு பிராமண குருவை ஏற்றுக்கொண்டால், அந்த குருவின் கோத்திரத்தை அந்த சத்திரியர்கள் பயன்படுத்திக்கொள்ளலாம் என்ற நிபந்தனையோடு கூடிய அனுமதி. சனகன் கோதம கோத்திரத்தைச் சார்ந்தவனென ராமாயணத்தில் சொல்லப்படுகிறது. அதற்குக் காரணம் கோதமருடைய மகன் சதாநந்தனை குருவாகக் கொண்டவர் சனகர். எனவே சதாநந்தரின் கோத்திரமே சனகரின் கோத்திரமாகிறது. அவரது (சனகரது) தந்தை மிதி சக்கரவர்த்தியின் கோத்திரம் கோதம கோத்திரம்தான். ஆனால், மிதி சக்கரவர்த்தியின் தந்தை நிமி சக்கரவர்த்தியின் கோத்திரம் வாசிட்டம். அவர் வசிஷ்டரைக் குருவாகக்கொண்டு கொஞ்ச காலமிருந்த பிற்பாடு கோதமரைக் குருவாகக்கொண்டதால், அவரது வாசிட்ட கோத்திரம் மறைந்துபோயிற்று. இது வெள்ளைக்கார எஜமானின் பெயரை அடிமை நீக்ரோ தனது பெயருடன் சேர்த்துச் சொல்லும் வழக்கம் போன்றதுதான் (எடுத்துக்காட்டு: Cassius Clay).

இந்நூற்றாண்டின் ஆரம்பத்தில் சிந்துவெளி நாகரிகம் பற்றித் தெரியவாரம்பித்த போதுதான், வேத காலத்திற்கு முன்னர் அங்கு வாழ்ந்த மக்களின் நாகரிகம் என்று பரவலாகத் தெரியவந்ததெனச் சொல்வது உண்மையாக இருக்கலாம். ஆனால், அதற்கு முன்பு தெரியவே தெரியாது என்று சொல்ல முடியாது. ஒரு சான்றாகவே சிந்துவெளி நாகரிகம் நிற்கிறது. அது அழிந்துபட்ட நாகரிகச் சின்னம். அழியாது நிற்கும் ஒரு நாகரிகத் தொடரை இன்னமும் நாம் கொண்டிருக்கிறோம்; தமிழினம் பல பிரிவுகளைக் கொண்டது. நிலப்பிரபுத்துவச் சமுதாய அமைப்பைக் கொண்டிருந்தது; விவசாயமும் கைத்தொழிலும் வாணிகமும் நடந்துவந்தன; முழுமையான ஒரு சமயத்தைப் பின்பற்றினர் – என்ற உண்மையை யாராலும் மறுத்துவிட முடியாது. அந்த நாகரிகத்திலுள்ள சிலவற்றைக் கைக்கொண்டு, “அதுவும் எங்கள் நாகரிகம்தான்” எனப் பாடபேதம் நடத்த முயற்சி நடந்துவந்திருப்பது பலகாலமாகத் தெரிந்துகொண்ட விஷயம். இப்போது அது உச்சக்கட்டத்தைத் தாண்டியிருக்கிறது. சர்வசாதாரணமாக “சமஸ்கிருதம் உலக மொழி களின் தாய். ஆரியர்கள் இங்கிருந்துதான் ஐரோப்பாவுக்குச் சென்றனர்” என்று சொல்வது மத ஆதிக்கவாதிகளின் வழக்கமாகிவிட்டது. கம்ப்யூட்டர்கூட சமஸ்கிருதத்திற்கு ஏற்றவாறு இருக்கிறது என்ற வியப்பிற்கும் குறைவில்லை. “இந்த கம்ப்யூட்டர் ஐரோப்பியக் கண்டுபிடிப்பு. ஐரோப்பிய மொழி சார்ந்த சமஸ்கிருதத்திற்கு ஏற்றபடி அது இருப்பதில் என்ன அதிசயம்?” என்று கேட்டால், கேட்டவனது நாட்டுப்பற்று சந்தேகிக்கப்படுகிறது. வரலாற்றிற்கும் நாட்டுப்பற்றிற்கும் சம்பந்தமென்ன?

முன்பே கூறியபடி, பணியர்கள் என்ற பூர்வகுடி மக்களின் சமூக– மத சம்பந்தமான விவகாரங்களை நாம் வேதங்களிலிருந்தும் அகழ்வாராய்ச்சிக் குறிப்புகளிலிருந்தும் தீர்மானிக்கமுடியும். அப்பேர்ப்பட்ட பூர்வகுடிகளை வென்றுவிட ஆரியருக்கு பயந்து சிலர் தென்னாட்டிற்கு ஓடிவந்தனர். அவர்கள்தாம் இப்போதுள்ள திராவிடர் என்று யாரும் ஆராய்ச்சி செய்யவில்லை. தென்னாட்டைப் பற்றியும் எதையும், பின்னர் எழுதப்பட்ட அல்லது தொகுக்கப்பட்ட சமஸ்கிருத நூல்கள் சொல்லவில்லை. ஆரியர் சப்த சிந்துவெளியில்

வந்துசேர்ந்த சமயம், தென்னாட்டில் மக்களே கிடையாது. அல்லது இங்கே வேடர்தாம் இருந்தனர் என்று சொல்லும் பைத்தியக்காரர்களை விட்டுவிடலாம். ஆனால், பஞ்ச திராவிடம் என்று சொல்லப் பட்டிருக்கிறது. "அப்படியானால், தமிழ்நாட்டைப் பற்றி எதுவும் சொல்லவில்லை என்று எப்படிச் சொல்ல முடியும்?" என்று கேட்டால், அவ்வாறு பஞ்ச திராவிடம் பற்றிக் கூறப்பட்டிருக்குமானால், எப்போது கூறப்பட்டது, அங்கிருந்த மக்களைப் பற்றி ஏதாவது சொல்லப்பட்டிருக்கிறதா என்று கேட்க முடியும். நர்மதை நதிதான் ஆர்யவர்த்தத்தின் தென் எல்லை என்பது மனுஸ்மிருதி. ஒருவேளை, வேத கால பிராமணர்கள் சென்ற இடங்கள் பற்றிக் கூறும்போது மேற்படி இடங்களைப் பற்றி வெகு காலத்தின் பின்னர் கூறியிருக்கக் கூடும்; தமிழர்களைப் பற்றியல்ல.

"புராணக் கதைகளை நம்புவதானால், அநேக லட்சம் ஆண்டுகளாக பஞ்சாப், கங்கைப் பிரதேசம், இன்னும் இந்தியாவின் பல பிரதேசங்கள் ஆரியர் கைவசமிருந்தன என்று தோன்றும். ஆனால், இக்கதைகள் சரித்திரக் கண் கொண்டு பார்ப்போருக்குப் பயன் படுவன அல்ல. 'டேரியஸ்' வெற்றிகொண்ட கி.மு.512க்கு முன்புள்ள சரித்திரமெல்லாம் புராணங்களில் காணுவன போன்ற புனைகதைகளேயாம்" என்பது ஆய்வு.

"கி.மு. 15ஆம் நூற்றாண்டளவில் எழுத்து வடிவு பெற்ற பிரதிகளைத்தான் நாம் இப்போது நம்பவேண்டியுள்ளது. பண்டைக் காலத்து வழங்கிய மொழி ஆகியவை பெரிதும் மாறுபட்டு உள்ளன. இரண்டையும் சமஸ்கிருதம் (அதாவது நன்றாகச் செய்யப்பட்டது) என வழங்கினார்கள்."

"ஆரிய மக்களுள் உயர் வகுப்பினரும் வித்வான்களும் இம்மொழியைப் போற்றினார்கள். இம்மொழியோடும் பிராகிருத மொழியோடும் தென்னிந்திய மக்களின் சொற்களும் கலந்தன."

"தற்கால ஐரோப்பாவின் துருக்கர், செமிட்டிக் மக்கள், யூதர்கள் ஆகியோர் இந்த ஆரிய இனத்தைச் சார்ந்தவர்களே."

– மேற்கண்டவற்றைக் கூறி வையாபுரிப் பிள்ளையவர்கள் வடமொழியை ஆராதனை செய்திருக்கலாம்; தமிழிலக்கியங்களின் காலத்தைப் பின்னோக்கித் தள்ளியிருக்கலாம். அந்தக் காரணங்களுக்கு மட்டும் அவரைப் போற்ற முன்வருகின்ற வைதிக பாசிசம், வடமொழியைப் பற்றி அவர் கூறியதைப் பற்றிக் கண்டுகொள்வதில்லை. சௌகர்யமாக இருப்பவற்றை மட்டும் எடுத்துக்கொள்வது வைதிகத்தின் வாடிக்கை.

"இப்போது மராத்தி மொழியோ, இந்தி மொழியோ பேசப்படுவது போல், ஒருநாளும் சமஸ்கிருதம் பேசப்பட்டதல்ல."

இவ்வாறு கூறும் காஞ்சிப் பெரியவரின் உரையும் இங்கு கவனிக்கத் தக்கது. சமஸ்கிருதம் யாரால் பேசப்பட்டது? யாராவது அதைத் தாய்மொழியாகக் கொண்டு பேசியிருக்கிறார்களா? பேசியிருக்க முடியுமா? இக்கேள்விகள் பதிலளிக்கப்படவில்லை.

ஒரு குறிப்பிட்ட இடத்தில் இனக் கலப்பு ஏற்படும்போது, மொழி– மொழிகள் வித்தியாசமடைவது இயல்பு. வசிட்டனோ, மரீசோ பேசிய மொழி பின்னர் ஏற்பட்ட சமஸ்கிருதமாக இருக்க முடியாது. ஐரோப்பிய மொழி சார்ந்த ஒன்றைப் பேசிவந்தவர்கள்

இனக் கலப்பு ஏற்பட்ட பின்னர், தங்களது மொழியைப் பாதுகாக்கும் நோக்கத்துடன் அது அழிந்துவிடாதிருக்க சில நியதிகளைப் பின்பற்றியிருக்க முடியும். ஆங்கிலேயர் ஆட்சியில் ஆங்கிலச்சொற்கள் விரவியதுபோல, தமிழகத்தில் ஆற்காடு நவாப் ஆட்சியின் போது உருதுச்சொற்கள் பயன்பட்டது போல, வடமொழியை வடநாட்டுப் பூர்வகுடி மக்களும் கொண்டிருக்கலாம்.

"பூரணம் பூரணமாகவே இருக்கும். பூரணத்திலிருந்து பூரணத்தை எடுத்தாலும், அது பூரணமாகவே இருக்கும்" என்பன போன்ற கருத்துகள் அருமையானவை என்று சொல்லும்போது, இவை போன்றவை தொகுக்கப்பட்டனவேயொழிய இப்போது வடமொழியில் படிப்பதால், அவை அம்மொழியைப் பேசி வந்த மக்களின் கருத்துகள் மட்டுமே என்று கருத எந்த ஆய்வும் இடந்தரவில்லை.

மதத் தலைவர்களின் கருத்துப்படி பார்த்தாலுங்கூட வியாசர் என்ற ஒருவரால் தொகுக்கப்பட்ட சில பாடல்களேதவிர யார் பேசிய மொழியிலிருந்து இது எடுத்துக் கொள்ளப்பட்டது என்று தெரியாது. ஆப்ரிக்க நாட்டின், எழுத்தில்லாது வழங்கும் பல மொழிகளிலும் இருக்கும் பாடல்கள் ஆங்கிலத்தில் மொழிபெயர்க்கப்பட்டுள்ளன. அந்த ஒரு காரணத்திற்காக, ஆப்ரிக்க நாட்டுப் பூர்வகுடி மக்கள் ஆங்கிலத்தைத் தாய்மொழியாகக் கொண்டவர்கள் என்று சொல்வது மடமையல்லவா?

திருக்குறளைப் பற்றி ஆங்கிலத்தில் இருக்கின்ற நூல்களின் எண்ணிக்கை தமிழைவிட அதிகம். ஒரு சமயம் திருக்குறளைப் பற்றி ஆய்வுக் கட்டுரை எழுதி டாக்டர் பட்டம் வாங்கவேண்டுமென்றால் ஆங்கிலம் அதிகாரபூர்வமாகத் தெரிந்திருந்தால் அல்லாமல் முடியாது. மறைமலை அடிகளுக்கே அம்மாதிரி நிலை ஏற்பட்டிருந்தது.

இதெல்லாம் நம்மை ஆள்பவர் யார் என்பதில் அடங்கிய விஷயம். அது மொழியை மட்டுமல்லாது, கலாச்சாரத்தையும், சமயத்தையும்கூட பாதிக்கும். ஆங்கிலேயர் நம்மை ஆண்டிருக்காவிட்டால், நமது கோவில்களில் ஜனவரி முதல் நாள் அர்ச்சனை நடைபெறாது. நமது திருமண வரவேற்புகளில் மணமகன் கையைப் பற்றி யாரும் குலுக்க மாட்டார்கள். நம்மைச் சீனாவோ, ஆப்ரிக்காவோ ஆண்டிருந்தால் என்ன மாற்றம் நம்மிடையே ஏற்பட்டிருக்கும்?

இவ்வகையான நிர்ப்பந்தங்களின் இடையிலேயும் தன்னைத் தக்க வைத்துக்கொண்ட இனம் உலகில் இந்தத் தமிழினம் ஒன்றுதான் என்று தெரிகிறது.

பதுங்கிப் பாயும் வைதிகம்

இந்நூற்றாண்டின் தொடக்கத்தில், வெள்ளையர் தேசிய அளவிலும் பண்பாட்டு ரீதியிலும் கறுப்பு இனத்தவரை ஒழித்துக் கட்ட ஏற்பாடு செய்து ஆரம்பிக்கப்பட்ட இரகசியக் குழு Ku Klux Klan. இந்தக் குழுவின் செயற்பாடு எழுத்து மூலமாகவோ பகிரங்கமாகவோ இருக்காது. இதன் உறுப்பினர்கள் இதன் கொள்கையை மனமுவந்து ஏற்றுக்கொண்டு தன்னிச்சையாகச் செயல்பட்டனர். கொலைகளும் நடந்தன. ஓர் இனத்தார்மீது ஆதிக்கம் செலுத்த இன்னோர் இனத்திற்கு பிறப்பு ரீதியாக உரிமையுண்டு என்பதைப் போலிச் சித்தாந்தம் வாயிலாகவும், இலக்கியம் மூலமாகவும், தத்துவ ரீதியாகவும் காட்டினர். சில இலக்கியவாதிகளும்

மனப்பூர்வமாக ஒத்துழைத்தனர். போலிச் சித்தாந்தத்தை ஓர் ஏகாதிபத்தியக் கொள்கைக்குப் பதில் பயன்படுத்தினர். ஏற்றத்தாழ்வுகள் இயற்கைவிதிகளின்படி முறையானவைதாம் என்று காட்ட இந்தக் குழு உதவிற்று.

அந்தக் குழு இப்போது இருப்பதாகத் தெரியவில்லை. அதன் போக்கு எப்போதும் இருந்துகொண்டிருக்கும் என்பதற்கு தமிழிலக்கிய உலகில் நெடுங்காலமாக இருந்துவந்து, இப்போதும் உயிர்பிழைத்துவரும் போக்கைக் குறிப்பிடலாம். இது குறைந்தது 1500 ஆண்டுகளாக பல்லவர் காலந்தொட்டு இருந்துவந்ததுதானே என்று கூறலாம். ஆனால் அப்போதும் அதற்கு எதிர்ப்பு இருந்தது. அது பகிரங்கமான எதிர்ப்பாகவிருந்தது விசேடமாகும். சித்தர் காலத்தில் வைதிக நிலை பகிரங்கமாக எதிர்க்கப்பட்டது. அண்மையில் ராமலிங்க வள்ளலார் காலத்திலும் பகிரங்கமாகவே எதிர்க்கப்பட்டது.

இப்போதைய நிலை மாறுபாடானது. வைதிக எதிர்ப்பு என்ற ஒரு சொற்பிரயோகத்தைக் கொண்டு சில காரியங்கள் செய்யப்படுகின்றன. பெரும்பான்மையரின் இந்த வைதிக எதிர்ப்பு பழைய பிராமணியத்தின் அடிப்படையில் நின்று தற்காலத்திற்கு ஏற்றவகையில் கொண்டு வருவது என்றாகிறது. மிஞ்சிப்போனால், இதுதான் இந்தியக் கலாச்சாரம் என்று சொல்லிவிடுவார்கள். இப்படிப்பட்ட நிலை வைதிகர்களுக்கு இக்காலகட்டத்தில் ஒரு தேவையாகவும் இருக்கிறது. மொத்தத்தில், ஒரு நவீன பிராமணியக் குழு தயாராகி வருகிறது என்று கூறலாம்.

இந்நூற்றாண்டில் ஆரம்பிக்கப்பட்ட Ku kulx Klan இயக்கம் பற்றி குறிப்பிட்டது இதற்காகவே.

வைதிக மீட்சி

இந் நவீன வைதிகம் இன்றைய தோற்றம் பெற்றது ஐம்பதுகளில் என்று சொல்லலாம். மறைமலையடிகள், பெரியார் மற்றும் திராவிடக் கழகத் தலைவர்கள் என்று மக்கள் மனந்திரும்பியபோது, திடீரென வணிகத் தமிழ்ப் பத்திரிகைகளில் ஒரு விளைவு ஏற்பட்டது. வள்ளலார் காலத்திலும்கூட பயமில்லாமல் தங்கள் தமிழ் எதிர்ப்பைக் கையாண்டவர்கள் தங்கள் நிலையை மாற்ற, தத்தம் பத்திரிகைகளில் தமிழ் உயர்வைப் போற்றினர். பத்திரிகை களில் வந்த கதை, கட்டுரைகளின் போக்கு மாறின. ஐம்பதுகளின் முன்னர், பாப்பா மலர்க் கதைகளில் வரும் கொக்கும் நரியும்கூட, "நான் நினைச்சுண்டிருந்தேனோல்லியோ" என்றுதான் பேசும். அந்த முறை மாற்றப்பட்டது. அகநானூறு, புறநானூறு பெயரையெல்லாம் அவர்கள் உச்சரித்தார்கள். தங்குதடையில்லாது திருக்குறள் பெருமை பேசப்பட்டது. ஆனால், ஒன்றுமட்டும் விட்டுப் போகாமல் மிகவும் கவனமாகப் பரிபாலிக்கப்பட்டது. எந்த மாதிரியான நிலையிலும் சமஸ்கிருதத்தின் பெருமை குன்றாமல் பார்த்துக்கொண்டே செயல்பட்டார்கள். கல் தோன்றி மண் தோன்றாக் காலத்துத் தமிழ் பற்றிய கட்டுரையிலும்கூட சமஸ்கிருதப் பெருமையைச் சேர்த்துவிடுவது வழக்கமாயிற்று. குறைந்தது சமஸ்கிருதப் பெருமை குன்றாத அளவில் கவனித்துக்கொண்டார்கள். எல்லாவற்றிற்கும் மேலாக இப்படிப்பட்ட கோட்பாட்டை ஏற்றுக்கொண்டவரது கதைகளையும் கட்டுரைகளையும் தங்கள் பத்திரிகைகளில் வெளியிட்டனர். இதற்கு முன்பே புதுமைப்பித்தன் கதைகளையும் வெளியிட்டனர். ஆனால், புதுமைப்பித்தன் பரவலாகப் பேசப்படாது பார்த்துக்கொண்டனர். நல்ல கதைகள் வேண்டும் என்பதற்காக மட்டுமே புதுமைப்பித்தனைப் பயன்படுத்திக்

கொண்டனர் – அக்காலத்தில் புத்தரைப் பயன்படுத்தி, பின்னர், அவர் கோட்பாடுகள்மூலம் வைதிகத்தை வளர்த்தது போல். வைதிகம் இப்படித்தான் வேலை செய்யும்.

வேத காலத்திலிருந்த ஆரிய எதிர்ப்பை சுலோகங்களிலே சேர்த்து அதனையும் வைதிகமாக்கினர். சமண, புத்தத் தத்துவங்களைத் திருடி, சமஸ்கிருதத்தில் எழுதிக்கொண்டு ஒவ்வொன்றிற்கும் ஒரு புராணக் கதையைச் சேர்த்து அவையாவும் வைதிகமென்றனர். சமண – புத்த மடங்களைப் பின்பற்றி, சங்கர மடங்களும் பிறவும் அமைத்து, தங்கள் சொத்து என்றனர். பிராமணியத்தை எதிர்த்து எழுந்த பக்தி இயக்கம் வைதிகமாக்கப்பட்டது. கி.பி. 14வது நூற்றாண்டில் கிடைத்த சமஸ்கிருத ஓலைச் சுவடிகளை கிருத யுகம் என்று கூறி, வேண்டிய மட்டும் இடைச்செருகல் செய்தாயிற்று.

"என்ன வேண்டுமானாலும் செய்துகொள்ளுங்கள். யாரை வேண்டுமானாலும் தொழுதுகொள்ளுங்கள் – ஆனால் சமஸ்கிருதம் மந்திரங்களைச் சொல்லியே ஆகவேண்டும்" என்று சொல்லி இத்தனை காலமும் ஒரு பூர்வகுடி இனத்தை அறிவிலிகளாக வைத்திருந்தது வைதிகம்.

இந்த வைதிகம் எதைக் குறிக்கிறது? 'சுத்த ஆரியனைத் தவிர எவனுக்கும் உலகை ஆளத் தகுதியில்லை' என்ற அடால்ஃப் ஹிட்லரை அல்லவா நமக்குக் காட்டும். அந்த ஹிட்லர்கூட இங்குள்ள இந்தோ – ஆரியரை ஆரிய இனமாக ஏற்றுக்கொள்ளவில்லை என்பது வேறு விஷயம். ஒரு நீக்ரோ உடற்பயிற்சியில் ஈடுபட்டு, ஓட்டப் பந்தயத்தில் உலகில் சிறந்தவனாக வந்தாலும், 'அப்படிப்பட்ட நீக்ரோ சிறந்தவனாக ஆவதற்கு இயற்கையில் தகுதியற்றவன் – இயற்கை ஆரிய மக்களைப் போல் அவர்களைப் படைக்கவில்லை' என்று விஞ்ஞான ரீதியான சோதனைகளை வெளியிட்டது அன்றைய நாஜி அரசு (ஜெஸ்ஸி ஓவனின் வாழ்க்கைக் குறிப்பு). அதற்கும் இங்குள்ள பிரமாணங்களுக்கும் ஸ்மிருதிகளுக்கும் என்ன வேறுபாடு இருக்க முடியும்?

Survival of the fittest என்ற டார்வின் தொடரைத் தங்களுக்குச் சாதகமாக ஆக்கிக்கொண்டு அதை நிற வேற்றுமைக் கொள்கைக்காகப் பயன்படுத்தியவர்கள் – அதே டார்வினின் பின்வரும் வரிகளைக் கண்டுகொள்ளவில்லை.

"டெர்ரா–டெல்–ஃப்புபேகா எரிநிலம் வாசிகள் காட்டுமிராண்டிகளாகக் கருதப்படுகின்றனர். ஆனால், அவர்களில் சிலர் கப்பலில் ஏற்றப்பட்டுச் சில ஆண்டுகள் இங்கிலாண்டில் வசித்த பின்னர் பெரும்பான்மையினரைப் போல் ஆயினர்."

"உள்ளத்து இன்ப – துன்ப உணர்ச்சிகளை முகத்தின் நடிப்புத் தசைகளின் உதவியால் வெளியிடுவதில் வெவ்வேறு மனித இனங்களைச் சேர்ந்தவர்களிடம் காணப்படும் ஒற்றுமை வியப்பூட்டுகிறது."

இதைக் கூறியவரும் டார்வின்தான். வைதிக பாசிசம் மற்ற தத்துவங்களிடமிருந்து தங்களுக்குச் சாதகமானவற்றை எடுத்து, அவற்றையும் வைதிகமாக்கிவிடுவது இங்கு மட்டும் நடைபெறவில்லை.

சமயபுரம் மாரியம்மன் கோவிலிலும், மற்றுமுள்ள தமிழ்க் கோவில்களிலும் பூசனை செய்துவந்தது பிராமணர் அல்லர். ஒரு நிர்வாக அமைப்பிற்காக சட்ட ரீதியாக மாற்றப்பட்ட

ஒன்று அது. அதற்கான காரணங்கள் பரிசீலிக்கப்பட வேண்டியவை. மாரியம்மன் என்ற பெயரையே தம் குழந்தைகளுக்குச் சூட்டிக்கொள்வது இக்கோவிலில் தற்போது பூசனை செய்வோரின் வழக்கமல்ல. பெண் தெய்வங்களைப் போற்றுவது ஆரிய வழக்கமும் அல்ல. அப்படிப் போற்றவேண்டி வந்தால், அவற்றிற்கு ஞான ஸ்நானம் செய்வித்து, சமஸ்கிருதப் பெயர் சூட்டி, ஒரு புராணக் கதையை சிருஷ்டித்து, 'அத்தெய்வம் வேதத்தை ஒப்புக்கொண்டதுதான் – ஆரிய தர்மம்தான் அதன் வழக்கு' என்று பிரசாரம் செய்து ஆரியமயமாக்கிவிட்ட பின்னர்தான் ஏற்றுக்கொள்வார்கள். ஆரியமயமாகிவிட்டால் தமிழ்ப் பெயர்களை ஏற்றுக்கொள்வதில் குந்தகம் ஏற்படாது. இல்லையென்றால், சமஸ்கிருதப் பெயராக இருந்தாலும் அவை ஏற்றுக்கொள்ளப்படமாட்டா. எடுத்துக் காட்டாக, திருவாழ்மார்பன், ஒப்பிலியப்பன் போன்ற தமிழ்ப் பெயர்கள் அங்கீகரிக்கப் படுகின்றன. ஆறுமுகம், ஆவுடையப்பன், அம்மையப்பன், ஞானசம்பந்தன், சுந்தரமூர்த்தி, மணிவாசகன் ஆகிய பெயர்கள் சமஸ்கிருத சம்பந்தம் இருந்தபோதிலும் ஏற்கத்தகாதவை யாகின்றன. இதற்கெல்லாம் வரலாற்றுப்பூர்வமான காரணங்கள் உண்டு. சுருக்கமாகச் சொன்னால், கடவுள் பக்தி என்பதைவிட, இன ரீதியான உணர்வே அவர்களுக்கு அடிப் படையாக அமையும். அதனால்தான் சொல்ல வேண்டி வருகிறது. யாரை வேண்டுமானாலும் கடவுளாகப் போற்ற அவர்கள் தயார். ஆனால் ஒன்று, மந்திரம் சமஸ்கிருதத்தில் இருக்கவேண்டும். இன்னொன்று, இன ரீதியாக ஆரிய தர்மத்தை ஏற்றுக்கொண்ட கடவுளாக அது ஆக்கப்பட்டிருக்கவேண்டும்.

இதெல்லாம் இன்னொரு இனத்தைக் கேலிக்குரியதாக்குகிறதே என்ற கவலை அவர்களுக்கில்லை. நம்முடைய அரசர்களுக்கே இருந்திருக்கவில்லையே.

வைதிகம் என்பதோடு சமஸ்கிருதம் மட்டுந்தானா சம்பந்தப்பட்டுள்ளது – தமிழ் இல்லையா என்ற கேள்வி நியாயமாகவே எழக் கூடியது. எபிரேயத்தில், கிரேக்கத்தில், இலத்தீனில், ஏன் ஆங்கிலத்தில் கிடையாதா என்று கேட்க முடியும்.

எங்கும் இருந்ததும் இருப்பதும்தான் அது. இந்நாடு அதிலே பல விசேடங்களைக் கொண்டுவிட்டதுதான் முக்கியம்.

இந்த வைதிக எதிர்ப்பு பிராமண எதிர்ப்பு அல்ல. சிலர் தங்களுக்கு வேண்டாத பிராமணரை எதிர்க்க இதைப் பயன்படுத்தியிருக்கலாம்.

வைதிக எதிர்ப்பு காலங்காலமாக இருந்துவருகிறவொன்று. அது இம்மண்ணின் வேர்களிலிருந்து கிளம்பியதாகும். அப்படியானால் எப்போதும் இருந்துகொண்டுதானிருக்குமா, வெற்றி பெறாதா என்ற கேள்வியும் எழும். அப்படிப்பட்ட இரண்டாந்தர, மூன்றாந்தர சிந்தனைகள் ஏற்பட்டதன் விளைவைத்தான் நாம் அனுபவித்துக்கொண்டிருக்கிறோம். ஜார்ஜ் ஆர்வெலின் மிருகங்கள் பண்ணையாக மாறிக்கொண்டிருக்கும் கதை அது.

வைதிக எதிர்ப்பு என்பதே அதைத் தெரிந்துகொள்வதுதான். எது வைதிகம் என்பதைத் தெரிந்துகொள்வதிலேயே வைதிக எதிர்ப்பு அறியப்பட்டுவிடுகிறது. நடவடிக்கைகள் தொடர ஆரம்பித்துவிடுகின்றன. திருமூலர், சிவவாக்கியர், வள்ளலார் போன்ற சித்தர்கள் வெளிப்படையாகவே சொன்னார்கள் என்றால், திருவள்ளுவர், இளங்கோ போன்ற பெரியவர்கள் தமிழ் மரபைச் சொல்லி அதை உணரச் செய்தார்கள் எனலாம். வைதிகம் சிலவற்றைத் தன்னுடையதாக்கி வெற்றிகொண்டதற்கு அவ்வப்போது மன்னர்களே காரணம்.

வைதிகத்தை எதிர்த்த புத்தரின் தத்துவம் வைதிக மடங்களால் பின்னர் சுவீகரித்துக் கொள்ளப்பட்டது. பக்குவமாக ஞானஸ்நானம் நடத்தி முடிக்க உதவியவர்கள் மன்னர்கள்தாம். வேதகாலத்தில் இருந்த எதிர்ப்பும் தெரிந்ததுதான். அப்போது நிலவிய எதிர்ப்பு பணியரிடமிருந்து. அதுவும், "கடவுள் என்பது 'இல்லை' என்பதாகும்" என்ற சமண நெறியும், 'இல்லை இல்லை என்பதால் அது உண்டு' என்ற தென்னாட்டுச் சித்தாந்தமும், தொல்காப்பியத்திற்கு முன்னரே நம்மிடையே புழங்கி வந்த கடவுள் என்ற தமிழ்ச் சொல்லின் பொருளும் சம்பந்தம் உடையது என்று சொல்ல முடியும்.

துளசி என்னும் செடியின் இலை மருத்துவ குணம் கொண்டது என்பதைக் கண்டுகொண்டவன் வைதிகன் அல்லன். அவன் ஓர் அறிவியல்வாதி. மதவாதிகள் அந்த அறிவை தங்களுடையதாகப் போற்றி சாதகமாக்கிக்கொண்ட உடனேயே, அந்த அறிவு எல்லோருக்கும் பயன்படத் தடை ஏற்பட்டுவிடுகிறது. எப்போதாவது இந்தத் துளசி உடல்நலத்திற்குக் கெடுதி என்று தெரியவந்தால் அந்த விஞ்ஞான அறிவையும் தனதாக்கிக்கொள்ளும் தந்திரம் படைத்தது வைதிகம்.

இதை அறிந்துகொள்வதுதான் வைதிக எதிர்ப்பு. பல உருவங்களில் வரும் வைதிகமும், அதற்கு எதிர்ப்பாக நிற்பனவும் நின்று மோதுவதைக் கவனித்தால் உண்மை புலப்படும். இந்த நாட்டைப் பொறுத்தவரை மொழி என்ற வகையில்தான் வைதிகமானது அதிக வினையை விதைத்துள்ளது. வேறுவகையில் குறைவாகத்தான் சொல்லவேண்டும்.

மொழி என்பதன் வாயிலாகக் கலைகள் யாவும் சமஸ்கிருதத்தின் பிறப்பிடம் என்ற மாயத் தோற்றத்தைப் படிப்பற்றவரிடையே ஏற்படுத்திக்கொண்டு நின்றதும் வைதிகம்தான். தமிழ்நாட்டைப் பொறுத்தவரை இது ஒரு பெரிய துரோகமாகக் கருதப்படுகிறது. மற்றைய திராவிட மொழிகளில் இப்படியல்ல. அதன் முக்கியக் காரணம், வடமொழிகளில் இலக்கியங்களான இராமாயண – பாரதக் கதைகள்தாம் அம்மொழிகளில் முதல் இலக்கியங்களாக வந்தன. தமிழில் அவ்வாறல்ல. இதுவே, தமிழுக்கும் மற்ற திராவிட மொழிகளுக்குமான பெரிய வித்தியாசமாக நிற்கிறது. சமஸ்கிருதம் தவிர ஒரு மொழியில் பெருமை பேசுவது – அதாவது எல்லா மொழிகளுக்கும் சமஸ்கிருதம் தாய் என்று சொல்லிவிட்டுத் தத்தம் மொழியைப் புகழ்ந்துபேசுவது தவிர – தமிழைப் புகழ்வது அபாண்டம் என்று சொல்கிற அளவுக்குப் போய்விட்டது.

உலகமொழி

'தமிழ் என்னும் மொழி இந்நாட்டில் வேதங்கள் வருவதற்கு முன்பேயே இருக்கிறது. அது சமஸ்கிருதம் போல ஐரோப்பிய உறவு கொண்ட மொழி அல்ல' என்று சொன்னால் இந்திய மக்கள் பெருமையல்லவா அடையவேண்டும். அவ்வரலாற்று உண்மை எப்படி ஒற்றுமையைக் குலைக்கும்? வடமொழி என்னும் சமஸ்கிருதம் இந்நாட்டில் வந்து சீர் அடைவதற்கு முன்பு இங்கே நாகரிகமோ மொழியோ இல்லை என்பவனது நாட்டுப்பற்றைத் தமிழ் மக்கள் சந்தேகிக்கிறார்கள். அப்படிப்பட்டவர்கள் ஒரு மதவாதியாகவோ வெறியனாகவோதான் இருக்கமுடியும். அப்படிப்பட்டவர்களில் சிலர் விடுதலைப் போராட்டத்தில் ஈடுபட்டவராக இருந்தால்கூட, அப்படி ஈடுபட்டது இம்மாதிரி, வைதிகத்தையும் தங்கள் மொழியை மீட்கவும்தானேயொழிய மக்கள் நலனுக்கு அல்ல என்று தமிழர்கள் எண்ணத்தான் செய்வார்கள்.

சில சொற்களைத் தமிழில் சேர்த்துக்கொண்ட அளவில்தான், வடமொழியானது வைதிகத்தைத்தக்க வைத்துக்கொண்டிருக்கிறது. அது சில காலமாக ஆங்கிலச் சொற்களை நாம் ஏற்றுக்கொண்டது போலத்தான். மரபையும் நாகரிகத்தையும் ஒன்றும் செய்துவிட முடியவில்லை. ஆங்கிலத்திற்கும் சமஸ்கிருதத்திற்கும்தான் என்ன வித்தியாசம்? போப்பாண்டவர் இந்தியாவிலுள்ள கிறித்தவர்கள் சமஸ்கிருதம் பயிலவேண்டும் என்று சொன்னதில் வரலாற்று உண்மை உண்டு. ஐரோப்பியப் பல்கலைக் கழகங்களில் சமஸ்கிருத மொழியைச் சேர்த்துக்கொண்டு பாராட்டுவதிலும் உண்மை உண்டு. தமிழ்ப் பெயர்களை உச்சரிக்க முடியாமல் திண்டாடும் தொலைக்காட்சி (தில்லி) ஐரோப்பியப் பெயர்களில் கஷ்டப்படுவதில்லை என்பதும் உண்மை. அவ்வகை உண்மை இரகசியமாகவே பரிபாலிக்கப்பட்டு வந்தது. இனிமேலும் அப்படியே இருந்துவிட முடியும் என்று நினைத்துக்கொண்டிருக்கிறார்கள். அதற்காகவே கல்வியறிவை இதுகாறும் தமிழரிடையே தடுத்துவந்தார்கள். இப்போது காரியம் மிஞ்சிவிட்டது. என்ன செய்வது? ஓர் இனம் கலப்பு இனத்தது என்று சொல்லிக்கொள்ள எந்த சங்கோசமும் படவேண்டிய நூற்றாண்டு அல்ல இது. எந்த மரபையும் மொழியையும் அவர்கள் சார்ந்துள்ளனர் என்பதை அவரவர்தாம் தீர்மானித்துக்கொள்ள முடியும்.

எல்லா இனத்திலும் மொழியிலும் நல்லவரும் நல்ல இலக்கியங்களும் உண்டு. இரண்டு மரபுகளுக்கிடையே சிக்கிக்கொண்டுவிடுவதில் கஷ்டங்கள் இருக்கலாமேயொழிய, கேவலமொன்றுமில்லை. கம்பன் கூட இரு மரபுக்குள் சிக்கியவன்தான். வள்ளுவன் – இளங்கோ, சித்தர் – வள்ளலார் போன்றோருக்கு அந்த நிலை ஏற்படவில்லை.

"ஆரிய மொழிகளின் தோற்றம், உண்மையான இலக்கணம் ஆகிய நிலைகளை நான் இந்தத் தமிழ்மொழியின் மூலமாகவே முதன்முதலில் உணர முடிந்தது."

பகவான் என்று போற்றப்படும் அரவிந்தரின் மேற்படி உரையை வைதிகர்கள் ஏற்றுக்கொள்வர் என்று நம்புவதற்கில்லை. இது தேச பக்திக்குக் குந்தகம் விளைவிக்கும் ஒன்று என்று அந்த மகானையும் ஒதுக்கிவைக்க ஆரம்பிக்கலாம். ஆனாலும், இங்கே ஒரு சங்கராச்சாரியிடத்தில் வள்ளலார் கூறியவைதாம் நம்மைப் பொறுத்தவரை வரலாற்று உண்மை.

நமக்குத் தாய்மொழி – தந்தைமொழி எல்லாம் தமிழ்தான்.

- 1994

❖

26. யாதும் ஊரே

வசுதேவ குடும்பக

ஒரு விளம்பரத்தில் "யாதும் ஊரே" என்ற பூங்குன்றனாரின் வரிகளைப் போட்டு, அதைத் தொடர்ந்து அடைப்புக்குறிக்குள் "வசுதேவ குடும்பக" என்ற உபநிடத வரிகளை நிரப்பி விளக்கம் தந்திருந்தார்கள்.

பொதுவாக அடைப்புக் குறியிட்டு மேலும் சிலவற்றைச் சொல்வது, இதுவும் அதுவும் ஒன்றுதான் என்ற விளக்கத்தை அதிகமாகத் தெளிவுபடுத்திக் காட்டுவதற்காகவே இருக்கும்.

நல்லது – இரண்டும் ஒன்றுதானா? சம்பந்தம் ஏதாவது இருக்கிறது என்று ஏற்றுக்கொள்ளக்கூடியதுதானா? ஏதோ இரண்டும் ஒரே மாதிரியானப் பொருளைத்தான் சொல்கிறது என்று எண்ணுபவர்கள் இருக்கவேண்டும். மேற்கண்ட விளம்பரமே அதற்குச் சான்று. அப்படிச்சொல்வது – அதாவது வடமொழி வரிகளுக்கும் பூங்குன்றன் கவிதைக்கும் சம்பந்தமுண்டு என்று சொல்வது – எந்தவிதத்தில் நியாயம் என்று பாருங்கள்.

சமஸ்கிருதமயமாக்கல் பக்தி இலக்கிய காலத்திலிருந்தே நடந்து வந்திருக்கிறது. இது அரசியல் துறையில் கைவைத்து லாபமடைய அதையே பயன்படுத்தும் வழி. ஆட்டைக் கடித்து மாட்டைக் கடித்து பூங்குன்றனிடம் வந்திருக்கிறார்கள்.

எல்லாரும் கடவுளின் குழந்தைகள் என்று சொல்வது எல்லா சமயத்தவரும் ஒப்புக்கொள்ளும் விஷயம். உலகம் எத்தனை அளவு பரந்து கிடக்கிறது என்று தெரியாமலிருந்த காலத்திலும், "இந்த உலகம் கடவுளால் படைக்கப்பட்டது – அந்தக் கடவுள் எங்களுக்குச் சொந்தம் – எங்கள் மொழியில்தான் பேசினார் – இப்படியிப்படி கட்டளையிட்டார்" என்றெல்லாம் சொல்லும் வழக்கம்தான்.

ஆதாமின் சந்ததியினர் அல்லது கோத்திரத்தினர் என்று யூத – கிறித்தவ மதத்தினரும், இப்ராகிம் வாரிசுகள் என்று இஸ்லாமிய மதத்தினரும் கூறும் வாசகங்களும் வசுதேவ குடும்பம் என்று சொல்வதும் ஒன்றுதான்.

மேலும், இவ்வாசகங்கள் யாருக்காகச் சொல்லப்பட்டவை என்று பார்க்கும்போது, பெரும்பாலும் ஒரு குறிப்பிட்ட இனத்திற்கு மட்டுமே பொருந்துகின்றன. இல்லையெனில், ‘அவ்வாறு இல்லாதவர்களுக்கு எதிராக நீங்கள் ஒன்றுபடுங்கள்’ என்ற பொருளையோ கொள்கையையோ கொண்டு நிற்பனவாகும். பறவைகளுக்கும் மிருக இனத்திற்கும் எதிராகச் சொல்லப்பட்டதா என்றும் கேள்வி எழும்.

‘வசுதேவ குடும்பம்’ என்றாலும் அப்படித்தான். வசுதேவன் என்ற உப கடவுளின் பெயரில் வந்துள்ள வாசகம் அது. எல்லாரும் வசுதேவனின் குடும்பத்தார் எனக் கூறிப் பிரச்சாரம் செய்யும் பணியில் அமைந்தது. பொதுவாக, அன்று வழக்கத்திலிருந்த அல்லது வேரூன்றத் தொடங்கியிருந்த பிராமண மதத்தின் பிரயோகம்தான். ஆதாமின் சந்ததியினரை ஒன்றுசேர்ப்பதற்கும் இப்ராகிமின் வாரிசுகள் எனக் கூறி ஒன்றுபடுத்துவதற்கும், வசுதேவ குடும்பமாக எல்லாருக்கும் அழைப்புவிடுவதற்கும் எந்த வேறுபாடுமில்லை.

ஆனால், எந்தவிதப் பிரச்சாரமும் உபதேசமும் “யாதும் ஊரே” கவிதையில் இல்லை. ‘எல்லா ஊரும் எனதூர் – நான் உங்களுடைய சொந்தக்காரன்’ என்று, தன்னை வெளிப்படுத்தி மற்றவர்களோடு இணைத்துக்கொள்ளும் பரவசம்தான் அது. புத்தர் அங்குலிமாலனிடம் தானாகவே சென்றதுபோன்ற ஒரு நிலை – பூங்குன்றன் புத்த மதத்தைச் சார்ந்த சங்க காலக் கவிஞன் என்றும் கூறமுடியாது.

தானாகத் தோன்றுவது என்பது ஓர் உயர்ந்த நிலை – அறிவியல் சார்ந்தது என்று சொல்லிவிட முடியாது. தென்னாட்டுச் சித்தாந்தங்களில் இது ஒரு சமயமாகக் கொண்டாடப்படுகிறது. தெய்வம் எந்த நிலையிலும் பெண் வயிற்றில் குழந்தையாக அவதரித்து மனித குலத்தை மேம்படுத்த வருவதில்லை. தெய்வம் தானாகவே தோன்றுகிறது என்பது அந்தச் சித்தாந்தம். அவதாரங்கள் ஏற்றுக்கொள்ளப்படுவதில்லை. ராமனையும் கிருஷ்ணனையும் நல்ல அரசர்களாகவும் நல்ல மனிதர்களாகவுமே தெய்வ சிந்தனையுடைய தென்னக அறிஞர்கள் இன்றும் கருதுகிறார்கள். தத்துவஞானி விவேகானந்தர் கருத்தும் இதுவே.

இந்தத் தென்னாட்டுச் சித்தாந்தம் ஒருவகையில் ‘கிறித்துவத்திற்கு மாறாகவும், இஸ்லாம் மதத்திற்கு ஏற்றதாகவும் உள்ளது’ என்றும் கூற முடியும்.

‘யாதும் ஊரே’ பாடல் ஒரு சித்தர் வாக்கு. அது ஒரு புலம்பல் போலத் தெரிகிறது என்று சில அன்பர்கள் கூறுவதும் உண்டு. ஒரு வகையில் அது உண்மை. சித்தர் குணந்தான் அது. ஆற்றங்கரையில் நின்று ஒரு தனித்த பார்வை மூலம் வாழ்வை உணர்ந்த ஒரு சித்தனின் வாக்கு. நமது கிராமங்களில் பெண்கள் ஒப்பாரிவைத்து அழுகையில்கூட கவிதை அம்சம் புலப்படும். ஏதும் அறியாத நிலையில் சாவையும் வாழ்வையும் இணைத்து அவர்கள் அறியாத நிலையிலேயே தோன்றும் வார்த்தைகள் அவை.

‘ஒன்றை ஆரியமயமாக்கவேண்டும்; இல்லையேல்’ இல்லாமல் செய்துவிடவேண்டும் என்ற கொள்கையை நடத்திக்கொண்டிருப்பது வைதிகம்.

‘பூங்குன்றன் ஒரு நாடோடியாக இருக்கவேண்டும்’ என்று கருணையுடன் தெரிவிக்கின்றார் ஒரு வைதிகவாதி.

பூங்குன்றன் வாழ்க்கை நமக்குத் தெரியாது. ஒரே ஒரு கவிதைதான் கிடைத்துள்ளது. ஓர் அறிவர் – சித்தர் நிலையிலிருந்து எழுதியிருக்கவேண்டும் என்று தெரிவதோடு பூங்குன்றன் தமது சொந்த மண்ணில்தான் சுற்றியிருக்கிறார் என்பது விளங்குகிறது. ஆனால், இந்த அளவு அபிமானத்தோடு பூங்குன்றனைக் கண்டுபிடித்த வைதிகம், வேத சுலோகங்களை எழுதிய நாடோடிக் கவிஞன்களைப் பற்றி வாய் திறக்காது. அது தந்தைமொழிப் பற்று செய்கிற வேலை. ஒரே நாளில் பல சூரியன்கள் தோன்றுவது பற்றிய குறிப்பு சமஸ்கிருத சுலோகங்களில் இருக்கிறது என்று வியந்து போற்றி தமது முன்னோரின் ஞான திருஷ்டியைக் குறிப்பிடுவார்கள். ஆனால், “இப்படி ஸ்லோகம் எழுதியவன் ஒரு நாடோடிக் கவிஞன். தம் முன்னோர் தங்களது சொந்த இடங்களில் கண்ட காட்சியை அதாவது துருவப் பிரதேசங்களில் கண்டவற்றைக் கூறியிருப்பார்கள். அது சாதாரணமான ஒரு காட்சியே தவிர ஞான திருஷ்டியும் இல்லை: ஓர் எழவும் இல்லை – நாடோடிகள் எல்லாரும் காண்கிற காட்சிதான் அது” என்று எந்த யோக்கியரும் வைதிகத்தைக் காட்டிக்கொடுப்பது கிடையாது. இதெல்லாம் இம்மாதிரி வாசகங்களை யெல்லாம் தமிழ் சம்பந்தப்பட்டவற்றில் மட்டுமே வைதிகம் பயன்படுத்தும்.

- முன்றில், 1994

❖

27. மேலும் சில குறிப்புகள்

ஒருவனுடைய வம்சாவளிதான் கோத்திரம் என்றால் அது எல்லாருக்கும் உண்டு. மிருகங்களுக்குக்கூட இருக்கிறது. குதிரைகளின் கோத்திரத்தை பந்தயப் பிரியர்கள் பார்ப்பதுண்டு. ஒரு குறிப்பிட்ட பிரதேசத்தில் குறிப்பிட்ட காலத்தில் இருந்த குறிப்பிட்ட இனத்தாரின் வம்சாவளியினை மட்டும் வைதிகம் காட்டும்.

'தமிழர்களில் சிலரும் கோத்திரத்தைச் சொல்லிக் கொள்கிறார்களே' என்றால், அது சில அரசர்களைப் பின்பற்றி ஏற்பட்டதாகும். ஆங்கில அரசிற்கு உட்பட்டிருந்த சமயம் நம்மில் பலர் அவர்கள் வழக்கங்களைப் பின்பற்றி வந்தது போலத்தான்.

முன்னோர்களை நினைவுபடுத்த பூர்வர்களால் ஏற்படுத்தப் பட்டதுதான் பிராமணருக்கான திரிகால சந்தியாவந்தனம். அந்தப் பூர்வர்கள் யார்? அவர்களுக்கும் தமிழருக்கும், எடுத்துக்காட்டாக, கரிகாலனுக்கும் – சம்பந்தம் உண்டா என்றால், இல்லை.

இந்தப் பூர்வர்கள் பிரம்மாவின் வேள்வியில் தோன்றிய எழுவர் ஆகும். பிருகு, ஆங்கிரஸ், மரீசு, அத்ரி, புலகர், புலஸ்தியன், வசிட்டர் ஆவர். இதில் புலகர் அரக்கரையும், புலஸ்தியர் பைசாசரையும் தோற்றுவித்தனராம். வசிட்டர் இறந்து மீண்டும் மரீசியின் மரபில் பிறந்தார். இப்படி எட்டுப் பேருடன் மேலும் பத்துப் பேரையும் சேர்த்துக் கூறப்படுவதுதான் பதினெட்டுப் பிரிவான கோத்திரங்கள். எல்லாவற்றையும் புராணம் என்று கூறிக்கொண்டாலும் எந்தக் கதையிலும் வரலாற்று உண்மை இல்லாமல் போகாது. மேற்படி கோத்திர நபர்கள் தாம் பூர்வகர்கள் என்றால் – இந்நாட்டில் இந்தோ – ஆர்ய சமூகத்தில் நமக்குத் தெரிந்தவரை, இவர்களைக் குறிப்பிடலாம். இவர்களைப் பற்றி மட்டும்தான் தெரிகிறது.

இவர்களின் தகப்பனாரான பிரம்மா இந்தக் கூட்டத்தின் தலைவராக இருந்திருக்கிறார். பிரம்மன் ஈரானிலும் தெரிந்த கடவுள்தான்.

இந்த நபர்களுடன் பெண்கள் அதிகமாக இல்லையாதலால் அவர்கள் பூர்வகுடிப் பெண்களை மணந்திருக்கவேண்டும். வசிட்டன் அருந்ததியை, காசியபன் மாயையை என்று. அப்படிப் பார்க்கும்போது, இப்புராணங்கள் ஒரு குறிப்பிட்ட இனத்தவரின் வரலாற்றை மட்டும் குறிப்பிடுபவையே தவிர தமிழர் வரலாறும் சேர்ந்த இந்திய வரலாற்றை அல்ல. வசிட்டனின் தாய் யாரென மணிமேகலையில் பார்த்துத் தெளிக.

இந்தோ ஆரியரோ, ஆங்கிலோ இந்தியரோ, தமிழரோ – யாராகவிருந்தாலும் தங்களை அவ்வாறே அழைத்துக்கொள்வதில் எந்தத் தவறுமில்லை. கேவலமுமில்லை. கேவலம் உண்மையைத் திரித்துக் கூறும்போதுதான் ஏற்படுகிறது.

மலைவாழ் மக்கள் – கானவர் – மீனவர் ஆகியோரில் சிலர் நாளடைவில் விவசாய நாகரிகக் காலகட்டத்தில் உழவுத் தொழிலை அறிந்து நிரந்தரமாக ஓரிடத்தில் தங்கியிருக்க ஆரம்பித்தனர் என்பது விஞ்ஞான ரீதியான உண்மை. இது ஒரு புறமிருக்க, அந்த வளர்ச்சி பெற்ற உழவர்கள் ஒரு காலகட்டத்தில் தங்களின் வறிய உறவினத்து மக்களை முடிவெட்டல், துணி துவைத்தல், மரமேறல் முதலிய வேலைகளைச் செய்யப் பணித்ததும் உண்டு. அதற்கு ஒரு காரணம், அப்போது மலைவாழ் மக்கள் இந்த உழவர்களுக்கு எந்தவித உதவியையும் செய்யக்கூடாதென்ற கட்டமைப்பு, அந்தக் காரணத்தால் மேற்படி பணிகளைச் செய்து வந்த வறிய உழவர்கள் பிற்காலத்தில் வேளாண் நாடார், வேளாண் செட்டி, வேளாண் அம்பட்டர், குறிஞ்சி வேளாளர் என வழங்கப் பெறலாயினர். உயர்ந்தவன், தாழ்ந்தவன் என்பது இன அடிப்படையில் அல்ல என்பது திரு.கே. கனகசபை போன்ற ஆய்வாளரால் சுட்டிக் காட்டப்பட்டுள்ளன. குணத்தால் மட்டுமே ஒருவன் பிராமணன் ஆகிறான் என்று சொல்லி அதிலும் வைதிகத்திற்குப் பெருமை தேடுபவர்கள் ஒன்றை மறந்துவிடுகிறார்கள். சீலத்தால்தான் ஒருவன் பிராமணன் ஆகிறான் என்றால், பிராமணச் சிறுவன் – பிராமணக் குழந்தை என்று யாரையும் குறிப்பிட முடியாது – இருந்திருக்கவும் முடியாது. உடல் – ஆத்மா என்பதின் குறியீடுதான் துவிஜன் என்றால் இந்த விஷயத்தில் மிகுந்த ஞானம் பெற்ற விசுவாமித்திரரை துவிஜன் என்று சொல்லமுடியுமா?

“துவிஜோத்ம” என்று கீதையில் வரும் வாசகம் (பதம் 7) ‘பிராமணரில் சிறந்தோரே’ என்றுதான் பொருள் கொள்ளப்படுகிறது. தமிழ் என்றால் “இனிமை” என்று சொல்லப்படுவது போல, பிரம்மத்தை அறிந்தவன் பிராமணன் என்பது பிராமணன் என்ற இனம் ஏற்பட்ட பின்னர்தான் ஏற்பட்டிருக்க முடியும். தமிழ்நாட்டில் ஆங்கிலேயரும் தமிழரும் சேர்ந்து ஆங்கிலோ – இந்தியன் என்றிருக்கிற நம் சகோதரர் போன்ற சமாச்சாரம்தான் துவிஜன் விஷயமும். இங்கிருக்கும் ஐரோப்பியரை நாம் ஆங்கிலோ இந்தியன் என்று சொல்ல முடியாது. இரண்டு இனத்தவரும் ஆங்கிலமே பேசுகிறார்கள்.

பதினெட்டுப் புராணங்களின் காலம் வரை (இது ஏறக்குறைய கி.பி. பத்தாம் நூற்றாண்டு) பூர்வகுடிமக்களின் கடவுளைக் கேலி செய்தல் நடந்துவந்திருக்கிறது. பிரகத் நாரதீய புராணம், “சிவலிங்கத்தை வணங்குபவன் மறுபிறவியில் சூத்திரனாகப் பிறப்பான்” என்கிறது. வேத காலம் முதல் இன்று வரை பூர்வகுடிமக்களின் வார்த்தைகளும் வடமொழி இலக்கியத்தில்

எடுத்துக்கொள்ளப்பட்டிருப்பதால் சிவன் மற்றும் தெய்வங்களைப் புகழ்ந்துசொல்லப்பட்டிருக்கிற பகுதியும் இடம்பெற்றிருக்கின்றன. அவ்வாறு எடுத்துக்கொள்ளப்படும்போது, மிகவும் கவனமாக சிவனுக்கு சாமவேதம் பிடிக்கும் என்று கூறி ஞானஸ்நானம் செய்வித்து, சிவனுக்கு முன்பேயே சாமவேதம் இருந்தது என்ற தற்பெருமையும் ஏற்படுத்திக்கொள்கிறது வைதிகம்.

தமிழ் நாட்டில் பக்தி இலக்கியம் ஒருவகை வைதிக எதிர்ப்பில்தான் தோன்றியது. அவ்விலக்கியத்தில் எல்லாருமே பங்குகொண்டனர். நப்பின்னை – கண்ணன் கதை ஆண்டாள் கதையானதும், காரைக்காலம்மையார் கதை கன்னடத்தில் அக்கம்ம தேவியானதும் இலக்கிய வரலாறு. திருமுறைகள், பெரிய புராணம் இவற்றிற்கெல்லாம் எதிர்ப்பு எதுவும் தெரிவிக்கவில்லை அப்போதைய வைதிகம். தமிழின் புகழ்பாடும் இவ்வகை இலக்கியங்களை வரவேற்கவேண்டிய அவசியம் இருந்தது. பல்லவர் – பிற்காலச் சோழர் காலத்தில் தானமாகப் பலவற்றைப் பெற்றுக்கொண்ட வைதிகர்கள், நிரந்தரமான ஒரு நிலைக்கு வந்தபோது, ஒருவகைத் தாழ்வு மனப்பான்மைக்கு உள்ளாகி இருந்தனர். அதன் முக்கிய காரணம் மச்ச புராணம் போன்ற நூல்களிலும் அதற்கு முன்னரே உள்ள பிரம்மாணங்களிலும், நர்மதை நதிக்குத் தெற்கேயுள்ள பிராமணர் மூலம் சிரார்த்தம் முதலியன செய்துகொள்ளக் கூடாது – அவர்கள் பிராம்மணர் அல்லர் என்று சொல்லப்படாத பல விஷயங்களால்தான். வேறு பல நூல்களில் ஆரியப் பெண்களை திராவிட மன்னர் மணந்துகொண்ட விவரங்கள் உண்டு. இம்மாதிரிப்பட்ட பல விஷயங்கள் – பலருக்குத் தெரியக்கூடாத விஷயங்கள் தமிழ்நாட்டில் கல்வியறிவு ஓரளவு பெற்ற வேளாளருக்குத் தெரிந்திருந்தபடியால், வடவரை நம்ப முடியாத நிலையில் சூத்திரர் களாகக் கருதினாலும் நிலவுடைமைக்காரரான வேளாளரின் தொடர்பை அதிகரித்துக் கொண்டனர். அவர்களது மொழியாகிய தமிழையும் போற்ற வேண்டிய கட்டாயம் ஏற்பட்டது. ஆரியம் – தமிழ் இரண்டையும் இணைக்கும் முயற்சியையும் மேற்கொண்டனர். இதற்கு அரசு ஆணை பலமும் உண்டு. 'ஆரியம் தந்தை; தமிழ் – தாய் – ஆரியமும் தமிழும் இரண்டு கண்கள்' என்று கூறப்பட்டது. தமிழின் பெருமை பேசும் பாடல்கள் தமிழ் மந்திர சக்தி உடையது என்று ஒப்புக்கொண்டு (வட மொழியைவிட அதிக மந்திர சக்தி உடையது என்று) எழுதப்பட்ட பாடல்களையும் ஆதரித்தனர். இவையெல்லாம் ஓர் உள்நோக்கத்தோடு செய்யப்பட்ட காரியம். பிரித்தானிய காலனி ஆதிக்கத்தில் தமிழை விட்டு ஆங்கிலத்திற்குத் தாவியது வைதிகம்.

லிங்கத்தை ஆண்குறிக் கடவுள் என்று ஐரோப்பியர் சிலர் கேலி செய்ததும் வேதங்களும் சில புராணங்களும் கண்டனம் செய்ததும் ஒன்றுதான். பெண் தெய்வம், சிவன், விஷ்ணு என்று பிற்காலத்தில் வைதிகம் ஏற்றுக்கொண்டதற்கு வேறு வழி இல்லாததே காரணம்.

'சிந்து வெளி நாகரிகத்தில் காணப்படும் லிங்கம், நந்தி ஆகியவை ஆரியர் அல்லாத பூர்வகுடிமக்களின் அடையாளம்' என்பது வரலாற்றில் ஒப்புக்கொள்ளப்பட்ட விஷயம்.

அந்தணர், அரசர், வணிகர், வேளாளர் என்ற தொடர் இங்கே – தமிழகத்தில் இருந்த வர்ண முறை அல்ல. பிராமணர், சத்ரியர், வைசியர், சூத்திரர் என்பதின் தமிழாக்கம்தான்.

பாரியும், பேகனும், வல்வில் ஓரியும், பர்வதராசனும், புலித்தேவனும், கட்டபொம்மனும், ராமநாதபுரம் அரசர் சேதுபதியும் மன்னர்கள். அவர்களை சத்திரியர் என்று எவ்வாறு

சொல்லமுடியும்? கரிகாலன் மள்ளன். இந்த மள்ளர் பிரிவுதான் பள்ளரென மாற்றமடைந்தது என்று ஓர் ஆய்வு உண்டு.

சிந்துவெளி நாகரிகக் காலகட்டத்திலிருந்த பூர்வகுடிமக்களைப் பணியர் என்று வேதங்கள் குறிப்பிடுகின்றன. அவர்களைப் பற்றிக் கோபத்தோடு பேசுகின்றன. அந்த மக்கள் ஆரியர் அல்லர். அவர்கள் தானியங்களை உற்பத்தி செய்து விற்ற இனம் சார்ந்தவர். பணியர் என்ற பெயரே உழைப்பைக் குறிக்கிறது. தமிழில் அதன் பொருளும் அதுதான். பின்னாளில் வட இந்தியாவில் பணியர் என்ற பெயரும், தெற்கே பணிக்கர் என்ற பெயரும் ஏற்பட்டிருக்கிறது என்பதும் கவனிக்கத் தக்கது. விவசாயம் – ஊர் என்று வளர்ச்சி யடைந்திருந்த ஒரு நாகரிகம் சிந்துவெளியில் அழிந்திருக்கலாம். அழிக்கப்பட்டிருக்கலாம். ஆனால் இங்கே அப்படியல்ல – என்றுமே விவசாயம்தான் உன்னதமாகக் கொண்டாடப் பட்டிருக்கிறது.

மண், நீர்வளம், இயற்கை அமைப்பு ஆகியவை பற்றி ஆய்ந்த விஞ்ஞானிகள் கூற்றின்படி இங்கே தென்னிந்தியாவில் ஒரு காலத்தில் வழக்கத்திலிருந்த நீர்ப்பாசன முறை போல உலகில் ஒன்றிரண்டு இடங்களில்தான் இருந்திருக்கின்றன. உணவருந்தும் வகைகளில் மாமிசம் உண்பதை ஒரு நெறிமுறையாகவே பயின்றவர் வேதகால பிராமணர். விருந்தாளிக்குப் பன்றி மாமிசம் அளிக்கவேண்டுமென்பது ஸ்மிருதி. “இந்தக் கன்றுக்குட்டிகளில் எதை உனக்குச் சமைத்துத் தரவேண்டும், சொல்” என்று ராமனிடம் கேட்கும் பரத்வாச முனியை ராமாயணத்தில் படிக்க முடியும். தட்பவெப்பநிலை சார்ந்துதான் உணவுப் பழக்கம் என்பது ஒரு காரணம். இன்னொன்று தாவர உணவுப் பழக்கத்தை மட்டுமே கைக்கொண்டு உயிர் வாழும் சக்தியுமில்லை அந்தக் காலத்தில். எனவே இதை ஒரு குறையென்று சொல்ல முடியாது. நெறிமுறைகள் ஏற்றுக்கொள்ளப்படுவதும், தள்ளப்படுவதும் இயற்கை சம்பந்தப்பட்ட விஷயம். இந்த சைவ உணவு என்பது ஒரு நெறிமுறையாக – சமய நெறியாக – கருதப்படுவதன் முன்னரே, தாவரங்களை உண்டே உயிர் வாழக் கூடிய திறனும் வசதியும் இயற்கை நிலையும் யாருக்கு அமைந்திருந்ததோ, அவர்களே இப்பழக்கத்தை அடிகோலியவராக இருக்க முடியும். ஓர் எடுத்துக்காட்டாக இதைச் சொல்லலாம்: கட்டாயம் மாமிசம் சாப்பிடவேண்டும் என்ற வைதிக நெறிமுறைக்கு மாறாக, தென்னாட்டுப் பார்ப்பனர்கள் சைவ உணவுப் பழக்கத்தைக் கையாண்டுவருகின்றனர். இந்த மாற்றத்திற்குக் காரணம் அவர்களுக்குக் காய்கறி உணவே தானமாக அளிக்கப்பட்டது. எந்த வேலையும் செய்யாது நிலச்சுவான்தார்களாக, உழுவித்துண்ணும் மருத நில மக்களிடையேதான் இந்தத் துணைக்கண்டத்தில் தாவர உணவுப் பழக்கம் தோன்றியிருக்கிறது. இங்கேயும் அது ஒரு நெறிமுறையானது பிற்காலத்தில். மனித இனங்கள் பற்றிய விஷயங்களை ஆய்ந்த விஞ்ஞானிகள் கூற்றும் இதுவே.

உயிர்க் கொலையை வன்மையாகக் கண்டிக்கும் மதங்களும் உணவு முறையில், அதை வற்புறுத்துவது கிடையாது. புத்த நெறிகளைப் பேணும் திபெத்திய மக்கள் அதற்காக மாமிச உணவைத் தவிர்த்துவிட இயலாது. புத்தரும் வற்புறுத்தவில்லை என்று சொல்லப்படுகிறது. தமிழகத்தில் அந்தப் பழக்கம் மருதநில மக்களின் விவசாய நாகரிகத்தாலும் இயற்கையின் கருணையாலுமே தவிர – சமய நெறிமுறையால் முதன்முதலில் ஏற்பட்டது என்று சொல்லமுடியாது. ‘ஊன் உணவை விட்டுவிட்டேன்’ என்று ஜம்பமடித்துக்கொள்வது பிறரிடம் சொல்வதற்காகவும் பெருமை பாராட்டிக்கொண்டு

பிறரை மிரட்டுவதற்காகவே அன்றி, வேறு எதற்கும் உண்மையில் பயன்படாது என்றவாறு அப்பர் பெருமான் 'பாவநாசக் குறுந்தொகை'யில் கூறியிருப்பது நினைவுகூர வேண்டிய சங்கதி.

இந்தோ – ஆர்ய அல்லது இந்தோ–ஐரோப்பிய மொழிக் கூட்டத்தைச் சார்ந்தவற்றைப் பேசி வருவோர் உலகில் ஐம்பது விழுக்காட்டிற்கும் அதிகமாவர். இக்கூட்டத்தினரின் பழைய மொழிகளில் ஒன்றுதான் சமஸ்கிருதம். இம்மொழிகளைக் கொண்டே இவற்றைப் பேசுவோரின் இனம், நாகரிகம், பண்பாடு ஆகியவற்றைக் கணித்துவிட முடியாது. நீக்ரோக்களும் வெள்ளையரும் அமெரிக்காவில் ஆங்கிலம்தான் பேசுகின்றனர்.

இந்திய இலக்கியம் என்று ஏதாவது இருந்தது என்று சொல்ல முடியாது. வேதங்களிலும் புராணங்களிலும் அன்புகுறித்துப் பேசவே இல்லை. தனது கூட்டத்தைச் சார்ந்தவரின் நலனுக்காக ஒருவன் சொல்வதோ, செய்வதோ அவர்கள்மீது செலுத்தும் அன்போ ஆரவாரத் தன்மையுடையதாகும். அது தனக்குத் தானே செய்து கொள்ளும் நலம்தான். வேதங்களிலும் இதிகாசங்களிலும் இதைத் தவிர வேறொன்றையும் காணமுடியாது. ஆனால், புத்திசாலித்தனம் உண்டு, பிழைக்கும் வழி உண்டு – தந்திரங்கள் உண்டு. "இப்போது என்ன செய்யவேண்டியுள்ளது என்று மட்டும் பார்" என்ற பாத்திரத்தைக் கொண்டுநிற்பது மகாபாரதம். சங்க இலக்கியங்களிலும் திருக்குறள் மற்றும் குறுந்தொகை போன்றவற்றின் சில பாடல்கள் தவிர – மற்றவை மேற்படி தூய அன்புபற்றிப் பேசவில்லை. ஆனால், ஒரு தெளிவு இருக்கிறது. பைபிளின் பழைய ஏற்பாட்டிலும் அது இல்லை. இரண்டாயிரம் ஆண்டுகளுக்கு முன்னர் என்று எடுத்துக்கொண்டோமானால் புத்தர், வள்ளுவர், ஏசு ஆகியோரே அன்பு பற்றிப் பேசமுடிகிறது.

வைதிக எதிர்ப்பு என்பதே அன்புதான், சக மனித நேயம்தான்.

அன்பிற்கு மட்டுமல்ல; ஞானம் என்பதற்கும் எதிரானதுதான் வைதிகம். பக்தி என்பதற்கும் எதிரிதான். பிரம்ம ஞானம் பெறச் சென்ற சம்புகன் கொல்லப்பட்டதும், தாழ்த்தப்பட்டவர்க்காக ஒரு லிங்கம் நிறுவி, பூசனை செய்ய முற்பட்ட நாராயண குரு அவமதிக்கப்பட்டதும் வைதிகத்தால்தான். "அது தமிழ் சிவன், நீங்கள் யார் என்னைத் தடுக்க" என்று வைதிக நம்பூதிரிகளைக் கேட்டு அவர்களை நாராயண குரு விரட்டியது வேறு விஷயம்.

கடவுள் மறுப்புக் கொள்கையைக் கூட வைதிகம் ஏற்றுக்கொள்ளும். அந்தக் கொள்கைகூட ஒரு புதிய வைதிகத்தை ஏற்படுத்துவதாகவிருந்தால், ஆரியத் தன்மை அதிலிருக்கவேண்டும். அல்லது சொல்பவர் அந்த இனத்தைச் சார்ந்தவராதல்வேண்டும். வேத காலத்து சார்வாகனை வைதிகம் குறைகூறுவதில்லை. மதவெறியைக் கொண்ட அரசியல் கட்சிகள்கூட குறைகூறாது. ஆனால், கடவுள் மறுப்புக் கொள்கையைத் தமிழ்நாட்டில் பரப்பிய பெரியார் விஷயம் எப்படி எடுத்துக்கொள்ளப்படுகிறது? ஏறக்குறைய அதையே கூறும் ஜே.கிருஷ்ணமூர்த்தியை வைதிகர்கள் வைவதில்லை. சிவவாக்கியரையும் திருமூலரையும் எப்படி எடுத்துக்கொள்கிறது இந்த வைதிகம்? "நட்ட கல்லைத் தெய்வமென்று" என்ற வரிகளை அச்சிடவே கூடாது என்றும் சாதிக்கலாம். ஆனால் எந்தக் காரணத்தைக் கொண்டும், எந்தச் சந்தர்ப்பத்திலும் மனுஸ்மிருதியை மறுத்து வைதிகம் பேசாது.

“அம்மையப்பா – முருகா – ஆறுமுகா” என்று கூப்பிட்டுக் கையேந்தினால், அவன் பிச்சைக்காரன். “ஸோமாஸ் – கந்தாய நமஹ” என்று கூறிக் கைநீட்டினால், அது தானம் வாங்குவதாகும். இதுதான் வைதிகம்.

விவசாயி ஒருவரின் தோப்பைப் பார்வையிட்ட விஞ்ஞானப் பேராசிரியர் “இப்படியா மரம் வளர்ப்பது – இதோ இந்த மாமரத்தில் பத்து மாங்காய்கூடத் தேறாது. இதற்குத்தான் விவசாயப் படிப்பு வேண்டும்” என்று கூறினால், அந்த விவசாயி “ஐயா – பத்து மாங்காய் என்ன – ஒரு காய்கூடக் கிடைக்காது – இது கருவேல மரம்” என்று கூறி அவர் வாயை அடைத்திருக்க முடியும். ஆனால், அப்படியெல்லாம் சொல்வதில்லை. ஆங்கிலப் பேராசிரியர் தப்பாகப் பேசுவாரா? வைதிகம் – வடமொழி என்பது இதைப் போன்றதே.

தமிழ்நாட்டில் வாயை துணியால் மூடிக்கொண்டு தெய்வ பூசனை செய்யும் வழக்கம் உண்டு. ‘இது மௌனம் – இல்லை இல்லை’ என்ற தென்னாட்டுச் சித்தாந்தங்களிலிருந்து வந்திருக்கலாம். சும்மா இரு, பேசாமல் இரு என்பதற்குப் பதிலாக “சிவனேன்னு இரு” என்று சொல்லும் வழக்கம் இன்றும் கிராமப்புறங்களில் உண்டு.

ஐம்பத்தாறு தேசங்களாக இருந்தது இந்த நாடு என்று பெருமைபேசுவது தவறு. ஐம்பத்தாறு தேசங்கள் என்று கூறுவது சீனா, கிரேக்கம், சாவகம், கடாரம் (பர்மா), சிலோன் ஆகிய நாட்டு மன்னர்கள் அங்குள்ள ஒரு அரசனின் முடிசூட்டு விழா போன்றவற்றில் பங்கெடுத்துக்கொண்டதைச் சொல்லும் ஒரு கவிதாயுத்திதான். சீனாவும் கிரேக்கமும் இந்தியாவிலா இருந்தன? (சீனா, கிரேக்கம் ஆகிய நாடுகளும் ஐம்பத்தாறு தேசங்களில் அடங்கும்) அந்த நாட்டு இலக்கியங்களிலும் இதுபோன்ற சொற்றொடர்கள் உண்டு.

ஆன்மிகம் – மதம் இரண்டும் ஒன்று என்று நினைத்துச் செயல்பட்டதால் உலகு அடைந்த கேடுகள் அநேகம்.

“சமுதாயக் கோபுரத்தின் அடித்தளமாக அமைந்திருக்கும் மக்கள் அறிவில்லாதவர்கள். இழிவானவர்கள். மொழியிலும் பழக்க வழக்கத்திலும் அசுத்தமானவர்கள். இங்லண்டில் இவ்வகுப்பினர் மூழ்கிக் கிடக்கும் பத்தாமவர் Submerged Tenth என்று அழைக்கப் படுகின்றனர். கீழ்வகைப்பட்ட எல்லாப் பிராணிகளைப் போல இவர்கள் விரைந்து இனப் பெருக்கம் காணக்கூடியவர்கள்... அப்படிப்பட்டவர்கள் சில தலைமுறைக்குப் பின்னரே – தூய்மையான உணவு, நல்ல பழக்க வழக்கங்களைக் கைக்கொண்ட பிறகே அம்மக்கள் மற்ற பரம்பரையிலிருந்து வரும் குழந்தைகளுடன் அமர்ந்து படிக்க முடியும்... இங்கிலாந்திலும் அப்படித்தான்.”

– மேற்படி உரை அன்னி பெசண்ட் அம்மையாரால் 1909ஆம் ஆண்டு ஆற்றப்பட்டது.

மேற்படி அன்னி பெசண்ட் அம்மையாரின் உரை எத்தன்மையது என்பதற்குப் பதில்போல ஞானி விவேகானந்தர் சொன்னது வருமாறு:

“சங்கரருக்கு சவரம் செய்யப் பயன்படும் கத்திரியைப்போன்ற கூர்த்த அறிவு. ஆனால் அவருக்குப் பெருந்தன்மை இல்லை.”

இந்து மதத்தைப் பிரபலப்படுத்திய ஞானி விவேகானந்தர் போன்றவரை சாதாரணமாக வைதிக மடங்கள் ஏற்றுக்கொள்வதில்லை. காரணம் வெளிப்படை.

இராசராச சோழன் காலத்திற்கு முன்னர் தில்லைவாழ் அந்தணர்கள் யாது காரணத்தாலோ, தில்லையை விட்டுச் செல்ல, வட நாட்டு ஆரிய பிராமணர் அரசன் துணையால் தில்லைக் கோவிலில் தங்கி, தேவாரத் திருமுறைகள் வைத்திருந்த அறையைத் திறக்க மறுத்திருக்கவேண்டும். அவர்கள் நோக்கம் தமிழ்ப் பதிகங்கள் பரவக்கூடாது என்பதே. 'ஆடிப் பெருக்கு போன்ற நாள்களில் ஏடுகளை நீரில் போட்டால் நல்லது; அது ஒரு சடங்கு' என்ற படிப்பினையையும் மக்களிடத்தில் பரவச் செய்தனர். ஏடுகளைப் போடுவது அப்போதிருந்து நடந்து வந்திருக்கிறது. ஆனால், சமஸ்கிருத ஏடுகளைப் போடுவதுபற்றி யாராவது நினைத்திருக்கிறார்களா?

வைதிக நெறி – வைதிகம் என்று குறிப்பிடப்படுவது எல்லா சமயங்களிலும் எல்லா மொழிகளிலும் உண்டு. அது இலக்கியத்தில் இன்றும்கூட கோலோச்சிவருகிறது. அது மனித நேயத்தையும் தூய அன்பையும் நம்மிடமிருந்து விரட்டும் குணம் கொண்டது. மாறாக, கனவு, விடுதலை உணர்வு ஆகிய குணங்கள் இலக்கியத்தில் நம்மை மகோன்னத நிலைக்குக் கொண்டுசெல்லும் வகைகளாகும். இது இலக்கிய விமர்சகனின் ஆய்வுக்குரியது.

- முன்றில், 1994

❖

28. கடவுளுக்கு இடங்கேட்ட கவிஞன்

பாரவண்டிகள் நெடுஞ்சாலைகளில் செல்லும்போது, அடுத்த ஊருக்கு நடந்து செல்லுவோர், வண்டிக்காரரிடம் கேட்காமலேயே பின்பக்கமாக ஏறி உட்கார்ந்து தங்கள் ஊர் எல்லை வந்தவுடன் இறங்கி "அண்ணாச்சி – வாரேன்" என்று சொல்லிவிட்டு செல்வ துண்டு. அதெல்லாம் கடந்த நூற்றாண்டின் நாற்பதுகளில் – நன்றி கூறுவதுகூடக் கிடையாது. அண்ணாச்சி என்ற விளி எல்லாவற்றையும் ஈடுகட்டிவிடும்.

செம்புலிங்கத்தின் கால வரலாறு வேறுவிதம். விளக்கு வைத்த பின்னர் அவனது பிரதேசங்களில் ஆள் நடமாட்டம் இருக்காது. ஒரு மூதாட்டி அன்று எப்படியோ அந்த வழிவந்து ஓட்டமும் நடையுமாகக் கடக்கிறாள். இருட்டிவிட்டால் "கள்ளன் செம்புலிங்கம்" என்ற பயம். பிள்ளைத்தாச்சி மகளைப் பார்க்க எல்லாவற்றையும் மறந்துவிட்ட அவசரம். நடந்துதான் அந்தப் பிரதேசத்தைக் கடக்க வேண்டும். பின்னாலே வண்டிச்சத்தம். ஓட்டிவருகிறவன் யாரெனப் பார்த்து எப்படியாவது கெஞ்சிக் கூத்தாடி வண்டியில் ஏறி இருட்டுவதற்குள் ஊர் போய்விட வேண்டும் – வண்டியும் நிற்கிறது. வண்டிக்காரனுக்கும் இவள் நிலைமை புரிகிறது. "ஏறு சீக்கிரம் – எங்கே போற – இப்படியா நேரம் கெட்ட நேரத்திலே புறப்படுவே" என்று இயற்கையான அன்னியோன்யத்தைக் காட்ட அந்த அம்மாள் வண்டியில் ஏறியவாறு தனது குடும்ப நிலை – வழியில் செம்புலிங்க பயம் – உண்டாகியிருக்கும் மகளைப் பார்க்கப் போகும் சேதி எல்லாவற்றையும் சொல்கிறாள். கேட்டுக்கொண்டே வண்டியை ஓட்டிய அவன் ஊர் வந்ததும் சொல்லுவான்" பாத்து இறங்கு – எனக்கு இன்னும் ரொம்ப தூரம் போகணும் – இந்தா" என்று வண்டியில் வைத்திருந்த ஒரு சீப்பு வாழைப்பழத்தை எடுத்து அந்த அம்மாளிடம் கொடுக்கிறான். "புள்ளத்தாச்சிப் பொண்ணைப் பார்க்க இப்படி கையை வீசிக்கிட்டா புறப்படுவே – தங்கச்சிக்கிட்ட இதைக் கொடு – அண்ணன் கொடுத்தான்

அப்படின்னு கொடு – செம்புலிங்க அண்ணன் கொடுத்தான் – வழியிலே பார்த்தேன்னு சொல்லு" என்று கூறிப் போகிறான்.

இப்படிப் பல சம்பவங்கள் உண்டு. அமெரிக்காவில் அரிசோனா மாநிலத்திலும் ஆஸ்திரேலியாவிலும் 'லிப்ட்' கொடுத்து, அந்த வினையால் ஆரம்பமான கதைகள் ஏராளம்.

கவிஞர் இளையபாரதி 'லிப்ட் கொடுங்கள்' என வற்புறுத்தும் ஒரு கவிதை எழுதியுள்ளார். ஒரு பத்திரிகை அலுவலகத்தின் நிர்வாகி என்றுதான் இவரை அறிந்திருந்தேன். திடீரென மடைதிறந்தாற்போல எண்ணற்ற கவிதைகளை ஒரே நேரத்தில் கண்டதும் வியப்பு. அதிலும் மேற்சொன்ன 'லிப்ட்' கவிதையைப் பலமுறை படித்துப் பார்த்து விட்டேன் – அலுக்கவில்லை. இதன் முழுப் பரிமாணமும் கண்முன் தோன்ற இவர்தம் மற்ற கவிதைகளையும் படிக்க வேண்டியதாயிற்று. 'எனது கடவுள்' என்ற தலைப்பில் இவர் எழுதியுள்ளதும் 'லிப்ட்' கொடுப்பது பற்றித்தான். எனக்குத் தெரிந்து இந்த 'லிப்ட்' சமாச்சாரம் பற்றி நாலைந்து கவிஞர்கள் எழுதியுள்ளார்கள்.

எல்லா விஷயத்தையும் எல்லாரும் சொல்லித்தான் இருப்பார்கள். 'ஒப்புரவு அறிதல்' அதிகாரத்திலே நம்முடைய பாட்டன் சொல்லாததா? அதுவல்ல விஷயம். இந்த நூற்றாண்டில் இம்மாதிரி விஷயம் முன்னிலைப்படுத்தப்பட்டு, பல விஷயங்கள் தோற்று விக்கப்படும்போது எந்த நூற்றாண்டிலோ உள்ள சித்தாந்தம் இந்தக் கவிதையில் தோற்றம் பெறுகிறது என்று சொல்ல வேண்டும். விஷயம் என்ற அளவில்தான். அது இளையபாரதிக்குத் தெரிந்தோ தெரியாமலோகூட இருக்கலாம்.

இந்தக் கவிதை பெரியதொரு இழப்பை அனுபவித்த ஒருவனின் கூப்பாடு. இந்த இழப்பு என்னவென்று தெரியாத காரணத்தால் வழக்கம்போல் கடவுள்முன் போட்டு உடைக்கப் பெறுகிறது.

நேராக கவிதையிடம் சென்றுவிடலாம். ரொம்பவும் எளிமையாகத்தான் தொடங்குகிறது. 'லிப்ட் கொடுங்கள்' என்ற வார்த்தை பலதடவை வந்தும்கூட அநாவசியமாகத் தெரியவில்லை. மாறாக ஒரே ஒரு தடவை சொல்லப்படுகிற 'மருத்துவமனையில்' என்ற வார்த்தை அவசியமில்லை என்றும் சொல்லவேண்டும்.

காலத்தின் முடிவற்ற நெடுஞ்சாலைகளில்
நடந்து நடந்து
சலித்துக் களைத்துப் போய்
கட்டைவிரல் உயர்த்திக் காட்டி
லிப்ட் கேட்பவனுக்கு
லிப்ட் கொடுங்கள்
காதலியைக் காத்திருக்கச் சொல்லியவனாகவோ
மருத்துவமனையில் தன் அம்மாவின்
இருதய சிகிச்சைக்கு ரத்தம் தேடுபவனாகவோ
அவன் இருக்கக்கூடும்.
ஊனமுற்றவர்களுக்கும் வயோதிகர்களுக்கும் மட்டுமல்ல.

யுவனுக்கும் யுவதிக்கும் கூட லிப்ட் கொடுங்கள்.
எல்லாம் கைவிடப்பட்ட பிறகுதான் லிப்ட் கேட்கிறார்கள்.
ஆளற்ற சாலையின் தனிமை பயங்கரமானது.
கழிவிரக்கத்தில் மூச்சுத் திணற அடிப்பது.
ஒரு நள்ளிரவில் நம்பி முன்பொருமுறை
நீங்கள் லிப்ட் கொடுத்தவர்கள்
நம்பிக்கைத் துரோகமாய் கத்தியைக் காட்டி
வழிப்பறி செய்திருந்தாலும் கவலை இல்லை.
மறுபடியும் லிப்ட் கேட்பவர்களுக்கு
லிப்ட் கொடுங்கள்.
ஒருமுறை கசந்ததற்காய்க் கனிகளை வெறுப்பதில்லை.
ஏமாந்தாலும் எச்சரிக்கையாய் இருக்கத் தேவை இல்லை.
வாகனங்கள் நிறுத்தாமல்
அலட்சியமாய் செல்லும் அன்று
உங்களிடம் லிப்ட் கேட்டவர்
கடவுளாகவும் இருக்கலாம்.

முதல் ஆறு வரிகளையும் மிகவும் அமைதியாக – மிருதுவாக படிக்கலாம். பின்னர் தானாகவே குரல் மேலோங்கும். தூர தேசம் போகும் பேரனை வழி அனுப்பும் பாட்டியின் குரல் கடைசியில் “பாத்துப்போ – கவனம் – தவற விட்டுடாதே” என்று எச்சரிக்கை எல்லாவற்றிற்கும் மேலாக கடவுளுக்கு ‘லிப்ட்’ கொடுப்பது என்கிற பெரிய விஷயம் எடுபடாமல் கடவுளே நேரில் வருவார் – தென்படுவார் – என்கிற சித்தாந்தம் தெளிவாகிறது. தெய்வம் ஒருபோதும் அவதாரம் எடுத்து நம்மிடையே வருவது கிடையாது – அது தானாகவே தோன்றும் – தென்படும் என்பது ஒரு தென்னாட்டுச் சித்தாந்தம்.

சித்தாந்தமாகத் தெரிந்தாலும், சித்தாந்தமாக இருந்தாலும் விஷயங்கள் விஷயங்கள்தாம். மெய்கண்டச் சாத்திரமாக இருந்தாலும் சரி.

சித்தாந்தங்களும் தத்துவங்களும் இளையபாரதி கவிதைகளில் நிறையவே வந்துள்ளன. வரக்கூடாது என்று சொல்ல நாம் யார்? “யாருடைய கைகளில் பகடைகள் நாம்” என்ற இளையபாரதியின் கேள்வி – இருபதாம் நூற்றாண்டின் மத்தியில் “எவற்றின் நிழல்கள் நாம்” என்று மௌனியாலும் “இவையெல்லாம் யார் காணும் கனவு” என்று 1865ஆம் ஆண்டு லூயி கரோலாலும் கேட்கப்பட்டன. அதன் முன்னரும் கேள்வியாகத்தான் அவை அறியப்பட்டன. அறியப்படாவிட்டாலும் உணரப்படும் பிரபஞ்ச ரகசியம். வேறு என்ன சொல்ல முடியும் அதைப்பற்றி.

‘கண்டறியாதன கண்டேன்’ என்று ஒரு கிழவர் – நான் கண்டுகொண்டேன் என்று ஓர் ஆழ்வார் – இவர்களது வரிகள் – கண்டுகொண்ட ஒன்றாகத் தோன்றிய இளையபாரதியின் கூப்பாடு – இவற்றிற்கு ஓர் ஒற்றுமை தெரிகிறது. மூன்றும் அருமையான கவிதை வரிகள்.

- **தீராநதி, 2004**

❖

29. கண்டெடுத்த கருவூலம்

வசன சம்பிரதாயக் கதை என்று 1895ஆம் ஆண்டு வெளிவந்ததையும் சிலப்பதிகார ஆராய்ச்சி என்று 1899ஆம் ஆண்டில் வெளியிடப்பட்ட கட்டுரைகளையும் "கண்டெடுத்த கருவூலம்" என்ற தலைப்பில் பதிப்பித்திருக்கிறார் சிட்டி சுந்தரராஜன். இவற்றில் முன்னது முத்துக்குட்டி ஐயா என்ற சிவகங்கைச் சீமைப் புலவர், சிவராத்திரியன்று வழக்கமாக மக்களுக்கு வாய்மொழியாகச் சொன்ன கதையாகும். அப்போதெல்லாம் பாடல்கள் அடங்கிய கதைகள் உரைநடையாக மக்களுக்குச் சொல்லப்பட்டு வந்தன என்பது தெரிந்த விஷயம். கதை என்று சொன்னாலே உரைநடை வந்துவிடும்தானே. இருந்தாலும் எதுகை மோனையுடன் கூடிய ஒரு நடையைக் கையாளுவார்கள்.

இந்நூலின் பதிப்பாசிரியர் குறிப்பிடாத 'வல்லரக்கன் கதை' – முருகனைத் தேடிப்போன கதை (தலைப்பு வேறு விதம் என்று ஞாபகம்) ஆகிய வில்லுப்பாட்டுக் கதைகளிலும் இந்த அம்சங்கள் உண்டு. சமகாலத்தில் இப்படிப் பல கதைகள் இருந்திருக்கும் என்று சிட்டி, சிவபாத சுந்தரம் ஆகியோரும் ஒப்புக்கொள்கின்றனர். அப்படிப்பட்ட கதைகளுள் ஒன்றில் அன்றைய வெள்ளையர் ஆட்சியில் தென்பாண்டி நாட்டில் வாழ்ந்த ஒருவன் நிலத்தை, வெள்ளையன் ஒருவன் ஆக்கிரமித்து "உன் முருகனிடம் போ" என்று விரட்ட, நிலத்துச் சொந்தக்காரன் உண்மையாகவே திருச்செந்தூருக்கு நடந்து சென்று முருகனிடம் வருகிறான். இது, சமகாலச் சிந்தனையுடன் கூடிய படைப்பு. இன்னும் அச்சில் வெளிவரவில்லை. அப்படி வந்திருந்தால், இதுவே முதல் நாவல் என்று சொல்ல யாருக்கும் ஆட்சேபம் இருக்கக்கூடாது.

முத்துக்குட்டி ஐயா அவர்கள் பின்னாளில் பலராலும் கையாளப்பட்ட கதாகாலட்சேப நடையைப் போலல்லாது, உயர்தரமான எள்ளல் கலந்த நகைச்சுவை நடையைக்

கையாண்டிருப்பது வியப்பானது. 10ஆவது பக்கத்திலுள்ள ஒரு பகுதியைத் தற்கால நடையில் பின்வருமாறு கூறலாம்:

"பாண்டிய மன்னன் தன் பெண்ணைக் கொடுத்து சிவனாருக்கு மாமனார் ஆனபடியாலும், பெண்ணைக் கொடுத்து, பிரம்படியும் தந்த புண்ணியவான் ஆனபடியாலும், மதுரையில் 64 திருவிளையாடல் பண்ணவைத்துக் கண்டவனானபடியாலும்..."

வசன சம்பிரதாயக் கதை எப்படிப்பட்ட நடையைக் கொண்டிருந்தாலும் – அளகாபுரி குபேரன், நவக்கிரகங்கள் என்றெல்லாம் ஆங்காங்கே குறிப்பிடப்பட்டிருந்தாலும் இக்கதையின் மண்வாசனை வெளிப்படையாகவே உள்ளது. வேறு எந்த வகையிலும் வசன சம்பிரதாயக் கதையை விமர்சனத்திற்குட்படுத்துவது தகாது. அது கையில் கிடைத்துத் திரும்பவும் பதிப்பிக்கப்பெற்றது போற்றப்பட வேண்டிய காரியம்.

ஆனால், அடுத்ததாகவுள்ள சிலப்பதிகார ஆராய்ச்சிக் கட்டுரைகள் அப்படியல்ல. எக்காலத்திலும் நின்று நிலவும் தகுதி படைத்த ஒரு தமிழ்க் காப்பியம் பற்றி, யார் எந்தக் காலகட்டத்தில் சொன்னாலும், அப்படிச் சொன்னது பற்றி நாம் எப்போதும் விமர்சிக்கலாம்.

மேற்படி கட்டுரையை எழுதியவர் பிரணதார்த்தி ஹரசிவ ஐயர். எழுதிய ஆண்டு 1899. 'கவிதையானது நிபந்தனைகள் எதுவும் அற்று, கவியின் அடிவயிற்றிலிருந்து வருவதாகும்' என்றெல்லாம் பொது விதிமுறைகளை அழகாகச் சொல்கிறவர் (பக்கம் 61) சிலப்பதிகாரக் காப்பியத்தின் தன்மை பற்றிப் பேசுங்கால், பழங்கதைகளையே சொல்லிப்போகிறார்.

சேர மன்னனின் இளைய மகன்தான் இளங்கோ. இந்தக் காப்பியத்திற்கு முதல் நூல் இல்லை. இளங்கோவடிகள் தம் காலத்தில் கண்டோ, பிறர் சொல்லியோ, கண்ணகி வாழ்வு பற்றி அறிந்திருந்தார். சீத்தலைச் சாத்தனார், வைகை ஆற்றில் தூண்டி துவைத்துக்கொண்டிருந்தபோது அங்கு வந்த திருவள்ளுவரைச் சந்தித்தது பற்றியெல்லாம் கூறும் இவரது கூற்றுகளை பின்னர் தோன்றிய அறிஞர்கள் பலர் மறுத்துள்ளனர். சிலரது மறுப்புக் கட்டுரைகள், இந்தப் பதிப்பிலும் சேர்க்கப்பட்டுள்ளன.

பேகன் மனைவி கண்ணகியின் சங்க காலக் கதை, சிலப்பதிகாரக் கதையானது – நப்பின்னை சங்க காலக் கதை, ஆண்டாள், கண்ணன் கதையானதும் பின்னர் அதுவே வடநாட்டில் மீரா – கண்ணன் கதையாக உருவெடுத்ததும் – நம் காரைக்காலம்மையார் கதை, கன்னடத்தில் அக்கம்ம தேவியாக மாறியதும் நாம் அறிந்த விஷயம். கதைகள், பொதுவாக நாடுவிட்டு நாடு பாயும் என்பதற்கு ராமாயணமே சாட்சி. ஆனால் இதுபற்றி எல்லாம் பிரணதார்த்தி ஹரசிவ ஐயர் அவர்கள் கவலைப்பட்டதாகச் சொல்ல முடியாது.

'ரிக்' வேதத்தில் கூறப்பட்ட சோம சூர்யர்களையே இளங்கோ போற்றியிருக்கிறார் என்பது இன்னொரு விஷயம். எப்படி இருக்கிறது பாருங்கள், அடுத்தாற்போல மழையையும் போற்றுகிறாரே– 'ரிக்' வேதத்தில் அவ்வாறு இருக்கிறதா அல்லது சமணர்களின் சத்தாரி வணக்கத்தில் அவ்வாறு உள்ளதா? இதற்கெல்லாம் பதில் கிடையாது.

இறுதியில் அவர் சொல்கிற ஒன்று. கண்ணகிக்குப் பொறுமை இல்லை. 'சில மன்னர்கள் அவளைச் சிலையெடுத்துப் பூசித்தது, மதுரையைப் போல தங்களது நாட்டின் நகரங்களையும்

எரித்து விடுவாளோ என்ற பயத்தால்தான் – இன்றுங்கூட திரௌபதியைப் போல் கண்ணகியும் தாழ்ந்த சாதியினரால் மட்டுமே பூசிக்கப்படுகின்றாள் என்ற ஒரு தாழ்ந்த அபிப்ராயத்தையும் கட்டுரை ஆசிரியர் வெளியிடுகிறார். இது சார்புநிலையாகச் சொல்லப்படுகிற ஓர் அபிப்பிராயம்தான். "அத்தேவர் தேவர், அவர் தேவர்" என்ற திரு வாசகப் பதிகத்தில் மாணிக்கவாசகர், இந்திரனையும், பிரம்மனையும், ருத்ரனையும் வணங்குவோர், பொய்யான கடவுளரை வணங்கும் ஒரு தாழ்ந்த நிலை மக்களே என்று சொல்வதையும் ஐயரவர்கள் ஏற்றுக்கொள்ள வேண்டிவரும்.

என்றாலும் 100 ஆண்டுகளுக்கும் முன்னதாக எப்படி எப்படி நமது இலக்கியவுலகு இருந்திருக்கிறது என்பதைக் கண்டு களிக்க, இப்பதிப்புகள் உதவுகின்றன என்பதுதான் முக்கியமான செய்தி.

– அமுதசுரபி, 2004

30. சாத்வீகமான கவி மனம்

வஸந்த் செந்தில் பன்முகத் திறன் கொண்டவர், மருத்துவர், கவிஞர், கட்டுரையாளர். அத்துடன் சிறுகதைத் தொகுதிகளையும் வெளியிட்டுள்ளார். சிறுகதையைத் தவிர, மற்ற படைப்புகளில் சில மிகவும் குறிப்பிடத்தக்கவை. அதிலும், வஸந்த் செந்தில் தன்னை ஒரு கவிஞர் என்று தோற்றுவித்துக்கொள்வதில் மிகுந்த ஈடுபாடு உள்ளவர் என்று சொல்லலாம்.

ஆல்பெர் காம்யூவைப் பற்றிய பல குறிப்புகளும் சில கட்டுரைகளும் தமிழில் ஏற்கனவே எழுதப்பட்டிருந்தாலும் அவரைப் பற்றிய முழு அளவிலான ஒரு நூலைக் கொண்டுவந்த இவரது முயற்சி, முக்கியமானது. பொருட்படுத்திச்சொல்லும் அளவிற்கு ஒருசில விமர்சனக் கட்டுரைகளையும் இவர் எழுதியிருக்கிறார் என்பதையும் இங்கு குறிப்பிடவேண்டும்.

இந்தக் கவிதை நூல் இவரது ஆறாவது தொகுப்பு. 'மிருக பாலிகை' என்ற இந்தத் தொகுப்பைப் படித்தபோது, எனக்குச் சில எண்ணங்கள் தோன்றின. கவிதையைப் பற்றியும் கடவுளைப் பற்றியும் ஓரளவு தெரிந்துகொள்ள, நமக்கெல்லாம் மலையை விட்டால் வேறு நாதியில்லை என்று சொல்லலாம். செவ்விந்தியர் உள்பட, எல்லா இனத்து முன்னோர்களும் மலையை வியந்து கடவுளாகவே போற்றியிருக்கின்றனர். வஸந்த் செந்திலின் இந்தக் கவிதைத் தொகுப்பிலும் மலையைப் பற்றிய கவிதை(கள்) உண்டு. மலை காட்சி ரூபமாக பலவற்றைத் தந்தது போக, அது ஒரு குறியீடாகவே, பூர்வகுடி மக்களின் குறியீடாகவே ஏற்கப்படுகிறது. 'மலையின் சாயல் கொண்டு ஒரு கல் போதும்' என்கிறார் கவிஞர். அதிலிருந்து எல்லாவற்றையும் உருவாக்கிக்கொள்ளலாம் என்கிறார். கல் என்று சொன்னாலே கற்பதுதான். அதிலிருந்து உருவாக்குவது எளிதுதான். மலை பற்றிய இந்தக் கவிதை, இந்தத் தொகுதியின் சிறந்த ஒன்றாகும்.

'வெளிச்சத்தையும்/இருட்டையும் ஒதுக்கிவிட்டு/ஒளிபற்றி/சொல்லித்தர வேண்டும்/ குழந்தைகளுக்கு' என்ற கவிதை இந்த மண்ணிற்கு வெகுவாக உகந்தது.

அதீதப் படிப்பு இந்தக் கவிஞரைக் கெடுத்துவிடவில்லை என்று தெரிகிறது. அப்படிப்பட்ட படிப்பு எதுவும் கலைஞனுக்குப் பயன்படுவதில்லை என்பதுதான் உண்மை. கிரேக்க தத்துவமும், உபநிடதமும், சங்க இலக்கியமும் பக்தி இயக்கமும் சித்தாந்தங்களும் கவிஞனைக் கவராமல் இருக்க முடியாது. அது வேறு விஷயம். கவிதையைப் பொறுத்தவரை, அவையெல்லாம் உண்ட உணவாகி, ஜீரணமாகிவிட்ட பின்னர் தோன்றுகிற ஒன்றைத்தான் 'கவிதை பிறக்கிறது' என்று நாம் கூறுகிறோம்.

இந்த வகையில் தொகுதியின் முதற் கவிதையை எடுத்துக்கொண்டால், ஒருகணம் ஒரு தடுமாற்றம் ஏற்படுகிறது. 'ஒரு கோப்பை தேநீர் கொடு' என்ற முதல் வரி கிளப்பிய குழப்பம் அது. பௌத்தத் துறவியிடம் வந்து, நான் புத்தரின் கொள்கைகளை அறிய என்ன செய்ய வேண்டுமென்று ஒருவன் கேட்க, "கஞ்சி குடித்தாயிற்றா?" என்று கேட்கிறார் துறவி. "ஆயிற்று" என்று சொன்னவுடன் "தட்டைக் கழுவி வை" என்கிறார் துறவி. புத்தரின் போதனையை விளக்க மேற்கண்ட கதையைச் சொல்வதுண்டு. ஆனால், இதுதான் புத்தரின் கொள்கைகள் என்று கூறுவதன் மூலம் புத்தரின் கொள்கைகளை பலர் அறியாதவர்களாகிவிடுகிறார்கள் என்று 'ஸென்' பவுத்தம் கூறும். மேற்சொன்ன கதையின் பாதிப்பு இவரது தேநீர் கவிதையில் இருக்கிறதா என்றால், கோப்பை, தேநீர் என்ற வார்த்தைகள் அடிக்கிற கூத்தைத் தவிர, இல்லையென்றே சொல்லிவிடலாம்.

'அகாலத்தில் / அம்மாவின் மார்பு வலிக்கு/ மருந்து வாங்கச் சென்ற பெண்ணை மூச்சடைக்க கற்பழித்தவனை/ சுட்டுக் கொல்.'

என்று சொல்லிவிட்டு, அடுத்த வரியில், 'ஒரு கவிதை எழுதுகிற நேரம்தான் அதற்கு ஆகும்' என்று சொல்லும்போது கவிஞரின் சாத்வீகம் வென்றுவிடுகிறது.

தமிழ்த்துறை மட்டுமே இல்லாது, இப்படி பலதுறை சார்ந்தவர்களின் இதுபோன்ற இலக்கிய ஈடுபாடு, தமிழின் பல கதவுகளைத் திறக்கும்.

- இந்தியா டுடே, 2004

31. பன்னீராயிரம் பாடிய கம்பனும் பாடாத ஒரு சேதி

மயா – இன்கா நாகரிகக் காலகட்டத்து எழுத்து, ஓவியங்கள் பற்றி ஒரு மேல்நாட்டுப் பேராசிரியர் ஐம்பது ஆண்டுகளுக்கு முன்னர் ஆங்கிலப் பத்திரிகை ஒன்றில் கட்டுரை எழுதியிருந்தார். அந்த நாகரிகக் காலகட்டத்தில் – அமெசான் நதிக்கரையில் வாழ்ந்தவர்களில் பெண்கள்தாம் வேட்டைக்குச் சென்று உணவு சேகரிக்கும் வேலையைச் செய்தனர் என்றும், வில்லை வளைத்து அம்பு தொடுக்க தங்களது ஒரு புற மார்பு இடையூறாக இருந்த காரணத்தால், அதை சிறு வயதிலேயே வெட்டி எடுத்துவிடும் வழக்கம் அந்த இனப் பெண்களிடையே இருந்தது என்றும் கூறிவிட்டு, தமிழ்நாட்டிலும் அதே நாகரிகச் சான்றுகள் இருப்பதாகவும் அவர் எழுதியிருந்தார். இதைப் படித்த கவிமணி தேசிகவிநாயகம் அவர்கள், "அடப்பாவி மனுசா – இங்கே உள்ளது அர்த்தநாரீசுவரர் சிலை. இது வேறு" என்று பதைபதைத்து எழுதினார்.

மேற்படி பேராசிரியர் அந்த நாகரிகக் காலகட்டம் குறித்து எழுதியதில் எந்தத் தவறுமில்லை. மானுடவியல் ஆய்வாளர் கருத்தும் அதுவே. வேட்டை நாகரிகக் காலகட்டத்தில் – சுமார் 12,000 ஆண்டுகளுக்கு முன்னர் – பெண்கள்தாம் தலைமைப் பீடத்தில் இருந்தனர். கூட்டமாக வாழ்ந்தாலும் குடும்பமாக அந்தக் காலகட்டம் இல்லை. அப்பொழுது மனித இனம் அறிந்திருந்த ஒரே உறவு தாய் என்பவள் மட்டுமே. தகப்பன் – மனைவி – மாமன் என்பதெல்லாம் தெரியாது. குழந்தை பிறப்பு பற்றிய அறிவு ஒரு காலகட்டத்தில் பரவிய பின்னரே, குடும்பம் என்ற ஒன்று ஏற்படவும், அதன் காரணமாக ஒரே இடத்தில் வாழ்ந்து பக்கத்திலேயே உணவு பயிரிடவும் மனிதன் சிறிது சிறிதாக மாற்றமடைந்ததையே விவசாய நாகரிகக் காலகட்டம் என்கின்றனர்.

கவிமணி அவர்கள் சொன்னதும் சரிதான். இங்கே உள்ளது மாதொரு பாகன் சிலை. ஒரு பாகத்தையே பெண்ணிற்கு

அளித்தார் ஈசுவரன். அளிக்கப்பட்டதை ஏற்றுக்கொள்ளவேண்டியது பெண்ணின் தலையாய கடன். அவள் வாமபாகினி. "மங்கையராகப் பிறப்பதற்கே நல்ல மாதவம் செய்திட வேண்டுமம்மா" என்று பாடல் இயற்றினார் கவிமணி. நம்முடைய முப்பாட்டன் "பெண்ணின் பெருந்தக்க யாவுள" என்று வியந்து கூறிப்போனான். யார் சொல்லி என்ன நடந்துவிட்டது? கொடுமையின் சிகரங்களுக்கெல்லாம் குறியீடு ஆப்பிரிக்க நாட்டுக் கறுப்பு இன அடிமைப் பெண். அடுத்தபடியாக, நமது நாட்டுப் பெண் அடிமைகளைச் சொல்லவேண்டும். தீயிட்டுக் கொளுத்தித்தான் அவர்களை எல்லாம் தெய்வமாக்கினோம்.

விவசாய நாகரிகம் மாறிக்கொண்டிருக்கிறது. இது மின்னணு யுகம். அதே பெண்ணியம் இங்கே இன்னமும் அதே கதியில். ஏதாவது செய்து மாற்றத்தை ஏற்படுத்த முடியுமா? முடியாது. ஆனால் கவிஞர்கள் மட்டும் குரல் கொடுத்துக்கொண்டேயிருக்கின்றனர்.

சமீபத்தில் நான் படித்த கவிதை. மேற்குறிப்பிட்ட பெண்ணடிமை பற்றி கவிஞர் கனிமொழி எழுதியது. இது படித்துமுடிக்கப்பெற்றதும் மேலே சொன்ன விஷயங்கள் தாமாகவே மனத்தில் தைத்தன. கவிதையை நீங்களும் படியுங்கள்.

என்
காத்திருப்புக்கான
நியாயங்களைத் தேடிக் கொண்டிருக்கிறேன்
என் கருத்துகள்
தணிக்கை செய்யப்பட்டே
சமூகத்தில் அனுமதிக்கப்படுகின்றன
என் உடையும் முகமும்
உங்கள் ஒப்புதலுக்காகவே
காத்திருக்கின்றன.
சட்டங்கள் அவ்வப்போது
ஏறும் மாறும்.
என் விலாசங்களைக்கூட
உங்கள் பஞ்சாயத்துக்களே
தீர்மானிக்கின்றன.
என் பெயரினை
யாராவது
முடிவு செய்து சொல்லுங்கள்.
சில யுகங்களாய்க்
காத்திருக்கிறேன்.

முடிவு செய்து சொல்லுங்கள் என்று கேட்பதற்குப் பதிலாக, யாராவது 'முடிவுசெய்து தொலையுங்களேன்' என்று அந்த வரி இருக்குமானால் 'இது எரிச்சலின் வெளிப்பாடு.' வேறு ஒன்றும் இல்லையென்று இருந்துவிடலாம். இதில் அமைதியான விவர சேர்க்கை

– பதில் வேண்டும் என்ற அலுவலகத் தோரணையில் ஒரு கோரிக்கை – இவையெல்லாம் 'இவ்விஷயம் இத்துடன் நிற்கப் போவதில்லை – பதில் வந்தாலும் வராவிட்டாலும் நடவடிக்கை உறுதி' என்று தீர்மானத்தை வெளிப்படுத்தும். 'அப்படி ஒரு நிலை ஏற்பட்டால் ஈசனின் யோக நித்திரை கலைவதுபற்றி பேச்சு அடிபடாது. யாருடைய ரௌத்திரமும் செல்லுபடியாகாது. 12,000 ஆண்டுகளாக இருந்துவரும் ஓர் ஆதிக்கத்தின் முடிவு பற்றி ஒரு முடிவு ஏற்படும்' என்ற மறைமுக நற்செய்தியும் இதிலுண்டு என்பது விசேடம்.

- புத்தகம் பேசுது, 2005.

32. பிரபஞ்சனின் மீன்

கட்டுரைகள்

'கடவுளும் கந்தசாமிப் பிள்ளையும்' கதையை எத்தனை தடவை படித்தேன் என்று சொல்ல முடியாது. கலைமகளில் அது இரண்டு இதழ்களில் வெளிவந்த போதே, கதை படிக்கும் பழக்கம் இருந்தது. இன்றுவரை அந்தக் கதையைப் படித்துக் கொண்டிருக்கிறேன் என்று சொல்லலாம். அதற்கு அடுத்ததாக, கிட்டத்தட்ட கால் நூற்றாண்டாகப் படித்து வரும் கதை பிரபஞ்சனின் 'மீன்.' எத்தனை முறை படித்தேன் என்று இந்தக் கதைக்கும் கணக்கு இல்லை. ஒரு பத்துப் பக்கம் கொண்ட கதைதான். இதற்கு நூறு பக்கங்களில் விஸ்தாரமான ஒரு கட்டுரை எழுத வேண்டும் என்ற ஆசை அப்போதே வந்துவிட்டது.

இந்தக் கதையில் நாலே பாத்திரங்கள். கிராமணி என்ற குடும்பத் தலைவர் – அவர் மனைவி ஆனந்தாயி – மகன் நடராசனும் அவன் மனைவி சுமதியும்தான். சக்திவாய்ந்த இன்னொரு பாத்திரமான மீன் வியாபாரப் பெண்மணியை கதையில் ஆனந்தாயி மூலமாகவே அறிகிறோம்.

மீன்மீது அடங்காத ஆசை கொண்ட கிராமணி – அந்த வெறியைக் கண்டு எரிச்சலடையும் ஆனந்தாயி – இவர்கள் மீன் சண்டையைக் கண்டு அந்த மீனிடமே வெறுப்பைக் காட்டும் நடராசன் – 'உனக்கு மீன் பிடிக்குமா' என்று முதலிரவில் கேட்ட விநோதமான கணவனிடம் 'பிடிக்கும் – அவ்வளவாகப் பிடிக்காது' என்று சொல்லிச் சமாளிக்கும் சுமதி – ஆகியவை இவர்களது குணச்சித்திரங்கள் என்று சொல்லலாம்.

குடும்பத் தலைவர் என்ற ரீதியில் கிராமணி வெளிப்படையாகவே தனது மீன் அபிமானத்தைக் காட்டிக்கொண்டால், கறியாக்கிப் போட வேண்டுமென்ற அலுப்பாலும், அது சம்பந்தப்பட்ட 'ஈகோ'வாலும் சண்டையிடும் ஆனந்தாயிக்கு வேறு எந்த விதத்திலும் மீனின் மீது வெறுப்பு இல்லை. பெற்றோர் சண்டையைப் பார்த்து அலுத்துப்போய் அந்த அலுப்பே

வெறுப்பாகி, வேறு யாரையும் வெறுத்தொதுக்க முடியாத காரணத்தால் மீன்மீது குற்றங் காண்கிறான் நடராசன். அவன் மீன் உணவைத் தள்ளிவிடுகிறவன் அல்ல. சுமதி புதுமணப்பெண். அவளுக்கும் மீன் பிடிக்கும். கணவனின் அசட்டுத்தனமான கேள்விக்கு ஒரு பாதுகாப்பான பதிலாகவே 'பிடிக்கும் – அவ்வளவாகப் பிடிக்காது' என்று சொல்கிறாள்.

எனவே 'இந்தக் கதையில் என்ன இருக்கிறது – என்ன சொல்ல வருகிறார் பிரபஞ்சன்?' என்ற கேள்வி இப்போது எழும். ஏதாவது சொல்லித்தான் ஆகவேண்டுமா என்னும் பதில் கேள்வியும் வரும். வேண்டாம் – நேரடியாகவே சொல்லுவோம்.

கதைசொல்லி யாருக்காக எழுதுகிறான் என்ற கேள்வி இங்கு எழாது. அவன் எழுதியதை மனிதர்தாம் படிப்பர் – மாடுகள் அல்ல என்பதை அவன் அறிவான். காக்கா பற்றி எழுதினாலும் இன்னொரு காக்கா நினைப்பது போல எழுதிவிட முடியாது – நினைக்கவும் முடியாது. ஆக, எழுத்தாளன் எழுதுவது எல்லாமே மனித சம்பந்தப்பட்டவைதாம் – நிற்க.

பிரபஞ்சன் மீன் கதையை எழுதவேண்டிய – எழுதக் காரணமாகவிருந்த – உந்துதல் என்னவென்று உடனடியாகவே சொல்ல முடியும்.

வேறு ஒரு கேள்வியையும் போடுவோம். இந்தக் கதையில் எந்தப் பிரச்சினை பேசப்படுகிறது? மீன் ஒரு பிரச்சினையா? எந்தப் பிரச்சினை தீர்க்கப்படுகிறது? எதுவும் இல்லையென்றால் ஓர் ஆலோசனையாவது உண்டா?

இவ்வகைக் கேள்விகளுக்கெல்லாம் 'இல்லை' என்று பதில் சொல்லிவிடலாம். மீன் பிரச்சினை இல்லை – கதாபாத்திரங்கள் யாவரும் மீன் விரும்பிகளே என்று சொல்லியாகிவிட்டது. அப்படியானால், கதை எதற்கு? நேரடியாகவே கேட்கலாம். அப்படிக் கேட்கும்போது இன்னொரு கேள்வி முளைக்கிறது. எது நமக்குத் தேவை – நமக்குத் தேவையானவற்றை கதை தந்துவிடுமா – கதாசிரியர் என்ன, நம் குறை தீர்ப்பவரா – இப்படி எல்லாம்.

சில கேள்விகளால் வேறுசில விஷயங்கள் தெளிவாகின்றன. ஜே.கிருஷ்ணமூர்த்தி சொல்கிறார்: "நாம் ஒவ்வொருவருமே ஒரு சங்கிலியின் ஒரு வளையம் – வெவ்வேறாக இருந்தாலும் சங்கிலியோடுதான் சேருகிறது. இந்தச் சங்கிலியின் ஆரம்பமோ முடிவோ தெரியாது." வேறுவிதத்தில் சொல்வதென்றால், நம்முடைய மூதாதையர் பிறந்து வாழ்ந்து மறைந்தனர் – நாம் வாழ்ந்து மறையப் போகிறோம் – நமது குழந்தைகள், பேரப்பிள்ளைகளும் அவ்வாறுதான் என்பதை அறிந்துமிருக்கிறோம். ஒரே மாதிரியாக பிறந்து வாழ்ந்து மறைவதென்பதில் என்ன இருக்கிறது? மனித சிந்தனை தொடர்ந்து சென்றுகொண்டிருக்கிறது என்பதைத்தவிர வேறு எதுவுமில்லை.

நல்லது – கேள்விகளிலேயே சில பதில்கள் அடங்கியிருக்கின்றன. சிந்தனை என்ற பதம் வந்துவிட்டபடியால் சிலவற்றைப் பார்க்கலாம். "பெரியாரை வியத்தலும் இலமே" என்று சொன்ன கிழவனும் கிட்டத்தட்ட மேற்சொன்னவற்றைத்தான் சொல்கிறான்.

காரல் மார்க்சின் சிந்தனையும், வள்ளலார்தம் சிந்தனையும், சாக்ரடீஸ் – புத்தர் சிந்தனையும், வள்ளுவரின் சிந்தனையும், நாம் எல்லாரும் இல்லாவிட்டால் இல்லை.

யாருடைய சிந்தனையாக விருந்தாலும், அது ஒரு கூட்டு முயற்சிதான். அதைத்தான் 'சங்கிலி' என்று சொல்கிறார் ஜே.கே.

இதெல்லாம் எதற்கு? பிரபஞ்சனின் மீன் கதைக்கான சம்பந்தமென்ன? என்று கேட்க வேண்டும். நியாயந்தான்.

மீன் கதையில் முதலில் எந்தப் பிரச்சினையும் இல்லை – நடராசன் உட்பட. கடைசிக் காட்சியில் அவன் மீனை ரசிக்கத்தொடங்கிவிட்டான் என்றுகூட எடுத்துக்கொள்ளலாம். பிரச்சினை இல்லாமல் இருந்திருக்க வேண்டிய ஒன்றுதான். எதுவும் இல்லையென்றால், அந்த நிலை சிந்தனை எதுவும் அற்ற வெளி. அந்த வெளியை உணரவேண்டுமானால் ஏதாவது ஒரு அசைவு ஒரு மாற்றம் வேண்டும். அணிலாடு முன்றிலார் கவிதைகளில் காலி முற்றத்தைக் காட்டிச் சொல்ல வேண்டிய சமயத்தில் "முற்றத்தில் அணில் ஓடிக்கொண்டிருக்கிறது" என்று சொல்லி வெறுமை என்னும் இசகுபிசகான சங்கதியை – விளக்கத்திற்கு உட்படாத ஒன்றை – தெளிவாக்கினார். இருட்டை வெளிச்சத்தின் மூலமும், வெளிச்சத்தை இருட்டு மூலமும் விளக்குவது போலத்தான்.

பிறந்து வாழ்ந்து போனோம் என்ற வெறுமையான சங்கதிகூட இருந்துகொண்டிருக்கிற ஒன்றாலேயே தெளிவுபட வேண்டியுள்ளது. பிரச்சினையே இல்லாத வாழ்வை – அந்த வெட்டவெளியைச் சுட்டிக்காட்ட பிரபஞ்சனுக்கு அவர் காலத்தில் கிடைத்தது மீன் என்ற விஷயம் – அந்த முன்றிலாருக்கு அணில் கிடைத்தது போல.

- புதிய பார்வை, 2005

33. ஸ்ரீநேசனின் ஒரு கவிதை

அன்பு என்னும் உணர்வுபற்றி முதன்முதலில் தெளிவுடன் கூறியது கௌதம புத்தர் என்று சொல்வார்கள். முன்பான வேதங்களிலோ, பைபிளின் பழைய ஏற்பாட்டிலோ, இதிகாசங்களிலோ, பெரும்பாலான சங்கப் பாடல்களிலோ அதுபற்றிய தெளிவு இல்லை. அதை அனுபவித்தாலும் காரணகாரியங்களோடு கூடிய ஒன்றையே அன்பு என்று கற்பிதம் செய்திருந்தனர். இதைக் குறையென்றும் சொல்ல முடியாது – ஒரு வரலாற்று உண்மை. 'திறந்து வை – காற்று வரும்' என்று புத்தர் சொன்னதாகத் தெரியப்பட்டது. ஏசுபிரான் கூறிய "தட்டுங்கள் திறக்கப்படும்" – என்ற செய்தி, அவருக்கு முன்போ பின்போ இங்கே நம் பாட்டனின் "அதற்குத் தாழ் இருக்கிறதா என்ன?" என்ற கேள்வி, சென்ற நூற்றாண்டில் வாழ்ந்து மறைந்த ஜே. கிருஷ்ணமூர்த்தியின் "அது தோன்றலாம் அல்லது தோன்றாமலிருக்கலாம் – நம்மால் முடிந்ததெல்லாம் கதவைத் திறந்துவைத்திருப்பதுதான்" – என்ற உரை ஆகியவை அன்பு என்று சொன்னதுமே நினைவுக்கு வர வேண்டும். அதிலும், நம் பாட்டன் கவிஞனாகவும் இருந்துவிட்ட படியால் அழுதுகொண்டே நம்மிடம் "அன்பிற்கும் உண்டோ அடைக்கும் தாழ்" என்று கேட்க முடிகிறது. இவற்றில் இன்னொரு விசேடத்தையும் காணலாம். சொன்னவர்கள் எல்லாருமே கதவு என்னும் படிமத்தைப் பயன்படுத்தி அன்புபற்றி விளக்க முற்படுகின்றனர்.

கடவுளையே 'அருளாளன்' என்றுதானே நமது பக்தி இலக்கியங்கள் கூவி அழைக்கும்? அருள் என்ற தமிழ்ச் சொல்லிலே புதுமைப்பித்தன் பெருமிதம் கொள்வான் – நமக்குத் தெரியும் – அந்த மேதை அநாவசியமாக யாரையும் எதையும் புகழும் நபர் அல்ல என்று.

நல்லது – அன்பு, அருள் பற்றியெல்லாம் சொல்லிவிட்டோம். அன்பு பற்றியதில் இந்தப் பெண்மட்டும் பாவம் செய்தவள்

போலும். அச்சத்தையும் மடத்தையும் தகுதிகளாக அல்லவா சேர்த்திருக்கிறோம். கிராமப் பெண்கள் இப்போதெல்லாம் தனியாக ஆற்றங்கரை செல்லுவதில்லை. எல்லாவற்றிற்கும் ஆணின் துணை தேவை. நள்ளிரவில் வீட்டிற்குள் வைத்துப் பூட்டப்படுவார்கள் அல்லது வீட்டிற்கு வெளியே துரத்தப்படுவார்கள்.

அவ்வாறு துரத்தப்பட்டோ அல்லது வேறு எதனாலோ, அந்த நள்ளிரவில் பேருந்தில் வந்திறங்கி, ஆள் நடமாட்டமில்லாத பாதை வழி நடந்து எப்படி ஊர் சேர்வது என்று அந்த அபலை நிற்கையில், ஸ்ரீநேசனின் கவிதையைப் படியுங்கள்.

வெளியூரிலிருந்து
ஏதோ காரணம்
வந்த பேருந்து வழியில் பழுதடைந்திருக்கலாம்
அல்லது தன் மகனை அவ்வளவு
லேசில் பிரிய மனமில்லாமல்
தூங்கிய பின் கிளம்பியிருக்கலாம்
அல்லது கணவனுடன் சண்டையிட்டு
வைராக்கியத்தில் நேரம் பாராமல்
புறப்பட்டிருக்கலாம்.

ஆட்கள் அடங்கிய நடமாட்டமில்லாத
நிலைய நள்ளிரவில்
பேருந்தை விட்டு இறங்குகிறாள்.
நகரத்திலிருந்து
கிராமத்திற்குச் செல்பவளாக
அதன் பாதையில் பயந்தும் துணிந்தும் நடந்தவள் தன்னைத்
திரும்பிப் பார்த்தவாறு
கடக்கும் சைக்கிள்காரனிடம் தன்னை
அமர்த்திச் செல்ல மன்றாடுகிறாள்
ஏற்றிக் கொண்டவுடன்
பெருமூச்சு விட்டு
இயேசு வந்தீர்கள் என்கிறாள்.

கவிதை முடியவில்லை. எந்த வைராக்கியத்தில் அந்தப் பெண் புறப்பட்டாளோ, அந்த வைராக்கியம் கொஞ்சங் கொஞ்சமாகத் தணியத் தொடங்கவும் அவளிடம் பயம் தானாகவே தோன்ற, அந்த ஆள் நடமாட்டமில்லாத இடத்தைச் சுற்றுமுற்றும் பார்த்து, அவ்வழியில் தோன்றி அப்பாதையில் கடந்த சைக்கிள்காரனிடம் மன்றாடுகிறாள். அவனும் ஏற்றிக்கொள்ள 'ஏசுவே – வந்தீர்கள்' என்று பெருமூச்சு விடுகிறாள்.

ஆனையின் குரலுக்கும் அபலையின் வேண்டுதலுக்கும் நாராயணனும் நாசரத் ஈசனும் தோன்றியதில் வியப்பில்லை. அவர்கள் வந்துதான் காக்கவேண்டும். ஸ்ரீநேசனுக்குத் தோன்றியிருக்கிறது.

கவிதை முடியவில்லை. வேறு எங்கோ இருந்துகொண்டு கீழ்க்கண்ட வரிகளில் தொடர்கின்றன.

> நீங்கள்
> கூட
> பார்த்திருக்கலாம்
> நள்ளிரவில்
> கிராமத்துச் சாலையில்
> சைக்கிளின் பின்புறத்தில்
> இயேசு
> ஓர் இளம் பெண்ணை
> அமர்த்திச் செல்வதை

இது என்ன – ஆட்கள் அடங்கிய நடமாட்டமில்லாத இடம் என்று சொல்லிவிட்டு, நீங்கள்கூட பார்த்திருக்கலாம் என்றால் பலர் இருந்தார்கள் என்றுதானே பொருள் – அது எப்படி என்ற 'லாஜிக்' எல்லாம் வேண்டாம். இது உணர மட்டுமே முடிகிற 'அன்பு' என்கிற சங்கதி. அதனால்தான் அன்பு பற்றியும் அருள் பற்றியும் சொல்ல வேண்டி வந்தது. நீங்கள்கூட பார்த்திருக்கலாம் என்ற தொடரில் "பார்த்தீர்களா – நான் சொன்னது சரிதானே" என்ற மகிழ்ச்சித் தொனியும் உண்டு.

கவிதையை அலசுவதல் எதுவும் கிடைத்துவிடாது. ஓரளவுக்கு மேலே யாராலும் போய்விட முடியாது. அப்படித்தான் கடவுள் விஷயமும்.

ஒன்று சொல்லலாம். சிறுகதைகளிலும் – திரைப்படங்களிலும் 'ஜம்ப் கட்' என்ற உத்தியைப் பயன்படுத்தி சொல்லாமல் சொல்கிற சில விஷயங்களை சம்பந்தமில்லாத கோணங்களில் தொடர்வார்கள். இதனால், சொல்ல வந்த விஷயங்கள் மேலும் உறுதிப்படும். அம்மாதிரிப் போக்கை இந்தக் கவிதையில் அமைத்திருப்பதும் அல்லது தானாகவே அமைந்திருப்பதும் கவிஞனின் நிம்மதி வெளிக்காட்டப்படுவதற்கு வசதியாகவும் தெளிவாகவும் உள்ளது என்று கருதுகிறேன்.

இன்னுமொன்று – இந்தக் கவிதையைப் படித்து முடித்ததும் 'முருகா' என்ற விளி பழக்கத்தின் காரணமாகவும், நிம்மதியின் அடையாளமாகவும் வெளிவந்தது என்று ஞாபகம். அதையும் நான் இந்தக் கவிதையின் சிறப்பாக எடுத்துக்கொள்ள முடியும்.

'நான் எழுதி முடித்த பின்னரே, என்ன எழுதினேன் என்பது தெரியவரும்' என்று நகுலன் சொன்னதும் ஞாபகத்திற்கு வருகிறது.

- புதிய பார்வை, 2005.

❖

34. விஞ்ஞானம் - தத்துவம் - கதை

தத்துவங்களும் கோட்பாடுகளும் நிலைநிறுத்தப்படுகையில் சில சமயம் எள்ளிநகையாடப்படுவதுண்டு. பின்னர், எல்லாருமே கொண்டாடுவார்கள் என்பது வேறுவிஷயம். கலிலியோ போன்றோரின் கோட்பாடுகளும் முதலில் அந்தக் கதியைத்தான் அடைந்தன. பின்னர் அவை போப்பாண்டவரால் எவ்வாறு ஏற்றுக்கொள்ளப்பட்டது என்பதை அறிவோம்.

டார்வினின் பரிணாமவாதக் கொள்கை 1859–ஆம் ஆண்டு வெளியிடப்பட்டது. அவரது பொறுமையும் ஆதாரங்களைத் திரட்டி அவர் சொன்ன முறையும் ஒரு செவ்வியல் நூலாகவே அதை நிலை நிறுத்திற்று.

அந்த நூல் வெளிவந்த காலத்திலும் நடந்த விஷயங்கள் வேடிக்கையானவைதாம்.

“ஆகா – திமிரைப் பாருங்கள் – கடவுளின் வாசகத்தை எதிர்க்க எப்படித் துணிந்தான்” எனக் கேட்டு அவரை ஒரு கூட்டம் பகிஷ்கரிக்க ஆரம்பித்தது. வேறுவிதப் பிரச்சாரமும் நடத்தி இக்கால அரசியல்வாதிகள் போல் நடந்துகொண்டனர். அதாவது டார்வினே தனது கோட்பாடு தவறு என்று ஒப்புக்கொண்டுவிட்டார் – விற்றுப்போன புத்தகங்களைக்கூட அவர் திரும்பப் பெற்றுக்கொள்ளத் தயாராகவிருக்கிறார் – தவறுக்கு மிகவும் வருந்துகிறார்” என்றும் பிரச்சாரம் நடந்தது. ஆனால் டார்வின் எதற்கும் அசைந்துகொடுக்கவில்லை.

“கடவுள் மனிதனைப் படைத்தான்” என்ற தேவ வசனத்தின் எதிர்ப்புக் குரலாகவே இது பேசப்பட்டது. நாளடைவில், விஞ்ஞானிகளும் ஆசிரியர்களும் மெதுவாக ஏற்றுக்கொண்டுவிட்டாலும் பொதுமக்களிடையே எதிர்ப்பு இருந்தது.

இம்மாதிரி கோட்பாடுகள் வெளியிடப்படுகையில், அது பற்றிய கதைகள் வெளிவருவதும் தவிர்க்க இயலாததே.

பரிணாமவாதம் வெளியிடப்பட்டுள்ள நிலையில், அது பட்டபாடு பற்றிய கதைதான் Inherit the wind. திரைப்படமாகவும் வந்துள்ளது.

வட அமெரிக்க மாகாணம் ஒன்றில் ஒரு பள்ளிக்கூடத்தில் உயிரியல் (Biology) ஆசிரியர் ஒருவர் டார்வினின் பரிணாம வாதத்தைப் பாடஞ்சொல்லிக்கொடுக்க, அந்த ஊர் மக்கள் புகார் பேரில் அவர் கைது செய்யப்படுகிறார். பைபிளுக்கு எதிராக பிரச்சாரம் நடத்தப்படுகிறது என்பது குற்றச்சாட்டு. வழக்கு நடக்கிறது. இந்த ஆசிரியர் சார்பில் வாதாட ஒரு வழக்கறிஞரும், போலீஸ் பக்கம் ஒருவரும் ஆஜராகிறார்கள். இரு வழக்கறிஞர்களும் மோதிக் கொள்கின்றனர். இதில் ஒரு விசேடம் என்னவெனில், இருவருமே பைபிள்மேல் மதிப்புள்ளவர்கள். நண்பர்களும்கூட. இதில் பரிணாமவாதம் – விஞ்ஞானம் – ஆன்மிகம் – பைபிள் ஆகியவை வாதிடும் பொருட்களாகின்றன.

ஆசிரியரின் வழக்கறிஞர்

முதல் நாள், இரண்டாம் நாள், மூன்றாம் நாள் என்று ஒவ்வொரு நாளிலும் கடவுள் இன்னின்னவற்றை சிருஷ்டித்தார் என்று கூறுகிறீர்கள். முதல் இரண்டாம் நாளிலெல்லாம் சூரியன் சிருஷ்டிக்கப்படவில்லை என்றும் சொல்லப்படுகிறது. அப்படியானால் எதை அடிப்படையாகக் கொண்டு முதல் நாள் என்று கூறுகிறீர்கள்? சூரியன் இல்லையென்றால் நாள் ஏது?

அப்போது பறவைகள் பிறந்தன, மிருகங்கள் ஓடி விளையாடின, என்றெல்லாம் சொல்கையில் 'கடற்பஞ்சு' மிதக்கிறது என்றும் சொல்லப்பட்டிருக்கிறது. கடற்பஞ்சு என்றால் என்ன? இலட்சக்கணக்கான வருடங்கள் கடல்நீர் அப்படியே இருந்து, பின் உறைந்து காணப்படுகிற ஒன்றுதான் கடற்பஞ்சு. உலகம் சிருஷ்டிக்கப்பட்ட நாளிலேயே அது மிதந்தது என்றால், பைபிளில் சொல்லப்பட்ட நாளிற்கு லட்சக்கணக்கான ஆண்டுகளுக்கு முன்பே பூமியும் கடலும் இருந்திருக்க வேண்டும் அல்லவா?

போலீஸ் வழக்கறிஞர்

அது கடவுளின் இஷ்டம், கடற்பஞ்சு மிதக்க வேண்டும் என்று அவர் விரும்பினால், அது மிதக்கும்.

ஆசிரியர் வழக்கறிஞர்

நண்பரே, 'நாள்' என்பது இப்போது நாம் அறிந்துகொள்வது போன்ற கால அளவா? பைபிளில் இந்தப் பகுதி எழுதப்பட்டபோது 'நாள்' என்பதற்கு என்ன அளவுகோல்? இப்போதுள்ள நேரம் அல்ல என்னும்போது, ஆயிரம் ஆண்டுகளாகவோ லட்சக்கணக்கான ஆண்டுகளாகவோகூட அந்த 'நாள்' என்று குறிப்பிடப்பட்டதன் கால அளவு இருக்கலாம் அல்லவா?

பைபிள் ஒரு புத்தகம் – நல்ல புத்தகம் – இது மட்டுந்தான் நல்ல புத்தகம் என்று சொல்வது சரியல்ல.

இவ்வாறு வக்கீல் சொல்ல, அவர்தம் கட்சிக்காரரான ஆசிரியரோ தனது வாக்குமூலத்தில் "என்னைத் தண்டித்தாலும் இந்தக் கோட்பாட்டை எதிர்காலத்தில் குழந்தைகளுக்கு அறிவுறுத்தத்தான் செய்வேன்" என்கிறார்.

ஸ்பென்சர் டிரேசி, பிரடரிக் மார்ச் போன்ற ஜாம்பவான்கள் திரைப்படத்தில் நடித்திருந்தனர்.

டார்வினின் பரிணாம தத்துவம் பின்னர் அனைவரின் ஒப்புதலைப் பெற்றதோடு, சமய நம்பிக்கை, தத்துவம், வரலாறு இவற்றிற்கு மட்டுமல்ல, இலக்கிய விமர்சனத்திற்கும் துணையாக இருப்பது கண்கூடு.

அடுத்து ஞாபகத்திற்கு வருவது 'ஆல்பர்ட் ஐன்ஸ்டீனி'ன் சார்பு நிலைக் கொள்கை. ஒரு கவிஞனைப் போன்றிருக்கிறது அவர்தம் உரைகள்.

"பூவுலகப் பொருட்களின் தன்மை உணரப்படுவதன் மூலமாக ஒருபகுதியும், யாரால் உணரப்படுகிறதோ அவர்கள் மூலமே மறுபகுதியும் நிர்ணயிக்கப்படுகிறது."

இப்படிச் சொல்கிற ஒரு ஞானியை, விஞ்ஞானி என்று மட்டுமே குறிப்பிடுவது என்ன நியாயம்?

ஒரு யூதன் என்ற காரணத்தால், ஐன்ஸ்டீனும் மட்டம் தட்டப்பட்டார் – அலைக்கழிப்பிற்கு ஆளானார் என்பதை நாம் அறிவோம்.

ஐன்ஸ்டீனின் சார்புநிலைக் கொள்கையைக் கணிதரீதியாகப் புரிந்துகொண்டவர் மிகச் சிலரே என்று சொல்லப்படுகிறது. 'ஒளியின் வேகத்தில் செல்லும்போது, காலம் இல்லாமலாகிறது' என்று விளக்கம் கேட்டுக்கொண்டே இருந்துவிடுகிறோம். கணித விற்பன்னர்கள் கட்டுரைகள் எழுதினாலும் தங்கள் மேதாவிலாசத்தை வெளிக்காட்டுகிறார்களே தவிர, வேறு பயன் இல்லாது போகிறது. இந்த நிலையில் Planet of Apes போன்ற கதைகள், மக்களுக்கு ஐன்ஸ்டீனின் கோட்பாடுபற்றி ஓர் அடிப்படை அறிவைத் தருகிறது என்று சொல்லலாம்.

இந்தக் கதையும் விசித்திரமானது. சூரிய மண்டலத்தைக் கடந்து விண்வெளியில் செல்கிறது ஒரு விண்கலம். நான்கைந்து பேர் பயணம். ஒரு காப்டன் – ஒரு மருத்துவர் – ஒரு தாவர இயல் விஞ்ஞானி – ஒரு தத்துவவாதி – இப்படியாக. திடீரென ஓர் அசைவு – குலுக்கல். ஒரு கணம் என்னவென்று அறிய முடியாத நிலை. சகஜ நிலையில் கலம் ஓடாது என்று தெரிந்துவிட்டு எதற்கும் தயாராகிறார்கள். ஒரு கோணத்தில் நீர் நிறைந்த பகுதியில் வீழ்ந்து இன்னமும் நொறுங்காத நிலையில் மிதந்துகொண்டிருக்க, அவர்கள் அவசரமாக அந்தக் கலத்தைவிட்டு வெளியேறுகின்றனர். வெளியே வருமுன்னர் கலத்தின் உள்ளே தெளிவாகக் காட்டும் காலக் கடிகாரங்களை காப்டன் பார்க்கிறான். இரண்டு கடிகாரங்கள். ஒன்று இந்த விண்கலம் எவ்வளவு நாள் பயணம் செய்துள்ளது என்பதைக் காட்ட, இன்னொன்று பூமியின் அப்போதைய காலம். அதாவது இந்த விண்கலம் பயணம் செய்த இப்போதைய நேரம் வரை பூமியில் எவ்வளவு காலம் கடந்துள்ளது என்ற கணக்கைக் காட்டும். சில நாள்களே விண்கலம் புறப்பட்டுப் பயணம் செய்திருக்க அந்தச் சிறு குலுக்கல் நடந்து கலம் ஏதோ கோளத்தில் விழுந்ததே, அப்போது பூமியிலே 300 வருடங்களுக்கு மேல் ஆகியுள்ளது என்று கணக்கு காட்டியது கடிகாரம். கடிகாரம் பொய் சொல்லாது. எனவே இவர்கள் புறப்படும்போது இவர்களுக்குத் தெரிந்த எல்லாரும் மாண்டு அவர்களின் பேரப்பிள்ளைகளும் கொள்ளுப்பேரர்களுமே இப்போது இருக்கமுடியும். அது ஒருபுறம்

இருக்க, இவர்கள் இப்போது அந்தக் கலத்தைவிட்டு வெளியே தரைக்கு வந்து அந்தக் கோளத்தில் படும்பாடுகள்தாம் கதை.

அந்த இடத்தில் அவர்கள் அலைந்து திரிகின்றனர். சிறு செடியொன்றைக் கண்டு, பக்கத்தில் எங்காவது நீர்நிலை இருக்க வேண்டும் என்கிறான் தாவரவியல் விஞ்ஞானி. அவ்வாறே இருந்தது. அவர்கள் அங்கே இறங்கிக் குளிக்கின்றனர். அப்போது வருகின்றன குதிரைகள். அப்படி வந்தால் பரவாயில்லையே என்றால் அவற்றின் மேலே அமர்ந்திருந்தன குரங்குகள். அவ்வாறு சொல்லக்கூடாது. அது குரங்குகள் – நாகரிகமடைந்த குரங்குகள் – வாழும் ஒரு கோளம். நன்கு உடையணிந்து பேசிக்கொண்டே இவர்களைப் பிடித்துச் சென்றனர். சேர்ந்த இடம் மாளிகை போன்றது. அங்கே விசாரணை நடந்தது. நீதிபதியும் குரங்குதான். இவர்களை மடக்கிக் கேள்வி கேட்ட ப்ராசிக்யூட்டர் – எல்லாருமே குரங்குகள், குரங்கினம் – "மனித இனம் நேயமற்றது. குரங்குக் கலாச்சாரம் அப்படிப்பட்டதல்ல – மிகவும் உயர்ந்தது" என்று பேசப்பட்டது. காப்டனும் மற்றவர்களும் சிறையிலடைக்கப்பட்டனர். சிறையில் சில மனித இன வகையினரும் இருந்தனர் – அரைப் பைத்தியமாக. அவர்களில் ஒரு பெண் சிறிது பேசி அந்த இடத்திலிருந்து தூரத்தில் சிறு தீவு ஒன்றிருப்பதாகவும், அதில் மனித இன நபர்கள் கொஞ்சம் இன்னமும் இருப்பதாகவும் தெரிவித்தாள். காப்டன் அவள் உதவியுடன் ஒரு துப்பாக்கியைப் பெற்று அங்கிருந்து ஒரு குதிரையோடும் அந்தப் பெண்ணுடனும் தப்பி அந்த மனித இனம் இருக்குமிடம் செல்கிறான்.

அந்த இடமும் தெரிகிறது. தூரத்தில் அது கண்ணில் பட்டதுமே அந்த காப்டன் அதிர்ச்சியுற்று, குதிரையிலிருந்து கீழே குதித்து, தலையில் அடித்துக்கொண்டு அழுகிறான். "ஓ கடவுளே – ஏன் இப்படிப் பண்ணினாய் – நாங்கள் என்ன குற்றம் செய்தோம்" என்று கூக்குரலிட்டு அழுகிறான்.

தூரத்தில் அமெரிக்க நாட்டுச் சுதந்திர தேவியின் பெரிய சிலை – பாதி நொறுங்கி அவனுக்குக் காட்சியளித்துக்கொண்டிருக்கிறது – இருக்கும், அது நொறுங்கி 300 ஆண்டுகள் ஆகியிருக்கும்.

ஐன்ஸ்டீனின் சார்பு நிலைத் தத்துவம் இல்லையெனில் இந்தக் கதை இம்முறையில் சொல்லப்பட்டிருக்க முடியாது என்பதைப் புரிந்துகொள்கிறோம்.

"ஐன்ஸ்டீனை நான் கொன்றேன்" என்ற செக் நாட்டுத் திரைப்படம் மனிதன் இறந்த காலத்திற்குள் சென்றுவிடலாம் என்ற கோட்பாட்டுடன் கூடியது. முன்பே எச்.ஜி. வெல்சின் 'டைம் மிஷின்' கதையில் இது பற்றிய குறிப்பு உண்டு. ஐன்ஸ்டீன் இல்லாவிட்டால் அணுகுண்டு பற்றிய அறிவு மனிதரிடையே ஏற்பட்டிருக்காது – அவரைத் தீர்த்துக் கட்டிவிட்டால் உலகத்திற்கு நன்மை என்று ஐன்ஸ்டீன் காலமாகிவிட்ட பின்னர் இறந்த காலத்திற்குச் சென்று அவரைச் சுட்டுக்கொல்ல முயல்கிறார்கள்.

அறுபதுகளில் வந்த இந்தப் படமும் கோட்பாட்டை அடிப்படையாகக் கொண்டதுதான்.

சிக்மண்ட் ப்ராய்ட், 1914-ஆம் ஆண்டிலேயே தமது ஆய்வுகளை வெளியிட்டார். ஐன்ஸ்டீனுக்கும் முந்தியவர். வியன்னா பல்கலைக் கழகத்தில் இருந்தவர். இவரது கோட்பாடுகளில் கனவு, காமம் பற்றியவை முக்கியமானவை. மருத்துவர்களையும் உள

நூல் ஆய்வாளரையும் அவை கவர்ந்தது போலவே, இலக்கியப் படைப்பாளிகளையும் பிரமிக்கவைத்தன என்று சொல்லவேண்டும்.

குழந்தையானது தாயிடம் பால் அருந்தும் காலத்திலேயே காமம் ஆரம்பித்துவிடுகிறது என்றும் நம்முடைய அடக்கப்பட்ட, ஒடுக்கப்பட்ட ஆசைகள் யாவும் வேறு ஒரு வேஷத்தில் நிறைவேற்றப்படுவதுதான் கனவின் அடிப்படை என்றும், ப்ராய்ட் கூறியது போல் அதற்கு முன்னர் யாரும் கூறியதில்லை.

ப்ராய்டும், ஐன்ஸ்டீனும் யூதர்கள். எனவே, அவர்கள் எவ்வளவு புகழ் பெற்றிருக்க வேண்டுமோ, அதை அவர்கள் காலத்தில் பெறவில்லை என்று சொல்வதில் உண்மை உண்டு.

இலக்கியப் படைப்பாளிகளைப் பொறுத்தவரை, ப்ராய்டின் ஆய்வுகளில் காமம் என்பதைவிட கனவுதான் அதிக அளவில் எடுத்தாளப் பெற்றிருக்கின்றன. இதன் முக்கியக் காரணம், இலக்கியத்தைப் பொறுத்தவரை, காமம் என்ற பொருள் பல்வேறு உருவங்களில் ப்ராய்டின் கோட்பாடுகளுக்கு முன்னரே – கிட்டத்தட்ட 2500 ஆண்டுகளாக – பயன்படுத்தப்பட்டு வந்திருக்கின்றன. தமிழ், சமஸ்கிருதம், கிரேக்கம், சீனம், எபிரேயம் ஆகிய முதுமொழிகளிலும் பழங்காலந்தொட்டே இப்பொருள் பல கோணங்களில் எடுத்தாளப் பெற்றிருக்கிறது. எடுத்துக்காட்டாக, இன்று தமிழில் பின் நவீனத்துவ எழுத்தாளர்கள் 'மிருகங்களுடன் உறவு பூண்டான்' என்று எழுதிவிட்டால், பலர் குற்றம் காண்கின்றனர். ஆனால், இங்கேயுள்ள நளாயினி கதையிலும் மிருகங்களுடன் உறவு பூணுதல் பற்றி (அதுவும் ஐந்து மிருகங்களுடன்) வருவதை அறிந்துகொள்வதில்லை. இது வருத்தப்பட வேண்டியது – நியாயமும் இல்லாதது. இந்த விஷயம் குறித்து எழுதியவனை ஒரு படைப்பாளி என்று எடுத்துக்கொள்ள முடியுமே தவிர ஒரு டாக்டர் என்றோ மனோதத்துவவாதி என்றோ நாம் எடுத்துக்கொள்ள முடியாது. ஒரு கதையில் படைப்புத்தன்மை இருந்தால் அதைப் படைப்பாக எடுத்துக்கொள்ளத்தான் வேண்டும். பின் நவீனத்துவம் என்றோ மாந்திரீக யதார்த்தம் என்றோ பெயர் கொடுத்ததால் மட்டும் ஒன்றைத் தள்ளிவிடக்கூடாது. மனிதனோடு சம்பந்தப்பட்ட எல்லாம் எழுத்தாளனின் படைப்பில் வரத்தான் செய்யும். அது நல்லது–கெட்டது என்றோ வேண்டும்–வேண்டாதது என்றோ அரசியல் பண்ணும்போதுதான் மேற்படி சங்கடங்கள் வந்துசேர்கின்றன.

பிராய்டின் கோட்பாடுகள் ஐரோப்பாவைவிட அமெரிக்காவில்தான் அதிகமாகப் பயன்படுகின்றன. அதாவது, முக்கியமாக சிறுகதை எழுத்தாளர்களுக்கு. உடனடியாகத் தெரியவருவது ஜான் ஸ்டீன்பெக், வில்லியம் சரோயன் போன்றோர். ஸ்டீன்பெக்கின் 'பாம்பு' என்ற கதை மிகவும் புகழ்பெற்றது. அது முப்பது விநாடிகளிலேயே சொல்லிவிடக்கூடிய ஒரு சிறுகதை.

பாம்புகளை வைத்துப் பழகும் ஒருவன் வீட்டிற்கு ஒரு பெண் வருகிறாள். "ஐயா, நீங்கள் ஒரு பாம்புக்கு உணவு கொடுக்கவேண்டும். நான் பார்த்துவிட்டு உங்களுக்குப் பணமும் தந்துவிட்டுப் போகிறேன்" என்கிறாள். ஒன்றும் புரியாவிட்டாலும் அந்த ஆள் ஒரு எலியைப் பாம்புக் கூண்டிற்குள் போடுகிறான். பாம்பு வேகமாக வந்து அதைக் கவ்வி, கொஞ்சங்கொஞ்சமாக விழுங்குகிறது. பூராவும் விழுங்கிவிட்டதும் அப்படியே

அசையாது கிடக்கிறது. அந்தப் பெண் பார்த்துவிட்டு சிறிது பணமும் கொடுத்துப் புறப்படுகிறாள். அவன் “ஏன் அம்மா இதெல்லாம்?” என்று கேட்க, அவள் “நான் சமீபத்தில்தான் திருமணம் செய்துகொண்டேன்” என்று சொல்லிவிட்டுப் போய்விடுகிறாள்.

வில்லியம் சரோயனின் ‘பாம்பு’ என்கிற கதை வேறுவிதமாகவிருக்கும். இரண்டுமே ப்ராய்ட் ஆய்வுகள் சார்ந்ததே. இந்த இரு எழுத்தாளர்களும் புகழ்பெற்றவர்கள். ப்ராய்ட் என்ற ஒருவர் இல்லாமல் இருந்திருந்தால் மேலே சொன்ன கதைகள் இந்த மாதிரியாக எழுதப்பட்டிருக்க முடியாது.

இங்கே – தென்னாட்டில் – ஒரு கோட்பாடு – சித்தாந்தம் உண்டு. தென்னாடு என்பதிலுள்ள ‘தென்’ என்ற சொல் தெற்கு என்னும் திசையைக் குறிப்பதல்ல. அது ‘தோன்றும்’, ‘தென்படும்’ என்னும் பொருளைத் தருகிறது, தென்னாடு, தென்னன், தென்மொழி, தென்னவன், தென்பாண்டி என்பதெல்லாம் அப்பொருளையே கொண்டு நிற்கும். இந்தச் சித்தாந்தம் தமிழ் மொழிக்கே உரியதாகும். வேறுவகையில் சொன்னால் தோன்றக்கூடிய ஒன்றைப் பற்றி உலகில் உள்ள எல்லா சமயக் குரவரும், அறிஞரும் தத்துவவாதிகளும் நிறையவே சொல்லியிருக்கின்றனர். தோன்றும் என்றுதான் சொல் கிறார்களேயொழிய எது என்று சொல்ல முன்வரவில்லை. தோன்றவேண்டுமென்றால் அதற்கு முதலில் எதுவுமே இல்லாத இடம் வேண்டும். அது மட்டும்தான் தெரிந்த விஷயம். எதுவும் ‘மனத்துக்கண் இல்லை’ என்னும் நிலை. மனமே இல்லை என்னும் நெறி. இல்லை இல்லை என்பதால் ஏற்படும் நெறி – கோட்பாடு– தத்துவம் காலங்காலமாக இங்கே வழங்கி வந்த – வருகிற – கடவுள் என்னும் சொல்லின் பொருளும் அதுதான் என்று தெரிந்துகொள்ளலாம்.

இந்தக் கோட்பாடு பூங்குன்றனிலும் உண்டு – வள்ளுவத்திலும் உண்டு – திருமூலரிலும், மெய்கண்ட தேவரிடமும் உண்டு என்பது மட்டுமல்ல, நம்மாழ்வாரிடமும் உண்டு.

இது பலரை வசீகரித்திருக்கிறது. உலகின் சிறந்த சிறுகதை ஆசிரியனையும் கவர்ந்திருக்க வேண்டும். தலைப்பு இல்லாது கேள்விக்குறி(?) போட்டு ஒரு சிறுகதை தமிழில் உண்டு. மேற்சொன்ன தத்துவம் இங்கே தோன்றியிருக்காவிட்டால், இந்தக் கதை இவ்வாறு எழுதப்பட்டிருக்க முடியாது. இதுவும் ஒரு முப்பது விநாடிகளுக்குள் சொல்லிவிடக்கூடிய கதைதான்.

குருவும் சீடனும் பேசிக்கொள்கின்றனர். “அதோ பார் – கைலயங்கிரி – அதன் உச்சியில் பிரகாசமான நட்சத்திரம்” என்கிறார் குரு. சத்தியத்தின் முடிவைக் கண்டுகொண்ட நம்பிக்கை அவரது குரலில் இருந்தது. “பிரகாசமாக இருந்தால் போதுமா – ஒருவன் எட்டிப் பிடிப்பதற்காக அது இருந்தென்ன, போயென்ன” என்று பதிலளித்த சீடனிடம், “ஒருவன் தொட்டால் உலகம் தொட்ட மாதிரி” என்கிறார் குரு. “உலகம் அவ்னை இழந்துவிடுவதாலா?” எனத் திரும்பவும் கேட்ட சீடனுக்கு “இல்லை – உலகத்தை அவன் இழப்பதால்” என்றும் பதில் தருகிறார் குரு.

சொன்னதும் இருவரும் நிமிர்ந்து மலையைப் பார்த்து யோசிக்கின்றனர். பிறகு, அந்த குரு சொல்கிறார், “இல்லை – நான் சொன்னது பிசகு.”

இவ்வளவுதான் கதை. இவ்வாசிரியரின் சிறந்த கதையென்று இதைச் சொல்லவில்லை. உலகின் தலைசிறந்த ஒரு சித்தாந்தத்தை – முடிவற்ற முடிவை, உள்வாங்கிக்கொண்ட ஒரு படைப்பாளியின் வெளிப்பாடு என்று சொல்ல முடியும். அந்தச் சித்தாந்தம் இல்லை யென்றால், இந்தக் கதை வேறு மாதிரியாகத்தான் எழுதப்பட்டிருக்கும்.

இந்தக் கதையின் ஆசிரியர் யாரெனச் சொல்லப்போவதில்லை. தெரியாவிட்டால் வெட்கக்கேடு.

- 2007

35. இரண்டு மனித இயந்திரங்கள்

'மங்கம்மா சபதம்' என்ற தமிழ் சினிமா, இந்தியில் மங்களா என்ற பெயரில் தயாரிக்கப்பட்டு வெளிவந்த போது, அதில் கையாளப்பெற்ற இசை "வாபாஷ் அவன்யூ" என்ற ஆங்கிலப்படத்தின் சாயல் கொண்டது என்று பிளிட்ஸ் பத்திரிகை எழுதியது. ஆனால் அக்காலத்தில் வெளிவந்த ஏராளமான இந்திப் படங்களின் கதைகளே அப்பட்டமான காப்பியாக இருந்ததை எடுத்துக்காட்டவில்லை. முழுக்கதையாக இல்லாவிட்டாலும், சில தயாரிப்பாளரின் படங்களில் பல காட்சிகள் பிற படங்களிலிருந்து எடுத்துக்கொள்ளப்பட்டன.

இவ்வகையில் அபூர்வ சகோதரர்கள் என்ற படம் வெளிவந்தபோது இது 'கார்சிக்கன் ப்ரதர்ஸ்' என்ற டூமாஸ் நாவலைத் தழுவியது என்று தயாரிப்பாளர் முதலிலேயே எழுத்துமூலம் காட்டிவிட்டது சந்தோஷம் தந்தது.

ஒரு தமிழ்ப் படம் வெளிவந்தபோது, ஓர் இந்தித் தயாரிப்பாளர் வழக்கு ஒன்று தொடர்ந்தார் – இந்தப் படத்தின் கதை எனது இந்திப் படத்தின் கதையென்று. வழக்கு நடந்துகொண்டிருக்கும்போது வேறு ஓர் உண்மை வெளிவந்தது. அதாவது மேற்படி இந்திப் படத்தின் கதையே, 'டானி கேயி' நடித்த ஆங்கிலப் படத்தின் காப்பி என்பது.

இதெல்லாம் ஐம்பது அறுபதுகளில் என்றால், அதற்கு முன்னர் வெளிவந்த கன்னியின் காதலி, மர்மயோகி, ராணி போன்றவை முறையே As you like it, ராபின் ஹுட், கார்மனின் காதல்கள் போன்ற ஆங்கிலப் படங்களின் தழுவல்தான். பி.யூ. சின்னப்பா நடித்த உத்தமபுத்திரன் Man in the Iron Mask கதை என்பது தெரிந்த விஷயம்.

மொத்தக்கதை என்றில்லாமல் சில காட்சிகளை அப்படியே எடுத்துத் தங்கள் கதைகளில் சேர்த்துவிடுவது வேறு ஒரு வகை.

இப்படிப்பட்ட படங்களைப் பார்ப்பது வேடிக்கையாகவிருக்கும். ராமநாதபுரம் பக்கத்துக் கிராமத்தில் நடக்கிற கதை. அந்தக் கிராமத்திலிருந்து ஒரு பத்து மைல் நடந்தால்தான் சாலையையே பார்க்க முடியும்! அந்த இடத்தில் நடக்கிற கதையாகவிருந்தாலும் நாயகன் வெஸ்டர்ன் படத்தில் அணிந்துவருகிற உடையுடன் இடுப்பின் இரண்டு பக்கங்களிலும் துப்பாக்கிகள் தொங்க நடந்துவந்து ஜான் வெயினை நமக்கு நினைவூட்டுவான். ஜீப் காரில் சென்று கத்திச் சண்டையிடும் காட்சிகளும் உண்டு.

அடிப்படையைத் தகர்க்காது காட்சிகளைச் சிறிது மாற்றிவிடுவது வேறு ஒரு வகை.

Return from the Ashes என்றோர் ஆங்கிலப்படம். பிரமாதமானது என்று சொல்ல முடியாது. இன்கிரிட் தூலின், மாக்சிமிலியன் ஷெல் நடித்தது. காட்சி ஒரு ரயில் கம்பார்ட்மெண்டில் ஆரம்பம். ஸ்டேஷனில் ஒரு விபத்து. ரயிலிலிருந்த ஜனங்களெல்லாம் வெளியே ஓடிப்போய்ப் பார்க்கிறார்கள். ரயில் பெட்டியினுள் இருந்த பெண் மட்டும் அசையாதிருக்கிறாள். எதற்கும் கசியா கற்பாறை போன்ற மனசு. அப்படித்தான் அவள் வாழ்க்கை. கணவன் ஒரு கொடுமைக் காரன் – இப்படிப் போகிற இந்தக் கதை ‘அவர்கள்’ என்ற படம். அரங்கேற்றம், அவள் ஒரு தொடர்கதை, இப்படிப் பல படங்கள் பிறமொழிப் படங்களிலிருந்து எடுத்தாளப்பெற்றவைதாம். ‘நாணல்’ என்ற படம் வில்லியம் வைலர் இயக்கிய Desperate Hours என்ற திரைப்படத்தின் மூன்றாந்தர பதிப்பு.

இப்சனின் Dolls’ House நாடகம் ‘மறுபடியும்’ என்ற திரைப்படத்திலும் Summer of 72 என்ற படம் அழியாத கோலங்கள் என்ற படத்திலும் தலைகாட்டுகின்றன.

இவ்வகைப் படங்களோடு சம்பந்தப்பட்ட கலைஞர்களின் திறமையை நாம் எந்தவிதத்திலும் குறைத்து மதிப்பிட முடியாது. அது வேறு விஷயம்.

இப்படி பெருமையடைய முடியாத செய்திகளைத் தொகுத்துச் சொல்வதற்கு வருத்தப்படத்தான் வேண்டும். அப்போதுதான் ஒரு விஷயம் ஞாபகத்திற்கு வருகிறது.

ஐம்பது ஆண்டுகளுக்கு முன்பு Steel trap என்று ஒரு படம். இருபதாம் நூற்றாண்டு பாக்ஸ் நிறுவனத்தால் தயாரிக்கப்பட்டு வெளிவந்தது. நல்ல படமென்றுதான் சொல்லவேண்டும். ஜோஸப் காட்டன் என்ற அமெரிக்க நடிகர் நடித்தது. இதன் கதை வித்தியாசமானது.

பணப் புழக்கம் அதிகமான நிறுவனம் ஒன்றில் நல்ல வேலை. பழக்கப்பட்ட வேலை. எந்தவித மாறுபாடும் இல்லாது ஒரே மாதிரியாக நேரந் தவறாது செய்துகொண்டுவரும் வேலை. இதில் பணியாற்றும் ஜோஸப் காட்டன் காலையில் வீட்டிலிருந்து குறிப்பிட்ட நேரத்தில் புறப்பட்டால் குறிப்பிட்ட பாதை வழியே நடந்து, ஒரு திருப்பத்தில் சற்று நிதானித்து நடந்து, டிராம் பிடித்து அலுவலகம் வந்து, பழக்கப்பட்ட பாதை, படிக்கட்டுகள் கடந்து தனது அறை சென்று அமர்ந்து, வழக்கமாக வருகிற நபர்களிடம் வழக்கமாகப் பேசும் சொற்களைப் பயன்படுத்தி நல்லவிதமாகவும் வேறுவிதமாகவும் பேசி, பின்னர் பணவரவுகள் சம்பந்தப்பட்டவற்றைக் கவனித்து பாதுகாப்புடன் உள்ளே வைத்துப் பூட்டிச் சாவியை கவனமாகப் பையில் போட்டுக்கொண்டு நடந்தால், மீண்டும் அதே பாதை, திருப்பம், படிக்கட்டுகள், வீடு எல்லாம். இப்படிப்பட்ட ஒரே மாதிரியான வாழ்க்கை முறை அவருக்கு எரிச்சலாக இருக்கவே, அதிலிருந்து விடுபட, ஒரு நாள் துணிவுடன் ஒரு பெருந்தொகையை எடுத்து பத்திரப்படுத்திவைத்து ஆபீஸ் முடிந்து வெளியே புறப்படுகையில், அந்தத்

தொகையையும் எடுத்துக்கொண்டு ஏதோ ஓர் அர்த்தமற்ற தைரியத்துடன் வேறு ஓர் ஊருக்கு ஆகாய விமானத்திலேயே புறப்பட்டுவிடுகிறார். ஆனால் அந்த ஒரு கண நேர முடிவு வெகுநேரம் நீடிக்கவில்லை. மனப்போராட்டம் – தவறு செய்துவிட்டோமே என்ற குத்தல் – ஆசாமி திரும்ப எண்ணி வெகுவேகமாக அலுவலகம் வந்து யாராவது பணம் இருந்த பெட்டியைப் பார்ப்பதற்குள், அறைக்குள் நுழைந்து பணத்தை இருந்த இடத்தில் பத்திரப் படுத்திவிட்டு, ஆசுவாசமாக உட்கார்ந்து, பிறகு புறப்பட்டுப் பழக்கப்பட்ட அதே பாதை, திருப்பம், வீடு, படிக்கட்டுகள் – கதை முடிகிறது.

1937ஆம் ஆண்டு ஏப்ரல் மாதம் வெளிவந்த மணிக்கொடி பத்திரிகையில் ஒரு கதை – 'மனித இயந்திரம்' என்று பெயர் – வெளிவந்திருக்கிறது. கிட்டத்தட்ட இருபது ஆண்டுகள் கழிந்த பின்னர் வெளிவந்த படம் 'ஸ்டீல் ட்ராப்'.

இந்த இரண்டு கதைகளுக்கும் அடிப்படையில் எந்த வேறுபாடும் இல்லை. பகைப்புலம், சூழ்நிலை எல்லாம். கதையின் பெயர்கூட சற்றேறக்குறைய இரண்டிற்கும் ஒன்றுபோல் தோன்றும்.

மணிக்கொடியில் வந்த 'மனித இயந்திரம்' கதையில் வருகிற மீனாட்சிசுந்தரம் பாத்திரத்திற்கும், 'ஸ்டீல் ட்ராப்' கதையின் பாத்திரத்திற்கும் வித்யாசமில்லை.

அலெக்சாண்டர் டூமாசும், பி.ஜி. வுட்ஹவுசும் கொடிகட்டிக் கொண்டு தமிழ்ப் படைப்புகளில் மாறுவேடங்களில் கோலோச்சிக்கொண்டிருந்த காலத்தில் எழுதப்பட்ட சிறுகதையொன்று ஓர் அமெரிக்க எழுத்தாளரால் 25 ஆண்டுகள் கழித்துக் காப்பி அடிக்கப்பட்டது என்று கூறி இதை மலினப்படுத்த வேண்டியதில்லை.

ஆனால் 1937ஆம் ஆண்டு எழுதப்பெற்ற ஒரு கதையின் உத்தி கால் நூற்றாண்டு கடந்தும் புத்தம்புதியதாக இன்னொரு நாட்டு எழுத்தாளன் பயன்படுத்தும் ரீதியில் உள்ளது என்று அறிந்து கொள்வதன் மூலம், ஒரு தமிழ் எழுத்தாளன் முன்னே போய்விடுகிறான் என்று சொல்லவேண்டும்.

- 2007

❖

36. நகுலன்

"உங்களது 'வீடுபேறு' கதையில், சான்பிரான்சிஸ்கோவிலிருந்து திருவல்லிக்கேணிக்கு தன் தாயார் இறந்துபோன மாடி அறையைப் பார்த்துப் போக வருகிறான். வந்தவன் அங்கே அந்த வீட்டுக்காரரோடு நாள் முழுவதும் பேசிக்கொண்டிருந்துவிட்டு அந்த அறையைப் பார்க்காமலேயே போகிறான் – அந்த வீட்டுக்காரர் ஞாபகப்படுத்தியும் கூட. ஏன் என்று சொல்ல முடியுமா ?"

நகுலனை முதன்முதல் சந்தித்தபோது, இதைத்தான் கேட்டார்:

என்னால் பதில் சொல்ல முடியவில்லை. "க.நா.சு. இதே கேள்வியைத்தான் கேட்டார். நீங்களும் இப்போது கேட்கிறீர்கள். எனக்கு ஏன் என்று தெரியவில்லை" என்று சொன்னவுடன், நகுலன் சொல்கிறார்.

"அதுதான் சரி. தெரியாத காரணத்தால்தான் எழுதிக் கொண்டிருக்கிறோம். அதனால்தான் பேசிப்பார்க்கிறோம். நினைத்துக் கொண்டிருக்கிறோம்."

படைப்பு என்பதற்கு மேற்கண்டவாறு நகுலன் சொன்னதைவிட வேறு என்ன விளக்கம் இருக்க முடியும்?

'வாக்குமூலம்' என்ற நாவல் முன்றில் பதிப்பகத்தால் வெளியிடப்பெற்றபோதுதான், நகுலன் அவர்களை நேரில் சந்தித்துப் பேசும் வாய்ப்புக் கிடைத்தது. நேரில் பழகியிராத போதிலுங்கூட அதற்கு முன்பே எனது நூல்களுக்கு முன்னுரையும் மதிப்புரையும் எழுதியிருந்தார்.

நகுலன் அவர்களை 'எழுத்தாளரின் எழுத்தாளர்' என்று சொல்வது வழக்கம். அவரது கோபம்கூட தத்துவரீதியிலே வெளிப்படுகிறது. "வேட்டைநாய்களைக் கண்டால் இந்த வெறும் நாய்களுக்கு ஏனிந்தப் பரபரப்பு – தானும் ஒரு நாய் என்ற

கர்வம்” என்றெல்லாம் எழுதியது கால் நூற்றாண்டிற்கு முன்னர் ஒரு சலசலப்பை ஏற்படுத்தியது இன்றைய எழுத்தாளர்களுக்குத் தெரியாமல் இருக்கலாம். நகுலன் எதற்கும் விசேட முக்கியத்துவம் அளித்ததாகத் தெரியவில்லை. பூனைக்குட்டியும் மனிதரும் ஒன்றுதான். சித்தர் நிலையிலிருந்து அவர் எழுதினார் என்று சொல்லவேண்டும். திருமூலர் – பட்டினத்தார் – வள்ளலார் போன்றோர்தம் வாக்கு அவரது எழுத்தில் வெளிப்படையாகவே இருக்கும். குறள் மீது அவரது ஈடுபாடு தெரிந்த விஷயம்.

“எனது எழுத்திற்குமுன் என்னுடைய புகழ் எம்மாத்திரம்” என்றெழுதிய வெர்ஜீனியா வுல்ஃப் வாசகத்தை முழுமையாக ஏற்பவர். அவரே அதை எடுத்தாண்டுமிருக்கிறார்.

“கல்யாணம் செய்துகொண்டோரெல்லாம் ஆடு திருடிய கள்ளன் போல முழிக்கிறான்கள்” என்று சாதாரணமாகச் சொல்வதைக்கூட ரசனையுடன் சொல்பவர்.

“நான் பேசி முடித்த பின்னரே எனக்கே நான் என்ன பேசினேன் என்பது தெரியும்” என்று ஓரிடத்தில் உரையாடலாகச் சொல்கிறார். நகுலனின் எழுத்துகளுக்கும் இது பொருந்தும்.

வாக்குமூலம் நாவலில் சம்பவமாகச் சொல்லப்பட்ட ஒரு விஷயம் குறித்து பலதரப்பட்ட விவாதங்கள் உண்டு. ஒருவன் தனது உயிரைப் போக்கிக்கொள்ள அரசின் அனுமதியை வேண்டிநிற்க, அது மரபிற்கு எதிரானது என்று வாதம்.

ஆனால் வடக்கிருத்தல் என்பது நமது மரபு அல்லவா?

ஒன்றை ஒப்புக்கொள்கிறோமா இல்லையா என்பதல்ல விஷயம். மரபு என்ற முற்றுப்பெற்றுவிடாத ஒன்று பற்றிய ஒரு தெளிவு – எல்லாவற்றிற்கும் முடிவு உண்டு. முடிவிற்கு முடிவு இல்லை – என்ற முடிவிற்கு வரும் தெளிவு.

‘அசோகமித்திரன் அவர்களது எழுத்துகள் – நகைச்சுவை உட்பட– சோகம்தான்’ என நகுலன் ஒருமுறை எழுதியிருந்தார். எப்படி எழுதினாலும் படைப்புகளில் சோகம் ஏதோ ஒருவிதத்தில் தங்கத்தான் செய்கிறது. ஆனால் சித்தருக்கு ஏது சோகம் என்று சமாதானம் சொல்லிக்கொள்ளலாம்.

நகுலன் எழுத ஆரம்பித்த காலம், தமிழில் பின்நவீனத்துவம், மாந்தரீக எதார்த்தம் போன்ற இலக்கிய உத்திகள் செயல்படாத நேரம். ஆனால் அவர் கூறுகிறார்.

“எது தீமை என்று அடியோடு வெறுக்கிறோமோ அப்போதே எது நல்லது என்று நாம் கருதியிருந்ததும் ஆட்டம்கண்டுவிடுகிறது.”

கிட்டத்தட்ட பின் நவீனத்துவம் பற்றிய விளக்கம் போல் எடுத்துக்கொள்ளலாம் அல்லவா?

ஐம்பது ஆண்டுகளுக்கு முன்னர் படைப்பிலக்கியத்தை நகுலன் இவ்வாறு குறிப்பிட்டதும் “இது நல்லது – இதுவே நல்லது என்று ஒன்றைத் தூக்கி வைத்துக்கொண்டிருக்கும்போதே, இது நல்லதல்ல– இது மோசம் என்ற எண்ணமும் வளர்ந்துவிடுகிறது” என்று இப்போது பின்நவீனத்துவம் பற்றிக் குறிப்பிடுவதும் எப்படி இருக்கிறது என்று பாருங்கள்.

நகுலனின் நாவல்களை எளிதில் குறுகியகாலத்தில் எவரும் விமர்சனம் செய்துவிட

முடியாது. அதுவும் 'நினைவுப் பாதை' போன்றவை தமிழில் அபூர்வ படைப்புகள். மேநாட்டு எழுத்துகளை வாசித்து அதைப்பற்றியே பேசியும் எழுதியும் வரும் தம் விமர்சகர்களை நகுலனின் நாவல்கள் ஸ்தம்பிக்க வைத்துவிடும்.

அவருக்கும் அவரது நாவல்களுக்கும் எந்தவித வேறுபாடும் கிடையாது என்பதை மட்டும் அறிந்துகொள்வது எளிது.

நகுலன் தற்போது எழுதுவதாகத் தெரியவில்லை. பேசுவதைக்கூட குறைத்துக் கொண்டிருக்கக்கூடும்.

"நகுலனை எனக்குத் தெரியும்" என்று அவரிடமே கூறினால் 'எந்த நகுலனை' என்று கேட்பார். அது உண்மை என்றுதான் இப்போது தெரிகிறது. அவரும் அவர்தம் படைப்பும் ஒன்றுதான் எனத் தெளிந்து நமது மகிழ்ச்சியையும் நன்றியையும் தெரிவிப்பதைவிட நாம் எதுவும் அவருக்குச் செய்துவிட முடியாது.

- நகுலன் நினைவு மலர், 2007

❖

37. ரிஷியின் இரண்டு / மூன்று கவிதைகள்

அநாமிகா, ரிஷி என்ற பெயரில் எழுதிவரும் லதா ராமகிருஷ்ணன் அவர்கள் ஒரு பன்முக விற்பன்னர். கவிஞர், கதாசிரியர், கட்டுரையாளர், மொழிபெயர்ப்பாளர், விமர்சகர், பெண்ணியல்வாதி என்று சொல்லலாம். எனது ஞானம் இத்தனை பெயர்களோடு நின்று விடுகிறதேயொழிய, இன்னும் பல துறைகளிலும் அவர் ஈடுபாடு கொண்டிருத்தல் வேண்டும்.

ஓர் இலக்கியவாதி எத்தனை துறைகளில் ஈடுபடினும் கவிஞர் என்று அழைக்கப்பெறுவதை விசேடப் பெருமையாகக் கருதுவார். லதா ராமகிருஷ்ணனும் அவ்வாறே என்று நம்பலாம்.

மொழிபெயர்ப்புகளை நிறையவே செய்துள்ளார். ஆங்கிலம், தமிழ் ஆகிய இரு மொழிகளிலும் ஒன்றிலிருந்து இன்னொன்றிற்கு. க.நா.சு.வின் 'அவதூதர்' இவர் மொழிபெயர்ப்புதான். இவ்வாறு நிறையவே ஆக்கபூர்வமாக ஈடுபட்டதன் விளைவாக இவருக்கு பிச்சுப்பிசிறு இல்லாத ஒரு நடை இப்போது கிடைத்துள்ளது. சங்ககாலச் சொற்கள்கூட இவர் பயன்படுத்தும்போது சரளமாக ஆகிவிடுகின்றன.

பெண்ணியம் என்ற முக்கியமான விஷயம் இவரைப் பொறுத்தவரை வேறொரு வகையில் கொண்டு செல்லப்படுகிறது. அதுதான் – அந்த வழிதான் – சரியானது என்றும் தோன்றுகிறது. பெண்ணியல்வாதிகள் பொதுவாக வாதிடும் போக்கு இவரிடம் இல்லை. பெண்கள் நல்லவர் – ஆடவர் அப்படியில்லை என்பது போன்ற வகையில் இவர்தம் எழுத்துகள் இருக்கவில்லை. 'எளியர் – வலியர் என்ற பிரதான போக்குகளாக இரண்டே உலகில் உள்ளன – இதில் பெண்கள் எல்லாரையும் ஒட்டுமொத்தமாக அடக்கப்பட்டவர்கள் என்று ஒரு குடைகீழ் கொண்டு வருதல் பல வகையிலும் அவர்களின் தனி மனித அடையாளத்தை அழிப்பதாகிவிடுகிறது' என்கிறார்.

கொடுமைகளுக்கெல்லாம் குறியீடாக ஆப்ரிக்க நாட்டு கறுப்பு இன அடிமைப் பெண்ணைக் குறிப்பிடுவார்கள். கென்யா நாட்டு நாவலாசிரியரான கூகி, அங்கே வழங்கப்பெறும் பழமொழிகள் சிலவற்றைத் தெரிவிக்கிறார்.

"தந்தம் எவ்வளவு கனமாகவிருந்தாலும் யானையால் அதைச் சுமக்க முடியும்."

"அரங்கத்தில் ஆடத் தீர்மானித்துவிட்ட நபருக்கு எப்படி ஆட வேண்டுமென்று கற்றுத்தரத் தேவையில்லை."

மேற்குறிப்பிடப்பட்ட பழமொழிகள் பெண்ணியத்தின் தற்போதைய மனசாட்சியாக இருக்க முடியும் என்று கருதலாம். விடுதலை உணர்வு தோன்றுவதுதான் முக்கியம். அதுதான் அழகு. எப்படி நடவடிக்கை எடுக்கப்பட வேண்டும் என்பது இரண்டாம் நிலைதான். யாரிடமும் யாசிக்க வேண்டிய அவசியம் விடுதலையுணர்வு பெற்றவருக்கு இல்லை. முன்முடிவுகளைச் சேர்த்துவைத்துப் பொக்கிஷமாகக் காப்பாற்றுகிற எண்ணங்கள் இல்லாமலிருத்தலே விடுதலையுணர்வு என்று எடுத்துக்கொள்ள முடியும்.

இவ்விடுதலையுணர்வு லதா ராமகிருஷ்ணன் எழுத்துகளை ஆக்ரமித்துக்கொண்டுள்ளது மிகவும் திருப்தியான விஷயம். கட்டுரையாகட்டும் – கதையாகட்டும் – கவிதையாகட்டும் இவ்வுணர்வு அவர் எழுத்துகளுக்கு உயிர் தருகிறது. கனவுகளும் விடுதலையுணர்வும் நம்மை உன்னதமாக்கும் உயரிய விஷயங்கள் அல்லவா?

இவ்வாறு உன்னதமாக்குகிற விஷயங்கள் இவரது இரண்டு கவிதைகளில் கண்டுவிடலாம் என்று நினைக்கிறேன்.

ஒரு கவிதை

தினமுமாய் அந்தக் கடைப்பெயர்
கண்ணுக்கு இடம் பெயரும் .
பெயர்க்காரணமறிய மனம் வியர்வை பெருக்கும்.
படிதாண்டிப் போய்க் கேட்கப் பிடிப்பில்லை.
வினவாதவரை விடைகள் ஆயிரம்.

கேள்விதான் முக்கியமானது; பதில் அல்ல – நல்ல கேள்வி ஒன்றில் பதிலே உள்ளடங்கியிருக்கும் என்பார் ஜே.கே. இந்தக் கவிதையில் வருவது ஜே.கே. சொன்னது போன்றதல்ல. தடை என்று எடுத்துக்கொள்ள வேண்டும். ஒன்றிற்குப் பெயர் கொடுப்பதன் மூலம் பயணம் நிறுத்தப்படுகிறது. அது சோகம். பெயர்க் காரணமறிய மனம் அல்லல்படுகிறது. படிதாண்டிப் போய்க் கேட்க மனசில்லை – தெரிந்தவரை போதும் என்று பொதுவாகச் சொல்வதுபோல் தெரிந்தாலும் கடைசியில் சொல்லப்படும் "வினவாதவரை விடைகள் ஆயிரம்" என்ற வரியில் ஓர் உற்சாகமும், 'என் முடிவு சரிதான்' என்ற தற்பெருமையும் தொனிக்கும். இந்தத் தற்பெருமை நல்லதுதான். விடைகள் கோடிகோடியாகத்தான் இருக்கும். ஒரு விடை அடுத்த கணத்தில் பூச்சிய மதிப்பெண் பெற்று நிற்கும். எனவே விடைகள் தேவையற்றவை என்ற எக்காளத்தொனியுடன் கூடிய மகிழ்ச்சி இக்கவிதையில் உண்டு.

இந்தப் பார்வை சரிதான் என்று சொல்ல வேறு யாரிடமும் செல்லத் தேவையில்லாதபடி, இவருடைய இன்னொரு கவிதையை எடுத்துக்கொள்ளலாம்.

அந்தக் கவிதை வருமாறு:

தேடுகிறேன்
உடனோடி மண்ணளைந்து
எதைத் தேடுகிறாய், என்ன தொலைத்தாயெனத்
துளைத்தெடுத்தார்கள்.

"எதையோ தொலைத்துவிட்டேன் ஏதெனத்
தேடுகிறேன்" என்றேன்.

பேதையாய்ப் பார்த்துத் தம் பாதையேகினர்.
நான் தேடுகிறேன்.

வாழ்க்கை என்பதும், கவிதை என்பதும் தேடல்தான் என்று கவிஞர் ரிஷிக்குச் சொல்லத் தோன்றுகிறது. ஆனால், அப்படிச் சொல்வது பத்தோடு பதினொன்று. கவிஞரை நாம் பார்த்தால்தான், தேடுகின்ற பொருள் என்னவென்று அறிந்துகொள்ள முடியும். நமது தேடல் எப்போதும் நம்முடன் உள்ளது. அதற்கு என்ன பெயர்? பெயரில் என்ன உள்ளது? தேடிக்கொண்டேயிருப்பதுதான் 'தேடுகிற பொருள்' என்கிற மறைமுகப் பதிலையும் இக்கவிதையில் உணரமுடிகிறது.

ரிஷியின் இன்னொரு கவிதையைப் படிக்கும்போது பல சங்ககாலக் கவிதைகளும் ஞாபகத்தில் வந்துபோயின. அதன் உண்மையான காரணம் ஒரு சொல்தான். அதைத்தவிர வேறு எதையும் சொல்ல முடியாது. தமிழ் போன்ற பழம்பெரும் மொழிகளுக்கெல்லாமே ஒரு குணம் இருக்கிறது. பல நூற்றாண்டுகளுக்கு முன்னர் நம் முன்னோர் பயன்படுத்திய சொல்லை அதே தொனியில் அதே பொருளில் இப்போதும் உபயோகித்து வருவதுதான். வள்ளுவரும் பூங்குன்றனும் ஔவையாரும் இளங்கோவும் அப்பர் போன்றோரும் பயன்படுத்திய சொற்கள் மாற்றமடையாமல் அதே தொனியில் பேசப்பட்டும் உணரப்பட்டும் தொடர்கின்றன.

'யாம்' என்ற சொல் எத்தனையோ நூற்றாண்டுகளாக நம்மிடையே பயின்றுவருகிறதுடன், இப்போதும் அதே தொனியில் கையாளப்படுகிறது.

யாமே பிரிவின்றி இயைந்த
துவரா நட்பின்
இருதலைப் புள்ளின்
ஓருயிரம்மே

இது கபிலருடையது.

யாம் எந்தையும் இலமே

இது பாரி மகளிருடையது என்று சொல்லப்படுவது. கபிலருடையதாகவும் இருக்கக்கூடும். துயரத்திலும் ஓர் ஒற்றுமையின் பலம் கண்கூடு.

யாம் மெய்யாய்
கண்டவற்றுள்...

இது திருக்குறள்.

யாமறிந்த மொழிகளிலே

இது பாரதியார்.

ரிஷியின் கவிதையொன்று கீழே தரப்பட்டுள்ளது. சிறிது சப்தத்துடன் படித்துப் பாருங்கள் – குறிப்பாகக் கடைசி வரிகளை.

என் தேவ கணங்களுக்கும்
அசுர கணங்களுக்குமான
நேர்த்திக் கடன்
என் கவிதைகள்.
காலற்ற அவற்றின் கால்களையும்
கோல்கொண்டு அளக்க மாட்டாது.
காட்டாற்று வெள்ளம் சீருடை
கொள்ளுமோ?
இக்கண சிக்கனம்
அக்கண செலவினம்.
வாமனாவதாரமும் விசுவரூபமும்
வாழ்வின் இலக்கணம்.
வெற்றுச் சப்தமும்
வேய்ங்குழலோசையும்
வாய்த்த செவித்திறன் இதில்
ஆம் ஆம் என்றுமது
அபத்தப் பார்வைகளுக் கென் தலையாட
பூம்பூம் மாடல்லவே - யாம்
பூதலிங்க சாமிகளே.

இதில் 'பூம் – பூம் மாடு' என்பது ஒரு கொச்சைப் பிரயோகம். பூதலிங்க சாமி என்பதும் இளக்காரமாகச் சொல்லப்படும் இகழ்ச்சிக் குறிப்புத்தான். இந்த இரண்டிற்குமிடையே, யாம் என்ற சொல் தவிர வேறு எதைப் பயன்படுத்தியிருந்தாலும் இப்போது இக்கவிதை தரும் அனுபவத்தைப் பெற்றிருக்க முடியாது. சொல் செய்கிற மாயாஜாலம் என்றும் சொல்லலாம்.

– 2007

❖

38. அது வேறு காலம்

இளங்கோ என்னும் படைப்பாளி சேரன் தம்பியா? சமண சமயத்தவரா? என்பது பற்றியெல்லாம் உறுதியாகச் சொல்ல முடியாது – அக்கறையும் இல்லை. அந்த மாபெரும் இலக்கியவாதி பூம்புகார் நகரத்தில் வாழ்ந்தவர் என்று மட்டும் தாராளமாக நம்பலாம். அங்கிருந்து – அந்த பூம்புகார் நகரத்து மருவூர்பாக்கம், பட்டினப்பாக்கம் பகுதிகளைக் கடந்து நாளங்காடி, கூடல், இடைகழி நீங்கி குடமலை, பின்னர் கோழி என்னும் உறையூர் சார்ந்த இடங்களுக்கெல்லாம் அவர் தனியாகத்தான் சென்றிருக்க வேண்டும்.

சங்ககால பேகன், கண்ணகி கதை, அந்தப் படைப்பாளியைத் துளைத்தெடுத்திருக்கிறது. சமகாலத்தில் அவ்விரு பாத்திரங் களையும் பூம்புகார் வாசிகளாக்கி நமக்குத் தருகிறார். பிரிந்த கணவன் திரும்ப வந்ததும் இரவோடு இரவாகக் கிளம்புகின்றனர். படைப்பாளி இளங்கோதான் கிளம்புகிறார். நெடுங்குன்றமும் சிறுமலையும் நீங்கி, தாழ்ந்த குலைகளையுடைய வாழையைப் பற்றிச் சொல்வதால் அது மலைவாழைப் பழமாகவுமிருக்கும். அது திண்டுக்கல் பகுதியாகவும் இருக்கலாம். காவிரியை வாழ்த்தியவர், 'பொய்யாக் குலக்கொடி வைகை'யின் திருமருதத் துறையில் நீராடியிருக்கக்கூடும். அங்காடி மற்றும் நவரத்தின கூலவணிகர் வீதிகளைச் சுற்றிவந்திருக்கவேண்டும்.

இத்தனை இடங்களையும் சுற்றி வந்திருக்கின்றார். வெகு விமரிசையாக விவரங்களைத் தருகிறார். இவ்வாறு இம்மாதிரி இடங்களுக்கெல்லாம் துறவிகள் செல்வதுண்டா என்றெல்லாம் கேட்க வேண்டாம். இளங்கோ ஒரு படைப்பாளி. உலகில் ஒன்றிரண்டு பேரைத்தான் இவரோடு ஒப்பிட்டுச்சொல்ல முடியும்.

காவிரியையும் வைகையையும் போற்றிவிட்டால் போதுமா? வஞ்சியின் பேரியாறு என்ன பாவம் செய்தது? அதன் மணல்

மேட்டைப் பற்றிக் கூறுகிறார் – பூங்குன்றன் போல. இருக்கட்டும். இத்தனை விவர அடுக்குகளைத் தமது காதைக்குள் அடைத்தவர், கதைக்கே உயிர்நாடிச் சம்பவமான கோவலன் கொலையை எப்படிச் சொல்கிறார் – ஒரு செய்தித்தாள் நிருபர் கூற்றாக, சில வரிகளிலேயே சொல்லி முடிக்கிறார். இந்தப் போக்குகூட, இளங்கோ போன்ற மகத்தான படைப்பாளிகளுக்கே கைவரக்கூடும்.

கோவலன் கொலைக்குக் காரணமாகவிருந்தோர் மீது நமக்குக் கோபம் ஏற்படவில்லை. மதுரையை எரித்த கண்ணகிமீதும் கோபமில்லை. மாதவிமீது இல்லவே இல்லை. என்ன தந்திரத்தைக் கையாண்டார் இந்த இளங்கோ?

சாந்தம் என்ற உணர்வைத் தன்னகத்தே கொண்டவர்கள்கூட அதைப் பிறரிடம் ஏற்படுத்திவிட முடியாது – மொழிமூலம். சாந்தம் தன்னையே பார்த்துக்கொள்வதாகிறது. எட்டுச் சுவைகளில்கூட சாந்தம் சேர்க்கப்படவில்லை. சமண முனிவர்கள் அதையும் ஒன்றாக்கி நவரசம் பண்ணினர் என்று சொல்கிறார்கள்.

ஒரு படைப்புப்பற்றிப் பேசும் நமக்கு அந்த ஆய்வெல்லாம் வேண்டாம்.

இதையெல்லாம் ஏன் சொல்ல வந்தேன் – சமீபத்தில் நான் படித்த கவிதை வருமாறு:

இது வேறு காலம்

காற்றுப் புகா சீசாவில் வைத்துக்
காத்து வந்தேன் அக் கனவை

பிரமிக்கும் ரூபமும் யௌவனமும் ததும்ப
ஒரு இளவரசி போல் வீற்றிருக்கும் அதை
பார்த்துப் பார்த்து மிதந்துகொண்டிருப்பேன்

எங்கு போய்த் திரும்பினாலும்
சீசாவை ஒரு முறை பார்த்துவிட வேண்டும் எனக்கு

எப்போதோ வந்த ஊழி
கனவையும் அக்காலத்தையும்

வசீகரக் கற்பனைகளையும்
அலங்கார நினைவுகளையும்
ஈவிரக்கமின்றி அள்ளிச் சென்றுவிட்டது.

பித்தாகி
பெயர் தெரியா இத்தீவில்
அலைந்துகொண்டிருக்கும்போது
இன்று காலை காலில் தட்டுப்பட்டது

அது தானா
உறுதிப்படுத்திக் கொண்டேன்

கிடைத்த அதிசயம் குறித்த பரவசம் ஏதுமில்லை

பொறுமையாய்
அக்கனவை எடுத்து
ஒரு முறை வாசித்தேன்

மறுபடி எதுவும் புகாதவாறு மூடிக்
கடலில் விட்டேன்
சலனமின்றி மிதக்கும் கனவை

இது வேறு காலம்

இது கவிஞர் ரவிசுப்ரமணியன் எழுதியது.

கவிஞர் அறிவுமதியின் "அம்மா, அம்மா – கடலம்மா..." என்ற கவிதை வரிகள் நம்மைப் படுத்திய பாடு பெரிது.

"வெட்டினான்" – என்று எழுதினால் இரத்தம் வரவேண்டும் என்று யாரோ சொன்னார்களாமே – அதுவேதான். அறிவுமதியின் வரிகளில் நமது கண்ணீர் சிந்தும். அந்த வரிகளின் சரணாகதித் தன்மை அன்னைக்கும் அன்பிற்கும் உள்ள பிணைப்பை அதிகரிக்கச் செய்ய, ஊழிக்கூத்திலும்கூட, அந்த அன்பே மேற்செல்கிறது. கடலன்னை மீண்டும் நம்மைத் தண்டிக்கத் துணியமாட்டாள்.

கவிஞர் ரவிசுப்ரமணியனின் ஊழிக்கூத்து மேலே சொன்ன கவிதையில் வேறுவிதமாகச் சொல்கிறது – அது 'வேறு காலமே'தான்.

தன்னையே பார்த்துக்கொண்ட ஒருவனின் நிலை அது. ஊழிக்கூத்து இருக்கட்டும். சாவில்கூட அப்படியேதான் இருக்கும். இளங்கோ என்ற படைப்பாளி ஞாபகத்திற்கு வந்த காரணம் இதுதான். யாரையும் குற்றவாளிகளாக்கிவிடாது நிகழ்ச்சிகளை சொல்லிச் செல்லும் இயல்பு. அது வாசகனுக்குப் படைப்பாளி தரும் பரிசு.

நம் இளங்கோ ஊழ்வினையைச் சொல்லத்தான் செய்கிறார். அவர் காலம் அப்படி. யாரையும் குற்றம் சொல்லாதபடி எல்லாவற்றையும் ஏற்றுக்கொள்கிற நிலைக்கு உட்படுத்தும் படைப்பாளியின் தந்திரமாகவும் இருக்கலாம். அது தந்திரமாக இருந்தால்கூட நாம் மிகவும் மகிழ்ச்சி அடைய முடியும்.

'ஈவிரக்கமின்றி' – என்ற ஒரு வார்த்தை ரவியின் கவிதையில் நமது போக்கைச் சற்று நிறுத்துகிறது. 'கல்லாக்களிமகன்' – என்று இளங்கோவும்கூடச் சொல்லிக்கொள்கிறார்.

"கடந்து வந்த பாலங்களை எல்லாம் தகர்த்துவிட வேண்டும்."

"எந்தப் பாலங்களை."

"ஒவ்வொரு கடைசிப் பாலத்தையும்."

இது ரஷ்யாவின் பாலே நடனக் கலைஞர் 'அன்னா பாவ்லோ'வின் கூற்று.

"எல்லாவற்றையும் மறுத்துவிடுதல்" என்பது ஜே.கே.யின் ஒரு தத்துவம் – அவரது இந்தத் தத்துவம் உட்பட.

பொதுவாக ரவிசுப்ரமணியத்தின் கவிதைகள் சிறிது விரக்தியைத் தோற்றுவிப்பதாகவே தெரியும் – 'ஸென்' பவுத்த சாயலும் இருக்கும். அத்துடன் தென்புலத்துச் சித்தர் சம்பந்தமுடைய உணர்வை அடக்கியவை என்பதும் உண்மை. 'குறிப்பு' என்ற இவரது கவிதையைப் படித்தாலும் இது தெரிகிறது.

அம்மாதிரிப்பட்ட உணர்வைத் தோற்றுவிப்பதில் இவர் வெற்றி பெற்றுள்ளார் என்றும் சொல்லவேண்டும்.

2007

❖

39. பழமலய்யின் கவிதை

‘வாழ்க அந்தணர்’ என்று தொடங்கி ஞானசம்பந்தர் அடுத்த அடியாக ‘வீழ்க’ என்று சொல்லிவிட்டு நிறுத்தினாராம். “ஆகா – வீழ்க என்ற அவச் சொல்லைப் பயன்படுத்திவிட்டோமோ – இது பெரும்பாவமாயிற்றே” என்று பின்னர் அதை ‘வீழ்க மாமழை’ என்று ஒரு மங்கலச் சொல்லாக ஆக்கினார் என்று கதை சொல்லுவதுண்டு. அதுவே அந்தணருக்குப் பதில் சமணருக்கு என்று இருந்தால் இருக்கட்டுமே என்று சும்மாயிருந்திருப்பார்.

கவிஞர் பழமலய் விசாலமானவர், கனிந்தவர். அழுதுகொண்டே படிக்க வேண்டியவை இவரது கவிதைகள் என்று தோன்றும். ரொம்பவும் தெளிவாகச் சொல்லுவார்.

பள்ளிப்படிப்பு, நூலகம் சாம்பல்
படிப்புத்தான் கெட்டது
கோயில் சிதறியது
சாமிகள் தானே - சாகலாம்

பிறகு சிரிக்கவேண்டும். சிரிப்பு வரும். இந்த நிலவுடமைச் சமுதாயத்தின் சாதியத்தைப் புரிந்துகொள்பவர் அவர். வெறும் திசையாக மட்டுமேயல்லாத இந்தத் தென்னகமிருக்கிறதே, இங்கே பிறப்பு ரீதியான சாதி எப்போதுமே இல்லை. இருந்துவிட்டால்? அதனால்தான் ‘சாமிகள் சாகலாம்’ என்கிறார். பழைய சோறுகூட கிடைக்காவிட்டால் சாமிகள் சாகத்தானே வேண்டும்.

யார் கொளுத்தினாலும் குடிசைகள் எரியும். யார் வெட்டினாலும் தலைகள் உருளும். இதில் பறையன் என்ன – படையாட்சி என்ன? இதெல்லாம் உயிர்போகிற விஷயம் – விடுங்கள் – மானம் போகிற விஷயங்கள் உண்டு. “என்ன ஆறுமுகம் பிள்ளை – உனக்கு சஷ்டியப்த பூர்த்தியாமே?” என்று கேட்பான் எட்டு வயது அம்பிப்பயல். மேற்படி சஷ்டியப்த பூர்த்தியும் பல்லிளித்து பதில்

சொல்லும் (பத்து வயது பிராமணச் சிறுவனையும் நூறு வயது மற்ற சத்திரியர் போன்றோர் எழுந்துநின்று மரியாதை செய்யவேண்டும் – மனுநீதி 2, 135). இம்மாதிரி வயதானவர்கள் கற்கட்டும் அல்லது கற்காமல் போகட்டும். ஆனால் இடுப்புக்குழந்தையாவது எங்களிடம் வந்தாக வேண்டும் என்று சொல்லுவார் பழமலய்.

பழமலய்யைப் பற்றி நான் எழுதாது இருந்தென்ன பயன் – அவர்தம் கவிதையொன்று – அமைதியாகப் படிக்கலாம். கவிதைக்குத் தலைப்பு இல்லை.

வரிகளை உடையது.
வரிகள் எழுதிய வேசங்களும் உண்டு.

ஆடல் வல்லான் அரைக்கு அசைத்த
தோலுக்கும் உரியது.

கரிகாலன், கங்கை கொண்டான்,
கடல் கடந்தான், இலங்கை வென்றான் –
கொடியில் பறந்தது.

தமிழச்சியின் முறத்துக்கு
ஆயுதக் கவுரவம் கிடைத்தது இதனால்.
திப்பு சுல்தானும் ஜிம்கார்பெட்டும்
எப்போதும் விரும்பியவர்கள் இதை.

இரும்புக் கூட்டுக்கு உள்ளே வைத்து
நிலவுக் கவிஞன் கவிமணி பாடியது.
'கதவு திறந்து வா வெளியே!' எனப்
பாரதிதாசன் வெளியே இழுத்தது.

மரத்தில் மற்றவற்றில் செய்வதைக் காட்டிலும்
காகிதத்தில் செய்தது நல்ல விற்பனை.

சர்க்கஸ்களில்
ரிங் மாஸ்டர்களிடம் விடாய்ப்பது.

பசுத்தோல் போர்வையில்,
மந்தையில் மேய்கையில்,
காளை விரட்டியதாயும் ஒரு கழுதை
எதற்கு என்ன ஆனது என்பது பற்றி
இதற்குப் போல் பாட பேதங்கள் எதற்குமில்லை.

தேசிய விலங்கு.
தீப்பெட்டிப் படம்.

சிகைக்காய் ஒன்றின் வியாபாரச் சின்னம்.
அக்கம்பக்கம் பார்த்துக் கேட்பது.

'ஏன் வம்பு' என்று சில பேர்
எண்ணெய் தேய்த்தே குளிப்பதை விட்டது.

"சொற்களை மீறி இயங்கியது கவிதை என்பதற்கு ஓர் அற்புதமான உதாரணம் இக்கவிதை" என்று கோவைச் சித்தர் என்று நாங்கள் அழைத்து மகிழும் 'கோவை ஞானி' அவர்கள் எழுதியிருந்தார்.

பழமலய்யின் இக்கவிதையில் ஒருவித எக்காளத்துடன் கூடிய நகைச்சுவை உண்டு. கவிதையில் நகைச்சுவையானது நெடுநாள் நீடிக்கும்.

தமிழின் மீது பேராசையும் பழமலய்க்கு உண்டு. இரும்புக் கூண்டிற்கு உள்ளே வைத்து புலியைப் பாடியது 'வில்லியம் பிளேக்' – நிலவுக் கவிஞன் கவிமணி தேசிக விநாயகம் அவர்கள் மொழிபெயர்த்துத் தந்தார்.

புலி என்னும் விலங்கைப் பொறுத்தவரை, அதன் பெயரைப் பொறுத்தவரையும் தமிழுக்கு மிகவும் சொந்தமான காரணங்கள் உண்டு. புலி என்ற சொல்லே மேலை நாட்டு மொழிகளில் மாற்றி உச்சரிக்கப்பட்டு வருகிறது என்கின்றனர் மொழி அறிஞர்கள். புலி என்ற சொல்லில் 'லி' என்பது முதலிலும் 'பு' கடைசியிலும் மாறித் தோன்றியதுதான் 'லெப்போ' என்பர். சிங்கம் வடபுலத்தில்தான். சங்க இலக்கியங்களில் புலி வரும் இடங்கள் ஏராளம். தமிழ் நாட்டிலும் 'புலி' என்ற சொல் சம்பந்தப்பட்ட பெயர்கள், விளையாட்டுகள், ஊர்கள் மிகவும் அதிகம். நம் சித்தரில் ஒருவர் புலிப் பாணி. 'பூ' என்ற எழுத்தின் உருவம் ஒரு பூ மலர்ந்திருப்பது மாதிரி 'புலி' என்ற சொல் புலி போலவே ஆரம்பித்து கடைசியில் வால் போல் முடிகிறது என்று மகிழ்ந்து சொல்லும் ஆர்வலர்கள் உண்டு.

கோவை ஞானி அவர்கள் சொன்னதைவிடத் தெளிவாக வேறு சொல்ல முடியாது. சொற்களை மீறி இயங்குவது அமைதியாகவும் இருக்க வேண்டும். பொதுவாக பழமலய்யின் கவிதைகளில் நேராகக் காணப்படும் கோபம் 'இவர்கள் வாழ்ந்தது' தொகுதியில் பரிகாசத் தொனியுடன் வெளியாகியிருப்பது விசேடம். இப்படிப்பட்ட பரிகாசத் தொனியுடன் கூடிய வரிகள் இரண்டாயிரம் ஆண்டுகள்கூட நிலைத்து நிற்கும். அவை அபூர்வமாகவே வெளிவருபவை. தெரிந்த ஓர் எடுத்துக்காட்டு "என்னை முன் நில்லன்மின் தெவ்வீர் பலர் என்னை முன் நின்று கல் நின்றவர்."

- முன்றில், 1997

40. பாம்படங்கள்

கிராமங்களில் கிழவிகள் அதிகம். நிறையவே பேசுவார்கள். கிட்டத்தட்ட ஒரு நாவலுக்குரிய விஷயம் ஒவ்வொருவரிடமும் இருக்கும். பேசிப்பார்த்தால் தெரியும். சுற்றிவளைத்துப் பேசுவதில்லை. வெட்டொன்றுதான். யாருடைய தத்துவமும் அவர்களிடம் எடுபடாது. ஊரின் ஒவ்வொரு வீட்டையும் அறிவார்கள். ஒவ்வொரு வீட்டிலும் கதைகள் இருக்கும்.

மூட்டுவலி போன்ற உபாதைகள் தலையெடுத்தாலொழிய கிழவி கையை ஆட்டாமல் பேசுவதில்லை. தலையும் ஆடும். தலையைவிட காதுகளிலுள்ள பாம்படங்கள் அதிகம் ஆடும். அவை பேசும் கதைகள் வேறு வகை.

காதைத் துளைத்துப் பாம்படங்கள் போடுவது உடலின் மின்காந்த சக்தியோடு தொடர்பு உடையது என்று இப்போது கிராம இளைஞர் - படித்த கிராமவாசிகள் பேசினாலும் - பாம்படம் போடாவிட்டால், 'மூளிக்காது' என்ற பெயர் வந்துவிடக்கூடும் என்ற பயம்தான் காரணம். வெள்ளைப்புடவை கட்டிக்கொண்ட கிழவிகூட பாம்படங்களைக் கைவிடுவதில்லை. "ஏன் - அதைக் கழற்ற மனசில்லையா" என்று சிறுமிகள் கேலி செய்தால், "உன் வயத்துப் பேத்திக்குக் குடுக்கிறதுக்கு வைச்சிருக்கமுட்டி" என்று வெடுக்கென்று பதில் வரும். போய்ச் சேருவதற்கு முன்னரே பாம்படங்கள் யாரைச்சேர வேண்டும் என்றும் கிழவி சொல்லிக்கொண்டிருப்பாள். இரு பாம்படங்களால் ஒரு குடும்பம் இரண்டு படவும் ஏதுவாகும். அப்பத்தா என்றும், ஆச்சி என்றும், ஆத்தாள் என்றும் தென் மாவட்டங்களில் வழங்கும் பேர் உடையோர் பாம்படம் இல்லாது முன்பெல்லாம் காணப்பட முடியாதவர்கள். பாம்படங்கள் ஆடாதுபோய்விட்டால் கிழவி போய்விட்டாள் என்று பொருள். பாம்படங்கள் பற்றி நகரத்து மாந்தர்கள் எண்ணுவதோ எழுதுவதோ கிடையாது. சமீபத்தில் நான் படித்த கவிதை வேறு ஓர் உலகிற்கு என்னை அழைத்துச்சென்றது. நீங்கள் படிக்கவேண்டும்.

நிகழ்வுகள் சிதைவுகள் பலவற்றைப்
பார்த்துவிட்ட
காலத்தின் பெண்டுலங்களாய் உன்
பாம்படங்கள்

ஏழூர் கதைகளையும் பேசும் உன்
இழுத்த குரலுக்கு ஏற்ப
ஏறும் இறங்கும் அவை
எதிரெதிர்த் திசையிலும்
திரும்பும்

செல்வனூர்காரி சீமைக்குப் போய்
சிரித்த கதை
இளஞ்சமூர் மண்ணில்
உன் இளம்பருவம்
விளைந்த கதை
இம்மென்றால் கோபித்துத்
தாய்வீடு
தொட்டகதை
உன் தங்கத்தைப் பெற்று
இறுமாப்பில் நீ
வளர்த்த கதை
என நீ இருந்தவரை சலிக்காது எனக்குப்
பல கதைகள் சொன்ன உன்
பாம்படங்கள்

நாற்காலியில் சாற்றி உன்னை
நடுவீட்டில்
வைத்திருந்த பொழுதும்
என்னைப் பார்க்காமல் போய்விட்ட
உன் ஏக்கக் கதையை
என்
காதோரம் சொல்லின
ஆடாமல் அசையாமல்

கவிஞர் தமிழச்சியின் கவிதைத் தொகுப்பின் முதற்கவிதை இது. இதைப்படித்துவிட்டுச் சற்று நேரம் எந்த எண்ணமும் இல்லாமல் இருந்தால், அந்தப் பாம்படங்களே காதோரம் வந்து சொல்லும். காதோரம் என்பது வெறும் சொற்பிரயோகம். கவிதை அம்சம் அதில் தோன்றி காதோரம் வந்து சிலவற்றை வெளிப்படுத்தும்.

தொகுப்பில் பதிமூன்று கவிதைகள் மரணம் பற்றியவை. எதைப் பற்றி எழுத வேண்டும் என்று படைப்பாளியிடம் யாரும் சொல்லிவிட முடியாது. அதுவும், கவிஞரிடம் அது

கட்டுரைகள் 841

நடவாத காரியம். கவிதை எழுதப்பட்டதோ, வெளிப்படுத்தப்பட்டதோ அல்ல. அது வெளியானது – தோன்றியது. தானாகத் தோன்றிய ஒன்றில் பொய் ஏதும் இருக்காது.

>உன் தங்கத்தைப் பெற்று
>இறுமாப்பில் நீ வளர்த்த கதை

தாய் பெற்றெடுத்தது எப்போதும் தங்கம்தான் – வைரம்தான் – ராசாதான். எனினும், இவ்வரிகளின் தங்கம் என்ற பெயர் விசேடத்தைக் கொண்டது – இல்லையா?

கிழடுகளின் இழப்பு எதிர்பார்த்தவொன்றாகவிருக்குமாகையால் ஆகவேண்டிய காரியங்களை கவனிக்க ஆரம்பித்துவிடுவார்கள். குழந்தைகள் விளையாடும். போனவர்களின் குணநலன்கள் பெருமிதத்துடன் பேசப்படும். இம்மாதிரி இழப்புகளில் பாதிப்பை உடனடியாக உணர்வது இள வயதினரே.

'மனித சிந்தனை என்பது ஒரு நீளும் சங்கிலி' என்றார் ஜே.கே. ஒரு சீவன் போய்விடலாம். எனினும், அந்தச் சிந்தனை மற்றவர் மூலம் தொடர்ந்து செல்கிறது. அது ஒரு துண்டாக – வளையமாக அந்தச் சங்கிலியில் சேர்கிறது. அப்படி நீண்டுசென்றுகொண்டே யிருக்கும் சங்கிலிக்கு முடிவு இல்லை. ஆரம்பம் தெரியாது. இவ்வாறு மனித சிந்தனையே கூட்டு முயற்சி என்னும்போது மனிதநேயம் பற்றிக் கூற வேறென்ன வேண்டும்? 'ஆதியும் அந்தமும் இல்லா அரும்பெரும் சோதி'யென்று சொன்னாலும் இதுதானே.

எனவே இழப்பில் மண் – மாந்தர் இவர்களோடு பாம்படங்களும் சேர்ந்து கவிஞரைத் தேற்றும். தாயுமான தமிழே தேற்றும்போது வேறு என்ன குறை?

- 2008

41. ஆதிமூலம்

* கீரம்பூர் முத்துகிருஷ்ணன் ஆதிமூலம் என்கிற – ஆதி என்று அன்பர்களால் அழைக்கப்படுகிற –

* இந்திய நாட்டின் எந்த உயர்தரக் கலைஞனுக்கும் இணையாக, சில சமயம் மேலான ஓவியர்கள் தமிழ்நாட்டில் உண்டு என்று நிரூபிக்கிற –

* சிறு வயதில், தான் பென்சிலால் போட்ட படங்களை, வயல் வேலை முடித்து வரும் அப்பா, உறவினரிடம் காட்டிப் பெருமைப்படும்போது கதவிற்குப் பின்னால் மேஜரான பெண் மாதிரி நின்ற–

* கணக்குப் பாடத்தைத் தவிர மற்றவற்றில் 35 மதிப்பெண் பெற்று பள்ளியில் தேறிய –

* உறவினரின் மளிகைக் கடை, ஓட்டல் என்று அங்குள்ள சுவர்களில் படம் போட்டுப் பார்த்த –

* ஒரு வழியாகப் படித்துமுடித்து சென்னை வந்து இங்குள்ள ஸ்டுடியோவில் ஆர்ட் டைரக்டரிடம் "இந்த சினிமா உலகம் வேண்டாம், உன் வழி வேறு" என்பதாக உபதேசம் பெற்ற –

* கலைக் கல்லூரியில் சேர்ந்தாலும் கிராமத்தில் உள்ள மாரியம்மன், கிருஷ்ணன் கோவில்கள் பசனைமடம் இவற்றின் நினைவுகளைப் பசுமையாகக் கொண்ட –

* எந்த உயர்தரமான மேலைநாட்டுப் பாதிப்பாலும், பாரம்பரியத்தைத் தவிர்க்காத –

* அரசியலில் ஈடுபாடு அத்தனை இல்லாவிட்டாலும் நல்லவர்களும், நல்லவையும் எல்லாவற்றிலும் உண்டு என்று நம்புகிற –

* ஓர் ஓவியனுக்குக் கோடுகள் வண்ணங்கள் இவற்றைவிட உயர்ந்த மொழி இல்லை. கோபம், சந்தோசம், துக்கம், சிரிப்பு எல்லாவற்றையும் அந்த மொழியில் சொல்லுங்கள் என்று இளங்கலைஞர்களைத் தட்டிக்கொடுக்கிற – திரு. ஆதிமூலம் என்னும் உயரிய கலைஞனை முன்றில் பாராட்டுவதில் பெருமகிழ்ச்சி கொள்கிறது.

பாராட்டுகளை எதிர்பார்ப்பது கலைஞனின் நோக்கமல்ல. ஆனால் நாம் பாராட்டாது இருந்துவிடல் தவறு. நமது கடமை அது.

❍

மேற்கண்ட வரவேற்புரையை ஆதிமூலத்திற்கான பாராட்டு விழாவில் படித்தபோது, அந்தக் கலைஞன் அடுத்த இரண்டொரு ஆண்டுகளில் மறைந்துவிடுவார் என்று யாரும் நினைக்கவில்லை. ஒருவேளை, அவருக்கு அது தெரிந்திருக்கும் என்று தோன்றுகிறது. அந்த விழாவில்கூட அவர் மேடையில் வந்து உட்காரவில்லை. கூட்டத்தோடு இருந்தார். ஆதி ஒரு தனிப்பிறவி.

அவருடன் நெருங்கிப் பழகும் வாய்ப்பு கிட்டியதில்லை. சந்திப்புகூட அதிகம் கிடையாது. எனது புத்தகங்களுக்கு முகப்பு ஓவியம் அவருடையதுதான். அப்போதுகூட சந்திப்பு இல்லை. ‘வீடுபேறு’ கதைத்தொகுதிக்கான ஓவியத்தை அவர் தந்தபோது அந்தப் புத்தகத்தின் முன்னுரையில் ‘ஆதிமூலத்தின் இந்தப் படைப்பிற்கு முன் இந்தக் கதைகள் எல்லாம் எம்மாத்திரம்’ என்று எழுதியிருந்தேன். அதைப் படித்துவிட்டு நெகிழ்ந்துபோய் என் நண்பரிடம் “சித்தி என்ற கதையைப் படித்துவிட்டு நான் அன்று தூங்கவில்லை. எல்லோரிடமும் ‘முத்துக்கறுப்பன்’ என்ற ஒருவன் இருக்கிறான்” என்று கூறியிருக்கிறார். பின்னர், சன் டி.வி. பேட்டியின்போது சந்தித்தோம். அப்போதும் அதையே கூறினார்.

எனது அஞ்ஞானம் காரணமாக ஓவியம், இசை போன்ற மகத்தான கலைகள் பற்றி எழுத முடியவில்லை. ஒரு கிராமவாசி கம்பராமாயணம் கேட்டு அதன் கவிதாம்சத்தை உள்ளுக்குள் மட்டும் அனுபவித்து விளக்க முடியாதவாறு நிற்பதைப் போன்ற தவிப்பு எனக்கு. இப்படி எத்தனையோ பேரை ஆதிமூலம் நெகிழ வைத்திருக்கக்கூடும். இத்தனைக்கும் ஏதோ போகிறபோக்கில் பண்ணிவிட்டுப் போவதுபோல் அல்லாமல், ‘நாம் போகப் போகிறோம், இது நிற்கட்டும்’ என்று தெரிந்து ஓர் அற்புதத்தைப் படைத்துவிட்டுப் போயிருக்கிறார்.

யாரையும் புண்படுத்திப் பேசாமலோ, எழுதாமலோ இருப்பது என்பது சாதாரணமாக எல்லோராலும் முடிகிற காரியமல்ல. ஆதிமூலத்தால் அது முடிந்திருக்கிறது. எல்லோரிடமும் நல்லது உண்டு. சிறியாரை இகழ்தல் நடக்கக்கூடாது என்று எண்ணுவது கணியன் பூங்குன்றனால் முடிந்தது – நம்மால் முடியாது என்பதல்ல விஷயம். அம்மாதிரிப்பட்டோர் என்றும் இருந்துகொண்டுதான் இருக்கிறார்கள். ஆதி இயற்கையாகவே அதைக் கொண்டுவிட்டவர் என்றும் சொல்லவேண்டும்.

சில ஆண்டுகளுக்கு முன் ஒரு நூல் வெளியீட்டில் சந்தித்தபோது நானே ஆதிமூலத்திடம் கேட்டேன். அப்போது ஒரு பத்திரிகையில் தமிழர் – ஆரியர் போராட்டங்கள் – தமிழ் இலக்கியத்தை அவர்கள் எவ்வாறு சீர்குலைக்க முயன்றனர் என்பது பற்றியெல்லாம் தொடராக எழுதிவந்தேன். அவற்றைப் படித்தீர்களா? என்று கேட்டேன். வயது

காரணமாக எனக்கு எப்போதும் மதிப்பளித்தே பேசுவார். அன்றும் அப்படித்தான் சொன்னார்.

"வரலாற்று உண்மைகளைச் சொல்வதில் என்ன கோபதாபம் இருக்க முடியும் – இரண்டாயிரம் வருசம் முன்பு யூதர்கள்தானே இயேசுவை சிலுவையில் அறைந்தார்கள் என்று இப்போது ஒரு யூதனைத் தண்டிக்கவா விரும்புவார்கள் – அதைப் படித்துவிட்டு ஒருவர் வருத்தப்பட்டால் அந்த வருத்தத்தில் நாம் சந்தோஷமா அடையப்போகிறோம்?"

இப்படிச் சொல்பவர் இன்ன நோயால் அவதிப்படுகிறேன் என்று கூறி யாரையும் வருத்தப்படவைக்க விரும்பியிருக்க மாட்டார்.

முன்றில் சிற்றிதழ்களுக்கும் எனது புத்தகங்களுக்கும் அவர் அளித்தவை அதிகம். பரவலாகத் தெரியாத என் போன்றவர்க்கு அவர் அளித்ததும் அவ்வாறே. அந்தக் கோடுகளும் வண்ணங்களும் எழுத்துகளைவிட ஆயிரம் மடங்கு அதிகமாகச் சொல்லவேண்டியதைச் சொல்லி நிற்கும்.

- ஆதிமூலம் நினைவு மலர், 2008.

42. பிரமிளின் பிரசன்னம்

கட்டுரைகள்

பிரமிள் தமிழுக்குக் கிடைத்த அற்புதமான கவிஞர். சமீப காலமாக சிறுகதைகள், குறுநாவல்கள் என்று எழுதிவருகிறார். இந்தத் தொகுதியில் 'காடன் கண்டது' போன்ற கதைகள் விடுபட்டு விட்டன. ஆனாலும், சேர்க்கப்பட்ட கதைகள் அபூர்வமானவை.

பிரசன்னம் குறுநாவல், தேடலின் வேகம் முழுமூச்சு, உண்மை குழிதோண்டிப் புதைக்கப்பட்டு, வேடமானது அலங்காரத்துடன் வெளிவந்து நடமாடுவது வைதிக நெறியாக, இதுநாள்வரை கொண்டாடப்பட்டு வந்தாயிற்று. சாதாரணமாகத் தெரிந்திருக்க வேண்டிய ஒரு வரலாற்றுக் குறிப்புக்கூட வைதிகத்தின் வழியேதான் கிடைத்துவந்திருக்கிறது.

இந்த நாட்டின் இந்தப் பகுதியில் மேற்படி மர்மங்களுக்குக் குறைவேயில்லை. இந்தக் காலகட்டத்தில் இதுதான் தேடலாக யிருக்கவேண்டும். கண் முன்னால் தொங்கிக்கொண்டிருக்கும் ஒன்றைக் காணாதபடி மூடிமறைத்துவிடும் செப்பிடுவித்தைக் காரர்களை அகற்றுவது வேறு– உண்மையைக் காண்பது வேறு அல்ல.

இந்த வேகத்துடன் ஆசிரியர். பிரசன்னமாகும்போது அதைத்தான்– அந்த வேகத்தைத்தான் – சுய அனுபவமாகக் கொள்ளவேண்டும்.

மாறாக, புத்தக அட்டையில் போட்டிருக்கிறபடி 'குறிப்பிட்ட நாவலைப் படித்த ஒவ்வொருவரின் அபிமான கவனத்திற்குரியது' என்பது தேவையில்லையென்று சொல்லலாம். தெரிந்த ஒன்றைப் பற்றித்தான் எழுத வேண்டும் – எழுத முடியும். அது நேரிடை அனுபவமாகவோ அல்லது ஆசிரியரின் தேர்ந்த கற்பனா சக்தியால் சுய அனுபவமாக்கிக்கொள்ளும் திறனாலும் பிரகாசிக்கும். எனவே, 'யார், யாரைப் பற்றி' என்பது படைப்பைப் பொறுத்தவரை தேவையில்லை. அவை

மறந்துபோய்விடும். சொல்லப்போனால், பிரசன்னம் கதையில் முகுந்தன் என்று வரும் பாத்திரம் அழகிய நம்பி என்னும் கிருஷ்ணன் நம்பியாக நினைத்துப் பார்க்க முடியவில்லை. அந்தப் பாத்திரத்தின் தன்மை எதுவுமில்லாது புற்றுநோயால் மாத்திரம் மாண்டுபோனவன்தான் என் நண்பன் எழுத்தாளர் கிருஷ்ணன் நம்பி.

"நான் சாதியில்லாத மனிதன் – பறையன்" என்கிறான் கூலி.

பிரமிள் ஏற்கனவே ஒரு நாடகத்தில் இம்மாதிரிச் சொற்றொடரைப் பயன்படுத்தியிருக்கிறார். இந்தத் தமிழகத்தில் சாதிகள் இருந்தன– அவை வர்ணாசிரம தர்மத்தில் அமையாது நில அடிப்படையில் தாம் – வைதிக முறையில் அல்ல.

பிரமிள் அடிப்படையில் ஒரு கவி. அவரது சிறுகதைகளைப் படித்தும் அதைத் தீர்மானிக்க முடியும். இவைபோன்று அற்புதமான கதைகளை எழுதட்டும். கவிதையை மட்டும் விட்டுவிட வேண்டாம் என்று நாம் கேட்டுக்கொள்ளலாம்.

- முன்றில், 1997

43. ஒரு முன்னுரை

கொஞ்ச காலமாகவே மேநாட்டினரிடையே படைப்பிலக்கியம் பற்றிய கருத்து ஒரு விநோத நிலையை எட்டியுள்ளது. அதாவது, ‘கவிதை, கதை என்பனவெல்லாம் இனித் தேவையில்லை – சிந்தித்துச் செயல்பட நம்மிடையே பொறிகள் வந்துவிட்டன – விஞ்ஞானிகள் விண்வெளிப் பயணம் சாத்தியமாக்கிவிட்டனர். இவையெல்லாம் மக்களைச் சென்றடைய இலக்கியப் படைப்புகள் தேவையில்லை’ என்பன போன்று.

ஒருவகையில், அது உண்மையும்கூட. வறுமை, அறிவின்மை இவற்றை எல்லாம் போக்கிவிட மேதைகள் உள்ளனர். சாகசங்களை நிகழ்த்த வல்லுநர்கள். இவற்றின் இடையே கவிதைக்கும் கதைக்கும் என்ன வேலை என்ற கேள்வி நியாயமாகவே தெரியும். தத்துவவாதிகளும் பொறியாளர்களும் பெருத்த அறிவாளிகள் என்பதில் ஐயமில்லை. எடுத்துக்காட்டாகப் பரிணாம தத்துவத்தை சிந்தித்து நமக்குத் தந்த டார்வின் முன்பு “அன்பின் வழியது உயிர்நிலை” என்ற கவிதைவரிகள் என்ன பெருமை பெற்றுவிடும்? அப்படித்தான் தோன்றுகிறது.

❍

வேறொன்றும் தோன்றுகிறது. தரையிலும் நீரிலுமாக வாழும் பிராணி (Tad Pole) தனது குஞ்சுகளைக் காப்பாற்ற மேலே பறந்து செல்லும் சக்தி வேண்டும் என்று ஏங்கிய போது, எத்தனையோ இலட்சம் ஆண்டுகளுக்குப் பின்னர் அது சிறகு முளைத்த பறவையாக மாறத்தொடங்கிற்று என்பது பரிணாமத் தத்துவம். கல்கத்தாவில் விலங்கியல் பூங்கா ஒன்றில் அதன் காப்பாளர் வெள்ளைக்காரர் ஒருவரிடம் பேசிக்கொண்டிருந்தபோது ஞானி விவேகானந்தரும் இதே கருத்தை வெளியிட்டிருந்தார். அப்படித் தோன்றும் எண்ணத்தை பக்தி நெறி என்கிறார் அவர்.

பக்திக்கும் அன்பிற்கும் என்ன வேறுபாடு? பற்று என்பதுதான் பக்தியாயிற்று என்பது தமிழ் அன்பர்களின் கூற்று.

சார்லஸ் டார்வின் திருக்குறள் படித்திருக்க முடியும் என்று சொல்லவில்லை – 'தாந்தே'யைப் படித்திருப்பார். ஷேக்ஸ்பியரின் 'வெனிஸ் வர்த்தகன்' படித்திருக்கக்கூடும். அன்பு – அருள் நெறி பரிணாமத் தத்துவத்திலும் இருக்கும் என்றால், டார்வின் போன்றவர்களின் சிந்தனைக்கு எது மூலகாரணமாக இருக்கும் என்று நினைக்கிறீர்கள்..? பசிப்பிணி பற்றி வள்ளுவன் சொன்னது யாரை உறுத்தாது...? டார்வின் போன்ற மேதைகள் இருக்கட்டும்– இறைவனையே அது தாக்குமே.

அங்கே கவிஞனால் ஒரு மேதை தோன்றுகிறான். ஆனால், கவிஞன் மேதை அல்ல. குறைந்தபட்சம், அவன் மேதையாக இருப்பதால் கவிஞன் என்று போற்றப்படுவதில்லை.

❍

இப்படியெல்லாம்தான் இனிப் படைப்பிலக்கியம் பற்றிப் பேச முடியும் – கவிதை பற்றிச் சொல்ல முடியும்.

கவிஞன் அறிவியல்வாதியல்ல என்றோம். கவிஞர் ம. தவசியே அதற்கு ஓர் எடுத்துக்காட்டு. பட்டதாரியான அவர் தனது வெளிப்பாட்டிற்குப் பயன்படுத்தும் சொற்கள் மிகவும் சாதாரணம். ஐயோ – ஆஹா போன்ற சொற்களைக் கொண்டே, கவிதாம்சத்தைத் தோற்றுவித்துவிட முடிகிறது.

ஈசன் சுற்றா
பக்கம்
எந்தப் பக்கம்...?

மேற்படி வரிகளில் எந்தத் தத்துவத்தைக் கண்டுவிட முடியும் – எந்தக் கடவுளை அறிந்துவிட முடியும் – எந்தப் பக்கத்தைச் சுற்றிவிட முடியும். மிகவும் சாதாரணமாகத் தோன்றும் இந்தக் கேள்விக்கு பதில் கிடையாது. உண்மையில், கேள்வி தோன்றுவதுதான் சிறப்பு. பதில் கேள்வியிலேயே அடங்கிவிடுகிறது.

இருவர்
சண்டையிட்டனர்
'ஒளிந்திருந்த'
வார்த்தையெல்லாம்
ஓடி வந்தன!
'அமுங்கி இருந்தன'
ஆட்டம் போட்டன!
இருவரும்
கை குலுக்கினர்!
'இயல்புகள்' எல்லாம்
இருப்பிடம் மறைத்தன!
சட்டைக் காலரில்
மின்னியது பொத்தான்!

'மேற்படி கவிதையை மனோதத்துவ ரீதியில்' மனம் என்னும் குரங்கு பண்ணுகிற சேட்டைகளை – அட்டூழியங்களைச் சொன்னால், அது அறிவியல் சமாச்சாரம். ஆனால், அத்துடன் நிற்காமல் "சட்டைக்காலரில் மின்னியது பொத்தான்" என்கிற சம்பந்தமில்லாத வரிகளைச் சேர்த்ததன் மூலம் கவிஞரின் எள்ளல் தொனி வெளியானதுதான் முக்கியம்.

பல்லி, பலியாடு, புற்று, பானைச்சட்டி போன்ற வார்த்தைகள் மூலமாகச் சொல்ல முடியாத உணர்வுகளைச் சொல்லிவிடும் கவிதைகள்தான் இனிச் செல்லுபடியாகும். இது மரபு சமாச்சாரம். மாந்தரீக யதார்த்தம், பின் நவீனத்துவம் என்று பல உத்திகளில் ஒரு படைப்பு வெளிப்பட்டிருப்பதை யாரும் கேள்வி கேட்க முடியாது. ஆனால் இப்போது நாம் ஏதோ நார்வேஜியன் நாட்டுப் படைப்புகளைப் படிப்பதுபோல தமிழில் கவிதைகளையும் படிக்கவேண்டிவருவது நமது தலையெழுத்தாக இருக்கிறது. ம.தவசி போன்றவர்கள் அதற்கு மாறாக – மரபு ரீதியாக வந்திருப்பது – நல்ல விஷயம்.

நகுலனின் பாதிப்பு பல கவிஞர்களிடம் இருப்பதைப் போல இவரிடமும் இருப்பதைக் காண முடிகிறது. அதுவும் நல்லதுதான். படைப்பிலக்கியமே பாதிப்புத்தானே.

- 2008

❖

44. முன்றில் நினைவுகள்

முன்றில் பத்திரிகை பற்றிய நினைவுகள் என்று கூறும் அளவிற்கு முன்றில் பழம்பெரும் பத்திரிகை அல்ல. ஆனால் எனக்கு வயதாகிறது. நினைவுகள் மங்குகின்றன. அந்தப் பத்திரிகை பற்றியதல்லாமல் நினைவு சம்பந்தப்பட்டமட்டில் வேறு எதுவும் முக்கியமல்ல.

பதினாறு வயதிலேயே க.நா.சு.வுடன் – அதாவது அவரது பொய்த்தேவு நாவலுடன் – பரிச்சயம் ஏற்பட்டுவிட்டபடியால் – அவரைச் சந்தித்திருக்க வேண்டும். ஆனால் நான் சென்னை வந்து பல ஆண்டுகள் ஆனபோதிலும்கூட, நடக்கவில்லை. சாத்தியமாகாத ஒன்று அல்ல அது.

பொதுவாக, எழுத்தாளர்களைச் சந்தித்துப் பேச வேண்டும் என்ற எண்ணம் எனக்குக் குறைவுதான். அவர்களது படைப்புகளைப் படிப்பது வேறு விஷயம். என் சிறுவயது நண்பன் அழகிய நம்பியைத் தவிர, ஊரில் எந்த இலக்கிய நண்பனும் எனக்கு இல்லை. சென்னை வந்த பிறகும் அந்த நிலையே நீடித்தது. அதன் சரியான காரணம் எனக்குச் சொல்லத் தெரியவில்லை. ஒருவேளை எனக்கு சகிப்புத்தன்மை குறைவாக இருக்கலாம். பம்மாத்து காட்டும் எழுத்துகளைப் படிக்கும்போது, 'நல்ல வேளை – இவரோடு நமக்கு நட்பு இல்லை' என்ற திருப்தியும் கிட்டும். ஒருவேளை எதிர்பார்த்த அளவு அந்த எழுத்தாளர் எழுத்து ஆளுமை பெற்றிருக்கவில்லை என்பதும் காரணமாக இருக்கும். சென்னை வந்த புதிதில் ஒரே ஓர் எழுத்தாளரோடு பேசும் சந்தர்ப்பம் கிடைத்தது – அதுவும் அவர் எனது அலுவலகத்திற்குச் சில வேலைகள் காரணமாக வந்துபோய்க்கொண்டிருந்தபடியால். கேள்விப்பட்டிராத ஓர் அயல் நாட்டு எழுத்தாளனின் படைப்பு பற்றி அவர் பத்திரிகையில் எழுதி இருந்தார். அவர் குறிப்பிட்ட மேனாட்டு எழுத்தாளரின் புத்தகத்தை கன்னிமரா நூல் நிலையத்தில் தேடிப் படித்து, அத்துடன் அந்த எழுத்தாளரின் எல்லாப் புத்தகங்

களையும் படித்து, பின்னர் அதைப் பற்றிப் பேச்சுக்கொடுத்து வேறுபல விஷயங்களை அறிய ஆவல்கொண்டிருந்தேன். ஆனால் அவரோ, அந்த ஒரே ஒரு புத்தகத்தை மட்டுமே படித்திருக்கிறார் என்று தெரிந்தது. 'சே' என்றாகிவிட்ட ஒரு விசயம் அது. ஐம்பதுகளில் சென்னை வந்த எனக்கு எண்பதுகளில்தான் எழுத்தாளர்களைச் சந்தித்துப் பேசும் வாய்ப்பு கிடைத்தது. அந்த எழுத்தாளர்கள் எந்த ஏமாற்றத்தையும் எனக்குத் தரவில்லை. அசோகமித்திரன், சா. கந்தசாமி, ஞானக்கூத்தன், ஆத்மாநாம் போன்ற தேர்ந்த படைப்பாளிகளும் பின்னர் க.நா.சு – வுடனும் பேசுவதில் மகிழ்ச்சி ஏற்பட்டிருந்தது. 'பொருளின் பொருள்' என்ற எனது கட்டுரை நூலும் அப்போதுதான் வெளிவந்திருந்தது. கணையாழியில் அதற்கு மதிப்புரையும் எழுதப்பட்டது. க.நா.சு. நகுலன் போன்றோர் அதைப் பற்றி விரிவாக எழுதியிருந்தனர். நகுலனை அப்போதும்கூட நேரில் சந்தித்திருக்கவில்லை.

வேலையில் இருந்து ஓய்வுபெற ஒன்றிரண்டு ஆண்டுகளே இருந்தன. க.நா.சு. டெல்லியில் இருந்து சென்னை வந்துவிட்டார். கிட்டத்தட்ட எல்லாப் பத்திரிகைகளிலும் எழுதிக்கொண்டிருந்தார். அவருடைய பழைய நூல்களின் மறுபதிப்புகளும் வர ஆரம்பித்தன. "செத்துப்போக நான் கடைசிக் காலத்தில் சென்னை வந்திருக்கிறேன்" என்று ஒரு தடவை எழுதியிருந்தார். படிக்க வருத்தமாக இருந்தது. எழுத்தாளர் சு. சமுத்திரம்கூட அதைப்பற்றி வேதனையுடன் குறிப்பிட்டார். அப்படி எல்லாம் நடக்கவில்லை. டெல்லிக்குத் திரும்பவும் சென்ற பின்னர்தான் அது நிகழ்ந்தது. எனது கதைகளும் கணையாழியில் நிறைய வெளியாகிக்கொண்டிருந்தன. அப்போது தோன்றியதுதான் முன்றில் பற்றிய எண்ணம்.

அவரிடம் சொன்னபோது அவர் அதை சீரியஸாக எடுத்துக்கொள்ளவில்லை. சித்திர தேவ பாரதியின் இலக்கிய வட்டப் பத்திரிகையின் சிறப்பாசிரியராகவும் அவர் இருந்தார். பார்க்கலாம் என்பது போல்தான் அவர் பதில் இருந்தது.

ஆனால் அவரிடம் கட்டுரை வாங்கி முன்றில் முதல் இதழில் வெளியிட்டு, அதை அவரிடம் கொடுத்தபோது "சொன்னபடி கொண்டுவந்துவிட்டீர் அல்லவா" என்று வியப்பும் மகிழ்ச்சியுமாக, சொல்லி அந்த இதழைப் புரட்டிக்கொண்டேயிருந்தார். முன்றில் இலக்கியக் கூட்டங்களும் நடந்தன. ஆத்மாநாம் மட்டும் வராமல் பண்ணிவிட்டார்.

முன்றிலின் மூன்றாவது இதழில் க.நா.சு. காலமானது பற்றிக் கட்டுரை எழுத வேண்டியதாயிற்று. அடுத்து, 'க.நா.சு. சிறப்பிதழ்' ஒன்றும் கொண்டுவரப்பட்டது.

க.நா.சு. தம்பதியினருக்கு என் மகன் மகாதேவனைப் பிடிக்கும். அவனிடமே அதிகம் பேசுவார்கள். டெல்லி சென்றபோதும் அவனுக்குக் கடிதம் எழுதுவதைத் தவிர்க்கவில்லை. 'கலை நுட்பங்கள்' என்ற அவரது கட்டுரைத் தொகுப்பு முன்றில் வெளியீடாக வந்தது. அதற்கு முன்னுரை எழுதிய க.நா.சு. புத்தகம் வெளிவந்தபோது இல்லை. அந்த முன்னுரையில் "இந்த நூல் மகாதேவனுக்கு – என் அன்புடன்" என்றும் எழுதியிருந்தார். அந்தக் கலை நுட்பங்கள் என்ற புத்தகம் பலரது மதிப்புரைகளைப் பெற்றது.

க.நா.சு. என்னுடன் அதிகமாகப் பேசியது பக்தி இலக்கியம் பற்றித்தான். காரைக்கால் அம்மையார், திருமூலர், மணிவாசகர் பற்றியும் திருவள்ளுவர் பற்றியும் மகத்தான

மனிதர்கள் என்று கூறி மகிழ்வார். தென்னாடுடைய சிவன் என்று மணிவாசகர் சொன்னது பற்றிய விசயத்தில் நான் 'தென்' என்ற சொல் குறித்துச் சொன்னதைக் கேட்டுக்கொண்டார். 'தென்னாடு என்று மணிவாசகர் சொல்லும்போது, வடநாடு செல்ல முடியவில்லையே என்ற வருத்தம் தொனிக்கிறது' என்று ஒரு கட்டுரையில் எழுதியிருந்தார். 'தென்னாடு என்பது திசையைக் குறிக்கவில்லை' என்று சொன்னபோது, மொழி சம்பந்தப்பட்டமட்டில் தமிழில் சில அதிசயங்கள் உண்டு என்று கூறி அதுபற்றி எழுதவும் சொன்னார். தினமணியில் பின்னர் நான் எழுதினேன்.

இலக்கிய வட்டத்தில் என்னுடைய கதைகள் வெளிவந்தபோது க.நா.சு. பலரிடம், குறிப்பாக 'மயிலாப்பூர்' என்ற கதையைப் பற்றிச் சொல்லியிருக்கிறார். அந்தக் கதை 'வீடுபேறு' சிறுகதைத் தொகுப்பிலும் இடம்பெற்றது.

வீடுபேறு என்ற கதையில் ஸான்பிரான்ஸிஸ்கோ நகரிலிருந்து சென்னை திருவல்லிக்கேணிக்கு நாற்பது வருடங்களுக்கு முன்னர் குடியிருந்த வீட்டில் தன் தாயார் காலமான அந்த மாடி அறையைப் பார்த்துப் போக வருகிறார். வந்தவர் அந்த வீட்டுக்காரப் பெரியவரிடம் நாள் பூராவும் பேசிக்கொண்டிருந்துவிட்டு, அந்த அறையைப் பார்க்காமலேயே போகிறார் – அந்த வீட்டுக்காரர் ஞாபகப்படுத்தியும்கூட.

இப்படிச் சொல்லப்பட்ட காட்சியைக் கொண்ட அந்தக் கதை பற்றி க.நா.சு.வும் பின்னர் நகுலனும் கேட்ட கேள்வி ஒன்றுதான். அந்த அறையை ஏன் பார்க்காமல் போனார் – இதுதான் அவர்கள் இருவரும் கேட்ட கேள்வி. கேட்டுவிட்டு, "இதற்கு நீங்கள் பதில் சொல்ல வேண்டிய அவசியமில்லை" என்றும் சொன்னார்கள். வியப்பான சங்கதி என்னவென்றால் இருவர் கேட்டதும் வெவ்வேறு காலகட்டங்களில் – ஒருவர் கேட்டதை மற்றவர் அறியார்.

சாகித்திய அகாதமி நடத்திய மொழிபெயர்ப்புப் பணியில் என்னையும் அழைத்திருந்தார்கள். அலுவலகத்தில் அனுமதி வாங்கி, கலந்துகொண்டேன். அந்தக் கட்டத்தில் முன்றில் வரத் தாமதமாகியிருந்தது. அசோகமித்திரனை சிறப்பாசிரியராக இருக்கும்படி கேட்டுக்கொண்டோம். மொழிபெயர்ப்புப் பணியில் தேவகி குருநாத், திலகவதி ஆகியோர் கலந்துகொண்டது ஞாபகம் இருக்கிறது. வல்லிக்கண்ணன், அசோகமித்திரன் ஆகியோர் மேற்பார்வையிட்டனர். ஒரு வாரம் மாக்ஸ்முல்லர் பவனில் நடந்தது. கடைசி நாளில் கவிதை பற்றி ஒரு கூட்டம். பலர் கவிதை படித்தனர். என்னை நடத்தச்சொன்னார் அசோகமித்திரன். நன்றாகத்தான் இருந்தது.

அசோகமித்திரனை சிறப்பாசிரியராகக் கொண்டுவந்த இதழ்களும் முன்றிலுக்கு நல்ல பெயரைத் தந்தது. க.நா.சு.வின் கையெழுத்து நோட்டுப் புத்தகங்களை அவர் துணைவியார் தந்து உதவினார். அதுவரை பிரசுரமாகாத கவிதைகள், கட்டுரைகள் அதில் இருந்தன. அவற்றைப் பயன்படுத்திக்கொண்டோம். விருட்சம், கவிதாசரண் போன்ற பத்திரிகைகளுக்கும் அந்தக் கையெழுத்துப் பிரதிகளைக் கொடுத்தோம். அந்தப் பத்திரிகைகளிலும் சில படைப்புகள் வெளியாயின.

தொண்ணூறுகளில் நவம்பர் மாதம் அலுவலகப் பணியிலிருந்து நான் ஓய்வு பெற்றேன். கிட்டத்தட்ட நாற்பதாண்டுக் காலம் ஒரே அலுவலகத்தில் அரசாங்கப் பணியாக இருந்த போதிலும் எனக்குப் பிடித்திருந்தது.

ஓய்வு பெற்ற நாளில் – பெற்றுக்கொண்டே இருக்கும்போது – அலுவலகத்திற்கு எழுத்தாளர் கோபிகிருஷ்ணன் வந்தார். தொலைபேசியில் பேசியது தவிர, நேரில் சந்தித்ததில்லை. எனக்கு அவரது கதைகள் மிகவும் பிடிக்கும். அதை அவரும் அறிவார். அப்போது சமூகத் துறை சார்ந்த ஒரு வேலையில் இருந்தார். ஒரு புத்தக நிலையத்திற்கும் சென்று வந்தார் – மனோதத்துவம் படித்தவர்.

அன்று முதல்முதலாக என்னைப் பார்த்தவர் அரண்டுபோய், கவலையுடன் என் பக்கமாக வந்தார். வேறு ஒன்றும் இல்லை. ஓய்வு பெறும் நாளன்று அலுவலகத்தில் மாலை ஒன்று போட்டு, நாற்காலியில் என்னை உட்கார வைத்து இருந்தபடியால் என்னமோ ஏதோ என்று எண்ணிப் பதறிவிட்டார். பின்னர், நான் அதெல்லாம் ஒன்றுமில்லை என்று கூறி அவரை அழைத்துக்கொண்டு வெளியே மாம்பலம் வரை நடந்து சென்றோம். அங்கே ரெங்கநாதன் தெருவில் ஒரு கட்டடத்தில் முன்றில் புத்தக நிலையத்திற்கான அறை ஒன்று பார்த்திருந்தோம். அன்றே முன்றில் தொடங்கப் பெற்றது என்று சொல்லிவிடலாம்.

கோபிகிருஷ்ணனுக்கும் அந்த இடம் பிடித்திருந்தது. அவரும் நண்பர் ஸபியும் சேர்ந்து அங்கே முன்றில் அறைக்குப் பக்கத்திலேயே ஆத்மன் மன நல மன்றம் ஆரம்பிக்க ஓர் இடத்தை ஏற்பாடு செய்துகொண்டனர். சில மாதங்கள் வரை நன்றாகவே நடந்தது.

வயது காரணமாக எனக்கு மதிப்பளித்துப் பேசுவார் கோபிகிருஷ்ணன். ஒரு தம்பி போல என்னிடம் நடந்துகொண்டார் என்று சொல்ல வேண்டும். அவர் மறைவு என்னை மிகவும் பாதித்தது. “இப்போதெல்லாம் எதை எழுதினாலும் ஹியூமர் ஆகவே முடிகிறது” என்று ஒரு தடவை கூறினார். “அதனால் என்ன – அதுவும் இலக்கியம்தானே” என்று பேசிக்கொண்டோம். மரணத்தை அவர் எதிர்பார்த்துக்கொண்டே இருந்தாரோ என்று இப்போது தோன்றுகிறது.

அமரந்தா, லதா ராமகிருஷ்ணன், வெளி ரங்கராசன் ஆகியோரின் முயற்சியால் கோபிகிருஷ்ணன் குடும்பத்திற்கு, பின்னர் நிதி உதவி கிடைத்தது மனத்திற்குக் கொஞ்சம் சமாதானத்தைத் தருகிறது.

முன்றில் நடத்திய மூன்றுநாள் கருத்தரங்கு முக்கியமானது. இதில் நண்பர் ராம்ஜி சுவாமிநாதனின் பங்கு மிக முக்கியம். அநேகமாக எல்லா மாவட்ட எழுத்தாளர்களும் கலந்துகொண்டனர். நாகார்ஜுனன், ஏ.எஸ். பன்னீர் செல்வம், சாரு நிவேதிதா, கவிஞர் பழமலய், கோணங்கி, எஸ். ராமகிருஷ்ணன் போன்றோரும் மூத்த எழுத்தாளர்கள் லா.ச. ராமாமிருதம், வல்லிக்கண்ணன், கோவை ஞானி போன்றோரும் உற்சாகத்துடன் பங்கேற்றனர். சில விவாதங்களும் நன்கு நடந்தேறின. மூன்று நாள்கள் நடந்த கூட்டங்களில் கவிதை, நாவல், சிறுகதை, நாடகம், சினிமா போன்றவை பற்றிய கட்டுரைகளும் உரைகளும் பயனுள்ளவையாக இருந்தன என்று சொல்லவேண்டும். அவை ஒரு புத்தகமாகவும் வெளிவந்துள்ளது.

முன்றில் தொடங்கப்பெற்ற வேளை ‘வீடுபேறு’ தவிர எனது மற்றொரு சிறுகதைத் தொகுதியான ‘ஞானக்கூத்து’ மற்றும் நாவல் ‘பறளியாற்று மாந்தர்’ இரண்டும் வெளிவந்தன. சிறுகதைத் தொகுதி, கோவை லில்லி தேவசிகாமணி அறக்கட்டளை சார்பில் ஒரு பரிசும்,

நாவல் தமிழக அரசின் பரிசும் பெற்றன. அந்தக் காலகட்டத்தில் நான் ஓய்வு பெற்றிருந்தேன். கோவை சென்றபோது அங்கே வல்லிக்கண்ணன், சிதம்பர ரகுநாதன், கோவை ஞானி, பாவண்ணன் ஆகியோரைச் சந்திக்க முடிந்தது. பரிசு தந்த கூட்டத்தில் பாவண்ணன் எனது 'சித்தி' கதையை அப்படியே கூறி என்னைப் பெருமைப்படுத்தினார். பல ஆண்டுகள் கழித்து புதுவையில் பண்பாட்டுத்துறை நடத்திய கருத்தரங்கிலும் அதே கதையை, பாவண்ணன் விரிவாகக் கூறினார். சிறுகதை பற்றிய கருத்தரங்கு அது. அந்தக் கதை அவருக்கு மிகவும் பிடித்தமானது போலும். ஆங்கிலத்தில் மேற்படி கதை 'ரன்' என்ற தலைப்பில் ராம்ஜி சாமிநாதனால் மொழிபெயர்க்கப்பட்டு இந்தியன் எக்ஸ்பிரஸ் ஞாயிறு மலரில் வந்தது.

'வீடுபேறு' சிறுகதைத் தொகுதி வெளிவந்த சமயம் அசோகமித்திரன் கணையாழி பத்திரிகையின் சிறப்பாசிரியராக இருந்தார். அதிலிருந்து தன்னை விடுவித்துக்கொண்டு, அதுபற்றி தலையங்கம் போல் ஒரு கட்டுரையும் அதில் எழுதியிருந்தார். அதன் தலைப்பு 'வீடுபேறு'.

◯

இரண்டாவது இதழில் ஞானக்கூத்தனின் கவிதை (தீவட்டிச் சிறுவர்கள்) அசோகமித்திரனின் கட்டுரை (எது முக்கியம்), எனது கதை (மீதி) வெளியாயிற்று. தவிர பலருடைய கவிதைகளும் அசோகமித்திரனின் 'இருவர்' நாவல், க.நா.சு.வின் 'திருவள்ளுவரும் அவர்தம் திருக்குறளும்' என்ற ஆங்கில நூல் ஆகியவை பற்றிய கட்டுரைகளும் வெளியாயிற்று. இந்த இதழ் பற்றி திரு. வல்லிக்கண்ணன் தினமணியில் விரிவாக எழுதியிருந்தது குறிப்பிடத்தக்கது. திரு.தி.க.சி. இதழ் பற்றி ஒரு நீண்ட விமர்சனக் கடிதமும் எழுதியிருந்தார். இந்த இதழில் ஓர் அறிவிப்பும் வெளியிடப்பட்டது:

"முன்றில் அன்பர்களே! தாங்கள் படித்த நல்ல புத்தகங்கள் பற்றி எழுதியனுப்பலாம். அதோடு, தமிழில் படித்த சிறுகதையோ – நாவலோ – நாடகமோ எதுவாயினும் சரி – அது எதிலிருந்து திருடப்பட்டது என்றும் கூறலாம். சுருக்கமாகவும் தெளிவாகவும் எழுதியனுப்பினால் 'வாசகர் பார்வையில்' இடம் பெறும். தமிழில் படைப்பிலக்கியத்திற்கு இது மிகவும் தேவை என்று நம்புகிறோம்."

ஆனால் வாசகரிடமிருந்து அவ்வளவாகக் குறிப்புகள் வரவில்லை.

மூன்றாவது – நாலாவது இதழ்களுக்கிடையே, 'கலை நுட்பங்கள்' என்ற க.நா.சு.வின் நூல், முன்றில் வெளியீடாக வந்தது. அப்போது அவர் டெல்லியில் இருந்தார். படுத்த படுக்கைதான். புத்தகத்தின் முகப்பட்டையை மட்டுமே பார்த்தாராம். அந்த நூலின் முன்னுரைதான் அவர் எழுதிய கடைசிப் படைப்பாக இருந்தது. மிகுந்த சிறப்பாக இருந்ததையும் சொல்ல வேண்டும்.

"டெல்லியில் குளிர் அதிகமாக இருக்கிறது. ஆனால் ரசிக்கும்படியாக உள்ளது"

என்று கடிதம் எழுதி இருந்தார். ஓர் இயக்கமாக இருந்தபோதிலும்கூட, எந்தப் புகழுக்காகவும் நிற்கவில்லை என்பதை நம்புவது கஷ்டம். கவலை, பணத்தாசை இவையெல்லாம் இல்லாமலும் இருக்க முடியும் என்பதை நம்பித்தான் ஆகவேண்டும்.

அதற்குக் காரணம் விருப்பு வெறுப்பற்ற மனப்பக்குவமாக இருக்கக்கூடும். 'தன்னைப் போல் ஒருவன் மட்டுமே உலகில் இருக்க முடியும் – எனவே மற்றவனைப் போலும் ஒருவன்தான் இருக்க முடியும்' என்ற பரந்த நோக்கமாகவிருக்கும். நெருங்கிய நண்பருக்கும் தனக்குமுள்ள தூரம்தான் விரோதிக்கும் தனக்குமுள்ள தூரம் என்பதை பல அவர்தம் பேச்சுகள் காட்டியிருக்கின்றன. மாறுபட்ட கருத்துகொண்ட மார்க்சிய நண்பர்மீது எத்தனை மதிப்பு – நெருங்கிப் பழக முடிந்த சிலரின் இலக்கிய சக்திமீதுதான் எத்தனை நடுநிலை தவறாத துல்லியமான கணக்கு, என்று வியந்திருக்கிறோம். 'தமிழிலே எழுதுவதைவிட ஆனந்தம் வேறில்லை' என்றார். குறுந்தொகைக் கவிஞன் இன்றைய எழுத்தாளனைவிட ஒருவகையில் சாமர்த்தியசாலி என்றார். இலக்கியம் பரிபூரணமானது – எந்தச் சித்தாந்தங்களும் கொள்கைகளும் அதை அடிமைகொண்டுவிட முடியாது என்ற வரையறையை சொல்கிறவிதத்தில் தமிழில் முதல்முறையாகச் சொன்னார்.

அதிக மகிழ்ச்சியோ – கவலையோ – வியப்போ – எந்தச் சூழ்நிலையிலும் மாற்றமடைந்தவராக அவர் இல்லை.

க.நா.சு. ஓர் இயக்கமாக இருந்து போய்விட்டார். முன்றிலுக்கு அவர் அளித்த வாய்ப்புகள் அதிகம். சம காலம் என்று எடுத்துக்கொண்டால், படைப்புலகில் ஒரு கணியன் பூங்குன்றனாக இருந்தார் என்று சொல்லலாம். 'கவிதை இருக்கும் இடத்தில் வறுமையில்லை – இல்லவே இல்லை' என்ற க.நா.சு.வின் வாசகமும் ஞாபகத்திற்கு வருகிறது.

க.நா.சு. கடவுளைப் பற்றிப் பேசினால் நகைச்சுவையோடிருக்கும். அதிகமாகப் பேசியதில்லை. கிட்டத்தட்ட கடவுளிடம் அந்தக் 'கந்தசாமி பிள்ளை' பேசியது போலிருக்கும். ஒரு தடவை தெருவில் கோவில் வாகனம் ஒன்று ஊர்வலம் வருவதை சன்னல் வழி பார்த்து, "இங்கே நம்ம பெரியார் இத்தனை கூறியும் எல்லாம் இருந்து கொண்டுதான் இருக்கு – இல்லையா?" என்றார்.

தற்காலப் படைப்பாளிகளில் அசோகமித்திரன், நகுலன், சா.கந்தசாமி, பிரமிள், ஞானக்கூத்தன், நீல பத்மநாபன், பூமணி ஆகியோரின் எழுத்து பற்றி நிறைய பேசியும் எழுதியும் இருக்கிறார். கடைசியாகக் குறிப்பிட்டுப் பேசியது தமிழவன் நாவல் பற்றி. வணிகப் பத்திரிகைகளும் சில பக்கங்கள் இலக்கியத் தேடலுக்காக ஒதுக்கினால் நல்லது என்பார் – எழுதியும் இருக்கிறார். நாவல், சிறுகதை என்பதெல்லாம் அவருடைய அபிமான விஷயங்களாக இருந்தபோதிலும், முக்கியமான உலகத் தத்துவங்கள் அவருடைய எழுத்துகளில் பரவலாக வெளிப்பட்டதை அறிய முடியும். எந்தக் கூண்டிலும் அவர் இல்லை என்று சொல்லலாம்.

கடைசி ஆண்டுகளில் வைதிக எதிர்ப்பைப் பல கோணங்களில் வெளிப்படுத்தியிருக்கிறார். சங்க இலக்கியமும் வைதிக எதிர்ப்பால் தோன்றியதுதான் என்பது ஒன்று. 'திருவள்ளுவரும் அவரது திருக்குறளும்' என்ற ஆங்கில நூலில் குறளின் வைதிக எதிர்ப்பு பற்றி விரிவான குறிப்புகள் உள்ளன. சங்க இலக்கியங்கள் பற்றி அவரது கருத்துகள் நிறைய வெளியாகவில்லையே ஒழிய கையெழுத்துப் பிரதிகளாக வேண்டியவை இருக்கின்றன. இன்று மிகவும் கஷ்டத்துடன் கையாளப்படுகிற பல இலக்கிய உத்திகளை குறுந்தொகைக் கவிஞன் மிக எளிதாக எடுத்துக்கொண்டு வெற்றிபெற்றிருக்கிறான் என்று சொல்லுவார். நாள்தோறும் சில பக்கங்கள் எழுதிக்கொண்டுவந்திருக்கிறார். அவை எல்லாம்

வெளிவந்ததாகச் சொல்ல முடியாது. புதுமைப்பித்தன் போலவே சிவம் – சைவம் என்பதில் சில சமயம் ஆர்வம் இருந்திருக்கிறது. கடவுள் நம்பிக்கை – நம்பிக்கையில்லாமை என்பது பற்றியெல்லாம் கவலை இல்லாமலேயே இருந்திருக்கிறார். இன்றைய எழுத்தாளர் சிலரைப் பற்றி கவிதைகளும் எழுதி இருக்கிறார். சிலவற்றை முன்றில் வெளியிட்டது. எல்லாம் பிரசுரமாகவில்லை. நகுலன் பற்றி கவிதை அவற்றில் மிகவும் நன்றாக இருந்தது.

க.நா.சு.வின் துணைவியார் சென்னை திரும்பியபோது, நானும் நண்பர் சா.கந்தசாமி அவர்களும் மயிலாப்பூர் சென்று விசாரித்து கொண்டோம். “நான் தூங்கிவிடக்கூடாது – தூங்கினால் போய்விடுவேன்” என்றும் தன் அம்மாவின் உருவம் தெரிகிறது என்றும் கடைசியாகக் கூறினாராம்.

க.நா.சு. போய்விட்டார். முன்றில் இதழ் தொடர்ந்து வந்தது – ஐந்தாவது இதழ் க.நா.சு. நினைவு மலராக.

நினைவு மலரில் காசியபன், நீல பத்மநாபன், கோபி கிருஷ்ணன், தஞ்சை பிரகாஷ் மற்றும் நகுலன், கோவை ஞானி ஆகியோரும் எழுதி இருந்தனர். அதுவரை வெளிவராத ‘க.நா.சு.வின் நினைவுகள்’ பகுதி வந்தது. புதுமைப்பித்தனையும், பி.எஸ். ராமையாவையும் மணிக்கொடி அலுவலகத்தில் சந்தித்தது பற்றிக் குறிப்பிட்டு அந்தக் கட்டுரையின் கடைசியில்,

“இப்படியாக நானும் அன்று தேறாத கேஸாக மணிக்கொடி கோஷ்டியில் சேர்ந்துகொண்டேன், உள்ளத்தில் உள்ள – வெளியே தெரியாத தழும்புகள், தேறாத கேஸ், பணமில்லாத இடைவிடாத இலக்கிய சேவை என்கிற விஷயங்கள் எல்லாம் தொடருகின்றன. மகராஜர்கள் ராமையாவும், சொ.வி.யும் போய்விட்டார்கள். நான் alas! - இருக்கிறேன். சில சமயம் சொ.வி. நல்ல அதிர்ஷ்டக்காரர், சீக்கிரம் போய்விட்டார் என்று எனக்குத் தோன்றுவது உண்டு”

என்ற வரிகள் மனத்தைத் தொட்டன. இந்த நினைவுகள் பகுதி தொடர்ந்து வெளிவந்தது. குருப்பெயர்ச்சி என்ற க.நா.சு.வின் கவிதையில் சோதிட சாத்திரத்தை எப்படி எதிர்கொண்டிருக்கிறார் என்பதை அறிய வேடிக்கையாக இருந்தது. தேவகி – குருநாத்தின் ஒரு கட்டுரையும் தமிழவனின் சிறுகதையும் அதில் இடம்பெற்றன.

நகுலனின் ‘கடைத் தெருவில் ஒரு கடவுள்’ என்ற கவிதைத் தொடரும், அம்பையின் சிறுகதைத் தொகுப்பு பற்றி லதா ராமகிருஷ்ணனின் கட்டுரையும் ஆறாவது இதழில் வந்தன. க.நா.சு.வின் கவிதைகள் தொடர்ந்து வெளிவந்தாலும் அவை தொகுக்கப்படவில்லை. புத்தகமாக இப்போது வெளிவந்துள்ளதா என்றும் தெரியவில்லை.

ஆதிமூலத்தின் மிகச் சிறந்த ஓர் ஓவியம் முன்றிலில் ஏழாவது இதழ் அட்டையில் வந்தது. இந்த இதழில் The Last Temptation of Christ என்ற Nikos Kazantzakis-இன் நாவல்பற்றி பிரமிளின் யேசுவின் வேதனை என்ற கட்டுரை குறிப்பிடத் தகுந்த ஒன்று. இந்தக் கட்டுரைகுறித்து அசோகமித்திரனும் அடுத்த இதழில் குறிப்பிட்டு எழுதியிருந்தார். கோபிகிருஷ்ணனின் ஒரு சிறுகதை, பிரமிளின் பிரசன்னம் சிறுகதைத் தொகுப்பு குறித்து ஒரு கட்டுரை, ஆகியவற்றோடு நீல. பத்மநாபனின் ஒரு படைப்பு பற்றி ஆத்திரமடைந்த ஒருவன் அவரது கை முறியும் அளவிற்கு வன்முறையாக நடந்துகொண்டது பற்றிய தலையங்கமும் வெளியாயிற்று.

எட்டாவது இதழிலும் பிரமிள் கட்டுரை ஒன்று பிரிவினை என்ற தலைப்பில் வெளிவந்தது. அதன் கடைசி வரிகள் கீழ்கண்டவாறு இருந்தன.

"எப்படிப் பார்த்தாலும் மௌனியின் கூற்று, முடிவில் அவரது தமிழ் மொழித் துவேஷத்தைத் தவிர வேறு எதையும் வெளிப்படுத்தவில்லை. அவரால் தொடர்ந்து எழுத முடியாமல் போனதுக்கு உண்மையான காரணம் இந்த துவேஷம்தான்."

முன்றில் ஒன்பதாவது இதழில் இருந்து அசோகமித்திரன் அவர்கள் சிறப்பாசிரியர் ஆனார். கோவை ஞானி, கவிஞர் பழமலய், கோபி கிருஷ்ணன், சா. கந்தசாமி, பா. வெங்கடேசன், வல்லிக்கண்ணன், ராம்ஜி ஸ்வாமிநாதன் ஆகியோரின் படைப்புகளுடன் ஆதிமூலத்தின் அரூப ஓவியங்கள் பற்றி இந்திரன் எழுதியிருந்தார்.

கீரம்பூர் முத்துகிருஷ்ணன் ஆதிமூலம் என்ற ஆதி என்று அன்பர்களால் அழைக்கப்பட்ட, இந்திய நாட்டின் எந்த உயர்தரக் கலைஞனுக்கும் சில சமயம் மேலான ஓவியர்கள் தமிழ்நாட்டில் உண்டு என்று நிரூபித்த – ஆதிமூலம் என்ற உயரிய கலைஞனும் மறைந்துவிட்டார். என்னை பாதித்த பலவற்றில் இது ஒன்று. அவர் மறைவதற்கு ஓராண்டு முன்பு 'முன்றில் கலை இலக்கிய மன்றம்' சார்பில் பாராட்டு விழா ஒன்று நடத்தப்பட்டது.

அவருடன் நெருங்கிப் பழகும் வாய்ப்பு கிட்டியதில்லை. சந்திப்புகூட அதிகம் கிடையாது. எனது புத்தகங்களுக்கு முகப்பு ஓவியம் அவருடையதுதான். அப்போதுகூட சந்திப்பு இல்லை. 'வீடுபேறு' கதைத் தொகுதிக்கான ஓவியத்தை அவர் தந்தபோது அந்தப் புத்தகத்தின் முன்னுரையில் 'ஆதிமூலத்தின் இந்தப் படைப்பிற்குமுன் இந்தக் கதைகள் எல்லாம் எம்மாத்திரம்' என்று எழுதியிருந்தேன். அதைப் படித்துவிட்டு நெகிழ்ந்துபோய் என் நண்பரிடம் "சித்தி என்ற கதையைப் படித்துவிட்டு நான் அன்று தூங்கவில்லை. எல்லோரிடமும் 'முத்துக்கறுப்பன்' என்ற ஒருவன் இருக்கிறான்" என்று கூறியிருக்கிறார். பின்னர் சன் டி.வி. பேட்டியின்போது சந்தித்தோம். அப்போதும் அதையே கூறினார். பத்தாவது இதழில் இருந்து அசோகமித்திரனின் குறிப்புகள் வெளியாயின. தேவகி குருநாத்தின் ஒரிய மொழிச் சிறுகதையின் மொழிபெயர்ப்பு, பாவண்ணனின் சிறுகதை, அருண்மொழியின் கட்டுரை, திலகவதி, தேவதேவன் ஆகியோரின் கவிதைகள் வந்தன.

முன்றில் பதினோராவது இதழில் ஒரு கவிதை வெளியாயிற்று. அது கீழ்க்கண்டவாறு:

கேட்டது நிஜம் – ஆனால்
சொல்லப்பட்டது பொய்.
பொய்யை நிஜமாக நம்பி – ஒருநாள்
நம்பியது பொய் எனத் தெரிந்த போது
நிஜமாக நம்பியது பொய்த்துப்
போனது மட்டுமல்லாமல் பொய்
நிஜமெல்லாமே பொய்யாகவன்றி
வேறெதுவாயும் தெரிவதில்லை.
நிஜம் சுடும் என்கிறார்கள்.
இருக்கலாம். ஆனால் பொய்

நம்பியவனை பொசுக்கியே விடுகிறது.
அப்போது இதைக் கூறலாம்
சாம்பலுக்கு நிஜமென்ன பொய்யென்ன

இது அசோகமித்திரனின் குறிப்புகளுடன் வெளிவந்தது. எனக்கு மிகவும் பிடித்திருந்தது. இதுபோன்று அவர் ஏதாவது எழுதி இருக்கிறாரா என்று தெரியவில்லை. ஷங்கன்னா என்ற பெயரில் எஸ். ராமகிருஷ்ணன் இரண்டு கவிதைகளும், சார்த்தரின் 'மீள முடியுமா' நாடகம் பற்றி வெளி ரங்கராஜனின் கட்டுரையும் வந்தன. 'அழகியலுக்கு எதிரான ஒரு புரட்சி – நவ கவிதை'யின் தன்மை பற்றி வெளிவந்த காதம்பரியின் கட்டுரைகுறித்து பலர் கடிதம் எழுதியிருந்தார்கள்.

பன்னிரண்டாவது இதழ் வரும் சமயம் எண்பதுகளில் படைப்பிலக்கியம் பற்றிய கருத்தரங்கு பற்றிய பணிகள் தொடங்கின. மூன்று நாள்கள் நடத்தப்பட்ட இந்தக் கருத்தரங்கு பல எழுத்தாளர்களாலும் நினைவுகூரப்பெற்றது. தமிழவன், அனாமிகா, சுரேஷ்குமார் இந்திரஜித் ஆகியோர் சிறுகதைகள் எழுதியிருந்தனர். கோபிகிருஷ்ணனின் 'ஈடன் தோட்டம் தொட்டு...' என்ற சிறந்த சிறுகதையும் இந்த இதழில் இடம் பெற்றது.

பதிமூன்றாவது இதழிலிருந்து பொறுப்புகள் அதிகமாயின. புத்தகங்களாக நகுலனின் வாக்குமூலம், கோபிகிருஷ்ணனின் சமூகப் பணி, உள்ளே இருந்து சில குரல்கள், காசியபனின் வீழ்ந்தவர்கள், பா. வெங்கடேசன், தேவரசிகன் ஆகியோரின் கவிதைத் தொகுப்புகள் ஆகியவை முன்றில் வெளியீடாக வந்தன. கிட்டத்தட்ட தமிழ் எழுத்தாளர் எல்லாருமே முன்றில் அலுவலகம் வந்துபோய்க்கொண்டு இருந்தனர். கோணங்கி, எஸ். இராமகிருஷ்ணன், வண்ணநிலவன், நாகார்ஜுனன், ஏ.எஸ். பன்னீர்செல்வம், சாருநிவேதிதா, பெருந்தேவி போன்றோர் முன்றில் வளர்ச்சியில் ஆர்வம் காட்டியதோடு படைப்புகளையும் தந்தனர். இந்த இதழில் கோணங்கியின் மணல் முகமூடி கதையும் அவரது நாவல் பற்றிய நாகார்ஜுனன் கட்டுரையும், கிருஷ்ணன் நம்பி பற்றிய எனது நினைவுகளும் வெளியாயிற்று.

இந்த வெளியீடுகளின் இடையே முன்றில் விமர்சனக் கூட்டங்களும் நடந்துகொண்டிருந்தன. பெரும்பாலும் Y.M.C.A. பட்டிமன்றத்திலும் நகராண்மைக் கழகப் பள்ளிகளிலும் நடந்தன. புதிய பார்வையில் எனது கதைகள் நிறைய வெளியாயிற்று. வாக்குமூலம் நாவல் வெளியீட்டு சமயம் நகுலன் சென்னை வந்திருந்தார். அசோகமித்திரன், ஞானக்கூத்தன் கலந்துகொண்ட அந்தக் கூட்டம் மயிலாப்பூரில் நடந்தது.

எஸ். ராமகிருஷ்ணனின் 'ராமசாமிகளின் வம்ச சரித்திரம் – மறைக்கப்பட்ட உண்மைகள்' என்று பதினான்காவது இதழில் வெளியான படைப்பு சில எழுத்தாளர்களிடையே சலசலப்பை உண்டு பண்ணிற்று. சாருநிவேதிதாவின் The Book of Fuzoos புத்தகம் பற்றிய கட்டுரையும் அதே சலசலப்பைப் பெற்றது. பழமலய்யின் கவிதை, சீன மொழிபெயர்ப்புக் கவிதைகள் இவற்றோடு அந்த இதழிலிருந்து முன்றில் செய்திகள் என்ற தலைப்பில் சில குறிப்புகளை நான் தொடர்ந்து எழுதிவந்தேன். இதன் முக்கியக் காரணத்தையும் சொல்லவேண்டும். நவீன இலக்கியத்தில் நல்ல பயிற்சி பெற்ற சில எழுத்தாளர்கள் வேண்டுமென்றே பழந்தமிழ் இலக்கியத்தைக் கேலிசெய்வதும், அதன் மதிப்பை வேண்டுமென்றே குறைத்துச் சொல்லுவதும்தான். திரு. வெங்கட்சுவாமிநாதன்

இதில் ஒருவர். ஓவியம், நாடகம் போன்றவற்றை விமர்சனம் செய்துவந்த இவர், எல்லாமே சமஸ்கிருதத்தில் இருந்துதான் வந்தது என்ற வைதிக மனப்பான்மையை வைத்திருந்தார். ஒரு குறிப்பிட்ட காலத்தில் சமஸ்கிருதம் அரசர்களால் ஊக்குவிக்கப்பட்டபோது தமிழ்க் கலைகளும் சமஸ்கிருதத்தில்தான் எழுதப்பட வேண்டிய அவசியம் ஏற்பட்டது என்பதையும் அவை எந்தக் காரணம் கொண்டும் சமஸ்கிருதத்துக்குச் சொந்தம் என்று கொள்ள முடியாது என்பதையும் மறந்துவிட்டு எழுதுவதுபோல எழுதிக்கொண்டிருந்தனர். தில்லை நடராஜனின் நாட்டியம், இட்லி என்ற பலகாரம் – இவை பற்றிக்கூட ஆங்கிலத்தில் கட்டுரைகள் இருக்கின்றன. முதன்முதலில்கூட அவை ஆங்கிலத்தில் எழுதப்பட்டிருக்கக்கூடும். அந்தக் காரணத்தால் மட்டும் அவை ஆங்கிலத்திற்குச் சொந்தமாகிவிட முடியுமா என்ற கேள்வியைத்தான் அவர்கள் முன்வைக்க வேண்டும். சமஸ்கிருதம் என்ற மொழி இந்தியாவில் வளர்ச்சி பெறுவதற்கு முன்பே இங்கிருந்த மொழி தமிழ் என்பதைச் சொல்லவேண்டிய ஆய்வாளர்கள் சொல்லிவிட்டார்கள். வைதிகர்கள் தீர்மானிக்க வேண்டிய விஷயம் அல்ல இது. இன்று தினசரி அலுவலில் பேசும்போது, யாரானாலும் சரி, சிலபல ஆங்கில வார்த்தைகளைப் பயன்படுத்தாமல் பேசிவிட முடியாது. இதைப்போன்ற நிர்ப்பந்தம் ஒரு காலகட்டத்தில் ஏற்பட்டுத்தான் சமஸ்கிருத வார்த்தைகள் பயன்படுத்தப்பட்டன என்பதை மறந்து ‘சமஸ்கிருதம் உலக மொழிகளின் தாய்’ என்று தமிழ்நாட்டில் சொல்லிக்கொண்டிருப்பது பைத்தியக்காரத்தனம். நார்டிக் மொழிக் கூறுகளில் ஒன்றாக ஈரான் போன்ற ஆரியப் பெயர் கொண்ட நாடுகளின் ஊடாக இந்திய உபகண்டத்தின் வடபகுதியில் வேரூன்றி இங்குள்ள கடவுளரை நிந்தித்து, பின்னர் ஏற்றுக்கொண்டு, சிறிது சிறிதாக தமிழ் போன்ற பூர்வகுடிமக்களின் மொழிச் சொற்களை, உச்சரிப்புகளை மாற்றி வளர்ந்த மொழி சமஸ்கிருதம். அந்த வரலாற்று உண்மையை அப்படியே ஒப்புக்கொள்வதில் என்ன கேவலம் ஏற்பட்டுவிடும்? கேவலம் என்பது உண்மையை ஏற்றுக்கொள்ளாமல் இருப்பதாகும். பல கலைகளும் சமஸ்கிருதத்தில் எழுதப்பட்டது என்பது உண்மை. அந்தக் கலைகளுக்கு உரிய மக்களின் மொழி எது? ஆப்ரிக்க நாட்டில் சில பகுதிகளில் ஒரே ஊரில் ஆண்கள் ஒரு மொழியையும் பெண்கள் ஒரு மொழியையும் பேசிக்கொள்கிறார்கள். அதற்கு எழுத்து கிடையாது. அப்படிப்பட்ட பழங்காலத்து மக்களது மொழியிலும் பழமொழிகளும் கவிதைகளும் உண்டு. “தந்தம் எவ்வளவு கனமாக இருந்தாலும் யானையால் அதைச் சுமக்க முடியும் – அரங்கத்தில் ஆடத் துணிந்த நபருக்கு எப்படி ஆட வேண்டும் என்று சொல்லித்தரத் தேவையில்லை.” என்பது போன்ற சொற்றொடர்கள் திருக்குறளுக்குச் சமம் என்று சொல்லலாம். இப்போது அவற்றை ஆங்கிலத்தில் மொழிபெயர்த்துக்கொண்டு படிக்கிறார்கள். இவை எல்லாம் ஆங்கிலத்தில் இருப்பதால் ஆங்கிலத்திற்கே சொந்தம் என்று சொல்வதும், சமஸ்கிருதத்தில் எழுதப்பட்ட எல்லாம் அந்த மொழி சார்ந்த பிரிவினருக்கே உரியது என்று சொல்வதும் ஒன்றுதான். கல் தோன்றி மண் தோன்றாக் காலத்து என்ற வரிகளைச் சொல்லிவிட்டால் சிலரது முகம் மாறிவிடும். இப்படிப்பட்டவர்கள் காற்றிலே இருந்து சமஸ்கிருதத்தை மூக்கால் இழுத்து இந்த பூமியில் வெளியிட்ட வினோதத்தைப் படித்துப் பெருமை அடைவார்கள்.

இதுபோன்ற நிலைமை அதிகரித்துக்கொண்டே வருவதைச் சுட்டிக்காட்டிப் பல குறிப்புகள் முன்றிலில் எழுதப்பட்டன. திரு. வையாபுரி பிள்ளை அவர்களின் ஆய்வுகளையும் முடிவுகளையும் புகழ்ந்து பாடும் பலர் அவற்றைப் படிக்காமல், அவருடைய சமஸ்கிருத புகழ்பாடும் தன்மைக்காகவே அவர் பெயரைச் சொல்லிக்கொண்டிருக்கிறார்கள். காலம்

சென்ற வெ. சாமிநாத சர்மாவும் எல்லாத் தமிழ் நூல்களும் சமஸ்கிருதத்தில் இருந்துதான் தோன்றியது என்று கூறியதாக சமீபகாலத்தில் ஒரு புரளி கிளப்பி விடப்பட்டிருக்கிறது.

'யோக்கியர் வருகிறார்' என்பது போன்ற கட்டுரைகளும், சில செய்திகளும் இதன் காரணமாகவே எழுதப்பட்டன. 1993–இல் வெளியான குறிப்பு ஒன்று கீழே தரப்பட்டுள்ளது.

"ராமன் பாலம் சாட்டிலைட் போட்டோவில் தெரிகிறது. இந்தியன் எக்ஸ்பிரஸ் என்ன – ஹிந்து என்ன – பிரசுரித்தாயிற்று – வேண்டியதுதானே. எந்த விஞ்ஞான அதிசயமும் வேத புராணங்களின் கூற்றுகளுக்குச் சான்றாகவே அமையும். இந்த லெமூரியாக் கண்டம் ஒன்றுதான் பாவம் செய்திருக்கிறது. கட்டுக்கதை என்று எளிதாகச் சொல்லிவிடலாம்."

இந்த நாட்டின் பூர்வகால மொழி அல்லது மொழிகள் ஏதோ துருவப் பிரதேசத்திலிருந்து கிளம்பி வந்த வெள்ளை மனிதர்களின் கலப்பால் தோன்றியவை என்று சொல்பவனை நாட்டுப்பற்று உள்ளவன் என்று ஏற்றுக்கொள்ள முடியாது. குறைந்தபட்சம், தென்னக மொழிகள் அப்படி அல்ல. இதைப் பெருமைக்குரிய விஷயமாகவே கருத வேண்டும்.

தமிழின் சிறந்த கவிஞர் பிரமிள். அவர் விஷயம் வேறு. தமிழின் தொன்மை பற்றியோ சமஸ்கிருத இலக்கியத்தின் பெருமை பற்றியோ அவர் கூறும் பல கருத்துகளை முன்றில் ஏற்றுக்கொண்டிருந்த போதிலும் சிலர் மீதுள்ள பகைமையுணர்வு காரணங்களால் அவர் கடைசிக்காலத்தில் முன்றிலுக்கு வருவதை நிறுத்திவிட்டார். சமீபத்தில் எஸ். ராமகிருஷ்ணன், பிரமிளை முன்றிலில் சந்தித்தது பற்றிக் குறிப்பிட்டு எழுதியிருக்கிறார்.

"ரிஷிகளின் கோத்திரம் இந்திய மக்களுக்குப் பொதுவானவை" என்ற பிரமிளின் கூற்று பலரையும் கேள்விக்குள்ளாக்கியது. இதற்கு எதிராக கட்டுரைகள் முன்றிலில் எழுதப்பட்டன. வேறுவகையில் தமிழ் இலக்கியத் தொன்மை குறித்து அவரோடு கருத்து வேறுபாடு இல்லை.

❍

கோவை சித்தர் என்று நாங்கள் அழைக்கும் கோவை ஞானி அவர்களை லில்லி தேவசிகாமணி சிறுகதை பரிசளிப்புக் கூட்டத்தில் கலந்துகொள்ள கோவை சென்றபோது சந்தித்தேன். முன்றில் அலுவலகத்திற்கும் அவர் வந்திருக்கிறார். பல விஷயங்கள் குறித்துப் பேசி இருக்கிறோம். முன்றில் நடத்திய கருத்தரங்குக் கூட்டத்திலும் அவர் கலந்துகொண்டார்.

பங்களூரிலிருந்து தமிழவன், ப. கிருஷ்ணசாமி, காவ்யா சண்முக சுந்தரம் ஆகியோரும், சென்னையிலுள்ள எழுத்தாளர்கள் ஏறக்குறைய அனைவரும் முன்றில் அலுவலகத்திற்கு வந்திருக்கிறார்கள். ஈழத்து எழுத்தாளர் செ. யோகநாதன், புதுச்சேரியிலிருந்து பா. விசாலம், விஜயா வேலாயுதம் போன்றோர் வருவதுண்டு. கோபி கிருஷ்ணன் ஒரு தடவை ஐரோப்பிய நாடுகளிலிருந்து மதுரையில் தமிழ் பயில வந்த சில மாணவர்களை அழைத்துவந்தார். கவிஞர் சமயவேல் சென்னையில் அலுவலகப் பயிற்சி எடுத்துக்கொண்டிருக்கும்போது வருவார். இவர்தம் கவிதைபற்றி க.நா.சு. கலை நுட்பங்களில் குறிப்பிட்டிருக்கிறார். கும்பகோணத்திலிருந்து ரவி சுப்ரமணியம், தேனுகா, பொதிகைவெற்பன் ஆகியோர் முக்கியமானவர்கள். காசியபன் ஒரு தடவை கஷ்டப்பட்டுப் படியேறி வந்து சென்றார். முன்றில் அலுவலக அறையிலேயே நாகார்ஜுனன், எஸ். ராமகிருஷ்ணன், ஏ.எஸ். பன்னீர் செல்வம் போன்றோரின் கருத்தரங்கு நடைபெறும். அழகியசிங்கர் விருட்சம் இதழ் தந்துவிட்டு

முன்றில் இதழை எடுத்துச் செல்வார். அவர் எல்லா எழுத்தாளருடனும் நல்ல நட்பு வைத்திருந்தார் – தருமு சிவராமுவிடமும். கோமல் சாமிநாதன், வண்ணநிலவன் இருவரும் வந்திருக்கிறார்கள். இத்தனை பேரும் என்னைவிட என் பையன் மகாதேவனிடம் அதிகம் பேசுவார்கள் – க.நா.சு., கோவை ஞானி உட்பட.

❍

இதழ்கள் பதினைந்திலிருந்து பத்தொன்பதுவரை கிட்டதட்ட புத்தக விமர்சனக் கட்டுரைகளாலேயே நிறைந்திருந்தன. ஏ.எஸ். பன்னீர்செல்வம், தமிழவன், நகுலன், வல்லிக்கண்ணன், எஸ்.வி. ராஜதுரை, வ. கீதா, டாக்டர் கி. நாச்சிமுத்து, மோனிகா, லதா ராமகிருஷ்ணன் ஆகியோர் எழுதியிருந்தனர். சரித்திர நாவல் பற்றிய சிந்தனைகளை வல்லிக்கண்ணன் தொகுத்திருந்தார்.

❍

முன்றிலில் கவிதை எழுதியவர்களாக க.நா.சு., நகுலன், பிரமிள், ஞானக்கூத்தன், பழமலய், ஜெயமோகன், பாவண்ணன், பிரம்மராஜன், நீல. பத்மநாபன், நா. விஸ்வநாதன், தேவதேவன், சமயவேல், நீலமணி, கலாப்ரியா, ரவிசுப்ரமணியன், பா. வெங்கடேசன், ஆர். ராசகோபால், பொதிகைவெற்பன், நந்தலாலா, ஷங்கன்னா, காசியபன், கோலாகல ஸீனிவாஸ், நஞ்சுண்டேசுவரன், மேட்டுப்பாளையம் நிஷா, திலகவதி, சுகந்தி சுப்ரமணியன், யூமாவாசுகி, பாரதிராமன், ரிஷி, புனிதன், வி. நம்பி, தேவ ரசிகன் ஆகியோரைக் குறிப்பிட வேண்டும்.

❍

டாக்டர் பஞ்சாட்சரம் செல்வராசன் நல்ல சிறுகதை எழுத்தாளர் என்று பெயரெடுத்திருக்கிறார். சிறுநீரகம் பற்றிய கட்டுரை நூலும் ‘மகாலி என்னும் மகாலிங்கம்’ என்ற சிறுகதைத் தொகுப்பும் வந்துள்ளன.

பா. வெங்கடேசன் கவிதை தவிர சிறுகதைகளும் எழுதியிருக்கிறார். ஒரு தொகுப்பு வந்துள்ளது.

கவிஞர் சமயவேலின் ‘டெர்ரரிசம்’ என்ற சிறுகதை மிகவும் நவீனமாகவும், ஆழ்ந்து படிக்க வேண்டிய ஒன்றாகவும் அமைந்திருந்தது.

ரவிக்குமாரின் ‘நோரா கிரகத்து...’ என்ற படைப்பு பலருக்குப் பலவித சிந்தனைகளைத் தரக்கூடிய ஒன்று. அதுபற்றி அடுத்த இதழில் ராஜன் குறை எழுதினார்.

அக்னிபுத்திரன் முன்றிலுக்கு வருவதோடு கடிதங்கள் மூலமாகப் பல யோசனைகளைத் தெரிவித்திருக்கிறார்.

டாக்டர் கி. நாச்சிமுத்து நகுலனுடன் பேட்டி கண்டு அதை எழுதியிருந்தார்.

டாக்டர் ருத்ரனின் ஒரு விமர்சனக் கட்டுரை – பெருந்தேவியின் ஒரு படைப்பு – லதா ராமகிருஷ்ணனின் பெண்ணியம் சம்பந்தப்பட்ட கட்டுரை ஆகியவை குறிப்பிட்டுச் சொல்லவேண்டியவை.

❍

2004ஆம் ஆண்டு என்று நினைக்கிறேன். நல்ல வெயில். வெளிரங்கராசன், லதா ராமகிருஷ்ணன், அமரந்தா ஆகியோர் நடத்திக்கொண்டிருந்த அமைப்பு சார்பில் தக்கர் பாபா வித்யாலயா கட்டடத்தில் எளிய முறையில் ஒரு கூட்டத்தை நடத்திப் பாராட்டு தெரிவித்தார்கள். கலைஞன் மாசிலாமணி, ஞானக்கூத்தன், வைதீஸ்வரன், சா. கந்தசாமி, காவ்யா சண்முக சுந்தரம், ராசகோபால், டாக்டர் செல்வராஜ், ரவி சுப்ரமண்யம் போன்றோர் பேசினர். முக்கிய விஷயமாக முன்றிலைத் திரும்பவும் கொண்டுவர வேண்டும் என்ற அவர்கள் விருப்பத்தையும் தெரிவித்தனர். கணையாழி இதழில் லதா ராமகிருஷ்ணன் இதுபற்றி கட்டுரையும் எழுதியிருந்தார்.

முன்றிலுக்கு என்னைப்போல வயதாகிவிடவில்லை. எனவே வருவது சாத்தியமானதுதான்.

- 2008

45. புதுச்சேரி

புதுச்சேரி விழித்துக்கொள்ளும் முன்னரே நான் எழுந்து நடக்க ஆரம்பித்திருந்தேன். அண்ணாநகர் முதன்மைச் சாலை – கடைசியோ முதலோ – அதுவரை வந்து நெல்லித்தோப்புப் பக்கமாகத் திரும்பாது, வில்லியனூர் சாலையில் மெதுவாக நடந்தேன். அமைதியாக இருந்தது இடம். ஆள் அரவம் அதிகம் இல்லை. தென்னை மரங்கள் உயர்ந்து நின்றன. மற்ற பிரதேசங்களைவிட, மரத்தின் உயரம் அதிகம் என்று தோன்றியது – இருக்கும். ஏதாவது வேற்றுமை தெரியவேண்டும். பத்தாண்டுகளாக வந்து போகிற இடம்தான். இருந்தாலும் புதிதாகவே தெரிந்தது. பழகவேண்டும். ஒருவேளை நிரந்தரமாக இங்கேயே இருந்து அத்துடன் முடிந்தாலும் நல்லதே.

புதுச்சேரி விழித்துக்கொள்ளவில்லை என்று சொன்னது தவறு. காலையில் நடப்பவர்கள் அதிகமில்லையே தவிர, வேறு இடங்களிலிருந்து வந்த வண்டிகள் ஓடிக்கொண்டுதான் இருந்தன. நாய்கள் தெருக்களில் அதிகமாகத் தென்பட்டன. குரைப்பது குறைவு.

புதுச்சேரி கிராமமா நகரமா என்ற ஐயப்பாடு ஏற்கனவே உண்டு. கிராமத்திற்கு அது கிராமம். மண் குடிசைகளும், ஐரோப்பிய நகரங்களைப் பிரதிபலிக்கும் கட்டடங்களும் இருந்தபடியால், பார்த்துக்கொள்ள முடியுமே தவிர பதில் சொல்ல முடியாது. ஒரு சித்தர் பூமி என்று சொல்லலாம். அப்படித்தான் சொல்லவேண்டும். சித்தர்களைத்தான் படிக்கமுடியுமே தவிர கேள்விகேட்க முடியாது. குறைந்தபட்சம் கேள்விகளுக்கு பதில் கிடைக்காது. முதலில், கேள்வி தோன்றுவதே கஷ்டம்.

இந்த வயதிற்கு இந்த ஆரோக்யம் போதும் என்று மருத்துவ நண்பர் பட்டணத்தில் கூறினார். அரசுப் பணியில் இருந்து

ஓய்வு பெற்றவன் ஆனபடியால் – அதுவும் நலத்துறை – மருத்துவர்களோடு நட்பு அதிகம். உடல்நலத்தைப் பற்றித் திருப்தியாகச் சொல்லமுடியாது. மருத்துவர்களின் நட்பு மட்டும் உடல் நலத்தைத் தந்துவிடாது – நடக்கவேண்டும். நேற்று நடந்துவிட்டபடியால் இன்றைக்கு மாலையில் நடந்துகொள்ளலாமே என்றுதான் முதலில் எண்ணம் தோன்றியது. மாலையில் நடப்பது கடினம். விரைந்து செல்லும் மக்கள் கூட்டத்தில் நடைபயில முடியாது. கீழே விழவேண்டியும் வரலாம். காலையில்தான் நன்று. பலர் நடந்துசெல்வது இப்போது தெரிகிறது. வேறு சாலைகளில் இதைவிட அதிக கூட்டம் இருக்கலாம். பேசிக்கொண்டே நடக்கிறார்கள். இங்கே பேசும் தமிழ் மனத்திற்கு இதமளிக்கிறது. அநேகமாக ஆங்கிலப் பேச்சு இல்லை. பட்டணத்தில் ஆங்கிலம் பேசியாக வேண்டும். நாற்பதுகளில் சென்னையில் தெலுங்கு பேசுவோர் அதிகமாக இருக்கும் அரசு அலுவலகங்கள் இருந்தன. அப்போது அங்கே ஆங்கிலம்தான் துணை. நாட்டிற்குப் பொது மொழி வேண்டும் என்கிறார்கள் – உலகத்திற்கு வேண்டாமா என்ன? நிறைய படித்த நண்பர் சாரு நிவேதிதாகூட இந்தியாவின் பொதுமொழி இந்தி என்று குறிப்பிடுகிறார். அது சரிதானா? நாட்டு விடுதலைக்கு முன்னர் இந்தியாவின் பொது மொழி எதுவோ? அது சரி. ஒரு நாட்டிற்குப் பொது மொழி கட்டாயம் தேவை – ஏற்படுத்திக்கொள்ளவேண்டும் என்று சொன்னால் அவ்வாறு பொதுமொழி இல்லாத நாடு ஒரு நாடாக இருந்திருக்குமா அல்லது நாடாகுமா – தெரியவில்லை.

கொசுக்கள் இருக்கின்றன. கொசுக்களால் மலேரியா பரவுகிறது என்று 'ரொனால்டு ராஸ்' சொல்லி அறிந்தாயிற்று. சங்க காலத்திலும் மலேரியா இருந்திருக்கும். அப்போது யாரும் கொசுவைக் குற்றம் சொல்லியிருக்க மாட்டார்கள். அம்மையப்பன் என்று மணிவாசகர் அழைத்த சிவனையும் அப்படித்தானே பார்க்க முடியும். விவசாய நாகரிகக் காலகட்டத்திற்கு முன்னர் அப்பன் இருக்க முடியாதாகையால், சிவனும் இங்கே அப்படித்தான். இருக்கட்டும். என்றாலும்கூட, எப்படி இந்த மணிவாசகர் ஒரு சித்தாந்தவாதியாகவும் கவிஞனாகவும் இருக்க முடிந்தது என்று தெரியவில்லை. சித்தாந்தம், தத்துவம் எல்லாம் அறிவுலகைச் சார்ந்தது. கவிஞன் அறிவுலகவாதி இல்லை அல்லவா? அப்படிப்பட்டவர்கள் கவிஞர் என்றும் பெயரெடுப்பது ரொம்பவும் கஷ்டம். எல்லாரும் வள்ளுவராகிவிட முடியாது.

வணிகப் பத்திரிகைகள் இங்கு எந்தப் பகுதியிலும் கிடைக்கின்றன. சிறு பத்திரிகைகளை வாங்க குறிப்பிட்ட இடத்தில் உள்ள கடை வரை செல்லவேண்டி உள்ளது. அதனாலென்ன – சிறு பத்திரிகைகளும் குறைந்துவிட்டன. மதவெறித்தனம் கொண்ட பத்திரிகைகூட தமிழில் சிறு பத்திரிகை என்று சொல்லிக்கொண்டு வெளிவருகிறது. வணிகப் பத்திரிகைகள் எங்கும் கிடைக்கின்றன. ஆனால் படிக்க வேண்டிய எல்லாவற்றையும் தொலைக்காட்சியில் பார்த்தேவிடலாம். பத்திரிகைக் கடைகளில் கூட்டம் சேருகிறது. காலையில் முக்கியச் செய்திகளை பத்திரிகை படிப்பதற்கு பதிலாக அந்தப் பத்திரிகைச் சுவரொட்டிகளைக் கண்டே அறிந்துவிடலாம்.

புதுச்சேரியின் எல்லாப் பகுதிகளும் பட்டணமாக மாறும் காலம் விரைவில் இருக்கும். கிராமச் சாயல் மாறிவிடும். அது வரப்பிரசாதமா – சாபக்கேடா – எப்படியும் இருக்கலாம். இங்குள்ள கவிஞர் ஒரு கவிதையில்,

எங்கேயடா என் கிராமம்
அடேய்! ரியல் எஸ்டேட்
பாவிகளே?

என்று மண்ணை வாரித் தூற்றுகிறார். எனக்கு மிகவும் பிடித்திருந்தது. ஒரு சொல் – இரு சொல் – இவற்றில் கவிதை அம்சம் வெளிப்பட்டுவிடுகிறது. கவிஞன் வெளிப்பட்டுவிடுகிறான்.

- விருட்சம், 2008

46. மகாலி என்னும் மகாலிங்கம்

கையும் காலும் வயிறும் நம்முடையதாக இருந்தாலும் அவற்றின் குறைபாடு, நல்லது கெட்டதுகள் ஒரு மருத்துவருக்குத் தான் தெரிவதுபோல ஓர் இலக்கியப் படைப்பிலும்கூட – அதாவது சிறுகதை, நாவல், கவிதை போன்றவை – அவற்றின் படைப்பாளிகளைவிட சில சமயம் அவர்களுக்குப் பிடிபடாத சில சங்கதிகளை ஒரு வாசகன் அறிந்துகொள்ளக்கூடும். சில படைப்பாளிகள் மேதைகளாக இருக்கலாம். அவர்களின் அந்த மேதைமைக்காக நாம் அவர்களைச் சிலாகிப்பதில்லை. இதுபற்றி க.நா.சு.விடம் ஒரு தடவை பேச்சுக் கொடுத்தபோது, அவரும் அதை ஆமோதிப்பது போல் தெரிந்தது. விஷயம் பொய்த்தேவு நாவல் பற்றியது. கும்பகோணத்திலோ தஞ்சாவூரிலோ அவருக்குத் தெரிந்த ஒரு பலசரக்குக் கடைக்காரர்தான் பொய்த்தேவின் சோமு முதலியாராகத் தோற்றம் கொண்டார் என்பது பற்றிய பேச்சு. அந்தப் பலசரக்குக் கடைக்காரர் புத்திசாலி. பொய்த்தேவு நாவலைப் படித்துவிட்டு "எல்லாம் சரிதான் – நான் சோமுவைப் போல பண்டாரமாக ஆக மாட்டேன்" என்றாராம், "அந்தக் கடைக்காரரின் மன ஓட்டங்கள் அவரைவிட உங்களுக்குத் தெளிவாகி இருக்கிற தல்லவா" என்று நான் கேட்டபோதும், க.நா.சு. மறுத்துப் பேசவில்லை. 'இருக்கலாம்' என்பது போலத்தான் அவரது பேச்சு இருந்தது. அவர் மறுத்துப் பேசுவது எப்போமே குறைவு. 'அப்படியும் இருக்கலாம்' என்பது போலத்தான் அநேகமாக பதில் இருக்கும்.

குறிப்பாக இந்தக் கட்டுரையில் க.நா.சு.வை இழுப்பானேன் என்று எண்ணலாம். மகாலி என்னும் மகாலிங்கம் என்ற கதையை எழுதிய பஞ்சாட்சரம் செல்வராசனோடு ஏறக்குறைய முப்பது ஆண்டுகள் பழக்கம். தினசரி சந்திப்பு – பேச்சு உண்டு. ஒரே அலுவலகம். இருந்தாலும், இலக்கிய விஷயங்கள்தாம் முக்கியத்துவம் பெற்றன. சிறுகதைகள் நிறைய எழுதியுள்ளார்.

முன்றில் இதழிலும் வந்துள்ளது. மேற்படி மகாலி என்ற கதையும் படைப்பாளியின் மன ஓட்டங்கள் பற்றியதுதான். அந்தக் கதையைப் படித்துவிட்டு அவரோடு பேசியபோதுதான் க.நா.சு.வோடு பகிர்ந்துகொண்ட அபிப்ராயங்கள் ஞாபகத்திற்கு வந்தன. பஞ்சாட்சரம் செல்வராசனின் கதைகளை எல்லாம் – பிரசுரம் ஆகாதவை உட்பட – படித்திருக்கிறேன்.

படைப்பாளியைவிட அந்தப் படைப்பைப் பற்றி வாசகன் அதிகமாக அறிவான் என்று சொல்கிறபோது, நகுலனுடைய வரிகள் ஞாபகத்திற்கு வருகிறது.

நான் எழுதி முடித்த பின்னரே
என்ன எழுதினேன் என்பது
எனக்கு தெரிய வரும்

இதைவிட யாரும் தெளிவுபடக் கூறிவிட முடியாது. படைப்பாளியைவிட வாசகன் அறிவுபூர்வமாகப் பார்த்துவிட முடியும் என்பதை வெளியே சொல்ல, தயக்கம் எதுவும் இருக்கவேண்டிய அவசியமில்லை.

இந்தக் குறிப்பிட்ட மகாலி என்கிற கதை பற்றிச் சொல்வதென்றால் ஆசிரியரின் முழுக் கவனமும் சொந்த ஊரைக் கண்முன் கொண்டுவருவதிலும், அந்த மகாலி என்கிற மனிதனின் குணச்சித்திரத்தைக் கொண்டு வருவதிலும்தான் இருந்தது என்பதை அறிய முடியும். அந்த ஊர் சரியான முறையில் படம்பிடித்துக் காட்டப்பட வேண்டும் என்ற அக்கறை நிறைவேறி உள்ளது என்பதையும் கதையைப் படித்தவர்கள் உடனே அறிந்துகொள்ள முடியும்.

❍

இந்த மகாலி என்கிறவன் அசடா அல்லது வெளியே சொல்ல முடியாத துயரத்தையும் அவமானத்தையும் தன்னுள் தாங்கிக்கொண்டு இருக்கிறவனா என்பதை நாம் கண்டுகொள்ளலாம். அவனைப் பற்றிய வர்ணனை ஓரிடத்தில் வருகிறது. (பக்கம் 47)

“எனக்குத் தெரிந்தவரை அவன் ஒரு 35 வயதுக்கு மேல் 60 வயதுக்குட்பட்ட நபர் என்றுதான் சொல்ல வேண்டும். நல்ல உயரம். முரட்டுத் தோற்றம். முன் பற்கள் காவியேறி, உடைந்துபோன வேர்க்கடலை உருண்டையின் தூள் போல் ஒழுங்கின்றி இருக்கும். எப்போதும் புகையிலையும், வெற்றிலையும் அடக்கிவைத்து நிரந்தரமான காவி... அவன் குளித்தோ, பல் துலக்கியோ யாரும் பார்த்ததில்லை.”

“இடதுதோளின்மீது ஒரு பெரிய பித்தளைத் தவலை. அதை வலது கையை தலைக்கு மேலாகக் கொண்டுபோய்ப் பிடித்திருப்பான். ‘கர்ணன் கவச குண்டலங்களோடு பிறந்தானோ இல்லையோ, இந்த மகாலி மட்டும் தவலையோடுதான் பிறந்திருப்பான்’ என்பார் தாத்தா.”

“இடுப்பில் பச்சைநிறக் கோடு போட்ட ‘அண்டர்வேர்’. அதன்மீது சுற்றிய அழுக்கேறிய சிவப்புநிறத் துண்டு. தவிர, கருத்து உடலில் கொத்து கொத்தாக மயிர்க்கற்றைகள். முன்புறம் வழுக்கையான தலையில், பின்புறம் உப்பும் மிளகுமாக அடர்ந்த முடி.”

இத்துடன் கீழ்க்காணும் குணச்சித்திர விளக்கம் வேறொரு விவரத்தை அளிக்கிறது (பக்கம் 52).

“நீயாவே கோவமா அவங்க மூஞ்சில காறித்துப்பிட்டு வந்துடு... நான் பாத்துக்கறேன்.”

அவன் பதில் பேசவே இல்லை.

“சரி, அதை வுடு... உனக்குன்னு கோவம் வந்தா என்ன செய்வே?”

என்னை நம்பலாமா என்று அவன் சற்றுத் தயங்குவது தெரிந்தது.

“சும்மா தைரியமாச் சொல்லு... நான் யார்கிட்டயும் சொல்லமாட்டேன்...”

முதல்முறையாக அப்போதுதான் பேசினான். சற்றுத் தணிந்த கரகரத்த, குரலில் சொன்னான். “குடிக்கிற தண்ணீரில் ஒண்ணுக்கிருந்துடுவேன்.”

மேற்கண்டவற்றால் எல்லாம் தெளிவாகிவிடுகிறது.

அந்த ஊர் தெருவில் அவன் வாழ்ந்த விதம், அவமானத்தை இயல்பாகவே தாங்கிக் கொண்டு வாழ்ந்த விதம், எந்தவித மாற்றத்தையும் ஊரார் இடையே ஏற்படுத்திவிடாத அவனது மரணம் பற்றிய செய்தி எல்லாமே கண்முன் கொண்டுவரப்படுகின்றன.

கதைசொல்லி தனது ஊரைப் பல ஆண்டுகள் கழித்துப் பார்க்கவருவது போல கதை ஆரம்பிக்கிறது.

நல்லது. குணச்சித்திரத்தை மிகவும் அழகாகத் தந்தாகிவிட்டது. நன்றாகத் தெரிகிறது. இந்த மகாலி எப்படிப்பட்டவன் – எந்த நிலையில் இங்கே வாழ்ந்தான் என்பது தெளிவாகிவிடுகிறது. அப்படிப்பட்ட ஓர் அனாதையிடம் “நீ வா – நான் உன்னைக் காப்பாற்றுகிறேன். இந்தச் சமூகத்தின் மூஞ்சியிலே காறித் துப்பிவிட்டு வா” என்று உதவிக்கரம் நீட்டுவது நல்லவர்கள் – பரோபகாரச் சிந்தனையாளர்கள் எல்லாருமே செய்யக்கூடியதுதான். அது படைப்பாக அந்தக் காரணத்தால் ஆகிவிடாது என்பதை அறிவோம்.

கதைசொல்லி தனது பூர்வகிராமத்தைப் பழைய நினைவுகள் சிறிதும் மங்காமல் ஒவ்வொரு இடமாகப் பார்த்து வருகையில், சிறிய மாற்றங்களையும் கண்டுகொண்டு தான் வாழ்ந்த – மகாலி வாழ்ந்த – அவன் வேலை பார்த்த நபர் வாழ்ந்த – தெருவிற்கு வந்தால், அங்கே அந்தத் தெருவே இல்லை. எதுவும் இல்லை. எல்லாமே கடலால் கொள்ளப்பட்டு மறைந்துபோய்விட்டது.

அப்படி முடிகிறது கதை. ஊரின் அந்தத் தெருவே கடலால் கொள்ளப்பட்டது – மூழ்கடிக்கப்பட்டது – அதை, காணவே இல்லை என்று முடிக்கிறார் – அல்லது முடிக்கப்படுகிறது.

கதைசொல்லி கல்வியறிவுபெற்ற ஒரு பாத்திரம். அவரது ஊரில் குடிநீர்ப் பஞ்சம் வந்தால் அரசாங்கப் பொறியாளர்களும் பஞ்சாயத்து உறுப்பினர்களும் ஜீப்பில் வந்து சோதனை செய்து குழாய் – கிணறு போட்டு கைப்பம்புகளையும் பொருத்த நடவடிக்கை எடுத்த இடம். இப்படிப்பட்ட ஓர் ஊரின் பகுதி கடலால் கொள்ளப்பட்டுவிட்டால், அது நாட்டில் யாருக்கும் தெரியாத சங்கதியாக இருக்காது. அதிலும், அந்த ஊரைச் சார்ந்தோர் எங்கிருந்தாலும் சேதி போய்விடும். கதைசொல்லி அந்த ஊரை – தனது ஊரை – பார்க்க வருவதற்கு முன்பே இம்மாதிரி விஷயங்கள் தெரிந்திருக்க வேண்டுமே என்றுதான் நினைக்க வேண்டும். அப்படி நினைப்பதுதான் அறிவுபூர்வமான நிலைப்பாடு.

அந்த அறிவுபூர்வமான நிலையை விட்டு நம்ப முடியாத விஷயமாக இருந்தாலும், அப்படிச் சொல்வதின் மூலம் தன்னை வெளிப்படுத்திக் கொள்ள படைப்பாளி முன்வரும்போது அதுவே படைப்புக்கலையாகிவிடுகிறது. அது மிகவும் சரியாகவோ நம்ப முடியாததாகவோ வந்திருக்கலாம். ஆனால் அதுதான் சிருஷ்டி.

டாக்டர் பஞ்சாட்சரம் செல்வராசனின் மேற்படி 'மகாலி என்கிற மகாலிங்கம்' என்ற கதையை நான் படித்தபோது, பலவகையான எண்ணங்கள் தோன்றிற்று. மகாலியைப் போன்று எத்தனையோ பேர்களின் வேதனையால்தான் நமது குமரிக்கண்டத்தையும் கடல் கொண்டிருக்குமோ, அட்லாண்டிக் நிலப்பரப்பை கடல் தன்னோடு கொண்டது இதுபோன்ற காரணத்தால்தானோ – இன்னும் எதுவெல்லாம் அழிந்துபோக இந்த நிலவுலகும் உயிரினமும் காத்துக்கொண்டிருக்கிறதோ என்றெல்லாம். அப்படி எண்ணம் தோன்றியதை அறிவுபூர்வமானதாக யாரும் ஏற்றுக்கொள்ளப் போவதில்லை. ஆனாலும், உயிரினத் தோற்றத்தின் ஆதி காரணமான அன்பும், அருள் உணர்வும் அதுதான் என்பதை யார் மறுக்க முடியும்? அதுதான் படைப்புக்கலை என்பதை யார் ஏற்றுக்கொள்ளாமல் இருக்க முடியும்?

ஏதோ ஓர் உள்ளுணர்வு காரணமாக ஒரு நூற்றாண்டுக் காலம் இந்த மண்ணில் வழங்கிவருகிற பாடல் வரிகளையும் இந்தக் கதையில் ஆசிரியர் சேர்த்திருக்கிறார்.

மாடுமனை போனால் என்ன
மக்கள் சுற்றம் போனால் என்ன
கோடிச் செம்பொன் போனால் என்ன - கிளியே
குறுநகை போதுமடி.

இது ஒரு போலீஸ்காரரால் எழுதப்பட்டது என்று கேள்விப்பட்டிருக்கிறேன். இன்று மார்தட்டிக்கொண்டிருக்கும் பலரது படைப்புகள் மேற்படி கண்ணிக்கு ஈடாகா என்று சொல்லவேண்டும்.

இவ்வரிகள் தரும் உணர்வை மகாலி என்ற கதையும் தோற்றுவித்திருப்பதே அது ஒரு சிறந்த படைப்பு என்பதற்கான அடையாளம்.

- 2008

❖

47. ஒரு பேட்டி

உங்கள் கதைகளில் முத்துக்கறுப்பன் என்ற பாத்திரம் தொடர்ந்து வருகிறது? உண்மையில் முத்துக்கறுப்பன் யார்?

என்னால் விளக்கிச் சொல்ல முடியாத சில உணர்வுகளை எழுத்தில் கொண்டுவருவதற்கு உதவி செய்கிறவன் முத்துக் கறுப்பன். கதை என்றால் என்ன – கவிதை என்றால் என்ன என்று கேட்டால் சரியான பதில் சொல்ல முடியாமல் நிற்பது போன்ற நிலை ஏற்படுகிறது. அது என்னவென்று தெரிந்தால், அது இனிமேல் இருக்காது – இல்லையா – கடவுள் சமாச்சாரம்கூட அப்படித்தானே!

பிராமண எதிர்ப்பு என்பது உங்களது படைப்புகளில் அதிகமாக இருக்கிறது... சைவப் பின்னணி கொண்ட நீங்கள் பிராமண எதிர்ப்பை கையில் எடுத்தது ஏன்? நீங்கள் எதிர்ப்பது பிராமண வைதிகம் என்றால் இன்றைய உலகமய, பின்நவீனத்துவக் காலகட்டத்திலும் அது தன்னைத் தகவமைத்துக்கொள்கிறதா? எந்தெந்த வகைகளில்? அதை எப்படி எதிர்கொள்வது?

வைதிக எதிர்ப்பு என்பதுதான் சரி – பிராமண எதிர்ப்பு அல்ல. பூரணத்திலிருந்து பூரணத்தை எடுத்தால் அது பூரண மாகவே இருக்கும் என்று சொல்லும் உபநிடதம் எப்படி வைதிகமாகும்? அது சமஸ்கிருதத்தில் எழுதப்பட்டிருப்பதால் அதை ஏற்றுக்கொள்ளலாம்; அதையே மற்றவர்கள் சொன்னால் ஏற்கவேண்டியதில்லை என்பது வைதிகம். உண்மையில், சமஸ்கிருதத்தில் எழுதப்பட்டது எல்லாம் வைதிக மதத்திற்கோ, வைதிகவாதிகளுக்கோ– சொந்தமானவை அல்ல. ஓர் அரசன் வைதிகவாதிகள் பக்கம் என்றால் எல்லாமே வடமொழியில் எழுதப்பட்டுவிடும். ஆங்கிலேயர் காலத்தில் அரச மொழியான ஆங்கிலத்தில்தான் எல்லாம் எழுதப்பட்டன. பரதநாட்டியம், கர்நாடக இசை போன்ற தென்னாட்டுக் கலைகளும், வடமொழியில்தான் எழுதப்பட்டன. தில்லை நடராசனின்

ஊழிக் கூத்து, இட்லி என்ற பலகாரம் – இவைபற்றிக்கூட ஆங்கிலத்தில்தான் முதன்முதலில் கட்டுரைகள் எழுதப்பட்டன. இட்லியும், தில்லை நடராசனும் ஆங்கிலேயர் சமாச்சாரங்களா? இன்னொன்று – வடமொழியின்மீது எந்த வெறுப்பும் அப்போது இருக்கவேண்டிய அவசியமும் இல்லை. வைதிக எதிர்ப்பு இருந்தது. காஞ்சிப் பெரியவர் உரைகளைப் படியுங்கள். எந்தக் காலத்திலும் சமஸ்கிருதம் தாய்மொழியாகப் பேசப்பட வில்லை என்பது அவர் கூற்று.

சைவப் பின்னணி என்று எதைக் குறிப்பிடுகிறீர்கள்? மொத்தமாக பக்தி இயக்கமே தென்னாட்டில் தமிழில்தான் தோன்றியது. அதுவும் வைதிக எதிர்ப்பிற்கான முயற்சியே. வேதங்களில் பூர்வ குடிமக்களின் சிவலிங்கம் நிந்திக்கப்படுகிறது. விஷ்ணு – உபேந்திரன் என்ற பெயரில் – இந்திரனின் வேலைக்காரனாகச் சொல்லப்படுகிறார். இவை போன்ற கீழ்த்தரங்களை – எதிர்த்துக் கிளம்பியதுதான் பக்தி இயக்கம். வேத காலத்திற்கும் முன்னரே கருப்பண்ண சாமி, சுடலைமாடன் என்று பின்னர் அறியப்படுகிற பூர்வகால கடவுளரைத் திரும்பவும் தக்க இடத்தில் கொண்டுவரச் செய்த முயற்சியே. இந்த கடவுளரையும் வேத நாயகன் என்று பட்டம் சூட்டி அந்த பக்தி இயக்கத்தையும் வைதிகம் தன்னோடு சேர்த்துக் கொண்டுவிட்டது. பெண்தெய்வ வணக்கம் வேதகால ஆரியர்க்கு இல்லை. ஆனால் இங்கே கருமாரி அம்மனைக்கூட கிருஷ்ணமாரி என்று பெயர் மாற்றி வேத மந்திரங்களால் அர்ச்சனை. எந்த விசயத்தில் ஆதாயம் இருக்கிறதோ, அங்கே ஒரு சமஸ்கிருதப் பெயர்சூட்டப்பட்டு அதைத் தங்களுடையதாக வைதிகம் ஆக்கிக் கொண்டுவிடும். ரஸ்ஸல், பெர்னாட்ஷா, பெரியார் ஆகியோரின் கொள்கைகள் சீரும் சிறப்பும் அடைந்தால், சார்வாகன், ஜாபலி ஆகியோர் பெயர்களைக் கூறி பெரியார் போன்றவர்களையும் தங்கள் பக்கம் இழுத்துவிடும். இதுதான் வைதிகம்.

சைவ சித்தாந்தம் என்பது பக்தி இயக்க காலத்து சைவ சமயம் அல்ல. அதுவும் சொல்லப்பட்டு இருக்கலாமே ஒழிய, பக்தி இயக்க காலத்திற்கு முன்பே தொன்றுதொட்டு தென்னாட்டில் இருந்து வந்தது – சங்க காலத்திலும் சில கவிதைகளில் தெரிவது – இதையே கொள்ள வேண்டும். நமக்குத் தெரிந்தவரையில் பூங்குன்றன் போன்றோரிலிருந்து வள்ளலார் ஈறாக நம் சித்தர் பெருமக்கள் தந்தது. இதில் திருமூலரின் கொடை மிக அரிது என்று சொல்ல வேண்டும்.

இப்படிப்பட்ட வைதிகம் சிக்மன்ட் ப்ராய்டின் மனோதத்துவம் மற்றும் அமைப்பியல், பின்நவீனத்துவக் கோட்பாடு ஆகியவற்றில் தகவமைத்துக்கொள்வதா கஷ்டம்?

இதை எப்படி எதிர்கொள்ள வேண்டும்? இதற்கு எதிரிடையாக ஓர் இலக்கியவாதி என்ன செய்ய வேண்டும்?

எதையும் செய்ய வேண்டாம். இதுதான் வைதிகம் என்று அதை அறிந்துகொள்வது மட்டுமே உண்மையான வைதிக எதிர்ப்பு ஆகும். ஜே. கிருஷ்ணமூர்த்தி சொல்வதும், கிட்டத்தட்ட இதுவேதான்.

ஒளி வருவதும், இருள் அகலுவதும், வேறு வேறல்ல – இதுதான் இருள் என்று அறிந்துகொள்வதுதான் ஒளி. அப்போதே இருள் அகன்றுவிடுகிறது. கோபம் என்ற ஒன்றாக நாம் மாறும்போது அல்லது கோபம் அடைகிறபோது, கோபமடைந்த நம்மை நாமே பார்த்துக்கொள்ள முடியுமானால் அது சாந்தம்.

சிவம் – சிவன் இதுபற்றி வேறொன்றையும் சொல்லவேண்டும்.

தமிழ்கூறும் சிவனும் ஒரு சித்தன்தான். அவன் நிலந்தரு திருவிற் பாண்டியன் என்று அறியப்படுபவன். ஏதோ ஒரு கடல் அரிப்பின்போது, நிலமிழந்த மக்களுக்கு நிலத்தைப் பங்கிட்டு அளித்த வேடர் தலைவனாக இருக்க வேண்டும். நெருப்பின் பயனைப் புதிதாகத் தெரிந்து சொன்னவனாகவும் இருக்கக்கூடும். வைதிகவாதியான ஆதிசங்கரர்கூட உண்மையைப் புறக்கணிக்க முடியாது. சிவனுக்கு இந்த உருவத்தையே அளிக்கிறார். நப்பின்னையின் – காதலன் – மாட்டுச் சண்டை வீரன் கண்ணனை காசியப கோத்திரத்து விஷ்ணு என்று ஆக்கிவிட்டாலும்கூட தமிழ்ச் சித்தனாகிய சிவனை ஒன்றும் செய்ய முடியவில்லை.

மாணிக்க வாசகரே இதைப் பற்றிக் கூறுகிறார்.

காட்டகத்து வேடன் கடலில் வலைவாணன்
நாட்டிற் பரிப் பாகன்

இந்த வரிகளோடு பட்டினத்தாருக்கு மருதப்பன் அளித்த மண்ணையும் சாணி வரட்டியையும் சேர்த்துக்கொண்டால் சிவனது சித்தமும், சித்தரின் சிவமும் தெரிந்துவிடும். பழந் தமிழர் கூறும் நாநில மக்கள் அவர்கள்.

போரற்ற, அமைதியான, சக மனித நேயத்தைக் கட்டமைக்கும் கலை, இலக்கியச் செயல்பாட்டினை உங்கள் படைப்புகளின் வழியே நான் புரிந்துகொள்கிறேன். உண்மையில் நீங்கள் படைப்புகளின் வழியே எதைக் கட்டமைக்க விரும்பினீர்கள்? நீங்கள் விரும்பியது கைகூடியதா?

கட்டமைப்பு என்று கூறும்போது ஒன்று சொல்லவேண்டும். கட்டமைப்புடன் வெகுகாலத்திற்கு இருந்துவந்த ஒன்றுகூட, ஏற்கனவே வேறுபட்ட கட்டமைப்பு ஒன்றின் சிதறடிக்கப்பட்ட மாற்றங்கள்தான். இப்போது இருக்கிற கட்டமைப்பு சிதறடிக்கப்படுவது கால நியதிதான். ஏற்கனவே பல கூறுகளாக வெடித்த பகுதிகள்தான் இப்போது ஒரு கட்டமைப்புடன் இருந்துவருகிற நம்முடைய நிலவுலகு என்பதை நாம் ஒப்புக்கொள்கிறோம் அல்லவா? புதிதாகக் கட்டமைத்துத் தருவதற்கு நாம் அறிவுலகவாதிகள் அல்ல. பார்வையின் வழியே உணர்ந்துகொள்வதை – புரிந்துகொள்ளாவிட்டாலும் – மாற்றம் என்று அதை அறிந்துகொண்டு அல்லது உணர்ந்துகொண்டு சொல்வதோடு அல்லது சொல்ல முயல்வதோடு பணி முடிகிறது.

ஐம்பதுகளில் எழுதத் தொடங்கிவிட்டீர்கள். அந்தக் காலகட்டத்தில் தொடங்கி இன்றுவரை நீங்கள் எழுதிய எல்லாச் சிறுகதைகளின் வடிவ நேர்த்தி என்பது ஆச்சரியமூட்டக்கூடியதாக இருக்கிறது. கதைகளின் வடிவம் என்பது நீங்கள் திட்டமிடுவதா? இல்லை, கதையின் உள்ளடக்கம் அதைத் தீர்மானித்துக்கொள்கிறதா?

ஏற்கனவே திட்டமிடப்பட்ட பயணங்கள் எல்லாம் கட்டுரை எழுதப் பயன்படலாமே ஒழிய படைப்பாகி விடா. கதையின் வடிவம் ஒரு சொல்லிலோ ஒரு சொற்றொடரிலோ, காற் புள்ளி அரைப் புள்ளியிலோ தோன்றி நிற்கும். தோன்றிய பின்னர் அதுவே தானாக எல்லாவற்றையும் சேர்த்து முழுமையாக்கும். நகுலன் சொன்னதுபோல 'நான் எழுதிமுடித்த

பின்னரே என்ன எழுதினேன் என்பது தெரியவருகிறது என்பது உண்மை. கவிதையானது படைப்பிலக்கியத்தின் தலைச்சன் குழந்தை என்றால், மற்றவை அதன் பின் வந்தவை.

எளிமையும் பரிசோதனையும் கைகோர்த்துக்கொண்ட நவீனத் தன்மையில் புதுமைப்பித்தனுக்கு இணையாக உங்கள் கதைகள் மதிக்கப்படுகின்றன. இத்தகைய படைப்பாளுமை தொடக்க காலத்திலேயே உங்களுக்கு எவ்வாறு சாத்தியப்பட்டது? மற்றொரு ஆச்சரியமான கூறு, நவீனத்தன்மையோடு மரபுசார்ந்த விஷயங்களை திட்டமிட்டு முன்வைக்கிறீர்கள்?

கம்பனும் அதைத்தானே செய்கிறான்.

கருப்பேந்திரம் முதலான கண்டாள் இடர் காணாள்
பொருப்பேந்திய தோளானொடு விளையாடினள் போனாள்

கரும்புச் சாறு பிழியும் இயந்திரம் பார்த்து விளையாடிக்கொண்டே சீதை போனாள் என்று எப்படிக் கூறுகிறான் பாருங்கள். திரேதாயுகத்து இராமன் கதையில் கருப்பேந்திரம் வருகிறது. கம்பனுக்கும் அது தெரியும். அவன் அதைப் பொருட்படுத்தவில்லை– நாமும் அப்படித்தான். உண்மையான படைப்பு அனுபவத்தில் காலம் என்பது இல்லை.

ஒரு தேசிய இனம் சார்ந்த வாழ்வியலைப் படைக்கும்போது, மரபுகளையும், இன வரைவியல் கூறுகளையும் தவிர்த்துவிட்டு, அல்லது முக்கியத்துவம் தராமல் தொட்டுக்கொண்டு எழுதுவது படைப்பாகுமா?

எது உங்களை எழுத வைத்தது?

ஒரு காக்காயை இன்னொரு காக்கா பார்ப்பது போல நம்மால் பார்க்க முடியாது. நம்முடைய பார்வை வேறு. காக்கைச் சிறகினிலே என்று சொல்லிவிட்டு கண்ணபிரானிடம்தான் வந்துசேர முடிகிறது. பார்வை படைப்பைப் பொறுத்த விஷயம். ஒரு கருத்தைச் சார்ந்ததாக இருக்காது. ஒரு விலங்கியல்வாதி நாய் ஒன்றைப் பார்க்கும் முறையில் படைப்பாளி பார்ப்பதில்லை. ஓர் எஜமானன் தனது நாயைப் பார்ப்பதுபோன்றும் அவன் நோக்குவதில்லை. ஒரு குழந்தை முதன் முறையாக நாயைப் பார்ப்பது போன்று அவன் பார்வை இருக்கும். சொல்லப்போனால் அவன் பார்க்கவில்லை – பார்த்தல் என்ற நிகழ்ச்சி அங்கு நடைபெறுகிறது. அதற்கு முன்னால் நாயை அவன் பார்த்திருக்க மாட்டானோ என்று நாம் எண்ணும் வகையில் அது இருக்கும். நாயை நம்மால் விளக்கிச் சொல்ல முடியாது. 'கண்டறியாதன கண்டேன்' என்று கவிதை பாடிய நாவுக்கரசர் அதற்கு முன்னால் யானையைப் பார்த்ததில்லை என்று யாரும் சொல்லமாட்டார்கள்.

அதை ஏன் சொல்ல வேண்டும் – இது மிகவும் அடிப்படையான கேள்வி. தத்துவ ஞானி சார்த்தர் மூன்று கேள்விகளை எழுப்புகிறார். ஏன் எழுதுகிறான், என்ன எழுதுகிறான், யாருக்காக எழுதுகிறான் என்பன. இவற்றில் கடைசிக் கேள்வியான 'யாருக்காக எழுதுகிறான்' என்பது கொஞ்சம் வாக்குவாதத்திற்குரியது. ஏன் எழுதுகிறான் என்பதைத்தான் இப்போது நீங்கள் கேட்கிறீர்கள். தன்னைப் பற்றிய நினைவோ, படைக்கிற படைப்பின் கதி பற்றிய நினைவோ இல்லாமல் தோன்றுவதுதான் உண்மையான படைப்பு இலக்கியம். எண்ணங்கள் சார்பாக இல்லாதபோதுதான், ஏற்கனவே தான்கொண்ட சிந்தனைகள் மேல் ஏற்றப்படாத போதுதான், ஆபாசங்கள் அற்ற புனிதம் ஏற்படுகிறது. சாக்கடைகளும் காவிரிகளும்

ஏற்றுக்கொள்ளப்படுகின்றன. ஆதவனும் மதியும் அன்று வந்த அதிசயங்களாகத் தோன்றுகின்றன. உலகம் சோதி மயமாகத் தெரிகிறது – மங்கிக் கிடக்கிறது – மனிதன் மாறிப்போய்விட்டான் – மனிதன் மாறவே இல்லை – இத்தகைய கூற்றுகள் வெளிவர படைப்பாளி பெற்ற உணர்வுதான் காரணம்.

சமகாலத்தின் முக்கியமான சிறுகதை ஆசிரியர் என்று 'இந்தியா டுடே' கட்டுரையில் பிரபஞ்சன் குறிப்பிடுகிறார். ஆனால் உங்கள் முதல் நூல் என்பது கட்டுரைத் தொகுப்பாக வெளிவந்திருக்கிறது. அதுவும், கவிதை இயல் சார்ந்த மிக முக்கிய தரிசனமாக 'பொருளின் பொருள்' கட்டுரை அமைந்திருக்கிறது. முதலில் கட்டுரைத் தொகுப்பு வெளியானது ஏன்? கவிஞர்கள் நிறைந்த இலக்கிய உலகில் உங்கள் கட்டுரைத் தொகுப்புக்கு வரவேற்பு எப்படி இருந்தது?

என்னுடைய முதல் நூலாக 'பொருளின் பொருள்' தான் வரவேண்டும் என்று விரும்பினேன். 1952–இல் முதற் கதை வெளிவந்த போதும்கூட கவிதை பற்றிய நூலுக்கு முக்கியத்துவம் தர ஒரே ஒரு காரணம் மட்டுமே உள்ளது. என்னைப் பொறுத்தவரை படைப்பிலக்கியம் சம்பந்தப்பட்ட பல ஐயப்பாடுகளுக்கு கவிதை அம்சமே நல்ல ஒரு பதிலைத் தந்தது. ஒன்றை எதனால் கவிதை என்று சொல்கிறோமோ அதைப்பற்றி எண்ண ஆரம்பித்துவிட்டால் மற்றவை பற்றிய – அதாவது சிறுகதை, நாவல், நாடகம் போன்ற வற்றிற்கும் பதில் கிடைத்துவிடும்.

அந்தக் கட்டுரை நூலிற்கு சிறு பத்திரிகை வாசகரிடையே மிகுந்த வரவேற்பு இருக்கிறது. மூன்று பதிப்புகள் வெளியாகி உள்ளன.

நீங்கள் முன்னிறுத்தும் கவிதைக் கோட்பாடு என்பது எதனடிப்படையில் அமைந்தது? கவிதையியல் சார்ந்த நூல்கள் இங்கே அதிகம் எழுதப்படாததற்கு என்ன காரணம் என்று நினைக்கிறீர்கள்?

கவிதை குறித்து இத்தனை புரிதலும், சிலாகிப்பும் கொண்ட நீங்கள் கவிதைகள் எழுதியிருக்கிறீர்களா?

உண்மையோடு உறவு வைத்துக்கொள்ளாத எதுவும் படைப்பு ஆவதில்லை. கவிஞனின் படைப்பு உண்மையைத் தவிர வேறு எதையும் கொண்டதில்லை. கவிதையில் நோக்கம் என்ற ஒன்று இருந்திருந்தால் அது நிறைவேறியவுடன் அது இல்லாமல் போய்விடும். எடுத்துக்காட்டாக, உலகில் பசிப்பிணி இல்லாத நிலை ஒன்று ஏற்பட்டுவிட்டால், பொருளாதார சம்பந்தமான நூல்கள் அனைத்தும் வேண்டாதவை ஆகிவிடலாம். அந்த நிலையிலும்கூட 'இரந்தும் உயிர் வாழ்தல் வேண்டின் பரந்து கெடுக' என்ற வள்ளுவனின் கவிதை ஒரு கணம் நம்மை மவுனமாக்கிவிடும். இத்தனைக்கும் பசிப்பிணியைப் போக்க எந்த வழியையும் அந்தக் கவிதை சொல்லவில்லை. காரண காரியங்களோடு இருக்கும் எந்தப் பொருளும் நிலைப்பது கிடையாது. அன்பு என்று நாம் உணர்வதிலே நோக்கமோ எந்தவிதக் காரண காரியங்களோ இல்லை.

கவிதையியல் சார்ந்த நூல்கள் இங்கே அதிகம் எழுதப்படவில்லை. செய்யுள் மூலமாக எல்லாவற்றையும் எழுதிப் பழக்கப்பட்ட ஆதிகால மொழிகளில் பின்நவீனத்துவ – மாந்தரீக எதார்த்தப் படைப்புகள் தமிழில் மட்டுமே இருக்கின்றன.

நான் கவிதை எழுதியது கிடையாது – எழுத உத்தேசமும் இல்லை– எழுத முடியாது என்று சொன்னால் அதையும் ஒப்புக்கொள்ளலாம். கவிதை பற்றி எழுதுவதற்குக் கவிஞனாக இருக்கவேண்டுமென்று சொல்லுவது வேடிக்கையாகிவிடும்.

உங்கள் படைப்புலகை முன்வைத்து ரவி சுப்ரமணியம் இயக்கியிருக்கும் டாக்குமெண்டரியில் ஆங்கில சினிமாப் படங்களை விரும்பிப் பார்ப்பதாகக் குறிப்பிட்டு இருக்கிறீர்கள். உங்கள் படைப்பாளுமைக்கு ஆங்கிலப் படங்கள் எந்தவகையிலாவது உதவியிருக்கிறதா? சினிமா பற்றி எழுதியிருக்கிறீர்களா?

சிறு வயது முதற்கொண்டே ஆங்கிலப் படங்களை முடிந்த வரை பார்த்துவந்தேன். பத்து மைல் நடக்க வேண்டியிருக்கும். உலக இலக்கியம் பற்றி அறிந்துகொள்ள இப்படங்கள் பெருமளவில் உதவி இருக்கின்றன. கிராமங்களில் புத்தகங்கள் கிடைப்பது அரியது. சில சமயம் படங்கள் பார்த்த பின்னரே அந்தப் புத்தகங்களைப் படிக்கும் நிலை ஏற்படும். 'டிக்கன்ஸின் இரு நகரக்கதை', 'பெர்ல்பக்கின்', 'நல்ல நிலம்' போன்றவை அப்படித்தான் பார்க்கப்பட்டன. படிப்பதற்கும், பார்ப்பதற்கும் ஆங்கிலப் படங்களைப் பொறுத்தவரை சிறிதளவு வித்யாசமே தெரிந்தது. எல்லாவற்றாலும் பாதிக்கப்பட்டுதான் நாம் இருக்கிறோம்.

சென்னை வந்து புத்தகங்களைப் படிப்பதும் படங்கள் பார்ப்பதும் எளிதான பின்னர், அவை பற்றி சினிமாக் கதிர் பத்திரிகையில் எழுதி உள்ளேன். சில குறிப்பிட்ட இயக்குனர்கள் (வில்லியம் வைலர், ஸ்டான்லி கிராமர் போன்றோர்) சில குறிப்பிட்ட நடிகர்கள் (பிராண்டோ, ஜேம்ஸ் டீன்) சில இலக்கிய கர்த்தாக்களின் படங்கள் (ஹெமிங்வே, டிக்கன்ஸ், டென்னஸி வில்லியம்ஸ்) பற்றியும் எழுதி இருந்தேன். ஆனால் அதைத் தொடரவில்லை.

அதே டாக்குமெண்டரியில் நவீனப் பெண் கவிஞர்களில் பலர் ஆபாசமாக எழுதுவதை ஆதரித்துக் கருத்துத் தெரிவித்து உள்ளீர்களே?

பெண் கவிஞர்கள் என்று சொல்வதுகூட தவறு. ஆபாசம் எது என்பதுபற்றித்தான் பேசியது. தேவையா – தேவையில்லையா என்று அல்ல. உலக எழுத்துகளில் தொண்ணூறு சதவிகிதம் ஆபாசம்தான். அவற்றைக் கொளுத்தலாம். ஆனால் எது ஆபாசம்?

டால்ஸ்டாய் மகாத்மா காந்தியின் குரு போன்றவர். அவருடைய அன்னா கரீனா நாவலில் அந்த அன்னாவும், விரான்சியும் நடந்துகொள்வது பாலியல் நெறிமுறைக்கு எதிரானது என்பதை எல்லாரும் அறிவர். ஆனால் அந்த அன்னாவை நினைத்தால் வருத்தமல்லவா ஏற்படுகிறது? டால்ஸ்டாய் தூரத்தில் வாழ்ந்தவர். நம்மிடையே இருக்கும் அசோகமித்திரனின் 'மணல்' என்கிற கதையை எடுத்துக்கொள்ளுங்கள். அதிலே 'அந்தப் பெண் மிகுந்த மனப் போராட்டத்தின் பின்னர் அந்தப் பூங்கா நோக்கி நடக்கத் தொடங்குகிறாள்' என்று கதையை முடிக்கிறார். எதற்காகப் போகிறாள் என்று அவர் சொல்லவில்லை. கதையின் தொனி தெளிவுபடுத்துகிறது. அது பாலியல் நெறிமுறைக்கு இழுக்கு தரும் விஷயம்தான். ஆனால் அந்தப் பெண்ணை நினைத்தால் கண்ணீரல்லவா வருகிறது. ஆபாசத்தில் கண்ணீர் வருமா?

கவிதையில் நவீனம். சங்க காலம் என்றெல்லாம் பார்க்க வேண்டிய அவசியமில்லை. கவிதை அம்சம்தான் அதன் தலையாய விதி. பின்நவீனத்துவம் என்றும் மாந்தரீக எதார்த்தம் என்றும் வேறு பல பெயர்களாலும் அழைக்கப்படுகிற படைப்பில் கவிதை அம்சம் இருந்தால் அது கவிதைதான். பாரதத்தில் பாஞ்சாலி சபை முன்னிலையில் துகில் உரியப்பட்ட போது அது துச்சாதனன் மீது கோபத்தைக் கிளறிற்றே தவிர ஆபாசம் தொனிக்கவில்லை. நளாயினி என்ற பத்தினிப்பெண் தனது கற்பினால் சூரியனையே உதிக்காமல் செய்துவிட்டு, வரம் வாங்கி, கணவன் குஷ்டரோகம் நீங்கிய பின்னர், ஐந்து மிருகங்களாக உருமாறி தம்பதிகளாக வாழ்ந்து அடுத்த ஜென்மத்தில் பாஞ்சாலியாகப் பிறந்து ஐந்து கணவர்களை அடைந்தது பற்றிக் கூற வேண்டுமானால் முன்னது – அதாவது – சூரியனையே உதிக்காமல் செய்தது ஒரு வைதிக நோக்கு. இரண்டாவது ஐந்து மிருகங்களாக மாறியது பற்றிச் சொல்வது அந்தக் காலத்தின் அந்தப் படைப்பாளி மறைமுகமாக வெளிப்படுத்திய ஒரு பெண்ணின் மவுனமான எதிர்ப்புக்குரல் என்று சொல்லவேண்டும். பெண்ணின் எதிர்ப்புக் குரல் ஆபாசமா? நால் வருணம் அவசியம் என்பதை நேரடியாகவும் மறைமுகமாகவும் தோன்றச் செய்யும் எழுத்துகள் ஆபாசமா இல்லையா? ஆபாசம் என்றால் என்ன? உண்மை அல்லாதது எல்லாமே ஆபாசம். இதுதான் சரி என்று நான் நம்புகிறேன்.

தமிழ்க் கவிதைப் பரப்பில் பாரதிக்குப் பிறகு, எழுத்து பாணிக்கவிதைகள், எழுத்துக்கு பிற்கால நவீனப் பாணிக் கவிதைகள், இப்போது பெண் மொழிக் கவிதைகள், ஈழ மற்றும் புகலிடக் கவிதைகள் என்று பகுக்கப்பட்டிருக்கின்றன. இந்தக் கவிதைகளில் எதை முன்நிறுத்துகிறீர்கள்?

கவிதைகள் எழுதப்பட்ட பிற்பாடு ஒரு வசதிக்காக இதுபோல பகுத்துக்கொள்ளலாம். கவிதை அம்சம் கொண்ட எல்லாவற்றையும் ஏற்றுக்கொள்ளத்தான் வேண்டும்.

இனி உங்கள் கதைகளுக்கு வருவோம்... நீங்கள் குறிப்பிடும் வைதிக எதிர்ப்பு என்பது உங்கள் படைப்பில் அதிகமிருக்கும் அதே நேரம், சைவ சமயத்தை முன்னிறுத்தும் ஒரு தன்மையும் இருக்கிறது. ஒரு படைப்பாளிக்கு மதம் சார்ந்த பற்று அவசியமா?

ஒரு சித்தாந்தம் பின்னர் சைவ சமயம் என்ற பெயரால் தன்னை முன்னிறுத்தி இருக்கலாம். பின்னர், அதில் வைதிகமும் கலந்து இருக்கலாம். ஆனால் நான் குறிப்பிடும் அந்தச் சித்தாந்தம் வைதிக மதம் சார்ந்தது அல்ல. ஒரு குறிப்பிட்ட நிகழ்ச்சி பற்றி எழுதும் போது பின்புலமாக இருக்கும் சிலவற்றைச் சொல்லத்தான் வேண்டும். இந்தத் தென்னாட்டிற்கே உரிய சிலவற்றிலும் வைதிகச் சாயல் தெரிகிறது. அதையும் சொல்லித்தான் ஆக வேண்டும்.

உங்கள் மொத்த கதை உலகமும், முத்துக்கறுப்பன் என்ற பாத்திரம் வழியே அடையாளப்படுத்தப்பட்டிருக்கிறது. இத்தகைய குறியீட்டுத் தன்மை தரும் தாக்கம் ஆழமானதாக இருக்கிறது. இன்றைய காலகட்டத்திற்கு முத்துக்கறுப்பனைக் குறியீடாகக் கொள்ள முடியுமா? தமிழன் தனது எல்லா அடையாளங்களையும் துறந்துவரும் நிலையில், முத்துக்கறுப்பனும் கட்டுடைந்துபோகிறான் இல்லையா?

கட்டுடைந்துபோதல் எப்போதும் இருந்துகொண்டுதான் இருக்கும். மனிதனின் வீழ்ச்சியை முத்துக்கறுப்பனின் வீழ்ச்சியாக எடுத்தும் கொள்ளலாம். எழுத வேண்டும்

என்ற எண்ணம் தோன்றியதே முத்துக்கறுப்பனை இன்றைய காலகட்டத்திற்குக் குறியீடாகக் கொள்ள முடியும் என்பதால்தான்.

சமீபத்தில் வெளிவந்திருக்கும் காளியூட்டு நாவல் சுதந்திரப் போராட்டத்தைப் பின்னணியாகக் கொண்டு எழுதப்பட்டிருக்கிறது... இத்தனை தாமதமாக அச்சுக்கு வந்தது ஏன்?

குறிப்பிட்ட எந்தக் காரணமும் இல்லை. பாதி எழுதி, பின்னர் சில ஆண்டுகள் கழித்து தொடர்ந்து எழுதி முடித்தேன்.

தமிழில் விமர்சகர்கள் குறைவாக இருப்பதன் பின்னணி என்ன?

பூர்வகால மொழிகள் எல்லாவற்றிற்குமே இம்மாதிரிப்பட்ட குறை உண்டு. நவீனத்தில் சீக்கிரமாக உள் புகுந்துவிட முடியாது.

முன்றில் சிற்றிதழை நீங்கள் ஆரம்பித்த பின்னணி என்ன? அதன் பங்களிப்பாக நீங்கள் கருதியது என்ன? உங்களது இலக்கிய நண்பர்கள் என்று யாரையெல்லாம் சொல்வீர்கள்?

ஐம்பதுகளின் ஆரம்பத்திலேயே நான் சென்னை வந்துவிட்ட போதிலும், இலக்கிய நண்பர்கள் என்று யாரும் இல்லை. புதுமைப்பித்தன், கு.ப.ரா. போன்றோரின் படைப்புகளை பதினைந்து வயதிலேயே படித்துக்கொண்டிருந்த போதிலும் சென்னை வந்த பின்னர் க.நா.சு.வைக்கூட சந்திக்கவில்லை. பள்ளியில் படிக்கும்போது நம்பி என்கிற கிருஷ்ணன் நம்பி ஒருவனைத்தான் சொல்ல முடியும். சென்னையில் பெரிய நூல் நிலையங்கள் எல்லாவற்றையும் பயன்படுத்திக்கொள்ள முடிந்தது. அப்போது பிரசண்ட விகடன், பொன்னி, கலை மன்றம், சினிமா கதிர், புதுமை ஆகிய பத்திரிகைகளில் முடிந்தவரை எழுதி வந்தேன். அலுவலக நண்பர்கள் அதிகமில்லை. திரு. பக்தவத்சலம் என்னும் நண்பர் ஒய்.எம்.சி.ஏ. பட்டிமன்றச் செயலாளராக இருந்தார். என் அலுவலக நண்பரும்கூட. கவிதை பற்றி நான் சொன்ன சில விஷயங்களை பட்டிமன்றத்தில் பேசலாமே என்று கூறினார். நான் தயங்க, முதலில் கட்டுரையாக எழுதிப் படிக்கலாம் என்று வற்புறுத்தினார். என்னுடைய முதல் மேடைப் பேச்சு அங்கேதான். அந்தக் கட்டுரைக்கு எதிர்ப்பு ஒன்றும் இல்லை. எனவே தொடர்ந்து இலக்கியக் கட்டுரைகளை அங்கே படித்தேன். அந்தக் கட்டுரைகளையே சிறிது விரிவாக எழுதி ‘பொருளின் பொருள்’ என்ற நூலாக நண்பர்களின் உதவியோடு வெளியிட்டேன். அதற்கு சிறு பத்திரிகை வாசகரிடம் வரவேற்பு இருந்தது. இந்தப் புத்தகத்தைப் பற்றி ஒரு விமர்சனக் கூட்டமும் நடந்தது. அதிலே அசோகமித்திரன், ஞானக்கூத்தன், சா. கந்தசாமி, ஆத்மாநாம், இராசகோபால், கலைஞன் மாசிலாமணி போன்றோர் கலந்துகொண்டனர். இதில் ஒரு விசேடம் என்னவென்றால் இவர்களில் யாருக்குமே என்னைப் பற்றித் தெரியாது. பின்னர் க.நா.சு. அவர்களும் சென்னை வந்து அந்தப் புத்தகத்தைப் பற்றிப் பேசினார். அந்தச் சமயத்தில் என்னுடைய சிறுகதைகள் நிறைய வெளிவந்து ‘வீடுபேறு’ என்ற தலைப்பில் தொகுதியாகவும் வெளிவந்தது. க.நா.சு. சென்னையிலேயே நிரந்தரமாகத் தங்க ஆரம்பித்தபடியால், சிறு பத்திரிகை ஒன்று ஆரம்பிக்கலாம் என்று இப்போது நண்பர்கள் ஆர்வமூட்ட, முன்றில் ஆரம்பிக்கப்பட்டது. சிறப்பாசிரியராக க.நா.சு. இருந்தார். அசோகமித்திரன், சா. கந்தசாமி, ஞானக்கூத்தன் ஆகியோரும், நகுலன், வல்லிக்கண்ணன்

போன்றோரும் தொடர்ந்து எழுதினர். இருபது இதழ்கள் வரை வந்தது. எதையும் எதிர்பார்க்காதபடியால், எந்த ஏமாற்றமும் இல்லை. முன்றில் சிறு பத்திரிகையோடு முன்றில் பதிப்பகத்தையும் தொடங்கி சில புத்தகங்களை வெளியிட்டோம். புதிய எழுத்தாளர்கள், கவிஞர்கள் என்று முன்றில் அறிமுகப்படுத்தி இருக்கிறது.

தொண்ணூறுகளில் முன்றில் கருத்தரங்கு சென்னையில் மூன்று நாட்கள் நடந்தது. கிட்டத்தட்ட எல்லா எழுத்தாளர்களும் கலந்துகொண்டனர். பக்கத்து மாநிலங்களிலிருந்தும் வந்திருந்தனர். கவிஞர் பழமலய், நாகார்ஜுனன், சாருநிவேதிதா, பன்னீர்செல்வம், எஸ். இராமகிருஷ்ணன், கோணங்கி, கோவை ஞானி ஆகியோருடன், காசியபன், லா.ச.ரா. போன்றோரும் வந்து உரையாற்றினர். இந்தக் கருத்தரங்கு பற்றி ஒரு தொகுப்பு நூலும் வந்தது. இதை முக்கியமாகச் சொல்லவேண்டும்.

தருமு சிவராமு என்னும் பிரமிள் தனது கடைசிக் காலத்தில் முன்றிலில் எழுதினார். அவருக்கு வேண்டாதவர் யாரோ, அவர்கள் கட்டுரைகளைப் பிரசுரித்துவிட்டால் போதும். மன்னன் கோபத்தில் நிலைகொள்ளாமல் தவிப்பார். ஆனால் மிகச் சிறந்த கவிஞர்.

முன்றிலில் புதிதாக எழுதத் தொடங்கிய சிலர் பின்னாள் தீவிர எழுத்தாளர்களாக ஆயினர். பா. வெங்கடேசன் அவர்களில் ஒருவர். இன்னொரு விஷயம், முன்றிலில் எழுதியவர்கள் எதையும்– அதாவது – பணம் எதையும் எதிர்பார்த்தது கிடையாது. முன்றில் வெளியீடுகளாக சில புத்தகங்களைத் தந்ததுண்டு.

வல்லிக்கண்ணன், நகுலன், மீரா ஆகியோர் வருவதுண்டு. தி.க.சி. அடிக்கடி வருவார். கருத்தரங்கு தவிர, இலக்கியக் கூட்டங்களையும் மாதம்தோறும் பல்வேறு இடங்களில் முன்றில் நடத்தியது. க.நா.சு. இருக்கும்போதும், உலக இலக்கியங்கள் பற்றி கூட்டங்கள் நடந்தன. அவர் மறைவிற்குப் பின்னும் பல கூட்டங்கள் அசோகமித்திரன், இராஜதுரை, பேராசிரியர் பஞ்சாங்கம் போன்றோருடன் நடந்தன. இதை எல்லாம் முன்றில் பங்களிப்பாகச் சொல்லலாம்.

சிறந்த எழுத்தாளர் கோபிகிருஷ்ணன் பக்கத்திலேயே இருந்தபடியால் அவருடைய உதவிகள் – அவர் காலமாவது வரை – கிடைத்தது. ஆதிமூலத்தின் பங்கைக் குறிப்பாகச் சொல்ல வேண்டும். எழுத்தாளர்கள் லதா இராமகிருஷ்ணன், அமரந்தா, க்ருஷாங்கினி, பெருந்தேவி ஆகியோரும் உதவினர்.

இன்றைய இலக்கிய உலகம் என்பது, பெரும்பான்மையானவர்கள், தங்களுடைய படைப்புகளை அல்லது, புத்தகங்களை வியாபார ரீதியாக வெற்றிபெறச் செய்யும் விற்பனைப் பிரதிநிதிகளாகச் செயல்படும் அவல நிலையில் கவிழ்ந்துகிடக்கிறது. ஆனால் தகுதியும், சாதனையும் சார்ந்துகூட – குறைந்தபட்சமாக உங்களை முன்னிறுத்திக் கொள்வதில்கூட – எத்தனம் எதுவும் இல்லாமல் அமைதி காக்கிறீர்கள். ஆரவாரமான இலக்கிய உலகில் உங்களின் இந்தக் குணம் ஆச்சரியமூட்டுகிறது... உங்களின் கூச்ச சுபாவம்தான் இதற்குக் காரணமா?

மேடைக் கூச்சம் இருந்தது. இப்போது இல்லை. எழுபது வயதிற்கு மேல் என்ன கூச்சம் வேண்டிக்கிடக்கிறது. என்னைவிடச் சிறந்தவர்கள் என்னளவு வசதிகூட இல்லாமல்

இருப்பதை நினைக்கும்போது வேறு எந்த எதிர்பார்ப்பும் வேண்டியதில்லை. ஏமாற்றமும் இல்லை.

எந்தப் படைப்பாளியிடமும் காணப்படாத, கேள்விப்படாத ஒரு விஷயம் உங்களைப் பற்றிக் கேள்விப்பட்டேன். உங்களுக்கு ஜோதிடத்தில் ஈடுபாடு உண்டாமே... நிஜம்தானா?

இப்போது என்ன எழுதிக்கொண்டிருக்கிறீர்கள்?

கன்னிமராவில் வேண்டிய புத்தகங்கள் கிடைக்காதபோது கிடைத்த சிலவகைப்பட்ட புத்தகங்களில் ஒன்று ஜோதிடம். அங்கே இருக்கிற ஜோதிடப் புத்தகங்கள் – முக்காலும் ஆங்கிலம் – படித்துமுடிக்கப் பெற்றன. உடனடியாக ஒன்று தெரிந்தது. வேண்டுமென்றே தமிழில் அவசியமில்லாத வார்த்தைகளைப் போட்டு நம்மைக் குழப்பியிருக்கிறார்கள். ஆங்கிலம் எளிமையாக இருந்தது. காலண்டர் இல்லாத காலத்தில் பஞ்சாங்கம்தான் அந்த வேலையைச் செய்தது. ஜோதிடத்தில் தொண்ணூறு சதவிகிதம் வான சாத்திரமும், மனோதத்துவ ரீதியில் மனித மனம் போகிற போக்கில் ஒவ்வொரு கிரகத்தின் பலன்களையும் எழுதி வைத்துள்ளனர். இதைப் பற்றி விரிவாக எழுதினால் ஒரு புத்தக அளவிற்கு வரும்.

கலைஞன் மாசிலாமணி அவர்கள் பட்டண வாழ்க்கையை விரிவான அளவில் ஒரு நாவல் உருவத்தில் கொண்டுவர முடியுமா என்று கேட்டிருக்கிறார். முடியுமா என்று பார்க்க வேண்டும்.

- நேர்காணல்: ஆர்.சி. ஜெயந்தன்
இனிய உதயம், செப்டம்பர், 2008